జాగ్రఫీ

2nd Edition

As per
APPSC GROUP-II
New Syllabus

AF798083

Author
Jagadish Bammidi
State fame Senior Faculty in Geography

SRI MEDHA
Publications

SRI MEDHA
CENTER FOR COMPETITIVE EXAMS

Address: Opp. CANARA BANK, GANDHI NAGAR,HYD - 500080.
Contact : 9849506649, 9966700599. email : srimedhaias@gmail.com

జాగ్రఫీ

First Edition : July 2023
Second Edition : September 2023

Sri Medha Publications
Address: Opp. CANARA BANK,
GANDHI NAGAR, HYD - 500080.

రచయిత:
జగదీష్ బమ్మిడి

సహాయకులు:
బాడాన వెంకటేష్
బస్వా దుర్గాభవాని

For Copies Contact :
Cell : 98495 06649

Price : 4 99/-

For Suggestions
9966700599

DTP & Design:
Hareesh P

ముందుమాట

హాయ్ ఫ్రెండ్స్ అందరికీ నమస్కారం, నేను మీ జగదీష్ బమ్మిడి. ఇన్ని సంవత్సరాల నా అనుభవంలో ముఖ్యంగా విద్యార్థులు నన్ను ఈ గ్రూప్ - 2 పుస్తకం రాయమని ప్రోత్సహించడంతో, మీ యొక్క కోరిక మేరకే ఈ పుస్తకం రాయడం జరిగింది. ఈ పుస్తకాన్ని మార్కెట్‌లో విడుదల చేయడానికి శ్రమించిన శ్రీ మేథ పబ్లికేషన్స్ వారికి నా ధన్యవాదాలు.

NCERT బుక్స్, తెలుగు అకాడమీ బుక్స్ మరియు ముఖ్యంగా నా రన్నింగ్ నోట్స్ ఆధారంగా ఈ పుస్తకాన్ని రూపకల్పన చేయడం జరిగింది.

APPSC లో అడిగిన గత ప్రశ్నలు మరియు మారుతున్న పరిణామాలు, సిలబస్ దృష్ట్యా నదీప్రవాహ నమూనాలు, భాషా సమూహాలు, గిరిజన జాతులు, వలసలు, ఆవాసాలు మొదలైన అంశాల మీద దృష్టిసారించడం జరిగింది.

APPSC మరియు ఇతర పోటీ పరీక్షలలో విజయం సాధించడానికి ఈ పుస్తకం కీలకపాత్ర పోషిస్తుందని ఆశిస్తున్నాను.

ఏదైనా చిన్న పొరపాటు జరిగినా, మార్పులు ఉన్న దయచేసి అభ్యర్థులు మా దృష్టికి తీసుకురాగలరు. వాటిని తదుపరి ముద్రణలో సవరించడం జరుగుతుంది.

ఈ మా ప్రయత్నాన్ని ఆదరిస్తారని ఆశిస్తూ..................

మీ...

జగదీష్ బమ్మిడి

APPSC GROUP - II

GEOGRAPHY NEW SYLLABUS

General & Physical Geography: The Earth in our Solar System - Interior of the Earth - Major Landforms and their features - Climate:Structure and Composition of Atmosphere - Ocean Water: Tides, Waves, Currents - India and Andhra Pradesh: Major Physiographic features, Climate, Drainage System, Soils and Vegetation - Natural Hazards and Disasters and their Management.

Economic Geography of India and AP: Natural resources and their distribution - Agriculture and Agro based Activities - Distribution of Major Industries and Major Industrial Regions. Transport, Communication, Tourism and Trade.

Human Geography of India and AP: Human Development Demographics-Urbanization and Migration - Racial, Tribal, Religious and Linguistic groups.

ఏపిపిఎస్‌సి గ్రూప్ - 2

జాగ్రఫి నూతన సిలబస్

సాధారణ & భౌతిక భూగోళశాస్త్రం: సౌరవ్యవస్థలో భూమి (1-15) - భూ అంతర్‌నిర్మాణం (16-22) - ప్రధాన భూస్వరూపాలు మరియు వాటి లక్షణాలు (23-88) - వాతావరణం: వాతావరణం యొక్క కూర్పు మరియు నిర్మాణం (89-95) - సముద్ర జలాలు: పోటుపాటులు, తరంగాలు, ప్రవాహాలు (96-113) - భారత్ మరియు ఆంధ్రప్రదేశ్: ప్రధాన నైసర్గిక స్వరూప లక్షణాలు (114-139), శీతోష్ణస్థితి (140-149), నదీ పరివాహక వ్యవస్థ (150-185), మృత్తికలు (186-193) మరియు ఉద్భిజాలు (194-206) - సహజ వైపరీత్యాలు మరియు విపత్తులు మరియు వాటి నిర్వహణ (207-233)

భారతదేశం మరియు ఆంధ్రప్రదేశ్ యొక్క ఆర్థిక భూగోళశాస్త్రం: సహజ వనరులు మరియు వాటి విస్తరణ (234-260) - వ్యవసాయం మరియు వ్యవసాయానుబంధ రంగాలు (261-301) - ప్రధాన పరిశ్రమల విస్తరణ మరియు ప్రధాన పారిశ్రామిక ప్రాంతాలు (302-330). రవాణా (331-363), సమాచారం (364-383), పర్యాటకం (384-398) మరియు వాణిజ్యం (399-409).

భారతదేశం మరియు ఆంధ్రప్రదేశ్ యొక్క మానవ భూగోళశాస్త్రం: మానవాభివృద్ధి - జనాభా లక్షణాలు - పట్టణీకరణ మరియు వలసలు - జాతులు, తెగలు, మతాలు మరియు భాషా సమూహాలు (410-491).

విషయ సూచిక

జాగ్రఫీ

CHAPTER 1
సౌరవ్యవస్థలో భూమి

సౌర వ్యవస్థలో భూమి స్థానం, ప్రత్యేకత తెలుసుకోవాలంటే దానికంటే ముందు మనం తెలుసుకోవలసిన అంశాలు చాలా ఉన్నాయి. అనగా విశ్వం, పాలపుంత, నక్షత్రాలు వంటి వాటి గురించి తెలుసుకోవాలి.

విశ్వం (Universe)

- విశ్వం అనగా అంతరిక్షంలో కనిపించే అన్ని భౌతిక పదార్థాల కలయిక. అంటే ఎన్నో కోట్ల పాలపుంతలు, నక్షత్రాలు, గ్రహాలు, వంటి వాటన్నిటినీ కలిపి విశ్వం అంటారు.
- విశ్వం గురించి అధ్యయనం చేసే శాస్త్రం - కాస్మాలజి (Cosmology). ఎడ్విన్ పావెల్ హబుల్ అనే వ్యక్తి మొట్టమొదటిసారి 1925లో విశ్వం అనే పదాన్ని ఉపయోగించారు.
- విశ్వంలో దూరాన్ని కొలుచుటకు 'Parsec'ని ఉపయోగిస్తారు. 1 parsec = 3.26 light years.
- విశ్వం వయస్సు 13.8 బిలియన్ సంవత్సరాలు.

విశ్వ ఆవిర్భావ సిద్ధాంతాలు:

మహావిస్ఫోటన సిద్ధాంతం (Bigbang Theory):

- దీనినే విశ్వ విస్తరణ పరికల్పన సిద్ధాంతం అంటారు (Expanding Universe Hypothesis). దీనిని "జార్జెస్ లిమేటర్" అనే శాస్త్రజ్ఞుడు మొదటిగా ప్రతిపాదించారు (1927).
- ఈ సిద్ధాంతం ప్రకారం ప్రథమంలో విశ్వమంతా సంపీడన స్థితిలో ఉన్న వాయువు పదార్థాలతో నిండి ఒక బంతివలె ఉండేదని, దీనినే 'ప్రైమార్డియల్ మ్యాటర్" లేదా 'సింగులారిటీ' అని పిలుస్తారు.
- ఈ సింగులారిటీ పదార్థం విస్ఫోటనం చెందడంతో విశ్వం విస్తరణ ప్రారంభమైందని ఇది ఇంకా విస్తరిస్తూనే ఉంటుందని తెలిపారు.
- 1929లో బిగ్‌బ్యాంగ్ సిద్ధాంతాన్ని బలపరిచిన వారు "ఎడ్విన్ పవెల్ హబుల్" అయితే దీనిని ఐన్‌స్టీన్ ప్రతిపాదించిన సామాన్య సాపేక్ష సిద్ధాంతం ఆధారంగా వివరించారు. అందులో Higgs Boson అనే కణమును స్విట్జర్లాండ్‌లోని జెనీవా నగరంలో 'లార్జ్ హేడ్రాన్ కొలైడర్' అనే ల్యాబరేటరీ వద్ద బిగ్‌బ్యాంగ్ సిద్ధాంతంలో భాగంగా ప్రయోగాత్మకంగా 'Higgs Boson' కణంని గుర్తించారు.

బిగ్ బ్యాంగ్ సిద్ధాంతాన్ని బలపరిచిన ఇతర ముఖ్యాంశాలు :

1. **నిరంతర సృష్టి సిద్ధాంతం (Steady State Theory)**: ప్రతిపాదించినవారు 'థామస్‌గోల్డ్ మరియు హెర్మెన్ బాండీ & ఫ్రెడ్ హోయలే'. ఈ సిద్ధాంతం ప్రకారం నిరంతరం పదార్థం ఉత్పత్తి అవుతూ విశ్వం విస్తరిస్తూ ఉ ంటుందని తెలుపుతుంది.
2. **డోలనా సిద్ధాంతం: (Pulsating Thery)**:ప్రతిపాదించిన వారు 'అలెక్జ్ శాండేజ్" విశ్వం కొన్ని కోట్ల సంవత్సరాల పాటు సంకోచించి, మరల కొన్ని కోట్ల సంవత్సరాల పాటు వ్యాకోచిస్తుందని ఈ సిద్ధాంతం వివరిస్తుంది.
3. **బ్రేన్స్ మోడల్**: విశ్వం అనేకమైన పొరలతో నిర్మితమయింది అని తెలిపారు.

పాలపుంత (Galaxy):

- నిరంతరం గురుత్వాకర్షణ శక్తితో బంధించబడిన కొన్ని కోట్ల నక్షత్రాల సముదాయం మరియు విశ్వవస్తువుల సమ్మేళనాన్ని పాలపుంత Galaxy అంటారు.
- మన పాలపుంత పేరు –పాలవెల్లి (Milky way Galaxy)/ఆకాశగంగ/గోళాకార నిహారిక అంటారు. ఇది "లేనియాకియా" అనే మహాదిగ్గజ గుంపులో ఒక చిన్న నక్షత్రాల సమూహం.
- మనపాలపుంత వ్యాసార్థం – 1 లక్ష కాంతి సంవత్సరాలు మరియు దాని మందం – 5000 కాంతి సంవత్సరాలు పాలపుంతలో నక్షత్రాలు, అరుణమహాతారలు, స్వేతమరుగుజ్జు పదార్థాలు, కృష్ణబిలాలు, ద్వంద్వ నక్షత్రాలు, న్యూట్రాన్ నక్షత్రాలు మొదలైనవి ఎన్నో ఉంటాయి. ఇవన్నీ నక్షత్రాల పుట్టుకలో దశలవారీగా పరిణామం చెందుతాయి.

నక్షత్రాల పరిణామ క్రమ దశలు:

1. నిహారిక (Nebular):

- విశ్వంలోగల ప్రకాశవంతమయిన అనంత వాయురాశుల సమూహం.ఇదే నక్షత్రాల జన్మస్థలం.

2. ప్రోటోస్టార్ (Protostar):

- నిహారిక మధ్యభాగంలో క్రమంగా ఉష్ణోగ్రతలు, పీడనం పెరిగే దశ.

3. ప్రకాశిస్తున్న నక్షత్రం:

- వాయు రాశులు దగ్గరకు కుదించుకుంటూ రావడం వల్ల వాటి కేంద్రకభాగంలో ఉష్ణోగ్రతలు, సాంద్రతలు ఎక్కువగా పెరిగి కేంద్రక సంలీన ప్రక్రియ ప్రారంభం అవుతుంది. అనగా నక్షత్రం ప్రకాశించటం మొదలవుతుంది. పైన పాలపుంతలో పేర్కొన్న వివిధ నక్షత్ర దశలు క్రమంగా పరిణామం చెందుతాయి. ఇవే కాకుండా అసలు ఖగోళ వస్తువులు, నక్షత్రాలు, నక్షత్ర రాశులు, గ్రహాలు అంటే ఏంటో తెలుసుకోవలసిన అవసరం కూడా ఉంది.

1. **ఖగోళవస్తువులు:** సూర్యుడు, చంద్రుడు మరియు రాత్రిపూట ఆకాశంలో మెరుస్తున్న వస్తువులన్నింటినీ ఖగోళ వస్తువులు అంటారు. (Celestial Bodies)
2. **నక్షత్రాలు:** కొన్ని ఖగోళవస్తువులు పెద్దవిగాను మరియు వాయువులతో నిర్మితమయి ఉంటాయి. ఈ ఖగోళ వస్తువులు స్వయం ప్రకాశిత శక్తిని కలిగి ఉంటాయి. ఇవి స్వయం ప్రకాశిత శక్తిని కలిగి ఉండేందుకు ప్రధాన కారణం అందులో జరిగే 'కేంద్రక సంలీన చర్య' ఇటువంటి స్వయంప్రకాశిత శక్తి గల ఖగోళ వస్తువులను నక్షత్రాలు (Stars) అంటారు. ఉదాహరణకు సూర్యుడు ఒక నక్షత్రం
3. **నక్షత్రరాశులు:** నక్షత్రాల యొక్క వివిధ సమూహాలను కలిపి నక్షత్ర రాశులు అంటారు. దీనికి ఉదాహరణగా సప్తర్షిని చెప్పవచ్చు. పురాతన కాలంలో నక్షత్రాల సహాయంతో రాత్రి సమయంలో దిశలను నిర్ణయించుకునేవారు. ఉదాహరణకు ఉత్తరనక్షత్రం (Polestar)– ఇది ఉత్తర దిశను సూచిస్తూ ఆకాశంలో అదే స్థితిలో ఎప్పుడూ ఉంటుంది.
4. **గ్రహాలు:** స్వయం ప్రకాశిత శక్తిలేని కొన్ని ఖగోళ వస్తువులు నక్షత్రాల కాంతి ద్వారా ప్రకాశింపబడితే వాటిని గ్రహాలు అంటారు.

గ్రహం పేరు Planet name	గ్రీకు భాషలో గ్రహాలపేర్లు	రోమన్ భాషలో గ్రహాల పేర్లు	భ్రమణ కాలం Rotation	పరిభ్రమణ కాలం Revolutiontime	ఉపగ్రహాల సంఖ్య No.of Satellites	గ్రహానికి గల ఇతరపేర్లు Other names of the planets
1. బుధుడు (Mercury)	Hermes సందేశదేవుడు (God of Messanger)	Mercury వాణిజ్య, నైపుణ్య దేవుడు (God of commerce & skills)	58 రోజులు	88 రోజులు	-	సాటిలైట్‌ప్లానెట్ / అపోలో
2. శుక్రుడు Venus	Cupid శృంగారదేవుడు (God of Romance)	Venus ప్రేమ,సౌంద్రర్యదేవత (God of love & beauty)	243 రోజులు	225 రోజులు	-	వేగుచుక్క/(yellow planet) అచ్ఛాదన గ్రహం (veiled planet)
3. భూమి (Earth)	Gaya సారవంతమైనది (Fertileland)	Gaya సారవంతమైనది (Fertileland)	24 గంటలు	365.25 రోజులు	1-చంద్రుడు	నీలిగ్రహం (Blue planet) జీవగ్రహం / జలయుతగ్రహం
4. అంగారకుడు (Mars)	Aris యుద్ధాధిపతి (God of war)	Mars యుద్ధాధిపతి (God of war)	24 గంటలు 37 నిమిషాలు	687 రోజులు	2-ఫోబోస్, డీమోస్	అరుణాగ్రహం (Red planet) ధస్ట్‌ప్లానెట్ / ఫీయరీప్లానెట్
5. బృహస్పతి Jupiter	Zeus King/ruler of Gods దేవాదిదేవుడు	Jupiter father of gods దేవతల చక్రవర్తి	9గంటలు 50 నిమిషాలు	12 సంవత్సరాలు	80-గనీమేడ్, యురోపా, (IO)(ఐయోవా), కాలిస్టో	నక్షత్రగ్రహము (Star planet) ఎర్రటిమచ్చలు గల గ్రహము Great Redspot planet
6. శని (Saturn)	Cronus వ్యవసాయాధిపతి (God of Agricultre)	Saturn వ్యవసాయాధిపతి (God of Agriculture)	10 గంటల 25 నిమిషాలు	29.5 సంవత్సరాలు	82-రియా,డియోన్ హైపీరియన్, మియాస్ ఎన్సిలేడస్...	క్రుయల్ లేదా గోల్డెన్ ప్లానెట్/ ఆరెంజ్ ప్లానెట్
7 Uranus	Uranus స్వర్గానికి అధిపతి (God of Heaven)	Ceelus స్వర్గానికి అధిపతి (God of Heaven)	17 గంటలు 14 నిమిషాలు	84 సంవత్సరాలు	27-ఏరియల్,అంబ్రియల్ టైటానియా, ఒబెరాన్	గ్రీన్ ప్లానెట్ /గతితప్పిన గ్రహము (Lapsided planet)
8. Neptune	Poseidon సముద్రదేవుడు (God of oceans)	Neptune సముద్రదేవుడు (God of oceans)	16 గంటలు 6 నిమిషాలు	165 సంవత్సరాలు	14-ట్రిటాన్, నెరీడ్ తాలస్సా, హిప్పోకేంప్, ప్రోటస్....	నిర్మాణుష్యగ్రహము/అతిశీతలగ్రహము (Great Deark spot)

పైన చెప్పిన 8 గ్రహాలలో మొదటి నాలుగు గ్రహాలను అంతర/భౌమగ్రహాలు అంటారు (Inner/terrestrial planets). ఇవి శిలలు & లోహాలతో నిర్మితమయి ఉంటాయి. వీటికి తక్కువ పరిమాణం & ఎక్కువ సాంద్రత కలిగి ఉంటాయి. తరువాత 4 గ్రహాలను బాహ్య / జోవియన్ గ్రహాలు అంటారు (Outer/Juvian Planets). ఇందులో బృహస్పతి, శనిగ్రహాలు హైడ్రోజన్ & హీలియం వాయువులతో, ఇంద్ర & వరుణ గ్రహాలు మంచుతో నిర్మితమయి ఉంటాయి.

సౌర వ్యవస్థ

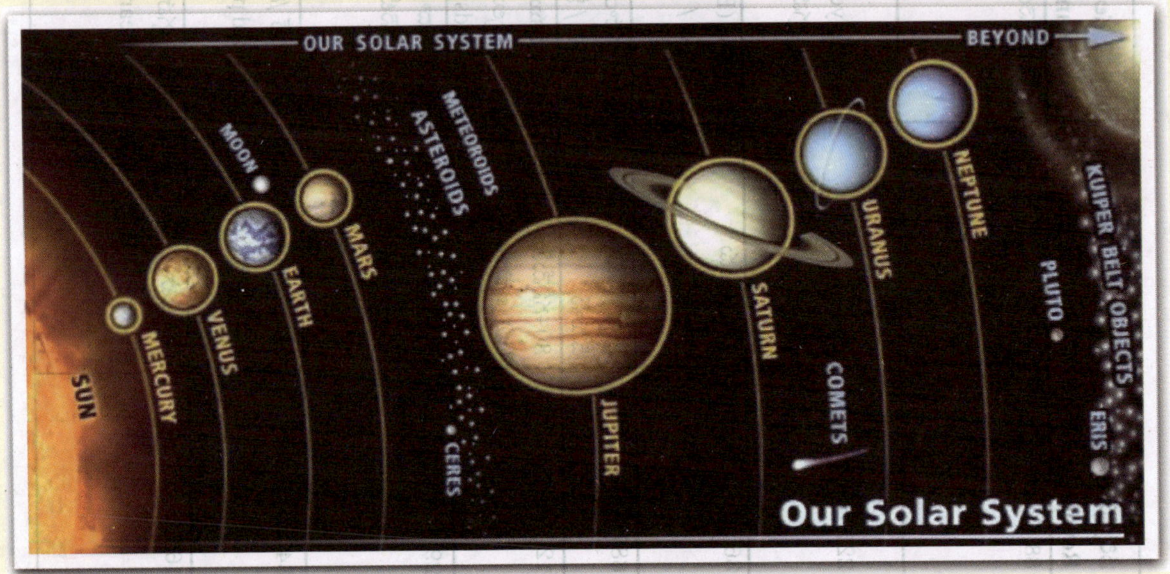

- సూర్యుడు కేంద్రక స్థానంలో ఉంటూ తన చుట్టూ పరిభ్రమించే గ్రహాలు, గ్రహశకలాలు, ఉల్కలు, తోకచుక్కలు, మరుగుజ్జు గ్రహాలు, ఉపగ్రహాలు మరియు అంతరగ్రహాల ద్వారా వచ్చే దూళి వంటి ఎన్నో ఖగోళవస్తువుల సముదాయాన్ని కలిపి సౌరవ్యవస్థ అంటారు.
- సౌరకుటుంబం యొక్క పుట్టుక, ఆవిర్భావాన్ని తెలుపుతూ అనేకరకాల సిద్ధాంతాలు పుట్టుకువచ్చాయి. అవి.

సూర్యకేంద్రక సిద్ధాంతాలు (Heliocentric Theories):

- "నికోలస్ కోపర్నికస్" ప్రతిపాదించిన ఈ సిద్ధాంతం సూర్యుడు కేంద్రక స్థానంలో ఉంటూ గ్రహాలు సూర్యుడు చుట్టూ తిరుగుతాయి అని On the revolutions of the celestial bodies అనే గ్రంథంలో తెలిపారు.
- 19వ శతాబ్దం చివరి దశలో విలియం హెర్చల్ (William Herschel) అను శాస్త్రవేత్త సూర్యుడు పాలపుంతలో ఒక భాగమని ప్రతిపాదించి నిరూపించారు (Proved).
- NASA నివేదిక ప్రకారం, ప్రస్తుతానికి సౌరవ్యవస్థలో / సౌరకుటుంబంలో సూర్యుడు, 8 గ్రహాలు, 340 ఉపగ్రహాలు (6 గ్రహాల చుట్టూ 170, మరగుజ్జు గ్రహాల చుట్టూ - 8, ఆస్ట్రాయిడల్ చంద్రులు చుట్టూ 104, నెప్ట్యూన్ కక్ష్యకు అవతలిగా ఉన్న వస్తువులు (TNO's) చుట్టూ - 58 ఉపగ్రహాలు), గ్రహ శకలాలు, తోక చుక్కలు, ఉల్కలు వంటివి ఉన్నాయి.
- పారిస్‌లో గల అంతర్జాతీయ ఖగోళ సమాఖ్య (International Astronomical Union) వారు Pluto (యమగ్రహం) ను ఇది కొన్ని సార్లు అంతిమ గ్రహంగాను మరికొన్ని సార్లు ఉపాంతర గ్రహంగాను తిరగటం వల్ల దీనిని గ్రహాల పట్టిక నుండి వేరు చేసి మరుగుజ్జు గ్రహాల జాబితా (Dwarf Planets list)లో చేర్చటం జరిగింది.

సౌర కుటుంబం:

1. **సూర్యుడు:** స్వయం ప్రకాశిత శక్తి గల అతిపెద్ద నక్షత్రం సూర్యుడు సౌరకుటుంబానికి కేంద్రకంగా ఉంటాడు. హైడ్రోజన్ & హీలియం వంటి ఎన్నో వేడివాయువులతో నిర్మితమయిన నక్షత్రం ఇది. సూర్యుడు నిర్మాణంలో హైడ్రోజన్ (73.46%), హీలియం (24.35%), ఆక్సిజన్ (0.71%), కార్బన్ (0.29%) కలవు. సూర్యుని భ్రమణ సమయం భూమధ్యరేఖ వద్ద 24 రోజులు, ధృవాలవద్ద 30 రోజులు సగటున 27 రోజులుగా ఉంటుంది. భ్రమించే సమయంలో సూర్యుడు 7.25° వంగి తిరుగుతాడు. సూర్యుడు ప్రతి సెకనుకు 40 లక్షల టన్నుల హైడ్రోజన్‌ని మండిస్తాడు. సూర్యుని అంతర్భాగాన్ని 7 పొరలుగా విభజించారు. అవి:
   1. కేంద్ర మండలం (Core)– (10–20 Million °C)
   2. వికిరణ మండలం (Radiative zone)
   3. సంవాహన మండలం (Convection Zone)
   4. ఫోటోస్ఫియర్ (Photosphere) – (5500-6000 °C)
   5. క్రోమోస్ఫియర్ (cromosphere) – (32000 °C)
   6. పరివర్తన మండలం (Tranisition Zone)
   7. కరోన (Corona) – సూర్యుని ఉపరితలం – (15 lakhs °C)

   ★ **గ్రాన్యూల్స్:** సూర్యుడి మధ్య భాగంలో ఉత్పత్తి అయ్యేశక్తి అతుకు అతుకులుగా ఉపరితలంపైకి వస్తే దీనిని గ్రాన్యూల్స్ అంటారు.

   ★ **సన్ స్పాట్స్ :** ప్రతి 11 సంవత్సరాలకు ఒకసారి సూర్యుని అయస్కాంత క్షేత్రం పూర్తిగా తిరుగుతుంది. అనగా సూర్యుడు ఉత్తర & దక్షిణ ధృవాల స్థలాలను మారుస్తాడు. ఈ అయస్కాంత క్షేత్రాల మార్పులవల్ల సూర్యుడిలో మచ్చలు ఏర్పడతాయి. వీటినే 'సన్‌స్పాట్స్' అంటారు.

2. **గ్రహాలు:** ఇవి స్వయం ప్రకాశిత శక్తి లేని ఖగోళ వస్తువులు తమ ఊహాత్మక అక్షం చుట్టూ తిరుగుతూ మరియు సూర్యుని చుట్టూ తిరుగుతూ సూర్యుని ద్వారా ప్రకాశించబడే ఖగోళస్వరూపాలనే గ్రహాలు (Planets) అంటారు. NASA అధ్యయనం ప్రకారం ప్రస్తుతం సౌరకుటుంబంలో 8 గ్రహాలున్నాయి.

సౌరవ్యవస్థ – భూమి:

- ఇది సౌరకుటుంబంలోని సూర్యుడి నుండి దూరాన్ని బట్టి మూడవదిగాను మరియు పరిమాణంలో ఐదవదిగాను ఉంది. దీనినే జీవగ్రహము / జలాయుత గ్రహము / నీలి గ్రహము (Blue Planet) అని అంటారు.
- భూమి వయస్సు 4.5 బిలియన్ సంవత్సరాలు.
- సౌరకుటుంబంలో అత్యంత సాంద్రత గల గ్రహము.
- భూమి ఆకారం "జియోయిడ్" ఇది భూమధ్యరేఖ ప్రాంతాల వద్ద ఉబ్బెత్తుగా మరియు ధృవాల వద్ద బల్లపరుపుగా అణచబడి ఉంటుంది. దీనిని ప్రత్యేక గ్రహంగా పరిగణిస్తారు.
- భూమి కక్ష్య పొడవు "965 మిలియన్ కిలోమీటర్లు".
- భూమధ్య రేఖ వద్ద భూమి చుట్టకొలత 40,075 కి.మీ॥లు (24,901 మైళ్ళు), ధృవాల వద్ద చుట్టుకొలత 40,007 కి॥మీలు (24,859 మైళ్ళు) కలదు.
- భూమధ్యరేఖ వద్ద భూవ్యాసం 12,756 కి॥మీ॥లు (7,926 మైళ్ళు), ధృవాల వద్ద వ్యాసం 12,714కి॥మీలు (7,900 మైళ్లు కలదు. ఇది అత్యంత సాంద్రత గల గ్రహం) (5.5gram/ CC). వ్యత్యాసం 42 కి.మీ.

భూ ఆవిర్భావాన్ని గురించి తెలియజేసే సిద్ధాంతాలు:

- భూ ఆవిర్భావాన్ని గురించి మొదటిగా వివరించిన శాస్త్రవేత్త - జార్జ్ డి బఫెన్.

1. ప్రాచీన సిద్ధాంతాలు:

- వీటి ప్రకారం సూర్యునిలో కొంత వాయుపదార్థం ఆకస్మికంగా విసిరి వేయబడడం వలన లేదా రెండు కాస్మిక్ పదార్థాలు ఒకదానిపై ఒకటి ఢీకొనడం వల్ల ఏర్పడిందని వివరిస్తాయి.

 ఎ. **తరంగ పరికల్పన సిద్ధాంతము (Tidal Hypothesis):** జీన్స్ మరియు జఫ్రీన్ ప్రతిపాదించారు.

 బి. **ద్వినక్షత్ర సిద్ధాంతము (Binary Star Theory):** రస్సల్ ప్రతిపాదించారు.

 సి. **ఉల్కాపాత సిద్ధాంతం:** అట్టోమన్ & స్మిమిడ్ ప్రతిపాదించారు.

 డి. **గ్రహాల పరికల్పన సిద్ధాంతము (Plantiasmal Theory):** ఛాంబర్లిన్ & మాల్టన్ ప్రతిపాదించారు.

 ఇ. **Supernova Theory** : హోయల్ ప్రతిపాదించారు.

2. పరిణామ క్రమ సిద్ధాంతాలు (Evolutionary Theories):

- ఈ సిద్ధాంతాలు గ్రహాల ఆవిర్భావం క్రమంగా దశల వారిగా జరిగిందని పేర్కొంటాయి.

 ఎ) **నిహారిక పరికల్పన సిద్ధాంతము (Nebular Hypothesis)**: 'లాప్లాస్' ప్రతిపాదించారు.

 బి) **వాయుపరికల్పన సిద్ధాంతము (Gaseous Hypothesis)**: 'ఇమాన్యుల్ కాంట్' ప్రతిపాదించారు.

 సి) **ఫోటోప్లానెట్ సిద్ధాంతము:** 'కూపియర్' ప్రతిపాదించారు.

 డి) విద్యుదయస్కాంత తరంగ సిద్ధాంతము: 'వాన్ విజ్‌సాకర్' ప్రతిపాదించారు, 'ఆల్ఫ్‌వెస్' సవరించారు.

భూకేంద్రక సిద్ధాంతం:

- భూమి కేంద్రక స్థానంలో ఉంటూ దాని చుట్టూ సూర్యుడు మరియు ఇతర ఖగోళ స్వరూపాలు పరిభ్రమిస్తుంటాయని 'టాలమి & గ్లమోకో' ప్రతిపాదించారు.
- ఫైథాగరస్ / ఫిలోలస్ భూమి స్థిరంగా ఉండదని ప్రతి 24 గంటలకోసారి భ్రమిస్తుందని మొదటిసారిగా తెలియజేసారు.
- భూమికి గల ఒకే ఒక్క సహజ ఉపగ్రహం 'చంద్రుడు'.
- చంద్రుడిని అధ్యయనం చేసే శాస్త్రం - (Selenology) సెలినాలజీ.
- చంద్రుడు భూమి యొక్క వ్యాసంలో 1/4వ వంతు ఉంటాడు.
- చంద్రునికి గల గురుత్వాకర్షణ శక్తి ప్రభావం వల్ల భూమిపై గల మహాసముద్రాలలో పోటుపాటులు ఏర్పడతాయి.
- భూమికి చంద్రునికి సగటు దూరం - 3,85,000కి॥మీ॥లు, చంద్రుని సాంద్రత - 3.3 gm/cc.
- అపోజీ: చంద్రునికి, భూమికి మధ్యగల గరిష్ట దూరం - 4,05,696 కి॥మీ॥లు.
- పెరిజీ: చంద్రునికి, భూమికి మధ్యగల కనిష్ట దూరం - 3,63,104 కి॥మీ॥లు.
- చంద్రుని పైన ఎత్తయిన ప్రాంతం - లీబ్నిట్జ్ (10,786 మీటర్లు).
- చంద్రుని గురుత్వాకర్షణ శక్తి భూమి గురుత్వాకర్షణ శక్తిలో 1/6వ వంతు ఉంటుంది.
- చంద్రుని భ్రమణ కాలం - 27 రోజుల 7 గంటల 43 నిమిషాలు. ఈ సమయాన్నే సిదరల్ నెల (Sideral Month) అంటారు. కక్ష్యా వేగం 1.022కి॥ మీ/సెకను. చంద్రుని పరిభ్రమణానికి కూడా దాదాపు అంతే సమయం పడుతుంది.

 కానీ సూర్యుని యొక్క స్థానాన్ని దృష్టిలో పెట్టుకుంటే 29 రోజుల 12 గంటల 44 నిమిషాలు పడుతుంది. ఈ సమయాన్నే సినోడిక్ నెల (Synodic Month) అంటారు.

- భ్రమణ, పరిభ్రమణ కాలాలు ఇంచుమించు సమానంగా ఉండుటవల్ల చంద్రునిలో ఒకవైపు మాత్రమే మనకు కనిపిస్తుంది. రెండవ వైపు కనిపించదు.
  - **సూపర్‌మూన్:** చంద్రుడు పౌర్ణమి సమయంలో పెరిజీలో ఉంటే చంద్రుని వెలుతురు సాధారణంగా కంటే 15% ఎక్కువగా ఉండి, 30% పెద్దదిగా కన్పించడం వల్ల దానిని సూపర్‌మూన్ అంటారు.
  - **బ్లడ్‌మూన్:** సంపూర్ణ చంద్రగ్రహణం రోజు చంద్రుడు పూర్తిగా భూమి నీడలో ఉండటం వలన ఎరుపు రంగులో కన్పిస్తాడు ఆ సమయంలో చంద్రున్ని 'బ్లడ్‌మూన్' అంటారు.
  - **బ్లూమూన్ :** ఒక నెలలో రెండు పౌర్ణమి రోజులు సంభవిస్తే అందులో 2వ పౌర్ణమి నాటి చంద్రుడిని బ్లూమూన్ అంటారు.

3 ఉపగ్రహాలు:

- గ్రహాల చుట్టూ పరిభ్రమించేవి ఉపగ్రహాలు. ఇవి రెండు రకాలు :

ఎ. సహజ ఉపగ్రహాలు (Natural Satellites) :సహజంగా ఉద్భవించినవి. ఉదాహరణకు చంద్రుడు.

బి. కృత్రిమ ఉపగ్రహాలు (Artificial / Manamade satellites) : మానవుని ద్వారా కృత్రిమంగా తయారు చేసిన ఉపగ్రహాలు ఉదాహరణకు ఆర్బిటార్ (మంగళ్‌యాన్), రోవార్ (చంద్రయాన్).

4. గ్రహశకలాలు (Asteroids):

- అంగారకుడు, బృహస్పతి మధ్యలో ఉంటూ సూర్యుని చుట్టూ పరిభ్రమించే చిన్న చిన్న శిలా శకలాలను గ్రహ శకలాలు అంటారు. అయితే ఇవి ఏదైనా ఒక గ్రహశకలం యొక్క గతి మార్పు చెందినప్పుడు వరుస క్రమంలో వచ్చే వేరే గ్రహశకలంతో ఢీకొనడం వల్ల ఉష్ణోగ్రతలు పెరిగి కొత్త గ్రహ ఆవిర్భావానికి నాంది పలుకుతాయి. కనుక వీటిని మార్గదర్శకాలు అంటారు.

5. ఉల్కలు (Meteoroids):

- ఇవి లోహవస్తువులు. అంతరిక్షం నుండి భూమి ఆకర్షణకు లోబడి వచ్చే ఖగోళపదార్థాలను ఉల్కలు అంటారు. ఒక వేల ఇవి భూమిని తాకితే ఉల్కాపాతం అని భూమిని ఢీకొంటే ఉల్కతాకిడి అని అంటారు.

6. తోకచుక్కలు (Comets):

- ఇవి అమ్మోనియం, మీథేన్, కార్బన్‌డైఆక్సైడ్, అంతరిక్ష దూళి మరియు ఇతర వాయువులతో నిర్మితమయి ఉంటాయి. ఇవి ఊర్ట్ మబ్బులనుండి (Oort clouds) సూర్యుని వైపు వస్తూ ఉండగా ఉష్ణోగ్రతల వలన అవి భాష్పీభవనం చెంది దాని ఆవిరి తోకరూపంలో పొడవుగా వస్తుంది. అలా వచ్చిన వాటిని తోకచుక్కలు అంటారు. వీటినే మురికి మంచు బంతులు (Snow Dirty Balls) అంటారు. ఇందులో ప్రధానంగా ఐదుభాగాలుంటాయి. అవి :

1. కోర్ (Nucleus).
2. కోమ (Coma).
3. హైడ్రోజన్ మేఘం (Hydrogen cloud).
4. దుమ్ముతో కూడిన తోక (Dust Tail).
5. అయాన్ తోక (Ion Tail) కలవు.

7. మరుగుజ్జు గ్రహాలు (Dwarf planets):

- సౌరవ్యవస్థలో ఏ ఖగోళ వస్తువులకి అయితే తన సొంత గురుత్వాకర్షణ శక్తితో గోళాకారం పొందే సామర్థ్యం ఉంటుందో వాటిని మరుగుజ్జు గ్రహాలు అంటారు.

ఉదా: 1. ప్లూటో (యమగ్రహం / మృత్యుదేవుడు / కేతువు)

భ్రమణ కాలం : 6.4 రోజులు.

పరిభ్రమణకాలం : 248 సంవత్సరాలు.

ఉపగ్రహాలు : 5 అవి: 1) షరోన్, 2) నిక్స్, 3) హైడ్రా, 4) P_4(స్టిక్స్), 5) Q_5((కెబరోస్).

2. హోమియా : హవాయన్ ప్రజలదేవుడు.

ఉపగ్రహాలు : 2 అవి: 1) హై-అయాక, 2) నమాకా

3. ఎరిస్ (Eris)

ఉపగ్రహం : డిస్‌నోమియా

4. Makemake

5. Gonggong

6. Quaor etc. మొత్తం 16 మరుగుజ్జు గ్రహాలు కలవు.

ఈ విధంగా సౌరకుటుంబం & సౌరకుటుంబంలో భూమి ప్రత్యేకత చెప్పవచ్చు.

Note:
- విశ్వంలో దూరాన్ని కొలవడానికి ఉపయోగించే ప్రమాణం - కాంతి సంవత్సరం.
- 1 కాంతి సంవత్సరం = 9.4625×10^{12} k.m / 9.4625×10^{15} met/sec.
- సౌర కుటుంబంలో దూరాన్ని కొలువటకు వాడే ప్రమాణం (Astronmical unit)
- 1 AU = 150 million Km.
- మన పాలపుంతకి దగ్గరలో ఉన్న పాలపుంత - 'ఏండ్రోమెడా నెబ్యులా'.

భూచలనాలు (Earth Movements)

- భూమికి ఉన్న ప్రధానచలనాలు రెండు అవి:
  1. భూభ్రమణం
  2. భూపరిభ్రమణం.

1. భూభ్రమణం (Rotation of the Earth):

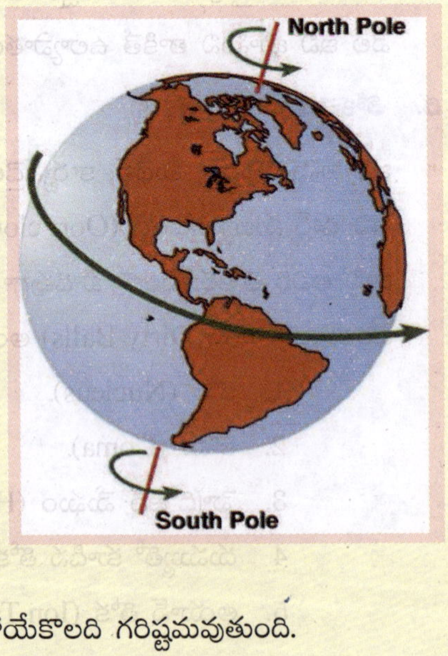

- భూమి పశ్చిమం నుండి తూర్పునకు తన చుట్టూ తాను తిరగడాన్ని భూభ్రమణం అంటారు. దీనికి 23 గంటల 56 నిమిషాల 4.09 సెకన్లు సమయం పడుతుంది. కావున దీనిని 'దినచలనం' అంటారు. దీనినే ఆత్మ భ్రమణం అని కూడా అంటారు.
- భూమి తన అక్షాన్ని ఆధారంగా చేసుకుని గంటకు సగటున 1610 కి.మీ. వేగంతో W నుండి E కి తన చుట్టూ తాను తిరుగుతుంది.
- భూ భ్రమణ వేగం భూమధ్యరేఖ వద్ద గరిష్ఠంగా ఉండి ధృవాల దగ్గరికి వెళ్ళే కొద్ది శూన్యమవుతుంది.
- భూ భ్రమణ ప్రభావం భూమధ్యరేఖ వద్ద కనిష్టంగా ఉండి ధృవాలవైపు పోయేకొలది గరిష్టమవుతుంది.
- భూ భ్రమణ సమయంలో స్థిరంగా ఉండే రెండు బిందువులను ఉత్తరధృవం, దక్షిణధృవంగా గుర్తించటం జరిగింది.
  - ★ **అక్షం (Axis):** ఉత్తర, దక్షిణ ధృవాలను కలుపుతూ భూమి యొక్క కేంద్రం గుండా పోయే ఊహారేఖను అక్షం (Axis) అని అంటారు. భూఅక్షం $23\ 1/2^0$ లు వంగి ఉంటుంది.

★ **అక్ష ధృవత్వం (Polarity of Axis)**: ఉత్తరంలో స్థిర బిందువయిన ఉత్తర ధృవం యొక్క పై భాగం ఎల్లప్పుడూ ధృవనక్షత్రాన్ని చూడటాన్నే అక్ష ధృవత్వం అంటారు.

★ **సౌరదినము: (Solarday)**: ఒకానొక రేఖాంశాన్ని లేదా ఏదైనా ఒక రేఖాంశాన్ని సూర్యుడు దాటిన సమయం నుంచి అదే రేఖాంశాన్ని తిరిగి సూర్యుడు చేరుకోవడానికి పట్టే సమయాన్ని సౌర దినము అంటారు. భూమి పరంగా ఇది 24 గంటలకు సమానం.

భూ భ్రమణం వల్ల సంభవించే మార్పులు:

1. రాత్రి పగలు ఏర్పడటం.
2. దిక్కులు అనే భావనకు కారణమవుతాయి.
3. సమయభావనకు కారణం అవుతాయి.
4. అపకేంద్రంబలం వలన పోటుపాటులు రావడానికి కారణమవుతాయి.
5. కొరియాలిస్ ప్రభావం ఏర్పడును. ఫలితంగా పవనాలు, సముద్రప్రవాహాలు ఉత్తరార్థ గోళంలో కుడివైపు దక్షిణార్థగోళంలో ఎడమవైపుకు వంగి ప్రయాణిస్తాయి. కొరియాలిస్ ప్రభావం భూమధ్యరేఖ వద్ద 0%, ధృవాల వద్ద 100% ఉంటుంది. అంటే భూమధ్యరేఖ నుండి ధృవాల వైపునకు పోయే కొద్ది కొరియాలిస్ ప్రభావం పెరుగుతుంది.

6) ఋతువులు ఏర్పడటానికి భూభ్రమణం కూడా ఒక కారణం.

ప్రకాశ వృత్తం (Circle of illumination):

❖ సూర్యుడు భూమిలో సగభాగాన్ని ప్రకాశవంతం చేసే అంచును ప్రకాశవృత్తం అంటారు. భూమిని వెలుతురులో ఉండే సగం, చీకటిలో ఉండే సగంగా ఈ మహావృత్తం విభజిస్తుంది.

❖ ఇది ఎప్పటికీ స్థిరంగా ఉండదు.

❖ భూభ్రమణం వల్ల చలిస్తూ ఉంటుంది.

2. భూపరిభ్రమణం (Revolution):

❖ భూమి తన అక్షంపై తాను తిరుగుతూ, సూర్యుని చుట్టూ తిరిగి రావడాన్ని భూపరిభ్రమణం అంటారు. దీనివేగం సెకనుకు 30 కి॥మీలు. (1,08,000 కిమీ/గం॥కు)

భూకక్ష్య (Earth orbit):

★ భూమి సూర్యుని చుట్టూ తిరిగే మార్గాన్ని భూకక్ష్య అంటారు.

★ ఇది కొంచెం దీర్ఘవృత్తాకారంలో (Elliptical orbit) ఉంటుంది. 940 కి॥మీ లు పొడవు కలిగి ఉంటుంది.

సౌర సంవత్సరం (Solar year):

❖ భూమి సూర్యుడు చుట్టూ తిరిగి రావడానికి పట్టు సమయం 365 రోజుల 6గంటల 9 నిమిషాలు. దీనినే సౌరసంవత్సరం/ సిడరల్ సంవత్సరం అంటారు.

❖ సాధారణంగా సంవత్సరానికి 365 రోజులు కలవు. కానీ సం॥లో మిగిలే 6గంటలను 4సం॥ల కొకసారి లెక్కించి (6×4=24లీటర్స్) ఫిబ్రవరి మాసానికి ఒకరోజు కలిపితే 366 రోజులు వస్తాయి. దీనినే లీపు సంవత్సరం అంటారు.

పరహేళి (Perhelion):

- ఇది సూర్యునికి భూమికి మధ్యగల కనిష్ట దూరం 147 మిలియన్ కి॥మీలు అది ఉన్న నెలలో భూగోళ సగటు ఉష్ణోగ్రతలు ఎక్కువగా ఉంటాయి.
- ఇది జనవరి 3న సంభవిస్తుంది. ఈరోజునాడు భూమి అత్యధిక సౌరపుటాన్ని (Insolation) గ్రహిస్తుంది.

అపహేళి (Apehelion):

- ఇది సూర్యునికి భూమికి మధ్యగల గరిష్టదూరం 152 మిలియన్ కి॥మీలు ఈ సమయంలో భూగోళ సగటు ఉష్ణోగ్రతలు తక్కువ ఉంటాయి.
- ఇది జూలై 4న సంభవిస్తుంది. ఈ రోజున భూమి అత్యల్ప సౌరపుటాన్ని గ్రహిస్తుంది.
- భూమికి సూర్యునికి మధ్య గల సగటు దూరం 149.8 మిలియన్ కి॥మీలు.

భూపరిభ్రమణ ఫలితాలు:

1. పగలు & రాత్రి సమయాలలో మార్పులు వస్తాయి.
2. ఋతువులు ఏర్పడతాయి
3. సూర్య కిరణాల తీవ్రత పెరగటం, తగ్గటానికి కారణం అవుతుంది.

Note:

1. **విషవత్తులు (Equinoxes):**
   - మార్చి 21, సెప్టెంబరు 22 లేదా 23 రోజులలో సూర్యకిరణాలు భూమధ్యరేఖపై నిట్టనిలువుగా పడతాయి. అయినచో ప్రపంచమంతా పగలు, రాత్రి సమయం సమానంగా ఉంటుంది. దీనినే విషవత్తులు అంటారు.
   - మార్చి 21 - వసంతకాల విషవత్తువు (Spring Equinox), సెప్టెంబరు 23 శరత్కాల విషవత్తువు (Autumn Equinox) అంటారు.
2. **ఉత్తరాయనం (Northward Movement of Sun):** మకరరేఖ నుండి కర్కాటక రేఖ వరకు ఉత్తరాభిముఖంగా చేసే సూర్యుడు ప్రమాణాన్ని ఉత్తరాయణం అంటారు. డిసెంబర్ 22 ప్రారంభమయి జూన్ 21న ముగుస్తుంది. ప్రయాణకాలం 6 నెలలు.
3. **దక్షిణాయనం (Southward Movement of Sun):** కర్కాటక రేఖ నుండి మకరరేఖకు సాగే సూర్యుడి ప్రయాణం 'దక్షిణాయనం'. జూన్ 21 ప్రారంభమయి డిసెంబర్ 22న ముగుస్తుంది.

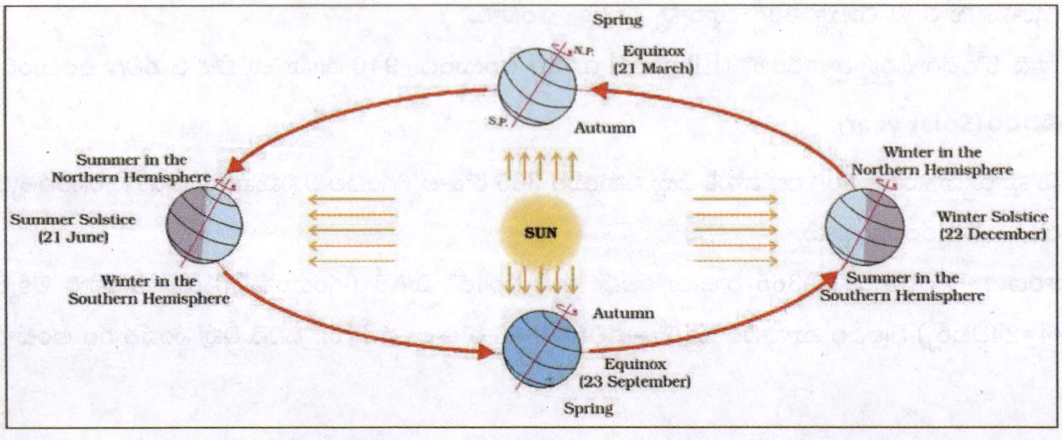

Figure 3.3 : Revolution of the Earth and Seasons

4. మార్చి 21 నుంచి సెప్టెంబరు 23 వరకు ఉత్తరధృవంలో 6 నెలలు పగలుగాను, దక్షిణ ధవంలో చీకటిగాను ఉంటుంది.

5. సెప్టెంబరు 23 నుంచి మార్చి 21 వరకు దక్షిణ ధృవంలో 6 నెలలు పగలుగాను, ఉత్తర ధృవంలో చీకటిగాను ఉంటుంది.

6. ఋతువులు ఏర్పడటం: కారణాలు(4): 1. భూభ్రమణం
2. భూపరిభ్రమణం
3. భూఅక్షం వంగి ఉండటం
4. భూమి యొక్క వంపు

ప్రపంచ ప్రామాణిక ఋతువులు (4):

నెలలు	ఉత్తరార్ధ గోళంలో ఋతువులు	దక్షిణార్ధగోళంలో ఋతువులు
1. మార్చి 21 నుండి జూన్ 21	వసంతకాలం	శరత్కాలం
2. జూన్ 21 నుండి సెప్టెంబరు 23	వేసవికాలం	శీతాకాలం
3. సెప్టెంబరు 23 నుండి డిసెంబరు 22	శరత్కాలం	వసంతకాలం
4. డిసెంబరు 22 నుండి మార్చి 21	శీతాకాలం	వేసవికాలం

Note: పై ఋతువులు భారతదేశానికి వర్తించవు. జూన్ మాసంలో నైఋతి ఋతుపవనాల రావటం వల్ల వేసవికాలం – వర్షఋతువుగా మారుతుంది. దక్షిణ ఉత్తరార్ధగోళాలలో అవే ఋతువులు ఏర్పడినా అవి ఏర్పడే కాలాలు మారుతాయి.

అక్షాంశాలు-రేఖాంశాలు (Latitudes-Longitudes)

- భూమి గోళాకారంగా ఉండటం వల్ల భూఉపరితలంపై ఏదైనా ఒక ప్రదేశం యొక్క ఉనికిని తెలుసుకోవడం కష్టం. అయితే భూమిపై స్థిరంగా ఉండే ఏదైనా ప్రామాణికాన్ని ఆధారంగా తీసుకుని తెలుసుకోవచ్చు.
- భూమికి గల స్థిరమైన ప్రామాణికాలు అంటే ఉత్తర దక్షిణ ధృవాలు కావున వీటిని ఆధారంగా చేసుకుని అక్షాంశాలు, రేఖాంశాలను గీయడం జరుగును. అయితే రేఖాంశాలు కాల సమయంలో మార్పులను & అక్షాంశాలు శీతోష్ణస్థితిలో మార్పులను తెలియజేసేందుకు ఉపయోగపడతాయి.
- అక్షాంశ, రేఖాంశాలు అనే భావనను మొదటిగా ప్రవేశపెట్టిన వ్యక్తి – 'హిప్పార్కస్'.

అక్షాంశాలు (Latitudes):

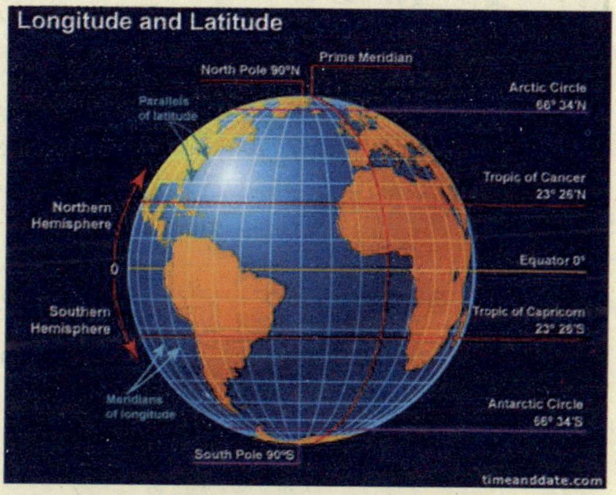

- Latitude అనేపదం Latitudo అనే లాటిన్ పదం నుంచి వచ్చింది ఈ పదానికి అర్థం– "వెడల్పు", భూమికి అడ్డంగా గీయబడిన ఊహారేఖలను **అక్షాంశాలు** అంటారు.
- అక్షాంశాలు 'పూర్తి వృత్తాలు / దీర్ఘ వృత్తాలు'
- అక్షాంశాల 'పొడవులు' అసమానంగా ఉంటాయి.
- ఉత్తరదక్షిణ ధృవాలకు సమానదూరంలో భూమిపై గల బిందువులను కలుపుతూ గీసిన ఊహారేఖను భూమధ్యరేఖ అంటారు. దీనిని 0° అక్షాంశం అని కూడా అంటారు. భూమధ్యరేఖ అన్నింటికంటే పొడవైనది. అందుకే దీన్ని

'మహావృత్తం' అంటారు. (Great Circle = 40,000 kilometer)

- ధృవాల వద్ద 90° అక్షాంశం ఉంటుంది. ఇది చాలా చిన్న అక్షాంశం. ఇది కేవలం ఒక బిందువుగా మాత్రమే ఉంటుంది. భూమధ్యరేఖ నుండి ధృవాళవైపు పోయేకొలది అక్షాంశాల పొడవులు తగ్గుతూ ఉంటాయి.
- ఒక అక్షాంశానికి మరొక అక్షాంశానికి 1° కోణీయదూరం లేదా 111కి॥మీ (69 మైళ్లు) ఉండేటట్లు ఉత్తర దక్షిణ ధృవాల వరకు ఇవి గీయబడి ఉంటాయి. అక్షాంశాల మధ్యధూరం సమానంగా ఉండటం వల్ల వీటిని సమాంతర రేఖలు (Parallel lines) అంటారు.
- భూమధ్యరేఖతో కలిపి మొత్తం 181 అక్షాంశాలు ఉంటాయి. ఉత్తరార్ధ గోళంలో 90, దక్షిణార్ధ గోళంలో 90 చొప్పున ఉంటూ భూమధ్యరేఖ వద్ద 1 కలిపి మొత్తం 181 కలవు.
- సాధారణంగా అక్షాంశాలను ధృవనక్షత్రం (pole star) ఆధారంగా గుర్తిస్తారు.
- శీతోష్ణస్థితి ప్రాముఖ్యతను అనుసరించి కొన్ని అక్షాంశాలను ప్రత్యేకమైన పేర్లతో పిలవటం జరుగుతుంది. అవి:

1. 0^0– భూమధ్యరేఖ – (Equator).
2. 23 $1/2^{00}$ల ఉత్తర అక్షాంశం – కర్కాటకరేఖ (Tropic of cancer).
3. 23 $1/2^0$ల దక్షిణ అక్షాంశం – మకరరేఖ (Tropic of Capricorn).
4. 66 $1/2^0$ల ఉత్తర అక్షాంశం – ఆర్కిటిక్ వలయం (Arctic Circle).
5. 66 $1/2^0$ ల దక్షిణ అక్షాంశం – అంటార్కిటిక్ వలయం (Antarctic circle).

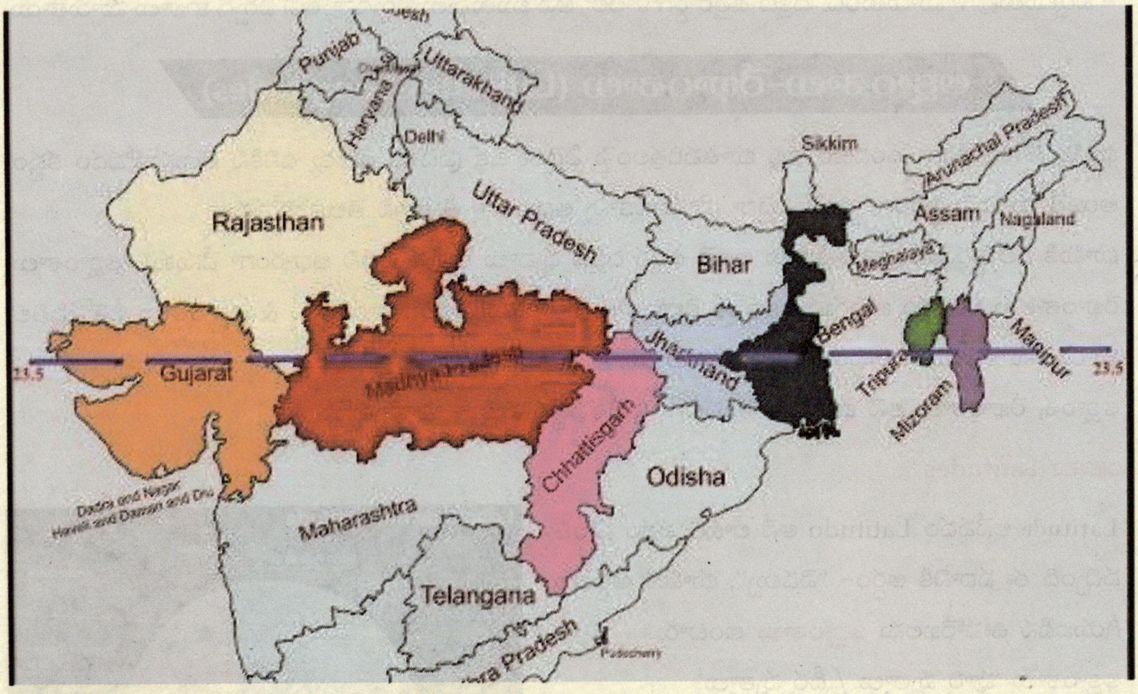

6. 90^0 ఉత్తర అక్షాంశం – ఉత్తర ధృవం (North pole).
7. 90^0 దక్షిణ అక్షాంశం – దక్షిణ ధృవం (South pole).

Note - 1: 23 1/ 2^0 ల ఉత్తర అక్షాంశం -కర్కాటకరేఖ దేశంలో ఈ రాష్ట్రాల గుండా వెళ్తుంది.

1. గుజరాత్	2. రాజస్థాన్	3. మధ్యప్రదేశ్‌ల
4. ఛత్తీస్‌ఘడ్	5. జార్ఖండ్	6. పశ్చిమ బెంగాల్
7. త్రిపురా	8. మిజోరాం	

❖ అక్షాంశాలను ప్రామాణికంగా తీసుకుని భూగోళాన్ని 3 ప్రధాన శీతోష్ణస్థితి మండలాలుగా విభజించుట జరిగింది, అవి:

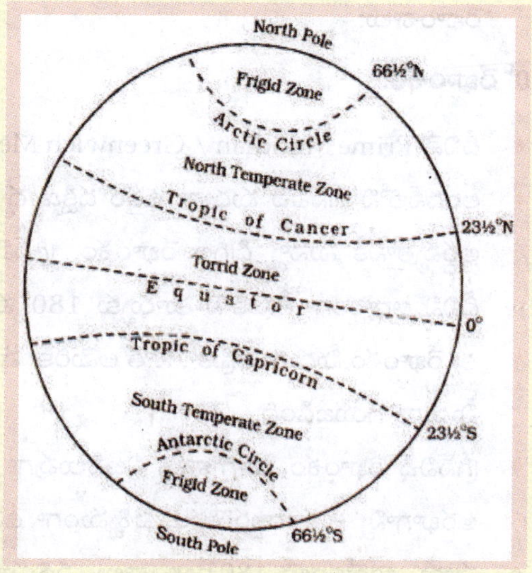

1. **ఉష్ణమండల/ఆయన రేఖామండల ప్రాంతము:** భూమధ్యరేఖకు ఇరువైపులా 23 1/2^0 ల ఉత్తర, దక్షిణ అక్షాంశాల మధ్యగల భౌగోళిక ప్రాంతాలు. ఇక్కడ సూర్యకిరణాలు నిట్టనిలువుగా పడడం వలన ఆ ఉష్ణోగ్రతలు అధికంగా ఉంటాయి.
2. **ఉప ఉష్ణమండల /ఉప ఆయనరేఖ / సమశీతోష్ణ మండల ప్రాంతాలు:** 23 1/2^0 నుంచి 66 1/2^0 ఉత్తర, దక్షిణ అక్షాంశాల మధ్యగల ప్రాంతాలు. ఇక్కడ సూర్యకిరణాలు కొద్దిగా ఏటవాలుగా పడటం వలన ఉష్ణోగ్రతలు మరీ ఎక్కువగా కాకుండా మరీ తక్కువగా కాకుండా ఉంటాయి.
3. **ధృవ లేదా అతిశీతల మండలాలు:** 0^0 నుంచి 90^{0}ల ఉత్తర, దక్షిణ అక్షాంశాల మధ్యగల భౌగోళిక ప్రాంతాలు. సూర్యకిరణాలు ఏటవాలుగా పడటం వలన ఉష్ణోగ్రతలు తక్కువగా ఉంటాయి.

Note - 1: 1. భారతదేశం 8°04' ఉత్తర అక్షాంశం నుంచి 37°06' ఉత్తర అక్షాంశం వరకు విస్తరించి ఉంది.
2. ఆంధ్రప్రదేశ్ 12°37'ల ఉత్తర అక్షాంశం నుంచి 19°15'ల అక్షాంశం వరకు విస్తరించి ఉంది.

Note -2:

1. కర్కాటక రేఖ భారతదేశంలో 8 రాష్ట్రాల గుండా ప్రయాణిస్తుంది. అవి మిజోరం, త్రిపుర, వెస్ట్ బెంగాల్, జార్ఖండ్, చత్తీస్‌ఘడ్, మధ్యప్రదేశ్ (ఎక్కువ పొడవు), రాజస్తాన్ (తక్కువ పొడవు), గుజరాత్.

★ కర్కాటరేఖ జార్ఖండ్ వద్ద రాంచీలో అత్యంత దగ్గరగా మరియు జయపూర్ రాజస్థాన్‌లోని అత్యంత దూరంలో ప్రయాణిస్తుంది.

2. కర్కాటకరేఖ దాటే నదులు: సబర్మతి, మాహి (రెండుసార్లు దాటుతుంది), చంబల్, బెట్వా, కెన్, సోన్, హుగ్లీ, దామోదార్.

★ భూమధ్యరేఖను రెండు సార్లు తాకిన నది కాంగో నది.

రేఖాంశాలు (Longitudes):

❖ Longitudes అనే పదం Longitudo అనే లాటిన్ పదం నుంచి ఉద్భవించింది. ఈ పదానికి అర్థం- 'పొడవు' ఉత్తర, దక్షిణ ధృవాలను కలుపుతూ అక్షాంశాలను ఖండిస్తూ నిలువుగా గీయబడిన ఊహారేఖలనే 'రేఖాంశాలు' అంటారు.

❖ రేఖాంశాల పొడవులు సమానంగా ఉంటాయి. వీటి మధ్యదూరం అసమానంగా ఉంటుంది.

❖ రెండు రేఖాంశాల మధ్యదూరం భూమధ్యరేఖ వద్ద గరిష్టంగా ఉండి ధృవాల వద్దకు వెళ్ళేకొద్ది తగ్గుతూ ఉంటుంది.

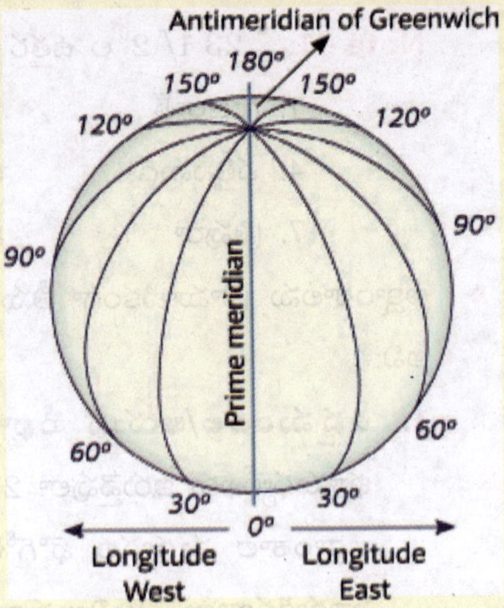

అయితే భూమధ్యరేఖ వద్ద దూరం 112 కి॥మీ కాగా, 45° ల వద్ద 79 కి॥మీలు ఉంటుంది. మొత్తం రేఖాంశాల సంఖ్య '360' అన్ని రేఖాంశాలు ధృవాల వద్ద అంతమవుతాయి.

- రేఖాంశాలపై ఉన్న అన్ని ప్రదేశాలలో సూర్యుడు నడినెత్తిన ఒకేసారి పడటం వలన వీటిని మధ్యాహ్న రేఖలు (Meridians) అంటారు. కొన్ని ముఖ్యమైన రేఖాంశాలు:

0° రేఖాంశం:

- దీనినే Prime Meridian / Greenwich Meridian అంటారు.
- లండన్‌లోని గ్రీన్‌విచ్ మధ్యగా ఉత్తర దక్షిణ ధృవాలను కలుపుతూ గీసిన అర్ధవృత్తానికి సున్నా డిగ్రీల రేఖాంశం, గ్రీన్‌విచ్ రేఖాంశం అంటారు. దీనిని ఆధారంగా తీసుకొనే తూర్పుకు 180° వరకు, పశ్చిమ దిశకు 180° వరకు రేఖాంశాలను గీసారు.
- ఈ రేఖాంశం మీదుగా ఆఫ్రికా, సౌత్ అమెరికా మరియు ఆసియ ఖండాలు, పసిఫిక్, అట్లాంటిక్, హిందూ మహాసముద్రాల మీదుగా గీయబడింది.
- గ్రీన్‌విచ్ రేఖాంశం భూగోళాన్ని నిట్టనిలువుగా రెండు సమాన అర్ధభాగాలుగా విభజిస్తుంది. దీనికి తూర్పుగా ఉన్న అర్ధభాగాన్ని - పూర్వార్ధగోళం, పశ్చిమంగా ఉన్న అర్ధగోళాన్ని పశ్చిమార్ధగోళం అని పిలుస్తారు.
- పూర్వ అర్ధగోళంలో 180 రేఖాంశాలు, పశ్చిమార్ధగోళంలో 180 రేఖాంశాలు కలవు.

180° ల రేఖాంశం:

- దీనినే 180°ల తూర్పు, పశ్చిమ రేఖాంశం అంటారు.
- దీనినే అంతర్జాతీయ దిన రేఖ (International Dateline) అంటారు.
- ఇది తిన్నగా ఉండదు.
- ద్వీపాల మధ్య, దేశాలమధ్య తేది సర్దుబాటుకు ఎన్నో వంకరలు తిరుగుతుంది.
- ఈ రేఖాంశం ఆర్కిటిక్, ఫసిఫిక్, అంటార్కిటిక్ సముద్రాల గుండా, అంటార్కిటికా ఖండం మీదుగా, బేరింగ్ జలసంధి గుండా గీయబడింది. ఈ రేఖను తూర్పు నుండి పశ్చిమానికి వెళితే 1 రోజు తగ్గించుకోవటం & పశ్చిమం నుండి తూర్పుకు వెళితే 1 రోజు పెంచటం చేయాలి.

Note:

- ★ అక్షాంశాలు, రేఖాంశాలను అధ్యయనం చేసినపుడు డిగ్రీలు (0°), నిమిషాలు ($0'$), సెకన్లు ($0''$)గా విభజిస్తారు.
- ★ అక్షాంశాల వల్ల ముఖ్యంగా శీతోష్ణస్థితి అధ్యయనం కొరకు, రేఖాంశాలను సమయాన్ని / కాలాన్ని లెక్కించుటకు ఉపయోగిస్తారు.
- ★ అక్షాంశాలు, రేఖాంశాలు కలిసే మధ్య ప్రాంతాన్ని "GRID" అంటారు, చతుష్కోణీయ ఆకృతిలో ఉంటుంది. దీని సహాయంతో ఏ ఉనికి అయినా తెలుసుకోగలం.

అర్థ గోళాలవారిగా ఖండాలు, సముద్రాల విస్తరణ :

1. ఉత్తరార్ధగోళం - 0° నుండి 90°ల ఉత్తర అక్షాంశం వరకు - ఆసియా, ఐరోపా, ఉత్తరఅమెరికా, ఆఫ్రికా దక్షిణ అమెరికా కలవు.

2. దక్షిణార్ధగోళం- 0^0 నుండి 90^0ల దక్షిణ అక్షాంశం వరకు-ఆస్ట్రేలియా, దక్షిణ అమెరికా, అంటార్కిటికా, ఆఫ్రికాలు కలవు.
3. తూర్పు అర్ధగోళం -0^0 నుండి 90^0 తూర్పు రేఖాంశం వరకు-ఐరోపా, ఆసియా, ఆస్ట్రేలియా, అంటార్కిటికా, ఆఫ్రికాలు కలవు.
4. పశ్చిమార్ధగోళం -0^0 నుండి 180^0ల పశ్చిమరేఖాంశం వరకు-ఉత్తర అమెరికా, దక్షిణ అమెరికా, అంటార్కిటికా, ఆఫ్రికా ఐరోపాలు కలవు.

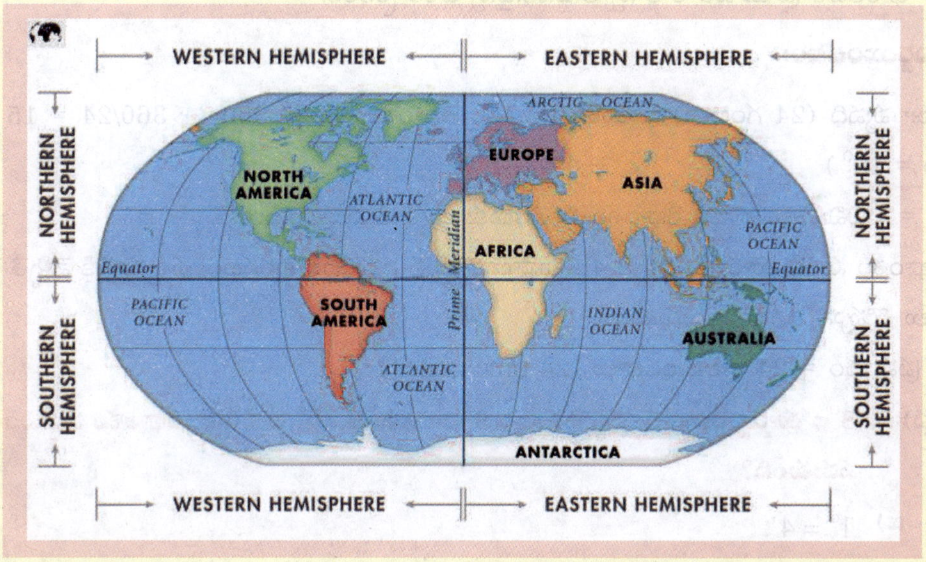

Note: 1. ఫసిఫిక్, అట్లాంటిక్ సముద్రాలు & ఆఫ్రికా ఖండం నాలుగు అర్ధగోళాలలో విస్తరించి ఉన్నాయి.
2. ఉత్తరార్ధ గోళంలో అత్యధికంగా భూభాగం&దక్షిణార్ధగోళం అత్యధికంగా జలభాగం కలగి ఉన్నాయి
3. హిందూ మహాసముద్రం తూర్పు అర్ధగోళంలో మాత్రమే కలదు.

సమయాన్ని లెక్కించటం:

❖ 3 రకాలు అవి:

1. స్థానిక సమయం (Local time) :

★ సూర్యుడు ఒక రేఖాంశం మీదకు నడినెత్తిన వచ్చినపుడు ఆ రేఖాంశం మీద గల సమయాన్ని 12:00P.Mగా పరిగణిస్తే దానిని ఆ ప్రాంతపు స్థానిక సమయం అంటారు.

2. ప్రామాణిక సమయం (Standard Time)

★ ఒక దేశం లేదా ఒక ప్రాంతంలో గల అనేక స్థానిక సమయాలకు బదులుగా ఒకే స్థానిక సమయాన్ని ప్రామాణికంగా తీసుకొని ఆ సమయాన్ని అనుసరించటం.

★ భారతదేశ ప్రామాణిక రేఖాంశం 82 $1/2^0$ ల తూర్పు రేఖాంశాన్ని తీసుకోవటం జరిగింది.

★ ఫ్రాన్స్ అత్యధికంగా 12 ప్రామాణిక సమయాలను (Including Islands) కలిగి ఉండగా, రష్యాలో 9 ప్రామాణిక సమయాలు (Mainlands) కలవు.

★ మనదేశంలో చాలా సంవత్సరాలు నుంచి ఈశాన్య రాష్ట్రాల ప్రజలు మరొక ప్రామాణిక సమయం కోసం డిమాండ్ చేస్తున్నారు. ప్రత్యేక ప్రామాణిక కాలం కోసం డిమాండ్ చేస్తున్న రాష్ట్రం అస్సాం (చాయ్ భగన్).

3. అంతర్జాతీయ ప్రామాణిక సమయం (International Standard Time):

★ ఈ భూగోళానికి మొత్తానికి ఒక సమయాన్ని చెప్పడానికి రేఖాంశ సమాయాన్ని ప్రామాణికంగా తీసుకున్నారు. అందుకే దీనిని Meridian / Greenwich Meridian ప్రామాణిక రేఖాంశం అంటారు.

★ 0° రేఖాంశాన్ని ప్రామాణిక రేఖాంశంగా 1884లో న్యూయార్క్‌లో జరిగిన అంతర్జాతీయ మెరీడియన్ సదస్సులో నిర్ణయించారు.

Note: భారతదేశ ప్రామాణిక కాలాన్ని అనుసరిస్తున్న దేశం శ్రీలంక.

సమయాన్ని నిర్ణయించటం:

❖ ఒక రోజు వ్యవధి (24 గంటలు) భూమితిరిగే మొత్తం రేఖాంశాల సంఖ్య 360 $\Rightarrow$ 360/24 = 15 రేఖాంశాలు (1గంట = 15°)

❖ 60/15 = 4 నిమిషాలు = ఒకే రేఖాంశం తిరిగేందుకు భూమికి పట్టు సమయం.

❖ ఉన్న రేఖాంశం నుండి తూర్పుకు వెళ్ళితే 4 నిమిషాల చొప్పున సమయం పెరగటం, పశ్చిమానికి వెళ్ళితే రేఖాంశం 4 నిమిషాలు చొప్పున తగ్గడం జరుగుతుంది.

❖ మొత్తం ప్రపంచం = 24 కాలమండలాలు (24 time zones).

ఉదా: ప్ర) 8^oల తూర్పు రేఖాంశం వద్ద ఉదయం 9గం॥ అయితే 40° ల పశ్చిమ రేఖాంశం వద్ద ఎంత సమయం పడుతుంది?

జ) $1^o = 4'$

$+ 80^o \in EL \rightarrow +AM$ (opposite signe so (+))

$40^o\, WL \rightarrow ?$

$120 \times 4' = \dfrac{480}{60} = 8hrs$

$9AM - 8hrs = 1AM$

ముఖ్యాంశాలు:

❖ 0° రేఖాంశానికి భారతదేశ ప్రామాణిక రేఖాంశానికి మధ్య వ్యత్యాసం - 5 1/2 గంటలు.

❖ 0^2 రేఖాంశానికి 180^oల రేఖాంశానికి మధ్య వ్యత్యాసం - 12 గంటలు.

❖ 179° తూర్పు నుండి పశ్చిమరేఖాంశానికి మధ్య వ్యత్యాసం - 23 గంటలు 52 నిమిషాలు.

❖ ప్రపంచంలో సూర్యోదయం మొదటిగా కనిపించే దేశం - 'జపాన్', సూర్యుడు అస్తమించే భూమి USA అలస్కా.

❖ భారతదేశంలో సూర్యోదయం జరిగే ప్రాంతం - అరుణాచల్ ప్రదేశ్ (డాంగ్/దిల్ఫాకనుమ)

❖ భారతదేవంలో సూర్యాస్తమయం చివరిగా జరుగు ప్రాంతం - గుజరాత్ (రాణ్ ఆఫ్ కచ్)

❖ 82 (1/2) ^{o} ప్రామాణిక రేఖాంశం గుండా ఉన్న భారతరాష్ట్రాలు & కేంద్ర పాలిత ప్రాంతాలు (5 states + 1 UT)

1. ఉత్తర ప్రదేశ్ - అలహాబాద్, వారణాసి, మీర్జాపూర్
2. మధ్యప్రదేశ్ - జబల్‌పూర్, రేవ
3. చత్తీస్‌ఘడ్ - రాయ్‌పూర్; బైకుంతపూర్
4. ఒడిసా - కోరాపుట్

5. ఆంధ్రప్రదేశ్ - అల్లూరి, కాకినాడ
6. పుదుచ్చేరి (U.T) - యానాం

- భారత ప్రామాణిక రేఖాంశం & కర్కాటక రేఖ రెండూ కలిసే ఒకే ఒక ప్రాంతం - బైకుంఠాపూర్ (ఛత్తీస్‌ఘడ్). ఈ రెండు రేఖలు ఛత్తీస్‌ఘడ్ మరియు మధ్యప్రదేశ్ రెండు రాష్ట్రాలగుండాను పోతున్నాయి.
- భారతదేశ ప్రామాణిక కాలాన్ని నిర్ణయించడానికి ముందు భారతదేశం రెండు ప్రామాణిక కాలాలను అనుసరించేది. తూర్పు భారతదేశం కోల్‌కత్తా ప్రామాణిక కాలాన్ని మరియు పశ్చిమ భారతదేశం ముంబాయి ప్రామాణిక కాలాన్ని అనుసరించాయి.

CHAPTER 2 భూ-అంతర్ నిర్మాణం (Interior of the Earth)

❖ వాతావరణంలో దిగువ పొర అయిన ట్రోపో ఆవరణం యొక్క దిగువ హద్దే సరిహద్దుగా 6,731 కి.మీ.ల వ్యాసార్థంతో ఉన్న ఈ భూగోళం లోపల ఎటువంటి పదార్థాలు, ఎటువంటి భాగాలు ఉన్నాయో తెలుసుకోవడమే భూమి యొక్క అంతర్ నిర్మాణం.

❖ భూమి యొక్క అంతర్ నిర్మాణం తెలుసుకోవడానికి ప్రత్యక్ష, పరోక్ష ఆధారాలు కొన్ని కలవు.

1. ప్రత్యక్ష ఆధారాలు (Direct Sources):

ఎ. ఉపరితల శిలలు (Surface rocks):

❖ అగ్ని శిలలు, అవక్షేప శిలలు, రూపాంతర శిలలు యొక్క మూలం భూమి యొక్క అంతర్భాగమే కాబట్టి వాటిని పరిశీలించడం ద్వారా భూమి లోపల ఎటువంటి పదార్థం ఉందో తెలుసుకోవచ్చు.

బి. అగ్ని పర్వత విస్ఫోటనం ద్వారా వచ్చే పదార్థాలు (Volcanoes):

❖ భూమి అంతర్భాగంలోని మాగ్మా చాంబర్ లేదా ప్రావారం నుండి బయటకు వస్తున్న శిలాద్రవం మాగ్మా భూమి అంతర్ నిర్మాణంనకు సంబంధించిన విషయాలు తెలుసుకోవడానికి అత్యంత విశ్వాసనీయమైన ప్రత్యక్ష ఆధారంగా చెప్పవచ్చు.

సి. గనుల త్రవ్వకం (Mining):

❖ ఖనిజాల అన్వేషణ కోసం, వాటి వెలికితీత కోసం మనం చేపట్టే ప్రక్రియనే గనుల త్రవ్వకం అంటారు. మానవుడు ప్రత్యక్షంగా వెళ్ళిన అత్యంత లోతైన ప్రాంతాలు ఇవే. మహాసముద్ర అగాథాలనేవి సహజ సిద్ధంగానే భూఉపరితలం పైనే లోతైన ప్రాంతాలు కాబట్టి వాటిని ఇక్కడ పరిగణించలేము.

Note:
- ప్రపంచంలోనే అత్యంత లోతైనగని – Mponeng (South Africa).
- దేశంలో అత్యంత లోతైన గని – కోలార్
- పై రెండు కూడా బంగారు గనులే.

డి. డ్రిల్లింగ్:

❖ మానవుడు తాను తయారుచేసిన యంత్రాలు, పరికరాలు, రోబోలు మొదలైన వాటిని పంపించి భూగర్భాన్ని గాని, సముద్ర గర్భాన్ని గాని త్రవ్వే ప్రక్రియను డ్రిల్లింగ్ అంటారు.

Note:
1. భూపటలంపై జరిపిన అత్యంత లోతైన డ్రిల్-Kola Super deep borehole (రష్యా). దీని లోతు 12,262 మీ.
2. సముద్రపటలం పై, అదేవిధంగా ప్రపంచంలోనే లోతైన డ్రిల్ కూడా రష్యా తీర ప్రాంతంలోనే జరిగింది. అదే సకాలిన్ ఖండ తీరపు అంచుపై ముడి చమురు కోసం చేసిన డ్రిల్. దీనిలోతు 12,345 మీ. ఇందులో ONGC విదేశ్ లిమిటెడ్ పాల్గొనడం గమనించ దగ్గ విషయం
3. ఈ మధ్య కాలంలోనే బ్రిటీష్ అంటార్కిటికా సర్వే వాళ్ళు అంటార్కిటికా ప్రాంతంలో 3.4కి.మీ.తో అత్యంత లోతైన డ్రిల్‌ను చేపట్టారు. దీనినే భీమిష్ (BEAMISH–Bed Access, Monitoring and Ice sheet History) అని పిలుస్తున్నారు.

2) పరోక్ష ఆధారాలు (Indirect Sources):

ఎ. ఉల్కలు (Meteorites):

- అంతరాలం నుండి భూమి మీదకు వచ్చే ఖగోళ పదార్థాలు. శాస్త్రవేత్తల అంచనాల ప్రకారం ఇవి ఒకప్పటి భూగ్రహంలో భాగం కాబట్టి వీటి ద్వారా కూడా భూ అంతర్ నిర్మాణం కోసం తెలుసుకోవచ్చు. ఇవి భూమి లోపల నుండి ప్రత్యక్షంగా రావు కాబట్టి ఇవి పరోక్ష ఆధారాలు.

బి) భూకంప తరంగాలు (Seismic waves):

- భూకంపం సంభవించినప్పుడు భూమి అంతరం నుంచి ఉపరితలానికి చేరే P మరియు S తరంగాలు భూ ఉపరితలంపై ఏర్పడే L తరంగాలు కూడా భూఅంతర్ నిర్మాణం కోసం తెలుసుకోవడానికి సహకరిస్తాయి. (వీటి కోసం పూర్తి వివరణచాప్టర్ యొక్క చివరి భాగంలో ఇవ్వబడింది)

సి. అయాస్కాంత శక్తి (Magnetic Force):

- భూమికి గల అయస్కాంత క్షేత్రం భూమి లోపల ఉన్న పదార్థాల గురించి వివరిస్తుంది. ముఖ్యంగా నికెల్ మరియు ఇనుము అంతరంలో ఉన్నట్లు ఇది మనకు తెలియజేస్తుంది.

డి. గురుత్వాకర్షణ శక్తి (Gravitational Force):

- అక్షాంశాలను బట్టి మార్పు కలిగి ఉన్న ఈ శక్తి భూమి అంతరంలో కూడా పదార్థాలలో మార్పులు ఉన్నట్లు తెలియజేస్తుంది.
- పైన చెప్పిన అంశాలే కాకుండా శాస్త్రవేత్తలు అంచనావేసిన భూమి లోపల గల ఉష్ణోగ్రత, పీడనం, సాంద్రతల తీరు కూడా అంతర్నిర్మాణం కోసం చెప్పే పరోక్ష ఆధారాలుగా పరిగణించవచ్చు.
- భూమి అంతర్ నిర్మాణాన్ని యాంత్రికంగాను, రసాయనికంగాను విభజించవచ్చు. భూమి యొక్క రసాయన కూర్పును పరిశీలిస్తే, భూమి లోపల ఎక్కువగా లభ్యమయ్యే మూలకం 'ఇనుము'

1. ఇనుము (32.1%)	6. నికెల్ (1.8%)
2. ఆక్సిజన్ (30.1%)	7. కాల్షియం (1.5%)
3. సిలికాన్ (15.1%	8. అల్యూమినయం (1.4%)
4. మెగ్నీషియం (13.9%)	9. మిగిలినవి (1.2%)
5. సల్ఫర్ (2.9%)	

- అనేక మంది భూగర్భ శాస్త్రవేత్తలు భూమి అంతర్ భాగాన్ని 3 ప్రధాన పొరలుగా విభజించారు. వీటిని మరల ఉపభాగాలుగా విభజించడం జరిగింది. ఆ ప్రధాన పొరలు

1. భూపటలం (Crust)
2. భూప్రావారం (Mantle)
3. భూకేంద్రక మండలం (core)

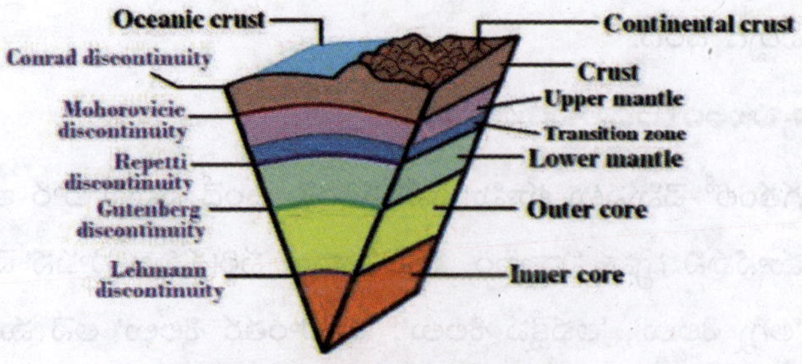

Fig: Structure of Earth

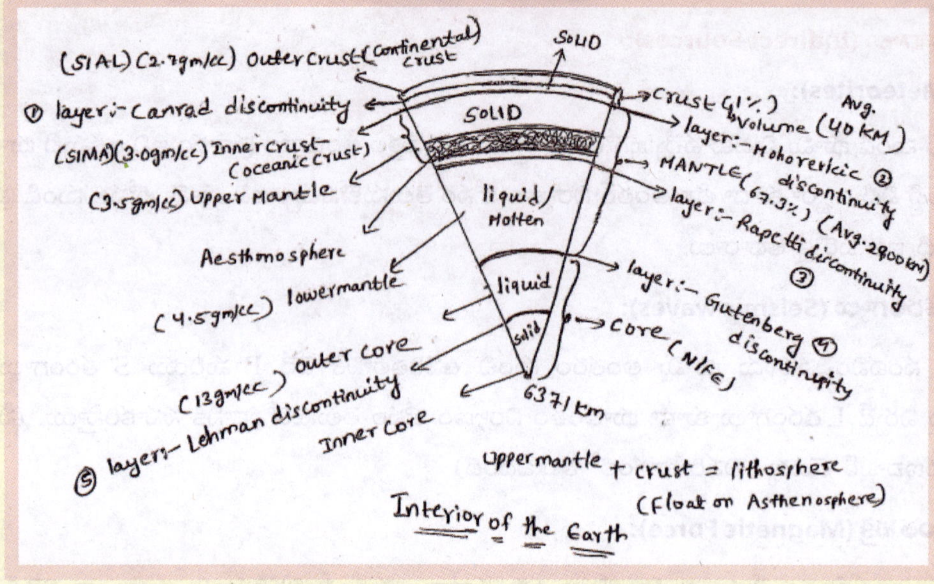

❖ పై పొరలకు మధ్యలో గాని లేదా వాటి ఉపభాగాల మధ్యలో గాని గల ఊహాజనిత విచ్ఛిన్నతలు కలవు.

1. పటలం (Crust):

❖ భూమి ఉపరితలంపై ఉన్న సన్నని పొర ఇది.

❖ భూమిపై నివసించే చరాచర ప్రాణికోటి యావత్తూ దీనిపైనే నివసిస్తుంది. చెట్లు - చేమలు, రాళ్ళు - రప్పలు, కొండలు - బండలు మొదలైనవన్నీ దీని పైనే ఉన్నాయి. వాతావరణం అనే గాలి పొర దీనిని కప్పి ఉంది.

❖ మానవుని గృహ నిర్మాణం, వ్యవసాయం మొదలైన కార్యకలాపాలన్నీ పటలం మీదనే జరుగుతున్నాయి.

❖ పర్వతాలు, పీఠభూములు, మైదానాలు, లోయలు, శిఖరాలు మొదలైన ఎగుడు దిగుడు భూమిపైన ఉన్న శిలావరణాన్నే పటలం అని కూడా అంటారు.

❖ భూకంప తరంగాల ప్రవర్తనను జాగ్రత్తగా పరిశీలించి అధ్యయనం చేసిన మీదట పటలాన్ని గురించి మరింత ఆసక్తికరమైన సమాచారం లభించింది. దీని సగటు మందం దాదాపు 40 కిలో మీటర్లు. అయితే ఖండాలపై ఎక్కువ మందంతోనూ (దాదాపు 65 కి.మీ.), సముద్ర గర్భంలో తక్కువ మందంతోనూ (దాదాపు 5 కి.మీ.) ఉంది. అందువల్ల పటలాన్ని మళ్ళీ రెండు పొరలుగా విభజించారు. అవి.

1. బాహ్య పటలం (Outer Crust)
2. అంతర్ పటలం (Inner Crust)

❖ ఈ రెండు పటలాలను వేరు చేస్తూ 'కన్రాడ్ విచ్ఛిన్న పొర' (Conrad Discontinuity) అనేది ఒకటి ప్రత్యేకంగా ఏర్పడి ఉంది.

బాహ్య పటలం (లేదా) సియాల్ పొర:

❖ గతంలో చెప్పినట్టు భూమి ఉపరితలంపై ఉండే సన్నని పొర ఇది.

❖ మానవుని గృహ నిర్మాణం, వ్యవసాయం, పరిశ్రమల స్థాపన మొదలైనవన్నీ ఈ పొర మీదనే జరుగుతున్నాయి.

❖ 'అగ్ని శిలలు', 'అవక్షేప శిలలు', 'రూపాంతర శిలలు' అనే మూడు రకాల శిలలు ఇక్కడే కన్పిస్తాయి. అయితే అగ్ని శిలలైన గ్రానైట్ శిలలు మరింత ఎక్కువగా ఉన్నాయి.

- రసాయనికంగా పరిశీలిస్తే బాహ్య పటలంలో బస్సాల్ట్‌లో 'సిలికా' ఖనిజం 27.69 శాతం, 'అల్యూమినియం' ఖనిజం 8.07 శాతం బరువుతో బహు ఎక్కువగా ఉండటం వల్ల వాటి మొదటి రెండక్షరాలను కలిపి "SIAL" (సియాల్) పొర అని కూడా అంటారు. మరో మాటలో చెప్పాలంటే బాహ్య పటలంలో 'సియాల్' ఖనిజాలు ఎక్కువ, దీని సాంద్రత సుమారు 2.7 gm/cc.
- సియాల్ పొర (లేక) బాహ్య పటలం అనేది ఖండాలపై ఎక్కువ మందంతోనూ, సముద్ర గర్భంలో తక్కువ మందంతోనూ ఉంది.

అంతర్ పటలం (లేదా) సిమా పొర:

- కన్రాడ్ విచ్ఛిన్న పొర దాటిన తరువాత ఉన్న పటలాన్ని 'అంతర్ పటలం' లేదా 'సిమా పొర' అంటారు.
- దీని మందం సుమారు 25 కిలో మీటర్లు. దీనిలో అగ్ని శిలలైన 'బసాల్ట్' (Silica) ఖనిజం 27.69 శాతం, 'మెగ్నీషియం' (Magnesium) ఖనిజం 2.09 శాతం బరువు ఎక్కువగా ఉండటం వల్ల వాటి మొదటి రెండక్షరాలను కలిపి "SIMA" (సిమా) అని కూడా అంటారు. మరో మాటలో చెప్పాలంటే అంతర్ పటలంలో 'సిమా' ఖనిజాలు ఎక్కువ.
- దీని సాంద్రత సుమారు 3.0 సిమా పొర లేక అంతర్ పటలం అనేది సముద్ర గర్భంలో ఎక్కువ మందంతోనూ ఖండాలపై తక్కువ మందంతోనూ ఉంది.
- కన్రాడ్ విచ్ఛిన్న పొర అనేది దాదాపు 10 కిలోమీటర్ల లోతులో ఉండి, సియాల్, సిమా పొరలను లేక బాహ్య పటలం, అంతర్ పటలాలను వేరు చేస్తుంది.
- భూకంప తరంగాలు సియాల్, సిమా పొరల గుండా (బాహ్య పటలం, అంతర్ పటలం గుండా) చొచ్చుకొని పోయేటప్పుడు వీటి వేగంలో మార్పు వస్తుంది. వీటి వేగం సియాల్‌లో కంటే, సిమాలోనే ఎక్కువగా ఉంటుంది.
- సియాల్ పొరలో తరంగ వేగం సెకన్‌కు 6.1 కిలో మీటర్ కాగా సిమా పొరలో 7.9 వరకూ ఉంటుంది. సియాల్ పొర సాంద్రత 2.7 gm/cc సిమా సాంద్రత 3.0 gm/cc సాంద్రత పెరిగిన తరంగ వేగం కూడా పెరుగుతుంది. సాంద్రత తరంగ వేగం అనులోమానుపాతంలో ఉంటాయనే సత్యం రుజువైంది.
- పటలం దాటిన తరువాత 'ప్రావారం' , ఆ తరువాత 'కేంద్రం' ఉంటాయి. పటాలనికి ప్రావారానికి మధ్య 'మొహొరొవిసిక్ విచ్ఛిన్న పొర' (Mohorovicic Discontinuity) అనేది ఒకటి ప్రత్యేకంగా ఏర్పడి ఉంది.
- ఆధునిక శాస్త్ర సాంకేతిక విజ్ఞానం ప్రకారం భూమిపై ఉన్న శిలావరణంలో (పటలంలో) 3 రకాల పొరలున్నాయి. అవి. :
  1. అవక్షేప శిలల పొర (Sedimentary Layer).
  2. గ్రానైట్ పొర (Granite Layer).
  3. బసాల్ట్ పొర (Basalt Layer).
- అవక్షేప శిలల పొర ఖండాలపై కంటే సముద్రంలోనే ఎక్కువ మందంతో ఉంది.
- నదులు, మొదలైనవి వాటి క్రమ క్షయం, నిక్షేపణ వల్ల ఆవక్షేప శిలలు ఏర్పడ్డాయి. ఈ అవక్షేప శిలలు 105,00,00,000 క్యూబిక్ కిలోమీటర్ల ఘన పరిమాణంతోనూ, 2 కిలోమీటర్ల మందంతోనూ ఉన్నాయి.
- గ్రానైట్ పొర సముద్రాలలో కంటే ఖండాల మీదనే ఎక్కువ మందంతో ఉంది. ఇది అగ్నిపర్వత ప్రక్రియవల్ల ఏర్పడింది. ఈ గ్రానైట్ పొర 3590×10^6 క్యూబిక్ కిలోమీటర్ల ఘన పరిమాణంతోనూ, 1కిలో మీటరు మందంతోనూ ఉంది. ఇది అక్కడక్కడ రూపాంతరం చెంది ఉంది.
- బసాల్ట్ పొర ఖండాల పైననూ, సముద్రంలోనూ ఉంది. ఇది కూడా అగ్ని పర్వత క్రియవల్లనే ఏర్పడింది. ఇది 3740×10^6 క్యూబిక్ కిలోమీటర్ల ఘన పరిమాణంతోనూ 0.5 కి.మీ. మందతోనూ ఉంది.

భూగోళం పై ఉన్న పటలంలో మూలకాలు ఈ కింది విధంగా ఉన్నాయి.

విషయం	బరువు శాతం	ఘనపరిమాణం (శాతం)
ఆక్సిజన్	46.71	93.77
సిలికాన్	27.69	0.86
అల్యూమినియం	8.07	0.47
ఇనుము	5.05	0.43
మెగ్నీషియం	2.09	0.29
కాల్షియం	3.65	1.03
సోడియం	2.75	1.32
పొటాషియం	2.58	1.82
ఇతరములు	4.42	0.03

- భూ అంతర్భాగంలో ఉన్న పటలం, ప్రావారం, కేంద్రం అనే 3 భాగాల్లో పటలం 1 శాతం, ప్రావారం 67.8 శాతం, కేంద్రం 31.2 శాతం వరకూ ఆక్రమించి ఉన్నాయి.

ప్రావారం (Mantle):

- భూ అంతర్భాగంలో పటలం తరువాత ఉన్న రెండవ భాగాన్ని ప్రావారం అంటారు.
- ప్రావారం అనేది పటలానికి, కేంద్రానికి మధ్యన ఉందని అర్థం.
- 2900 కిలో మీటర్ల లోతులో ఉన్న ఈ పొర మందం సుమారు 2865 కిలో మీటర్ల వరకూ ఉంటుంది.
- భూమి అంతర్భాగంలో దాదాపు 67.8 శాతం ఆక్రమించి ఉన్న ఈ పొర భూగోళశాస్త్ర పరంగా చాలా ప్రాముఖ్యతను సంతరించుకొని ఉంది.

భూమి - అంతర్భాగం:

- భూ విజ్ఞాన శాస్త్రంలో విప్లవాన్ని సృష్టించి ప్రపంచ శాస్త్రజ్ఞుల దృష్టికి ఆకర్షించిన 'ఖండ చలన సిద్ధాంతం' (Theory of Continental Drift), 'ప్లేట్ టెక్టానిక్ సిద్ధాంతం' (Plate Tectonic Theory), 'పర్వత నిర్మాణ క్రియ' (Sea Floor Spreading), 'భూ చలనాలు' (Earth Movements) మొదలైన సిద్ధాంతాలకు ఆయువు పట్టు ఈ ప్రావారం.
- ప్లేట్ టెక్టానిక్ సిద్ధాంతం ప్రకారం పలకల మందం అనేది ప్రావారం వరకూ ఉంది.
- ఈ పలకలు కదలటం వల్ల 'ఏస్థినోస్ఫియర్' (Asthenosphere) అనే శిలాద్రవం ప్రావారం నుంచి ఉబికి పలక మధ్యన ఉన్న ఖాళీ స్థలాన్ని భర్తీ చేస్తుంది. తద్వారా 'సముద్ర గర్భ విస్తరణ', పర్వత నిర్మాన క్రియ' అగ్ని పర్వతాల ఆవిర్భావం', 'మహా సముద్ర అగాధాలు' (Oceanic Trenches) మొదలైన వినూత్న సిద్ధాంతాల ఆవిర్భావానికి కారణమైంది.
- ప్రపంచంలో సంభవించే అగ్ని పర్వతాలు, భూకంపాలు మొదలైన భూ చలనాలకు పరోక్ష కారణం కూడా ఈ ప్రావారమే. ఈ చలనాలలో అంతర్లీనమై ఉన్న 'శక్తి' అనేది కూడా ప్రావారం నుండే వస్తుందనీ ఆధునిక శాస్త్ర సాంకేతిక విజ్ఞానం తెలయజేస్తుంది.
- పటలానికి, ప్రావారానికి మధ్యన 'మొహొరొవిసిక్ విచ్ఛిన్నపొర' (Mohorovicic Dscontinuity) అనేది ఒకటి ప్రత్యేకంగా ఏర్పడి ఉంది.

- 8-10-1909 తేదీన ఐరోపాలోని 'కుల్పాలోయ'లో (Kulpa Valley) సంభవించిన భయంకర భూకంప పరిశోధనలో మునిగి తేలిన ప్రపంచ ప్రఖ్యాతి భూకంప శాస్త్రజ్ఞుడు 'ఆంద్రిజా మోహిరోవిసిక్' (Andrija Mohorovicic) పేరు మీదగా ఈ పొరను పిలుస్తున్నారు.
- భూమిలోపలకి చొచ్చుకొని పోయే భూ కంప తరంగాలు ప్రావారాన్ని తాకగానే వాటి ప్రవర్తనలో మార్పులు కనిపిస్తాయి. ఇవి రకరకాల వేగాలతో చొచ్చుకొని పోవడాన్ని బట్టి దీనిని మళ్లీ రెండు భాగాలుగా విభజించవచ్చు.
  1. బాహ్య ప్రావారం (Outer Mantle)
  2. అంతర్ ప్రావారం (Inner mantle).

బాహ్య ప్రావారం (Outer Mantle):

- బాహ్య ప్రావారానికి, అంతర్ ప్రావారానికి మధ్య 'గోలిట్‌సిన్ పొర' (Golitsyn's Layer) అనేది ఒకటి ప్రత్యేకంగా ఏర్పడి ఉంది.
- బాహ్య ప్రావారం (Outer Mantle)భూకంప తరంగాలు ఇక్కడ చాలా వేగంగా చొచ్చుకొని పోవడాన్ని బట్టి ఇక్కడ ఒక ప్రత్యేక పొర ఉందని గుర్తించిన గోలిట్‌సిన్ పేరున అది పిలువబడుతుంది.
- ఈ పొరలో భూకంప తరంగాల వేగం సెకన్‌కు 11.3 కి.మీ. వరకూ ఉంది.
- బాహ్య ప్రావారం సాంద్రత 3 నుండి 3.5 gm/cc వరకూ ఉండగా, అంతర్ ప్రావార సాంద్రత 4.5 gm/cc వరకూ ఉంది. కొందరు శాస్త్రజ్ఞులు బాహ్య ప్రావారాన్ని "ఎస్థినోస్పియర్" (Asthenosphere) అనీ, అంతర్ ప్రావారాన్ని 'మీసోస్పియర్' (Mesosphere) అని పిలుస్తున్నారు,.
- ప్రావారంలో పలు రకాల శిలలు ఉన్నాయి.
- బాహ్య ప్రావారంలో ఆలివైన్స్ (Olivines), పైరోక్షిన్స్ (Pyroxenes), గార్నెట్స్ (Garnents), సిలికా (Silica) మొదలైనవి ఎక్కువగా ఉండగా, అంతర్ ప్రావారానికి పోయినకొద్దీ ఇనుముకు సంబంధించిన ఖనిజాలు ఎక్కువగా ఉన్నాయి.
- ప్రావారంలో ఉష్ణోగ్రత చాలా ఎక్కువ. అందువల్ల శిలలు సైతం కరిగిపోయి ద్రవస్థితిలో ఉన్నాయని. మాగ్మా అనే శిలాద్రవం ఇక్కడి నుంచి లోపలి వరకూ ఉందని శాస్త్రజ్ఞుల భావన.
- కొందరు శాస్త్రవేత్తల అభిప్రాయంలో ఎస్తినోస్పియర్ పై తేలియాడుతున్న పటలం మరియు ఎగువ ప్రావారం కలయికను శిలావరణం అంటున్నారు.
- భూకంప తరంగాల ప్రవర్తన బట్టి ప్రావారం విషయంలో ఈ కింది విషయాలు తెలిశాయి.
  1. ప్రావారం అనేది పటలానికి, కేంద్రానికి మధ్యన ఉంది. దీని సగటు మందం దాదాపు 2865 కి.మీ.
  2. భూ అంతర్భాగంలో ఇది దాదాపు 67.8 శాతం ఆక్రమించింది.
  3. పటలంతో పోల్చి చూస్తే ప్రావారానికి చాలా ప్రాముఖ్యత ఉంది. ప్లేట్ టెక్టానిక్స్, ఖండచలన సిద్ధాంతం, పర్వత నిర్మాణ క్రియ, మొదలైన సిద్ధాంతాలు ప్రత్యక్షంగానూ, పరోక్షంగానూ ప్రావారంతో ముడిపడి ఉన్నాయి.
  4. సముద్ర గర్భ విస్తరణ, అగ్ని పర్వతాల విస్ఫోటనం, భూకంపాలు మొదలైన వాటికి అవసరం అయ్యే శక్తి (Energy) ప్రావారం నుండే వస్తుంది.
  5. పటలానికి ప్రవారానికి మధ్య మొహొరొవిసిక్ విచ్ఛిన్నపొర అనేది ఒకటి ప్రత్యేకంగా ఏర్పడి ఉంది.
  6. ప్రావారాన్ని రెండు భాగాలుగా విభజించవచ్చు.
  7. బాహ్య ప్రావారంలో ఆలివైన్స్, పైరోగ్జీన్స్, గార్నెట్స్ సిలికా మొదలైన సిలికేట్లు ఎక్కువగా ఉన్నాయి.

8. అంతర్ ప్రావారంలో ఇనుముకు సంబంధించిన ఖనిజాలు ఎక్కువగా ఉన్నాయి.
9. బాహ్య ప్రావారానికి, అంతర్ ప్రావారానికి మధ్య 'గోలిటిసిన్ పొర" అనేది ఒకటి ప్రత్యేకంగా ఏర్పడి ఉంది.
10. బాహ్య ప్రావారం సాంద్రత 3-3.5 వరకూ ఉండగా, అంతర్ ప్రావార సాంద్రత 4.5 వరకూ ఉంది.
11. బాహ్య ప్రావారం ఘన స్థితిలో ఉందని, అంతర్ ప్రావారం నుంచి ద్రవ స్థితి ప్రారంభమవుతుందనీ శాస్త్రజ్ఞుల భావన.

కేంద్రం (Core):

- భూమి లోపల ఎక్కడో దాదాపు 2900 కి.మీ. లోతులో ఉన్న ఈ మండలాన్ని 'కేంద్రం' (Core) అంటారు. ప్రావారానికి, కేంద్రానికి మధ్య 'గుటెన్‌బర్గ్ (Guttenberg) విచ్ఛిన్నపొర కలదు.
- భూ ఉపరితలంపై ఉన్న ఎపీ సెంటర్ నుంచి బయలుదేరిన 'S' తరంగాలు అనేవి ఘనపదార్థం గుండానే పయనిస్తాయి తప్ప, ద్రవ పదార్థం గుండా పయనించవు. వీటికి ఆ శక్తి లేదు. కాబట్టి భూ కేంద్రంలో ద్రవ పదార్థం (మాగ్మా) ఉందని ఊహిస్తున్నారు. అంతేకాదు ఘన, ద్రవ, వాయు పదార్థాల గుండా పయనించే 'P' తరంగాల ప్రవర్తన కూడా ఈ జోన్‌లో వింతగానే ఉంది. పటలం ప్రావారం మొదలైన వాటిలో సెకన్‌కు 13.7 కి.మీ. వరకు పయనించిన 'P' తరంగాలు కేంద్రంలోకి ప్రవేశించగానే వీటి వేగం హఠాత్తుగా తగ్గిపోయింది. ఇవి సెకనుకు 8 కి.మీ. మాత్రమే పయనిస్తాయి.
- భూ కేంద్రం అనేది మనకాళ్ల కింద దాదాపు 2900 కి.మీ. లోతులో ఉంది. దీని వ్యాసార్థం 3500 కి.మీ. వరకూ ఉండగా, ఉష్ణోగ్రత 6000^0 సెం.గ్రేడ్ వరకూ ఉంది. పీడనం 30,67,000 వరకూ ఉండగా, సాంద్రత 13 gm/cc వరకు ఉంది. భూ కేంద్రంలో ప్రధానంగా 'నికెల్', 'ఫెర్రస్' (Nickel, & Ferrous) అనేవి ఉన్నాయి. వీటి మొదటి అక్షరాలను కలిపి "NIFE" అని పిలుస్తారు. నికెల్, ఇనుము కలిసి 80% వరకూ ఉండగా, మిగిలిన 20 శాతం సిలికా ఉంది.
- దీనిని రెండు భాగాలుగా విభజించారు. అవి 1. బాహ్య కేంద్రం (Outer Core), 2. అంతర్ కేంద్రం (Inner Core). బాహ్య కేంద్రం మందం 2400 మీ. వరకూ ఉంటే, అంతర్ కేంద్ర మందం 1070 మీ. వరకూ ఉంది. బాహ్య కేంద్రంలో మాగ్మా అనే ద్రవ పదార్థం ఉందని, అంతర్ కేంద్రంలో పేస్ట్ వంటి ఘన పదార్థం ఉందని శాస్త్రజ్ఞుల భావన.

క్ర.సం.	విచ్ఛిన్న పొరలు (Discontinuties)
1.	కన్రాడ్ (Conorod) - ఎగువ పటలం & దిగువ పటలం (Upper Crust & Lower Crust)
2.	మొహొరొవిసిక్ (Mohorovicic) -పటలం & ప్రావారం (Crust & Mantle)
3.	రెపెట్టి (Repitti) - ఎగువ ప్రావారం & దిగువ ప్రావారం (Upper Mantle & Lower Mantle)
4.	గుటెన్ బర్గ్ (Gutten Burg) - ప్రావారం & కేంద్రక మండలం (Mantle & Core)
5.	లెహ్‌మాన్ (Lehmann) - అంతర కేంద్రక మండలం & బాహ్య కేంద్రక మండలం (Inner Core & Outer Core)

భూమి లోపల గల మూలకాలు Elements inside the Earth	భూపటలంపై మూలకాలు Elements on the Earth Crust
1. ఇనుము - 32.1%	1. ఆక్సిజన్ - 46.6%
2. ఆక్సిజన్ - 30.1%	2. సిలికాన్ - 27.7%
3. సిలికాన్ - 15.1%	3. అల్యూమినియం - 8.1%
4. మెగ్నీషియం -13.9%	4. ఇనుము - 5.0%
5. సల్ఫర్ - 2.9%	5. కాల్షియం - 3.6%
6. నికిల్ - 1.8%	6. సోడియం - 2.8%
7. కాల్షియం - 1.5%	7. పొటాషియం - 2.6%
8. అల్యూమినియం - 1.4%	8. మెగ్నీషియం - 1.5%
9. ఇతరములు - 1.2%	9. ఇతరములు - 2.1%

CHAPTER 3
భూస్వరూపాలు-వర్గీకరణ (Major Landforms and Features)

- ఉపరితల భూగోళం మీద సహజ సిద్ధంగా ఏర్పడిన భూస్వరూపాలను వివరించేది భూస్వరూపశాస్త్రం.
- భూమి ఉపరితలం మీద సహజ ప్రక్రియల మూలంగా ఏర్పడిన భూ నిర్మితీయ రూపాలను 'భూస్వరూపాలు' (Land Forms) అంటారు.
- ఖండాలు-మహాసముద్ర భూతలాలు, పర్వతాలు, నదీ లోయలు, పీఠభూములు, మైదానాలు మొదలైనవి కొన్ని ముఖ్యమైన భూస్వరూపాలకు ఉదాహరణలు. ప్రాథమికంగా వీటిని మూడు ముఖ్య తరగతులుగా వర్గీకరించవచ్చు. అవి :
  1. మొదటి తరగతి భూస్వరూపాలు (1st order land forms)
  2. రెండవ తరగతి భూస్వరూపాలు (2nd order land forms)
  3. మూడవ తరగతి భూస్వరూపాలు (3rd order land forms)
- భూస్వరూప శాస్త్రం అనేది భూగర్భ శాస్త్రం (Geology), నైసర్గిక స్వరూపం (Physiography) లకు అనుబంధ శాస్త్రంగా ఉంటూ భూమి ఉపరితలంపై సహజ సిద్ధంగా ఏర్పడి ఉన్న వివిధ రకాల భూస్వరూపాలను ముఖ్యంగా వీటికి కారణమైన వివిధ సహజ ప్రక్రియలు, వాటిలోని అనేక దశలలో ఏర్పడే నిర్మాణ క్రమాలను శాస్త్రబద్ధంగా వివరిస్తుంది. వివిధ భూస్వరూపాలను అధ్యయనం చేయడమనేది మూడు అంశాల ప్రాతిపదికన జరుగుతుంది.
  1. భూస్వరూప నిర్మితీయ ఆకృతి (Structure)
  2. ప్రక్రియ (Process)
  3. దశ (Stage)
- ఈ భూస్వరూపాలను అధ్యయనం చేయాలంటే భూవిజ్ఞాన శాస్త్రంతో (Geology) పాటు నైసర్గిక శాస్త్ర (Physiogrophy) కూడా తెలిసుండాలి.

1. మొదటి తరగతి భూస్వరూపాలు:

- ఇవి భూమి ఉపరితలం మీద ఏర్పడ్డ మొట్టమొదటి ప్రాథమిక భూస్వరూపాలు. ఈ రకపు భూస్వరూపాల విస్తృతి మిగతా భూస్వరూపాలతో పోల్చినప్పుడు అత్యంత విశాలం. సూటిగా చెప్పాలంటే భూగోళంపై స్థూలస్థాయిలో కనిపించే భూభాగం అంటే ఖండాలు, మహా జలభాగం (మహాసముద్రాలు) అడుగున గల మహాసముద్ర తలాన్ని మొదటి తరగతి భూస్వరూపాలుగా పేర్కొనవచ్చు. ఈ రెండు రకాలకు చెందని ఏ ఇతర భూస్వరూపమైననూ వీటిపై ఏర్పడ్డ మధ్యస్థ లేదా సూక్ష్మస్థాయి భూస్వరూపాలుగా చెప్పవచ్చు.
- చతుర్ముఖీయ, ఖండచలన, విరూప కారకాలు వంటి సిద్ధాంతాలు వీటి ఆవిర్భావం గురించి వివరిస్తాయి.

2. రెండవ తరగతి భూస్వరూపాలు:

- ప్రాథమిక లేదా మొదటి తరగతి భూస్వరూపాలపై ఏర్పడ్డ మధ్యస్థాయి భూస్వరూపాలనే 2వ తరగతి భూస్వరూపాలు అంటారు. భూమి ఉపరితలంపైన గల ఖండాల మీద ఏర్పడ్డ పర్వతాలు, పీఠభూములు, మైదనాలు, మొదలైనవి ఈ రకానికి ఉదాహరణలు. భూఅంతర్గతంగా ఏర్పడే శక్తుల వల్ల సంభవించే భూభౌతిక ప్రక్రియల వల్లగానీ, విరూప కారక పలకల చలనం వల్ల గానీ, అంతర్జనిత శక్తుల (Endogenetic forces) వల్లగాని ఇవి ఏర్పడతాయి.

3. మూడవ తరగతి భూస్వరూపాలు:

- ఇవి రెండవ తరగతికి చెందిన భూస్వరూపాలపైన ఏర్పడ్డ సూక్ష్మస్థాయి భూస్వరూపాలు.
- ఇవి భూ ఉపరితలంపై బాహ్య జనిత శక్తుల ప్రభావం వల్ల ఏర్పడతాయి. ముఖ్యంగా నీరు, పవనం, హిమం, అంతర్భూజలం వంటి వాటిచే ఏర్పడతాయి. నదీలోయలు, తీరమైదానాలు, గార్జ్‌లు, యార్డాంగ్‌లు, గుహలు మొదలైనవి ఈ తరహా భూస్వరూపాలు.
- వివిధ భూస్వరూపాల ఆవిర్భావానికి భూమి అంతర్గతంగా జనించే అంతర్జనితశక్తి, భూమి ఉపరితలం పైన జనించే బహిర్జనిత శక్తులు కారణమవుతాయి. ఈ రెండు శక్తులు పరస్పర విరుద్ధంగా ప్రవర్తించి ఒకదానికొకటి ప్రతికూలంగా ప్రవర్తిస్తాయి. అంతర్జనిత శక్తులు (Endogenic forces) భూస్వరూపాల పరిణామంలో - నిర్మాణాత్మక పాత్ర పోషించే బహిర్జనిత శక్తులు (Exogenic Forces) వినాశక పాత్ర పోషించి, ఆయా దశలలో వివిధ రకాలైన భూస్వరూపాల ఆవిర్భావానికి దారితీస్తాయి. ఈ విధంగా జరిగే మొత్తం ప్రక్రియలను భూస్వరూప ప్రక్రియలు (Geo morphic process) అంటారు.
- భూస్వరూప శాస్త్రంలో భూస్వరూపాల అధ్యయనంతో పాటు, వాటి ఆవిర్భావానికి కారణమైన భూస్వరూప కారక శక్తులు (Geomorphic forces) గురించి కూడా అధ్యయనం చేస్తారు. ఇవి రెండు రకాలుగా ఉంటాయి అవి.
  1. బాహ్య శక్తి (Exogenic Force)
  2. అంతర్ శక్తి (Endogenic Force)

అంతర్ శక్తి (Endogenic Force):

★ మండుతున్న సూర్యగోళం నుంచి ఆవిర్భవించి, చల్లబడి, ఘనీభవించి మానవ నివాసానికి యోగ్యంగా ఉన్న మన భూగోళం ఉపరితం మీద పర్వతాలు, పీఠభూములు, మైదానాలు, లోయలు మొదలైన ఎత్తు పల్లాలను సృష్టించడం దీని పని.

★ పేరుకు తగ్గట్టు ఇది భూగర్భంలో ఎక్కడో కొన్ని వందల మీటర్ల లోతులో ఆవిర్భవిస్తుంది.

★ ఇది మన కంటికి కనబడదు. భూకంపాలు, అగ్ని పర్వతాలు అనే రెండు ఏజెంట్ల ద్వారా భూమి ఉపరితలంపై పర్వతాలు, పీఠభూములు, లోయలు మొదలైన ఎగుడు దిగుడు భూస్వరూలు నిర్మించటం దీని పని.

★ ఇది కొంత కాలం పాటు నిర్లిప్తంగా ఉంటుంది.

బాహ్యశక్తి (Exogenic Force):

★ **అంతర్ శక్తి ప్రభావం:**

1. క్రమక్షయ భూస్వరూపాలు (Erosional Land Forms).
2. నిక్షేపణ భూస్వరూపాలు (Depositional Land Forms).

1. క్రమక్షయ భూస్వరూపాలు (Erosional Land Forms): నదులు, హిమానీ నదాలు, పవనాలు, అంతర్భూజలం, సముద్ర తరంగాలు మొదలైనవి శిలాశైథిల్య పదార్థాలను తమతో రవాణా చెందించడం మూలంగా ఆయా ప్రదేశాల్లోని భూస్వరూపాలు వివిధ రూపాలను సంతరించుకుంటాయి. ఈ విధంగా ఆవిర్భవించే భూస్వరూపాలను క్రమక్షయ భూస్వరూపాలు అంటారు. ఉదా: నదీలోయలు, హిమానీనద లోయలు, సర్క్‌లు (Cirque), గార్జ్‌లు (Gorge) మొదలైనవి.

2. నిక్షేపణ భూస్వరూపాలు (Depositional Land Forms): నదులు, హిమానీ నదాలు, పవనాలు, సముద్ర తరంగాలు, అంతర్భూజలం వంటి భూస్వరూప కారక మాధ్యమాలు తమతో రవాణా చేయబడిన శిలాశైథిల్య

పదార్థాలను అనువైన ప్రదేశాలలో నిక్షేపితం చేసినప్పుడు వివిధ రకాలైన భూస్వరూపాలను ఏర్పరుస్తాయి. ఇటువంటి వాటిని నిక్షేపణ భూస్వరూపాలు అంటారు. ఉదాహరణకు వరద మైదానాలు (Flood Plains), డెల్టాలు, డ్రమ్లిన్‌లు (Drumlin), బీచ్‌లు (Beaches), స్టాలక్‌టైట్‌లు మొదలైనవి.

నదీ భూస్వరూపాలు/ప్రవాహ నీటి భూ స్వరూపాలు

నదీ భూస్వరూపాలు:

- భూమి ఉపరితలంపై ప్రవహించే నదులు భూపటలంలో నిరంతరం జరిగే క్రమక్షయం (Erosion), రవాణా (Transportation), నిక్షేపణ (Deposition) ప్రక్రియలలో ప్రముఖ పాత్ర వహిస్తాయి.
- భూమిపై వర్షం సంభవించినప్పుడు కొంతనీరు భూమిలోకి ఇంకిపోతే, మరికొంత నీరు వాతావరణంలోకి ఆవిరైపోతుంది. మిగిలిన నీరు మొదటగా చిన్న చిన్న పిల్ల కాలువలు (rills) రూపంలో ఒక దానితో ఒకటి కలసి పెద్ద పాయలు (gullies)గా ఏర్పడతాయి. ఇటువంటి పెద్దపాయలు కలిసి ఏరులు లేదా వాగులు (streams) గానూ, కొన్ని ఏరులు లేదా వాగులు కలిసి నదులుగానూ ఏర్పడి చివరకు సముద్రంలో కలుస్తాయి. పెద్దనదిలో కలిసే చిన్న నదులను 'ఉపనదులు' (Tributaries) అంటారు. ప్రధాన నదిని, దాని ఉపనదులను కలిపి 'నదీ వ్యవస్థ' (River System) అంటారు.
- నది పుట్టినచోటుని జన్మస్థానం (River Origin) అనీ, నది ప్రవహించే మార్గమును 'నది ప్రవాహ మార్గం' (River Course) అనీ, నది సముద్రంలో కలిసే చోటును 'నదీ ముఖద్వారం' (River Mouth) అని అంటారు.
- భూపటలం యొక్క క్రమక్షయ చక్రం (Cycle of Erosion)లో నదులు అత్యంత క్రియాశీలక పాత్రను పోషిస్తాయి. నిరంతరంగా కొనసాగే నదీక్రమక్షయ ప్రక్రియ మూడు విధాలుగా జరుగుతుంది.
  1. క్రమక్షయం (Erosion)
  2. రవాణా (Transportation)
  3. నిక్షేపణ (Deposition)

పై మూడు విధాలుగా సాగే ప్రక్రియల వల్ల భూతలంపై రకరకాల మార్పులు చోటు చేసుకొని వివిధ నదులు - భూ స్వరూపాలు ఏర్పడతాయి. మానవ జీవితానికి యౌవన, ప్రౌఢ, వృద్ధాప్య దశలున్నట్లే ప్రవహించే నదికి కూడా ఈ దశలు ఉంటాయి. అవి:

1. యవ్వన దశ (Youth Stage).
2. ప్రౌఢదశ / పరిపక్వ దశ / మధ్యస్థ దశ (Mature Stage).
3. వృద్ధాప్య దశ (Old Stage)

నది ఏర్పరిచే క్రమక్షయ, నిక్షేపణ భూస్వరూపాలు ఈ మూడు దశల యందు చోటుచేసుకుంటాయి. వివిధ దశల్లో నది లక్షణాలు కింది విధంగా ఉంటాయి.

1. యౌవన దశ (Youth Stage):

★ నది పుట్టిన ప్రదేశం లేదా జన్మస్థానం నుంచి వాలు ననుసరించి ప్రవహిస్తూ మైదానం చేరే వరకు గల నదీ భాగాన్ని 'ఎగువ భాగం' (Upper Course) లేదా యౌవన దశ (Youth Stage) అంటారు. నది యొక్క ఈ భాగంలో పర్వతాలవాలు ఎక్కువ కాబట్టి ప్రవాహ వేగం కూడా ఎక్కువగా ఉంటుంది.

★ ఉపనదుల సంఖ్య తక్కువగా ఉండటం వల్ల పరివాహక ప్రాంతం తక్కువగా ఉండటంతో నది యొక్క ఈ భాగంలో నీటి పరిమాణం కూడా తక్కువగా ఉంటుంది. అయితే ఈ దశలో నది యొక్క ముఖ్య కార్యక్రమం క్రమక్షయం. పక్క కోత (Lateral Erosion) కంటే అదోముఖ కోత (Vertical Erosion) ఎక్కువగా జరుగుతుంది. కాబట్టి నదీలోయ 'v' ఆకారంలో లోతుగానూ, ఇరుకుగానూ, ఉంటుంది. ఈ దశలో నది ప్రవాహ మార్గం తిన్నగా ఉండటం, దుముకుడు గుంతలు (Water Falls) వంటివి ఏర్పడటం ఇతర ప్రత్యేకతలు.

2. ప్రౌఢ దశ (Mature Stage):

★ నది పర్వత ప్రాంతాన్ని దాటి మైదాన ప్రాంతంలో ప్రవహించే భాగం. ఇదీ నదీ వ్యవస్థలోని మధ్య భాగం. నది ప్రవాహ మార్గం వాలు తక్కువగా ఉంటుంది. కాబట్టి ప్రవాహ వేగం కూడా తక్కువగానే ఉంటుంది. (యౌవన దశతో పోల్చినప్పుడు) ఈ దశలో ఉపనదుల సంఖ్య పెరిగి నది పరివాహక ప్రాంతం పెరగడమేకాక నదిలో నీటి పరిమాణం కూడా పెరుగుతుంది. నది యొక్క యౌవన దశలో క్రమక్షయ, రవాణా కార్యక్రమాలతో పాటు స్వల్ప నిక్షేపణ కూడా చోటుచేసుకుంటుంది. అయితే ఈ దశలో మొదటి దశకు భిన్నంగా అధోముఖ కోత తగ్గి, పక్క కోత ఎక్కువగా చోటు చేసుకోవడం మూలంగా నదీలోయ వెడల్పు పెరుగుతుంది. నది ప్రవాహ మార్గం కూడా వేగం తగ్గడం మూలంగా అక్కడక్కడ తిన్నగా ప్రవహించక వంకరలు తిరిగి ప్రవహిస్తుంది.

3. వృద్ధాప్య దశ (Old Stage):

★ ప్రౌఢ దశను దాటిన తరువాత నుంచి నదీ ముఖద్వారం వరకు గల నదీ వ్యవస్థలోని చివరి భాగాన్ని 'వృద్ధాప్య దశ' అంటారు. ఇక్కడ వాలు మరింత తక్కువగా ఉంటుంది. కాబట్టి ప్రవాహం వేగం కూడా తగ్గుతుంది. ఈ దశలో ఉపనదుల సంఖ్య చాలా తక్కువ. ప్రధానంగా నిక్షేపణ కార్యక్రమం చోటు చేసుకుంటుంది. అధోముఖ కోత దాదాపు ఉండదు. కానీ పక్కకోత జరుగుతుంది. తద్వారా నదీలోయ మరింత వెడల్పుగా మారుతుంది. నది ప్రవాహ మార్గం అధికంగా వంకరలు తిరిగి నది పాయలుగా చీలి చివరకు సముద్రంలో కలుస్తుంది.

★ ఒకవేళ ఆ నది నీటిని పొందే భూభాగం ఎక్కువ మోతాదులో విస్తరించబడి ఉంటే దానిని నదీపరివాహక ప్రాంతం (River Catchment area) అంటారు.

నదీ విభాజక క్షేత్రము (Drainage Divide):

❖ రెండు నదీ పరీవాహక ప్రాంతాలను వేరు చేసే ఎత్తయిన భాగం.

దీనికి గల ఉదాహరణలు :

1. సింధునది మరియు గంగానదుల మధ్య విభాజక క్షేత్రంగా ఉన్న భూభాగం – 'అంబాల ఉన్నతి'.
2. తూర్పుకు ప్రవహించే ద్వీపకల్పనదులకు, పశ్చిమానికి ప్రవహించే ద్వీపకల్పనదులకు మధ్య జలవిభాజక క్షేత్రంగా ఉండే 'పశ్చిమకనుములు'.
3. షయాక్‌నదికి, సింధూనదికి మధ్య జలవిభాక క్షేత్రంగా ఉండే 'లడాఖ్ పర్వతాలు'.
4. నర్మద మరియు తపతి నదులకు జల విభాజకంగా ఉండే 'సాత్పుర పర్వతాలు'.
5. బనాస్ మరియు లూని నదులకు జల విభాజక క్షేత్రంగా ఉండే 'ఆరావళి పర్వతాలు'.
6. కందూ మరియు సగిలేరు నదులకు జలవిభాజక క్షేత్రంగా ఉండే 'నల్లమలకొండలు'.
7. బ్రహ్మపుత్ర మరియు ఇరావది నదులకు జలవిభాకక్షేత్రంగా ఉండే 'నాగా కొండలు'.

నదీ ప్రవాహ నమూనాలు

నదీప్రవాహ పద్ధతి (Drainage System):

- ❖ నదులు పుట్టినప్పటి నుండి అవి అభివృద్ధి చెందే దశల యొక్క క్రమానుగతస్థితిని నదీ ప్రవాహక పద్ధతి అంటారు.
- ❖ ఈ నదీ ప్రవాహక పద్ధతి భూమి యొక్క భౌగోళిక నిర్మాణం మరియు ప్రాధమిక భూస్వరూపాలుపై ఆధారపడి ఉంటుంది. అంటే భూమియొక్క స్థలాకృతి, భూమి యొక్క ప్రవణత మరియు నిర్దిష్ట ప్రాంతం గట్టిదా లేదా మృదువైన శిలలతో కూడి ఉందా అనే దానిపై ఆధారపడి ఉంటుంది.

నదీప్రవాహ పద్ధతులు (Drainage Patterns):

- ❖ నదీ ప్రవాహపద్ధతులు/నమూనాలు వాటి ఆకారాన్ని బట్టి లేదా అవి ఏర్పడిన విధానాన్ని బట్టి వివిధ రకాలుగా వర్గీకరించారు. స్థూలంగా అధ్యయనం చేసి వాటిని రెండు రకాలుగా వర్గీకరించటం జరిగింది. అవి:
  1. అసమ్మతి ప్రవాహనమునా (Discordant Drainage Pattern)
  2. సమన్వయ ప్రవానమూనా (Concordant Drainage Pattern)

1. అసమ్మతి ప్రవాహ పద్ధతి:

- ❖ ఈ పద్ధతిలో ఆ ప్రాంతం యొక్క స్థలాకృతితో ఎటువంటి సంబంధం ఉండదు. స్థలాకృతిలో మార్పులతో సంబంధం లేకుండా ఈ పద్ధతి నది దాని ప్రారంభమార్గాన్ని అనుసరిస్తుంది. ఈ పద్ధతిలో మరల రెండు రకాలు కలవు. అవి:
  - ఎ. **పూర్వానువర్తి ప్రవాహపద్ధతి (Antecednet Drainage):** దీనిని అసంగతమైన పారుదల (Inconsequent Drainage) అనికూడా అంటారు. నదీ వాలులో కొంత భాగం మరియు చుట్టుప్రక్కల ప్రాంతం కోతకుగురయి పెద్ద పెద్ద గార్జ్‌లను ఏర్పరుస్తుంది. ఎక్కువగా ముడత పర్వతాలు ఏర్పడే ప్రదేశాలలో ఈ గార్జ్‌లు ఏర్పడతాయి. దీనికి ఉదాహరణలు : సింధు, సట్లెజ్, బ్రహ్మపుత్ర మరియు ఇతర హిమాలయ నదులు.
  - బి. **ప్రత్యనువర్తిత ప్రవాహ పద్ధతి (Super imposed Drainage):** దీనిని Superinduced Drainage or Epigentic Drainage or Obsequent Drainage అని అంటారు. ఇందులో నది మృదువైన శిలలుగల ప్రాంతంలో ప్రవాహిస్తూ గట్టి బేసల్ రాళ్లను చేరినప్పటికీ ప్రారంభ వాలును అనుసరిస్తూనే ఉంటుంది. ఈ నది ఎక్కువ Erosive శక్తిని కలిగి ఉంటూ దాని ప్రవాహాన్ని కొనసాగిస్తూ రాతిశిలల గుండా ప్రవహిస్తుంది. వీటిని ఉపనదులకే ఉపనదులుగా పేర్కొంటారు.

    దీనికి ఉదాహరణలు : చంబల్, బనాస్ మరియు రేవా పీఠభూమి గుండా ప్రవహించే నదులు

2. సమన్వయ ప్రవాహ నమూనా (Concordant Drainage Pattern):

- ❖ ఈ పద్ధతిలో ఆ ప్రాంతం యొక్క స్థలాకృతితో మరియు భూగర్భశాస్త్రంతో సహజసంబంధం కలిగి ఉంటుంది. నది యొక్క మార్గం, స్థలాకృతి మరియు నది యొక్క వాలుపై ఎక్కువగా ఆధారపడి ఉంటుంది. ఇది సాధారణంగా కనిపించే ప్రవాహపద్ధతి. వీటిని రెండురకాలుగా వర్గీకరించారు.
  - ఎ. **అనువర్తిత ప్రవాహా పద్ధతి/పర్యవసానప్రవాహపద్ధతి (Consequent Drainage):** నదీ వాలు యొక్క సాదారణ దిశను అనుసరించినపుడు ఈ ప్రవాహ పద్ధతి ఏర్పడుతుంది. ఇవి ప్రారంభ దశలో ఏర్పడిన భూస్వరూపాలపై పడే వర్షపునీటి వలన ఏర్పడే నదులు. నదులు ప్రవాహం అత్యంత పొడవుగా ఉంటే దానిని ప్రధాన అనువర్తిత ప్రవాహం (Main Consequent Stream) అంటారు.

    ఉదాహరణకు ద్వీపకల్ప భారతదేశంలోని గోదావరి, కృష్ణ, కావేరి వంటి నదులు మరియు పశ్చిమకనుమల నుండి బంగాళాఖాతంలోకి ప్రవహించే నదులు.

బి. **ఉత్తర వర్తిత ప్రవాహపద్ధతి / తదుపరి ప్రవాహ పద్ధతి (Subsequent Drainage):** ఈ పద్ధతిలో నది దాని ప్రధాన ప్రవాహం తరువాత సాధారణంగా అభివృద్ధి చెందిన నదులు ఉంటాయి. దీనిని ఉపనదీ ప్రవాహం అంటారు. ఒక నది ప్రధాన ప్రవాహానికి లంభదిశలో ఉంటూ, భూభాగం యొక్క అభినతివళులతో (Anti-clines) ప్రారంభమవుతుంది.

ఉదాహరణకు చంబల్, సింధ్, కెన్, బెట్వా మరియు సోన్ వంటి ఉత్తరవర్తితనదులు యమున మరియు గంగను లంబ కోణంలో కలుస్తాయి (ప్రధాన పారుదల).

నదీ ప్రవాహ నమూనాలు:

- ఒక నదీ వ్యవస్థ యొక్క రూపం మరియు అందులో కలిసే ఉపనదుల ప్రాంతీయ అమరికను నదీ ప్రవహనమూనా అంటారు. ఇందులో రకరకాల నమూనాలు కలవు. ఇది ప్రధానంగా నదులు మరియు బేసిన్ల రూపాల ద్వారా ఉపరితల నీటి ప్రవాహ వ్యవస్థను సూచిస్తుంది.
- నీటి పారుదల వ్యవస్థ భూమి యొక్క వాలు, భౌగోళికనిర్మాణం, నీటి పరిమాణం మరియు నీటి వేగం వంటి అంశాలపై ఆధారపడి ఉంటుంది.

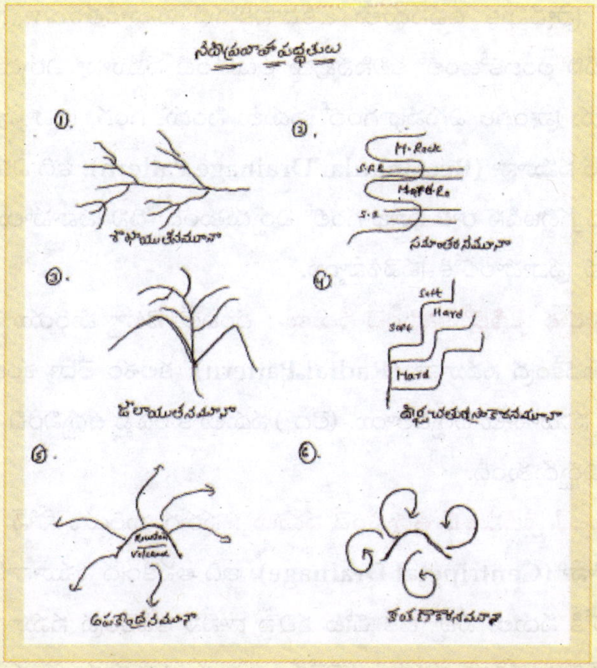

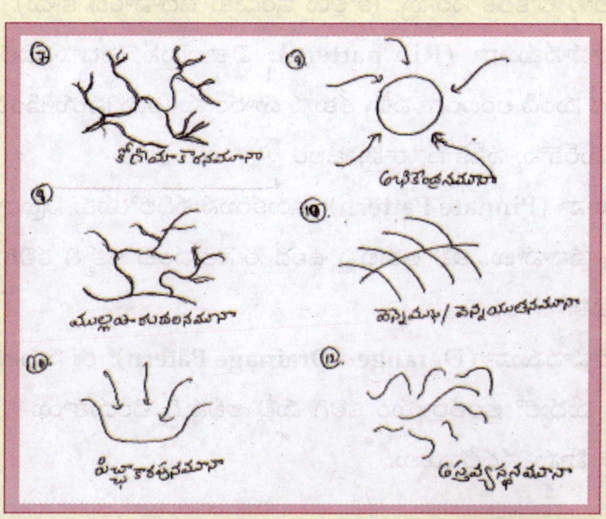

నదీ ప్రవాహ నమూనా రకాలు :

1. **శాఖాయుత నమూనా (Dendritic Pattern):** ఇవి అత్యంత సాధారణంగా ఉండే ప్రవాహాలు. ఇది చెట్ల కొమ్మల శాఖలవలె ఉంటుంది. ఇది సజాతీయ శిలానిర్మాణం ఉండి, భ్రంశాలు మరియు పగుళ్ళు తక్కువగా ఉన్న ప్రాంతాలలో ఏర్పడే ప్రవాహాలు.

   ఉదా: ఉత్తరమైదానాల నదులయిన సింధు, గంగ, బ్రహ్మపుత్రనదులు.

2. **సమాంతర ప్రవాహ నమూనా (Parllel Drainage Paatern):** ఇది ఉపరితలంపై ఉద్భవించే వాలు ఉన్న సమాంతర మరియు ఎత్తు భూభాగంలో ఏర్పడతాయి. ఉపనదుల ప్రవాహాలు ఉపరితల వాలును అనుసరించి సమాంతరంగా ప్రవహించేవి.

   ఉదా: పశ్చిమ కనుమలలో జన్మించిన గోదావరి, కావేరి, కృష్ణా, తుంగభద్ర మొదలైనవి.

3. **జాలాయుత నమూనా (Trellis Drainage Pattern):** పర్వతానికి సమాంతరంగా ప్రవహిస్తున్న ప్రధాన నదిలోకి పర్వతవాలుల నుండి, సమాంతర అపనతి వళుల (Synclines) నుండి వచ్చి నదులు కలవటం వల్ల ఏర్పడతాయి. ప్రధాన నదుల ప్రాథమిక ఉపనదులు ఒకదానికొకటి సమాంతరంగా ప్రవహించినపుడు మరియు ద్వితీయ ఉపనదులు వాటిని లంబకోణంలో కలిసినపుడు ఇటువంటి నమూనా ఏర్పడుతుంది.

   ఉదా: హిమాలయ ప్రాంతం ఎగువభాగంలో నదులు సింధు, గంగ, బ్రహ్మపుత్ర.

4. **దీర్ఘ చతురస్రాకార నమూనా (Rectangular Drainage Pattern):** ఇది ఎక్కువగా భ్రంశాలకి గురయిన ప్రాంతాలలో కనిపిస్తుంది. ఇది గట్టిబడిన రాతి భూభాగంలో ఏర్పడుతుంది. దీని ప్రవాహాలు పదునైన వంపులను ఏర్పరుస్తూ అధిక కోణంలో ప్రధాన ప్రవాహంలోకి ప్రవేశిస్తాయి.

   ఉదా: **వింధ్య పర్వత శ్రేణిలో కనిపించే నదులు :** చంబల్, బెట్వా మరియు కెన్

5. **వలయాకార / అపకేంద్ర నమూనా (Radial Pattern):** కలశం లేదా శంఖు ఆకారంలో ఏకాంతర కొండలు గల ప్రాంతాలలో ఈ నమూనాలు ఏర్పడతాయి. (లేదా) నదులు కొండపై ఉద్భవించి వివిధ రకాల దిశలలో ప్రవహించినపుడు ఈ నమూనా ఏర్పడుతుంది.

   ఉదా: **అమర్‌కంటక్ శ్రేణినుంచి ఉద్భవించే నదులు :** నర్మద మరియు సోన్.

6. **అభికేంద్ర నమూనా (Centripetal Drainage):** ఇది అపకేంద్ర నమూనాకి పూర్తి విరుద్ధంగా ఉంటుంది. లోతుగా ఉన్న ప్రాంతంలోకి నదులు వచ్చి ఒకే చోట కలిస్తే దానిని అభికేంద్ర నమూనా అంటారు.

   ఉదా: మణిపూర్‌లోని లోక్‌తక్ సరస్సు. (కొల్లేరు ఇందుకు ఉదాహరణ కాదు).

7. **వెన్నుయుత ప్రవాహనమూనా (Rib pattern):** విశాలమైన ప్రధాననదీలోయకు సమాంతరంగా ఇరువైపుల ఉన్న కొండవాలుల నుండి లంబంగా వచ్చి తక్కువ దూరం మాత్రమే ప్రయాణించి వచ్చి కలిసే చిన్న చిన్న ప్రవాహాలు. ఉదాహరణకు అమర్‌కోసి, సన్‌కోసి, రాప్తి, జీలం

8. **పిచ్ఛాకారపు నమూనా (Pinnate Pattern):** ఇరుకయిన నదిలోయకు నిట్రవాలు కల్గిన శ్రేణుల అంచులలో నుండి కలిసే చిన్న చిన్న ప్రవాహాలు. ఇవి ఆకులపై ఉండే ఈనెలువంటి ఆకృతి కలిగి ఉంటాయి.

   ఉదా: నర్మద, తపతి.

9. **అస్తవ్యస్థమైన ప్రవాహనమునా (Deranged Drainage Patern):** ఈ నదులకు సరైన మార్గం ఉండదు. ఇటువంటి ప్రవాహనదులలో మధ్యలో అంతరాయం కలిగి మళ్లీ అభివృద్ధి చెందుతాయి.

   ఉదా: కారాకోరం హిమనీనదలోయలు.

10. కోణీయ ప్రవాహ పద్ధతి (Angular Drainage Pattern): బెడ్‌రాక్‌లు కలిసేచోట మరియు భ్రంశాలు ఎక్కువగా ఉన్న ప్రదేశంలో తీవ్రమైన కోణంలో ప్రవాహం కలిసేచోట ఇటువంటి నమూనా ఏర్పడుతుంది.

ఉదా: ఇవి ఎక్కువ హిమాలయాల గిరిపాదాల వద్ద ఏర్పడతాయి. (Foothills)

11. కంకణార ప్రవాహపద్ధతి (Annular Drainage Pattern): ఎత్తయిన ప్రవాహాలు మరియు అవి మృదువైన పొరను కలిగి ఉన్నప్పుడు, రేడియల్ ప్రవాహాలు ఉత్తరవర్తిత ఉపనదుల (subsequent Rivers)ను అభివృద్ధి చేస్తాయి. ఇవి ఒక శిఖరం చుట్టూ వృత్తాకారంలో అభివృద్ధి చెందేందుకు ప్రయత్నిస్తాయి. భారతదేశంలోని ఇది అసాధారణమైన నమూనా అయినప్పటికీ పితోర్‌ఘర్ (ఉత్తరాఖండ్), తమిళనాడు మరియు కేరళలోని నీలగిరి కొండలు ఈ పద్ధతిని కలిగి ఉన్నాయి.

12. ముళ్ళ పారుదల నమూనా (Barbed Drainage Pattern): ఈ నమూనాలో ప్రధాన నదితో ఉపనది కలిసేటప్పుడు ఇది అసమ్మతి జంక్షన్‌తో ఏర్పడుతుంది. ఇందులో ఉపనది దిగువకి కాకుండా పైకి ప్రవహించేలా ఉంటుంది. ఉదాహరణగా కోసి యొక్క ఉపనది అయిన అరుణ్‌నది (నేపాల్)లో ఈ రకమైన నమూనాని చూడవచ్చు.

నదీ క్రమక్షయం:

- నదుల వల్ల జరిగే క్రమక్షయాన్ని 'నదీ క్రమక్షయం' అంటారు.
- ప్రతీనది తన శక్తిమేర క్రమక్షయ ప్రకియ ద్వారా ఎగుడుదిగుడుగా ఉన్నటువంటి భూస్వరూపాలను ఎత్తు వంపులు లేని విశాల సమాంతర మైదానం (peneplains) లుగా మార్చడానికి ప్రయత్నిస్తుంది.
- ఒక నది క్రమక్షయ క్రియాశీలత అనేది ఆ నదిలో ప్రవహించే నీరు, నీటి ప్రవాహ వేగం, నదిలోయ యొక్క వాలు వంటి అంశాలపై ఆధారపడి ఉంటుంది.
- నది యొక్క శక్తికి కారణాంశాలైన నదిలో ప్రవహించే నీటి పరిమాణం, ప్రవాహ వేగాల మీదనే నదీక్రమక్షయ, నదీ రవాణా అనే కార్యక్రమం ఆధారపడి ఉంటాయి.
- నదులు భూశిలలను శైథిల్యం చెందించడంతో పాటు శిలాశైథిల్య పదార్థాలను తన ప్రవాహ నీటి ద్వారా ఒక ప్రదేశం నుంచి మరొక ప్రదేశానికి రవాణా చేసి అనుకూలమైన చోట నిక్షేపణం చెందించే మొత్తం ప్రక్రియను 'నదీ క్రమక్షయం' అంటారు.
- వర్షపాతం సమృద్ధిగా ఉండి నదులు విస్తారంగా ప్రవహించే ప్రదేశాలలోనే నదీ క్రమక్షయం చోటుచేసుకుంటుంది. అదే విధంగా నదీ క్రమక్షయం అనేది నదిలో ప్రవహించే నీటి పరిమాణం, వాలు, ప్రవాహ వేగాలతో పాటు, చుట్టూ ఉన్న శిలల కాఠిన్యత, భూస్వరూపం, శీతోష్ణస్థితి, అక్కడ సంభవించే భూచలనాలు వంటి వాటిపై కూడా ఆధారపడి ఉంటుంది. ఈ క్రమంలో నది ప్రవాహ వేగంలో తీసుకుని పోబడే రాళ్ళు, ఇసుక, కంకర వంటివి క్రమక్షయ కారక పనిముట్లుగా పనిచేసి క్రమక్షయం మరింత వేగంగా జరుగుతుంది. ఇవి నది గర్భంతోపాటు నది పక్కలను కూడా క్రమక్షయం చెందిస్తాయి. ఇది నాలుగు విధాలుగా జరుగుతుంది.

1. అపఘర్షణ (Corrosion)
2. ఘర్షణ (Corrasion (or) Abration)
3. రాపిడి (Attrition)
4. జలోత్పీడన చర్య (Hydraulic Action)

1. అపఘర్షణ (Corrosion/Solution): ఇది ఇంచుమించు రసాయన శిలాశైథిల్యాన్ని పోలి ఉండే ఒక రకమైన రసాయనిక చర్య. వేగంగా క్రమక్షయం చెందే సున్నపురాయి (Lime stone), చాక్ (chalk) మొదలైన శిలలు

నదిలోని నీటితో రసాయన చర్య ఫలితంగా వాటి మాతృశిల (Parent Rock) నుంచి విడిపోయి ద్రావకంగా (solvent) మారి నదీ ప్రవాహంలో కలిసిపోవడాన్ని అపఘర్షణ అంటారు.

2. **ఘర్షణ (Corrasion/Abration):** ఇది ఒక భౌతిక చర్య, నదిలో కొట్టుకుపోయే పెద్దబండ రాళ్ళు (Boulders) మోస్తరు పెద్ద రాళ్ళు (Pebbles), చిన్నరాళ్ళు (Cobbles), కంకర (Gravel), ఇసుక (Sand) మొదలైనవన్నీ నదీ ప్రవాహ బలం వల్ల క్రమక్షయ పనిముట్లుగా మారి నదీ గర్భాన్ని, పక్కలను క్రమక్షయం చెందించడమే 'ఘర్షణ' అంటారు. నది ఎగువ భాగంలో ఏర్పడే పాట్ హోల్స్ (Pot holes), రాతి బల్లలు (Rock benches) మొదలైనవి ఈ విధంగానే ఏర్పడతాయి.

3. **రాపిడి (Attrition):** నదీ ప్రవాహంలో కొట్టుకుపోయే రాళ్ళు, గుళకరాళ్ళు, ఇసుక, మట్టి బెడ్డలు మొదలైనవి నదీ ప్రవాహ బలం వల్ల ఒకదానికొకటి బలంగా గుద్దుకోవడం, రాచుకోవడం, నదీ గర్భాన్ని తాకుతూ గుండ్రంగా దొర్లుతూ పోవడం వల్ల క్రమంగా చిన్నవిగా మారడాన్ని 'రాపిడి' అంటారు. ఈ విధమైన రాపిడి వల్ల పెద్దగా ఉన్న బండరాళ్ళు అరిగిపోయి కొంతకాలానికి చిన్నవిగా క్రమక్షయం చెందుతాయి.

4. **జలోత్పీడన చర్య (Hydraulic Action):** నది నీటికి చలనం ద్వారా యాంత్రికంగా వచ్చే శక్తి వల్ల జరిగే క్రమక్షయ పద్ధతి.

నదీ రవాణా (River Transport):

- నదీ ప్రవాహంలో కొట్టుకొని పోయే పదార్థాలను 'నదీ భారం (River Load) అంటారు.
- నదీ భారాన్ని ప్రధానంగా రెండు రకాలుగా పేర్కొవచ్చు. అవి 1. దృశ్య భారం (Visible Load), 2. అదృశ్య భారం (Invisible Load).
- కంటికి కనిపించే రాళ్ళు, రప్పలు, ఇసుక, మట్టి, చెత్త చెదారం మున్నగు భారాన్ని దృశ్య భారం అనీ, కంటికి కనిపించని రసాయన భారాన్ని అదృశ్యభారం అంటారు. అదృశ్య భారం అంటే నీటిలో కరిగిన లవణాలు. నదీ భారం నదీ వ్యవస్థపై ఆధారపడి ఉంటుంది.
- నది యొక్క రవాణా సామర్థ్యం నది ప్రవాహవేగం, దానిలో రవాణా చెందించబడే శిలాఖండాల పరిమాణం, ఆకారం, విశిష్ట సాంద్రతలపై ఆధారపడి ఉంటుంది.
- వేగం పెరిగినప్పుడు నదియొక్క రవాణా సామర్థ్యం పెరుగుతుంది. కొన్నిసార్లు నదులలో చేరిన భారాన్ని నదులు రవాణా చేయలేని స్థితిలో ఉంటాయి. అంటే అవి మోయగల భారం కంటే అధిక భారం నదిలో ఉంటుందన్నమాట. అలాంటి నదులను 'అతి భార నదులు' (Over Loaded Rivers) అంటారు. ఇలాంటి నదులు అక్కడక్కడా తమ భారాన్ని ఇసుక మీటలు (Sand Bars) రూపంలో నిక్షేపిస్తాయి.
- నదిలో రవాణా చెందించబడే బండరాళ్ళు, ఇసుక, కంకర వంటి వాటితోపాటు నది నీటిలో కరిగి ఉన్న రసాయన లవణాలు నదీ క్రమక్షయంలో విశిష్టమైన పాత్రను పోషిస్తాయి.
- నదిలో భారం అధికమైనప్పుడు నిక్షేపణకు దారి తీస్తుంది. ఒక వేళ నదిలో భారం తక్కువ ఉన్నట్లయితే నదీ క్రమక్షయం విస్మరించదగిన స్థాయిలోనే జరుగుతుంది. అయితే నది తన సామర్థ్యానికి తగిన మోతాదులో భారాన్ని కలిగి ఉంటే మాత్రం నది క్రమక్షయం అధిక స్థాయిలో జరుగుతుంది.
- నదీ భారం నాలుగు విధాలుగా రవాణా చేయబడుతుంది.

1. **సాల్టేషన్ (Saltation):** నది ప్రవాహంలో పెద్దపెద్ద బండరాళ్ళు (Bouldens) ప్రవాహవేగ ప్రభావంతో దొర్లుకుంటూ పోవడం ఇది చాలా నెమ్మదిగా జరిగే ప్రక్రియ.

2. ట్రాక్షన్ (Traction): నదిలో ఉండే మోస్తరు రాళ్ళు (pebbles), చిన్నరాళ్ళు (cobbles), గులకరాళ్ళు (Gravel) మొదలైనవి నది ప్రవాహవేగానికి కొట్టుకొని పోవడం. ఇది కూడా కాస్త నెమ్మదిగానే సాగే ప్రక్రియ.

3. సస్పెన్షన్ (Suspension) : సన్నని ఇసుక మట్టి మొదలైన వాటిని నది చాలా దూరం వరకు సునాయాసంగా తీసుకొని వెళ్ళ గలుగుతుంది. ఇది వేగంగా జరిగే ప్రక్రియ.

4. ద్రావణం (Solution): సున్నపురాయి, ఉప్పు మొదలైనవి నీటిలో కరిగి అదృశ్య భారంగా రవాణా చెందించబడతాయి.

నది క్రమక్షయ భూస్వరూపాలు :

❖ నదులు క్రమక్షయం, నిక్షేపణల మూలంగా ఏర్పడే భూస్వరూపాలు నది యొక్క మూడు దశలలో వివిధ రకాలుగా ఏర్పడతాయి.

1. యౌవన దశలో ఏర్పడే భూస్వరూపాలు
2. ప్రౌఢ దశలో ఏర్పడే భూస్వరూపాలు
3. వృద్ధ దశలో ఏర్పడే వివిధ భూస్వరూపాలను కింది విధంగా వివరించవచ్చు.

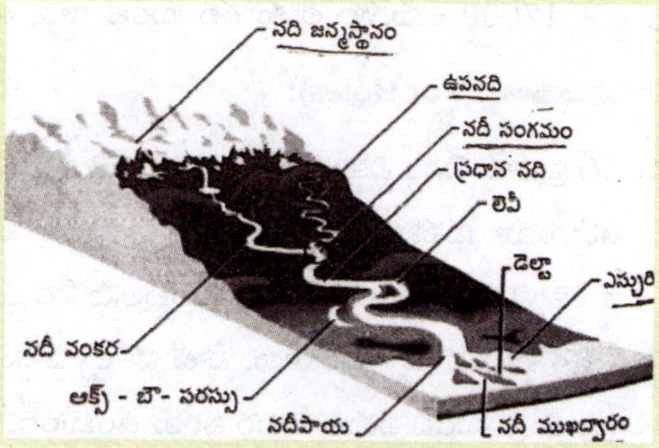

యౌవన దశలో ఏర్పడే భూస్వరూపాలు :

1. V ఆకారపు లోయ ('V' Shaped Valley):

❖ నది ఎగువ భాగం అంటే యౌవన దశలో ఉన్నప్పుడు నది యొక్క ముఖ్య కార్యక్రమం క్రమక్షయం. ఈ దశలో పక్క కోత కంటే అధోముఖ కోత ఎక్కువగా ఉండటం వల్ల నదీ లోయ పెరగడం వల్ల దాని యొక్క అడ్డుకోత ఆకృతి 'v' అక్షరాన్ని పోలి ఉంటుంది. అంటే నదియొక్క యౌవన దశలో క్రమక్షయం మూలంగా నదిలోయ లోతు పెరగడంతో ఏర్పడేది 'v' ఆకారపు లోయ.

❖ **v ఆకారపు లోయలు రెండు రకాలు:**

ఎ. గార్జ్
బి. అగాధ ధరులు.

ఎ. గార్జ్ (Gorge): నదులు తాను ప్రవహించే లోయను మరింత లోతుగాను, వెడల్పుగానూపెంచుకోవడం మూలంగా నదికి ఇరువైపుల నిట్టనిలువు గోడల మాదిరి ఏర్పడే భూస్వరూపాన్నే గార్జ్ అంటారు. అంటే అధోముఖ క్రమక్షయంతో పాటు పక్క కోత క్రమక్షయం కూడా చోటు చేసుకొన్నప్పుడు 'v' ఆకారపు లోయ గార్జ్‌గా మారుతుంది. దీని విస్తృతి పరిమిత స్థాయిలోనే ఉంటుంది. ఉదాహరణకు, చెబాయ్ గార్జ్ –బీహార్ నది (బిహార్), బైసన్ గార్జ్ – గోదావరి నది (ఆంధ్రప్రదేశ్), గండికోట గార్జ్ (పెన్నా), సత్కోషియా గార్జ్ (మహానది), కొలరాడో గార్జ్ – కొలరాడోనది (USA).

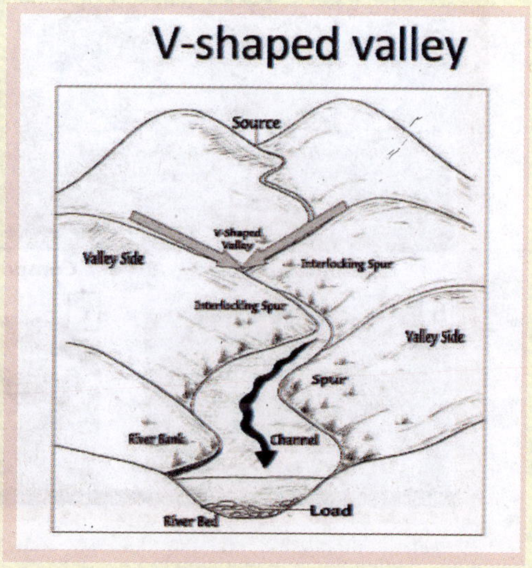

బి. **అగాధధరులు (Canyons):** గార్జ్‌ల విస్తృత రూపమే అగాధధరులు. అధోముఖ కోత ఎక్కువగా ఉన్నప్పుడు, ఏర్పడే ఎత్తైన గోడలు కలిగి లోతైన, పొడవైన నదిలోయలను అగాధధరులు అంటారు. అదోముఖ, ప్రక్కకోతలు రెండూ ఇంచుమించు సమానంగా ఉన్నప్పుడు అగాధ ధరులు ఏర్పడతాయి. అమెరికాలోని కొలరాడో నదిపైనున్న గ్రాండ్ కాన్యాన్ (Grand Canyon) ప్రపంచంలోనే అతి పెద్దది. దీనిలోతు సుమారు 2 కి.మీ. కాగా పొడవు 482 కి.మీ. సింధూనది కూడా హిమాలయాలలో ప్రవహిస్తూ 17000 అడుగుల లోతు గల బుంజి గార్జ్, అగాధ ధరిని (Canyon) ఏర్పరుస్తుంది.

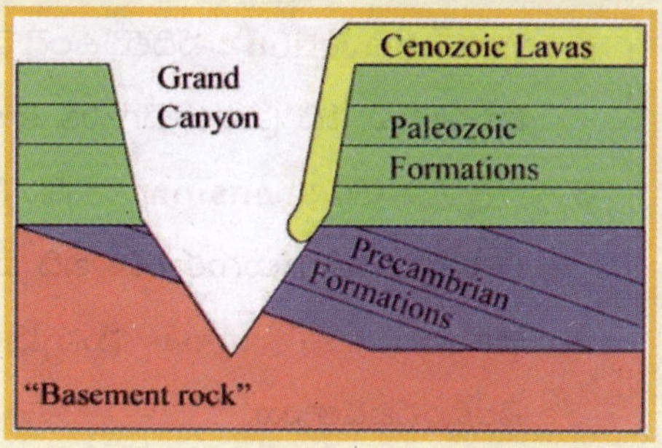

2. పాట్ హోల్స్ (Pot Holes):

- నదీ ప్రవాహ వేగం ఎక్కువగా ఉన్నప్పుడు నది నీరు సుడులు తిరుగుతూ ప్రవహిస్తుంది. పదునైన రాళ్ళు ఆ నదులలో ఇరుక్కొని నదీ గర్భంలో గుండ్రని గుంటలను ఏర్పరుస్తాయి. వీటినే పాట్ హోల్స్ అంటారు. పాట్ హోల్స్ వ్యాసం కొన్ని సెం.మీ.ల నుంచి పదుల మీటర్ల వరకు ఉంటుంది. అయితే వీటిలోతు మాత్రం వ్యాసం కంటే అధికంగా ఉంటుంది. నది తాను ప్రవహించే లోయలోతును పెంచుకొనే కార్యక్రమంలో ఏర్పడే క్రమక్షయ భూస్వరూపాలుగా పాట్ హోల్స్‌ను పేర్కొనవచ్చు.

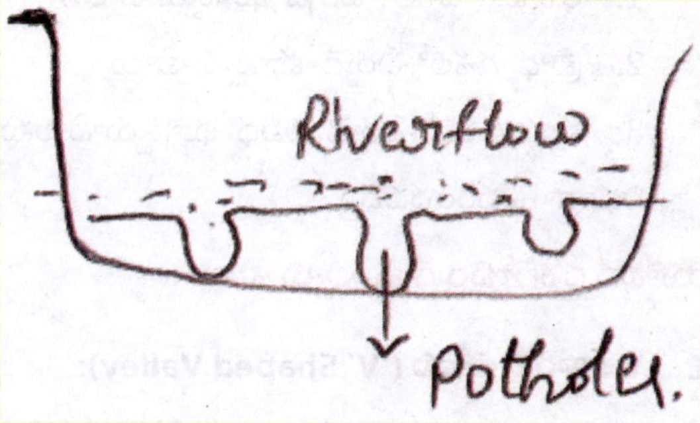

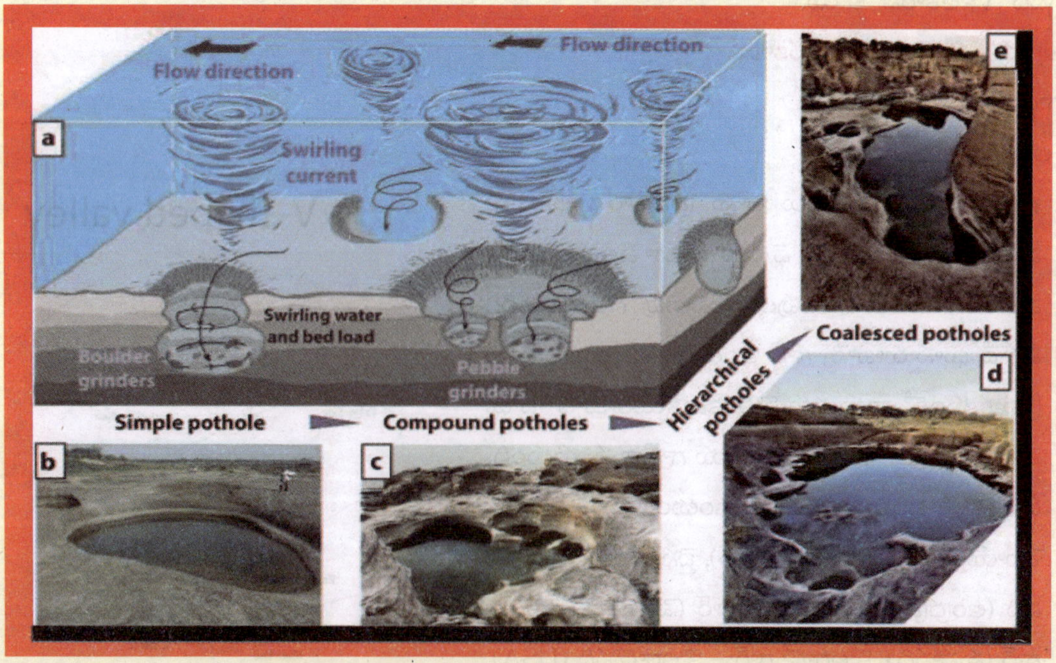

3. రాతి బల్లలు (Rock Benches):

- మృదు, కఠినశిలలు ఒకదానిపై ఒకటి క్షితిజ సమాంతరంగా అమరి ఉన్నప్పుడు ప్రవాహవేగానికి మృదుశిల క్రమక్షయం చెందగా మిగిలిన కఠిన శిల బల్ల వలె బయటకు కనిపిస్తుంది. దీనినే 'రాతి బల్ల'గా పిలుస్తారు.

4. జలపాతాలు (Water Falls):

- మృదు,కఠినశిలలు ఒక క్రమ పద్ధతిలో ఒకదాని కింద మరొకటి అమరి ఉన్నప్పుడు అవి క్రమక్షయం చెందడంలో వైరుధ్యం ఏర్పడి జలపాతాలు ఏర్పడతాయి. జలపాతం వద్ద నీరు పై నుంచి కిందకి దుమికినప్పుడు ఏర్పడిన మడుగును 'దుముకుడు మడుగు' (Plunge Pool) అంటారు.

నది ప్రౌఢదశలో ఏర్పడే భూస్వరూపాలు:

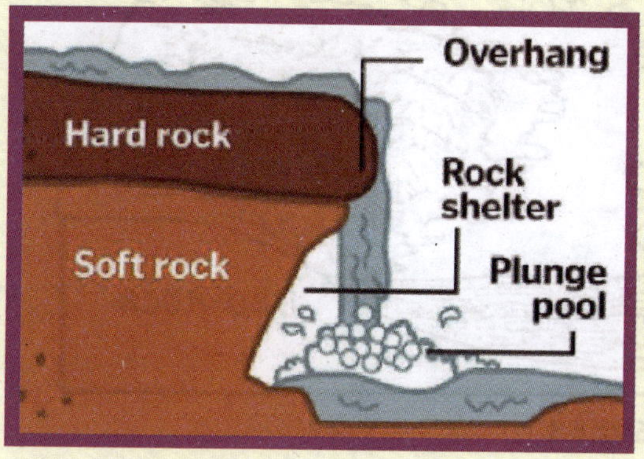

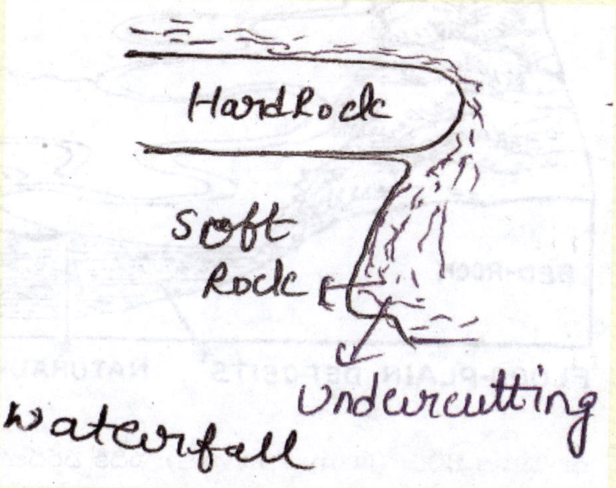

- నది యొక్క మధ్యభాగం అయిన ఈ దశలో వాలు తక్కువగా ఉండి ప్రవాహ వేగం కూడా తక్కువగానే ఉంటుంది. ఈ దశలో ఉపనదుల సంఖ్య పెరగడంతో నదీ పరివాహక ప్రాంతం పెరిగి నదిలో నీటి పరిమాణం కూడా పెరుగుతుంది. రవాణా, నిక్షేపణలు ఈ దశలో ముఖ్యకార్యక్రమాలు. అధోముఖకోత కంటే పక్క కోత ఎక్కువ ఉంటుంది. అందువల్ల నదీలోయ ఇరుకుగా ఉండక వెడల్పుగా ఉంటుంది. అక్కడక్కడ నది వంకరలు తిరిగి ప్రవహిస్తుంది. హిమాలయాలలో జన్మించిన గంగానది పర్వత ప్రాంతాన్ని వీడి హరిద్వార్ వద్ద మైదాన ప్రాంతంలోకి ప్రవేశిస్తుంది. ఈ ప్రదేశం నుంచి ఇంచుమించు కాశీ (వారణాసి) వరకు గంగానదికి గల భాగాన్ని 'ప్రౌఢదశ'గా చెప్పవచ్చు.

  ఎ. **స్పర్స్ (Spurs):** ప్రౌఢదశలో నది నెమ్మదిగా ప్రవహిస్తున్నప్పుడు తాను ప్రవహించే లోయను వెడల్పు చేసే కార్యక్రమంలో భాగంగా ఈ స్పర్స్ ఏర్పడతాయి. ఇవి ఇంచుమించు త్రిభుజాకారంలో ఉండి, పటంలో చూపినట్లుగా ఒకదానికొకటి అభిముఖంగా ఉంటాయి. కాబట్టి వీటిని జోడించిన స్పర్స్ (Interlocking spurs) అని కూడా అంటారు.

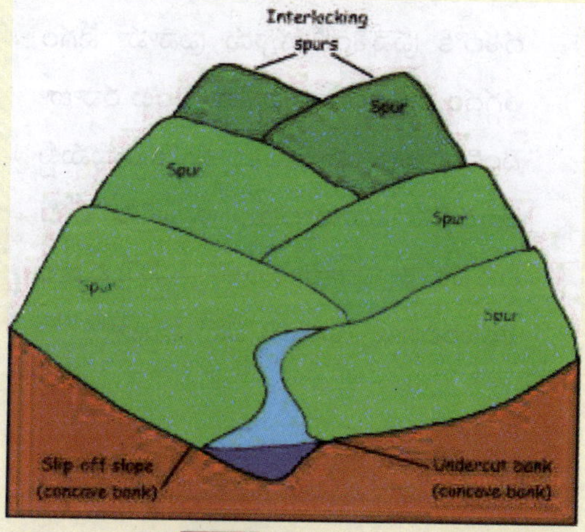

బి. **నదీ వేదికలు (River Terraces):** నదికి ఇరువైపులా సన్నగానూ, బల్లపరుపుగానూ, ఉండి మేడ మెట్లను పోలి ఉంటే వాటిని నదీ వేదికలు అంటారు. ఇవి నది పక్కవాటు క్రమక్షయం వల్ల ఏర్పడతాయి. గతంలో ఒక నది ఎలా ప్రవహించిందీ, ఎన్ని వంకరలు తిరిగింది మొదలైన వివరాలను ఈ నదీ వేదికలు సూచిస్తాయి.

సి. **వరద మైదానాలు (Flood Plains):** నదికి వరదలు ఎక్కువగా వచ్చినప్పుడు నదిలో ప్రవహించే నీరు నదిలోయలోనే కాకుండా, నది ఒడ్డు మీద కూడా పొర్లి ప్రవహించడం వల్ల నదిలో రవాణా చేయబడుతున్న రాళ్ళు, రప్పలు, ఒండ్రుమట్టి, ఇసుక మొదలైనవి నది ఒడ్డున నిక్షేపించబడతాయి. ఇవి ఒక మైదాన రూపంలో నిక్షేపించబడతాయి. కాబట్టి వీటని 'వరద మైదానాలు' అంటారు.

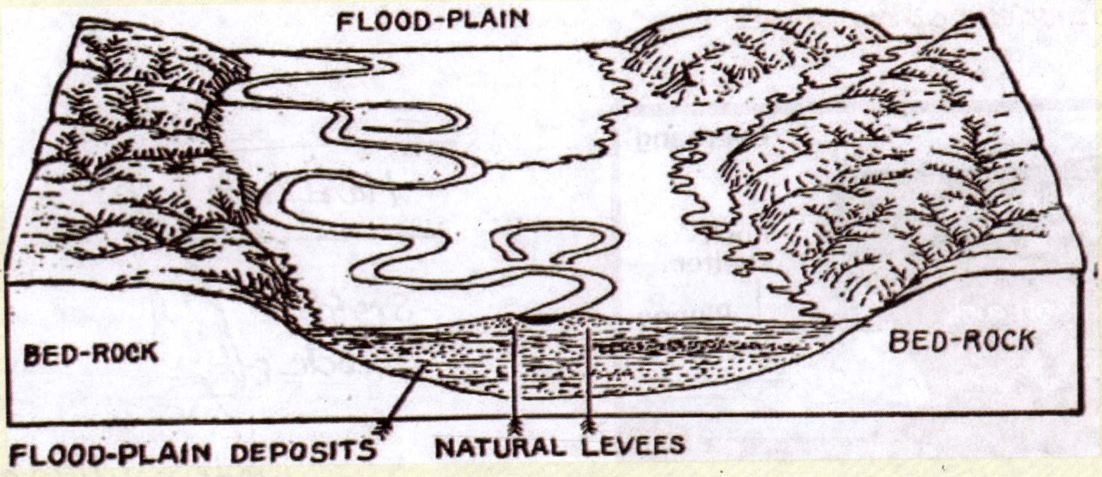

డి. **సహజ లెవీలు (Natural Levees):** నదికి వరదలు ఎక్కువగా వచ్చినప్పుడు నది ప్రవాహం పెరిగి ఒక్కోసారి నది ఒడ్డును దాటి వరద మైదానం వెలుపల ఇరువైపులా సన్నని రిడ్జ్‌ల రూపంలో నదీభారాన్ని నిక్షేపణ కావిస్తుంది. వీటినే 'సహజ లెవీలు' అంటారు.

ఇ. **నదీ వంకరలు (Meanders):** నదీ తాను క్రమక్షయం ద్వారా సమకూర్చుకున్న భారాన్ని మోయలేక అధికభారం వల్ల వంకరలు తిరిగి ప్రవహిస్తుంది. ఈ వంకరలను 'నదీ వంకరలు' (Meanders) అంటారు. గంగానది అలహాబాద్ సమీపంలో, గోదావరి నది అంతర్వేది సమీపంలో వంకరలు తిరిగి ప్రవహిస్తాయి.

వండలి వీనలు (Alluvial fans):

❖ నదీ యౌవనదశ నుంచి ప్రౌఢదశలోకి, దిగువ దశలోకి ప్రవేశించినప్పుడు ప్రవాహ వేగం తగ్గడం మూలంగా ప్రవాహం వెంట రవాణా చెందించబడుతున్న ఇసుకరాళ్ళు, ఒండ్రుమట్టి మొదలైన పదార్థాలను, అనువైన చోట వినసకర్ర ఆకారంలో నిక్షేపణం చెందించడాన్ని 'వండలి వీన' అంటారు.

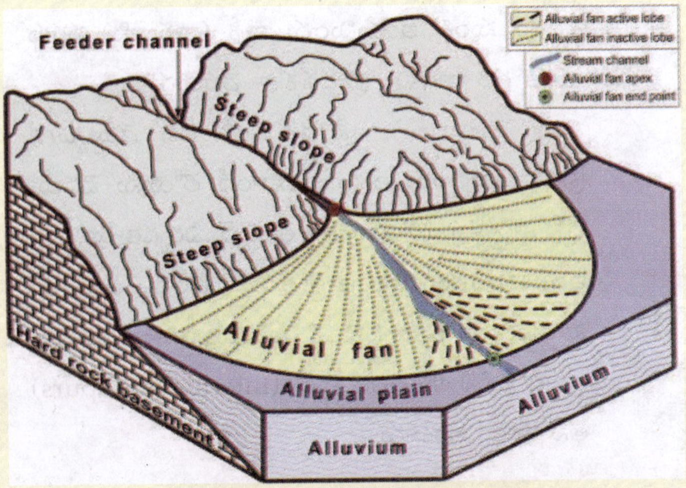

నది-వృద్ధ (దిగువ లేదా అంతిమ) దశలో ఏర్పడే భూస్వరూపాలు:

- ప్రౌఢ లేదా మధ్యమ దశను దాటిన తరువాత నది సముద్రంలో కలిసే ముందు నదిలోయ వాలు చాలా తక్కువగా ఉండటంచేత ప్రవాహ వేగం కూడా చాలా తక్కువగా ఉంటుంది. అందువల్ల నది పాయలుగా చీలి ప్రవహిస్తుంది. వీటికి నదీపాయలు (Distributaries) అని అంటారు.

ఎ. ఇసుక మేటలు (Sand Bars):

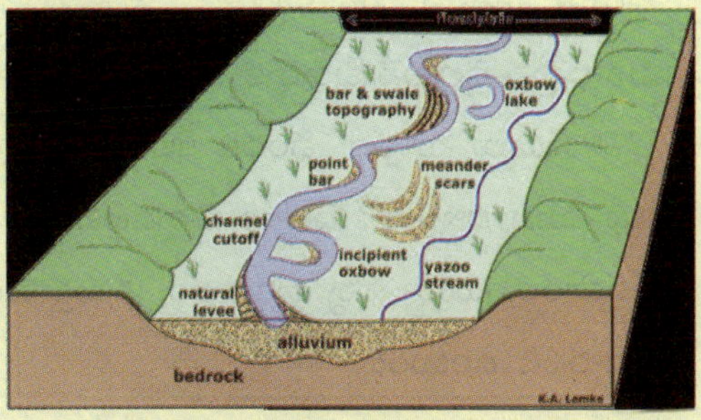

- యవ్వన, ప్రౌఢ దశల్లో నదీ క్రమక్షయం వల్ల సమకూరిన నదీ భారాన్ని సముద్రం వరకు రవాణా చేయలేక మధ్యలోనే అక్కడక్కడ ఇసుకను నిక్షేపిస్తుంది. ఈ ఇసుక నిక్షేపణలను 'ఇసుక మేటలు' అంటారు. ఈ ఇసుక మేటలు నదీ ప్రవాహం జడ మాదిరిగా వంకర టింకరగా ఉంటాయి. కాబట్టి వీటిని 'బ్రెయిడెడ్ నమూనా' (Braided Pattern's) అని అంటారు.

బి. ఆక్స్-భౌ-సరస్సులు (Ox-bow-lakes):

- నది వృద్ధ దశలో మరీ వంకరలు తిరిగి ప్రవహించే సందర్భంలో కొన్ని సార్లు అర్ధచంద్రాకార ఆకృతి సరస్సులు ఏర్పడతాయి. వీటినే ఆక్స్-భౌ-సరస్సులు అంటారు.

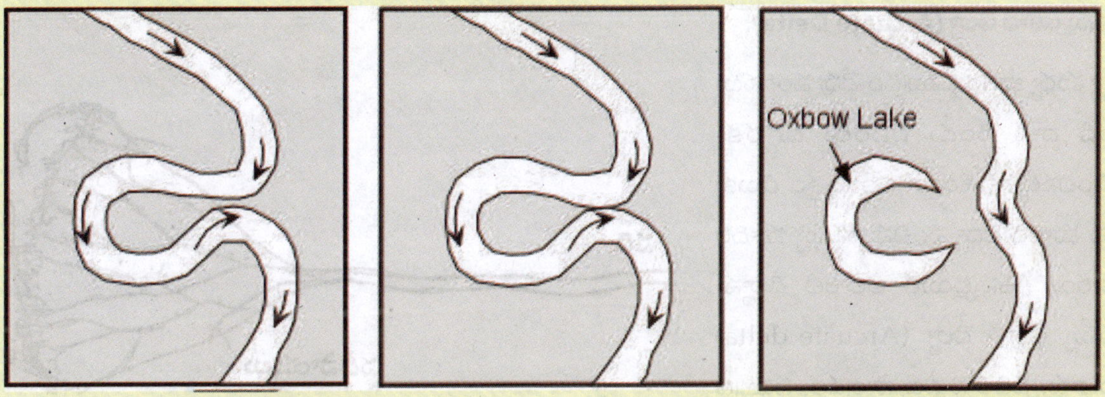

సి. నదీపాయలు (Distributaries):

- నది సముద్రంలో కలిసేముందు అనేక పాయలుగా చీలిపోయి అవి విడిగా సముద్రంలో కలుస్తాయి. ఈ పాయలను 'నదీపాయలు' అంటారు. ఉదా॥ గోదావరి నది రాజమండ్రి దాటిన తరువాత సముద్రంలో కలిసేముందు ఏడుపాయలుగా విడిపోతుంది. వీటిని సప్తగోదావరులు అంటారు.

డి. డెల్టాలు (Deltas):

- క్రమక్షయం ద్వారా నది సముపార్జించిన ఒండ్రుమట్టి, ఇసుక వంటివి నది ముఖద్వారం వద్ద నిక్షేపించబడినప్పుడు డెల్టాలు ఏర్పడతాయి.
- ఇవి గ్రీకు అక్షరమైన డెల్టా (∇)ను పోలి ఉండటం వల్ల వీటికి ఆ పేరు వచ్చింది.
- ఇవి చాలా సారవంతమైనవి.
- వీటిలో ఒండ్రు మట్టి ఎక్కువగా ఉండటం వల్ల వరి పంట సాగుకు అనుకూలంగా ఉంటాయి.

❖ నదీ ప్రవాహ వేగం, నదీ భారం, సముద్ర తరంగాల ప్రభావం మున్నగు వాటివల్ల ప్రపంచంలో వివిధ నదులు పలు రకాల డెల్టాలను ఏర్పరిచినవి. అమెరికాలోని మిసిసిపి నది 'పక్షి పాద డెల్టా'ను, గంగానది 'డిజిటల్ డెల్టా'ను గోదావరి నది ధనుస్సాకార డెల్టా (Arcuate Delta) ను, కృష్ణా, మహానదులు 'లో బేట్ డెల్టా'లను ఏర్పరుస్తాయి.

❖ ఈ డెల్టాల యొక్క ఆకృతియే కాకుండా విస్తృతి కూడా విభిన్నమే.

❖ కొన్ని నదులు అసలు డెల్టాలనే ఏర్పర్చకపోగా కొన్ని మాత్రం స్వల్పస్థాయి డెల్టాలను మాత్రమే ఏర్పరచగలుగుతాయి. అయితే మిసిసిపి, పో, కొలరాడో, ఇరావడి, గంగా మొదలైన నదులు మాత్రం వందల కిలోమీటర్ల వైశాల్యంలో విశాలమైన డెల్టాలనే ఏర్పర్చక పోగా కొన్ని మాత్రం స్వల్పస్థాయి డెల్టాలను మాత్రమే ఏర్పరచగలుగుతాయి.

❖ కొన్ని నదులు మాత్రం వందల కిలోమీటర్ల వైశాల్యంలో విశాలమైన డెల్టాలను ఏర్పరుస్తాయి.

❖ నదీ ముఖ ద్వారంలో డెల్టాలు ఏర్పడటమనేది నదీ పరివాహక ప్రాంతంలో ఉన్న శిలల స్వభావం, అక్కడ కురిసే వర్షపాతం, చుట్టూ ఉన్న వృక్షజాలం, క్రమక్షయం జరిగే విధానం సముద్ర అలల స్వభావం మొదలైనటువంటి వాటిపై ఆధారపడి ఉంటుంది.

❖ డెల్టాల మందం సాధారణంగా 400 మీటర్ల నుంచి 800 మీటర్ల వరకు ఉంటుంది.

డెల్టాలు - రకాలు (Classification of Deltas):

❖ డెల్టాలను వాటి ఆకారం (Shape), నిర్మాణం (Structure), పరిమాణం (size), పెరుగుదల (Growth) మొదలైన వాటిని ఆధారంగా చేసుకొని వర్గీకరించడం జరిగింది. వివిధ రకాలైన డెల్టాలు కింది విధంగా ఉంటాయి.

1. ధనస్సు ఆకార డెల్టా (Arcuate Delta):

❖ డెల్టా మధ్య భాగం సముద్రం వేపు వంగినట్లు ఉండి దాని రెండు చివరలు దగ్గరకు కుదించినట్లుగా ఉంటూ ఒక వృత్తం యొక్క చాప మాదిరి లేదా వంచిన ధనస్సు మాదిరి ఆకారంలో ఉన్నట్లయితే అలాంటి డెల్టాను ధనస్సు ఆకార డెల్టా (Arcuate delta) అంటారు. నదిలోని నీటి సాంద్రత, సముద్ర జలసాంద్రతలు ఇంచుమించు సమానంగా ఉన్నప్పుడు ఈ డెల్టాలు ఏర్పడతాయి.

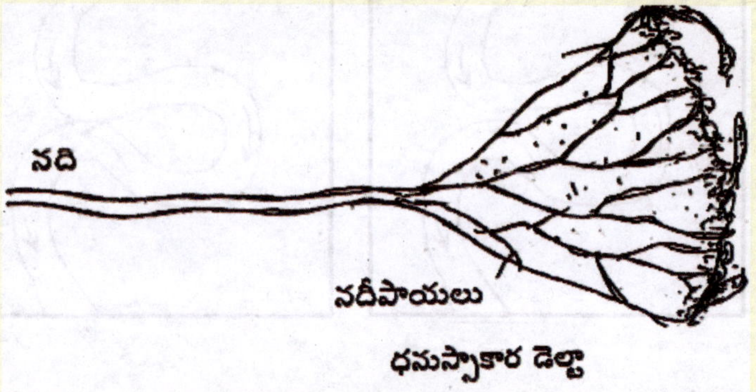

2. పక్షిపాద డెల్టా (Bird-Foot-Delta):

❖ పక్షి అడుగు ఆకారంలో ఉంటుంది. కాబట్టి డెల్టాకు ఆ పేరు వచ్చింది. ఇలాంటి డెల్టాలు సముద్ర జలాలకంటే నదీ జలాలు తేలికగా ఉన్నప్పుడు ఏర్పడతాయి. నదిలో రవాణా చెందించబడుతున్న సన్నని పరిమాణంలో గల క్రమక్షయ శిలా పదార్థాలను సముద్ర జలాల్లోని సుదూర ప్రాంతాలకు తరలించబడినప్పుడు నది ప్రధాన ప్రవాహానికి ఇరువైపుల నిక్షేపన కావించినప్పుడు రేఖీయ (Linear) డెల్టా ఏర్పడుతుంది. అదే సమయంలో నది

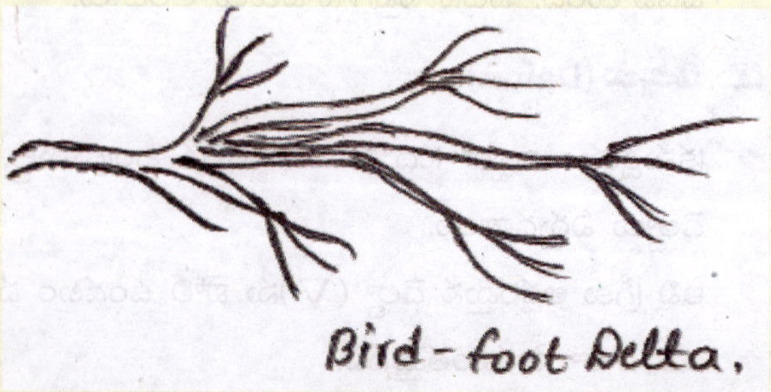

ముఖ ద్వారం వద్ద పాయలుగా చీలిన ప్రధాన నది యొక్క ఇతర పాయలు కూడా వాటి ప్రవాహాలకనుగుణంగా రేఖీయ డెల్టాలు ఏర్పరుస్తాయి. ఈ రేఖీయ ఆకృతిలోగల డెల్టాలన్నింటి కలయిక వల్ల పక్షి అడుగున పోలిన విస్తృత డెల్టా ఏర్పడుతుంది. దీనినే పక్షి అడుగు డెల్టా అంటారు. అమెరికా (usa) లో గల మిసిసిపి డెల్టా దీనికి ముఖ్య **ఉదాహరణగా** చెప్పవచ్చు.

3. డిజిటల్ డెల్టా (Digital Delta):

❖ కంప్యూటర్ కీ బోర్డులో అక్షరాల బిళ్ళల మాదిరిగా చిన్న చిన్న డెల్టాలు అనేకం ఏర్పడడం వల్ల ఈ రకం డెల్టా ఏర్పడుతుంది. గంగా, బ్రహ్మపుత్ర నదులు. ఈ రకమైన డెల్టాలను ఏర్పరుస్తాయి.

4. లోబేట్ డెల్టా (Lobate Delta):

❖ నది, సముద్ర జలాల సాంద్రత ఇంచుమించు సమానంగా ఉన్నప్పుడు మూడు చీలికలు కలిగి ఫ్యాను ఆకృతిలో ఏర్పడ్డ డెల్టాను లోబేట్ డెల్టా అంటారు. కృష్ణా, పెన్నా డెల్టాలు ఈ రకానికి చెందినవి.

5. ఎస్టురైన్ డెల్టా (Esturine Delta):

❖ నదులు సముద్రంలో కలిసేచోట సన్నని పొడవైన డెల్టాలనే ఏర్పరచినప్పుడు వాటిని ఎస్టురైన్ డెల్టా అంటారు.
ఉదాహరణలు : నర్మదా డెల్టా, తాపి డెల్టా, మెకంజీ డెల్టా, హడ్సన్ డెల్టా మొదలైనవి.

6. విసర్జిత డెల్టాలు (Abandoned Delta):

❖ నదుల తమ ముఖ ద్వారాలను మార్చుకున్నప్పుడు పాత డెల్టాలను పూర్తిగా వదిలేసి కొత్త డెల్టాలను ఏర్పరుస్తాయి. ఇలా వదిలివేయబడిన డెల్టాలు విసర్జిత (Abandoned) డెల్టాలు.
ఉదాహరణలు : చైనాలోని ఎల్లో (పసుపునది) నది, (పూర్వ హ్యాంగ్‌హోనది) అనేకమార్లు తన ముఖద్వారాన్ని మార్చుకోవడం ద్వారా ఈ రకమైన అనేక డెల్టాలు ఏర్పడ్డాయి. హుగ్లీ నది వల్ల గంగా డెల్టాలో, పశ్చిమ భాగంలో ఏర్పడిన డెల్టా, ఈ రకమైన డెల్టాకి మరో ఉదాహరణ.

7. దువ్వెనాకార డెల్టా (Comb Shaped Delta):

❖ నది యొక్క ప్రధాన శాఖలు అన్నీ సమాంతరంగా ముఖద్వారాన్ని కలిగివుంటాయి.
ఉదాహరణలు : టైబర్ నది (ఇటలీ).

పవన భూస్వరూపాలు

❖ నదుల వలె పవనాలు (Winds) కూడా Cycle of Erosion లో తమ పాత్రను పోషిస్తున్నాయి. అయితే వర్షపాతం ఎక్కువగా ఉన్న ప్రాంతాల్లో నదుల పాత్ర ఎక్కువగా ఉంటే, మంచు ఎక్కువగా ఉన్న ప్రాంతాల్లో, ఎడారి ప్రాంతాల్లో హిమానీ నదాల (Glaciers) పాత్ర ఎక్కువగా ఉంటుంది.

❖ వర్షపాతం తక్కువగా ఉన్న ప్రాంతాల్లోనూ, ఎడారి ప్రాంతాల్లోనూ పవనం ఒక బలమైన క్రమక్షయ శక్తిగా మారి క్రమక్షయం, (Erosion), రవాణా (Transportation), నిక్షేపణ (Deposition) మొదలైన కార్యక్రమాలు నిర్వరిస్తూ, కొన్ని భూస్వరూపాల ఆవిర్భావానికి కారణమవుతుంది.

❖ పవన క్రమక్షయ ప్రక్రియలో ఏర్పడే భూస్వరూపాలను 'పవన భూస్వారూపాలు' (Aeolian land forms) అంటారు. వీటిని 'ఎడారి భూస్వరూపాలు' (Arid land forms) అని కూడా అంటారు.

- భూమికి క్షితిజ సమాంతరంగా (Horizontal) వీచే గాలిని 'పవనం' (Wind) అంటారు. ఈ పవనాలు సాధరణంగా అధిక పీడన ప్రాంతం నుంచి అల్పపీడన ప్రాంతం వైపుకు వీస్తుంటాయి. ఈ విధంగా వీచేటప్పుడు కొన్ని అనుకూల పరిస్థితుల్లో, ఒక నిర్ణీత క్రమంలో భూమి నైసర్గిక స్వరూపాన్ని మార్చివేస్తూ రకరకాలైన భూస్వరూపాలకు కారణమవుతున్నాయి.
- నేలపై ఉన్న దుమ్ము, ధూళి, ఇసుక, బూడిద మొదలైన వాటి రేణువులను కొంత దూరం మోసుకుపోయి అనుకూల ప్రాంతంలో నిక్షేపించడం పవనాలు చేస్తున్న ప్రముఖ చర్య. ఈ విధంగా మోసుకొని పోవటాన్ని 'రవాణా' (Transportation) అనీ, నిక్షేపించడాన్ని 'నిక్షేపణ' (Deposition) అనీ అంటారు. అయితే పవనాల వల్ల ఏర్పడే భూస్వరూపాలు స్థిరమైనవి, శాశ్వతిమైనవి కాదు. పవన వేగాన్ని బట్టి, వీచే దశను బట్టి ఈ భూ స్వరూపాలు తరచుగా తమ ఆకారాలు మార్చుకుంటూ ఉంటాయి.
- పవనాల వల్ల ఏర్పడే భూస్వరూపాలు ఎడారి ప్రాంతంలోనే ప్రముఖంగా కనిపిస్తాయి.
- ఒక ప్రాంతంలోని మొక్కల పెరుగుదలకు కావలసినంత 'తేమ' (Moisture) ఉండని ప్రాంతాన్ని 'ఎడారి' అంటారు.
- కొద్ది పాటి తేమ ఉన్న ప్రాంతాన్ని 'అల్ప వర్షపాత ప్రాంతాలు' (Low Rainfall Area) అంటారు.
- ఎడారులు, అల్పవర్షపాత ప్రాంతాలు – ఈ రెండు పదాలు కూడా శీతోష్ణస్థితికి సంబంధించినవే తప్ప, భూ స్వరూప శాస్త్రానికి సంబంధించినవి కాదు. అల్ప వర్షపాత ప్రాంతం క్రమ క్రమంగా ఎడారిగా మారుతుంది.
- ప్రపంచంలో ఉన్న ఎడారులు ముఖ్యంగా 3 రకాలు:
  1. ధ్రువప్రాంత ఎడారులు (Polar deserts)
  2. అయనరేఖా ప్రాంత ఎడారులు (Tropical Deserts)
  3. ఉష్ణమండల ఎడారులు (Hot Deserts)

1. ధృవప్రాంత ఎడారులు:

- ఇవి ఉత్తర, దక్షిణ ధ్రువాలకు సమీపంలో ఉంటాయి.
- ఇక్కడ మొక్కల పెరుగుదలకు కావలసినంత తేమ ఉంది. అయితే ఆ తేమ పూర్తిగా మంచు గడ్డల రూపంలో ఉండటం వల్ల మొక్కల పెరుగుదలకు పనికిరాదు.
- ఈ ఎడారులను 'శీతల ఎడారులు' అంటారు. ఇక్కడ పవన భూస్వరూపాలు ఉండవు.

  ఉదా : గ్రీన్ లాండ్, అంటార్కిటకా

2. అయనరేఖా ప్రాంత ఎడారులు:

- వీటినే 'సమ శీతోష్ణ మండల ఎడారులు' (Temperate Deserts) అని కూడా అంటారు.
- ఇవి సాధారణంగా భూ మధ్యరేఖకు ఇరువైపులా ఉన్న సమశీతోష్ణ మండలంలో ($23\ 1/2^0$ నుంచి $66\ 1/2^0$ లవరకూ) ఉంటాయి. ఇక్కడ ఒక మోస్తరు వేడి ఉండి ఇది రాతితోనూ, ఇసుకతోనూ కప్పబడి ఉంటాయి.

  ఉదా : తక్లమకాన్ ఎడారి, గోబి ఎడారి, పెటగోనియా ఎడారి మొదలైనవి.

3. ఉష్ణమండల ఎడారులు (Hot Deserts):

- ఇవి సాధారణంగా భూమధ్యరేఖకు ఇరువైపులా 10^0 నుంచి 23^0 వరకూ ఉన్న ప్రాంతంలో (ఉష్ణమండలంలో) ఉండి, చాలా వేడిగా ఉంటాయి. ఇది ఇసుకతోనూ, రాళ్ళతోనూ కప్పబడి ఉంటాయి.

  ఉదా : థార్ఎడారి, సహారా ఎడారి, అరేబియా ఎడారి, అటకామా ఎడారి మొదలైనవి.
- టర్కీ భాషలో 'కుం' (Kum) అంటే ఎడారి అని అర్థం.

❖ పూర్తిగా ఇసుకతో నిండి ఉన్న ఎడారిని 'ఎర్గ్' (Erg) అంటారు.

❖ గులకరాళ్ళు, గుండ్రని ఇసుక, పెద్ద పెద్ద బండరాళ్లు ఉన్న ఎడారిని 'రెగ్' (Reg) అంటారు. ఇసుక గానీ, బండరాళ్ళు గానీ లేకుండా గట్టిగా బల్లలాగా ఉన్న రాతి ఎడారిని 'హమ్మడా' (Hummada) అంటారు. మొత్తం మీద ఎడారిని భూస్వరూపాలు ఏర్పడటానికి ఈ కింది పరిస్థితులు ఉండాలి.

1. రాత్రింబవళ్ళు ఉష్ణోగ్రతలో తేడాలు ఎక్కువగా ఉండటం. అంటే పగటి పూట ఉష్ణోగ్రత ఎక్కువగానూ, రాత్రిపూట తక్కువగానూ ఉండాలి. ఈ విధంగా ఉన్నప్పుడు 'భౌతిక శిలా శైథిల్యం (Physical weathering) ఎక్కువగా జరుగుతుంది. ఎడారి భూస్వరూపాలు ఏర్పడటానికి భౌతిక శిలాశైథిల్యం దోహదం చేస్తుంది.
2. వర్షపాతం చాలా తక్కువగా (సంవత్సర సగటు వర్షపాతం 20 నుంచి 25 సెం.మీ. వరకూ) ఉండటం.
3. బాష్పీ భవనం (Evaporation) చాలా ఎక్కువగా ఉండుట. అనగా కురిసే వర్షం కంటే భాష్పీభవనం ఎక్కువగా ఉండడం.
4. వృక్షజాలం అతి తక్కువగా ఉండుట.
5. పవనాలు బలంగా వీయడం. ఇవి అన్ని దిక్కుల నుంచి వీస్తుండాలి. అప్పుడప్పుడు ఎడారి తుఫానులు (సైమూన్స్), మేఘ విచ్ఛిన్నత వల్ల కుండపోతగా వర్షం కురవడం.
6. పవనాల వల్ల రవాణా జరిగే విధంగా ఇసుక, రాళ్లు ఉండుట.

ప్రపంచంలో ఉన్న ప్రముఖ ఎడారులు:

ఆసియా (Asia):

❖ ఎడారులు ఆక్రమించిన ప్రాంతం 34 శాతం.

1. **థార్ ఎడారి (Thar Desets):** ఇండియా దీన్నే 'గ్రేట్ ఇండియన్ ఎడారి' (Great Indian Desert) అని కూడా అంటారు. ఇది ఇసుక ఎడారి ఇండియా వాయువ్య ప్రాంతంలో ఆరావళి పర్వతాలను ఆనుకొని ఉంది. దీని వైశాల్యం సుమారు 1,60,000 చ.కి.మీ.
2. **గోబీ ఎడారి (Gobi Desert):** దీన్ని 'షామో ఎడారి' (Shamo Desert) అని కూడా అంటారు. ఇది మంగోలియా, చైనా దేశాల్లో దాదాపు 8,00,000 చ.కి.మీ. మేర వ్యాపించి ఉంది. ఇది ఇసుక ఎడారి.
3. **తక్లామకాన్ (Takla Makan):** చైనాలో ఉన్న 'టియాన్‌షాన్' పర్వతాలు, కున్‌లున్‌షాన్ పర్వతాల మధ్యన దాదాపు 1,65,000 చ.కి.మీ. మేర వ్యాపించి ఉంది. ఇది ఇసుక ఎడారి.
4. **కారాకుం ఎడారి (Karakum Desert):** టర్క్‌మెనిస్తాన్ సమీపాన ఉన్న అరల్ సముద్రాన్ని (Aral Sea) ఆనుకొని ఉన్న ఈ ఎడారి వైశాల్యం సుమారు 1,85,328 చ.కి.మీ. ఇది ఇసుక ఎడారి.
5. **సిరియన్ ఎడారి (Syrian Desert):** సౌదీ అరేబియాకు ఉత్తరంగా, సిరియాదేశానికి ఆగ్నేయంగా ఉంది. దీని పశ్చిమ ప్రాంతాన్ని ఆల్ - హమద్ (Al-Hamad) అంటారు. దీని వైశాల్యం 3,25,000 చ.కి.మీ.
6. **దష్ట్-ఎ-కవీర్ (Dasht-E-Kavir-Desert):** దీన్ని 'గ్రేట్ సాల్ట్ ఎడారి' (Great salt desert) అని కూడా అంటారు. ఇది ఇరాన్ దేశంలో ఉంది. దీనికి తూర్పున ఉన్న ఎడారిని Dasht-e-lut అని పిలుస్తారు.
7. **రబ్-అల్-ఖలీ (Rub-al-khali):** దీన్ని 'గ్రేట్ ఇసుక ఎడారి' (Great sandy Desert) అని కూడా అంటారు. ఇది అరేబియా పీఠ భూమిపై ఉన్న సౌదీ అరేబియా, యెమెన్ దేశాల్లో దాదాపు 2,90,000 చ.కి.మీ. మేర వ్యాపించి ఉంది. ఇక్కడున్న ఇసుక ఎర్ర రంగుల్లో ఉంటుంది. ఈ ఎడారిని 'దహన' (Dahana) అని కూడా అంటారు. ప్రపంచలో ఉన్న పెద్ద ఇసుక ఎడారి ఇదే. దీనిని empty quarters అని పిలుస్తారు. దీనిపై ఉన్న

భాగాన్ని An Nafud అని అంటారు.

8. **అరేబియా ఎడారి (Arabian Desert):** దీన్ని 'తూర్పు ఎడారి' (Eastern Desert) అని కూడా అంటారు. ఇది ఈజిప్ట్ దేశంలో కొంతభాగం ఎర్ర సముద్ర సమీపంలో కొంత భాగం ఉంది. దీని వైశాల్యం సుమారు 1,00,000 చ.కి.మీ.

9. **కిజిల్‌కం ఎడారి (Kyzylkum Desert):** ఇది ఉజ్‌బెకిస్తాన్ సమీపాన, (అరల్ సముద్రం ప్రక్కనే) ఉంది. దీని వైశాల్యం సుమారు 1,50,000 చ.కి.మీ. ఇది ఇసుక ఎడారి.

ఆఫ్రికా ఎడారులు (ఆక్రమించిన ప్రాంతం 55 శాతం):

1. సహారా ఎడారి (Sahara Desert):

❖ అరబ్బుల భాషలో 'సహారా' అంటే ఎడారి అని అర్థం. ప్రపంచంలోనే పెద్దది. దీని వైశాల్యం సుమారు 55,20,000 చ.కి.మీ. ఇది ఆఫ్రికా ఉత్తర భాగాన ఉంది. ఇది ఎగుడు దిగుడుగా ఉంది. దీనిలో కొంత భాగం సముద్ర మట్టానికి (MSL) దిగువ ఉండగా, మరికొంత భాగం ఎగువన ఉంది.

2. కలహారి ఎడారి (Kalahari Desert):

❖ బోట్స్‌వానా, సౌత్ ఆఫ్రికా దేశాల్లో వ్యాపించి ఉంది. దీని వైశాల్యం సుమారు, 1,25,000 చ.కి.మీ. ఇది హమ్మడాకి మంచి ఉదాహరణ.

3. నమీబ్ ఎడారి (Namib Desert):

❖ ఆఫ్రికా ఖండానికి నైరుతి భాగంలో తీరాన్ని ఆనుకొని ఉన్న ఈ ఎడారి వైశాల్యం సుమారు 80,000 చ.కి.మీ.

4. లిబియన్ ఎడారి (Libyan Desert):

❖ Libian Desert ఆఫ్రికా ఉత్తరాన లిబియా, ఈజిప్ట్, సుడాన్ దేశాల్లో వ్యాపించి ఉంది. దాని వైశాల్యం సుమారు 15,51,000 చ.కి.మీ.

5. నైజర్ ఎడారి (Niger Desert):

❖ నైజర్ దేశంలో ఉన్న చిన్న ఎడారి.

6. నుబియన్ ఎడారి (Nubian Desert):

❖ సూడాన్ దేశానికి ఈశాన్యంగా ఉన్న చిన్న ఎడారి. దాని వైశాల్యం 2,60,000 చ.కి.మీ.

ఉత్తర అమెరికా ఎడారులు (North American Deserts):

❖ ఎడారులు ఆక్రమించిన ప్రాంతం 8 శాతం

1. **కాలిఫోర్నియా ఎడారి (Californian Desert):** ఉత్తర అమెరికా పశ్చిమ తీరాన ఉన్న కాలిఫోర్నియా రాష్ట్రంలో ఈ ఎడారి ఉంది. దీన్ని మొజేవ్ ఎడారి (Mojave Desert) అని కూడా అంటారు.
2. **మెక్సికో ఎడారి (Mexico Desert)** ఇది ఉత్తర అమెరికాలోని మెక్సికోలో ఉంది. దీన్ని 'సోనోరన్' ఎడారి' (Sonoran Desart) అని కూడా అంటారు. దీని వైశాల్యం సుమారు 3,10,000 చ.కి.మీ.

దక్షిణ అమెరికా ఎడారులు (South American Deserts):

❖ ఎడారులు ఆక్రమించిన ప్రాంతం 11 శాతం.

1. **అటకామా ఎడారి (AtacamaDesart):** దక్షిణ అమెరికాలో ఉన్న చిలీ దేశంలో ఉంది. ఇక్కడ నైట్రేట్ ఖనిజం ఎక్కువ. దీని వైశాల్యం సుమారు 1,80,000 చ.కి.మీ.

2. పెటగోనియా ఎడారి (Patagonia Desert): ఇది అర్జెంటీనా దేశంలో ఉంది. ఆస్ట్రేలియా (Australia) ఎడారులు ఆక్రమించిన ప్రాంతం 75 శాతం.

1. గ్రేట్ విక్టోరియా ఎడారి (Great-Victoria Desert): ఇది ఆస్ట్రేలియా దక్షిణ భాగంలో ఉంది. దాని వైశాల్యం 3,25,000 చ.కి.మీ.
2. గ్రేట్ ఇసుక ఎడారి (Great sandy Desert): ఇది ఆస్ట్రేలియా ఖండానికి వాయువ్య దిశలో ఉంది. దీని వైశాల్యం 4,20,000 చ.కి.మీ.
3. గిబ్సన్ ఎడారి (Gibson Desert): గ్రేట్ ఇసుక ఎడారికి దక్షిణంగా ఈ ఎడారి ఉంది.
4. సింప్సన్ ఎడారి (Simpson Desert): ఇది ఆస్ట్రేలియా ఖండానికి దాదాపు మధ్యలో ఉంది. వైశాల్యం 3,10,000 చ.కి.మీ.
5. తనామి ఎడారి (Tanami Desert): ఇది ఉత్తర ఆస్ట్రేలియాలోని ఎడారి. ఇది ఉత్తర భూభాగం మరియు పశ్చిమ ఆస్ట్రేలియాలో ఉంది.
6. స్టర్ట్స్ స్టోని ఎడారి (Sturts Stony Desert): ఇది దక్షిణ ఆస్ట్రేలియా యొక్క ఈశాన్య ప్రాంతంలో క్వీన్స్ ల్యాండ్ యొక్క నైరుతి సరిహద్దు ప్రాంతం మరియు న్యూ సౌత్‌వేల్స్‌కు పశ్చిమాన ఉన్న ఒక ప్రాంతం.

పవన క్రమక్షయం:

- ఎడారి ప్రాంతాల్లోనూ, వర్షపాతం తక్కువగా ఉన్న ప్రాంతంలోనూ పవనాలు బలమైన క్రమక్షయ ఏజెంట్‌లుగా పనిచేస్తాయి.
- పవనాల వల్ల జరిగే క్రమక్షయంలో ముచ్చటగా మూడు పద్ధతులు చోటుచేసుకుంటాయి. అంటే, మూడు పద్ధతుల ద్వారా పవనాలు తమ క్రమక్షయాన్ని నిర్వర్తిస్తాయి. అవి.

  1. ఎగురవేత (Deflation)
  2. అపఘర్షణ (Abrasion)
  3. రాపిడి (Attrition)

ఎగురువేత (Deflation):

- డిఫ్లేషన్ అనేది ఒక లాటిన్ పదం. ఆ పదానికి 'ఎగిరిపోవడం' (to blow way) అని అర్థం.
- ఇది పవనం క్రమక్షయం, రవాణా బలాన్ని సూచిస్తుంది.
- దుమ్ము, ధూళి, ఇసుక, బూడిద మొదలైన పదార్థాలను వాటి మాతృక నుంచి బలవంతంగా పెకలించి చాలా దూరం వరకూ మోసుకొని పోయే వరకూ జరిగే కార్యక్రమం అంతా ఎగురవేత అంటారు.
- ఎడారులలో గాలి దుమారాలు, ఇసుక తుఫానులు (సైమూన్స్) రేగినప్పుడు పెద్దపెద్ద ఇసుక రేణువులు సైతం గాలిలో కొట్టుకొని పోతాయి.
- ఇసుక ఎడారులల ఇసుక తుఫానులు రేగినప్పుడు లారీల కొద్దీ ఇసుక తెరలు తెరలుగా ఒకచోట నుంచి ఎగిరి మరొక చోట పడుతుంది. ఈ ఇసుక రేణువులు కోణాలతో సూదిగా ఉండి, చాలా పదునుగా ఉంటాయి.
- ఇవి క్వార్ట్జ్ (Quartz) అనే గట్టి పదార్థంతో తయారై ఉంటాయి. కాబట్టి వీటికి అపఘర్షణ (Abrasion) బలం కూడా ఎక్కువగా ఉంటుంది. కాబట్టి గాలి వేగాన్ని బట్టి వేగంగా దూసుకొనిపోయి ఈ రేణువులు బలమైన క్రమక్షయ కారణాలుగా ఉపయోగపడతాయి.

అపఘర్షణ (Abrasion):

- బలంగా వీచే గాలిలో ఒక చోట నుంచి మరో చోటికి బలంగా దూసుకొనిపోతున్న ఇసుక రేణువులు పదునైన ఆయుధాల మాదిరిగా ప్రవర్తిస్తూ, పెద్ద పెద్ద బండరాళ్ల పై భాగాన్ని పెచ్చులు పెచ్చులుగా ఊడిపోయే విధంగా చేయటాన్ని 'అపఘర్షణ' (Abrasion) అంటారు.
- మనదేశంలో రాజస్థాన్‌లోని జైపూర్, జై సల్మేర్ వంటి ప్రాంతాలు ఎడారికి సమీపంగా ఉండటంవల్ల అక్కడ కారు అద్దాలు సైతం ఈ రకమైన అపఘర్షణకు గురి అయ్యి ఎక్కువ కాలం పనిచేయకపోవడం గమనార్హం. అయితే ఈ ఇసుక రేణువులు గాలిలో సుమారు 2 మీటర్ల కన్న ఎక్కువ ఎత్తుకు ఎగరలేవు కాబట్టి ఈ అపఘర్షణ అనేది సుమారు 2 మీటర్ల లోపలే ఎక్కువగా ఉంటుంది.
- ఎడారిలోని ఇసుకలో పాతుకు పోయిన బండరాళ్లు అపఘర్షణ వల్ల ఒక వైపునే పాలిష్ చేసినట్టుగా కనిపిస్తాయి. అంతేకాదు ఎడారి ప్రాంతంలో ఉన్న కొండలు కొన్ని ఈ అపఘర్షణ ఫలితంగా తేనే పట్టు రంధ్రాలు చేసినట్టుగా గుంటలు గుంటలుగా కనిపిస్తాయి.

రాపిడి (Attrition):

- గాలిలో వేగంగానూ, బలంగానూ దూసుకుపోయే ఇసుకరేణువులు ఒకదాని కొకటి గుద్దుకోవడం ద్వారా గాని, సంయుక్తంగా శిలల్ని గుద్దటం గానీ జరిగినప్పుడు, ఆ శిల క్రమక్షయం చెందితే, అలాంటి చర్యను 'రాపిడి' అంటారు.
- ఎడారులలో వచ్చే ఇసుకతుఫానులను 'సైమూన్స్' (simoons) అంటారు. ఇవి వచ్చినప్పుడు ఒక మోస్తరు గులకరాళ్లు కూడా ఒకదాని కొకటి బలంగా గుద్దుకొని పగిలిపోయి, ముక్కలు ముక్కలుగా తయారవుతాయి. ఒక్కొక్కసారి ఈ గులక రాళ్ళ సమీపంలో ఉన్న శిలలను సైతం బలంగా గుద్దటం వల్ల ఆ శిల క్రమంగా క్రమక్షయానికి గురవుతుంది.

పవన రవాణా (Transporatation by wind):

- గాలిలో రవాణా అయ్యే పదార్థాలు వివిధ రకాలుగా ప్రయాణిస్తాయి. అతి సున్నితమైన దుమ్ము, ధూళి, మొదలుకొని సూది మొనలు ఉన్న ఇసుక రేణువులు సైతం ఈ గాలిలో 'రవాణా' అవుతుంటాయి. గాలిలో రవాణా అయ్యే దుమ్ము, ధూళి మొదలైనవి పవన వేగంపై ఆధారపడి ఉంటాయి.
- పవన వేగం ఎక్కువైతే, రవాణా బలం కూడా పెరుగుతుంది. ఒక అధ్యయనం ప్రకారం అమెరికాలో ప్రతి సంవత్సరం సుమారు 850 మిలియన్ టన్నుల ఇసుక 2060 కి.మీ. మేర కొట్టుకొనిపోతుంది. అంతేకాదు. దాదాపు 2600 సంవత్సరాల కాలంలో పవనాలు దాదాపు 8 అడుగుల మందం గల దుమ్మును ఒక ప్రాంతం నుంచి మరో ప్రాంతానికి రవాణా చేస్తాయి. దీన్ని బట్టి పవనాల వల్ల రవాణా అయ్యే దుమ్ము చాలా తక్కువని తేలింది.
- గాలిలో రవాణా అయ్యే దుమ్ము, ధూళి, ఇసుక, బూడిద, రోడ్లపై ఉన్న కాగితాలు, ఆకులు మొదలైన వాటినన్నింటిని కలిపి 'పవన భారం' (Load of the wind) అంటారు.
- చైనాలో 'లోయస్' (Loess) అనే లేత పసుపురంగు మట్టి ఎక్కువ. ఇది గాలికి కొట్టుకొని పోయి, సమీపంలో ఉన్న పసిఫిక్ మహాసముద్రంలో పడి అక్కడ నీటిని పసుపు రంగుగా మార్చివేసింది. చైనా సమీపాన ఉన్న 'పసుపు సముద్రం' (Yello Sea) ఈ రకంగానే ఆవిర్భవించింది. మరో మాటలో చెప్పాలంటే గాలిలో రవాణా అయ్యే లోయస్ మట్టి భారం వల్ల చైనాలో ఉన్న 'హొయాంగ్‌హో' నదికి కూడా పసుపునది అనే పేరు కూడా వచ్చింది. కాబట్టి పవనంలో ఉండే భారం ఆ ప్రాంత రూపురేఖలనే మార్చివేస్తున్న సంఘటన ఇది.
- పవనాలు తమలో ఉన్న భారాన్ని 3 రకాలుగా రవాణా చేస్తాయి. అవి:

1. సస్పెన్షన్ (Suspension).
2. సాల్టేషన్ (Saltation).
3. రోలింగ్ (Rolling).

1. సస్పెన్షన్ (Suspension):

❖ నేలపై ఉన్న అతి మెత్తని దుమ్ము, ధూళి మొదలైన వాటి రేణువుల సైజు 0.05 మిల్లీ మీటర్లు అంతకన్నా తక్కువ ఉండి, అవి గాలిలో రవాణా అవుతుంటే, ఆ చర్యను 'సస్పెన్షన్' అంటారు. ఈ రకమైన దుమ్ము. ధూళి గాలిలో చాలా ఎత్తువరకూ పోయి, మేఘాల్లో కలిసిపోతుంది. ఈ దుమ్ముకణాలే 'ఆర్ధ్రతా గ్రహణ శీలికణం'గా (Hygroscopic Nucleus) మారి, మేఘాల ఆవిర్భావానికి కారణమవుతున్నాయి.

❖ ఎడారులలో ఇసుక తుఫానులు వచ్చినప్పుడు (సైమూన్స్) కొన్ని వందల లారీల కొద్దీ మెత్తని దుమ్ముకణాలు ట్రోపో ఆవరణం వరకూ కొనిపోబడతాయని అంచనా. పచ్చని పంట పొలాలపై పడిన ఈ మెత్తని దుమ్ము కణాలు వాటిని పూర్తిగా నాశనం చేస్తాయి.

❖ ఒక అధ్యయనం ప్రకారం నైలుసది డెల్టాలో ఉన్న సున్నితమైన మట్టి గత 3600 సంవత్సరాల నుంచి సమీప ప్రాంతాలకు కొట్టుకొని పోతుందట. సస్పెన్షన్ అనేది చాలా వేగంగా జరుగుతుంది.

2. సాల్టేషన్ (Saltation):

❖ ఇది చాలా నెమ్మదిగా జరిగే చర్య.

❖ నేలపై ఉన్న దుమ్ము, ధూళి, ఇసుక మొదలైన వాటి రేణువుల సైజు 0.15 నుంచి 0.25 మి.మీ. వరకూ ఉండి అవి గాలిలో కొంత ఎత్తు వరకు రవాణా అవుతుంటే, అట్టి చర్యను 'సాల్టేషన్' అంటారు. అంటే ఒక మోస్తరు పెద్ద సైజు ఉన్న ఇసుక రేణువులు గాలిలో కొద్దిపాటి ఎత్తు వరకూ కొట్టుకొని పోయే చర్యను 'సాల్టేషన్' అంటారు.

❖ ఈ చర్య జరగాలంటే పవన వేగం గంటకు 20 కి.మీ. తక్కువ కాకుండా ఉండాలి.

3. రోలింగ్ (Rolling):

❖ నేలపై ఉన్న దుమ్ము, ఇసుక, బూడిద మొదలైన వాటి రేణువుల సైజు 0.5 నుంచి 2.0 మి.మీ వరకు ఉండి, అవి గాలిలో కొట్టుకొనిపోలేక నేల మీదనే ఒక చోట నుంచి మరో చోటికి నెమ్మదిగా జరుగుతూ లేక దొర్లుతూ పోయే చర్యను "రోలింగ్" లేక 'క్రీప్' (Creep) అంటారు.

❖ పవన వేగం తక్కువగా ఉంటే, రోలింగ్ జరగదు. పవన వేగం ఎక్కువగా ఉన్నప్పుడు మాత్రమే రోలింగ్ జరుగుతుంది. రోలింగ్ చర్య వల్ల ఇసుక, గులకరాళ్లు మొలైనవి నేల మీదనే దొర్లుతాయి తప్ప, గాలిలో చాలా ఎత్తు వరకూ కొనిపోవడం జరగదు.

పవన నిక్షేపణ (Deposition by wind):

❖ పవన నిక్షేపణ కార్యక్రమం తమాషాగా ఉంటుంది. గాలిలో రవాణా అయ్యే ఇసుక, దుమ్ము, ధూళి బూడిత మొదలైన సేంద్రీయ పదార్థానికి రాయిగానీ, చెట్టుగానీ, భవనాలుగానీ, ఏదైన చెట్టుగానీ అడ్డు వచ్చినప్పుడు గాలివేగం తగ్గటం వల్ల ఆ పదార్థాలు అక్కడ నిక్షేపించబడతాయి.

❖ ఇసుక ఎక్కువగా ఉండే ఎడారి ప్రాంతాల్లోనూ, సముద్ర తీర ప్రాంతాలందూ ఈ రకమైన పవన నిక్షేపాలు ప్రముఖంగాకనిపిస్తాయి. వీటినే 'ఇసుక దిబ్బలు' (Sand Dunes) అంటారు. ఇవి శాశ్వతం కాదు.

❖ ఇవి ఎల్లకాలం ఒకే ప్రాంతంలో ఉండవు.

❖ గాలి వాలును బట్టి, వేగాన్ని బట్టి ఒక చోట నుంచి మరో చోటకు తరచూ జరుగుతూ ఉంటాయి. ఇదొక రకమైన వలస. ఈ వలసను 'ఇసుక దిబ్బల వలస' అంటారు.

పవనాల వల్ల ఏర్పడే భూ స్వరూపాలు

❖ పవనాల వల్ల ఏర్పడే భూస్వరూపాలు ముఖ్యంగా రెండు రకాలు అవి.

1. క్రమక్షయ భూస్వరూపాలు
2. నిక్షేపణ భూస్వరూపాలు.

1. క్రమక్షయ భూస్వరూపాలు (Erosional Land forms):

1. పుట్ట గొడుగు శిలలు (లేక) పీఠాకృతి శిలలు (Mushroom Rocks):

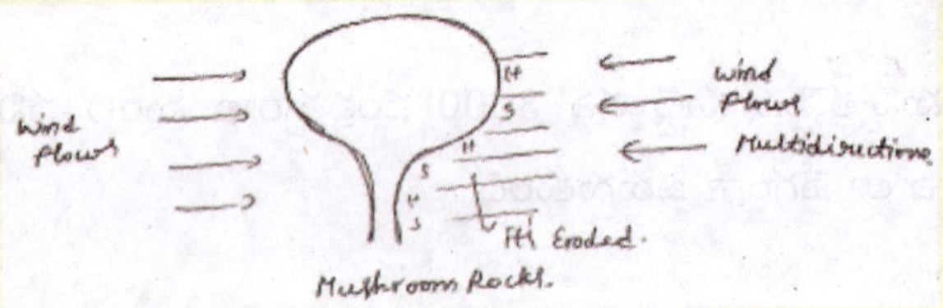

★ భూమిని (నేలను) ఆనుకొని వీచే పవనాల కన్నా, కొంచెం ఎత్తులో వీచే పవనాలకే వేగం ఎక్కువగా ఉంటుంది. అందువల్ల పవనాలు బలంగా వీస్తున్నప్పుడు ఆ ప్రాంతంలోని శిలలు కూడా రకరకాలుగా క్రమక్షయం చెందటం వల్ల, మనకు రకరకాలైన ఆకారాల్లో కనిపిస్తాయి.

★ పుట్ట గొడుగు ఆకారంలో క్రమక్షయం జరిగిన శిలల్ని 'పుట్ట గొడుగు శిలలు' అనీ, వాడిగా సూదులవలె క్రమక్షయం చెందిన శిలల్ని 'పీఠాకృతి శిలలు' అనీ అంటారు. అపఘర్షణ వల్ల ఇవి ఏర్పడతాయి.

2. ఎగురవేత గుంటలు (Deflation Basins):

★ ఎడారి ప్రాంతంలో 'షేల్ (Shale) లేక 'క్లే' (Clay) అనే అతి మెత్తని పదార్థం ఎక్కువగా ఉన్న చోట ఈ ఎగురవేత గుంతలు ఎక్కువగా కనిపిస్తాయి.

★ ఎడారులలో అప్పుడప్పుడు 'ఇసుక తుఫానులు (Simoons) వస్తూవుంటాయి. ఇవి వచ్చినప్పుడు కొన్ని వందల లారీల కొద్దీ ఇసుక ఒక దగ్గర నుంచి లేచిపోయి ఎక్కడో దూరంగా పడుతుంది.

★ ఎడారి ప్రాంతంలో 'క్లే' లేక అతి మెత్తని పొడరు లాంటి పదార్థం ఎక్కువగా ఉన్న చోట ఇసుక తుఫాను వచ్చినప్పుడు ఈ పొడరులాంటి 'క్లే' పదార్థం లారీల కొద్దీ లేచి పోతుంది. అప్పుడు ఒకపెద్ద గుంటలాంటిది అక్కడ ఏర్పడుతుంది. 'క్లే' అనే పౌడర్ లాంటి పదార్థం ఎగిరిపోవటం (Deflation) వల్ల ఈ పెద్ద గుంటలు ఏర్పడతాయి. కాబట్టి వీటిని 'ఎగురవేత గుంటలు' అంటారు. ఇవి వర్షం నీటితో నిండినప్పుడు 'ఒయాసిస్సులు' (Oyasis)గా మారతాయి. ప్రపంచంలో అతిపెద్ద ఎగురవేత గుంటగా చాద్ సరస్సును చెపుతారు.

★ ఈజిప్ట్ సమీపంలో ఉన్న ఎడారిలో 'క్వట్టారా గుంట' (Qattara Depression) దీనికి మంచి ఉదాహరణ. దీని పొడవు 3000 కి.మీ. లోతు 120 మీ. దీని అడుగు భాగం సముద్ర మట్టాని కంటే దిగువన ఉంది. (Below sea level) సౌత్ ఆఫ్రికాలోనూ, బోట్స్‌వానాలో ఉన్న కలహారి ఎడారిలోనూ, మంగోలియా ఎడారిలోనూ అక్కడక్కడ కనిపించే 'ఫాన్స్' (Fans) కూడా ఎగురవేత గుంటలే. మంగోలియా ఎడారిలో ఉన్న 'పాంగ్ కియాంగ్' (Pang kiang) అనే గుంట 8 కి.మీ. వెడల్పు, 60 మీ. లోతులో ఉంది. వీటినే "బ్లో అవుట్స్" (Blow outs) అనీ, 'ఎగురవేత హాలోస్' (Deflation Hollows) అని కూడా అంటారు. ఒక్కొక్కప్పుడు ఈ గుంటల అడుగు భాగం భూగర్భజలం ఉండే పొరను తాకుతుంది. అప్పుడు ఈ గుంటలు నీటితో నిండి ఒయాసిస్‌లుగా మారతాయి.

- ★ వీస్తున్నప్పుడు అపఘర్షణ ప్రభావం వల్ల ఎగుడు దిగుడుగా ఉన్న రాతి ప్రదేశమంతా క్రమక్షయం అయిపోయి, రాతి బల్లలాగా, ఉండే సమతలమైన గట్టి ప్రదేశం ఏర్పడుతుంది. ఇది ఇంచుమించు సిమెంటు చేసిన ప్లాట్‌ఫారం లాగా సమతలంగా కనిపిస్తుంది. దీనిని 'ఎడారి సమతలం' అంటారు.

3. జ్యూగన్స్ (Zeugens):

- ★ జ్యూగన్స్ అనే భూస్వరూపాలు కొన్ని అనుకూల పరిస్థితుల్లోనే ఏర్పడతాయి తప్ప, అన్ని వేళలా, అన్ని ప్రాంతాల్లో ఏర్పడవు.
- ★ ఇవి ఏర్పడటానికి శిలల కాఠిన్యత (Hardness of the Rock) అన్ని చోట్ల ఒకే రకంగా ఉండకూడదు. అంటే, ఒక ఎడారి ప్రాంతంలో ఏర్పడే శిలా సముదాయయంలో కొన్ని పొరలు గట్టిగానూ, మరికొన్ని పొరలు మెత్తగానూ ఉండి, వాటి మధ్యన పొడవైన సందులు ఉండాలి.
- ★ అవి క్షితిజ సమాంతరంగా (Horizontal) అమరి ఉండాలి.
- ★ ప్రతినిత్యం ఎడతెరిపి లేకుండా బలంగా వీస్తున్న పవనాల 'అపఘర్షణ' (Abrasion) ప్రభావం వల్ల మెత్తని శిల పొర క్రమక్షయం చెంది, గట్టి శిల పొర మాత్రం రిట్జ్‌ల మాదిరిగా (Ridges) కన్పిస్తే, వాటిని 'జ్యూగెన్' లేక 'పిల్జ్ ఫెల్సిన్' (Pilzfelsen) అని అంటారు. వీటిని సహారా ఎడారిలో 'గారాలు (Garas) లేక గౌర్స్ (Gours) అంటారు.
- ★ ఎడారిలో ఎక్కువగా ఉన్న ఉష్ణోగ్రత వల్ల రాళ్లను మధ్య ఉన్న సంధులలో (Joints) భౌతిక శిలా శైథిల్యం జరిగి, ఆ సంధులు పెద్దవి అవుతాయి. తర్వాత పవనాల అపఘర్షణ వల్ల మెత్తని శిల క్రమక్షయం చెందగా గట్టి శిల రిట్జ్‌ల మాదిరిగా కన్పిస్తుంది. వీటిని జ్యూగెన్ అంటారు. ఈ రిడ్జ్ ఎత్తు 10 నుంచి 70 మీ. వరకూ ఉంటుంది.

4. యార్డంగ్స్ (Yardangs):

- ★ యార్డంగ్స్ కూడా జ్యూగెన్ మాదిరిగా ఉంటాయి. అయితే వీటి మధ్య కొద్దిపాటి తేడా ఉంది. జ్యూగెన్ ఏర్పడటానికి గట్టి శిల, మెత్తని శిలల సముదాయం క్షితిజ సమాంతరంగా ఉంటే, యార్డాంగ్స్ ఏర్పడటానికి ఈ శిల సముదాయం నిట్టనిలువుగా (Vertical) ఉండాలి.
- ★ నిట్ట నిలువుగా ఏర్పడిన ఈ శిలల సముదాయానికి పవనాలు సమాంతరంగా (Parallel) వీస్తుంటే మెత్తని శిల క్రమక్షయం చెంది, గట్టి శిల రిట్జ్ మాదిరిగా కనిపిస్తే వాటిని 'యార్డాంగ్స్' అంటారు.

★ పెరూ దేశంలో గల (Peru) 'ఐకాలోయ' (Ica Valley) లోనూ, అంగారక గ్రహం మీద కూడా యార్డంగ్స్ ఉన్నాయి.

5. ఇన్సల్‌బర్గ్ (Inselberg):

★ 'ఇన్సల్‌బర్గ్' అనే ఈ పదం జర్మన్ భాష నుంచి ఆవిర్భవించింది. ఆ మాటకు 'ఏకాంత పర్వతం (Island Mountain) అని అర్థం. ఎడారి ప్రాంతంలోనూ, వర్షపాతం తక్కువగా ఉన్న ప్రాంతాల్లోనూ పవనాల వల్ల క్రమక్షయం జరుగుతూ, రకరకాల భూస్వరూపాలు ఏర్పడతాయి. అయితే ఒక చిన్న కొండ బాగా క్రమక్షయం చెందగా, మిగిలిపోయి ఏకాంతంగా కనిపించే చిన్న కొండలను (బోడి గుట్టలు) 'ఇన్సల్‌బర్గ్' అంటారు. ఇవి సాధారణంగా గుండ్రంగా ఉండి వృక్షజాలం చాలా తక్కువగా ఉంటుంది. ఈ ఇన్సల్ బర్గ్స్ సాధారణంగా గ్రానైట్ శిలలను కలిగి ఉంటాయి. కాబట్టి గట్టిగా ఉంటాయి.

ఉదా : మధ్య ఆస్ట్రేలియాలో 'ఆయ్యర్స్ రాక్' (Ayers Rock) దీనికి మంచి ఉదాహరణ. దీని సమీపానగల 'కానర్ శిఖరం' (Mont Conner) కూడా ఇన్సల్‌బర్గ్‌కు మంచి ఉదాహరణ. మన రాష్ట్రంలో వరంగల్ జిల్లా ఖాజీపేట రైల్వేస్టేషన్ వద్ద ఉన్న చిన్నబోడి గుట్ట కూడా ఇలాంటిదే. యాదాద్రి జిల్లా భువనగిరి (Bhonagiri) గుట్ట కూడా దీనికి మంచి ఉదాహరణ.

6. కోణీయ శిలలు (Ventifact):

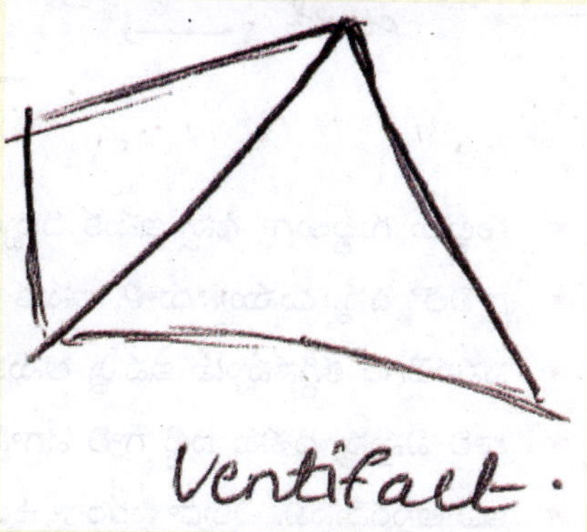

- ఎడారిలో అక్కడక్కడ పెద్ద పెద్ద బండరాళ్ళు ఇసుకలో కూరుకొనిపోయి, కదల్చటానికి వీలులేకుండా ఉంటాయి.
- పవనం ఎగురవేత చర్య వల్ల చుట్టూ ఉన్న ఇసుక వేరే ప్రాంతానికి కొట్టుకొనిపోగా, బండరాయి మాత్రం పైకి కనిపిస్తుంది.
- ఎడారిలో ఉన్న పవనాలు బలంగా వీచటం వల్ల (అపఘర్షణ వల్ల) ఆ బండరాయి నెమ్మదిగా ఒక ప్రక్కనే అరిగిపోయి, పాలిష్ చేసినట్లుగా తయారౌతుంది.
- మూడు ప్రక్కల పాలిష్ చేయబడి ఉంటే 'కోణీయశిల'(Ventifacts) లేక 'డ్రైకాంటర్' (Dreikanter) అనీ, రెండు పక్కలే పాలిష్ చేసినట్టు ఉంటే 'జ్వేయ్ కాంటర్' (Zweikanter) అనీ, ఒక పక్కనే పాలీష్ చేసినట్టుంటే 'ఇన్‌కాంటర్' (Einkanter) అనీ అంటారు. న్యూజిలాండ్‌లోని మార్ల్‌బోరో (Marlborough) ఇవి ఎక్కువగా ఉన్నాయి.

7. తేనెపట్టు క్రమక్షయ శిల (Stone Lattice):

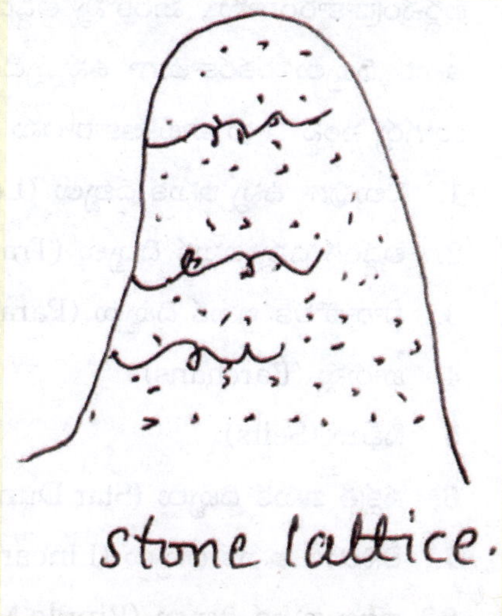

- శిలలు పలురకాలైన ఖనిజాలతో తయారవుతాయి.
- శిలల్లో ఉన్న ఖనిజాలు కొన్ని వేగంగానూ, మరికొన్ని ఆలస్యంగానూ క్రమక్షయం చెందుతుంటాయి.
- పవనాలు బలంగా వీచేటప్పుడు వీటిలో ఉన్న ఇసుక రేణువులు పదునైన ఆయుధాలుగా పనిచేస్తూ, సమీపంలో ఉన్న కొండలను, బండలను క్రమక్షయం చేస్తాయి.
- శిలలో ఉన్న ఈ ఖనిజ రేణువులు అవక్షేపం (Sediment) రూపంలో మాతృశిల నుండి ఊడిపోయి కిందపడటం వల్ల మాతృ శిలకు చిన్న రంధ్రాలు పడి చూడటానికి తేనె పట్టు ఆకారంలో కనిపిస్తుంది.
- ఈ రకమైన క్రమక్షయాన్ని 'తేనెపట్టు క్రమక్షయం' అంటారు.

నిక్షేపణ భూస్వరూపాలు (Depositional Land Forms)

1. ఇసుక దిబ్బలు (Sand Dunes):

- ఇవి సాధారణంగా సహరా ఎడారి వంటి ఇసుక ఎడారిలోనే (ఎర్గ్) ఏర్పడతాయి తప్ప రాతి ఎడారుల్లో కనిపించవు. ఉదాహరణకు సహరా ఎడారిలో ఉన్న 'గ్రాండ్ ఎర్గ్ ఓరియంటల్' (Grand Erg Oriental) అనే ప్రాంతం దాదాపు 1,92,000 చ.కి.మీ. వైశాల్యంతో ఉంది. ఇక్కడ

ఇసుక దాదాపు 1200 మీటర్ల మందంతో ఉంది. కాబట్టి ఇసుక దిబ్బలు అనే పవన నిక్షేపణ భూస్వరూపాలు ఇసుక ఎడారుల్లోనే ప్రముఖంగా కనిపిస్తాయి.

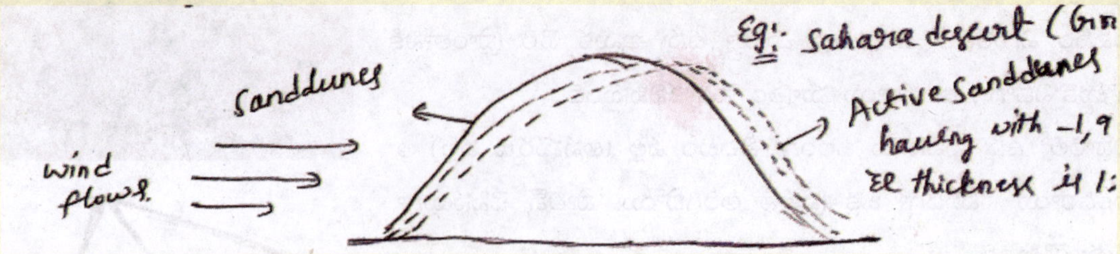

- ★ గుట్టలు గుట్టలుగా ఉన్న ఇసుక దిబ్బలు ఇసుక ఎడారుల్లో ప్రముఖంగా కనిపిస్తాయి.
- ★ గాలిలో ఉన్న దుమ్ము, ధూళి, ఇసుక మొదలైనవి గాలిలో చాలా దూరం వరకూ రవాణా అవుతాయి.
- ★ పవనవేగం తగ్గినప్పుడు ఇవన్నీ అనుకూలమైన చోట నిక్షేపించబడతాయి. వీటినే ఇసుక దిబ్బలు అంటారు.
- ★ గాలి వీస్తున్న దిశను బట్టి గాలి వేగాన్ని బట్టి ఇవి తమ తమ ఆకారాలు, పరిమాణాలు మార్చుకుంటాయి.
- ★ ఇవి అస్థిరమైనవి. ఎక్కడా స్థిరంగా ఉండవు. కొన్ని ఇసుక దిబ్బలు 'అలల' రూపంలోనూ (Ripple Marks) మరికొన్ని అర్ధచంద్రాకారంగానూ, మరికొన్ని అడ్డదిడ్డంగా కన్పిస్తాయి.
- ★ ఇసుక దిబ్బలు రకరకాలుగా ఉన్నప్పటికి, ఏ రెండు ఇసుక దిబ్బలు కూడా ఒకేలాగా ఉండవు. సౌదీ అరేబియా భూగర్భ సంస్థ వారు వాటి ఆకారాలను బట్టి ఇసుక దిబ్బలు 8 రకాలుగా ఉన్నాయని తెల్చి చెప్పారు. అవి:

1. నిలువుగా ఉన్న ఇసుక దిబ్బలు (Longitudial Dunes)
2. అడ్డంగ ఉన్న ఇసుక దిబ్బలు (Transverse Dunes)
3. పారాబొలిక్ ఇసుక దిబ్బలు (Parabolic Dunes)
4. బార్కన్లు (Barchans)
5. సీఫ్‌లు (Seifs)
6. నక్షత్ర ఇసుక దిబ్బలు (Star Dunes)
7. లీనియర్ ఇసుక దిబ్బలు (Linear Dunes)
8. అలల ఇసుక దిబ్బలు (Ripple Marks)

అయితే వీటి ఆకారాలు స్థిరమైనవి కాదు. ఇవి తరచు తమ తమ ఆకారాలు మార్చుకుంటాయి.

ఎ. బార్కన్లు (Barchans):

- ♦ అర్థచంద్రాకారంగా ఉండే ఇసుక దిబ్బలను 'బార్కన్లు' అంటారు.
- ♦ వీటికి రెండు కొమ్ములు (Horns)తో పాటు, పుటాకారవాలు (Concave), కుంభాకార వాలు (Convex) కూడా ఉంటాయి.
- ♦ వీటి ఎత్తు 2 మీటర్ల నుంచి 25 మీటర్ల వరకూ ఉండి, దాదాపు 400 మీటర్ల పొడవు ఉంటాయి.
- ♦ ఇవి సహారా ఎడారి, రాజస్థాన్‌లోని జైసల్మేర్ ప్రాంతాల్లో ఎక్కువ.

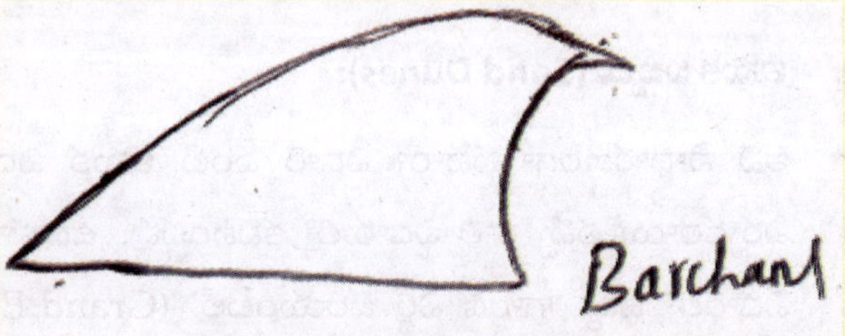

బి. సీఫ్‌లు (Seifs):

- ఇవి ఎక్కువగా ఆస్ట్రేలియాలోని సింప్సన్ ఎడారిలోనూ, ఆఫ్రికాలోని కలహరి ఎడారిలోనూ ఎక్కువగా కనిపిస్తాయి.
- అరబిక్ భాషలో 'సీఫ్' అంటే 'కత్తి' అని అర్థం. పేరుకు తగ్గట్టు ఇవి అరబ్బులు కత్తి ఆకారాన్ని పోలి ఉంటాయి. ఇవి చాలా పొడవు గానూ (దాదాపు 60-100 మీటర్లు) తిన్నగానూ ఉండి, (Sharp & Pointed) ఉంటుంది.

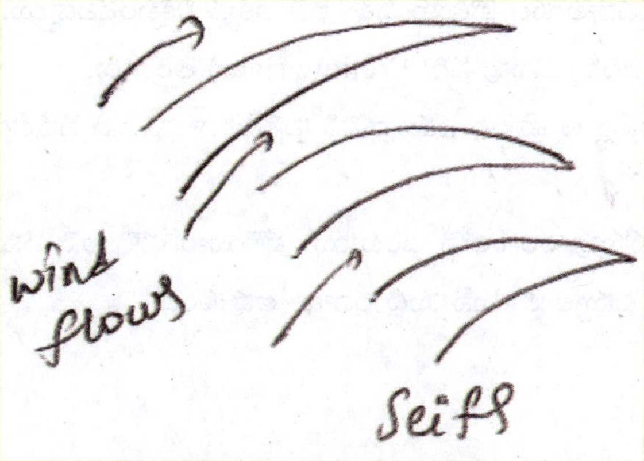

2. లోయస్ మట్టి దిబ్బలు సైఫ్‌లు (Loess):

- జర్మనీ భాష నుంచి ఆవిర్భవించిన ఈ పదానికి 'వదులుగా ఉన్న' (Loose) అని అర్థం.
- ఇవి పౌడర్‌వలె అతి మెత్తని దుమ్ము, ధూళి కలిగి ఉన్న మట్టి దిబ్బలు, పవనాలు బలంగా వీచినప్పుడు ఎక్కడో దూర ప్రాంతాలకు కొట్టుకొనిపోయి, అక్కడ నిక్షేపించబడతాయి.

- ఈ మట్టి దిబ్బలలోని మట్టి సంఘటితంగా (Compact) ఉండకుండా చాలా వదులుగా ఉంటుంది. కాబట్టి, నీటిని బాగా పీల్చుకుంటాయి.
- ఇది కొన్ని చోట్ల 1 మీటర్ మందంతో ఉండగా, మరికొన్ని చోట్ల 100 మీటర్ల మందం వరకూ ఉంది.
- ఈ మట్టి రేణువుల సైజు 0.05 మి.మీ. నుంచి 0.02 మి. మీ. వ్యాసార్థంతో ఉంటుంది. వీటిలో సున్నపురాయి, క్వార్ట్జ్ ఎక్కువగానూ, కాల్షియం, మెగ్నీషియం కార్బనేట్స్ తక్కువగానూ ఉంటాయి.
- ఇవి చాలా సారవంతమైన నేల కాబట్టి వ్యవసాయానికి అనుకూలంగా ఉన్నాయి.

ఈ లోయస్ మట్టి దిబ్బలు రెండు రకాలుగా ఉంటాయి. అవి:

1. ఎడారి లోయస్ (Desert Loess).
2. హిమానీ నద లోయస్ (Glacial Loess).

1. ఎడారి లోయస్:

★ ఇవి ఎక్కువగా ఎడారి ప్రాంతంలోనే ఉండి, లేత పసుపు రంగులో ఉంటాయి.

★ ఇవి వేడిగా ఉంటాయి.

★ ఇవి ఉత్తర చైనా ప్రాంతంలో ఎక్కువ.

★ ఇక్కడ ఇవి దాదాపు 7,74,000 చ.కి.మీ. మేర 90 మీ. నుంచి 3000 మీ. మందంతో వ్యాపించి ఉన్నాయి.

★ చైనా సమీపంలో ఉన్న గోబీ ఎడారి నుంచి వీచే పవనాల వల్ల కొట్టుకు వచ్చి ఇవి ఇక్కడ నిక్షేపించబడ్డాయి.

★ చైనాలో ఉన్న 'హోయాంగ్‌హో' (Howang Ho) నదిని 'పసుపు నది' (Yellow river) అంటారు.

★ ఇది పసిఫిక్ మహాసముద్రంలో కలుస్తుంది. అందువల్ల ఆ ప్రాంత సముద్రానికి ప్రత్యేకంగా 'పసుపు సముద్రం' అనే పేరొచ్చింది.

★ లోయస్ మట్టి వర్షపు నీటిలో కలిసే ఆ నీళ్లన్నీ పసుపు రంగులోనే ఉంటాయి. హోయాంగ్‌హో అనే పసుపు నదిలో సంవత్సరానికి సగటున 1640 మిలియన్ టన్నుల లోయస్ మట్టి రవాణా అవుతుంది.

2. హిమానీనద లోయస్:

★ ఐరోపాలో ఈ రకమైన లోయస్ ఎక్కువ.

★ ఇవి చల్లగా ఉంటాయి.

★ ఇవి జర్మనీలోని బోర్డే ప్రాంతం, సెంట్రల్ బెల్జియం, తూర్పు ఫ్రాన్స్ మొదలైన ప్రాంతాల్లో ఎక్కువ, బెల్జియం, ఫ్రాన్స్‌లలో వీటిని 'లిమన్' అంటారు.

★ ఇవి అమెరికాలో మిసిసిపీ నది ప్రాంతంలో ఇలియనోయిస్, అమోనా ప్రాంతంలో అక్కడక్కడ ఉన్నాయి. అక్కడ వీటిని 'ఎడోబి' అంటారు.

★ మనదేశంలో ఇవి జమ్మూ, కాశ్మీర్ దాని సమీపాన ఉన్న పాకిస్థాన్ సరిహద్దు, జబల్‌పూర్ సమీపాన ఉన్న బీరాఘాట్ (నర్మదానది ఒడ్డున) మొదలైన ప్రాంతాల్లో ఉన్నాయి.

3. ప్లాయాలు (Playas):

❖ 'ప్లాయా' అనే ఈ స్పానిష్ పదానికి 'ఒడ్డు' లేక 'తీరం' అని అర్థం.

❖ ఎడారి ప్రాంతంలో అడుగుభాగం సమతులంగా ఉన్న బేసిన్‌లాంటి భాగాన్ని 'ప్లాయా' అంటారు.

❖ ఇది నీటితో నిండి ఉంటుంది.

❖ ఎడారిలో సాధారణంగా వర్షం కురవదు. ఒక్కొక్కప్పుడు వర్షం కురిసినట్టే కురిసి, ఎడారిలోని వేడికి మార్గ మధ్యంలోనే ఆవిరైపోతుంది తప్ప భూమి మీద పడదు. అట్టి వర్షాన్ని 'వేలాడు వర్షాలు' (Hanging Rain fall) అంటారు. మరికొన్ని సార్లు 'మేఘవిచ్ఛిన్నం' (Cloud burst) జరిగి కుండపోతగా వర్షం కురుస్తుంది. అప్పుడు కొన్ని వాగులు కూడా ప్రవహిస్తాయి. తాత్కాలికంగా ప్రవహించే ఈ వాగులను 'వాడీలు' (Wadis) అంటారు. కుండపోతగా కురిసిన ఈ వర్షానికి పల్లపు ప్రాంతాలన్నీ జలమయం అవుతాయి.

❖ బేసిన్ లాంటి పల్లపు ప్రాంతం నీటితో నిండి, ఒక సరస్సులాగా కనిపిస్తే వాటిని ప్లాయాలు (Playas) అంటారు. వీటినే 'ప్లాయా సరస్సులు' (Playalakes)అని కూడా అంటారు. వీటిలోని నీరు ఉప్పగా ఉంటుంది. అయితే ఒక్కొక్కసారి ఇవి నీరు లేకుండానే కనిపిస్తాయి. (తాత్కాలిక సరస్సులు) భూగర్భ శాస్త్రవేత్తలు వీటిని 'సెబ్కాలు' (Sebchas) అని వ్యవహరిస్తారు. అమెరికాలోని వీటిని 'సెలీనా' (Salina) అనీ, ఇరాన్‌లో 'కివైర్' (Kewire) అనీ, ఆఫ్రికాలో 'ఛోట్స్' (Chotts) అనీ, కాస్పియన్ సముద్ర ప్రాంతంలో 'సులోంచ్ (Sulonchach) అనీ, అరేబియాలో 'ఖబారీ' (Khabari) లేక 'మామ్లహ్' (Mamlahah) అనీ అంటారు.

❖ మనదేశంలో గుజరాత్ రాష్ట్రంలో గల రాన్ ఆఫ్ కచ్‌ను కూడా 'ప్లాయా'గా చెప్పవచ్చు.

❖ ప్రపంచంలో ప్రముఖ ప్లయాగా పేరు గాంచిన కాలిఫోర్నియాలోని బారస్టన్ ప్రాంతంలో (Barston area) గల 'సియర్లెస్ సరస్సు' దీనికి మంచి ఉదాహరణ. ఇది క్వాటర్నరీ మహాయుగానికి (Quaternary) చెందింది.

❖ అటకామా ఎడారిలోనూ, డెత్‌వ్యాలీలోనూ (Dealth valley of California) ఉన్న ప్లాయాలకు నిర్దిష్టమైన ఆకారం లేదు.

4. బాల్సన్ (Bolson):

❖ ఎడారిలో ప్రవహించే తాత్కాలిక నదుల చుట్టూ కొండలు గానీ, గుట్టలుగానీ ఉన్నప్పుడు ఈ నీరంతా సమతులంగా ఉన్న ఒక పల్లపు ప్రాంతంలోకి ప్రవహించి ఒక సరస్సులాగా కనిపిస్తే దాన్ని 'బాల్సన్' అంటారు.

5. బజాడాలు (Bajada):

❖ ఎడారి ప్రాంతంలో 2 లేక 3 'ఒండలివీవనలు' (Alluvial) కలుసుకొన్నప్పుడు ఏర్పడ్డ సంయుక్త స్వరూపాన్ని 'బజాడా' అంటారు.

❖ కుండపోతగా వర్షం కురిసినప్పుడు వాగులు, వంకలు ఏకమైపోయి వరదలు ముంచెత్తడం వల్ల మట్టి, ఇసుక, చిన్న చిన్న రాళ్లు మొదలైన పదార్థం అంతా కొట్టుకుపోయి, ఒక చోట విసనకర్ర ఆకారంలో నిక్షేపించబడుతుంది. దీనినే 'ఒండలి వీవన' అంటారు. సరిగ్గా ఇలాంటి ఒండలి వీవననే ఎడారి ప్రాంతంలో కూడా ఏర్పడతాయి. అయితే ఇవి పవనాల ప్రభావం వల్ల ఏర్పడతాయి. అయితే ఇవి సాధారణంగా రెండు లేదా మూడు కొండల పాదాల వద్ద ఏర్పడతాయి. వీటిని 'ఒండలి వీవనలు' లేక టేలస్ కోన్స్ అని కూడా అంటారు.

సముద్ర భూస్వరూపాలు (Marine land forms)

❖ మనం సురక్షితంగా నివసిస్తున్న మన భూగోళం వైశాల్యం సుమారు 510,000,000 చ.కి.మీ. ఇందులో 361,000,000 చ.కి.మీ లేక 70.8 శాతం సముద్రాలు (జలావరణం) ఆక్రమించగా, 149,000,000 చ.కి.మీ. లేక 29.2 శాతంనే (శిలావరణం) ఆక్రమించాయి. అంటే శిలావరణంతో పోల్చి చూస్తే జలావరణం దాదాపు ఎక్కువగా ఉంది. (అందుకే భూమిని జలగోళం అంటారు. మరో మాటలో చెప్పాలంటే మన భూగోళం మీ భూ, జలవిస్తరణ అనేది సక్రమంగా లేదని తెలుస్తుంది.

❖ ఉత్తరార్ధ గోళంలో 60.7 శాతం మేర జలావరణం ఉండగా 39.3 శాతం వరకూ శిలావరణం ఉంది.

❖ దక్షిణార్ధ గోళానికి వస్తే శిలావరణం ఆక్రమించింది కేవలం 191.1 శాతం కాగా, జలావరణం ఆక్రమించింది 80.9 శాతం. అందుకే కాబోలు ఉత్తరార్ధ గోళాన్ని 'శిలార్ధ గోళం' (Continental Hemisphere) అనీ, దక్షిణార్ధ గోళాన్ని 'జలార్ధ గోళం' (Occean Hemisphere) అని కూడా పిలుస్తుంటారు.

❖ మన భూగోళం మీద ఉన్న మొత్తం జలం సుమారు 1,370,323.000 క్యూబిక్ కిలోమీటర్లు అని అంచనా, ఈ జలాలు ఒక చోటనే స్థిరంగా ఉండకుండా ప్రతినిత్యం ఏదో ఒక రూపంలో కదులుతూ తమ చుట్టూ ఉన్న 'నేల' (Land) తో సంబంధ బాంధవ్యాలు కలిగి ఉన్నాయి. తీరంలో ఉన్న శిలల్ని క్రమయక్షం చేయటం, సముద్రంలో ఉండే ఇసుకను తెచ్చి తీర ప్రాంతంలో నిక్షేపించటం, నదులు, పవనాలు, హిమానీ నదాలు, మొదలైనవి తెచ్చే మట్టి,

ఇసుక వాటిని తమలోకి తీసుకోవటం మొదలైన పనులు చేస్తూ, కొన్ని భూస్వరూపాల ఆవిర్భావానికి కారణం అవుతున్నాయి. ఈ భూస్వరూపాలను 'సముద్ర భూస్వరూపాలు' (Marine land forms) అంటారు. ఇవి సముద్రపు ఒడ్డు మీద తీర ప్రాంతంలో కూడా ఉంటాయి.

- సముద్ర భూస్వరూపాల గురించి తెలుసుకునే ముందు సముద్ర ఒడ్డు (Shore), సముద్ర తీరం (Coast) అనే పదాలకు అర్థాలు తెలుసుకోవాలి.

సముద్ర ఒడ్డు (Sea Shore):

- సముద్రంలో వచ్చే పోటు-పాటుల పరిధిలో ఉండి నేల, సముద్రం కలిసి ఉన్న ప్రాంతాన్ని 'సముద్రపు ఒడ్డు' అంటారు. ఇక్కడ ఉన్న సముద్రపు మట్టాన్ని ఆధారంగా చేసుకొని ఈ సముద్రపు ఒడ్డును 4 జోన్లుగా విభజించారు. అవి.

  1. బ్యాక్ షోర్ (Back Shore).
  2. ఫోర్‌షోర్ (Foreshore).
  3. ఇన్ షోర్ (Inshore)
  4. ఆఫ్‌షోర్ (Offshore) మొదలైనవి.

సముద్రపు తీరం (Sea Coast):

- సముద్రపు ఒడ్డుతోపాటు, దాన్ని ఆనుకొని ఉన్న నేల భాగాన్ని కలిపి 'సముద్రపు తీరం' అంటారు.
- సముద్రపు ఒడ్డుకన్నా, సముద్ర తీరం విశాలంగా ఉంటుంది.
- ఈ తీరాలు ఇసుకతో కప్పబడి ఉంటే, ఇసుక తీరాలు (Sandy Coast) అనీ, రాతితో ఉంటే 'రాతి తీరాలు' (Rocky Coasts) అనీ అంటారు.

తరంగ - క్రమక్షయం విధానం:

- పైన చెప్పిన అనుకూల పరిస్థితులున్నప్పుడు సముద్ర జలాలు 5 పద్ధతుల ద్వారా క్రమక్షయం కార్యక్రమాన్ని నిర్వహిస్తాయి. అవి.

  1. అపఘర్షణ (Corrosion)
  2. ఘర్షణ (Corrasion)
  3. రాపిడి (Attrition)
  4. జలోత్పీడన చర్య (Hydraulic Action)
  5. తరంగ దెబ్బ(Wave Shock)

1. అపఘర్షణ (Corrosion):

- ఇదొక రకమైన రసాయన చర్య ఇది ఇంచు మించు రసాయన శిలా శైథిల్యాన్ని పోలి ఉంటుంది.
- వేగంగా క్రమ క్షయం చెందే సున్నపురాయి (Limestone), చాక్ (Chalk) మొదలైన శిలలు సముద్ర జలాలతో జరిపే రసాయన చర్య ఫలితంగా వాటి మాతృక నుంచి విడిపోయి, ద్రావణం (Solution)గా మారి సముద్ర జలాల్లో కలిసిపోవటాన్ని 'అపగర్షణ' (Corrosion) అంటారు.
- సముద్ర జలాల్లో సోడియం క్లోరైడ్ లేదా సాధారణ ఉప్పు ఎక్కువగా ఉంటుంది. మిగిలిన వాటిలో మెగ్నీషియం క్లోరైడ్ (NaCl), మెగ్నీషియం సల్ఫేట్ (MgSo4), కాల్షియం సల్ఫేట్ (CaSo4), పోటాషియం సల్ఫేట్ (KSo4) మొదలైన లవణాలు కూడా ఉంటాయి.

- నది జలాలతో పోల్చి చూస్తే, సముద్ర జలాల్లో ఉప్పు శాతం ఎక్కువ కాబట్టి ఈ జలాలు జరిపే రసాయన చర్య కూడ ఎక్కువగానే ఉండి, 'అపఘర్షణ' అనే క్రమక్షయ పద్ధతికి పాల్పడుతున్నాయి.

2. ఘర్షణ (Corrasion) లేదా (Abrasion):

- ఇది ఒక భౌతిక చర్య. సముద్ర జలాల్లో ఉండే రాళ్లు, రప్పలు, ఇసుక, గవ్వ పెంకులు మొదలైనవన్నీ క్రమక్షయ పనిముట్లుగా మారి తీర ప్రాంతాలనే కాకుండా, తీర ప్రాంతంలో ఉన్న శిలలను కూడా క్రమక్షయం చేయటాన్ని ఘర్షణ అంటారు.

3. రాపిడి (Attrition):

- సముద్ర తరంగం వల్ల రాళ్ళు, ఇసుక గవ్వ పెంకులు మొదలైనవి ఒక దాని కొకటి గుద్దుకోవటం, రాసుకోవటం, ఒకదాని కొకటి తగలటం, సముద్ర గర్భాన్ని తాకుతూ ముందుకీ, వెనక్కీ కదలటం, మొదలైనవాటి వల్ల ఈ రాళ్లు, ఇసుక, గవ్వ పెంకులు, బండరాళ్ళు మొదలైనవి క్రమంగా చిన్న చిన్న రేణువులుగా మారటాన్ని 'రాపిడి' అంటారు. ఈ రకమైన రాపిడి వల్ల పెద్ద రాళ్ళు సైతం చిన్న రేణువులుగా క్రమక్షయం చెందుతాయి.

4. జలోత్పీడన చర్య (Hydraulic Action):

- వాస్తవానికి ఇదొక రకమైన భౌతిక చర్య అయినప్పటికీ ఇతర చర్యలను దీని నుంచి వేరు చేయలేనంతగా ఈ ప్రక్రియ జరుగుతుంది. సముద్ర జలాల్లో రకరకాల లవణాలు ఉంటాయి. అందువల్ల ఇది కొన్ని రకాల శిలలపై రసాయన చర్య జరపటం వల్ల అవి ద్రావణంగా మారిపోతాయి.
- సముద్ర ప్రవాహ బలం వల్ల తీరంలోని శిలలు ముక్కలుగా విరిగిపోయి ఉప్పు, జిప్సం వంటి పదార్థాలు సముద్రజలాల్లో కరిగిపోయి, ద్రావణంగా మారి, సముద్ర జలాల్లో కలిసిపోతాయి. ఈ ప్రక్రియను జలోత్పీడన చర్య అంటారు.

5. తరంగ దెబ్బ (Wave Shock):

- తరంగ విచ్ఛిన్నత వల్ల 'తరంగ దెబ్బ' (Wave Shock) తగులుతుంది.
- సముద్రశాస్త్ర శాస్త్రజ్ఞుల ప్రకారం 'తరంగ విచ్ఛిన్నత' అనేది అన్నివేళలా ఉండదు. ఇది జరగాలంటే సముద్రం యొక్క లోతు, తరంగ పొడవుకు ఇంచుమించు సగభాగంగా ఉండాలి. లోతు ఎక్కువగా ఉన్న విశాల జలరాశిపై నుంచి అడ్డూ, అదుపు లేకుండా స్వేచ్ఛగా తీరం వైపు వస్తున్న తరంగాలు, సముద్రం లోతు తక్కువగా ఉన్న 'ఫోర్ షోర్', 'బ్యాక్ షోర్' ప్రాంతాలను చేరుకోగానే, సముద్ర తరంగం యొక్క శృంగం నిటారుగా ఉవ్వెత్తున పైకి లేచి, తటాలున మధ్యకు విరిగిపోయి చెల్లా చెదురై పోవటాన్ని 'తరంగ విచ్ఛిన్నత' (Wave Refraction) అంటారు.
- తరంగ విచ్ఛిన్నత జరిగినప్పుడు హఠాత్తుగా మధ్యకు విరిగిపోయిన తరంగపు ముక్క అతి శక్తివంతంగా తీరంలో ఉన్న శిలలను గట్టిగా బాదుతుంది. ఈ విధమైన బాదుడు ప్రతి నిత్యం ఎడతెరిపి లేకుండా జరగటం వల్ల శిలలు ముక్కలు ముక్కలైపోతాయి. ఈ రకమైన దెబ్బలను (బాదుడు) 'తరంగ దెబ్బ' అంటారు. సముద్ర తీరంలో ఉన్న శిలల క్రమక్షయానికి మూల కారణం ఇదే.

క్రమక్షయ భూస్వరూపాలు (Erosional Land Forms):

1. సముద్ర భృగువు (Sea Cliff):

- ఇవి సాధారణంగా రాతి తీరాల్లోనే (Rocky Coasts) ఎక్కువగా ఉంటాయి.
- సముద్ర తీరంలోని కొండలు, గుట్టలు, పర్వతాలు మొదలైనవి నిరంతరం సముద్ర తరంగాల తాకిడికి లోనైన కారణంగా, మెత్తని శిల క్రమక్షయం చెంది నిట్టవాలుతో (Steep Slope) ఉన్న కొండగా ఏర్పడుతుంది.

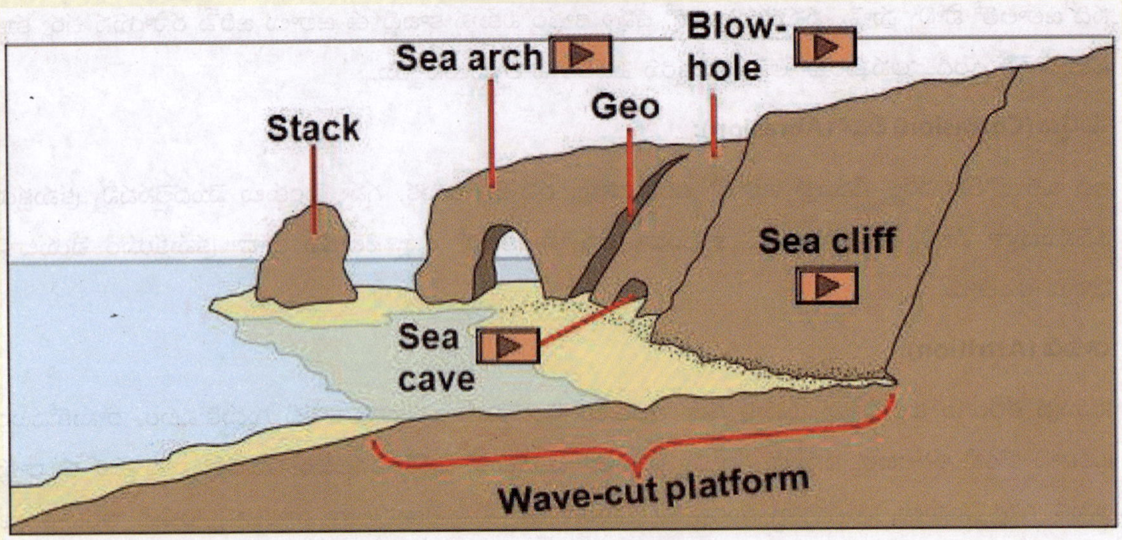

- ఈ రకమైన నిట్రవాలు ఉన్న కొండ భాగాన్ని 'సముద్రపు భృగువు' అంటారు.
- సముద్రపు భృగువు ఏర్పడాలంటే సముద్రంలో ఉన్న కొండలు కెరటాలకు చేరువలో ఉండాలి.
- అంతేకాదు వీటి మీద 'ఘర్షణ' 'జలోత్పీడన చర్య', మొదలైనవి ఎక్కువగా జరగాలి.
- కొండలు గ్రానైట్ అనే గట్టి శిలతో నిర్మించబడి ఉండే సముద్ర భృగువులు బాగా నిట్రవాలుతో ఉండి ఎక్కువ కాలం ఉంటాయి.
- ఈ కొండలు 'షేల్' అనే మెత్తని శిలతో నిర్మించబడి ఉంటే ఏర్పడే భృగువులు ఒక మోస్తరు వాలుతో ఉంటాయి. ఇవి ఎక్కువ కాలం ఉండవు. కాబట్టి సముద్రపు భృగువుల 'వాలు' (Slope) శిలల్లో ఉండే భ్రంశాలు, సంధులు, మొదలైన వాటి మీద కూడా ఆధారపడి ఉంటుంది. శిలల్లో భ్రంశాలు, పగుళ్ళు, సంధులు, ఎక్కువగా ఉంటే సముద్రపు జలాలు, ఆ పగుళ్ల వెంబడి శిలలను క్రమక్షయం చేస్తాయి. కాబట్టి భృగువులు ఎక్కువగా ఎర్పడతాయి. ఆంధ్రప్రదేశ్ ఉత్తర తీరంలో ఉన్న విశాఖపట్నంలోని 'డాల్ఫిన్స్ నోస్' (Dophins Nose) అనే కొండ సముద్ర భృగువుకు మంచి ఉదాహరణ. ఒడిషా తీరంలో కూడా అక్కడక్కడ సముద్ర భృగువులు ఉన్నాయి.

2. సముద్ర - కృత - వేదికలు (Wave Cut Platforms):

- సముద్ర కెరటాలకు చేరువలో ఉన్న కొండలు, గుట్టలు మొదలైనవి సముద్ర కెరటాల 'ఘర్షణ', 'జలోత్పీడన చర్య' మొదలైనవాటి సంయుక్త ప్రభావం వల్ల సముద్ర భృగువులు ఏర్పడతాయి. అయితే ఈ కొండలు, గుట్టలు మొదలైనవి 'సున్నపురాయి', లేదా 'షేల్' అనే మెత్తని శిలతో నిర్మించబడి ఉంటే ఏర్పడే భృగువులు ఎక్కువకాలం ఉండవు. ఇది సముద్ర కెరటాల ప్రభావం వల్ల క్రమక్రమంగా క్రమక్షయం చెందటం వల్ల సమతలంగా ఉన్న ఒక ప్రదేశం ఏర్పడుతుంది. ఈ రాతి ప్రదేశం సమతలంగా ఉండి, రైల్వే ప్లాట్‌ఫారాన్ని పోలి ఉంటుంది. కాబట్టి దీని సముద్ర మట్టి కొద్దిపాటి లోతులో ఉంటాయి. అరేబియా సముద్రతీరంలో మహారాష్ట్ర తీరంలో రత్నగిరి నుంచి హరిహరేశ్వర్ వరకూ, గోవాతీరంలో దోనపాల, పనాజీ ప్రాంతాల్లోనూ, విశాఖపట్నం తీరంలోనూ ఈ రకమైన సముద్రకృత వేదికలు ఎక్కువగా ఉన్నాయి.

3. సముద్ర - కృత - వంతెనలు (Sea Arches):

- ఎడతెరపి లేకుండా ప్రతినిత్యం తీర ప్రాంతంలోని శిలలు తరంగ తాకిడికి గురి అవుతుంటాయి.
- తరంగదెబ్బ' (Wave Shock) అనే క్రమక్షయం ఎక్కువగా ఉన్నప్పుడు, మెత్తని శిల కరిగిపోయి, గట్టి శిల ఒక వంతెన ఆకారంలో ఏర్పడితే దాని 'సముద్ర వంతెన', లేదా 'సహజవంతెన' (Natural Bridge) అంటారు.

ఉదా: కేరళ తీరంలో తెల్లిచెరివద్ద, సౌరాష్ట్ర ప్రాంతంలో జఫరాబాద్ వద్ద, విశాఖపట్నం సమీపంలో అక్కడక్కడ ఈ రకమైన సముద్ర వంతెనలు కన్పిస్తాయి.

4. సముద్రగుహలు (Sea Caves):

- నిత్యం జరిగే తరంగాల తాకిడిని తట్టుకోలేని మెత్తని శిలలు క్రమక్షయం చెందటం వల్ల లోతుగా ఉన్న గుహలు ఏర్పడతాయి. వీటిని సముద్రగుహలు అంటారు.
- ఒక్కోసారి శిలలకున్న పగుళ్ళులోనికి సమద్రజలాలు చొచ్చుకొని పోయి ఆ పగుళ్ళను మరింత పెద్దవి చేయటం వల్ల కూడా సముద్రగుహలు ఏర్పడతాయి. అయితే ఈ సముద్ర గుహలు శాశ్వతం కాదు. ఈ గుహల పైకప్పు అకస్మాత్తుగా కూలిపోవటం వల్ల సముద్రగుహలు నాశనం అవుతాయి.

  ఉదా : విశాఖపట్నం వద్ద గల డాల్ఫిన్స్ నోస్ అనే కొండ సమీపంలో అక్కడక్కడ సముద్రగుహలు ఉన్నాయి.

సీ స్టాక్స్ (Sea Stacks):

- సముద్రంలో ఉన్న కొన్ని కొండలు తరంగాల తాకిడికి తట్టుకోలేక క్రమక్షయంతోపాటు, భౌతిక రసాయన శిలాశైథిల్యం చెందుతాయి. అందువల్ల ఆ కొండలలోని మెత్తని శిలలు కరిగిపోయి, ఏకాంతంగా ఉన్న చిన్నచిన్న గుట్టలు సముద్రంలో మిగిలిపోతాయి. వీటిని 'సీస్టాక్స్' అంటారు.

  ఉదా : విశాఖపట్నంలోని యారాడ కొండను ఆనుకున్న సముద్రతీరంలో సీస్టాక్స్ కనిపిస్తాయి.

బ్లో హోల్స్ (Blow Holes):

- సముద్ర తరంగాల తాకిడి వల్ల ఏర్పడే సముద్ర గుహలు శాశ్వతం కాదు. ఈ తరంగాల తాకిడి ఎక్కువగా ఉండటం వల్ల ఒక్కొక్కసారి ఈ గుహల పైకప్పు కూలిపోయి పెద్ద పగులు లాంటిది ఏర్పడుతుంది. ఆ పగులులోకి సముద్రజలాలు బలంగా చొచ్చుకొని పోవటం వల్ల పగులు లోపల ఉన్న గాలి పెద్దశబ్దంతో బయటికి వస్తుంది. వీటిని 'బ్లోహోల్స్' అంటారు. వీటిని ఇంగ్లాండ్‌లో 'గ్లోప్' (Gloup) అంటారు.

అఖాతాలు (Bays):

- అర్ధచంద్రాకారంగా నేలలోకి చొచ్చుకు వచ్చిన జలభాగాన్ని 'అఖాతం' (Bays) అంటారు.
- చిన్నసైజు అఖాతాన్ని 'సింధుశాఖ' (Gulf) అనీ, చిన్న సైజు సింధు శాఖను 'కోవ్' (Cove) అనీ అంటారు.
- సముద్ర తరంగాలు ఎప్పుడూ నిశ్చలంగా ఉండకుండా, గాలివీచే దిశను బట్టి మారుతూ ఉంటాయి. ఈ తరంగాలు క్రమక్షయం వల్ల అర్ధచంద్రాకారంగా మారిన నేలలో సముద్ర జలాలు ప్రవేశిస్తాయి. దీన్ని అఖాతం అంటారు.

  ఉదా : బంగాళాఖాతం, బిస్కే అఖాతం, మన్నార్ సింధుశాఖ, మెక్సికో సింధుశాఖ.

నిక్షేపణ భూస్వరూపాలు :

బీచ్ (Beach):

- సముద్రపు ఒడ్డున ఇసుక, చిన్న చిన్న రాళ్ళు, గవ్వ పెంకులు మున్నగున్నవి సముద్ర తీరంలో నిక్షేపించబడిన ప్రాంతాన్ని 'బీచ్' (Beach) అంటారు.
- బీచ్‌లో పెద్దపెద్ద రాళ్ళు, రప్పలు, చిన్న రాళ్ళు, గులకరాళ్ళు, ఒండ్రు ఇసుక, మెత్తని ఇసుక, గవ్వ పెంకులు మొదలైనవానితో పాటు జంతు, వృక్షసంబంధపదార్థాలు కూడా నిక్షేపితమై ఉంటాయి.
- ఈ బీచ్‌ల వెడల్పు కొన్ని మీటర్ల వరకూ ఉంటుంది. సముద్రాలు ప్రశాంతంగా ఉండి, పవనాలు ఉధృతంగా లేని ప్రాంతాల్లో బీచ్‌లు బాగా అభివృద్ధి చెందుతాయి.

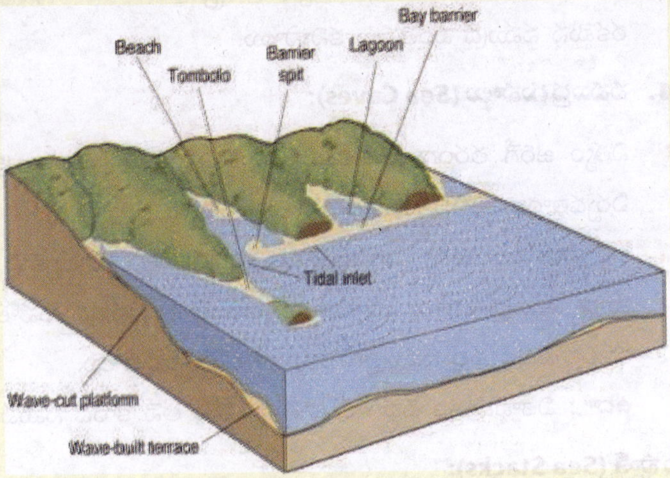

- నదులు, పవనాలు హిమానీ నదాలు, వాటి క్రమక్షయం, శిలాశైథిల్యం, మొదలైనవాటి వల్ల వచ్చిన సేంద్రీయ పదార్థం సముద్రంలో నిక్షేపించబడి, సముద్ర తరంగాల వల్ల గిలకొట్టబడి, చివరకు సముద్రం ఒడ్డున కొన్ని మీటర్ల మేర నిక్షేపించబడ్డ పదార్థం బీచ్‌గా రూపుదిద్దుకుంటుంది. ఉదాహరణకు ముంబాయిలోని జుహూ బీచ్ (Juhu Beach), కేరళలో గల కోవాలం బీచ్ (Covalam Beach), విశాఖపట్నంలోని రామకృష్ణా బీచ్ (Ramakrishna Beach), చెన్నైలోని మెరీనా బీచ్ (Marina Beach) మొదలైనవి.

2. బార్స్ లేదా బారియర్స్ (Bars or Barriers):

- ఎగువ బీచ్‌లో కనిపించే బీచ్‌రిడ్జ్‌లు లేదా బెర్మ్‌ల వంటి సముద్రతీరంలో నది ముఖద్వారాల వద్ద నాలుక ఆకారంలో తీరానికి సమాంతరంగా ఏర్పడితే వాటిని 'బార్స్' (Bars) అంటారు. పెద్ద సైజు బార్లను బారియర్స్ అంటారు.
- బార్స్, బారియర్స్‌లో కొన్ని రకాలు ఉన్నాయి. ఉదాహరణకు, తీరంలో ఉన్న నేలభాగాన్ని అంటుకోకుండా సముద్ర నీటిలో ఉబ్బెత్తుగా ఏర్పడి, తీరానికి సమాంతరంగా ఏర్పడ్డ ఇసుక నిక్షేపాన్ని 'ఆఫ్ షోర్‌బార్' (off shore Bar) అని, నాలుక ఆకారంలో ఉండి, ఒక కొన తీరంలో ఉన్న నేలభాగాన్ని అంటుకొని వేరొక కొన సముద్రంలోకి వ్యాపించి ఉంటే, దాన్ని 'స్పిట్' (Spit) అని అంటారు. మన తూర్పుతీరంలోనూ, పశ్చిమతీరంలోనూ తీరానికి సమాంతరంగా ఏర్పడని బార్లు, బారియర్లు, ఆఫ్‌షోర్‌బార్లు, స్పిట్‌లు అనేకం ఉన్నాయి. ఉదాహరణకు ఒడిషాలోని చిలకా సరస్సును ఆనుకొని నాలుక ఆకారంలో ఉన్న పెద్ద స్పిట్ ఉంది. దీని పొడవు దాదాపు 50 కి.మీ., కాకినాడ వద్ద గల కోరింగ ప్రాంతంలో 16కి.మీ. పొడవుగల స్పిట్ ఉంది. దీన్ని 'కాకినాడ స్పిట్' అంటారు. కేరళలోని వెంబనాడ్ సరస్సును ఆనుకొని దాదాపు 30 కి.మీ. పొడవు స్పిట్ ఉంది. ఈ స్పిట్‌లకు చిన్నచిన్న కొమ్మలు (Braches) ఉంటే, దాన్ని 'సంయుక్త స్పిట్' (Compound spit) అనీ, అది ఒంపులు తిరిగి ఉంటే, 'ఒంపులు తిరిగిన స్పిట్' (Curved Spit) అనీ అంటారు.
- సముద్రంలో ఆసాధారణ పరిస్థితుల్లో ఏర్పడే ఈ స్పిట్స్ ఒక్కోసారి తీరాన్ని తాకుతూ గానీ, లేక వేరొక దాన్నీ గానీ తాకుతూ ఉంటే దానిని 'టొంబోలో' (Tombolo) అంటారు.

  ఉదా : ఇండియా శ్రీలంకల మధ్య 'రామసేతు' దీనికి మంచి ఉదాహరణ.

3. లగూన్ (Lagoon):

- స్పిట్‌లు కొన్ని సందర్భాల్లో తీరానికి సమాంతరంగా ఉండి తీరం వెంబడి సరస్సు మాదిరిగా ఏర్పడితే దాన్ని లగూన్ (Lagoon) అంటారు. ఉదాహరణకు, నెల్లూరు సమీపంలో గల పులికాట్ సరస్సు. భూస్వరూపశాస్త్ర పరిభాషలో దీన్ని పులికాట్ లగూన్ అంటారు.

4. షోల్స్ (Shoals):

- వీటినే ఇసుకదిబ్బలు అని కూడా అంటారు.

- సముద్రంలో అక్కడక్కడ (కొద్దిపాటి లోతులో) ఇసుక దిబ్బలు ఉంటాయి. వీటిని 'షోల్స్' (Shoals) అంటారు. ముఖ్యంగా ఇవి నదీ ముఖద్వారాల వద్ద కన్పిస్తాయి.

  ఉదా : పులికాట్ సరస్సు సమీపంలో ఒక పెద్ద ఇసుకదిబ్బ ఉంది. దీనిని 'పులికాట్ షోల్' (Pulicat Shoal) అంటారు. ఇవి నౌకాయానానికి ఆటంకంగా ఉన్నాయి.

అంతర్భూజలం - భూస్వరూపాలు (Land forms of Underground Water)

- భూమిపై నిరంతరం జరిగే క్రమక్షయ, రవాణా, నిక్షేపణ కార్యక్రమాలలో నదులు, హిమానీనదాలు, గాలి మొదలైనవాటి మాదిరిగానే అంతర్భూజలం కూడా ఒక ప్రత్యేక తరహా పాత్రను పోషిస్తుంది.
- వాతావరణంలోని మార్పుల ఫలితంగా భూమిపై వర్షం పడినప్పుడు కొంతభాగం నీరు ఆవిరి రూపంలో తిరిగి వాతావరణంలో కలిసిపోతుంది.
- చెట్లు, చేమలు, భూమి పీల్చుకొన్న నీరు అనూహ్య పరిస్థితులలో అంతర్భూజలంగా మారి వివిధ రకాల భూస్వరూపాలకు కారణమవుతుంది. భూపటంలో ఉపరితలానికి కొద్దిలోతులో నిలువ ఉన్న నీటికి అంతర్భూజలం అని పేరు. ఈ అంతర్భూజలం దేశమంతటా ఒకేవిధంగా ఉండక అక్కడున్న భౌతిక, భౌగోళిక పరిస్థితులపై ఆధారపడి ఉంటుంది.
- వర్షపాతం, ఒండ్రుమట్టి నేలలు అధికంగా ఉన్న గంగా సింధు మైదాన ప్రాంతంలో అంతర్భూజలం అధికంగానూ, వర్షపాతం అంతంత మాత్రంగా ఉండి గట్టి శిలలు అధికంగా ఉన్న రాయలసీమ వంటి ప్రాంతంలో అల్పంగానూ ఉంటుంది. వీటికి నీటిని పీల్చుకొనే గుణం ఉన్న సున్నపురాయి మొదలైన శిలలు ఉన్న ప్రాంతంలో అంతర్భూజలం అధికంగా ఉంటుంది. నీటిని నిలువచేసుకొనే గుణం ఉంది. తమగుండా నీటిని ప్రవహింపజేసే గుణమున్న శిలాసముదాయానికి 'జలస్తరాలు' (Aquifier) అని పేరు.
- భారతదేశంలోగాని, ప్రపంచంలోగాని పలురకాల 'జలస్తరాలు' ఉన్నాయి.
- ఏ 'జలస్తరాలులోనైనా అంతర్భూజలం 100 నుంచి 1000 మీటర్లు లోతువరకు మాత్రమే ఉంటుంది.
- సాధారణమైన జలాశయాలలోనూ, బావులలోనూ ఉన్న నీరు వర్షకాలం కంటే వేసవికాలంలో లోతులో ఉంటుంది.
- రుతువును బట్టి, కాలాన్ని బట్టి ఈ నీటిమట్టం పెరగడంగానీ, తరగడం గానీ జరుగుతుంది.
- ఈ నీటిమట్టానికి 'భూగర్భజలతలం' (Water table) అని పేరు.
- జలశయాలలోనూ, బావులలోనూ ఉన్న అంతర్భూజలాన్ని పైకి తేవడానికి దిగుడు బావులు, ఆర్టిసన్ బావులు, ఫిల్టర్ బావులు మొదలైన వాటిని ఉపయోగిస్తాం.
- భూమిలోకి గొట్టాలు దించినప్పుడు భూమి పొరల ఒత్తిడికి ఫౌంటెన్ మాదిరిగా నీరు చిమ్ముతుంది. ఇట్టి బావులను ఫ్రాన్స్ దేశంలో 'ఆర్టియన్' అనేచోట తొలుత కనుగొనబడ్డాయి. కాబట్టి వీటికి 'ఆర్టీషియన్ బావులు' (Artesian Wells) అని పేరు వచ్చింది. మనరాష్ట్రంలో ఈ బావులు పశ్చిమగోదావరి జిల్లాలోని ద్వారాకాతిరుమలలో విరివిరిగా ఉన్నాయి.
- మానవ ప్రయత్నం లేకుండా ప్రకృతి సిద్ధంగా కూడా అంతర్భూజలం ఊట మాదిరిగా అక్కడక్కడ భూమి ఉపరితలం మీదకు వస్తుంది. వీటిని 'బుగ్గలు' లేదా 'నీటిబుగ్గలు' (Springs) అంటారు.
- సంవత్సరం పొడవునా పొంగిపొరలు బుగ్గలు వ్యవసాయానికి అనుకూలంగా ఉంటాయి. అయితే కొన్ని చోట్ల ఈ బుగ్గలనుంచి నీరు వేడిగా బయటకు వస్తుంది. వీటిని 'వేడినీటి బుగ్గలు' (Geysers) అంటారు.
- ప్రపంచ ప్రసిద్ధిగాంచిన వేడినీటిబుగ్గలు ఐస్‌లాండ్‌లోనూ, న్యూజిలాండ్‌లోనూ ఉన్నాయి.

- అమెరికా (USA)లోని యెల్లోస్టోన్ నేషనల్ పార్క్ ఈ వేడినీటి బుగ్గలకు ప్రసిద్ధి.
- సున్నపురాయి అధికంగా ఉన్న ప్రాంతాలలో మాత్రమే అంతర్భూజల భూస్వరూపాలు కనిపిస్తాయి.

అంతర్భూజలం - క్రమక్షయ నిక్షేపణ కార్యక్రమం:

- పవన క్రమక్షయం మాదిరిగానే అంతర్భూజల క్రమక్షయ కార్యక్రమం కూడి విచిత్రంగా ఉంటుంది.
- ఇది భూగర్భంలో తన కార్యక్రమాన్ని నిర్వర్తిస్తూ, భూఉపరితలంపై వివిధ భూస్వరూపాలకు కారణమవుతుంది.
- అయితే సున్నపురాయి అధికంగా ఉన్న ప్రాంతాలలో ఈ అంతర్భూజల స్వరూపాలు ప్రముఖంగా కనిపిస్తాయి.
- వర్షపునీరు, భూమిపై పడినప్పుడు వాతావరణంలోని కార్బన్ డై ఆక్సైడ్ (CO2) వాయువు కొంత వర్షపు నీటితో కలిసి 'కార్బానిక్ ఆమ్లం' (Carbonic Acid) గా మారుతుంది. ఇది చాలా బలహీనమైన ఆమ్లం అయినప్పటికి సున్నపురాయిపై మాత్రం దీని ప్రభావాలు అమోఘంగా ఉంటాయి. కాబట్టి అంతర్భూజలం వల్ల ఏర్పడే భూస్వరూపాలు సున్నపురాయి ఉన్న ప్రాంతాలలో ప్రస్ఫుటంగా కనిపిస్తాయి తప్ప మిగిలిన ప్రాంతాలలో కనిపించవు.
- యుగోస్లేవియా దేశంలోని ఏడ్రియుటిక్ సముద్ర సమీపంలో సుమారు 70 కి.మీ. మేర ఈ సున్నపురాయి నిక్షేపాలు ప్రధానంగా నిక్షిప్తమై ఉన్నాయి. ఈ ప్రాంతానికి 'కార్స్ట్' (Karst) ప్రాంతం అని పేరు. సున్నపురాయిపై కార్బానిక్ ఆమ్లం జరిపే రసాయనచర్య ఫలితంగా ఈ ప్రాంతంలో ప్రత్యేకంగా కొన్ని భూస్వరూపాలు ఏర్పడటం వల్ల వాటిని ప్రత్యేకంగా 'కార్స్ట్' భూస్వరూపాలు' (Karst land form) అంటారు. అప్పటినుండి ప్రపంచంలో ఈ రకమైన భూస్వరూపాలకు ప్రత్యేక కార్స్ట్ భూస్వరూపాలని పిలవటం పరిపాటి.
- అంతర్భూజలం సున్నపురాయిపై జరిపే చర్యలను మూడు విధాలుగా విభజించవచ్చు. అవి
  1. ద్రావణం (క్రమక్షయం)
  2. నిక్షేపం (నిక్షేపణ చర్య)
  3. పాషాణీకరణం (నిక్షేపణ చర్య)
- వర్షపునీరు భూమిలోకి ఇంకుతున్నప్పుడు రకరకాల లవణాలు ఉన్న శిలలు వర్షపునీటిలో కరగడాన్ని 'ద్రావణం' అంటారు.
- ద్రావణరూపంలో ఉన్న లవణాలు అంతర్భూజల ప్రవాహంలో కొట్టుకొని పోతాయి.
- వర్షపునీటిలో కరిగి ద్రావణ రూపం దాల్చిన సున్నపురాయి అనువైన ప్రదేశంలో నిక్షేపించబడే కార్యక్రమానికి 'నిక్షేపణ' అనిపేరు.
- సున్నపురాయి ద్రావణంలోని నీరు ఆవిరి కావటం వల్ల ప్రత్యేకంగా సున్నపురాయి నిక్షేపితమవుతుంది.
- నిక్షేపించబడిన సున్నపురాయి మొదలైన లవణాలు శిలలుగా మార్పు చెందటాన్ని 'పాషాణీకరణం' అంటారు.

  పై మూడు ముఖ్యమైన చర్యల వల్ల వర్షపునీరు కరిగి సున్నపురాయి శిథిలం కావడం వల్ల రకరకాల భూస్వరూపాలు ఏర్పడుతాయి. వాటిని క్రమక్షయం, నిక్షేపణ భూస్వరూపాలుగా విభజించవచ్చు. ఇక్కడ 'రవాణా' పాత్ర ప్రముఖంగా ఉండదు.
- అంతర్భూజలం వల్ల ఏర్పడే భూస్వరూపాలను ఈ కింద ఉదహరించడమైనది.

అంతర్భూజల క్రమక్షయ భూస్వరూపాలు (క్రమక్షయం)

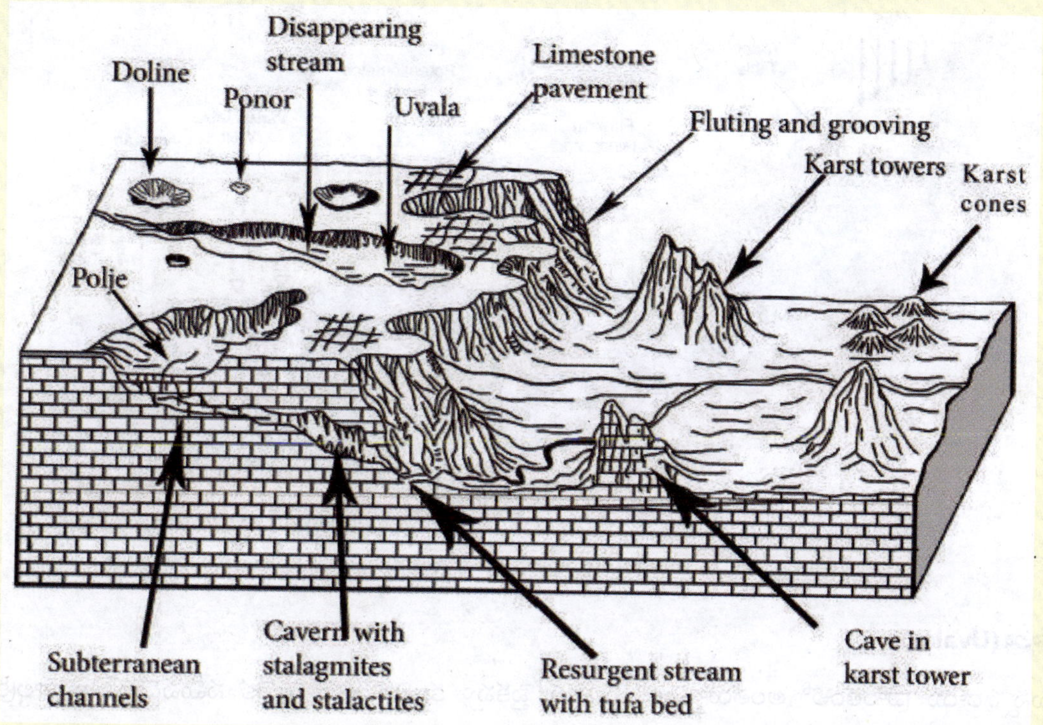

ఆర్టీజియన్ బావులు (Artesian Wells):

- ఆర్టీజియన్ బావులు కొన్ని ప్రత్యేకమైన పరిస్థితుల వల్ల ఏర్పడుతాయి.
- ప్రవేశయోగ్యమైన ఇసుకరాయి వంటి జలస్తరాలు, షేల్ వంటి అప్రవేశయోగ్యమైన శిలాస్తరులచే ఆచ్ఛాదితమై ఉండవలెను. ప్రవేశయోగ్యమైన శిలాస్తరాలు భూమి ఉపరితలం వద్ద బహిర్గతం కావాలి. అలా బహిర్గతమైన శిలలోకి వర్షపునీరు ఇంకడంవల్ల అవి మంచి జలస్తరాలుగా ఏర్పడుతాయి. ఈ జలస్తరాలు షేల్ వంటి ప్రవేశయోగ్యమైన శిలాస్తరాలచే ఆచ్ఛాదితమై ఉండటం వల్ల వాటిలోని అంతర్భూజలం పక్క మార్గాలకు పోకుండా నిల్వ ఉంటుంది. ఆవిధాంగా నిల్వ ఉన్న నీటికి సహజంగా కొంత జలోత్పీడన శక్తి వల్ల అంతర్భూజలం దానంతటదే భూ ఉపరితలాన్ని చేరుతుంది. అలాంటి బావులను ఆర్టీజియన్ బావులు అంటారు.
- వీటినుంచి నీరు ఫౌంటెన్ మాదిరిగా చిమ్ముతుంది. కారణం-నీరు ఎగువభాగంకి దిగువ భాగం నుంచిప్రవహిస్తుంది. జలోత్పీడనం అనే రెండు సూత్రాలు ఇందుకు కారణం. బుగ్గబావులు లేదా ఆర్టీజియన్ బావులను ఆంధ్రప్రదేశ్ పశ్చిమగోదావరి జిల్లాలో ద్వారకా తిరుమలో మనం చూడవచ్చు.

సింక్ హోల్స్ (Sink Holes):

- వర్షపునీటిలోనూ, అంతర్భూజలంలోనూ సున్నపురాయి కరిగి, పల్లపు ప్రదేశంగా ఏర్పడితే దాన్ని 'సింక్‌హోల్' అంటారు. దగ్గరగా ఉన్న కొన్ని సింక్‌హోల్స్ కలిసిపోవడం లేదా సింక్ హోల్ క్రమంగా పరిమాణాన్ని పెంచుకోవడం మూలంగా ఏర్పడే భారీస్థాయి స్వరూపాలను డొలైన్‌లు అంటారు.

❖ యుగోస్లావియా దేశంలో గరాటు ఆకారంలో ఉన్న పెద్ద సింక్‌హహోల్స్‌కు 'డోలైన్స్' అని పేరు పెట్టారు.

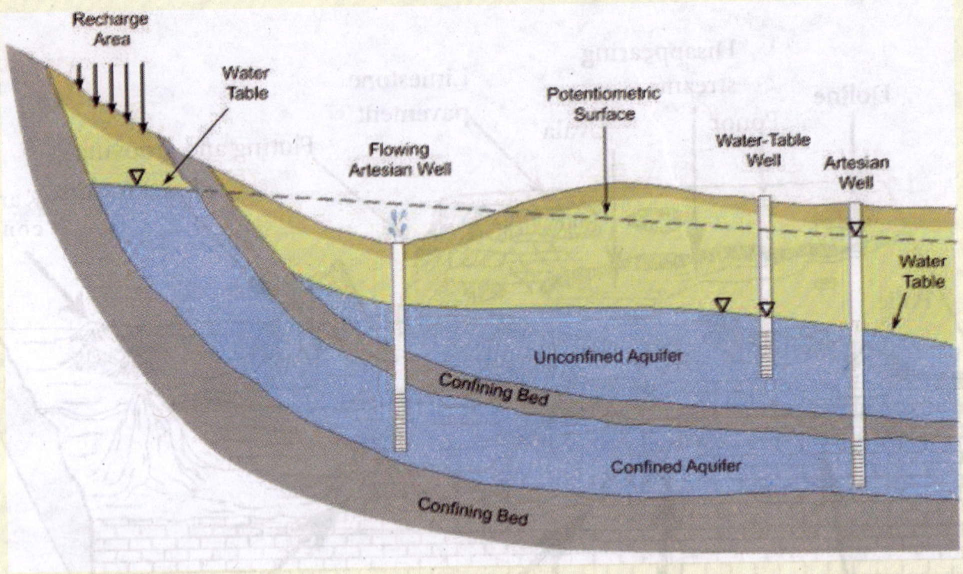

యువాలా (Uvalas):

❖ సున్నపురాయి ప్రాంతంలో అంతర్భూమిలో గుహల పైకప్పు కూలినప్పుడు, అనేక సమీపడోలైన్‌లు కాలక్రమేణా, ఒకదానితో ఒకటి కలిసిపోవడం వల్ల కానీ పెద్దలోయ ఏర్పడ్డప్పుడు దాన్ని 'యువాలా' అంటారు.

కందకాలు (Caverns):

❖ భూఅంతర్గత శిలల్లో గుహల వంటి స్వరూపాలు ఏర్పడి అవి విశాలంగా ఉన్నప్పుడు వాటిని కందకాలు (Caverns) అంటారు. ఇవి భారత్‌లో డెహ్రాడూన్ (ఉత్తరాఖండ్), పచ్‌మర్హి (మధ్యప్రదేశ్), బొర్రా (ఆంధ్రప్రదేశ్) వంటి ప్రదేశాల్లో ఉన్నాయి.

అంతర్భూజల నిక్షేపణ భూస్వరూపాలు (నిక్షేపణ):

స్టాలక్‌టైట్ (Stalactite):

❖ అంతర్భూజలంలో సున్నపురాయి మొదలైన లవణాలు కరిగిన జలం భూమి లోపలనే అనేక పొరల గుండా ప్రవహించడం వల్ల అక్కడక్కడ పెద్ద పెద్ద గుహలు ఏర్పడతాయి. ఈ జలం గుహల పైకప్పు నుంచి అమర్చి చుక్కలుగా గుహలోపలికి పడుతుంటాయి. ఒక్కోసారి చుక్కల రూపంలో పడటానికి ముందు నీరు ఆవిరైపోయి అందులో కరిగిఉన్న సున్నపురాయి గుహల పైకప్పును అంటుకొని చేతివేళ్ల రూపంలో క్రమక్రమంగా కిందకు వేలాడుతుంది. ఆవిధంగా కిందకు వేలాడుతున్నట్లు కనిపించే భూస్వరూపాన్ని 'స్టాలక్ టైట్' (Stalacite) అంటారు

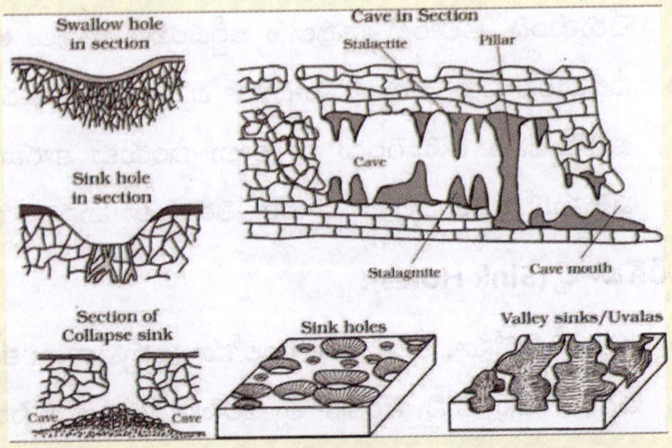

స్టాలగ్‌మైట్ (Stalagmite):

❖ స్టాలగ్‌మైట్ నుంచి నీటి చుక్కలు కిందకు పడుతున్నప్పుడు నీరు ఆవిరై అక్కడ సున్నపురాయి నిక్షేపించబడి పాముపుట్ట వలె పైకి పెరుగుతూ ఉంటుంది. పాముపుట్ట వలె పైకి పెరుగుతున్న సున్నరురాయి నిక్షేపాన్ని స్టాలగ్‌మైట్ (Stalagmite) అంటారు.

స్తంభాలు (Columns):

❖ స్టాలగ్‌టైట్, స్టాలగ్‌మైట్ క్రమక్రమంగా కలిసిపోయి స్తంభం మాదిరిగా ఏర్పడుతాయి. ఇలాంటి స్వరూపాన్ని స్తంభాలు (Columns) అంటారు.

❖ విశాఖపట్నంకు సమీపాన ఉన్న బొర్రాగుహలు సున్నపురాయి వల్ల ఏర్పడినవి అక్కడి స్టాలక్‌టైట్స్, స్టాలగ్‌మైట్స్ స్తంభాలు విరివిగా ఏర్పడి ఉన్నాయి.

హిమనీనద భూస్వరూపాలు (Glacial and forms)

❖ 'క్రమక్షయచక్రం'లో హిమానీనదాలు (Glaciers) కూడా ఒక ప్రముఖ పాత్రను పోషిస్తున్నాయి. అయితే హిమానీనదాలు ఎక్కువగా ఉన్న ధృవప్రాంతంలోనూ, ఎత్తైన పర్వతప్రాంతంలోనూ వీటి పాత్ర ఎక్కువగా ఉంటుంది. ఇక్కడ ఇవి ఒక బలమైన క్రమక్షయశక్తిగామారి, 'క్రమక్షయం' (Erosion), 'రవాణా' (Transporatation), 'నిక్షేపణ' (Deposition) మొదలైన కార్యక్రమాలు నిర్వహిస్తూ కొన్ని భూస్వరూపాల ఆవిర్భావానికి కారణమవుతున్నాయి.

❖ హిమానీనదాల వల్ల ఏర్పడే భూస్వరూపాలను 'హిమానీనద భూస్వరూపాలు' (Glacial Land Forms) అంటారు.

❖ ధృవప్రాంతంలో గానీ, ఎత్తైన పర్వత ప్రాంతంలోగానీ కొన్నివేల చదరపు కిలోమీటర్ల మేర దట్టమైన మంచు మట్టి, గట్టిగా రాయిలాగా ఉంటుంది.

❖ ఇది అప్పుడప్పుడు నెమ్మదిగా (అతి నెమ్మదిగా) కూడా కదులుతుంది. పర్వతాల 'వాలు' (Slope) ననుసరించి, అతి నెమ్మదిగా జాలువారే మంచును హిమానీనదం (Glacier) అంటారు. కదలకుండా దట్టంగా, రాయిలాగా గట్టిగా ఉన్న మంచును హిమానీనదం అనకూడదు. అతి అతి నెమ్మదిగా కదులులుతున్నప్పుడే హిమానీనదం అంటారు.

హిమానీ నదాలు - రకాలు (Types of Glaciers):

❖ ఉనికి, పరిమాణం, ఆకారాలను ఆధారం చేసుకొని హిమానీనదాలను మూడు రకాలుగా విభజించవచ్చు. అవి:

1. ఖండాంతర్గత హిమానీనదాలను (Continental Glaciers).
2. ఆల్పైన్ హిమానీనదాలను (Alpine Glaciers).
3. గిరిపాద హిమానీనదాలను (Piedmont Glaciers).

1. ఖండాతర్గత హిమానీనదాలు:

★ వీటినే ఐస్‌షీట్స్ (Ice sheets) అని కూడా అంటారు. కొన్ని వందలు, వేల కిలోమీటర్ల వైశాల్యంలో దుప్పటిపరిచినట్లుగా వ్యాపించి ఉన్న ఈ హిమానీనదాలను 'ఐస్‌షీట్స్' అంటారు.

★ ఇవి కొంచెం ఉబ్బెత్తుగా (Dome shaped) ఉండి, దాదాపు 50,000 చ.కి.మీ. అంతకంటే ఎక్కువ వైశాల్యంలో వ్యాపించి ఉంటాయి. 50,000 చ.కి.మీ. ఉన్న తక్కువ వైశాల్యంలో ఉంటే 'ఐస్‌క్యాప్స్' (Ice caps) అంటారు. ఇవి అంటార్కిటికా, గ్రీన్‌లాండ్ మొదలైన ఖండ ప్రాంతాల్లో కొన్ని వందల, వేల కిలోమీటర్ల విస్తీర్ణంలో వ్యాపించి ఉన్నాయి కాబట్టి వీటిని 'ఖండాంతర్గత హిమానీనదాలను' అని అంటారు.

2. ఆల్పైన్ హిమానీనదాలు:

★ వీటినే "పర్వత హిమానీనదాలు" (Mountain Glaciers) లేక 'లోయ హిమానీనదాలు' (Valley Glaciers) అని కూడా అంటారు.

★ వీటిని తొలిసారిగా ఐరోపాలో ఉన్న ఆల్ప్స్ పర్వతాల (Alps mountains)మీద కనుగొనడం వల్ల వీటికాపేరు వచ్చింది.

★ పర్వతాల మీద నుంచి గురుత్వాకర్షణ శక్తి గల (Gravitational force) పర్వతాలననుసరించి, అతి నెమ్మదిగా జాలువారుతున్న హిమానీనదాలను పర్వత హిమానీనదాలు అంటారు.

★ పేరుకు తగ్గట్టుగా ఇవి పర్వతలోయల్లో వందల కొద్ది కిలోమీటర్ల మేర నెమ్మదిగా ప్రవహిస్తూ (జాలువారుతూ) ఉంటాయి.

★ వీటి పొడవు దాదాపు 10 కి.మీ.నుంచి 2000 కి.మీ. వరకూ ఉంటుంది.

★ ఇవి సాధారణంగా హిమరేఖ పైభాగంలోనే ఉండి, అక్కడ నుంచి నెమ్మదిగా నాలుక ఆకారంలో జాలువారుతుంటాయి.

3. గిరిపాద హిమానీనదాలు:

★ పర్వత పాదాల వద్ద (గిరిపాద) ఏర్పడే హిమానీ నదాలను గిరిపాద హిమానీ నదాలు అంటారు.

★ ఎత్తైన పర్వతాలు నిత్యం మంచుతో కప్పబడి ఉంటాయి.

★ పర్వతాల మీదగానీ, వాటిలోయల్లో గానీ ఉన్న హిమానీ నదాలు 'పర్వతహిమానీ నదాలు' (Mountain Glaciers) అంటారు.

★ ఇవి పర్వతాల మీద నుంచి నెమ్మదిగా కిందికి జాలువారుతూ, పర్వత పాదాల వద్దకు చేరుకుంటాయి. ఈ విధంగా అనేక పర్వతాల పాదాల వద్దకు చేరుకున్న హిమానీనదాలు ఒకదానికొకటి కల్సుకున్నప్పుడు ఏర్పడే సంయుక్త హిమానీ నదాలు 'గిరిపాద హిమానీ నదాలు (Piedmont Glaciers) అంటారు.

ఉదాహరణ : 1. మిలాస్పినా గ్లేసియర్ (Melaspina Glacier) అలస్కా (USA)
2. బటర్ పాయింట్ గ్లేసియర్ – అంటార్కికా
3. బేరింగ్ గ్లేసియర్ – అలస్కా (USA)

హిమానీనదాల క్రమక్షయ చర్య (Erosinal Activity of Glaciers):

❖ ధృవప్రాంతంలోనూ, ఎత్తైన పర్వత ప్రాంతంలోనూ హిమానీ నదాలు బలమైన క్రమక్షయ ఏజెంట్‌గా పనిచేస్తాయి. ఇవి నాలుగు పద్ధతుల ద్వారా తమ క్రమక్షయ కార్యక్రమాన్ని నిర్వర్తిస్తాయి. అవి:

1. ఉత్పాటనం (Plucking)
2. గుంతలు చేయటం (Grooving)
3. గోకటం (Scratching)
4. పాలిషింగ్ (Polishing)

1. ఉత్పాటనం (Plucking):

❖ 'ఉత్పాటనం' అంటే 'బలవంతంగా పెరకటం' అని అర్థం. హిమానీ నదాలు తాము ప్రవహించే లోయలో ఉండే రాళ్ళు, రప్పలు, ఇసుక మొదలైన వాటిని బలవంతంగా పెరకి వేస్తాయి.

❖ ధృవప్రాంతంలోనూ, ఎత్తైన పర్వత ప్రాంతంలోనూ ఉన్న శిలల పగుళ్ళలోనికి చేరిన నీరు రాత్రి పూట గడ్డకట్టినపుడు అది ఐస్‌గా మారుతుంది. నీటి ఘనపరిమాణం కంటే దానివల్ల ఏర్పడే ఐస్ ఘనపరిమాణం ఎక్కువ. అందువల్ల శిలల

పగుళ్ళు మరింత పెద్దవైపోతాయి. ఈ రకమైన చర్య నిరంతరం జరగటంవల్ల శిలలు పగిలిపోయి ముక్కలు ముక్కలౌతాయి. హిమనీనదాలు ఈ ప్రాంతంలో ప్రవహించేటప్పుడు పగిలిపోయిన ఈ రాతిముక్కలను బలవంతంగా పెకిలించి వేసి, వాటిని ఒకచోట నుంచి మరోచోటికి రవాణా చేస్తాయి.

2. గుంతలు చేయడం (Grooving):

- హిమానీనదాలలో ఉండే సన్నని రాళ్లు, రప్పలు, గుండ్ర ఇసుక మొదలైనవి బలమైన ఆయుధాలుగా ఉపయోగడటం ద్వారా, హిమానీనదాలు తాము ప్రవహించే లోయలో చిన్న చిన్న పగుళ్ళు, రంధ్రాలు, గుంతలు మొదలైనవి చేస్తుంటాయి. ఈ ప్రక్రియ ద్వారా హిమానీనదాలు తాము ప్రవహించే లోయను లోతు చేస్తుంటాయి.

3. గోకటం (Scratching):

- దీన్నే 'అపఘర్షణ' (Abrasion) అని కూడా అంటారు.
- హిమానీనదంలో ఉన్న రాళ్ళు, ఇసుక మొదలైన పదునైన ఆయుధాల మాదిరి ప్రవర్తిస్తూ పెద్ద పెద్ద బండరాళ్ళు పైభాగాన్ని పెచ్చులు పెచ్చులుగా ఊడిపోయే విధంగా చేయటాన్ని 'అపఘర్షణ' అంటారు. హిమానీ నదాలు తాము ప్రవహించే లోయలో ఉన్న బండరాళ్ళను ఈ విధంగా క్రమక్షయం చేస్తాయి.

4. పాలిషింగ్ (Polishing):

- ఉత్పాటనం, గుంతలు చేయటం, గోకటం మొదలైన క్రమక్షయ చర్యల తర్వాత, హిమానీనదాలు తాము ప్రవహించే లోయను నునుపుగా చేస్తాయి. దీన్ని 'పాలిషింగ్' అంటారు.

హిమానీ నదాలు - రవాణా జరిపే విధానం (Transportation By Glaciers):

- హిమానీ నదాలు క్రమక్షయ చర్యఫలితంగా ఏర్పడిన బండరాళ్ళు (Boulders), ఒక మోస్తరు బండరాళ్ళు (Pebbles), మట్టి (Silt) మొదలైన సేంద్రీయ పదార్థమంతా ఒక చోటనుంచి మరొక చోటికి చేరవేయటాన్ని 'రవాణా' అంటారు.
- రవాణా జరిగే పదార్థాన్ని 'హిమానీనదాల భారం' (Load of the glaciers) అంటారు. అయితే నదీ రవాణా, పవనాల రవాణా వల్ల కాకుండా హిమానీనదాలు జరిపే రవాణా చాలా చిత్రంగా ఉంటుంది. నదుల వల్ల జరిగే రవాణాలో పెద్ద పెద్ద బండరాళ్ళు బరువుగా ఉండటం వల్ల నదీ అడుగుభాగానికి చేరుకొని, ప్రవాహ వేగానికి దొర్లుకుంటూ పోతుంటాయి. ఒక మోస్తరు తేలికగా ఉన్న ఇసుక, మట్టి మొదలైనవి మాత్రం నీటి ప్రవాహంలో బురద రూపంలో కొట్టుకొని పోతుంటాయి. అయితే హిమానీనదాలు జరిపే రవాణాలో చిన్న, పెద్ద అనే తారతమ్యం లేకుండా బండరాళ్ళు, చిన్నరాళ్ళు, గులకరాళ్ళు, ఇసుక, మట్టి మొదలైన పదార్థమంతా ఏకకాలంలోనే ఒక చోట నుంచి మరోచోటికి రవాణా అవుతుంది. రవాణా జరిగే సమయంలో ఇవి ఒకదాని నొకటి బలంగా తగలటం, రాచుకోవటం, రుద్దుకోవటం వల్ల ఇవి పగిలిపోయి చిన్న చిన్న ముక్కలౌతాయి. దీన్ని 'రాతిపిండి' (Rock Flour) అంటారు. ఈ రాతిపిండి 3రకాలుగా రవాణా జరుగుతుంది.
    - ఎ. హిమానీనదాల ఉపరితలం మీదనే రవాణా జరగటం. ఈ రకమైన రవాణాను 'సుప్రాగ్లేసియల్' (Supra Glacial) రవాణా అంటారు.
    - బి. హిమానీనదాల ఉపరితలానికి కొద్దిపాటి లోతులో రవాణా జరగటం. ఈ రకమైన రవాణాలను 'ఎన్‌గ్లేసియల్' (Englacial) రవాణా అంటారు.
    - సి. హిమానీనదాల లోయఅడుగు భాగంలో రవాణా జరగటం. ఈ రకమైన రవాణాను 'బేసల్' (Basal) లేదా 'సబ్ గ్లేసియల్' (Sub Glacial) రవాణా అంటారు.

❖ మొత్తం మీద నదులు, పవనాల రవాణాతో పోల్చిచూస్తే, హిమానీనదాల రవాణా కార్యక్రమం తక్కువగానే ఉంటుంది.

హిమానీనదాలు-నిక్షేపణ జరిపే విధానం (Deposition by Glaciers):

❖ రవాణా చేసిన పదార్థాన్ని అనుకూల ప్రదేశంలో పోగుచేసి ఉంచటాన్ని 'నిక్షేపణ' (Deposition) అంటారు. హిమానీనదాల వల్ల జరిగే నిక్షేపణ కార్యక్రమం మూడు రకాలుగా ఉంటుంది.

ఎ. హిమానీనదాల ఉపరితలంమీద 'సుప్రాగ్లేసియల్' రవాణా జరిగేటప్పుడు అనుకోకుండా ఆకస్మాత్తుగా ఉష్ణోగ్రత పెరగటం వల్ల ఉపరితలంలో ఉన్న హిమానీనదాలు ద్రవీభవనం (Melting) చెంది, నీరుగా మారిపోయి, హిమానీనదం దాదాపుగా అంతం అయ్యే స్థితికి వస్తుంది. (అబ్రేషన్) అందువల్ల అందులో శిలా పదార్థం ముందుకు కదలలేక అక్కడనే నిక్షేపితం అవుతుంది. ఈ రకమైన నిక్షేపణను 'మెల్ట్ అవుట్' (Meltout) అంటారు.

బి. హిమానీనదాలు ప్రవహించే లోయ అడుగుభాగంలో సబ్‌గ్లేసియల్ రవాణా జరుగుతున్నప్పుడు లోయ అడుగుభాగంలో ఒక విధమైన వేడి పుడుతుంది. లోయ అడుగుభాగంలో ఉండే 'జియోథర్మల్' (Geo thermal) వేడితో పాటు, పైన ఉన్న హిమానీనదాల బరువు, ఒత్తిడి వల్ల కూడా వేడి పుడుతుంది. ఈ రకమైన వేడి పుట్టడం వల్ల మంచు అంతా ద్రవీభవనం (Melting) చెంది, నీరంతా సమీప ప్రాంతానికి చేరుకోగా అందులో ఉన్న సేంద్రీయ పదార్థం అంతా లోయ అడుగుభాగంలో నిక్షేపించబడుతుంది. ఈ రకమైన నిక్షేపణను 'అండర్ మెల్ట్' (Undermelt) నిక్షేపణ అంటారు.

సి. సబ్ గ్లేసియల్ రవాణా జరిగేటప్పుడు అందులో ఉండే అతి మెత్తని మట్టికణాలు పై ఉన్న మంచుకు, కింది ఉన్న లోయకు మధ్యలో ఇరుక్కుపోయి ఒకరకమైన 'రాపిడి' (Friction)కి గురిఅవుతాయి. అందువల్ల అవి ముందుకు కదలవు. దీనికితోడు మట్టికనాల పైన ఉన్న మంచు బరువుకు ఇవి మరింతగా అణచిపెట్టబడి ఇక ముందుకు కదలలేనిస్థితిలో ఉండి ఏమీ చేసేదిలేక లోయ అడుగుభాగంలోనే నిక్షేపించబడతాయి. ఈ రకమైన నిక్షేపణను 'బేసల్ లాడ్జిమెంట్' (Basal Lodgement) అంటారు.

❖ హిమానీనదాలు తాము ప్రవహించే లోయలో తమతో పాటు రాళ్ళు, రప్పలు, ఇసుక, మట్టి రాతిపిండి మొదలైన శిలా పదార్థాన్ని కూడా మోసుకువచ్చి, లోయ చివరన నిక్షేపించిన తర్వాత హిమానీనదం నెమ్మది నెమ్మదిగా కరిగిపోయి నీరుగా మారి, సమీప పల్లపుప్రాంతాల్లోకి ప్రవహిస్తుంది. (గ్లేసియల్ అబ్రేషన్) నిక్షేపించబడిన ఈ పదార్థాన్ని డ్రిఫ్ట్ (Drift) లేక 'గ్లేసియల్ డ్రిఫ్ట్' (Glacial Drift) అంటారు. ఇది రెండు రకాలుగా ఉంటుంది.

1. ఈ డ్రిఫ్ట్‌లో కనుక బండరాళ్ళు, ఒక మోస్తరు పెద్దరాళ్ళు, గులకరాళ్ళు, ఇసుక, మట్టి, రాతిపిండి మొదలైన శిల పదార్థం అంతా కలగాపులగంగా కలిసిపోయి, యథాతథంగా అలాగే ఉంటే, దానిని 'టిల్' (Till)లేక 'బౌల్డర్ క్లే' (Boulder clay) అంటారు.
2. అలాకాకుండా నిక్షేపించబడ్డ పదార్థంతో ఉన్న బండరాళ్ళనీ ఒక చోట, గులకరాళ్ళనీ మరో చోట, ఇసుక అంతా మరోచోట ఇలా వేరువేరుగా ఉండి, రాయిలాగా మారుతూ ఉంటే దాన్ని 'స్ట్రాటిఫైడ్ డ్రిఫ్ట్' (Stratified Drift) అంటారు.

క్రమక్షయం వల్ల ఏర్పడే భూస్వరూపాలు (Erosional Landforms):

1. హిమగర్తాలు (Cirques):

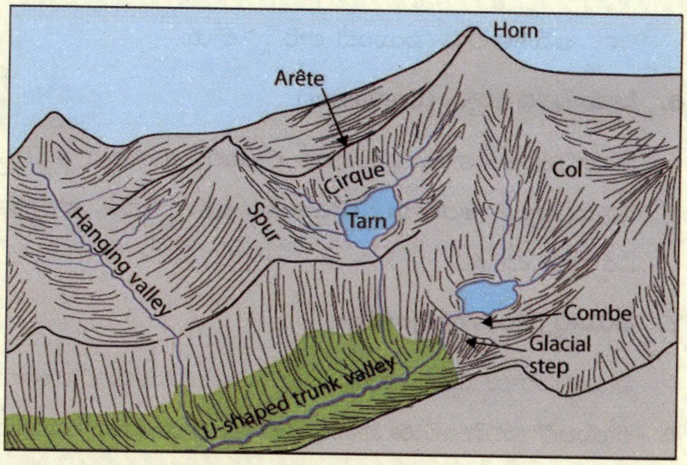

- పర్వతప్రాంతంలో, పర్వతాల వాలుననుసరించి హిమానీనదాలు నెమ్మదిగా జాలువారుతున్నప్పుడు అక్కడక్కడ అర్ధచంద్రాకారంగా గానీ, లేదా పడకకుర్చీ ఆకారంలోగానీ ఏర్పడ్డ గుంటలను "హిమగర్తాలు' అంటారు.
- వాటివ్యాసం కొన్ని మీటర్ల నుంచి దాదాపు 900 మీ. వరకూ ఉంటుంది.
- వీటిని స్కాట్‌లాండ్‌లో 'కోరీలు' (Corries) అనీ, స్పెయిన్‌లో 'హోయోలు' (Hoyos) అనీ, జర్మనీలో 'కారెన్స్' (Karrens) అని, ఫ్రాన్స్‌లో 'సర్కులు' (Cirques) అని, వేల్స్‌లో 'స్వమ్' (cwm) అని, నార్వేలో 'బోట్న్' (Botn) అని అంటారు.

  ఉదా : అంటార్కిటికాలో ఉన్న 'వాల్ కాట్ సర్క్' (Walcott cirque in Antaracitica) దీని ఎగువ భాగంలో, ఎత్తు సుమారు 3000 మీటర్లు.

2. హార్న్ (Horn):

- పర్వత పార్శ్వంతో మూడు లేదా నాలుగు హిమగర్తాలు ఒక దానిపక్కన మరొకటి అమరి ఉన్నప్పుడు ఏర్పడే పిరమిడ్ లాంటి ఎత్తైన భాగానికి 'హార్న్' (Horn) అంటారు.
- స్విట్జర్లాండ్‌లోని ఆల్ఫ్స్ పర్వతాల్లోని 'మేటర్‌హార్న్' (Matern Horn) దీనికి మంచి ఉదాహరణ రాకీ పర్వతాల్లో గల 'అస్సిన్‌బోయిన్ శిఖరం' (Mount Assiniboine) కూడా దీనికి మంచి ఉదాహరణ.

3. ఎరిటే (Arete):

- రెండు లేదా మూడు హిమగర్తాలు ఒకదాని పక్కన మరొకటి అమరి ఉన్నప్పుడే ఏర్పడే కత్తిలాంటి తలమును 'ఎరిటే' అంటారు.

4. కాల్ (Col):

- రెండు లేదా మూడు హిమగర్తాలు పక్కపక్కనే ఏర్పడ్డప్పుడు 'కాల్' అంటారు.

5. U ఆకారపు లోయ హార్న్ (U-Shaped Valley):

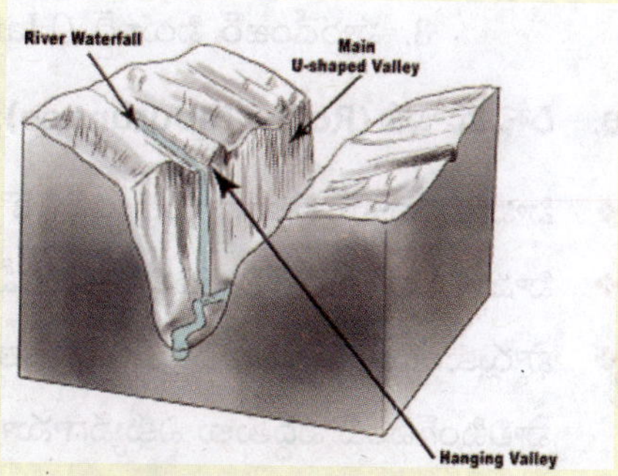

- హిమానీ నదాలు ప్రవహించే 'లోయ' అడ్డుకోత 'u' ఆకారంలో ఉంటుంది కాబట్టి దీన్ని u-ఆకారపు లోయ అంటారు. అయితే హిమశాస్త్రజ్ఞులు (Glaciologists) ఇటీవల నిర్వహించిన ఒక అధ్యయనం ప్రకారం హిమానీ నదాలు తమంతట తాముగా u ఆకారపులోయను నిర్మించలేవు.
- పర్వతప్రాంతంలో నదుల క్రమక్షయం వల్ల ఏర్పడ్డ 'v' ఆకారపు లోయలు, 'గార్జ్‌లు' మొదలైన వాటిని హిమానీనదాలు ఆక్రమించుకొని వాటిలో

ప్రవహిస్తాయి. ఉత్పాతనం, గుంతలు చేయటం, గోకటం, పాలిషింగ్ మొదలైన క్రమక్షయ కార్యకలాపాల వల్ల ఈ లోయలు నెమ్మది నెమ్మదిగా u ఆకారపు లోయలుగా రూపుదిద్దుకుంటాయి.

ఉదా: అమెరికాలోని 'సెయింట్ లారెన్స్' లోయ.

6. హిమానీనద గర్తాలు (Crevasses)

❖ హిమానీనదాలు తాము ప్రవహించే లోయలో అక్కడక్కడ అడ్డదిడ్డంగా ఉన్న కొన్ని పగుళ్ళను ఏర్పరుస్తాయి. వీటిని 'హిమగర్తాలు' అంటారు. లోయలను వెడల్పు చేసే కార్యక్రమంలోనూ లోతు చేసే కార్యక్రమంలోనూ ఇవి ఏర్పడుతుంటాయి.

7. ఫియార్డ్స్ (Fioes of Fjords):

❖ హిమానీనదాలు ఎత్తైన పర్వతప్రాంతం నుంచి తమతమ లోయలలో నెమ్మదిగా జాలువారుతూ కిందికి దిగుతుంటాయి.

❖ లోయలలో ప్రవహించే ఈ హిమానీ నదాలని లోయ హిమానీనదాలు అంటారు. ఒక్కొక్కసారి హిమానీనదాలు ప్రవహించే ఈ లోయలు చాలా లోతుగానూ, వెడల్పుగానూ, పొడవుగానూ ఉండి, అడుగుభాగం నున్నగా, చదునుగా (flat) ఉంటుంది.

❖ ఈ లోయల్లో అక్కడక్కడ 'లంబమానధరులు', u ఆకారపు లోయలతో పాటు, ఉపహిమానీ నదలోయలు (Tributory glacial valleys) కూడా ఉంటాయి.

❖ ఈ లోయలు కొన్ని కొన్నిసార్లు చాలా పొడవుగా ఉండి, సమీపంలో ఉన్న సముద్రం వరకూ విస్తరించి ఉంటాయి.

❖ సముద్రమట్టం పెరిగినప్పుడు ఈ లోయలు సముద్రంలో మునిగిపోతాయి. హిమానీనదాలు క్రమక్షయం చేసిన రాళ్లు, రప్పలు, గుండ్రని ఇసుక మొదలైన సేంద్రీయ పదార్థం అంతా సముద్రంలో మునిగి ఉన్న హిమానీనద లోయల చివరిభాగంలో నిక్షేపమై ఉంటుంది. కాబట్టి సముద్రంలో మునిగి ఉన్న హిమానీనద లోయలను 'ఫియార్డ్స్' అంటారు. వీటి (ఫియార్డ్స్) పొడవు 160 కిలోమీటర్ల నుంచి 200 కిలోమీటర్ల వరకూ ఉండగా, వెడల్పు దాదాపు 5కి.మీ. వరకూ ఉంటుంది. వీటి గోడల ఎత్తు సముద్రమట్టానికి ఎగువన 1524మీ. ఎత్తునుంచి సముద్రమట్టానికి దిగువన 92 మీ. లోతు వరకూ ఉంటాయి.

❖ ఇవి న్యూజిలాండ్, నార్వే, చిలీ, లాబ్రడార్, గ్రీన్‌లాండ్, అలాస్కా మొదలైన ప్రాంతాల్లో ఎక్కువగా ఉన్నాయి. వీటిని స్కాట్‌లాండ్‌లో 'లోచ్' (Loch) అనీ, జర్మనీలో 'పోర్డెన్' (Forden) అనీ, అంటారు. అయితే పొడవు, వెడల్పు, లోతు తక్కువగా ఉన్న ఫియార్డ్స్‌ను 'ఫిజార్డ్స్' (Fijords) అంటారు.

ఉదా :
1. నార్త్‌వెస్ట్ ఫియార్డ్ (North west Fiord) దీని పొడవు 314 కి.మీ. ఇది గ్రీన్‌లాండ్‌లో ఉంది. ప్రపంచంలో పెద్దది.
2. సాగ్నెఫియార్డ్ (Sogne Fiord) నార్వే (183 కిమీ. పొడవు).
3. హరడేంజర్ ఫియార్డ్ (Hardanger Fiord) నార్వే 112 కి.మీ. పొడవు.

8. రోచెమౌటనీ (Roche Moutonnee):

❖ హిమానీనదాలు దట్టంగా పట్టి ఉన్న కొండ ప్రాంతంలో బండరాళ్ళు కొన్ని భూమిలో బలంగా కూరుకొని పోతాయి.

❖ హిమానీనదాలు వీటిని కదిలించలేక, వీటిమీద నుంచి పొర్లుకుంటూ ప్రవహిస్తాయి.

❖ పొర్లుకుంటూ ప్రవహించేటప్పుడు ఉత్పాతనం, గుంతలు చేయటం వంటి పద్ధతులు తక్కువగానూ, అపఘర్షణ, పాలిషింగ్‌వంటి పద్ధతులు ఎక్కువగానూ జరగటం వల్ల ఈ బండరాళ్ళు (లేదా) చిన్న చిన్న బోడిగుట్టలు ఒక పక్కపగుళ్ళ

కలిగి అస్తవ్యస్తంగా ఉంటే, మరోపక్క పాలిష్ చేసినట్లు నునుపుగా ఉండి, 'పడుకొని ఉన్న గొర్రె ఆకారం' కలిగి ఉంటాయి. వీటిని 'రోచెమౌటనీ' అంటారు.

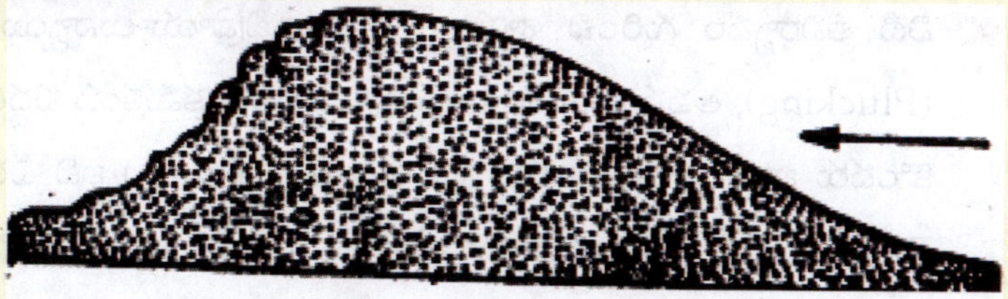

రోచెమౌటనీ

- ఈ రోచెమౌటనీలు చాలా అందంగా ఉండి చూపరులను ఎక్కువగా ఆకట్టుకుంటాయి.
- వాటి ఎత్తు 50మీ. నుంచి 200 మీ.ల వరకు ఉండి, వెడల్పు సుమారు 100మీ.ల వరకూ ఉంటాయి.
- రోచెమౌటనీలు ఇంకా పెద్దసైజులో ఉంటే 'ఫ్లిగ్ బెర్గ్‌లు' (Flyggbergs) అంటారు.

  ఉదా: కాలిఫోర్నియాలోని యూసిమైట్ నేషనల్ పార్క్‌లో (Yosemite National Park of Calofornia) గల 'లాంబర్ట్ డోం' (Lambert Dome).

9. లంభమాన ధరులు (Hanging Valleys):

- ఇక్కడ రెండు రకాల హిమానీనదాలు రెండు రకాలుగా తమ తమ లోయల్లో ప్రవహిస్తుంటాయి.
  1. ప్రధాన హిమానీనదం (Main Glacier) ఇది పర్వత పాదాల దగ్గర పెద్దసైజులో పటంలో చూపినట్లు పర్వతానికి అడ్డంగా ప్రవహిస్తూ ఉంటుంది.
  2. ఉపహిమానీనదం (Tributory glaciers): కొంచెం ఎత్తులో ఉన్న ఈ ఉపహిమానీ నదాలు ప్రధాన హిమానీనదంలోకి లంభంగా ప్రవహిస్తూ, చూడడానికి వేలాడుతున్నట్లుగా కన్పిస్తాయి. వీటిని 'లంభమాన ధరులు' అంటారు.

10. క్రాగ్ & టైల్ (Crag & Tail):

- ఇది చాలా చిత్రమైన పరిస్థితుల్లో ఏర్పడుతుంది.
- కొత్తగా తయారు చేసిన మన ఇంటి చెక్క తలుపులకు అక్కడక్కడ కొన్ని గట్టి 'మడులు' (Knobs) ఉంటాయి. సరిగ్గా అదే మాదిరిగా హిమానీనదాలు దట్టంగా వ్యాపించి మైదానంలాగా కన్పించే ప్రాంతంలో అక్కడక్కడ గట్టిగా ఉన్న కొన్ని సిండర్‌కోన్స్ గానీ, లేదా 'బసాల్ట్ ప్లగ్' (Basalt plugs) లు గానీ ఉంటాయి.
- హిమానీ నదాలు నెమ్మదిగా ప్రవహిస్తూ తమ దారిలో ఉన్న వీటిని క్రమక్షయం చేయలేక వీటిమీద నుంచి పొంగి పొర్లుతుంటాయి.
- హిమానీనదాలు ఏ దిక్కు నుంచి ప్రవహిస్తున్నాయో ఆ వైపు ఉన్న సిండర్‌కోన్ వాలు ఎక్కువగా (Steep slope) ఉండగా, దాని అవతల పక్కనున్న వాలు చాలా తక్కువగా (Gentle slope) ఉండి, చూడడానికి 'సిండర్‌కోన్‌కు తోక ఉన్నట్లు కన్పిస్తుంది. గట్టిగా ఉన్న సిండర్‌కోన్‌ను 'క్రాగ్' (Crag) అనీ దాన్ని ఆనుకుని ఉన్న హిమానీనదాల్ని 'టైల్' (Tail) అనీ అంటారు. ఉదా: స్కాట్‌లాండ్‌లోని ఎడెన్‌బర్ (Edinbourgh)లో ఉన్న కాస్టిల్‌రాక్ (Castle Rock).

11. గ్లేసియల్ స్టెయిర్‌వేస్ (Glacial Stairways):

- చూడడానికి అందంగానూ, ఆహ్లాదకరంగానూ కనిపించే ఈ భూస్వరూపం కొన్ని ప్రత్యేక పరిస్థితుల్లో ఏర్పడుతుంది. మేడమెట్లను పోలిఉండే దీన్ని "సైక్లోపియన్ స్టెయిర్స్" (Cyclopean Stairs) అని కూడా అంటారు.
- ఒక్కొక్క మెట్టు దాని కింది మెట్టుకంటే దాదాపు 30 నుంచి 300 మీటర్ల ఎత్తులో ఉంటుంది. ఇలాంటి మెట్లు దాదాపు 5 నుంచి 10 వరకూ ఉంటాయి.

- వీటి ఆవిర్భావం గురించి శాస్త్రజ్ఞులలో భిన్నాభిప్రాయాలున్నాయి. హిమానీనదాలు తమ సహజమైన ఉత్పాదనం (Plucking), అపఘర్షణ (Abrasion) మొదలైన క్రమక్షయ పద్ధతుల ద్వారా ఇలాంటి మెట్లను ఏర్పరచుకుంటాయని కొందరు భావిస్తే, మరికొందరు భ్రంశాల వల్ల (Faults) ఇవి ఏర్పడతాయని, భావిస్తున్నారు. ఒక మెట్టుకూ, మరో మెట్టుకు మధ్యన నిట్టనిలువుగా గోడలాగా ఉన్న వాటిని ఆనుకొని కొన్ని కొన్ని గుంతలు ఏర్పడి ఉంటాయి. కరిగిపోయిన మంచునీటిలో ఈ గుంతలు నిండినప్పుడు ఇవి చిన్న చిన్న సరస్సుల మాదిరిగా కన్పిస్తాయి. వీటిని 'పేటర్ నాస్టర్ సరస్సులు' (Paternoster Lakes) అంటారు. దూరం నుంచి చూస్తే ఇవి ఒక దండ మాదిరిగా ఉంటాయి.

నిక్షేపణ భూస్వరూపాలు (Depositional Landforms)

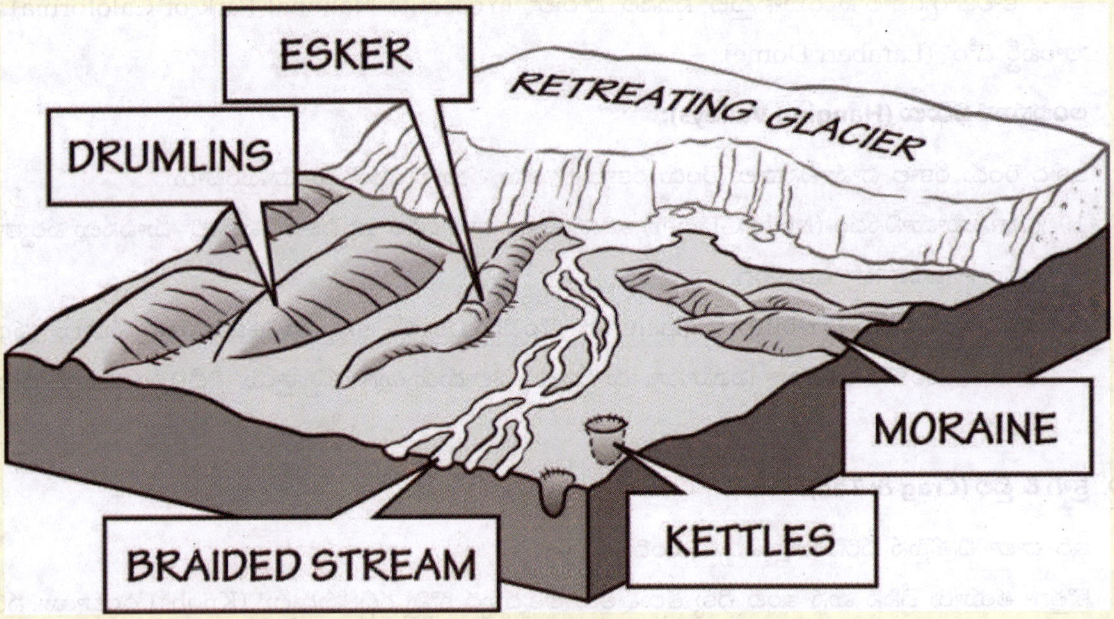

మొరైన్లు (Moraines):

- హిమానీనదాలు తాము ప్రవహించే ప్రాంతంలో క్రమక్షయం ద్వారా సంపాదించిన బండరాళ్ళు, ఒక మోస్తరు పెద్దరాళ్ళు, గులకరాళ్ళు, ఇసుక, మట్టి, రాతిపిండి, మొదలైన శిలా పదార్థం (టిల్)ను కొంతదూరం వరకూ రవాణా చేసి, అనుకూల ప్రాంతంలో నిక్షేపిస్తుంది. నిక్షేపించబడిన ఈ రకమైన 'టిల్‌ల'ను 'మొరైన్లు' (Moraines) అంటారు. ఇవి చాలా పొడవుగా ఉంటూ దాదాపు 30 మీ. ఎత్తువరకూ ఉంటాయి. అయితే ఈ మొరైన్లు హిమానీ నదాలకు అడుగుభాగాన ఉంటే 'నేల మొరైన్లు' (Ground Moraines) అంటారు.
- దీనిలో బండరాళ్ళ నుంచి, సన్నని ఇసుక వరకూ రకరకాల సేంద్రీయ పదార్థం ఉంటుంది.
- ఒక్కొక్కప్పుడు ఈ మొరైన్లు హిమానీ నదాలు ప్రవహించే లోయ చివరిభాగంలో ఉంటాయి. వాటిని 'అగ్రమొరైన్లు' (Terminal moraines) అంటారు. ఈ మొరైన్లు లోయ పక్కలందు ఉంటే 'పక్క మొరైన్లు' (Median Moraines) అనీ అంటారు.

డ్రమ్లిన్స్ (Drumlins):

- మొరైన్లుగా నిక్షేపించబడ్డ సేంద్రీయ పదార్థం (టిల్) క్రమక్రమంగా గట్టిపడి బోర్లించిన చంచా ఆకారం (Inverted spoon) ఉన్న గుట్టలుగా మారితే 'డ్రమ్లిన్లు' అంటారు.

❖ వీటి పొడవు కొన్ని మీటర్ల నుంచి 3 కి.మీ. వరకూ ఉంటుంది. అంతేకాదు ఇవి బాగా ఎక్కువగా ఉన్న చోట 'కోడిగుడ్ల ఉండే గంప' (Egg Basket) ఆకారాన్ని పోలి ఉంటాయి.

ఉదా: ఉత్తర ఐర్లాండ్‌లోని 'స్ట్రాంగ్ ఫోర్డ్ లాఫ్" (Strongford Lough) లో డ్రమ్లిన్ దీవులు దీనికి మంచి ఉదాహరణ.

ఎస్కర్లు (Eskers):

★ హిమానీనదాలతో నిర్మింపబడి, పొడవుగానూ, సన్నగానూ, సర్పాకారంగా ఉండే గుట్టలను 'ఎస్కర్లు' అంటారు.

★ వీటి ఎత్తు కొన్ని మీటర్ల నుండి పదిమీటర్ల వరకూ ఉండగా, పొడవు మాత్రం వందమీటర్లు పైగా ఉంటుంది.

★ హిమానీనదాలకు నీరు కూడా తోడైనందువల్ల ఎస్కర్లు ఏర్పడతాయి. వీటిలో రాళ్ళు, రప్పలు, ఇసుక మొదలైన సేంద్రీయ పదార్థం ఉంటుంది.

★ ఇవి హిమానీనద లోయల్లోనే కాకుండా, ఊబి ఎక్కువగా ఉండే ప్రాంతాల్లోనూ సరస్సులో కూడా ఇవి ఉంటాయి. అందువల్ల రోడ్లు వేసేటప్పుడు ఇంజనీర్లకు వీటి వెంబడే రోడ్లు వేయడం తేలికగా ఉంటుంది.

కేమ్స్ (Kames):

★ హిమానీనదాలలో ఉండే 'టిల్' అనే పదార్థం ఒక రిడ్జ్‌లాగా నిక్షేపించబడి ఉంటే, దాన్ని 'కేమ్స్' అంటారు.

★ వీటిలో రాళ్ళు, రప్పలతో పాటు ఇసుక కూడా ఉంటుంది.

★ ఈ రిడ్జ్‌ల ఎత్తు 20 నుంచి 60 మీటర్ల వరకూ ఉంటుంది.

ఎరాటిక్స్ (Eratics):

★ హిమానీ నదాలలో ఉండే 'టిల్' అనే పదార్థం చాలాకాలం పాటు ఒకే ప్రాంతంలో కేంద్రీకృతం అయి ఉండటం క్రమక్రమంగా ఆ ప్రాంత మాతృశిలగా మారిపోతుంది. అయితే కొన్ని కొన్ని సార్లు ఆ మాతృశిలనుంచి వేరైపోయి చాలాదూరం వరకూ తీసుకువెళ్ళి, వేరే ప్రాంతానికి చేరి అక్కడ నిక్షేపింపబడతాయి. నిక్షేపింపబడిన ఈ రాళ్ల అక్కడున్న మాతృశిలను పోలి ఉండవు. మాతృశిలను పోలి ఉండక, కొత్తగా వచ్చి చేరిన ఈ రాళ్ళను 'ఎరాటిక్స్' అంటారు.

నోట్: హిమానీనదాల క్రమక్షయం ద్వారా పీటర్ నోస్టర్ చెరువులు ఏర్పడితే వాటి నిక్షేపణ ద్వారా కెటిల్ లేక్స్ ఏర్పడుతున్నాయి.

S.No.	Agent	Erosoinal landforms	Depositional landforms	Specialities
1.	River/Running water land forms	1. V Shapped Vallye 2. Gorge 3. Canyon 4. Pot holes 5. Water Falls 6. Plunge pools 7. River Terracess	1. Levees 2. Allavial Fans 3. Braided Channels 4. Delta 5. Distibutaries 6. Estaries 7. Oxbow lakes	**Erosional Methods:** 1. Corrosion 2. Corrasion 3. Attrition 4. Hydraulic action **Transportation Methods:** 1. Soluton 2. Suspension 3. Rolling 4. Traction **Types of Deltas:**

				1. Bow/ Arcuate Delta 2. Digital Delta 3. Esturaine Delta 4. Lobe / Caspate Delta 5. Comb / Tiber Delta 6. Bird Foot Delta 7. Abaunded Delta
2.	Glacial Land Forms	1. Cirque 2. Arete 3. Col 4. U-Shapped valley 5. Horn 6. Hangging valley 7. Roche montane 8. Crivacess 9. Nunatak 10. Peter-Noster Lakes 11. Fjords 12. Glacial stair ways	1. Till 2. Till plain 3. Moraine 4. Drumlin 5. Esker 6. Kame 7. Kettle Lakes 8. Outwash plain 9. Eratic Rock	1. Boulder clay 2. Craiqe & tail 3. Supra Glacier 4. Englacier 5. Subglacier **Erosional Methods:** 1. Plucking 2. Grooving 3. Scratching 4. Polishing
3.	Wind / Aeolian / Desert Landforms	1. Deflation hallows 2.Mushroom rocks 3. Zuegens 4. Yardanas 5. Ventifact 6. Stone Lattice 7. Insel berg 8. Batte 9. Bolson	1. Dhrains 2. Barkans 3. Seif 4. Bajadas	**Water Landforms** 1.Playas/Dhandyas (Lakes) 2. Rohi/Wadi (Rivers) 3. Bolson(Valleys in Deserts) **Erosional Methods:** 1. Corrosion 2. Coarrasion 3. Attrition 4. Deflation
4.	Coastal Land Forms	1. Sea cliff 2. Wave cut platform 3. Sea caves 4. Blow holes 5. Sea Arches 6. Chasm 7. stalk	1. Beach 2. Bar 3. Spit 4. Hook 5. Barrier 6. Tambolo 7. Laggoon	**Erosional Methods:** 1. Corrosion 2. Coarrasion 3. Attrition 4. Swash & back wash 5. Hydraulic Action
5.	Ground water / Karst Land Forms/ Lime Stone Topography	1. Sink Hole / Doline 2. Uwala 3. Cavern 4. Artician wells 5. Pools 6. Polje 7. Clift	1. Stalaktite/Helictite 2. Stalagmite/Halagmite 3. Columns/ Calcitepillars 4. Drapes/Curtain 5. Tufa 6. Travertine 7. Drip stone 8. Terra rossa	**Depositional Process-** Lithification

పర్వతాలు

- కొండలు కన్నా ఎక్కువగా వాలు కలిగి ఉండి పరిసర ప్రాంతాలతో పోల్చినప్పుడు వాటి కన్నా ఎత్తైన నిర్దిష్ట శిఖరం వంటి భూస్వరూపాన్ని పర్వతం అంటారు.
- సాధారణంగా వీటి కనీస ఎత్తు 900 మీ॥ కన్నా ఎక్కువగా ఉంటుంది. 1951 భారత జనాభా లెక్కల కమీషన్ దృష్ట్యా 2315మీ॥ కన్నా ఎత్తైన ప్రదేశాలను పర్వతాలుగా పేర్కొనడం జరిగింది.
- పర్వతాల వర్గీకరణకు వివిధ ప్రాతిపదికలు కలవు.

  1 స్థానం

  2 ఏర్పడిన కాలం

  3 ఏర్పడిన విధానం

- స్థానం ఆధారంగా పర్వతాలను 3 రకాలుగా విభజించవచ్చు.

  1. అంతస్థలీయపర్వతాలు (Inland Mountains): తీర ప్రాంతానికి దూరంగా ఖండాతర్గతంగా ఉంటాయి.

  ఉదా : వింధ్య పర్వతాలు, వాస్‌జెస్ పర్వతాలు (యూరప్), యూరల్ పర్వతాలు (రష్యా)

  2. తీర ప్రాంత పర్వతాలు(Costal Mountains): ఇవి ఖండాలు లేదా దేశాల యొక్క తీరరేఖ వెంబడి ఉంటాయి.

  ఉదా : రాఖీ పర్వతాలు (ఉత్తర అమెరికా), అపలేచియన్ పర్వతాలు (అమెరికా), పశ్చిమ కనుములు (ఇండియా).

  3. సముద్ర పర్వతాలు (Oceanic Mountains): ఇవి మహాసముద్రాల యొక్క మధ్య భాగాల్లో ఉంటాయి. ముఖ్యంగా దీవులలో ఉంటాయి.

  ఉదా : మౌనకియ, మౌనలోవ మొదలైనవి

Note: మౌనకియ (9140మీ॥) సముద్ర గర్భం నుంచి లెక్కపెడితే ప్రపంచంలో అతి ఎత్తైన శిఖరం.

- ఏర్పడిన కాలం ఆధారంగా 4 రకాలుగా విభజించవచ్చు

  1. ప్రీ కాంబ్రియన్ పర్వతాలు (Precambrain Mountains): నాలుగు బిలియన్ సంవత్సరాల కంటే ముందే ఇవి ఏర్పడి ఉంటాయని శాస్త్రవేత్తల అంచనా.

  ఉదా : లారెన్షియన్ పర్వతాలు (కెనడా), అల్‌గోమెన్ పర్వతాలు (గ్రేట్ లేక్స్ ప్రాంతం అమెరికా మరియు కెనడా), స్కాండివేనియన్ పర్వతాలు (నార్వే, స్వీడన్)

  2. కాలిడోనియన్ పర్వతాలు (Caledonian Mountains): ఇవి 430-380 మిలియన్ సంవత్సరాల మధ్యలో ఆవిర్భావం చెందాయని అంచనా.

  ఉదా : అపలేచియన్ పర్వతాలు, ఆరావళి పర్వతాలు, మహాదేవ్ పర్వతాలు (మధ్యప్రదేశ్).

  3) హెర్సినియన్ పర్వతాలు (Hercynian Mountains): ఇవి 340-225 మిలియన్ సంవత్సరాలు మధ్యలో ఆవిర్భావం చెందాయని అంచనా.

  ఉదా : బ్లాక్ ఫారెస్ట్ పర్వతాలు (జర్మనీ), అల్‌టై పర్వతాలు (మాగోలియా, చైనా), యూరల్ పర్వతాలు (రష్యా)

  4. అల్పైన్ పర్వతాలు (Alpine Mounains): ఇవి 65 మిలియన్ సంవత్సరాల పూర్వం ఏర్పడినట్టు అంచనా వేశారు.

  ఉదా : అల్ప్స్ పర్వతాలు (యూరప్), అట్లాస్ పర్వతాలు (ఆఫ్రికా), హిమాలయాలు (ఇండియా).

ఏర్పడిన విధానం ఆధారంగా ప్రధానంగా 2 రకాలు:

1. విరూపక పర్వతాలు (Tectonic Mountains).
2. క్రమక్షయ పర్వతాలు (Erosinal Mountain).

1. విరూపక పర్వతాలు:

- వీటిని మరలా 3 రకాలుగా విభజించారు.

  1. ముడత పర్వతాలు (Fold Mountains) : పలకల యొక్క అభిసరణ చలనం వలన ఒక అంచు శిధిలాలు ముడతలు వలె పైకి లేచి ఇటువంటి పర్వతాలు ఏర్పడతాయి. వీటిని అవి ఏర్పడిన కాలం ఆధారంగా మరల 2 రకాలుగా విభజించవచ్చు. అవి:

  ఎ. పురాతన ముడత పర్వతాలు (200 మిలియన్ సంవత్సరాల ముందు ఏర్పడ్డాయి)

  ఉదా: అపలేచియన్ పర్వతాలు, యూరల్ పర్వతాలు

  బి. నవీన ముడత పర్వతాలు (ఇవి 10-15 మిలియన్ సంవత్సరాల ముందు ఏర్పడ్డాయి)

  ఉదా: హిమాలయాలు, ఆండీస్, రాఖీస్ మొదలైనవి.

ప్రపంచ వ్యాప్తంగా గల కొన్ని ముడత పర్వతాలు:

ఉత్తర అమెరికా	:	రాఖీ పర్వతాలు-ఇవి పసిఫిక్ సముద్ర, ఉత్తర అమెరికా ఖండ పలకల అభిసరణం వలన ఏర్పడ్డాయి. ఉత్తర అమెరికాలో ఈ కోవకే చెందిన అలస్కన్ పర్వతాల్లో గల మెక్‌కిన్ లే లేదా డెనాలీ ఉత్తర అమెరికాలో ఎత్తైన శిఖరం.
దక్షిణ అమెరికా	:	ఆండిస్ పర్వతాలు - ఇవి ప్రపంచంలోనే అత్యంత పొడవైన పర్వత వ్యవస్థ దక్షిణ అమెరికాలో ఎత్తైన శిఖరం అకన్ కాగ్వ (అర్జెంటీనా) ఈ పర్వతాల్లో కలదు.
యూరప్	:	ఆల్ప్స్, కాకసస్ (యూరప్‌లో ఎత్తైన శిఖరం - (Elbrus) రష్యా ఇక్కడే కలదు). పైరనీస్ (ఫ్రాన్స్‌కి స్పెయినకి మధ్యలో కలవు) అపనైన్స్ (ఇటలీ).
ఆఫ్రికా	:	అట్లాస్ పర్వతాలు (మొరాకో, అల్జీరియా, ట్యునేషియాలో కలవు).
ఆసియా	:	హిమాలయాలు, Elburz (ఇరాన్) పర్వతాలు
ఆస్ట్రేలియా	:	(Great Dividing Range) (వీటిని Cordilleras అని కూడా అంటారు). ఎత్తైన శిఖరం 'కోషియాస్కో'
అంటార్కిటికా	:	Trans అంటార్కిటికా పర్వతాలు, క్వీన్ మౌడ్స్ (ఎత్తైన శిఖరం (విన్సస్ మాసిఫ్)

2. ఖండ పర్వతాలు (Block Mountains):

★ వీటి ఏర్పాటు విధానంపై విభిన్న వాదనలు కలవు.

★ ఖండ పలకల యొక్క అపసరణ చలనం వీటి ఏర్పాటుతో పాటు, పగులు లోయల ఏర్పాటుకు కూడా దారితీస్తుందని చెప్తున్నారు. లేదా భూ అంతర్భాగంలో తన్యత బలాల వలన భ్రంశాలు ఏర్పడి వాటికి ఇరువైపుల ఉన్న ప్రాంతాలు క్రిందకు కృంగిపోవడం (గలిత శిలా విన్యాసం - గ్రాబెన్ - పగులులోయ) లేదా పైకి నెట్టబడడం (భ్రంశోద్ధిత శిలా విన్యాసం - horst - ఖండపర్వతం) వల్ల ఇటువంటి పర్వతాలు ఏర్పడతాయి.

★ ఈ పర్వతాలు మధ్యలో లేదా వాటికి అనుకుని ఉన్న లోయలను పగులు లోయలు అని పిలుస్తారు.

ఉదా: 1. వింద్యాసాత్పుర పర్వతాలు ఖండ పర్వతాలు వాటి మధ్యలో గల నర్మద పగులు లోయ.

2. వాస్‌జెస్ (ఫ్రాన్స్ - బ్లాక్ ఫారెస్ట్ (జర్మనీ) పర్వతాలు వాటి మధ్యలో గల రైన్ పగులు లోయ.

3. అగ్ని పర్వతాలు:

★ భూమి లోపల పొరలలో ఉన్న (దిగువ (ప్రావాహం) శిలా ద్రవం (మాగ్మా) భూ ఉపరితలాన్ని కేంద్ర ఉద్భేదనం (Central vent) ద్వారా చేరే ప్రక్రియను తద్వారా ఏర్పడ్డ భూస్వరూపాన్ని 'అగ్ని పర్వతం' అని అంటారు. వీటినే సంచిత పర్వతాలు అని కూడా అంటారు.

ప్రపంచంలో గల ప్రముఖ అగ్ని పర్వతాలు:

ఉత్తర అమెరికా ఖండం	★	మౌంట్‌బోన, బ్లాక్ బర్న్, సాన్ పోర్డ్, మౌంట్ చర్చిల్
	★	మెక్సికోలో ఈ మధ్యకాలంలో విస్పోటనం చెందిన అగ్నిపర్వతం Popocatepel
	★	చెపారస్టిక్ అగ్నిపర్వతం (ఎల్‌సాల్వెడార్)
	★	ఎల్‌సాల్వెడార్‌ను పసిఫిక్ మహాసముద్రపు దీపస్థంబం అని అంటారు.
దక్షిణ అమెరికా ఖండం	★	కోటోపాక్సి, చింబరాజో రెండూ కూడా ఈక్విడార్‌లో అగ్నిపర్వతాలు.
	★	ఒజోస్ డెల్ సలాడో (అర్జెంటీనా, చిలీ) ప్రపంచంలోనే అతి ఎత్తైన అగ్ని పర్వతం
యూరప్	★	ఎట్నా, వాల్కనో, వెసువియస్, స్ట్రంబోలి, ఇవన్నీ కూడా ఇటలీ గల అగ్నిపర్వతాలు
	★	స్ట్రంబోలి మధ్యధరా సముద్రపు దీప స్థంభం అని అంటారు.
ఆఫ్రికా	★	కామెరూన్ (ఆఫ్రికాలో అత్యధిక వర్షపాతం పడే ప్రాంతం)
ఆసియా	★	కుచలస్ కియ (రష్యా), ఫ్యూజిమామ (జపాన్)
		క్రకటోవా (ఇండోనేషియా), బారెన్ (ఇండియా)
ఓషియానా దీవులు		1. మౌనలోవ (హవాయి) - ప్రపంచంలో అతిపెద్ద అగ్నిపర్వతం
		2. మానకియ (హవాయి)
		3. హ్యుంగా టోంగా
అలస్కా	★	కటమాయి

2. క్రమక్షయ పర్వతాలు:

❖ ఇవి రెండు రకాలు

1. **అవశిష్ట పర్వతాలు (Residual Mountains):** పవనాలు, నదులు వంటి బాహ్య జనిత శక్తుల వలన తమ ఎత్తును కోల్పోయిన పర్వతాలను అవశిష్ట పర్వతాలు అంటారు.

   ఉదా: 1. ఆరావళి పర్వతాలు (ప్రపంచంలోనే అత్యంత పురాతనమైన అవశిష్ట ముడత పర్వతాలు)
   2. అపలాచియన్ పర్వతాలు (us)

2. **పరిశిష్ట పర్వతాలు (Relict Mountains):** పీఠభూములు, మైదానాలు వంటివి క్రమక్షయానికి గురై వాటి మధ్యలో కాని, చుట్టు ప్రక్కల ప్రాంతాలు కాని క్రమక్షయానికి గురి కాకుండా ఉండిపోతే వాటిని పరిశిష్ట పర్వతాలు అని అంటారు.

   ఉదా: రాజ్ మహల్ కొండలు (జార్ఖండ్), గిర్ కొండల్ (గుజరాత్) బాలాఘట్ కొండలు (మధ్యప్రదేశ్) మొదలైనవి.

   నోట్ : అవశిష్ట మరియు పరిశిష్ట అనే పదాలు ఏదో ఒక పర్వతం పేరుతో కలిసి చెప్పాలి.

Note: అవశిష్ట ముడత పర్వతాలు, అవశిష్ట అగ్ని పర్వతాలు మొదలైనవి.

❖ సాధారణంగా అగ్ని పర్వత పీఠభూములు ఏర్పడినపుడు వాటి అంచున ఉన్న ఎత్తైన ప్రదేశాలను ఎస్కార్ప్‌మెంట్ పర్వతాలు అని అంటారు.

ఉదా: పశ్చిమ కనుమలు ఎస్కార్ప్‌మెంట్‌లు అయితే తూర్పు కనుములు అవశిష్ట ఎస్కార్ప్‌మెంట్‌లు.

పీఠభూములు

❖ సముద్రమట్టం నుండి 300 మీటర్ల కన్నా ఎక్కువ ఎత్తులో ఉండి కాస్త ఎక్కువ విస్తీర్ణంలో ఉండి అంచులలో వాలులు కలిగి ఉండే సమతల ప్రాంతాలను పీఠభూములు అంటారు.

❖ ఈ పీఠభూములలో ఎగుడు దిగుడులు ఎక్కువగా ఉంటే వాటిని దొర్లాడే పీఠభూమి(Rolling Plateau) అని అంటారు. పర్వత ఏర్పాటు ప్రక్రియలో అగ్ని పర్వత విస్ఫోటనం, అంతర్భాగంలో జరిగే చర్యలు వంటివాటిని ఆధారంగా చేసుకుని పీఠభూములు ఈ క్రింది విధంగా విభజించవచ్చు.

1. పర్వతాంతర పీఠభూమి (Inter Montane Plateau):

❖ ఈ పీఠభూములకు అన్ని వైపులా సరిహద్దులుగా పర్వతాలుంటాయి. అనగా ఇవి పర్వతాల మధ్యలో ఉన్నట్లు కనబడతాయి. సాధారణంగా ప్రపంచంలో ఎత్తైన పీఠభూములు ఈ కోవకు చెందుతాయి.

ఉదా: 1.	మెక్సికన్ పీఠభూమి	:	(పీఠభూమి సియర్రా మాడ్రే ఆక్సిడెంటల్ – సిమర్రా మాడే ఓరియంటల్ పర్వతాల మధ్యలో కలదు).
2.	బొలీవియా పీఠభూమి	:	(ఇది ఆండీస్ పర్వతాల మధ్యలో ఉంది)
3.	ఇరానియన్ పీఠభూమి	:	(జాగ్రోస్ మరియు Elburz పర్వతాల మధ్యలో కలదు)
4.	పామీర్ పీఠభూమి	:	హిందుకుష్– కారమ్‌కోరమ్ వంటి ట్రాన్స్ హిమాలయాల మధ్యలో ఉంది. దీనినే ప్రపంచ పై కప్పు అని పిలుస్తారు.
5.	లడక్ పీఠభూమి	:	కారకోరమ్ – లడక్ పర్వతాల మధ్యలో ఉంది. భారత్ పై కప్పు అంటాం.
6.	టిబెట్ పీఠభూమి	:	కున్‌లున్‌షాన్ – కైలాస్ పర్వతాల మధ్యలో ఉంది.
7.	మంగోలియా పీఠభూమి	:	ఇది హింగాంగ్‌షాన్, అల్టాయి, సమాన్ పర్వతాల మధ్యలో ఉంది.

2. పర్వత పాద / గిరిపాద పీఠభూమి (Pied Mont Plateau):

❖ ఒక వైపు ఖచ్చితంగా పర్వతాలు సరిహద్దులుగా ఉండి మరోవైపు ఇతర భూస్వరూపాలు సరిహద్దులుగా ఉంటాయి. కాబట్టి వీటిని సరిహద్దు పీఠభూములు అని కూడా అంటారు (fissure type of volcanic eruption).

ఉదా: 1.	**కొలరాడో పీఠభూమి**	:	ఇవి రాఖీ పర్వతాలు వాటిలో భాగమైన వసాచ్ మరియు యుంటా పర్వతాలకు అనుకుని ఉంది.
2.	**అపలేచియన్ పీఠభూమి**	:	అపలేచియన్ పర్వతాలకు అనుకుని (Pied Mount Plateau) ఉంటాయి.
3.	**పెటగోనియన్ పీఠభూమి(అర్జెంటీనా)**	:	అండీస్ పర్వతాలకు అనుకుని ఉంది.
4)	**మాల్వా పీఠభూమి (ఇండియా)**	:	పడమట వైపు ఆరావళి దక్షిణంవైపు వింధ్యా పర్వతాలను కలిగి ఉంది.

3. లావా పీఠభూమి (Volcanic Plateau):

❖ వివిధ మార్గాల ద్వారా మాగ్మా బయటకు వచ్చే (భ్రంశోద్భేధన) ప్రక్రియ ద్వారా చిక్కదనం లేని లావ బయటకు వచ్చి సుదూర ప్రాంతాలకు ప్రయాణించి ఘనీభవించి ఇవి ఏర్పడతాయి.

ఉదా: కొలంబియా పీఠభూమి (US).

- బ్రెజిల్ ఉన్నత భూములు బ్రెజిల్ - సౌత్ అమెరికా.
- ఇథియోపియన్ ఉన్నత భూములు (అబిసీనియా పీఠభూమి) - ఆఫ్రికా.
- దక్కన్ పీఠభూమి (ఇండియా).

4. ఖండాంతర్గత పీఠభూమి (Continental Plateau):

- భూ అంతర్భాగంలోని చలన తన్యత బలాల వల్ల ఖండాల యొక్క మధ్యభాగంలో ఏర్పడిన పీఠభూమి.

ఉదా: 1. ద్వీపకల్ప పీఠభూమి (ఇండియా).
2. అరేబియా పీఠభూమి (సౌదీ అరేబియా).
3. దక్షిణాఫ్రికా పీఠభూమి.
4. ఆఫ్రికాలో గల ఇతర పీఠభూములు ఎయిర్, జోష్ మొదలైనవి.

5. కలష పీఠభూమి : (Done Shaped Plateau)

- అంతర్భాగంలోని ఉర్ధ్వబలాలు భూ ఉపరితలాన్ని కలష ఆకారంలో పైకి వంగేటట్లు చేస్తాయి.

ఉదా: 1. ఉత్తర అమెరికాలోని ఒజార్క్ పీఠభూమి
2. చోటానాగ్‌పూర్ పీఠభూమి

6. అవశిష్ట పీఠభూమి (Residual Plateau / Dissected Plateau):

- భూ ఉపరితలంపై గల ఇతర భూస్వరూపాలు, లేదా పై పీఠభూములో ఏదైన సరే బాహ్య జనిత శక్తుల వల్ల క్రమక్షయానికి గురి అయితే ఇటువంటి పీఠభూములు ఏర్పడతాయి.

ఉదా: ద్వీపకల్ప పీఠభూమిలో భాగంగా ఉన్న బుందేల్ ఖండ్, బాగేల్‌ఖండ్ వంటి పీఠభూములు.

మైదానాలు

- సముద్రమట్టానికి సమతలంగా గాని లేదా కొద్దిగా ఎత్తుగా కాని ఉన్నటువంటి విశాలమైన పల్లపు ప్రాంతాలను మైదానాలు అని పిలుస్తారు. మైదానాలను క్రింది విధంగా వర్గీకరిస్తారు.

1. ఖండాంతర్గత మైదానాలు (Inter Continental Plains)
2, తీర మైదానాలు (Coastal Plains)
3. కోత మైదానాలు (Erosional Plains)
4. నిక్షేపిత మైదానాలు (Depositional Plains)

1. ఖండాంతర్గత మైదానాలు:

- భూమిలో అంతర్గత శక్తుల వల్ల క్షితజ సమాంతరంగా ఉన్న పొరలు ఖండాల మధ్య భాగంలో కొద్ది ఎత్తు వరకు పైకి లేచి మైదానాలుగా ఏర్పడతాయి,

ఉదా: రష్యాలోని సైబీరియా. అమెరికాలోని గొప్ప మధ్య మైదానాలు.

2. తీరమైదానాలు:

- సముద్ర తీరాన్ని అంటిపెట్టుకుని ఉన్న మైదానాలు. ఖండతీరపు అంచు కృంగిపోవడం వల్లగాని, పైకి నెట్టబడడం వల్ల కానీ ఏర్పడే మైదానాలు.

3. క్రమక్షయ మైదానాలు:

❖ క్రమక్షయ శక్తుల వల్ల ఎత్తైన ప్రాంతాలు దీర్ఘకాలంలో మైదానాలుగా ఏర్పడతాయి, అవి

ఎ. **పెనిప్లేన్స్:** ఉష్ణమండలం ప్రాంతాలలో నదీ క్రమక్షమ చర్య వలన ఏర్పడిన మైదానాలు. ఈ మైదానంలలో అక్కడక్కడ మిగిలిపోయి ఉన్న ఎత్తైన ఒంటరి కఠిన శిలాఖండం లేదా బోడిగుట్టలను మొనాడె నాక్స్ అని పిలుస్తారు.

ఉదా: సట్లెజ్ మైదానాలు, పశ్చిమసైబీరియా మైదానాలు, కెనడాలోని హడ్సన్ అఖాతము చుట్టూ ఉన్న మైదనాలు, అస్సాం మైదానాలు.

బి. **పెడిప్లేన్స్:** ఎడారి భౌగోళిక ప్రాంతాలలో పవన క్రమక్షయం వల్ల ఏర్పడుతాయి. వీటిని సహార ఎడారిలో రెగ్, హమడా సెరిర్ అనే పేరుతో పిలుస్తారు.

సి. **స్ట్రాండ్ ఫ్లాట్:** సముద్ర తీర ప్రాంతాలలో సముద్ర తరంగ క్రమక్షయ చర్యవలన ఏర్పడిన మైదానాలు. ఇవి ఎక్కువగా నార్వే వాయువ్య తీర ప్రాంతాలలో ఉన్నాయి.

4. టెర్రరోసా:

❖ సున్నపురాయి భౌగోళిక ప్రాంతాలలో అంతర్భూజల క్రమ క్షయ చర్యవలన ఏర్పడిన **ఎరుపు వర్ణపు మైదానాలు.**

5. నిక్షేపిత మైదానాలు:

❖ బహిర్జనిత బలాల ద్వారా రవాణా కాబడే ఒండ్రుమట్టి, ఇసుక, గులకరాళ్ళు, లాంటి శిధిలాలు లోతట్టు ప్రాంతాలలో నిక్షేపించబడటం వలన ఏర్పడిన మైదానాలు. అవి.

నదుల, హిమానీనదాల, పవన నిక్షేపణ వల్ల ఏర్పడినవి.

ఎ. **నదీ నిక్షేపిత మైదానాలు (Alluvial Plains):** వరద మైదనాలు, డెల్టాలు మొదలైనవి నదీ నిక్షేపణ వల్ల ఏర్పడినవి. ప్రపంచంలోని పెద్ద పెద్ద మైదానలు అన్నీ ఈ కోవకు చెందినవే.

ఉదా: గంగా, సింధు, బ్రహ్మపుత్ర మైదానలు, మెసపటోమియా (ఇరాక్) మైదానాలు, డాన్యూబ్ మైదానాలు, నదులు సరస్సులలో నిక్షేపణ జరిపి మైదానాలను ఏర్పరిస్తే వాటిని సరోవరీయ మైదానాలు అంటారు.

బి. **హిమానీనద నిక్షేపిత మైదానాలు (Glacial Plains):** వీటిని టిల్ మైదానలు లేదా అవుట్ వాష్ మైదానాలు అని కూడా అంటారు. హిమానీనదం కరిగిపోయే సమయంలో నిక్షేపించబడే మైదానాలు.

సి. **పవన నిక్షేపిత మైదానాలు (Loess Plains):** పవన వేగం తగ్గుతూపోయే కొద్దీ వాటి రవాణా సామర్థ్యం తగ్గిపోయి సన్నని రేణువులను నిక్షేపించడం ప్రారంభిస్తుంది. ఇలాంటి మైదానాలను లోయస్ మైదానాలు అంటారు.

❖ చైనాలో గల పసుపు మైదానం (Yellow Plain) ఇలా ఏర్పడినదే (Yellow River / హోయాంగ్‌హో నది ఏర్పరిచిన మైదానాలు)

శిలలు

❖ భూ పటలానికి సంబంధించి ప్రకృతి సిద్ధంగా ఏర్పడ్డ ఖనిజ నిర్మిత ఘన పదార్థాన్ని "శిల" అంటారు.

శిలాచక్రం (Rock Cycle):

❖ భూమి మీదను, భూమిలోనూ ఏర్పడ్డ అగ్ని శిలలు, అవక్షేప శిలలు, రూపాంతర శిలలు మొదలైనవాని పుట్టుక, ఆవిర్భావం వేరు వేరుగా ఉన్నా, నిశితంగా పరిశీలించి చూస్తే ఇవి ఒక దాని పై మరొకటి ఆధారపడి ఉంటాయనీ,

వీటి మధ్య విడదీయరాని వింత బంధం అనేది ఉందనీ తెలుస్తుంది. వాటి మధ్య ఉన్న సంబంధాన్ని ఒక చక్రం వలె చూపిస్తారు. దానిని శిలా చక్రం అంటారు.

శిలలు - వర్గీకరణ (Classification of Rocks):

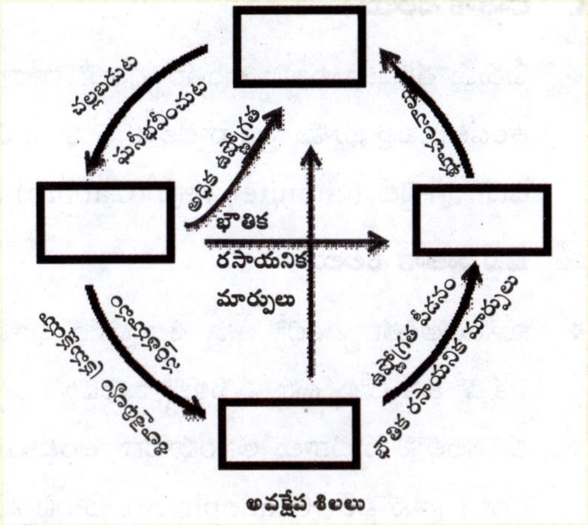

❖ శిలలను వాటి పుట్టుక ఆధారంగా చేసుకొని కింది రకాలుగా వర్గీకరించవచ్చు.

1. అగ్ని శిలలు (Igneous Rocks)
2. అవక్షేప శిలలు (Sedimetnary Rocks)
3. రూపాంతర శిలలు (Metamorphic Rocks)

అగ్ని శిలలు:

❖ పేరుకు తగినట్లు ఇవి 'అగ్ని' లేదా 'నిప్పు' మూలంగా ఏర్పడ్డాయి భూమి అంతర్భాగంలో అత్యంత వేడిగా ఉన్న 'మాగ్మా' (Magma) అనే శిలాద్రవం అగ్నిపర్వతం బిలం (Crater) ద్వారా బయటికి వచ్చి, చల్లబడి, ఘనీభవించి, శిలగా మారడం ద్వారా ఈ శిలలు ఏర్పడతాయి.

అగ్ని శిలలు - వర్గీకరణ (Classification of Igneous Rocks):

❖ ఏర్పడే ప్రదేశాన్ని బట్టి అగ్ని శిలలు ముఖ్యంగా రెండు రకాలు :

1. బాహ్య అగ్ని శిలలు (Extrusive Igneous Rocks)
2. అంతర్గత అగ్నిశిలలు (Intrusive Igneous Rocks).

1. బాహ్య అగ్ని శిలలు:

- భూమి అంతర్భాగంలో ఉన్న మాగ్మా అనే ద్రవం భూ అంతర్భాగం నుంచి బయలుదేరి, అగ్ని పర్వత బిలం (Crater) ద్వారా భూమి ఉపరితలానికి వచ్చి శీఘ్రంగా చల్లబడటం ద్వారా ఏర్పడే శిలలకు 'బాహ్య అగ్నిశిలలు' అని పేరు.
- వీటిలో చిన్న చిన్న స్ఫటికాలు (Crystals) ఉంటాయి.
- భూమి లోపల ఉన్న శిలాద్రవాన్ని 'మాగ్మా' అనీ, ఉపరితలనాకి వచ్చిన మాగ్మాను 'లావా' అనీ అంటారు.
- ఈ శిలలు లావా వల్ల ఏర్పడ్డవి కాబట్టి వీటిని 'అగ్ని పర్వత శిలలు' (Volcanic Rocks) అని కూడా అంటారు.

  ఉదా: బసాల్ట్స్ (Basalts), ఆండిసైట్ (Andesite).
  రాయొలైట్ (Rhyolite), ఒబ్సీడియన్ (Obsidian).

2. అంతర్గత అగ్నిశిలలు:

- భూమి అంతర్భాగంలో ఉన్న మాగ్మా అనే శిలాద్రవం, భూమి ఉపరితలానికి రావాలని ప్రయత్నించి పైకి రాలేక, మార్గమధ్యంలో ఎక్కడో ఒక అనుకూలమైన చోట నెమ్మదిగా చల్లబడి, ఘనీభవించటం ద్వారా ఇవి ఏర్పడతాయి. పెద్ద పెద్ద స్ఫటికాలు (Crystals) వలె ఉంటాయి.

  ఉదా: గ్రానైట్ (Granite), గాబ్రో (Gabbro), డయోరైట్ (Diorite), డోలరైట్ (Dolerite) మొదలైనవి.

  అంతర్గత అగ్ని శిలలు ఏర్పడే చోటునే, చల్లబడటానికి తీసుకున్న సమయాన్ని ఆధారంగా చేసుకొని వీటిని మళ్ళీ రెండు రకాలుగా విభజించవచ్చు.

1. పాతాళ శిలలు (Plutonic Rocks)
2. ఉప పాతాళశిలలు (Hypabyssal Rocks)

1. పాతాళ శిలలు:

- పేరుకు తగినట్టు భూమి అంతర్భాగంలో చాలా లోతున ఇవి ఏర్పడతాయి. మాగ్మా అనే శిలాద్రవం చాలా లోతులో ఉండటం వల్ల భూమి పైకి రాలేక లోలోపలనే ఎక్కడో నెమ్మదిగా చల్లబడి, ఘనీభవించటం ద్వారా ఇవి ఏర్పడతాయి. **ఉదా:** గ్రానైట్ (Granite), గాబ్రో(Gabbro) డయోరైట్ (Diorite), పెరిడోటైట్ (Peridotite)

2. ఉప పాతాళ శిలలు:

- భూమి అంతర్భాగంలో ఉన్న శిలాద్రవం భూమి ఉపరితలానికి రావాలని ప్రయత్నించి, రాలేక మార్గమధ్యంలోనే ఎక్కడో ఒక చోట ఉన్న పగుళ్లలో ఇరుక్కొని, అక్కడే చల్లబడి క్రమ క్రమంగా ఘనీభవించి శిలగా మారుతుంది.
- ఈ శిలల్లోని స్ఫటికాలు అసంపూర్తిగా ఉంటాయి.

  ఉదా : గ్రానోఫైర్ (Granophyre), పోరిఫిరైస్ (Poryphyries) డోలరైట్ (Dolerite) మొదలైనవి.
- భూమి లోపల ఉన్న మాగ్మా ద్రవం మార్గ మధ్యలో ఉన్న పగుళ్లలో ఇరుక్కొని, నెమ్మదిగా చల్లబడటం వల్ల ఉపపాతాళ శిలలు ఏర్పడతాయి. అయితే భూమి లోపల ఉన్న పగుళ్లు, రంధ్రాలు, ఖాళీ ప్రదేశాలు మొదలైన వాటి ఆకారాలు (Shapes) బట్టి రకరకాల ఆకారాలు ఉన్న శిలలు ఏర్పడతాయి.
- ఈ ఆకారాలను బట్టి వీటిని లాకోలిత్‌లు (Laccoliths), బాతోలిత్‌లు (Batholiths), పాకోలిత్‌లు (Phacoliths,), బిస్మలిత్‌లు (Bysmaliths), నెక్ (Neck), లాపోలిత్‌లు (Lapoliths), సిల్స్, డైక్స్ (Dykes) అని అంటారు. ఇవి రకాలు కాదు. రూపాలు (Forms) మాత్రమే. ఇవి కొత్తగా ఏర్పడ్డ ఆకారాలు. అయితే ఇవి భూమి లోపల ఇదివరకే ఏర్పడి ఉన్న శిలకు (Country Rocks) సమాంతరంగా (Parallel) ఏర్పడితే 'అనుగతరూపాలు' (Concordant) అనీ, లంబంగా (Perpendicular) ఏర్పడితే 'ప్రతిగత రూపాలు' (Discordant) అనీ అంటారు.

  అనుగత రూపాలు - లాకోలిత్, లోపోలిత్
  (Concordant) బిస్మలిత్, ఫాకోలిత్, సిల్స్ మొదలైనవి.
  ప్రతి గత రూపాలు - బాతోలిత్, డైక్, నెక్.
  (Discordant) స్టాక్ మొదలైనవి.

1. లాకోలిత్ (Laccolith) German. Lacco = రాయి

- ఇవి అనుగత రూపాలు, ఇవి ఇంచుమించు పుట్ట గొడుగు ఆకారంలో ఉండి పై భాగం ఉబ్బెత్తుగా ఉంటుంది. అయితే కొన్ని సార్లు ఇవి రకరకాల ఆకారాల్లో కూడా ఉంటాయి.
- భూమి లోపల చిక్కగా ఉన్న లావా (Viscous Lava) ఎక్కువ దూరం ప్రవహించలేక ఈ విధమైన పుట్ట గొడుగు ఆకారం దాలుస్తుంది. **ఉదా :** హెన్రీ పర్వతాలు (Henry Mountains).

2. లాపోలిత్ (Lapolith) German. Lapos = సాసరు ఆకారం:

- పేరకు తగినట్టు ఇవి సాసారు ఆకారంలో (Saucer Shape) ఉండి భూమి లోపల కొన్ని వేల కిలోమీటర్ల మేర వ్యాపించి ఉంటాయి.
- ఇవి అనుగత రూపాలు. కొన్ని లాపోలిత్‌లు పొరలు పొరలుగా ఉంటాయి.

  ఉదా : 1. డ్యులుత్ లోపోలిత్ (Duluth Lapolity, Minnesota)
  2. సీతంపూండి శిలాసముదాయం, తమిళనాడు.

3. బిస్మలిత్ (Bysmalith):

- లాకోలిత్‌లు ఇంచుమించు పుట్టగొడుగు ఆకారంలో ఉంటాయి.
- భూమిలోపల ఉన్న మాగ్మా ద్రవం (చిక్కగా ఉన్న మాగ్మా) ఎక్కువ మొత్తంలో చొచ్చుకువచ్చి, ఒత్తిడి కలిగించటం వల్ల లాకోలిత్ పై భాగం మరింత ఉబ్బెత్తుగా తయారవుతుంది. అయితే భూమి లోపల కలిగే కొన్ని భూ చలనాల వల్ల ఈ లాకోలిత్‌లో భ్రంశాలు (Faults), సంధులు (Joints) వంటివి ఏర్పడతాయి. ఫలితంగా ఇవి అడ్డంగా విరిగినట్టు కనిపిస్తే, వాటిని బిస్మలిత్ అంటారు.
- ఇవి అనుగత రూపాలు.

4. ఫాకోలిత్ (Phacolith):

- భూమిలోపల కలిగే భూచలనాలు ఒత్తిడి వల్ల మెత్తగా ఉన్న కొన్ని శిలలు ముడతలు పడి, ఒక తరంగం మాదిరిగా ఉంటాయి.
- ముడతల్లో ఉబ్బెత్తుగా ఉన్న భాగాన్ని "అభినతవళి" (Anticline) అనీ, తొట్టి లాగా ఉన్న భాగాన్ని "అపనతవళి" (Syncline) అనీ అంటారు.
- ఈ ముడతలు పెద్ద ఎత్తున కలిగితే, ముడత పర్వతాలు ఏర్పడతాయి.
- భూమి లోపల ఉన్న మాగ్మా ద్రవం ఈ ముడుతల్లో ఇరుక్కొని పోయి, ఆ ముడత ఆకారాన్ని కలిగి ఉంటే వాటిని ఫాకోలిత్ అంటారు. ఇవి అనుగత రూపాలు.

5. సిల్స్ / షీట్స్ (Sills / Sheets)

- భూమి లోపల ఉన్న రాతి పొరలు సమతలంగా ఉండి వందలు, వేల కిలోమీటర్ల మేర వ్యాపించి ఉంటాయి.
- ఇవి అవక్షేప శిలలు.
- భూమి లోపల ఉన్న మాగ్మాద్రవం (చిక్కదనం లేని మాగ్మా) రెండు పొరల మధ్య ఉన్న ఖాళీ ప్రదేశంలో ఇరుక్కుపోయి, ఆ పొరల్ని వేరు చేస్తుంది. అది నెమ్మదిగా చల్లబడి, ఆ పొరల మాదిరిగానే పలచగా ఉన్న ఒక షీట్ (Sheet) లాగా ఘనీభవిస్తే, దానిని 'సిల్' అంటారు.
- సన్నగా ఉన్న సిల్‌ను షీట్ అంటారు.

ఉదా: 1. ఇంగ్లాండ్‌లోని విన్ 'సిల్' The Great whin sill of England

2. ఆఫ్రికాలోని కరుడోలరైట్ సిల్ The Karro Dolerite sill of Africa.

- ఒక్కొక్కసారి ఈ సిల్స్ అధిక ఖనిజ సంపదకు నిలయంగా ఉంటాయి. ఉదాహరణకు కడప జిల్లాలో కేంద్రీకృతమై ఉన్న ఖనిజాలు అక్కడ ఉన్న బసాల్ట్ సిల్ నుంచి లభిస్తున్నాయి.
- బసాల్ట్ సిల్ దాదాపు వేంపల్లి వరకు వ్యాపించి ఉంది.
- ఇవి అనుగత రూపాలు.

6. బాతోలిత్ (Batholith): Greek, Bathos = లోతైన

- పేరుకు తగ్గట్టు ఇవి భూమి లోపల చాలా లోతులో (10-15 కిలో మీటర్లు) ఏర్పడతాయి.
- ఇవి ఇంచుమించు తెరచిఉన్న గొడుగు ఆకారంలో ఉండి, పక్క గోడలు నిటారుగా (Steep) ఉంటాయి.
- క్రమక్షయం జరిగినప్పుడు వీటి పైభాగం మాత్రమే కనిపిస్తుంది గానీ, అడుగు భాగం కనిపించదు.
- ఇవి సాధారణంగా ఖండ ప్రాంతం లోపల వందలు, వేల కిలో మీటర్ల మేర వ్యాపించి ఉంటాయి. తప్ప, సముద్రాల్లోని దీవుల్లో ఉండవు. ఇవి చాలా గట్టిగా ఉంటాయి. ఇవి ప్రతి గత రూపాలు.

ఉదా: 1. రాంచీ పీఠభూమిలోని రాంచీ బాతోలిత్

2. దక్కన్ పీఠభూమిలోని ధార్వార్ శిలల్లో ఇవి ఎక్కువ,

3. సియారా నెవడా (Sierra Nevada Batholith)

4. Coast Range Batholith of Canada.

7. డైక్స్ (Dykes) Scottish = Dyke = రాతిగోడ:

- ఇవి కూడా భూమి లోపల చాలా లోతులో ఏర్పడతాయి. అయితే పేరుకు తగినట్టు ఇవి గోడకట్టినట్టుగా ఉండి కొన్ని సెంటీమీటర్లు మొదలు కొన్ని వందల మీటర్ల వరకూ వ్యాపించి ఉంటాయి.
- ఇవి భూగర్భజలం ఒక చోట నుంచి మరో చోటికి ప్రవహించకుండా అడ్డుకుంటాయి.

ఇవి ప్రతిగత రూపాలు:

- ఉదా : 1. గ్రేట్ డైక్ ఆఫ్ జింబాబ్వే (Great Dike of Zimbabwe)

  2. జబల్‌పూర్‌లోని నర్మదానదిపై ఉన్న దౌంధారా జలపాతం వద్ద పెద్ద (Dyke) ఉంది.
- అగ్నిశిలలో 80 శాతం ఇసుక, 20 శాతం ఆమ్లాలు ఉన్నట్లయితే వాటిని 'ఆమ్ల అగ్ని శిలలు' (Acid Igneous) అని అంటారు. 40 శాతం ఇసుక, 40 శాతం మెగ్నీషియం, 20 శాతం ఇతర క్షారాలు ఉన్నట్లయితే వాటిన 'క్షార అగ్నిశిలలు' (Basic Igneous Rocks) అని అంటారు.

అగ్ని శిలలు - లక్షణాలు:

1. ఇవి అగ్నిపర్వతాల మూలంగా ఏర్పడటం వల్ల వీటి లక్షణాలన్నీ 'లావా' చల్లారే విధానం పైననే ఆధారపడి ఉంటాయి.

   ఉదా : లావ / మాగ్మా నెమ్మదిగా చల్లారితే స్ఫటికాలు ఉంటాయి. వేగంగా చల్లారితే స్ఫటికాలు ఉండవు.
2. వీటిని ప్రథమ శిల మాతృశిల అని కూడా అంటారు.
3. వీటిలో గుండ్రని సూక్ష్మరేణువులు (Particles) ఉండవు. వివిధ ఆకారాలు ఉన్న స్ఫటికాలు (Crystals) ఉంటాయి.
4. ఇవి పొరలు పొరలుగా ఉండవు. కాబట్టి వీటిని "అస్తరిత శిలలు" (Unstratifed Rocks) అని కూడా అంటారు.
5. వీటిలో అక్కడక్కడ దీర్ఘ చతురస్రాకారంగా ఉన్న పెద్ద సంధులు (Joints) ఉంటాయి.
6. మిగిలిన శిలల కంటే ముద్దగానూ (Compact), గట్టిగానూ కఠినంగానూ ఉండి, నీటిని తమలో నుంచి అంత తేలిగ్గా పారనీయవు (Non-Permeable). అందువల్ల ఇవి అంత తొందరగా శిథిలం కావు.
7. వీటిలో శిలాజాలు (Fossils) ఉండవు.
8. కొన్ని శిలలు ఆమ్లగుణాలు (Acidic), మరి కొన్ని క్షార గుణాలు (Basic) కలిగి ఉంటాయి.
9. వీటిలో ఇనుముకు సంబంధించిన ఖనిజాలు, సిలికా, సోడియం, అల్యూమినియం, కాల్షియం, మెగ్నీషియం, ప్లాటినం, రాగి మొదలైనవి ఉంటాయి.
10. భూ పటలంలో (Earth's Crust) 90 శాతం ఈ శిలలే ఉన్నాయి.

అవక్షేప శిలలు (Sedimentary Rocks):

- అవక్షేపం (Sediment) వల్ల ఏర్పడే శిలలను 'అవక్షేప శిలలు' (Sedimentary Rocks) అంటారు.
- భూమి మీదను, భూ అంతర్భాగంలోనూ ఏర్పడ్డ అగ్ని శిలలు, రూపాంతర శిలలు కొంతకాలం తరువాత వాతావరణ ప్రభావం, గాలి, నీరు, హిమానీనదాలు, మొదలైన వాటి క్రమక్షయ చర్యల వల్ల క్రమక్షయం చెందుతాయి. ఈ

క్రమక్షయచర్య కొన్ని సంవత్సరాల పాటు జరుగుతుంది. ఫలితంగా పెద్ద పెద్ద బండరాళ్ళు సైతం శిథిలమైపోయి చిన్న చిన్న రేణువులుగా మారుతాయి. దీనిని అవక్షేపం అంటారు.

❖ ఈ అవక్షేపంలో కంటికి కనిపించని అతి సూక్ష్మరేణువులు మొదలు, ఇసుక, మట్టి, గులకరాళ్లు, ఒక మోస్తరు పెద్ద రాళ్ళు మొదలైనవన్నీ ఉంటాయి.

❖ ఈ అవక్షేపం గాలి వల్ల, ప్రవహించే నదుల వల్ల, హిమానీ నదాల వల్ల కొంతదూరం వరకూ రవాణా చేయబడి అనుకూల ప్రదేశంలో నిక్షేపించబడుతుంది. కొత్త అవక్షేపం కొట్టుకువచ్చి, పాత అవక్షేపం పై నిక్షేపించబడుతుంది. ఈ విధమైన చర్య కొన్ని వందల, వేల సంవత్సరాల పాటు జరుగుతుంది. నిక్షేపించబడిన ఈ అవక్షేపం ఉష్ణోగ్రత, పీడనం మొదలైనవాని ప్రభావం వల్ల భౌతిక, రసాయన మార్పులు జరిగి సిమెంట్ చేసినట్లుగా తయారై, గట్టిపడి స్థరిత రూపం (Stratification) దాల్చటం వల్ల అవక్షేప శిలలు ఏర్పడతాయి.

❖ అవక్షేపం సిమెంట్ వేసినట్లుగా తయారై, గట్టిపడి, అవక్షేప శిలగా మారే ప్రక్రియను (Lithification) అంటారు. (The Cementation, Compaction, and hardening of Sediments into Sedimentary rock is called Lithification)

❖ అవక్షేప శిల ఏర్పడానికి 5 ముఖ్యమైన ప్రక్రియలు సహకరిస్తాయి. అవి. 1.శిలాశైథిల్యం (weathring) 2.క్రమక్షయం (Erosion), 3.రవాణా (Transportation), 4.నిక్షేపణం (Deposition), స్థరితరూపం (Stratfaction) మొదలైనవి. అవక్షేపం అనేది సిమెంట్ వేసినట్లుగా తయారై అవక్షేప శిల ఏర్పడుతుంది. కాల్షియం కార్బనేట్ (Caco3), ఐరన్ ఆక్సైడ్ (Fe2 o3), సిలికా (Gio2) మొదలైన పదార్థాలు సిమెంట్ లాగా ఉపయోగపడతాయి.

అవక్షేప శిలలు - వర్గీకరణ (Classification of sedimentary Rocks):

❖ అవక్షేప శిలలను ప్రధానంగా రెండు తరగతులుగా వర్గీకరించవచ్చు.

1. ప్రక్రియ ఆధారంగా (On the basis of Process)
2. రవాణా చేసే ఏజెంట్ ఆధారంగా (On the basis of Transporting Agent)

1. ప్రక్రియ ఆధారంగా (Process):

ఎ. భౌతిక ప్రక్రియవల్ల ఏర్పడ్డవి (Machanically formed)

బి. రసాయన ప్రక్రియవల్ల ఏర్పడ్డవి (Chemically formed)

సి. జీవ ప్రక్రియవల్ల ఏర్పడ్డవి (Organically formed)

ఎ. భౌతిక ప్రక్రియవల్ల ఏర్పడ్డవి:

★ భూమి మీద, భూమిలోపల ఏర్పడ్డ అగ్ని శిలలు, రూపాంతర శిలలు మొదలైనవి కొంత కాలం తరువాత శిథలమైపోతాయి. మరో మాటలో చెప్పాలంటే, వాతావరణ ప్రభావం గాలి, నీరు, హిమానీ నదాలు (Glaciers) మొదలైన వాటి క్రమక్షయ చర్యవల్ల ఈ శిలలు శిథిలమవటంగానీ, లేక క్రమక్షయం చెందటం గానీ జరుగుతుంది. ఇది భౌతిక ప్రక్రియ అంటే శిలలు భౌతికంగానే శిథిలం అవుతాయి తప్ప రసాయనికంగా శిథిలం కావు. ఈ క్రమక్షయ చర్య కొన్ని వందలు, వేలు సంవత్సరాల పాటు జరుగుతుంది. ఫలితంగా పెద్ద పెద్ద బండరాళ్ళు సైతం శిథిలమైపోయి అవక్షేపంగా మారతాయి. ఇందులో కంటికి కనిపించని అతి సూక్ష్మరేణువులు మొదలు ఇసుక, గులకరాళ్ళు, మట్టి, ఒక మోస్తరు పెద్ద రాళ్ళు మొదలైనవన్నీ ఉంటాయి. ఈ అవక్షేపం గాలి వల్ల నీటి వల్ల, హిమానీ నదాల వల్ల రావాణా చేయబడి అనుకూల ప్రదేశంలో నిక్షేపితమవుతుంది. ఈ అవక్షేపం ఒక చోటి నుంచి మరో చోటికి రవాణా అయ్యేటప్పుడు ఈ రాతి ముక్కలు ఒకదానికొకటి గుద్దుకోవడం గానీ, తగలటం

వల్ల గానీ ఇవి మరింతగా చిన్నవైపోతాయి. చివరికి ఇదంతా ఒక అనుకూల ప్రదేశంలో నిక్షేపితమవుతుంది. ఇది సముద్రం కావచ్చు నదిలోయ కావచ్చు. సరస్సు కావచ్చు. మరేదైనా కావచ్చు. నిక్షేపించబడ్డ ఈ పదార్థంతో భౌతిక మార్పులు జరగటం వల్ల అవక్షేప శిలలుగా ఏర్పడతాయి.

★ కేవలం భౌతిక ప్రక్రియ వల్ల ఏర్పడిన ఈ అవక్షేప శిలలను 'క్లాస్టిక్ అవక్షేప శిలలు' (Clastic Sedimentary rocks) అని కూడా అంటారు.

ఉదా : 1. జిప్సం (Gypsum)
2. రాతి ఉప్పు (Rock Salt)
3. సున్నపురాయి (Limestone)
4. ఫ్లింట్ (Flint) బాగ్ ఇనుప ధాతువు (Vog Iron ore)
5. కాల్సైట్ (Clacite)
6. అగేట్స్ (Agates)
7. చెర్ట్ (Chert).

జీవ ప్రక్రియ వల్ల ఏర్పడ్డవి:

★ జీవ ప్రక్రియల ఫలితంగా అవక్షేప శిలలు ఏర్పడితే, అట్టి శిలలను 'జీవ ప్రక్రియ అవక్షేప శిలలు' అంటారు.

★ భూమి మీదగానీ, భూమిలోపల గానీ, సముద్రాలు ఇతర జలశయాల్లో పెరిగే వృక్షాలు, జంతులు మొదలైనవి పెద్ద ఎత్తున శిథిలమై పోయినప్పుడు అవక్షేపం ఏర్పడుతుంది. ఇది జీవుల అవక్షేపం. ఇది అనుకూలమైన ప్రాంతంలో నిక్షేపించబడి, స్థరితరూపం దాల్చి శిలగా మారితే ఆ శిలలను జీవ ప్రక్రియ అవక్షేప శిలలు అంటారు.

ఉదా : 1. నేలబొగ్గు (Coal), 2. డోలమైట్ (Dolomite),
3. సున్నపురాయి (Limestone), 4. పీట్ (Peat),
5. కోరల్స్ (Corals).

2. రవాణా చేసే ఏజెంట్ ఆధారంగా:

❖ భూమి ఉపరితలంపై ఏర్పడిన పర్వతాలు, పీఠభూములు, కొండలు, గుట్టలు – వాటి మీద ఉన్న శిలలు మొదలైనవి చలన రహితంగా ఉన్నాయి.

❖ ఇవి వాతావరణ ప్రభావానికి లోనై, భౌతికంగానూ, రసాయనికంగానూ శిథిలం అయిపోయి కాలగర్భంలో కలిసిపోతాయి.

❖ ఈ విధంగా శిలలు శిథిలమవటాన్ని 'శిలా శైథిల్యం' (Weathering) అంటారు.

❖ శిలలు శిథిలమవడం వల్ల రాలిన రేణువులు, ఇసుక, చిన్న చిన్న రాళ్లు మొదలైన వాటిని అవక్షేపం అంటారు.

❖ గాలి, నదులు, హిమానీ నదాలు, అంతర్భూజలం, సముద్ర తరంగాలు మొదలైన వాటివల్ల ఈ అవక్షేపం ఒక చోట నుంచి మరోచోటికి రవాణా అవుతుంది. అంటే శిలా శైథిల్య పదార్థాన్ని గాలి, నదులు హిమానీ నదాలు, అంతర్భూజలం, సముద్ర తరంగాలు మొదలైన ఏజెంట్లు ఒక చోట నుంచి మరో చోటికి రవాణా చేస్తూ, అనుకూల ప్రాంతంలో నిక్షేపిస్తాయి. నిక్షేపించబడిన అవక్షేపం గట్టిపడి, స్తరిత రూపం దాల్చి శిలగా మారిపోతే అట్టి శిలను అవక్షేప శిల అంటారు. కాబట్టి రవాణా చేసే ఏజెంట్ల ఆధారంగా అవక్షేప శిలలను మూడు రకాలుగా వర్గీకరించవచ్చు.

1. నీటివల్ల ఏర్పడ్డ అవక్షేప శిలలు (Aqueous Rocks).
2. గాలివల్ల ఏర్పడ్డ అవక్షేప శిలలు (Aeolian Rocks).
3. హిమానీ నదాలవల్ల ఏర్పడ్డ అవక్షేప శిలలు (Glacial Rocks).

1. **నీటి వల్ల ఏర్పడ్డ అవక్షేప శిలలు (Latin. Aqua = water):** పేరుకు తగ్గట్టుగా అవక్షేపం నీటివల్ల రవాణా చేయబడి, అనుకూల ప్రదేశంలో నిక్షేపించబడగా ఈ రకమైన శిలలు ఏర్పడతాయి.

   ఉదా : 1. క్లే (Clay) (మంచినీటి వల్ల)
   2. డోలమైట్ (Dolomite) (సముద్రనీటి వల్ల),
   3. లాకస్ట్రయిన్ శిలలు (Llacustrine Rocks) (సరస్సులలో ఏర్పడతాయి)

2. **గాలి వల్ల ఏర్పడ్డ అవక్షేప శిలలు:** శిలా శైథిల్యం పదార్థం అయిన ఇసుక, మట్టి, దుమ్ము, ధూళి మొదలైన అవక్షేపమంతా గాలి వల్ల రవాణా చేయబడి, అనుకూల ప్రదేశంలో నిక్షేపించడం వల్ల ఈ రకమైన శిలలు ఏర్పడతాయి.

   ఉదా : లోయస్ మట్టి దిబ్బలు (Loess) ఇవి చైనాలో ఎక్కువగా ఉన్నాయి.

3. **హిమానీ నదాల వల్ల ఏర్పడ్డ అవక్షేప శిలలు:** హిమానీ నదాల వల్ల క్రమక్షయం చేయబడిన పదార్థాన్ని 'టిల్' (Till) అంటారు. ఇందులో ఇసుక, మట్టి, దుమ్ము, గాజుపెంకులు, గవ్వ పెంకులు మొదలైనవి ఉంటాయి. ఈ టిల్ అంతా రవాణా అయి అనుకూల ప్రదేశంలో నిక్షేపించబడటం వల్ల ఈ రకమైన శిలలు ఏర్పడతాయి.

   ఉదా: మొరైన్స్ (Moraines)

అవక్షేప శిలలు - లక్షణాలు:

1. అగ్ని శిలలు, రూపాంతర శిలల అవక్షేపం వల్ల ఇవి ఏర్పడతాయి. కాబట్టి వీటికి అవక్షేప శిలలనే పేరు వచ్చింది.
2. వీటిని 'ద్వితీయ శిలలు' (Secondary Rocks) అని కూడా అంటారు.
3. వివిధ రకాలైన చిన్న, పెద్ద శిలల అవక్షేపంతో ఇవి ఏర్పడతాయి. కాబట్టి వీటిలో రకరకాల ఖనిజాలు ఉంటాయి.
4. ఇవి పొరలు పొరలుగా ఉండి ఇంచుమించు సమతలంగా ఉంటాయి. అందువల్ల వీటిని 'స్థరిత శిలలు' (Stratified Rocks) అంటారు. కింది పొరల కంటే పై పొరలు నవీనమైనవి.
5. వీటిలోని ముడుతలు ఒక క్రమ పద్ధతిలో ఉండవు.
6. అగ్ని శిలలతో పోల్చి చూసినట్లయితే వీటికి కాఠిన్యత తక్కువ
7. ఇవి నీటిని తమలో నుంచి పారనిస్తాయి (Permeable) అందువల్ల తొందరగా శిథిలమవుతాయి.
8. వీటిలో శిలాజాలు (Fossils) ఉంటాయి.
9. ఇవి సాధారణంగా జలాశయాల్లో ఏర్పడతాయి. కాబట్టి ఒక్కొక్కసారి అలల గుర్తులు (Ripple Marks) కూడా కనిపిస్తాయి.
10. హేమటైట్ అనే ఇనుప ధాతువు, బొగ్గు, రాతి ఉప్పు, జిప్సం, పెట్రోల్ మొదలైన ఖనిజాలు ఇందులో లభిస్తాయి.
11. శిలావరణంలో దాదాపు 80 శాతం ఈ శిలలే ఉన్నాయి.

రూపాంతర శిలలు (Metamorphic Rocks):

- (Greek : Metamorpho) = పాతరూపం పోవడం (Change of Form)
- రూపాంతరం అనే మాటకు 'పాత రూపం పోయి కొత్త రూపం కలగడం' అని అర్థం.
- భూమి లోపలను, బయటనూ ఉన్న అగ్ని శిలలు, అవక్షేప శిలలు మొదలైనవి కొన్ని వందల సంవత్సరాల తరువాత రూపంతరం చెందటం వల్ల రూపాంతర శిలలనే కొత్తరకపు శిలలు ఏర్పడతాయి.
- అగ్ని శిలలు రూపాంతరం చెందటాన్ని 'ఆర్థోమెటామార్ఫిజం' (Orthometamorphism) అనీ, అవక్షేప శిలలు రూపాంతరం చెందటాన్ని 'పారామెటామార్ఫిజం' (Parametamorphism) అనీ అంటారు.

- ఒక్కొక్కసారి రూపాంతరం చెందిన శిల కొన్ని సంవత్సరాల తరువాత మళ్లీ రూపాంతరం చెందుతుంది. ఈ ప్రక్రియను 'పాలీ మెటామార్ఫిజం' (Polymetamorphism) అంటారు.

  ఉదా: స్లేట్ (Slate) రూపాంతరం చెంది ఫిల్లైట్‌గా (Phyllite) మారుతుంది. ఈ ఫిల్లైట్ మళ్ళీ రూపాంతరం చెంది మైకా శిష్టు (Mica Schist) గానూ, గార్నెట్ శిష్టు (Garnet schist) గానూ మారుతుంది. కాబట్టి భూమి మీదగానీ, భూమి లోపల గానీ ఏర్పడ్డ అగ్ని శిలలు, అవక్షేప శిలలు ఎల్లకాలం అలాగే ఉండవు. వీటి స్వరూపం, స్వభావం, లక్షణాలు మొదలైనవన్నీ మారిపోతాయి. మాతృలక్షణాలు కోల్పోతాయి. ఫలితంగా కొత్త లక్షణాలతో కొత్త శిలలు తయారువుతాయి. వాటినే రూపాంతర శిలలు అంటారు.

రూపాంతర శిలలు ఏర్పడే విధానం:

- రూపాంతర అంటే పాతరూపం పోయి కొత్త రూపం కలగడం అని అర్థం.
- అగ్ని శిలలు, అవక్షేప శిలలు రూపాంతరం చెందగా, రూపాంతర శిలలు ఏర్పడతాయి. అయితే ఉష్ణోగ్రత, పీడనం, శిలల్లో ఉండే రసాయనాలు (ఖనిజాలు) మొలైనవి ప్రత్యక్షంగానూ, పరోక్షంగా కూడా రూపాంతరాన్ని ప్రోత్సహిస్తాయి. కాబట్టి వీటిని రూపాంతర ఏజెంట్లు అని అంటారు. వీటన్నిటి సంయుక్త ప్రభావం వల్ల గాని, లేక ఏదైనా ఒక ఏజెంట్ ప్రభావం వల్ల గానీ రూపాంతర శిలలు ఏర్పడతాయి.

ఉష్ణోగ్రత (Temperature):

- రూపాంతర శిల ఏర్పడటంలో ఉష్ణోగ్రత పాత్ర ప్రస్ఫుటంగా కనిపిస్తుంది.
- భూమి ఉపరితలం నుండి లోతుకు పోయేకొద్దీ ఉష్ణోగ్రత పెరుగుతుంది.
- మన కాళ్ల కింద ఉన్న భూకేంద్ర సమీపంలో భరించరానంత ఎక్కువ ఉష్ణోగ్రత ఉంటుంది.
- ఈ ఉష్ణోగ్రతకు శిలలు సైతం కరిగిపోయి ద్రవస్థితిలో ఉంటాయి.
- దీనిని శిలాద్రవం లేక మాగ్మా అంటారు.
- భూమి లోపల ఉన్న మాగ్మా కోశంలో మాగ్మా ఉంటుంది. అయితే ఆధునిక శాస్త్ర సాంకేతిక విజ్ఞానం ప్రకారం శిలలు రూపాంతం చెందటానికి 350-850 సెల్సియస్ డిగ్రీల ఉష్ణోగ్రత అవసరం అని తేలింది. ఇంత అధిక ఉష్ణోగ్రతలకు శిలల్లో ఖనిజాలు సైతం ప్రభావితం చెంది రూపాంతరానికి సహకరిస్తాయి.

పీడనం (Pressure):

- రూపాంతర శిలలు ఏర్పడటంలో పీడనం పాత్ర కూడా ప్రముఖంగా ఉంటుంది.
- భూమి మీద, భూమి లోపల పీడనం అనేది రెండు రకాలుగా పెరుగుతుంది.
  1. పీడనం ఒకే విధంగా క్రమంగా పెరగటం (Gradual Increase)
  2. పీడనం అకస్మాత్తుగా పెరగటం (Sudden Increase)

  ఎ. పీడనం ఒకే విధంగా క్రమంగా పెరగటం:

  - భూమి ఉపరితలం నుంచి లోపలికి పోయినకొద్దీ కొంత లోతు వరకూ పీడనం ఏకరీతిగా పెరుగుతుంది. తప్ప ఆకస్మాత్తుగా పెరగదు. భూమిపై ఉన్న వాతావరణం బరువు, రాళ్లు, రప్పలు, కొండలు, బండలు, మొదలైనవాటి బరువు సముద్ర జలరాశి బరువు - వీటిన్నిటి భారం వల్ల భూమి లోపలికి వెళ్ళే కొద్దీ పీడనం పెరుగుతుంది. పెరుగుతున్న పీడనానికి పెరుగుతున్న ఉష్ణోగ్రత కూడా తోడైనందున శిలలు భౌతికంగానూ, రసాయనికంగానూ మార్పు చెంది రూపాంతరం చెందుతాయి.

బి. పీడనం అకస్మాత్తుగా పెరగటం:

- మానవ మేధస్సుకు అంతుబట్టని కొన్ని అనివార్య కారణాల వల్ల భూమిలో భయంకరమైన కొన్ని చలనాలు, కలుగుతాయి. వీటిని 'భూ చలనాలు' (Earth Movements) అంటారు. వీటి వల్ల భూమి కంపించి అడ్డ దిడ్డంగా పగిలి పోవటంతో అకస్మాత్తుగా పెరిగిన ఈ పీడనానికి భూమిపై ఉన్న శిలలు అకస్మాత్తుగా పగిలిపోవటంగానీ, విరిగి పోవటం గానీ, వంకర పోవటం గానీ జరుగుతుంది. భూమి అంతర్భాగంలో (బాగా లోతులో) శిలలు ఉండవు. అక్కడ శిలాద్రవం ఉంటుంది. కాబట్టి భూ చలనాల ప్రభావం అక్కడ తక్కువగా ఉంటుంది. ఈ భూ చలనాల ప్రభావం వల్ల శిలల్లో ఉండే ఖనిజాలు సైతం అకస్మాత్తుగా ప్రభావితం అయి, రూపాంతరం చెందుతాయి.

సి. శిలల్లో జరిగే రసాయన చర్య:

- రసాయనికంగా చురుకైన కొన్ని ఖనిజాలు కూడా ప్రత్యక్షంగానూ, పరోక్షంగానూ రూపాంతరాన్ని ప్రోత్సహిస్తాయి.
- భూ పటలానికి సంబంధించిన, ఖనిజ నిర్మిత ఘనపదార్థాన్ని శిల అంటారు. ఈ శిలల్లో ఖనిజాలు ఉంటాయి.
- ప్రతి ఖనిజానికి ఒక రసాయన ఫార్ములా ఉంటుంది. ఈ ఖనిజాలు మరో ఖనిజం పై రసాయన చర్య జరుపుతాయి.
- పొడిగా ఉన్నప్పటికంటే తడిగా ఉన్నప్పుడే ఈ రసాయన చర్య చురుకుగా సాగుతుంది.
- వర్షపాతం ఎక్కువగా ఉన్నప్పుడు శిలల్లో ఉండే ఈ ఖనిజాలు బాగా నానిపోతాయి. ఇవి నీటిలో కరిగిపోయి ప్రవాహంతో పాటు కొట్టుకుపోయి దూర ప్రాంతంలో ఇదివరకే ఉన్న శిలలను చేరుకుంటాయి. ఆ శిలలకు రంధ్రాలు గాని, పగుళ్ళు గాని ఉన్నట్లయితే ఈ ఖనిజాలు ఆ పగుళ్లలో ఇరుక్కొని నెమ్మదిగా రసాయన చర్య జరిపిన ఫలితంగా శిలలు రూపాంతరం చెందుతాయి.
- భూమి అంతర్భాగంలో మాగ్మా ద్రవంతో పాటు సల్ఫర్ డయాక్సైడ్, కార్బన్ డయాక్సైడ్, అమ్మోనియా, నీటి ఆవిరి మొదలైన వాయు పదార్థాలు ఉంటాయి.
- అగ్ని పర్వతాలు ప్రజ్వరిల్లినప్పుడు మాగ్మాతో పాటు ఇవి కూడా బయటికి వెదజల్లబడతాయి. వెదజల్లబడే ముందు చుట్టు పక్కల ఉన్న శిలల్ని తాకటం వల్ల ఈ వేడికి రసాయన చర్య జరిగిన ఫలితంగా శిలలు రూపాంతరం చెందుతాయి.

రూపాంతరం - రకాలు (Types of Metamorphism):

- భూమి మీద, భూమిలోను ఉన్న అగ్ని శిలలు అవక్షేప శిలలు రూపాంతరం చెందటం ద్వారా రూపాంతరం శిలలు అనే కొత్తరకం శిలలు ఏర్పడతాయి.
- రూపాంతరం శిలలు ఏర్పడటానికి ఉష్ణోగ్రత, పీడనం, ఖనిజాల రసాయన చర్య మొదలైన ప్రక్రియలు దోహదం చేసిన ఫలితంగా రూపాంతర శిలలు ఏర్పడతాయి. ఈ అంశాన్ని ఆధారం చేసుకొని రకరకాల రూపాంతరాలు కనుక్కోవడం జరిగింది.

1. ఉష్ణోగ్రతా రూపాంతరం (Thermal Metamorphism):

- ఉష్ణోగ్రత వల్ల ప్రధానంగా జరిగే రూపాంతరాన్ని ఉష్ణోగ్రత రూపాంతరం అంటారు.
- భూమి అంతర్భాగంలో మాగ్మా కోశం (Magma Chamber) ఉంటుంది. దీనిలో మాగ్మా అనే శిలా ద్రవం ఉంటుంది. దీని ఉష్ణోగ్రత 6000^0–12000^0 సెల్సియస్ వరకూ ఉంటుంది. అంటే మాగ్మా కోశంలో ఉష్ణోగ్రత కూడా ఇంచుమించు అంతే ఉంటుంది. ఇంత అధిక ఉష్ణోగ్రత మాగ్మా కోశం చుట్టుపక్కల ఉన్న శిలలపై తన ప్రభావాన్ని చూపిన ఫలితంగా కొత్త స్ఫటికాలు ఏర్పడి కొత్త ఖనిజాలు ఏర్పడటం ద్వారా శిలలు రూపాంతరం చెందుతాయి. దీన్నే

కాంటాక్ట్ రూపాంతరం (Contact Metamorphism) అని కూడా అంటారు. ఈ ఉష్ణోగ్రత రూపాంతరం మూడు రకాలుగా ఉంటుంది.

ఎ. పైరో రూపాంతరం (Pyro Metamorphism)

బి. ఆప్టాలిక్ రూపాంతరం (Optalic Metamorphism)

సి. న్యుమటోలైటిక్ రూపాంతరం (Pneumatolytic Metamorphism)

ఎ. **పైరో రూపాంతరం (Pyro Metamorphsim) Greek :** Pyro = High Temperature. మాగ్మాకోశ అధిక ఉష్ణోగ్రతా ప్రభావానికి చుట్టు పక్కల ఉన్న శిలలు రూపాంతరం చెందడం.

బి. **ఆప్టాలిక్ రూపాంతరం (Optalic Metamorphism):** భూమి లోపల ఉన్న మాగ్మా ద్రవం అధిక ఉష్ణోగ్రత కలిగి ఉంటుంది. ఇది బయటికి వచ్చేటప్పుడు మార్గ మధ్యంలో ఉన్న కొన్ని శిలల పగుళ్ళలో కొద్ది మొత్తంలో ఇరుక్కొని పోతుంది. దీని ఉష్ణోగ్రతా ప్రభావానికి శిలలు రూపాంతరం చెందడం.

సి. **న్యుమటోలైటిక్ రూపాంతరం (Pneumatolytic Metamorphism):** ఇది కూడా ఒక రకంగా ఆప్టాలిక్ రూపాంతరాల్ని పోలి ఉంటుంది. భూమి లోపల ఉన్న మగ్మా ద్రవం బయటికి వచ్చేటప్పుడు మార్గమధ్యంలో ఉన్న కొన్ని శిలల పగుళ్లలో ఎక్కువ మొత్తంలో ఇరుక్కొని పోతుంది. దీని ఉష్ణోగ్రతా ప్రభావానికి శిలలు రూపాంతరం చెందడం. **ఉదా :** టోపాజ్ (Topaz) ఖనిజం ఈ విధంగా ఏర్పడింది.

2. డైనమిక్ రూపాంతరం (Dynamic Metamorphism):

- దీనిని 'కెటాక్లాస్టిక్ రూపాంతరం' (Cataclastic Metamorphism) లేక 'డిస్‌లోకేషన్ రూపాంతరం' (Dislocation Metamorphism) అని కూడా అంటారు.
- భూమి ఉపరితలం నుంచి లోపలికి వెళ్ళే కొద్దీ ఉష్ణోగ్రత పాత్ర తక్కువగానూ, పీడనం పాత్ర ఎక్కువగానూ ఉన్నప్పుడు జరిగే రూపాంతరాన్ని డైనమిక్ రూపాంతరం అంటారు. అకస్మాత్తుగా పీడనం పెరగడం ద్వారా ఈ రకమైన రూపాంతరం ఏర్పడుతుంది.

3. జియోథర్మల్ రూపాంతరం (Geothermal Metamorphism):

- ఇందులో కూడా ఉష్ణోగ్రత పాత్ర కంటే పీడనం పాత్ర ఎక్కువగా ఉంటుంది. అయితే పీడనం అనేది అకస్మాత్తుగా పెరగకుండా ఒకే మాదిరిగా పెరగటం (Uniform Rise) వల్ల ఈ రకమైన రూపాంతరం ఏర్పడుతుంది.

4. మెటాసోమాటిక్ రూపాంతరం (Metasomatic Metamorphism):

- అగ్ని శిలల్లో గాని, అవక్షేప శిలల్లో గాని రసాయనిక చర్య ఎక్కువగా జరిపే ఖనిజాలు ఉన్నప్పుడు, అవి జరిపే రసాయనిక చర్య వల్ల ఏర్పడే రూపాంతరాన్ని మెటాసోమాటిక్ రూపాంతరం (లేక) మెటాసోమాటిజం (Metasomatism) అంటారు. ఈ రకమైన రూపాంతరం వల్ల మాతృశిలను పోలిన కొన్ని రూపాంతరం శిలలు ఏర్పడతాయి.

5. డైనమో థర్మల్ రూపాంతరం (Dynamothermal Metamosphism):

- భూగోళంపై ఆవిర్భవించిన రూపాంతర శిలల్లో అధిక భాగం ఈ విధమైన రూపాంతరం వల్లనే ఏర్పడ్డాయి.
- ఈ రకమైన రూపాంతరంలో ఉష్ణోగ్రత, పీడనం పాత్ర కూడా ఉంటుంది.
- భూమి ఉపరితలం నుంచి ఒక మోస్తరు లోతు వరకూ ఉష్ణోగ్రత, పీడనం మొదలైనవి ఆకస్మాత్తుగా పెరగటం వల్ల శిలల్లో ఉన్న స్ఫటికాలలో రసాయనిక చర్య జరిగిన ఫలితంగా కొత్త స్ఫటికాలు ఏర్పడి రూపాంతర శిలలు ఏర్పడతాయి.
- మన భూగోళం పై ఎక్కువగానూ నీసెస్ (Gneisses), శిష్టులు (Schists) అనే రూపాంతర శిలలు ఈ విధంగానే ఏర్పడ్డాయి. ఈ విధమైన రూపాంతరం ముడత పర్వతాలలో కూడా ఎక్కువగా ఉంటుంది.

6. పాతాళ రూపాంతరం (Plutonic Metamorphism):

- భూమి లోపలి భాగంలో ఉష్ణోగ్రత, పీడనం మొదలైనవి ఆకస్మాత్తుగా పెరగకుండా ఏకరీతిగా పేరిగే చోట మాత్రమే ఈ రకమైన రూపాంతరం కన్పిస్తుంది.
- భూమి లోపల ఎక్కడో చాలా లోతులో ఉండే సున్నపురాయి ఈవిధమైన రూపాంతరం చెంది పాలరాయిగా మారుతుంది.
- భూమి ఉపరితలం నుంచి కొద్దిపాటి లోతులో రూపాంతరం జరిగితే ఆ మండలాన్ని 'కెటమార్ఫిక్ జోన్' (Katamorphic Zone) లేక 'హైపోజోన్' (Hypo Zone) అనీ, భూమి ఉపరితలం నుంచి చాలా లోతులో రూపాంతరం జరిగితే ఆ మండలాన్ని 'ఎనమార్ఫిక్ జోన్' (Anamorphic Zone) అని అంటారు.

రూపాంతర శిలలు - రకాలు:

- భూమి మీదను, భూమి లోపలను ఉన్న అగ్ని శిలలు, అవక్షేప శిలలు, మొదలైనవి రూపాంతరం చెందడం ద్వారా రూపాంతర శిలలు ఏర్పడతాయి. ఇవి ముఖ్యంగా రెండు విధాలు.
  1. ఉష్ణోగ్రత రూపాంతర శిలలు (Thermal Metamorphic Rocks)
  2. చలన రూపాంతర (Dynamic Metamorphic Rocks)

1. ఉష్ణోగ్రత రూపాంతర శిలలు:

- ఇవి ఉష్ణోగ్రత ప్రధానంగా ఆవిర్భవించాయి.
- గతంలో చెప్పినట్టు భూమి మీద గానీ, భూమి లోపల గానీ ఉన్న అగ్నిశిలలు, అవక్షేప శిలలు మొదలైనవి అధిక ఉష్ణోగ్రతల వల్ల రూపాంతరం చెందుతాయి.
- భూమి ఉపరితలం నుంచి లోనికి పోయే కొద్దీ ఉష్ణోగ్రత పెరుగుతుంది.
- భూమి లోపల ఉన్న మాగ్మా ఉష్ణోగ్రత సుమారు 6000-12000^0 సెల్సియస్ వరకూ ఉంటుంది.
- ఈ అధిక ఉష్ణోగ్రతలు శిలలు పైన తన ప్రభావం చూపిన ఫలితంగా శిలల్లో ఉన్న ఖనిజాలలోనూ, స్ఫటికాలలోనూ మార్పులు వచ్చి శిలలు రూపాంతరం చెందుతాయి.

  ఉదా : 1. సున్నపురాయి (అవక్షేప శిల) - పాలరాయిగా మారడం
  2. ఇసురాయి (అవక్షేప శిల) - క్వార్ట్‌జైట్‌గా మారడం
  3. బంకమట్టి (అవక్షేప శిల) - పలకలు (Slates) గా మారడం
  4. బొగ్గు (అవక్షేప శిల) - గ్రాఫైట్‌గా మారడం.

2. చలన రూపాంతర శిల:

- ఇవి పీడనం ప్రధానంగా ఆవిర్భవించాయి.
- భూమిలోపల ఉన్న అధిక పీడనం వల్ల ఇవి ఏర్పడతాయి.

  ఉదా : 1. గ్రానైట్ (అగ్నిశిల) - నీస్‌గా మారడం.
  2. షేల్ (అవక్షేప శిల) - సిష్టు (లేక) పలకగా మారడం.
  3. అగైట్ (Augite) (అగ్ని శిల) - హార్న్ బ్లెండ్‌గా (Hornblende) మారడం.

రూపాంతర శిలలు - లక్షణాలు:

1. అగ్ని శిలలు, అవక్షేప శిలలు మొదలైనవి ఉష్ణోగ్రత, పీడనం, రసాయన చర్య మొదలైన ప్రక్రియల వల్ల రూపాంతరం చెందగా రూపంతర శిలలు ఏర్పడతాయి. కాబట్టి వీటిలో అక్కడక్కడ కొన్ని అగ్ని శిలల లక్షణాలు, కొన్ని అవక్షేప శిలల లక్షణాలు ఉంటాయి.

2. రూపాంతర శిలల్లో స్టెరోలైట్ (Staurolite) అండాలు సైట్ (Andalusite), సిల్లీమనైట్ (Sillimantie) కయనైట్ (Kyanite) మొదలైన ఖనిజాలు ప్రముఖంగా కనిపిస్తాయి. కొత్త స్ఫటికాలు ఏర్పడటం వల్ల ఈ ఖనిజాలు కొత్తగా ఆవిర్భవిస్తాయి.
3. పీడనం ప్రధానంగా ఆవిర్భవిచంన రూపాంతర శిలల్లో సంధులు (Joints), ముడతలు (Folds) మొదలైనవి ప్రధానంగా కనిపిస్తాయి.
4. లీనియేషన్ (Lineation), ఫోలియేషన్ (Foliation) సిస్టాసిటీ(Schistosity), నిసాసిటీ (Gneissosity) మొదలైన నిర్మాణాలు రూపాంతర శిలల్లో మాత్రమే కనిపిస్తాయి.

శిల పేదిరి	గట్టితనం (Resistance)	ఏర్పడే భూస్వరూపం
i. అగ్ని శిలలు		
1. బసాల్ట్	ఒక మోస్తరు గట్టిగా ఉంటుంది.	ఎ. కోలమ్నర్ జాయింట్స్ (Columnar Joints) బి) ఎస్కార్ప్‌మెంట్స్ (Escarprments)
2. ఆండిసైట్	గట్టిగా ఉంటుంది.	ఎ) ఇది ఎక్కడో తప్ప సాధారణంగా కనిపించదు.
3. రయోలైట్	గట్టిగా ఉంటుంది. ఒక్కొకసారి అతి ఘోరంగా రసాయనికంగా శైథిల్యం చెందుతుంది.	ఎ. బ్లఫ్స్ (Bluffs) బి. క్లిఫ్స్ (Cliffs)
4. గాబ్రో	చాలా గట్టిగా ఉంటుంది.	ఎస్కార్ప్‌మెంట్
5. గ్రానైట్	ఎడారి ప్రాంతంలో ఉంటే గట్టితనం తక్కువ ఆర్ధ్ర ప్రాంతంలో ఉంటే గట్టితనం ఎక్కువ	ఎక్స్‌ఫోలియేషన్ డోమ్స్
ii. అవక్షేప శిలలు		
1. క్లే	మెత్తగా ఉంటుంది.	బ్యాడ్‌లాండ్స్
2. షేల్	మెత్తగా ఉంటుంది.	లోయలు
3. మార్ల్ (Marl)	చాలా మెత్తగా ఉంటుంది.	లోయలు
4. సున్నపురాయి	ఎడారి ప్రాంతంలో ఉంటే గట్టిగానూ ఆర్ధ్ర ప్రాంతంలో ఉంటే మెత్తగానూ ఉంటుంది.	కార్స్ట్
5. ఇసుక రాయి	ఒక మోస్తరు గట్టి ఉంటుంది.	పీఠభూములు
6. కంగ్లామరేట్	చాలా గట్టిగా ఉంటుంది.	పర్వతాలు, పీఠభూములు
iii. రూపాంతర శిలలు		
1. పలకలు	మెత్తగా ఉన్నా సున్నపురాయి గట్టిగా ఉంటాయి.	లోయలు
2. పాలరాయి	మెత్తగా ఉంటుంది.	లోయలు
3. క్వార్ట్‌జైట్	చాలా గట్టిది	మోనోడ్‌నాక్స్
4. నీస్	చాలా గట్టిది	పర్వతాలు, పీఠభూములు
5. శిష్టులు	గట్టిగానే ఉంటాయి	ఎత్తైన భూములు

CHAPTER 4

వాతావరణము - నిర్మాణం మరియు కూర్పు (Climate - Structure and Composition of Atmosphere)

- సంస్కృతంలో వాతం అంటే 'గాలి' అని అర్థం. 'ఆవరణం' అంటే 'తొడుగు' అని అర్థం. వాతావరణం అంటే 'గాలి తొడుగు' అని అర్థం. శాస్త్రం ప్రకారం నిర్వచించాలంటే "భూమిని ఆవరించి ఉన్న దట్టమైన గాలి పొరను వాతావరణం" అంటారు.
- సూర్య కుటుంబంలో ఉన్న నవగ్రహాలలో భూగోళం మీద మాత్రమే నైట్రోజన్ - ఆక్సిజన్' మిశ్రమ వాతావరణం ఉంది కాబట్టి ఇక్కడ "జీవం" అనేది ఆవిర్భవించెందనీ, మిగిలిన 8 గ్రహాలపై ఈ రకమైన వాతావరణం లేకపోవడం వల్ల అక్కడ జీవం ఆవిర్భవించలేదని శాస్త్రజ్ఞుల భావన.
- మనం క్షేమంగా నివసిస్తున్న ఈ భూగోళం ఒక పెద్ద అయస్కాంతమనీ, దానికి ఆకర్షణశక్తి ఉన్నది కాబట్టి అన్ని వస్తువులను తనవైపు ఆకర్షించుకోవడం వల్లనే మనం క్షేమంగా ఉంటున్నామని న్యూటన్ సిద్ధాంతం. అయితే భూమి వల్లనే ఈ ఆకర్షణ శక్తి ఎత్తుకు పోయేకొద్దీ కొద్దికొద్దిగా తగ్గుతూ ఉంటుంది. వాతావరణం కూడా అంతే. భూమికి ఉండే ఆకర్షణ శక్తివల్ల 97 శాతం వాతావరణం అంతా భూమి ఉపరితలానికి సమీపంలోనే ఉంది. ఎత్తుకు పోయే కొద్దీ ఇది బలహీనమైపోవడం గమనార్హం. అందువల్ల భూమి ఉపరితలం నుండి పైకి పోయే కొద్దీ వాతావరణ సాంద్రత, వాతావరణ ఒత్తిడి (Atmospheric Pressure) తగ్గుతాయి. కాబట్టి మరోమాటలో చెప్పాలంటే వాతావరణ పీడనం, ఎత్తు విలోమానుపాతంలో ఉంటాయి.
- భూమిని ఆవరించి ఉన్న వాతావరణం బరువు సుమారు 56 వేల కోట్ల టన్నుల వరకు ఉంటుంది. ఇది భూమిపై ప్రతి సెంటీమీటరుకు 2.722 కి.గ్రా బరువును మోపుతుంది. అనగా మనకు తెలియకుండానే దాదాపు 20 టన్నుల వాతావరణపు బరువును మోస్తున్నామన్న మాట. వాతావరణంలో ఉన్న వారికి వాతావరణ బరువు తెలియదు. వాతావరణానికి ఉన్న ఈ బరువు 'ఒత్తిడి'ని కలుగజేస్తుంది. దీన్ని 'వాతావరణ ఒత్తిడి' లేదా 'వాతావరణ పీడనం' (Atmospheric Pressure) అంటారు.
- **వాయుస్థితి (Weather) :** ఒక రోజులో గాని, కొన్ని గంటలలో గాని ఒక చిన్న ప్రాంతానికి సంబంధించిన పీడనం, ఉష్ణోగ్రత, పవనాలు, వర్షపాతం, అంశాల పరిస్థితిని 'వాతవరణ పరిస్థితి' అని పిలుస్తారు.
- **శీతోష్ణస్థితి (Climate) :** ఒక విస్తృతమైన ప్రాంతానికి సంబంధించి ఎక్కువ కాలానికి సంబంధించి అన్ని వాతావరణ అంశాల దీర్ఘకాలిక సగటును 'శీతోష్ణస్థితి' అంటారు.

వాతావరణ లక్షణాలు:

1. రకరకాల వాయువులతో ఏర్పడ్డ వాతావరణానికి రంగు, రుచి, వాసన లేవు.
2. వాతావరణంలో ఉన్న ప్రతివాయువుకు బరువు ఉంది. కాబట్టి వాతావరణానికి కూడా బరువు ఉంది.
3. వాతావరణాకి పీడనం (Pressure) ఉంది. దీన్నే 'వాతావరణ పీడనం' (Atmospheric Pressure) అంటారు.
4. రకరకాల వాసనలు, శబ్దాలు మొదలైన వాటిని ఒక చోట నుంచి మరొక చోటికి మోసుకు వస్తుంది. అంటే ఇది యానకంగా (Medium) పనిచేస్తుంది.
5. ఇది గాజుమాదిరిగా పారదర్శకం (Transparent) కాబట్టి ఎదురుగా ఉన్న వస్తువులు మనకు కన్పిస్తాయి.

6. దీనికి స్థితి స్థాపక శక్తి ఉంది. పైనున్న వాతావరణ పొరలు కింది పొరలను నొక్కుతుంటాయి. కాబట్టి ఇది ఒత్తిడి గలిగి ఒత్తుబడుతుంది.
7. ఇది అగోచరం. కంటికి కన్పించదు.
8. దీనికి చలనం ఉంది.
9. సూర్యుని నుంచి, భూమి నుంచి నిరంతరం వెలువడే ఉష్ణోగ్రతలను క్రమబద్ధం చేస్తూ 'హరితగృహ ప్రభావం' ఏర్పడడానికి కారకంగా ఉంటుంది.
10. జీవం ఉన్న భూగోళాన్ని అనునిత్యం కాపాడుతుంది.
11. ఇది నిత్యం, సర్వవ్యాప్తం. అచలనం, అవికారం.

వాతావరణం:

- వాతావరణం అనేది అనేక వాయువుల మిశ్రమం. 1) నైట్రోజన్ N2 - 78%, 2) ఆక్సిజన్ O2 - 20.9%, 3) ఆర్గాన్ Ar - 0.9%, 4)కార్బన్‌డైఆక్సైడ్ CO2 - 0.3% , 5) నియాన్, 6) హీలియం, 7) మీథేన్, 8) క్రిప్టాన్, 9) హైడ్రోజన్ వంటి వాయువుల మిశ్రమం భూమి చుట్టూ ఉంటుంది. దీనికి గల కారణం భూమికి గల గురుత్వాకర్షణ శక్తి. ఈ గురుత్వాకర్షణ శక్తికి కారణం భూమి యొక్క కేంద్రక మండలంలో గల '(NI+Fe)' అనే మూలకాలు. వీటికి గల సాధారణ లక్షణం 'అయస్కాంతతత్వం'.
- వాతావరణంలో : 1. వాయువులు
  2. నీటి ఆవిరి,
  3. ఘనపదార్థాలు (దుమ్ము, ధూళి కణాలు) కలవు.
- సూర్యకాంతి తరంగదైర్ఘ్యం కన్నా ఘనపదార్థాల తరంగదైర్ఘ్యం ఎక్కువగా ఉంటే 'పరావర్తనం' (Reflection) చెందిస్తాయి.
- సూర్యోదయ సమయంలో / సూర్యాస్తమయ సమయంలో సూర్యుని కాంతి ఆరెంజ్ లేదా రెడ్ రంగులో కన్పిస్తుంది. దీనికి గల కారణం ధూమ్ము, ధూళి కణాలు దృశ్యకాంతిలో చివరి రంగులను పరిక్షేపణం చెందించడం.
- సూర్యకాంతి తరంగదైర్ఘ్యం. ఘనపదార్థాల తరంగ దైర్ఘ్యం కన్నా ఎక్కువగా ఉంటే "పరిక్షేపణం (Scattering) చెందిస్తాయి.
- దృశ్య కాంతిలో మొదటి 3 వర్ణాలను (ViB) పరివర్తనం, పరిక్షేపణం చెందించడం ద్వారా ఆకాశం నీలిరంగులో కన్పిస్తుంది. సాధారణంగా ఆకాశం నలుపురంగులో ఉంటుంది.
- దుమ్ము, ధూళి కణాలు నీటిని సమీకరించకుంటాయి. వీటినే "మేఘాలు" అంటారు.
- ఆర్ధ్రత గ్రహణ శీలకణం (Hygroscopic Nucleus) వలన వర్షాలు కురుస్తాయి.
- ఇవి లేనియెడల వర్షాలు కురవడం అసంభవం. అందువల్ల మేఘ మధనంలో వీటికి బదులు AgI (సిల్వర్ అయోడైడ్), Dry Ice ద్వారా కృత్రిమ వర్షాలు కురిపిస్తారు.

కొన్ని ముఖ్యమైన అంశాలు :

ఆర్ధ్రత (Humidity):

- వాతావరణంలో ఒక ప్రమాణ వాయు పరిమాణంలో గల తేమ శాతాన్ని ఆర్ధ్రత అంటారు. దీనిని హైగ్రోమీటర్‌తో కొలుస్తారు. ఇవి: 3 రకాలు:

1. **నిరపేక్ష ఆర్ధ్రత (Absolute Humidity) :** ఒక ప్రమాణ ఘనపరిమాణంలో ఉన్న నీటి ఆవిరిని నిరపేక్ష ఆర్ధ్రత అంటారు. దీనిని gm/cc లలో కొలుస్తారు.

2. **విశిష్ట ఆర్ధ్రత (Specific Humidity)** : ఒక కిలోగ్రామ్ గాలిలో ఉన్న నీటి ఆవిరి శాతాన్ని విశిష్ట ఆర్ధ్రత అంటారు. దీనిని ప్రయోగ శాలలో వాడుతారు.

3. **సాపేక్ష ఆర్ధ్రత (Relative Humidity)** : ఒక ప్రమాణ ఘనపరిమాణంలో గల గాలి భరించగల ఆర్ధ్రత, వాస్తవంగా ఉన్న నీటి ఆవిరికి మధ్యగల నిష్పత్తి శాతాన్ని సాపేక్ష ఆర్ధ్రత అంటారు. దీనికి ఎటువంటి యూనిట్లు ఉండవు. దీనిని శాతాలలో కొలుస్తారు.

- సాపేక్ష ఆర్ధ్రత 100 శాతానికి చేరితే ఆ ప్రమాణ ఘనపరిమాణంలో గల గాలి స్థిరత్వాన్ని సంతృప్త స్థితి అంటారు. ఏ ఉష్ణోగ్రత వద్ద అయితే అది స్థిరత్వాన్ని పొందుతుందో ఆ ప్రాంతానికి గల ఉష్ణోగ్రతను (తుషార స్థానం) అంటారు.
- వాతావరణంలోని తేమ నీరుగా మారే ప్రక్రియను ద్రవీభవనం అంటారు. నీరు ఆవిరి రూపంలో మారే ప్రక్రియను భాష్పీభవనం అంటారు. నీరు మంచులా మారే ప్రక్రియను ఘనీభవనం అంటారు. మంచు నీరుగా మారే ప్రక్రియను ఉత్పాతనం అంటారు. ద్రవీభవనం చెందాలంటే సాపేక్ష ఆర్ధ్రత 100 శాతం ఉండాలి. దానితోపాటు గాలిలో కావలసినంత దుమ్ము, ధూళి కణాలు ఉండాలి.

అవపాతం (Precipitation):

- వాతావరణంలోని తేమ ఏ రూపంలోనైనా సరే భూమి యొక్క ఉపరితలానికి చేరడాన్ని అవపాతం అంటారు. అవపాతంలో ప్రధానమైనది వర్షపాతం. అవపాతం యొక్క ఇతర రూపాలు హిమశీకరం, వడగళ్ళు, తుషారం, హిమం.

వర్షపాత రకాలు:

- వర్షపాతం అవపాతంలో ఒక రకం.
- అవపాతంలో నీటి బొట్టుయొక్క వ్యాసార్థం 0.6 మి.మీ. నుంచి 5 మి.మీ వరకు ఉంటే దానిని వర్షపాతం అంటారు. ఇందులో 3 రకాలు కలవు. అవి:

1. **సంవహన వర్షపాతం (Convectional Rainfall):** ఇది భూమధ్యరేఖ ప్రాంతాల్లో నిరంతర ప్రక్రియ మనదేశంలో ఆంధ్రప్రదేశ్‌లో వేసవిలో ఇటువంటి వర్షపాతం కనబడుతుంది.
2. **పర్వతీయ వర్షపాతం (Orographic Rainfall):** దీనికి ప్రధాన కారణం పవనాలు ఏదైనా తేమతో కూడిన వపనం పర్వతాల వల్ల / గుండా పైకి లేస్తే దానిలో బలమంతా పోయి కింద పడుతుంది. దానిని పర్వతీయ వర్షపాతం అంటారు. మన ఋతుపవనాలు ఎక్కువ పర్వతీయ వర్షపాతం, తక్కువ చక్రవాతాల్ని ఇస్తుంది.
3. **చక్రవాక వర్షపాతం (Cyclonic Rainfall):** ఇది రెండు రకాలు.
   1. ధృవ తూర్పు పవనాలు, పశ్చిమ పవనాలు కలుసుకునే చోట సమశీతోష్ణ మండలంలో చక్రవాకాలు ఏర్పడటం.
   2. సముద్ర ఉపరితలాల్లో తక్కువ పీడనం, ఎక్కువ ఉష్ణోగ్రత ఉన్న వద్ద ఈ వర్షపాతం ఏర్పడుతుంది.

- సంవహనం చెందినవాటితో చల్లని తేమతో గల పవనాలు లేదా గాలులు కలిస్తే అక్కడ సంబవించే వర్షపాతం సంవహన వర్షపాతం. దీనినే 4'O clock showers అంటారు.

మేఘాలు:

- ఇవి సాంద్రీకరణ రూపాలు. ఉష్ణోగ్రతలు తగ్గినపుడు సాపేక్ష ఆర్ధ్రత పెరిగి దగ్గరగా చేరే అణువుల సమూహాన్ని మేఘం అంటారు. మేఘాలు వివిధ రకాలుగా ఉంటాయి.

సిర్రస్ కుటుంబం:

- ఇవి సరాసరి 6000 మీటర్ల నుండి 12000 మీటర్ల ఎత్తులో ఉంటాయి.

- ఇందులో అత్యంత ఎత్తులో స్ట్రాటో ఆవరణం వద్ద ఉన్నవాటిని సిర్రస్ మేఘాలు అంటారు.
- **సిర్రో స్ట్రేటస్:** ఇవి తుఫానులు వచ్చే ముందు వస్తాయి. పలుచని పొరలాగా ఆవరించి ఉంటాయి.
- సిర్రో క్యుములస్ ఇవి సూర్యచంద్రులు చుట్టూ వలయాల వలె ఉంటాయి.

ఆల్టస్ కుటుంబం:

- ఇవి 1950 మీటర్ల నుండి 6000 మీటర్ల ఎత్తులో ఉంటాయి.
- **ఆల్టో స్ట్రేటస్:** ఇవి పెద్దవర్షం తరువాత కనిపించే మేఘాలు. లేత నీలి రంగులో ఉంటాయి.
- **ఆల్టో క్యుములస్:** ఇవి పెద్ద మచ్చలతో తెలుపు, బూడిద రంగులో ఉండే మేఘాలు.

స్ట్రాటస్ కుటుంబం:

- ఇవి 1950 మీటర్ల ఎత్తుకి దిగువన ఏర్పడే మేఘాలు.
- **స్ట్రాటస్:** ఇవి కొండలు, గుట్టలపై కనబడేవి. వేగంగా కదులుతాయి.
- **స్ట్రాటో క్యుములస్:** బూడిద రంగులో ఉండి అలలుగా విస్తరించి ఉండే మేఘాలు.
- **స్ట్రాటో నింబస్:** ఇవి వర్షాన్నిచ్చే మేఘాలు. ఇంచుమించు నలుపురంగులో ఉంటాయి.

నిలువు మేఘాలు:

- **క్యుములస్:** క్యాబేజి పువ్వు ఆకారంలో ఉంటాయి. బూడిద రంగులో ఉంటాయి.
- **క్యుములోనింబస్:** ఇది అతి పెద్దదిగా నలుపు రంగులో ఉంటుంది. దీనినే మేఘాల రారాజు అంటారు. వర్షం ఎక్కువ వస్తుంది. దీనివల్ల కుంబవృష్టి వస్తుంది.
- **గర్జించే మేఘాలు:** చక్రవాకాలు వచ్చే సమయాల్లో వాటి ఎగువ భాగంలో అరుస్తూ ఏర్పడే మేఘాలు.
- **నోక్టిలూసెంట్:** ఇవి మీసో ఆవరణంలో ఉంటాయి. ఖగోళ దూళి వల్ల ఏర్పడతాయి.
- ఎగువ వాతావరణలో వాతావరణం యొక్క 4వ అనుఘటకం – ప్లాస్మా కనబడుతుందనేది శాస్త్రవేత్తల భావన.
- వాతావరణ పొరల లక్షణాలు, గుణాలు, భౌతిక, రసాయన సంఘటనం, ఉష్ణోగ్రతా వ్యత్యాసాలు, ఎలక్ట్రిక్ ధర్మాలు మొదలైన వాటిని దృష్టియందుంచుకొని వాతావరణాన్ని అయిదు (5) రకాల పొరలు లేదా ఆవరణాలుగా (Spheres) విభజించారు. అవి:
  1. ట్రోపో ఆవరణం (Troposphere)
  2. స్ట్రాటో ఆవరణం (Stratosphere)
  3. మిసో ఆవరణం (Mesosphere)
  4. థర్మో ఆవరణం (Termosphere)
  5. ఎక్సో ఆవరణం (Exosphere)

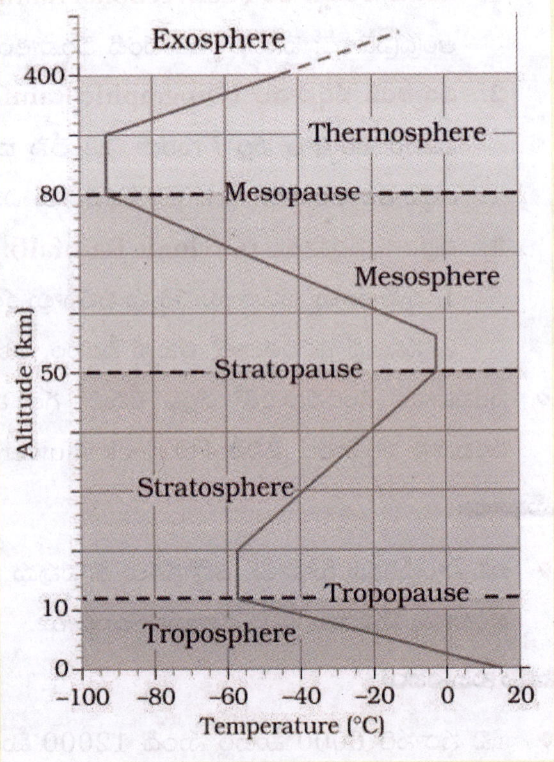

❖ ఉష్ణోగ్రత వ్యత్యాసాలు ఆధారంగా చేసిన ఈ విభజన ఎక్కువ మంది శాస్త్రజ్ఞులు అంగీకరించారు. కాబట్టి ఈ విభజనే ప్రస్తుతం వాడుకలో ఉంది. అయితే కొందరు ఇతర విభజనలు కూడా అంగీకరిస్తున్నారు. మరి కొందరు కలగాపులగంగా అన్ని విభజనలు కలిపి ఉపయోగిస్తున్నారు.

1. ట్రోపోస్ఫియర్ (మార్పు ఆవరణం):

- భూపటలం నుండి సగటున 13 కి.మీ. ఎత్తులో ఉంటుంది.
- భూమధ్యరేఖ (0o) నుండి ధృవాల వైపు (90o) పోయేకొలది దీని ఎత్తు తగ్గుతుంది.
- భూమధ్యరేఖ ప్రాంతంలో 18 కి.మీ. ఎత్తు వరకు ఉంటుంది. ధృవాల వద్ద 6 కి.మీల వరకు ఉండొచ్చు.
- ట్రోపోస్ఫియర్ ఒక ప్రాంతంలో కాలం బట్టి ఎత్తును మార్చుకుంటుంది.
- వేసవిలో ఎత్తు ఎక్కువగా, శీతాకాలంలో ఎత్తు తక్కువగా ఉంటుంది.
- భూమి సూర్యుని చుట్టూ దీర్ఘ వృత్తాకార కక్ష్యలో తిరుగుతుంటుంది.
- భూమి, సూర్యుని మధ్య దూరం తగ్గినపుడు (పరహేళి, జనవరి-3), ట్రోపోస్ఫియర్ ఎత్తు పెరుగుతుంది. దూరం పెరిగినపుడు (అపహేళి, జూలై-4), ట్రోపోస్ఫియర్ ఎత్తు తగ్గుతుంది. సాధారణంగా వాతావరణంలో వాయువుల సాంద్రత 90% వరకు ఈ ఆవరణంలో ఉంటుంది. భూపటలం సమీపంలో సాంద్రత ఎక్కువ. కాబట్టి సూర్య వికిరణాన్ని గాని, భూమి పరావర్తనం చెందించిన వికిరణాన్ని గ్రహించుకునేవి ఈ వాయువులే. అక్కడ ఉష్ణోగ్రత ఎక్కువగా ఉంటుంది.
- వాతావరణంలో ఎత్తుకు పోయేకొలది ప్రతీ 165/166మీ॥ ఎత్తుకు 1oc ఉష్ణోగ్రత తగ్గుతుంది. దీన్నే "సాధారణ క్షీణత క్రమం" (Normal Lapse Rate) అంటారు. లేదా (1 కి.మీ. ఎత్తు - 6.5oc తగ్గుతుంది)
- ఈ ఆవరణ పైభాగంలో అత్యంత వేగంతో వీచే వాయు రాశులైన జెట్‌స్ట్రీమ్‌లు కలవు. మొత్తం వాతావరణంలో 75% ఇక్కడే కేంద్రీకరించబడి ఉంటుంది.

Note: భూమధ్యరేఖ ప్రాంతంలో ట్రోపోపాస్ వద్ద, ధ్రువ ప్రాంతాలలో ట్రోపోపాస్ వద్ద కన్నా ఉష్ణోగ్రతలు తక్కువగా ఉంటాయి.

- ఉష్ణోగ్రతలు, పీడనాలు, పవనాలు, ఆర్ద్రత, అవపాతాలు, ఉరుములు, పిడుగులు మొదలైన వాతావరణ సంబంధ అంశాలన్నీ కూడా ట్రోపో ఆవరణంకే పరిమితం. అందువలన అలజడి ఆవరణం (Disturbed layer) అంటారు.

2. స్ట్రాటో ఆవరణం:

- సమతాప ఆవరణము అని కూడా అంటారు.
- ట్రోపోపాస్‌కు ఎగువన భూపటలం నుండి 50 కి.మీ. ఎత్తువరకు విస్తరించి ఉంది.
- స్ట్రాట్ ఆవరణం దిగువన ఎటువంటి అలజడులు ఉండవు. కాబట్టి విమానయానికి అనుకూలంగా ఉంటుంది.
- ఈ ఆవరణలో అప్పుడప్పుడు సిర్రస్ మేఘాలు కన్పిస్తాయి.
- భూపటలం నుంచి 25-35కి.మీ. ప్రాంతంలో 'ఓజోన్ పొర' ఉంటుంది.
- ఈ ఆవరణంలో ఎత్తుకు వేళ్లేకొలది ఉష్ణోగ్రత దాదాపుగా స్థిరంగా ఉంటుంది. అయితే ఈ ఆవరణము యొక్క 25-35 కి.మీల ప్రాంతంలో ఓజోన్ పొర అతినీలలోహిత కిరణాలను అడ్డు కోవడం వలన ఈ ఆవరణంలో కొద్దిగా ఉష్ణోగ్రతలు పెరుగుతాయి.
- ఇక్కడ ఓజోన్ పొర ఉండడంవల్ల ఓజోన్ ఆవరణం అని కూడా అంటారు.

3. మీసోస్పియర్:

- స్ట్రాటోపాస్‌కు ఎగువున భూపటలం నుండి 80 కి.మీ.. ఎత్తు వరకు విస్తరించి ఉంది.
- ఇక్కడ వాయువులు (gases) నిశ్చలంగా (stable)గా ఉంటాయి.
- ఐనోస్పియర్ యొక్క ఒత్తిడి కారణంగా మీసోస్పియర్‌లో "ఘర్షణ బలాలు" ఏర్పడతాయి.
- ఖగోళ వస్తువులు కాని, తోక చుక్కలు కాని ఈ ఆవరణంలోకి రాగానే పేలిపోతాయి. దీని వల్ల భూమికి రక్షణ లభిస్తుంది. (కల్పనాచావ్లా రాకెట్ కూడా ఇక్కడే కాలిపోయింది).
- ఖగోళ వస్తువులు పేలిపోవడం / కాలిపోవడం వల్ల వచ్చే దుమ్ము, ధూళిని ఖగోళ దూళి అంటారు.
- ఈ ఖగోళ ధూళి ఇక్కడ మేఘాలను (clouds) ఏర్పరుస్తుంది. దీన్నే "నోక్టలూసెంట్ క్లౌడ్స్' అంటారు.
- ఈ ఆవరణంను 'రసాయన ఆవరణం' (chemo) అని అంటారు.
- ఈ ఆవరణం యొక్క పై సరిహద్దులో -120 డిగ్రీలు సెంటీగ్రేడ్ ఉష్ణోగ్రతలు నమోదు అవడం వలన ఈ ఆవరణాన్ని వాతావరణంలో అతి శీతలమైన భాగంగా పిలుస్తారు.

Note: పై మూడు పొరలను / ఆవరణాలను (ట్రోపో / స్ట్రాటో /మీసో) - Homosphere అని అంటారు.

4. థర్మోస్పియర్:

- మీసోపాస్‌కు ఎగువున భూపటలం నుండి 800కి.మీ. ఎత్తు వరకు ఉంటుంది.
- ఉష్ణోగ్రతలు విపరీతంగా ఉంటాయి.
- వాయువుల సాంద్రత అత్యల్పం.
- థర్మోస్పియర్ యొక్క దిగువ భాగంలో అకస్మాత్తుగా ఉష్ణోగ్రతలు పెరగడం ద్వారా అక్కడ గల వాయువులు అయాన్‌లుగా మారుతాయి. కాబట్టి థర్మోస్పియర్ దిగువ భాగాన్ని 'ఐనో ఆవరణం' అంటారు. ఈ అయాన్‌లు రేడియో తరంగాలను భూమి మీదకు పరావర్తనం చెందిస్తాయి. అందువలన ఇది 'సమాచార వ్యవస్థకు' అత్యంత అనుకూలం ఈ ఆయాన్‌లు సూర్యకాంతిని కొంత వరకు అయస్కాంత క్షేత్రాల వైపు పంపించడం చేస్తాయి. ఇలా పరావర్తనం చేయడం ద్వారా ఇక్కడ ఏర్పడ్డ కాంతి కిరణాలను 'అరోరా' అంటారు.

5. ఎక్సో ఆవరణం:

- దీనినే 'బాహ్య ఆవరణము' అని పిలుస్తారు.
- థర్మో ఆవరణం పైన విస్తరించి ఉన్న ఆవరణాన్ని 'ఎక్సో ఆవరణం' అని అంటారు.
- ఈ ఆవరణంలో పూర్తిగా తేలికైన హైడ్రోజన్, హీలియం వంటి వాయువులు నిండి ఉంటాయి. ఉష్ణోగ్రత కూడా పెరుగుతూనే ఉంటుంది.
- భూ ఉపరితలంపై ఉన్న వాతావరణంలో పూర్తిగా విరుద్ధమైన వాయువుల మిశ్రమంతో ఈ ఆవరణం ఉంటుంది.
- ఇక్కడ పదార్థము నాలుగవ రూపమైన ప్లాస్మా స్థితిలో ఉంటుంది.
- ఈ ఆవరణంపై భూ గురుత్వాకర్షణ తక్కువగా ఉంటుంది.
- ట్రోపోస్పియర్, స్ట్రాటోస్పియర్ మరియు మీసో స్పియర్‌లను ఉమ్మడిగా సజాతీయ ఆవరణము (Homogenous Layer) అని పిలుస్తారు. కారణం ఈ మూడు ఆవరణాలలో పదార్థస్థితి ఒకే విధంగా ఉండడం.
- ఐనోస్పియర్ మరియు థర్మోస్పియర్ ప్రాంతాలను విరుద్ధ ఆవరణము (Hetero geneous) అని పిలుస్తారు కారణం ఈ ఆవరణాలలో పదార్థ స్థితి విభిన్నంగా ఉండడం.

అరోరా బోరియాలిస్ మరియు అరోరా అస్ట్రాలిస్:

- వీటిని 'కాంతి పుంజాలు' అని కూడా అంటారు.
- సూర్యుని నుండి వెలువడే అధిక శక్తివంతమైన వికరణ కిరణాలు అయనోస్ఫియర్ లోకి ప్రవేశించి అందులోని ఆక్సిజన్, నైట్రోజన్ వాయువులతో విభేదిస్తాయి. ఫలితంగా రసాయన చర్యలు జరిగి మిరుమిట్లు గొలపే కాంతి వెలువడుతుంది. వీటినే 'అరోరాలు' అని అంటారు. ఈ కాంతి కిరణాలు అయస్కాంత ధృవాల వైపు ఆకర్షించబడతాయి. అందులో ఉత్తర ధృవం వద్ద ఏర్పడే కాంతి పుంజాలను 'అరోరా బోరియాలిస్' అనీ, దక్షిణ ధృవం వద్ద ఏర్పడే కాంతి పుంజాలను 'అరోరా అస్ట్రాలిస్' అని అంటారు.

CHAPTER 5

సముద్ర జలాలు - పోటు పాటులు, తరంగాలు, ప్రవాహాలు (Ocean Water - Tides, Waves, Currents)

- సముద్రపు నీరు ఎప్పుడూ నిశ్చలంగా ఉండదన్న విషయం మనందరికి తెలిసినదే.
- ఉష్ణోగ్రత, లవణీయత, సాంద్రత మొదలైన విభిన్న భౌతిక లక్షణాల ప్రభావంతో సముద్రపు నీటియొక్క వివిధ రకాల కదలికలు ఏర్పడుతున్నాయి. సముద్రపు నీటి కదలికలు సూర్యుడు, చంద్రుడు మరియు ప్రవాహాలు వంటి బాహ్య శక్తుల వల్ల కూడా ప్రభావితమవుతాయి.
- సముద్ర జలాలు యొక్క చలనాలు మూడు రకాలుగా ఉంటాయి. అవి:
  1. పోటు పాటులు (Tides)
  2. సముద్ర తరంగాలు (Waves)
  3. సముద్ర ప్రవాహాలు (Currents)
- తరంగాలు మరియు సముద్ర జలాల యొక్క క్షితిజ సమాంతర కదలికలు మరియు పోటుపాటులు క్షితిజ లంబ చలనాలు.

1. పోటు పాటులు / అలలు (Tides)

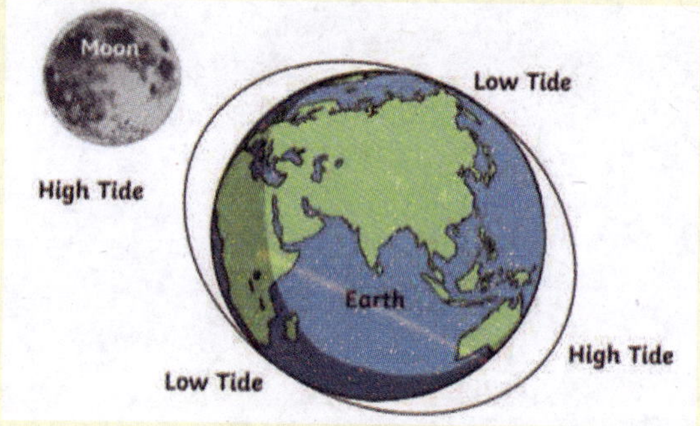

- అలలు సముద్రపు నీటియొక్క క్షితిజ లంబ చలనాలు.
- సముద్రపు నీటి మట్టం ఒక క్రమపద్ధతిలో కొంత నిర్ణీత వ్యవధిలో పెరగడాన్ని పోటు (High Tide) అని మరియు తగ్గడాన్ని పాటు (Low Tide) అని అంటారు.
- పోటుకి, పాటుకి మధ్య కలిగే నీటిమట్టమపు వ్యత్యాసాన్ని 'వేలాపరిమితి' (Tidal Range) అంటారు.
- పోటులతో కలిగివున్న నీటిని (Flood Waters) అని, పాటులతో కలిగివున్న నీటిని (Ebb Waters) అని అంటారు.
- వేలాపరిమితి యొక్క క్షితిజ లంబదూరం అనేది 7 మీ.ల కంటే ఎక్కువ ఉంటే అక్కడ Tidal Energy ని ఉత్పత్తి చేయుటకు అనుకూలంగా ఉంటుంది.

  ఉదా : భారతదేశంలో 9,000 మెగావాట్లు టైడల్ ఎనర్జీని ఉత్పత్తి చేసే సామర్థ్యం ఉంది. అయితే గుజరాత్‌లోని కచ్ తీరంలో 900 మెగావాట్లు, కాంబే తీరంలో 8,000 మెగావాట్లు మరియు వెస్ట్‌బెంగాల్‌లోని సుందర్‌బన్స్‌లో దుర్గాద్వాని క్రీక్‌లో 100 మెగావాట్లు టైడల్ ఎనర్జీని ఉత్పత్తి చేసే సామర్థ్యం ఉంది.
- భారతదేశంలో ఎత్తైన అల తాకే ప్రాంతం కచ్ తీరంలో ఓఖా.
- ప్రపంచంలో అత్యంత ఎత్తైన అలలను తాకే ప్రాంతం ఫండీ బే (కెనడా).
- వరుస పోటు పాటు రావడానికి మధ్య పట్టే కాలపరిమితి 6 గంటల 13 నిముషాలు.
- చంద్రుడు మరియు సూర్యుడు యొక్క గురుత్వాకర్షణ శక్తి అలల ఆవిర్భావానికి కారణం.
- చంద్రుడు నుంచి భూమికి తక్కువ దూరం, సూర్యునికి ఎక్కువ దూరం ఉంటుంది. ఇలా ఉండడం వల్ల సూర్యుని కంటే చంద్రుని యొక్క ఆకర్షణ శక్తి ఎక్కువగా ఉండడంవల్ల అది అలల యొక్క ఆవిర్భావానికి కారణం అవుతుంది.

- ఒక రోజులో ఏదైనా సమయంలో 2 అలలు ఏర్పడతాయి.
  - ★ చంద్రుని యొక్క గురుత్వాకర్షణ శక్తి వల్ల ఒక హై టైడ్ ఏర్పడుతుంది.
  - ★ భూమి దీర్ఘ వృత్తాకార స్థిర కక్ష్యలో తనచుట్టూ తాను తిరుగుతూ సూర్యుని చుట్టూ పరిభ్రమిస్తుంది కనుక ఒక పోటు ఏర్పడుతుంది. అదే సమయంలో వేరేచోట లోటైడ్ ఏర్పడుతుంది.
  - ★ భూమి స్థిర కక్ష్యలో ఉండడం వలన ఇది ఎటువంటి ఆకర్షణకైనా గురైతే దానికి అంతే మోతాదులో వ్యతిరేఖ దిశలో ఆ శక్తి పనిచేస్తుంది. కనుక చంద్రుని యొక్క దిశకు వ్యతిరేకంగా భూమి యొక్క అభికేంద్ర బలం మరో పోటును ఏర్పరుస్తుంది. దీనివల్ల కూడా వేరేచోట లోటైడ్ ఏర్పడుతుంది.

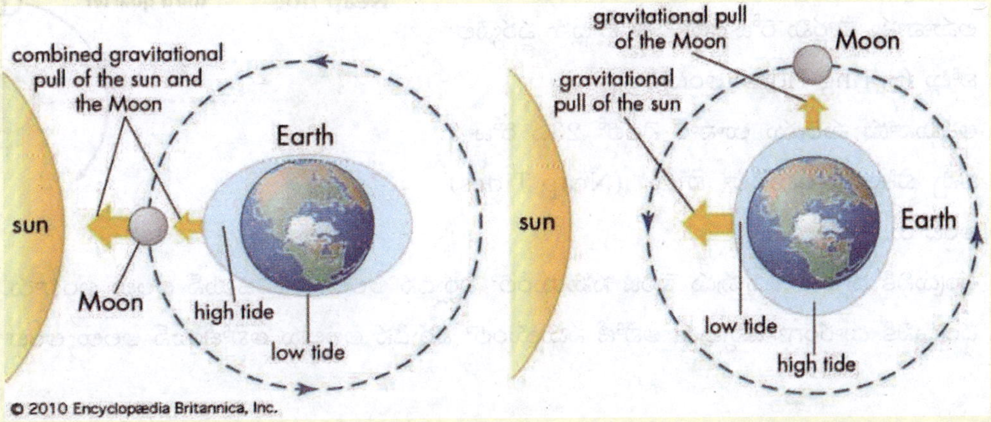

© 2010 Encyclopædia Britannica, Inc.

- ఏ సమయంలోనైనా భూమిపై కనిష్ఠంగా 4 పోటుపాటులు ఏర్పడతాయి. అందులో 2 పోటులు, 2 పాటులు.
- ఒక పోటు, ఒక పాటు చంద్రుని యొక్క గురుత్వాకర్షణ శక్తి వల్ల మరియు మరొక పోటు, మరొక పాటు భూమి అభికేంద్ర బలం వలన ఏర్పడతాయి. కాబట్టి ఒకరోజులో రెండు పోట్లు, రెండు పాట్లూ వస్తాయి. అయితే సముద్రంలో వచ్చే పోటు (High Tide), పాటు (Low Tide) ఎత్తులు అన్ని సముద్రాల్లో ఒకేలాగా ఉండవు. ఇవి సముద్రాన్ని బట్టి, అక్కడున్న భౌతిక భౌగోళిక పరిస్థితులను బట్టి మారుతూ ఉంటాయి. పోటు ఎత్తు 3 మీటర్ల నుంచి 16 మీటర్ల వరకూ ఉంటుంది.
- భూమి భ్రమణ వేగం కంటే చంద్రుడి భ్రమణ వేగం సుమారు 1/28 వంతు ఎక్కువ.

అలలు అవి ఏర్పడే సమయం:

రోజులు	వ్యత్యాసం	సమయం
1వ రోజు	మొదటి పోటు-మొదటి పాటు	6 గం॥ 13 ని॥
	మొదటి పోటు-రెండవ పోటు	12గం॥ 26 ని॥
	మొదటి పోటు-రెండవ పాటు	18గం॥ 39 ని॥
2వ రోజు	మొదటి పోటు-మొదటి పోటు	52 ని॥

పోటు పాట్లు రకాలు:

- మామూలు రోజులలో ప్రతిరోజూ వచ్చే పోటు, పాటులతో పాటు కొన్ని ప్రత్యేక సమయాలలో ప్రత్యేకమైన పోట్లు వస్తుంటాయి. అవి:

1. పోటు-పాటుల వల్ల కూడా సముద్ర ప్రవాహాలు ఏర్పడతాయి. పోటు బాగా ఎక్కువగా ఉన్నప్పుడు నీరు సముద్రతీరం వైపు ప్రవహిస్తుంది. ఈ రకమైన పోటును 'వరదపోటు' (Flood Tide) అనీ, పాటు ఏర్పడినప్పుడు తిరిగి

సముద్రంలోనికి పోతుంది. ఈ పాటును 'పాటి' (Ebb Tide) అనీ అంటారు.

2. భూభ్రమణం వల్ల ప్రతిరోజూ 12 గంటల 26 నిమిషాల వ్యవధిలో వచ్చే పోట్లను 'అర్ధపగటిపోట్లు' (Semi-Diunral Tides) అంటారు.

3. ప్రతీ 24 గంటలకు ఒకసారి 2 పోటులు, 2 పాటులు వస్తే వాటిని దినసరి అలలు (Diurnal Tides) అంటారు.

Note: భూమి, సూర్యుడు, చంద్రుడు సరళంగా ఒకే స్థితిలో ఉంటే దానిని సిగ్జీ (Sygzy) అంటారు.

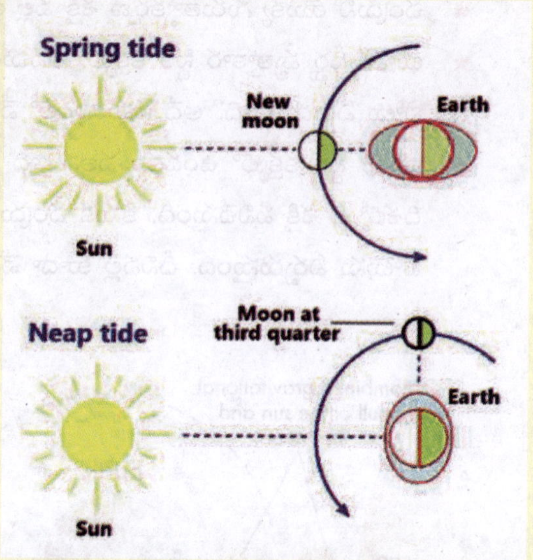

4. అమావాస్య, పౌర్ణమి రోజులలో వచ్చే పోట్లను పర్యవేలా పోట్లు (Spring Tides) అంటారు.

5. అష్టమినాడు మరియు లూనార్ నెలలో 23వ రోజున వచ్చే పోట్లను 'లఘువేలా పోట్లు' (Neap Tides) అంటారు.

6. చంద్రునికి దగ్గరగా ఉన్నపుడు పెరీజీ సమయంలో ఏర్పడిన అలలను పెరీజియన్ అలలు అంటారు.

7. చంద్రునికి దూరంగా ఉన్నపుడు అపోజీ సమయంలో ఏర్పడిన అలలను అపోజియన్ అలలు అంటారు.

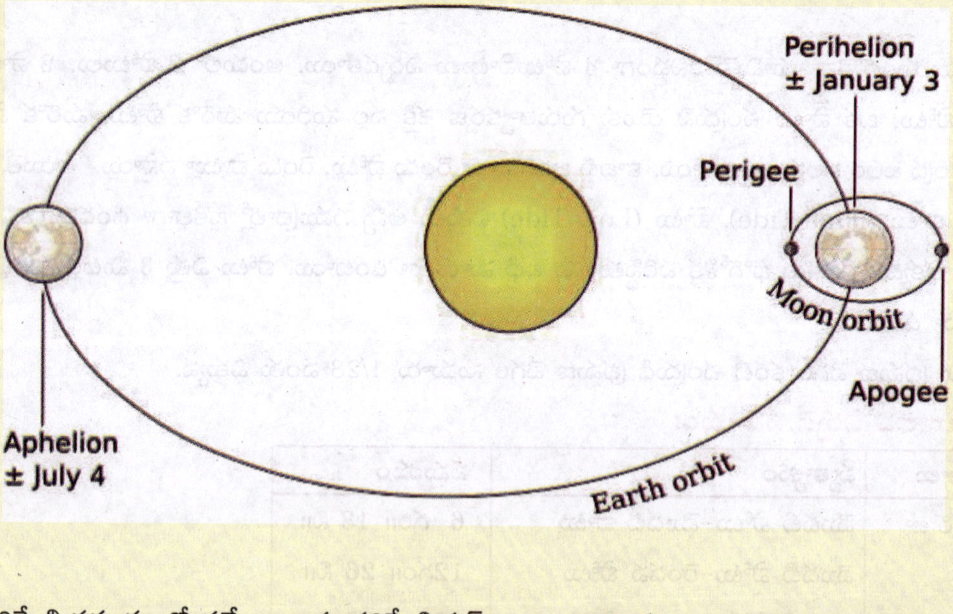

8. పరిహేళి సమయంలో వచ్చే అలలను పరిహేళియన్ అలలు అంటారు. ఇది జనవరి 3న సంభవిస్తుంది.

9. అపహేళి సమయంలో వచ్చే అలలను అపహేళియన్ అలలు అంటారు. ఇది జూలై 4న సంభవిస్తుంది.

Note: భూమి పరిహేళిలో ఉన్నప్పుడు 147,000,000 కి.మీ. దూరంలో అపహేళిలో ఉన్నప్పుడు 152,000,000 కి.మీ దూరంలోనూ ఉంటుంది.

10. మార్చి 21, సెప్టెంబరు 22 తేదీలలో సూర్యుడు భూమధ్యరేఖ మీద ఉన్నప్పుడు, చంద్రుడు కూడా భూమికి దగ్గరలో ఉంటాడు. ఈ 'విషవత్తులు' (Equinox) సమయంలో వచ్చే పోట్లు కూడా పెద్దగానే ఉంటాయి. వీటినీ 'విషవత్తు పోట్లు' (Equinoctional Tides) అంటారు.

11. సూర్యుడు జూన్ 21 (వేసవి ఆయనాంత పోట్లు) తేదీన కర్కాటరేఖమీదనూ, డిసెంబరు 22 (శీతల ఆయనాంత పోట్లు) తేదీన మకరరేఖ మీదనూ ఉంటాడు. అప్పుడు చంద్రుడు కూడా భూమికి దూరంగా ఉంటాడు. ఈ రెండురోజుల్లో సంభవించే పోట్లు తక్కువ ఎత్తులో ఉంటాయి. వీటిని 'ఆయనాంత పోట్లు' (Solstical Tides) అంటారు.

పోటు-పాటులు, ఫలితాలు:

1. పోటు-పాట్లు ఉప్పు మళ్ళు తయారికీ అనుకూలంగా ఉంటాయి.
2. బేస్తవారు ఈ పోటు-పాట్లు సమయాన్ని బట్టి చేపలవేటకు బయలుదేరతారు.
3. నదీ ముఖద్వారాల వద్ద పేరుకుపోయిన ఇసుక మేటలు, చెత్త మొదలైన వ్యర్థపదార్థాలను తీసియేడంలో పాటు-పాట్లు సహకరిస్తున్నాయి.
4. రేవు పట్నాలలోకి రాలేకపోయిన భారీనౌకలు 'పోటు' సమయంలో రేవు పట్నంలోకి వచ్చి, మళ్ళీ 'పాటు' సమయంలో తిరిగి వెళ్ళిపోతారు కాబట్టి కొన్ని రేవు పట్టణాలను ప్రత్యేకంగా 'టైడల్ పోర్టులు' (Tidal ports) అంటారు.

   ఉదా : భారత ప్రదాన ఓడరేవులలో కాండ్లా ఓడరేవు ఈ రకానికి చెందినదే.
5. ఇవి సముద్ర ప్రవహాల ఆవిర్భావానికి, విస్తరణకు తోడ్పడుతాఇయ.
6. సముద్రంలో ఉండే వృక్షాల పరపరాగ సంపర్కానికి (Pollination & Fertilization) తోడ్పడుతున్నాయి.
7. కొన్ని సముద్ర జీవులు (ప్లవకం) విస్తరణకు దోహదం చేస్తున్నాయి.
8. సన్నటి ముఖ ద్వారాలు కలిగిన నదిలోకి అతి ఎత్తైన పోటు 30 కి.మీల మేర నీటిమట్టం సుమారు 1 మీ. ఎత్తుకు పెరుగుతుంది జలాలు ప్రవహించడం ద్వారా ఏర్పడే దృగ్విషయాన్ని టైడల్ బోర్ అని అంటారు.

   టైడల్ బోర్ ఆధారంగా నదీ నీటిపై ఏర్పాటు చేసిన ఓడరేవులను నదీ ఆధారిత ఓడరేవులు అంటారు.

   ఉదా : 1. కోల్‌కతా ఓడరేవు,
   2. ప్రతిపాదిత నర్సాపురం ఓడరేవు.

సముద్ర తరంగాలు - నిర్వచనం:

- తరంగాలు సముద్రపు నీటియొక్క క్షితిజ సమాంతర కదలికలు, తరంగాలు నిజానికి సముద్ర ఉపరితలం మీద ఏర్పడే శక్తి నీరు కాదు. ఒక తరంగం వెళ్తున్నపుడు నీటి కణాలు చిన్న వృత్తం వలె ప్రయాణిస్తాయి.
- పవనాలు, గాలి ప్రభావం వలన సముద్రంలోని నీరు 'శృంగం (Crest), 'ద్రోణి" (Trough) రూపంలో కదలటాన్ని సముద్ర తరంగాలు అంటారు. వీటినే 'సముద్ర కెరటాలు' లేక సముద్ర అలలు అని కూడా అంటారు.

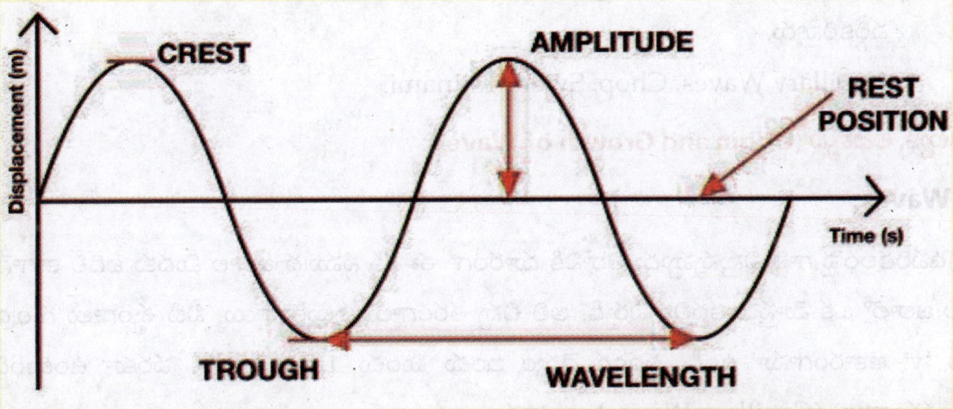

తరంగాలు ఆవిర్భవించే విధానం:

- వాటి పుట్టుక, పెరుగుదల, అవి నశించిపోవటం మొదలైనవన్నీ కూడా పవనాల మీదనే ఆధారపడి ఉంటాయి. పవనాలు బలంగా ఉంటే, అవి పుట్టించే తరంగాలు కూడా బలంగానే ఉంటాయి. పవనాలు బలహీనంగా ఉంటే తరంగాలు కూడా బలహీనంగానే ఉంటాయి.

తరంగ లక్షణాలు – వాటి అర్థాలు:

1. **శృంగం (crest) :** తరంగపు పై భాగాన్ను శృంగం అంటారు.
2. ద్రోణి (Trough) : తరంగంలో కిందికి ముంపుగా ఉన్న భాగం
3. **తరంగ పొడవు లేక తరంగ దైర్ఘ్యం (Wave length) :** వరుసగా ఉన్న రెండు శృంగాల మధ్య దూరం లేదా వరుసగా ఉన్న రెండు ద్రోణుల మధ్య దూరంను తరంగ దైర్ఘ్యం అని అంటారు.
4. **తరంగ ఎత్తు (Wave height) :** శృంగం అగ్రం నుంచి ద్రోణి లోపలికి గల నిట్టనిలువు కొలతను తరంగ ఎత్తు అంటారు.
5. **డోలనా పరిమితి (Wave amplitude):** తరంగ ఎత్తులో సగభాగంను డోలనా పరిమితి అంటారు.
6. **తరంగ వేగం (Wave velocity):** ఒక సెకను కాలంలో ఒక తరంగం ప్రయాణించే దూరంను తరంగ వేగం అంటారు.
7. **తరంగపు గడువు (Wave period):** ఒక నిర్దీత ప్రదేశానికి రావటానికి తరంగ శృంగం తీసుకునే సమయం
8. **స్వెల్ (Swell):** తరంగం ఆవిర్భవించే చోట తరంగ శృంగం గానీ, తరంగ ద్రోణిగానే చాలా చిన్నగా ఉండి, కొద్దిపాటి చలనం ఉండటంను స్వెల్ అని అంటారు.
9. **తరంగ విచ్ఛిన్నత (Wave Refraction):** సముద్ర తరంగ శృంగం ఉవ్వెత్తున పైకి లేచి మధ్యకు విరిగిపోవడం
10. **పంజ్ (Plunge) :** తరంగ విచ్ఛిన్నత జరిగేటప్పుడు తరంగ శృంగం ఉవ్వెత్తున పైకి లేచి మధ్యకు విరిగిపోతుంది. అక్కడితో తరంగం ఇక తన ఉనికిని కోల్పోతుంది. అయితే విరిగిపోయిన తరంగం ముందు భాగం తీరం వైపుకు బలంగా తీసుకొని వస్తే, దానిని ప్లంజ్ అంటారు.
11. **స్వాష్ (Swash) :** విశాల సముద్రం నుంచి వస్తున్న తరంగాలు ఒడ్డున సమీపించగానే అక్కడ లోతు ఎక్కువగా లేకపోవటం వల్ల విరిగిపోయి, ఒడ్డును చాలా వేగంగా సమీపిస్తే దానిని స్వాశ్ అంటారు.

12) **బ్యాక్ వాష్ (Back Wash) :** తీరం వైపుకు బలంగా తీసుకువచ్చిన తరంగం ఒడ్డును తాకి, మళ్ళీ అదే వేగంతో వెనక్కి మళ్లి సముద్రంలోకి వెళ్లిపోతే దానిని బ్యాక్‌వాష్ అంటారు.

Note: తరంగాల యొక్క తరంగ దైర్ఘ్యము మరియు తీవ్రత ఆధారంగా వాటిని దిగువ నుండి ఎగువకు ఇలా వర్గీకరిస్తారు.

Capillary Waves, Chop, Swell, Tsunami.

తరంగాల పుట్టుక, అభివృద్ధి (Origin and Growth of Waves):

Capillary Waves:

- సముద్ర ఉపరితలంపై గాలి వీస్తున్నప్పుడు తీరానికి దూరంగా ఈ శక్తి సముద్ర జలాల మీదకు బదిలీ కాగానే సముద్ర ఉపరితల జలాల్లో ఒక మోస్తరు కదలిక ఏర్పడి, అతి చిన్న తరంగాలు పుట్టుకొస్తాయి. వీటి శృంగాలు గుండ్రంగానూ, ద్రోణులు 'v' ఆకారంగానూ ఉండి, తరంగ దైర్ఘ్యం ఇంచు మించు 1.74 సెం.మీ. వరకూ ఉంటుంది. వీటిని 'కాపిలరీ తరంగాలు' (Capillary Waves) అంటారు.

గ్రావిటీ తరంగాలు (Gravity Waves / Medium Waves):

- 'కాపిలరీ తరంగాలు' గాలి మరింత బలంగా వీస్తున్నందువల్ల, గాలి నుంచి బయలుదేరిన శక్తి సముద్ర జలాల మీదికి వరింత ఎక్కువగా ప్రసరించటంవల్ల, సముద్ర తరంగాలు 10 మీ. ఎత్తులో ఆవిర్భవిస్తాయి.
- వీటి తరంగ పొడవు 1.74 సెం.మీ. కంటే ఎక్కువగా ఉండి, గుండ్రంగా ఉన్న శృంగాలు, ద్రోణులు పుట్టుకొస్తాయి. వీటిని 'గ్రావిటీ తరంగాలు' (Gravity Waves / Medium Waves) అంటారు.

స్వెల్ (Swell) :

- సముద్ర ఉపరితలంపై ఏర్పడిన తరంగాలు 10 మీ. నుంచి కొన్ని కిలోమీటర్ల మేరకు విస్తరించినపుడు ఆ తరంగం యొక్క తీవ్రత పెరగడాన్ని Swell అంటారు.

సునామి తరంగాలు (Tsunami Waves):

- ఒకవేళ తరంగాల యొక్క తరంగ దైర్ఘ్యం పెరిగి కొన్నివేల కిలోమీటర్ల మేరకు విస్తరిస్తే దానిని సునామి తరంగాలు అంటారు. ఉదాహరణకు ఇండోనేషియాలో క్రకటోవా అనే అగ్ని పర్వతం ప్రజ్వలనం వల్ల అక్కడ భయంకరమైన అలలు వచ్చి తీరప్రాంతాలను ముంచివేసాయి.
- పెద్ద పెద్ద తుఫానులు (చక్రవాకాలు) వచ్చినప్పుడు పవనాల శక్తి ఎక్కువగా ఉంటుంది కాబట్టి అప్పుడు తరంగాల ఎత్తు 15-18 మీటర్లు వరకూ ఉంటుంది. అదే అట్లాంటిక్ సముద్రం ఉత్తర భాగంలో అయితే సముద్ర తరంగాలు దాదాపు 22 మీటర్లు ఎత్తు వరకు సంభవిస్తాయని ఉంటుంది.

సముద్ర తరంగాలు - వర్గీకరణ:

- సముద్ర తరంగాల స్వరూప స్వభావాలను అధ్యయనం చేసిన తరువాత వీటిని ముఖ్యంగా రెండు విధాలుగా వర్గీకరించవచ్చు. అవి: 1. పురోగామి తరంగాలు (Progressive Waves)
  2. స్థిరమైన తరంగాలు (Stationary Waves)

పురోగామి తరంగాలు (Progressive Waves):

- నీటి కణాల కదలిక వలయాకారంలో ఉంటూ (ఇంచుమించు గుండ్రంగా) సంభవించే తరంగాలను పురోగామి తరంగాలు అంటారు.

స్థిరమైన తరంగాలు (Stationary Waves):

- స్థిరమైన తరంగాలలోని నీటి కణాలు శృంగం వద్ద ముందువైపుకు, ద్రోణి వద్ద వెనుక వైపుకు ఇంచుమించు క్షితిజ సమాంతరంగా కదులుతూ ఉంటాయి. అయితే ఈ వర్గీకరణ అందుబాటులోనూ లేకపోవడం వల్ల సముద్ర తరంగాలను మరో విధంగా వర్గీకరించారు. అవి:
  1. స్వేచ్ఛా తరంగాలు (Free Waves).
  2. ప్రేరిత (Forced Waves).

1. స్వేచ్ఛా తరంగాలు:

- నిర్మలంగా, నిశ్చలంగానూ ఉన్న ఒక తొట్టి నీళ్లలో ఒక చిన్న రాయిని వేసినపుడు గుండ్రంగా ఏర్పడే నిర్మలమైన తరంగాలకు స్వేచ్ఛాతరంగాలు అని పేరు.
- ఇవి చాలా తాపీగానూ, నిర్మలంగానూ ఉండి రింగులు రింగులుగా ఒక దాని వెంట మరొకటి పుట్టుకొస్తాయి.
- వీటి వల్ల అపాయం లేదు.

- ప్రాజెక్టులు కట్టినప్పుడు ఏర్పడే జలాశయాల్లో గానీ, పెద్ద పెద్ద చెరువులు, సరస్సులు మొదలైనవాటిలో ఈ రకమైన స్వేచ్ఛా తరంగాలు చూడవచ్చు.

2. ప్రేరిత తరంగాలు:

- పవనాల వల్లగానీ, ప్రకృతి శక్తులైన భూకంపాలు, అగ్ని పర్వతాలు, తుఫానులు మొదలైనవాటి వల్ల అవి ఆవిర్భవిస్తాయి.
- వీటి 'విధ్వంస తరంగాలు' (Distructive Waves) అని కూడా అంటారు.
- ఇవి చాలా అపాయకరం.
- ఇవి చాలా పెద్దగా వస్తాయి.
- వీటివల్ల జన నష్టం, ఆస్తినష్టం కూడా జరుగుతుంది.
- తీర ప్రాంతాలు క్రమక్షయానికి గురౌతాయి.
- వీటిలో ముఖ్యమైనవి సునామీలు.

సముద్ర ప్రవాహాలు

సముద్ర ప్రవాహాలు - నిర్వచనం:

- సముద్రంలోని నీరు అధికమొత్తంలో ఒక ప్రాంతం నుంచి మరో ప్రాంతానికి; ఒక నిర్దిష్టదశలో ఒక క్రమపద్ధతిలో నిత్యం స్థిరంగా ప్రవహించటాన్ని ప్రవాహం అంటారు.
- సముద్రంలోని నీరు పెద్ద పెద్ద నదుల మాదిరిగా ఒక చోట నుంచి మరో చోటికి నిత్యం ప్రయాణం చేస్తూ ఉంటుంది.
- ఇది సాధారణంగా భూమధ్యరేఖా ప్రాంతం నుంచి ధ్రువాలకు, మళ్ళీ ధ్రువాలనుంచి భూమధ్యరేఖకు పయనిస్తూ, ఆయా ప్రాంతాల్లో ఏర్పడ్డ అధిక ఉష్ణాన్ని అధిక శీతలాన్ని భూగోళం అంతటా సమానంగా సర్దటానికి ప్రయత్నిస్తున్నాయి. మరోమాటలో చెప్పాలంటే భూమధ్యరేఖ వద్ద ఉష్ణోగ్రత ఎక్కువ. ధ్రువప్రాంతంలో తక్కువ. కాబట్టి ఇవి భమధ్యరేఖ నుంచి ధ్రువులవైపు ప్రవహించి, తద్వారా ఈ ఉష్ణాన్ని ధ్రువ ప్రాంతానికి చేరవేస్తున్నాయి. అదేవిధంగా ధ్రువాల నుంచి భూమధ్యరేఖ వైపు ప్రవహిస్తూ, ధ్రువాల వద్ద ఉన్న శీతలాన్ని భూమధ్యరేఖ వైపు చేరవేస్తున్నాయి.

  సముద్ర ప్రవాహాలు ముఖ్యంగా రెండు రకాలు:

  1. ఉష్ణ ప్రవాహాలు (Warm currents)
  2. శీతల ప్రవాహాలు (Cold currents)

- ఒకవేళ ప్రవాహం తన తీవ్రతను పెంచుకుంటే దాన్ని స్ట్రీమ్ అంటాము, తగ్గితే డ్రిఫ్ట్ అని అంటాము.
- ప్రతి సముద్రంలోనూ ఈ రెండూ ప్రవాహాలు ఉంటాయి. వీటితోపాటు 'కౌంటర్ ప్రవాహాలు' (Counter currents) 'సుడులు' (Gyres) కూడా ఉంటాయి.
- ఉష్ణప్రవాహాలు సాధారణంగా భూమధ్యరేఖనుండి బయలుదేరి, ఖండాలకు తూర్పువైపునే ప్రవహిస్తూ ధ్రువప్రాంతాన్ని చేరతాయి.
- శీతల ప్రవాహాలు సాధారణంగా ధ్రువాల వద్ద బయలుదేరి ఖండాలకు పశ్చిమవైపున ప్రవహిస్తూ భూమధ్యరేఖను చేరతాయి.
- భూమధ్యరేఖకు ఉత్తరంగా ఉన్న మహాసముద్రాలను ఉత్తర మహాసముద్రాలనీ, దక్షిణంగా ఉన్న మహాసముద్రాలను దక్షిణ మహాసముద్రాలనీ అంటారు.

సముద్ర ప్రవాహాలు ఏర్పడటానికి కారణాలు:

1. **పవనాలు:** ప్రపంచ పవనాలలో ముఖ్యమైన వ్యాపార పవనాలు స్థిరంగా ఒకే దిశలో వీచడం వల్ల వాటిననుసరించి ప్రవాహాలు కూడా ఏర్పడ్డాయి.
2. **ఉష్ణోగ్రతా భేదాలు:** భూమధ్యరేఖ వద్ద అధిక ఉష్ణం వల్ల అచ్చటి నీరు వేడెక్కి వ్యాకోచించి, సాంద్రత తగ్గి, తేలికయై ఉపరితలాన్ని చేరి ఉష్ణోగ్రత తక్కువగా ఉన్న ప్రాంతానికి ప్రవహిస్తుంది. ధ్రువాల వద్ద అల్ప ఉష్ణోగ్రత వల్ల నీరు చల్లగా ఉండి, సంకోచించి, అధిక సాంద్రత, బరువు పెరిగి ఉపరితలం నుంచి కిందికి దిగి అంతర్గతంగా భూమధ్యరేఖ వైపుకు ప్రవహిస్తాయి.
3. **ఖండాల ఆకృతి:** ఖండతీరాల ఆకృతి వల్ల కూడా ప్రవాహాలు ఏర్పడతాయి. ఉదా: భూమధ్యరేఖా ప్రవాహం అట్లాంటిక్ మహాసముద్రంలో తూర్పు నుంచి పశ్చిమానికి ప్రవహిస్తూ బ్రెజిల్ తీరం వాలు ఆకృతి వల్ల రెండు శాఖలుగా చీలడానికి ఖండ ఆకృతి కారణం.
4. **లవణీయత భేదం:** సముద్ర లవణీయత వేరు వేరు సముద్రాలలో వేరు వేరుగా ఉంటుంది. లవణీయత పెరిగితే సాంద్రత పెరుగుతోంది. సముద్రజలాలు అధిక సాంద్రత నుంచి అల్పసాంద్రత వైపు ప్రవహిస్తాయి.
5. **గురుత్వాకర్షణ శక్తి:** గురుత్వాకర్షణశక్తి వల్ల భూగోళంపై ఉన్న పదార్థాలు అభికేంద్రబలం వల్ల (Centripetal force) కేంద్రంపై ఆకర్షించబడతాయి. అదే విధంగా సముద్రంలోని నీరు కూడా భూమధ్యరేఖా ప్రాంతం వైపు ఆకర్షించడం కూడా సముద్ర ప్రవాహాలు ఏర్పడడానికి కారణం.
6. **నీళ్ళు పైకి ఉబకడం** (By upwelling movement of water).

సముద్ర ప్రవాహాలు దిశలు మార్చుకోవడానికి గల కారణాలు:

1. **భూభ్రమణ శక్తి :** భూమి తన చుట్టూ తాను తిరగడాన్ని భూభ్రమణం అంటారు. ఈ భూభ్రమణం వల్ల ఫెరల్ సిద్ధాంతాన్ని అనుసరించి ఉత్తరార్ధ గోళంలో సవ్యంగానూ (Clock wise), దక్షిణార్ధ గోళంలో అపసవ్యంగానూ (Anticlock wise) ఈ ప్రవాహాలు పయనిస్తూ ఉంటాయి.
2. **పవనాలు:** ప్రపంచ పవనాలలో ముఖ్యమైన వ్యాపార పవనాలు స్థిరంగా ఒకే దిశలో వీచడం వల్ల వాటిననుసరించి ప్రవాహాలు కూడా ఏర్పడ్డాయి. దీనిద్వారానే పవనాలు వాటియొక్క దిశను కూడా మార్చుకుంటాయి
3. **ఋతువుల మార్పు:** ఋతులువల మార్పువల్ల పవనదిశలో మార్పులేర్పడి ప్రవాహాలకు కారణమవుతుంది. రుతుపవనాల వల్ల ఉత్తర హిందూ మహాసముద్ర ప్రవాహాలేర్పడటం ప్రత్యేకంగా గమనించవలసి ఉంటుంది.

ఉత్తర అట్లాంటిక్ మహాసముద్ర ప్రవాహాలు (Currents of North Atlantic ocean):

- అట్లాంటిక్ మహాసముద్రం ఉత్తరాన ఐస్‌లాండ్ నుంచి, దక్షిణాన అంటార్కిటికా వరకూ వ్యాపించి ఉంది.
- ఇది ఇంచుమించు 's' ఆకారంతో ఉంది.
- ఉత్తర అటాంటిక్ మహాసముద్ర తీరం తూర్పున ఐరోపా ఖండాన్ని తాకుతోంటే, పడమర ఉత్తర అమెరికా తీరాన్ని తాకుతూ ఉంది.

ఉత్తర అట్లాంటిక్ భూమధ్యరేఖా ప్రవాహం (North Atlantic Equatorial Current):

- ఇది ఉష్ణప్రవాహం భూమధ్యరేఖకు ఇరువైపులా 5^0 నుంచి 10^0 వరకూ వ్యాపించి ఉంటుంది.
- ఇది భూమధ్యరేఖ వెంబడి తూర్పు నుంచి పశ్చిమానికి ప్రవహిస్తుంది. ఇది దాదాపు అన్ని సముద్రాల్లోనూ ఉంటుంది.

ఉత్తర అట్లాంటిక్ ప్రవాహం (North Atlantic Current):

- ఇది ఉష్ణప్రవాహం.
- ఉత్తర అట్లాంటిక్‌లోనికి ప్రవేశించిన భూమధ్యరేఖా ప్రవాహ పాయను ఉత్తర అట్లాంటిక్ ప్రవాహం అంటారు.
- ఇది ఉత్తర పసిఫిక్‌లో కూడా ఉంటుంది.

గల్ఫ్ స్ట్రీం సిస్టం (Gulf stream system):

- ఇది చాలా ముఖ్యమైన ఉష్ణప్రవాహం. చాలా పెద్దది.
- 'ఏంటిల్లీస్' ఉష్ణప్రవాహం ఫ్లోరిడా ఉష్ణప్రవాహంతో కలువడం వల్ల 'గల్ఫ్ స్ట్రీం సిస్టం' ఏర్పడింది.
- '20^0 ఉత్తర అక్షాంశం నుంచి 60^0 ఉత్తర అక్షాంశం వరకూ వ్యాపించి ఉన్న ఈ ప్రవాహానికి 'గల్ఫ్ స్ట్రీం ప్రవాహం' అని ఐస్‌లిన్ (Iselin) అనే శాస్త్రజ్ఞుడు పేరు పెట్టాడు.
- ఇది యావత్ అట్లాంటిక్ మహాసముద్రంలోనే ఉన్నతమైంది.
- ఉత్తర అట్లాంటిక్‌లోని నీటిలో సుమారు 2/5 వంతు నీరు ఇందులోనే ఉందని అంచనా. అంటే ప్రపంచనదులన్నిటి కంటే సుమారు 65 రెట్లు ఎక్కువ. అందువల్ల దీనిని గురించి పూర్తిగా అధ్యయనం చేయటం కోసం 'బెన్‌ఫ్రాంక్లిన్' (Ben Franklin) అనే శాస్త్రీయ పరికరాలు ఉన్న నౌకను 1960లో ఉపయోగించి, దీన్ని గురించిన సమాచారం తెలుసుకోవడం జరిగింది.
- ఇది కి.మీ. నుంచి 150 కి.మీ. వెడల్పుండి, దాదాపు 1400 మీటర్ల లోతుతో ఉంటుంది.
- దీని వేగం గంటకు 8 కి.మీ.
- ఇంధనాన్ని పొదుపు చేయడానికి నౌకలు ఈ ప్రవాహం పోయే దిశగా పయనిస్తూ ఉంటాయి.

ఏంటిల్లీస్ ప్రవాహం (Antellis Current):

- పశ్చిమ ఇండియా దీవులకు తూర్పునుంచి ప్రవహించి, ఫ్లోరిడా తీరం వద్ద ఫ్లోరిడా ప్రవాహాన్ని కలుస్తుంది.
- ఉత్తర అట్లాంటిక్ ప్రవాహం చీలిపోయి రెండు పాయలుగా చీలుతుంది. ఇది మొదటి పాయ.

ఫ్లోరిడా ప్రవాహం (Forida Current):

- ఇది ఉత్తర అట్లాంటిక్ రెండవ పాయ. ఇది కరేబియన్ సముద్రం, మెక్సికో సింధుశాఖల గుండా ప్రవహించి, ఫ్లోరిడా తీరం వద్ద ఏంటిల్లీస్ ప్రవాహాన్ని కలుసుకుని గల్ఫ్‌స్ట్రీం సిస్టంగా మారుతుంది.

లాబ్రడార్ ప్రవాహం, గ్రీన్‌లాండ్ ప్రవాహం (Labrador & Greenland Currents):

- ఈ రెండూ శీతల ప్రవాహాలే.
- ఆర్కిటిక్ మహాసముద్రం నుంచి బయలుదేరి న్యూఫౌండ్‌లాండ్ వద్ద గల్ఫ్‌స్ట్రీం సిస్టంను చేరుతాయి.
- లాబ్రడార్ ప్రవాహం అనే ఆర్కిటిక్ నుంచి బయలుదేరి, గ్రీన్‌లాండ్ పశ్చిమతీరాన ఉన్న బఫిన్ అఖాతం (Baffin Bay), డేవిస్ జలసంధి (Davis Strait) గుండా ప్రవహించి న్యూఫౌండ్‌లాండ్ వద్ద గల్ఫ్‌స్ట్రీం ఉష్ణప్రవాహాన్ని కలుస్తుంది.
- గ్రీన్‌లాండ్ శీతల ప్రవాహం గ్రీన్‌లాండ్ తీరం గుండా ప్రవహించి గల్ఫ్‌స్ట్రీం సిస్టంని కలుస్తుంది.
- వీటి వేగం రోజుకు 10 కి.మీటర్లు లోతు సుమారు 100 మీటర్లు. ఉష్ణోగ్రత 1^0 సెల్సియస్. వీటి లవణీయత $33^0/1000$ ఆర్కిటిక్ సముద్రం నుంచి ఈ ప్రవాహాల వెంట పెద్ద పెద్ద మంచుకొండలు (Ice bergs) కొట్టుకొని వచ్చి నౌకాయానికి అంతరాయం కలిగిస్తాయి. అంతేకాదు ఈ రెండు ప్రవహాలు న్యూఫౌండ్‌లాండ్ వద్ద గల్ఫ్‌స్ట్రీం సిస్టంను కలుస్తాయి. అందువల్ల అక్కడ ఎప్పుడూ దట్టమైన మంచు పట్టి అనారోగ్యాన్ని కలిగిస్తుంది.

- ఇక్కడ భయంకరమైన తుఫానులు కూడా వస్తాయి.
- న్యూఫౌండ్‌లాండ్ అనేది చేపలకు ప్రసిద్ధి.

ఉత్తర అట్లాంటిక్ డ్రిఫ్ట్ (North Atlantic Drift):

- దీన్ని 'పశ్చిమ పవన డ్రిఫ్ట్' (West wind Drift) అని కూడా అంటారు.
- ఇది పూర్తిగా ఉష్ణప్రవాహం కాదు. పూర్తిగా శీతల ప్రవాహం కాదు. అయినప్పటికీ దీన్ని ఉష్ణప్రవాహం లాగానే పరిగణిస్తారు.

నార్వేజియన్ ప్రవాహం (Norwegian Current):

- ఇది ఉత్తర అట్లాంటిక్ పాయ మాత్రమే.
- ఇది బ్రిటీష్ దీవులు, నార్వే, స్వీడన్ మొదలైన దేశాల గుండా ప్రవహిస్తుంది. అందువల్ల ఆయా దేశాల రేవు పట్నాలు మంచు పట్టకుండా సంవత్సరం పొడవునా పనిచేస్తాయి.

కానరీ ప్రవాహం (Canary current):

- ఇది శీతల ప్రవాహం. ఆఫ్రికా వాయువ్య భాగాన ఉన్న కానరీ దీవుల వద్ద 'అప్‌వెల్లింగ్' (Upwelling) జరగడం వల్ల ఇక్కడ కానరీ శీతల ప్రవాహం ఏర్పడింది.

సర్గాసో సముద్రం (Sargasso Sea):

- ఉత్తర అట్లాంటిక్ ప్రవాహాలు సవ్యంగా తిరగడం వల్ల సముద్రమధ్యభాగంలో కోడిగుడ్డు ఆకారంలో తీరం లేకుండా ఏర్పడి, నిర్మలంగా ఉన్న సముద్రభాగం ఇది.
- ఇందులో 'సరాసరి' అనే నాచుమొక్క ఎక్కువగా ఉండటం వల్ల దీనికా పేరువ చ్చింది. దీనిలో 20 మిలియన్ టన్నుల సర్గాసం 5 మిలియన్ చ.కి.మీ. విస్తీర్ణంలో వ్యాపించి ఉందని అంచనా.
- ఇక్కడ రకరకాల చేపలు, పక్షులు ఉంటాయి.

దక్షిణ అట్లాంటిక్ మహాసముద్ర ప్రవహాలు (Currents of South Atlantic Ocean):

- ఉత్తరాన భూమధ్యరేఖనుంచి దక్షిణ అట్లాంటిక్ భూమధ్యరేఖా ప్రవాహంగా దక్షిణాన అంటార్కిటికా వరకూ వ్యాపించి ఉన్న ఈ సముద్రం తూర్పున ఆఫ్రికా తీరాన్ని, పడమర దక్షిణ అమెరికా తూర్పు తీరాన్ని తాకుతుంది.

బ్రెజిల్ ప్రవాహం (Brazil Current):

- ఇది ఉష్ణప్రవాహం.
- ఇది బ్రెజిల్, అర్జెంటీనా తీరాల వెంబడి ప్రవహిస్తుంది.
- దీనివేగం రోజుకు 40 కి.మీ.
- ఇది అర్జెంటీనా తీరం గుండా ప్రవహిస్తూ క్రమంగా ఫాక్‌లాండ్ దీవులు చేరుకొని అక్కడ పాక్‌లాండ్ శీతల ప్రవాహాన్ని కలుస్తుంది.

ఫాక్‌లాండ్ ప్రవాహం (Falkland Current):

- ఇది శీతల ప్రవాహం.
- ఇది అంటార్కిటికా నుంచి వచ్చి పాక్‌లాండ్ దీవుల వద్ద బ్రెజిల్ ప్రవాహాన్ని కలుస్తుంది.
- దీని ఉష్ణోగ్రత 20^0 సెల్సియస్.

- దీనిని మొదట 'విల్కిస్' (Wilkis) అనే శాస్త్రవేత్త 1839లో కనుగొన్నాడు.
- అంటార్కిటికా నుంచి పెద్ద పెద్ద మంచుకొండలు (Ice bergs) ఈ ప్రవాహం వెంబడి కొట్టుకొని వచ్చి నౌకాయానికి అంతరాయం కలిగిస్తాయి. అంతేకాదు; బ్రెజిల్ ఉష్ణప్రవాహం, ఫాక్‌లాండ్ శీతల ప్రవాహం కలిసిన ఫాక్‌లాండ్ దీవుల వద్ద ఎల్లప్పుడూ దట్టమైన మంచు (Fog) పట్టి అనారోగ్యానికి కారణమవుతుంది. ఇక్కడ తరచుగా భయంకర తుపానులు చెలరేగి తీరప్రాంత ప్రజల ఆర్థిక వ్యవస్థను నిర్వీర్యం చేస్తాయి. ఉష్ణప్రవాహం, శీతల ప్రవాహం కల్సుకున్న చోట ఉష్ణోగ్రతలో వచ్చిన అకస్మాత్తుగా తేడాల వల్ల చేపలు తాత్కాలికంగా మూర్ఛపోయి బెస్తవారికి చిక్కుతాయి కాబట్టి ఫాక్‌లాండ్ ప్రాంతం చేపల పరిశ్రమలో ఒక ప్రముఖ స్థానం ఆక్రమించింది.

దక్షిణ అట్లాంటిక్ డ్రిఫ్ట్ (South Atlantic Drift):

- దీన్ని 'పశ్చిమ పవన డ్రిఫ్ట్' (West wind Drift) అని కూడా అంటారు.
- ఇది పూర్తిగా ఉష్ణప్రవాహం కాదు, పూర్తిగా శీతల ప్రవాహం కూడా కాదు. అయినప్పటికి దీన్ని శీతల ప్రవాహంగానే పరిగణిస్తారు. బ్రెజిల్ ఉష్ణప్రవాహం, ఫాక్‌లాండ్ శీతల ప్రవాహం కలినప్పుడు ఇది ఏర్పడింది.
- పశ్చిమ పవనాలు (గర్జించే నలభైలు) అనే భయంకర పవనాల ప్రభావం వల్ల ఇది తూర్పుకు తిరిగి విశాల జలరాశిపై స్వేచ్ఛగా ప్రవహిస్తుంది.
- దీన్ని తొలుత రన్నల్ (Runnel) అనే శాస్త్రవేత్త కనుగొన్నాడు. కాబట్టి దీన్ని 'రన్నల్ ప్రవాహం' (Runnel Current) అని కూడా అంటారు.

బెంగులా ప్రవాహం (Benguela Current):

- ఇది శీతల ప్రవాహం, పశ్చిమ పవన డ్రిఫ్ట్ ఉత్తరానికి తిరిగి, ఆఫ్రికా పశ్చిమతీరం గుండా ప్రవహించేటప్పుడు బెంగూలా వద్ద 'నీరు ఉబకడం' (Upwelling) ప్రభావం వల్ల ఇక్కడ బెంగూలా శీతల ప్రవాహం ఏర్పడింది.
- సముద్రగర్భంలో ఉండే మురికినీరు పైకి రావటాన్ని 'అప్‌వెల్లింగ్' అంటారు.
- ఇది దుర్వాసనతో ఉంటుంది. అనారోగ్య హేతువు. అయితే దీని వెంట 'ప్లాంక్టన్స్' (Planktons) అనే చిన్న జీవరాశి ఉపరితలానికి వచ్చి, చేపలకు మంచి ఆహారంగా ఉపయోగపడతాయి. అయితే ఈ 'అప్‌వెల్లింగ్' అనేది ఎందుకు వస్తుందో తెలియదు. దీనిపైన పరిశోధనలు జరుగుతున్నాయి. ఆప్‌వెల్లింగ్ వల్ల వచ్చే దుర్వాసన భరించలేని విలాసవంతులు తమతమ ప్రాంతాలు ఖాళీచేసి ఇతర ప్రాంతాలకు వెళ్ళిపోతుంటారు. కాబట్టి ఆ ప్రాంత ఆదాయం తగ్గుతుంది.

ఉత్తర పసిఫిక్ మహాసముద్ర ప్రవాహాలు (Currents of the North Pacific Ocean):

- భూమి వైశాల్యంలో దాదాపు 1/3 వంతు విస్తీర్ణం ఉన్న పసిఫిక్ మహాసముద్రం ప్రపంచంలో అతి పెద్దది.
- ఉత్తర పసిఫిక్ మహాసముద్రం దక్షిణాన భూమధ్యరేఖనుండి ఉత్తరాన బేరింగ్ జలసంధి వరకూ వ్యాపించి, ఉత్తర అమెరికా పశ్చిమతీరాన్ని, ఆసియా తూర్పుతీరానిన తాకుతుంది. మరో మాటలో చెప్పాలంటే ఉత్తర అమెరికా పశ్చిమతీరం, ఆసియా తూర్పుతీర ప్రాంతాలపై ఈ సముద్ర ప్రవాహాల ప్రభావం ప్రస్ఫుటంగా కన్పిస్తుంది.

ఉత్తర పసిఫిక్ భూమధ్యరేఖా ప్రవాహం (North Pacific Equatorial Current):

- ఇది ఉష్ణ ప్రవాహం. ఖచ్చితంగా చెప్పాలంటే ఇది మెక్సికో వద్ద ఉన్న రివెల్లా గిజిడో (Rivella Gigiedo) దీవుల వద్ద నుంచి బయలుదేరి పశ్చిమంగా ఉన్న పిలిప్పైన్‌దీవుల వరకూ విశాల సముద్రంలో దాదాపు 12,000 కి.మీ. ప్రయాణిస్తుంది. దీని వేగం రోజుకు 35 కి.మీ. పసిఫిక్ మహాసముద్రం విశాలంగా ఉంటుంది కాబట్టి ఏ విధమైన అడ్డంకులు లేకుండా విశాల సముద్రంలో ఇది స్వేచ్ఛగా ప్రవహిస్తుంది.

ఉత్తర పసిఫిక్ ప్రవాహం (North Pacific Current):

- ఉత్తర పసిఫిక్ మహాసముద్రంలోకి ప్రవహించిన భూమధ్యరేఖా ప్రవాహం శాఖను ఉత్తర పసిఫిక్ ప్రవాహం అంటారు.

కురోషియో ప్రవాహం (Kuroshio Current):

- ఇది ఉష్ణప్రవాహం.
- ఇది యావత్ ప్రపంచంలోనే ఉన్నతమైంది.
- ఈ ప్రవాహజలాలు ముదురు నీలం రంగులో ఉంటాయి.
- కురోషియో ఉష్ణప్రవాహం వల్ల అధికంగా లాభపడ్డ వారు జపాన్ దేశస్థులు.
- కురోషియో ఉష్ణప్రవాహం, ఒయాషియో శీతల ప్రవాహం జపాన్ ప్రాంతంలో కలుసుకోవడం వల్ల జపాన్ శీతోష్ణస్థితిపై వీటి ప్రభావం ప్రస్ఫుటంగా కన్పిస్తుంది.
- అతిశీతల రుతువులో సైతం కురోషియో ఉష్ణప్రవాహం వల్ల జపాన్ రేవు పట్టణాలు మంచు పట్టకుండా, సంవత్సరం పొడవునా పనిచేస్తాయి. అంతే కాదు, ఈ రెండు ప్రవాహాలు కలిసే జపాన్ ప్రాంతంలో చేపలు తాత్కాలికంగా మూర్ఛపోయి నీళ్ళపై తేలుతూ బెస్తవారికి సులభంగా చిక్కుతాయి. అందువల్ల ప్రపంచ చేపల పరిశ్రమలో జపాన్ ఒక ప్రత్యేకతను సంతరించుకుంది. ఈ చేపలను గురించి అధ్యయనం చేయటానికి ప్రత్యేకంగా జపాన్‌లో అనేక విశ్వవిద్యాలయాలు, ప్రాంతీయ మత్స్యపరిశోధనా కేంద్రాలు నిరంతరం పని చేస్తున్నాయి.
- ఉష్ణప్రవాహం, శీతల ప్రవాహం ఎదురెదురుగా కలువడం వల్ల, జపాన్‌లో 'టైఫూన్లు' (Typhoons) అనే భయంకర తుఫాన్లు చెలరేగి, వారి ఆర్థిక వ్యవస్థను అస్తవ్యస్తం చేస్తున్నాయి.
- కురోషియో ప్రవాహానికి అక్కడక్కడా చిన్న చిన్నశాఖలు, సుడులు కూడా ఉన్నాయి. అయితే వాటి కంత ప్రాముఖ్యత లేదు.
- 'సుశీమా ప్రవాహం' (Tsushnima Current) అనేది కురోషియో మొక్క శాఖల్లో పెద్దది. ఇదిగాక 'కురోషియో ఎక్స్‌టెన్షన్' (Kuroshima Extension), కురోషిమో సుడులు' (Kuroshio Gyres) అనేవి కూడా అక్కడక్కడ ఉన్నాయి.

ఒయాషిరో ప్రవాహం (Oyashiro Current):

- ఇది శీతల ప్రవాహం.
- ఆర్కిటిక్ మహాసముద్రం నుంచి బేరింగ్ జలసంధి ద్వారా ప్రవహించి ఇది జపాన్ వద్ద కురోషియో ఉష్ణప్రవాహాన్ని కలవడం వల్ల ఆ ప్రాంతమంతా దట్టమైన పొగమంచు (Fog) పట్టి నౌకాయానికి, విమానయానానికి కూడా అంతరాయం కల్గిస్తుంది. ఈ పొగమంచు అనారోగ్యానికి కూడా కారణమవుతుంది.. ఒక్కొక్కసారి ఈ శీతల ప్రవాహం వెంబడి పెద్ద పెద్ద మంచుకొండలు (Ice bergs) కొట్టుకొని వచ్చి నౌకాయానికి ఆటంకంగా ఉన్నాయి.

బ్రిటీష్ కొలంబియా ప్రవాహం (British Columbia Current):

- కురోషియో ఉష్ణప్రవాహం, ఒయాషియో శీతల ప్రవాహం జపాన్ వద్ద (40^0 ఉత్తర అక్షాంశం వద్ద) కలిసిన తర్వాత, పశ్చిమ పవనాల ప్రభావం వల్ల తూర్పుకు (కుడి ప్రక్కకు) తిరిగిన ప్రవాహాన్ని 'ఉత్తర పసిఫిక్ డ్రిఫ్ట్' (North Pacific Drift) అంటారు. ఇది పూర్తిగా ఉష్ణప్రవాహం కాకపోయినా ఉష్ణప్రవాహంగానే పరిగణిస్తారు.
- ఉత్తర పసిఫిక్ డ్రిఫ్ట్ నుంచి చీలిపోయి బేరింగ్ జలసంధి ద్వారా ఆర్కిటిక్ మహాసముద్రంలో కలిసే ప్రవాహాన్ని బ్రిటిష్ కొలంబియా ప్రవాహం అంటారు. దీనినే 'ఎలూషియన్ ప్రవాహం' (Aleutian Current) అని కూడా అంటారు.

ఈ ఉష్ణప్రవాహం ద్వారా ఆర్కిటిక్ మహాసముద్రానికి 'ఉష్ణోగ్రత' చేరుతుంది.

కాలిఫోర్నియా ప్రవాహం (California Current):

- ఉత్తర అట్లాంటిక్ లోని 'కానరీ ప్రవాహం' మాదిరిగా ఇక్కడ కూడా 'అప్‌వెల్లింగ్' (upwelling) అనే ప్రక్రియ వల్ల శీతల ప్రవాహం ఏర్పడుతుంది. ఈ రకమైన అప్‌వెల్లింగ్ వల్ల 'ప్లాంక్టన్' (Plankton) అనే చిన్న చిన్న పురుగులు సముద్రగర్భం నుంచి ఉపరితలానికి వచ్చి చేపలకు మంచి ఆహారంగా ఉపయోగపడుతున్నాయి.

దక్షిణ పసిఫిక్ మహాసముద్ర ప్రవాహాలు (Currents of the South Pacific Ocean):

- దక్షిణ పసిఫిక్ మహాసముద్రం ఉత్తరాన భూమధ్యరేఖ నుండి దక్షిణ పసిఫిక్ భూమధ్య రేఖా ప్రవాహంగా మారి దక్షిణాన అంటార్కిటికా వరకూ వ్యాపించి, తూర్పున పెరూ, చిలీ తీరాలను, పశ్చిమాన ఆస్ట్రేలియా తూర్పు తీరాన్ని తాకుతూ ఉంది. మరో మాటలో చెప్పాలంటే పెరూ, చిలీ, న్యూజిలాండ్ ఆస్ట్రేలియా తూర్పుతీరాలపై దీని ప్రభావం ప్రస్ఫుటంగా కనిపిస్తుంది.

దక్షిణ పసిఫిక్ ప్రవాహం (South Pacific Current):

- ఇది ఉష్ణప్రవాహం.
- వ్యాపార పవనాల ప్రభావం వల్ల దక్షిణ పసిఫిక్ లోనికి ప్రవేశించిన భూమధ్యరేఖా ప్రవాహాన్ని దక్షిణ పసిఫిక్ ప్రవాహం అంటారు. దీని వేగం స్థిరంగా ఉండక తరచూ మారుతూ ఉంటుంది. అందువల్ల ఇది రోజుకు 30 కి.మీ. నుండి 150 కి.మీ. వేగంతో ప్రవహిస్తుంది. అయితే సముద్ర గర్భంలో దాగి ఉన్న పర్వతాలు, కొండలు, అగ్నిపర్వతాలు, పీఠభూములు మొదలైనవి అడ్డుగా ఉండటం వల్ల ఇది కాస్త వంకరటింకరగా ప్రవహిస్తుంది.

తూర్పు ఆస్ట్రేలియా ప్రవాహం (East Australian Current):

- ఈ ఉష్ణప్రవాహం ఆస్ట్రేలియా తూర్పు తీరం గుండా ప్రవహించడం వల్ల దీనికా పేరు వచ్చింది, పశ్చిమ పవనాల ప్రభావం వల్ల సుమారు 40^0 దక్షిణ అక్షాంశం వద్ద ఇది తూర్పుకు తిరుగుతుంది.

దక్షిణ పసిఫిక్ డ్రిఫ్ట్ (South Pacific Drift):

- దీనిని 'పశ్చిమ పవన డ్రిఫ్ట్' అని కూడా అంటారు.
- ఇది పూర్తిగా ఉష్ణప్రవాహం కాదు. పూర్తిగా శీతల ప్రవాహం కూడా కాదు. అయినప్పటికి దీన్ని శీతల ప్రవాహంగానే పరిగణిస్తారు.
- దక్షిణ పసిఫిక్ సముద్రం చాలా విశాలమైంది. ఇక్కడే 'గర్జించే నలభైలు' (Roaring Forties) అనే భయంకర పవనాలు వీస్తుంటాయి. వీటి ప్రభావానికి లోనైన ఈ ప్రవాహం కూడా ఉధృతంగానే ప్రవహిస్తుంది.

పెరూ ప్రవాహం (Peru Current):

- ఇది చాలా ముఖ్యమైంది. దక్షిణ అమెరికా పశ్చిమతీరాన ఉన్న పెరూ దేశం వద్ద 'అప్‌వెల్లింగ్' (upwelling) ప్రభావం వల్ల ఇది ఏర్పడింది. కాబట్టి ఇది శీతల ప్రవాహం.
- దీని సగటు ఉష్ణోగ్రత 140c నుండి 170c వరకు ఉండగా దీని వేగం రోజుకు 27 కి.మీ. ఈ శీతల ప్రవాహ ప్రభావం వల్ల పెరూ, చిలీ దేశాల్లో బాగా చల్లగా ఉంటుంది.
- సముద్రగర్భంలో ఉన్నమురికి నీరు బుడగల రూపంలో ఉపరితలానికి రావటాన్ని 'అప్‌వెల్లింగ్' (Upwelling) అంటారు. ఈ నీరు చాలా దుర్వాసనతో ఉంటుంది. కాబట్టి వాతావరణ కాలుష్యానికి తద్వారా భయంకర వ్యాధులకు

కారణమవుతుంది. ఈ అప్‌వెల్లింగ్ వల్ల సముద్రగర్భంలో ఉండే చిన్న చిన్న పురుగులు ఉపరితలానికి వచ్చి, చేపలకు మంచి ఆహారంగా ఉంటాయి. ఈ పురుగులను 'ప్లాంక్టన్స్' (Planktons) అంటారు. ఫ్లెమింగ్ (Fleming) ప్రకారం ఈ అప్‌వెల్లింగ్ అనేది 50 దక్షిణ అక్షాంశం వరకూ ఉంటుంది. అంటే ఇది పెరూ, చిలీ దేశాల్లో ఎక్కువగా ఉంటుంది.

ఉత్తర హిందూ మహాసముద్ర ప్రవాహాలు:

❖ మూడువైపుల భూభాగంతో బంధింపబడి, మహా సముద్రాల లెక్కలో చిన్నదిగా ఉన్న హిందూ మహాసముద్ర ఆకారం ఇంచుమించు 'ఒంటెవీపు' (Camels Back) ను పోలి ఉన్నది. అయితే మిగిలిన మహాసముద్రాలతో పోల్చి చూస్తే, దీనికి ఉత్తర భాగం చాలా తక్కువగా ఉంది. ఈ సముద్రంలో గల ప్రవాహాలు:

1. ఉత్తర హిందూ సముద్ర భూమధ్యరేఖా ప్రవాహం (Norrth Indian Equatorial Current).
2. ఈశాన్య రుతుపవన డ్రిఫ్ట్ (Norrth-East monsoon Drift).
3. నైరుతి రుతుపవన డ్రిఫ్ట్ (South west Monsoon Drift).
4. ఇండియన్ కౌంటర్ ప్రవాహం (Indian Counter Current).

❖ ఉత్తర అట్లాంటిక్ మహాసముద్రం, ఉత్తర పసిఫిక్ మహాసముద్ర ప్రవాహాలతో పోల్చిచూసినప్పుడు ఈ సముద్ర ప్రవాహాల తీరు భిన్నంగా ఉంటుంది. ఇతర సముద్రాల్లోని ప్రవాహాలు వ్యాపారపవనాల (Trade Winds) ప్రభావం వల్ల ఆవిర్భవిస్తే, ఇవి మాత్రం రుతుపవనాల (Monsoons) ప్రభావం వల్ల ఆవిర్భవిస్తాయి. అందువల్ల ఇవి స్థిరంగా ఒక క్రమపద్ధతిలో ఉండవు.

❖ ఇవి రుతువును బట్టి మారుతూ ఉంటాయి. ఇవి శాశ్వతంగా, సంవత్సరమంతా ఉండవు. రుతువు అయిపోగానే ఇవి కూడా కనుమరుగైపోతాయి. అంతేకాదు, ఇక్కడ ఉష్ణప్రవాహాలు, శీతల ప్రవాహాలు కూడా ఉండవు. ఇక్కడ ఉండేవి 'ప్రవాహాలు' (Currents) కాదు కేవలం 'డ్రిఫ్టులు' (Drifts) మాత్రమే. ప్రవాహం అంటే చాలా పెద్దదని అర్థం. డ్రిఫ్ట్ అంటే చాలా చిన్న ప్రవాహం అని అర్థం. అంతేకాదు, 'అప్‌వెల్లింగ్' (Upwelling) అనే ప్రక్రియ ఇక్కడ ఉండదు.

❖ ఇండియాలో నైరుతి రుతుపవన కాలం వచ్చినప్పుడు, అంటే జూన్, జూలై, ఆగస్ట్, సెప్టెంబర్ నెలల్లో నైరుతి రుతుపవనాలు బలంగా వీస్తుంటాయి. ఇవి ఇండియా నైరుతి దిక్కు నుంచి వీచటం మొదలుపెడతాయి. వీటి ప్రభావం వల్ల అరేబియా సముద్రజలాలు కదలించబడతాయి. ఫలితంగా అరేబియా సముద్రంలో ఒక ప్రవాహం లాంటిది పుడుతుంది. దీన్ని 'నైరుతి రుతుపవన డ్రిఫ్ట్' (South West Monsoon Drift) అంటారు.

❖ జూన్‌నెలలో ప్రారంభమైన ఈ ప్రవాహం దాదాపు సెప్టెంబర్ వరకూ ప్రవహిస్తూనే ఉంటుంది. ఆ తరువాత కనుమరుగై పోతుంది. అయితే ఇది చాలా చిన్న ప్రవాహం (డ్రిఫ్ట్) కాబట్టి దీని ప్రభావం మన ఇండియా మీద ఉండదు.

❖ ఇండియాలో నైరుతి రుతుపవనకాలం అయిపోయిన తరువాత ఈ శాన్య రుతుపవన కాలం వస్తుంది. అప్పుడు (అక్టోబర్, నవంబర్, డిసంబర్) ఈ శాన్యం నుంచి రుతుపవనాలు వీస్తుంటాయి. వీటి ప్రభావం వల్ల భూమధ్యరేఖా ప్రాంతంలో ఒక కొత్త ప్రవాహం పుడుతుంది. దీన్ని 'ఉత్తర హిందూ భూమధ్య రేఖా ప్రవాహం' (North Indian Equatorial Current) అంటారు.

❖ ఇది ఇండోనేషియా దీవుల నుంచి బయలుదేరి భూమధ్యరేఖ వెంబడి పశ్చిమంగా ఆఫ్రికా తూర్పుతీరాన ఉన్నసోమాలియా వరకూ ప్రవహిస్తుంది. అదే సమయంలో బంగాళాఖాతంలోనూ, అరేబియా సముద్రంలోనూ ఉన్న జలాలు కదులుతాయి. ఫలితంగా ఒక కొత్త ప్రవాహం పుడుతుంది. దీన్ని 'ఈశాన్య రుతుపవన డ్రిఫ్ట్' (North East Monsoon Drift) అంటారు.

❖ ఇది బంగాళాఖాతంలోని రంగూన్ నుంచి బయలుదేరి, తీరం వెంట ప్రవహిస్తూ పశ్చిమ బెంగాల్, ఒరిస్సా, ఆంధ్రప్రదేశ్, తమిళనాడు తీరాల మీదుగా కన్యాకుమారి, కేరళ, కర్ణాటక, మహారాష్ట్ర, గుజరాత్ తీరాలను చుట్టుకొని ఓమన్,

యెమెన్ దేశాల తీరాల మీదిగా సోమాలియా వరకూ వస్తుంది. ఆ తరువాత ఇది 'ఇండియా కౌంటర్ ప్రవాహం' (India Counter Current) అనే పేరుతో తూర్పుకు తిరిగి, విశాల సముద్రం మీద ప్రవహిస్తూ, శ్రీలంక దక్షిణ తీరం మీదుగా ప్రవహిస్తుంది.

- మరో మాటలో చెప్పాలంటే భూమధ్యరేఖ ప్రవాహానికి పైభాగాన, భూమధ్యరేఖ ప్రవాహానికి వ్యతిరేకదిశలో ఇది ప్రవహిస్తుంది. ఇలా ప్రవహించిన ఇండియాన్ కౌంటర్ ప్రవాహం సుమిత్రాతీరాన్ని చేరుకుని, దక్షిణానికి తిరిగి భూమధ్యరేఖా ప్రవాహంలో కలిసి పోతుంది. కాబట్టి గతంలో చెప్పినట్లుగా నైరుతి రుతుపవన డ్రిఫ్ట్‌గానీ, ఈ శాన్య రుతుపన డ్రిఫ్ట్‌గానీ సంవత్సరం పొడవునా ప్రవహించక రుతువును బట్టి మాత్రమే కొద్ది మాసాలు ఉండి కనుమరుగై పోతాయి.

దక్షిణ హిందూ మహాసముద్ర ప్రవాహాలు (Currents of the South Indian Ocean):

- ఉత్తర హిందూ మహా సముద్రం మాదిరిగా కాక, దక్షిణ హిందూమహాసముద్రం చాలా విశాలంగా ఉండి అంటార్కిటికా వరకూ వ్యాపించి ఉంది.
- ఆఫ్రికా తూర్పుతీరం, మెడగాస్కర్ సుమత్రా, జావా, బోర్నియో, ఆస్ట్రేలియా పశ్చిమతీరం దీని పరిధిలోకి వస్తాయి.

సముద్ర ప్రవాహాలు (Ocean Currents):

1. దక్షిణ హిందూ భూమధ్యరేఖా ప్రవాహం (ఉష్ణ) (South Indian Equatorial Current)
2. దక్షిణ హిందూ మహా ప్రవామం (ఉష్ణ) (South Indian Occean Current)
3. మెడగాస్కర్ ప్రవాహం (ఉష్ణ) (Medagaskar Current)
4. మొజాంబిక్ (ఉష్ణ) (Mozambique Current)
5. అగుల్‌హాస్ ప్రవాహం (శీతల) (Agulhas Current)
6. దక్షిణ హిందూ మహాసుద్ర డ్రిఫ్ట్ (South Indian Ocean Drift)
7. పశ్చిమ ఆస్ట్రేలియా ప్రవాహం (శీతల) (West Australian Current)

దక్షిణ హిందూ భూమధ్యరేఖా ప్రవాహం (South Indian Equatorial Current):

- ఇది ఉష్ణప్రవాహం.
- ఇండోనేషియా దీవుల వద్ద వ్యాపార పవనాల ప్రభావం వల్ల ఇది ఆవిర్భవిస్తుంది.
- తూర్పునుంచి పడమరకు భూమధ్యరేఖ వెంబడి పయనించి, ఆఫ్రికా తూర్పు తీరాన్ని చేరుతుంది.

దక్షిణ హిందూ మహాసముద్ర ప్రవాహం (South Indian Ocean Current):

- ఇది చాలా చిన్నది.
- భూమధ్యరేఖా ప్రవాహం మెడగాస్కర్ ఉత్తర భాగానికి రాగానే, దీన్ని 'దక్షిణ హిందూ మహాసముద్ర ప్రవాహం' అంటారు.

మొజాంబిక్ ప్రవాహం, మెడగాస్కర్ ప్రవాహం (Mozambique Current & Medagaskar Current):

- ఇవి ఉష్ణప్రవాహాలు.
- ఆఫ్రికా, మెడగాస్కర్ మధ్యఉన్న మొజాంబిక్ కాలువగుండా 'మొజాంబిక్ ప్రవాహం, మెడగాస్కర్ తూర్పుతీరం నుండి 'మెడగాస్కర్ ప్రవాహం' ప్రవహించి, మెడగాస్కర్ చుట్టూ ఈ రెండు ప్రవాహాలు అంటే 'లూప్' లాగా కన్పిస్తాయి. అందువల్ల ఐజక్ ప్రకారం ఈ రెండు ప్రవాహాలు నిజానికి ఒక్కటే. అక్కడున్న మెడగాస్కర్ దీని వల్ల ఇవి రెండుగా చీలాయి.

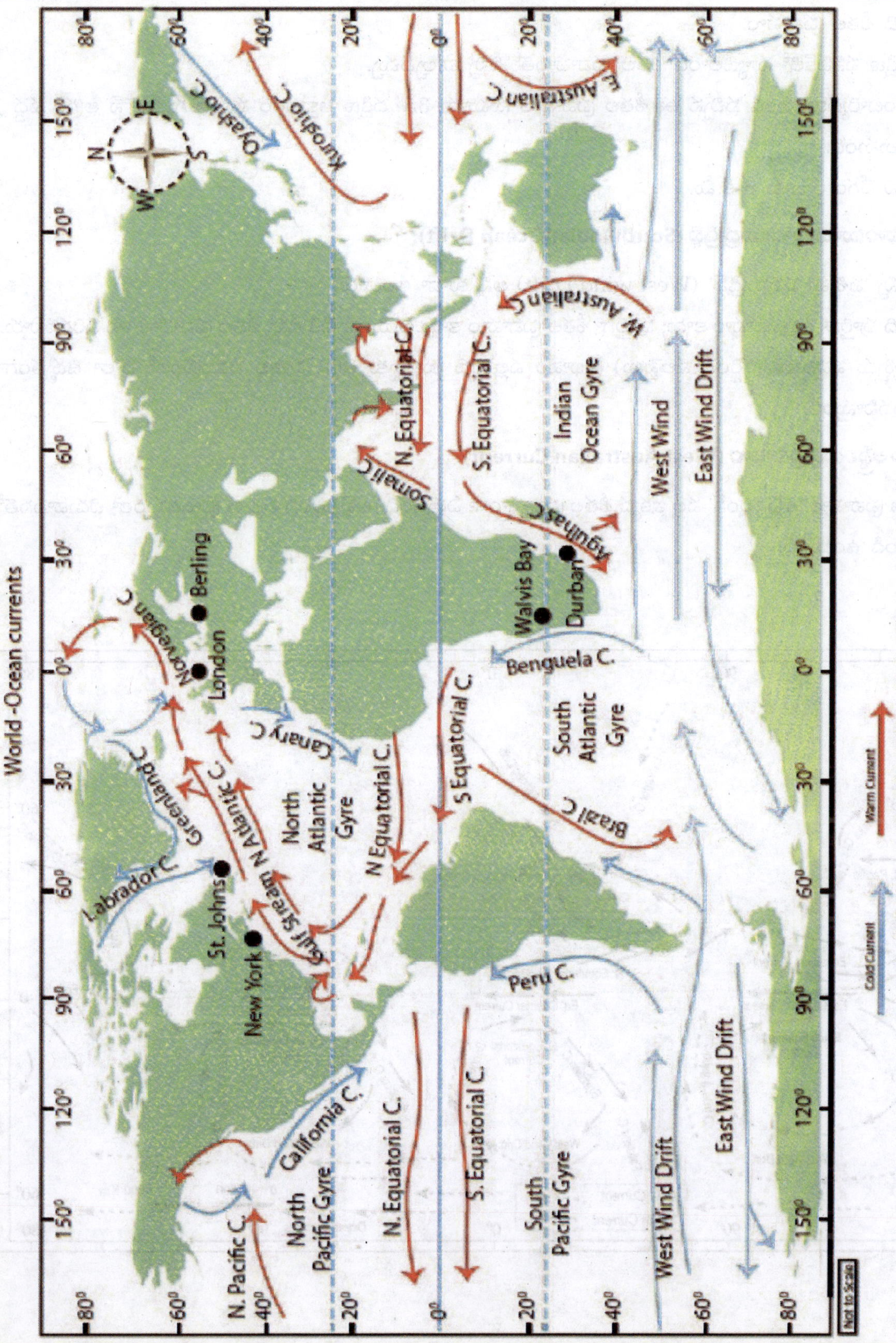

Figure 5.18 World-Ocean currents

అగుల్‌హాస్ ప్రవాహం (Agulhas Current):

- ఇది శీతల ప్రవాహం.
- దక్షిణ ఫసిఫిక్‌లో న్యూజిలాండ్ శీతల ప్రవాహంతో దీన్ని పోల్చవచ్చు.
- అంటార్కిటికా నుండి వచ్చిన ఈ శీతల ప్రవాహం సుమారు 35^0 దక్షిణ అక్షాంశం వద్ద (అగుల్‌హాస్ అగ్రం వద్ద) కలుస్తుంది.
- దీని వేగం రోజుకు 6 కి.మీ.

దక్షిణ హిందూ మహాసముద్ర డ్రిఫ్ట్ (South IndianOcean Drift):

- దీన్ని 'పశ్చిమ పవన డ్రిఫ్ట్' (West wind Drift) అని కూడా అంటారు.
- ఇది పూర్తిగా ఉష్ణప్రవాహం కాదు; పూర్తిగా శీతల ప్రవాహం కాదు. అయినప్పటికి దీన్ని శీతల ప్రవాహంగానే పరిగణిస్తారు.
- పశ్చిమ పవనాలు (గర్జించే నలపైలు) ప్రభావం వల్ల ఇది తూర్పుకు తిరిగి విశాల సముద్రంలో చాలా ఉధృతంగా ప్రవహిస్తుంది.

పశ్చిమ ఆస్ట్రేలియా ప్రవాహం (West Australian Current):

- ఈ ప్రవాహం 'అప్‌వెల్లింగ్' వల్ల ఇక్కడ శీతల ప్రవాహంగా ఏర్పడింది. అప్‌వెల్లింగ్ వల్ల ఆ ప్రాంతమంతా చెడువాసనతో నిండి ఉంటుంది.

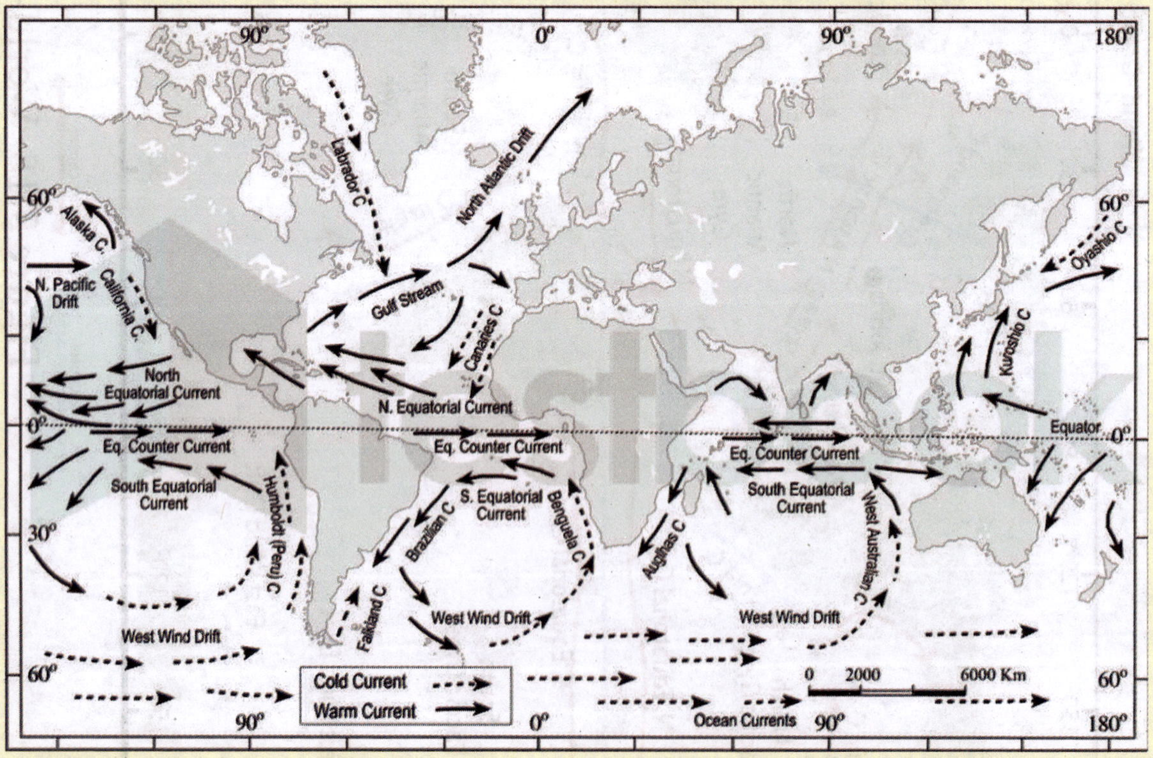

సముద్ర ప్రవాహాలు - మరో లక్షణాలు (Characteristic featurs of Ocean Currents):

1. సముద్రప్రవాహాలు ఉత్తర సముద్రాలలో సవ్యంగానూ (Clockwise), దక్షిణ సముద్రాలలో అపసవ్యంగానూ (Anti clockwise) ఉంటాయి.
2. ఉష్ణ ప్రవాహాలు శీతల సముద్రాలలోనికి, శీతల ప్రవాహాలు ఉష్ణ సముద్రాలలోనికి ప్రవహించి భూమిపై ఉన్న శీతోష్ణాలను సమానంగా సర్దుతూ ఉన్నాయి.
3. 'అప్ వెల్లింగ్ (Upwelling) అనే ప్రక్రియ ద్వారా కొన్ని శీతల ప్రవాహాలు ఏర్పడతాయి. ఇవి సాధారణంగా ఖండానికి పశ్చిమంగా వ్యాపార పవనాలు వీచే ప్రాంతంలో ఉండటం గమనార్హం.
4. ఉష్ణప్రవాహాలు ఖండం తూర్పుతీరం గుండా ప్రయాణం చేస్తాయి. ఈ విధంగా భూమధ్యరేఖా ప్రాంతంలోనే జరగడం గమనార్హం. అయితే ధ్రువానికి పోయినకొద్దీ ఉష్ణప్రవాహాలు ఖండాలకు పశ్చిమతీరంలో కూడా ఉ ంటాయి.
5. పశ్చిమ పవన డ్రిఫ్ట్ (West wind Drift) దక్షిణ సముద్రాలన్నిటిలోనూ ఉంటుంది.

సముద్ర ప్రవాహాలు - ఫలితాలు (Effects of Ocean Currents):

- సముద్ర ప్రవాహాలు ప్రకృతి సాధించిన వరప్రసాదాలు, వివిధ దేశాలలో వివిధ రుతువులలో వీటివల్ల మెరుపులతో పాటు కొన్ని మరకలు కూడా ఉన్నాయి. కొన్ని దేశాలు వీటివల్ల లాభం పొందుతూ ఉండగా, మరికొన్ని దేశాల ఆర్థికవ్యవస్థ వీటి వల్ల ఛిన్నాభిన్నం అవుతుంది.

1. ఇవి ఉష్ణ ప్రాంతం నుంచి శీతల ప్రాంతాలకు పరస్పరంగా ప్రవహించడం వల్ల ఒక ప్రదేశంలో ఏర్పడిన అధిక శీతోష్ణాలను భూగోళమంతటా సమానంగా సర్దుతూ మానవ మనుగడకు సహకరిస్తున్నాయి.
2. గల్ఫ్‌స్ట్రీం ఉష్ణప్రవాహం, లాబ్రడార్ శీతల ప్రవాహం కలువడం వల్ల 'న్యూఫౌండ్‌లాండ్' (New found Land) దీవి అధికంగా లాభపడుతోంది. ఈ ప్రవాహాల కలయిక వల్ల ప్రసిద్ధి గాంచిన గ్రాండ్ బ్యాంక్స్ (Grand Banks) చేపల ప్రాంతం ఏర్పడింది. కాబట్టి ఇక్కడ చేపల పరిశ్రమ మూడుపువ్వులు ఆరుకాయలుగా సాగుతుంది. ప్రపంచ చేపల ఉత్పత్తిలో న్యూఫౌండ్‌లాండ్ దీవులు ప్రముఖస్థానం అక్రమించడం గమనార్హం.
3. బ్రిటీష్ దీవులు, నార్వే, స్వీడన్ మొదలైన దేశాల రేవు పట్టణాలు ఉత్తర ధ్రువానికి దగ్గరగా ఉండి తరచుగా మంచు పట్టిఉంటాయి. ఉత్తర అట్లాంటిక్ డ్రిఫ్ట్ అనే ఉష్ణప్రవాహం వల్ల ఆ రేవు పట్టణాల మంచు విడిపోయి నౌకల రాకపోకలకు, ఎగుమతి, దిగుమతులకు ప్రోత్సాహకరంగా ఉంటుంది.
4. గల్ఫ్‌స్ట్రీమ్ అనే బలమైన ప్రవాహం ఉత్తర అమెరికా తీరం గుండా ప్రవహించడం వల్ల అటు వెళ్ళవలసిన నౌకలు ఆ ప్రవాహం గుండా పయనించి ఇంధనం పొదుపు చేసుకొంటున్నాయి.
5. ఈ ప్రవాహాలు జపాన్ దేశానికి వరప్రసాదాలు. ఆ దేశ చేపల పరిశ్రమకు పట్టుకొమ్మలు. చేపల పరిశ్రమలో జపాన్ ప్రముఖ స్థానంలో ఉండటం గమనార్హం.
6. 'అప్‌వెల్లింగ్' అనే ప్రక్రియ వల్ల ప్లాంక్టన్ అనే జీవులు సముద్ర గర్భం నుంచి ఉపరితలానికి వచ్చే చేపలకు మంచి ఆహారంగా ఉపయోగపడుతున్నాయి.
7. నదుల ముఖద్వారంలో ఉండే మట్టినిక్షేపాలను తొలగించి ఆ ప్రాంత ఓడరేవుల అభివృద్ధికి సహకరిస్తున్నాయి.
8. సముద్ర ప్రవాహాలలో ఉండే పుప్పొడివల్ల కొన్ని రకాల నీటి మొక్కలు సంపర్కం చెంది ఫలదీకరణానికి దోహదం చేస్తున్నాయి.
9. ఉత్తర అట్లాంటిక్‌లో 'సర్గాసో సముద్రం' (Sargaso Sea) అనే తీరంలేని సముద్రం ఏర్పడి అధిక మత్స్యసంపదకు నిలయంగా ఉంది.

10. ఉత్తర అట్లాంటిక్ మహాసముద్రంలో 'లాబ్రడార్' అనే అతి శీతల ప్రవాహం వల్ల చుట్టుప్రక్కల ప్రాంతాలలో నీరు గడ్డకట్టి తొమ్మిదినెలలు శీతాకాలంగా ఉంటుంది. అందువల్ల ఆ రేవు పట్టణాలు ఎక్కువకాలం మూసివేయబడి ఎగుమతి, దిగుమతి వ్యవస్థ దెబ్బతింటుంది.
11. లాబ్రడార్, గ్రీన్‌లాండ్ అతిశీతల ప్రవాహం వెంట తరచుగా మంచుకొండలు (Ice Bergs) కొట్టుకొని వచ్చి నౌకాయానానికి అంతరాయంగా ఉన్నవి.
12. ఉత్తర సముద్రంలో తుఫానులు చెలరేగి ఆర్థిక వ్యవస్థకు నష్టం వస్తుంది. జపాన్‌లో టైఫూన్లు (Typhoons) అని పిలువబడే తుఫానులకు, వరదలకు ఈ ప్రవాహాలే కారణం.
13. 'అప్‌వెల్లింగ్' అనే ప్రక్రియ వల్ల దుర్వాసనతో కూడిన హైడ్రోజన్ సల్ఫైడ్ అనే వాయువు వెదజల్లబడి ఆ ప్రాంత వాసులకు అసౌకర్యంగా ఉంటుంది. తీరప్రాంత విశ్రాంతి గదులలో బసచేసే విలాస విదేశీయులు ఆ ప్రాంతం వదలి వెళ్ళడానికి కారణమవుతుంది.
14. పెరూ ప్రవాహం తరచుగా తనదిశను మార్చుకొని (Elnino) తీర ప్రాంతాలలో నివసించే బెస్తవారి జీవన విధానంపై తన ప్రభావం చూపిస్తుంది.

Sl. No.	Part of the Ocean	Warm Currents	Cold currents	Fising Zones/Miscellneous Deserts
1.	North Atlantic Gyre	1. North Atlantic Equitorial current 2. Cayane current 3. Antilles current 4. Florida current 5. Caribbean current 6. Gulf stream 7. North Atlantic drift 8. Runnel current 9. Norwegian current	1. Labrador current 2. Greenland current 3. Irminger current 4. Canary current (By upwelling)	➤ Fishing Zones: 1. New Found Land (Canada) 2. Doggers Bank (Britian) ➤ Deserts: 1. Sahara Desert formed by upwelling movement. (Canary current) ➤ Miscellaneous: The Sea which has no banks i.e., (Continental Shelfless sea formed) - Sargasso Sea.
2.	South Atlantic Gyre	1. Sourth Atlantic Equitorial current 2. Brazillian current	1. Westwind Drift 2. Falk land current 3. Beneguala current (By upwelling)	➤ Fishing Zones: 1. Falkland (Dispute Island between U.K & Arzentina) ➤ Deserts: 1. Kalahari / Namib Deserts
3.	North Pacific Zones: Gyre	1. North pacific equitorial current 2. Philippines current 3. Japan current 4. Kuroshio current 5. North Pacific Drift 6. Alaskan current	1. Bering current 2. Kuril current 3. Okhotsk current 4. Oyashiro current 5. California current (By upwelling)	➤ Fishing 1. Hokaido ➤ Deserts: 1. California Desert, it is also called Mexican / Mojave / Sonaren Desert
4.	South Pacific Gyre	1. South pacific equitorial current 2. East Australian current 3. Leuvuian current current	1. Westwind drift 2. Newzealand current 3. Humboldt or Peruvian	➤ Fishing Zones: No ➤ Deserts: 1. Atacama Desert - Driest Desert in the World (Chile / Peru).
5.	North Indian Ocean **Note:** It has no Gyre	1. North Indian equitorial current 2. Somalian current 3. South west monsoon drift	1. North east monsoon drift	➤ Fishing Zones: No ➤ Deserts: No
6.	South Indian Ocean Gyre	1. South Indian equitorial current 2. Mozambique current 3. Madagaskar current 4. Agulhas current	1. Westwind drift 2. Western Australian cold current (By upwelling)	➤ Fishing Zones: No ➤ Deserts: 1. Great Australian Desert ➤ Miscellaneous: 1. Agulhas current: The only current which flows in two opposite directions.

Note: ప్రతి భూమధ్య రేఖ ప్రవాహం (Counter Equitorial Current)– రెండు భూమధ్య రేఖ ప్రవాహాల మధ్య పసిఫిక్ మహాసముద్రంలో పుట్టి తూర్పుకి ప్రయాణించి అలా ఆగ్నేయం వైపు వెలుతూ పెరూ తీరాన్ని తాకడాన్ని ఎల్‌నినో (Elnino) అంటారు.

CHAPTER 6

భౌగోళిక స్వరూపాలు (భారతదేశం & ఆంధ్రప్రదేశ్)

- స్వాతంత్ర్యానంతరం ఏర్పడిన CCI - Census Commission of India & Central Stastical Organisation (CSO) అనే 2 సంస్థలు కలిపి సముద్ర మట్టం నుంచి ఎత్తు ఆధారంగా దేశాన్ని 4 భూస్వరూపాలుగా విభజించారు (0 మీ. నుండి 8611 మీ. వరకు).

  1. మైదానాలు : 0 నుండి 300 మీ॥ - 43%
  2. పీఠభూములు : 300 నుండి 900 మీ॥ - 28%
  3. కొండలు : 900 నుండి 2315 మీ॥ - 18%
  4. పర్వతాలు : 2315 మీ. నుండి 8611 మీ. - 11%

- భారత్‌ను ఎక్కువ మంది భౌగోళిక శాస్త్రవేత్తలు
- ఈ క్రింది నైసర్గిక స్వరూపాలుగా విభజించారు.

  1. హిమాలయాలు
  2. ఉత్తర మైదానాలు
  3. ద్వీపకల్ప పీఠభూమి
  4. తీర మైదానాలు
  5. దీవులు

- **మొదటి తరగతికి చెందినవి :** ఖండాలు, మహా సముద్రాలు ఈ తరగతికి చెందుతాయి.
- **రెండవ తరగతికి చెందినవి :** భూమిలోపల జరిగే అంతర జనిత శక్తులు అయిన భూకంపాలు, అగ్ని పర్వ విస్ఫోటనం, భూచలనాలు, ఫలక విరూపకాలు మొదలగు వాటి వలన ఏర్పడేవి.

  ఉదా: ముడత పర్వతాలు, అగ్ని పర్వతాలు, పగులులోయలు, ఖండ పర్వతాలు, లావా, పీఠభూములు మొ॥

- **మూడవ తరగతికి చెందినవి:** బాహ్యజనిత శక్తులయిన క్రమక్షయ, రవాణా, నిక్షేపనం మొదలగు చర్యలు వలన ఏర్పడేవి.

  ఉదా: మైదానాలు, డెల్టాలు, ప్రవాళ బిత్తికలు మొ॥

హిమాలయాలు :

- హిమాలయాలు యురేషియా (అంగారా) ఖండ ఫలక, ఇండో (గోండ్వానా) ఆస్ట్రేలియా ఖండ ఫలకలు అభిసరణం చేస్తూ ఎదురెదురుగా ఢీకొనడం ద్వారా వాటి అంచుల వద్ద శిథిలాలు పైకి లేచి ముడతలు వలే ఏర్పడ్డాయి.
- ప్రపంచంలో అత్యంత యవ్వన (తరుణ / నవీన) ముడత పర్వతాలు కూడా ఇవే.
- దేశంలో 2500 కి.మీ. పొడవున, పశ్చిమాన 500 కి.మీ. తూర్పున 120 కి.మీ.ల వెడల్పుతో మొత్తంగా 5 లక్షల చదరపు కిలోమీటర్లు విస్తీర్ణంలో కలవు.
- హిమాలయాలను నదులు ప్రాతిపదికన నిలువు విభజన చేస్తారు.

	Types of Himalayas	Rivers	States	Significance
1.	కాశ్మీర్ హిమాలయాలు	సింధు కి ఉత్తరాన	లడక్	హిమనీ నదాలు
2.	పంజాబ్	సింధు-సట్లెజ్	HP, J&K	పండ్ల తోటలు, టూరిజం
3.	కుమయూన్ / గహర్వాల్	సట్లెజ్-కాళి	UK, Nepal	చార్‌దామ్ వంటి యాత్రలు
4.	నేపాల్	కాళి-తీస్తా	Sikkim,Wb Nepal	ఎత్తైన శిఖరాలు
5.	అస్సాం	తీస్తా-దిహింగ్/బ్రహ్మపుత్ర	అస్సాం	క్రమక్షయ మైదానాలు

హిమాలయాల సమాంతర విభజన:

❖ దీనికి ఆధారం - 1. అవి ఏర్పడిన సమయం

2. వాటి యొక్క ఎత్తు

❖ హిమాలయాలను ముఖ్యంగా ఈ క్రింది 3 రకాలుగా విభజించారు.

1. Trans Himalayas (పరివర్తన)
2. Major Himalayas (ప్రధాన)
3. Easten Himalayas (తూర్పు)

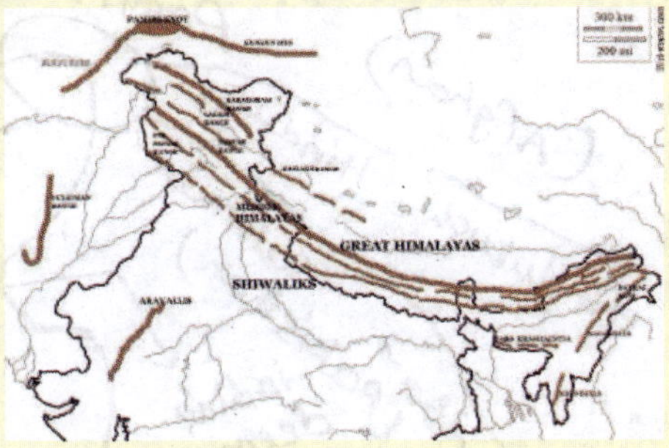

❖ ప్రధాన హిమాలయాలను ఈ క్రింది విధంగా విభజించారు.

1. హిమాద్రి
2. హిమాచల్
3. శివాలిక్

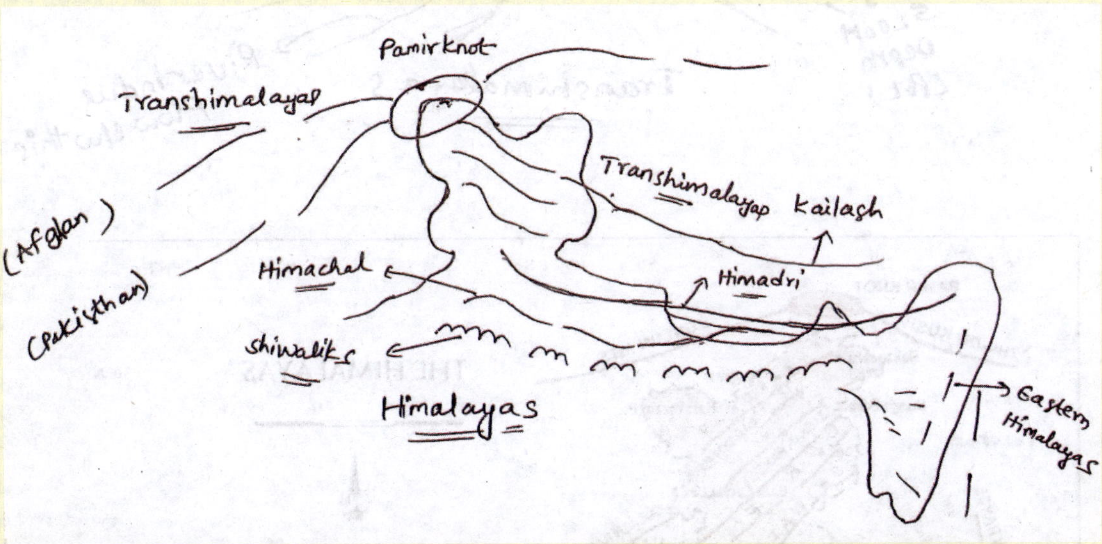

❖ అత్యంత ఉత్తరాన ఉన్నవి - Trans Himalayas

❖ అత్యంత దక్షిణాన ఉన్నవి - Easten Himalayas

1. Trans Himalayas :

★ ప్రధాన హిమాలయాలకు ఉత్తరంగా విస్తరించి ఉన్నాయి.

★ ఈ పర్వత శ్రేణులన్నీ కలుసుకునే ప్రదేశం - "పామీర్ పీఠభూమి". దీనినే ప్రపంచ పైకప్పు అంటారు.

- పామీర్ నుంచి ఆఫ్ఘనిస్తాన్‌లోకి విస్తరించి ఉన్న ట్రాన్స్ హిమాలయాలను 'హిందురాజ్', 'హిందుకుష్' హిమాలయాలుగా పిలుస్తారు.
- ప్రఖ్యాతి గాంచిన 'కైబర్, బోలాన్' కనుములు హిందుకుష్ పర్వతాలలో కలవు.
- పాకిస్తాన్‌లో ట్రాన్స్ హిమాలయాలను 'కిర్తార్, సులేమాన్', సైహాన్, Tobakakar హిమాలయాలుగా పిలుస్తారు.
- చైనాలో ట్రాన్స్ హిమాలయాలను 'కున్‌లున్‌షాన్, టియాన్‌షా, కైలాస్' గా పిలుస్తారు.
- కున్‌లున్ షాన్, కైలాస్ పర్వతాలు మధ్యలోనే టిబెట్ పీఠభూమి కలదు.
- కైలాష్‌ను గ్యాంగ్ డైస్ అని పిలుస్తారు (గంగా పుట్టుక).
- కైలాష్ పర్వతాలు అనునవి "లడక్ పర్వతశ్రేణి యొక్క విస్తరణ".

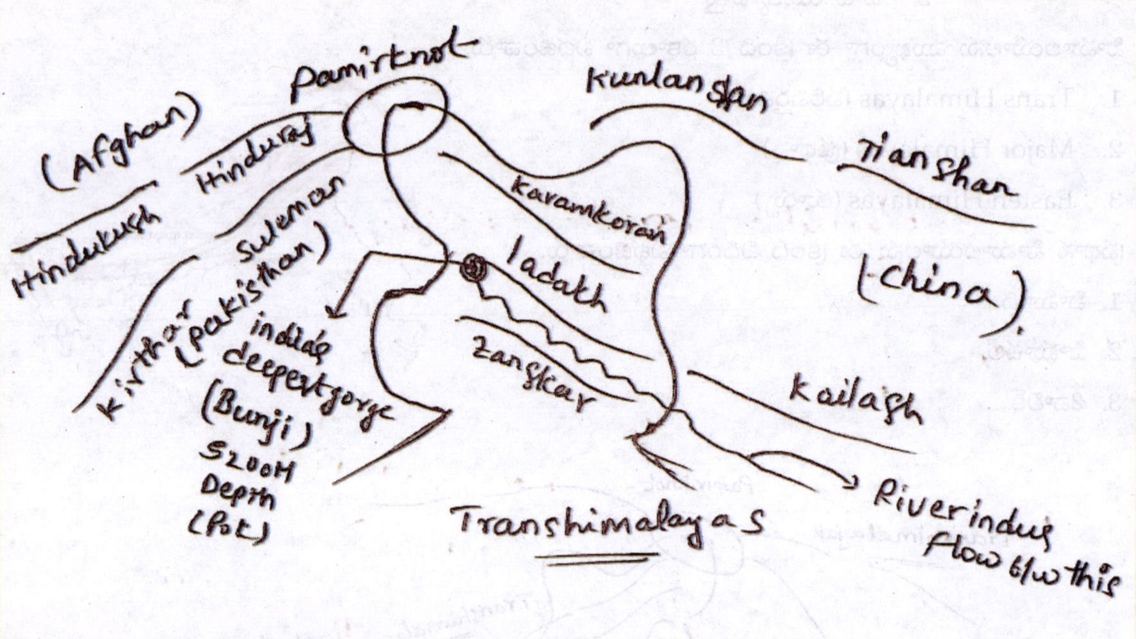

- ప్రఖ్యాతి గాంచిన మానస సరోవరం కైలాష్ పర్వతాలలో కలదు.
- భారత్‌లో ట్రాన్స్ హిమాలయాలు 3 శ్రేణులుగా కలవు.
  1. కారకోరం శ్రేణులు – Back Bone of High Asia
  2. లడక్
  3. జస్కార్
- ప్రపంచంలో 2వ ఎత్తైన శిఖరం, వివాదాస్పద భారత్‌లో మొదటి ఎత్తైన శిఖరం 'గాడ్విన్ ఆస్టిన్'. ఇది 8611 మీ॥ కార కోరం శ్రేణులలో కలదు.
- కారం కోరంలో ఇతర ఎత్తైన శిఖరాలు – బ్రాడ్ పీక్, హిడెన్ పీక్, గషెర్ భూం – 1 & 2
- కారంకోరం పర్వత శ్రేణి హిమనీ నదాలకు కూడా ప్రసిద్ధి చెందింది. సియాచిన్, ఫెడ్‌చెంకో, బటారో, బల్టారో మొ॥ హిమానీ నదాలన్నీ ఈ పర్వత శ్రేణిలో ఉన్నవే.
- లడక్, జస్కర్ పర్వతాల మధ్య గుండానే సింధునది ప్రవహిస్తుంది.
- సింధూనది లడక్ శ్రేణికి బుంజి అనే ప్రాంతంలో ప్రపంచంలోనే లోతైన గార్జ్‌ను ఏర్పరుస్తుంది. (5200 మీ॥లోతు)
- జస్కర్ శ్రేణి హిమాచల్ ప్రదేశ్‌లో కూడా విస్తరించి ఉంది.
- జస్కర్ శ్రేణికి, పీర్ పంజాల్ శ్రేణికి మధ్య 'కాశ్మీర్‌లోయ' ఏర్పడింది.
- ఈ ట్రాన్స్ హిమాలయాల మధ్యలో దేశంలో ఎత్తైన పీఠభూమి – లడక్ ఏర్పడింది.
  - ఈ పీఠభూమిలో ఆక్సాయ్‌చిన్, సోడా, నుబ్రా, లేహ్ వంటి మైదానాలు కలవు.
  - ఈ పీఠభూమిలో (లేదా) మైదానాలలో ఉన్న ఎడారిని "శీతల ఎడారి" అంటారు.

2. ప్రధాన హిమాలయాలు:

- ప్రధాన హిమాలయాలను మరలా 3 శ్రేణులుగా విభజించవచ్చు. అవి:

ఎ. హిమాద్రి:

- వీటినే అతి గొప్ప (Great) హిమాలయాలు, కేంద్ర (Central) హిమాలయాలు, అత్యున్నత (Higher) హిమాలయాలు, అంతర (Inner) హిమాలయాలు అని కూడా అంటారు.
- ఇవి భారత్‌తో పాటు చైనా, నేపాల్, భూటాన్‌లో కూడా విస్తరించి ఉన్నాయి.
- ఇండియాలో లడఖ్, హిమాచల్‌ప్రదేశ్, ఉత్తరాఖండ్, సిక్కిం, అరుణాచల్‌ప్రదేశ్‌లలో విస్తరించి ఉన్నాయి.
- పర్వతాలు (లేదా) శిఖరాలు పరంగా ఇది నంగ ప్రభాత్ (జమ్మూ కాశ్మీర్) నుంచి నామ్చా బర్వా (అరుణాచల్‌ప్రదేశ్) శిఖరం వరకు విస్తరించి ఉన్నాయి.
- నదులు పరంగా సింధూ నది నుండి బ్రహ్మపుత్ర వరకు విస్తరించి ఉన్నాయి.
- సగటు ఎత్తు – 6100 మీ., పొడవు – 2400 కి.మీ.
- ఇది ప్రపంచంలో "ఎత్తైన శిఖరాలకు" నిలయం.

ఉదా : 1. ఎవరెస్ట్:

- ప్రపంచంలో ఎత్తైన శిఖరం (నేపాల్) ఎత్తు 8848.86 మీ॥
- ఎవరెస్ట్ యొక్క పాతపేరు – Peak XV
- చైనాలో– చోమోలోంగ్మా, టిబెట్ – కోమోలోంగ్మా, నేపాల్ – సాగర్ మాతా అని పిలుస్తారు.

2. కాంచనగంగ:

- ప్రపంచంలో 3వ ఎత్తైన శిఖరం (సిక్కిం) 8598 మీ॥
- భారత్‌లో 2వ ఎత్తైన శిఖరం.
- వివాదం లేని భారత్‌లో మొదటి ఎత్తైన శిఖరం
- దీనిని Great Treasure of Smokes అంటారు.

3. నందాదేవి.

4. బద్రినాథ్.

5. గంగోత్రి

Note: 1. దేశంలో అత్యంత ఎత్తులలో ఉన్న బయోస్పియర్ రిజర్వ్ – కాంచన గంగ

2. UNESCO ప్రకటించిన భారత దేశంలో ఏకైక మిశ్రమ వారసత్వ సంపద కాంచన గంగ.

❖ హిమాద్రిలో ఇతర ముఖ్యమైన శిఖరాలు (నేపాల్):

1. మకాలు
2. లోట్సే
3. ధవళగిరి
4. అన్నపూర్ణ,
5. చో-ఓ-యు
6. ఆమా డబ్లం (ప్రపంచ అందగత్తె శిఖరం)

హిమాద్రిలో కనుమలు:

క్ర.సం	రాష్ట్రం	కనుమలు
1.	లడక్	ఎ. జోజిలా, బుర్జిలా – శ్రీనగర్, లేహ్, శ్రీనగర్ – కార్గిర్‌లను కలుపుతాయి. బి. ఉమ్‌లింగ్‌లా– ప్రపంచంలో రోడ్డు సదుపాయం కలిగిన అత్యంత ఎత్తులో ఉన్న కనుమ. సి. లనక్‌లా – ఇండియా నుండి చైనాకు మార్గం.
2.	హిమాచల్	ఎ. బారాలాచాలా – ప్రపంచంలో అత్యంత ఎత్తులలో ఉన్న రహదారి ఈ కనుమ ప్రదేశ్ గుండానే పోతుంది. మండి నుండి లే అనే ప్రాంతాన్ని కలుపుతుంది.
3.	ఉత్తరాఖండ్	ఎ. నితి, దమ్మ, మన, లిపులేఖ్ (ఇవన్నీ మానస సరోవరానికి అనధికారిక మార్గాలు). లిపులేఖ్ – ఇండియా, చైనా, నేపాల్ ఉమ్మడి సరిహద్దులో ఉంది.
4.	సిక్కిం	ఎ. నాథులా – వివాదాస్పద డొక్లాం పీఠభూమికి దారి. బి. వెస్ట్ బెంగాల్‌లో కాలింగ్ పాంగ్‌ను టిబెట్‌లోని లాసాను కలుపుతుంది. సి. మానస సరోవరానికి చైనా అధికారకంగా అనుమతించే మార్గం ఇదే. డి. నాథులకు ప్రత్యామాయంగా నిర్మించబోతున్నది "జిలప్‌లా"
5.	అరుణాచల్	ఎ. బొమిడిలా – ఇది అరుణాచల్‌ప్రదేశ్‌ను, భూటాన్‌ను కలుపుతుంది. ఇది తవాంగ్‌కు మార్గంను ఇస్తుంది. బి. యాంగ్ యప్ – బ్రహ్మపుత్ర భారత్‌లోకి ఈ కనుమ ద్వారానే ప్రవేశిస్తుంది.

బి. హిమాచల్ హిమాలయాలు:

- వీటిని మధ్య (Middle) హిమాలయాలు, నిమ్న హిమాలయాలు (Lesser) అంటారు.
- ఇవి హిమాద్రికు దక్షిణంగా, సమాంతరంగా నదులు ఏర్పరిచిన విరామాలతో ఉన్న కొన్ని శ్రేణులు
- వీటి ఎత్తు - 3500 మీ॥ - 4500 మీ॥

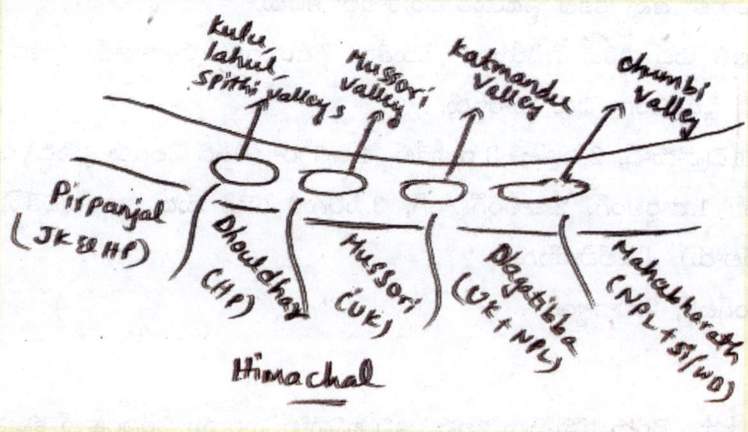

- **వాటిలోని ప్రముఖ శ్రేణులు:**
  1. పీర్‌పంజాల్ శ్రేణి (జమ్మూ & కాశ్మీర్, హిమాచల్ ప్రదేశ్)
  2. ధౌల్‌దార్ శ్రేణి - హిమాచల్‌ప్రదేశ్
  3. ముస్సోరి - ఉత్తరాఖండ్
  4. నాగటిబ్బ - నేపాల్, ఉత్తరాఖండ్
  5. మహాభారత్ - నేపాల్, వెస్ట్ బెంగాల్, సిక్కిం.
- హిమాద్రి శ్రేణి, హిమాచల్‌కు మధ్యలో కొన్ని లోయలు ఏర్పడ్డాయి.
- హిమాచల్‌ప్రదేశ్‌లోని ఉత్తర హిమాద్రి మరియు దక్షిణ పీర్‌పంజాల్, ధౌల్‌దార్ మధ్యలో ఏర్పడిన లోయలు.
  అవి: 1. కులులోయ (హిమాచల్‌ప్రదేశ్)
  2. లాహుల్ (హిమాచల్‌ప్రదేశ్)
  3. స్పితీలోయ (హిమాచల్‌ప్రదేశ్)
- ఉత్తరాఖండ్‌లోని ఉత్తర హిమాద్రి మరియు దక్షిణ ముస్సోరి, నాగటిబ్బల మధ్యలో ఏర్పడిన లోయలు. అవి:
  1. ముస్సోరి.
  2. డెహ్రాడూన్.
- ఉత్తర హిమాద్రి మరియు దక్షిణ మహాభారత్ శ్రేణుల మధ్యలో ఏర్పడిన లోయలు. అవి:
  1. ఖాట్మండులోయ (నేపాల్).
  2. చుంబి లోయ (సిక్కిం, వెస్ట్ బెంగాల్).

Note: ప్రపంచ ప్రఖ్యాతి గాంచిన కాశ్మీర్ లోయ జస్కర్ మరియు పీర్‌పంజాల్ శ్రేణల మధ్యలో ఉంది.

- పీర్‌పంజాల్ పాదాల వద్ద శిలలతో కూడిన మైదానాలు ఏర్పడ్డాయి. వాటిని 'ఖారేవాస్' అంటారు.
- ఈ 'ఖారేవాస్' కుంకుమ పువ్వు, ఆపిల్ తోటలకు ప్రసిద్ధి
- ఇక్కడ గడ్డి భూములలో బేకార్ వాల్స్ (జమ్మూ & కాశ్మీర్), గద్దీ, గుజ్జార్లు (UK, HP) వీరు దేశంలో అత్యంత శ్రేష్టమైన మేక (Pashmina) పష్మినాను పెంచుతున్నారు. ఈ మేకను 'ఇండియన్ మెరినో' అంటారు.

Note: ప్రపంచంలో అత్యంత శ్రేష్టమైన గొర్రె మెరినో (ఆస్ట్రేలియా).

- హిమాచల్ శ్రేణులు వేసవి విడిది కేంద్రాలకు, పండ్ల తోటలకు ప్రసిద్ధి.
- హిమాలయాలు ఉత్తరం వైపు నెమ్మదైన వాలును, దక్షిణ వైపు నిటారువాలును కలిగి ఉన్నాయి. కాబట్టి ఉత్తర వాలులోనే వేసవి విడిది కేంద్రాలు ఏర్పడ్డాయి.

ఉదా : **హిమాచల్ ప్రదేశ్ :** 1.సిమ్లా, 2.మనాలి, 3.డల్హౌసి, 4.ధర్మశాల, 5.ఘంటశాల

Note:
- ప్రపంచంలో ఎత్తులో ఉన్న క్రికెట్ స్టేడియం ధర్మశాలలో కలదు. ప్రపంచంలో అతి పెద్ద క్రికెట్ స్టేడియం - మొతేరా స్టేడియం (అహ్మదాబాద్, గుజరాత్). దీనిని నరేంద్ర మోడీ స్టేడియంగా పేరు మార్చారు.
- ఉత్తరాఖండ్: 1.డెహ్రాడూన్, 2.చక్రట, 3.రాణీకేట్, 4.అల్మోరా (చిత్తడి నేలలకు ప్రసిద్ధి), 5.ముస్సోరి
- పశ్చిమబెంగాల్: 1.డార్జిలింగ్, 2.కాలింగ్‌పోంగ్, 3.సిలిగురి (కోడి మెడ ఆకారం/చికెన్ నెక్స్ ఆఫ్ ఇండియా అంటారు), 4.జల్‌పాయ్‌గురి.
- సిక్కిం: 1.గ్యాంగ్‌టక్, 2.పాక్యాంగ్.

పీర్‌పంజాల్‌లో గల కనుమలు:

1. జమ్ము కాశ్మీర్:		ఇక్కడ రెండు కనుమలు కలవు. అవి బనిహాల్ మరియు పీర్‌పంజాల్ కనుమలు.
1. బనిహాల్ కనుమ:	ఎ.	ఈ కనుమలో జవహార్ టన్నెల్‌ను నిర్మించారు. ఇది జమ్మూని శ్రీనగర్‌తో కలుపుతుంది.
	బి.	భారత అతి పొడవైన రోడ్ టన్నెల్‌ను ఇక్కడ నిర్మించారు. దీనిని డా॥ శ్యామ్ ప్రకాశ్ ముఖర్జీ టన్నెల్ అని అంటారు. దీనినే చెనాని-నస్రీ మరియు పత్నిటాప్ టన్నెల్ అని కూడా అంటారు. ఇది NH-44 లో భాగం. ఈ టన్నెల్ జమ్మూని శ్రీనగర్‌తో కలుపుతుంది.
2. పీర్‌పంజాల్ కనుమ:		భారత అతిపొడవైన రైల్వే టన్నెల్ జమ్మూకాశ్మీర్‌లోని పీర్‌పంజాల్ కనుమలో కలదు. ఇది జమ్ము, బారాముల్లా మరియు ఉదంపూర్ రైల్వే లైన్ల మధ్యలో కలదు. దీనినే ఖాజీఘండ్ లేదా పీర్‌పంజాల్ రైల్వే టన్నెల్ అని అంటారు.
2. హిమాచల్‌ప్రదేశ్:		
1. రోహ్‌తంగ్ కనుమ:	ఎ.	ప్రపంచంలో 10,000 అడుగుల కంటే ఎత్తులో ఉన్న సొరంగాలలో పొడవైనది ఇక్కడ కలదు. దీనినే అటల్ బిహార్ వాజ్‌పేయ్ టన్నెల్ మరియు రోహ్‌తంగ్ టన్నెల్ అని అంటారు. ఇది హిమాచల్‌ప్రదేశ్‌లో కలదు.
	బి.	రోహ్‌తంగ్ కనుమలో ఉత్తరాన రావి మరియు దక్షిణాన బియాస్ నదులు జన్మించాయి.

సి. శివాలిక్ హిమాలయాలు:

- వీటిని హిమాలయ పర్వత పాదాలు (Foot Hills of Himalayas), బాహ్య (Outer) హిమాలయాలు అంటారు.
- పాకిస్తాన్‌లో పొట్వార్ నుంచి అరుణాచల్‌ప్రదేశ్‌లో దిహంగ్ నది వరకు 2400 కి.మీ. పొడవున 600-1500మీ॥ ఎత్తులో కలవు.
- శివాలక్‌కు, హిమాచల్‌కు మధ్యలో శిథిల నిక్షేపణం వంటి చర్యల ద్వారా ఏర్పడిన లోయలు. ఆ మైదానాలను డూన్స్ / డ్వార్స్ అంటారు.

ఉదా :
- డెహ్రాడూన్ (ఉత్తరాఖండ్)
- కోటా డూన్ (హిమాచల్‌ప్రదేశ్)
- ఉదంపూర్ డూన్ (జమ్మూ కాశ్మీర్)
- హరిద్వార్ (ఉత్తరాఖండ్) - ఇది గంగా నది మైదానాలలోకి ప్రవేశించే ప్రదేశం.

❖ శివాలిక్‌ల ఆవిర్భవిస్తున్నపుడు తమ గుండా ప్రవహించిన నదులు కొన్ని వేల సంవత్సరాల తరువాత తమ నుంచి విడిపోయి ఆ కొండల మధ్య సరస్సులను ఏర్పరిచాయి. ఈ సరస్సులను టాల్స్ (Tals) అని పిలుస్తారు.

ఉదా :
- నైనిటాల్ (ఉత్తరాఖండ్)
- బీమ్ టాల్ (హిమాచల్ ప్రదేశ్),
- చంద్రటాల్ (హిమాచల్‌ప్రదేశ్),

❖ శివాలిక్‌లలో ఏర్పడిన తాత్కాలిక ప్రవాహాలు, పంజాబ్ మైదానాలలో ప్రధాన నదులలో కలుస్తుంటాయి. వీటినే చోస్ (Chos) అని పిలుస్తారు.

శివాలిక్ యొక్క స్థానిక పేర్లు :

1. జమ్మూ కొండలు - జమ్ము&కాశ్మీర్, పంజాబ్, హిమాచల్‌ప్రదేశ్.
2. దుద్వా, డాంగ్ - ఉత్తరప్రదేశ్, ఉత్తరాఖండ్.
3. చురియ, మురియ - బీహార్, వెస్ట్‌బెంగాల్, నేపాల్.
4. అబోర్, మిషిమి, మిరి, డాప్లా కొండలు - అరుణాచల్ ప్రదేశ్.

3. పూర్వాంచల్ (లేదా) తూర్పు హిమాలయాలు :

❖ బ్రహ్మపుత్ర నదికి దిగువున మరియు తూర్పున విస్తరించియున్న హిమాలయాలు ఈశాన్య భారత్‌తో పాటు, మయన్మార్‌లోకుండా విస్తరించి ఉన్నాయి.

మయన్మార్‌లో వీటిని	: అరాకన్‌యోమా పర్వతాలు.
అరుణాచల్ ప్రదేశ్	: పాట్ కాయ్ భుమ్.
నాగాలాండ్	: నాగా కొండలు.
అస్సాం	: బరైల్, మికిర్ కొండలు.
మణిపూర్	: మణిపూర్ కొండలు.
మిజోరాం	: మిజో కొండలు/ లుషాయి కొండలు.
మేఘాలయ	: గారో, కాశీ, జయంతియా కొండలు.
త్రిపుర	: త్రిపుర కొండలు అని అంటారు.

❖ ఈ మికిర్ కొండలో "సుర్మాలోయ" కలదు. (టీ తోటలకు ప్రసిద్ధి).

❖ నాగా కొండలలో తూర్పు హిమాలయాలలో ఎతైన శిఖరం సారామతి కలదు.

❖ మణిపూర్ కొండలలో ప్రఖ్యాతిగాంచిన లోక్‌తక్ సరస్సు కలదు.

Note: 1. లోక్‌తక్ సరస్సు ఈశాన్య భారతదేశంలో అతి పెద్ద మంచినీటి సరస్సు మరియు భారతదేశంలో 3వ అతిపెద్ద మంచినీటి సరస్సు.

2. ఈ సరస్సు పరిసర ప్రాంతాల నుంచి అసమాన సేంద్రీయ పదార్థం చేరి ముద్దలు ముద్దలుగా ఏర్పడి చిన్న చిన్న దీవులుగా తేలుతూ ఉంటుంది. కాబట్టి దీనిని తేలియాడే సరస్సు అంటారు.

3. 'ప్రపంచంలో ఏకైక తేలియాడే సరస్సు' గా దీనిని పరిగణిస్తారు. అలా తేలియాడే అసమాన సేంద్రియ పదార్థాన్ని ఫుమిడి (Fumidi) అంటారు. ఆ ఫుమిడీలలో దక్షిణంగా ఉన్న ఫుమిడీ అత్యంత పెద్దది. దీనిని మణిపూర్ ప్రభుత్వం Keibul Lamjao National Parkగా ప్రకటించింది. ఇది సాంగై జింక యొక్క సహజ ఆవాస ప్రాంతము (మణిపూర్ రాష్ట్ర జంతువు). ఈ జింక 'Brow Antlered Deer' గ్రూపులో ఒక జాతికి చెందింది.

4. రామ్‌సర్ అంతర్జాతీయ చిత్తడి నేలలు దేశంలో 75 కలవు. కాని రామ్‌సర్ మాంట్రిక్స్ రికార్డ్‌లో 2 చిత్తడి నేలలు కలవు.
   1. లోక్‌తక్ సరస్సు
   2. కియాలాడియోగణ జాతీయ పార్కు (రాజస్తాన్)

- మిజో కొండలలో ఎత్తైన ప్రాంతం బ్లూ మౌంటైన్ కలదు.

మేఘాలయ:

1. మేఘాలయాలోని కాశీ, గారో, జయంతియా అనేవి 1.స్వయంపాలిత ప్రాంతాలు, 2.గిరిజనులు జాతులు, 3. జిల్లాలు, 4. కొండలు.
2. ప్రపంచంలో అతి ఎక్కువ తేమతో కూడిన ప్రాంతాలు మరియు అత్యధిక సగటు వర్షపాతం నమోదైన మొదటి రెండు ప్రాంతాలు కాశీ కొండలలో కలవు. i) మాసిన్రామ్, ii) చిరపుంజి.

- గత ఆగస్ట్‌లో తన రికార్డ్‌ను తానే అధిగమించి ఒకరోజు వర్షపాతంలో అత్యధిక వర్షపాతం నమోదు అయిన ప్రాంతం – 'చిరపుంజి / (సోహ్రా)'.

ఉత్తర మైదానాలు :

- శివాలిక్ కొండలకు దక్షిణంగా, ద్వీపకల్ప పీఠభూమికి ఉత్తరంగా విస్తరించి ఉన్న మైదానాలు ఉత్తర మైదానాలు.
- ఇవి గంగా, సింధు, బ్రహ్మపుత్ర మరియు వాటి ఉపనదులు యొక్క అవక్షేపన ప్రక్రియ ద్వారా ఏర్పడ్డాయి.

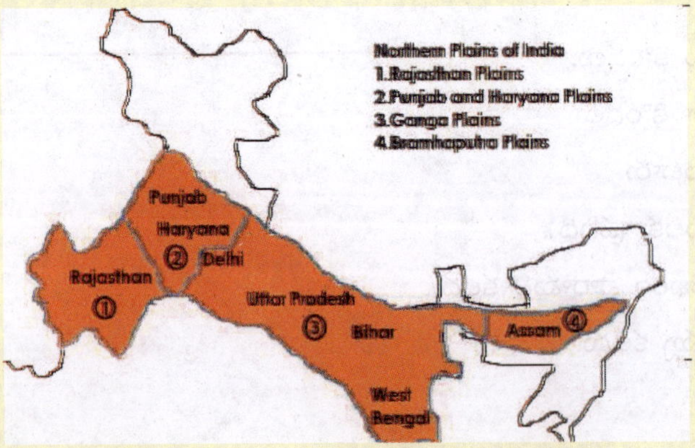

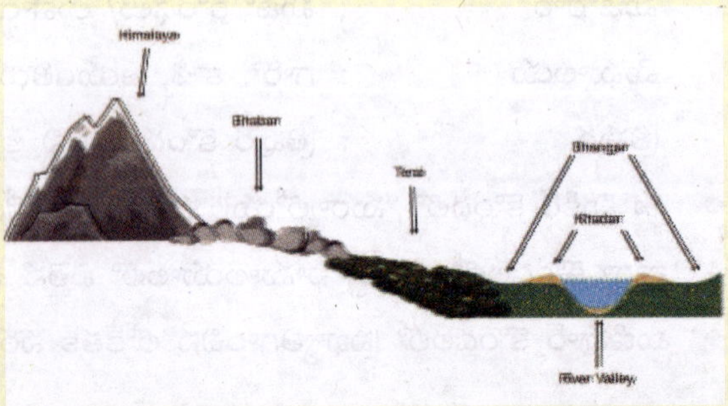

- ఇవి సింధూ డెల్టా నుంచి గంగా-బ్రహ్మపుత్ర డెల్టా వరకు 3500 కి.మీ. పొడవున విస్తరించి ఉన్నాయి. "భారత్‌లో - 2500 కి.మీ."
- అలహాబాద్ కేంద్రంగా వీటి వెడల్పు-500 కి.మీ. జార్ఖండ్ వంటి రాష్ట్రాలలో వీటి వెడల్పు 5 కి.మీ.గా ఉంటుంది. మొత్తంగా భారత్‌లో వీటి విస్తీర్ణం '7.5లక్షల చ॥కి॥మీ॥'. ఇది పంజాబ్, హర్యానా, ఢిల్లీ, ఉత్తరప్రదేశ్, బీహార్, వెస్ట్‌బెంగాల్, అస్సాం రాష్ట్రాలలో విస్తరించి ఉన్నాయి.
- ఉత్తర మైదానాలును నిలువుగా పంజాబ్ మైదానాలు అని, రాజస్తాన్ మైదానాలు అని, ఎగువగా గంగా మైదానం, మధ్యగంగా మైదానాలు అని, దిగువ గంగా మైదానాలు అని మరియు బ్రహ్మపుత్ర మైదానాలు అని విభజిస్తారు.
- గంగా మైదానాలను మరలా సమాంతరంగా విభజించవచ్చు.

1. బాబర్ 2. టెరాయి 3. బంగర్ 4. ఖాదర్.

ఉత్తర మైదానాలు నిలువు వర్గీకరణ:

1. పంజాబ్ మైదానాలు:

- భారత్‌లో పంజాబ్, హర్యానా, పాకిస్థాన్‌లో పంజాబ్ సింధు వంటి రాష్ట్రాలలో విస్తరించి ఉన్నాయి.
- సింధు యొక్క ఎడమగట్టు ఉపనదులు విక్షేపణం చేయడం ద్వారా ఇవి ఏర్పడతాయి.
- ఈ 6 నదులలో 2 నదులు యొక్క సంగమ ప్రాంతాన్ని 'దోబ్' అంటారు.
- ఈ మైదానాలలో ఇలాంటివి 5 దోబ్‌లు కలవు.

	దో - అబ్	నదులు
1.	బిస్తా	బియాస్ - సట్లెజ్
2.	బారి/రాబి	రావి - బియాస్
3.	రచన	రావి - చినాబ్
4.	చెజ	చినాబ్ - జీలం
5.	సింధు సాగర్ దోఅబ్	సింధు - జీలం & సింధు - చినాబ్

- పంజాబ్ మైదానలలో కొంత ఎత్తులో ఉన్న భూభాగాలను "బెట్స్" అంటారు.
- శివాలిక్ కొండల నుంచి వస్తున్న కొన్ని తాత్కాలిక ప్రవాహాలు, ఈ మైదానాలలో ప్రధాన నదులలో కలుస్తుంటాయి. వీటిని "చోస్" అంటారు.

2. రాజస్తాన్ మైదానాలు:

- ఆరావళి పశ్చిమాన, పాకిస్థాన్ సరిహద్దు వరకు విస్తరించియున్న మైదానాలు (ఎడారి ప్రాంతం).
- ఇది ఇంచుమించు 1.75 లక్షల చ॥కి॥మీ॥ విస్తీర్ణంలో కలవు.
- ఈ మైదానాలు లేదా ఎడారిని 2 భాగాలుగా విభజించుకోవచ్చు.
  1. పశ్చిమ భాగం - మరుస్థలి అంటారు.
  2. తూర్పు భాగం - బగర్ అంటారు.
- ఇసుక ఉన్న ఎడారిని 'ఎర్గ్ (Erg)' అని శిలలతో ఉన్న ఎడారిని "రెగ్" అని పిలుస్తారు.
- ఎడారిలో ఉన్న శిలలు వంటి మార్గాలను 'హమ్మడాలు' అంటారు.
- మరుస్థలిలో శిలలు భాగంలో పవనం యొక్క చర్యల వలన కొన్ని క్రమక్షయ భూస్వరూపాలు ఏర్పడతాయి.
- పవనం శిలలోని దిగువ భాగంను క్రమక్షయం చెందిస్తే "మష్రూమ్ రాక్స్" ఏర్పడతాయి.

- పవనం యొక్క దిశకు లంబంగా ఉన్న శిలలోని మెత్తని పదార్థాన్ని క్రమక్షయానికి గురిచేస్తే ఏర్పడే శిలను "జ్యూగన్స్" అంటారు.
- పవనం యొక్క దిశకు సమాంతరంగా ఉన్న శిలలోని మృదువైన పదార్థాన్ని తొలగిస్తే ఏర్పడే శిలను "యార్డంగ్స్" అంటారు.
- ఏదైన ప్రాంతంలో ఏదో ఒక కఠిన శిలను వదిలివేసి మిగతాదానిని 'ఇన్‌సల్‌బర్గ్' అంటారు.
- ఇసుకలోకి తొక్కివేయబడిన శిలలను వెంటిఫాక్ట్స్ అంటారు. దీనిపై పవనంలోకి ఘనపదార్థాలు రంధ్రాలను ఏర్పడిస్తే దానిని "స్టోన్ లాటిస్" అంటారు.
- క్రమక్షయం చెందించిన పదార్థాన్ని ఇటు నురుస్థలిలోను (లేదా) అటు బగర్‌లోనూ ఇసుక దిబ్బలవలె నిక్షేపణం చెందిస్తుంది. ఇటువంటి దిబ్బలను 'డ్రెయిన్స్' అంటారు.
- కొండ (లేదా) పర్వతం మాదిరిగా ఉన్న ఇసుక దిబ్బ – 'పరావలయ' ఇసుక దిబ్బ.
- పరావలయ ఇసుక దిబ్బలు నిరంతరంగా ఉంటే వాటిని 'అనుదైర్ఘ్య' ఇసుక దిబ్బలు.
- 'అనుదైర్ఘ్య' ఇసుక దిబ్బలు 'లంబంగా' ఏర్పడితే వాటిని 'తిర్యక్' ఇసుక దిబ్బలు.
- అనుదైర్ఘ్య ఇసుక దిబ్బలు యొక్క ఎత్తు తక్కువగా ఉంటే – Ripple ఇసుక దిబ్బలు.
- అర్థ చంద్రాకారంలో ఏర్పడిన ఇసుక దిబ్బలను – బార్కాన్స్ ఇసుక దిబ్బలు అంటారు.
- అరబ్ కత్తి ఆకారంలో ఇసుక దిబ్బలను – సీఫ్స్ (Seif) ఇసుక దిబ్బలు అంటారు.
- రాజస్థాన్ బగర్ ప్రాంతంలో ఋతుపవన కాలాలలో కొన్ని తాత్కాలిక నీటి వనరులు ఏర్పడతాయి.

  అవి 1. నిలకడగా చెరువుల మాదిరిగా ఉంటే – ప్లాయా (లేదా) దాండియాస్ అంటారు.

  ఉదా : సాంబర్ – దేశంలో – అతిపెద్ద – అంతస్థలీయ ఉప్పునీటి సరస్సు.

  Note: ఇవి భారత్ యొక్క 10% ఉప్పు అవసరాలను తీర్చుతుంది.

  2. ప్రవాహంలో ఉన్న నీటి వనరులను – రోహి (లేదా) వాడిలు అంటారు.

  ఉదా: లూనీ

- ప్రపంచంలో అతి పెద్ద అంతస్థలీయ నది – "వోల్గా (రష్యా)". ఇది రష్యా గుండా ప్రయాణిస్తూ కాస్పియన్ సముద్రం అనే చెరువులో కలుస్తుంది.
- భారత్‌లో అతి పెద్ద అంతస్థలీయ నది – "గగ్గర్ / సరస్వతి"
- ఇది పంజాబ్, హర్యానా సరిహద్దు గుండా ప్రయాణిస్తూ రాజస్థాన్ శ్రీ గంగానగర్‌తో ఎడారి ప్రాంతంలో ముగుస్తుంది.
- ఎడారి గుండా ప్రవహిస్తూ, నిరంతరం నీటిని కలిగి ఉంటే వాటిని 'పరస్థానీయ నదులు' (Exotic) అంటారు.
- ప్రపంచంలో అతిపెద్ద పరస్థానీయనది – "నైలు" సహారా ఎడారి గుండా పోతుంది.
- దేశంలో అతిపెద్ద పరస్థానీయనది – సింధూ నది.
- భారత్‌లో గల శీతల ఎడారి, పాకిస్థాన్‌లో థార్ ఎడారి గుండా పోతుంది.

3. గంగా మైదానాలు - సమాంతర విభజన :

- గంగా మైదానాలను "శివాలిక్" కొండలు నుంచి నది ప్రవాహం వరకు 4 సమాంతర భాగాలుగా విభజించవచ్చు.

  1. బాబర్, 2. టెరాయి, 3. బంగర్, 4. ఖాదర్

1. బాబర్:

★ శివాలిక్ కొండలకు దక్షిణాన 8 నుండి 10 కి.మీ. వెడల్పున విస్తరించియున్నది గంగా మైదాన ప్రాంతం.

★ నదులు పర్వతాల నుంచి, మైదానాలలో ప్రవేశించేది ఇక్కడే.

★ తమలోని అతిపెద్ద భాగం అయిన "రాళ్ళు, శిలలు, కంకర" మొదలగు వాటిని ఇక్కడే నిక్షేపిస్తాయి.

★ నదులు ఈ ప్రాంతాలలో శిలలకు దిగువున ప్రవాహాన్ని కొనసాగిస్తున్నట్లు కనిపిస్తుంది. కాబట్టి ఇక్కడ నదులు అదృశ్యమవుతున్నాయి అని చెబుతుంటారు.

★ ఈ మైదాన ప్రాంతానికి 'సచ్ఛిద్ర స్వభావం" కలిగి ఉంటాయి.

★ ఎత్తైన ప్రాంతాల నుంచి నిక్షేపనం నిరంతరంగా సాగుతుంది కాబట్టి "శిలాజ ఇందనాలు" ఇక్కడే ఉండే అవకాశం కలదు.

2. టెరాయి:

★ బాబర్ దిగువన 15 నుండి 20 కి.మీ. వెడల్పున విస్తరించియున్న మైదాన ప్రాంతం.

★ సదులు పున: ప్రత్యక్షం అవుతాయి.

★ నీటి వేగం మూలంగా ఈ ప్రాంతం "చిత్తడి నేలలుగా బురదగా" మారే అవకాశం కలదు.

★ 'ఉత్తర మైదానాలలో సహజ ఉద్భిజాలు' ఉండే ప్రాంతాలు ఇవే.

3. బంగర్:

★ నదీ ప్రవాహానికి సుదూరంగా ఎత్తులో ఉంటాయి.

★ పురాతన ఒండలి మైదానాలు.

★ వరద ప్రవాహం ఇంచుమించు ఉండదు.

★ నేలలు ముదురు రంగులో ఉంటాయి.

★ సారవంతమైన నేలలు .

4. ఖాదర్:

★ నదీ ప్రవాహానికి సమీపంగానూ, తక్కువ ఎత్తులో ఉంటాయి.

★ నవీన ఒండలి మైదానలు.

★ కనీసం రెండు సార్లు వరద ఉంటుంది.

★ లేత రంగులలో ఉంటాయి.

★ అత్యంత సారవంతమైనది.

❖ ఉత్తర మైదానాలు ముఖ్యంగా గంగా మైదానాల తీరప్రాంతం నుంచి సుదూరంగా ఉండడం వల్ల పొడి శీతోష్ణస్థితిలో ఉన్నాయి.

❖ వేదకాలం నుండి కూడా వ్యవసాయం నిరంతరంగా కొనసాగుతుంది. నీటిపారుదల ఉన్నప్పటికి అది అస్తవ్యస్తంగా ఉంది కావున తలతన్యత ప్రభావం ఏర్పడింది.

❖ నేల దిగువ పొరలలోని లవణాలు కేశనాళికీయత అనే ప్రక్రియ ద్వారా ఉపరితలానికి చేరి ఆ ప్రాంతాలను వ్యర్థ భూములుగా మారుస్తున్నాయి. వీటిని స్థానికంగా రే, ఉషార్, కల్లార్ అని పిలుస్తారు.

❖ ఇవి ముఖ్యంగా గంగా యుమున దోఅబ్ ప్రాంతాల్లో ఏర్పడుతున్నాయి. ఏదిఏమైనప్పటికి ఈ మైదానాలు తమ సారవంతమైన లక్షణాలతో ఆహార ధాన్యాలను విపరీతంగా ఉత్పత్తి చేస్తూ భారత ప్రజల ఆకలిని తీరుస్తున్నాయి. కాబట్టి వీటిని భారతదేశ ధాన్యాగారాలు అని పిలుస్తారు.

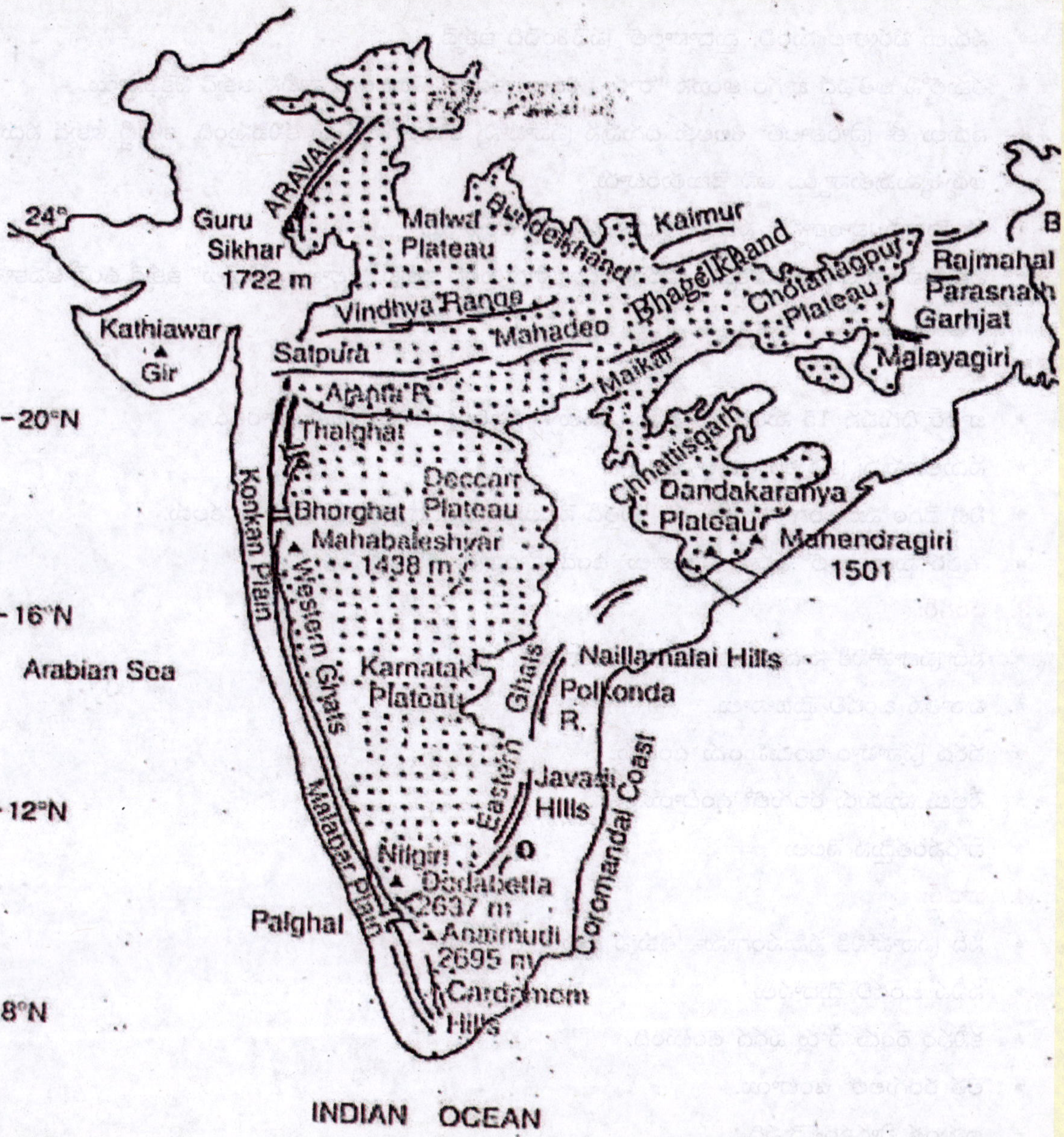

ద్వీపకల్ప పీఠభూమి:

- దేశంలో 'అత్యంత పురాతన' నైసర్గిక స్వరూపం.
- అత్యంత 'కఠినమైన, మరింత స్థిరమైన' నైసర్గిక స్వరూపం.
- దేశంలో అతిపెద్ద నైసర్గిక స్వరూపం 16.5 లక్షల చ॥కి॥మీ॥
- ఖండచలన సిద్ధాంతం ప్రకారం గోండ్వానా నుంచి విడిపోయిన ఖండం భాగం భూమధ్యరేఖను దాటుతున్న తరుణంలో విపరీత ఉష్ణోగ్రత పెరుగుదల మూలంగా ఆ ఖండ భాగంపై పగుళ్ళు ఏర్పడి వివిధ మార్గాల ద్వారా చిక్కదనం లేని లావా బయటకు వచ్చి సుదూర ప్రాంతాలకు ప్రయాణించి చల్లబడి స్ఫటిక రూపంలో ఘనీభవించి ద్వీపకల్ప పీఠభూమి ఏర్పడింది. అంటే ఈ పీఠభూమి ఏర్పడిన ప్రక్రియ– 'భ్రంశోద్భేదన ప్రక్రియ / భ్రంశ విస్ఫోటన ప్రక్రియ'.

❖ **ఈ పీఠభూమికి**

ఉత్తర సరిహద్దు	: ఉత్తర మైదానాలు
వాయువ్య సరిహద్దు	: ఆరావళి
పశ్చిమ	: పశ్చిమ కనుములు
తూర్పు	: తూర్పుకనుములు
ఈశాన్య	: రాజ్‌హమల్ కొండలు
ఉత్తర మధ్యభాగంలో	: వింధ్యా, సాత్పుర పర్వతాలు కలవు. ఈ పర్వతాలకు ఎగువన కేంద్ర ఉన్నత
	: భూములు, దిగువున దక్కన్ పీఠభూములు కలవు.

ఆరావళి:

❖ ఆరావళులు ప్రపంచంలో అత్యంత పురాతన అవశిష్ట ముడత పర్వతాలు.

❖ థార్ ఖండ ఫలక మరియు ఆరావళి ఖండ ఫలక ఎదురెదురుగా చలించడం ద్వారా వాటి ఉమ్మడి అంచు వద్ద శిథిలాలు పైకి లేచి ముడతల వలె ఏర్పడ్డాయి. కాబట్టి ఇవి ముడత పర్వతాలు. పవనాలు, గాలి ప్రవాహాల మూలంగా వాటి ఎత్తు క్రమేపి తగ్గుతూ వస్తుంది. కాబట్టి వీటిని అవశిష్ట ముడత పర్వతాలు అని పిలుస్తారు.

❖ ఇవి గుజరాత్‌లోని పాలన్‌పూర్ నుండి రాజస్థాన్, హర్యానా మీదుగా ఢిల్లీ వరకు సుమారు 700 కి.మీ. మేర విస్తరించి ఉన్నాయి.

❖ ఆరావళిలో ఉన్నత ప్రాంతం మౌంట్ అబూ.

❖ ఇది రాజస్థాన్‌లోని ఏకైక వేసవి విడిది. ఇక్కడే ప్రముఖ జైన దేవాలయాలు దిల్వారా వంటివి కలవు.

❖ ఇక్కడే ఆరావళిలో ఎత్తైన గురుశిఖర్ (1722 మీ.) కలదు.

❖ ఆరావళిలో మైనింగ్ ప్రక్రియ ఎక్కువగా జరుగుతుంది. ఖేత్రి-రాగి, జోవార్-వెండి, ఆల్వార్-తగరంకు ప్రసిద్ధి చెందినవి. ఆరావళిలో ప్రముఖ కనుమ హల్దీఘాట్. ఇది పాలీ జిల్లాను, రాజసమద్ జిల్లాను కలుపుతుంది.

వింధ్యా-సాత్పుర:

❖ ఆరావళి, ధార్వర్, చోటానాగపూర్ ఖండఫలకలు ఒకదానితో ఒకటి అపసరవణ చలనం చేయటం ద్వారా వీటి మధ్యలో పగులు లోయలు ఏర్పడ్డాయి. పగులు లోయల అంచుల వెంబడి వింధ్య, సాత్పుర, అజంత ఖండ పర్వతాలు ఏర్పడ్డాయి.

★ వింధ్య-సాత్పూర పర్వతాల గుండా ప్రవహిస్తున్న నది నర్మద.

★ నర్మద-తపతి నదుల మధ్యలో గల పర్వతాలు సాత్పుర పర్వతాలు.

★ సాత్పుర-అజంతా మధ్యగుండా ప్రవహిస్తున్న నది తపతి.

★ తపతి-వైన్‌గంగా మధ్యలో గల పర్వతాలు అజంతా పర్వతాలు.

Note: నర్మద-తపతి నదులు ద్వీపకల్ప పీఠభూమి వాలుకు వ్యతిరేకంగా పశ్చిమానికి ప్రవహించడానికి గల కారణం అవి పగులులోయ గుండా ప్రవహించడం.

❖ వింధ్య పర్వతాలు భారతదేశంలో 3వ పొడవైన పర్వత వ్యవస్థ. ఇది గుజరాత్‌లోని జోబాట్ (Jobat) నుండి బీహార్‌లోని ససరాం (Sasaram) వరకు 1100 కి.మీ. పొడవున విస్తరించి ఉన్నాయి.

❖ వింధ్య పర్వతాల మధ్యలో ఏర్పడ్డ పగులు లోయ లేదా విరామం గుండా ప్రవహిస్తున్న నది సోన్ నది.

❖ వింధ్య పర్వతాల్లో ఎత్తైన శిఖరం సద్భవన శిఖరం.

- సాత్పురా పర్వతాలు నిజమైన ఖండ పర్వతాలు. వీటిలో నాలుగు పర్వతాలు ముఖ్యమైనవి. అవి:

1.	పశ్చిమాన	-	రాజ్‌పిప్లా
2.	దక్షిణాన	-	గర్విల్‌ఘర్
3.	ఉత్తరాన	-	మహాదేవ్ కొండలు
4.	తూర్పున	-	మైకాల్

Note: మైకాల్‌లో ఉన్న ప్రముఖ శిఖరం అమరకంటక్ వద్ద జన్మిస్తున్న నదులు నర్మద, సోరాన్.

- సాత్పురా శ్రేణుల్లో ఎత్తైన శ్రేణి మహదేవ్.
- ఇక్కడ వింధ్య, సాత్పురా, మధ్యప్రదేశ్‌లో కూడా ఎత్తైన శిఖరం దూప్‌ఘర్ (1350 మీ.) మహదేవ కొండల్లో ఉంది. ఇక్కడ ఒక వేసవి విడిది మరియు ఒక బయోస్పియర్ రిజర్వ్ పచ్‌మర్హి కలదు. పచ్‌మర్హీలో సంరక్షిస్తున్న జీవులు ఎగిరే ఉడతలు, రాకాసి ఉడతలు.

పశ్చిమ కనుములు:

- ఇవి ఎస్కార్ప్‌మెంట్ పర్వతాలు. అనగా పీఠభూమి అంచున ఉన్న పర్వతాలు.

Note: సాధరణంగా పర్వతాలు 5 రకాలు: 1. ముడుత పర్వతాలు 2. ఖండ పర్వతాలు, 3. అగ్ని పర్వతాలు 4. ఎస్కార్పమెంట్, 5. అవశిష్ట పర్వతాలు.

- ఇవి భారతదేశంలో 2వ పొడవైన పర్వత వ్యవస్థ. దీని ఎత్తు 1600 మీ.
- ఇవి ఉత్తరాన తపతి నుండి దక్షిణాన కన్యాకుమారి వరకు విస్తరించి ఉన్నాయి.
- ఇవి గుజరాత్, మహారాష్ట్ర, గోవా, కర్నాటక, కేరళ, తమిళనాడు ఆరు రాష్ట్రాల్లో విస్తరించాయి.
- పశ్చిమ కనుమలు, తూర్పు కనములు కలుసుకునే ప్రాంతం నీలగిరి.
- పశ్చిమ కనుమలకు మరో పేరు సహ్యాద్రి.
- గోవా మీదుగా వెళ్ళే 16^0n అక్షాంశం పశ్చిమ కనుములకు ఉత్తర సహ్యాద్రి, మధ్య సహ్యాద్రిగా విభజిస్తుంది.
- ఉత్తర సహ్యాద్రిలోను లేదా మహారాష్ట్రలో అతి ఎత్తైన శిఖరం కల్సుబై. ఇక్కడే ప్రముఖ వేసవి విడిది ఖండాలా కలదు.
- మధ్య సహ్యాద్రి లేదా కర్నాటకలో ఎత్తైన శిఖరం - వావుల్‌మలయ్ లేదా మౌలన్‌గిరి. ఇక్కడ ఇనుప గనులకు ప్రసిద్ధి చెందిన ఖుద్రేముఖ్ కలదు.
- మహారాష్ట్ర లేదా ఉత్తర సహ్యాద్రిలో 2 ప్రముఖ కనుములు కలవు.
  1. థాల్‌ఘాట్ - ముంబాయిని నార్త్ ఇండియాతో కలుపుతుంది.
  2. బోర్‌ఘాట్ - ముంబాయిని దక్షిణ ఇండియాతో కలుపుంది.
- నీలగిరి పర్వతాల్లో ఎత్తైన శిఖరం దొడబెట్ట. ఇక్కడ గల ప్రముఖ వేసవి విడిది ఊటి / ఉదకమండలం. ఇక్కడ గల ప్రముఖ జలపాతం కలహట్టి.
- నీలగిరికి దిగువన పశ్చిమ కనుమల విస్తరణను అన్నామలై కొండలు అని పిలుస్తారు. నీలగిరి-అన్నామలైను వేరు చేస్తున్న కొండలు పాల్‌ఘాట్. దీనిని కేరళ యొక్క ప్రవేశద్వారంగా పిలుస్తాం. ఇక్కడే కేరళలో అతి పెద్ద నది పొన్నాని జన్మిస్తుంది.
- ఈ కనుమలు కొచ్చిన్‌ను చెన్నైతో కలుపుతుంది.
- అన్నామలై కొండల్లో, పశ్చిమ కనుమల్లో, దక్షిణ భారతదేశంలో,కేరళలో కూడా ఎత్తైన శిఖరం అనముడి (2695 మీటర్లు).

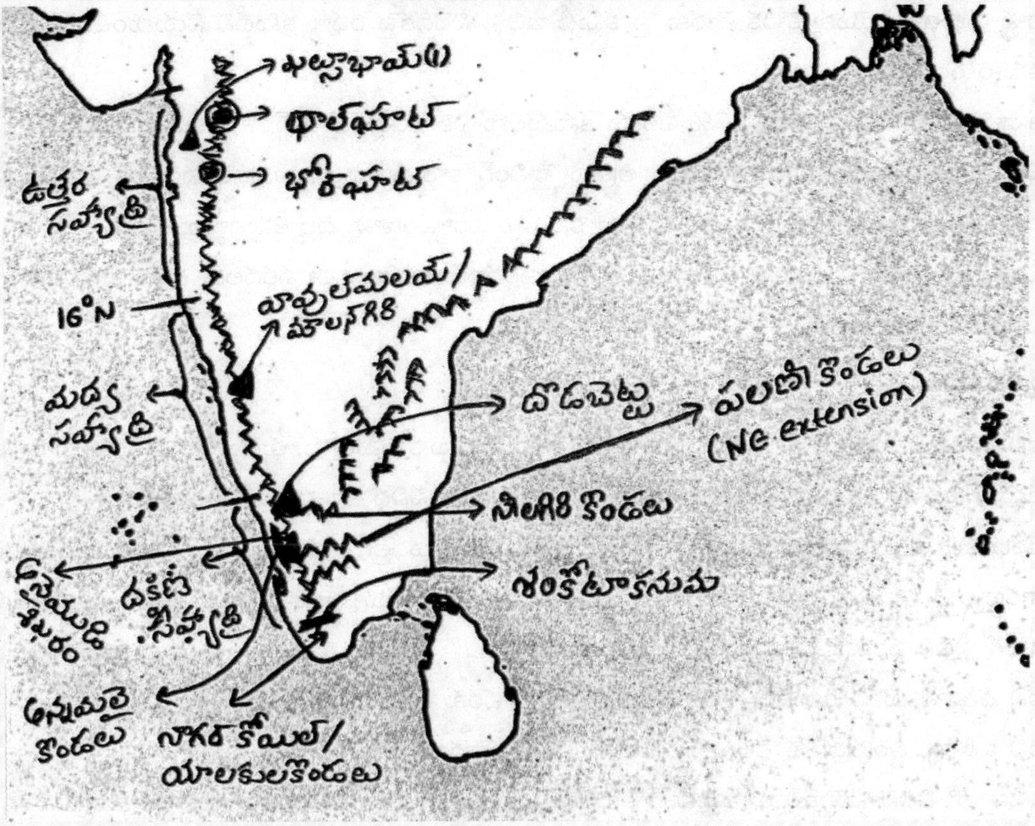

❖ అన్నామలై కొండలకు ఈశాన్యంగా విస్తరించిన పశ్చిమ కనుమలను పళని కొండలు అని పిలుస్తాం. ఇక్కడ గల ప్రముఖ వేసవి విడిది కొడైకెనాల్.

❖ అన్నామలై కొండలకు దక్షిణంగా విస్తరించి ఉన్న పశ్చిమ కనుములను యాలకుల కొండలు అంటాం లేదా నాగర్ కోయిల్ కొండలు అంటారు.

❖ అన్నామలై కొండలను, యాలకుల కొండలను విడదీస్తున్న కనుమ సెంకోట. ఇది తిరువనంతపురంను మధురైను కలుపుతుంది.

❖ నీలగిరి కొండలు, అన్నామలై కొండలు, పళని కొండలు, యాలకుల కొండలలో విస్తరించి వున్న వర్షారణ్యాలను షోలాస్ అని పిలుస్తారు. వీటిని ప్రపంచంలో అత్యంత దట్టమైన అమెజాన్ అడవులు సెల్వాస్‌తో పోలుస్తారు. ఈ అరణ్యాలను ప్రపంచ ఊపిరితిత్తులు అంటారు.

❖ ఈ షోలాస్‌లోనే తొడ, బడగ, కోట, ఇరుల అనే గిరిజన జాతులు కలవు.

❖ పశ్చిమ కనుమలు ప్రపంచంలో గుర్తించిన 36 బయోడైవర్సిటీ హాట్‌స్పాట్‌లలో ఒకటి.

❖ భారతదేశంలో బయోడైవర్సిటీ హాట్‌స్పాట్‌లు నాలుగు ఉన్నాయి.

1. హిమాలయాస్	2. ఇండో-బర్మా
3. పశ్చిమ కనుమలు	4. సుందాల్యాండ్

(ఇవి ఇండోనేషియాకు చెందినవి. ఇందులో గ్రేట్ నికోబార్ దీవి భాగం).

❖ పశ్చిమ కనుమల యొక్క పర్యావరణ పరిరక్షణకై కేంద్ర ప్రభుత్వం నియమించిన నిపుణుల కమిటీ ఛైర్మన్ మాధవ్ గాడ్గిల్. ఈ కమీషన్ 67% పశ్చిమ కనుమలను ఎకో సెన్సిటివ్ జోన్స్‌గా ప్రకటించమంది.

- రాష్ట్ర ప్రభుత్వాల యొక్క కోరిక మేరకు పై కమిటీ ఇచ్చిన నివేదికపై రివ్యూ కమిటీని నియమించింది. దీనికి ఛైర్మన్ కస్తూరి రంగన్.
- కస్తూరి రంగన్ కమిటీ కూడా 37% పశ్చిమ కనుమలను ఎకో సెన్సిటివ్ జోన్స్‌గా ప్రకటించమంది.
- విస్తాపన వ్యవసాయం కొనసాగించడం, అక్రమ మైనింగ్ కార్యకలాపాలు, అడవుల నరికివేత, ప్రాజెక్ట్ నిర్మాణం, మౌలిక సదుపాయాల కల్పన వంటివి పశ్చిమ కనుమల పర్యావరణాన్ని దెబ్బతీస్తున్నాయి.
- వీటన్నింటికి తోడు మేఘ విస్ఫోటనం 2018 కేరళ వరదలకు కారణం. ఈ వరదలకు తక్షణ కారణం Improper Dam Management.

తూర్పు కనుములు:

- ఇవి పరిశిష్ట ఎస్కార్ప్‌మెంట్ (Escarpment) పర్వతాలు, పశ్చిమ కనుమల్లోను, తూర్పు కనుమల్లోనూ కూడా జన్మించిన నదులు వీటి గుండా ప్రయాణించడం ద్వారా ఇవి విచ్ఛిన్నంగా వివిధ విరామాలతో ఏర్పడ్డాయి.
- పీఠభూమి వాలు తూర్పుకు ఉండటం, నదులు, ప్రవాహాలు మొదలైనవి కూడా తూర్పుకు ప్రయాణించటం వంటి కారణాలతో వీటి ఎత్తు క్రమేపి తగ్గుతూ వస్తుంది. వీటిచుట్టూ ఉన్న భూ స్వరూపాల యొక్క ఎత్తు కూడా తగ్గుతుంది. కాబట్టి వీటిని పరిశిష్ట ఎస్కార్ప్‌మెంట్‌లు అని అంటాం.
- ఇవి ఉత్తరాన సువర్ణ రేఖ నది నుండి దక్షిణాన నీలగిరి వరకు విస్తరించి ఉన్నాయి.
- ఇవి ఒడిస్సా, ఆంధ్రప్రదేశ్, తెలంగాణ, కర్నాటక, తమిళనాడులో విస్తరించి ఉన్నాయి.
- ఒడిస్సాలో వీటిని సత్కోషియా, సిమ్లిపాల్ కొండలు, మహేంద్రగిరి కొండలు అని పిలుస్తారు. ఇక్కడ ఎత్తైన శిఖరం డియోమాలి.
- తెలంగాణలో ఆద్రాబాద్, బైసన్, నిర్మల్, సాత్నాల, రాఖీ, రాచకొండ, అనంతగిరి, షాబాద్ మొదలైన పేర్లు కలవు.
- తెలంగాణలో ఎత్తైన శిఖరం దోలిగుట్ట.
- కర్ణాటకలో బిల్‌గిరి రంగనాథస్వామి, మహదీశ్వర కొండలు అని పిలుస్తారు.
- తమిళనాడులో జింజి, జావడు, షెవరాయ్, రంగన్‌బిలై కొండలు అని పిలుస్తారు.
- ఆంధ్రప్రదేశ్‌లో తూర్పుకనుమలను ముఖ్యంగా కడప కొండలు అంటారు అయినప్పటికీ వివిధ జిల్లాలలో వివిధ రకాలుగా పిలుస్తారు.
- శ్రీకాకుళం - మహేంద్రగిరి.
- పార్వతీపురం - మన్యం, కురుపాం మరియు పాలకొండలు.
- విశాఖపట్నం - డాల్ఫిన్‌నోస్, సింహాచలం, యారాడ, రుషికొండ, గంభీరం, కంబాల కొండలు.
- అల్లూరి - పాడేరు, అరుకు, గాలి కొండలు
- తూర్పు కనుమల్లో ఎత్తైన శిఖరం 1. జిందగాడ (1690 మీ.)
  2. ఆరోమ కొండలు. గాలి కొండ కూడా ఇక్కడే కలదు.

Note: ఆంధ్రప్రదేశ్‌లో తూర్పు కనుమలు విస్తీర్ణం అత్యధికంగా ఉన్న జిల్లా అల్లూరి.

- అల్లూరి & ఏలూరుజిల్లా - పాపికొండలు, బైసన్ కొండలు.
- కృష్ణా (ఎన్‌టిఆర్ జిల్లా) - కొండపల్లి, మొగల్‌రాజపురం కొండలు.
- గుంటూరు - మంగళగిరి, ఉండవల్లి, వినుకొండ, బెల్లంకొండలు.
- పల్నాడు - కోటప్ప, బెల్లం, విను, గని కొండలు
- పల్నాడు + ప్రకాశం + నంద్యాల - నల్లమల కొండలు.

- నంద్యాల + ప్రకాశం - గుండ్ల బ్రహ్మేశ్వర కొండలు.
- నంద్యాల + కడప - ఎర్రమల కొండలు.
- కడప - పాలకొండలు.

Note: ఇక్కడే పెన్నానది గండికోట గార్జ్‌ను ఏర్పరుస్తుంది. దీనిని grand canyon of india అని అంటారు

- కడప + అన్నమయ్య - లంకమల కొండలు.
- కడప + నెల్లూరు - వెలిగొండలు.
- అన్నమయ్య + తిరుపతి - శేషాచలం కొండలు.
- అన్నమయ్య - హార్స్‌లీ హిల్స్ (ఏనుగు మల్లమ్మ కొండలు).
- సత్యసాయి + అనంతపురం - మడకశిర, ఆవులపల్లి, రాప్తాడు గుట్టలు.
- ద్వీపకల్ప పీఠభూమి ఈశాన్య అంచున జార్ఖండ్ రాష్ట్రంలో విస్తరించి ఉన్న కొండలు - రాజ్‌మహల్ కొండలు.
- గారో, కాశీ, జయంతియా కొండలు ఉన్న ప్రాంతం - షిల్లాంగ్ పీఠభూమి. ఇది ద్వీపకల్ప పీఠభూమి యొక్క కొనసాగింపుగా చెప్పవచ్చు. పై రెండింటి మధ్య ఏర్పడ్డ విరామం - మాల్డా విరామం.

కేంద్ర ఉన్నత భూములు:

- ఉత్తర మైదానాలకు వింధ్య పర్వతాలకు మధ్యలో ఉన్న పీఠభూములను కేంద్ర ఉన్నత భూములు అంటారు. వీటిలో గల పీఠభూములు:
  1. మేవార్ పీఠభూమి - ఆరావళికి ఈశాన్యంగా విస్తరించి ఉంది.
  2. మాళ్వా పీఠభూమి - ఈ పీఠభూమి కేంద్ర ఉన్నత భూముల్లో పెద్దది.
- ఈ పీఠభూమి గుండా ప్రవహిస్తున్న నది చంబల్.
- చంబల్ తన ప్రవాహంలో అవనాళికలను ఎక్కువగా ఏర్పరుస్తుంది. కాబట్టి ఆ ప్రాంతాన్ని కందర భూములు (Bad lands) అని పిలుస్తారు. అయినప్పటికీ ఈ పీఠభూమిలోనే దేశంలో అత్యధికంగా నూనెగింజలు, పప్పు దినుసులు పండిస్తున్నారు. ఈ పీఠభూమి మధ్యప్రదేశ్, గుజరాత్, రాజస్థాన్, కొంతమేర ఉత్తరప్రదేశ్‌లో కూడా విస్తరించి ఉంది.
- మాల్వా పీఠభూమికి తూర్పున ఉత్తరప్రదేశ్ మరియు మధ్యప్రదేశ్‌లలో విస్తరించి ఉన్న పీఠభూమిని బుందేల్‌ఖండ్ పీఠభూమి అని అంటాము. వీళ్ళు ఝాన్సీ రాజధానిగా ప్రత్యేక రాష్ట్రం అడుగుతున్నారు.
- బుందేల్‌ఖండ్‌కి తూర్పున మధ్యప్రదేశ్‌లో విస్తరించి ఉన్న పీఠభూమిని భాగేల్‌ఖండ్ పీఠభూమి అని అంటాము. ఇక్కడే ప్రఖ్యాతి గాంచిన పన్నా వజ్ర గనులు, పన్నా బయోస్పియర్ రిజర్వ్ కలవు. ఇక్కడ ప్రారంభించిన కెన్-బెట్వా నదుల అనుసంధాన ప్రాజెక్టు పర్యావరణ సమస్యలను ఎదుర్కొంటుంది.
- బుందేలఖండ్‌కు తూర్పున జార్ఖండ్, చత్తీస్‌ఘడ్, ఒడిస్సా, వెస్ట్‌బెంగాల్‌లో విస్తరించి ఉన్న పీఠభూమిని ఛోటానాగపూర్ పీఠభూమి అని అంటాము. విపరీతమైన గనులు ఉండడం ద్వారా దీనిని గనుల కాణాచి (mineral heartland of india) అని పిలుస్తాం. దీనిని యూరప్‌లో ఉన్న రూర్‌తో పోలుస్తారు. రూర్ ఆఫ్ ఇండియా అని కూడా పిలుస్తారు.
- వింధ్య-సాత్పురా, పశ్చిమ కనుమలు, తూర్పు కనుమల మధ్యలో ప్రఖ్యాతిగాంచిన దక్కన్ పీఠభూమి కలదు. ఈ పీఠభూమిని తిరిగి మహారాష్ట్ర పీఠభూమి, తెలంగాణ పీఠభూమి, కర్నాటక పీఠభూమిగా విభజిస్తారు.
- కర్నాటక పీఠభూమిని 2 భాగాలుగా విభజించవచ్చు. పశ్చిమ భాగాన్ని మైదాన్ అని అంటారు. ఇది పశ్చిమ కనుమలకు ఆనుకొని ఉన్న ప్రాంతం. ఉప ప్రాంతీయ భాగాలలో సగటున ఎత్తైనది. కావున కర్నాటక రాష్ట్రాన్ని దక్షిణ భారతదేశపు పైకప్పు అని పిలుస్తారు.

- కర్నాటక పీఠభూమి యొక్క తూర్పు భాగాన్ని మైదాన్ అని పిలుస్తారు.
- కృష్ణా, తుంగభద్ర, కావేరి వంటి నదుల వల్ల మైదాన ప్రాంతాలు ఏర్పడ్డాయి.
- తెలంగాణ పీఠభూమిలో ప్రస్తుత తెలంగాణ రాష్ట్రంతో పాటు ఆంధ్రప్రదేశ్‌లోని కర్నూలు, నంద్యాల, సత్యసాయి, అనంతపురం జిల్లాలు కలవు.
- గ్రానైట్ శిలలు ఎక్కువగా ఉండి ఎర్రనేలలు ఎక్కువగా ఉన్నాయి.
- దక్కన్ పీఠభూమికి, చోటానాగపూర్ పీఠభూమికి మధ్యలో విస్తరించి ఉన్న మైదానాలను చత్తీస్‌ఘడ్ మైదానాలు అని పిలుస్తారు.
- మహానది, ఇంద్రావతి, శబరి వంటి నదుల ప్రవాహం వలన ఇవి ఏర్పడ్డాయి.
- చత్తీస్‌ఘడ్ రాష్ట్రాన్ని రైస్‌బౌల్ ఆఫ్ ఇండియా అని అంటాం. ఈ రాష్ట్రంలో హయాతి రాజపుత్ర వంశం వారు 36 కోటలు నిర్మించడం వలన రాష్ట్రానికి ఈ పేరు వచ్చింది.
- తీర మైదానాలు 2 రకాలు. తూర్పు తీరమైదానం, పశ్చిమ తీరమైదానం.

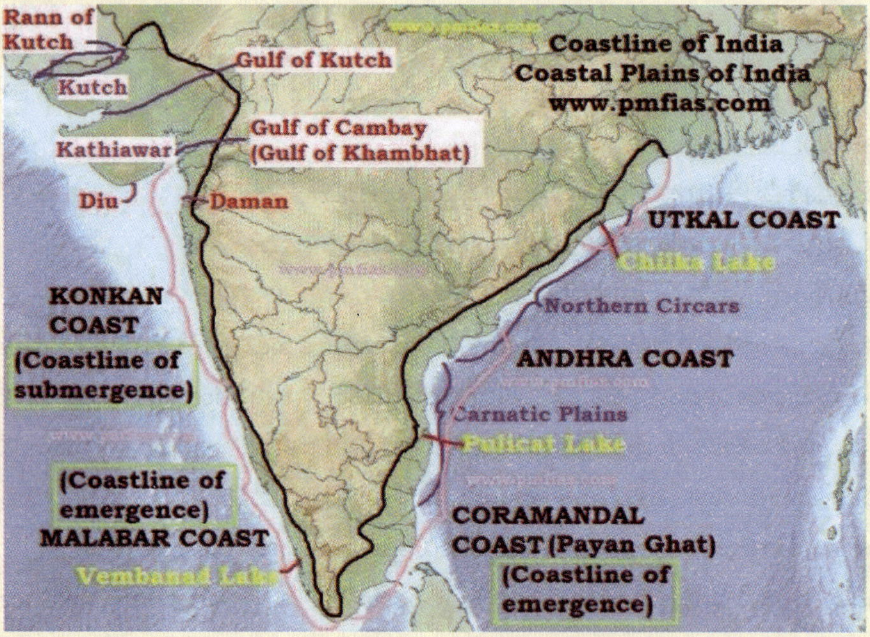

పశ్చిమ తీరమైదానాలు :

- పశ్చిమ తీరరేఖకు పశ్చిమ కనుమలకు మధ్యలో ఉన్నాయి.
- పశ్చిమతీర మైదానాలు వెడల్పు తక్కువ.
- ఇవి ఎక్కువగా సముద్ర తరంగ క్రమక్షయం తక్కువగా నదుల నిక్షేపణం ద్వారా ఏర్పడ్డాయి. ఇక్కడ నీరు మైదానం లోకి విస్తరించినట్లు ఉంటాయి. అందుకే వీటిని నిమజ్జన మైదనాలు అంటారు.
- పశ్చిమ తీరమైదానాల్లో చీలికలు ఎక్కువ. ఇక్కడ నదులు తక్కువ దూరంలో ఎక్కువ నీటిని తీసుకువెళ్ళి సముద్రంలో కలపడం ద్వారా వాటియొక్క ముఖ ద్వారాల వద్ద వెనుక జలాలు ఏర్పడుతున్నాయి.

  ఉదా : దేశంలో అతి పెద్ద వెనుక జలాలు వెంబనాడ్ (కేరళ).
- ఇక్కడ నదులు కయ్యలను ఏర్పరుస్తున్నాయి.

- పశ్చిమతీర మైదానాల్లో వర్షపాతం ఎక్కువ. దక్షిణం నుండి ఉత్తరంనకు పోయేకొలది వర్షపాతం తగ్గును.
- వాణిజ్య పంటలకు ప్రసిద్ధి.
- పశ్చిమ తీరంలో ఓడరేవులన్నీ సహజ సిద్ధంగా ఏర్పడతాయి.
- గుజరాత్ ఉత్తర తీరం - కచ్ తీరం
- గుజరాత్ దక్షిణ తీరం - కాంబే తీరం
- గుజరాత్ మధ్య తీరం - కథియవార్ తీరం
- మహరాష్ట్ర + గోవా తీరం - కొంకణ్ తీరం
- కర్ణాటక తీరం - కెనరా తీరం
- కేరళ తీరం - మలబార్ తీరం

తూర్పు తీరమైదానాలు:

- తూర్పు కనుమలకు తీర రేఖకు మధ్యలో ఉన్నాయి.
- వీటి వెడల్పు వాటితో పోల్చితే ఎక్కువ.
- ఇవి ఎక్కువగా నదీ నిక్షేపణ చర్యల ద్వారా ఏర్పడ్డాయి.
- తరంగ క్రమక్షయ చర్యలు తక్కువ.
- మైదానమే సముద్రంలోకి విస్తరించినట్లు ఉంటుంది. అందుకే వీటిని ఉద్గీపన మైదానాలు అంటారు.
- తూర్పు తీరమైదానాల్లో డెల్టాలు ఎక్కువ.
- ఈ మైదానంలో తీరరేక వద్ద పులికాట్, చిలకా వంటి సరస్సులు ఏర్పడ్డాయి. ఆడెల్టాల మధ్యలో మంచి నీటి సరస్సు ఏర్పడవచ్చు.

  ఉదా : కొల్లేరు సరస్సు.

  - కొల్లేరుకు నీటిని అందిస్తున్న నదులు - బుడమేరు, రామిలేరు, తమ్మిలేరు, ఎర్రకాలువ.
  - కొల్లేరు నుంచి సముద్రానికి నీటిని తెస్తున్న నది - ఉప్పుటేరు.
- తీర ప్రాంతాల్లో ఉప్పునీటి సరస్సులు కూడా ఏర్పడవచ్చు.

  ఉదా : దేశంలో అతిపెద్ద లాగున్ చిల్కా (ఉప్పునీటి సరస్సు)
- వర్షపాతం సగటున తక్కువ ఉత్తరానికి పోయే కొలది పెరుగుతుంది.
- ఒండ్రు నేలలు ఎక్కువగా ఉండడం, డెల్టాలు ఎక్కువగా ఉండడం వల్ల ఆహార పంటలు ముఖ్యంగా వరిని ఎక్కువగా పండిస్తారు.
- ఇక్కడ ఏర్పడ్డ ఓడరేవులు విశాఖ మినహా అన్ని కృత్రిమమైనవే.
- తమిళనాడు + దక్షిణాంధ్ర తీరం - కోరమాండల్.
- ఆంధ్ర తీరం - కోస్తా, సర్కార్, గోల్కొండ తీరం.
- ఒడిస్సా తీరం - ఉత్కల్ తీరం.
- వెస్ట్ బెంగాల్ తీరం - వంగ తీరం.

ఆంధ్రప్రదేశ్ తీర మైదానాలు:

- ఆంధ్రా మైదానాలు ఉత్కళతీరం యొక్క దక్షిణం నుంచి పులికాట్ సరస్సు వరకు విస్తరించి ఉన్నాయి.
- శ్రీకాకుళం నుండి తిరుపతి వరకు 12 తీర ప్రాంత జిల్లాలతో పాటు ఈస్ట్ గోదావరి, ఏలూరు, గుంటూరు వంటి

జిల్లాల్లో కూడా విస్తరించి ఉన్నాయి. పీఠభూమి తర్వాత 2వ స్థానంలో తీరమైదానం 3వ స్థానంలో తూర్పు కనుములు ఉన్నాయి.

- విశాఖలో దీని వెడల్పు చాలా తక్కువ. గోదావరి జిల్లాలో సుమారుగా 160 కి.మీ.ను గరిష్ఠంగా కల్గి ఉంది. (పోలవరం నుండి అంతర్వేది)
- ఈ మైదానాల్లో డెల్టా ప్రాంతంలో ముఖ్యంగా ఏలూరు, కృష్ణా జిల్లాల్లో దేశంలోనే 2వ అతిపెద్ద సహజ మంచినీటి సరస్సు ఏర్పడింది అదే కొల్లేరు సరస్సు. కొల్లేరుకు బుడమేరు, తమ్మిలేరు, రామిలేరు, ఎర్రకాలువ వంటి అంత:స్థలీయ నదులు నీటిని అందిస్తున్నాయి.
- కొల్లేరు నుండి సముద్రానికి నీటిని తీసుకువెళ్తున్న ప్రవాహాన్ని ఉప్పుటేరు అంటారు.
- ఆంధ్రప్రదేశ్ తీరమైదానంలో తిరుపతి జిల్లాల్లో రాష్ట్రంలోనే అతిపెద్ద లగూన్ పులికాట్ (460 కి.మీ.) ఏర్పడింది.
- ఆంధ్రప్రదేశ్ మైదానాన్నే సర్కార్ తీరం, గోల్కొండ తీరం మరియు కోస్తా తీరం అని అంటారు.

దీవులు :

- చుట్టూ నీటితో ఉన్న ప్రాంతాన్ని దీవి అని అంటారు. వీటి యొక్క స్థానం ఆధారంగా దీవులను 3 రకాలుగా విభజించవచ్చును.

  1) నదీ ఆధారిత దీవులు

  2) తీర ప్రాంత దీవులు

  3) సముద్ర దీవులు

నదీ ఆధారిత దీవులు:

- భారత ఖండ భాగంలో నదులు, సరస్సులు, రిజార్వాయర్లు మొదలైన వాటి మధ్యలో ఏర్పడిన దీవులు

  1. **కృష్ణానది :** ఆంధ్రప్రదేశ్‌లో ప్రకాశం బ్యారేజి & దాని వెనుక జిల్లాల్లో ఏర్పరచిన దీవి భవానీ దీవి.
  2. **కావేరి నది :** కర్ణాటకలో శ్రీరంగపట్నం, శివసముద్రం దీవులను అదే విధంగా తమిళనాడులో శ్రీరంగం అనే దీవిని ఏర్పరిచింది.
  3. ప్రపంచంలోనే, అతిపెద్ద నదీ ఆధారిత దీవి మజులి. ఈ దీవిని బ్రహ్మపుత్ర మరియు సుభన్‌శ్రీ అనే నదులు ఏర్పరిచాయి.

తీరప్రాంత దీవులు:

- భారత తీరరేఖకు అనుకుని ఏర్పడిన దీవులు వీటినే ఖండతీర దీవులు అని అంటారు.

  ఉదా : గుజరాత్ తీరంలో ద్వారక, దయ్యు, ఫిరామ్, బైస్లా, నోరా.
- అలియాబెట్, కడారియా బెట్ అనే దీవులను నర్మద నది తన యొక్క ముఖద్వారంలో నిక్షేపణ చర్యల ద్వారా ఏర్పరుస్తుంది.

  Note: భారతదేశం తీరం వెలుపల మొట్టమొదటి ముడి చమురు బావి – అలియాబెట్
- మహారాష్ట్ర తీరాన గల దీవులు ముంబాయి (సాల్‌శెట్టి), నవసేన (జవహర్ నవసేన పోర్ట్), బాసిన్ దీవులు, గోవా తీరాన అంజి దీవులు.
- కేరళ తీరాన గల దీవి – వెల్లింగ్‌డన్.
- శ్రీలంక దగ్గరలో తమిళనాడు తీరంలోగల దీవి – పాంబన్
- **ఆంధ్రప్రదేశ్ తీరంలో పులికాట్ సరస్సుకు అనుకుని ఉన్నదీవులు :**

  1. శ్రీహరికోట (పులికాట్‌కి తూర్పు),

2. ఇరుక్కుం (తిరుపతి),

3. వేనాడు దీవి (తిరుపతి).

❖ కాకినాడ తీరాన గల దీవి - హోప్.

❖ ఒడిస్సా తీరంలో ప్రఖ్యాతి గాంచిన దేవి - వీలర్ దీవి (ఎపిజె అబ్దుల్ కలాం ఐలాండ్). ఇక్కడ క్షిపణి ప్రయోగ కేంద్రం ఉంది.

Note: భారతదేశంలో డి.ఆర్.డి.ఓ తన 2వ మిస్సైల్ టెస్టింగ్ సెంటర్‌ను కృష్ణాజిల్లాలోని నాగాయలంక మండలం ఏటిమోగ ప్రాంతంలో నిర్మించబోతున్నారు.

సముద్ర దీవులు:

❖ తీరరేఖ నుండి సుదూరంగా సముద్రంలో ఏర్పడ్డ దీవులు. దేశానికి చెందిన ఇటువంటి దీవులను 2 సమూహాలుగా విభజించవచ్చును.

1. అండమాన్ నికోబార్ దీవులు, 2. లక్షదీవులు.

అండమాన్ నికోబార్ దీవులు:

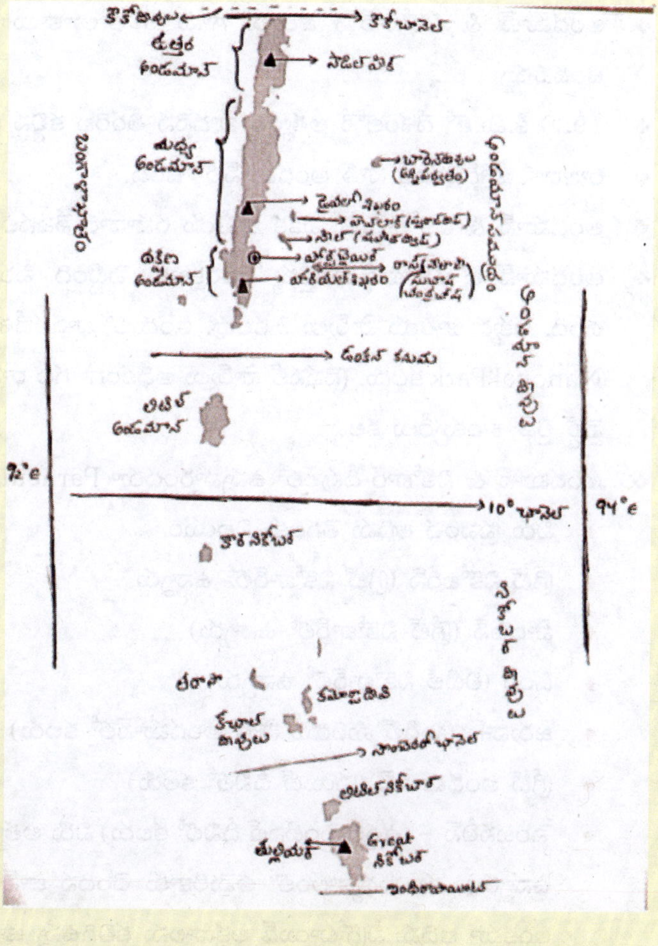

❖ వీటిని Extention of Himalayas అని పిలుస్తారు (హిమాలయాల కొనసాగింపు).

❖ భారత ఫలక యొక్క సముద్రపు అంచు మరియు బర్మా ఫలక యొక్క సముద్ర అంచులు అభిసరణ చలనం ద్వారా వాటి ఉమ్మడి అంచు వద్ద ఏర్పడ్డ చాపాకార దీవుల సముదాయమే అండమాన్ నికోబార్. ఇందులో ఇంచుమించు 265 చిన్న మరియు పెద్ద దీవులు కలవు. అండమాన్ నికోబార్ దీవులు $6^0 45'$N నుంచి $13^0 45'$N ఉత్తర అక్షాంశాలు వరకు మరియు $92^0 10'$E నుంచి $94^0 15'$E వరకు మొత్తం 8249 చ.కి.మీ.ల విస్తీర్ణంలో కలదు.

అండమాన్:

❖ అండమాన్ దీవులను మరలా ఉత్తర, మధ్య మరియు దక్షిణ అండమాన్‌లుగా విభజించారు.

❖ అండమాన్ దీవులకి అతి దగ్గరలో ఉన్న దేశం మయన్మార్.

❖ మయన్మార్‌కి చెందిన కోకో దీవులని మరియు ఉత్తర అండమాన్‌ను వేరుచేసే చానల్ కోకో చానల్.

❖ దక్షిణ అండమాన్‌ను, లిటిల్ అండమాన్‌ను వేరుచేసేది డంకన్ పాసేజ్.

❖ అండమాన్ దీవులను, నికోబార్ దీవులను వేరు చేస్తున్నది 10° చానల్.

- గ్రేట్ లేదా గ్రాండ్ సీ ఇండోనేషియా మరియు గ్రేట్ నికోబార్ దీవుల మధ్యలో ఉంది.
- ఇండోనేషియా దీవులలో సుమత్రా దీవి గ్రేట్ నికోబార్‌కు అత్యంత సమీపాన కలదు.

Note: 2004 డిసెంబర్ 26న హిందూ మహాసముద్రంలో ఏర్పడిన సునామీకి కారణమైన భూకంపం యొక్క నాభి సిమ్యూల్ దీవి వద్ద కనుగొన్నారు.

- అండమాన్ దీవులకు తూర్పున ఉన్న సముద్రాన్ని అండమాన్ సముద్రం అని, వీటికి పశ్చిమాన ఉన్న సముద్రాన్ని బంగాళాఖాతం అని అంటారు.
- మధ్య అండమాన్‌కి తూర్పున గల బారెన్ దీవి అండమాన్ సముద్రంలో కలదు.
    1. భారతదేశంలో ఉన్న ఏకైక క్రియాశీలక అగ్నిపర్వతం బారెన్.
    2. భారతదేశంలో ఉన్న ఏకైక నిద్రాణ అగ్నిపర్వతం నార్కొండమ్. ఇది ఉత్తర అండమాన్‌కి తూర్పున కలదు.
- ఇండియాలోనే అతిపెద్ద దీవి మధ్య అండమాన్. దేశంలో అండమాన్ & నికోబార్ దీవుల సమూహంలో గల అతిచిన్న దీవులు: రాస్, నీల్, హవ్‌లాక్‌లు.

  ఈ మధ్య కాలంలోనే మోడి పర్యటన సందర్భంగా రాస్‌ను - సుభాష్‌గా, నీల్‌ని - షాహిద్‌గా, హవ్‌లాక్ - స్వరాజ్‌గా పేర్లు మార్చడం జరిగింది.
- అండమాన్ & నికోబార్ 3 జిల్లాలు గాను 9 తాలూకాలు గాను పరిపాలించబడుతుంది. 4.5 లక్షల జనాభా ఉండవచ్చు
- 1920 కి.మీ.తో దేశంలోనే అత్యంత పొడవైన తీరరేఖ కల్గిన ప్రాంతం.
- రాజధాని పోర్ట్‌బ్లెయిర్ సౌత్ అండమాన్‌లో ఉంది.
- అండమాన్ & నికోబార్ లో ఎకైక జాతీయ రహదారి నేషనల్ హైవే - 4.
- అండమాన్ & నికోబార్ జీవవైద్య పరిరక్షణకు పెట్టింది పేరు. ఇక్క గ్రేట్ నికోబార్ అనే Bisophere Reserv ఉంది. ఇక్కడ జాతీయ పార్క్‌లు 9 కలవు. ఇందులో భారతదేశ అతి చిన్న జాతీయ పార్కు అయిన South button National Park కలదు. (నేషనల్ పార్క్‌లు అధికంగా గల రాష్ట్రం మధ్యప్రదేశ్) మరియు ఇక్కడ సుమారు 96 వరకు వైల్డ్ లైఫ్ శాంక్చురీలు కలవు.
- అండమాన్ & నికోబార్ దీవులలో ఉన్నవారందరూ Particularly Vulnerable tribal సమూహాలు. అదేవిధంగా
    - వీరు ప్రపంచ ఆదిమ తెగలకు నిలయం.
    - గ్రేట్ నికోబరీస్ (గ్రేట్ నికోబార్‌లో ఉన్నారు
    - షాంపెన్ (గ్రేట్ నికోబార్‌లో ఉన్నారు)
    - ఓంగే (లిటిల్ నికోబార్‌లో ఉన్నారు)
    - జరువాస్ (మిడిల్ మరియు సౌత్ అండమాన్‌లో కలరు)
    - గ్రేట్ అండమానీస్ (స్ట్రయిట్ దీవిలో కలరు)
    - సెంటనలీస్ - (ఉత్తర సెంటినల్ దీవిలో కలరు) వీరు అత్యంత ప్రమాదకరమైనవారు (వీళ్ళు ప్రమాదపు అంచుల్లో ఉన్నారు). ఈ మధ్యకాలంలో అమెరికాకు చెందిన జాన్‌చౌ అనే మత ప్రచారకుడ్ని చంపివేయడం జరిగింది. ఇంకనూ ఆదిమ నీగ్రోటాయిడ్ లక్షణాలను కలిగిఉన్న జాతి. వీళ్లుంటున్న దీవి వైపు ఇతరులు వెళ్ళటాన్ని కేంద్ర ప్రభుత్వం నిషేదించటం జరిగింది.
- అండమాన్ & నికోబార్‌లో ఎత్తైన శిఖరం మౌంట్ శాడిల్, ఇది ఉత్తర అండమాన్‌లో కలదు. మధ్య అండమాన్‌లో ఎత్తైన దీవి డియవాలో, దక్షిణ అండమాన్‌లో ఎత్తైన శిఖరం హారియట్, నికోబార్ దీవుల్లో ఎత్తైన శిఖరం తుల్లియార్.

- అండమాన్ నికోబార్ దీవుల రాజధాని అయిన పోర్ట్‌బ్లెయిర్ దక్షిణ అండమాన్‌లో కలదు.

నికోబార్:

- నికోబార్ దీవులన్నింటిలో కెల్లా గ్రేట్ నికోబార్ దీవి పెద్దది. ఇది అత్యంత దక్షిణాన గల దీవి. ఇండోనేషియా దీవి అయిన సుమత్రా దీవికి అత్యంత సమీపంలో ఉంటుంది.
- నికోబార్ దీవులలో అత్యంత ఉత్తరాన గల దీవి కార్‌నికోబార్ దీవి. దీనికి దక్షిణాన కచ్చల్ దీవి ఉంది. కచ్చల్ దిగువున లిటిల్ నికోబార్ దీవి కలదు. లిటిల్ నికోబార్ దిగువున గ్రేట్ నికోబార్ దీవి ఉంటుంది.

లక్షదీవులు:

- లక్షదీవులు మలబార్ తీరానికి (కొచ్చి) పశ్చిమాన 200 నుండి 300 కి.మీ. మధ్యలో విస్తరించి యున్న ఒక 36 దీవుల సముదాయం. వీటి విస్తీర్ణం 32 చ॥కి॥మీ.
- జనాభా, విస్తీర్ణం, లోక్‌సభ నియోజకవర్గం వంటి వివిధ అంశాల్లో భారతదేశంలోనే అతిచిన్న భూభాగం.
- ఈ దీవులను 11^0 ఉత్తర అక్షాంశం 3 భాగాలుగా విభజిస్తుంది.
  1. అమినీ దీవుల సమూహం (11^0 అక్షాంశంకి ఉత్తరాన).
  2. కన్ననూర్ దీవుల సమూహం (11^0 అక్షాంశంకి సమాంతరంగా).
  3. మినికాయ్ దీవుల సమూహం (11^0 అక్షాంశంకి దక్షిణాన).

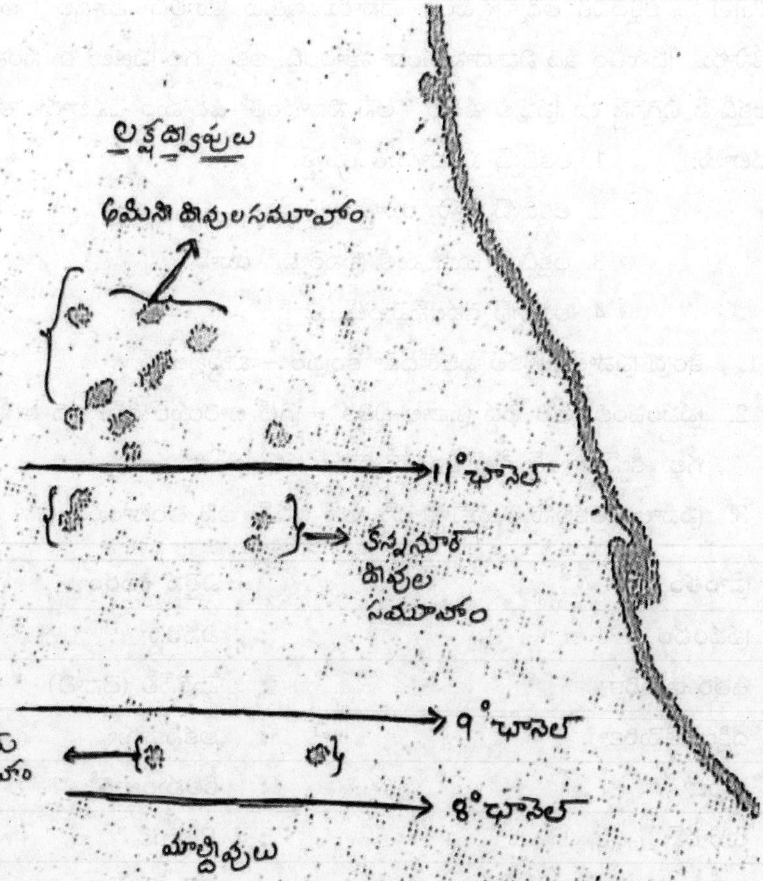

- ఇది 8^0 నుండి 12^0 ఉత్తర అక్షాంశాల వరకూ మరియు 71^0 నుండి 74^0 తూర్పు రేఖాంశాల వరకు విస్తరించి ఉన్నాయి.
- మినికాయ్, మాల్దీవులను వేరు చేస్తున్న సముద్ర భాగం 8^0 ఛానెల్. మినికాయ్‌ను ఇతర లక్షదీవులను వేరుచేస్తున్న సముద్ర భాగం – 9^0 ఛానెల్.
- లక్షదీవుల రాజధాని – కవరత్తి. లక్షదీవుల్లో గల air base అగత్తి.
- లక్షదీవుల్లో వన్యప్రాణి సంరక్షణ కేంద్రం – పిట్టి
- మొత్తం 36 దీవులలో ఇటీవల కాలంలో మునిగిన దీవి – పరాలి.
- జనాభా సుమారుగా – 65,000.
- సంతానోత్పత్తి రేటు – 1.4
- ఇక్కడ 95% ముస్లింలుంటారు. మాట్లాడే భాషలు మలయాళం మరియు మాహి.
- వీరి అక్షరాస్యతా రేటు 90 శాతం కంటే ఎక్కువ ఉంది.
- ఇక్కడ అడవుల విస్తీర్ణం కూడా 90 శాతం కంటే ఎక్కువ ఉంది.
- వీరి యొక్క తలసరి ఆదాయం భారతదేశం సగటు తలసరి ఆదాయం కంటే ఎక్కువ.
- లక్ష దీవులో ఎత్తైన ప్రాంతం / శిఖరం పిల్లోమిల్లో
- లక్ష దీవులు అన్నీ ప్రవాళ భిత్తికలే.

Note: కేంద్ర ప్రభుత్వం దయ్యూ, డామన్ మరియు దాద్రానగర్ హవేలీకి అడ్మినిస్ట్రేటర్‌గా ఉన్న Praful Khoda Patel ను లక్షదీవికి అడ్మినిస్ట్రేటర్‌గా చేసారు. ఇతను 'మాల్దీవ్స్ మోడల్ ' అని చెప్పి కొన్ని సంస్కరణలు చేసారు. ప్రసుతం ఇది వివాదాస్పదంగా మారింది. ఇక్కడ గల ప్రజలు ఈ సంస్కరణలకు వ్యతిరేఖంగా 'సేవ్ లక్షద్వీప్ ఎగైనెస్ట్ టు ప్రఫుల్ పటేల్ ' అనే నినాదంతో ఉద్యమం చేపట్టారు. ఈ సంస్కరణల్లో తెచ్చిన కొన్ని **చట్టాలు:**

1. లక్షద్వీప్ పంచాయత్ యాక్ట్
2. లక్షద్వీప్ పాసా యాక్ట్
3. లక్షద్వీప్ యానిమల్ ప్రిసర్వేషన్ యాక్ట్
4. లక్షద్వీప్ డెవలప్‌మెంట్ యాక్ట్

Note:

1. కేంద్ర ప్రవాల భిత్తికల పరిశోధనా కేంద్రం – పోర్ట్‌బ్లెయిర్.
2. ప్రపంచంలో అతి పెద్ద ప్రవాల భిత్తిక – గ్రేట్ బారియర్ రీఫ్. ఇది ఆస్ట్రేలియాకి ఈశాన్య తీరరేఖలో గల క్వీన్స్‌ల్యాండ్ స్టేట్ తీరంలో కోరల్ సముద్రంలో కలదు.
3. ప్రవాల భిత్తికలను రెయిన్ ఫారెస్ట్స్ ఆఫ్ ఓషన్స్ అని అంటారు.

ప్రాంతం		ఎత్తైన శిఖరం
ప్రపంచం	:	ఎవరెస్ట్
ఉత్తర అమెరికా	:	మెకెన్‌లీ (దెనాలి)
దక్షిణ అమెరికా	:	అకన్‌కాగ్వు
ఆఫ్రికా	:	కిలిమంజారో
యూరప్	:	Elbrus
ఆస్ట్రేలియా	:	కోషియాస్కో

అంటార్కిటికా	:	విన్సన్ మాసిఫ్
వివాదాస్పద భారత్	:	కె2,
వివాదరహిత భారత్	:	కాంచన గంగా
తూర్పు హిమాలయాలు	:	సారామతి
ఆరావళి	:	గురుశిఖర్
వింధ్యా	:	సద్భావన
వింధ్య & సత్పుర (మధ్యప్రదేశ్)	:	దూప్‌ఘర్
ఉత్తర సహ్యాద్రి/మహారాష్ట్ర	:	కల్సుబై
మధ్య సహ్యాది / కర్ణాటక	:	వావుల్‌మలై / మౌలంగిరి
నీలగిరి	:	దొడబెట్ట
పశ్చిమ కనుములు / దక్షిని భారత్ / కేరళ	:	అనైముడి
ఒడిస్సా	:	డియోమాలి
తెలంగాణ	:	దోళిగుట్ట
ఆంధ్రప్రదేశ్ / తూర్పు కనుములు	:	జిందగడ
ఉత్తర అండమాన్ & అండమాన్ నికోబార్	:	శాడిల్ శిఖరం
మధ్య అండమాన్	:	డియవాలో
దక్షిణ అండమాన్	:	హారియట్
నికోబార్	:	తుల్లియర్
లక్షదీవులు	:	పిల్లోమిల్లో

అయితే ఆంధ్రప్రదేశ్‌లో నైసర్గిక స్వరూప విషయానికి వస్తే 3 విభాగాలుగా విభజించవచ్చు. అవి:

1. పీఠభూమి 2. తూర్పు కనుమలు 3. తీర మైదానాలు.

1. పీఠభూమి:

❖ పీఠభూమి ప్రధానంగా గ్రానైట్, క్వార్ట్జ మరియు అతి పురాతన ఆర్కియాన్ నీస్, సిస్ట్ శిలలతో ఏర్పడి ఉంది. తెలంగాణలో అన్నీ జిల్లాలు మరియు రాయలసీమలోని అనంతపురం, సత్యసాయి, కర్నూలు, నంద్యాల ప్రాంతాలు మొత్తంగా ఈ పీఠభూమిలో అంతర్భాగంగా ఉన్నాయి. మరియు అనంతపురం, చిత్తూరు జిల్లాలలో కొంతభాగం, మైసూరు పీఠభూమిలో అంతర్భాగంగా ఉంది. రాష్ట్రంలో శ్రీకాకుళం నుండి చిత్తూరు వరకు కూడా పీఠభూమి లక్షణాలు ఎక్కువగా కలిగివున్నాయి. ఈ పీఠభూమి వివిధ రకాల శిలలచే ఏర్పడి ఉంది.

ధార్వాడ్ శిలలు	:	విజయనగరం, విశాఖపట్నం, మన్యం, అల్లూరి జిల్లాల్లో విస్తరించి ఉన్నాయి.
కడప శిలలు	:	కడప, అన్నమయ్య, కర్నూలు, అనంతపురం, సత్యసాయి జిల్లాలలో కలవు.
కర్నూలు శిలలు	:	కర్నూలు ప్రాంతంలో విస్తరించి ఉంది.
రాజమండ్రి శిలలు	:	ఇవి తాడేపల్లిగూడెం, జాగర్లమూడి, నూజివీడు, తుని, రాజమండ్రి, సంగం, కావలి ప్రాంతాలలో ఉన్నాయి. ఇవి సముద్ర జలాలు ఉప్పొంగడం వల్ల ఏర్పడ్డ శిలలు.
దక్కను నాపలు	:	ఇవి ఆంధ్రప్రదేశ్‌లో గోదావరి జిల్లాలు, ఏలూరు, ప్రకాశం, గుంటూరు, పల్నాడు ప్రాంతాలలో ఉన్నాయి.

2. తూర్పు కనుమలు:

- ఆంధ్రప్రదేశ్‌లో తూర్పు కనుమలు, ఉత్తర-దక్షిణ దిశలు విస్తరించి ఉన్నాయి. ఇవి కృష్ణా, గోదావరి, పెన్నా లాంటి పెద్ద పెద్ద నదుల వికోశీకరణ చర్యల ఫలితంగా శిథిలమై గొలుసు రూపంలో అవిచ్ఛన్నంగా రాష్ట్ర భూభాగమంతా విస్తరించి ఉన్నాయి. తూర్పు కనుమలు, ఛార్నోకైట్, కాండోలైట్ అనే రూపాంతర శిలలతో ఏర్పడ్డాయి. అయితే ఉత్తరంగా ఉన్న తూర్పు కనుమలను తూర్పు శ్రేణలు అని దక్షిణంగా ఉన్న తూర్పు కనుమలను కడప శ్రేణులని అంటారు.
    - తూర్పుకనుమలు కోసం ఈ పాఠ్యభాగంలో భారతదేశ తూర్పు కనుమలు కోసం వివరించిన దానిలో పేర్కొనడం జరిగింది.

3. తీర మైదానాలు:

- ఆంధ్రప్రదేశ్‌లో తీరమైదానం, ఉత్తరాన శ్రీకాకుళం జిల్లాలోని బహుదా నదినుండి దక్షిణాన తిరుపతి జిల్లాలోని పులికాట్ వరకు విస్తరించి ఉన్నాయి. భారతదేశ తీరరేఖ పొడవులో ఆంధ్రప్రదేశ్ తీరరేఖ పొడవు 13 శాతంగా ఉంది. రాష్ట్రంలో తీరరేఖ గల జిల్లాలు 12 (కోస్తాజిల్లాల్లో 11, రాయలసీమ జిల్లా 1) అవి:

1. శ్రీకాకుళం,	2. విజయనగరం,	3. విశాఖపట్నం,
4. అనకాపల్లి,	5. కాకినాడ,	6. కోనసీమ,
7. పశ్చిమ గోదావరి,	8. కృష్ణా,	9. బాపట్ల,
10. ప్రకాశం,	11. శ్రీ పొట్టిశ్రీరాములు నెల్లూరు,	12. తిరుపతి.

- అత్యధిక తీరరేఖ గల జిల్లా: శ్రీకాకుళం జిల్లా, అత్యల్ప తీరరేఖ గల జిల్లా పశ్చిమ గోదావరి.
- **తీరరేఖలో మొదటి మూడు జిల్లాలు:** 1. శ్రీకాకుళం
  2. తిరుపతి (పులికాట్ తీరాన్ని కూడా గణిస్తే)
  3. కృష్ణా.
- **తీరరేఖలో చివరి మూడు జిల్లాలు:** 12. పశ్చిమ గోదావరి 11. విజయనగరం
  10. విశాఖపట్నం.

CHAPTER 7

శీతోష్ణస్థితి

(భారతదేశం & ఆంధ్రప్రదేశ్)

- శీతోష్ణస్థితి గురించి అధ్యయనం చేయడాన్ని 'క్లైమటాలజీ' అంటారు.
- Climate అనే పదం "CLIMA" అనే గ్రీకు పదం నుండి ఆవిర్భవించింది. దీని అర్థం 'సూర్యకిరణాలు వంగి ప్రయాణించడం'.
- ఉష్ణోగ్రత, పీడనం, పవనం, మేఘం, ఆర్ద్రత, అవపాతం ఇలా అన్ని రకాల వాతావరణ అంశాల దీర్ఘకాలిక సగటును 'శీతోష్ణస్థితి' అంటారు.

భారత శీతోష్ణస్థితిపై ప్రభావం చూపే అంశాలు:

1. అక్షాంశాలు
2. సముద్రమట్టం నుండి దూరం
3. తూర్పు జెట్ స్ట్రీమ్స్
4. పశ్చిమ జెట్ స్ట్రీమ్స్
5. హిమాలయాలు
6. భారత నైసర్గిక స్వరూపం
7. ఎల్‌నినో - లానినో
8. ఉన్నతి (Altitude)/ ఎత్తు
9. IOD (Indian Ocean Dipole)
10. MJO (Madden - Jullian Oscillation)

- భారతదేశం అక్షాంశాల పరంగా 8°4'n నుండి 37°6'n మధ్యలో విస్తరించి ఉంది.
- ఆంధ్రప్రదేశ్ అక్షాంశాల పరంగా 12°37'n నుండి 19°15'n మధ్యలో విస్తరించి ఉంది.
- భారతదేశం మధ్యగుండా కర్కాటకరేఖ (23 ½° n) పోతూ రెండు సమాన అర్ధ భాగాలుగా విభజిస్తుంది.
- ఆంధ్రప్రదేశ్ 23 ½° n అక్షాంశానికి దిగువున వుంది. కావున ఆంధ్రప్రదేశ్ ఉష్ణమండల శీతోష్ణస్థితి కలిగివుంది.
- కర్కాటకరేఖకు దిగువున ఉన్న భారతదేశం పూర్తిగా ఉష్ణమండలంలో ఉంది. కర్కాటక రేఖకు ఎగువున ఉన్న భారతదేశం పూర్తిగా సమశీతోష్ణ మండలంలో ఉంది.
- సైబీరియా ప్రాంతం నుండి కర్కాటరేఖ వైపునకు వీచే అతి చల్లని పవనాలను హిమాలయాలు భారతదేశంలోనికి రాకుండా అడ్డుకుంటున్నాయి. దీంతో సమశీతోష్ణ మండలంలో సగటు ఉష్ణోగ్రతలు పెరిగి సమశీతోష్ణ భూభాగాన్ని కూడా ఉష్ణమండలంగా మారుస్తున్నాయి. అంతేకాకుండా ఆ ప్రాంత భౌతిక, ఆర్థిక, ఆచార వ్యవహారాలు కూడా ఉష్ణమండల లక్షణాలనే కలిగి ఉన్నాయి.
- ఉత్తర హిందూ మహాసముద్రం యొక్క భూపరివేష్టిత లక్షణం మరియు ఇతర కారణాల వల్ల ఆవిర్భవించిన ఋతుపవనాలు భారతదేశంలోకి ప్రవేశిస్తాయి. ఈ ఋతుపవనాలు భారత భూభాగాన్ని దాటకుండా హిమాలయాలు అడ్డుకుంటూ దేశాన్ని ఋతుపవన శీతోష్ణస్థితిగా మారుస్తున్నాయి. కాబట్టి భారత శీతోష్ణస్థితిని ఉష్ణమండల ఋతుపవన శీతోష్ణస్థితి

/ ఆయన రేఖ ఋతుపవన శీతోష్ణస్థితి అంటారు. (Tropical monsonal type of climate).

- ఆంధ్రప్రదేశ్ కూడా ఆయనరేఖ ఋతుపవన శీతోష్ణస్థితిని కలిగివుంది. రాయలసీమ ప్రాంతం ఉపశుష్క లక్షణాలు కలిగి ఉంది. కావున కొపెన్ వంటి శాస్త్రవేత్తలు ఈ ప్రాంతాన్ని సవన్నా రకపు శీతోష్ణస్థితితో పోలుస్తారు.
- సంవత్సరాన్ని 6 ఋతువులుగా విభజించారు.

ఋతువు	తెలుగు నెల	ఇంగ్లీషు నెల
1. వసంత ఋతువు	చైత్రం, వైశాఖం (మార్చి 22-మే22)	మార్చి-ఏప్రిల్
2. గ్రీష్మ ఋతువు	జ్యేష్ఠం, ఆషాడం (మే 22 - జూలై 22)	మే - జూన్
3. వర్ష ఋతువు	శ్రావణం, భాద్రపదం (జూలై 22-సెప్టెంబర్ 22)	జూలై - ఆగస్టు
4. శరత్ ఋతువు	అశ్వీయుజం, కార్తీకం (సెప్టెంబర్ 22 - నవంబర్ 22)	సెప్టెంబర్ - అక్టోబర్
5. హేమంత ఋతువు	మార్గశిరం, పుష్యం, (నవంబర్ 22-జనవరి 22)	నవంబర్ - డిసెంబర్
6. శిశిర ఋతువు	మాఘం, పాల్గుణం (జనవరి 22 - మార్చి 22)	జనవరి - ఫిబ్రవరి

- తెలుగు నెలలు - 12
- భారతదేశపు తొలి తెలుగు నెల - చైత్రం.
- తొలి తెలుగు తేది - మార్చి 22. (లీపు సంవత్సరం అయితే మార్చి 21 అవుతుంది)
- భారత వాతవరణ పరిశోధన ప్రధాన కార్యాలయం - ఢిల్లీ (1944లో ఈ సంస్థ యొక్క ప్రధాన కార్యలయం పూణె నుండి ఢిల్లీకి మర్చారు).
- భారత వాతావరణ శాఖ (India Meteorological Department-IMD) ప్రకారం భారతదేశ శీతోష్ణస్థితిని 4 ఋతువులుగా విభజించారు.
  1. శీతకాలం (డిసెంబర్ - ఫిబ్రవరి)
  2. వేసవి కాలం (మార్చి - మే)
  3. నైరుతి ఋతుపవన కాలం (జూన్ - సెప్టెంబర్)
  4. ఈశాన్య ఋతుపవన కాలం (అక్టోబర్ - నవంబర్) / తిరోగమన ఋతుపవన కాలం.

1. శీతాకాలం (చల్లని వాయుస్థితి కాలం):

- సూర్యుని కిరణాలు నిట్టనిలువుగా భూమధ్యరేఖపై పడేది మార్చి 21 & సెప్టెంబర్ 23 వీటిని విషవత్తుగా పిలుస్తారు. (సమాన పగలు, రాత్రి)
- సూర్యుని ఉత్తరార్ధగోళ ప్రయాణం అంతం అయ్యేది ఆయన నిట్టనిలువు కిరణాలు కర్కట రేఖపై పడినపుడు (జూన్ 22). దీనిని వేసవి ఆయనాంతంగా చెబుతాం. ఈ రోజునే దేశంలో అత్యధిక పగటి సమయం నమోదవుతుంది.
- సూర్యుని దక్షిణార్ధ గోళ ప్రయాణం అంతమయ్యేది ఆయన నిట్టనిలువు కిరణాలు మకర రేఖపై పడినపుడు (డిసెంబర్ 22). ఈ రోజునే దేశంలో అత్యధిక రాత్రి సమయం నమోదవుతుంది.

- సూర్యుని యొక్క కిరణాలు నిట్టనిలువుగా ఎక్కడైతే పడుతున్నాయో అక్కడ అధిక ఉష్ణోగ్రతలు, అల్ప పీడనాలు నమోదవుతాయి. ఆ ప్రాంతంలో ఆయన రేఖల నుండి వచ్చే వ్యాపార పవనాలు అభిసరణం చెందుతాయి. ఆ ప్రాంతాన్ని అంతర ఆయన రేఖ అభిసరణ మండలం (ITCZ-Inter ropical Convergence Zone) గా పిలుస్తారు.
- సూర్యుని యొక్క దక్షిణ భాగం కాబట్టి దక్షిణార్ధగోళంలో ITCZ ఉంటుంది. కాబట్టి ఉత్తరార్ధ గోళంలో ఉన్న భారతదేశ ప్రాంతాలు శీతాకాలాన్ని అనుభవిస్తాయి. ఈ కాలంలో దక్షిణం నుండి ఉత్తరానికి వెళ్ళేకొలది ఉష్ణోగ్రతలు తగ్గుతాయి.
- దేశంలో అత్యల్ప ఉష్ణోగ్రతలు నమోదయ్యే ప్రాంతం లడక్. (1. సియాచిన్ 2.కార్గిల్ 3. ద్రాస్) వంటి ప్రదేశాలల్లో $-40^{o}C$ వరకు ఉష్ణోగ్రతలు నమోదవుతుంది. ఈ ప్రాంతాలు ఉత్తరంగా ఉండడం మరియు 7000 మీటర్లు ఎత్తులో ఉండటం వంటి కారణాల వల్ల అత్యల్ప ఉష్ణోగ్రతలు నమోదు అవుతాయి.
- ఇండియాలో అత్యంత శీతల నెల - జనవరి
- ఆంధ్రప్రదేశ్‌లో అత్యంత శీతల నెల - డిసెంబర్
- దేశంలో శీతల రాష్ట్రం - లడక్ (కేంద్రపాలిత ప్రాంతం)
- రాష్ట్రంలో శీతల జిల్లా - సత్యసాయి జిల్లా.
- రాష్ట్రంలో అత్యల్ప ఉష్ణోగ్రతలు నమోదయ్యే ప్రదేశం - లంబసింగి / లమ్మసింగి. ($-2^{o}C$ నమోదవుతుంది).
- లంబసింగి ప్రాంతాన్ని 'ఆంధ్రా కాశ్మీర్ గా పిలుస్తారు'.
- శీతాకాలంలో భారతదేశం అంతా అధిక పీడనాలు కల్గి ఉండి, ఆకాశం నిర్మలంగా ఉండి పొడి శీతోష్ణస్థితి లక్షణాలుంటాయి. ఈ కాలంలో 2 ప్రాంతాల్లో వర్షాలు పడే అవకాశం ఉంది.

1. భారత వాయువ్య ప్రాంతం:

- శీతాకాలంలో వర్షపాతం సంభవించే ఏకైక ప్రాంతం - మధ్యధరా మండలం.
- మధ్యధరా సముద్రం నుండి పశ్చిమ జెట్ ప్రవాహాలు తేమను తీసుకువచ్చి ఈ ప్రాంతంలో 15 సెం.మీ. వరకు వర్షాన్ని ఇస్తున్నాయి. ఇది రబీ పంట అయిన గోధుమ యొక్క దిగుబడిని పెంచుతుంది. అందుకే ఈ పశ్చిమ జెట్ ప్రవాహాలను 'పశ్చిమ విక్షోబాలు' అని పిలుస్తారు. ఇవి వర్షాన్ని ఇచ్చాక శివాలిక్ పర్వతాలను తాకి ఢిల్లీ పరిసర ప్రాంతాల్లో విపరీతం అయిన పొగమంచును ఏర్పరిచి ప్రమాదాలకు, శ్వాసకోశ వ్యాధులకు కారణం అయ్యి అక్కడ జీవనాన్ని అస్తవ్యస్తం చేస్తున్నాయి. అందుకే వీటిని పశ్చిమ కల్లోలాలు (Western Distrubances) అని పిలుస్తారు.

2. ఆగ్నేయ ప్రాంతం (తమిళనాడు దక్షిణాంధ్ర తీర ప్రాంతాలు):

- ఈశాన్య ఋతుపవనాలు డిసెంబర్ నెలలో ఇంకా పూర్తిగా దేశం నుంచి తిరోగమించక పోవడం ద్వారా కోరమండల్ తీరంలో వర్షాలు పడే అవకాశం ఉంది.

2. వేసవి కాలం:

- సూర్యుని యొక్క ఉత్తరయానం మూలంగా మార్చి నుంచి జూన్ వరకు వేసవికాలం. ఈ కాలంలో వాతావరణంలో తేమశాతం పెరుగుతుంది. ఉష్ణోగ్రతలు కూడా పెరుగుతాయి. దక్షిణం నుంచి ఉత్తరానికి పోయేకొలది ఉష్ణోగ్రతలు పెరుగుతాయి. అత్యంత ఉత్తర ప్రాంతాలు హిమాచల్‌ప్రదేశ్, జమ్మూకాశ్మీర్ మినహా మిగతా అన్నీ ప్రాంతాలలో ఉష్ణోగ్రతలు పెరుగుతాయి.
- దేశంలో సగటున అధిక ఉష్ణోగ్రతలు నమోదు అవుతున్న ప్రాంతం జైసల్మేర్.
- రాష్ట్రంలో సగటున అధిక ఉష్ణోగ్రతలు నమోదవుతున్న జిల్లా పల్నాడు.

- ప్రపంచంలో సగటున అధిక ఉష్ణోగ్రతలు నమోదు అవుతున్న సహార ఎడారిలో లిబియ దేశంలో గల అల్ అజీజియా.
- ప్రపంచంలో ఇప్పటి వరకు గరిష్ట ఉష్ణోగ్రత నమోదైన ప్రాంతం మృతలోయ కాలిఫోర్నియా – యుఎస్
- దేశంలో ఇప్పటి వరకు గరిష్ఠ ఉష్ణోగ్రత నమోదైన ప్రాంతం ఫలోడిలోయ – శ్రీగంగా నగర్ – రాజస్తాన్
- ఆంధ్రప్రదేశ్‌లో ఇప్పటి వరకు గరిష్ఠ ఉష్ణోగ్రత నమోదైన ప్రాంతాలు: 1. రెంట చింతల (పల్నాడు జిల్లా).
  1. ముదనూరు (కడప జిల్లా).
  3. ఇబ్రహీం పట్నం (విజయవాడ).
- భారతదేశంలో అత్యధిక ఉష్ణోగ్రత నమోదయ్యే నెల – జూన్
- ఆంధ్రప్రదేశ్‌లో అత్యధిక ఉష్ణోగ్రత నమోదయ్యే నెల – మే
- వేసవి కాలంలో ఇండియాలో వాతావరణం దిగు పొరల్లో ఉన్న గాలి వేడెక్కి వ్యాకోచించి తేలికై పైకి ఎగబాకుతుంది. దీనినే సంవాహనం చెందిన గాలిగా పిలుస్తాం.
- ఈ గాలిని ఒకవేళ తీరప్రాంతం నుండి వీచే తేమతో కూడిన చల్లనిగాలులు కలిస్తే సంవహన వర్షపాతం సంభవిస్తుంది.
- **దేశంలో దీనికి గల స్థానిక పేర్లు:**

♦ సౌత్ ఇండియా (తమిళనాడు, కేరళ)	:	మ్యాంగోషవర్స్
♦ కర్ణాటక	:	చెర్రీ బ్లోసమ్స్
♦ తెలంగాణ	:	తొలకరి
♦ ఆంధ్రప్రదేశ్	:	ఏరువాక
♦ ఈస్ట్ ఇండియా	:	నార్వెస్టర్స్
♦ వెస్ట్ బెంగాల్	:	కాలబైశాఖి
♦ ఈశాన్య భారతదేశం	:	టీషవర్స్ / బార్డోలి చెర్హా
♦ ఉత్తర భారతదేశం	:	అంధీస్ / డస్టీవిండ్స్

- తీర ప్రాంతానికి సుదూరంగా ఉన్న ఉత్తర భారత్‌లో ఈ సంవహగాన గాలులు వర్షమును ఇవ్వలేము. అక్కడ వీటిని అంధీస్ అని పిలుస్తున్నాం.
- తూర్పు జెట్ ప్రవాహాల మూలంగా ఆంధ్రప్రదేశ్ తీర ప్రాంతం నుండి తెలంగాణ, చత్తీస్‌ఘడ్, మధ్యప్రదేశ్, రాజస్థాన్, పంజాబ్‌ల వరకు ఒక వేడి తరంగం ఆవిర్భవిస్తుంది. దీని 'లూ' అని పిలుస్తున్నాం. ఇదే వేసవిలో వేల సంఖ్యలో వడదెబ్బలకు కారణం అవుతుంది.
- వడదెబ్బల ద్వారా దేశంలో అత్యధిక సంఖ్యలో ప్రాణాలు కోల్పోతున్న రాష్ట్రాలు – 1) రాజస్థాన్, 2) ఆంధ్రప్రదేశ్
- గాలి అల్పపీడన ప్రాంతాల వద్ద పైకి ఎగబాకుతుంది. గాలి క్రిందకు దిగబాకే ప్రాంతంలో అధిక పీడనాన్ని కలుగజేస్తుంది. అధిక పీడనం నుంచి అల్ప పీడనానికి క్షితజ సమాంతరంగా చలించే గాలి ప్రవాహాన్ని పవనం అని పిలుస్తాం.
- పవనానికి ఖచ్చితంగ ఉండాల్సిన లక్షణాలు: 1. వేగం
  2. దిశ

ఋతుపవనాలు:

- ఋతుపవనాలు పై మొట్టమొదటిసారిగా పరిశోధన చేసిన వ్యక్తి అల్‌మసూది (అరబ్ భూగోళ శాస్త్రవేత్త).
- ఋతువపనం అనేది Mousam అనే అరబ్, Mansin అనే మలయాళీ పదం నుండి ఆవిర్భవించింది.
- ఋతుపవనాలు ఇండియాలోకి ప్రవేశించానికి కారణం ఆఖండ భారత భూభాగంపై ఏర్పడ్డ అల్పపీడనం.

కారణాలు:

1. భూపరివేష్టిత ఉత్తర హిందూ సముద్రం-దక్షిణాసియా ఖండ భాగం మధ్యలో ఉష్ణోగ్రతలో వ్యత్యాసం వల్ల ఏర్పడిన అల్ప పీడనం.
2. ITCZ మార్చి నుండి జూన్ మధ్యలో ద్వీపకల్ప పీఠభూమిపై అధిక ఉష్ణోగ్రతలను అల్పపీడనం ఏర్పరుస్తుంది.
3. WJS: ఇవి ట్రాన్స్ హిమాలయాలకు తాకి రెండుగా విడిపోయి దక్షిణ శాఖ ఉత్తర మైదానాల గుండా పోతూ శృంగాన్ని కల్గి ఉండి అల్పపీడనాన్ని ఏర్పరుస్తుంది.
4. టిబెటెన్ హీట్-పర్వతాంతర పీఠభూమి అయిన టిబెట్ తన సరిహద్దు పర్వతాలలో పోల్చినపుడు అధిక ఉష్ణోగ్రతలతో కూడిన అల్ప పీడనాన్ని కల్గి ఉంటుంది.

- పై ప్రక్రియల ద్వారా భారత విస్తృత భూభాగం మీ ఒక ధృడమైన అల్పపీడనం ఏర్పడుతుంది (మే చివరకు). ఇదే సమయానికి భూమధ్య రేఖను దాటుతున్న ఆగ్నేయ వ్యాపార పవనాలు (భారత నైరుతి ఋతువపనాలు మూలాలు) భూభ్రమణ శక్తివల్ల కుడివైపునకు వంగి తమ దిశను మార్చుకుని నైఋతి దిశలో భారత దేశంలోకి ప్రవేశిస్తాయి. వీటినే నైఋతి ఋతుపవనాలు అని పిలుస్తారు.

నైఋతి ఋతుపవన కాలము:

- భారత నైరుతి ఋతుపవనములు హిందూ మహాసముద్రంలో 2 ప్రధాన శాఖలుగా విడిపోతాయి.
  1. ఆరేబియా
  2. బంగాళాఖాతం.
- బంగాళాఖాతపు శాఖ మే 21 నాటికి అండమాన్ & నికోబార్ దీవులని తాకుతుంది.
- ఆరేబియా శాఖ భారత ప్రధాన భూభాగం అయిన మలబార్ (కేరళ) తీరానికి జూన్ 01 నాటికి తాకుతుంది.
- టిబెట్ ప్రాంతంలో సంవహనం చెందిన గాలులు భూభ్రమణ శక్తి, తూర్పు జెట్ ప్రవాహాలు ప్రభావానికి లోనయ్యి చాలా దూరం ప్రయాణించి ఆఫ్రికాకు తూర్పున మాస్కరీన్ దీవులు వద్ద క్రిందకు దిగి అధిక పీడనాన్ని సృష్టిస్తాయి. కావున అరేబియాశాఖ తన తీవ్రతను పెంచుకుంటుంది. ఇది మలబార్ తీరంలో ఉష్ణోగ్రతలు తగ్గించి క్యుములో నింబస్ (King of clouds) మేఘాలను ఏర్పరుస్తూ ఉరుములు, పిడుగులతో కూడిన అత్యధిక వర్షాన్ని మలబార్ తీరానికి ఇస్తాయి. దీనినే ఋతుపవన విస్ఫోటనం అని పిలుస్తారు.
- జూన్ 5 నాటికి ఆరేబియా శాఖ-కర్ణాటక, తెలంగాణ, ఆంధ్రప్రదేశ్‌కు బంగాళాఖాతపు శాఖ బెంగాల్ మరియు మయన్నార్ తీరాన్ని తాకుతుంది.
- జూన్ 10 నాటికి ఆరేబియా శాఖ - మహారాష్ట్ర కి చేరుతుంది. బంగాళాఖాత శాఖ ఈశాన్య భారతదేశాన్ని అదేవిధంగా బీహార్‌ను కూడా తాకుతుంది.

Note: మయన్మార్‌లో అరకన్‌యోమా పర్వతాలను తాకిన (బంగాళాఖాత శాఖ) ఋతుపవనం తన దిశను మార్చుకుంటూ బంగ్లాదేశ్ మీదుగా వచ్చిన ఋతుపవనంతో పాటు మేఘాలయలో కాశీ కొండల్లోకి చేరి అక్కడ విపరీతమైన వర్షాన్ని ఇస్తాయి. కావున అక్కడే ఉన్న మాసిన్రాం 1150 సెం.మీ., చిరపుంజి 1140 సెం.మీ.లతో ప్రపంచంలో అత్యధిక వర్షపాతాన్ని పొందే మొదటి రెండు ప్రాంతాలు.
ఒకరోజులో అత్యధిక వర్షపాతం నమోదయిన ప్రాంతం - చిరపుంజి.

- 1995 జూన్ 16న 156.3 సెం.మీ.ల వర్షపాతం నమోదయింది. 2022 జూన్ 16వ తేదీన 97 సెం.మీ.ల ర్షపాతంతో గత 122 సం॥రాలలో 3వ అత్యధిక వర్షపాతాన్ని నమోదు చేసుకుంది.

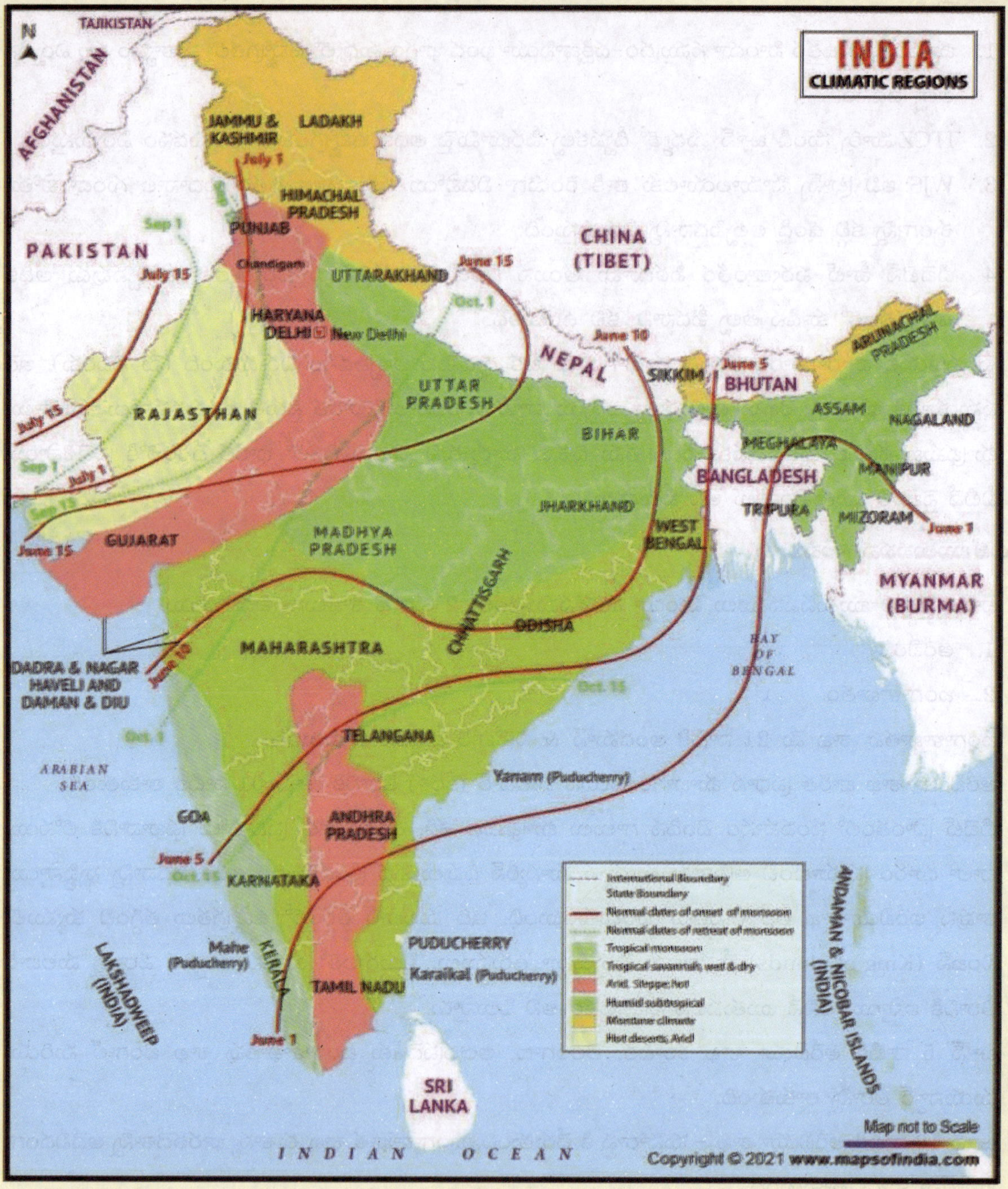

- జూన్ 15 నాటికి అరేబియా శాఖ - నర్మద, తపతి లోయలు, బంగాళాఖాతపు శాఖ తూర్పు ఉత్తరప్రదేశ్‌ను తాకుతుంది.
- జూన్ 29 నాటికి నైఋతి ఋతుపవనాలకు చెందిన ఈ రెండు శాఖలూ పంజాబ్ మైదానంలో కలుసుకుంటాయి.
- జూలై 1 నాటికి అత్యంత పశ్చిమ ప్రాంతాలను తాకి మొత్తం భారతదేశాన్ని అంతటిని నైఋతి ఋతుపవనాలు ఆక్రమిస్తాయి.
- నైఋతి ఋతుపవనాలు పర్వతీయ వర్షపాతాన్ని ఎక్కువగా ఇస్తాయి.
- ఈ కాలంలో అత్యధిక వర్షపాతం పొందే ప్రాంతాలు (250 సెం.మీ. కన్నా ఎక్కువ):

  1. పశ్చిమ కనుమల పశ్చిమవాలులు
  2. అండమాన్ & నికోబార్

3. ఈశాన్య భారత్ (బ్రహ్మపుత్రకి దిగువన గలది)

❖ అధిక వర్షపాతం (150-250 సెం.మీ): 1. పశ్చిమ తీర మైదానాలు

2. బెంగాల్ మైదానం.

3. మిగతా ఈశాన్య భారతదేశం (బ్రహ్మపుత్రకి ఎగువున గలది).

❖ సాధారణ వర్షపాతం (75-150 సెం.మీ): 1. వెస్ట్‌బెంగాల్ మినహా ఉత్తర మైదానాలు.

2. తమిళనాడు తీరం మినహా తూర్పుతీర మైదానాలు.

3. వర్షాచ్ఛాయ ప్రాంతాలు మినహా ద్వీపకల్ప పీఠభూమి.

❖ పర్వతీయ వర్షాన్ని ఇస్తున్న ఋతుపవనాలు పర్వతాన్ముఖ దిశలో అధిక పీడనాన్ని కలుగజేసి వర్షాన్ని ఇవ్వకుండా ఆ ప్రాంతాలను వర్షాచ్ఛాయ ప్రాంతాలుగా మారుస్తున్నాయి.

❖ దేశంలో నైఋతి ఋతుపవన కాలంలో వర్షం పొందని ప్రాంతాలు.

1. పశ్చిమ కనుమల వర్షాచ్ఛాయ ప్రాంతాలు : తమిళనాడు, రాయలసీమ, దక్షిణ తెలంగాణ, కొడుగు (కర్ణాటక), విదర్భ (మహారాష్ట్ర).
2. ఆరావళి వర్షాచ్ఛాయ ప్రాంతం : ఎడారి ప్రాంతం
3. హిమాలయ వర్షాచ్ఛాయ ప్రాంతం : లడఖ్

❖ దేశంలో అత్యల్ప వర్షపాతం నమోదు అవుతున్న ప్రాంతాలు:

1. లడక్ 5 సెం.మీ (1 సెం.మీ వర్షపాతం=30 సెం.మీ.ల హిమపాతం)
2. జై సల్మేర్ 12 సెం.మీ.

❖ ఆంధ్రప్రదేశ్ రాష్ట్రం 2022-23లో నైఋతి ఋతుపవనాల ద్వారా 583.2 మి.మీ. వర్షపాతాన్ని పొందింది.

Note1: ఆంధ్రప్రదేశ్‌లో అధిక వర్షపాతం నమోదవుతున్న ప్రాంతం - సీలేరు- శబరి లోయ (అల్లూరి జిల్లా)
ఆంధ్రప్రదేశ్‌లో అత్యల్ప వర్షపాతం నమోదవుతున్న ప్రాంతం - హగరీ లోయ (అనంతపురం జిల్లా)
ఆంధ్రప్రదేశ్‌లో 2023 సామాజిక ఆర్థిక సర్వే ప్రకారం అత్యధిక వర్షపాతం నమోదవుతున్న జిల్లా కోనసీమ జిల్లా, అత్యల్ప వర్షపాతం నమోదవుతున్న జిల్లా అనంతపురం జిల్లా.

ఋతుపవన వైఫల్యానికి కారణాలు:

❖ వీటిని 2 రకాలుగా చెప్పవచ్చు.

I. సహజ కారణాలు:

1. భూతాపం (Global Warming).
2. అగ్నిపర్వత విస్ఫోటనం (Volcanic Eruption).
3. శీతోష్ణస్థితి మార్పు (Climate Change).
4. కార్చిచ్చులు (Forest Fires).

II. భౌగోళిక కారణాలు:

1. Elnino / Lanina.
2. IOD - (Negative).
3. MJO - Advanced, delay.

Elnino:

- ఈ స్పానిష్ పదానికి అర్థం Baby boy / Baby christ.
- Elnino అనేది పసిఫిక్ మహాసముద్రంలో భూమధ్యరేఖ వద్ద ఆవిర్భవించి తూర్పు లేదా ఆగ్నేయానికి చేరుకేనే ఒక సముద్ర ఉపరితల 'ఉష్ణ ప్రవాహం'.
- దీని ఆవిర్భావానికి గల కారణాలు ఇంకా తెలియాల్సి ఉంది. భూతాపమో లేదా ప్రతిభూమధ్య రేఖ ప్రవాహమో కారణాలుగా చెబుతున్నారు.
- ఈ Elnino పెరూ తీరంలో అధిక ఉష్ణోగ్రతలతో కూడిన అత్యల్ప పీడనాన్ని (వేసవిలో భారత భూభాగంపై ఏర్పడ్డ అల్ప పీడనం కన్నా తక్కువ) ఏర్పరుస్తుంది.
- ఈ అల్పపీడనం వైపునకు భారత ఋతుపవనాల మూలాలు అయిన ఆగ్నేయ వ్యాపార పవనాలు (SETW) ఆకర్షించబడతాయి. అవి భూమధ్య రేఖను దాటవు. కాబట్టి నైఋతి ఋతుపవనాల ఏర్పాటు జరగదు. ఋతుపవనాలు వైఫల్యం చెందుతాయి. ఆ పరిస్థితుల్లో భారతదేశం కరువు ఎదుర్కొంటుంది.
- Elnino మరుసటి ఏడాది దక్షిణ అమెరికా యొక్క పశ్చిమ తీరాన్ని అత్యంత తీవ్రతతో హంబోల్ట్ అనే శీతల ప్రవాహం ఆక్రమిస్తుంది (పెరూ ప్రవాహం). ఇది అక్కడ అధిక పీడనాన్ని సృష్టిస్తుంది. దానివల్ల ఆగ్నేయ వ్యాపార పవనాలు చాలా తీవ్రతతో వేగంగా భారత్ వైపుకు నైఋతి ఋతుపవనాల మాదిరిగా ఏర్పడి విపరీతమైన వర్షాన్ని ఇచ్చే అవకాశం ఉంది. ఈ పరిస్థితిని Lanina అని పిలుస్తారు. Lanina అనే పదానికి అర్థం baby girl. ఇది ఒకసారి ఆవిర్భవించాక కనీసం 2 సం॥రాల పాటు ఉంటుంది. ఇది పెరూ తీరంలో అధిక పీడనాన్ని కలుగజేసి భారత నైఋతి రుతు పవనాల తీవ్రతను పెంచుతుంది. ఆ సందర్భంలో విపరీతమైన వర్షాలు వచ్చే అవకాశం ఉంది.
- Elnino-Lanina పరిస్థితులు మూలంగా భూమధ్య రేఖను (పసిఫిక్ మహాసముద్రం & తూర్పు హిందూ మహాసముద్రం) ఆధారంగా చేసుకొని పవనాలు, పీడనాలు, వర్షాలు మొదలైనవి భూమధ్య రేఖకు దిగువున ఒకసారి తూర్పుకు మరోసారి పశ్చిమానికి ఊగిసలాడుతుంటాయి. దీనినే దక్షిణ డోలనంగా పిలుస్తున్నాం. ఈ డోలనంలో తూర్పు భాగం Elninoతో ముడిపడి ఉంటుంది. కాబట్టి దీన్ని ENSO - Elnino Southern Oscillation గా పిలుస్తారు.
- ఈ డోలనంలో పశ్చిమ భాగం Lanina తో ముడిపడి ఉంటుంది. దీన్ని LASO అంటారు.

హిందూ మహాసముద్ర ద్విధృవస్థితి (IOD - Indian Ocean Dipole):

- ఇది ఏర్పడడానికి కారాణాలుగా : 1. భూతాపం,
  2. శీతోష్ణస్థితి మార్పు,
  3. ప్రతి భూమధ్యరేఖ ప్రభావంతో పాటు Elnino-Lanina అని శాస్త్రవేత్తల అంచనా.
- IOD లో రెండు అంశాలుంటాయి. వరుసగా 30 సంవత్సరాలలో ఈ 2 అంశాలు 8 పర్యాయాలుగా లేదా 4 జతలుగా ఏర్పడుతున్నాయి.
- పైన చెప్పబడిన కారణాల వల్ల పశ్చిమ హిందూ మహాసముద్రం (అరేబియా)లో ఉష్ణోగ్రతలు పెరుగుతున్నాయి. కాబట్టి పీడనాలు తగ్గి ఋతుపవనాల తీవ్రత పెరిగే అవకాశం ఉంది. భారతదేశానికి ఈ వ్యవస్థ మంచిదే. దీనినే IOD+ (IOD Positive) గా చెప్తున్నాం.
- మరుసటి ఏడాది తూర్పు హిందూ మహాసముద్రంలో (ఆస్ట్రేలియా వైపు) ఉష్ణోగ్రతలు పెరిగి పశ్చిమ హిందూ మహాసముద్రం వైపు ఉష్ణోగ్రతలు తగ్గుతాయి. కాబట్టి అధిక పీడనం ఏర్పడుతుంది. ఆగ్నేయ వ్యాపార పవనాలు నైఋతి ఋతుపవనాలుగా మారే అవకాశం తగ్గుతుంది. ఇండియాకు ఋతుపవనాల జాడ ఉండదు. కరువు సంభవించవచ్చును. ఈ విషయాన్ని IOD- (IOD Negative) అంటాం.

Condition	Nomal	Elnino	Lanina
1. Normal	Normal	No Rains (కరువు)	Good rains
2. IOD+	Good rains	No Rainfall (సాధారణ స్థితి)	High Rainfall (వరదలు)
3. IOD-	Drought	Very Severe drought (అతి తీవ్ర కరువు)	Normal (సాధారణ స్థితి)

MJO (మాడెన్ జులియన్ ఆసిలేషన్ / డోలనం) :

- ఉష్ణ మండల ప్రాంతంలో పశ్చిమ హిందూ మహాసముద్రం నుండి తూర్పు పసిఫిక్ వైపుకు భూమధ్యరేఖకు అటుఇటుగా అధిక ఉష్ణోగ్రతలు, అల్పపీడనాలు, సంవహనం చెందే గాలులు, క్యూములోనింబస్ మేఘాలు, ఉరుములు పిడుగులతో కూడిన అత్యధిక వర్షపాతం, ఒక సమూహంగా 60 నుండి 90 రోజులు పాటు ప్రయాణిస్తాయి. కొంత విరామాన్ని తీసుకుని మళ్ళీ తమ ప్రయాణాన్ని కొనసాగిస్తాయి. ఇలా జరిగే డోలనాన్ని MJO అని పిలుస్తాము. ఇది నైఋతి ఋతుపవన కాలంలో భారత పరిసర భూభాగాల్లో ఉంటే ఋతుపవనాలు సఫలం చెందుతాయి. లేకపోతే ఋతుపవన వైఫల్యత జరగవచ్చు.

ఈశాన్య ఋతుపవన కాలం:

- అక్టోబర్ – డిసెంబర్ మధ్యలో దక్షిణాయనం మూలంగా ITCZ దక్షిణార్ధగోళంలో ఉండడం వల్ల అల్పపీడనం కూడా అక్కడే ఉంటుంది. భారత భూభాగం ఒక అధిక పీడన లక్షణాన్ని కల్గి ఉంటుంది.
- జూన్ నుండి సెప్టెంబర్ మధ్యలో ఏ క్రమంలో అయితే భారత్‌ను అక్రమించాయో అదే క్రమంలో ఋతుపవనాలు భారతదేశం నుండి తిరోగమిస్తాయి. కాబట్టి దీనిని తిరోగమన ఋతుపవన కాలం అంటారు.
- ఈశాన్య భారతదేశం నుండి తిరోగమిస్తున్న ఋతుపవనాలు బంగాళాఖాతం మీదుగా కోరమాండల్ తీరాన్ని తాకుతాయి. కావున తమిళనాడు, దక్షిణ ఆంధ్ర (తిరుపతి, నెల్లూరు, చిత్తూరు), ఆగ్నేయ కర్ణాటక వంటి ప్రదేశాలలో వర్షాలు వచ్చే అవకాశం ఉంది.
- ఈశాన్య ఋతుపవనాలు అటు పర్వతీయ ఇటు చక్రవాక లక్షణాలను కలిగివుంటాయి.
- ఈ ఋతుపవనాలను తమిళనాడులో జింజి, జావడు, షెవరాయ్, ఆంధ్రప్రదేశ్‌లో వెలిగొండలు, శేషాచలం కొండలు, నల్లమల కొండలు అడ్డుకొని పర్వతీయ వర్షాన్ని ఇస్తాయి.
- ఈ తిరోగమన ఋతుపవన కాలంలో జమ్మూకాశ్మీర్, పంజాబ్ నుండి తిరోగమించే ఋతుపవనం ఉత్తర మైదానాల గుండా తిరోగమిస్తూ బెంగాల్ తీరం గుండా సముద్రం వైపుకి ప్రయాణిస్తుంది.
- తన సుదీర్ఘ ప్రయాణం వల్ల బెంగాల్ మైదానంలో ఉష్ణోగ్రతలను ఆకస్మికంగా పెంచుతుంది. బెంగాల్‌లో వడదెబ్బలకు కారణం అవుతుంది. దీనిని అక్టోబర్ హీట్ అని అంటారు.
- ఆంధ్రప్రదేశ్‌లో 2022-23లో ఈశాన్య ఋతుపవనాల ద్వారా వర్షపాతం 8.7 శాతం అధికంగా 310.4 మి.మీ. నమోదు అయింది. ఈశాన్య ఋతుపవనాల సాధారణ వర్షపాతం 285.5 మి.మీ.
- ఆంధ్రప్రదేశ్‌లో 2022-23లో ఈశాన్య ఋతుపవనాల ద్వారా అధిక సగటు వర్షపాతం పొందిన జిల్లాలు
  1. నెల్లూరు
  2. తిరుపతి.
- ఆంధ్రప్రదేశ్‌లో 2022-23లో ఈశాన్య ఋతుపవనాల ద్వారా అత్యల్ప సగటు వర్షపాతం పొందిన జిల్లా నంద్యాల.

ఆంధ్రప్రదేశ్‌లో వర్షపాతం:

1. District Wise Rainfall during Southwest Monsoon & Northeast Monsoon

Sl. No.	District	South-West Monsoon (June to September 2022)			North-East Monsoon (October to December, 2022)			TOTAL		
		Actual	Normal	% Deviation	Actual	Normal	% Deviation	Actual	Normal	% Deviation
1	2	3	4	5	6	7	8	12	13	14
1	Srikakulam	721.3	696.4	3.6	241.7	294.3	-17.9	963.0	990.7	-2.8
2	Vizianagaram	795.4	667.0	19.3	251.6	262.0	-4.0	1047.0	929.0	12.7
3	Parvathipuram Manyam	843.6	764.4	10.4	190.3	196.3	-3.1	1033.9	960.7	7.6
4	Alluri Sitharamaraju	986.1	895.0	10.2	212.6	208.2	2.1	1198.7	1103.2	8.7
5	Visakhapatnam	570.0	588.3	-3.1	355.9	365.3	-2.6	925.9	953.6	-2.9
6	Anakapalli	682.4	681.9	0.1	262.9	306.0	-14.1	945.3	987.9	-4.3
7	Kakinada	820.8	670.1	22.5	301.0	300.5	0.2	1121.8	970.6	15.6
8	Dr. B.R.Ambedkar Konaseema	888.3	779.0	14.0	373.2	396.1	-5.8	1261.5	1175.1	7.4
9	East Godavari	860.1	775.9	10.9	220.2	232.6	-5.3	1080.3	1008.5	7.1
10	West Godavari	851.2	794.0	7.2	298.6	312.9	-4.6	1149.8	1106.9	3.9
11	Eluru	879.4	765.2	14.9	228.7	184.0	24.3	1108.1	949.2	16.7
12	Krishna	634.4	645.4	-1.7	301.0	303.5	-0.8	935.4	948.9	-1.4
13	N.T.R	648.0	732.2	-11.5	227.0	198.2	14.5	875.0	930.4	-6.0
14	Guntur	601.7	571.9	5.2	294.5	221.7	32.8	896.2	793.6	12.9
15	Bapatla	608.1	504.6	20.5	362.8	322.5	12.5	970.9	827.1	17.4
16	Palnadu	437.4	486.1	-10.0	268.3	198.2	35.4	705.7	684.3	3.1
17	Prakasam	319.5	366.2	-12.8	394.8	384.8	2.6	714.3	751.0	-4.9
18	SPSR Nellore	336.1	320.3	4.9	625.9	645.9	-3.1	962.0	966.2	-0.4
	COSTAL Andhra	693.5	650.2	6.7	300.6	296.3	1.5	994.2	946.5	5.0
19	Kurnool	428.9	401.1	6.9	171.7	147.2	16.6	600.6	548.3	9.5
20	Nandyal	456.4	504.2	-9.5	170.9	152.0	12.4	627.3	656.2	-4.4
21	Anantapuramu	449.2	319.7	40.5	198.8	139.3	42.7	648.0	459.0	41.2
22	Sri Sathyasai	518.8	356.5	45.5	270.7	170.7	58.6	789.5	527.2	49.8
23	Y.S.R	376.5	405.0	-7.0	262.6	225.9	16.2	639.1	630.9	1.3
24	Annamayya	444.5	380.0	17.0	316.0	288.1	9.7	760.5	668.1	13.8
25	Chittoor	483.1	458.7	5.3	382.5	352.2	8.6	865.6	810.9	6.7
26	Tirupati	387.5	414.3	-6.5	599.9	615.1	-2.5	987.4	1029.4	-4.1
RAYALASEEMA		443.1	404.9	9.4	296.6	261.3	13.5	739.8	666.3	11.0
Andhra Pradesh		583.2	574.8	1.5	310.4	285.5	8.7	893.6	860.3	3.9

Source: Directorate of Economics and Statistics

2. Season Wise Rainfall in Andhra Pradesh

Season	South West Monsoon (June to Sep)		North East Monsoon (Oct to Dec)		Winter Period (Jan to Feb)		Hot Weather Period (Mar to May)		Total (June to May)	
Normal	556.0		296.0		15.7		98.3		966.0	
Year	Actual	% of Deviation to normal	Actual	% of Deviation to normal	Actual	% of Deviation to normal	Actual	% of Deviation to normal	Actual	% of Deviation to normal
1	2	3	4	5	6	7	8	9	10	11
2008-2009	567.5	2.1	241.6	-18.4	0.2	-98.7	61.3	-37.6	870.6	-9.9
2009-2010	427.7	-23.1	228.5	-22.8	12.3	-21.7	148.4	51.0	816.9	-15.4
2010-2011	755.6	35.9	456.1	54.1	15.8	0.6	90.7	-7.7	1318.2	36.5
2011-2012	498.7	-10.3	174.3	-41.1	24.7	57.3	65.4	-33.5	763.1	-21.0
2012-2013	586.0	5.4	356.8	20.5	33.4	112.7	60.7	-38.3	1036.9	7.3
2013-2014	518.9	-6.7	359.0	21.3	1.2	-92.4	88.2	-10.3	967.3	0.1
2014-2015	355.7	-36.0	170.0	-42.6	2.5	-84.1	77.9	-20.8	606.1	-37.3
2015-2016	523.0	-5.9	287.2	-3.0	4.3	-72.6	98.0	-0.3	912.5	-5.5
2016-2017	533.8	-4.0	85.3	-71.2	1.6	-89.8	56.5	-42.5	677.2	-29.9
2017-2018	567.1	2.0	177.5	-40.0	1.4	-91.1	80.9	-17.7	826.9	-14.4
2018-2019	456.6	-17.9	124.1	-58.1	10.2	-35.0	44.1	-55.1	635.0	-34.3
2019-2020	532.9	-4.2	245.8	-17.0	21.1	34.4	74.7	-24.0	874.5	-9.5
2020-2021	704.8	26.8	370.3	25.1	20.6	31.2	95.3	-3.1	1191	23.3
2021-2022	607.3	9.2	368.2	24.4	23.0	46.5	106.6	8.4	1105.1	14.4
Normals after Restructuring of districts	574.8		285.5		15.9		99.4		975.6	
2022-23 (Up to December)	583.2	1.5	310.4	8.7					893.6	3.9

Source: Directorate of Economics and Statistics

- ❖ నైఋతిలో - 574.8 మి.మీ.
- ❖ ఈశాన్య ఋతుపవన కాలం - 285.5 మి.మీ.
- ❖ వేసవి కాలంలో - 99.4 మి.మీ.
- ❖ శీతకాలంలో - 15.9 మి.మీ.
- ❖ ఆంధ్రప్రదేశ్ సావత్సరిక సగటు వర్షపాతం - 975.6 మి.మీ.
- ❖ **నైఋతి రుతుపవన కాలంలో అధిక వర్షపాతం నమోదయ్యే మొదటి 3 జిల్లాలు:**
  1. అల్లూరి (895 మి.మీ)
  2. పశ్చిమ గోదావరి (794 మి.మీ)
  3. కోనసీమ (779 మి.మీ).
- ❖ **నైఋతి రుతుపవన కాలంలో అత్యల్ప వర్షపాతం నమోదు అయ్యే జిల్లాలు:**
  1. అనంతపురం (319.7 మి.మీ)
  2. నెల్లూరు (320 మి.మీ.)
  3. సత్యసాయి (356 మి.మీ.)

- **ఈశాన్య ఋతుపవన కాలంలో అత్యధిక వర్షపాతం నమోదు అయ్యే జిల్లాలు:**
  1. నెల్లూరు (645.9 మి.మీ)
  2. తిరుపతి (650 మి.మీ)
  3. ప్రకాశం (384.8 మి.మీ)
- **ఈశాన్య ఋతుపవన కాలంలో అత్యల్ప వర్షపాతం నమోదు అయ్యే జిల్లాలు:**
  1. అనంతపురం (139.3 మి.మీ)
  2. కర్నూలు (147.2 మి.మీ)
  3. నంద్యాల (152 మి.మీ.)
- **సగటు వర్షపాతంలో అత్యధికంగా ఉన్న జిల్లాలు:**
  1. కోనసీమ (1175.1 మి.మీ)
  2. పశ్చిమ గోదావరి (1106.9 మి.మీ)
  3. అల్లూరి (1103.2 మి.మీ).
- **సగటు వర్షపాతంలో అత్యల్ప ఉన్న జిల్లాలు:**
  1. అనంతపురం (459 మి.మీ)
  2. సత్యసాయి (527.2 మి.మీ.)
  3. కర్నూలు (548.3 మి.మీ.)

CHAPTER 8

నదీ వ్యవస్థ
(భారతదేశం & ఆంధ్రప్రదేశ్)
(Drainage System of India & A.P)

- నదుల అధ్యయనాన్ని 'పొటమాలజీ' అంటారు.
- సరస్సులు, చెరువుల గురించి అధ్యయనం చేయడాన్ని 'లిమ్నాలజీ' అంటారు.
- భారతదేశంలో నదులను వాటి పరివాహక ప్రాంత విస్తీర్ణాన్ని బట్టి మూడు రకాలుగా వర్గీకరించవచ్చు. అవి.
    1. **ప్రధాన నదులు:** 20,000 చ.కి.మీ. కంటే ఎక్కువ పరివాహక ప్రాంతాన్ని కలిగిన నదులను "ప్రధాన నదులు" అంటారు. దేశంలో 12 ప్రధాన నదులు ఉన్నాయి. అవి గంగ, సింధు, గోదావరి, కృష్ణ, బ్రహ్మపుత్ర, మహనది, నర్మద, కావేరి, తపతి, పెన్నా, బ్రాహ్మణి, మాహి.
    2. **మధ్య తరహా నదులు:** 2000-20,000 చ.కి.మీ. నదీ పరివాహాక ప్రాంతం కలిగిన నదులను "మధ్య తరహా నదులు" అంటారు. దేశంలో ఇవి 46 ఉన్నాయి. ఇందులో 19 పశ్చిమవైపు 21 నదులు తూర్పువైపు ప్రవహిస్తున్నాయి. మరియు 6 నదులు ఇతర దేశాలలో ప్రవహిస్తాయి.
    3. **చిన్న తరహా నదులు:** 2000 చ.కి.మీ. కంటె తక్కువ నదీ పరివాహక ప్రాంతం కలిగిన నదులను చిన్న తరహా నదులు అంటారు.
- నదుల యొక్క ముఖద్వారాన్ని అనుసరించి నదులను 2 ప్రధాన రకాలుగా విభజిస్తారు.
    1. బంగాళాఖాత నదులు
    2. అరేబియా నదులు.
- బంగాళాఖాత నదులలో నీటి పరిమాణం ఎక్కువగా ఉంటే అరేబియా నదులు సంఖ్యలో ఎక్కువగా ఉన్నాయి. పై రెండు వర్గాలకు చెందని ముఖద్వారాలు లేని నదులు చెరువులలోనో, చిత్తడి నేలలలోనో లేదా ఎడారి ఇసుకల్లో తమ ప్రయాణాన్ని ముగిస్తాయి. అటువంటి నదులను అంత:స్థలీయ నదులు అంటారు.
- భారత అంతస్థలీయ నదుల్లో పెద్దది గగ్గర్. ఇది పంజాబ్, హర్యానా సరిహద్దుగా ప్రవహిస్తూ ఎడారిలో తన ప్రయాణాన్ని ముగిస్తుంది. దీనినే సరస్వతీ నది యొక్క వదిలివేయబడ్డ భాగంగా చెబుతారు.
- ప్రపంచ అంత:స్థలీయ నదుల్లో పెద్దది వోల్గా (రష్యా).
- ఎడారి గుండా కూడా ప్రవహిస్తూ నీటిని కలిగివున్న నదులను పరస్థానీయ నదులు అంటారు.
- భారత పరస్థానీయ నదుల్లో పెద్దది సిందూ.
- ప్రపంచ పరస్థానీయ నదుల్లో పెద్దది నైలు.
- భారతదేశంలోని నదులను ఉద్భవ రీత్యా 2 రకాలుగా విభజిస్తారు.
    1. హిమాలయ నదీ వ్యవస్థ
    2. ద్వీపకల్ప నదులు

1. హిమాలయ నదీ వ్యవస్థ:

- ఈ వ్యవస్థలో 3 ముఖ్య నదులు కనిపిస్తాయి. అవి 1. సింధు, 2. బ్రహ్మపుత్ర, 3. గంగా
- దేశంలో 60% నీరు ఈ నుదుల గుండా ప్రవహిస్తుంది.

- మంచు కరిగి సంవత్సరం అంతా ఈ నదులలో నీరు ప్రవహిస్తుంది.
- ఇవి ద్వీపకల్ప నదుల కంటే తక్కువ వయస్సు కలిగినవి.
- హిమాలయాలలో పురాతనమైన నది - బ్రహ్మపుత్ర
- హిమాలయాలలో అతి పొడవైన నది - బ్రహ్మపుత్ర

2. ద్వీపకల్ప నదులు:

- ద్వీపకల్ప భూభాగం తూర్పునకు వాలి ఉన్నందున అధిక భాగం ద్వీపకల్ప నదీ వ్యవస్థకు తూర్పుగా ప్రవహించి బంగాళాఖాతంలో కలవగా మిగిలింది ఉత్తర దిశగా ప్రవహించి గంగానదితోనూ (చంబల్, బెట్వా, కెన్, సోన్, దామోదర్), పశ్చిమ దిశలో ప్రవహించి అరేబియా సముద్రంలో కలుస్తాయి.
- ఇవి ఋతుపవన ఆధారిత నదులు.
- ఇవి దేశంలో అత్యధిక వయస్సు కలిగిన నదులు.
- ఇవి నౌకాయానికి అనుకూలంగా ఉండవు.
- వీటిని క్రింది విధంగా విభజించవచ్చు అవి:

ఎ. ద్వీపకల్ప పీఠభూమిలో జన్మించి పశ్చిమంగా ప్రవహించి అరేబియా సముద్రంలో కలిసే నదులు:

ఉదా :	నర్మదా, తపతి, మాహి, సబర్మతి	: గుజరాత్
	వైతరణి, ఉల్వాస్	: మహారాష్ట్ర
	జువారీ, మాండవి	: గోవా
	శరావతీ, నేత్రావతి	: కర్ణాటక
	భరత్‌పూజ, పెరియార్, పంబా, ఇడుక్కీ	: కేరళ

బి. ద్వీపకల్ప పీఠభూమిలో జన్మించి ఉత్తరంగా ప్రవహించి గంగానదిలో కలిసే నదులు:

ఉదా : ఛంబల్, బెట్వా, కెన్, సోన్ / సువర్ణరేఖ నది.

సి. ద్వీపకల్ప పీఠభూమిలో జన్మించి తూర్పుగా ప్రవహించి బంగాళాఖాతంలో కలిసే నదులు:

ఉదా :

1. మహానది (ఒడిషా)
2. బ్రాహ్మణీ నది
3. సువర్ణరేఖా నది
4. గోదావరి
5. కృష్ణానది
6. పెన్నా నది (లేదా) పినాకిని నది
7. కావేరి నది
8. తమిళనాడులోని 'వైగైనది'.

డి. తూర్పు కనుములలో జన్మించి బంగాళాఖాతంలో కలిసే నదులు:

ఉదా :

1. వంశధార.
2. నాగవళి (లేదా) లాంగుల్యా నది.
3. మాచ్‌ఖండ్ (లేదా) మత్స్య కుండల నది.

సింధునది పరివాహక వ్యవస్థ:

- ప్రపంచంలో అతిపెద్ద ప్రజాస్వామ్య దేశానికి పేరిచ్చినది.
- ఒక మహాసముద్రానికి పేరు నిచ్చినది
- ప్రపంచంలో తొలి పట్టణ నాగరికత ఇక్కడే ప్రారంభం అయింది.
- ప్రపంచంలో అత్యంత పురాతన మతానికి కూడా పేరు ఇచ్చింది.

INDIA
MAJOR RIVERS
TAJIKISTAN
AFGHANISTAN
PAKISTAN
CHINA
(Tibet)
LADAKH
JAMMU & KASHMIR
Indus
Ravi
Beas
Sutlej
CHANDIGARH
PUNJAB
HARYANA
DELHI
Yamuna
Ganga
Yarlung Tsangpo (Brahmaputra)
NEPAL
SIKKIM
BHUTAN
ARUNACHAL PRADESH
ASSAM
NAGALAND
Brahmaputra
MEGHALAYA
BANGLADESH
MANIPUR
TRIPURA
MIZORAM
MYANMAR
(Burma)
Ghaghara
Gandak
UTTAR PRADESH
BIHAR
JHARKHAND
WEST BENGAL
Subarnarekha
Padma
Luni
RAJASTHAN
Banas
Chambal
Betwa
Son
MADHYA PRADESH
Parbati
Sabarmati
Mahi
GUJARAT
Narmada
Tapi
Wainganga
Mahanadi
Brahmani
CHHATTISGARH
Tel
ODISHA
DADRA & NAGAR HAVELI AND DAMAN & DIU
MAHARASHTRA
Godavari
Bhima
Indravati
Arabian Sea
Krishna
TELANGANA
Yanam
(Puducherry)
Bay of Bengal
ANDHRA PRADESH
GOA
Penner
Tungabhadra
KARNATAKA
Palar
Cauvery
Ponnaiyar
PUDUCHERRY
Mahe
(Puducherry)
Kollidam
Karaikal
(Puducherry)
TAMIL NADU
KERALA
LAKSHADWEEP
(INDIA)
ANDAMAN & NICOBAR ISLANDS
(INDIA)
International Boundary
State/UT Boundary
River
SRI LANKA
MALDIVES
INDIAN OCEAN
Map not to Scale
Copyright © 2020 www.TheMapOfIndia.com

సింధూనది వ్యవస్థ

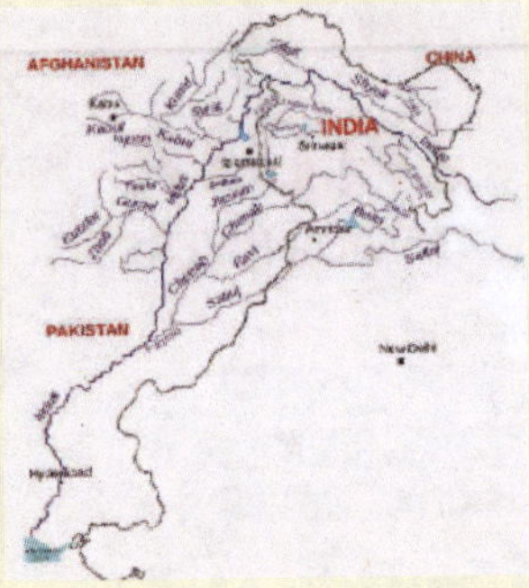

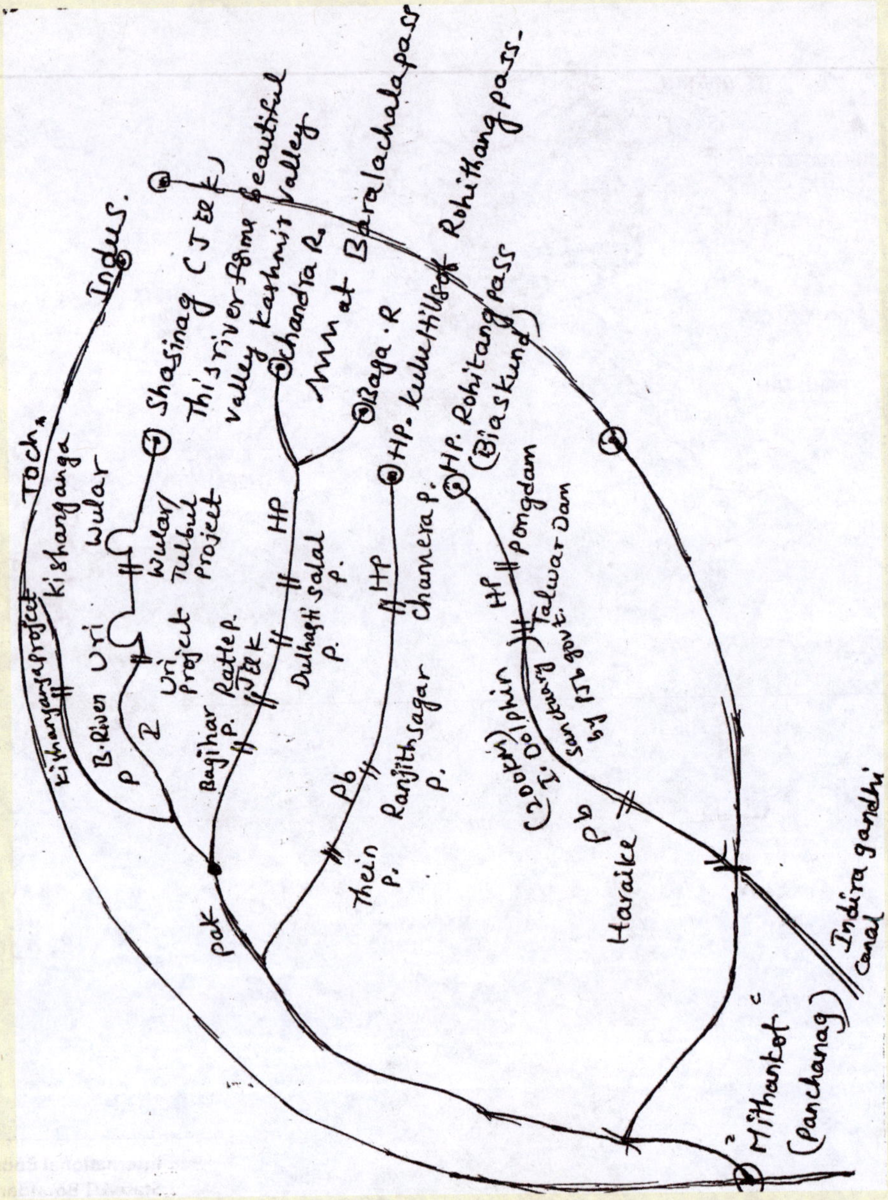

సింధూ నది:

- సింధూ నది పాకిస్థాన్ జాతీయనది.
- టిబెట్‌లోని మానస సరోవరం వద్ద ఉన్న కైలాష్ కొండల్లో 'బోఖర్‌చు' కనుమ వద్ద జన్మిస్తుంది.
- సింధూ నదిని టిబెట్‌లో "సింగ్-ఇ-కబాబ్"గా పిలుస్తారు.
- సింధూ నది భారత్‌లో ప్రవేశించే ప్రాంతం - డామ్‌చోక్ (లడఖ్).
- ఇది లేహ్ పట్టణాన్ని చుట్టుముడుతుంది.
- సింధూ నది మైదానంలోకి ప్రవేశించే ప్రాంతం - సింధూ తల్బల.
- సింధూనది లడక్ మరియు జస్కార్ శ్రేణుల మధ్య గుండా ప్రయాణిస్తుంది.
- ఈ నది లడక్ శ్రేణిలో బుంజి (POK) అనే ప్రాంతంలో ప్రపంచంలో లోతైన గార్జ్‌ను ఏర్పరుస్తుంది. (5200మీ॥)
- ఈ నది భారతదేశంలోని 'చిలాస్' అనే ప్రాంతం గుండా పాక్‌లోకి వెళుతుంది.

- సింధూ నది థార్ ఎడారిలో ఉప్పు మైదానాల గుండా ప్రయాణించడం ద్వారా దీనిని ఒక పరస్థానీయ నదిగా చెప్పవచ్చు.
- ఇది కరాచి నగరానికి ఆగ్నేయాన అరేబియా సముద్రంలో కలుస్తుంది.

నోట్: పాకిస్తాన్‌లో అతిపెద్ద ప్రాజెక్ట్ - తరబేల ప్రాజెక్ట్ - ఇది సింధునదిపై కలదు.

- మానస సరోవరం నుండి కరాచి వరకు దీని పొడవు 2880 కి.మీ. చైనా, ఇండియా, పాకిస్థాన్ గుండా ప్రయాణిస్తుంది.
- **కుడివైపు కలిసే ఉపనదులు:** 1. ద్రాస్ 2. ష్యోక్ 3. కాబుల్ 4. గిల్గిత్ 5. గోమల్ 6. కుర్రమ్
- పాకిస్థాన్‌లో మిథాన్‌కోట్ అనే ప్రదేశంలో ఈ నదిలో ఇండియా నుండి పంచనదుల వ్యవస్థ కలుస్తుంది. ఈ పంచ నదుల వ్యవస్థనే సింధు ఎడమగట్టు ఉపనదులు. అవి: 1. జీలం 2. చీనాబ్ 3. రావి 4. బియాస్ 5. సట్లెజ్

1. జీలం:

- జీలం నదికి గల ఇతర పేర్లు - హైడాస్పస్, వితస్థ.
- జీలం నది జమ్మూ & కాశ్మీర్‌లో శశినాగ్ ప్రాంతంలో వెరినాగ్ సరస్సు వద్ద జన్మిస్తుంది.
- ఈ నది అత్యంత సుందరమైన కాశ్మీర్ లోయను ఏర్పరుస్తుంది.
- జమ్ము కాశ్మీర్‌లో జన్మించే సింధునది యొక్క ఏకైక ఉపనది.
- ఈ నది తన ప్రవాహంలో 2 ఆక్స్ బౌ సరస్సులను ఏర్పరుస్తుంది.
  1. ఉలార్ (ఇండియాలో సహజ మంచి నీటి సరస్సుల్లో పెద్దది).
  2. ఉరి
- ఇండియాకి పాకిస్తాన్‌కి మధ్యలో అత్యంత పొడవైన సరిహద్దు నది.
- జీలం నది పాకిస్తాన్‌లో చీనాబ్‌లో కలుస్తుంది.
- జీలం యొక్క ప్రముఖ ఉపనది - కిషన్ గంగా.
- **ఈ నదిపై గల ఆనకట్టలు :**
  1. ఊరి ప్రాజెక్ట్
  2. తుల్బుల్ / ఉలార్ ప్రాజెక్ట్
  3. కిషన్‌గంగా ప్రాజెక్ట్

2. చీనాబ్ నది:

- ఈ నదికి గల ఇతర పేర్లు - అసికిని, చంద్రభాగ.
- చీనాబ్ హిమాచల్ ప్రదేశ్‌లో 'బారాలాచాలా కనుమ' వద్ద రెండు నదులుగా జన్మిస్తుంది. 1) చంద్ర 2) భాగ
- జమ్మూ & కాశ్మీర్ గుండా చీనాబ్ ప్రయాణిస్తూ తనలో జీలం, రావి, సట్లెజ్‌ను కలుపుకుంటూ చివరిగా సింధు నదిలో కలుస్తుంది.
- చీనాబ్ సట్లెజ్‌ను కలుసుకునే ప్రాంతం - పంచ్‌నాడ్ (మిథాన్‌కోట్, పాకిస్తాన్)
- ఇది సింధూ ఉపనదులలో పెద్దది.
- సింధూ నది ఉపనదులలో అత్యధిక నీటిని తీసుకువస్తుంది.
- ఈ నదిపై గల ఆనకట్టలు : 1. సలాల్ 2. దూల్‌హస్తి 3. బాగ్లీహర్ 4. రాట్లే (అన్నీ జమ్మూ&కాశ్మీర్ లో కలవు).

3. రావి నది:

- ఈ నదికి గల ఇతర పేర్లు - పరుష్ని, ఐరావతి, లాహోర్.
- ఇది హిమాచల్ ప్రదేశ్‌లో రోహ్‌తంగ్ కనుమ వద్ద 'కులుహిల్స్' వద్ద జన్మిస్తుంది. హిమాచల్‌ప్రదేశ్, పంజాబ్ గుండా ప్రయాణిస్తూ పాకిస్థాన్‌లో చీనాబ్ నదిలో కలుస్తుంది.
- చీనాబ్‌ను కలుసుకునే ప్రాంతం - రంగ్‌పూర్ (పాకిస్తాన్).
- 'లాహోర్' ఈ నది ఒడ్డున ఉంది.
- ఈ నదిపై గల ఆనకట్ట : 1. చమేరా (హిమాచల్ ప్రదేశ్).
  2. రంజిత్ సాగర్ (థెయిన్, పంజాబ్).

4. బియాస్ నది:

- ఈ నదికి గల ఇతరుపేర్లు - విపశ, అర్‌గ్రికియా
- ఇది కూడా హిమాచల్ ప్రదేశ్‌లో రోహతంగ్ కనుమ వద్ధ "బియాస్ కుండ్" వద్ద జన్మిస్తుంది.
- సట్లెజ్‌ను కలుసుకునే ప్రాంతం - Harike (పంజాబ్).
- సింధు ఎడమగట్టు ఉపనదుల్లో భారత్‌లో పుట్టి భారత్‌లోనే అంతమయ్యే ఉపనది బియాస్.
- ఇది కేవలం భారత భూభాగంలో మాత్రమే ప్రవహించేనది.
- ఇది సింధు ఎడమగట్టు ఉపనదుల్లో చిన్నది మరియు తక్కువ పొడవైనది.
- ఈ నదిపై గల ఆనకట్టలు - 1) పోంగ్ (హిమాచల్ ప్రదేశ్).

Note: **రాజస్థాన్ కాలువ:** ఈ కాలువ బియాస్, సట్లెజ్ నదులు కలిసే ప్రాంతం అయిన 'హరికే' అనే ప్రదేశంలో ఆనకట్ట కట్టటడం వలన ఏర్పడింది.

- ఈ కాలువను పంజాబ్‌లోని పఠాన్ కోట్ నుండి రాజస్థాన్‌లోని జైసల్మేర్ వరకు నిర్మించారు. (650కి.మీ.)
- ఇది దేశంలోనే అత్యంత పొడవైన, పెద్దదైన కాలువ.
- ఈ కాలువ ద్వారా రాజస్థాన్ ఎడారి ప్రాంతానికి నీటిని అందిస్తున్నారు.
- ఈ కాలువనే ఇంధిరాగాంధీ కాలువ / థార్ కెనాల్ / రాజస్థాన్ కెనాల్ అని కూడా అంటారు.

5. సట్లెజ్:

- ఈ నదికి గల మరొక పేరు - సతుద్ర.
- ఈ నది తన మాతృ నది అయిన సింధూనది వలె టిబెట్‌లో గల మానస సరోవరం వద్ద ఉన్న రాకాస్ సరస్సు వద్ధ జన్మిస్తుంది.
- ఈ నదిని టిబెట్‌లో 'లంగ్-చంగ్-కబాబ్' అని అంటారు.
- అదే విధంగా సింధువలె చైనా, ఇండియా, పాకిస్థాన్ గుండా ప్రయాణిస్తుంది. ఇండియాలోకి 'షిప్కిలా కనుమ' ద్వారా ప్రవేశిస్తుంది.
- ఇది హిమాచల్ ప్రదేశ్, పంజాబ్ గుండా ప్రయాణిస్తూ పాకిస్థాన్‌లో చీనాబ్ నదిలో కలుస్తుంది.
- సింధు యొక్క ఉపనదుల్లో అత్యంత పొడవైనది మరియు అత్యంత దక్షిణాన ఉన్న నది కూడా ఇదే.
- **ఈ నదిపై గల ఆనకట్టలు** **1. నాథ్‌పాజాక్రి (హిమాచల్ ప్రదేశ్):**
  - దేశంలో అత్యంత ఎత్తులో ఉన్న ఆనకట్ట
  - దేశంలో ఎత్తైన జలవిద్యుత్ ప్రాజెక్ట్

2. **బాక్రానంగల్ ప్రాజెక్ట్:**

- ఇది హిమాచల్ ప్రదేశ్, పంజాబ్ సరిహద్దులో కలదు.
- ఇది భారతదేశ అతిపెద్ద బహుళార్ధ సాధక ప్రాజెక్ట్.
- బాక్రానంగల్ నుండి బాక్రా, నంగల్, సర్‌హింద్ అనే 3 కాలువలున్నాయి.

Note: ఈ ఆనకట్ట యొక్క వెనుక భాగంలో హిమాచల్‌ప్రదేశ్ దేశంలో అత్యంత లోతైన రిజర్వాయర్/సరస్సు ఏర్పడింది. అదే గురుగోబింద్ సాగర్.

సింధూ జలాల ఒప్పందం:

- భారత్, పాక్‌ల మధ్య ప్రపంచ బ్యాంక్ మధ్యవర్తిత్వంలో 1960 సెప్టెంబర్ 19న కరాచీలో ఈ ఒప్పందం కుదిరింది. దీనిపై భారత్ తరుపున జవహర్‌లాల్ నెహ్రూ, పాకిస్తాన్ తరుపున అర్షద్ అయూబ్‌ఖాన్ సంతకం చేసారు.
- ఈ ఒప్పందంలో సింధూ, దాని యొక్క ఎడమగట్టు ఉపనదులను రెండు రకాలుగా విభజించడం జరిగింది. సింధు, జీలం, చీనాబ్‌లను పశ్చిమ నదులని రావి, బియాస్, సట్లెజ్‌లను తూర్పు నదులని పేర్కొన్నారు.
- పశ్చిమ నదుల్లో 80% నీటిని పాకిస్థాన్‌కి, 20% నీటిని ఇండియాకి కేటాయించారు. ఈ నదులపై భారత్ తమ వాటాలో తాగునీటి, జలవిద్యుత్ ఉత్పత్తి ప్రాజెక్ట్‌లు కట్టుకోవచ్చు. ఈ నదులలో నీటి ప్రవాహంపై భారత్ నియంత్రణ లేకుండా ఉండే విధంగా చూడాలి.
- తూర్పు నదులలో పాకిస్థాన్‌కు 20% నీటిని కేటాయించడం జరిగింది. భారత్ తన వాటాలో సాగునీటి ప్రాజెక్ట్‌లతో సహా అన్నింటిని కట్టుకోవచ్చు.
- ఇరు దేశాల నుంచి సమాన సంఖ్యలో సభ్యులతో శాశ్వత సింధు జలాల కమీషన్‌ను ఏర్పాటు చేయాలి.
- వివాదం కాని సమస్యలను పై కమీషన్‌లో పరస్పర చర్చల ద్వారా పరిష్కరించుకోవాలి.
- వివాదాస్పద సమస్యకు రెండు పరిష్కారాలుంటాయి. ఇరుదేశాలు అంగీకరించినట్లయితే మధ్యవర్తిత్వం ద్వారా పరిష్కరించుకోవాలి లేనియెడల అంతర్జాతీయ న్యాయస్థానాన్ని ఆశ్రయించాలి.

Note: ఇటీవలె పాకిస్థాన్ అంతర్జాతీయ న్యాయస్థానాన్ని ఆశ్రయించిన ప్రాజెక్టు కిషన్ గంగ. తీర్పు భారతదేశానికి అనుకూలంగా వచ్చింది.

బ్రహ్మపుత్ర నదీ వ్యవస్థ:

- టిబెట్‌లోని మానస సరోవరం వద్ద ఉన్న చమ్‌యుక్‌డంగ్ వద్ద జన్మిస్తుంది. బ్రహ్మపుత్ర జన్మస్థలాన్ని చైనా వివాదం చేస్తుంది. సాధారణంగా మానససరోవరం వద్ద చమ్‌యుక్‌డంగ్ వద్ద జన్మించినట్లు అయితే దాని పొడవ 2900 కి.మీ. భారత్ గుండా ప్రవహిస్తున్న నదుల్లో పెద్దది మరియు పొడవైనది.
- చైనా దీని జన్మస్థానాన్ని యాంగ్జి హిమనీనదం అని చెబుతుంది. ఒక వేళ అది నిజం అయితే దీని పొడవు - 3890 కి.మీ.
- బ్రహ్మపుత్ర నదిని భారత దు:ఖదాయనిగా పిలుస్తారు. దీనినే ఈశాన్య భారత దు:ఖదాయని, అస్సాం దు:ఖదాయని, నదుల దు:ఖదాయనిగా పిలుస్తారు.
- బ్రహ్మపుత్ర నదిని చైనాలో యార్లంగ్ జాంగ్‌బో అని పిలుస్తారు. టిబెట్‌లో త్సాంగ్‌పో అని పిలుస్తారు. భారతదేశంలో బ్రహ్మపుత్రగా పిలుస్తారు. అరుణాచల్ ప్రదేశ్‌లో సియాంగ్ మరియు దిహంగ్‌గా పిలుస్తున్నారు.
- బ్రహ్మపుత్ర నామ్చాబార్వా అనే శిఖరం వద్ద యాంగ్‌యాప్ కనుమ ద్వారా భారత్‌లోకి ప్రవేశిస్తుంది.

❖ అరుణాచల్‌ప్రదేశ్, అస్సాం గుండా ప్రయాణిస్తూ దూబ్రి అనే ప్రాంతంలో బంగ్లాదేశ్‌కు వెళ్తుంది. అక్కడ దీనిని జమున అని పిలుస్తారు. జమునతో పద్మ (గంగ) కలిసే ప్రాంతం గోలుండే. ఈ 2 నదులు తమ గమ్యాన్ని మేఘన పేరుతో దాఖిన్‌సాబాజ్‌పూర్ దీవుల వద్ద ముగిస్తాయి.

❖ బ్రహ్మపుత్ర దిబ్రూగర్ అనే ప్రాంతంలో మైదానంలోకి ప్రవేశిస్తుంది.

బ్రహ్మపుత్ర నదీ వ్యవస్థ

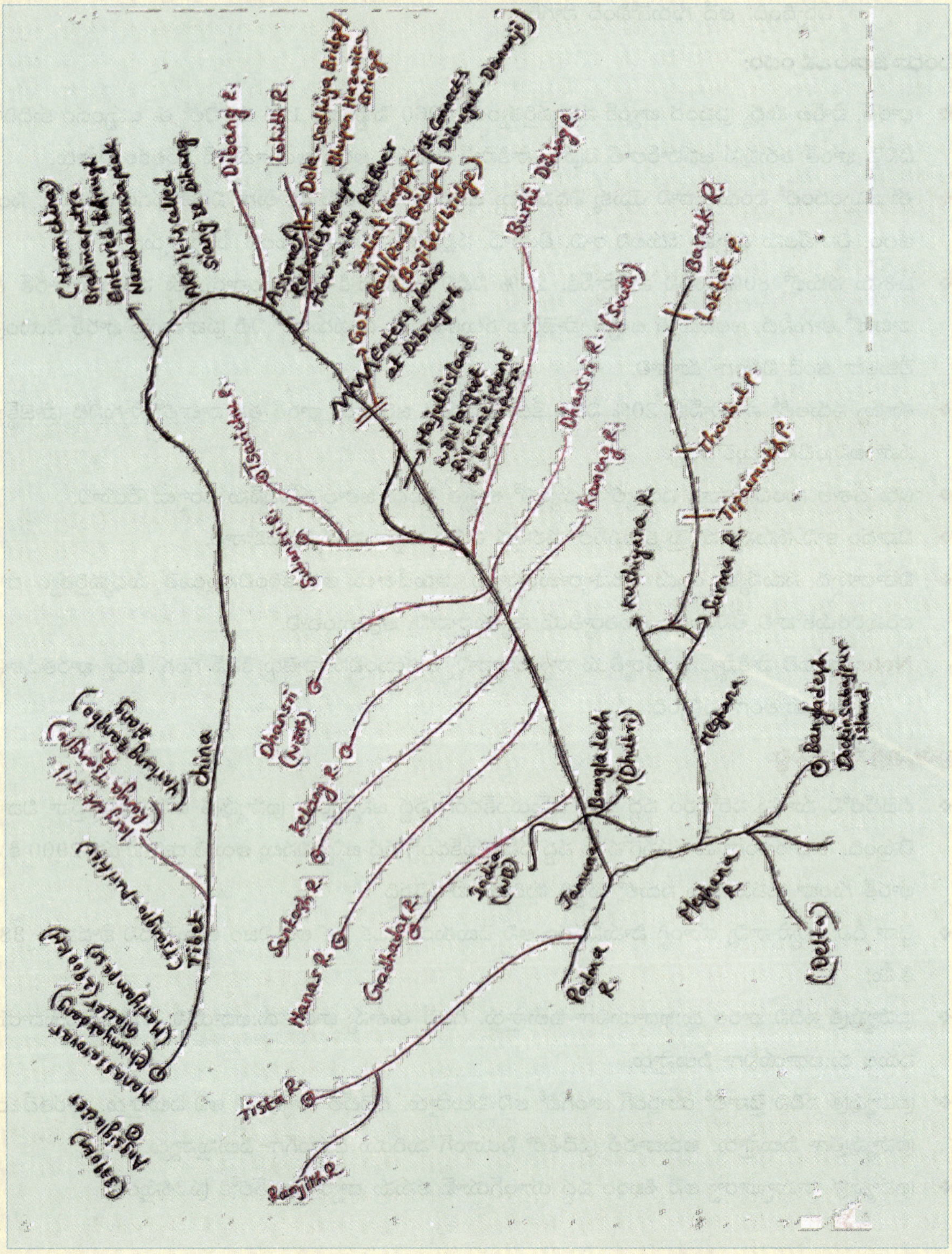

❖ బ్రహ్మపుత్ర నదిపై దేశంలోనే అత్యంత పొడవైన రైల్‌కమ్ రోడ్డు బ్రిడ్జి నిర్మించడం జరిగింది. దీన్నే "బోగిబీల్" బ్రిడ్జ్‌గా పిలుస్తారు. ఇది దెమాజి దిబ్రుగర్ మద& 4.94 కి.మీ. పొడవున నిర్మించారు.

Note: దేశంలో పొడవైన వంతెనను సాధియా నుంచి దోలా మధ్య అసోంలో బ్రహ్మపుత్ర ఉపనది లోహిత్ పై నిర్మించారు. దీనిపేరు భూపెన్ హజరికా బ్రిడ్జ్ దీని పొడవు 9.15 కి.మీ.

❖ భారత్‌లో ప్రవహించే రాష్ట్రాలు - 2

1. అరుణాచల్ ప్రదేశ్
2. అసోం బ్రహ్మపుత్ర నది అసోంలో ఎక్కువ దూరం ప్రయాణిస్తుంది

❖ బ్రహ్మపుత్ర తన ఉపనది అయిన శుభన్‌శ్రీతో కలిసి ప్రపంచంలోనే అతిపెద్ద నది ఆధారిత దీవి - మజూలిని ఏర్పరిచింది (అస్సాం)

❖ **బ్రహ్మపుత్ర ఎడమ గట్టు ఉపనదులు:**

1. లోహిత్
2. దక్షిణ ధన్‌శ్రీ
3. కామెంగ్
4. బరాక్
5 దిబాంగ్

❖ **బ్రహ్మపుత్ర కుడి గట్టు ఉపనదులు:**

1. శుభన్‌శ్రీ
2. ఉత్తర ధన్‌శ్రీ
3. సంకోష్
4. కెలాంగ్
5. మానస్
6. తీస్తా
7. రంజిత్
8. సారిచూ

❖ భారతదేశంలో కేవలం బ్రహ్మపుత్ర మాత్రమే 35% నీటిని సముద్రాలలో కలుపుతుంది.

❖ బ్రహ్మపుత్రపై 1988 జాతీయ జలమార్గం - 2ను ప్రకటించారు. సాధియా నుండి దుబ్రి వరకు ఉంది.

❖ బ్రహ్మపుత్ర యొక్క అతిపెద్ద ఉపనది - శుభన్‌శ్రీ

❖ **బ్రహ్మపుత్రా నది పరివాహక ప్రాంతంలో ఆనకట్టలు:**

1.	అరుణాచల్ ప్రదేశ్	:	రంగనాడి, అప్పర్ శుభన్‌శ్రీ, పాపుంపాప్, దిక్రాంగ్
2.	నాగాలాండ్	:	దయాంగ్
3.	మణిపూర్	:	తిపాయిముఖ్, తౌబుల్, లోక్‌తఖ్ (బరాక్ పై కలవు).
4.	త్రిపుర	:	గుమ్‌తి
5.	మేఘాలయ	:	ఉమయం, కుష్లి
6.	సిక్కిం	:	తీస్తా ఎగువ డ్యామ్‌లు, రంజిత్
7.	వెస్ట్ బెంగాల్	:	తీస్తా 3, 4, 5 దిగువ డ్యాంలు
8.	అస్సాం	:	దిగువ శభన్‌శ్రీ
9.	మిజోరం	:	తుయిరైల్

Note: బరాక్ నదిపై National Water Way 6 అని 2016లో ప్రకటించారు. ఇప్పుడు దీనిని National Water Way 16 అని పేరు మార్చారు.

గంగానదీ వ్యవస్థ

- గంగా నదిని భారత జాతీయనదిగా 2008 నవంబర్ 4న కేంద్రం ప్రకటించింది. ఈ నదిలో సంచరిస్తున్న గంగా డాల్ఫిన్ జాతీయ జలచరంగా కూడా ప్రకటించారు.

  Note: గంగా డాల్ఫిన్‌కు సంబంధించి ఏకైక సాంక్చురీ బీహార్‌లో భాగల్పూర్‌లో ఉంది. (విక్రమ శిల గంగా డాల్ఫిన్ సాంక్చురీ).

- గంగానది భాగీరథి మరియు అలకనంద అనే 2 నదుల కలయిక వలన ఏర్పడింది.
- భాగీరథి ఉత్తరఖండ్‌లో ఉత్తర కాశీ జిల్లాలో గంగోత్రి వద్ద జన్మిస్తుంది. భగీరధ కలిసే ఒక ఉపనది బిలంగాణ.

  Note: పై 2 నదుల సంగమ ప్రాంతంలో దేశంలో అతి ఎత్తైన ఆనకట్టను నిర్మించారు. అదే తెహ్రీ డ్యామ్.

- తెహ్రీడ్యామ్‌తో సంబంధం ఉన్న ఉద్యమం చిప్కో ఉద్యమం.
- అలకనంద ఉత్తరాఖండ్‌లో బద్రీనాద్ వద్ద 'సతోప్‌నాధ్' అనే హిమనీనదం వద్ద జన్మిస్తుంది.
- అలకనంద, భాగీరథి నదులు దేవ ప్రయాగ్ వద్ద కలిసి గంగానదిని ఏర్పరుస్తాయి. గంగ ఎగువ ప్రాంతంలో గల ప్రయాగలు కలవు.

1.	విష్ణు ప్రయాగ్	:	అలకనంద, ధౌలీగంగా
2.	నంద ప్రయాగ్	:	అలకనంద, నందాకిని
3.	కర్ణ ప్రయాగ్	:	అలకనంద, పిండారి
4.	రుద్ర ప్రయాగ్	:	అలకనంద, మందాకిని
5.	దేవ ప్రయాగ్	:	అలకనంద, భాగీరథి
6.	ప్రయాగ్‌రాజ్	:	గంగా, యమున

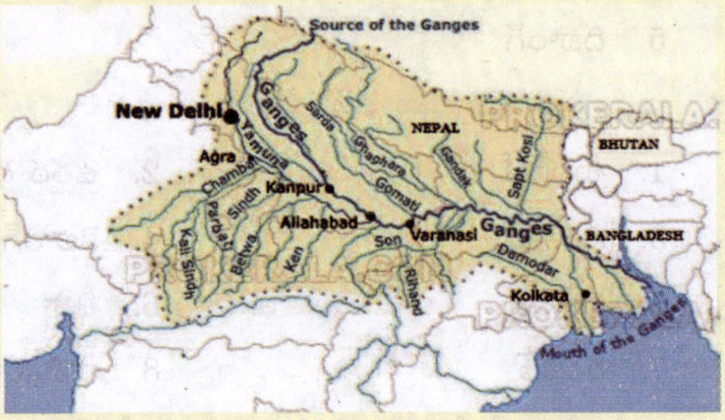

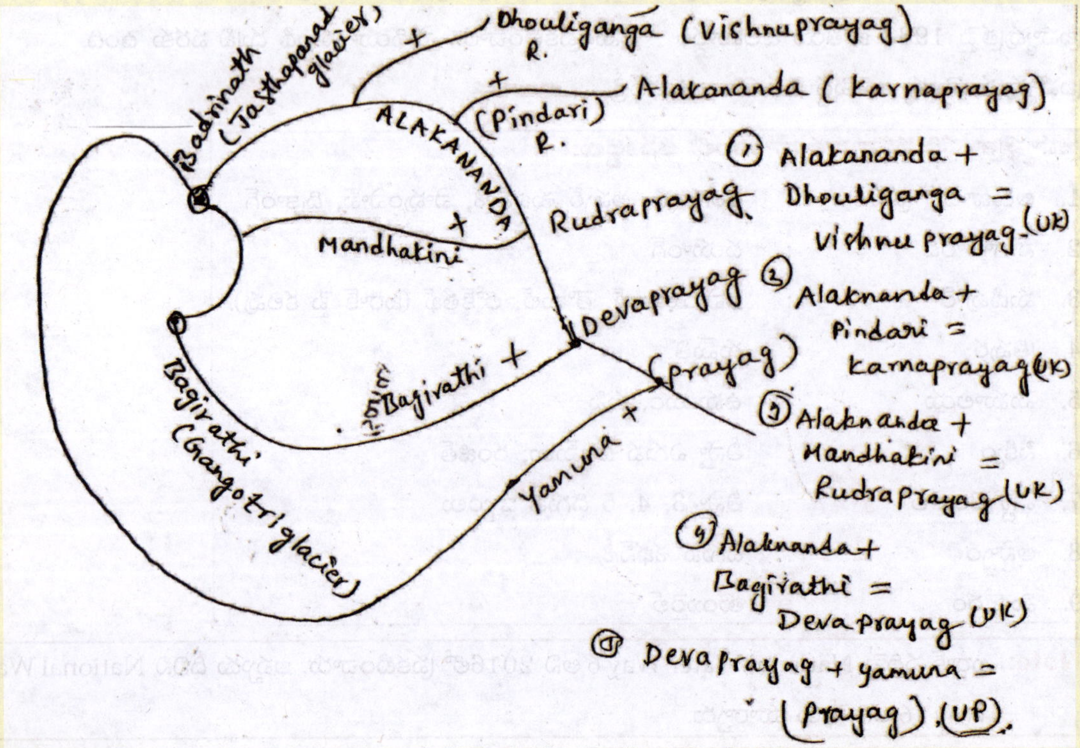

- గంగ పర్వతాల నుండి మైదానంలోకి హరిద్వార్ వద్ద ప్రవేశిస్తుంది.
- గంగానది ఉత్తరాఖండ్, ఉత్తరప్రదేశ్, బీహార్, జార్ఖండ్, వెస్ట్ బెంగాల్ 5 రాష్ట్రాల గుండా ప్రయాణిస్తుంది.
- గంగా యొక్క ప్రధాన శాఖ పద్మ పేరుతో బంగ్లాదేశ్‌లోకి ప్రవేశిస్తుంది. పద్మానది జమునాతో కలుస్తుంది.
- ఇండియాలో గంగానది యొక్క హుగ్లీ అనే శాఖ వెస్ట్‌బెంగాల్‌లో ముఖ్యంగా కోల్‌కత్తా గుండా ప్రయాణిస్తూ దీనికి దిగువున గల హల్దియా/సాగర్ దీవుల వద్ద బంగాళాఖాతంలో కలుస్తుంది. గంగా నది యొక్క పద్మా నది శాఖ మేఘనాలో కలుస్తూ చివరికి బంగ్లాదేశ్‌లో గల డాఖిన్‌షాబాజ్‌పూర్ దీవుల్లో బంగాళాఖాతంలో కలుస్తుంది.

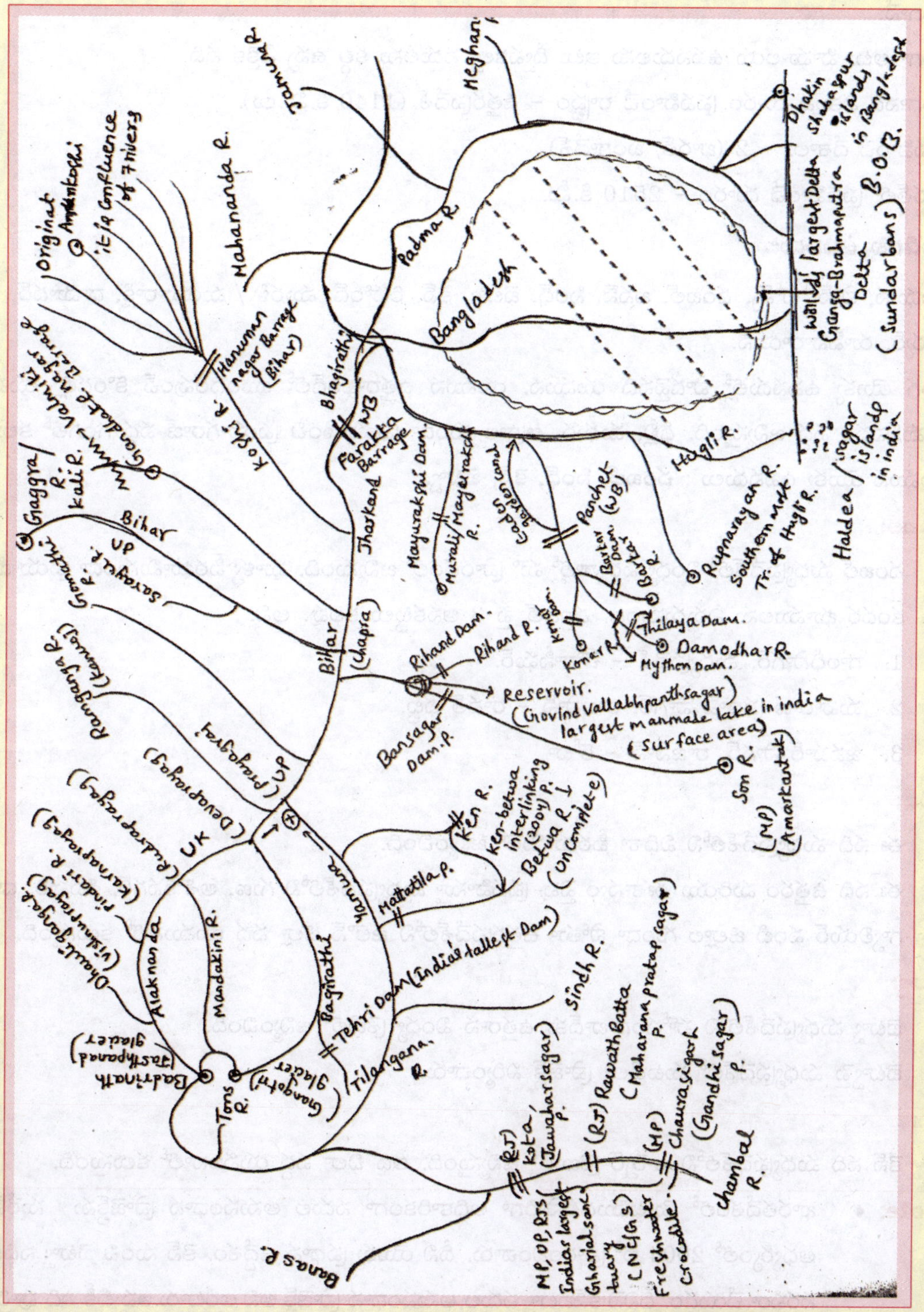

- దేశంలో ఒక ప్రధాన ఓడరేవు అయిన కోల్‌కతా నదీ ఆధారిత ఓడరేవు ఈ నది యొక్క ఎడమగట్టు పై ఉంది. కోల్‌కత్తా ఓడరేవు పూడిక సమస్యను ఎదుర్కొంటున్నందున దాన్ని తొలగించడానికి ప్రధాన గంగానదిపై బ్యారేజ్‌ను కట్టి నీటిని హుగ్లీలోకి మళ్ళిస్తున్నారు. ఈ బ్యారేజ్‌ను ఫరక్కా బ్యారేజ్ అంటారు.
- ఫరక్కా వివాదం బంగ్లాదేశ్‌తో ఉంది.
- గంగా 5 రాష్ట్రాల్లో ప్రవాహాన్ని, 11 రాష్ట్రాల్లో పరివాహక ప్రాంతాన్ని కల్గి ఉంది.
- గంగోత్రి నుండి హల్దియా వరకు దీని పొడవు 2525 కి.మీ. ఇండియాలో అత్యంత పొడవైన, పెద్దనది కూడా గంగానే.
- గంగా అటు హిమాలయ ఉపనదులను ఇటు ద్వీపకల్ప నదులను కల్గి ఉన్న ఏకైక నది.
- గంగానది ఎక్కువ దూరం ప్రవహించే రాష్ట్రం - ఉత్తరప్రదేశ్ (1140 కి.మీ.లు).
- ప్రవహించే దేశాలు - 2 (భారత్, బంగ్లాదేశ్).
- భారత్‌లో ప్రవహించే దూరం - 2510 కి.మీ.

గంగ కుడిగట్టు ఉపనదులు:

- యమున, సోన్, టోన్స్, చంబల్, బనస్, సింధ్, బెట్వా, కెన్, రిహాండ్, మురళి / మయూరాక్షి, దామోదర్, కోనార్, బార్కర్, రూప్‌నారాయన్.
- గంగ యొక్క ఉపనదుల్లో పొడవైనది యమున. యమున ఉత్తరాఖండ్‌లో బుందేర్‌పుంచ్ కొండల్లో యమునోత్రి హిమనీనదం వద్ద జన్మిస్తుంది. ఢిల్లీ, మధుర, ఆగ్రాల గుండా ప్రయాణించి ప్రయాగరాజ్ వద్ద గంగలో కలుస్తుంది. యమున యొక్క ఉపనదులు : **చంబల్, సింధ్, కెన్, బెట్వా.**

చంబల్:

- చంబల్ మధ్యప్రదేశ్‌లో వింధ్య పర్వతాల్లో మౌ ప్రాంతంలో జన్మిస్తుంది. మాళ్వ పీఠభూమిగుండా ప్రయాణిస్తుంది. కందర భూములను ఏర్పరుస్తుంది. చంబల్ పై 3 ఆనకట్టలు కలవు. అవి:
  1. గాంధీసాగర్, మధ్యప్రదేశ్ - చౌరాసీఘర్.
  2. మహారాణ ప్రతాప్ సాగర్, రాజస్థాన్ - రావత్ భట్ట.
  3. జవహర్ సాగర్, రాజస్థాన్ - కోటా

సింధ్:

- ఈ నది మధ్యప్రదేశ్‌లోని విధిశా పీఠభూమిలో జన్మించింది.
- ఈ నది ఉత్తరం మరియు ఈశాన్యం వైపు ప్రవహిస్తూ మధ్యప్రదేశ్‌లోని గుణ, అశోక్‌నగర్, శివపురి, డాటియా, గ్వాలియర్ వంటి జిల్లాల గుండా పోతూ ఉత్తరప్రదేశ్‌లోని జలౌన్ జిల్లా వద్ద యమునలో కలుస్తుంది.

బెట్వా:

- బెట్వా మధ్యప్రదేశ్‌లోని హోషంగాబాద్‌కు ఉత్తరాన వింధ్య శ్రేణిలో జన్మించింది.
- బెట్వాపై మధ్యప్రదేశ్‌లో మటటిలా ప్రాజెక్ట్ నిర్మించారు.

కెన్:

- కెన్ నది మధ్యప్రదేశ్‌లోని బార్నేర్ శ్రేణుల్లో జన్మిస్తుంది. ఇది చిలా వద్ద యమునాలో కలుస్తుంది.

Note: ♦ భారతదేశంలో మొట్టమొదటిసారిగా అధికారికంగా నదుల అనుసంధాన ప్రాజెక్ట్‌ను సురేష్ ప్రభు ఆధ్వర్యంలో 2004 లో ప్రారంభించారు. దీని యొక్క ప్రధాన ఉద్దేశం. కెన్ నుంచి బెట్వా నదికి నీటిని సరఫరా చేయడం. దీనినే కెన్‌బెట్వా నదుల అనుసంధాన ప్రాజెక్ట్ అని అంటారు. ఇప్పటికీ ఇది పూర్తికాలేదు.

◆ ఇండియాలో స్వాతంత్ర్యానికి ముందు నదుల అనుసంధాన పితామహుడిగా 'సర్ ఆర్థర్ కాటన్'ని పరిగణించారు. స్వాతంత్ర్యం తరువాత నదుల అనుసంధాన పితామహుడిగా 'కానూరి లక్ష్మణ రావు'ని పరిగణించారు.

సోన్:

★ సోన్ మధ్యప్రదేశ్‌లో అమర్‌కంటక్ వద్ద జన్మిస్తుంది.

★ ఉత్తరంగా ప్రవహిస్తూ పాట్నా వద్ద గంగలో కలుస్తుంది.

★ సోన్‌పై మధ్యప్రదేశ్‌లో ఉన్న ప్రాజెక్ట్ బన్‌సాగర్. సోన్‌కి గల ప్రధాన ఉపనది రిహాండ్.

★ ఈ నదిపై రిహాండ్ అనే ఆనకట్ట నిర్మించటం జరిగింది.

★ ఈ ఆనకట్ట ద్వారా మధ్యప్రదేశ్, ఉత్తరప్రదేశ్ సరిహద్దులలో దేశంలోని అతిపెద్ద మానవ నిర్మిత సరస్సు ఏర్పడింది. దీనినే గోవింద్ వల్లభ్‌పంత్ సాగర్ అంటారు.

మురళి లేదా మయూరాక్షి:

★ హుగ్లీకి అతి ఉత్తరాన గల ఉపనది మురళి లేదా మయూరాక్షి.

★ ఈ నదిపై జార్ఖండ్‌లో మయూరాక్షి డ్యామ్ నిర్మించారు. దీనినే కెనడా డ్యామ్ అని కూడా అంటారు.

దామోదర్:

★ ఇది జార్ఖండ్‌లోని ఛోటానాగ్‌పూర్‌లో గల టోరి అనే ప్రాంతంలో జన్మిస్తుంది. ఈ నది ఛోటానాగ్‌పూర్ మైదానంలో ప్రవహిస్తూ ఆ మైదానాన్ని హజీరాబాగ్ మరియు రాంచీ పీఠభూములుగా విడదీసి వెస్ట్‌బెంగాల్‌లోని హుగ్లీ నదిలో కలుస్తుంది. దామోదర్‌ను బెంగాల్ దు:ఖదాయని అంటారు.

★ దామోదర్‌కి గల ఉపనదులు బొకారో/బార్కర్, కోనార్.

★ దామోదర్‌పై భారతదేశంలో మొట్టమొదటిసారిగా 1948లో బహుళార్థక సాధక ప్రాజెక్టుని జార్ఖండ్ మరియు వెస్ట్‌బెంగాల్‌లో నిర్మించారు. దీనికి జార్జ్ డబ్ల్యు. నోరిస్ అనే వ్యక్తి ఛైర్మన్‌గా ఉన్నారు.

★ ఈ ప్రాజెక్ట్‌లో భాగంగా 7 ఆనకట్టలను నిర్మించారు. అందులో అతిపెద్ద ఆనకట్ట అయిన పాంచట్ హిల్స్ ప్రాజెక్ట్‌ని వెస్ట్‌బెంగాల్‌లో నిర్మించారు. ఈ ప్రాజెక్ట్‌లో భాగంగా ఇతర ఆనకట్టలు జార్ఖండ్ లో నిర్మించారు. అవి:
1. కోనార్ డ్యామ్ 2. బార్కార్ డ్యామ్ 3. మైథాన్ డ్యామ్. 4. తిలయ డ్యామ్.

★ గంగ కుడిగట్టు ఉపనదుల్లో చివరిది **రూప్‌నారాయణ్.**

ఎడమగట్టు ఉపనదులు:

❖ ధౌళీగంగ, నందాకిని, పిండారి, మందాకిని, రామ్‌గంగ, గోమతి, గాగ్రా/కాళీ (బీహార్‌లో చాప్రా వద్ద), గండక్, కోసి, మహానంద, కనోజ్‌లో రామ్‌గంగ వంటి ఉపనదులు గంగలో కలుస్తున్నాయి.

❖ గోమతి ఘాజీపూర్ వద్ద గంగలో కలుస్తుంది. ఈ నది ఒడ్డునే లఖన్‌వూ/లక్నో ఉంది.

❖ గాగ్రా గంగ నది ఉపనదుల్లో కెల్లా పెద్దది. ఇది చాప్రా వద్ద గంగలో కలుస్తుంది. ఇది ఉత్తరప్రదేశ్, బీహార్‌లో సరిహద్దు నది. దీనిపై ఉత్తరప్రదేశ్‌లో నిర్మించిన బ్యారేజ్ కైలాసపురి.

❖ గండక్ గంగలో హజీపూర్ వద్ద కలుస్తుంది. గండక్ పై బీహార్‌లో వాల్మీకి నగర్ బ్యారేజ్ ఉంది.

కోసి:

★ కోసిని బీహార్ దు:ఖదాయనిగా పిలుస్తాం. ఇది 7 నదుల కలయిక. దీనిలో ముఖ్యమైనది అరుణ్‌కోసి కుర్సెలా వద్ద గంగలో కలస్తుంది. దీనిపై బీహార్‌లో నిర్మించిన బ్యారేజ్ హనుమాన్ నగర్ / కోసి బ్యారేజ్.

- గంగా యొక్క ఎడమగట్టు ఉపనదుల్లో చివరిది మహానంద.

Note: 1. గండక్ నదిపై వాల్మీకినగర్ బ్యారేజ్‌ని భారత్ నిర్మించింది.
2. కోసి నదిపై హనుమాన్ నగర్ బ్యారేజ్‌ని బీహార్ వద్ద భారత్ నిర్మించింది.

- గంగానది పరిరక్షణ కోసం ఇప్పటి వరకు 3 కార్యక్రమాలను అమలు పరిచారు.

1. రాజీవ్‌గాంధీ 1980 – Ganga Action Plan
2. మన్మోహన్ సింగ్ 2009 – National River Ganga Basin Authority NRGBA
3. మోది 2014 నమామీ గంగే

- నేషనల్ గంగా కౌన్సిల్ – ఛైర్మన్ – పిఎం, సభ్యులు – రాష్ట్ర సిఎంలు.
- విధాన నిర్ణయాలను తీసుకుని అమలు పరిచే సంస్థ, నిర్ణయాలను అమలు చేసే సంస్థ

NMCG (National Mission for Clean Ganga) - NMCG director general Rank - Senior IAS

- ఈ కార్యక్రమాన్ని పర్యవేక్షించేవారు:

1. కేంద్ర జలవనరుల శాఖ మంత్రి. (గంగా టాస్క్‌ఫోర్స్ ఛైర్మన్)
2. రాష్ట్ర జల వనరుల శాఖా మంత్రి
3. కలెక్టర్

- నమామి గంగేకు కేటాయించాలని అనుకున్నది 20,000 కోట్ల రూపాయలు, కానీ దీనికి ఖర్చు చేసినది 8,000 కోట్లరూపాయలు మాత్రమే.

- **నమామి గంగే ప్రాజెక్ట్‌లో భాగాలు:**

1. గంగ దాని ఉపనదుల నుండి 500మీ॥లోపు కాలుష్య కారక పరిశ్రమల తొలగింపు.
2. పారిశ్రామిక, వ్యవసాయ, గృహ వ్యర్థ నీటి శుద్ధీకరణ ప్లాంట్ల ఏర్పాటు.
3. గంగా పరిసర ప్రాంతాల్లో అడవులను పెంచాలి.
4. గంగ హద్దుల అభివృద్ధి.
5. గంగ యొక్క ఉపరితల నీటిని శుద్ధ చేయడం.
6. గంగ జీవవైవిధ్యత పరిరక్షణ.
7. **గంగా గ్రామ్:**

- గంగ గ్రామపరిసర ప్రాంతాల్లో వారికి గంగ పరిరక్షణ పై అవగాహన కల్పించుట.
- 1986 గంగపై జాతీయ జల మార్గం 1 ప్రకటించింది. 1620 కి.మీ. ఇది అలహాబాద్ నుండి హల్దియా వరకు ఉంది. 4 రాష్ట్రాల్లో ఉంది. ఉత్తరప్రదేశ్, బీహార్, జార్ఖండ్, వెస్ట్‌బెంగాల్.
- 2018లో గంగానదిని దాని ఉపనదులను భారతదేశపు మొట్టమొదటి జీవం First Living entity of India ఉన్న నిర్జీవిగా ఉత్తరాఖండ్ హైకోర్టు ప్రకటించింది.
- న్యూజిలాండ్ S/C వాన్‌గున్వి నదిని ఈ విధంగానే ప్రకటించింది.
- ఇటీవల కాలంలో గంగా పరిరక్షణ కోసం ఆమరణ నిరాహార దీక్ష చేస్తూ మరణించిన వ్యక్తి స్వామి సహజ నిగమ స్వరూప సనాండ్ / జి.డి. అగర్వాల్.

తూర్పుకి ప్రవహించే నదులు:

ఒడిషాలో ప్రవహించే నదులు

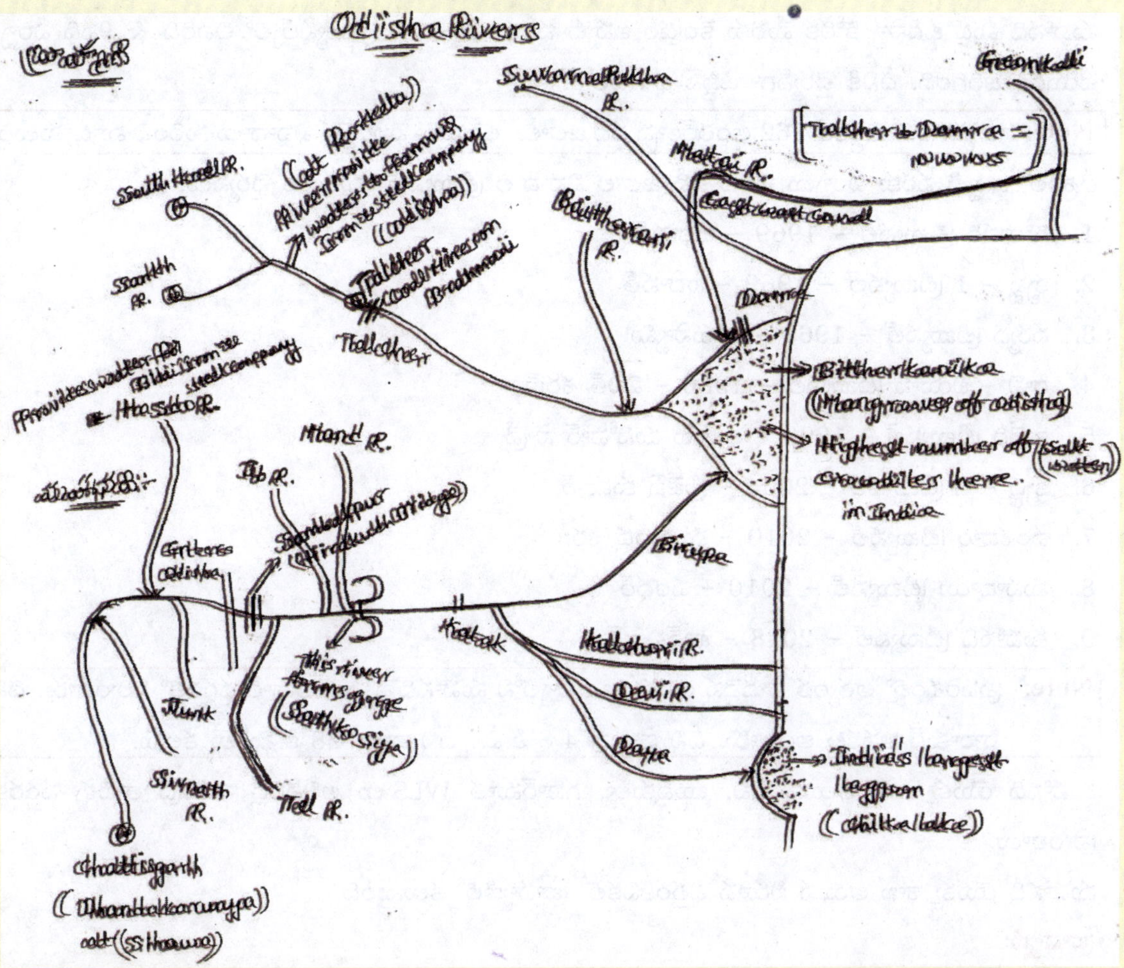

1. సువర్ణ రేఖ:

❖ ఇది జార్ఖండ్, వెస్ట్‌బెంగాల్, ఒడిషాలో ప్రవహిస్తుంది.

❖ దీనికి గల ఉపనది అయిన కార్కాయి భారతదేశంలో అతిపెద్ద కంపెనీ అయిన టాటా ఐరన్ & స్టీల్ (TISCO) కంపెనీకి నీటిని సరఫరా చేస్తుంది. (జమ్‌షెడ్‌పూర్, జార్ఖండ్)

2. మహానది:

❖ చండీఘర్‌లో దండకారణ్య ప్రాంతంలో సిహోవ అనే ప్రదేశంలో జన్మిస్తుంది.

❖ మొదట వాయువ్యానికి, తర్వాత ఉత్తరానికి ఆ తర్వాత తూర్పుగా ప్రయాణిస్తుంది. తర్వాత ఒడిస్సాలోకి ప్రవేశిస్తుంది. ఒడిస్సాలో ఇది తూర్పు కనుమల్లో సత్కోషియ గార్జ్‌ను ఏర్పరుస్తుంది. తర్వాత ఒడిస్సాలో కటక్ వద్ద నుండి అనేక శాఖలుగా మహానది విడిపోతుంది. అవి బిరూప, కఘోరి, దేవి, దయ.

మహానదికి గల ఎడమగట్టు ఉపనదులు: హజ్‌డో, శివనాథ్, మాండ్, ఇబ్

మహానదికి గల కుడిగట్టు ఉపనదులు : ఓంగ్, జంక్, టెల్

- బిరూప అనేక శాఖ బ్రాహ్మణి నదిలో కలుస్తుంది.
- దయ అనే శాఖ చిల్కా సరస్సులో కలుస్తుంది.
- మహానది మీద ఒడిస్సా కోరిక మేరకు కేంద్రం ఇప్పటి వరకు ఏర్పరిచిన ట్రిబ్యునల్స్‌లో చివరిది & 9వది ఏర్పాటు చేయడం జరిగింది. దీనికి చైర్మన్‌గా జస్టిస్ ఖాన్‌విల్కర్.

Note: రాజ్యాంగంలో ఆర్టికల్ 262 అంతర్‌రాష్ట్ర నదీ జలాలు, లోయలు మొదలైన వివాదాలు గురించి మాట్లాడుతుంది.

- దేశంలో ఇప్పటి వరకు ఏర్పాటు చేసిన నదీ జలాల వివాదాల ట్రిబ్యునల్స్ మరియు ఛైర్మన్‌లు.

1. గోదావరి ట్రిబ్యునల్ - 1969 - బఛావత్
2. కృష్ణ - 1 ట్రిబ్యునల్ - 1969 - బఛావత్
3. నర్మద ట్రిబ్యునల్ - 1969 - రామస్వామి
4. రావి - బియాస్ ట్రిబ్యునల్ - 1986 - వినీత్ శరణ్
5. కావేరి ట్రిబ్యునల్ - 1990 - అభయ్ మనోహర్ సాప్రే
6. కృష్ణ - 2 ట్రిబ్యునల్ - 2004 - బ్రిజేష్ కుమార్
7. వంశదార ట్రిబ్యునల్ - 2010 - ముకుంద శర్మ
8. మహదాయి ట్రిబ్యునల్ - 2010 - పంధర్
9. మహానది ట్రిబ్యునల్ - 2018 - ఖాన్‌విల్కర్

Note: ప్రపంచంలో అత్యంత పొడవైన ఆనకట్ట ఒడిస్సాలోని మహానదిపై సంబల్‌పూర్ దగ్గరలో నిర్మించారు. దీనినే హిరాకుడ్ ఆనకట్ట అంటారు. దీని పొడవు 4.8 కి.మీ. దీని వాలు 28 కి.మీ॥లు కలదు.

- మహానది యొక్క శాఖ అయిన దేవి, ఋషికుల్య, గహిర్‌మాత WLS లు ఆలీవ్‌రిడ్లే సముద్ర తాబేళ్ళ సంరక్షణ ప్రాంతాలు.
- మహానది యొక్క శాఖ అయిన బిరూప భిత్తరకనికలో బ్రాహ్మణిలో కలుస్తుంది.

బ్రాహ్మణి:

- ఈ నది సౌత్ కోయిల్ మరియు శంక్ అనే నదుల కలయిక ఒడిషాలో ప్రముఖ ఐరన్ స్టీల్ కంపెనీ రూర్కెలాకు నీటిని అందిస్తుంది బ్రాహ్మణి.
- దేశంలో 2వ పెద్దదైన బొగ్గగని థాల్చేర్ బ్రాహ్మణి నది ఒడ్డునే ఉంది. బ్రాహ్మణి డెల్టాగా ఏర్పడ్డ మడ అరణ్య ప్రాంతమే భిత్తరకనిక.

Note: ఇండియాలో ఉప్పునీటి మొసళ్ళు (రాకాసి మొసళ్ళు) అతిపెద్ద సంరక్షణ కేంద్రం ఇదే.

- బ్రాహ్మణి నదిపై తాల్చేరు నుండి దమ్ర వరకు జాతీయ జలమార్గం - 5ని నిర్మించారు.

బ్రాహ్మణిలో మటాయి నదిని ఉపయోగించి పశ్చిమబంగ హుగ్లీ నది నుంచి ఒక కాలువను నిర్మించారు. దీనిని తూర్పు తీర కాలువ అంటారు. ఇది పశ్చిమబంగలోని జియోంకాలి నుండి ఒడిషాలోని ఛార్‌భటియా వరకు కలదు.

ఆంధ్రప్రదేశ్ నదులు :

- ఆంధ్రప్రదేశ్‌ని నదుల రాష్ట్రంగా పరిగణిస్తారు.
- రాష్ట్రానికి సంబంధించి అత్యంత ఉత్తర నదిగా బహుదా నదిని చెప్పవచ్చు (ఇచ్ఛాపురం).
- అత్యంత దక్షిణ నదిగా పాలర్‌ని చెప్పవచ్చు (కుప్పం).

వంశధార :

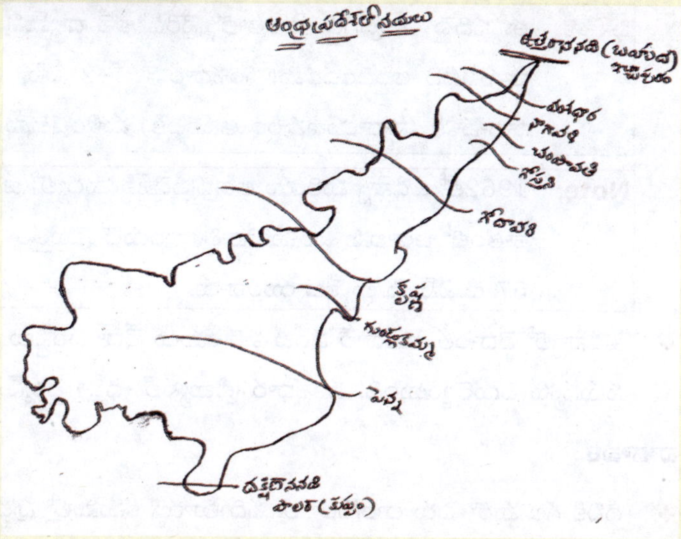

- తూర్పు కనుమల్లో పుట్టి తూర్పుకు ప్రవహించే నదుల్లో పెద్దది.
- ఒడిస్సాలో కల్హాంది కోరాపుట్ జిల్లాల సరిహద్దులో తౌమల్ రాంపూర్ అనే గ్రామంలో జన్మిస్తుంది.
- ఆంధ్రప్రదేశ్‌లో మన్యం జిల్లాలో కాట్రగడ్డలో నేరేడి అనే గ్రామం వద్ద ప్రవేశిస్తుంది. తర్వాత శ్రీకాకుళం జిల్లా గుండా ప్రయాణిస్తూ కళింగ పట్నం వద్ద బంగాళాఖాతంలో కలుస్తుంది.
- శ్రీముఖలింగం (శైవ), శాలిహుండం (బౌద్ధ), కళింగ పట్నం (జైన) పవిత్ర ప్రాంతాలు ఈ నది ఒడ్డున కలవు.

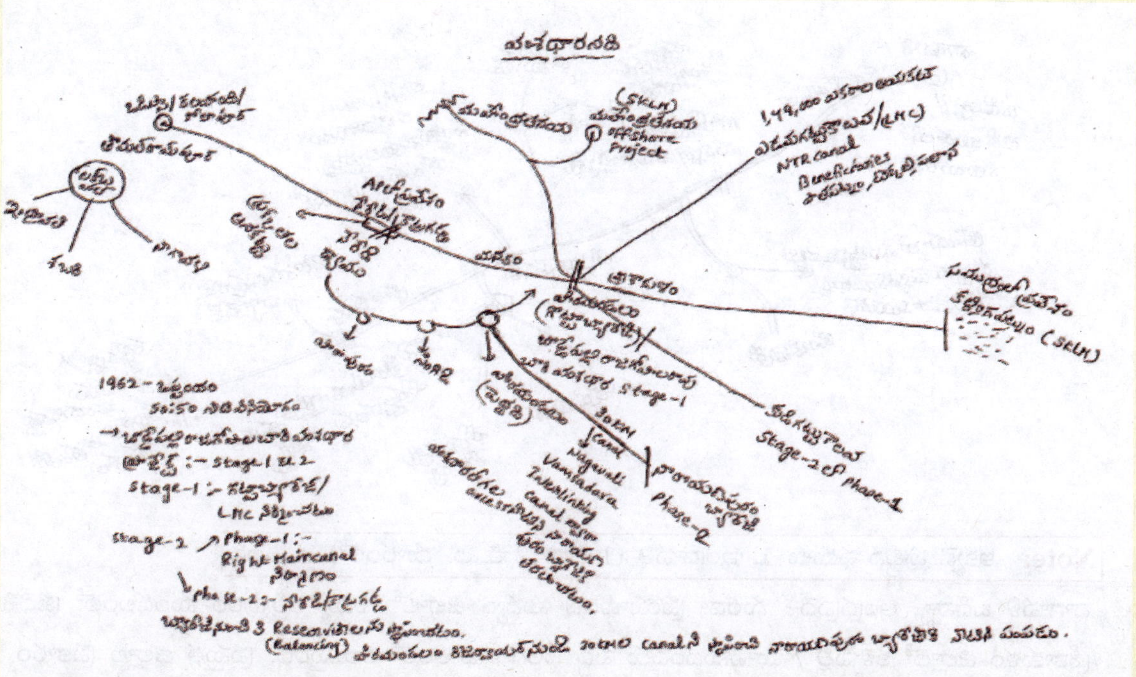

- ఒడిషాలో పుట్టిన ఈ నది యొక్క ప్రముఖ ఉపనది మహేంద్ర తనయ.

వంశధారపై ఆంధ్రప్రదేశ్ ప్రభుత్వం చేపడుతున్న ప్రాజెక్ట్ బొడ్డేపల్లి రాజగోపాలరావు (బిఆర్ఆర్) వంశధార ప్రాజెక్ట్.

- మహేంద్ర తనయ శ్రీకాకుళంలో ప్రవేశించిన తర్వాత ఎడమ గట్టు కాలువ కింద గొట్ట అనే గ్రామం వద్ద బ్యారెజ్‌ను నిర్మించి సాగునీటిని అందించటమే వంశధార స్టేజ్ - 1 ప్రాజెక్ట్. రెండవ దశలో 2 ఫేస్‌లు ఉంటాయి.

ఫేస్-1: రెండవ దశలో భాగంగా ఫేస్-1 వంశధారకు దిగువ వైపున కుడిగట్టు కాలువను నిర్మించిడము. ఇందులో భాగంగా ఈ నదికి దిగువున గల మండలాలు అయిన ఆమదాలవలస, ఎల్లన్ పేట, సరుబుజ్జిలి, శ్రీకాకుళంకు 35 వేల ఎకరాలలో ఆయకట్టు నిర్మించడం.

ఫేస్-2: ఈ నదిపై కాట్రగడ్డ ప్రాంతాల్లో నేరేడి అనే డ్యామ్‌ని కట్టి ప్రక్కతల ఆనకట్ట నుండి కుడి కాలువ ద్వారా సాగునీటిని అందించడమే వంశధార స్టేజ్-2 ఫేస్. వంశధార నీటికి ఒక 30 కి.మీ.ల కాలువ ద్వారా నాగావళికి (నారాయణపురం ఆనకట్టకి) మళ్లించటమే వంశధార ఫేస్ 2 అంటారు. ఇదే స్టేజ్-2.

Note: 1962లో ఒడిస్సా మరియు ఆంధ్రప్రదేశ్‌కి మధ్యలో జరిగిన వంశధార జలాల ఒప్పందం ప్రకారం 50:50 శాతంలో జలాలను పంచుకోవాలి: ఇందులో మొత్తం 114 టి.ఎమ్.సిలు కలవు. అందులో ఆంధ్రప్రదేశ్‌కి 57 టి.ఎమ్.సి.లు కేటాయించారు.

- ఒడిస్సాలో వేదాంత, జిందాల్ వంటి పరిశ్రమలు లేదా సంస్థలు బాక్సైట్ మైనింగ్ చేయటం ద్వారా ఈ నది కాలుష్య సమస్యను ఎదుర్కొంటుంది. వంశధార ట్రిబ్యునల్ (ఢిల్లీ) ఛైర్మన్ - ముకుంద శర్మ (2010).

నాగావళి:

- దీనికి గల మరో పేరు లాంగుల్య ఈ నది తూర్పు కనుమల్లో పుట్టి తూర్పుకు ప్రవహించే నదుల్లో పొడవైనది. నాగావళి ఒడిస్సాలో కలహంది కోరాపుట్ జిల్లాలోని జైపూర్ కొండల్లో లాక్‌బహల్ వద్ద జన్మిస్తుంది.

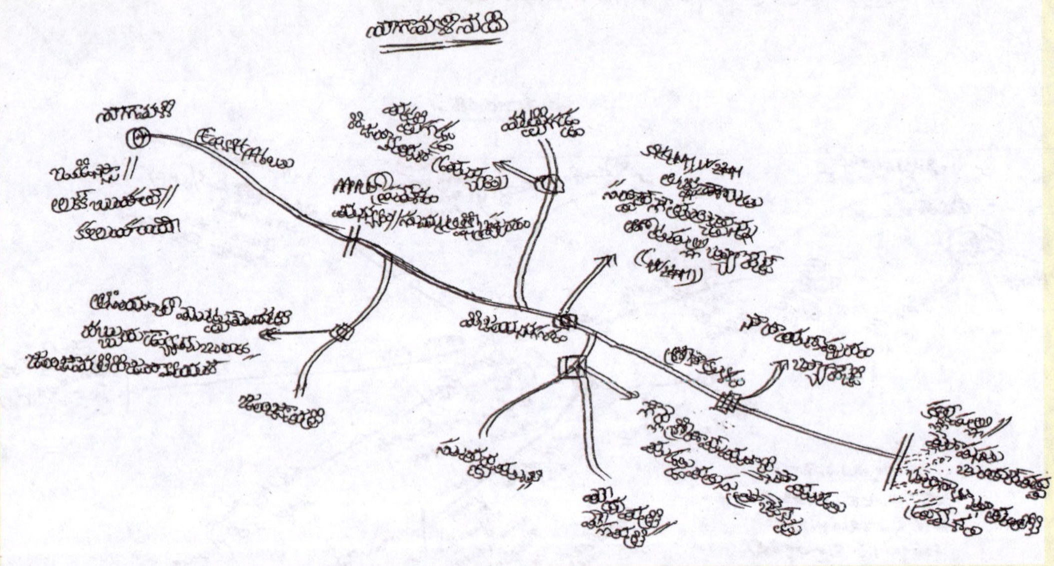

Note: ఇక్కడే పుట్టిన నదులు 1. ఇంద్రావతి (1 లేదా 2 కి.మీ. దూరంలో) 2. శబరి.

- నాగావళి ఒడిస్సా, ఆంధ్రప్రదేశ్ గుండా ప్రయాణించి మన్యం జిల్లాలో గుమ్మ లక్ష్మీపురం మండలంలో ప్రవేశించి శ్రీకాకుళం జిల్లాలో కళ్ళేపల్లి / మోపసుబందరు వద్ద బంగాళాఖాతంలో కలుస్తుంది. ప్రస్తుత జిల్లాల ప్రకారం ఇది మన్యం, విజయనగరం, శ్రీకాకుళం అనే 3 జిల్లాల గుండా ప్రయాణిస్తుంది.

నాగావళి ఉపనదులు:

1. వట్టిగడ్డ నదిపై మన్యం వద్ద వట్టిగడ్డ రిజర్వాయర్ కలదు.
2. ఝంఝావతి : ఈ నదిపైనే మన్యం జిల్లాలో ఆసియాలో కెల్లా మొదటి రబ్బరు డ్యాం 2006లో నిర్మించడం జరిగింది.
3. వేగవతి : వేగవతిలో గొర్లె శ్రీరాంమూర్తి నాయుడు మడ్డు వలస ప్రాజెక్టు విజయనగరంలో నిర్మించారు.
4. సువర్ణముఖి : సువర్ణముఖి మరియు వేదావతి నదులు కలిసినచోట గొర్లె శ్రీరాంమూర్తి నాయుడు మడ్డు వలస ప్రాజెక్టు విజయనగరంలో నిర్మించారు.

- నాగావళిపై విజయనగరంలో నిర్మించిన ఆనకట్ట నారాయణపురం.
- రాష్ట్ర ప్రభుత్వం శ్రీకాకుళం, విజయనగరంజిల్లాలకు లబ్దిని చేకూర్చే విధంగా విజయనగరంలో ఈ నదిపై నిర్మిస్తున్న ప్రతిష్టాత్మక ప్రాజెక్ట్ సర్ధార్ గౌతులచ్చన్న తోటపల్లి రిజర్వాయర్ (3 టిఎంసీ).

చంపావతి:

- ఈ నది యొక్క ప్రవాహం మన్యం మరియు విజయనగరం జిల్లాల్లో కలదు.
- ఇది మన్యం జిల్లాలో ఆంధ్ర ప్రాంతం వద్ద జన్మించి విజయనగరం జిల్లాలో ప్రయాణిస్తూ ఆ జిల్లాలోనే కోనాడ వద్ద బంగాళాఖాతంలో కలుస్తుంది. ఈ నదిపై గల చిన్న ఆనకట్టలు:
  1. ఆంధ్ర జలాశయం (మన్యం)
  2. తారకరామ తీర్థ సాగర్
  3. డెంకాడ (విజయనగరం)

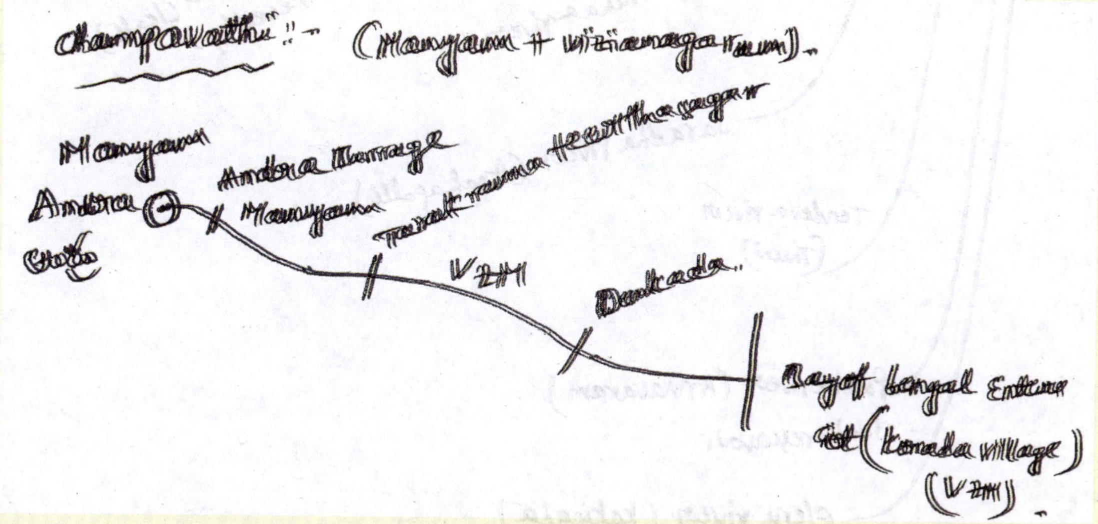

గోస్తని:

- గోస్తని అల్లూరిలోని బొర్రా గుహల వద్ద జన్మిస్తుంది. వాస్తవంగా దీని యొక్క క్రమక్షయ చర్య వలన దీని గుహలు ఏర్పడ్డాయని చెప్తున్నారు. ఆ తరువాత విజయనగరంలో ప్రవేశించి, విశాఖపట్నం గుండా ప్రయాణిస్తూ భీమిలి వద్ద బంగాళాఖాతంలో కలుస్తుంది.

  భీమిలి ఓడరేవు ఈ నది ముఖద్వారం వద్దనే ఉంది.

> **Note:** ఎన్నో వేల సం॥రాల క్రితం దీని దిశను మార్చుకోవడం వల్ల నది వదిలివేయబడ్డ స్వరూపంగా ఎర్రదిబ్బలను పరిగణిస్తారు.

- ఈ నదినే ఆంధ్రా-చంబల్‌గా పిలుస్తారు. ఈ నదిపై విజయనగరం వద్ద తాటిపూడి రిజర్వాయర్ కలదు.
- గోస్తనికి దిగువ గోదావరికి ఎగువన తూర్పు కనుమలలో జన్మించిన నదులకి సంబంధించిన కొన్ని విషయాలు
  1. శారదా నదిపై ఉన్న రిజర్వాయర్ రైవాడ. ఈ నది ఒడ్డున అనకాపల్లి కలదు. ఈ నది యొక్క ఉపనది అయిన బొడ్డేరు పై నిర్మించిన రిజర్వాయర్ కోనామ్.
  2. తాండవ నదికి ఒడ్డున గల పట్నం తుని.
  3. పంబా నదిపై పంబ జలాశాయాన్ని అన్నవరంలో నిర్మించారు.

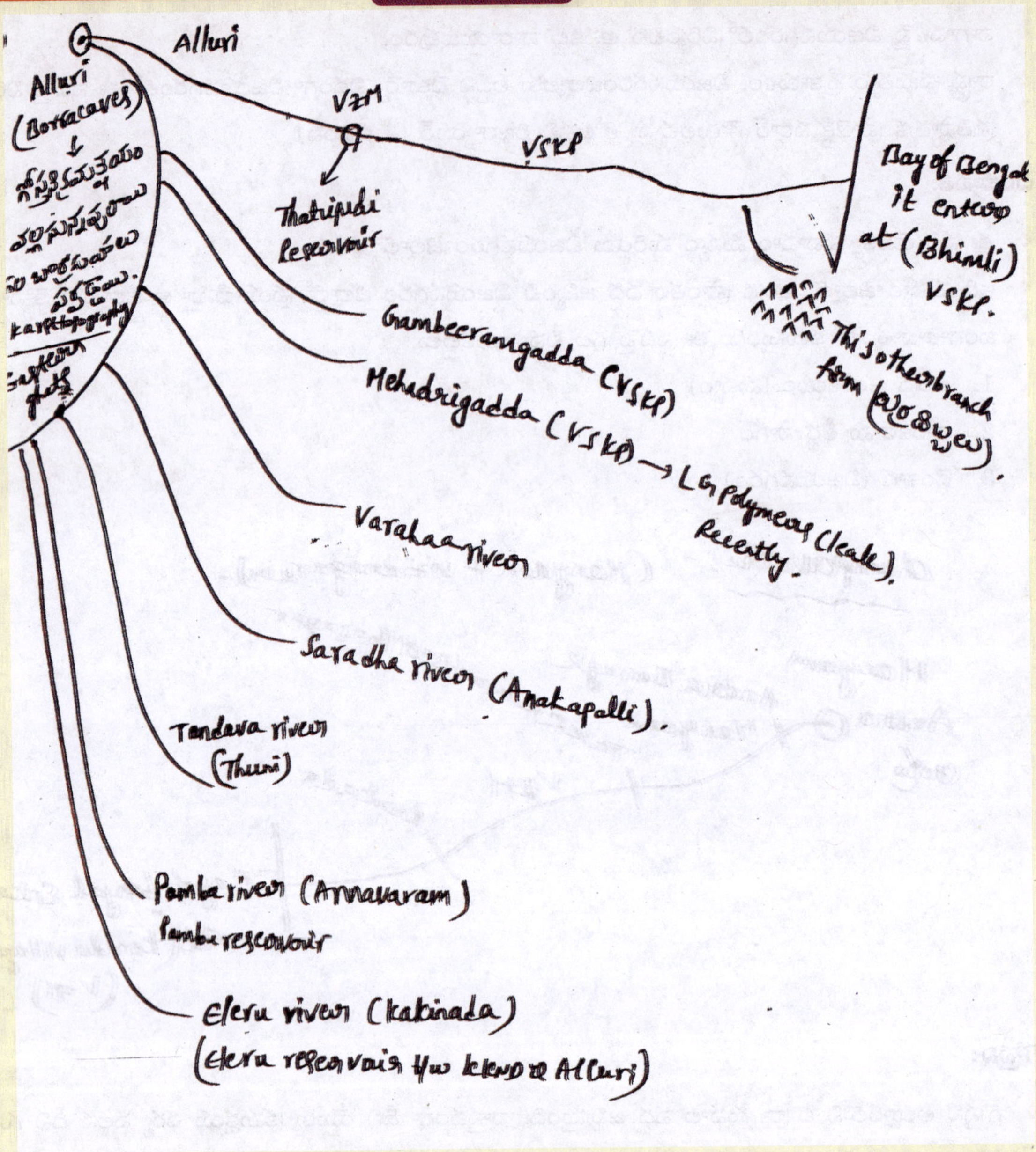

4. మేఘాద్రి నదికి ఒడ్డున గల పట్నం విశాఖపట్నం. ఇక్కడే ఇటీవల కాలంలో 2020 మే 7వ తేదిన యల్.జి. పాలిమర్స్ కంపెనీలో స్టైరిన్ గ్యాస్ లీక్ అయ్యింది..

5. రాష్ట్రీయ ఇస్పాత్ నిగమ్ లిమిటెడ్‌కు కణితి రిజర్వాయర్ నీటిని సరఫరా చేస్తుంది.

- కాకినాడ పట్టణానికి ఓడరేవుకి నీటి అవసరాలు తీరుస్తున్న నది మరియు జలాశయం - ఏలేరు. కాకినాడ మరియు అల్లూరి సరిహద్దు వద్ద ఏలేరు రిజర్వాయరును నిర్మించారు.
- అల్లూరి జిల్లాలో సీతపల్లి వాగు పై నిర్మించిన జలశయాలు 1.భూపతిపాలెం. 2. మిసురు మిల్లి.

గోదావరి:

- దీనిని వృద్ధ గంగ, దక్షిణ గంగ అని పిలుస్తారు. (దక్షిణ భారతదేశంలో అత్యంత పెద్ద మరియు పొడవైన నది కనుక దీనిని దక్షిణ గంగ అంటారు.)

Note: దక్షిణం గంగగా పిలువబడే మరో నది కావేరి.

- గోదావరినే ఇండియన్ రైన్ (జర్మనీ మరియు ఫ్రాన్స్ సరిహద్దులలో), కవుల నది అంటారు.
- సౌత్ ఇండియాలో పొడవైన మరియు పెద్ద నది గోదావరి, సౌత్ ఇండియాలో బొగ్గు గనులకు కల్గిన ఏకైక నది గోదావరి.
- గోదావరి మహారాష్ట్రలో పశ్చిమ కనుమల్లో నాసిక్ జిల్లాలో త్రయంబకేశ్వర్ వద్ద బిలే సరస్సులో జన్మిచ్చింది.

  గోదావరికి ప్రతిబింబంగా వైతరణీ నదిని పిలుస్తారు.
- 4 రాష్ట్రాలు ఒక UTల గుండా ప్రయాణిస్తుంది. మహారాష్ట్ర, తెలంగాణ, ఆంధ్రప్రదేశ్, చత్తీస్‌ఘడ్, పుదుచ్చేరి (యానాం).
- ఈ 4 రాష్ట్రాలే కాకుండా కర్ణాటక, మధ్యప్రదేశ్, ఒడిస్సాలో దీని పరివాహక ప్రాంతం కలదు. మహారాష్ట్ర తెలంగాణలో ప్రవహిస్తూ కందుకుర్తిలో ప్రవేశిస్తుంది. ఇక్కడ భాదనకుర్తి అనే నదీ ఆధారిత దీవీని ఏర్పరుస్తుంది. తర్వాత ఛత్తీస్‌ఘడ్ తెలంగాణాకి సరిహద్దుగా ప్రవహించి ఆంధ్రప్రదేశ్‌లోకి బూర్గంపాడు అనే గ్రామం వద్ద ప్రవేశిస్తుంది.

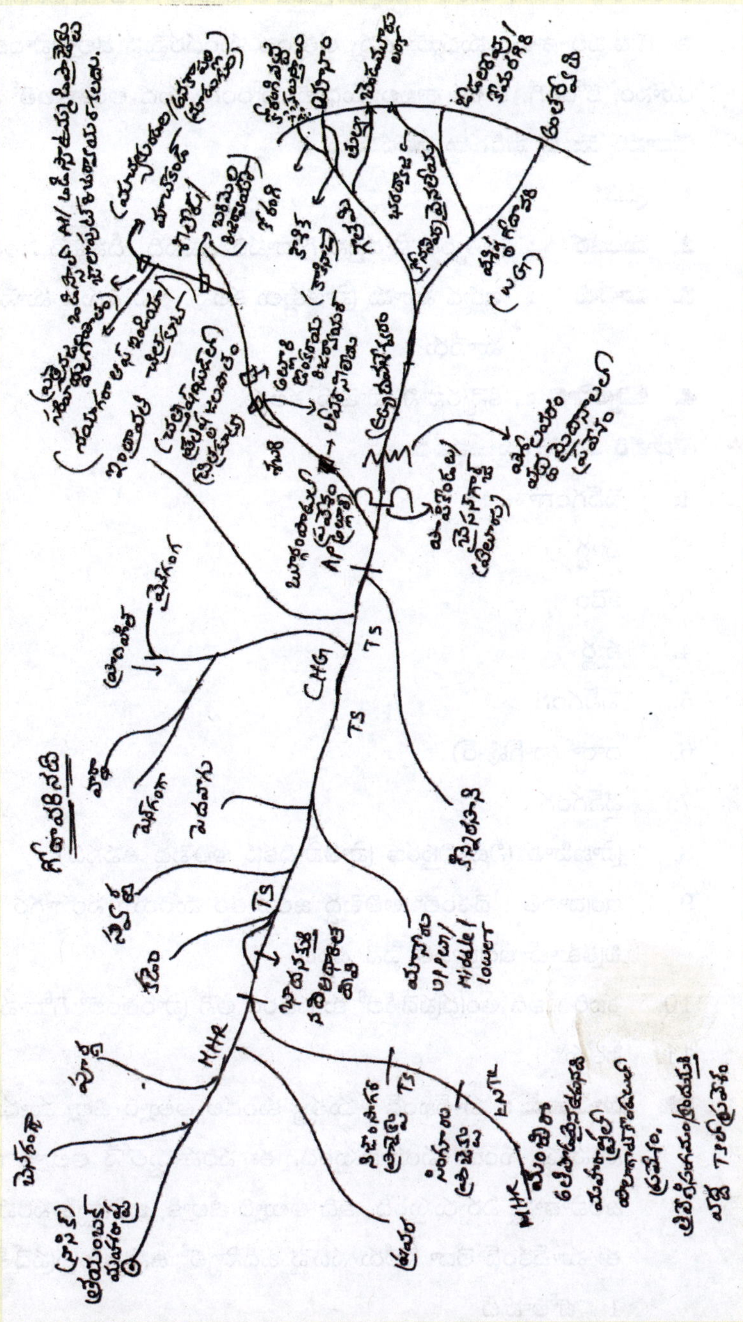

- ఆంధ్రప్రదేశ్‌లో భద్రాచలం నుండి పోలవరం వరకు ఇది కొండలలో ప్రవహిస్తూ అక్కడ బైసన్ లేదా పాపికొండలు గార్జ్‌ను ఏర్పరుస్తుంది. ఇది పోలవరం వద్ద మైదానాలలో ప్రవేశిస్తుంది. రాజమండ్రికి తూర్పున దవళేశ్వరంకి దిగువన మొదట 3 శాఖలుగాను తర్వాత 7 శాఖలుగాను విడిపోతుంది. అవి గోదావరి - గౌతమి (బంగాళఖాతంలో యానం వద్ద), గోదావరి-వైనతేయ (బంగాళఖాతంలో ఓడల రేవు వద్ద) మరియు వశిష్ఠ గోదావరి (బంగాళఖాతంలో అంతర్వేది వద్ద) కలుస్తాయి.
- గౌతమి నుంచి ఒక శాఖ, వైనతేయ నుంచి మరొక శాఖ అయిన తుల్య, భరద్వాజలు బెండమూరి లంక వద్ద బంగాళాఖాతంలో కలుస్తాయి.

- గౌతమి నుండి ఒక శాఖ విడిపోయి మళ్ళీ గౌతమిలోనే కలుస్తుంది. దానిని ఆత్రేయ అంటారు.
- కౌశిక శాఖ గౌతమి నుండి విడిపోయి, మరొక శాఖ దాని నుండి విడిపోయి దాని నుండి కోరంగి శాఖ వస్తుంది. ఇలా ఈ గోదావరి శాఖల మధ్యలో ఉన్న అత్యంత సుందరమైన డెల్టా ప్రాంతాన్ని కోనసీమ అనిపిలుస్తారు.

  యానం, కోరంగి, కౌశిక శాఖల మధ్యలో కోరింగా మడ అరణ్యాలతో కూడిన కోరింగా వైల్డ్ లైఫ్ శాంక్చురీ ఉంది.
- **గోదావరి యొక్క కుడిగట్టు ఉపనదులు:**

  1. ప్రవర

  2. మంజీర : అత్యంత పొడవైన గోదావరి ఉపనది. దీనిపైనే సింగూరు, నిజాంసాగర్ ఆనకట్టలు కలవు.

  3. మానేరు : ఇక్కడ మూడు ప్రాజెక్టులు కలవు. అవి ఎగువ మానేరు మరియు మధ్యమానేరు (సిరిసిల్ల), లోవర్ మానేరు.

  4. కిన్నెరసాని : కిన్నెరసాని ప్రాజెక్టు కలదు.
- **గోదావరి ఎడమగట్టు ఉపనదులు:**

  1. బెన్‌గంగా
  2. పూర్ణ
  3. కడెం
  4. స్వర్ణ
  5. పెన్‌గంగ
  6. వార్ధా (నాగ్‌పూర్)
  7. వైన్‌గంగ
  8. ప్రాణహిత (నీటి విస్తరణ ప్రాతిపాదికన అతిపెద్ద ఉపనది)
  9. ఇంద్రావతి : దేశంలో అతిపెద్ద జలపాతం మరియు నయాగర ఆఫ్ ఇండియాగా పిలువబడుతున్న జలపాత చిత్రకూట్ ఇంద్రావతి పైనే ఉంది.
  10. శబరి : ఇది ఆంధ్రప్రదేశ్‌లో కూనవరం అనే ప్రాంతంలో గోదావరిలో కలిసే అత్యంత చివరి ప్రధాన ఉపనది.
  11. సీలేరు
  12. **మాచ్‌ఖండ్** : మాచ్‌ఖండ్ / మత్స్య కుండల అల్లూరి జిల్లా మాడుగుల వద్ద జన్మిస్తుంది. ఒడిషా, ఆంధ్రప్రదేశ్ సరిహద్దు గుండా ప్రయాణిస్తుంది. ఈ సరిహద్దులోనే అల్లూరి జిల్లాలో ఆంధ్రప్రదేశ్‌లో అతి ఎత్తైన డుడమ జలపాతాన్ని ఏర్పరుస్తుంది. ఇది అల్లూరి జిల్లాకి, ఒడిస్సాకి సరిహద్దుగా ప్రవహిస్తూ శబరి నదిలో కలుస్తుంది. ఈ మాచ్‌కండ్ లేదా సీలేరు నదిపై ఒడిస్సాలో ఉన్న ఆంధ్రప్రదేశ్ మరియు ఒడిస్సా యొక్క ఉమ్మడి ప్రాజెక్ట్స్.
      1. జోలాపుట్
      2. మాచ్‌ఖండ్ – ఆంధ్రప్రదేశ్ మొదటి జలవిద్యుత్ ప్రాజెక్ట్.
      3. బలిమెల రిజర్వాయర్

Note: పై రెండు ప్రాజెక్ట్ నుండి ఆంధ్రప్రదేశ్‌కి 84 MW విద్యుత్‌ని అందిస్తుంది.

- **సీలేరు నదిపై అల్లూరి జిల్లాలోఉన్న ప్రాజెక్ట్స్** :
  1. ఎగువ సీలేరు 240MW
  2. డొంకరాయి 25MW
  3. దిగువ సీలేరు 460MW

- గోదావరి పై మహారాష్ట్రలో ఉన్న ప్రాజెక్ట్స్ : 1. గంగాపురం
  2. విష్ణు గంగ
  3. జైక్వాడి/పైథాన్ (మహారాష్ట్రంలో గోదావరిపై పెద్ద ప్రాజెక్ట్)
  4. బాబ్లి

- గోదావరి పై తెలంగాణలో ప్రాజెక్ట్స్ : 1. శ్రీరామ్‌సాగర్ ప్రాజెక్ట్ / పోచంపాడు
  2. శ్రీపాద ఎల్లంపల్లి
  3. కాళేశ్వరం (మేడిగడ్డ, అన్నారం, సుందిల్ల డ్యాంలు కలవు)
  4. పి.వి. నరసింహరావు కంతనపల్లి
  5. చొక్కారావు దేవాదుల
  6. సీతారామ దమ్ముగూడెం

- గోదావరిపై ఆంధ్రప్రదేశ్‌లో గల ప్రాజెక్ట్స్:

1. **ధవళేశ్వరం:**
   - ★ 1850లలో పూర్తైన ప్రాజెక్ట్. దీనికి దిగువన గల కాలువ ద్వారా కాకినాడ, కోనసీమ, మరియు తూర్పు పశ్చిమగోదావరి జిల్లాలలో 10లక్షల ఎకరాలకు ఆయకట్టు ఉంది.
   - ★ దీని స్టోరేజి సామార్థ్యం 6 టి.ఎం.సి.లు.
2. **పోలవరం:**
   - ★ నిర్మాణంలో ఉన్న ప్రాజెక్ట్. 195 టి.ఎం.సి.లు. నీటి నిల్వ సామర్థ్యం.
   - ★ పోలవరం 960MW విద్యుత్‌ను ఉత్పత్తి చేస్తుంది.
   - ★ రెండు ప్రధాన కాలువలు కలవు.
   - ★ ఎడమ ప్రధాన కాలువ అల్లూరి, కాకినాడ, అనకాపల్లి జిల్లాలలో ప్రవహిస్తూ విశాఖలో మేఘాద్రి గెడ్డ రిజర్వాయర్ వరకు నీటిని తెస్తుంది.
   - ★ కుడి ప్రధాన కాలువ 80 టి.ఎం.సి ల నీటిని ప్రకాశం బ్యారేజ్‌కి తరస్తుంది తద్వారా కృష్ణా డెల్టా స్థిరీకరిస్తుంది.
   - ★ కుడి ప్రధాన కాలువ యొక్క ముందస్తు ప్రయోజనాలను పొందడానికి గోదావరిని, కృష్ణాను అనుసంధానిస్తూ నిర్మించిన ఎత్తిపోతల పథకమే పట్టిసీమ (80 టిఎంసి).
3. **పోలవరానికి దిగువన ధవళేశ్వరానికి ఎగువన గోదావరి కుడిగట్టుపై నిర్మిస్తున్న ఎత్తిపోతల ప్రాజెక్టులు.**
   1. తాడిపూడి
   2. చింతలపూడి.

★ **పోలవరంకి దిగువన గోదావరి ఎడుమ గట్టుపై నిర్మించదలచిన ప్రాజెక్ట్స్:**

1. పురుషోత్తపట్నం ఎత్తిపోతల పథకం.
2. బాబు జగజ్జీవన రావ్ ఉత్తరాంధ్ర సుజల స్రవంతి.
3. తోట వెంకటాచలం పుష్కర ఎత్తిపోతల పథకం (తూర్పు గోదావరి కాకినాడ)

కృష్ణానది:

- కృష్ణానది మహారాష్ట్రలో మహాబలేశ్వరం వద్ద జన్మిస్తుంది. ఇది మహారాష్ట్ర, కర్ణాటక గుండా ప్రయాణించి, తెలంగాణ గుండ కూడా ప్రయాణించి ఆంధ్రప్రదేశ్‌లో సంగమేశ్వరం అనే ప్రాంతంలో కర్నూలు వద్ద ప్రవేశిస్తూ అక్కడ నుండి ఇది తెలంగాణ, ఆంధ్రప్రదేశ్‌కి సరిహద్దు నదిగా ఉంది.

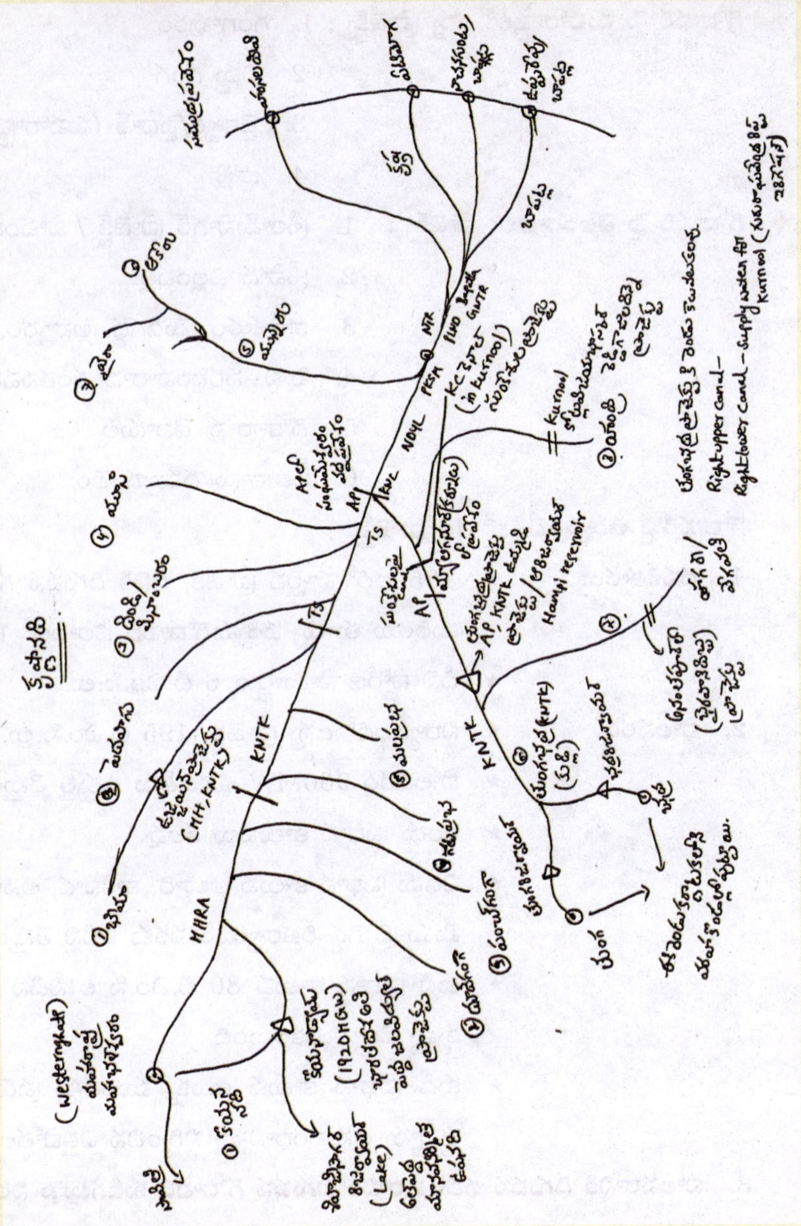

- ఆంధ్రప్రదేశ్‌వైపు కృష్ణానదికి దిగువన కర్నూల్, నంద్యాల, ప్రకాశం, పల్నాడు, గుంటూరు జిల్లాలుంటాయి. అదేవిధంగా ఆంధ్రప్రదేశ్‌లో ఇది ఉత్తరం వైపు ఎన్‌టిఆర్, కృష్ణ దక్షిణంవైపు గుంటూరు, బాపట్ల జిల్లాలకు సరిహద్దు నది.
- ఇది ఆంధ్రప్రదేశ్‌లోని విజయవాడ వద్ద కొండపల్లిలో మైదానాలలో ప్రవేశిస్తుంది.
- పులిగడ్డ అనే ప్రాంతంలో కృష్ణ రెండు శాఖలుగా విడిపోతుంది.
- ప్రధాన లేదా ఉత్తర శాఖ హంసలదీవి వద్ద బంగాళాఖాతంలో కలుస్తుంది.
- దక్షిణ శాఖ తిరిగి 3 చిన్న శాఖలుగా విడిపోతుంది.
  1. ఏటిమోగ (కృష్ణ)
  2. నాచనగుంట (బాపట్ల)
  3. ఉప్పురేవు (బాపట్ల) వద్ద బంగాళాఖాతంలో కలుస్తాయి
- ఈ మూడు శాఖల మధ్య ఉన్న మడ అరణ్య ప్రాంతమే కృష్ణా వన్యప్రాణి సంరక్షణ ప్రాంతం.
- కృష్ణా డెల్టా ప్రాంతాన్ని దివి సీమ అంటారు.
- **కృష్ణా యొక్క కుడిగట్టు ఉపనదులు:**
  1. **కొయినా :** ఈ నదిమీదనే మహారాష్ట్రలో కొయిన ప్రాజెక్ట్ ఉంది. ఈ ప్రాజెక్టు 1920 మెగావాట్ల జలవిద్యుత్‌ను అందించగల భారతదేశంలోని అతిపెద్ద జలవిద్యుత్ పవర్ స్టేషన్. ఈ ప్రాజెక్ట్ యొక్క వెనక భాగంలో ఏర్పడ్డ రిజర్వాయర్ శివాజీ సాగర్ సరస్సు. నీటి ఘనపరిమాణంలో దేశంలో అతిపెద్ద మానవ నిర్మిత సరస్సు.
  2. దూద్‌గంగా.
  3. పంచ్ గంగా.
  4. ఘటప్రభ.
  5. మలప్రభ.

6. **తుంగభద్ర:** కృష్ణా ఉపనదుల్లో కెల్లా పెద్దది. ఇది తుంగ మరియు భద్ర అనే నదనలు కలయిక. ఈ రెండు నదులు కర్ణాటకలో పశ్చిమ కనుమల్లో వరాహ కొండల్లో జన్మిస్తున్నాయి. కర్ణాటకలోనే కుడ్లి ప్రాంతంలో కులుసుకుంటాయి.

- తుంగభద్ర రాష్ట్రంలో కర్నూల్ జిల్లా మ్యాలిగనూరు ప్రాంతం వద్ద ఆంధ్రప్రదేశ్‌లోకి ప్రవేశిస్తుంది.
- తుంగభద్ర సంగమేశ్వరం అనే ప్రాంతంలో కృష్ణానదిలో కలుస్తుంది.
- కృష్ణా తుంగభద్ర నదుల మధ్యలో ఉన్న ప్రాంతాన్ని రాయచూర్ దోఅబ్ అంటారు.
- తుంగభద్ర మీద కర్ణాటక మరియు ఆంధ్రప్రదేశ్ కలిసి నిర్మించిన ఉమ్మడి ప్రాజెక్ట్ తుంగభద్ర. 28.8MW. ఆంధ్రప్రదేశ్‌కి విద్యుత్‌ని అందిస్తుంది. ఈ ప్రాజెక్టు వెనుక ఏర్పడిన రిజర్వాయర్ హంపి రిజర్వాయర్. భారతదేశంలో ఉన్న ఏకైక నీటి పిల్లి సంరక్షణ కేంద్రం ఇదే. ఈ ప్రాజెక్ట్ కుడి ఎగువ దిగువ కాలువలు మనకు నీటినందిస్తున్నాయి. కుడి ఎగువ కాలువ కర్నూలు జిల్లాకు నీటిని అందించడానికి ఉద్దేశించన పథకం. దీనినే గురు రాఘవేంద్ర ఎత్తిపోతల పథకం అంటారు. దిగువ కాలువ తుంగభద్ర నీటిని పెన్నా నదిలో పెన్నా అహోబిలం ప్రాజెక్టులో కలుపుతుంది.
- తుంగభద్రపై కర్నూల్ జిల్లా సుంకేశుల వద్ద బ్యారేజ్ నిర్మించారు. అందులో ఒక కాలువ కర్నూల్, కడపలకు నీటినందించటం జరుగుతుంది. ఆ కాలువను KC కెనాల్ అంటారు.
- కర్నాటక, కర్నూల్ సరిహద్దులో రాజోలి అనే గ్రామం వద్ద నిర్మించిన ప్రక్కతల ఆనకట్టు కర్ణాటక, తెలంగాణలకు కర్నూల్‌లోని 3 గ్రామాలకు నీటినందిస్తుంది. ఈ ప్రాజెక్ట్‌ను రాజోలిబండ డైవర్షన్ స్కీమ్ RDS అని పిలుస్తారు.
- **తుంగభద్రకు గల ఉపనదులు :** 1. హగరి లేదా వేదవతి
  2. హంద్రి
- హగరిలోయనే (అనంతపూర్) రాష్ట్రంలో అత్యల్ప వర్షపాతం నమోదు అవుతున్న ప్రాంతం. (అత్యంత శుష్క ప్రాంతం)
- హగరిపై నిర్మించిన చిన్న ఆనకట్ట భైరవాని తిప్ప (అనంతపురం).

హంద్రీ నదిపై కర్నూల్‌లో గల ప్రాజెక్ట్ కోట్ల విజయభాస్కర్ రెడ్డి గాజుల దిన్నె.

- **కృష్ణ ఎడమగట్టు ఉపనదులు.**

1. భీమ: కృష్ణా ఉపనదుల్లో పొడవైనది. భీమపై మహారాష్ట్రలో ఉజ్జైన్ అనే ప్రాజెక్ట్ ఉంది.
2. పెదవాగు
3. దిండి / మీనాంబరం
4. మూసి
5. ఆకేరు
6. వైరా
7. మున్నేరు

కృష్ణానదిపై ప్రాజెక్ట్:

- మహారాష్ట్ర : ధోమ్ ప్రాజెక్ట్
- కర్ణాటక : 1) హిప్పరాగి ప్రాజెక్ట్
  2) ఆల్మట్టి – దీని రిజర్వాయర్‌ను ఎల్.బి.శాస్త్రి రిజర్వాయర్
  3) నారాయణ్ పూర్ – బసవసాగర్ రిజర్వాయర్
- తెలంగాణ : ప్రియదర్శిని జూరాల, దిగువ జూరాల (ఇండివిడ్యువల్ ప్రాజెక్టులు).

తెలంగాణ-ఆంధ్రప్రదేశ్ ఉమ్మడి ప్రాజెక్ట్‌లు:

శ్రీశైలం:

- శ్రీశైలం – దీన్నే నీలం సంజీవరెడ్డి డ్యాం అనికూడా పిలుస్తారు.
- దేశంలో జలవిద్యుత్ శక్తి ప్రాజెక్ట్‌లో 2వ పెద్దది ఇక్కడ కలదు. 1670MW తెలంగాణ (నాగర్ కర్నూలు) 900MW, ఆంధ్రప్రదేశ్ (నంద్యాల) 770MWల విద్యుత్ శక్తిని అందిస్తుంది.
- శ్రీశైలం ప్రధాన ఆనకట్ట వెనుక జలాలు తెలంగాణ వైపు, ఆంధ్రప్రదేశ్ వైపు కలవు.

  తెలంగాణ- శ్రీశైలం లెఫ్ట్ బ్యాంక్ కెనాల్‌ని ఎక్స్‌టెండ్ చేసారు. దీనినే ఎలిమినేటెడ్ మాధవరెడ్డి కెనాల్ అంటారు.
- ఆంధ్రప్రదేశ్ – నల్లమల కొండల్లో 2 సొరంగాలు త్రవ్వి 50 టి.యమ్.సి.లు నీటిని ప్రకాశంకు తరలించి నిర్మిస్తున్న నల్లమల రిజర్వాయర్‌కు నీటిని తరలిస్తూ ఆ రిజర్వాయర్‌పై కాకర్ల, సుంకేశుల, గొట్టిపాడియ బ్యారేజ్‌లను నిర్మిస్తూ ప్రకాశం, కడపలకు నీటిని అందించబోతున్న ప్రాజెక్ట్ పూల సుబ్బయ్య వెలిగొండ ప్రాజెక్ట్ అంటారు.

శ్రీశైలం ప్రాజెక్ట్

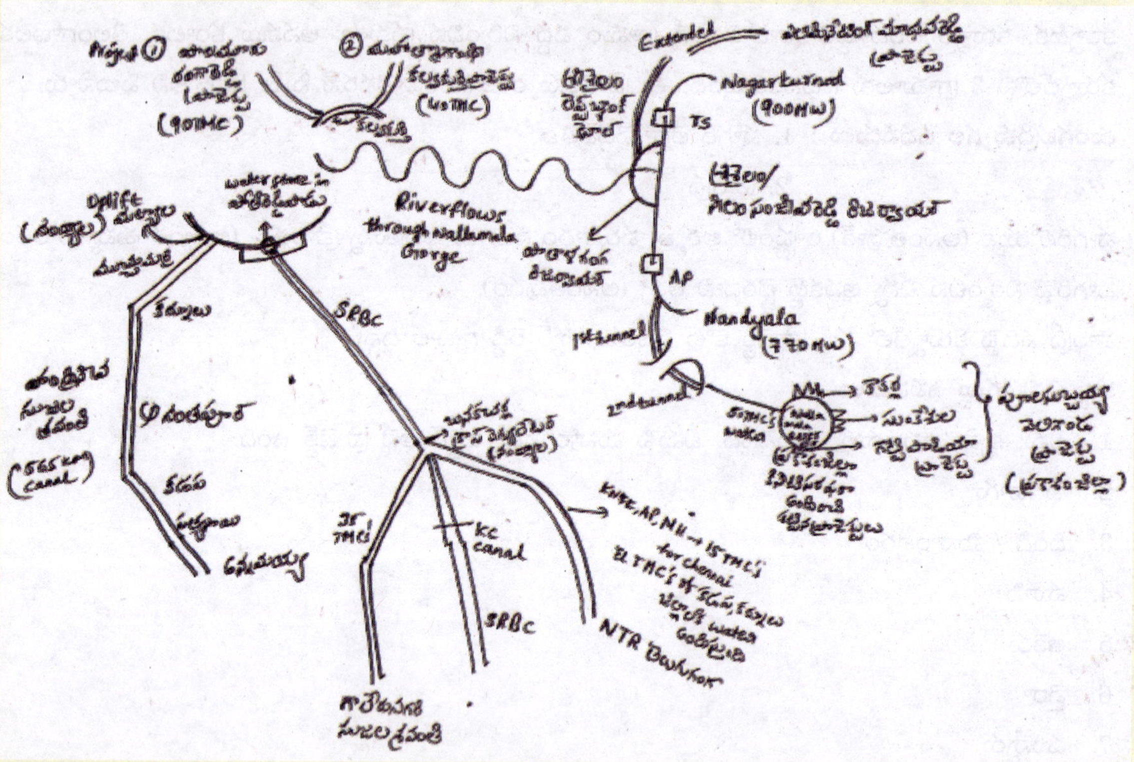

- శ్రీశైలం డ్యాం యొక్క డ్యాంకు 70 కి.మీ. వెనుక రిజర్వాయర్ 2 రాష్ట్రాల్లో ఏర్పడింది. ఈ రిజర్వాయర్ ఆధారంగా తెలంగాణ నిర్మిస్తున్న ఎత్తిపోతల పథకాలు 1. పాలమూరు-రంగారెడ్డి, 2. మహాత్మాగాంధీ కల్వకుర్తి.
- ఈ జలాల ఆధారంగా ఆంధ్రప్రదేశ్ వైపుగల ప్రాజెక్ట్ 1. హంద్రీనీవ సుజల స్రవంతి (HNSS) కర్నూల్‌లో మల్యాల లో ముచ్చుమర్రి వద్ద ప్రారంభం అయ్యి 565 కి.మీ. కాలువ సహాయంతో కర్నూలు, ఆనంతపుర్, కడప, అన్నమయ్య జిల్లాలకు నీటిని తరలిస్తున్నాం. దీనిలో 7 రిజర్వాయర్లు కట్టి, 6 లక్షల ఎకరాలను నీటిని అందిచబోతున్న ప్రాజెక్ట్ 40 టిఎంసిల నీటి వినయోగం చేయవచ్చు.

★ శ్రీశైలం యొక్క ముందు జలాలపై ప్రధాన నియంత్రణ ఉన్న ప్రాంతం పోతిరెడ్డిపాడు దీని నుండి 10 నుంచి 15 కిలోమీటర్ల కెనాల్ బయటకు వస్తుంది. దీనిని ఎస్.ఆర్.బి.సి. అంటాం. దీనిపైన క్రాస్ రెగ్యులేటర్ నిర్మించి 3 కెనాల్స్‌ను కొనసాగిస్తున్నాము. క్రాస్ రెగ్యులేటర్ ఉన్నదానిని బనకచర్ల క్రాస్‌రెగ్యులేటర్ అంటారు.

1. ఎన్‌టిఆర్ తెలుగు గంగ ప్రాజెక్ట్ - అనుమతి ఉన్న ఏకైక ప్రాజెక్ట్ పూర్తయింది.
   చెన్నైకి 15 టి.యం.సి.లు నీటిని అందిస్తుంది. మరో 30 టి.యం.సి.లు కర్నూలు, కడపకి నీరు సరఫరా చేస్తుంది.
2. శ్రీశైలం రైట్ బ్యాంక్ కెనాల్ ప్రాజెక్ట్ (ఎస్.ఆర్.బి.సి). ఇందులో కె.సి. కెనాల్ కలుస్తుంది.
3. గాలేరు నగరి సుజల స్రవంతి 35 టి.యం.సి.ల నీటిని పెన్నాలో మైలవరం రిజర్వాయర్‌లో కలిసి అక్కడ కడప, చిత్తూరుకి నీటిని అందిస్తుంది.

నాగార్జున సాగర్:

★ నల్గొండలో నందికొండ గ్రామం వద్ద నిర్మించారు. 1955 డిసెంబర్ 10న శంకుస్థాపన చేశారు. (నెహ్రూ) ఈ ఆనకట్ట శంకుస్థాపన సందర్భంగా నెహ్రూ ఇచ్చిన నినాదం "ఆనకట్టలే భవిష్యత్తు ఆలయాలు". ఇందిరాగాంధీ దీనిని ప్రారంభించారు.

★ ఏసియాలో రాతి ఆనకట్టల్లో పెద్దది.

★ దేశంలో బవళార్థక సాధక ప్రాజెక్ట్‌లో 2వ పెద్దది.

★ నీటి నిల్వ సామర్థ్యం 314 టి.యం.సి.లు నీటి నిలువలో మరియు ఆనకట్టలలో 2వ పెద్దది.

★ దీనికి 2 ప్రధాన కాలువలు కలవు.

1. **ఎడమ ప్రధాన కాలువ :** ఎల్.బి. శాస్త్రి కాలువ 135 టిఎంసి లు ఇది తెలంగాణతోపాటు కృష్ణా (ఎన్‌టిఆర్) వెస్ట్ గోదావరి (ఏలూరు)కు కూడా నీటినందిస్తుంది. ఈ కాలువ ద్వారా తెలంగాణకు 60 MW మరియు ప్రధాన ఆనకట్ట ద్వారా తెలంగాణకు 815MW విద్యుత్‌ను అందిస్తుంది.
2. **కుడి ప్రధాన కాలువను :** జవహర్ కాలువ. 135 టిఎంసి లు ఆంధ్రాకు అందిస్తుంది. ఈ నీటి ద్వారా ప్రకాశం పల్నాడు జిల్లాలు లబ్దిపొందుతున్నాయి.

★ దీని ద్వారా ఆంధ్రప్రదేశ్ 90MW విద్యుత్ ఉత్పత్తి చేస్తుంది. ప్రాజెక్టు ద్వారా ఒక నది అంతరించింది. అంతరించిన నదిని ఈ కాలువ ద్వారా పునర్జీవనం చేయించారు. దీనినే ఎత్తిపోతల జలపాతం అంటారు.

★ తెలంగాణాలో బ్యాక్ వాటర్స్‌పై పుట్టమగండి, ఆంధ్రప్రదేశ్ బేక్ వాటర్స్‌పై పల్నాడులోని-పల్నాడు లిఫ్ట్ ఇరిగేషన్ / వరికెపూడి సెల ప్రాజెక్టు నిర్మించారు.

★ నాగార్జునసాగర్‌కి డౌన్ స్ట్రీంలో ఒక బ్యాలెన్స్ రిజర్వాయర్‌ను కట్టబోతున్నారు. దీనిని నాగర్జునసాగర్ టైల్ పాండ్ అంటారు. దీని ద్వారా ఆంధ్రప్రదేశ్‌కు 50MW విద్యుత్‌ను కేటాయించారు.

డాక్టర్ కె.ఎల్.రావు పులిచింతల:

★ 120MW శక్తి తెలంగాణకు కేటాయించారు. ఆంధ్రకు 45.5 TMC లు కేటాయించారు. ప్రకాశం డెల్టాకు ముందస్తు ప్రయోజనాలను అందించే ప్రాజెక్టు.

ప్రకాశం బ్యారేజి:

★ కృష్ణానదిపై ఆంధ్రప్రదేశ్‌లో ఉన్న ఏకైక స్వతంత్ర ప్రాజెక్ట్ ఇదే. దీని క్రింద 13లక్షల ఎకరాల ఆయట్టుంది. అధిక ఆయకట్టును కల్గిన బ్యారేజ్ ఇందులో రెండు కాలువలు కలవు.

★ ప్రకాశం బ్యారెజ్ యొక్క ఎడమ ప్రధాన కాలువ నుండి ఏలూరు, రైయిస్, బందరు కాలువలను నిర్మించటం జరిగింది.

★ కుడి ప్రధాన కాలువ నుండి నిజాంపట్నం, కొమ్మమూరు, గుంటూరు కాలువలను నిర్మించారు.

★ బ్యారేజ్‌ను నిర్మించింది థామస్ ఓర్. దీని రూపకల్పనకు సహాయం అందించింది సర్ అర్థర్‌కాటన్.

★ పులిచింతల నుంచి ప్రకాశం బ్యారేజికి మధ్యలో అప్పటి రాజధాని అమరావతికి అనుసంధానించటానికి అమరావతి ప్రాంతంలో నిర్మించాలనుకుంటున్న బ్యారేజ్ వైకుంఠపురం.

కృష్ణా జల వివాదాల ట్రిబ్యునల్స్:

❖ కృష్ణానది జల వివాదాల ట్రిబ్యునల్ - 1, 1969 ఏప్రిల్ 10.

❖ ట్రిబ్యునల్ తుది తీర్పు 1975 లో వచ్చింది. 1976లో అమలు పరిచింది.

చైర్మన్ : బఛావత్

సభ్యులు : డిఎం సేన్, ఎం బండారి

75% డిపెండిబులిటీ కలదు.

❖ లెక్కించిన సంవత్సరాలు : 67 సంవత్సరాలు

❖ తీర్పు రెండు రకాలుగా ఇచ్చారు. స్కీమ్-ఎ, స్కీమ్-బి జలాలు.

❖ స్కీమ్ బి లో మిగులు జలాలు 330 TMC లు కలవు.

❖ ఈ నీటిని ఆంధ్రప్రదేశ్‌కు కేటాయించటం జరిగింది. దీనిపై ఆంధ్రకు స్వేచ్ఛను మాత్రమే ఇచ్చారు. హక్కును ఇవ్వలేదు.

❖ ఈ కేటాయింపులే ప్రస్తుత వివాదానికి మూలకారణం.

❖ స్కీమ్-ఎ జలాల్లో 2060 TMC లు వాస్తవ జలాల్లో మరో 70 టిఎంసిలు పునర్వినియోగ జలాలు. (మొత్తం 2130 TMCలు)

మిగులు జలాలను క్రింది విధంగా పంచడం జరిగింది.

ఆంధ్రప్రదేశ్	:	811 TMC లు
కర్నాటక	:	734 TMCలు
మహారాష్ట్ర	:	585 TMC లు

❖ ట్రిబ్యునల్-1 తన తీర్పులో కనీస కాల పరిమితిగా 25 సంవత్సరాలను చెప్పడం జరిగింది. (25 సం॥లు అమల్లో ఉంటుంది).

❖ కేంద్రం కిష్ణా వాటర్ డిస్ప్యూట్స్ ట్రిబ్యునల్ - 2 (2004లో ఏర్పాటు)

- కృష్ణా జలవివాద ట్రిబ్యునల్ - 2
- Dependability 65% కలదు.
- లెక్కించిన సంవత్సరాలు - 45 సం॥
- చైర్మన్ - బ్రిజేష్ కుమార్
- సభ్యులు - సేత్, శ్రీవాత్సవ
- తుది తీర్పును 2010 డిసెంబర్ 31న ఇవ్వడం జరిగింది.
- మిగులు జలాల మీద ఆంధ్రప్రదేశ్‌కు ఉన్న స్వేచ్ఛను తొలగించారు.
- 2578 టిఎంసీలను 3 రాష్ట్రాలకు పంచారు.
- ప్రకాశం బ్యారేజ్ వద్ద సముద్రంలోనికి విడుదల చేయల్సింది 16 TMC లు.

- ఆంధ్రప్రదేశ్ : 1001 TMC లు. మిగులు జలాలు తీసేయడం వల్ల ఆంధ్రప్రదేశ్ 140 TMC లు కోల్పోయింది.
- కర్ణాటక : 911 TMC లు.
- మహారాష్ట్ర : 666 TMC లు. కృష్ణానది జలాల వివాద ట్రిబ్యునల్-2ని ఆంధ్రప్రదేశ్ అంగీకరించలేదు.

❖ ఈ తీర్పు భారత రాజపత్రంలోకి ఇంకా ఎక్కనందున ఆంధ్రప్రదేశ్ పునర్విభజన చట్టం ట్రిబునల్ -1 కేటాయించిన 811 టియంసీలను వినియోగ ప్రాతిపదికన ఆంధ్రప్రదేశ్‌కు 512 టియంసీలు కేటాయించింది.

గుండ్లకమ్మ:

❖ నంద్యాల జిల్లా నల్లమల కొండల్లో జన్మిస్తుంది.

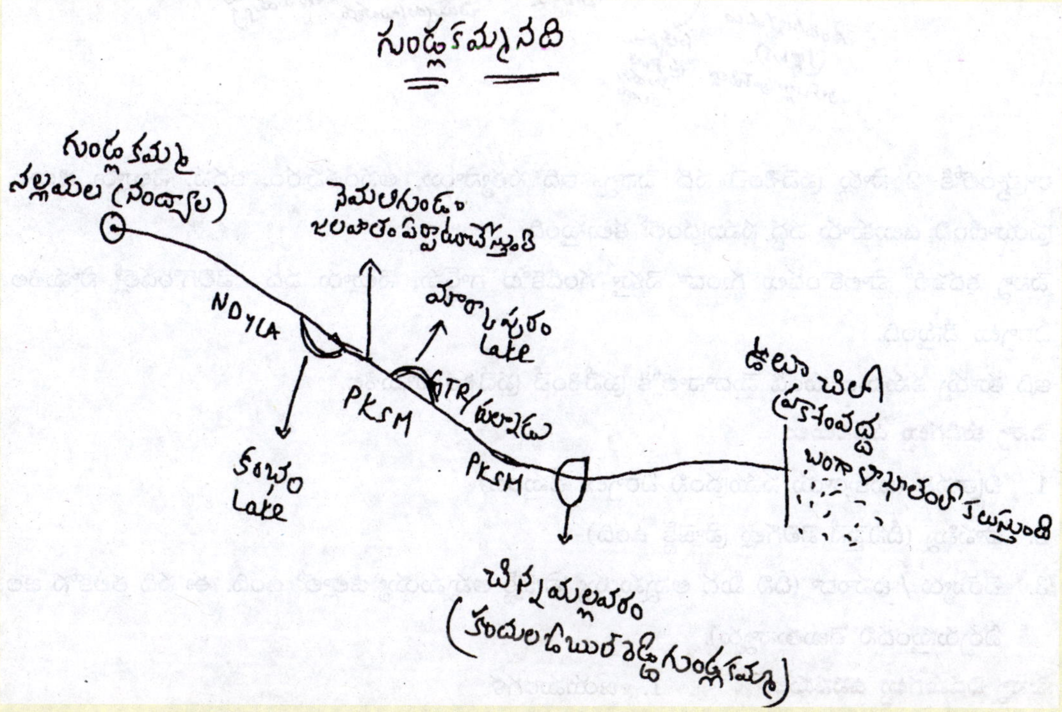

❖ ప్రకాశం, గుంటూరు, పల్నాడు గుండా ప్రయాణిస్తూ ప్రకాశంలో ఉలూచి వద్ద సముద్రంలో కలుస్తుంది. ఇది ఏర్పరిచిన జలపాతం నెమలిగుండం.

❖ ఈ నది ఏర్పరచిన చెరువులు : **కంభం చెరువు, మార్కాపురం చెరువు.**

❖ రాష్ట్ర ప్రభుత్వం అత్యంత ప్రతిష్ఠాత్మకంగా నిర్మిస్తున్న లేదా నిర్మించిన 7 ప్రధాన ప్రాజెక్టలలో ఒకటి. గుండ్లకమ్మ నదిపైనే ఉంది ప్రకాశంలో చిన్నమల్లవరం గ్రామం వద్ద ఉంది. ఈ ప్రాజెక్ట్ పేరు కందుల ఓబులరెడ్డి గుండ్లకమ్మ ప్రాజెక్ట్.

పెన్నానది:

❖ పెన్నానది కర్ణాటకలో చిక్‌బల్లాపూర్ జిల్లా నందిదుర్గ కొండల్లో జన్మిస్తుంది. ఉత్తరంగా ప్రయాణించి సత్యసాయిలో చౌటుప్పల్ ప్రాంతంలో ఆంధ్రప్రదేశ్‌లోకి ప్రయాణిస్తుంది.

Note: దేశంలో ఒక అతి పెద్ద సోలార్ పార్క్ పెన్నా నది ఒడ్డున కర్ణాటకలో పావగడ ప్రాంతంలో నిర్మించారు.

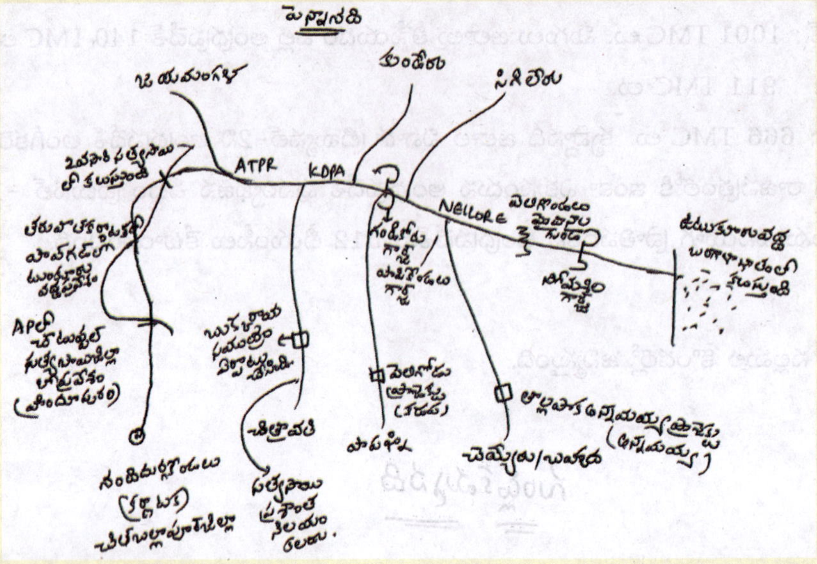

- ❖ రాష్ట్రంలోకి 2 సార్లు ప్రవేశించే నది పెన్నా. ఇది సత్యసాయి, అనంతపురం, కడప, నెల్లూరు జిల్లాల గుండా ప్రయాణించి ఉటుకూరు వద్ద సముద్రంలో కలుస్తుంది.
- ❖ పెన్నా కడపలో పాలకొండలు గుండా వెళ్తూ గండికోట గార్జ్‌ను, నెల్లూరు వద్ద వెలిగొండల్లో సోమశిల గార్జ్‌ను ఏర్పాటు చేస్తుంది.
- ❖ ఇది తూర్పు కనుమల నుండి మైదానాల్లోకి ప్రవేశించే ప్రదేశం సోమశిల.
- ❖ **పెన్నా కుడిగట్టు ఉపనదులు**
  1. చిత్రావతి (బుక్కరాయ సముద్రంని ఏర్పాటు చేస్తుంది)
  2. పాపఘ్ని (దీనిపైనే వెలిగల్లు ప్రాజెక్ట్ ఉంది)
  3. చెయ్యేరు / బహుదా (దీని మీద అన్నమయ్య ప్రాజెక్ట్ అన్నమయ్య జిల్లాలో ఉంది. ఈ నది తలకోన జలపాతాన్ని ఏర్పరుస్తుందని చెబుతున్నారు).
- ❖ **పెన్నా ఎడమగట్టు ఉపనదులు :**
  1. జయమంగళ
  2. కుందు
  3. సగిలేరు
- ❖ **ప్రధాన పెన్నానది మీద గల ప్రాజెక్ట్:**
  1. పెన్నా అహోబిలం (అనంతపురం).
  2. మిడ్ పెన్నార్ (అనంతపురం).
  3. మైలవరం (కడప).
  4. గండికోట (కడప).
  5. సోమశిల (నెల్లూరు) (పెన్నానది ప్రాజెక్ట్‌లలో అతి పెద్దది).
- ❖ రాష్ట్రంలో ప్రైవేట్ జల విద్యుత్ ఉత్పత్తి కేంద్రం బలాజి. సోమశిల వద్దనే ఉంది. మీనాక్షీ కంపెనీ 12 మెగావాట్ల టైడల్ ఎనర్జీని ఉత్పత్తి చేస్తుంది.

  6. సంగం బ్యారేజ్.
  7. నెల్లూరు బ్యారేజ్.

Note: దీన్నే ఈ మధ్య కాలంలో మేకపాటి గౌతమరెడ్డి బ్యారేజ్‌గా పేరు మార్చారు.

❖ **పెన్నాకి దిగువన గల నదులు:**

1. **కైవల్య నది :** కైవల్యనది ముఖద్వారం వద్ద కృష్ణ పట్నం ఓడరేవు కలదు.
2. **సువర్ణముఖి :** చిత్తూరు, అన్నమయ్య జిల్లాల గుండా వెళ్ళి తిరుపతిలో సముద్రం వద్ద కలుస్తుంది. సువర్ణముఖి ముఖద్వారం వద్దనే దుగరాజపట్నం సీ పోర్ట్‌ని కట్టబోతున్నారు. దీని కింద పులికాట్ సరస్సు కలదు. పులికాట్ సరస్సులో కలిసిన చిన్న నదులు కండలేరు, కాలంగి.
3. **పాలర్ :** కర్ణాటక, ఆంధ్రప్రదేశ్, తమిళనాడుల మధ్య వివాదస్పద నది-పాలర్ (రాష్ట్రంలో అత్యంత దక్షిణ నది) కేవలం చిత్తూరు కుప్పం గుండా వెళ్తుంది.
4. **కోశస్తలియార్ :** కోశస్తలియార్‌నది (చిత్తూరు జిల్లా) ఆంధ్రప్రదేశ్, తమిళనాడు మధ్య కొత్తగా వివాదం మొదలైంది.

కావేరి నది:

❖ కావేరి ఎగువ ప్రాంతానికి నీరు నైఋతి రుతుపవనాల వల్ల వస్తుంది. దిగువ ప్రాంతానికి నీరు ఈ శాన్య ఋతుపవనాల వల్ల వస్తుంది. కాబట్టి ఒక 6 నెలలపాటు దీంట్లో నీరు ఉండే అవకాశం ఉంది. కాబట్టి కావేరిని కూడా దక్షిణ గంగ అని పిలుస్తారు.

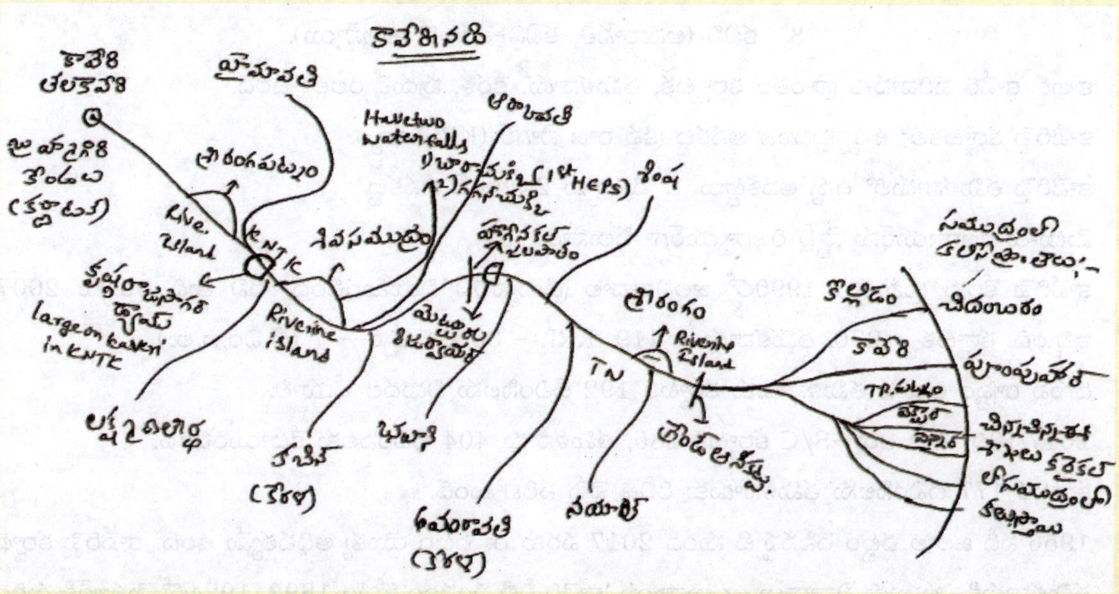

❖ దేశంలో అత్యధిక నీటి ప్రవాహాన్ని మరియు అత్యధిక నీటిని సముద్రంలో కలుపుతున్న నదిగా బ్రహ్మపుత్రను చెబుతుంటే అత్యధికంగా వినియోగించబడుతున్న నదిని కావేరిగా చెబుతారు.

❖ కావేరి కర్ణాటకలో బ్రహ్మగిరి కొండల్లో తలకావేరి ప్రాంతంలో జన్మిస్తుంది. కర్ణాటక-తమిళనాడు గుండా ప్రవహిస్తూ తమిళనాడులో రెండు ప్రధాన శాఖలుగానూ అనేక చిన్న శాఖలుగానూ విడిపోతూ డెల్టా ప్రాంతాన్ని ఏర్పరుస్తుంది. అత్యంత ఉత్తరాన శాఖ కొల్లిడం, రెండవది కావేరి అంటారు. మిగతావాటిని టి.ఆర్. పట్నం, వెట్టార్, వెన్నార్ వంటి పేర్లతో పిలుస్తారు. చిన్న శాఖలన్ని కరైకాల్ వద్ద సముద్రంలో కలుస్తాయి.

❖ ప్రధాన శాఖ సముద్రంలో కలిసే ప్రాంతం పుంపుహార్.

- కావేరి డెల్టా ముఖద్వారంలో ఏర్పడ్డ మడ అరణ్య ప్రాంతం పిచ్చావరం అరణ్యాలు.
- కావేరి కర్ణాటకలో 2 దీవులను తమిళనాడులో మరో దీవిని ఏర్పరుస్తుంది.
  1. శీరంగ పట్నం (కర్ణాటక)
  2. శివసముద్రం (కర్ణాటక) (1902లో ఇండియాలో మొట్టమొదటి విజయవంతమైన జలవిద్యుచ్ఛక్తి ప్రాజెక్ట్ ఇక్కడే నిర్మించారు)
  3. శ్రీరంగం (తమిళనాడు).
- కావేరి కర్ణాటకలో ఏర్పరిచిన ప్రముఖ జలపాతం శివసముద్రం. కావేరి తమిళనాడులో ఏర్పరచిన జలపాతం హొగేనకల్.

  శివసముద్రంలో కవళ జలపాతాలు కలవు. అవి 1. బారాచుక్కి 2. గగన్ చుక్కి

ఉపనదులు:

- **కావేరి నది ఉపనదులు :** 1. హైమావతి 2. ఆర్కావతి 3. శింష 4. భవాని 5. నొయ్యల్ 6. లక్ష్మణతీర్థ 7. అమరావతి 8. కబిని (అమరావతి, కబిని-కేరళలో జన్మిస్తాయి).
- కాబట్టి కావేరి పరివాహక ప్రాంతం కర్నాటక, తమిళనాడు, కేరళ, పుదుచ్చేరిలలో ఉంది.
- కావేరిపై కర్ణాటకలో ఉన్న ప్రముఖ ఆనకట్ట క్రిష్ణ రాజ సాగర్ (KRS) డ్యాం.
- కావేరిపై తమిళనాడులో ఉన్న ఆనకట్టలు 1. మెట్టూరు 2. గ్రాండ్ ఆనకట్ట
- మెట్టూరు రిజర్వాయర్‌ను స్టాన్లీ రిజర్వాయర్‌గా పిలుస్తాం.
- కావేరిపై కేంద్ర ప్రభుత్వం 1990లో జలవివాదాల ట్రిబ్యునల్‌ని నియమించింది. దీని తుది తీర్పును 2007లో ఇచ్చింది. కర్ణాటక - 270, తమిళనాడు - 419, KRL - 30 పుదుచ్చేరి - 7 (టి.ఎం.సి.లు)
- దిగువ రాష్ట్రం అయిన తమిళనాడుకు కర్ణాటక 192 టిఎంసిలను విడుదల చేయాలి.
- 2017/18లో తుది తీర్పు-S/C కర్ణాటక 285, తమిళనాడు 404 టిఎంసిలకు కేటాయించింది.
- కర్ణాటక 177 టిఎంసిలను తమిళనాడుకు రిలీజ్ చేస్తే సరిపోతుంది.
- 1956 నదీ జలాల చట్టం చేసినప్పటి నుండి 2017 వరకు ఈ చట్టం యొక్క ఆధిపత్యమే ఉంది. కావేరిపై కర్ణాటక, తమిళనాడుకి ఎల్లప్పుడు వివాదాలు ఉంటున్నాయి. కావేరి నీటి పంపకం కోసం 1892, 1924లో మైసూర్‌కి మరియు బ్రిటిష్ ఇండియాకి ఒప్పందం కుదిరింది. దీని ప్రకారం తమిళనాడుకి 70% నీటిని కేటాయించారు.
- తూర్పుకు ప్రవహించే నదుల్లో చివరిదిగా వైగై నదిని చెప్పవచ్చు. ఇది రామనాథపురం జిల్లాగుండా ప్రవహిస్తూ పాక్ సింధుశాఖ వద్ద సముద్రంలో కలుస్తుంది.
- వైగై తరువాత నదులలో దక్షిణాన పుట్టి దక్షిణ వైపు ప్రవహించే నది తమిళ భరణి. దీన్నే దక్షిణ జీవనదిగా పిలుస్తాన్నారు. అన్నామలై కొండల్లో జన్మించి దక్షిణానికి ప్రవహించి కన్యాకుమారి వద్ద సముద్రంలో కలుస్తుంది.

పశ్చిమానికి ప్రవహించే నదులు:

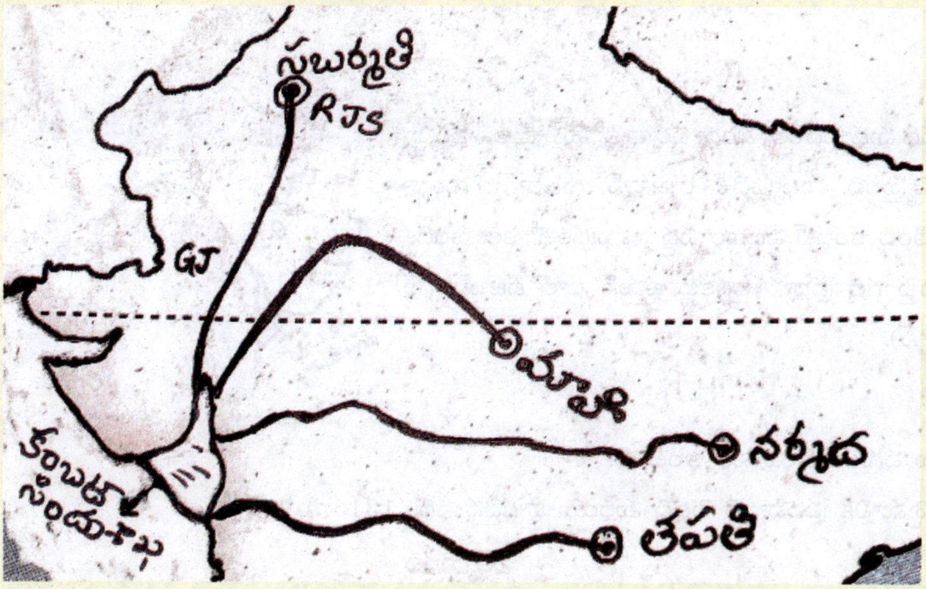

సబర్మతి:

- రాజస్థాన్‌లో ఆరావళి పర్వతాల్లో దెబార్ సరస్సు వద్ద జన్మిస్తుంది.
- రాజస్థాన్, గుజరాత్ గుండా ప్రయాణిస్తుంది. కంబత్ సింధు శాఖలో సముద్రంలో కలుస్తుంది.

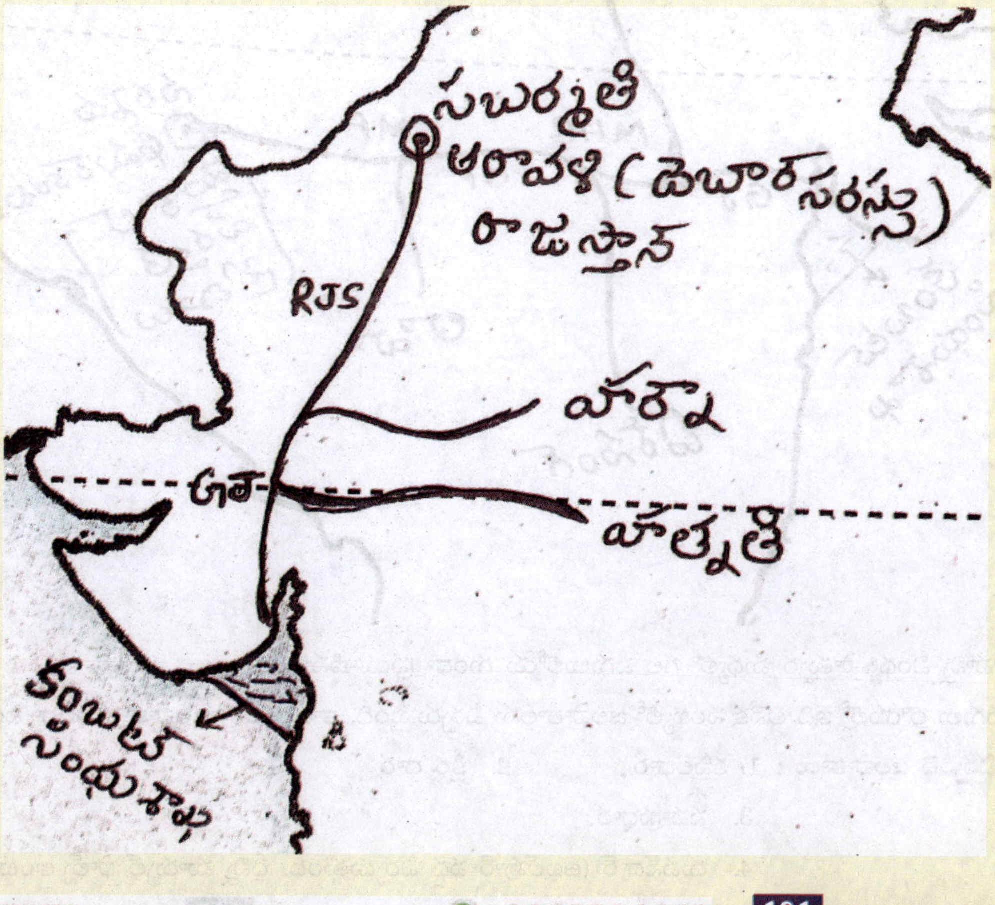

- సబర్మతి పై ఉన్న ఆనకట్ట దరోయి. హర్నౌ, హత్మతి ఉపనదులు కలవు. అహ్మదాబాద్, గాంధీనగర్ టౌన్స్ ఈ నదిపైనే ఉన్నవి.

మాహి నది :

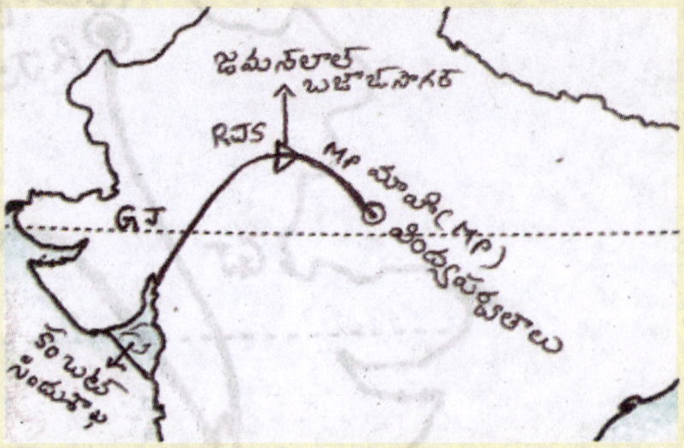

- మాహినది మధ్యప్రదేశ్‌లో వింధ్య పర్వతాల్లో మేహాడ్ అనే సరస్సు వద్ద జన్మిస్తుంది. మధ్యప్రదేశ్, రాజస్తాన్, గుజరాత్‌ల గుండా ప్రయాణించి కంబట్ పట్టణం వద్ద సముద్రంలో కలుస్తుంది.
- ఈ నదిపై గల ప్రధాన ఆనకట్ట జమన్ లాల్ బజాజ్‌సాగర్ (రాజస్తాన్).

నర్మదా నది :

- నర్మదను పగులు లోయ నది అంటారు.
- ఇది పశ్చిమానికి ప్రవహించే పెద్దది మరియు పొడవైన నది. 1315 కి.మీ.

నర్మదానది

- నర్మద మధ్యప్రదేశ్, చత్తీస్‌ఘడ్ సరిహద్దులో మైకాల్ పర్వతాల్లో అమర్‌కంటక్ వద్ద జన్మిస్తుంది. నర్మదానది తన 90%

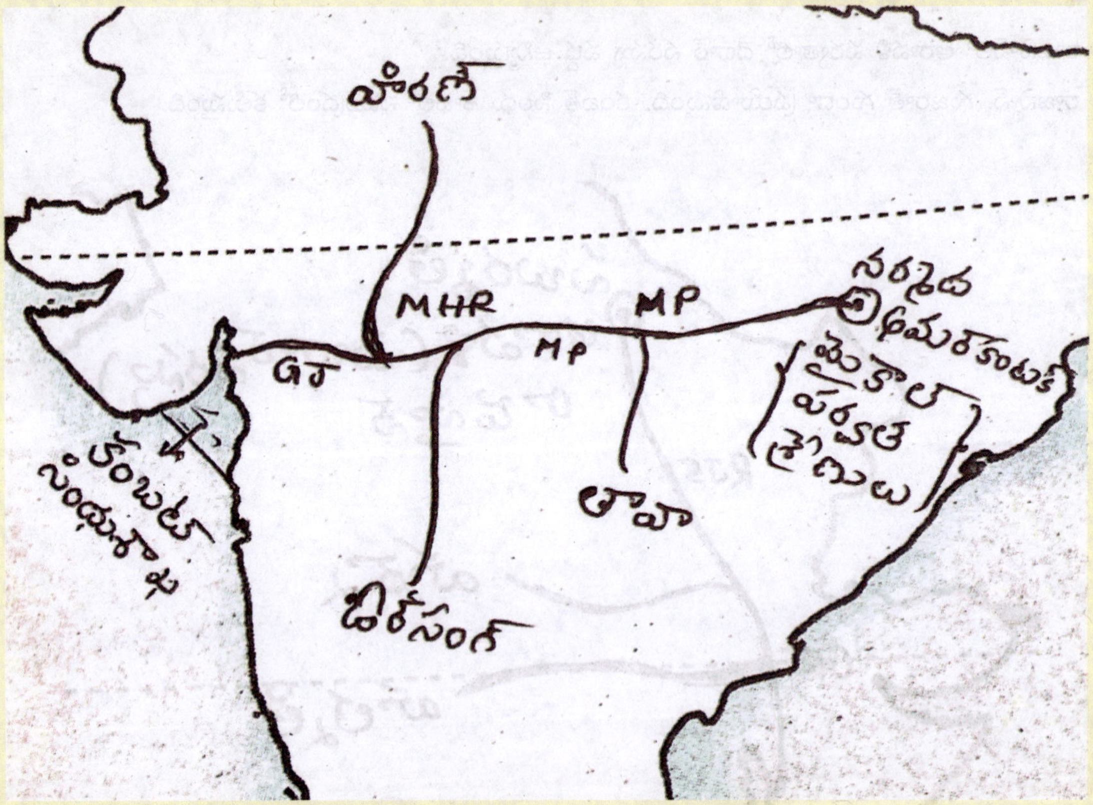

ప్రవాహాన్ని వింధ్య సాత్పుర మధ్యలో గల పగులులోయ గుండా ప్రయాణిస్తుంది.

ఈ పగులు లోయల్లో ఇది అనేక సంఖ్యలో జలపాతాలను ఏర్పరుస్తుంది. కాబట్టి దీన్ని జలపాతాల నదిగా పిలుస్తారు.

- **ఇది ఏర్పరిచే జలపాతాలు** : 1. కపిలధార 2. క్షీర ధార
  3. సహస్రధార
  4. దువన్‌దార్ (జబల్‌పూర్ వద్ద ఏర్పడుతుంది. దీన్ని మార్బుల్ ఫాల్స్ అంటారు)

❖ ఈ నది తన ప్రవాహం అంతా ఇంచుమించు 80% మధ్యప్రదేశ్‌లో ఉంది. తర్వాత మధ్యప్రదేశ్, మహారాష్ట్ర సరిహద్దు నదిగా తరువాత మహారాష్ట్ర, గుజరాత్‌కి సరిహద్దు నదిగా ప్రవహిస్తుంది.

❖ గుజరాత్‌లో బరుచ్ అనే పట్టణం వద్ద కంబట్ సింధు శాఖలో కలుస్తుంది. తన ముఖ ద్వారంలో ఇది ఏర్పరిచిన దీవులు అలియాబెట్, కడారియాబెట్.

❖ నర్మద ఉపనదులు – 1. తావా (పెద్ద ఉపనది), 2. హిరణ్, 3. ఓరంగ్ మొదలైనవి.

❖ ఈ నదిపై మధ్యప్రదేశ్‌లో ఉన్న ఆనకట్టలు 1. తావా 2. మహేశ్వర్ 3. పరమేశ్వర్ 4. ఓంకారేశ్వర్ 5. ఇందిరాసాగర్ – దేశంలో రిజర్వాయర్ యొక్క నీటి నిల్వ సామర్థ్యం బట్టి అతిపెద్ద ప్రాజెక్ట్.

❖ గుజరాత్‌లో గల ప్రముఖ ఆనకట్ట సర్దార్ సరోవర్. గుజరాత్, రాజస్థాన్, మహారాష్ట్ర మధ్యప్రదేశ్‌ల ఉమ్మడి ప్రాజెక్ట్. ఈ ప్రాజెక్ట్‌కు వ్యతిరేఖంగా వచ్చిన ఉద్యమమే నర్మద బచావో ఆందోళన్ – మేధాపాట్కర్.

❖ Supporters - అరుంధతీరాయ్. అమీర్‌ఖాన్, బాబా ఆమ్టే.
అరుంధతీరాయ్ ఇచ్చిన నినాదం ర్యాలీ ఫర్ వ్యాలీ.
Note: ర్యాలీ ఫర్ రివర్స్ అనే నినాదం ఇచ్చింది – జగ్గీ వాసుదేవ్.

❖ నర్మదను ఆనకట్టల నది అని అంటున్నాము.

తపతి:

❖ దీనిని నర్మద యొక్క కవల సోదరిగా మరియు Hand made of Narmadaగా పిలుస్తారు.

తపతీ నది

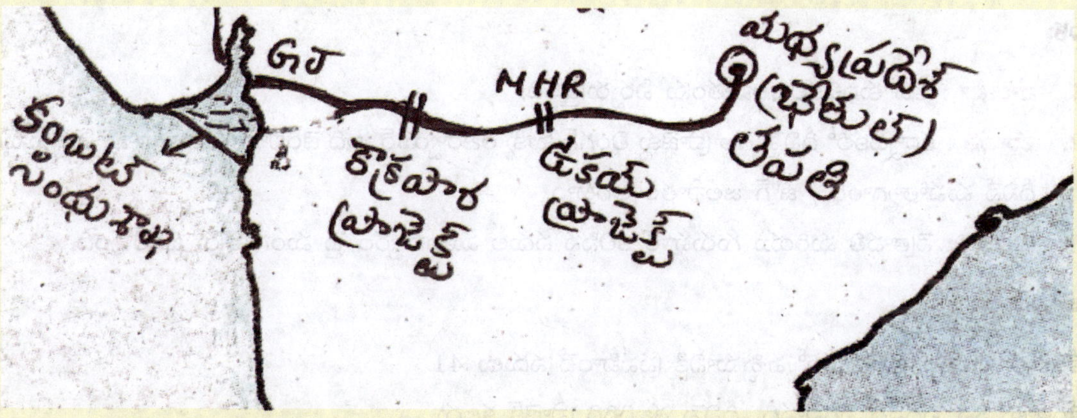

❖ తపతి మధ్యప్రదేశ్‌లో బేతుల్ ప్రాంతంలో జన్మిస్తుంది. మధ్యప్రదేశ్, మహారాష్ట్ర, గుజరాత్‌ల గుండా ప్రయాణిస్తూ సూరత్ వద్ద గల్ఫ్ ఆఫ్ కంబట్‌లో కలుస్తుంది.

❖ **తపతికి గల ఉపనదులు :** 1. అమరావతి
2. గిర్నర్.

❖ తపతి నదిపైన గుజరాత్‌లో ఉన్న ఆనకట్టలు ఉకాయ్, కాక్రపర.

గోవాలో నదులు:

1. **జువారి:** ఈ నది యొక్క ముఖద్వారం వద్ద మార్మగోవా ఓడరేవు వుంది.
2. **మాండవి/మహదాయి:**

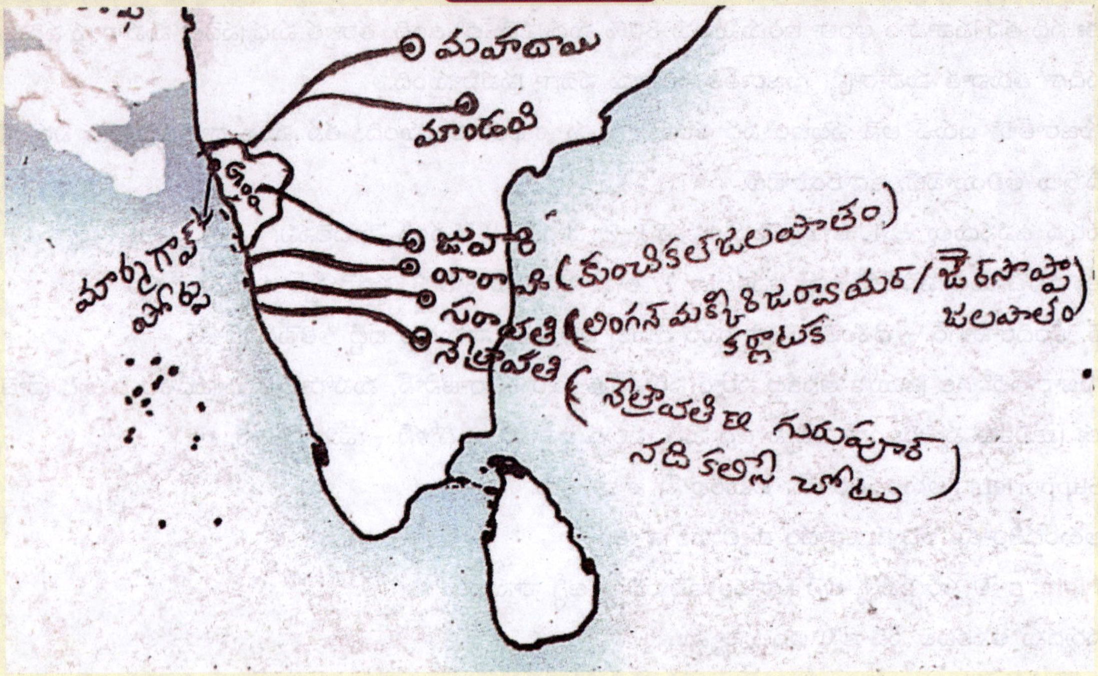

★ ప్రఖ్యాతి గాంచిన దూద్‌సాగర్ జలపాతంని ఈ నది ఏర్పరుస్తుంది.

★ దేశంలో ఇప్పటి వరకు ఏర్పరిచిన నది జల వివాదాల ట్రిబునల్‌లో అతి చిన్న నది : మహదాయి నది. కాబట్టి కర్ణాటక, మహారాష్ట్ర, గోవా మధ్యలో వివాదాస్పద నది మహదాయి.

కర్నాటక:

1. **వారాహి :** ఇది కుంచికల్‌జలపాతంను ఏర్పరుస్తుంది.
2. **శరావతి :** కర్నాటకలో దీనిపై గల ప్రాజెక్టు లింగన్ మక్కి రిజర్వాయర్. ఇది జెర్‌సొప్పా జలపాతాన్ని ఏర్పరుస్తుంది. దీనినే మహాత్మాగాంధీ / జోగ్ జలపాతం అంటాం.
3. **నేత్రావతి:** నేత్రావతి మరియు గురుపూర్ కలిసిన నదుల ముఖద్వారం పై మంగళూరు ఓడరేవుంది.

కేరళలో నదులు:

★ కేరళాలో మొత్తం 44 నదుల్లో పశ్చిమానికి ప్రవహించే నదులు 41.

★ కేరళాలో 3వ పెద్దనది పంపానది. దీనిపై శబరిగిరి ప్రాజెక్ట్ కలదు.

★ కేరళాలో పెద్ద నది పొన్నాని లేదా భరతపూజ ఇది పాల్‌ఘాట్ వద్ద జన్మిస్తుంది (పూజ నది) దీనిపై గల ప్రధాన ఆనకట్ట పల్లివాసల్.

Note: వివాదాస్పద సైలెంట్ వ్యాలీ గుండ ప్రవహిస్తున్న నది కుంతీపూజ.

పెరియార్:

★ కేరళాలో అత్యంత పొడవైనది నది మరియు రెండవ అతిపెద్ద నది – పెరియార్. అన్నామలై కొండల్లో పుట్టి పశ్చిమవైపు ప్రవహించి వెంబనాడ్ లగూన్‌లో కలుస్తుంది. ఈ నదిపై కేరళలో అతిపెద్ద ఆనకట్ట మరియు దేశంలోనే చాపాకార ఆనకట్టల్లో పెద్దది–ఇడుక్కి ఆనకట్ట.

★ **పెరియార్ ఉపనదులు:**

1. **ముల్ల (తమిళనాడు):** ఇది తమిళనాడులో పుట్టి కేరళ గుండి వెల్లి పెరియార్ నదిలో కలుస్తుంది. ముల్ల, పెరియార్‌లు కలిసే ప్రాంతంలో ముల్లపెరియార్ ఆనకట్టను 1890ల్లో నిర్మించటం జరిగింది. దీన్ని ట్రావెన్‌కోర్ సంస్థానం వారికి బ్రిటీష్ వారు మద్రాస్ రాష్ట్రానికి 999 సం॥లు లీజుకిచ్చారు.

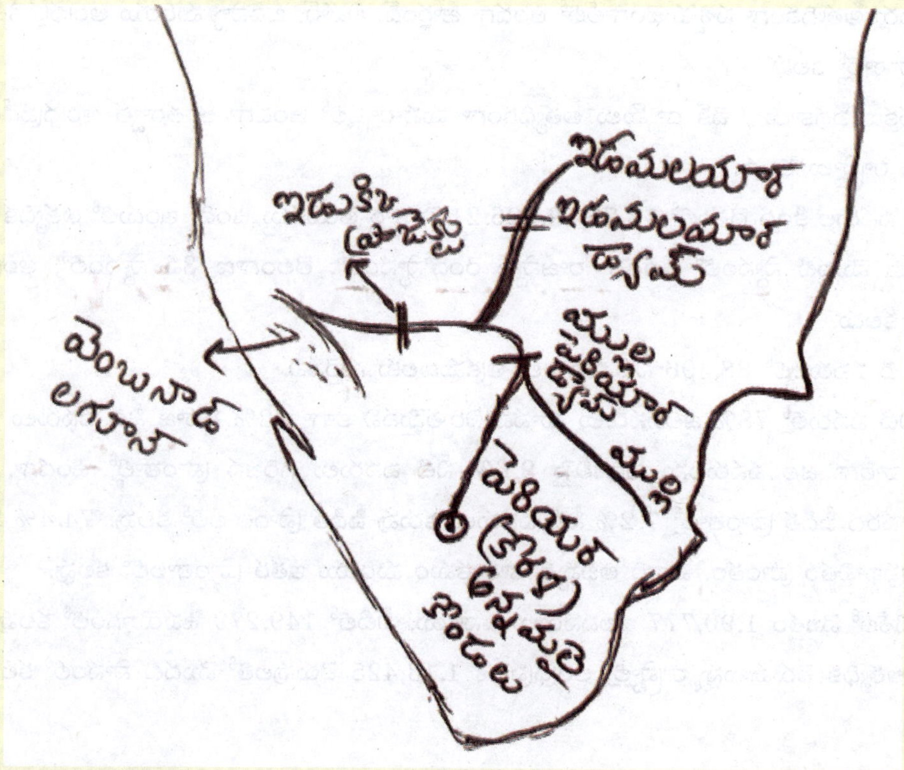

> **Note:** కేరళ, తమిళనాడు మధ్యలో వివాదాస్పద నది ముల్ల.
> వివాదాస్పద ప్రాజెక్ట్ ముల్ల పెరియార్.

★ సుప్రీంకోర్టు ఈ వివాదంపే నియమించిన కమిటి జస్టిస్ ఎ.ఎస్.ఆనంద్ కమిటీ.

ఇదమలియార్ : దీనిపై ఇదమలియార్ ప్రాజెక్టు కలదు.

> **Note:** ఈ 2 రాష్ట్రాలు అన్నమలై కొండల్లో చిన్నచిన్న సెలయేర్లపై నిర్మించిన ప్రాజెక్ట్ వరింబాకులం అలయార్.

జలవనరుల గణన

❖ దేశంలో తొలిసారిగా కేంద్ర ప్రభుత్వం జలగణన సర్వే నిర్వహించింది. "జలవనరుల గణన" పేరుతో కేంద్ర జలసంఘం ఈ సర్వే నిర్వహించింది.

❖ దేశంలో మొత్తం 24,24,540 నీటి వనరులు కలవు. గ్రామీణ ప్రాంతాల్లో 97.1% (23,55,055), పట్టణ ప్రాంతాల్లో 2.9% (69,485) నీటి వనరులు ఉన్నట్లు గుర్తించారు.

❖ అత్యధికంగా నీటి వనరులు ఉన్న రాష్ట్రంగా పశ్చిమబెంగాల్ మొదటి స్థానంలో ఉండగా, ఉత్తరప్రదేశ్, ఆంధ్రప్రదేశ్, ఒడిస్సా అస్సాం తరువాతి స్థానాల్లో నిలిచాయి.

- నీటి కుంటలు అత్యధికంగా పశ్చిమబెంగాల్‌లో ఉండగా, ఉత్తరప్రదేశ్, అస్సాం, ఒడిస్సా, జార్ఖండ్ రాష్ట్రాలు తరువాత స్థానాల్లో కలవు.
- సరస్సులు అధికంగా తమిళనాడులో ఉండగా ఆ తర్వాత బీహార్, కర్నాటక, పశ్చిమబెంగాల్ మరియు ఒడిస్సా రాష్ట్రాలు కలవు.
- రిజర్వాయర్లు అత్యధికంగా పశ్చిమబెంగాల్‌లో ఉండగా జార్ఖండ్, బీహార్, ఒడిస్సా మరియు ఆంధ్రప్రదేశ్ రాష్ట్రాలు ఆ తర్వాత స్థానాల్లో కలవు.
- నీటి సంరక్షణ పథకాలు / చెక్ డ్యామ్‌లు అత్యధికంగా మహారాష్ట్రలో ఉండగా ఆ తర్వాత ఆంధ్రప్రదేశ్, గుజరాత్, తెలంగాణ రాష్ట్రాలు కలవు.
- చిన్న నీటి వనరుల కింద దేశంలో 14,75,29,626.21 హెక్టార్ల ఆయకట్టు ఉంది. ఇందులో అత్యధిక అయకట్టుతో తమిళనాడు మొదటి స్థానంలో ఉండగా రాజస్థాన్ రెండోస్థానంలో, తెలంగాణ 3వ స్థానంలో, ఆంధ్రప్రదేశ్ 8వ స్థానంలో కలదు.
- మొత్తం నీటి వనరులలో 38,496 నీటి వనరులు ఆక్రమణలకు గురైనవి.
- మొత్తం నీటి వనరుల్లో 78% జలవనరులు మానవ నిర్మితమైనవి కాగా 22% సహజ నీటి వనరులు
- లొకేషన్ వారీగా జల వనరులను పరిశీలిస్తే 9.6% నీటి వనరులు గిరిజన ప్రాంతాల్లో ఉండగా, 8.8% నీటి వనరులు వరద పీడిత ప్రాంతాల్లో 7.2% నీటి వనరులు కరువు పీడిత ప్రాంతాలలో కలవు. 74.4% నీటి వనరులు నక్సలైట్ ప్రభావితం ప్రాంతం, ఎడారి అభివృద్ధి కార్యక్రమం మరియు ఇతర ప్రాంతాలలో కలవు.
- ఆంధ్రప్రదేశ్‌లో మొత్తం 1,90,777 జలవనరులు ఉన్నాయి. వీటిలో 149,279 ఉపయోగంలో కలవు.
- దేశంలో అత్యధిక చెరువులున్న రాష్ట్రాల్లో ఆంధ్రప్రదేశ్ 1,13,425 చెరువులతో మొదటి స్థానంలో కలదు.

CHAPTER 9

మృత్తికలు / నేలలు

(భారతదేశం & ఆంధ్రప్రదేశ్)

(Soils of India & A.P)

- Soil అనేపదం "SOLUM" అనే లాటిన్ భాషాపదం నుండి ఆవిర్భవించింది. ఈ పదానికి అర్థం "మట్టి".
- భూపటలం యొక్క అత్యంత ఉపరితలంగా ఉన్న మట్టి లేదా ఇసుక, బంకమన్ను లేదా శిలలను నేల లేదా నీరు, గాలి, జీవపదార్థంతో కూడుకుని ఉన్న అత్యంత సన్నటి పొరను మృత్తిక అని పిలుస్తారు.
- నేలల అధ్యయన శాస్త్రాన్ని "పెడాలజీ" అని అంటారు.
- నేలల ఆవిర్భావ క్రమాన్ని తెలియచేసేదాన్ని 'పెడోజెనిసిస్' అని అంటారు.
- శిలల ఆవిర్భావ క్రమాన్ని "పెట్రాలజి" అని7 అంటారు.
- మృత్తికలు ఏర్పడే విధానాన్ని బట్టి వాటిని 2 రకాలుగా విభజించవచ్చు. అవి:

  1. **స్థానబద్ధ మృత్తికలు (Sedentary Soils):** ఒక నిర్దిష్ట ప్రాంతంలో శిలా శైథిల్యం చెంది ఆ ప్రాంతంలో మృత్తికగా ఏర్పడితే దానిని స్థానబద్ధ మృత్తిక అంటారు. ఈ నేలలు మాతృశిల లక్షణాలను కలిగి ఉంటాయి.

     ఉదా : నల్లరేగడి నేలలు, లాటరైట్ నేలలు, ఎర్రనేలలు, సేంద్రియ నేలలు

  2. **నిక్షేపిత మృత్తికలు / పరస్థానీయ మృత్తికలు (Direct (or) Transported Soils):** బహిర్జనిత ప్రకృతి కారకాల కారణంగా ఒక ప్రాంతం నుంచి మరియొక ప్రాంతానికి రవాణా కాబడే మృత్తికను నిక్షేపిత మృత్తికలు అంటారు. ఈ నేలలు మాతృశిల లక్షణాలను కలిగివుండవు.

     ఉదా : ఒండ్రు మట్టి నేలలు.

- మృత్తికలో ప్రాథమికంగా ఉండాల్సిన పోషకాలు - నైట్రోజన్, ఫాస్పరస్, పొటాషియం (NPK).
- మృత్తిక యొక్క నాణ్యత ph విలువలో సూచిస్తారు.
- ph విలువ 0-14 పాయింట్లు.
- మంచి మృత్తిక యొక్క ph విలువ : 6.5-8.5
- దేశంలో నేలల అధ్యాయనం పై ప్రయోగాలు చేసి నేలలను 4 రకాలుగా వర్గీకరించిన మొదటి వ్యక్తి - వోల్కర్
- స్వాతంత్ర్యనంతరం ఎస్.పి. రాయ్‌చౌదరీని చైర్మన్‌గా icar నియమించిన కమిటి భారత నేలలను **8 ప్రధాన రకాలుగా విభజించారు.**

  1. ఒండ్రు నేలలు (Alluvial Soils).
  2. నల్లరేగడి నేలలు (Black Soils).
  3. ఎర్రనేలలు (Red Soils).
  4. లేటరైట్ నేలలు (Laterite Soils) / జేగురు నేలలు.
  5. పర్వత ప్రాంత నేలలు / అటవీ నేలలు (Mountain Soils).
  6. ఎడారి నేలలు (Desert Soils).
  7. ఆమ్లక్షార నేలలు (Saline & Alkaline Soils).
  8. సేంద్రీయ నేలలు (Peaty Soils).

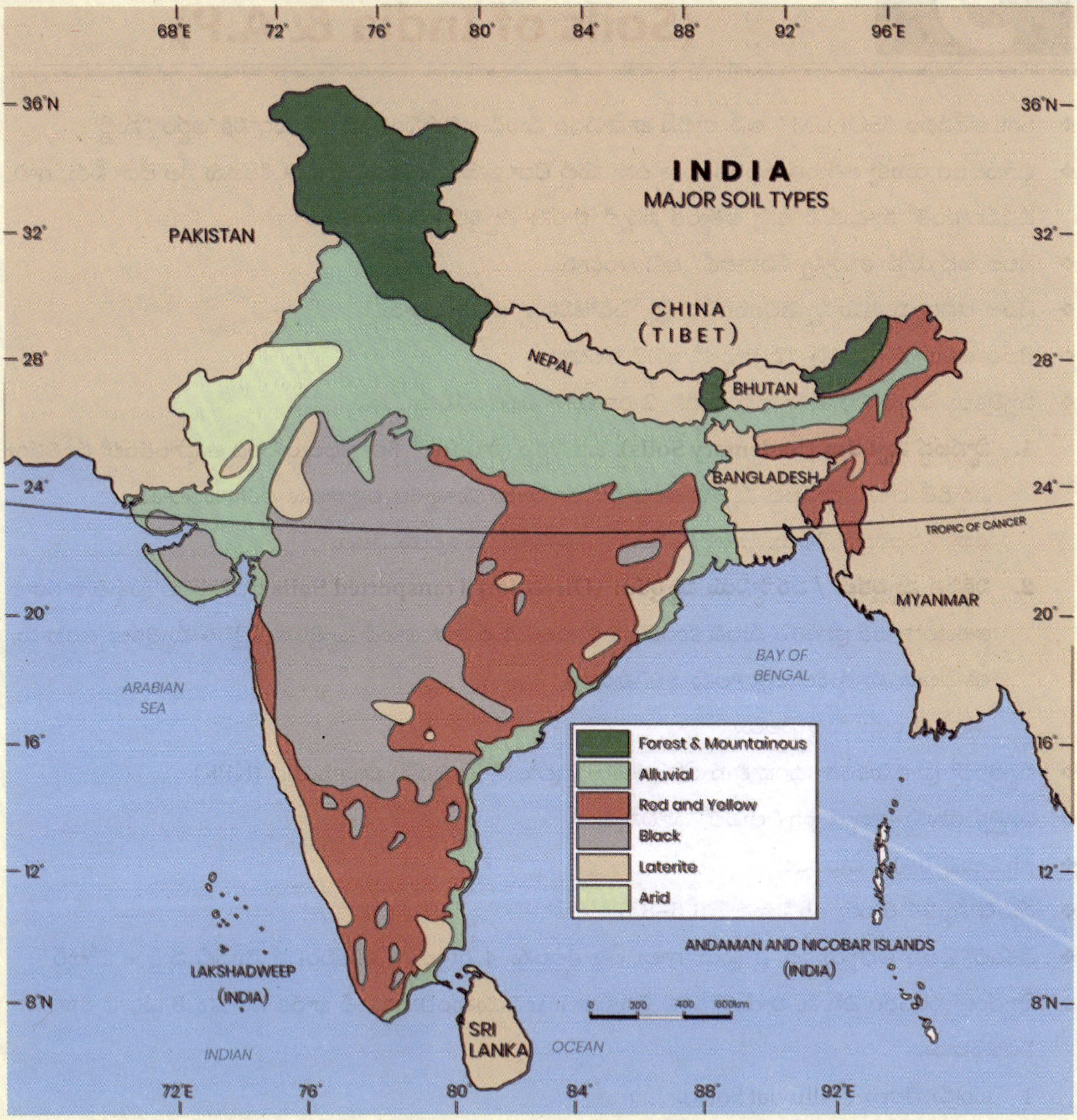

1. ఒండ్రు నేలలు:

- నదులు సెలయేర్లు వాటి యొక్క అవక్షేపణ ప్రక్రియ ద్వారా ఒండ్రు నేలలు ఏర్పడతాయి. అవక్షేపణం నిరంతరం కాబట్టి వీటికి సారం కూడా నిరంతరమే. కాబట్టి వీటిని ధాన్యాగారాలుగా పిలుస్తారు.
- ఇవి అత్యంత సారవంతమైన మరియు ఉత్పాదకత కలిగిన నేలలు.
- దేశంలో ఉపరితల విస్తీర్ణంలో మొదటి స్థానంలో గల నేలలు ఒండ్రు నేలలు. దేశ భూభాగాలలో ఇవి దాదాపు 43% విస్తరించి ఉన్నాయి.

- అత్యధిక విస్తీర్ణంలో ఉత్తరప్రదేశ్‌లో కలవు.
- అత్యధిక శాతం పంజాబ్‌లో కలవు.
- దేశంలో అత్యధిక వ్యవసాయ సంపద ఈ నేలలు నుండి లభిస్తుంది.
- ఈ నేలలో సున్నపురాయి, పోటాషియం, వంటి మూలకాలు పుష్కలంగా ఉండి, నత్రజని లోపించి ఉంటుంది. కాబట్టి ఈ నేలలకు యూరియ సంబంధిత ఎరువులను ఎక్కువగా వాడాలి.
- ఇవి గంగా-సింధూ డెల్టా, బ్రహ్మపుత్ర డెల్టా, ఒడిశాలోని మహానది డెల్టా, ఆంధ్రప్రదేశ్‌లోని కృష్ణా-గోదావరి డెల్టాలో, తమిళనాడులోని కావేరి డెల్టాలో, గుజారాత్‌లో నర్మద, తపతి నదీలోయ ప్రాంతాల్లో విస్తరించి ఉన్నాయి.
- ఈ నేలలు ఎక్స్‌సిటు రకానికి చెందినది. దేశంలోని మిగిలిన నేలలన్ని ఇన్‌సిటు రకానికి చెందినవి.
- కాలువ మరియు బావుల నీటి పారుదల వ్యవస్థలకి అత్యంత అనుకూలం అయినవి.
- అన్ని రకాల ఆహార పంటలు, వప్పుదినుసులు, పండ్లతోటలు, జనుము, చెరకు పంటలకు అనుకూలం.

2. నల్లరేగడి నేలలు :

- బహిర్గత / బాహ్య అగ్ని శిలలు అయిన బసాల్ట్ శిలల విచ్ఛిన్నం ద్వారా ఇవి ఏర్పడతాయి.
- వీటిని రష్యా, ఉక్రెయిన్‌లో చెర్నోజెమ్స్ నేలలు అంటారు. కాలిఫోర్నియాలో అరిజోనా నేలలు అంటారు.
- దేశ భూభాగంలో ఈ నేలలు దాదాపు 15.09% ఆక్రమించి ఉన్నాయి.
- ఈ నేలల్లో ఉండే టైటానియం, ఫెర్రస్, మాగ్నటైట్ అనే మూలకాల వల్ల ఈ నేలలు నలుపు రంగులో ఉంటాయి.
- ఇవి అత్యధిక నీటిని నిల్వ ఉంచుకునే సామర్థ్యాన్ని కలిగి ఉంటాయి.
- ఇవి పత్తి పంటకు అత్యంత అనువైనవి.
- రేగడి అనే పదం నుండే రెగర్ అనే ఆంగ్ల భాష పదం ఆవిర్భవించింది. ఈ పదానికి అర్థం బంకమట్టి నేలలు. ఇవి వర్షాకాలం నీటిని ఎక్కువగా సంగ్రహించి జిగటగా మారుతాయి. అప్పుడు వీటిని దున్నడం కష్టం.
- వేసవిలో ఆ తేమ నేల అడుగుభాగంలోకి పోయి ఉపరితలంలో పగుళ్ళు ఏర్పడతాయి అందుకే వీటిని స్వయంగా దున్నకునే నేలలు అని అంటాం.
- ఈ పగుళ్ళలోకి వ్యవసాయ వ్యర్థాలు, నీరు, గాలి, సహజ సిద్ధంగా చేరడం ద్వారా ఇవి కూడా సారవంతమైనవే.
- ఇవి ఎక్కువగా మహరాష్ట్ర, దక్షిణ గుజరాత్ & ఉత్తర కర్ణాటక, తమిళనాడులోని కోయంబత్తూరు ప్రాంతం, మధ్య ప్రదేశ్‌లోని మాళ్వా పీఠభూమి, ఉత్తర-పశ్చిమ తెలంగాణలో విస్తరించి ఉన్నాయి.
- ఈ నేలలో నత్రజని, ఫాస్ఫరస్, హ్యూమస్ తక్కువగా ఉంటాయి.
- పత్తి, పొగాకు, పసుపు, జొన్న, చెరకు వంటి పంటలు అనుకూలం.
- వీటి విస్తీర్ణం అత్యధికంగా గల రాష్ట్రం - మహరాష్ట్ర.
- తక్కువ ఎరువులను ఉపయోగిస్తే ఎక్కువ లాభం పొందగలిగే నేలలు.

3. ఎర్రనేలలు :

- ఉపపాతాల అగ్ని శిలలు అయిన గ్రానైట్ శిలలు మరియు వాటి రూపాంతరాలైన నీస్‌లు శైథిల్యం చెందటం వల్ల ఇవి ఏర్పడతాయి.దేశ భూభాగంలో ఇవి దాదాపు 18.49% ఆక్రమించి ఉన్నాయి.
- ఈ నేలల్లో ఉన్న ఫెర్రస్ ఆక్సైడ్ వీటికి ఎరుపురంగుని ఇస్తుంది. ఈ పదార్థం యొక్క పరిమాణం, గాఢత తగ్గే కొలది Brown, Gray, Yellow వంటి రంగుల్లోకి మారుతుంటాయి. అందుకే వీటిని దేశంలో అతిపెద్ద నేలల సమూహం అని అంటారు. వీటిని ఎరుపు మరియు పసుపు నేలలు అని పిలుస్తారు.

- వీటిలో సారం అనేది చాలా తక్కువ. భారత వ్యవసాయాభివృద్ధిపై రుణాత్మక ప్రభావాన్ని చూపించే నేలలు ఎర్రనేలలు.
- వీటికి కృత్రిమ ఎరువులు, నీటిపారుదలను విపరీతంగా కల్పించాల్సి ఉంటుంది.
- ఈ నేలలో నత్రజని, పాస్ఫరస్, హ్యూమస్ తక్కువగా ఉండి, ఐరన్, పోటాషియం అధిక పాళ్ళలో ఉంటుంది.
- దేశంలో ఈ నేలలు తమిళనాడులో అధికంగా విస్తరించి ఉన్నాయి. కేరళ, కర్ణాటక, ఆంధ్రప్రదేశ్, తెలంగాణ, చత్తీస్ఘడ్, జార్ఖండ్ మరియు అసోంలో విస్తరించి ఉన్నాయి.

4. లాటరైట్ / జేగురు నేలలు:

- లాటరైట్ అనే లాటిన్ పదానికి అర్థం brick / ఇటుక.
- ఈ నేలలు ఏర్పడడానికి అనుకూల పరిస్థితులు 1. వాలు, 2. అత్యధిక వర్షపాతం. 3. అత్యధిక ఉష్ణోగ్రత.
- దేశ భూభాగంలో ఇవి 3.70% ఆక్రమించి ఉన్నాయి.
- ఈ నేలలు ఏర్పడటంలో ఇమిడి ఉండే భూ స్వరూప ప్రక్రియ లీచింగ్ మరియు లేటరైజేషన్.
- లీచింగ్ అనగా పర్వత వాలుల్లో అధిక వర్షానికి నేల ఉపరితలంలో ఉన్న లవణాలు దిగువకు కొట్టుకుని పోవడం/ అధిక ఉష్ణోగ్రతకు నేల ఉపరితలానికి చేరిన ఖనిజ వనరులు గట్టి పడడాన్ని 'లేటరైజేషన్' అంటారు.
- ఈ నేలలు ఎరుపు రంగులో ఉండుటకు గల కారణం ఐరన్ & అల్యూమినియం ఆక్సైడ్.
- యూరప్‌లో ఇటువంటి నేలలను టెర్రరోసా నేలలు అని పిలుస్తారు.
- ఇవి తక్కువ సారవంతమైన నేలలు. అత్యల్ప ph విలువ కల్గిన నేలలు.
- ఈ నేలల్లో లభించే ప్రధాన ఖనిజం-బాక్సైట్.
- ఈ నేలలు కాఫీ, తేయాకు, రబ్బరు, జీడిమామిడి వంటి తోటపంటలకు అనుకూలంగా ఉంటాయి.
- ఈ నేలల్లో నైట్రోజన్ శాతం తక్కువగా ఉండి, అల్యూమినియం, ఐరన్ మరియు టైటానియంలు ఉంటాయి.
- ఈ నేలలు పశ్చిమ కనుమల శిఖర భాగాలు - కేరళ, కర్ణాటక, మహారాష్ట్రలలో, మధ్యప్రదేశ్‌లోని వింధ్య, సాత్పురా పర్వత ఉపరితలాలు, తెలంగాణాలోని మెదక్ జిల్లాలోని జహీరాబాద్, నారాయణఖేడ్, ఒడిశాలోని తూర్పు కనుములు, అస్సాం, మేఘాలయ, ఒడిశాలోని తూర్పు, కనుములు, జార్ఖండ్ రాష్ట్రాలలో ఇవి విస్తరించి ఉన్నాయి.

5. ఎడారి నేలలు:

- వర్షపాతం 25సెం.మీ. కన్నా తక్కువగా ఉండి తేమ శాతం 20% లోపు ఉన్న ప్రాంతాల్లో ఇవి ఏర్పడతాయి.
- అత్యధిక ph విలువ కల్గిన నేలలు.
- దేశ భూభాగంలో 4.42% ఆక్రమించి ఉన్నాయి.
- శుష్క శీతోష్ణస్థితి గల ప్రాంతాలలో ఇసుకపొరచే కప్పబడి ఉన్న నేలలను ఎడారి నేలలు అంటారు.
- ఇవి ఎక్కువ క్షారత్వాన్ని తట్టుకోగలిగే సుగుణాన్ని కలిగి ఉంటాయి.
- నీటిని నిలువ చేసుకునే సామర్థ్యం అతి తక్కువ. ఈ నేలల్లో నత్రజని, హ్యూమస్‌లు లోపించి ఉంటాయి.
- నీటి పారుదల ఉంటే గోధుమ, బార్లీ వంటి రబీ పంటలకు, జొన్నలు, సజ్జలు వంటి మెట్ట పంటలకు కూడా అనుకూలం.
- ఈ నేలల్లో ఖర్జూరం & పామాయిల్ వంటి పంటలు పండుతాయి.
- రాజస్థాన్, గుజరాత్, హర్యానా, పంజాబ్‌లో విస్తరించి ఉన్నాయి.
- కేంద్ర ఎడారి/శుష్క నేలల పరిశోధన కేంద్రం - జోద్‌పూర్ (రాజస్థాన్).

6. పర్వతీయ / అటవీ నేలలు:

- రసాయనిక శైథిల్యం స్వల్పంగా జరగడం వలన ఈ నేలలు ఏర్పడతాయి.
- ఇవి దేశ భూభాగంలో ఇవి 5.50% ఆక్రమించి ఉన్నాయి.
- వీటినే సంపూర్ణంగా పరిణితి చెందని నేలలని అంటారు.
- జీవ పదార్థం ఎక్కువ. ఎక్కువ ఆమ్ల గుణాన్ని కల్గి ఉన్నాయి.
- టీ, కాఫీ, కుంకుమ పువ్వు వంటి పంటలకు అనుకూలం.
- దక్షిణ పశ్చిమ కనుమల్లోను, పశ్చిమ హిమాలయాల్లో విస్తరించాయి.
- కేంద్ర అటవీ / పర్వతీయ నేలల పరిశోధన కేంద్రం – ఊటి

7. ఆమ్లక్షార నేలలు (ఉత్తర మైదానాలులో భాగం) :

- వీటినే రే/కల్లర్/ఉషర్/చోపాన్ / ఫర్ / ఖజన్ నేలలు అని కూడా అంటారు.
- ఈ నేలలు అధికంగా ఉత్తరప్రదేశ్‌లో మరియు గంగా-యమున దోబ్ (doab) మధ్యలో విస్తరించి ఉన్నాయి.

8. సేంద్రీయ నేలలు :

- ఎక్కువ కాలం నీటిలో ఉన్న చిత్తడి నేలల్లోకి చుట్టు ప్రక్కల నుండి సేంద్రీయ పదార్థం చేరటం వల్ల ఏర్పడతాయి. ఇవి కూడా నలుపురంగులో ఉంటాయి.
- వీటిని కేరళలో కరి నేలలు అని అంటారు. కేరళలో కొట్టాయం అలపూజ జిల్లాలో, గుజరాత్‌లో కచ్ ప్రాంతంలో, వెస్ట్ బెంగాల్‌లో సుందర్‌బన్స్, ఉత్తరాఖండ్‌లో అల్మోరా ప్రాంతంలో ఉన్నాయి.

  ఇవే కాకుండా లడఖ్ వంటి ప్రదేశాలలో మంచుతో కూడుకున్న ఉన్న నేలలు మరియు తీరప్రాంతాలలో ఇసుక నేలలు కూడా భాతరదేశంలో కలవు.

Note: ఆంధ్రప్రదేశ్ రాష్ట్ర ప్రభుత్వ అంచనా ప్రకారం రాష్ట్ర భూ విస్తీర్ణంలో 19.6 % సహజ భూసారం కోల్పోయిందని అంచనా.

నేలలు - క్రమక్షయం

- మానవులు, జంతువులు, ప్రవహించే నీరు, వీచేగాలి, శీతోష్ణ స్థితి పరిస్థితులు వల్ల నేలలపై సారవంతమైన పొర కొట్టుకుపోవడాన్ని క్రమక్షయం అంటారు.
- దేశంలో 175 మిలియన్ హెక్టార్ల భూమి క్రమక్షయానికి లోనౌతుంది.
- ఇది 5 రకాలు.

1. పటక్రమ క్షయం (Sheet Erosion):

- శుష్క, ఉపశుష్క ప్రాంతాలలో వరదలు సంభవించడం వలన నేలలోని సారవంతమైన పొర పొరలుగా కొట్టుకుపోతే దానిని పటక్రమక్షయం అంటారు.
- దేశంలో ఇది ఎక్కువగా జరిగే ప్రాంతాలు.

  1. శివాలిక్ ప్రాంతం – హర్యానా, పంజాబ్, రాజస్తాన్, ఉత్తరప్రదేశ్
  2. పశ్చిమకనుములు
  3. తూర్పు కనుములు

2 వంక క్రమక్షయం (Rill Erosion):

- పట క్రమక్షయం ఎక్కువగా కొనసాగితే చేతివ్రేళ్ళ ఆకారంలో ఉన్న గాడులు ఏర్పడతాయి. దీనినే "వంక క్రమక్షయం" అంటారు.
- దేశంలో ఇది ఎక్కువగా జరిగే రాష్ట్రం - బీహార్, ఆంధ్రప్రదేశ్, తెలంగాణ, మహారాష్ట్ర, ఉత్తరప్రదేశ్, మధ్యప్రదేశ్, కర్ణాటక, తమిళనాడు.

3. అవనాళికా క్రమక్షయం (Gully Erosion):

- వంక క్రమక్షయం ఎక్కువ రోజులు కొనసాగితే చేతివ్రేళ్ళ ఆకారంలోఉన్న గాడులు పెద్ద పెద్ద లోయలుగా మారుతాయి. వీటినే "అవనాళికలు" అంటారు.
- దేశంలో ఇవి ఎక్కువగా జరిగే ప్రాంతాలు.
  1. మధ్యప్రదేశ్‌లో చంబల్ లోయ ప్రాంతం
  2. ఉత్తరప్రదేశ్‌లో యమునానది లోయ ప్రాంతం
  3. గుజరాత్‌లోని మహీనది లోయ ప్రాంతం

4. రెపేరియన్ క్రమక్షయం (Reparian Erosion):

- నదీ ప్రవాహాల వల్ల నదీగట్లు కోసివేయడాన్ని "రెపేరియన్ క్రమక్షయం" అంటారు.
- ఇది ఎక్కువగా జరిగే రాష్ట్రం - పశ్చిమ బెంగాల్

5. పవన క్రమక్షయం:

- గాలుల వలన ఇసుకపై పొరలను కొట్టుకుపోవడాన్ని "పవన క్రమక్షయం" అంటారు.
- ఇది ఎక్కువగా జరిగే రాష్ట్రం - రాజస్థాన్, దక్షిణ పంజాబ్.
- **కారణాలు:**
  1. వర్షపాతం & వరదలు (Rainfall & Flooding).
  2. పట్టణీకరణ (Urbanization).
  3. వాతావారణ మార్పు (Climate Change).
  4. వనరుల మితిమీరిన దోపడి (Over Exploitation of Resources).
  5. అటవీ నిర్మూలన (Deforestation).
  6. పశువులు అతిగా మేయడం (Over Grazing).
  7. అశాస్త్రీయ వ్యవసాయ పద్ధతులు (un scientific cultifvation methods).
  8. విస్థాపన వ్యవసాయం (Shifting Cultivation).
  9. పోడో వ్యవసాయం (Podo Cultivation).
- **నివారణ చర్యలు:**
  1. అడవులను పెంచడం.
  2. శాస్త్రీయ ఇసుక విధానాన్ని అమలు పరచాలి.
  3. కాంటూర్ బండింగ్ విధానాన్ని చేపట్టాలి.
  4. నీటి కుంటలను ఏర్పాటు చేయాలి.
  5. ప్రవాహాలకు అడ్డంగా చెక్‌డ్యామ్‌ల నిర్మాణాన్ని చేపట్టాలి.

6. గల్లీ ప్లగ్గింగ్‌ను చేపట్టాలి.

6. శాస్త్రీయ వ్యవసాయ పద్ధతులు అయిన

   ఎ. కృత్రిమ ఎరువుల వాడకం తగ్గించాలి.

   బి. సేంద్రీయ, ప్రకృతి, మిశ్రమ వ్యవసాయ పద్ధతులను అమలు పరచాలి.

   సి. పోడు వ్యవసాయాలపై నియంత్రణ ఉంచాలి.

   డి. నేలను తక్కువగా దున్నడం.

   ఇ. సరైన నీటిపారుదల వ్యవస్థలు.

   ఎఫ్. మిశ్రమ పంటలు, పంటల మార్పిడి విధానాన్ని అమలు పర్చడం.

   జి. పవన దిశకు లంబంగా నేల దున్నడం వంటి మొదలైన చర్యలు చేపట్టాలి.

మృత్తికా పరిశోధనా కేంద్రాలు :

1. కేంద్రక్షార మృత్తికల పరిశోధన సంస్థ	:	హిసార్
2. అటవీ నేలల పరిశోధనా కేంద్రం	:	ఊటీ
3. నల్లరేగడి నేలల పరిశోధన సంస్థ	:	బళ్ళారి (కర్ణాటక)
4. ఎడారి నేలల పరిశోధన సంస్థ	:	జోద్‌పూర్ (రాజస్థాన్)
5. శివాలిక్ నేలల పరిశోధన సంస్థ	:	చండీఘర్
6. హిమాలయ ప్రాంతం నేలల పరిశోధన కేంద్రం	:	డెహ్రాడూన్ (ఉత్తరాఖండ్)
7. మాహి అవనాళికా ప్రాంత నేలల పరిశోధన కేంద్రం	:	పసద్
8. చంబల్ అవనాళికా ప్రాంత నేలల పరిశోధన కేంద్రం	:	కోటా
9. యమున అవనాళికా ప్రాంత పరిశోధనా కేంద్రం	:	ఆగ్రా
10. ద ఇండియన్ ఇన్‌స్టిట్యూట్ ఆఫ్ సాయిల్ సైన్సెస్	:	భోపాల్.

ఆంధ్రప్రదేశ్‌లో మృత్తికలు

- ICAR వారి చేత నియమించబడ్డ ఎస్.పి. రామ్ చౌదరీ ఆధీనంలో ఉన్న కమిటీ భారతనేలలను ఎనిమిది ప్రధానరకాల నేలలుగాను మరియు ఆంధ్రప్రదేశ్‌లో నాలుగు ప్రధాన రకాలు మరియు ఇతర నేలలు కూడా ఉన్నాయి అని ప్రకటించారు.

ఎర్రనేలలు:

- ఆంధ్రప్రదేశ్‌లో కోనసీమ మినహా మిగతా అన్ని జిల్లాల్లో ఈ నేలలు విస్తరించి వున్నాయి.
- ఇవి అత్యధిక విస్తీర్ణంలో రాయలసీమ ప్రాంతంలో వున్నాయి.
- వ్యవసాయరంగా ఆంధ్రప్రదేశ్ యొక్క వెనుకుబాటుతనానికి ఇవి కారణంగా చెప్పవచ్చు.
- ఆంధ్రప్రదేశ్ రాష్ట్రంలో మొత్తం సాగుభూమిలో ఈ నేలలు 65% ఆక్రమించి ఉన్నాయి.
- ఆంధ్రప్రదేశ్ రాష్ట్రంలో ఈ నేలలు శ్రీకాకుళం, పార్వతీపురం మన్యం, అల్లూరి సీతారామరాజు, విశాఖపట్నం, ఏలూరు, విజయనగరం, నెల్లూరు, కర్నూలు, కడప, పల్నాడు, తూర్పుగోదావరి జిల్లాల్లో అధికంగా విస్తరించి ఉన్నాయి.

నల్లరేగడినేలలు:

- ❖ రాష్ట్రంలో ఇంచుమించు 10.95% భూభాగంలో ఇవి విస్తరించివున్నాయి.
- ❖ ఇవి పోగాకు, మిరప, మొక్కజొన్న, పసుపు వంటి పంటలకి కూడా అనుకూలాంగా ఉంటాయి.
- ❖ ఇవి పల్నాడు, ప్రకాశం, నంధ్యాల, గుంటూరు, వంటి జిల్లాలో ఎక్కువ విస్తీర్ణంలో ఉంటాయి.

ఒండ్రునేలలు:

- ❖ కోనసీమ, కాకినాడ, పశ్చిమగోదావరి, కృష్ణ, బాపట్ల వంటి జిల్లాలలో ఇవి విస్తరించివున్నాయి.
- ❖ ఆంధ్రప్రదేశ్ రాష్ట్రంలో మొత్తం సాగుభూమిలో ఈ నేలలు 5% ఆక్రమించి ఉన్నాయి.

జేగురు నేలలు / లేటరైట్ నేలలు:

- ❖ ఆంధ్రప్రదేశ్ రాష్ట్రంలో మొత్తం సాగుభూమిలో ఈ నేలలు 3% ఆక్రమించి ఉన్నాయి.
- ❖ ఇవి అధికంగా చిత్తూరు జిల్లాలోని సత్యవేడు, తిరుపతి జిల్లాలోని సూళ్ళూరుపేట, నెల్లూరు జిల్లాలోని కావలి, శ్రీకాకుళం, అల్లూరి, కాకినాడ, అంబేద్కర్ కోనసీమ జిల్లాల్లోని విస్తరించి ఉన్నాయి.

ఇతర నేలలు:

ఎ. తీరప్రాంత ఇసుకనేలలు:

- ★ ఇవి తీరరేఖనుండి 3-10 కి॥మీల దూరంలో ఏర్పడతాయి.
- ★ సముద్రతరంగ క్రమక్షయం ఇవి ఏర్పడుటకు ప్రదానకారణం.
- ★ శ్రీకాకుళం ప్రకాశం వంటి జిల్లాలలో ఎక్కువగా విస్తరించి ఉన్నాయి. కొబ్బరి, జీడిమామిడి పంటలు పండుతాయి.
- ★ అత్యంత భారమైన ఇసుకలోహాలు ఇక్కడ దొరకవచ్చు.

బి. ఎడారినేలలు:

- ★ రాష్ట్రం యొక్క పశ్చిమ ప్రాంతంలో ఇవి విస్తరించి ఉన్నాయి.
- ★ ముఖ్యంగా సత్యసాయి మరియు అనంతపురం జిల్లాల్లో విస్తరించి ఉన్నాయి.
- ★ అతి తక్కువ తేమ, అత్యల్ప వర్షపాతం ఈ నేలలను ఏర్పరుస్తాయి.
- ★ ఈ నేలలలో లవణీయత ఎక్కువ. ఇందులో 'రబీ' పంటలను నీటిపారుదల సౌకర్యం కల్పిస్తే పండించుటకు అనుకూలం.
- ★ మొత్తం భూమిలో 5.47% కలవు.

సి. ఉప్పుతో కూడుకున్న నేలలు:

- ★ విపరీతమయిన జనసాంద్రత మరియు భూగర్భ జలవనరుల కూల్చివేత ఇటువంటి రకమైన నేలలును ఏర్పరుస్తాయి.
- ★ విశాఖపట్నం, ఒంగోలు, నెల్లూరు వంటి ప్రాంతాలలో వున్నాయి.
- ★ ఇవి వ్యర్ధభూములు.
  - ♦ పైన పేర్కొన్న నేలలు ఉన్నప్పటికీ ఇటీవల 2022-23 సామాజిక-ఆర్థిక సర్వే ప్రకారం ఆంధ్రప్రదేశ్‌లో మొత్తం 22 రకాల నేలలు ఉన్నట్లు తెలియజేసారు అందులో:
    - ★ మొదటిస్థానంలో లోమీ టూ క్లేయి స్కెలిటల్ డీప్ రెడ్డిష్ బ్రౌన్ నేలలు - 20.42% ఉన్నాయి. (=వసంశీఅశ్రీం)
    - ★ చివరి స్థానంలో క్లేయి మోడరేట్స్ & డీప్ వెట్ నేలలు - 0.13%తో కలవు.

2022-23 సామాజిక-ఆర్థిక సర్వే ప్రకారం ఆంధ్రప్రదేశ్‌లో గల మృత్తికల రకాలు

Category wise Soil types in the state

Soil Category	Area ('000 Ha)	Percentage
1	2	3
Gravelly clayey moderately deep Red soils	305	1.87
Gravelly clayey moderately deep desert soils	891	5.47
Gravelly clayey moderately deep grass land soils	166	1.02
Gravelly clayey shallow dark brown soils	872	5.35
Gravelly loam to gravelly clayey shallow dark brown soils	44	0.27
Gravelly loamy dark brown moderately deep soils	479	2.94
Gravelly loamy moderately deep grass land soils	420	2.58
Moderately deep black clayey soils	225	1.38
Moderately deep calcareous moist clayey soils	237	1.45
Moderately deep calcareous black soils	1559	9.57
Clayey moderately deep wet soils	22	0.13
Clayey to gravelly clayey moderately deep dark brown soils	3040	18.65
Dark grayish brown moderately deep moist stratified soils	31	0.19
Dark grayish brown moderately deep stratified loamy soils	42	0.26
Loamy to clayey skeletal deep Reddish brown soils	3328	20.42
Loamy to gravelly clay deep dark reddish brown soils	1219	7.48
Shallow gravelly Red soils	1696	10.41
Shallow loamy to gravelly clay Red soils	112	0.69
Deep black clayey soils	1250	7.67
Fine loamy gravelly clayey shallow Reddish brown soils	214	1.31
Light gray deep sandy soils	114	0.7
Very dark brown moderately deep wet silty soils	31	0.19
Total	16297	100

Source: AP Space Application Centre

CHAPTER 10

సహజ వృక్ష సంపద

❖ దేశంలో స్వాతంత్ర్యం కన్నా ముందు మొదటి అటవీ విధానం 1894లో వచ్చింది. అదేవిధంగా స్వాతంత్ర్యం కన్నా ముందు మొట్టమొదటి అటవీ చట్టం 1927 లో అమలులోకి వచ్చింది. దీని ద్వారా అడవులను మొదటిసారిగా ప్రభుత్వ రికార్డులలో చేర్చారు.

❖ స్వాతంత్ర్యం అనంతరం మొదటి జాతీయ అటవీ విధానం 1952లో చేపట్టారు. ప్రధాన ఉద్దేశ్యం దేశంలో మొత్తంగా 33.3 శాతం అటవీ విస్తీర్ణం కలిగి ఉండాలి. మైదాన ప్రాంతంలో కనీసం 20% అదే విధంగా పీఠభూమి & కొండ ప్రాంతాల్లో 60% ఉండాలి.

రాజ్యాంగబద్ధ అంశాలు :

❖ మౌళిక రాజ్యాంగంలో అధికారాల విభజన క్రింద షెడ్యూల్-7లో ఈ అంశం రాష్ట్ర జాబితాలో ఉండేది.

❖ 1976లో 42వ రాజ్యాంగ సవరణ ద్వారా ఈ అంశాన్ని ఉమ్మడి జాబితాలోకి మార్చడం జరిగింది.

❖ రాజ్యాంగంలో భాగం IVలో గల ఆదేశిక సూత్రాలలో 48(ఎ) అధికరణ ఈ అంశం రాజ్యాల బాధ్యతగా చెప్పడం జరిగింది.

❖ 44వ రాజ్యాంగ సవరణ ద్వారా 1978లో రాజ్యంలో చేర్చబడిన భాగం VI A అధికరణ 51 Aలో క్లాజ్ (g)లో ఒక విధిగా దీని సంరక్షణ భారత పౌరులపై ఉంది.

❖ 1980లో అటవీ పరిరక్షణ చట్టం ఏర్పడింది. దీని ప్రధాన ఉద్దేశ్యం - రాష్ట్ర ప్రభుత్వాలు కేంద్ర ప్రభుత్వ అనుమతి లేనిదే అటవి భూములను అటవీయేతర కార్యకలాపాలకు బదిలీ చేయటం నిషేదం.

❖ అదేవిధంగా 1980లో కేంద్ర ప్రభుత్వం సామాజిక అడవుల పెంపకం అనే కార్యక్రమాన్ని అమలుపరుస్తూ వచ్చింది. సామాజిక అడవులు అనే పదాన్ని / పథకాన్ని 1976లో జాతీయ వ్యవసాయ కమీషన్ వారు సూచించారు. ఈ కార్యక్రమాన్ని 1978లో ప్రకటించడం జరిగింది. ప్రజల కొరకు ప్రజల చేత పెంచబడి ప్రజలే వినియోగించుకునే అడవులను సామాజిక అడవులు అంటారు.

❖ దీనిలో 3 ప్రధాన భాగాలు మొత్తం 5 భాగాలు కలవు.

1. పట్టణ అడవులు
2. గ్రామీణ అడవులు

★ పట్టణ, గ్రామీణ ప్రాంతాలలో వ్యర్ధ భూములలో, సామాజిక స్థలాలలో, రోడ్డుకి ఇరువైపులా మొదలైన ప్రదేశాలలో ప్రభుత్వ సహాయంతో ప్రజలు అడవులను పెంచి వినియోగించుకోవాలి.

3. వ్యవసాయ అడవులు ఇది 3 రకాలు:

1. **సాగు అడవులు:** పంటలు పెంచడంతో పాటు అడవులను కూడా పెంచితే సాగు అడవులు అంటారు.
2. **వాణిజ్యేతర అడవులు:** పంటల స్థానంలో అడవులను పెంచి అవి రైతులు తమంతట తాము వినియోగించుకుంటే వాణిజ్యేతర అడవులు అంటారు.

3. **వాణిజ్య అడవులు:** పంటల స్థానంలో అడవులను పెంచి ఆ అడవులను ప్రభుత్వానికో, ఇతరులకో అమ్మితే వాటిని వాణిజ్య అడవులు అంటారు.

- 1988 నేషనల్ ఫారెస్ట్ పాలసీ 2 వచ్చింది. ఇందులో కూడా 33.3 శాతం దేశంలో భూభాగం అటవీ విస్తీర్ణత కలిగి ఉండాలి. దీనితోపాటు వన్యప్రాణ సంరక్షణ, చిత్తడి నేలల పరిరక్షణ, అడవులలో గల మృత్తికా సంరక్షణ చేయాలి.
- పై విధానంలో భాగంగానే ప్రజలు గరిష్టంగా మరియు సుస్థిరంగా వనరులు సేకరించాలి (ముఖ్యంగా మహిళలు).
- 2006 అటవీ హక్కుల (ST dwelling) పరిరక్షణ చట్టం చేయడం జరిగింది.
- **ఉద్దేశ్యం :** షెడ్యూల్ ప్రాంతంలోని వనరులను సుస్థిర అభివృద్ధి కొరకై గిరిజనులకు ఉపాధి కల్పనగా వినియోగించాలి. ఎవరైతే గిరిజన జాతులు గత 75సం॥లుగా లేదా గత 3 తరాలుగా అడవులపై ఆధారపడుతున్నారో ఆ కుటుంబాలకు జిల్లా కలెక్టర్ అనుమతితో గరిష్టంగా 4 హెక్టార్ల భూభాగాన్ని బదిలీ చేయవచ్చు. కేవలం సుస్థిరాభివృద్ధి కోసం మేరకే. దీనికి గ్రామ సభ ఆమోదం కూడా ఉండాలి.
- 2016 Compensatory Afforestration Management Fund Planning Authority Act (CAMPA Act). దీనిప్రకారం సెంట్రల్ మరియు స్టేట్ లెవెల్‌లలో కంపా అథారిటీలు మరియు నిధులు ఏర్పడతాయి.
- ఏ ప్రాజెక్ట్ అయితే అడవులను కోల్పేయేటట్లు చేస్తున్నాయో ఆ అడవులకు వాణిజ్య విలువను జోడించి ఆ విలువను ప్రాజెక్ట్ నిర్మాణదారుడు కేంద్ర CAMPA నిధులకు బదిలీ చేయాలి. ఒకవేళ ఆ రాష్ట్ర ప్రభుత్వం కోల్పోయిన అడవులను మరలా పెంచగల్గితే కేంద్ర CAMPA నిధుల నుండి ఆ రాష్ట్రానికి 90% బదిలీ చేయటం జరుగుతుంది. ఏ రాష్ట్రాలు అయితే అడవులు, వన్య ప్రాణులు, జీవ వైవిధ్య సంరక్షణకు కృషి చేస్తాయో ఆ రాష్ట్రాలకు మిగతా 10% నిధులను బదిలీ చేస్తుంది. దీనికి సెంట్రల్ లెవెల్‌లో ప్రధానమంత్రి స్టేట్ లెవెల్‌లో ముఖ్యమంత్రి హెడ్‌గా ఉంటారు.
- 2017లో నూతన జాతీయ అటవీ విధానాలు ఏర్పరిచారు. ఇందులో ఎక్కువగా కమర్షియలైజేషన్ ఉండడంతో ఎంతో మంది పర్యావరణ వేత్తలు అంగీకరించకపోవడంతో దీన్ని ప్రభుత్వం వెనక్కి తీసుకుంది.

అడవులు-వర్గీకరణ:

- అడవులను వివిధ రకాల ప్రాతిపదికలతో వివిధ రకాలుగా వర్గీకరించారు.

1. చట్టం ఆధారంగా:

- 1927-భారత అటవీ చట్టం అడవులను 2 ప్రధాన రకాలుగా వర్గీకరించింది.
  1. Reserved forest మానవుని ప్రమేయం పూర్తిగా నిషేదం.
  2. Protected forest సుస్థిర వనరుల సేకరణపై గిరిజన ప్రజలకు అవకాశం.
- అయితే స్వాతంత్ర్యానంతరం పై 2 ప్రాంతాల్లోనే కాకుండా ఇతర ప్రాంతాల్లో కూడా అడవులను పెంచుతూ వచ్చారు. అటువంటి వాటిని unclassified forest గా పిలుస్తాం.

2. యాజమాన్యం ఆధారంగా:

1. ప్రభుత్వ అడవులు అనగా రాష్ట్రప్రభుత్వ అడవులు. దేశంలో 95% పైగా ప్రభుత్వ అడవులున్నాయి.
2. ప్రైవేట్ అడవులు-సోషల్ స్కీమ్‌లు ద్వారా ప్రైవేట్ వ్యక్తులు అడవులను పెంచితే వాటిని ప్రైవేట్ అడవులు అంటారు.
3. ఉమ్మడి అడవులు: ప్రభుత్వరంగ లేదా ప్రైవేట్ రంగ సంస్థలకు ప్రభుత్వం ఇచ్చిన భూమిలో వాళ్ళు అడవులను పెంచితే వాటిని ఉమ్మడి అరణ్యాలు అంటారు.

3. కనోపి / పచ్చదనం ఆధారంగా:

- FSI వారు, ISFR వారు కలిసి ISRO శాటిలైట్ సహాయంతో మరియు దాని యొక్క సెన్సార్ LISS-3 ఆధారంగా 23.5మీ resolutionతో కనీసం 1 హెక్టార్ భూభాగాన్ని పరిగణలోకి తీసుకుంటూ అందులోని పచ్చదనం ఆధారంగా అడవులను 3 ప్రధాన రకాలుగా వర్గీకరిస్తున్నారు.
    - ఎ. Very dense forest (70% కన్నా ఎక్కువ పచ్చదనం) - అత్యంత సాంద్రత గల అడవులు.
    - బి. Moderate dense forest (40-70% పచ్చదనం) - మధ్యస్త సాంద్రత గల అడవులు.
    - సి. Open forest (10-40% పచ్చదనం) - సార్వత్రిక అడవులు.
- పై మూడు వర్గీకరణలే కాకుండా 10% కన్నా పచ్చదనం తక్కువగా ఉంటే అటువంటి అరణ్యాలను చిట్టడవులు (Scrubs) అంటారు.

4. శాస్త్రీయ బద్ధత ఆధారంగా:

- భారత అరణ్యాలను మొట్టమొదటి సారిగా వర్గీకరించిన శాస్త్రవేత్త చాంపియన్.
- చాంపియన్ మరియు సేథ్‌లు శీతోష్ణస్థితి లక్షణాలు, అక్షాంశాలు మరియు ఉన్నతి (ఎత్తు) ఆధారంగా అరణ్యాలను 5 ప్రధాన వర్గాలుగాను 16 ఉపవర్గాలుగాను వర్గీకరించారు. ఆ 5 ప్రధాన వర్గాలు.

1. తేమతో కూడిన ఉష్ణమండల అరణ్యాలు (Moist Tropical):

1. ఉష్ణమండల తేమతో కూడిన సతత హరిత అడవులు.
2. ఉష్ట మండల తేమతో కూడిన ఉప సతత హరిత అడవులు.
3. ఉష్ణమండలం తేమతో కూడిన ఆకురాల్చు అడవులు.
4. లిట్టోరల్ స్వేంప్స్ (మడ అరణ్యాలు).

2. ఉష్ణమండల శుష్క అడవులు (Dry Tropical):

1. ఉష్ణమండల శుష్క సతత హరిత అడవులు.
2. ఉష్ణమండల శుష్క ఆకురాల్చు అడవులు.
3. ఉష్ణమండల ముళ్ళ జాతి లేదా ఎడారి అడవులు.

3. ఉప ఉష్ణమండల అడవులు (Sub Tropical):

1. ఉప ఉష్ణమండల వెడల్పాటి ఆకులు గల అడవులు.
2. ఉప ఉష్ణమండల తేమతో కూడిన కొండ అడవులు.
3. ఉప ఉష్ణమండల శుష్క సతత హరిత అడవులు.

4. పర్వతీయ సమశీతోష్ణ అరణ్యాలు (MontaneTemperate):

1. Temperate Wet Montane Forests.
2. Himayalan Dry Temperate Forests.
3. Himayalan Wet Temperate Forests.

5. అల్పైన్‌లు (Alpines):

1. డ్రై అల్పైన్‌లు,
2. వెట్ అల్పైన్‌లు
3. హ్యూమిడ్ అల్పైన్‌లు.

5. వర్షపాతం ఆధారంగా (సాధారణ అడవులు):

1. సతత హరిత అడవులు (200 సెం.మీ. కంటే ఎక్కువ).
2. తేమతో కూడిన ఆకురాల్చు ఆడవులు (100 నుంచి 200 సెం.మీ.).
3. శుష్క/పొడి ఆకురాల్చు అడవులు (50 నుంచి 100 సెం.మీ.).
4. ఎడారి అరణ్యాలు (50 సెం.మీ.ల కంటే తక్కువ).

కొన్ని ముఖ్యమైన పరిశోధనా కేంద్రాలు:

1. Indira Gandhi National Forest Academy, Forest Survey of India (FSI) Wild Life Board, Forest Research Institute, Tiger cell : డెహ్రాడూన్.
2. Govind vallab panth Insitute of Himalayas Environment : ఆల్మోరా.
3. Himalayas forest research institute : సిమ్లా.
4. శుష్క అటవీ పరిశోధనా సంస్థ (Central Arid Forest Research Institutc) : జోద్‌పూర్.
5. Institute of Social forestry & ECO Rehabilitation : ప్రయాగ్‌రాజ్.
6. Indian Institute of Forest Management IIFM : భోపాల్.
7. Tropical Forest Research Institute : జబల్‌పూర్.
8. Central Forest Research Institute & Human Research Development : చింద్వారా.
9. Institute of Forest Bio Diversity : Hyderabad.
10. Institute of plywood industry : Banglore.
11. Institute of wood science & technology : Bangalore.
12. Institute of forest tree genetics & tree breeding centre : కోయంబత్తూర్ (తమిళనాడు).
13. Institute of forest productivity : రాంచి (జార్ఖండ్).
14. National LAC (లక్క) Research Institute : నామ్‌కుమ్ (జార్ఖండ్).
15. Temperate forest Research Institute : జోర్హాట్ (Assam)
16. Advanced Bamboo Research Institute & Rattan : ఐజ్వాల్.
17. Central Forestry livelihood Institute : అగర్తల.
18. Salim Ali Center for Ornithology & National Hegitate : కోయంబత్తూర్ (తమిళనాడు).

ఆంధ్రప్రదేశ్

1. AP Chief conservator Office - Guntur
2. AP State Forest Academy - రాజమండ్రి (లాల చెరువు).
3. AP State Forest Department - Mangalagiri (Guntur)

❖ అడవులను సాధారణంగా లేదా వ్యవహారికంగా ఈ క్రింది రకాలుగా వర్గీకరిస్తారు.

1. సతత హరిత అరణ్యాలు
2. ఆకురాల్చు అరణ్యాలు
3. మడ అరణ్యాలు

4. ఎడారి అరణ్యాలు
5. పర్వతీయ / హిమాలయ అరణ్యాలు

సతత హరిత అరణ్యాలు :

- వర్షపాతం 200 సెం.మీ. కన్నా ఎక్కువగా ఉండాలి. ప్రధాన వృక్షాలు 40 నుంచి 50 మీ. ఎత్తున పెరుగుతాయి.
- ఇవి దేశంలో ఈ క్రింది ప్రాంతాల్లో విస్తరించాయి.
  1. దక్షిణ పశ్చిమ కనుములు & పశ్చిమ కనుమల పశ్చిమ వాలులు.
  2. ఈశాన్య భారతదేశము (బ్రహ్మపుత్రాకి దక్షిణాన గల ప్రాంతం).
  3. అండమాన్ నికోబర్ దీవులు
- ఈ అరణ్యాల్లో ప్రధానమైన వృక్ష జాతులు.
- రోజ్‌వుడ్, మహాగుని, ఎబోని, సింకోన, చెస్ట్‌నట్.
- ఎబోని యొక్క కలప నుండి పియానో కిట్ల తయారీ జరుగుతుంది.
- సింకోన బెరడు నుండి మలేరియా ఔషధాన్ని తయారుచేస్తున్నారు.
- ఈ అరణ్యాల్లో దిగువస్థాయి వృక్షాలు సూర్యరశ్మిని గ్రహించడానికి ప్రధాన వృక్షాలపై తీగలను ఏర్పరుస్తున్నాయి. వీటిని లయానాలు అంటారు మరియు ఇక్కడ ఎపిఫైట్స్ కూడా కలవు.

  Note: Llanos అనేవి దక్షిణ అమెరికా ఖండంలో ఉత్తర భాగంలో ఉన్న ఉష్ణమండల గడి భూములు (సవన్నా)
- ఈ అరణ్యాల్లో ఉపరితల భాగం పూర్తిగా పచ్చదనంతో నిండిపోయి ఉంటుంది. దాని Canopy అంటారు. ఇండియాలో నీలగిరి, అన్నామలై, పళని, యాలకుల కొండల్లో గల ఇటువంటి అరణ్యాలను "షోలాస్" అని అంటారు. ప్రపంచంలో ఇటువంటి అరణ్యాలు అత్యధిక విస్తీర్ణంలో ఉన్న ప్రాంతం అమెజాన్ ప్రాంతం, బ్రెజిల్. అక్కడ వీటిని సెల్వాస్ అని పిలుస్తాం. ఈ అరణ్యాలను ప్రపంచ ఊపిరితిత్తులుగా పిలుస్తారు. ఈ అరణ్యాల్లోనే ప్రముఖ గిరిజన జాతి అయిన రెడ్ ఇండియన్స్ ఉంటారు.
- ఈ అరణ్యాల విస్తీర్ణం ఇండియాలో అరుణాచల్‌ప్రదేశ్‌లో ఎక్కువగా కన్పిస్తుంది.

ఆకురాల్చు అరణ్యాలు:

- వేసవికి ముందు భాష్పోత్సేక ప్రక్రియను నియంత్రించుకోడానికి తమ ఆకులను ఇవి రాల్చుకుంటాయి. అందుకే వీటిని బోడి అరణ్యాలు/ఆకురాల్చు అరణ్యాలు అని పిలుస్తారు.
- ఋతుపవన ఆరంభ కాలంలో ఆకులు తిరిగి చిగురుస్తాయి. వీటినే ఋతుపవన అరణ్యాలు అని పిలుస్తారు.
- ఇండియాలో వీటిలో 2 రకాలు కలవు.
- 100-200 సెం.మీ. వర్షపాత ప్రాంతంలో వీటిని తేమతో కూడిన ఆకురాల్చు అరణ్యాలు అనీ 50-100 సెం.మీ. వర్షపాత ప్రాంతంలో వీటిని శుష్క / పొడి ఆకురాల్చు అరణ్యాలు అని పిలుస్తారు.
- శివాలిక్ పర్వతాలు, ఆరావళి పర్వతాలు, వింధ్య - సాత్పుర, తూర్పు కనుములు, పశ్చిమ కనుమల తూర్పువాలు మొదలైన అన్ని ప్రాంతాల్లోనూ అదే విధంగా వర్షచ్ఛాయ ప్రాంతాలు మినహా పీఠభూమి ప్రాంతంలో కూడా ఇవి విస్తరించి ఉన్నాయి.
- దేశంలో అత్యధిక విస్తీర్ణంలో ఉన్న అరణ్యాలు ఇవే. ఇవి చాలా మన్నికైనవి. వీటికి వాణిజ్య విలువలు చాలా ఎక్కువ.

  ఉదా : 1. టేకు - మధ్యప్రదేశ్.

  2. కేన్ వృక్షాలు - కర్ణాటక.

3. మంచి గంధం – కర్ణాటక.

4. ఎర్ర చందనం – ఆంధ్రప్రదేశ్ శేషాచలం అరణ్యాలు.

5. తునిక (బీడి ఆకులు) – తెలంగాణ.

- ఈ అరణ్యాల్లో కొన్ని ప్రాంతాల్లో లాక్సిఫెరమ్ అనే కీటకం ఆకులపై స్రవిస్తుది. (లాలాజలం వదులుతుంది) ఈ స్రావం గట్టిపడితే దాన్ని లక్కగా పిలుస్తారు.

6. లక్క – ఛోటానాగపూర్ పీఠభూమి (జార్ఖండ్).

మడ అరణ్యాలు:

- వీటినే క్షారజల అరణ్యాలు, పోటు అరణ్యాలు, ముఖ ద్వార అరణ్యాలు మొదలైన పేర్లతో పిలుస్తారు. వీటిని శ్వాసవేర్ల అడవులు అని అంటారు. (floating roots)
- ప్రపంచంలో ఈ అరణ్యాలు అత్యధిక విస్తీర్ణంలో ఉన్న దేశం – ఇండోనేషియా, నైజీరియా, బ్రెజిల్, ఇండియా.
- ప్రపంచంలో అత్యధిక మడ అరణ్యాలు విస్తీర్ణం గల ప్రాంతం సందర్భన్స్ (Bangladesh+India)
- ప్రపంచంలో మొట్టమొదటి సారిగా సంరక్షించబడుతున్న ప్రాంతం 1896 సుందర్బన్స్.
- ఈ అరణ్యాల్లో ప్రధాన వృక్షాలు మడ, సుందరి, రైజోఫోరా, అబిసీనియా, పాం, పొన్న.
- ఈ అరణ్యాలు జీవివైవిధ్యతలోను, జీవ వైవిధ్యత సంరక్షణలోను, మృత్తికా క్రమక్షయ నివారణలోను, భూగర్భ జలాల పెంపుదలలోను, వలస పక్షులకు ఆవాసంగాను అన్నింటికన్నా ముఖ్యంగా తీరప్రాంత విపత్తులు నివారించడంలోను, వాటి ప్రభావాన్ని తగ్గించడంలోను ప్రముఖ పాత్ర పోషిస్తాయి.
- **దేశంలో ఈ అరణ్యాలు విస్తరించి ఉన్న ప్రాంతాలు:**

గుజరాత్	:	కచ్, జామ్‌నగర్
మహారాష్ట్ర	:	ఆచ్రే
కర్ణాటక	:	కుందాపూర్
కేరళ	:	వెంబనాడు లగూన్
తమిళనాడు	:	పిచ్చావరం
అండమాన్&నికోబార్	:	నార్త్ & మిడిల్ అండమాన్
ఆంధ్రప్రదేశ్	:	కోరంగి, కృష్ణ WLS
ఒడిస్సా	:	బిత్తరకనిక (WLS)
వెస్ట్ బెంగాల్	:	సుందర్బన్స్ (దక్షిణ 24 పరగణాల జిల్లా – 40%).

Mangroove Genetic Research Institute – బిత్తర కనిక.

- **వీటి విస్తీర్ణంలో మొదటి 4 రాష్ట్రాలు :**
  1. వెస్ట్ బెంగాల్
  2. గుజరాత్
  3. అండమాన్ & నికోబార్
  4. ఆంధ్రప్రదేశ్

ఎడారి అరణ్యాలు:

- దేశంలో 50 సెం.మీ. కన్నా తక్కువ వర్షపాతం ఉన్న ప్రాంతాల్లో ఇవి ఏర్పడతాయి.
- 50సెం.మీ.లకు అటుఇటుగా వర్షపాతం ఉన్న ప్రాంతంలో 6 మీటర్ల ఎత్తు వరకు పెరిగే తుమ్మ, చింత, అడవి ఖర్జూరం, వేప మొదలైనవి పెరుగుతాయి.

- 25 సెం.మీ.॥ - 50 సెం.మీ.ల వర్షపాతం ప్రాంతంలో గడ్డి మొక్కలు పెరుగుతున్నాయి.
  1. సబాయి (పేపర్ పరిశ్రమ)
  2. రూసా (పర్ఫ్యూమ్)
  3. కుశ్‌కుశ్ (కూలర్ ప్యాడ్స్)
  4. బన్ని, శుకుల్; ఎలిఫెంట్ (ఇంటి పై కప్పులు)
- 25 సెం.మీ.ల కన్నా తక్కువ వర్షపాతం ఉన్న ప్రాంతం Cactus కుటుంబానికి చెందిన మొక్కలు నాగజెముడు, బ్రహ్మజెముడు, కలబంద మొ॥ పెరుగుతాయి.
- వీటికి కూడా విశిష్టమైన ఔషధ గుణాలు కలవు.
- ఈ వృక్షాలు కొన్ని పరిసరానుగుణ్యత లక్షణాలను కల్గి ఉంటాయి.
  1. లోతైన వేర్ల వ్యవస్థ (నీటి సేకరణకై)
  2. మందమైన కాండ వ్యవస్థ (నీటి నిల్వ)
  3. ఆకులు లేకపోవడం (భాష్పోత్సేక నివారణకై), కాండంపై మైనంపూత కల్గి ఉండడం.
  4. ముల్లును కల్గి ఉంటుంది (శత్రువుల నుండి రక్షణ కొరకై)
- దేశంలో ఈ అరణ్యాలు అత్యధికంగా 1. రాజస్తాన్ 2. గుజరాత్ 3. హర్యానా.

పర్వతీయ / హిమాలయ అరణ్యాలు :

- హిమాలయ ప్రాంతంలో తొలి 1000 మీటర్ల ఎత్తు వరకు సమశీతోష్ణ ఆకురాల్చు అరణ్యాలు, తర్వాత 500 మీటర్ల (1500 మీటర్ల ఎత్తు వరకు) వరకు సమశీతోష్ణ సతత హరితారణ్యాలు, ఆపై 4500 మీటర్ల ఎత్తు వరకు అసలైన హిమాలయ లేదా శృంగారపు / టైగ (పవిత్రమైన) అరణ్యాలుంటాయి.
- **ముఖ్య వృక్షాలు :**
  1. జన్నీఫర్ 2. సిల్వర్‌ఫర్
  3. బిర్చ్ 4. లార్చ్
  5. ఆలివ్స్ 6. యూకలిప్టస్‌తో

  పాటుగా ఆపిల్, కుంకుమపువ్వు, స్ట్రాబెర్రీ వంటి పండ్ల తోటల్ని కూడా కల్గి ఉన్నాయి.
- 4500-8611 మీటర్ల ఎత్తులో టండ్రా రకపు అరణ్యాలుంటాయి. వీటికి ఔషధ విలువలు ఎక్కువ.

Indian State of Forest Report - 2021లో ముఖ్యాంశాలు :

- FSI 1987 నుంచి ఈ నివేదికను ఇస్తున్నారు. ఇది ప్రతీ 2సం॥లకి ఒకసారి ఇచ్చే నివేదిక. ప్రస్తుత నివేదిక ఈ వరుసలో 17వది. ఇందుకోసం వినియోగించిన శాటిలైట్స్ Resource Sat II. వినియోగించిన సెన్సార్ LISS III, Resolution Range 23.5 మీటర్లు.

  Note: ISFR / FSI మన దేశ అడవుల స్థితిగతుల నివేదికతోపాటు శ్రీలంక దేశం యొక్క అడవుల రిపోర్ట్‌ని కూడా తయారు చేస్తుంది.

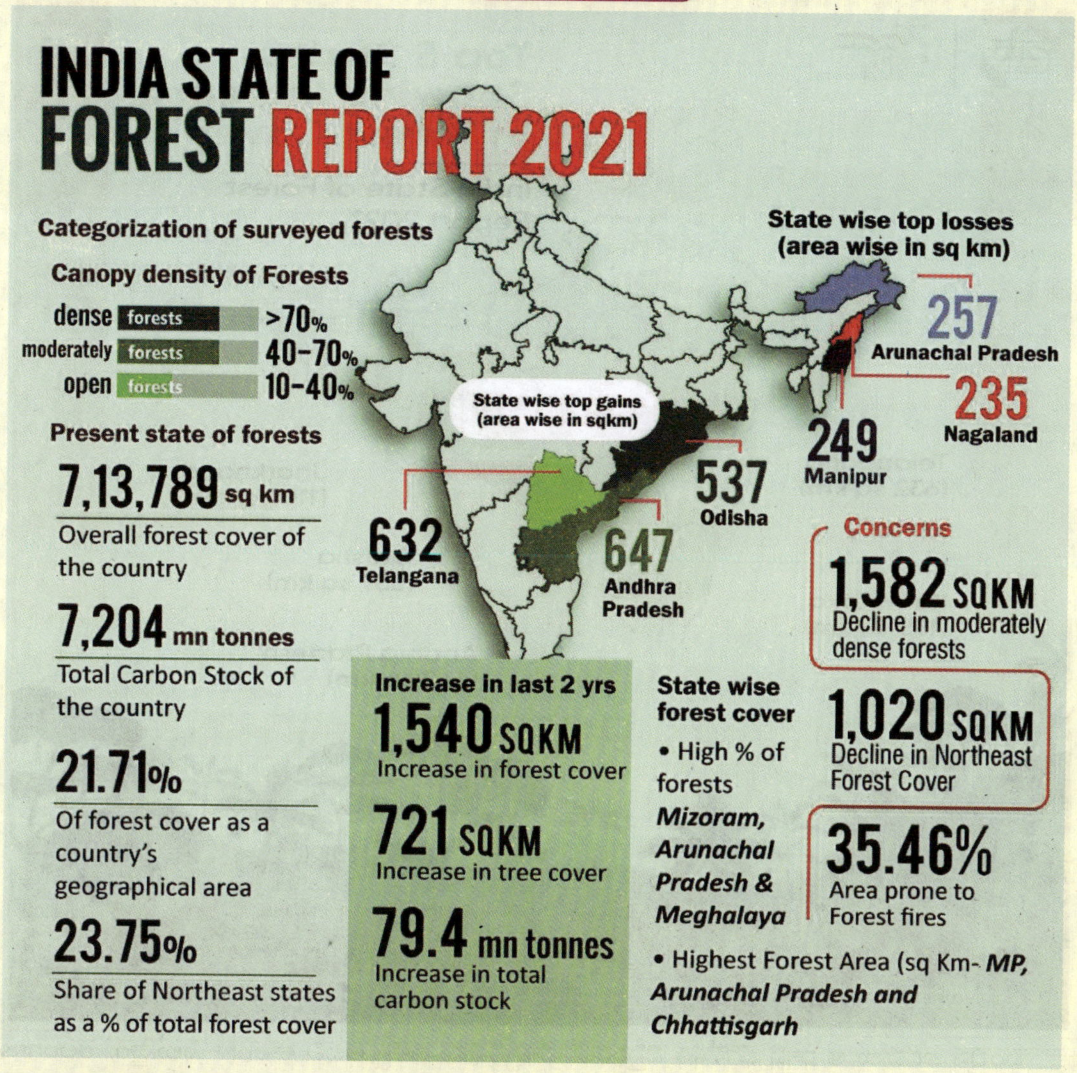

ISFR-21 భారత అటవీ నివేదికలో ముఖ్యాంశాలు :

❖ దేశంలో అటవీ విస్తీర్ణం 7,13,789 చ.కి.మీ. ఇది భారత భూభాగంలో 21.71%

❖ దేశంలో ట్రీ (చెట్టు) విస్తీర్ణం 95,748 చ.కి.మీ. భారత భూభాగంలో 2.91%

❖ అటవీ, చెట్టు విస్తీర్ణం కలిపితే 8,09,537 చ.కి.మీ. అడవి మరియు చెట్టు శాతం 24.62% అంటే దేశంలో పచ్చదనం శాతం 24.62%.

❖ ఇది గత నివేదికతో పోల్చితే అడవులు 0.22%, చెట్లు 0.76%, పచ్చదనం 0.28% పెరిగాయి.

❖ గత నివేదికతో పోల్చితే పచ్చదనం విస్తీర్ణ పెరిగిన విస్తీర్ణం 2,261 చ.కి.మీ.

❖ **అత్యధికంగా అడవులను పెంచిన రాష్ట్రాలు:**

1. ఆంధ్రప్రదేశ్ : 647 చ.కి.మీ.
2. తెలంగాణ : 632 చ.కి.మీ.
3. ఒడిస్సా : 537 చ.కి.మీ.
4. కర్ణాటక : 155 చ.కి.మీ.
5. జార్ఖండ్ : 110 చ.కి.మీ.

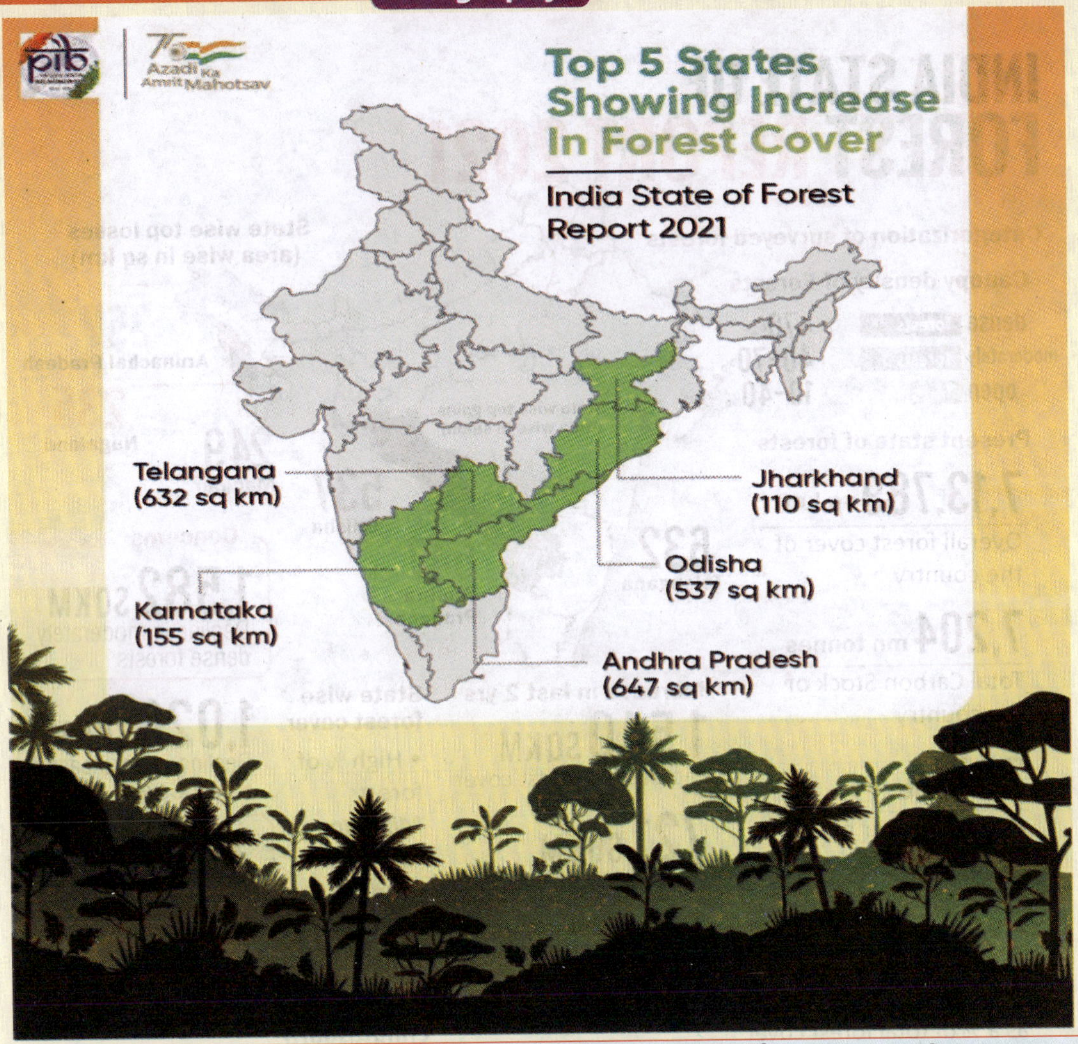

Note: పెంచిన అడవులు ఆ రాష్ట్ర భౌగోళిక విస్తీర్ణంలో పోల్చినపుడు దాన్ని అటవీ శాతంగా పిలుస్తాం. తెలంగాణ రాష్ట్రం అత్యధిక శాతంలో అడవులను పెంచినట్లు చెప్పవచ్చు.

- **దేశంలో అటవీ విస్తీర్ణంలో అత్యధికంగా ఉన్న రాష్ట్రాలు:** 1. మధ్యప్రదేశ్. 2. అరుణాచల్‌ప్రదేశ్ 3. చత్తీస్‌ఘడ్.
- ప్రధాన రాష్ట్రాల్లో అటవీ విస్తీర్ణంలో చివరి స్థానం - హర్యానా, పంజాబ్, గోవా.
- అటవీ శాతం అత్యధికంగా ఉన్న రాష్ట్రం - మిజోరాం, అతి తక్కువగా ఉన్న రాష్ట్రం - హర్యానా.
- 2021 నివేదిక ప్రకారం అత్యధిక అడవులను పెంచింది ఆంధ్రప్రదేశ్. అయితే అత్యధిక అడవులను కోల్పోయినది అరుణాచల్‌ప్రదేశ్ తరువాత మిజోరాం కలదు.
- దేశంలో కొండ ప్రాంత జిల్లాల్లో (140 జిల్లాలు) 902sq kmల అడవులను కోల్పోయాయి. ఈ జిల్లాలు దేశ అడవుల్లో 40.17%ని కల్గి ఉన్నాయి.
- దేశంలో గిరిజన జిల్లాల్లో కూడా అడవులను కోల్పోవటం జరిగింది. ఈ నివేదిక ప్రకారంలో గిరిజన జిల్లాల్లో కూడా అడవులను కోల్పోయాం.

(అవిభక్త గిరిజన జిల్లాలు శ్రీకాకుళం, విజయనగరం, విశాఖపట్నం, తూర్పు గోదావరి, పశ్చిమ గోదావరి, ప్రస్తుత గిరిజన జిల్లాలు - మన్యం, అల్లూరి, ఏలూరు.

- ఈశాన్య భారత్‌లో కూడా అడవులను కోల్పోవటం జరిగింది.
  1. భారత విస్తీర్ణంలో ఈశాన్య భారత విస్తీర్ణం 7.98% కానీ భారత అడవుల్లో ఆ ప్రాంత అడవుల శాతం 25%
  2. ఈ శాన్య భారతదేశ భూభాగంలో ఇంచుమించు 66.5% అడవులున్నాయి.
- దేశంలో మడ అరణ్య విస్తీర్ణం 17 Sq. km పెరిగింది.
- దేశంలో వెదురు విస్తీర్ణం తగ్గింది - 10,594 చ.కి.మీ. కారణం - భారత ప్రభుత్వం వెదురుకు చెట్టు హోదాను తొలగించింది. వాణిజ్య అనుమతి ఇచ్చింది.
- దేశంలో కార్బన్ స్టాక్ 7,204 మిలియన్ టన్నులకు చేరింది. 79.4 మిలియన్ టన్నులు పెరిగింది.

Note: దేశంలో అత్యధిక కార్బన్ స్టాక్ ఉన్న రాష్ట్రం - అరుణాచల్ ప్రదేశ్ (999 మిలియన్ టన్నులు).

- గత నివేదిక ప్రకారం 4998 చ.కి.మీ.ల విస్తీర్ణంలో మడ అరణ్యాలు కలవు. అందులో మొదటి స్థానాల్లో వరుసగా వెస్ట్ బెంగాల్, గుజరాత్, అండమాన్ & నికోబార్ దీవులు మరియు ఆంధ్రప్రదేశ్ కలవు.
- FAO ఇచ్చిన నివేదిక ప్రకారం ప్రపంచంలో అటవీ విస్తీర్ణంలో మొదటి రెండు స్థానాల్లో రష్యా మరియు బ్రెజిల్ నిలవగా 10వ స్థానంలో భారతదేశం కలదు. గత 10 సంవత్సరాల్లో అడవులు పెంచే దేశాల్లో ఆస్ట్రేలియా, చైనా తరువాత భారతదేశం 3వ స్థానంలో నిలిచింది. మొత్తం భారతదేశంలో అతి తీవ్ర కార్చిచ్చుల ముప్పు కలిగిన ప్రదేశం 22.27 శాతం కలదు.
- Very Dence Forest అధిక సాంద్ర అడవులు 3.04%.
- Moderate dence Forest దేశంలో అటవీ శాతం 9.33%.
- ఓపెన్ ఫారెస్ట్ 9.34%
- **దేశంలో అటవీ శాతం 21.71%**

చెట్లు శాతం : 2.91%

చెట్లు & అటవీ శాతం : 24.62%

చిట్టడవులు : 1.42%

Forest and Tree Cover of India in 2021

Class	Area (sq km)	Percentage of Geographical Area
Very Dense Forest	99,779	3.04
Moderately Dense Forest	3,06,890	9.33
Open Forest	3,07,120	9.34
Total Forest Cover*	**7,13,789**	**21.71**
Tree Cover	95,748	2.91
Total Forest and Tree Cover	8,09,537	24.62
Scrub	46,539	1.42
Non Forest #	25,27,141	76.87
Total Geographical Area	32,87,469	-

- 2021 ISFR నివేదిక ప్రకారం ఆంధ్రప్రదేశ్ రాష్ట్రంలో అడవులు మొత్తం రాష్ట్ర విస్తీర్ణంలో 23.36 శాతం విస్తరించి ఉన్నాయి. మొత్తంగా 38,060.39 చ.కి.మీ.ల విస్తీర్ణంలో అడవులు వ్యాపించి ఉన్నాయి.

❖ దేశవ్యాప్తంగా అటవీ విస్తీర్ణంలో గరిష్ట పెరుగుదల సాధించిన రాష్ట్రాల్లో ఆంధ్రప్రదేశ్ మొదటి స్థానంలో నిలిచింది. గత 2 సం॥ల్లో 647 చ.కి.మీ.ల మేర అటవీ విస్తీర్ణంలో పెరుగుదల సాధించి అగ్రస్థానంలో నిలిచింది.

❖ రాష్ట్రంలో పరిపాలనా సౌలభ్యం కొరకు అడవులను క్రింది విధంగా వర్గీకరించారు.

ప్రాంతం	శాతంలో
రిజర్వు అడవులు	79.10%
రక్షిత అడవులు	19.38%
ఇతర అడవులు	1.52%

❖ 2021 ISFR నివేదిక ప్రకారం ఆంధ్రప్రదేశ్‌లో అడవులు క్రింది విధంగా వర్గీకరించబడ్డాయి.

1. మొత్తం అటవీ విస్తీర్ణం - 29,784.30 చ.కి.మీ. (18.28%).
2. అత్యధిక సాంద్రత గల అడవులు (Very Dense Forest) - 1,994.28 చ.కి.మీ. (1.22%)
3. మధ్యస్థ సాంద్రత గల అడవులు (Moderate Dense Forest) - 13,928.75 చ.కి.మీ. (8.55%)
4. ఓపెన్ ఫారెస్ట్ (Open Forest) - 13,861.27 చ.కి.మీ. (8.51%)
5. చిట్టడవులు (Scrub Forest) - 8,276.09 చ.కి.మీ. (5.08%)

❖ రాష్ట్ర ఆటవీశాఖ నివేదిక ప్రకారం రాష్ట్రంలో అటవీ విస్తీర్ణం 38,060 చ.కి.మీలు. రాష్ట్ర భూభాగంలో అడవుల శాతం 23.36%.

Sl.No	District	Geo- graphical Area(GA)	Very Dense Forest	Moderate Dense Forest	Open Forest	Total (4+5+6)	%of GA	Change wrt 2019 assess ment	Scrub Forest
1	2	3	4	5	6	7	8	9	10
1	Srikakulam	5,837.00	0	154.12	706.71	860.83	14.75	41.52	389.64
2	Vizianagaram	6,539.00	0	231	882.58	1,113.58	17.03	61.59	352.43
3	Visakhapatnam	11,161.00	67.31	1,875.27	1,831.30	3,773.88	33.81	17.45	853.86
4	East Godavari	12,805.00	1,103.32	2,586.75	1,431.13	5,121.20	39.99	127.1	143.59
5	West Godavari	8,507.00	376.04	544.15	808.12	1,728.31	20.32	123.91	3.6
6	Krishna	8,727.00	38	138.95	486.81	663.76	7.61	13.58	25.27
7	Guntur	11,391.00	1	290.33	601.59	892.92	7.84	4.92	456.87
8	Prakasam	17,626.00	254.61	1,802.59	1,276.48	3,333.68	18.91	29.84	1,217.30
9	S.P.S. Nellore	13,076.00	27	629.9	812.03	1,468.93	11.23	127.27	787.18
10	YSR	15,359.00	40	2,708.24	1,627.79	4,376.03	28.49	8.37	1,023.12
11	Kurnool	17,658.00	87	1,509.88	582.62	2,179.50	12.34	6.93	682.02
12	Anantapur	19,130.00	0	212.22	785.78	998	5.22	11.17	1,100.38
13	Chittoor	15,152.00	0	1,245.35	2,028.33	3,273.68	21.61	73.25	1,240.83
	Grand Total	162,968.00	1,994.28	13,928.75	13,861.27	29,784.30	18.28	646.90	8,276.09

❖ అత్యధిక సాంద్రత గల అడవులు అత్యధికంగా ఉన్న జిల్లాలు : 1. తూర్పుగోదావరి 2. పశ్చిమ గోదావరి, 3. ప్రకాశం 4. కర్నూలు.

❖ మధ్యస్థ సాంద్రత గల అడవులు అత్యధికంగా ఉన్న జిల్లాలు - 1. కడప 2. తూర్పు గోదావరి 3. విశాఖపట్నం 4. ప్రకాశం.

❖ ఓపెన్ ఫారెస్ట్‌లు అధికంగా ఉన్న జిల్లాలు : 1. చిత్తూరు 2. విశాఖపట్నం 3. కడప 4. తూర్పు గోదావరి.

❖ చిట్టడవులు అత్యధికంగా ఉన్న జిల్లాలు : 1. చిత్తూరు 2. ప్రకాశం 3. అనంతపురం 4. కడప.

❖ శ్రీకాకుళం, విజయనగరం, అనంతపురం, చిత్తూరులలో అత్యధిక సాంద్రత గల అడవులు లేవు.

❖ **రాష్ట్రంలో అటవీ విస్తీర్ణంలో మొదటి 3 జిల్లాలు :**

1. తూర్పు గోదావరి (5,121.20 sq.km),
2. కడప (4,376.03 sq.km),
3. విశాఖపట్నం (3,773.88 sq.km)
4. ప్రకాశం (3333.68 sq.km).

❖ రాష్ట్రంలో అటవీ విస్తీర్ణంలో చివరి స్థానంలో జిల్లాలు: 1. కృష్ణ (663.76 చ.కి.మీ.)
2. శ్రీకాకుళం (860.83 చ.కి.మీ.)
3. గుంటూరు (892.92 చ.కి.మీ).

Note: 1. రాష్ట్ర అటవీ భూభాగంలో అధికంగా విస్తరించియున్న వృక్షం సిరిమాను (Axle wood).
2. రాష్ట్ర గ్రామీణ భూభాగంలో అధికంగా విస్తరించియున్న వృక్షం మామిడి.
3. రాష్ట్ర పట్టణ భూభాగంలో అధికంగా విస్తరించియున్న వృక్షం కొబ్బరి.

❖ రాష్ట్రంలో అడవులను శాస్త్రీయంగా కింది రకాలుగా వర్గీకరించారు. అవి:

1. **ఆర్ద్ర ఆకురాల్చు అడవులు:** ఇవి 125 నుండి 200 సెం.మీ. వర్షం పడే ప్రాంతంలో విస్తరించి ఉన్నాయి. ఇవి శ్రీకాకుళం, విశాఖపట్నం, తూర్పుగోదావరి జిల్లాల్లో అధికంగా విస్తరించి ఉన్నాయి. ఇక్కడ వేగి, ఏగిస, మద్ది, సాల్, వెదురు, బండారు, జిట్టెగి, సిరమాను లాంటి వృక్షాలు పెరుగుతాయి.
2. **అనార్ద్ర ఆకురాల్చు అడవులు:** ఇవి 70 నుంచి 125 సెం.మీ. వర్షం పడే ప్రాంతంలో విస్తరించి ఉన్నాయి. ఇవి కడప, కర్నూలు, చిత్తూరు జిల్లాల్లో అధికంగా విస్తరించి ఉన్నాయి. ఇక్కడ ఎర్రచందనం, టేకు, వేప, వెదురు, మోదుగ, బూరుగ, వెలగ లాంటి వృక్షాలు పెరుగుతాయి.
3. **చిట్టడవులు:** ఇవి 50 నుంచి 70 సెం.మీ. వర్షం పడే ప్రాంతంలో విస్తరించి ఉన్నాయి. ఇవి చిత్తూరు, అనంతపురం, కడప, కర్నూలులో విస్తరించి ఉన్నాయి. ఇక్కడ తుమ్మ, కలబంద, బ్రహ్మజెముడు, నాగజెముడు, బలుసు లాంటి వృక్షాలు పెరుగుతాయి.
4. **క్షార జల అరణ్యాలు/మడ అడవులు/పోటుపాటు అరణ్యాలు:** ఇవి నదీ ముఖద్వారాల్లో విస్తరించి ఉన్నాయి. ఇవి కృష్ణా, గోదావరి డెల్టా ప్రాంతాల్లో అధికంగా విస్తరించి ఉన్నాయి. ఇక్కడ ఉప్పుపొన్న, మొగలి, బొద్దుపొన్న, మడ లాంటి వృక్షాలు పెరుగుతాయి.

❖ కేంద్ర పర్యావరణం, అటవీ మరియు వాతావరణం మార్పుల మంత్రిత్వ (Ministry of Environment, Forest & Climate Change) శాఖ యొక్క వివిధ అటవీ కార్యక్రమాల పథకాల ఏకీకరణను సాధించే లక్ష్యంతో 2021-22 నుండి జాతీయ అటవీ కార్యక్రమం మరియు నేషనల్ మిషన్ ఫర్ గ్రీన్ ఇండియాలను ఒకే పథకంలో విలీనం చేసింది.

❖ రాష్ట్రం వార్షిక కార్యచరణ ప్రణాళికని రూపొందించింది. 2022-23 కోసం నేషనల్ మిషన్ ఫర్ గ్రీన్ ఇండియా కింద 26.47 కోట్లు కేటాయించింది.

❖ **దీనిలో భాగంగా చేపట్టిన కార్యక్రమాలు:**

1. **నగరవనాలు:** నగరవనం యొక్క ప్రాథమిక లక్ష్యం స్మార్ట్, క్లీన్, గ్రీన్ మరియు హెల్తీ సిటీల అభివృద్ధికి దోహదపడడంతో పాటు పట్టణ పౌరులకు ఆరోగ్యకరమైన జీవన వాతావరణాన్ని అందించటం. ఇప్పటి వరకు రాష్ట్రం అందుబాటులోకి తెచ్చిన నగరవనాలు 23. రెండు నగర వనాలు కలిగివున్న ఏకైక పట్టణం దర్శి. ఇందులో భాగంగా 7 ఆలయ పర్యావరణ పార్కులను అభివృద్ధి చేసారు. 2022-23 ఆర్థిక సంవత్సరానికి, రాష్ట్రవ్యాప్తంగా నగరవనాలు, ఆలయ పర్యావరణ పార్కులు, ఉద్యానవనాల స్థాపన వాటి నిర్వహణకై కేటాయించిన సొమ్ము 1494 లక్షల రూపాయలు.
2. **వనవిహారి (ఎకో-టూరిజం):** నూతన కమ్యూనిటీ ఆధారిత ఎకోటూరిజం కేంద్రాలను ఏర్పాటు చేయటం. అటవీ ప్రాంతంలో ఇప్పటికే ఉన్న పర్యావరణ పర్యాటక కేంద్రాలను బలోపేతం చేయడానికి & కాటేజీలు, డార్మిటరీలు, ప్రకృతి శిబిరాలు, ప్రకృతి మార్గాలు, బోటింగ్, వాచ్ టవర్లు, మొదలైనవాటిని అభివృద్ధి చేయడానికి రాష్ట్రవ్యాప్తంగా ఈ పథకాన్ని ప్రారంభించింది.
3. **డాక్టర్ వై.ఎస్ రాజశేఖర్ రెడ్డి స్మృతివనం:** కర్నూలు జిల్లాలోని ఆత్మకూరు మండలం నల్లకాల్వ గ్రామంలో 22.80 హెక్టార్ల విస్తీర్ణంలో రాజశేఖర్ రెడ్డి స్మృతివనం ప్రాజెక్టును అభివృద్ధి చేసి ప్రాజెక్టును కొనసాగించారు.
4. **జగనన్న పచ్చతోరణం-వనమహోత్సవం:** జిల్లాల్లోని రహదారులను పచ్చతోరణంతో కొత్త శోభ తెచ్చేవిధంగా జగనన్న పచ్చతోరణం కార్యక్రమం 2021 ఆగష్టు 6న గుంటూరు జిల్లాలోని మంగళగిరి ఎయిమ్స్ ఆవరణలో ప్రారంభించారు. అదేవిధంగా వనమహోత్సవం కార్యక్రమాన్ని ప్రస్తుత ప్రభుత్వం 2019 ఆగష్టు 13న గుంటూరు జిల్లా డోకిపర్రు గ్రామంలో ప్రారంభించారు. రోడ్లకు ఇరువైపు మొక్కలు నాటి సంరక్షించేందుకు ప్రణాళికలను ప్రభుత్వం రూపొందించింది. ఉపాధి హామీ పథకం నిధులతో జగనన్న పచ్చతోరణం పథకాన్ని అమలు చేస్తున్నారు. ఇందులో భాగంగా 3.05 కోట్ల స్థానిక జాతుల మొక్కలు నాటబడ్డాయి.
5. **09 మిక్స్‌డ్ ప్లాంటేషన్ స్కీమ్:** 2022-23లో గ్రీన్ కవర్‌ను మెరుగుపర్చడానికి 09 మిక్స్‌డ్ ప్లాంటేషన్ పథకాన్ని ప్రారంభించారు. దీనికింద 115 కి.మీ.ల పరిధిలో 19.85 లక్షల మొక్కలను పెంచాలని నిర్ణయించారు.
6. **సామాజిక అడవులు:** అడవులు అంతరించే భూముల్లో, కమ్యూనిటీ భూముల్లో స్థానిక ప్రజల సహాయం పొందుతూ మొక్కలను పెంచడం దీని ప్రధాన ఉద్దేశం.
7. **ఉమ్మడి వన నిర్వహణ పథకం:** స్వచ్ఛంద సంస్థలు స్థానిక ప్రజల సహకారంతో అడవులు, వన్య ప్రాణులను సంరక్షించుట దీన ప్రధాన ఉద్దేశం.

అటవీ ఉత్పత్తులు :

ఇప్ప పువ్వు:

★ విశాఖపట్నం, తూర్పు గోదావరి జిల్లాలలో గల అడవులలో ఎక్కువగా లభ్యమవుతుంది.
★ దీనిని సారా తయారు చేసేందుకు ఉపయోగిస్తారు.

ఎర్ర చందనం:

★ నెల్లూరు, కడప, చిత్తూరు జిల్లాలలో ఎక్కువగా లభిస్తుంది.

టేకు, గంధపు చెక్క:

★ విశాఖపట్నం, తూర్పు గోదావరి, పశ్చిమ గోదావరి, చిత్తూరు జిల్లాల్లోని అడవుల్లో ఎక్కువగా లభిస్తుంది.

వెదురు:

★ తూర్పు గోదావరి, విశాఖట్నం, కర్నూలు జిల్లాల్లో ఎక్కువగా లభిస్తుంది.

కాఫీ:

★ అరుకులో కాఫీ ఎక్కువగా లభిస్తుంది.

తునికాకు

★ విశాఖపట్నం, తూర్పు గోదావరి జిల్లాల్లో లభిస్తుంది.

★ దీనిని ఎక్కువగా బీడి తయారీలో ఉపయోగిస్తారు.

CHAPTER 11 సహజ వైపరీత్యాలు మరియు విపత్తులు మరియు వాటి నిర్వహణ

సంస్థాగత ఏర్పాట్లు

❖ దేశంలో జరిగిన మరియు దేశానికి వెలుపల జరిగిన కొన్ని కారణాలు విపత్తు నిర్వహణ ఆవిర్భావానికి నాంది పలికాయి.

విపత్తు నిర్వహణ సంస్థాగత ఏర్పాట్లు (చారిత్రక నేపథ్యం):

❖ ఇండియాలో విపత్తు నిర్వహణకు సంబంధించి మొట్టమొదటి సంస్థాగత ప్రక్రియగా 1937 Bihar, Nepalలో, భూకంపం సందర్భంగా ఏర్పాటు చేసిన Central Relief Commissioner Postని చెప్పవచ్చు.

❖ 1956లో అగ్ని ప్రమాదాలు మొదలైన వాటి నుండి శిక్షణా కళాశాలను నాగ్‌పూర్‌లో ఏర్పాటు చేశారు. National Fire Service College - Nagpur.

❖ విపత్తు నిర్వహణకి సంబంధించి Revenue అధికారులకు శిక్షణ నిమిత్తం National Disaster Management Training Instituteని నాగ్‌పూర్‌లో 1957లో ఏర్పాటు చేశారు.

❖ కేంద్ర ప్రభుత్వం జాతీయ పౌర రక్షణ విధానంని 1968లో ప్రకటించి పై సంస్థను National Civil Defence Collegeగా మార్చింది.

❖ 1989 డిసెంబర్ ఐక్యరాజ్యసమితి సాధారణ అసెంబ్లీ 1990-99 దశబ్దాన్ని అంతర్జాతీయ విపత్తు కుదింపు దశాబ్దంగా ప్రకటించింది.

❖ 1991లో un office for the co-ordinaton Humanitation Affairs అనే సంస్థను Newyorkలో ఏర్పాటు చేయటం జరిగింది.

❖ విపత్తు నిర్వహణకు సంబంధించి ఐక్యరాజ్యసమితి 1999 డిసెంబర్ 22న జెనివా ప్రధాన కార్యాలయంగా United Nations Institute of Strategy for Disaster Reduction (UNISDR)ను ఏర్పాటు చేసింది. దీని ప్రాంతీయ కార్యాలయాలు

1. అమెరికా - పనామా
2. యూరప్ - బ్రస్సెల్స్

   Note: ప్రపంచంలో సంభవించిన విపత్తుల సమాచారాన్ని కలిగి ఉన్న సంస్థ Desinventar బ్రస్సెల్స్‌లో ఉంది.

3. అరబ్ - కైరో
4. ఆఫ్రికా - నైరోబి
5. ఆసియా ఫసిఫిక్ - బ్యాంకాక్

❖ UNISDR అనే సంస్థను ప్రస్తుతం UNDRR (United Nations Office on Disaster Risk Reduction) గా పిలుస్తున్నాము.

❖ UNISDR / UNDRR విపత్తు ముప్పు కుదింపు నిర్వహణకై ఇప్పటివరకు మొత్తం 3 సమావేశాలు నిర్వహించింది.

- ❖ UNO విపత్తు కుదింపుకై మొట్టమొదటి అంతర్జాతీయ సమావేశాన్ని జపాన్‌లో yokohomoలో 1994 మే ఏర్పాటు చేశారు. ఈ సమావేశం ముఖ్యఉద్దేశ్యం ప్రతీ సభ్యదేశం విపత్తు యొక్క ప్రభావాన్ని తగ్గించుకోడానికి విపత్తు నిర్వహణ వ్యూహం కలిగి ఉండాలని చెప్పటం జరిగింది.
- ❖ 2005 జనవరిలో UNISDR సంస్థ 2వ అంతర్జాతీయ సమావేశాన్ని జపాన్‌లోని హొగోయో రాష్ట్రంలో కోబ్‌లో నిర్వహించింది. దీని కార్యాచరణ ప్రణాళికా గడువు 10 సంవత్సరాలు. దీని ఉద్దేశ్యం అన్ని సభ్యదేశాలు విపత్తు నిర్వహణకు సంబంధించి సంస్థాగత చట్టాలను ఏర్పాటు చేసుకోవాలి.
- ❖ 2015 మార్చిలో UNISDR సంస్థ 3వ అంతర్జాతీయ సమావేశాన్ని జపాన్‌లోని సెండాయ్‌లో నిర్వహించింది.
- ❖ మొదటి అంతర్జాతీయ విపత్తు కుదింపు సమావేశం ఆదర్శంగా భారత ప్రభుత్వం 1995లో National Disaster Management Cellను వ్యవసాయ శాఖ ఆధ్వర్యంలో Indian Institute of Public Administrationలో న్యూఢిల్లీలో ప్రారంభించటం జరిగింది.

Note: 1. 2002కు ముందు దేశంలో విపత్తు నిర్వహణ వ్యవసాయశాఖ పరిధిలో ఉండేది.

2. 2002 ఫిబ్రవరిలో విపత్తు నిర్వహణను హోంమంత్రిత్వ శాఖలోకి మార్చడం జరిగింది.

3. 1999 అక్టోబర్ చివరి వారం భారతదేశానికి Super Cyclone వచ్చింది. అక్టోబర్ ఒడిస్సా తీరాన్ని తాకింది.

- ♦ జాతీయ విపత్తు నిర్వహణ దినం – అక్టోబర్ 29.
- ♦ అంతర్జాతీయ విపత్తు కుదింపు దినం – అక్టోబర్ 13 (Early Warning for All).
- ♦ అంతర్జాతీయ సునామి అవగాహన దినం – నవంబర్ 5 (Early Action and Early Warning before Every Tsunami).

పై 2, 3 దినాలను ఒకటే ఉద్దేశ్యంతో జరుపుకుంటారు.

- ❖ 2022 ఈ దినాల యొక్క ఉద్దేశ్యం Target 7 of Sandai Frame Work
- ❖ 2010 కన్నా ముందు అంతర్జాతీయ విపత్తు కుదింపు దినాన్ని అక్టోబర్ 2 సెలబ్రేట్ చేసేవారు.
- ❖ Super Cyclone అనంతరం 1999లోనే కేంద్రప్రభుత్వం అప్పటి వ్యవసాయ శాఖ కార్యదర్శి జె.సి. పంత్ ఆధ్వర్యంలో High Level Powered committeeని ఏర్పాటు చేసింది.
- ❖ ఈ కమిటి దేశంలోని విపత్తులను 5 ప్రధాన రకాలుగాను మరియు విపత్తుల సంఖ్యను 31గాను వర్గీకరించింది. ప్రస్తుత సంఖ్య 35కు పైగానే ఉంది.
- ❖ ఈ కమిటీ విపత్తు నిర్వహణ అనే అంశాన్ని వ్యవసాయశాఖ నుండి హోం మంత్రిత్వశాఖకు బదిలీ చేయమని సూచించింది.
- ❖ 2001 జనవరి 26 లో 7.7 తీవ్రతతో గుజరాత్‌లోని 'భుజ్'లో భూకంపం వచ్చింది.
- ❖ 2001 ఈ భూకంపం తర్వాత ఏర్పాటు చేసిన అఖిలపక్ష సమావేశంలో ప్రధాని, జె.సి. పంత్ కమిటి సూచనలను ఆమోదించటం జరిగింది.
- ❖ 2002 ఫిబ్రవరిలో విపత్తు నిర్వహణ అనే అంశాన్ని వ్యవసాయశాఖ నుండి హోంశాఖకు బదిలీచేయటం జరిగింది.
- ❖ భారత విపత్తు నిర్వహణ గమనాన్ని మార్చివేసిన సంఘటన 2004 డిసెంబర్ 26న జరిగింది. దీనినే Indian Ocean Tsurami or Boxing Day or దీనియొక్క నాభిని సిమ్యూల్ దీవిలో కనుగొడం వల్ల దీనిని Simuele సునామి అంటారు. సునామికి కారణం అయిన భూకంపం యొక్క తీవ్రత 9.1. ఇది ప్రపంచంలో 3వ పెద్ద భూకంపం.

Note: 1. అత్యంత ఎక్కువ తీవ్రత ఉన్న భూకంపం (9.5) 1960లో చిలిలో వచ్చింది.

2. అతిపెద్ద భూకంపం (9.2) 1964 అలస్కాలో సంభవించింది.

ఈ సునామీ వల్ల అత్యంత ప్రమాదానికి గురైన దేశాలు:

1. ఇండోనేషియా
2. శ్రీలంక
3. ఇండియా

ఇండియాలో అత్యంత ప్రమాదానికి గురైన రాష్ట్రాలు:

1. అండమాన్ & నికోబార్ దీవులు.
2. తమిళనాడు (అధిక మరణాలు).
3. ఆంధ్రప్రదేశ్.

❖ తమిళనాడులో ఈ సునామీ సందర్భంలో సామియారిపెట్టై అనే గ్రామం తన సహచర గ్రామాలతో పోల్చినప్పుడు 90శాతం వరకు నష్టాలను తగ్గించుకోగల్గింది. దీనికి గల కారణం UNDP వాళ్ళు ఆ గ్రామానికి విపత్తుకు సంబంధించిన సంసిద్ధత మరియు సమాజ సామర్థ్యాన్ని అభివృద్ధి చెందించడం. ఈ విషయం కూడా పాలకుల దృష్టిని ఆకట్టుకుంది.

❖ 2005 జనవరిలో UNISDR సంస్థ 2వ అంతర్జాతీయ సమావేశాన్ని జపాన్‌లోని హొగోయో రాష్ట్రంలో కోబ్‌లో నిర్వహించింది. దీని కార్యాచరణ ప్రణాళికా గడువు 10 సంవత్సరాలు.

❖ కేంద్ర క్యాబినెట్‌కి executive order ద్వారా PM అధ్యక్షతన మే 30న జాతీయ విపత్తు నిర్వహణ ప్రాధికార సంస్థ (NDMA)ను ఏర్పాటు చేశారు.

> **Note:** ఈ సంస్థలు ప్రాంతీయ స్థాయిలో ముందే కలిగి ఉన్న రాష్ట్రాలు
> 1. గుజరాత్.
> 2. డామన్ డయ్యు.

❖ ఈ సంస్థ NDMAను చట్టబద్ధత కల్పించాలనే ఉద్దేశ్యంతో National DIsaster Management Billను తయారుచేసి 2005 నవంబర్ 28న R/S, December 12న L/S ఆమోదం తెల్పటం జరిగింది. దేశంలో జాతీయ విపత్తుల నిర్వహణ చట్టం డిసెంబర్ 23, 2005 నుండి అమల్లోకి వచ్చింది. ఈ చట్టంలో 11 చాప్టర్స్ 79 సెక్షన్స్ కలవు. ఈ చట్టం క్రింది సంస్థలను ఏర్పాటుచేసింది.

1. NDMA (National Disaster Management Authority)
2. NEC (National Execuitve Council)
3. NIDM (National Institute of Disaster Management)
4. NDRF (National Disaster Response Force)
5. NDMF (National Disaster Mitigation Fund)

1. NDMA : National Disaster Management Authority

❖ Chairman - PM

❖ Members మొదట్లో 9 మంది ఉండేవారు ప్రస్తుతం 12కి పెంచారు. సభ్యుల్లో ఒకరికి Vice Chairman హోదా ఉండేది వారికి Cabinate Rank ఉండేది.

> **Note:** దీనికి Vice Chairman చేసిన తెలుగు వ్యక్తి-మర్రి శశిధర్ రెడ్డి. NDMA Cabinate యొక్క కార్యనిర్వాహక ఉత్తర్వుల ద్వారా 2005 మే 30న ఏర్పడింది. కానీ విపత్తు నిర్వహణ చట్టాన్ని అనుసరించి దీనికి చట్టబద్ధతను కల్పించి 2006 సెప్టెంబర్ 27న పునర్ వ్యవస్థీకరించటం / పున: స్థాపితం చేయటం జరిగింది.

1. విపత్తు నిర్వహణకు సంబంధించి దేశంలో అత్యున్నత అధికార సంస్థ ఇదే.
2. అవసరం అయిన ఎడల విదేశాలకు కూడా సహాయం అందించమని తన దిగువ సంస్థలకు ఆదేశాలు జారీ చేస్తుంది.
3. కేంద్ర ప్రభుత్వంలో అన్ని శాఖల మధ్య, కేంద్ర రాష్ట్రాల మధ్యలో విపత్తు నిర్వహణకై సమన్వయాన్ని పెంపొందిస్తుంది.
4. భారత జాతీయ విపత్తు నిర్వహణ విధానాలను/ ప్రణాళికలను ఆమోదిస్తుంది.

Note: 1. భారత మొట్టమొదటి జాతీయ విపత్తు నిర్వహణ విధానం 2009అక్టోబర్ 22 ఆమోదించడం జరిగింది.
2. జాతీయ విపత్తు నిర్వహణ (NDM) Congress 2006 నవంబర్, 2009 నవంబర్‌లోనూ జరిగాయి.
3. జాతీయ విపత్తు నిర్వహణ విధానంలో సంసిద్ధత ప్రణాళిక, ఉపశమన (Mitigation) ప్రణాళిక, సామర్థ్య ప్రణాళికల ప్రస్థావన కలదు

★ జాతీయ విపత్తు నిర్వహణ ప్రణాళిక 2016 జూన్ 01 నుండి అమల్లోకి వచ్చింది.

ఈ ప్రణాళికకు గల ఆదర్శాలు:

1. 2015 Novemebr UN యొక్క సుస్థిరాభివృద్ధి లక్ష్యాల ప్రకటన.
2. UNFCCC, 2015 COP - 21 paris కార్యచరణ ప్రణాళిక.
3. UN యొక్క 3వ అంతర్జాతీయ విపత్తు కుదింపు సమావేశం (2015 మార్చి) – జపాన్‌లో జరిగింది. దీనినే సెండాయ్ కార్యచరణ ప్రణాళిక అంటారు. 2016 జాతీయ విపత్తు నిర్వహణ ప్రణాళికను సవరించి 2019లో నూతన ప్రణాళికను తెచ్చారు.
4. ప్రధానమంత్రి 10 పాయింట్ ఫార్ములా.

★ **ఈ ప్లాన్ కు 6 Priorities,7 లక్ష్యాలున్నాయి.**

1. Understanding disaster risk.
2. అంతరసంస్థల సమన్వయం (Inter Agency Co-Ordination).
3. Investing in disaster risk reduction కై నిర్మాణాత్మక చర్యలు చేపట్టాలి.
4. Investing in disaster risk reduction కై నిర్మాణాత్మకేతర చర్యలు చేపట్టాలి.
5. Capacity Building (సామర్థ్యాల అభివృద్ధి).
6. Disaster Management and Climate Change.

★ NDMA కి అనుబంధంగా ప్రతీ రాష్ట్రం రాష్ట్ర స్థాయిలో SDMA ను ఏర్పరచాలి. దీనికి హెడ్‌గా రాష్ట్రస్థాయిలో ముఖ్యమంత్రి ఉంటారు. మరియు NDMA కి అనుబంధంగా ప్రతీ జిల్లా స్థాయిలో DDMA ని ఏర్పరచాలి. దీనికి కలెక్టర్ ఛైర్మన్ గా వ్యవహరిస్తారు. ఇందులో 7గురు సభ్యులు ఉంటారు. కలెక్టర్‌తో పాటు ముగ్గురు శాశ్వత సభ్యులు మరియు ముగ్గురు ఇతర నామినేటెడ్ సభ్యులు ఉంటారు.

★ **శాశ్వత సభ్యుల్లో :** 1. ఎస్.పి.
2. డిస్ట్రిక్ట్ మెడికల్ ఆఫీసర్
3. జిల్లా పరిషత్ ఛైర్మన్ / మున్సిపల్ కమీషనర్ ఉంటారు.

★ **7 లక్ష్యాలు :**

1. 2030 కల్లా విపత్తుల ద్వారా సంభవించే మరణాల సంఖ్యను గణనీయంగా తగ్గించాలి.
2. 2030 కల్లా విపత్తుల ద్వారా సంభవించే ప్రభావాల సంఖ్యను గణనీయంగా తగ్గించాలి.

3. 2030 కల్లా విపత్తుల ద్వారా సంభవించే ఆస్తి నష్టాన్ని తగ్గించాలి.
4. 2030 కల్లా విత్తుల ద్వారా సంభవించే Critical Infrastructure ని తగ్గించాలి.
5. 2020 కల్లా అన్ని దేశాలు విపత్తు నిర్వహణ వ్యూహాలను కలిగి ఉండాలి.
6. 2030 కల్లా పేద దేశాలకు అంతర్జాతీయ సహకారాన్ని అందించాలి.
7. 2030 కల్లా అన్ని దేశాలు విపత్తులకు సంబంధించిన ముందస్తు సమాచార వ్యవస్థ కలిగి ఉండాలి.

Note: Disaster డిసామినేషన్ Centre ను ఏర్పరిచిన మొదటి రాష్ట్రం –ఒడిషా.
సెందాయ్ కార్యచరణ ప్రణాళికను సంస్థాగతం చేసిన మొదటి రాష్ట్రం – Assam.

2. NEC (National Excutive Council):

- Chairman - హోం సెక్రటరి.
- Members : వ్యవసాయ, గ్రామాభివృద్ధి, పట్టణాభివృద్ధి, జలవనరులు మొదలైన శాఖల కార్యదర్శులుగానీ directors గానీ ఉంటారు.
- ప్రణాళికలను, విధానాలను తయారు చేసేది NECనే.
- కేంద్ర రాష్ట్రాలు, రాష్ట్ర – రాష్ట్రాల మధ్యలో వాస్తవంగా సమన్వయం చేసేది NEC. దిగువ స్థాయి సంస్థలపై పర్యవేక్షణ కలిగి ఉంటారు.

Note: ★ National Crisis Management Committee - cabinate secretary.
★ chairman of cabinate committee on securities - PM

3. NIDM (National Institute of Disaster Management):

- Chairman - హోం మంత్రి.
- Members - కొంతమంది ముఖ్యంగా శాస్త్ర సాంకేతిక రంగ అధిపతులు Ex ISRO, DRDO, కొంతమంది IAS లు etc...
- NIDM విపత్తు నిర్వహణకు సంబంధించిన విద్యా విషయ అంశాలు పాఠ్య ప్రణాళికలు, courseలు, పరిశోధనలు మొదలైన అంశాలను చూస్తుంది. NIDM లో రెండు పబ్లికేషన్లు కలవు.
  1. NIDM యొక్క ద్వైవార్షిక పత్రిక – Disaster and Development.
  2. NIDM యొక్క త్రైమాసిక న్యూస్ లెటర్ – Tidings.

Note: NIDM యొక్క Souther Branch - A.P. – గన్నవరం – కొండపావులూరు (NTR జిల్లా).

- **విపత్తు నిర్వహణకు సంబంధించిన పాఠ్యప్రణాళిక ఈ క్రింది ఏ సందర్భంలో కలిగి ఉంది?**
  a. 8, 9, 10 classes NCERT Syllabus
  b. LB Sasthiri National Civil Services Academy
  c. NIDM Delhi
  d. All the above (✓)

4. NDRF (National Disaster Response Force) :

- NDMA Act ను అనుసరించి 2006 జనవరి 19న దీన్ని ఏర్పాటు చేశారు. జనవరి 19ను రైజింగ్ డేగా జరుపుతారు.
- మొదట్లో 8 బెటాలియన్లు ఉండేవి తర్వాత మరో 2 బెటాలియన్లు ఏర్పాటు చేసారు. తరువాత మరో రెండు, ఆపై మరో నాలుగు ఏర్పాటు చేయగా ప్రస్తుతం 16 ఉన్నాయి.

- CRPF, ITBP, SSB, CISF, BSF మొదలైన పారామిలటరీ ఫోర్సెస్ CAPF నుంచి ఈ బెటాలియన్లు ఏర్పాటు చేస్తారు. ప్రతీ బెటాలియన్‌లో 1149 మంది ఉంటారు. ఒక్కో టీమ్‌కి కనీసం 45 మంది వచ్చేటట్లు వీరిని 18 టీమ్‌లుగా విభజిస్తారు. విపత్తు నిర్వహణకు సంబంధించి అత్యంత కఠినమైన శిక్షణను అత్యాధునిక సాంకేతిక పరిజ్ఞానాన్ని కలిగివున్న దళాలు ఇవి. **ఈ 16 బెటాలియన్‌లు మరియు వాటియొక్క స్థానాలు:**
  1. అస్సాం – గౌహతి
  2. WB - కల్‌కత్తా (హరిగంత)
  3. OD - ముండలి (భువనేశ్వర్)
  4. TN - చెన్నై (అరక్కోణం)
  5. MH - పూనే
  6. GJ - వడోదర
  7. PNJ - భటిండ
  8. న్యూఢిల్లీ + UP – ఘజియాబాద్
  9. పాట్నా – బీహార్
  10. AP - విజయవాడ
  11. UP - వారణాసి
  12. ACP - ఇటానగర్ (Doimukh)
  13. J&K - సాంబ
  14. HP – నూర్‌పూర్
  15. ఉత్తరాఖండ్ – హల్ద్వని
  16. UP - నజఫ్‌ఘర్
- ఈ మధ్య కాలంలో NDRF దళాలు చేపట్టిన విదేశీ ఆపరేషన్‌లు:
  1. నేపాల్ భూకంప సందర్భంగా చేపట్టిన ఆపరేషన్ మైత్రీ (2015).
  2. సునామీ సందర్భంగా ఇండోనేషియాలో చేపట్టిన ఆపరేషన్ సముద్ర మైత్రీ (2018).
  3. టర్కీ భూకంపం సందర్భంగా చేపట్టిన ఆపరేషన్ దోస్త్ (2023).

5. NDMF (National Disaster Mitigation Fund):

- దేశం లేదా రాష్ట్రం యొక్క రాబడుల నుండి వచ్చే ఆదాయాన్ని విపత్తుల కొరకు ఖర్చు చేయవని 6వ FC మొదటిసారిగా సిఫార్సు చేసింది. (FC-Finance Commission)
- 9FC రాష్ట్రస్థాయిలో CRF కలామిటి రిలీఫ్ ఫండ్‌ను ఏర్పాటు చేయమని రాష్ట్రాలకు చెప్పింది.
- 11FC సూచనలతో కేంద్రస్థాయిలో నేషనల్ కాలమిటి కాంటిజెన్స్ ఫండ్ NCCFను ఏర్పాటు చేయడం జరిగింది.
- 12FC– పై రెండు ఫండ్స్‌ను కలిపి National Disaster Relief Fundను ఏర్పాటు చేయమని చెప్పింది కానీ దాని ఏర్పాటు జరగలేదు.
- 13FC కాలంలో 2010 ఏప్రిల్ 1న NDRFను ఏర్పాటు చేసింది. 13FC NDRF Fundsలో కేంద్రం వాటా 75% ఉండాలని చెప్పింది.
- 14FC కేంద్రం వాటా 90% ఉండాలని చెప్పింది (NDRF - Fundsలో) ఇంకా అమల్లోకి రాలేదు.

- ఈ క్రింది వానిలో విపత్తు సందర్భంలో జరిగే ప్రతిస్పందన చర్యల్లో పాల్గొనేది ఎవరు?
  a. NDRF
  b. రాష్ట్ర పోలీస్ శాఖలు
  c. NCC, NSS Etc
  d. All the above (✓)
- హోంగార్డ్ వ్యవస్థను ప్రవేశపెట్టిన సంస్థను ఏర్పరచిన సం॥ 1946.
- హోంగార్డ్ వ్యవస్థ దేశవ్యాప్తంగా అమల్లోకి వచ్చిన సం॥ 1962 (కేరళా మినహా)
- 1948లో ఇండియాలో NCCని ప్రవేశపెట్టారు.
- Degree ఆపై మొదలైన Courseలు చదివే విద్యార్థులు సంఘసేవ చేయాలని 1950 మొదటి జాతీయ విద్యా కమీషన్ చెప్పింది. దీనిని 1969-1970లో ఇందిరాగాంధి NSSను అమల్లో తీసుకువచ్చారు. విద్యా సం॥ నుండి అమల్లోకి వచ్చింన సంస్థ NSS. NSS సర్టిఫికెట్ పొందాలంటే 240 గంటలు పనిచేయాలి.
- సమాజ/సంఘ సేవ చేయాలి. స్వాతంత్ర్యం వచ్చిన తర్వాత 25 సం॥ల సందర్భంగా యువత కొంత శిక్షణ పొందాలని విపత్తుల సమయంలో పాల్గొనాలని 1972లో Jawahar Yojana Centres జవహార్ యోజన సెంటర్ ఏర్పాటు చేశారు.
- అన్ని రంగాల సమాచార వ్యవస్థలు ఫెయిల్ అయినపుడు సందర్భంలో కూడా అత్యవసర పరిస్థితుల్లో పనిచేసే సమాచార వ్యవస్థ అమెచ్యూర్ / హోం రేడియో. ఇప్పటివరకు 25 వేల మందికి శిక్షణ ఇచ్చారు.

విపత్తు

- విపత్తు అనే పదం మధ్యయుగాలనాటి ఫ్రెంచ్ పదాల నుండి ఆవిర్భవించింది అనేది ఎక్కువ మంది శాస్త్రవేత్తల నమ్మకం.

  Des + Astre → French

  Dus + Aster → గ్రీకు
- Dis + Astro → లాటిన్ పదాల నుండి ఆవిర్భవించినట్లు చెబుతున్నారు.
- ఈ పదాల యొక్క అర్థం - చెడు నక్షత్రం.

  ఉదా : రాజస్థాన్ ఎడారిలో 8.5 తీవ్రతతో భూకంపం సంభవించింది.

  విశాఖలో యమ్.వి.పి. కాలనీలో సెక్టార్ 10లో 7 పాయింట్ల తీవ్రతతో భూకంపం వచ్చింది.

  పై 2 సందర్భాల్లో భూకంపం వచ్చినప్పటికి విశాఖలో సంభవించిన భూకంపం ప్రాణ ఆస్తి నష్టాలకు కారణం అవుతుంది. కావున ఈ భూకంపాన్ని విపత్తుగా పిలవవచ్చు.
- **భూకంపం అనేది సాధరణంగా ఈ క్రింది వాటిలో దేనికి చెందుతుంది?**
  a. వైపరీత్యం Hazard (✓)
  b. విపత్తు
  c. Hazard & Disaster
  d. None

Note: All Disaster are Hazards, But All Hazards are not Disasters.

❖ Hazard వైపరీత్యం అనే పదం Hasard అనే ఫ్రెంచిపదం లేదా Azahar అనే అరబ్ పదం నుండి ఉద్భవించింది. దీని అర్థం అదృష్టం / Fortune / Luck.

❖ విపత్తు ఏ విధంగానైన సంభవించవచ్చు అనగా సహజ సిద్ధంగానైనా లేదా మానవ కార్యకలాపాల వల్ల అయిన లేదా ప్రమాదాల వల్ల అయిన లేదా నిర్లక్ష్యం వల్ల అయిన సంభవించవచ్చు. విపత్తు వేగంగా అయిన రావచ్చు నెమ్మదిగా అయిన సంభవించవచ్చు.

ఉదా : వేగంగా – సునామి

నెమ్మదిగా – కరోనా

❖ వైపరీత్యం విపత్తుగా మారాలంటే ఖచ్చితంగా జరగాల్సిన కొన్ని సంఘటనలు:

1. ఆ కమ్యూనిటీకి ప్రాణ నష్టం జరగాలి.
2. ఆ కమ్యూనిటీకి ఆస్తి నష్టం జరగాలి.
3. ఆ కమ్యూనిటీకి పర్యావరణ నష్టం జరగాలి.
4. విపత్తును ఎదుర్కొంటున్న సమాజం బయటి ప్రపంచం నుండి సహాయాన్ని కోరడం.
5. గాయాలు

❖ ఇటువంటి వాటిలో ఏదైనా జరగాలి. ఇవి జరిగినపుడు మాత్రమే వైపరీత్యం విపత్తుగా మారుతుంది.

విపత్తు నిర్వహణ చట్టం నిర్వచనం:

❖ ఏదైనా ప్రాంతంలో ప్రకృతి సిద్ధంగా లేదా మానవకల్పిత కారణాల వల్ల లేదా ప్రమాదవశాత్తు లేదా నిర్లక్ష్యం వల్ల సంభవించి సంభంధిత ప్రాంతం తనంతట తాను కోలుకోలేని విధంగా పెద్ద ఎత్తున ప్రాణనష్టానికి, ఆస్తి విధ్వంసానికి లేదా నష్టానికి, పర్యావరణ నష్టానికి లేదా విధ్వాంసానికి కారణం అయ్యే ఉపద్రవం, ప్రమాదం, వైపరీత్యం, దుర్ఘటనను విపత్తు అంటారు. మరియు ప్రధానంగా విపత్తు ఎదుర్కొన్న సమాజం బయటి ప్రపంచం నుంచి సహాయాన్ని అర్థించేటపుడు అది ఏ వనరులతో సహాయం అడుగుతుందో దాని ఆధారంగా కొన్ని దశలు ఉంటాయి. అవి:

1. ఒకవేళ జిల్లా వనరులతో సహాయం కోరితే లెవెల్ 1 విపత్తు.
2. రాష్ట్ర వనరులతో సహాయం కోరితే లెవెల్ 2 విపత్తు.
3. జాతీయ వనరులతో సహాయం కోరితే లెవెల్ 3 విపత్తు.

❖ హోం మంత్రిత్వ శాఖ ప్రకారం సాధారణ జీవితానికి లేదా పర్యావరణ వ్యవస్థను అంతరాయం కలిగినపుడు ప్రాణాలను పర్యావరణాన్ని కాపాడి సంరక్షించడానికి అత్యవసర చర్యలు అవసరం అయ్యే ఉపద్రవ పరిస్థితినే విపత్తు అంటారు.

విపత్తులు రకాలు :

★ విపత్తులను సాధారణంగా వాటి వేగం ఆధారంగా
1. వేగంగా సంభవించే విపత్తులు
2. నెమ్మదిగా సంభవించే విపత్తులు అనే రెండు రకాలుగా విభజించారు.

★ విపత్తులను అవి ఆవిర్భవించిన లక్షణం ఆధారంగా : 1. మానవ 2. సహజ, 3. సహజ సాంఘిక విపత్తులుగా విభజిస్తున్నారు.

★ ఇండియాలో విపత్తులను వర్గీకరించిన మొదటి కమిటీ జె.సి.పంత్ కమిటీ (1999) ఇది విపత్తులను 5 రకాలుగా విభజించింది.

❖ సహజ విపత్తులను వర్గీకరణకు ప్రపంచ వ్యాప్త ఆమోదం లభించిన సంస్థ disinventar. దీని యొక్క వర్గీకరణే జాతీయ విపత్తు నిర్వహణ ప్రణాళికలో చేర్చటం జరిగింది. ఇది సహజ విపత్తులను 5 రకాలుగా వర్గీకరిస్తుంది.

1. భూ భౌతిక విపత్తులు:

ఎ. భూకంపం

బి. భూకంపం తర్వాత సంభవించే భూపాతాలు వంటి ఇతర విపత్తులు

సి. అగ్ని పర్వత విస్ఫోటనం దాని అనంతరం సంభవించే విపత్తులు

డి. సునామీ, సునామీ ఆధారిత ఇతర విపత్తులు

2. జలసంబంధ విపత్తులు:

ఎ. భూపాతాలు

బి. వరదలు

సి. సముద్ర తరంగ చర్యలు

డి. హిమసంపాతాలు

ఇ. తీరప్రాంత క్రమక్షయం

ఎఫ్. అకస్మిక వరదలు

3. వాతావరణ సంబంధ విపత్తులు:

ఎ. చక్రవాతాలు

బి. శీతల తరంగం

సి. వేడి తరంగం

డి. పొగ మంచు

ఇ. ఉరుములు, పిడుగులు

ఎఫ్. కుంబవృష్టి

జి. ఇసుక తుఫానులు

★ ఇవన్నీ వాతావరణంలోని తాత్కాలిక లేదా స్వల్పకాలిక మార్పుల వల్ల సంభవిస్తాయి.

4. శీతోష్ణస్థితి సంబంధ విపత్తులు:

ఎ. కరువు

బి. కార్చిచ్చులు

సి. హిమనీ నద విస్ఫోటనాలు

డి. విపరీతమైన శీతల లేదా వేడి పరిస్థితులు

ఇ. భూమి కృంగిపోవడం.

★ దీర్ఘకాలిక శీతోష్ణస్థితి మార్పుల వలన ఇవి సంభవిస్తాయి.

5. జీవ సంబంధ విపత్తులు:

ఎ. మహమ్మారి వ్యాధులు

బి. కీటక దాడులు

సి. జంతు దాడులు

భారతదేశంలో విపత్తులు వాటికి సంబంధించిన Nodal Agencies:

1)	భూకంపాలు	– Ministry of Earth Sciences
2)	సునామీ	– Ministry of Earth Sciences
3)	చక్రవాతం	– Ministry of Earth Sciences
4)	భూపాతాలు	– Ministry of Mines
5)	హిమ సంపాతాలు	– Ministry of Defence (Bro)
6)	Oil Slicks	- Ministry of Defence (Indian coast guard)
7)	కరువు	– Ministry of Agriculture
8)	శీతల తరంగం	– Ministry of Agriculture
9)	వడగళ్ళు	– Ministry of Agriculture
10)	మంచు (Frost)	- Ministry of Agriculture
11)	తెగుళ్ళు (Pest Attack)	- Ministry of Agriculture
12)	కార్చిచ్చు	– Ministry of Environment & forest
13)	పారిశ్రామిక రసాయన విపత్తు	– Ministry of Environment & Forest
14)	వరదలు	– Ministryof Jalsakthi
15)	పట్టణ వరదలు	– Ministry of Urban Affairs
16)	జీవ సంబంధ విపుత్తులు	– Ministry of Health & Family
17)	అణు సంబంధ విపుత్తులు	– Department of Atomic Affairs (ప్రధానమంత్రి అధ్వర్యంలో)
18)	రోడ్డు ప్రమాదాలు	– రోడ్డు శాఖ
19)	రైలు ప్రమాధాలు	– రైల్వే శాఖ
20)	వాయు ప్రమాదాలు	– పౌర విమానయాన శాఖ

దుర్భలత్వం (Vulnerability):

- ఒక ప్రాంతం యొక్క పరిస్థితులు ఏవైతే వైపరిత్యాన్ని విపత్తుగా మార్చగలుగుతాయో, ఏ పరిస్థితులు అయితే విపత్తు నష్టాల సంభావ్యతను పెంచుతాయో వాటిని దుర్భలత్వ పరిస్థితులు అని అంటాం. ఇవి ఆ ప్రాంతం లేదా ఆ సమాజం యొక్క భౌతిక పరిస్థితులు అయ్యుండొచ్చు లేదా సామాజిక ఆర్థిక పరిస్థితులు కూడా అయ్యుండొచ్చు.
- ఇండియా యొక్క వైపరీత్య దుర్భలత్వ పరిస్థితుల గురించి తెలియచేసే ప్రచురణ Vulnerability Atlas. దీనిని Min of Urban Affairsకి సంబంధించిన Building Material Technological and Promotion Council (BMTPC)
- దీని ప్రకారం భారత మొత్తం భూభాగంలో – 59% భూకంపాలు.
- భారత సాగుభూమిలో 68% కరువు సంభావ్యతలో ఉంది.
- భారత మొత్తం భూభాగంలో భూపాతాళ సంభావ్యత 15%.
- తీర రేఖలో 5700 కి.మీ. పొడవు లేదా మొత్తం భూభాగంలో 8% చక్రవాతాల సంభావ్యతలో మొత్తం భూభాగంలో 12% వరదల సంభావ్యతలో ఉంది.
- WMO యొక్క నివేదికల ప్రకారం (1965-2005) ప్రపంచంలో సంభవించిన విపత్తుల్లో అత్యంత పునరావృత విపత్తుగా:

1) వరదలు 30% ని చెబుతున్నారు.

2) చక్రవాతాలు 21%

3) కరువు 19%

4) మహమ్మారి వ్యాధులు 15%

5) భూకంపాలు & సునామీలు 8%

6) భూపాతాలు 4%

7) మిగతా విపత్తులు అన్ని కలిపి 3%

❖ WMO ప్రస్తుత నివేదిక (2000-2019) ప్రకారం అత్యధిక పునరావృత విపత్తుగా వరదలను చెబుతున్నారు.

1) వరదలు 44%

2) చక్రవాతాలు 28%

3) భూకంపాలు & సునామీలు 8%

4) అతి తీవ్ర ఉష్ణోగ్రతలు 6%

5) భూపాతాలు 5%

6) కరువు 5%

7) కార్చిచ్చు 3%

8) మిగతా విపతులన్నీ 1%

❖ UNISDR యొక్క నివేదికను అనుసరించి భారతదేశంలో కూడా అత్యంత పునరావృత విపత్తుగా వరదలను చెబుతారు.

1) వరదలు 52%

2) చక్రవాతాలు 23%

3) భూకంపాలు 11%

4) భూపాతాలు 11%

5) ఇతర విపత్తులు 3%

సామర్థ్యం (Capacity):

❖ ఒకటే తీవ్రతతో సంబవించిన వైపరీత్యాలు ఒక ప్రాంతానికి విపత్తుగా మారితే మరోప్రాంతానికి అది వైపరిత్యం గానే ఉంది. ఏ లక్షణాలు అయితే వైపరిత్యాన్ని (Hazard) వైపరీత్యంగానే తిప్పి కొట్టాయో ఆ పరిస్థితులను సామర్థ్యం Capacityగా పిలుస్తాం.

❖ ఒక సమాజం యొక్క దుర్భలత్వ పరిస్థితులను తగ్గిస్తూ సామర్థ్య పరిస్థితులను పెంచుతూ చేసే ఏ కార్యక్రమం అయిన, తీసుకునే ఎటువంటి చర్యను అయిన విపత్తు నిర్వహణ అంటారు.

❖ దుర్భలత్య సామర్థ్య పరిస్థితిలను అంచనా వేస్తూ విపత్తు యొక్క చర్యల ద్వారా సమాజం ఎంతమేర ఏయే అంశాలను నష్టపోతుందో వాటినే విపత్కర ముప్పు (Disaster Risk) అంటారు.

❖ UNO ప్రకారం విపత్తు ముప్పు కుదింపుకై చేసే నిర్మాణాత్మక మరియు నిర్మాణాత్మాకేతర ఉపశమన చర్యల సమూహాన్ని విపత్తు నిర్వహణ అంటాం.

❖ Disaster Management is Nothing but Disaster Risk Reduction Management.

$$\text{Disaster Risk} = \frac{\text{Hazard} \times \text{Vulnerability}}{\text{Capcity}}$$

❖ విపత్తు నిర్వహణ అన్ని సందర్భాల్లోనూ అన్ని కాలాల్లోను నిరంతరం జరిగే ఒక ప్రక్రియ. ఇది కొన్ని ఉపశమ చర్యల సమూహం వాటిలో:

1. విపత్తు కన్నా ముందు విపత్తును నివారించే నివారణగాను, విపత్తును ఎదుర్కొనే సంసిద్ధతగాను ఉంటాయి.
2. విపత్తు సంభవిస్తున్న సమయంలో ప్రతిస్పందన చర్యల రూపంలో ఉంటాయి.
3. విపత్తు అనంతరం పునరావాస, పునఃనిర్మాణ రూపంలో ఉంటాయి.

ప్రఖ్యాతిగాంచిన సంస్థలు:

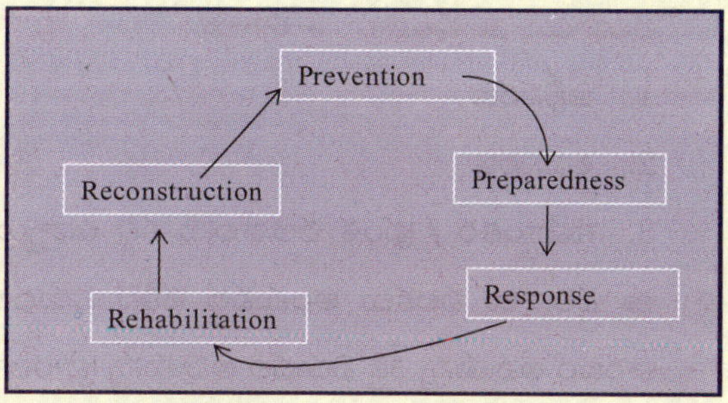

1) Pacific Tsunami Warning Centre దీనిని 2004 తర్వాత నుండి International Tsunami Warning Centre గా పిలుస్తున్నాం. H/Q-US హవాయిలో ఇవా బీచ్.

   ఇది USకి సంబంధించి National Oceanic Atmospheric Administration (NOAA) ఆధ్వర్యంలో పనిచేస్తుంది.

2) Pasific Tsunami Information Centre (PTIC) లేదా International Tsunami Information Centre – US - హవాయి–హోనలులు.

   దీనిని UNESCOకి చెందిన అంతర్జాతీయ సముద్ర మండలి నిర్వహిస్తుంది.

3) International Co-ordination Group of Information of Pasific Tsunamies, H/Q - Pairs IOC ఆధ్వర్యంలో ఉంది.

4) Indian National Centre for Ocean information Services (INCOIS)

   Indian Ocean Tsunami Early Warning Centre (ITEWC) - Hyderabad

5) Asian Disaster Reduction Centre - Japan - Kobe

6) Asian Disaster Preparedness Center – బ్యాంకాక్

7) RIMES (Regional Integrated Multi Hazard Early Warning System/Service for Asia and Pasific) థాయ్‌ల్యాండ్ – పాతుంధని

8) South Asian Disaster Management Centre - Gandhi Nagar (గుజరాత్)

భూకంపాలు

భూకంపం:

❖ భూపటలం, భూఉపరితలం కంపన, ప్రకంపనలకు గురి కావడాన్ని భూకంపం అంటారు.

భూకంపాలు సంభవించడానికి ప్రధాన కారకాలు:

❖ సహజ కారణాలు:

1. సహజ రేడియోధార్మికత
2. భూ అంత:పొరల్లో జరిగే స్థితిస్థాపకత
3. అగ్నిపర్వత విస్ఫోటనాలు

4. ఫలకల చలనాలు / ఫలక విరూపకాలు

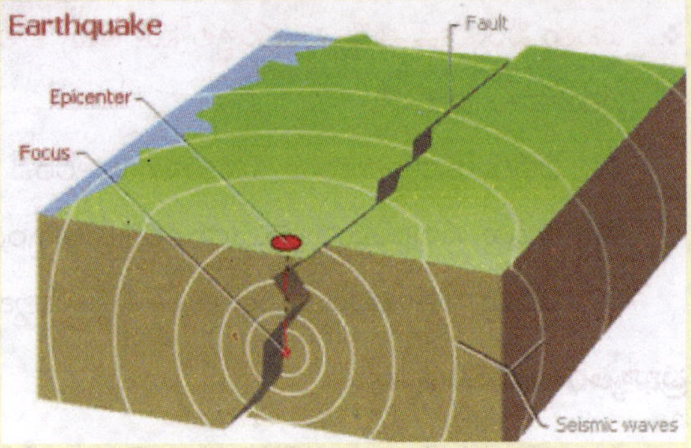

❖ **కృత్రిమ కారణాలు:**

1. క్షిపణులు అణుబాంబుల ప్రయోగాలు
2. పరిమితికి మించి గనులు తవ్వకం
3. విపరీతమైన భూగర్భ జలవనరుల వాడకం

❖ **భూకంపాలకు అత్యంత ముఖ్యమైన కారణం ఫలకల యొక్క చలనాలు. ఈ చలనాలు 3 రకాలు.**

1. అభిసరణ
2. అపసరణ
3. సమాంతర / భ్రంశ చలనాలను కల్గి ఉన్నాయి.

❖ ఈ చలనాలు ఫలకలు అంచువద్ద శక్తిని విడుదల చేస్తున్నాయి. ఆ శక్తియే భూకంపాలకు కారణం భూకంపానికి కారణం అవుతున్న శక్తి విడుదల అవుతున్న ప్రాంతాన్ని నాభి అంటారు. నాభి యొక్క లోతు ఆధారంగా భూకంపనాలను 3 రకాలుగా విభజించారు.

1. గాధ భూకంపలు 60 కి.మీ.
2. మధ్యమిక భూకంపాలు 60-300
3. ఆగాధ భూకంపాలు 300-700 కి.మీ.

❖ నాభి వద్ద విడుదల అవుతున్న శక్తిని భూమియొక్క ఉపరితలానికి చేర్చే వాహకాలను భూకంప తరంగాలు అంటారు. ఈ తరంగాలు 2 రకాలు:

1. Body Waves (అంతర తరంగాలు) : ఎ. Primary
   బి. Secondary
2. Surface Waves (బాహ్య తరంగాలు) :

P- Waves	S- Waves	L -Waves
వీటిని ప్రాథమిక తరంగాలు అంటారు.	వీటిని గౌణ తరంగాలు అంటారు	వీటిని ఉపరితల / లవ్ తరంగాలు అంటారు.
ఇవి ఘన, ద్రవ వాయు పదార్థాల గుండా ప్రయాణించగలవు.	ఘన పదార్థాల గుండా మాత్రమే ప్రయాణిస్తాయి.	ఘన, ద్రవ, వాయు పదార్థల గుండా ప్రయాణిస్తాయి.
వీటి వేగం 5-14 km/sec గా ఉంటుంది.	వీటి వేగం 3-6 km/sec గా ఉంటుంది.	వీటి వేగం 4-4.5 km/sec గా ఉంటుంది.
ఇవి శబ్ద తరంగాలను పోలిఉంటాయి. తను ప్రయోగిస్తున్న యానకంలో, కణాల యొక్క కంపన పరిమితి తరంగమునకు సమాంతరంగా ఉంటుంది. అందుకే వీటిని అనుదైర్ఘ్యం తరంగాలు / push wash అంటారు.	తరంగం యొక్క చలానానికి కంపన పరిమితి లంబంగా ఉంటుంది. కాంతి తరంగాలను పోలి ఉంటాయి. వీటిని తిర్యక్ తరంగాలు అంటారు.	ఏ తరంగం ఉపరితలానికి చేరు తుందో ఆ తరంగ లక్షానాలను పొంది అత్యంత విధ్వంసాన్ని సృష్టిస్తాయి.

- ఈ తరంగాలన్నీ కూడా పరావర్తన వక్రీభవన మొదలైన లక్షణాలను కలిగి ఉండటం ద్వారా ఫలకల అంచులకు ఎదురుగా ఉన్న లేదా దూరంగా ఉన్న ప్రదేశానికి ఇవి చేరవు. నాభి అది అభిముఖంగా ఉంటుంది. అటువంటి ప్రాంతాన్ని భూకంప చాయామండలం అంటారు.

  ఉదా : 1. ఆస్ట్రేలియా
  2. యుకె
  3. బ్రెజిల్

- నాభికి అభిముఖంగా అత్యంత సమీపంలో భూమి ఉపరితలానికి భూకంప తరంగాలు మొదటగా చేరుతాయి. ఆ ప్రాంతాన్ని Epi centre/అభికేంద్రం అంటారు.

Note: అభికేంద్రం నుండి దూరంగా వెళ్ళే కొలది భూకంపతీవ్రత తగ్గుతూ ఉంటుంది. భూమి యొక్క ఉపరితలంపై భూకంప తరంగాలను నమోదు చేయు పరికరం 'సిస్మోగ్రాఫ్' దీనిని రెన్‌డే కార్డ్ కనుగొన్నారు.

- సిస్మోగ్రాఫ్‌లో నమోదైన శక్తిని తులనం (కొలత) చేస్తూ భూకంపం యొక్క తీవ్రతను తెలియచేసే పరికరాలను స్కేల్స్ అని పిలుస్తున్నాం.

  ఉదా : 1. రిక్టర్ స్కేలు 1935:10 విభాగాలను (0-9) కలిగి ఉంటుంది. ఇందులో తీవ్రత లెక్కిస్తారు. ఋణ సంవర్గమానాల్లో విలువలను లెక్కిస్తారు.
  2. మోడిఫైడ్ Mercali స్కేలు 1906. ఇది భూకంప తీవ్రత కన్నా నష్టాలకు ప్రాధాన్యత ఇస్తుంది దీనిలో 12 వరకు అంకెలున్నాయి (I-XII)
  3. ఇదివరకు జపాన్‌లో షిండే స్కేల్‌ను,
  4. రష్యాలో మెద్వదేవ్ స్కేల్‌ను
  5. ఫ్రాన్స్‌లో రోసిఫారిల్ స్కేల్‌ను వాడేవారు

ప్రపంచ భూకంప మేఖలలు (ప్రాంతాలు) / విస్తరణ ప్రాంతాలు:

- ప్రపంచవ్యాప్తంగా ఇప్పటివరకు 57 పలకలను గుర్తించారు. అందులో 57వ పలక మాల్‌పెలో.

1. పసిఫిక్ వలయం :

పసిఫిక్ ఫలక యొక్క సముద్రపు అంచు ఉత్తర అమెరికా, దక్షిణ అమెరికా, యురేషియా, ఇండో-ఆస్ట్రేలియా పలకలతో అంచులతో అభిసరణ చలనంలో ఉన్న ప్రాంతం ఇది. కనుక ఇక్కడ నిత్యం అగ్ని పర్వత విస్ఫోటనాలు, భూకంపాలు, సునామీలు సంభవించే అవకాశం ఉంది. ప్రపంచ వ్యాప్తిగా సంభవిస్తున్న భూకంపాలలో 68% ఈ ప్రాంతంలోనే సంభవిస్తున్నాయి.

- **ఈ ప్రాంతంలో గల దేశాలు :**

1. రష్యా	2. జపాన్	3. కొరియన్ ద్వీపకల్పం
4. చైనా	5. ఫిలిఫైన్స్	6. ఇండోనేషియా దీవులు
7. ఓషియానా దీవులు	8. న్యూజిల్యాండ్	9. చిలీ
10. పెరూ	11. ఈక్వెడార్	12. కొలంబియా
13. పనామా	14. కోస్టారికా	15. ఎల్ సాల్వడార్ పసిఫిక్ సముద్ర దీపకల్పం
16. హోండరూస్	17. బెలిజ్	18. నికరాగ్య
19. మెక్సికో	20. యు.ఎస్.	21. కెనడా

2. Trans Asiatic Region:

- ఇది టర్కిలక్ష అనటోలిన్ పీఠభూమి నుండి కాకసస్ ఎల్‌బ్రస్ హిమాలయాల వరకు విస్తరించి ఉంది. ప్రధాన దేశాలు : 15 నుంచి 20% భూకంపాలు ఇక్కడే సంభవిస్తాయి.

1. టర్కీ	2. ఇరాన్	3. ఆఫ్ఘనిస్తాన్	4. పాకిస్తాన్	5. ఇండియా
6. నేపాల్	7. చైనా	8. భూటాన్	9. మయన్మార్	

ప్రపంచ వ్యాప్త భూకంపాల్లో ఇక్కడ 15% పైగా భూకంపాలు నమోదు అవుతున్నాయి.

3. East African Rift Valley:

- ఇది ఆఫ్రికాలోని మెంజాంబిక్ నుండి ఆసియాలో ఇజ్రాయిల్ వరకు ఉంది. ప్రపంచ వ్యాప్త భూకంపాల్లో 8% వరకు ఇక్కడ సంభవిస్తున్నాయి.
- భూకంప తీవ్రత ఆధారంగా భూకంపం సంభవించే ప్రాంతాలను 6 మండలాలుగా విభజించారు.
- అత్యధిక తీవ్రత ఉన్నది 6వ మండలం అత్యల్ప తీవ్రత ఉన్నది ఒకటి. ఈ 2 మండలాలు కూడా భారతదేశంలో లేవు.

జోన్ 6:

- భూకపంప తీవ్రత రిక్టర్ స్కేలుపై 9 కంటే ఎక్కువ తీవ్రత నమోదయితే దానిని 6వ భూకంప మండలంగా పరిగణిస్తారు.

జోన్ 5:

- దేశంలో 7 నుండి 9 మధ్యలో తీవ్రతతో భూకంపాలు సంభవించే ప్రాంతం : భూకంప మండలం - 5.
- ఈ మండలంలో శివాలిక్ పర్వతాలు, హిమాలయ పర్వతాలు, లాతూర్ (మహారాష్ట్ర), శ్రీనగర్ (జమ్మూ & కాశ్మీర్), హిమాచల్‌ప్రదేశ్, ఉత్తరాఖండ్, ఉత్తర ఉత్తరప్రదేశ్ (Nepal Border), ఉత్తర బీహార్, ఉత్తర పశ్చిమబంగ, సిక్కిం, ఈశాన్య రాష్ట్రాలు మరియు బుజ్, కచ్ (గుజరాత్) లు ఉన్నాయి.
- దేశంలో ఇప్పటి వరకు సంభవించిన భూకంపాల్లో అత్యంత తీవ్రత గల భూకంపం షిల్లాంగ్ భూకంపం, 1897. తీవ్రత 8.7.
- ఈ మధ్య కాలంలో అత్యధిక మరణాలకు కారణం అయిన భూకంపం భుజ్ (గుజరాత్) 2001 జనవరి 26 కచ్ జిల్లాలో 7.7 తీవ్రతతో నమోదైంది.
- 2011లో 111 మంది మరణాలకు కారణం అయిన సిక్కిం భూకంపం మొదలైన వన్ని ఈ జోన్ 5లో ఉన్నవే.

జోన్ 4:

- రిక్టర్ స్కేలుపై 6 నుండి 7 తీవ్రత నమోదైతే దానిని 4వ భూకంప మండలంగా పరిగణిస్తారు.
- ఉత్తర మైదానాల్లో ఉత్తర సరిహద్దు భాగాలు జోన్ 4 క్రిందకే వస్తాయి. గుజరాత్‌లోని ఉత్తర భూభాగం కూడా దీని పరిధిలోనే ఉంటుంది.
- ఈ ప్రాంతంలో గల ప్రధాన నగరం ఢిల్లీ మరియు లడఖ్.

జోన్ 3:

- రిక్టర్ స్కేలుపై 5 నుండి 6 తీవ్రత నమోదైతే దానిని 3వ భూకంప మండలంగా పరిగణిస్తారు.
- పశ్చిమ తీరమైదానాలన్నీ జోన్ 3 క్రిందకు వస్తాయి.
  ఉదా: ముంబాయ్
- తూర్పు తీర మైదానంలో డెల్టా ప్రాంతాలు కూడా దీని క్రిందకే వస్తాయి.
  ఉదా: భువనేశ్వర్, రాజమండ్రి.

జోన్ 2:

- రిక్టర్ స్కేలుపై 4 నుండి 5 తీవ్రత నమోదైతే దానిని 2వ భూకంప మండలంగా పరిగణిస్తారు.
- ఇండియాలో అత్యంత సురక్షితమైన ప్రాంతం.
- ద్వీపకల్ప పీఠభూమి (హైదరాబాద్, బెంగుళూరు, నాగ్‌పూర్, భోపాల్) మరియు డెల్టాలు లేని తూర్పు తీరమైదానం (విశాఖపట్నం, భద్రాచలం) జోన్ 2 క్రిందకు వస్తాయి.

జోన్ 1:

- రిక్టర్ స్కేలుపై 4 కంటే తక్కువ తీవ్రత నమోదైతే దానిని 1వ భూకంప మండలంగా పరిగణిస్తారు. ఇది పలకల అంచులకు దూరంగా ఉంటుంది.

- 1వ భూకంప మండలంలో తరంగాలు ఏర్పడి పరావర్తనం, పరిక్షేపణం చెందటం వలన కొన్ని ప్రాంతాలకు భూకంప తరంగాలు ప్రయాణించవు. అటువంటి ప్రాంతాన్ని భూకంప ఛాయా మండలం అంటారు. ఉదాహరణకు ఆస్ట్రేలియా, గ్రేట్ బ్రిటన్, బ్రెజిల్ ప్రాంతాలను చెప్పవచ్చు.
- ఎ.పి.లో అత్యంత తీవ్రత గల భూకంపాలు ఎక్కువ సంఖ్యలో సంభవించే అవకాశం గల జిల్లా 1.ప్రకాశం (ఒంగోలు), 2. పల్నాడు.
- ఎ.పిలో 5.7 తీవ్రతతో అత్యంత తీవ్రత గల భూకంపం సంభవించే ప్రాంతం -భద్రాచలం.
- భూకంపాల యొక్క తీవ్రత వల్ల మరణాలు సంభవించటం లేదు. భవన నిర్మాణంలో ఉన్న లోపాలు 90% మరణలకు కారణం.
- భారత ప్రభుత్వం భవన నిర్మాణాల్లో గల లోపాలను నియంత్రించడానికి National Building కోడ్‌ని 1970లో తీసుకువచ్చింది. దీనిని రూపొందించిన సంస్థ (BIS) Bureau Indian Standards దీని యొక్క చివరి సవరణ 2016లో జరిగింది.
- భవన నిర్మాణాల్లో ఎటువంటి సాంకేతికతను వాడాలో తెలియజేప్పే సంస్థను 1990లో పట్టణాభివృద్ధి శాఖ ఆధ్వర్యంలో ఏర్పాటు చేయటం జరిగింది. (BMTPC)
- నేపాల్ భూకంపం అనంతరం IIT రూర్కీ సహాయంతో భూకంప సెన్సార్స్ తయారుచేయటం జరిగింది. ఇవి
  1. డెహ్రాడూన్, UKD
  2. పితోర్‌ఘడ్, UKD
  3) లాతూర్, MH
  4) కచ్ GJ వంటి ప్రదేశాల్లో ఏర్పాటు చేయటం జరిగింది.
- ఇవి 2 నుండి 40 సెకండ్‌లు ముందుగా సమాచారాన్ని అందిస్తున్నాయి.
- సహజ మరణాల్లో ఒకే సంఘటన ఒకే రోజు అత్యధిక మరణాలకు కారణం అయ్యింది భూకంపమే. 1556 జనవరి చైనాలో షాంగ్జీ ప్రాంతంలో వచ్చింది. 8,32,000 మంది మరణాలకు కారణం అయ్యింది.
- భూకంపం భూభౌతిక సహజ విపత్తు.
- భూకంపాలకు భారతదేశంలో Nodal Agency Ministry of Earth Sciences.
- ప్రపంచ వ్యాప్తంగా సంభవిస్తున్న విపత్తుల్లో భూకంపాలు మరియు సునామీల వాటా 8%
- ఇండియాలో సంభవిస్తున్న విపత్తులలో భూకపంపాల వాటా 11%
- భారత మొత్తం భూభాగంలో భూకంపాలు సంభవించే ప్రాంతం – 59%

వ్యక్తిగత నైపుణ్యాలు:

- DROP
- COVER
- HOLD అనే నియమాన్ని పాటించాలి.

టర్కీ భూకంపం:

- 2023 ఫిబ్రవరి 6 ఉదయం 4 గం॥ 20 ని॥లు.
- తీవ్రత - 7.7 నుంచి 7.8
- అభికేంద్రము గుర్తించిన ప్రాంతం ఘజియాన్‌టెప్. నాభి 10 నుండి 30 కి.మీల లోతు.
- మొత్తం మరణాలు - 60,000 వరకు. టర్కీ - 51,000, సిరియా - 9,000 వరకు.
- గాయాలు - 1,25,000
- కారణం: అనటోలియన్ ఫలక మరియు ఎర్ర సముద్ర ఫలక మధ్యలో సమాంతర చలనం (Fault Movement).

సునామీ

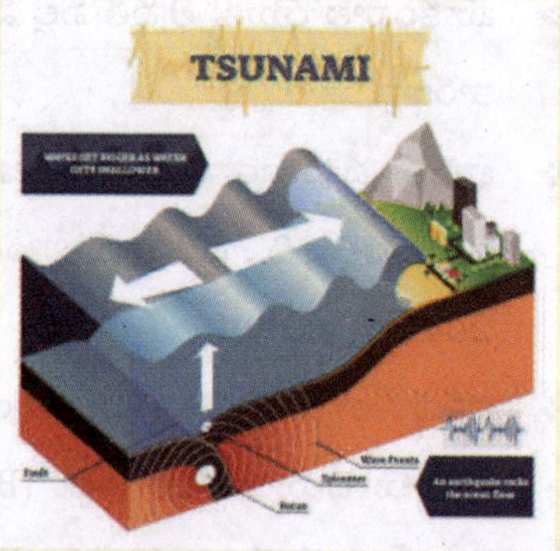

- Tsu అనగా హార్బర్ (ఓడరేవు)
- Nami అనగా తరంగం
- Tsunami అనగా తీరానికి చేరుతున్న కొన్ని తరంగాల వరుస, ఇప్పటి వరకు గమనించిన సునామీల వల్ల ఈ తరంగాల యొక్క కాలపరిమితి కనిష్టంగా 5 minutes గరిష్టంగా 90 నిమిషాలు.

  Tsunami ఆవిర్భవించడానికి కారణాలు.

  1. తీరప్రాంత భుపాతాలు
  2. అగ్ని పర్వత విస్ఫోటనాలు

Note: ఈ మధ్య కాలంలో పై కారణాలతో సంభవించిన సునామీలు

1. హ్యూంగా టోంగా (Hunga Tonga) Tsunami సునామీ 2022 జనవరి ఇది పాలినేషియా దీవులను చేరింది.
2. సుందా (Sunda) జలసంధి సునామి. 2018 డిసెంబర్ 22న వచ్చింది. ఈ సునామికి గల కారణం అనక్రాక్‌టోవ విస్పోటనం.
3. ఉల్కలు.
4. సముద్ర గర్భ భూకంపం.

- ఈ భూకంపాలు సబ్డక్షన్ జోన్స్ నుంచి విపరీతమైన నీటిని స్థాన భ్రంశం చెందించటంతో సునామి తరంగం ప్రారంభం అవుతుంది. దీనిని ఆవిర్భవించిన ప్రాంతాల్లో సముద్ర ఉపరితలంపై ఉన్న ఓడలు కూడా పసిగట్టలేవు. ఎందుకంటే ఏర్పడిన ప్రాంతంలో ఉపరితల నీటి మట్టంలో పెద్దగా మార్పులుండవు.
- Tsunami తరంగం ఆవిర్భవిచంనపుడు తనకున్న వేగం, తరంగదైర్యం తీరాన్ని చేరుతున్నపుడు తగ్గుతాయి.
- స్థానభ్రంశం చెందించే నీటి మట్టంలో ఎటువంటి వ్యత్యాసం ఉండదు. కాబట్టి తీరాన్ని చేరుతున్నపుడు సునామి తరంగం తన ఎత్తును పెంచుకుంటుంది. సగటున సునామిల ఎత్తు తీర రేఖ వద్ద 30 మీటర్లు.

- సునామి ఆవిర్భవించనప్పటి వేగంలో కేవలం 10% వేగంతో మాత్రమే తీరాన్ని చేరుతుంది.
- సునామి తరంగం తీరాన్ని తాకటం ప్రమాదం కాదు. అది సముద్రం వైపుకు తిరిగి వెళ్ళటం అత్యంత ప్రమాదకరం
- సునామి ఈ మధ్యకాలంలో ఏక విపత్తుగా సంభవించట్లేదు. తనతోపాటు వరదలు, భూపాతాలు, అగ్ని ప్రమాదాలు చివరకు అణు విపత్తులకు కూడా దారి తీస్తుంది.

  ఉదా : 2011 జపాన్ Tsunami ఫుకుషిమాదయాచి అణువిద్యుత్ ప్లాంట్ లోని ఒక రియాక్టర్ పేలిపోవడం జరిగింది.
- సునామి అనే పదాన్ని విశ్వవ్యాప్తంగా వాడడానికి 1963లో హవాయిలో జరిగిన అంతర్జాతీయ శాస్త్రవేత్తల సమావేశం అంగీకరించింది. కేవలం తమిళంలో మాత్రం దీనిని ఆఝిపెరలై అని పిలుస్తున్నారు.

  ప్రపంచంలో రికార్డ్ చేయబడ్డ మొదటి Tsunami ని గ్రీసు ఏజియన్స్ సముద్రంలో బి.సి. 479లో గుర్తించారు.

Note: ప్రపంచ వ్యాప్తంగా నమోదు చేయబడ్డ మొదటి విపత్తుగా టైఫస్ వ్యాధి / మహమ్మారి బిసి 430గా చెబుతారు (జైవిక విపత్తు)

- Tsunami ఒక శాస్త్రంగా అధ్యయనాన్ని ప్రారంభించిన దేశం జపాన్ 1890. సునామీలను నివారించలేము కానీ వాటి ప్రభావాలను తగ్గించగలము. దీనికోసం
  1. Subductive Zones వద్ద Tsunami Sensor లను ఏర్పాటు చేయటం ద్వారా Tsunami సమయంలో కావల్సిన మౌలిఖ సదుపాయాలను 40-50ని॥లు ముందుగానే ప్రజలకు చేరవేయవచ్చు.
  2. తీర రేఖ వద్ద మడ అరణ్యాలను, తీరప్రాంత అరణ్యాలను విపరీతంగా పెంచటం ద్వారా ఈ ప్రభావాన్ని కొంత మేర తగ్గించవచ్చు.
- 2012లో INCOIS ప్రచురించిన Coastal Vulnerability Index ప్రకారం ఉన్న అత్యంత ప్రమాదంలో ఉన్న జిల్లా కాచీపురం. ఆంధ్రప్రదేశ్‌లో కాకినాడ, అనకాపల్లి వంటి జిల్లాలు సునామీ సంభావ్యతను ఎక్కువగా కలిగి ఉన్నాయి. తీర రేఖ వద్ద దృఢమైన గోడలు నిర్మించటం ద్వారా ప్రభావాన్ని తగ్గించుకోవచ్చు.
- ఇండియాలో Tsunami కి సంబంధించి సత్వర సమాచార వ్యవస్థ 2007ను ఏర్పాటు చేసిన ప్రదేశం INCOIS హైదరాబాద్‌లో ఉంది.
- అంతర్జాతీయ సునామి హెచ్చరిక కేంద్రం - హవాయి - ఇవాబీచ్
- అంతర్జాతీయ సునామి సమాచార కేంద్రం - హవాయి - హోనలులు
- ఫసిఫిక్ సునామి అంతర్జాతీయ సమన్వయ గ్రూప్ - పారీస్
- నవంబర్ 5ను అంతర్జాతీయ సునామీ అవగాహన దినంగా Celebrate చేస్తున్నాం.

  Theme: Early warning and Early Action before Every Tsunami. Indiaలో Tsunamiకి సంబంధించి Nodal Agency - Ministry of Earth Sciences.

చక్రవాతం

- చక్రవాతంలో గాలులు ఉత్తర్ధాగోళంలో అపసవ్యదిశలోను, దక్షిణార్ధగోళంలో సవ్యదిశలో తిరుగుతాయి. ప్రవాహాలు, పవనాలు మొదలైనవి భూభ్రమణ శక్తి ప్రభావానికి గురి అయ్యి ఉత్తర్ధాగోళంలో కుడివైపునకు వంగుతాయి. దక్షిణార్ధగోళంలో ఎడమవైపునకు వంగుతాయి. Cyclone అనే పదాన్ని సూచించిన వ్యక్తి హెన్రీ పెడింగ్‌టన్. Cyclone అనే పదం Kyclos అనే గ్రీకు పదం నుండి ఆవిర్భవించింది. దీని అర్ధం పాము యొక్క మెలికల చుట్ట భారతదేశాన్ని తాకుతున్న చక్రవాకాలు ఉష్ణమండల చక్రవాకాలు. వీటిని ప్రపంచ వ్యాప్తంగా వివిధ ప్రత్యే సమూహాలుగా పిలుస్తారు.

1. ఉత్తర హిందూ మహాసముద్రం - Cyclone
2. వాయువ్య ఫసిఫిక్ / దక్షిణ చైనా సముద్రం - టైఫూన్స్

Note: చక్రవాతాలు సగటున 7 రోజులు వరకు జీవించే అవకాశం (ఉనికిలో ఉండే) ఉంది. ప్రపంచంలో ఇప్పటివరకు ఏర్పడిన చక్రవాకాల్లో ఎక్కువ రోజులు ఉన్న చక్రవాతకం టైఫూన్ జాన్ ఇది చైనాను తాకింది. 1994 ఆగస్టు 31- సెప్టెంబర్ 30 వరకు ఉంది.

3. ఫిలిప్పియన్స్ తీరం - బాగ్వియో
4. నైఋతి ఫసిఫిక్ / ఆస్ట్రేలియా - విల్లీ విల్లీ
5. ఈశాన్య ఫసిఫిక్ తీరము/ఉత్తర అమెరికా ఖండం / కరేబియన్ సముద్రం - హరికేన్స్
6. ఆగ్నేయ ఫసిపిక్ / దక్షిణ అమెరికా - టోర్నడోస్

ఉష్ణమండల చక్రవాతాలు ఏర్పడడానికి దారితీయు పరిస్థితులు :

1. సముద్రం ఉపరితలంపై ఉష్ణోగ్రతలు 27° ఉంటూ అవి కనీసం 60మీ॥ లోతు వరకు ఉండాలి.
2. భూభ్రమణ శక్తి ఉండాలి. అనగా చక్రవాకాలు ఏర్పడడానికి అత్యంత అనుకూల అక్షాంశాలుగా 5° నుండి 20°ల అక్షాంశాలను చెప్పవచ్చు. 10° ల నుండి 20° ల అక్షాంశాల వద్ద ఎక్కువగా చక్రవాకాలు ఏర్పడతాయి. భూమధ్య రేఖ వద్ద చక్రవాకాలు ఏర్పడవు.
3. ఏర్పడిన చక్రవాతం తన ప్రయాణాన్ని మొదటుపెట్టడానికి అదేవిధంగా తనను ఆకర్షించే మరో అల్పపీడనం భూమధ్యరేఖ ప్రాంతంలో మరొకటి ఏర్పడి ఉండాలి.
4. చక్రవాకంలోని సుడులు ఎగువ ట్రోపోస్పియర్‌ను దాటిపోకుండా అక్కడ అలజడలను మరియు ప్రతిచక్రవాక పరిస్థితిని కలుగచేసేవి జెట్ ప్రవాహాలు.

- చక్రవాతంలో సంవాహనం చెందే కాల గాలులు అల్పపీడన ప్రాంతంలో ఉంటాయి. ఈ ప్రాంతం చాలా ప్రశాంతంగా ఉంటుంది. ఈ ప్రాంతాన్ని చక్రవాక కన్ను (Cyclonic Eye) అంటారు. చక్రవాక కన్ను యొక్క వ్యాసార్ధం 20-200కి.మీ. ఉండవచ్చు. దీని చుట్టు ఎగబాకుతున్న గాలులు, దిగుబాగుతున్న గాలులు వాటి వల్ల ఏర్పడ క్షుమలో నింబస్ మేఘాలు, కుంభవృష్టిని కలిగి ఉంటాయి. వీటిన్నింటి సమూహాన్నీ ఆసమూహం ఉన్న ప్రాంతాన్ని చక్రవాక గోడ అని పిలుస్తాం. చక్రవాక గోడ వ్యాసార్ధం గరిష్టంగా 1000కి.మీ. వరకు ఉండవచ్చు.

చక్రవాత మార్గం :

- భూమి పడమట నుండి తూర్పుకి తిరుగుతున్నందున దానికి వ్యతిరేఖంగా చక్రవాతం తన తొలి భాగంగా తూర్పునుండి పడమరకు ప్రయాణిస్తుంది. వ్యాపార వపనాల ప్రభావం కూడా దీనిపై ఉండి తొలుత తన ప్రయాణాన్ని పడమటి వైపుకు సాగిస్తుంది.
- పడమట వైపుగా వెళ్తున్న చక్రవాతంపై భూభ్రమణ శక్తి తన ప్రభావాన్ని చూపి ఉత్తర్ధాగోళంలో అయితే కుడివైపుకి, దక్షిణార్ధగోళంలో ఎడమవైపుకు వంగి ప్రయాణిస్తుంది. మరికొంత దూరం ప్రయాణించాక అదే భూభ్రమణ శక్తి వల్ల మరలా తన కుడి వైపునకు వంగి ప్రయాణిస్తుంది. చివరకు 25-30° ల అక్షాంశాల మధ్యలో భూభ్రమణ శక్తి మరియు పశ్చిమ పవనాల ప్రభావం మూలంగా తూర్పు దిశలో ప్రయాణిస్తుంది. ఇంతలోపు అది భూమినైనా తాకాలి లేదా తనలో శక్తిని కోల్పోయి తన ఉనికిని కోల్పోవాలి.

Note: చక్రవాతాల మార్గం పరావలయ మార్గం.

చక్రవాకాల స్థాయిలు :

వేగం	స్థాయి
31 Kmph	అల్పపీడనం
32-48 Kmph	వాయుగుండం
49-61 Kmph	తీవ్ర వాయుగుండం
62-88 Kmph	చక్రవాతం
89-118 Kmph	తీవ్ర చక్రవాతం
119-220 Kmph	అతి తీవ్ర చక్రవాతం
221 కన్నా ఎక్కువ	Super Cyclone

చక్రవాతాలకు పేర్లు పెట్టడం :

❖ 2000 సం॥లో ఉత్తర హిందూ మహాసముద్రపు 8 దేశాలు ఒమన్ (మస్కట్)లో సమావేశాన్ని ఏర్పాటు చేసుకుని ఒక్కొక్క దేశం 8 పేర్లు చొప్పున మొత్తంగా 64 పేర్లు IMDకి ఇవ్వటం జరిగింది. దేశాల యొక్క అక్షరక్రమాన్ని అనుసరించి 2004 నుండి ప్రతీ చక్రవాకానికి కూడా IMD పేరుపెడుతూ వచ్చింది. ప్రస్తుతం ఉత్తర హిందూ మహాసముద్రం తీరాన్ని కలిగి యున్న 13 దేశాల 2020 మే లో ఒక్కొక్క దేశం 13 చొప్పున 169 పేర్లను సూచించుటకు అక్షర శ్రేణుల్లో మొదటి శ్రేణి పూర్తివొస్తుంది.

ఉదా :

- బంగ్లాదేశ్ – నిసర్గ
- ఇండియా – గతి
- ఇరాన్ – నివార్
- మాల్దీవులు – బురేవి (Burevi)
- మయన్మార్ – తౌక్టే
- ఒదునే – యాస్ (yaas)
- పాకిస్తాన్– గులాబ్ Gulab (ఇది SMLM కళింగపట్నం నుండి లో పూరి మధ్యలో తీరాన్ని తాకింది. సెప్టెంబర్ 2021 తీరంతాకింది. దీని యొక్క వేగం 85 kmph).
- ఖతార్ – షాహీన్ Shaheen (షాహిన్ సెప్టెంబర్ అరబ్ ని తాకింది వేగం 110 kmph)
- సౌదీ అరేబియా–జవాద్ (దీని వేగం 75kmph ODలో పూరి – ఇచ్ఛాపురం మధ్య తీరం తాకింది)
- శ్రీలంక–Asani అసని (ఇది 2022 మే 12 మచిలీపట్నం – నర్సాపురం మధ్యలో తీరంని తాకింది. దీని వేగం 100kmph దీని అర్థం – ఆగ్రహం, కోపం)
- థాయ్‌లాండ్–సిత్రాంగ్ (అక్టోబర్ 25 2022న తీరం తాకింది ఇది బంగ్లాదేశ్ –పశ్చిమ బెంగాల్ మధ్యలో తీరంని తాకింది)

  UAE – మాండస్
- యెమన్ – మోచా (Mocha - కాఫీ సీడ్స్ అని అర్థం), బంగ్లాదేశ్ – బిపర్‌జాయ్, ఇండియా – తేజ్ (ప్రకాశించబడిన అని అర్థం) – రాబోయే చక్రవాకం పేరు.

Cyclone ల ముందస్తు సమాచారం:

- 72 గం॥ల ముందు ఇస్తున్న సమాచారాన్ని pre cycolonic watch అంటారు.
- 48 గం॥ల ముందు ఇస్తున్న సమాచారాన్ని Cyclonic Alert అంటారు.
- 24 గం॥ల ముందు ఇస్తున్న సమాచారాన్ని అంటారు. Cyclonic warning అంటారు.
- 12 గం॥ల ముందు అది ఏ ప్రాంతాన్ని తాకుతుందో తాకిన అనంతర పరిస్థితులు ఎలా ఉంటాయో IMD చెబుతుంది.
- భారతదేశంలో మొట్టమొదటి విపత్తుల సమాచార వ్యాప్తి కేంద్రాన్ని ఏర్పాటు చేసిన రాష్ట్రం ఒడిషా.
- ఉపశమ చర్యల్లో భాగంగా కేంద్ర రాష్ట్ర ప్రభుత్వాలు World Bank సహాయంతో National cyclone Mittigation Project 1st దశను ఆంధ్రప్రదేశ్ & ఒడిషాలో ప్రారంభించారు.
- 2వ దశలో పశ్చిమబంగ, తమిళనాడు, గుజరాత్, కర్నాటక, గోవా, కేరళాలలో అమలు పరుస్తారు.
- సెండాయ్ కార్యాచరణ ప్రణాళికని అమలుపరిచిన మొదటి రాష్ట్రం - అస్సాం.

Note:
- అత్యధిక సంఖ్యలో చక్రవాకాలు తాకే రాష్ట్రం - ఆంధ్రప్రదేశ్ (శ్రీకాకుళం).
- అతి తీవ్ర చక్రవాకాలు ఎక్కువగా తాకే రాష్ట్రం - ఒడిస్సా.
- 2022 ముందు APలో చక్రవాకాలు ఎక్కువగా తాకే జిల్లా నెల్లూరు.
- ప్రస్తుత జిల్లాల ప్రకారం చక్రవాకాల ముప్పు / సంఖ్య అత్యధికంగా గల జిల్లా - శ్రీకాకుళం.
- భారతదేశ పశ్చిమ, తూర్పుతీరాల మధ్యలో చక్రవాతాల నిష్పత్తి 1:4 పశ్చిమ తీరంలో చక్రవాకాల ముప్పు.ఎక్కువగా గల రాష్ట్రం :గుజరాత్. అటు భారత్ గానీ, ఇటు APకు గాని చక్రవాకాలు ఎక్కువగా తాకే నేల అక్టోబర్.

- తీరప్రాంతాలలో వృక్షాలను పెంచటం, లోతట్టు ప్రాంతాలలో తీర రేఖ వెంబడి గోడల నిర్మాణం, తీరప్రాంత గ్రామాలలో ఎత్తైన ప్రదేశాలలో తుఫాన్ షెల్టర్ బిల్డింగ్‌లు నిర్మించటం, ఆ గ్రామాల సామర్థ్యాలను మౌలిక సదుపాయాల కల్పన ద్వారా పెంచటం మొదలైనవి ఉపశమన చర్యలుగా చెప్పవచ్చు.

కరువు

- కరువు యొక్క నిర్వచనంపై ఏకాభిప్రాయం లేదు.
- భారతదేశంలో సంస్థాగత ఏర్పాటులు ప్రారంభం అయినప్పటి నుండి వ్యవసాయశాఖలోని భాగాంగానే ఉన్న ఏకైక విపత్తు కరువు. కాబట్టి కరువు యొక్క నిర్వచాన్ని జాతియ వ్యవసాయ కమిటీ వారు 3 రకాలుగా చెప్పటం జరిగింది.

1. **వాతావరణ సంబంధ కరువు:** ఒక ప్రాంతంలో దీర్ఘకాలిక సగటు వర్షపాతంలో 25%కి మించి లోటు నమోదు అయితే దానిని వాతావరణ సంభంధ కరువు అంటారు.
2. **వ్యవసాయ కరువు:** వ్యవసాయనికి అనుకూలంగా నేలలో తేమ లేకపోవటం ద్వారా సంభవించే కరువు వ్యవసాయ సంబంధ కరువు.
3. **జలసంబంధ కరువు :** వాతావరణ సంబంద కరువు నిరంతరం కొనసాగి ఆ ప్రాంతాల్లో ఉన్న ఉపరితల జల వనరులు భూగర్భ జలవనరుల మట్టం కూడా పడిపోతూ ఉంటే దానిని జలసంబంధ కరువు అంటారు.

- పై కరువులు ఏకకాలంలో దాడి చేసి వ్యవసాయ ఉత్పత్తులను తగ్గించి సమాజాన్ని పేదరికంలో నెట్టివేసే ద్రవ్యోల్బణానికి దారి తీస్తే దానిని సామాజిక ఆర్థిక కరువు అంటారు.
- ఇండియాలో కరువుకి సంబంధించి భారత వాతావరణ శాఖ కూడా నిర్వచనాన్ని లేదా కరువులో రకాలను తెలుపుతుంది. అవి 5 రకాలు

1. Drought week ఒక వారంలో సగటు వర్షపాతం కన్నా 50% లోటు నమోదు అయితే ఆవారాన్ని కరువు వారం అంటారు
2. Agriculture Week జూన్ మధ్య భాగం నుండి సెప్టెంబర్ మధ్య భాగంలోపు ఒక వేళ వరుసగా 4 కరువు వారాలు నమోదు అయితే దాన్ని వ్యవసాయ కరువు అంటారు.
3. Drought Season వర్షపాత లోటు వర్షపాత సగటును ఉన్న ప్రామాణిక విచలణాన్ని దాటి నమోదు అయితే దాన్ని కరువు ఋతువు అంటారు.
4. Drought year సావత్సరిక సగటు వర్షపాతంలో 20% లోటు నమోదు అయితే దాన్ని కరువు సం॥ అంటారు.
5. Severe Drought year వర్షపాత లోటు 25-40% మధ్యలో నమోదు అయితే దాన్ని తీవ్ర కరువు సం॥గా పిలుస్తాం.

IMD ప్రకారం నైఋతి ఋతుపవన కాలంలో కరువును 3 స్థాయిలో తెలియజెప్పటం జరుగుతుంది.

1. **ప్రారంభస్థాయి:** ఇది ఋతుపవనాల రాక ఆలస్యం అవ్వటం ద్వారా తెలియచెప్పటం జరుగుతుంది.
2. **మధ్యస్తస్థాయి:** ఋతుపవనాల కాలంలో ఋతుపవన విరామ సందర్భంలో నేలలో తేమలేకపోవటం ద్వారా దీన్ని తెలియజేయటం జరుగుతుంది.
3. **అంతిమస్థాయి:** ఋతుపవన కాలంలో ఋతుపవనాలు త్వరగా తిరోగమం చెందటం ద్వారా ఇది తెలియజెప్పటం జరుగుతుంది.

Reasons:

1. వర్షపాతంలో మార్పులు రావటం దీనికి గల కారణాలు Elnino, IOD, MJO delay
2. భూతాపం, శీతోష్ణస్థితి మార్పు వంటి ప్రపంచ పర్యావరణ సమస్యలు
3. అడవుల నరికివేత, కార్చిచ్చులు etc...
4. మృత్తికా క్రమక్షయం
5. జలవనరుల నిర్వహణలో ఉన్న లోపాలు
6. అస్తవ్యస్థ నీటి పారుదల వ్యవస్థలు
7. అశాస్త్రీయ వ్యవసాయ పద్ధతులు
   ఎ. విస్తాపన వ్యవసాయాన్ని చేయటం
   బి. భూమిని విపరీతంగా ఎక్కువ లోతుగా దున్నటం
   సి. వరుసల్లో పంటలను పండించకపోవటం
   డి. పంట మార్పిడి విధానంని అమలు పరచకపోవటం
   ఇ. మిశ్రమ పంట విధానం లేకపోవటం
   ఎఫ్. పశువులను అతిగా మేపటం
8. సుస్థిరం కాని పట్టణీకరణ, పారిశ్రామికీకరణ, వ్యవసాయ విస్తరణ
9. విపీరతమైన జనాభా విస్ఫోటనం
10. సరియైన ఇసుక విధానాలు, గనుల త్రవ్వకం విధానాలు కలిగి ఉండకపోవటం

ఉపశమన చర్యలు:

- ★ కనీసం 33.3% వరకు అడవులు ఉండేటట్లు అటవీకరణ కార్యక్రమాలు ఏర్పరచటం
- ★ మృత్తికా సంరక్షణ
- ★ జల వనరుల సహేతుకంగా వినియోగం, నీటి ఆడిట్లను జరపటం.
- ★ నీటి పారుదల వ్యవస్థలో బిందు సేద్య, తుంపరల, Rainguns వంటి విధానాలను ప్రోత్సహించుట.
- ★ సెలయేళ్లు, వాగులు, వంకరలు వంటి వాటిపై చెక్‌డ్యాంల నిర్మాణం.
- ★ చెరువుల పునరుద్ధరణ కార్యక్రమం.
- ★ గృహాల వద్ద నీటి గుంటలు.
- ★ పంట పొలాల్లో సంజీవినిలను ఏర్పాటు చేయటం.
- ★ మిశ్రమ సేంద్రియ ప్రకృతి వ్యవసాయ పద్ధతులను పాటించటం.
- ★ వర్షపాత లోటు ప్రాంతాల్లో పశువుల మేతను నియంత్రించటం.
- ★ సుస్థిర ఆర్థిక కార్యకలాపాలను ప్రోత్సహించటం.
- ★ జనాభా నియంత్రణ.

కేంద్ర ప్రభుత్వం కరువు నిర్మూలన కోసం ప్రవేశపెట్టిన కొన్ని కార్యక్రమాలు:

- ❖ 1973-74 - DPAP కరువు ప్రాంత అభివృద్ధి పథకం.
- ❖ 1977-78 - ఎడారి అభివృద్ధి పథకం.
- ❖ 2006 ఫిబ్రవరి : 1. జాతీయ గ్రామీణ ఉపాధి హామి పథకం.
  2. PM క్రిసి సంచాయ్ యోజన్
  3. అటల్ భూజల్ యోజన etc...అన్ని వీటికి ఉదాహరణలు
- ❖ అన్నా హజారే Water shed Management programmesను పాటిస్తూ మహారాష్ట్రలో **రాలేగావ్ సిద్ధి** గ్రామంలో కరువును పారద్రోలటం జరిగింది.
- ❖ Water Man of Indiaగా పిలువబడుతున్న రాజేంద్రసింగ్ రాజస్థాన్‌లో ఆళ్వార్ జిల్లాలో బిక్రమ్‌పూర్ గ్రామంతో మొదలు పెట్టి 1000కి పైగా గ్రామాల్లో కరువును పారద్రోలడానికి చెక్‌డ్యాంల నిర్మాణం, అడవుల పెంపకం, పూడికలను తొలగించటం వంటి కార్యక్రమాలు చేపట్టారు.

❖ **ఇండియాలో సాంప్రదాయ నీటి నిర్వహణ పద్ధతులు**

హిమాలయాలు	:	Khuls
రాజస్థాన్, గుజరాత్	:	Jhalra, Bhaoli, Bhavra, Johad, Bandarpahad, Nadi
మహారాష్ట్ర	:	Ram Tech Model
కేరళ	:	Panam Keni
తమిళనాడు	:	Eri
అండమాన్ &నికోబార్ దీవులు	:	Jackwells
బీహార్	:	Ahar pines
మేఘాలయ	:	Bambo Drip
నాగాలాండ్	:	Zabo
లడఖ్	:	Zing

వరదలు

❖ ఒక ప్రవాహం తన సామర్థ్యాన్ని మించి ప్రవహిస్తున్నట్లు అయితే ఆ స్థితిని వరదస్థితి అని పిలుస్తాం.

❖ సాధారణంగా వరదలను పట్టణ వరదలు, తీరప్రాంత వరదలు, నదీ వరదలుగా వర్గీకరిస్తుంది. కేవలం పట్టణ వరదలకు మాత్రమే పట్టణాభివృద్ధి శాఖ Nodal Agencyగా ఉంది. మిగతా వరదలకు జలవనరుల శాఖ Nodal Agencyగా ఉంది. అటు ప్రపంచంలో ఇటు భారత్‌లో మరియు APలో కూడా అత్యంత పునరావృత విపత్తు వరదలు.

❖ దేశంలో సగటున 7.5 మిలియన్ హెక్టార్ల భూభాగం ప్రతీ సం॥ వరద ముప్పుకు గురి అవుతుంది. తద్వారా సగటున 1464 మంది చనిపోవటం జరుగుతుంది.

❖ దేశంలో మొత్తంగా 40 మిలియన్‌ల హెక్టార్ల భూభాగం వరద ప్రభావానికి గురి అవుతుంది. ఇది భారత మొత్తం విస్తీర్ణంలో 12%

❖ దేశంలో అత్యధిక వరదముప్పు విస్తీర్ణం కలిగిన భూభాగం ఎక్కువగా ఉన్న మొదటి 4 రాష్ట్రాలు

1. ఉత్తరప్రదేశ్
2. బీహార్
3. అస్సాం
4. పశ్చిమబంగ
5. ఒడిషా

❖ నదీ వనరులను కేంద్ర జలవనరుల విభాగం 4 దశాలుగా వర్గీకరించింది.

1. **సాధారణ స్థాయి :** నదిలో హెచ్చరిక స్థాయి కన్నా దిగువకు ప్రవాహం ఉండటం.
2. **హెచ్చరిక స్థాయి:** నదిలో హెచ్చరిక స్థాయి దాటి ప్రమాదస్థాయికి దిగువన ప్రవాహం ఉండటం (yellow colour)
3. **తీవ్రస్థాయి :** నదిలో ప్రమాదస్థాయి దాటి తీవ్ర వరద స్థాయికి దిగువున ప్రవాహం ఉండటం (orange colour)
4. **అసాధారణ స్థాయి:** నదిలో తీవ్ర వరదస్థాయి దాటి ప్రవాహం ఉండటం (Red colour).

వరద విపత్తుకు ప్రధాన కారణం అయిన నదులు - రాష్ట్రాలు:

జమ్మూ & కాశ్మీర్	:	జీలం
ఉత్తరాఖండ్	:	అలకనంద, మందాకిని

Note: 1. 2013 Ukd వరదలకు పై 2 నదులు వాటి యొక్క జన్మస్థానాల్లో ఉన్న హిమనీ నదులు పొంగి పొరలడం కారణం.

2. 2020 ఉత్తరాఖండ్ వరదలకు అలకనంద మరియు దౌలీగంగ నదులు కారణం. తద్వారా పూర్తిగా విధ్వంసం అయిన విద్యుత్ ఉత్పత్తి కేంద్రం తపోవన్.

బీహార్	:	కోసి (దు:ఖదాయిని)
అస్సాం / ఈశాన్య భారతదేశం	:	బ్రహ్మపుత్ర
ఒడిస్సా	:	మహానది
ఆంధ్రప్రదేశ్	:	గోదావరి, కృష్ణా మొదలైనవి

- కేంద్ర ప్రభుత్వం వరద నిర్వహణ ప్రణాళికలను 1954లోనే ప్రకటించటం జరిగింది. తద్వారా ఇండియాలో సంస్థాగత ఏర్పాట్లు కలిగిన మొదటి విపత్తుగా వరదలను చెబుతున్నాం.
- 1958లో జాతీయ వరదల ముందస్తు సమాచార కేంద్రాన్ని న్యూఢిల్లీ కేంద్రలో ఏర్పాటు చేశారు. 11వ పంచవర్ష ప్రణాళిక కాలంలో వరదల నియంత్రణ కోసం 8000 కోట్లను కేంద్రం కేటాయించింది. కేంద్ర రాష్ట్ర ప్రభుత్వాల వాటా 70:30
- 12వ పంచవర్ష ప్రణాళిక కాలంలో 10,000 కోట్లను కేటాయించారు. కేంద్ర, రాష్ట్ర వాటాలను 50:50 నిష్పత్తికి కుదించెను.
- వరద నియంత్రణ ప్రణాళికల్లో భాగంగానే నిర్మించిన projectకు exampleగా మహానదిపై హిరాకుడ్ projectను ఒడిస్సా, తపతి నదిపై Ukrai Projectను (Guj) చెప్పవచ్చు.

భూపాతాలు

- పర్వత వాలుల నుండి పదార్థం క్రిందకు జారి మరణాలు వంటివి సంభవిస్తే దాన్ని భూపాతం అని పిలుస్తాం.
- Ministry of Urban Affairs యొక్క Vulnerability Atlas ప్రకారం భారత భూభాగంలో 15% భూపాతాల సంభావ్యతలో ఉంది.
- GSI యొక్క Geological Survey of India reportను అనుసరించి 4.2L Sq.Kmలేదా 12.6% లేదా భూభాగం భూపాతాల సంభావ్యతలో ఉంది.

- ఈశాన్య భారతదేశంలో 1.8L Sq.Km, పశ్చిమ హిమాలయ ప్రాంతంలో 1.4L Sq.Km భూభాగం, పశ్చిమ కనుమలల్లో 90,000Sq.Km భూభాగం, తూర్పు కనుమల్లో 10,000Sq.Km భూభాగం ఈ విపత్తును ఎదుర్కొంటున్నాయి.
- ద్వితీయ విపత్తు నిర్వాహణ ప్రణాళిక యొక్క వర్గీకరణ ప్రకారం ఇది జలసంబంధ విపత్తు దీనికి Min of Mines Nodal Agencyగా ఉంది.
- సహజ విపత్తులు అయిన భూకంపాలు, చక్రవాకాలు, సునామీలు, కార్చిచ్చులు, కుంభవృష్టి మొదలైన వాటితో పాటు పర్వతవాలుల్లో చేసే విస్తాపన వ్యవసాయం అడవులు నరికివేత, అక్రమణలు మొదలైన కారణాలతో ఇవి ఏర్పడుతున్నాయి.
- **జోషిమఠ్ నేల క్రుంగిపోవటానికి దిగువ కారణాలు చెపుతున్నారు:**

  1. అక్కడ నిర్మాణాలు అన్నీ కూడా పదుల సంవత్సరాల క్రితం భూపాతాల ద్వారా ఏర్పడ్డ శిథిలాలపై నిర్మించడం జరిగింది.
  2. ఆ ప్రాంతం భారత మరియు యురేషియా ఫలకల సరిహద్దు (భూకంప సంభావ్యత ప్రాంతం-V)లో వైకృత, మున్షియారా వంటి త్రస్ట్ (భ్రంశాలు) లపై ఉండటం. అవి నిరంతర కదలికలకు గురికావటం.
  3. ఆ ప్రాంతం అలక్‌నంద మరియు దౌలీ గంగ కలుసుకునే విష్ణుప్రయాగ వద్ద కలదు. ఆ రెండు నదులు విపరీతమైన క్రమక్షయ చర్యలు చేయటం.
  4. ఈ మధ్యకాలంలో సుస్థిరం కాని అభివృద్ధి కార్యకలాపాలు. ముఖ్యంగా తపోవన్ విష్ణుఘడ్ జలవిద్యుత్‌శక్తి ప్రాజెక్ట్ నిర్మాణానికై అక్కడ భౌతిక ఆకృతుల్లో మార్పులు జరగటం.

- హిమాలయ ప్రాంతాలలో ఘనీభవన స్థానం కన్నా తక్కువ ఉష్ణోగ్రతలు నమోదు అవుతున్న ప్రాంతాల్లో భూపాతాలనే హిమ సంపాతాలు అని పిలుస్తాం.
- సగటున ప్రతీ సం॥ హిమ సంపాతాల వల్ల 30 మంది మరణిస్తున్నారు.
- LDK, J&K, HP, UKD రాష్ట్రాలు ఈ ముప్పును విపరీతంగా ఎదుర్కొంటున్నాయి.
- హిమసంపాతాలకు సంబంధించి Nodal Agency – రక్షణ శాఖ – BRO
- వేసవి కాలంలో దేశంలో ఉద్భవిస్తున్న 'LOO' అనే పవనం వెచ్చని స్థానిక పవనం IMD యొక్క నిర్వచనంలో వరుసగా 5 రోజులు ఒక రోజు యొక్క గరిష్ఠ ఉష్ణోగ్రతను సగటు Tempకు వ్యత్యాసం 5 నమోదు అయితే అలాంటి పరిస్థితిని Heat wave వేడి తరంగం అని పిలుస్తాం.
- దేశంలో వేడి తరంగం యొక్క ప్రభావం ఎక్కువగా ఉండి ఎక్కువ మరణాలకు గురి అవుతున్న రాష్ట్రాలు:
  1. రాజస్థాన్ 2. ఆంధ్రప్రదేశ్.
- ప్రపంచంలో నమోదు అవుతన్న snake bites (పాముకాట్లు)లో 50% ఇండియాలోనే నమోదు అవుతున్నాయి. కానీ వాటి ద్వారా జరుగుతన్న మరణాల్లో 80% ఇండియాలోనే జరుగుతున్నాయి.
- గత 20 సం॥లో సగటున సం॥కి 58,000 మంది చొప్పున 12,00,000 దాకా మరణాలు నమోదు అయినట్లు చెబుతున్నారు.
- snake bites ఎక్కువగా నమోదు అవుతున్న రాష్ట్రం – ఆంధ్రప్రదేశ్
- snake bites ద్వారా ఎక్కువ మరణాలు సంభవిస్తున్న రాష్ట్రం – OD, AP, WB
- ప్రమాదాలు సంభవిస్తున్నపుడు సమీపంలో ఉన్న వ్యక్తి ప్రథమ చికిత్స చేయడానికన్నా ముందు

  D - Danger

  R - Response

  B - Breathe

  A - Airway

  C - Circulation అనే విధానాన్ని అనుసరించాలి.

శాస్త్ర సాంకేతికత

- Remote Sensing, GIS, Internet Mapping, GPS లను కలిపి Geo Informatics అంటారు.
- భారత GPS వ్యవస్థను Navic అని పిలుస్తన్నాము. ఇందులో 7 Satillets కలవు.

Japan	-	QZSS (7)
Russia	-	Glonass (24)
EU	-	గెలీలియో (24+)
China	-	Beidu (35)
USA	-	GPS (24)

- Remote Sensing కి వినియోగిస్తున్న sensorలును అమర్చే వేదికను 2 రకాలుగా చెబుతారు.
  1. ఏరియన్ వేదికలు

     ఉదా: విమానాలు

2. అంతరిక్ష వేదికలు

ఉదా: Satellites

❖ ఏరియన్ వేదికలను సంబంధించి 2 రకాలు

1. Vertical Air Borne Radar : ఇది కేవలం 2 ద్విమితీయ చిత్రాలను మాత్రమే తీయగలదు.
2. Side Looking Air Borne Radar : ఇది త్రిమితీయ చిత్రాలను కూడా తీయగలదు.

❖ ఈ త్రిమితీయ చిత్రాలను తీస్తున్నపుడు ఏర్పడ్డ అతివ్యాప్తులను (over lapping) తొలగించడానికి use చేసే పరికరం స్టీరియోస్కోప్ అంటారు.

❖ Satellite వేదిక గల Scanners - అవి వినయోగిస్తున్న శక్తి ఆధారంగా 2 రకాలు

1. Active Scanners / Sensors

❖ Scanning చేస్తున్న వస్తువు లేదా ఉపరితలంపై కాంతి తరంగాలను తమంతట తామే పంపిస్తాయి.

2. Passive Sensors నిష్క్రియాత్మక sensors

❖ ఇవి సూర్యకాంతిని పరావర్తనం చెందించే ప్రక్రియను కొనసాగిస్తాయి. శాటిలైట్ వేదికగల స్కానర్‌లు అవి పరావర్తనం చెందించే Electro Mangnetic Radiationలో గల కాంతి యొక్క తరంగ దైర్ఘ్యం ఆధారంగా వీటిని 2 రకాలుగా విభజిస్తారు.

ఎ. Opticle scanners

బి. Micro wave scanners

ఎ. Opticle Sensor : EMRలో దృశ్య కాంతిని పరారుణ కాంతిని Scan చేస్తాయి. పగటి పూట సూర్యకాంతి సహాయంతో scanning చేయు sensorsని దృశ్య కాంతి పరారుణ optical sensors అంటారు. రాత్రిపూట సూర్యకాంతి లేని సమయంలో ఉష్ణశక్తి ఆధారంగా scanning చేసే sensors Thermo optical sesnors అని పిలుస్తారు.

బి). మైక్రోవేవ్ తరంగాలను పరివర్తనం చెందించటం ద్వారా scanning ప్రక్రియను కొనసాగించే Sensorsను మైక్రోవేవ్ Sensors అంటారు.

❖ భారత శాటిలైట్లలో ఇప్పటి వరకు వినియోగించిన Micro Wave Sansors :

1. SAMIR Satellite – వీటిని 1979–81 మధ్యలో భాస్కర శాటిలైట్‌లో వినియోగించారు. ఇది సముద్ర భాగాలను స్కాన్ చేయడానికి ఉపయోగిస్తారు.
2. 2 Band TV Payload - భూ ఉపరితలంను స్కాన్ చేయడానికి ఉపయోగించారు.
3. Smart Scanners - రోహిణి శాటిలైట్‌లో వినియోగించారు.
4. LISS Learner Imaging Self Scanner - LISS I, II, IIIలు కలవు. IRA - IA Satillite నుండి అన్ని Satillite లలో వీటిని ఉపయోగిస్తారు.
5. Wide spread cameras / Scanner - ఇది 189కి.మీ. పొడవు, 810 చ.కి.మీ. విస్తీర్ణం ఉన్న ప్రాంతాలను కూడా స్కాన్ చేయగలదు.
6. Modal optic electronic scanners - సముద్రాలను సంబంధించి scan చేయగలదు
7. Panchromatic Scanner-విభిన్న రంగాలను కూడా ఏకకాలంలో స్కాన్ చేయగలదు. దీని రిజల్యూషన్ 5.8మీటర్లు.
8. Very Hight Resolution Scanners.

- శాటిలైట్‌లోని సెన్సార్స్ ఏ భూ ఉపరితలాన్ని స్కానింగ్ చేస్తున్నాయో ఆ ఉపరితలం యొక్క పరివర్తన కాంతి తరంగ దైర్ఘ్యాన్ని Spectro Signature అని పిలుస్తాం.
- శాటిలైట్లు స్కానింగ్ ద్వారా సేకరిస్తున్న సమాచారాన్ని ఈ భూమిపై నిక్షిప్తం (ఉంచే) చేసే వ్యవస్థను GIS అంటారు. Geographical Information System లో 5 భాగాలుంటాయి.
  1. Hardware
  2. Software
  3. ప్రజలు
  4. దత్తాంశం (Data)
  5. output
- GISలోని data బిందువులు, రేఖలు, భుజాలు వంటి వాటితో నిక్షిప్తం చేస్తే దానిని vector data ంటారు.
- Data ను Pixles రూపంలో నిక్షిపంతచేస్తే దాన్ని Raster data అంటారు.
- భారత Remote Sensingకి సంబంధించి GISను కలిగి యున్న విభాగం National Remote Sensing Centre (NRSC) Hyd – వీరి చేత విశ్లేషించబడ్డ Information

దేశంలోని 5 ప్రాంతీయ కేంద్రాలకు పంపించబడుతుంది.

North	–	డెహ్రాడూన్
West	–	జోధ్‌పూర్
East	–	కోల్‌కత్తా
South	–	బెంగుళూర్
Middle	–	నాగ్‌పూర్

- Remote Sensingకి సంబంధించి under graduate, PG research వంటి courceలను ఇస్తున్న ISROకి సంబంధించిన విభాగం Indian Institute of Remote Sensuing డెహ్రాడూన్
- IIRS యొక్క old name Indian Phototgraphic Interpretation Institute దీన్ని 1966లో నెదర్లాండ్ సహాయంతో ఏర్పాటు చేశారు.

Note: UNOకి సంబంధించిన Asia Pasific ప్రాంతీయ అంతరిక్ష శాస్త్ర సాంకేతిక విద్యా కేంద్రం కూడా డెహ్రాడూన్‌లోనే ఉంది.

- ISRO వారు విపత్తు నిర్వహణకు సంబంధించిన ఒక సమాచార వ్యవస్థను కలిగియున్నారు. దీనిని National database for emergency management (NDEM)
- విభిన్న దేశాలతో ఒప్పందాల్లో భాగంగా విపత్తు నిర్వహణకు సంబంధించి ISRO ఈ క్రింది దేశాలకు సహాయం చేస్తుంది.
  - కంబోడియా
  - చైనా
  - ఇండోనేషియా
  - ఇరాక్
  - జపాన్
  - మయన్మార్
  - నేపాల్
  - ఒమన్
  - ఫిలిఫైన్స్
  - శ్రీలంక
  - తైవాన్
  - తజకిస్తాన్
  - థాయ్‌లాండ్
  - వియత్నాం
- విపత్తులకు సంబంధించి ISRO చేసే ప్రకటనలు గల వ్యవస్థను MOSDAC అంటారు.
- ISRO విపత్తులకు సంబంధించిన ISRO portal - BHUVAN.

CHAPTER 12 సహజ వనరులు మరియు వాటి విస్తరణ (Natural Resources and their Distribution)

ఖనిజాలు - శక్తి వనరులు:

❖ ఖనిజాల భౌతిక, రసాయన ధర్మాలను ఆధారంగా 3 రకాలుగా వర్గీకరించవచ్చు. అవి:

1. లోహ ఖనిజాలు (Metalic Minerals)
2. అలోహ ఖనిజాలు (Non-MetalicMinerals)
3. శక్తి వనరులు (Energy Resources)

1. లోహ ఖనిజాలు:

❖ లోహ ఖనిజాలను మరల 2 రకాలుగా వర్గీకరించవచ్చు. అవి:

ఎ. **ఇనుపయుత ఖనిజాలు (FerrousMetalic Minerals):** ఫెర్రస్ లోహాలు ఇనుము మరియు ఉక్కు కలిగి ఉన్న లోహాలు. ఒక మెటల్ ఫెర్రస్ అని చెప్పడానికి ఒక ఖచ్చితమైన మార్గం వాటి అయస్కాంత లక్షణాలను పరిరక్షించడం. ఫెర్రస్ లోహాలు సాధారణంగా అయస్కాంత స్వభావం కలిగి ఉంటాయి మరియు అధిక తన్యత బలాన్ని కలిగి ఉంటాయి. ఇవి తుప్పు పడతాయి.

ఉదా : ఇనుము, మాంగనీస్, క్రోమియం, నికెల్, కోబాల్ట్ మొదలైనవి.

బి. **ఇనుప రహిత ఖనిజాలు (Non-Ferrous Metalic Minerals) :** నాన్ ఫెర్రస్ లోహాలు ఇనుము లేదా ఇనుము భాగాలు లేని లోహాలు. ఇవి అయస్కాంత గుణాన్ని కలిగి ఉండవు. నాన్ ఫెర్రస్ లోహాలు ఫెర్రస్ లోహాల కంటే అధిక ప్రయోజనాలను కలిగి ఉంటాయి. ఎందుకంటే ఇవి బరువులో తేలికగా మరింత సున్నితంగా ఉంటాయి కాబట్టి ఇవి తుప్పు పట్టవు.

ఉదా : బంగారం, వెండి, కాపర్, రాగి, బాక్సైట్, అల్యూమినియం, సీసం, జింక్ మొదలైనవి.

2. అలోహ ఖనిజాలు :

❖ లోహాలు లేని ఖనిజాలను అలోహ ఖనిజాలు అంటారు. ఇవి సాధారణంగా అవక్షేపశిలలు నుండి లభిస్తాయి.

ఉదా : సున్నపురాయి, ముగ్గురాయి, మైకా, వజ్రాలు, డైమండ్స్, గ్రాఫైట్, బాక్సైట్ మొదలైనవి.

3. శక్తి వనరులు:

❖ ఇవి ప్రధానంగా రెండు రకాలు.

1. **ఇంధన ఖనిజాలు :** శక్తిని అందించే ఖనిజాలను ఇంధన ఖనిజాలు అంటారు (Those Minerals which provide energy) వీటిని శిలాజ ఇంధనాలు అని కూడా అంటారు. ఇవి మండే స్వభావం గల ఖనిజాలు.

   ఉదా : బొగ్గు, పెట్రోలియం, సహజవాయువు

2. **అణుఇంధన ఖనిజాలు :** శక్తిని రేడియేషన్ రూపంలో వెదజల్లే అస్థిర కేంద్రక ముడిపదార్థాలు

   ఉదా : యురేనియం, థోరియం, ప్లూటోనియం, జిర్కొనియం.

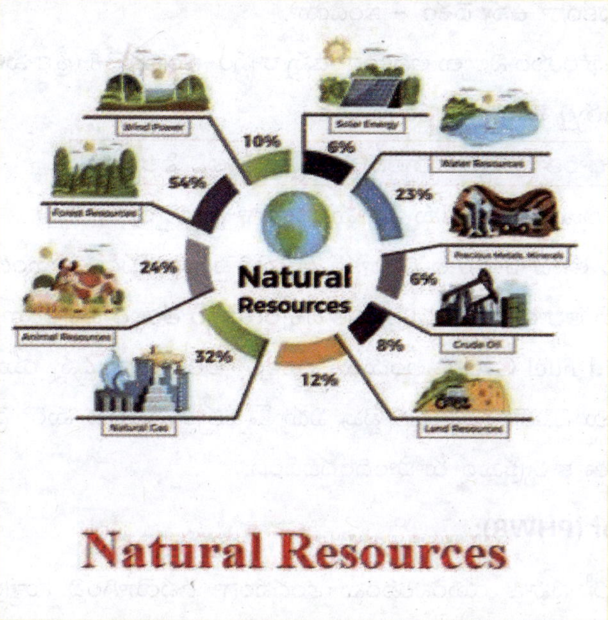

- ★ **యురేనియం:** యురేనియం యొక్క ముడి ఖనిజాన్ని "పిచ్ బ్లెండ్" అని అంటారు. ఇందులో మనకు శక్తి ఉత్పత్తికి కావలసినవి U233 & U238.
- ★ దేశంలో ప్రస్తుతానికి యురేనియం నిల్వలు అధికంగా ఉన్న రాష్ట్రం - ఆంధ్రప్రదేశ్.
- ★ ఆంధ్రప్రదేశ్‌లో ఎక్కువగా కడప జిల్లాలోని పులివెందుల వద్ద తుమ్మలపల్లిలో యురేనియం నిల్వలు అధికంగా కలవు.

❖ దేశంలో సాంప్రదాయకంగా యురేనియంను ఉత్పత్తి చేస్తున్న రాష్ట్రం-జార్ఖండ్ (జాదూగూడ మైన్స్‌లో ఎక్కువగా ఉత్పత్తి చేస్తున్నారు)

Note: యురేనియం కార్పొరేషన్ ఆఫ్ ఇండియా లిమిటెడ్ (ucil-1967) జాదూగూడలో కలదు. ఇది అణు మంత్రిత్వ శాఖ అధీనంలో ఉన్నటువంటి ప్రభుత్వ రంగ సంస్థ. భారతదేశంలో యురేనియం త్రవ్వేందుకు అనుమతి గల ఏకైక సంస్థ-ucil. జార్ఖండ్ రాష్ట్రంలో 6 భూగర్భ గనులు (బాగ్జాత, జాదుగూడ, భతిన, నర్వాపహార్, మొహల్ధి, తురామ్ధి) మరియు ఒక ఉపరితల గని (open pit mine) బందుహురాంగ్‌ను నిర్వహిస్తుంది.

❖ యురేనియం నిల్వలలో మొదటి స్థానాల్లో ఆస్ట్రేలియా, కెనడా, ఖజికిస్థాన్ కలవు. కాని ఉత్పత్తి మరియు ఎగుమతులలో మొదటి స్థానంలో ఖజికిస్థాన్ కలదు.

❖ ucil ఆంధ్రప్రదేశ్‌లోని తుమ్మల పల్లిలో ఒక భూగర్భగని మరియు యురేనియం శుద్ధి కర్మాగారంను కూడా నిర్వహిస్తుంది.

❖ ucil దేశంలోని వివిధ ప్రాంతాలలో కొత్త గనులు మరియు ప్లాంట్‌లను ఏర్పాటు చేయడానికి కార్యకలపాలను ప్రారంభించింది. అందులో భాగంగా కర్ణాటకలోని గోగి వద్ద, తెలంగాణలోని లంబాపూర్ వద్ద మరియు మేఘాలయలోని కీలాంగ్-పెండింగ్ సోహియాంగ్ (మాతభా) వద్ద యురేనియం తవ్వడానికి ప్రయత్నాలు ప్రారంభించింది.

❖ అదేవిధంగా యురేనియం నిల్వలు తమిళనాడు, ఒడిషా, తెలంగాణ రాష్ట్రాలలో కలవు.

2. థోరియం:

❖ థోరియం యొక్క ముడి ఖనిజాన్ని "మోనోజైట్" అని అంటారు.

❖ థోరియం నిల్వలు ఇండియా, ఆస్ట్రేలియా, బ్రెజిల్‌లలో కలవు.

- ప్రపంచంలో థోరియం నిల్వలు అధికంగా ఉన్న దేశం - ఇండియా.
- భారతదేశంలో gsi నివేదిక ప్రకారం థోరియం నిల్వలు అధికంగా ఉన్న రాష్ట్రం–ఆంధ్రప్రదేశ్ (శ్రీకాకుళం, విశాఖపట్నం).
- ప్రస్తుతం థోరియంను అధికంగా ఉత్పత్తి చేస్తున్న రాష్ట్రం - కేరళ

Note: యురేనియం, థోరియం ఆధారిత విద్యుత్ ఉత్పత్తిని అణువిద్యుత్ అని పిలుస్తారు.

- హోమి జహంగీర్ బాబాను భారత 'అణుశక్తి కార్యక్రమ పితామహుడు'గా పిలుస్తారు.
- భారతదేశ అణువిద్యుత్ కార్యక్రమం అనేది 3 తరాల రియాక్టర్ల అభివృద్ధిపై ఆధారపడి ఉంటుంది. ఈ కార్యక్రమం 'Closed Fuel Cycle' అనే ప్రక్రియ ఆధారంగా ఉండును. ఒక దశ రియాక్టర్ తర్వాత దశ రియాక్టర్ అవసరమయ్యే ఇంధనం సమకూర్చుటను "Closed Fuel Cycle" అందురు. దేశంలో అత్యల్పంగా ఉన్న యురేనియం నిల్వలు, అత్యధికంగా ఉన్న థోరియం నిల్వలు వినియోగించి ఒక వైపు విద్యుత్ ఉత్పత్తి చేయుట మరో వైపు దేశ భద్రతను మరింత పటిష్టం చేయడం కోసం ఈ కార్యక్రమం రూపొందించబడింది.

Pressurised heavy water Reactor (PHWR):

- ఇది మొదటి దశ రియాక్టర్. దీనిలో సహజ యురేనియంను ఇంధనంగా ఉపయోగించి న్యూట్రాన్స్‌తో గాఢతను చెందించి దీనికి ఉప ఉత్పత్తి అయిన ప్లుటోనియంను ఉత్పత్తి చేసి తక్కువ మోతాదులో శక్తి ఉత్పత్తి చేస్తున్నారు.
- భారజలాన్ని అధిక పీడనం వద్ద మితకారిగా ఉపయోగిస్తారు.
- ఈ రియాక్టర్‌లో శక్తి ఉత్పాదనతో పాటు 2వ దశ రియాక్టర్‌కు అవసరమయ్యే ప్లుటోనియం - 239 లభిస్తుంది.

Fast Breeder Reactor (FBR):

- ఇది 2వ తరం రియాక్టర్, మొదటి దశ నుండి లభించిన ప్లుటోనియంను యురేనియంతో కలిపి మిశ్రమ ఇంధనంగా ఈ రియాక్టర్‌లో ఉపయోగిస్తారు.
- ఈ రియాక్టర్‌లో ఖర్చు అయిన ఇంధనం కన్నా ఉత్పత్తి చేస్తున్న ఇంధనం ఎక్కువ కాబట్టి దీనిని fbr అంటారు. ఒక వైపు శక్తి ఉత్పాదనతో పాటు మరో వైపు 3వదశకు అవసరమయ్యే u233 లభిస్తుంది.

Advanced Pressurised heavy water Reactor (APHWR) :

- ఇది 3వ తరం రియాక్టర్.
- 2వ దశలో లభించిన u233 ను చాలా తక్కువ మోతాదులో (2%), అదే విధంగా దేశీయ థోరియంను అత్యధిక శాతం వరకు వినియోగిస్తూ అధిక విద్యుత్‌ను ఉత్పత్తి చెయ్యడం ఈ దశ లక్ష్యం.
- దేశంలో మొత్తం 22 న్యూక్లియర్ రియాక్టర్లు కలవు. అందులో 17 రియాక్టర్లు PHWR కు చెందినవి, FBR కి చెందినది 1, రెండు బోయిలింగ్ వాటర్ రియాక్టర్లు - తారాపూర్ (మహారాష్ట్ర)లో మరియు 2 వాటర్ వాటర్ రియాక్టర్లు కుడంకుళం (తమిళనాడు)లో కలవు.
- 7 న్యూక్లియర్ పవర్ ప్లాంట్‌లలో ఉన్న 22 న్యూక్లియర్ రియాక్టర్‌ల నుండి 6780 MWE స్థాపిత సామర్థ్యాన్ని భారత్ సాధించింది.
- దేశంలో మొట్టమొదటి న్యూక్లియర్ రియాక్టర్ - అప్సర
- మొట్టమొదటి దేశీయ న్యూక్లియర్ రియక్టర్ - కామిని
- భారతదేశపు అతిపెద్ద అణు పరిశోధన రియాక్టర్ - ధృవ రియాక్టర్ (ఇది ఆసియాలోనే మొదటి అణు రియాక్టర్).
- దేశంలో మొట్టమొదటి న్యూక్లియర్ పవర్ ప్లాంట్ - తారాపూర్ (మహారాష్ట్ర)
- మొట్టమొదటి దేశీయ న్యూక్లియర్ పవర్ ప్లాంట్ - కల్పక్కం (చెన్నై)

- దేశంలో అతి పెద్ద న్యూక్లియర్ పవర్ ప్లాంట్ - కుడంకుళం, (తమిళనాడు)
- ప్రపంచంలో అణు విద్యుత్ ఉత్పత్తిలో ఫ్రాన్స్ మొదటి స్థానంలో ఉంది.
- భారతదేశ మొత్తం స్థాపిత విద్యుత్‌లో అణు విద్యుత్ ఉత్పత్తి 5వ స్థానంలో ఉంది మరియు మొత్తం విద్యుత్ ఉత్పాదనలో 1.6% గా ఉంది.
- అణు రియాక్టర్‌లు ఎక్కువ సంఖ్యలో గల రాష్ట్రం - రాజస్థాన్.
- అణు విద్యుత్ ఉత్పత్తి స్థాపిత సామర్థ్యం అధికంగా గల రాష్ట్రం - తమిళనాడు (2000 mw).

భారతదేశంలోని అణువిద్యుత్ కేంద్రాలు

1. తారాపూర్ అటామిక్ పవర్ స్టేషన్ (కాళీ నది ఒడ్డున) - తారాపూర్, మహారాష్ట్ర - 1969
2. రాజస్థాన్ అటామిక్ పవర్ స్టేషన్ (చంబల్ నది వద్ద) - రావత్‌భట్ట, రాజస్థాన్ - 1972 (కెనడా సహాయంతో)
3. మద్రాస్ అటామిక్ పవర్ స్టేషన్ (ఇది దేశీయ మొట్టమొదటి నూక్లియర్ పవర్ ప్లాంట్)- కల్పక్కం,చెన్నై - 1984
4. నరోరా అటామిక్ పవర్ స్టేషన్ (గంగా నది వద్ద) - నరోరా, ఉత్తరప్రదేశ్ - 1991 (రష్యా సహాయంతో)
5. కాక్రపార అటామిక్ పవర్ స్టేషన్ (తపతి నది వద్ద) - కాక్రపార, గుజరాత్ - 1993 (రష్యా సహాయంతో)
6. కైగా అటామిక్ పవర్ స్టేషన్ (కాళీ నది ఒడ్డున) - కైగా, కర్ణాటక - 2000 (రష్యా సహాయంతో)
7. కుడంకుళం అటామిక్ పవర్ స్టేషన్ - కుడంకుళం, తమిళనాడు - 2013

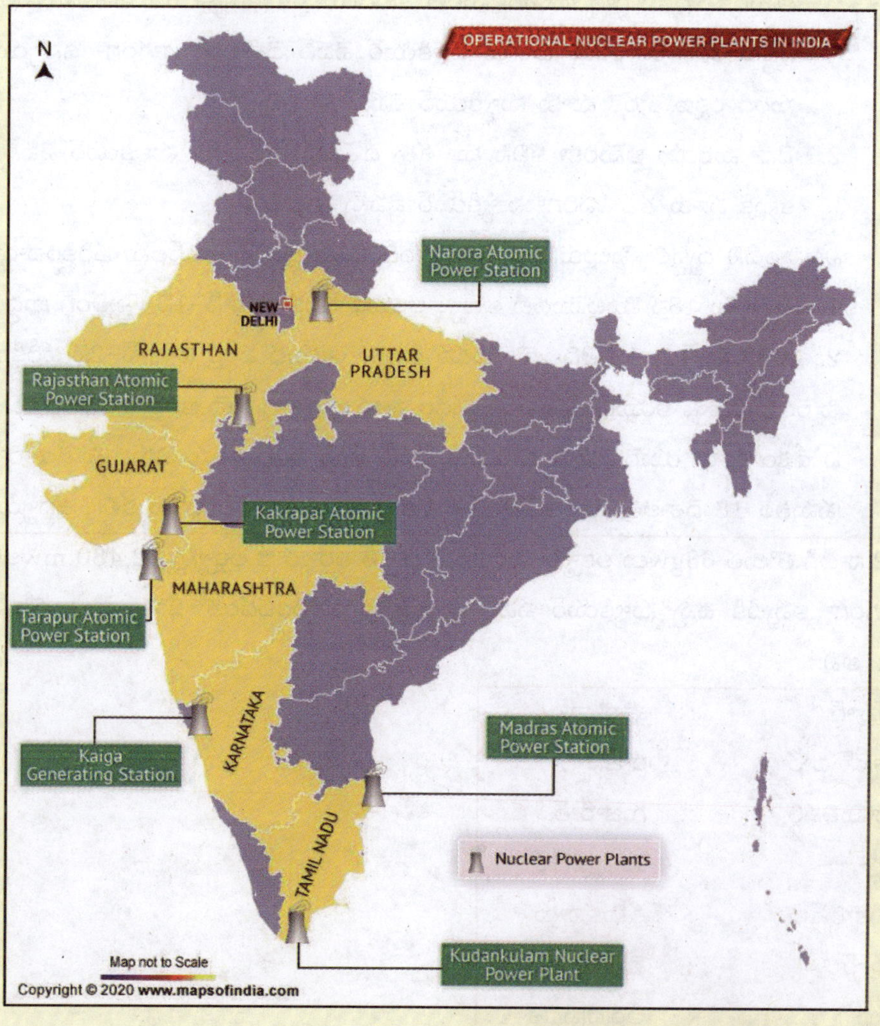

Note: ♦ IAEA - Intrnational atomic energy agency ఒక చట్టం చేసింది. అదే అణ్వస్త్ర వ్యాప్తి నిరోధక చట్టం (NPT). ఇందులో ప్రధానంగా తేదీని ఆధారం చేసారు. 1967 జనవరి 1 కంటే ముందు, ఆరోజు వరకు ఏ దేశాల వద్ద అయితే అణ్వస్త్రాలు ఉంటాయో వాటిని న్యూక్లియర్ దేశాలుగా పరిగణిస్తారు. ఈ అణ్వస్త్రాలు కేవలం యుద్ధ నియంత్రణ కోసం మాత్రమే.

♦ అణ్వస్త్ర వ్యాప్తి నిరోధక చట్టంలో (NPT) ఏ దేశాలు అయితే సంతకం చేస్తాయో అవి కొత్తగా న్లూకియర్ వెపన్స్‌ని ఉత్పత్తి చేయడానికి అనుమతి ఉండదు. ఐక్యరాజ్య సమితి సాధారణ సభలో ఉన్న సభ్య దేశాలు అన్ని దీనిపై సంతకం చేయాలి. కాని ఇందులో ఇండియా, పాకిస్థాన్, ఇజ్రాయెల్, సౌత్ సూడాన్‌లు సంతకం చేయలేదు. ఉత్తర కొరియా సంతకం చేసింది కాని తరువాత వెనక్కి తీసుకుంది. ఇరాన్ సంతకం చేసి నిబంధనలు ఉల్లంఘించింది.

♦ అణ్వస్త్ర వ్యాప్తి నిరోధక చట్టం (NPT) లో సంతకం చేయకపోవటం వల్ల ఇండియాపై సంతకం చేయమని ఒత్తిడి ఎక్కువగా IAEA చేసింది. అయితే ఇండియా ఇందులో సంతకం చేయడానికి పెట్టిన షరతు: తేదీని పొడిగిస్తే మేము సంతకం చేస్తాం.

♦ IAEA అణ్వస్త్రాల అవసరం ఏమిటి అని అడగగా భారత్ చెప్పిన సమాధానాలు

1. 1962లో మేము న్యూక్లియర్ వెపన్ దేశమైన చైనాతో యుద్ధంలో పాల్గొన్నాం మరియు 1971లో అమెరికా దియోగార్సి ద్వీపం నుంచి ఇండియాపైకి న్యూక్లియర్ వెపన్‌ని ప్రయోగించడానికి సిద్ధపడింది. ఈ రెండు దేశాలు న్లూకియర్ వెపన్ దేశాలలో భాగంగా ఉన్నాయి కనుక వాటి నుండి రక్షణ కొరకై మాకు న్యూక్లియర్ వెపన్స్ కావాలి.
2. చైనా మరియు అమెరికా కలిసి మా శత్రు దేశమైన పాకిస్థాన్‌కి న్యూక్లియర్ వెపన్స్ అందిస్తుంది. కనుక మాకు తప్పనిసరిగా న్యూక్లియర్ వెపన్స్ కావాలి.

♦ వీటన్నింటిని దృష్టిలో పెట్టుకుని ఇందిరా గాంధీ 2 న్యూక్లియర్ వెపన్‌లను పరీక్షించారు.

1. 1974 మే 18న మొట్టమొదటి అణ్వస్త్ర ఆయుధ పరీక్ష పోక్రాన్-1ని (స్మైలింగ్ బుద్ధ) పరీక్షించారు.
2. 1998 మే 11, 13 తేదీలలో రెండవ అణ్వస్త్ర ఆయుధ పరీక్ష పోక్రాన్-2ని పరీక్షించారు.

♦ పై రెండు అణ్వస్త్ర ఆయుధాలను పరీక్షించడం వలన భారత దేశంపై ఆంక్షలు విధించారు. భారతదేశానికి ఏ దేశం కూడా యురేనియం, థోరియం వంటి అణు ఇంధనాలను ఎగుమతి చేయరాదు.

♦ ప్రస్తుతం 18 దేశాలతో భారతదేశానికి సివిల్ న్యూక్లియర్ సంబంధాలు కలిగి ఉన్నాయి.

❖ 2031-32 నాటికి తొలుత 63gwలు లక్ష్యాన్ని పెట్టుకున్న భారత్ తర్వాత ఆ లక్ష్యాన్ని 22,480 mwలకు తగ్గించింది. దీనిలో భాగంగా ఇప్పటికి ఉన్న న్యూక్లియర్ పవర్ ప్లాంట్‌లను విస్తరించడంతో కొత్త ప్రాంతాల్లో వీటిని ఏర్పాటు చేస్తున్నారు. అవి:

1. గోరఖ్‌పూర్	:	హర్యానా
2. మాహిబన్స్‌వార	:	రాజస్థాన్
3. చాయామితివర్ది	:	గుజారాత్
4. చుట్కా	:	మధ్యప్రదేశ్
5. ట్యూటికొరిన్	:	తమిళనాడు
6. హరిపూర్	:	వెస్ట్‌బెంగాల్
7. కొవ్వాడ	:	ఆంధ్రప్రదేశ్

		(కొవ్వాడను Westinghouse కంపెనీ మరియు GE కంపెనీ సహకారంతో శ్రీకాకుళం జిల్లా రణస్థలం మండలంలోని కొవ్వాడ అణువిద్యుత్ ప్లాంట్‌ను 2015లో (6×1208mw = 7248mw) సామర్థ్యంతో ప్రతిపాదించబడింది. ఒక వేళ ఇది పూర్తి అయితే దేశంలో 2వ అతిపెద్ద విద్యుత్ ఉత్పత్తి ప్రాజెక్ట్ కాబోతుంది).
8. జైతాపూర్	:	మహారాష్ట్ర (భవిష్యత్తులో అణురంగమే కాదు ఏ రంగంలోనైనా అతిపెద్ద విద్యుత్ ఉత్పత్తి ప్లాంట్‌గా అవతరించబోతోంది)

♦ ప్రస్తుతం భారతదేశంలో అతి పెద్ద న్యూక్లియర్ పవర్ స్టేషన్ వింద్యాచల్ (4760 మెగావాట్ల స్థాపిత సామర్థ్యం).

Note: అణు విద్యుత్ ఉత్పత్తిలో భారజలాన్ని మితకారిగా ఉపయోగిస్తారు. ప్రస్తుతం దేశంలో 9 భారజల కేంద్రాలు కలవు. అవి:

1. పంజాబ్	:	నంగల్
2. రాజస్థాన్	:	కోటా (రావత్‌బట్టా)
3. గుజరాత్	:	హజీరా
4. గుజరాత్	:	వడోధరా
5. మహారాష్ట్ర	:	థాల్
6. తమిళనాడు	:	ట్యూటికొరిన్
7. తెలంగాణ	:	మణుగూరు (అతిపెద్ద మరియు ఇటీవల కాలంలో ఏర్పాటు చేసినది)
8. ఒడిషా	:	తాల్చేర్

ముడిచమురు:

❖ దేశం యొక్క వినియోగంలో 80% వరకు ముడి చమురును దిగుమతి చేసుకుంటున్నాం.

❖ దేశానికి ముడిచమురుని ఎగుమతి చేస్తున్న దేశాలు : 1. రష్యా
2. ఇరాక్
3. సౌదీ అరేబియా
4. వెనుజులా
5. అమెరికా
6. నైజీరియా

Note: ప్రతీనెల ముడిచమురు ఎగుమతులు, దిగుమతులలో మార్పులు ఉంటాయి.

❖ దేశీయ ఉత్పత్తిలో 20శాతం కంటే తక్కువగా ఉంది.

❖ 1956 చమురు సహజ వాయువుల సంస్థ (Oil and Natural Gas Corporation - ONGC) ఏర్పాటైంది. 2003 సం॥లో ongc సంస్థ విదేశాలలో చమురు అన్వేషణ, త్రవ్వకాల కోసం ongc విదేశీ లిమిటెడ్ ovlను ఏర్పాటు చేసింది.

❖ దేశంలో చమురు ఉత్పత్తి 2 రకాలుగా ఉంది 1) ON shore, 2) OFF shore.

❖ దేశంలో ON shore కన్నా OFF shoreలో ఉత్పత్తి ఎక్కువ.

❖ తూర్పుతీరం కన్నా పశ్చిమ తీరంలో ఉత్పత్తి ఎక్కువ.

❖ దేశంలో మొట్టమొదటి ఆఫ్‌షోర్ ముడి చమురు నిల్వ కేంద్రం ఆలియాబెట్.

- పశ్చిమ తీరంలో ఆలియాబట్, కడారియాబెట్, బాసిన్, బొంబే హై మొదలైనవి కలవు.
- దేశంలో అతిపెద్ద చమురు క్షేత్రం - బాంబే హై.
- దేశంలో మొదటి OFF shore మైనింగ్ కేంద్రం - ఆలియాబట్.
- తూర్పు తీరంలో 2 రాష్ట్రాలలో చమురు క్షేత్రాలు కలవు. అవి: ఆంధ్రప్రదేశ్, తమిళనాడు. ఆంధ్రప్రదేశ్‌లో రవ్వ-లింగాల మధ్యలో వెలికితీస్తున్నారు మరియు తమిళనాడులో కోవెలపుల్-నారీమన్ మధ్యలో వెలికితీస్తున్నారు.
- ఆన్‌షోర్‌లో దేశంలో చారిత్రాత్మకంగా మొట్టమొదటి సారిగా చమురు ఉత్పత్తి చేస్తున్న రాష్ట్రం - అస్సాం (దిగ్బాయ్).
- దిగ్బాయ్, నహర్ కతియా, రుద్రసాగర్, నూన్‌మతి, సిబ్ సాగర్, గౌహతి మొదలైనవి అస్సాంలో గల ముఖ్యమైన చమురు క్షేత్రాలు.
- దేశంలో మొదటి చమురు బావి - మాకుమ్ (అసోం).
- ఆసియాలో మరియు దేశంలో మొట్టమొదటి విజయవంతం అయిన చమురు బావి - దిగ్బాయ్ (అస్సాం).
- దేశంలో ముడిచమురుని తీరం లోపల అధికంగా ఉత్పత్తి చేస్తున్న రాష్ట్రం - గుజరాత్.
- గుజరాత్‌లోని అహ్మదాబాద్, కల్లోల్, కోశాంబి, సనంద్, మెహసేన, అంకలేశ్వర్ మొదలైన ప్రాంతాల్లో చమురు బావులు కలవు.

> **Note:** గుజరాత్ రాష్ట్రంలో అతిపెద్ద చమురు క్షేత్రం "అంకలేశ్వర్" దీనిని జవహర్‌లాల్ నెహ్రూ గారూ 'ఫౌంటైన్ ఆఫ్ ప్రోస్పరిటి (Fountain of prosperity)' గా వర్ణించాడు.

- రాజస్థాన్‌లోని బార్మేర్ ప్రాంతంలో సరస్వతి, మంగళ, రాజేశ్వరి, మొదలైన చమురు బావులు కలవు.
- దేశంలో ముడి చమురు ఉత్పత్తిలో మొదటి స్థానంలో ఉన్నరాష్ట్రాలు 1) మహరాష్ట్ర (తీరరేఖను కూడా కలుపుకుంటే), 2) గుజరాత్, 3) రాజస్థాన్.
- పెట్రోలియం నిల్వలు, ఉత్పత్తి, ఎగుమతుల్లో మొదటిస్థానం - సౌదీ అరేబియా
- ఆంధ్రప్రదేశ్‌లో కృష్ణ, గోదావరి బేసిన్ ముఖ్యంగా కోనసీమ జిల్లాలో పాశర్లపూడిలో చమురు ఉత్పత్తి జరుగుతుంది.
- దేశం ముడిచమురుని దిగుమతి చేసుకుంటున్నప్పటికీ అత్యంత వేగవంతంగా చమురు శుద్ధి కర్మాగారాలను ఏర్పాటు చేయటం జరిగింది.
- భారతదేశ దిగుమతులలో ముడిచమురు మొదటి స్థానంలో ఉంది మరియు మన విదేశీ మారకద్రవ్యాలను ఎక్కువగా ముడి చమురు కోసం ఖర్చు చేస్తున్నాము. అయినప్పటికి ముడి చమురుతో తయారైన ఉత్పత్తులను ఎక్కువగా భారత్ ఉత్పత్తి చేస్తుంది.

దేశంలో గల చమురు శుద్ధి కర్మాగారాలు:

- ప్రస్తుతానికి దేశంలో చమురు శుద్ధి కర్మాగారాలు 18 ప్రభుత్వ రంగంలో, 2 ఉమ్మడి రంగంలో, 3 ప్రైవేట్ రంగంలో కలవు.
- 3 ప్రైవేట్ కర్మాగారాలు గుజరాత్‌లో కలవు అవి

1.	జామ్‌నగర్	:	రిలయన్స్ ఇండస్ట్రీస్ ఆధీనంలో ఉంది.
			Note: ప్రపంచంలో అతిపెద్ద చమురుశుద్ధి కర్మాగారం జామ్‌నగర్ రిలయన్స్
2.	జామ్‌నగర్ SEZ	:	రిలయన్స్ ఇండస్ట్రీస్ ఆధీనంలో ఉంది.
		:	ఆసియా ఖండంలో అతిపెద్దది.
3.	వడినార్	:	ఎస్సార్ ఆయిల్ లిమిటెడ్ ఆధీనంలో ఉంది.

ఉమ్మడి యాజమాన్యంలో

1. భటిండా – IOCL + మిట్టల్ oil (పంజాబ్).
   - దీనినే గురు గోబింద్ సాగర్ రిఫైనరీ అని కూడా పిలుస్తారు.
2. బిన – భారత్ ఒమాన్ రిఫైనరీ లిమిటెడ్ (మధ్యప్రదేశ్)
   - మధ్య భారతదేశంలో ఏర్పాటు చేయబడిని మొదటి చమురు శుద్ధి కార్మాగారం.
   - దీనిని ఇటీవలె కాలంలో BPLC వారు కొనుగోలు చేయడంలో BPLC + Oman oil coporation limited సంయుక్త భాగస్వామ్యంలో ఏర్పాటు చేయబడిన కర్మాగారం.

ప్రభుత్వ రంగంలో గల రిఫైనరీలు:

1. బరౌని	:	బీహార్ – IOCL ఆధీనంలో కలదు.
2. మధుర	:	ఉత్తర ప్రదేశ్ – IOCL ఆధీనంలో కలదు.
		Note: తాజ్‌మహల్ వంటి కట్టడాలను కాలుష్యానికి గురి చేస్తుందని ఈ పరిశ్రమని రీలొకేట్ చేయమని సుప్రీంకోర్టు ఇటీవలె చెప్పటం జరిగింది.
3. పానీపట్	:	హర్యానా IOCL ఆధీనంలో కలదు.
4. కొయాలి	:	గుజరాత్ – IOCL ఆధీనంలో కలదు.
5. ముంబై	:	మహారాష్ట్ర – BPCL ఆధీనంలో కలదు.
6. ముంబై	:	మహారాష్ట్ర – hpcl ఆధీనంలో కలదు.
7. మంగళూరు	:	కర్ణాటక – మంగుళూరు రిఫైనరీ లిమిటెడ్.
8. కొచ్చి	:	కేరళ – BPCL ఆధీనంలో కలదు. ప్రభుత్వరంగ సంస్థల ఆధీనంలో గల Refinaryల్లో అతిపెద్దది.
9. నాగపట్నం	:	తమిళనాడు – cpcl ఆధీనంలో కలదు.
10. చెన్నై (మనాలి)	:	తమిళనాడు – cpcl ఆధీనంలో కలదు.
11. విశాఖ	:	ఆంధ్రప్రదేశ్ – hpcl ఆధీననంలో కలదు. ఇది తూర్పు తీరంలో మొదటి చమురు శుద్ధి కార్మగారం.
12. తాటిపాక	:	ఆంధ్రప్రదేశ్ – ongc ఆధీనంలో కలదు. దేశంలో అతి చిన్న చమురు శుద్ధి కర్మాగారం. ongc ఆధీనంలో గల ఏకైక చమురు శుద్ధి కర్మాగారం.
13. పారాదీప్	:	ఒడిషా – IOCL ఆధీనంలో కలదు.
14. హల్దియ	:	పశ్చిమ బెంగాల్ – IOCL ఆధీనంలో కలదు.
15. దిగ్బాయ్	:	అస్సాం IOCL (Indian oil coporation limited) ఆధీనంలో ఉంది. ఇది భారతదేశంలో మొట్టమొదటి చమురు శుద్ధి కర్మాగారం. ఆసియా మొట్టమొదటి చమురుశుద్ధి కర్మాగారాన్ని ఇండియాలోనే ఏర్పాటు చేసారు.
16. గౌహతి	:	అస్సాం – IOCL ఆధీనంలో కలదు.
17. బొంబై గావ్	:	అస్సాం – IOCL ఆధీనంలో కలదు.
18. నూమాలిగర్	:	అస్సాం – నూమాలిగర్ రిఫైనరీ లిమిటెడ్ – ఈశాన్య ప్రాంతంలో అతిపెద్ద చమురు శుద్ధి కర్మాగారం.

★ **భారతదేశంలో చమురుశుద్ధి కర్మాగారాల్ని ఏర్పాటు చేయడానికి స్థానీయ కారకాలు:**

1. మొదటితరం : ముడి సరుకులు ఆధారిత చమురుశుద్ధి కర్మాగారాలు.

   ఉదా : దిగ్బాయ్.

2. రెండవతరం : డిమాండ్ ఆధారిత చమురుశుద్ధి కర్మాగారాలు.

   ఉదా : మథుర, బినా, ముంబై-1, బరౌని.

3. మూడవతరం : దిగుమతి ఆధారిత చమురుశుద్ధి కర్మాగారాలు.

   ఉదా : విశాఖపట్నం వీటిని ముఖ్యంగా ప్రధానంగా తీర ప్రాంతాలలో ఏర్పరిచారు.

4. ప్రస్తుతతరం : ముడిసరుకులు, డిమాండ్, దిగుమతి అన్నిటికీ సమాన ప్రాధాన్యత ఇస్తూ ఏర్పరుస్తున్నారు.

❖ దేశంలో 24వ Oil Refinary నిర్మాణంలో ఉంది. ఇది రాజస్థాన్‌లో బార్మేర్. దీన్ని రాజస్థాన్ రాష్ట్ర ప్రభుత్వం మరియు hpcl సంయుక్తంగా నిర్వహిస్తుంది.

❖ ఉద్గారాలను తగ్గించడానికి ఈథేన్‌ను ముడి చమురు కలిపే పక్రియను బ్లెండింగ్ అంటారు. బ్లెండింగ్ ప్రక్రియతో ముడిపడి ఉన్న రిఫైనరీలను 'గ్రీన్ ఆయిల్ రిఫైనరీస్' అంటారు.

❖ ప్రపంచంలో అతిపెద్ద 'గ్రీన్ ఆయిల్ రిఫైనరీ' ని మహారాష్ట్రలో రత్నగిరి జిల్లాలో నిర్మించబోతున్నారు. దీనిని IOCL + HPCL + BPCL లు కలిసి సంయుక్తంగా నిర్మిస్తున్నాయి. దీని నిర్మాణానికి సహాయం అందిస్తున్న దేశం సౌదీ అరేబియా.

వ్యూహాత్మక చమురు నిల్వ కేంద్రాలు:

❖ భవిష్యత్ అవసరాలను దృష్టిలో పెట్టుకుని ముఖ్యంగా పెట్రోల్ వంటి వాటిని నిల్వ చేసే ప్రాంతాలను వ్యూహాత్మక చమురు నిల్వ కేంద్రాలు అంటారు.

❖ దేశంలో 1990 దశకంలో ఈ ఆలోచన ప్రారంభం అయింది.

❖ వ్యూహాత్మక చమురు నిల్వ సంస్థను 2005లో రూపకల్పన చేయడం జరిగింది.

❖ దేశంలో మొట్టమొదటి వ్యూహాత్మాక చమురు నిల్వ కేంద్రం విశాఖపట్నం (1.33 mmt)

❖ ఇతర 2 వ్యూహాత్మక కేంద్రాలు కర్ణాటకలో ఉన్నాయి.

1. మంగళూరు - 1.5 mmt
2. పాడూరు - 2.5 mmt

❖ పై 3 చమురు నిల్వ కేంద్రాల సహాయంతో భారతదేశ అవసరాలు 10 రోజులు వరకు మాత్రమే తీర్చగలం.

❖ చమురు శుద్ధి కేంద్రాల వద్దనున్న ముడి చమరుతో మరో 64 రోజులు భవిష్యత్తు అవసరాలను తీర్చగలుగుతాం.

❖ 2017-18 బడ్జెట్‌లో కేంద్రం ప్రతిపాదించి ప్రస్తుతం నిర్మాణంలో ఉన్న కేంద్రాలు.

1. చండీకేల్ (ఒడిషా) - 5 mmt
2. బికనీర్ (రాజస్థాన్) - 5 mmt

❖ ఇటీవలె మరో 2 వ్యూహాత్మాక చమురు నిల్వ కేంద్రాలను ఏర్పాటు చేయబోతున్నట్లు ప్రకటించారు. అవి

1. పాడూరు (కర్ణాటక) - 2.5 mmt
2. రాజ్‌కోట్ (గుజరాత్) - 5 mmt

❖ న్యూక్లియర్ శక్తి భారతదేశంలో 1.6శాతంతో 6,780 mW కలదు.

❖ న్యూక్లియర్ శక్తి భారతదేశంలో ఎక్కువగా ఉన్న రాష్ట్రం - తమిళనాడు.

సహజ వాయువు:

- సహజ వాయువును 21వ శతాబ్దపు శక్తి వనరుగా పరిగణిస్తున్నారు. సహజ వాయువులో 95% పైగా మీథేన్ మరియు మిగతా హైడ్రోకార్బన్లు ఉంటాయి.
- దేశ స్థాపిత శక్తి సామర్థ్యంలో సహజవాయువు ఆధారిత థర్మల్ విద్యుత్ వాటా 6%. ఇది 24,824 MWలుకు సమానం. 2030 నాటికి సహజవాయువు ఆధారిత థర్మల్ వాటాను 15%కు పెంచాలని భారత ప్రభుత్వం నిర్ణయించింది.
- దీనిని మండించడం ద్వారా విడుదలయ్యే కార్బన్ డైయాక్సైడ్ తక్కువ కాబట్టి దీనిని డీజిల్‌కు ప్రత్యామ్నాయంగా కంప్రెస్డ్ నాచురల్ గ్యాస్ (Cng) రూపంలో, పెట్రోల్‌కు ప్రత్యామ్నాయంగా లిక్విఫైడ్ నాచురల్ గ్యాస్ (lng) రూపంలో వినియోగిస్తున్నారు.
- భారతదేశంలో మొదటి సహజవాయువు నిక్షేపాలను మొదట హిమాచల్ ప్రదేశ్‌లోని జ్వాలాముఖి అనే ప్రాంతంలో కనుగొన్నారు.
- సహజవాయువును రవాణా చెందించడానికి Pipeline Transport ను ఏర్పాటు చేస్తున్నారు.
- ముడి ఖనిజాన్ని పాక్షిక ద్రవ పదార్థంగా మార్చి పైప్‌లైన్ ద్వారా రవాణా చెందించే అవకాశం కూడా ఉంది.

  ఉదా : చత్తీస్‌ఘడ్‌లోని బైలదిల్ల ఐరన్ మైన్స్ నుండి విశాఖపట్నం ఓడరేవు వరకు పైప్‌లైన్‌ను నిర్మించడం జరిగింది.
- సహజవాయువును ఒక ప్రాంతం నుంచి మరొక ప్రాంతం వరకు రవాణా చేయుట కొరకై GAIL (Gas Authority of India Ltd) ను 1984లో ఏర్పాటు చేసారు. దీని ప్రధాన కార్యలయం - ముంబాయి.
- దేశంలో 1339.55 బిలియన్ క్యూబిక్ మీటర్లు సహజ వాయువు ఉన్నట్లు అంచనా.
- 2021-22లో 33131.23 మిలియన్ మెట్రిక్ స్టాండర్డ్ క్యూబిక్ మీటర్స్ సహజవాయువును భారత్ ఉత్పత్తి చేసింది.
- దేశంలో సహజవాయువు ఉత్పత్తిలో అసోం, గుజరాత్, త్రిపుర రాష్ట్రాలు వరుసగా మొదటి మూడు స్థానాలలో కలవు.

సహజవాయువు రూపాంతరాలు:

1. **షేల్ గ్యాస్:** షేల్ అను శిలతో ముడిపడిన సహజవాయువును షేల్ గ్యాస్ అందురు. భారతదేశంలో కృష్ణా - గోదావరి, కాంబే, కావేరి మరియు అస్సాం బేసిన్‌లో షేల్‌గ్యాస్ వనరులు ఉన్నట్లు గుర్తించారు. ongc అధ్యయనంలో భారత్‌లో 187.5 ట్రిలియన్ క్యూబిక్ ఫీట్ (tcf) మేరకు షేల్ నిల్వలు ఉన్నట్లు తేలింది.
2. **కోల్‌బెడ్ మీథేన్ (cbm):** బొగ్గు నిక్షేపాలతో ముడిపడి ఉన్న సహజ వాయువును కోల్‌బెడ్ మీథేన్ అంటారు. 2022-23 ఆర్థిక సం॥లో 759 మిలియన్ స్టాండింగ్ క్యూబిక్ మీటర్లు cbmను భారత్ ఉత్పత్తి చేయనున్నట్లు అంచనా.
3. **గ్యాస్ హైడ్రేట్స్:** నీరు మరియు సహజవాయువు మిశ్రమ స్ఫటిక రూపాన్ని Gas hydrates అందురు. దేశ తీర ప్రాంతం అంతటా, కృష్ణా, గోదావరి, కావేరి బేసిన్‌లలో అధిక స్థాయిలో గ్యాస్ హైడ్రేట్ వనరులు ఉన్నట్లు గుర్తించారు. అమెరికా తర్వాత అత్యధిక Gas hydrates ఉన్న దేశం భారత్.

Pipe line Transport:

- ఈ రకపు రవాణా వ్యవస్థను చమురు, సహజ వాయువును రవాణా చెందించడానికి ఏర్పాటు చేస్తారు.
- భారతదేశం ముడి చమురు ఎగుమతి కోసం తన సరిహద్దు దేశం అయిన నేపాల్‌కు పైప్‌లైన్‌లను ప్రారంభించింది.
- అంతర్జాతీయ పైప్‌లైన్ కాస్పియన్ సముద్రం నుండి సహజవాయువును దిగుమతి చేసుకోవడానికి 4 దేశాల ఉమ్మడి పైప్‌లైన్ ప్రాజెక్ట్‌లో మనం భాగస్వామ్యంగా ఉన్నాం. అదే TAPI పైప్‌లైన్ (తుర్కుమనిస్తాన్, ఆఫ్ఘనిస్తాన్, పాకిస్తాన్, ఇండియా).

- భారతదేశంలో మొట్టమొదటి పైప్‌లైన్ అస్సాం నుండి బీహర్ వరకు చేయబడింది. దీనిని 'నహర్ కతియా - నూన్‌మతి-బరౌని పైప్‌లైన్ అంటారు. దీని మొత్తం పొడవు - 1,167km. దీనిని ప్రస్తుతం బరౌని-మధుర మరియు బరౌని-హల్దియా వరకు పొడిగించాలి అని అనుకుంటున్నారు.
- దేశంలో సముద్ర గర్భం ద్వారా నిర్మించిన పైప్‌లైన్ ఒకటి ఉంది. అదే బొంబే హై-ముంబాయి - కొయాలి (గుజరాత్) పైప్‌లైన్. ప్రస్తుతం ఇది చిన్న పైప్‌లైన్ (210 కి.మీ.).
- దేశంలో పైప్‌లైన్స్ అత్యధిక సంఖ్యలో ప్రారంభ ప్రాంతాన్ని కలిగివున్న రాష్ట్రం - గుజరాత్.
- రెండు క్రియాశీలక సహజ వాయువు పైప్‌లైన్‌లు భారతదేశంలో కలవు.
  1. జామ్‌నగర్-లూని పైప్‌లైన్
  2. దేశంలో అతిపెద్ద పైప్ లైన్ HVJ/HBJ Pipe line ఇది హజీరా (గుజరాత్) - బీజాపూర్/విజయ్‌పూర్ (మధ్యప్రదేశ్) - జగదీష్ పూర్ (ఉత్తరప్రదేశ్) వరకు నిర్మించబడింది. దీని మొత్తం పొడవు - 3,474km. దీనిని gail (మహారత్న కంపెనీ) నిర్వహిస్తుంది. ఇది సహజ వాయువు పైప్‌లైన్.
- **దేశంలో నిర్మాణంలో ఉన్న కొన్ని పైప్‌లైన్‌లు**
  1. ముంబై-పూనే-నాగ్‌పూర్ (సహజవాయువు).
  2. విశాఖపట్నం-విజయవాడ-సికింద్రాబాద్ (సహజవాయువు).
  3. చెన్నై-బెంగుళూర్-కొచ్చి (సహజవాయువు).
  4. కాండ్లా-బటిండా ఆయిల్ రిఫైనరీ (ముడిచమురు).
  5. సలయ-కొయాలి-యమరా (ముడిచమురు).
- డీసిల్ బేస్డ్ ఎనర్జీ ఇండియాలో కేవలం 0.1శాతం మాత్రమే ఉంది. ఇందులో తమిళనాడు మొదటిస్థానంలో కలదు.

బొగ్గు :

- ఇది అవక్షేప శిలల్లో లభిస్తుంది. దీనిని నల్లబంగారం అంటారు.
- ప్రపంచంలో బొగ్గు ఉత్పత్తిలో చైనా, అమెరికా, ఇండియా మొదటి 3 స్థానాల్లో వరుసగా కలవు.
- భూగర్భ శాస్త్ర రీత్యా ఏర్పడిన కాలాన్ని బట్టి బొగ్గు 2 రకాలు.
  1. **గోండ్వానా బొగ్గు:** ఇది 250 మిలియన్ సం॥నికి పూర్వం ఏర్పడింది. ఇది అత్యంత నాణ్యమైనది మరియు దేశంలో లభ్యమయ్యే బొగ్గు 90% గోండ్వాన్ని రకానికి చెందినది. ద్వీపకల్ప పీఠభూమిలో నదీ గర్భాలలో ఎక్కువగా లభిస్తుంది. ఈ బొగ్గు నిక్షేపణలకు నదులు ఎక్కువగా ప్రఖ్యాతి గాంచినవి. ఉదాహరణకు దామోదర్, సోన్, బ్రాహ్మణి, మహానది, వార్ధా, గోదావరి.
  2. **టెర్షియరీ బొగ్గు:** ఇది 50 నుంచి 60 సంవత్సరాలకి పూర్వం ఏర్పడింది. ఇది తక్కువ నాణ్యమైనది. టెర్షియరీ బొగ్గు ఎక్కువగా లభించే ప్రాంతం - హిమాలయాలు / మైదానాలు.
- బొగ్గులోని కార్బన్ శాతం ఆధారంగా బొగ్గును 4 రకాలుగా విభజిస్తారు:

  1. **ఆంత్రసైట్:**

  - 90% లేదా అంతకుమించి కార్బన్ శాతం ఉంటుంది. అత్యంత నాణ్యమైనది. కాలుష్యాన్ని తగ్గిస్తూ విద్యుత్ ఉత్పత్తిని చేయడానికి లేదా బెస్ట్ క్వాలిటి స్టీల్‌ను తయారుచేయడానికి ఇటువంటి బొగ్గును ఆస్ట్రేలియా మరియు ఇండోనేషియా దేశాల నుండి దిగుమతి చేసుకుంటున్నాం. ఆస్ట్రేలియా నుండి విశాఖపట్నంలో గల రాష్ట్రీయ ఇస్పాత్ నిగమ్ లిమిటెడ్ మరియు ఇండోనేషియా నుండి కృష్ణపట్నం వంటివి ఆంత్రసైట్‌ను దిగుమతి చేసుకుంటున్నాయి. కృష్ణపట్నంని థర్మల్ హబ్ ఆఫ్ ఆంధ్రప్రదేశ్ అని అంటారు.

- ఈ మధ్యనే ఇటువంటి బొగ్గు నిల్వలు ఉన్న రాష్ట్రంగా జమ్ము & కాశ్మీర్‌ను గుర్తించారు. జమ్ము & కాశ్మీర్ మరియు కాల్‌కోట్ అనే ప్రాంతంలో ఈ రకపు బొగ్గు నిల్వలు కలవు.

2. **బిట్యూమినస్:** ఇందులో 84%, వరకు కార్బన్ ఉంటుంది. దేశంలో అధికంగా లభిస్తున్న బొగ్గు ఈ రకానికి చెందినదే. దీనిని గోండ్వానా రకపు బొగ్గు అని కూడా అంటారు.

3. **లిగ్నైట్:**

- దీనిలో 60% వరకు కార్బన్ ఉంటుంది. దీనిని బ్రౌన్ కోల్ అంటారు. దీని ఉత్పత్తికి ప్రసిద్ధి చెందిన రాష్ట్రం
- తమిళనాడు (నైవేలి). లిగ్నైట్ నుండి 7వేల మెగావాట్ల థర్మల్ ఎనర్జీ ప్రస్తుతం వస్తున్నది.
- లిగ్నైట్ వనరుల్లో తమిళనాడు, గుజరాత్, రాజస్థాన్ మొదటి 3 స్థానాల్లో కలవు.

4. **పీట్:** ఇందులో 40% కంటే తక్కువ కార్బన్ ఉంటుంది. దీనిని కొయ్య బొగ్గు అని అంటారు. అసంపూర్తి దహన ప్రక్రియకు సరైన బొగ్గు రకం.

- దేశంలో బొగ్గు నిల్వలన్నీ నదీ తీరాలలో నిక్షేపించబడ్డాయి.
- అత్యధిక బొగ్గు నిల్వలను కల్గియున్న నది – దామోదర్ నది.
- దక్షిణ భారతదేశంలో అత్యధిక బొగ్గు నిల్వలను కల్గియున్న ఏకైకనది – గోదావరి.
- దేశంలో మొట్టమొదటి వాణిజ్య గని – రాణిగంజ్ (wb) – 1774.
- gsi అంచనాల ప్రకారం భారతదేశ బొగ్గు నిల్వలు – 361.14 bt.
- అత్యధిక బొగ్గు నిల్వలున్న మొదటి 3 రాష్ట్రాలు :
    1. ఒడిషా – సంబల్‌పూర్, రాంపూర్, సుందర్‌ఘర్, తాల్చేర్ (దేశంలో రెండవ అతిపెద్ద బొగ్గు గని).
    2. జార్ఖండ్ – జరియా, బొకారో, డాల్టన్‌గంజ్, గిరిత్.
    3. చత్తీస్‌ఘడ్ – దుర్గ్, దంతెవాడ, జిల్మిల్, కోర్బా
- జార్ఖండ్‌లో భారతదేశ అతిపెద్ద బొగ్గుగని జరియా కలదు. దేశంలో బొగ్గు ఉత్పత్తిలో మొదటి రాష్ట్రం – జార్ఖండ్.
- 2021-22లో 681.5 బొగ్గును భారత్ ఉత్పత్తి చేసింది. 2022-23 ఆర్థిక సంవత్సరంలో ఫిబ్రవరి 28 నాటికి 784.41 bt బొగ్గును ఉత్పత్తి చేసింది.
- 2020-21తో పోలిస్తే 2021-22లో భారతదేశ బొగ్గు దిగుమతులు 14.71% పెరిగినట్లు అంచనా. 2022-23 ఆర్థిక సంవత్సరంలో 219mt బొగ్గును అధనంగా భారత్ దిగుమతి చేసుకున్నట్లు అంచనా.
- భారతదేశంలో బొగ్గు డిమాండ్ 1500mt లకు పెరిగింది.
- 2023 ఫిబ్రవరి 15 నాటికి భారతదేశ స్థాపిత శక్తి సామర్థ్యం 410339mw. దీనిలో బొగ్గు ఆధారిత థర్మల్ విద్యుత్ వాటా 2,04,435 mw. భారతదేశంలో కేవలం బొగ్గు ద్వారానే 50.5% మొత్తం శక్తి స్థాపిత సామర్థ్యం కలదు.
- బొగ్గు ఆధారిత థర్మల్ విద్యుత్ వాటాలో మహారాష్ట్ర, మధ్యప్రదేశ్, చత్తీస్‌ఘడ్ మొదటి మూడు స్థానాల్లో కలదు.

గోండ్వానా బొగ్గు క్షేత్రాలు

1. **జార్ఖండ్:**
    1. ఝరియా బొగ్గు క్షేత్రం – దేశంలో అతిపెద్ద బొగ్గుగని.
    2. గిరిధ్ / కర్‌హర్ బారి బొగ్గు క్షేత్రం – పారిశ్రామిక అవసరాలకు అత్యంత శ్రేష్టమైన బొగ్గును ఇచ్చే గని.
    3. బొకారో బొగ్గు క్షేత్రం

4. రామ్‌గర్ బొగ్గు క్షేత్రం
5. డాల్టన్ గంజ్ బొగ్గు క్షేత్రం
6. దన్‌బాద్ బొగ్గు క్షేత్రం
7. జయంతి బొగ్గు క్షేత్రం
8. రాజ్‌మహల్ బొగ్గు క్షేత్రం
9. గొడ్డ బొగ్గు క్షేత్రం

2. ఒడిషా:

1. తాల్చేరు బొగ్గు క్షేత్రం - దేశంలో 2వ అతిపెద్ద బొగ్గుగని.
2. సంబల్‌పూర్ బొగ్గు క్షేత్రం
3. రాంపూర్ బొగ్గు క్షేత్రం
4. హిమగిరి బొగ్గు క్షేత్రం
5. జార్సుగూడ బొగ్గు క్షేత్రం
6. సుందర్‌ఘర్ బొగ్గు క్షేత్రం

3. చత్తీస్ ఘడ్:

1. కోర్బా బొగ్గు క్షేత్రం
2. జిల్‌మిలి బొగ్గు క్షేత్రం
3. జోహిల్లా బొగ్గు క్షేత్రం
4. దంతెవాడ బొగ్గు క్షేత్రం
5. సోన్‌హట్ బొగ్గు క్షేత్రం
6. హస్‌డో అరండ్ బొగ్గు క్షేత్రం
7. దుర్గ్ బొగ్గు క్షేత్రం

4. మహరాష్ట్ర:

1. కాంబేలి బొగ్గు క్షేత్రం
2. వార్ధా బొగ్గు క్షేత్రం
3. వున్ బొగ్గు క్షేత్రం
4. వరోరా బొగ్గు క్షేత్రం
5. బల్లార్‌పూర్ బొగ్గు క్షేత్రం

5. మధ్యప్రదేశ్:

1. సింగ్రౌలి బొగ్గు క్షేత్రం (సోన్ నదిపై)
2. ఉమారియా బొగ్గు క్షేత్రం
3. సాత్పురా బొగ్గు క్షేత్రం
4. జోహిలా బొగ్గు క్షేత్రం
5. నిగాహి కోర్బా బొగ్గు క్షేత్రం

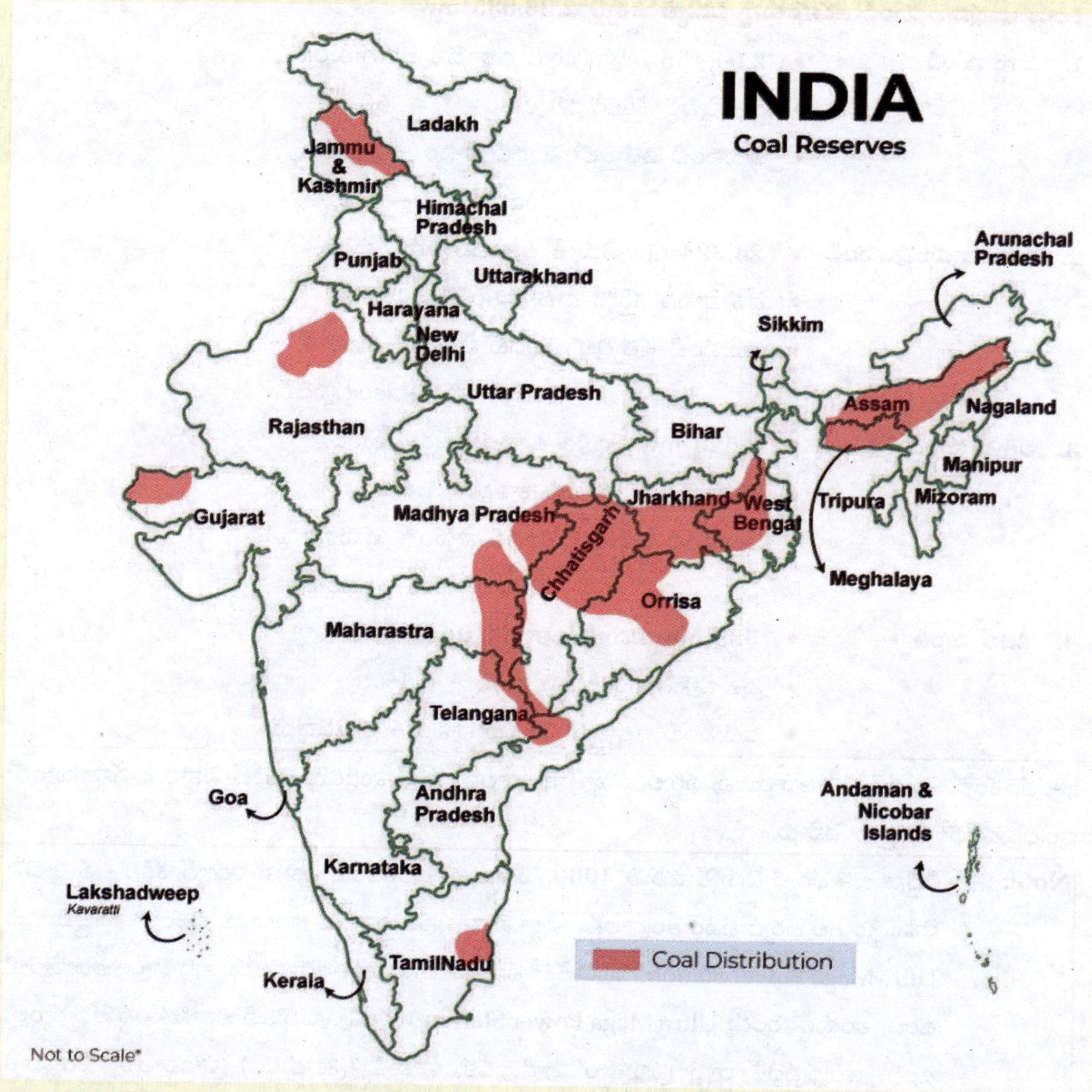

6. పశ్చిమబెంగాల్:

1. రాణిగంజ్ బొగ్గు క్షేత్రం – దేశంలో మొదటి బొగ్గుగని.
2. భీంపూర్ బొగ్గు క్షేత్రం
3. దాలింగ్ కోట్ బొగ్గు క్షేత్రం
4. చినకూరి బొగ్గు క్షేత్రం
5. డార్జిలింగ్ & జల్ పాయ్‌గురి బొగ్గు క్షేత్రం

7. తెలంగాణ:

1. సింగరేణి బొగ్గు క్షేత్రం (గోదావరి–ప్రాణహిత బెల్ట్ ప్రాంతం).

8. మేఘాలయ:

1. చిరపుంజి బొగ్గు క్షేత్రం
2. లాంగ్రెన్ బొగ్గు క్షేత్రం
3. దారంగిరి బొగ్గు క్షేత్రం

❖ **శిలాజ ఇంధనాల నుండి జరుగుతున్న విద్యుత్ ఉత్పత్తి 2,36,035 mw**

1. బొగ్గు నుండి
- 2,04,435 mw విద్యుత్ ఉత్పాదన జరుగుతుంది.
- దేశ స్థాపిత శక్తిలో దీని శాతం - 50.5%
- ఇటువంటి ఉత్పత్తిలో మొదటి స్థానం - మహారాష్ట్ర
  రెండవ స్థానం - గుజరాత్.

2. సహజవాయువు నుండి
- 24,824 mw విద్యుత్ ఉత్పాదన జరుగుతుంది.
- దేశ స్థాపిత శక్తిలో దాని శాతం - 6.1%.
- ఇటువంటి ఉత్పత్తిలో మొదటి స్థానం - గుజరాత్.
  రెండవ స్థానం - ఆంధ్రప్రదేశ్.

3. లిగ్నైట్ నుండి
- 6,620 mw విద్యుత్ ఉత్పాదన జరుగుతుంది.
- దేశ స్థాపిత శక్తిలో దీని శాతం - 1.6%
- ఇటువంటి ఉత్పత్తిలో మొదటి స్థానం - తమిళనాడు.
  రెండవ స్థానం - గుజరాత్.

4. డీజిల్ నుండి
- 589 mw విద్యుత్ ఉత్పాదన జరుగుతుంది.
- దేశ స్థాపిత శక్తిలో దీని శాతం - 0.1%
- ఇటువంటి ఉత్పత్తిలో మొదటి స్థానం - తమిళనాడు.

❖ భారతదేశంలో మొదటి సహజవాయువు థర్మల్ విద్యుత్ కేంద్రాలను పబ్లిక్ మరియు ప్రైవేట్ సెక్టార్ భాగస్వామ్యంతో ఆంధ్రప్రదేశ్‌లో ఏర్పాటు చేసారు.

Note: 1. ఏదైనా ఒక థర్మల్ విద్యుత్ ఉత్పత్తి 4000 మెగావాట్లు అంతకంటే ఎక్కువ విద్యుత్ శక్తిని ఉత్పత్తి చేసే సామర్థ్యం గల థర్మల్ పవర్ కేంద్రాలను అల్ట్రా మెగా పవర్ స్టేషన్‌లు అంటారు. దేశంలో మొట్టమొదటి Ultra Mega Power Station గుజరాత్‌లో ముంద్రా అనే ప్రాంతంలో కలదు. ఇది టాటా ఆధ్వర్యంలో ఉంది. ఇందులో రెండు Ultra Mega Power Stationలు కలవు. మరొకటి అధాని సంస్థ ఆధ్వర్యంలో ఉంది. ఆంధ్రప్రదేశ్ రాష్ట్ర ప్రభుత్వం పూడిమడక, పోలాకి (శ్రీకాకుళం) ప్రాంతాలలో ఏర్పాటుకై ప్రతిపాదనలు సిద్ధం చేసింది.

2. ఏదైనా ఒక థర్మల్ విద్యుత్ ఉత్పత్తి కేంద్రం 1000mwల విద్యుత్ ఉత్పత్తి చేస్తే దానిని సూపర్ థర్మల్ పవర్ స్టేషన్స్ అంటారు.

ఆంధ్రప్రదేశ్ శక్తి సామర్థ్యం:

❖ 2022 నవంబర్ నాటికి ఆంధ్రప్రదేశ్ యొక్క మొత్తం స్థాపిత సామర్థ్యం 18518 మెగావాట్లు కలదు. ఇందులో:

1. జల విద్యుత్ - 1795 మెగావాట్లు
2. థర్మల్ విద్యుత్ - 4850 మెగావాట్లు
3. సెంట్రల్ గవర్నమెంట్ ద్వారా వస్తున్నది - 1978 మెగావాట్లు
4. గ్యాస్ ఆధారిత శక్తి - 906 మెగావాట్లు
5. థర్మల్ కాంట్రాక్టెడ్ ఎనర్జీ - 1270 మెగావాట్లు.

❖ పునరుత్పత్తి వనరులలో సౌరశక్తి నుండి 3755 మెగావాట్లు, పవన శక్తి నుండి 3693 మెగావాట్లు మరియు ఇతర వనరుల ద్వారా 265 మెగావాట్లు శక్తి సామర్థ్యం కలదు.

ఆంధ్రప్రదేశ్‌లో గల థర్మల్ పవర్ స్టేషన్లు:

- దేశంలో అతిపెద్ద థర్మల్ పవర్ స్టేషన్ - వింద్యాచల్ థర్మల్ పవర్ స్టేషన్ (మధ్యప్రదేశ్, NTPC).
- ఆంధ్రప్రదేశ్‌లో థర్మల్ విద్యుత్ ఉత్పత్తి స్టేషన్స్ అన్నీ ఇంచుమించు సూపర్ థర్మల్ పవర్ స్టేషన్ (stps)లే.
- విశాఖపట్నం థర్మల్ స్టేషన్ - గాజువాక (ప్రైవేట్).

1. డా॥ నార్ల తాతారావు థర్మల్ విద్యుత్ కేంద్రం - ఇబ్రహీంపట్నం (విజయవాడ) - AP GENCO. ఇది రాష్ట్ర ప్రభుత్వ ఆధీనంలో గల అతి పెద్ద బొగ్గు ఆధారిత విద్యుత్ ఉత్పతి కేంద్రం. దీని ఉత్పత్తి సామర్థ్యం-1,860 mw.
2. రాయలసీమ థర్మల్ పవర్ స్టేషన్ :ముదనూరు (కడప) - AP GENCO. దీని ఉత్పత్తి సామర్థ్యం -1,650 mw.
3. దామోదరం సంజీవయ్య Thermal Power Station-కృష్ణపట్నం (APPCL). దీని ఉత్పత్తి సామర్థ్యం- 1,600 mw.

Note: ఆంధ్రప్రదేశ్‌లో ప్రైవేట్ థర్మల్ పవర్‌స్టేషన్‌లు ఎక్కువగా ఉన్న ప్రాంతం - కృష్ణపట్నం. ఇక్కడ మీనాక్షి, sGpl, సింహపురి వంటి కంపెనీలు కలిపి విద్యుత్‌ని ఉత్పత్తి చేస్తున్నాయి. Thermal hub of AP అని కృష్ణపట్నంని పిలుస్తారు. ఇంచుమించు 6000 mw విద్యుత్‌ని ఉత్పత్తి సామర్థ్యం కలదు.

4. ఆంధ్రప్రదేశ్‌లో జెన్‌కో ప్రతిపాదిత థర్మల్ పవర్ ప్లాంట్‌లు: 1. పోలాకి (శ్రీకాకుళం), 2. నాయునిపల్లి (ప్రకాశం) వీటిని Ultra Mega Power Station విధానంలో నిర్మిద్దాం అనుకుంటున్నారు.
5. NTPC (సింహాద్రి) - పరవాడ (కేంద్ర ప్రభుత్వం) - SEZ అనకాపల్లి. ఇది రాష్ట్రంలో అతి పెద్ద విద్యుత్ ఉత్పత్తి కేంద్రం. దీని ఉత్పత్తి సామర్థ్యం - 2,000 mw.

- దేశంలో శిలాజయేతర స్థాపిత శక్తి 1,67,694 mw (41.6%) దీనిలో
  1. న్యూక్లియర్ ఎనర్జీ - 6,780 mw (1.7%)
  2. Small Hydro Power - 4,943 mw (1.2%)
  3. సౌర విద్యుత్ - 64,381 mw (15.6%)
- Small Hydro Power స్థాపిత శక్తిలో కర్ణాటక, హిమాచల్ ప్రదేశ్, ఉత్తరాఖండ్ మొదటి 3 స్థానాల్లో ఉన్నాయి.
  Waste to Energy - ప్రస్తుత భారతదేశ ఆధారిత Grid స్థాపిత సామర్థ్యం - 248.14 mw. దీని Offgrid స్థాపిత సామర్థ్యం - 274.91mw

Note: దేశంలో ఇటువంటి స్థాపిత శక్తిలో మొదటి స్థానం - తెలంగాణ.

జీవద్రవ్యరాశి శక్తి (Bio mass energy):

- 2023 మార్చి 31 నాటికి భారతదేశ స్థాపిత బయోమాస్ పవర్ సామర్థ్యం - 10,232 mw.

Note: జీవ ఇంధన శక్తి స్థాపిత శక్తిలో గుజరాత్, మహారాష్ట్ర, చత్తీస్‌ఘడ్ తొలి మూడు స్థానాల్లో ఉన్నాయి.

- సర్దార్ స్వర్ణసింగ్ జాతీయ జీవ ఇంధన శక్తి కేంద్రం - రసూల్‌పూర్, కపుర్తల, పంజాబ్.

సోలార్ పవర్:

- 2023 జనవరి 31 నాటికి భారత సౌరశక్తి స్థాపిత సామర్థ్యం - 63893.83 mw (15%).
- బొగ్గు తర్వాత స్థాపిత శక్తిలో సోలార్ ఎనర్జీ 2వ స్థానంలో ఉంది.
- ప్రపంచంలో సౌర విద్యుత్ ఉత్పత్తిలో భారతదేశం 4వ స్థానంలో కలదు.
- దేశంలో సౌరశక్తి సామర్థ్యం మరియు ఉత్పత్తిలో కూడా మొదటి స్థానం - రాజస్థాన్.

- సౌరశక్తి సామర్థ్యంలో 2వ స్థానం - లడఖ్.
- సౌరశక్తి ఉత్పత్తిలో 2వ స్థానం - కర్ణాటక.
- ప్రస్తుతం దేశంలో సోలార్ పార్క్‌లో అతిపెద్దది - బాద్లా (రాజస్థాన్).

Note: 1 యూనిట్ విద్యుత్‌ను రూ. 2.34 పైసలకే ఉత్పత్తి చేసి ప్రపంచంలో అత్యంత చవక విద్యుత్ ఉత్పత్తి కేంద్రంగా రికార్డ్‌కి ఎక్కింది.

- ప్రస్తుతం దేశంలో సోలార్ పార్క్‌లో 2వ పెద్దది - పావగడ.
- ప్రస్తుతం దేశంలో సోలార్ పార్క్‌లో 3వ పెద్దది - కర్నూల్.
- దేశంలో సౌర విద్యుత్ పొటెన్షియల్ శక్తి సామర్థ్యంలో రాజస్థాన్ మొదటి స్థానంలో ఉండగా, లడఖ్, గుజరాత్ 2, 3 స్థానాల్లో ఉన్నాయి. ఆంధ్రప్రదేశ్ 6వ స్థానంలో కలదు.
- భారతదేశంలో ఉన్న ఏకైక అంతర్జాతీయ సంస్థ సచివాలయం International Solar Alliance మరియు జాతీయ సౌరశక్తి కేంద్రం రెండూ కూడా హర్యానాలోని గురుగ్రామ్‌లో ఉన్నాయి.
- International Solar Alliance ఏర్పాటుకు సహకరించిన దేశం - ఫ్రాన్స్.
- NTPC వారు ఈ మధ్యకాలంలో దేశంలో అతిపెద్ద తేలియాడే Solar Park తెలంగాణలోని రామగుండం రిజర్వాయిర్‌పై నిర్మించారు.
- ఆంధ్రప్రదేశ్‌లో GENCO వారు తేలియాడే సోలార్ పార్క్‌ను విశాఖపట్నంలో ముడసర్లోవ సరస్సుపై నిర్మించటం జరిగింది.
- దేశంలో సౌరశక్తి రంగాన్ని పెంపొందించే లక్ష్యంతో 2010, జనవరి 11న జవహర్‌లాల్ నెహ్రూ జాతీయ సౌరమిషన్ ను ప్రారంభించారు. 2021-22 నాటికి 20gw సౌరశక్తి ఉత్పత్తి చేయున్నది. ఈ కార్యక్రమం ప్రధాన లక్ష్యం. 2014లో ఈ లక్ష్యాన్ని 1 లక్ష మెగావాట్లకు పెంచారు.
- 2015 లో సోలార్ ఎనర్జీ కార్పోరేషన్ ఆఫ్ ఇండియా సహకారంతో 2500 మెగావాట్ల ఉత్పత్తి సామర్థ్యం కల్పించాలని రాష్ట్రప్రభుత్వంతో ఒప్పందం కుదిరింది.
  1. కదిరి (అనంతపురం) - 1000 మెగావాట్లు
  2. పాణ్యం (కర్నూలు) - 1000 మెగావాట్లు
  3. గాలివీడు (అన్నమయ్య) - 500 మెగావాట్లు
- **కేంద్ర ప్రభుత్వం నుంచి ఆమోదించబడిన సోలార్ పార్క్‌లు:**
  1. నంబూల పూలకుంట (అనంతరపురం) - 1500 మెగావాట్లు. ఇది ప్రపంచంలోనే అతి పెద్ద సౌర విద్యుత్ పార్క్
  2. తాళ్ల చెరువు (అనంతపురం) - 50 మెగావాట్లు
  3. గనిశకునాల, ఓర్వకల్లు, కర్నూలు జిల్లా - 1000 మెగావాట్లు
  4. గాలివీడు, అన్నమయ్య జిల్లా - 1000 మెగావాట్లు.

అల్ట్రా మెగా సోలార్ పవర్ స్టేషన్‌లు:

- ఏదైనా సోలార్ పవర్‌ప్లాంట్ శక్తి ఉత్పత్తి 1000 మెగావాట్లు ఉంటే దానిని అల్ట్రా మెగా సోలార్ పవర్ స్టేషన్‌లు అంటారు.
- ఆంధ్రప్రదేశ్‌లో ఇవి 2 కలవ :
  1. కర్నూలు UMSPS. ఇది ఓర్వకల్లు గనిశకునాల ప్రాంతంలో కలదు.

2. అనంతపురం UMSPS. ఇది ఎన్‌పి కుంట (అనంతపురం జిల్లా) లో కలదు.

- ఏపి జెన్‌కో మొట్టమొదటి తేలియాడే సోలార్ పవర్‌ప్లాంట్‌ను ముడసర్లోవ (విశాఖపట్నం) వద్ద ఏర్పరిచింది. దానినే ముడసర్లోవ సోలార్ పవర్‌స్టేషన్ అంటారు.

Note: భారతదేశ అతిపెద్ద తేలియాడే సోలార్‌పార్క్ NTPC రామగుండం (తెలంగాణ) - 100 మెగావాట్లు.

- ఇటీవల కాలంలో ఆంధ్రప్రదేశ్ ప్రభుత్వం భారత ప్రభుత్వ సహాయంతో 10,000 మెగావాట్ల ఉత్పత్తి సామర్థ్యం గల సోలార్‌పార్క్‌లను రాయలసీమ జిల్లా అయిన కడపలో ప్రతిపాదించారు. ప్రపంచ బ్యాంకు సహాయంతో పబ్లిక్-ప్రైవేట్ భాగస్వామ్యం విధానంలో దీనిని ప్రతిపాదించారు అయితే దీనిద్వారా ఉత్పత్తి అయిన 10000 మెగావాట్ల శక్తిని కేవలంలో అగ్రికల్చర్ సెక్టర్‌కి పరిమితం చేయాలని ప్రభుత్వం నిర్ణయించింది.

పవనశక్తి (Wind Energy):

- 2023 జనవరి 31 నాటికి భారతదేశ స్థాపిత పవన శక్తి సామర్థ్యం - 46,000 mw (11%).
- ప్రపంచంలో పవన విద్యుత్ ఉత్పత్తిలో భారతదేశం 5వ స్థానంలో ఉంది.
- దేశంలో పవన విద్యుత్ స్థాపిత శక్తి సామర్థ్యంలో గుజరాత్ మొదటి స్థానంలో ఉండగా, ఆంధ్రప్రదేశ్ 6వ స్థానంలో ఉంది.
- భారతదేశంలో మొదటి పవన విద్యుత్ కేంద్రం - మాండవి, గుజరాత్.
- దేశంలో పవనశక్తి సామర్థ్యం అధికంగా ఉన్న రాష్ట్రం - గుజరాత్
- దేశంలో పవనశక్తిని అధికంగా ఉత్పత్తిచేస్తున్న రాష్ట్రం - 1. తమిళనాడు, 2 గుజరాత్, 3. మహారాష్ట్ర, 4. ఆంధ్రప్రదేశ్
- దేశంలో పవన విద్యుత్ ప్లాంట్‌లలో మొదటి 3 పెద్దవి.

1. ముప్పాండల్ - కన్యాకుమారి (భారతదేశ అతి పెద్ద పవన విద్యుత్ శక్తి కేంద్రం ఇది. దీనిని ప్రపంచంలో అతి పెద్ద పవన విద్యుత్ శక్తి కేంద్రం అయిన నెవడా (అమెరికా) తో సరిపోలుస్తారు కనుక ముప్పాండల్ ప్లాంట్‌ను 'నెవడా ఆఫ్ ఇండియా' అని పిలుస్తారు).
2. జైసల్మేర్ - రాజస్థాన్
3. బ్రాహ్మణవేల్ - కర్నాటక

- దేశంలో నవీన మరియు పునరుత్పత్తి చెందే విద్యుత్ స్థాపితక శక్తి 1,14,064mw (28.3%).
- ఆంధ్రప్రదేశ్ రాష్ట్ర ప్రభుత్వ ఆధీనంలో 3 పవన విద్యుత్ కేంద్రాలున్నాయి.

1. రామగిరి పవన విద్యుత్ కేంద్రం (అనంతపురం).
2. తిరుమల పవన విద్యుత్ కేంద్రం (చిత్తూరు).
3. కొండపల్లి పవన విద్యుత్ కేంద్రం (కృష్ణా).

జల విద్యుత్

భారీ జల విద్యుత్ :

- 25MW పైగా సామర్థ్యం ఉన్న జల విద్యుత్ ప్రాజెక్ట్‌లను భారీ జలవిద్యుత్ ప్రాజెక్ట్ అంటారు.
- 2023 ఫిబ్రవరి 15 నాటికి దేశ భారీ జలవిద్యుత్ స్థాపిత సామర్థ్యం 48000MW.
- భారీ జలవిద్యుత్ ఉత్పత్తిలో తొలి మూడు స్థానాలు 1. పంజాబ్, 2. కర్ణాటక, 3. హిమాచల్‌ప్రదేశ్

చిన్న తరహా జల విద్యుత్:

- 25MWలోపు సామర్థ్యం ఉన్న జలవిద్యుత్ ప్రాజెక్టలను చిన్న తరహా జలవిద్యుత్ ప్రాజెక్ట్ అందురు.
- 2023 జనవరి 31 నాటికి దేశ చిన్న తరహా జలవిద్యుత్ స్థాపిత సామర్థ్యం 4939.65 MW.
- దేశంలో మొట్టమొదటి జల విద్యుత్ కేంద్రం - శివ సముద్రం (కర్నాటక). చిన్న తరహా జల విద్యుత్ ఉత్పత్తిలో తొలి మూడు స్థానాలు 1) హిమాచల్‌ప్రదేశ్, 2) కర్నాటక, 3) ఉత్తరాఖండ్
- దేశంలో మొదటి 3 పెద్ద జలవిద్యుత్ ఉత్పత్తి కేంద్రాలు:
  1. కొయనా (మహారాష్ట్ర) - 1920 MW.
  2. శ్రీశైలం (ఆంధ్రప్రదేశ్-తెలంగాణ) - 1670 MW.
  3. నాత్‌పాజాక్రి (హిమాచల్‌ప్రదేశ్). ఇది దేశంలో అత్యధిక ఎత్తులో ఉన్న జలవిద్యుత్ ప్రాజెక్ట్.

ఆంధ్రప్రదేశ్‌లో గల ప్రముఖ జల విద్యుత్ కేంద్రాలు:

1. మాచ్‌ఖండ్ నది:

- దీనిపై 2 జలవిద్యుత్ పవర్ హౌస్‌లు కలవు.
  1. జోలాపుట్ పవర్‌హౌస్ కలదు, ఇది ఒడిషా రాష్ట్రంలో ఉంది.
  2. మాచ్‌ఖండ్ పవర్‌హౌస్: ఇది ఆంధ్రప్రదేశ్ రాష్ట్రం యొక్క మొట్టమొదటి జల విద్యుత్ కేంద్రం. ఇది ఒడిషా కలదు. ఇది దుడుమా జలపాతం దగ్గర ఉంది. ఇది ఆంధ్రప్రదేశ్ మరియు ఒడిషా సంయుక్త జలవిద్యుత్ ప్రాజెక్ట్. ఇందులో ఆంధ్రప్రదేశ్ వాటా 70%, ఒడిషా వాటా 30%. ప్రస్తుత ఉత్పత్తి సామర్థ్యం 120 MW.

2. సీలేరు నది:

- ఈ నదిపై 3 జలవిద్యుత్ కేంద్రాలు కలవు.
  1. **ఎగువ సీలేరు (అల్లూరి జిల్లా):** ఈ ప్రాజెక్టు మారగుంటవాడ గ్రామం వద్ద సీలేరు నదిపై కలదు. దీని ప్రస్తుత స్థాపిత సామర్థ్యం 240 మెగావాట్లు.
  2. **డొంకరాయి (అల్లూరి జిల్లా):** డొంకరాయి (తూర్పుగోదావరి దగ్గరలో కలదు). దీని ప్రస్తుత స్థాపిత సామర్థ్యం 25 మెగావాట్లు.
  3. **దిగువ సీలేరు (అల్లూరి):** తూర్పుగోదావరి దగ్గరలో మోతుగూడెం గ్రామం వద్ద కలదు. ప్రస్తుత స్థాపిత సామర్థ్యం 460 మెగావాట్లు.

3. గోదావరి నది:

- ప్రస్తుతం ఈ నదిపై ఏ జలవిద్యుత్ కేంద్రాలు లేవు. కాని ఈ నదిపై నిర్మాణంలో ఉన్న ప్రాజెక్టు - పోలవరం ప్రాజెక్టు దీని స్థాపిత సామర్థ్యం 960 మెగావాట్లు.

4. కృష్ణా నది:

- ఈ నదిపై మొత్తం 3 ప్రాజెక్టులు కలవు.
  1. శ్రీ శైలం జల విద్యుత్ కేంద్రం. దీనిని కృష్ణా నదిపై నిర్మించారు (నంద్యాల జిల్లా / శీశైలం - 770 MW).

     Note: ప్రస్తుతానికి రాష్ట్రంలో అతి పెద్ద జల విద్యుత్ ప్రాజెక్టు ఇదే.
  2. నాగార్జున సాగర్ కుడిగట్టు కాలువ జల విద్యుత్ కేంద్రం - 90 MW.
  3. నాగార్జున సాగర్ టైల్‌పాండ్. ఇది నిర్మాణంలో ఉంది - 50 MW.

5. తుంగభద్రా నది:

- ఈ నదిపై తుంగభద్ర జలవిద్యుత్ కేంద్రం కలదు. ఇది ఆంధ్రప్రదేశ్, కర్నాటక రాష్ట్రాల ఉమ్మడి ప్రాజెక్ట్. దీని ఉత్పత్తి సామర్థ్యం 57.6 MW. (ఈ ప్రాజెక్టు కర్నాటకలో బళ్ళారి వద్ద హోస్‌పేట్ గ్రామంలో కలదు. ఇందులో ఆంధ్రప్రదేశ్ వాటా 28.8 MW).

6. పెన్నా నది:

1. ఈ నదిపై పెన్నా అహోబిలం విద్యుత్ కేంద్రం కలదు. ఇది అనంతపురం జిల్లా ఉర్వకొండలో కలదు. దీని ప్రస్తుత ఉత్పత్తి సామర్థ్యం 20 MWలు.
2. మీనాక్షి జలవిద్యుత్ కేంద్రం. ఆంధ్రప్రదేశ్ మొట్టమొదటి ప్రైవేట్ జలవిద్యుత్ కేంద్రం. ఇది. సోమశిల బ్యారేజ్ వద్ద కలదు. దీని స్థాపిత సామర్థ్యం 12 మెగావాట్లు

7. బలిమెల జల విద్యుత్ కేంద్రం (ఒడిస్సా). ఇది ఆంధ్రప్రదేశ్ ఒరిస్సా రాష్ట్రాల ఉమ్మడి ప్రాజెక్టు. దీని ఉత్పత్తి సామర్థ్యం 30 MWలు.
8. చెట్టిపేట మినీ హైడ్రో ప్రాజెక్టు. ఇది ఏలూరు జిల్లాలో కలదు. దీని ఉత్పత్తి సామర్థ్యం 1 MW.

- **గత బడ్జెట్‌లో ప్రతిపాదించిన జల విద్యుత్ శక్తి ప్రాజెక్టులు:**
    1. చిత్రావతి - ఆంధ్రప్రదేశ్, ఒడిషా.
    2. సీలేరు ఎక్స్‌టెన్షన్ - అల్లూరి.
    3. సీలేరు పంప్డ్ స్టోరేజ్ - అల్లూరి.
    4. పెన్నా పంప్డ్ స్టోరేజ్ - కడప.
- ఆంధ్రప్రదేశ్ గ్యాస్ కార్పొరేషన్ లిమిటెడ్ - తూర్పుగోదావరి, ఏలూరు, కోనసీమలలో కలదు. దీని స్థాపిత సామర్థ్యం 900 మెగావాట్లు.
- ఆంధ్రప్రదేశ్‌లో గ్యాస్ ఆధారిత విద్యుత్ ఉత్పత్తి ప్లాంట్ - గోదావరి డెల్టాలో ఎక్కువగా ఉంటాయి. 1) రిలయన్స్ (సామర్లకోట), 2) lanco - కొండపల్లి.

> **Note:** 1. దేశంలో మొట్టమొదటి ప్రైవేట్ గ్యాస్ పవర్ ప్లాంట్ - విజ్జేశ్వరం (ఏలూరు).
> 2. దేశంలో మొట్టమొదటి ప్రభుత్వ ఆధీనంలో పవర్ ప్లాంట్ - జేగురుపాడు (తూర్పు గోదావరి).

- పై రెండు కూడా ఆంధ్రప్రదేశ్‌లో ఉన్నాయి. విజ్జేశ్వరాన్ని రాష్ట్ర ప్రభుత్వం కొనుగోలుచేసింది.

భూతాప శక్తి (Geo Thermal Energy):

- అసంపూర్తిగా భూ స్వరూపాలు ఏర్పడిన ప్రాంతంలో భూమి అంతర పొరల నుండి వేడి నీరు పైకి వస్తే వాటిని గీజర్ లేదా స్ప్రింగ్స్ అంటారు.
- ఈ గీజర్‌నుండి ఆవిరిని సృష్టించి దాని నుండి విద్యుత్‌ను ఉత్పత్తి చేస్తే దాన్ని భూతాపశక్తి అంటారు. Geological Survey of India అధ్యయనం ప్రకారం Geo Thermal శక్తి స్థూల సామర్థ్యం 45 gw.

> **Note:** దేశంలో మొట్టమొదటి భూతాప శక్తి ప్రయోగ కేంద్రం - హిమాచల్ ప్రదేశ్‌లోని మణికరణ్‌లో ఉంది.

- దేశంలో భూతాప శక్తికి అత్యంత అనుకూల ప్రాంతం - పుగాలోయ (లడక్) ఇదే కాకుండా గుజారాత్‌లోని కాంబే తీర ప్రాంతం, హర్యానాలోని సూరజ్‌కండ్, చత్తీస్‌ఘడ్‌లోని తాతసాని మొదలైన ప్రాంతాలు ఈ రకపు శక్తికి అనుకూలంగా ఉన్నాయి.

> **Note:** గుజరాత్‌లో కాంబే సింధు శాఖ వద్ద 200 కంటే ఎక్కువ వేడి నీటి బుగ్గలు/గీజర్లును ఇస్రో కనుగొనడం జరిగింది.

అలల ఆధారిత శక్తి:

- ❖ పోటు పాటుల మధ్యలో కనీసం 7 మీ.ల వ్యత్యాసం ఉంటే ఈ రకపు శక్తిని ఉత్పత్తి చేయడానికి వీలుగా ఉంటుంది.
- ❖ అత్యంత ఎత్తైన అలలు తాకే ప్రదేశాలు ఇటువంటి శక్తిని అనుకూలం.
- ❖ భారతదేశంలో ఇటువంటి శక్తికి సంబంధించి సామర్థ్యం 9000MW వరకు ఉంది.
- ❖ అలల ఆధారిత శక్తి ఉత్పత్తికి పొటెన్షియల్ సామర్థం గల రాష్ట్రాలు 100 MW వరకు పశ్చిమబెంగాల్, 8900 MW వరకు గుజరాత్ అందులో 8000MW ఉత్పత్తికి అవకాశం ఉన్న ప్రాంతం కాంబే సింధు శాఖ.
- ❖ మిగతా 900 ఉత్పత్తికి అవకాశం ఉన్న ప్రాంతం కచ్ సింధుశాఖ.

> **Note:** ఇప్పటి వరకు రెండు ఇటువంటి విద్యుత్ ప్లాంట్‌లను ఏర్పాటు చేయడం జరిగింది.
> 1. దుర్గద్వాని క్రీక్ - సుందర్‌బన్స్ (వెస్ట్ బెంగాల్).
> 2. కచ్‌క్రీక్ - గుజరాత్

- ❖ నేషనల్ విండ్ పవర్ సెంటర్ చెన్నైలో కలదు.
- ❖ సర్దార్ స్వర్ణ సింగ్ నేషనల్ బయో ఎనర్జీ సెంటర్ కపుర్తల (పంజాబ్‌లో కలదు).

Ocean Thermal Energy Conversion:

- ❖ ఉష్ణమండల సముద్రాలు వీటికి అనుకూలమైన ప్రాంతాలు, సముద్ర ఉపరితల ఉష్ణోగ్రత మరియు 100మీ.ల లోతుగల ఉష్ణోగ్రత వ్యత్యాసాలు 15 డిగ్రీల సెంటిగ్రేడ్ దాటి ఉంటే ఇటువంటి విద్యుత్‌ను ఉత్పత్తి చేయవచ్చు.
- ❖ దేశంలో ఒకే ఒక ప్రయోగాత్మక ప్లాంట్ - ట్యూటికోరిన్ (తమిళనాడు)లో ఉంది.

Note: సముద్ర తరంగ ఆధారిత విద్యుత్ ప్లాంట్ కేరళలోను (విజింజిమా), అండమాన్ & నికోబార్ లోనూ కలవు.

1. భారతదేశం 2015 పారిస్ ప్రొటోకాల్‌లో జాతీయ స్థాయిలో చేసిన ప్రమాణం–2022 నాటి కల్లా 175 గిగావాట్లు పునరుత్పాదక శక్తిని ఉత్పత్తి చేసాము. ఇందులో:
   - ♦ సౌరశక్తి 100 గిగావాట్లు.
   - ♦ పవన శక్తి 60 గిగావాట్లు.
   - ♦ జీవ ద్రవ్యరాశి శక్తి 10 గిగావాట్లు.
   - ♦ చిన్న తరహా జలవిద్యుత్ నుండి 5 గిగావాట్లు.
2. 2021 GLASCO (COP-26) సమావేశంలో 175 గిగావాట్ల నుండి 475 గిగావాట్లకి పెంచటం జరిగింది.

ముడి ఇనుము:

- ❖ ముడి ఇనుమును దానిలో ఉన్న ఐరన్ శాతం ఆధారంగా 4 రకాలుగా విభజిస్తారు.
  1. మాగ్నటైట్
  2. హెమటైట్
  3. లిమోనైట్
  4. సిడోరైట్
- ❖ మాగ్నటైట్‌లో 72% వరకు ఇనుము కలదు. ఇది నలుపు లేదా గోధుమ రంగులో ఉంటుంది. దీనినే లాండ్‌స్టోన్ అని కూడా అంటారు. ఇది ధార్వార్, అగ్నిశిలలు, రూపాంతర శిలలు, కడప శిలల్లో లభిస్తుంది. ఇది కర్నాటకలో అత్యధికంగా కలదు మరియు ఆంధ్రప్రదేశ్, తెలంగాణ, రాజస్థాన్, తమిళనాడులలో కూడా కలదు.

- హెమటైట్‌లో 70% వరకు ఇనుము కలదు. ఇది ఎరుపు రంగులో ఉంటుంది. దీనినే ఇండస్ట్రియల్ ఐరన్ ఓర్ అని అంటారు. ఇది ధార్వార్, అగ్నిశిలలు, రూపాంతర శిలలు, కడప శిలల్లో లభిస్తుంది. ఇది అత్యధికంగా ఛోటానాగ్‌పూర్ పీఠభూమి ప్రాంతాలలో కలదు మరియు జార్ఖండ్, ఒడిషా, కర్నాటక, ఆంధ్రప్రదేశ్ లలో కూడా లభిస్తుంది.
- లిమోనైట్‌లో 45% నుండి 50% వరకు ఇనుము కలదు. ఇది పసుపు రంగులో ఉంటుంది. దీనినే హైడ్రేటెడ్ ఐరన్ ఆక్సైడ్ అని కూడా పిలుస్తారు. ఇది అవక్షేప శిలల్లో లభిస్తుంది. ఇది ఉత్తరాఖండ్, హిమాచల్‌ప్రదేశ్, ఉత్తరప్రదేశ్‌లలో లభిస్తుంది.
- అతి తక్కువగా 40% ఐరన్ కల్గి ఉన్న ముడి పదార్థాన్ని సిడోరైట్ అని పిలుస్తారు. ఇది నలుపు రంగులో ఉంటుంది. ఇందులో ఎక్కువ శాతం ఇంప్యూరిటీలు ఉంటాయి. దీనినే కార్బోనేట్ ఐరన్ అని పిలుస్తారు. ఇది ఉత్తరాఖండ్, ఉత్తరప్రదేశ్, కర్నాటక, ఆంధ్రప్రదేశ్‌లలో లభిస్తుంది.
- భారత్‌లో మొట్టమొదటి వాణిజ్య గని జార్ఖండ్‌లో సింగ్‌భమ్ జిల్లాలో ఉన్న నోమండి.
- ఇటీవలి ఆర్థిక సర్వే ప్రకారం దేశంలో ఇనుము అత్యధిక నిల్వలు మరియు ఉత్పత్తి కూడా కల్గి ఉన్న రాష్ట్రం – ఒడిషా (50%).
- **ఒడిస్సాలో** సుందర్‌ఘర్, కటక్, కేందుజర్, కోరాపుట్, సంబల్‌పూర్ వంటి జిల్లాలో ఈ గనులు ఉన్నాయి.
- దేశంలో అతిపెద్ద గనుల సమూహంగా ఒడిస్సాలోని బారాబిల్ కొయిరా గనులను చెబుతారు.
- **జార్ఖండ్:** సింగభమ్, డాల్టన్‌గంజ్, ధన్‌బాద్, రాంచి, నోమండి, బొకారో, హజీరాబాగ్ వంటి గనులు కలవు.
- **ఛత్తీస్‌ఘడ్:** దల్లి, రాజహర్న, దంతెవాడ, జిల్‌మిలి, బస్తర్, సోన్‌హాట్.

  ఆసియాలోకెల్లా అతిపెద్ద యాంత్రీకరించబడ్డ గని – బైలదిల్లా.
- **వెస్ట్ బెంగాల్:** అసన్‌సోల్, దుర్గాపూర్, భీర్‌భం వంటి ప్రాంతాల్లో గనులున్నాయి.
- **గోవా:** ఉత్తర గోవా అంతా ఐరన్ మైన్స్ కలవు.
- **కర్ణాటక:** కుద్రేముఖ్, బాబు బుడన్ హిల్స్, కెమ్మనగండి, షిమోగా, చిత్రదుర్గ, దోనిమలై, సందూర్, బళ్ళారి, హోస్పేట్ వంటి ప్రాంతాల్లో ఉన్నాయి.

  దక్షిణ భారతదేశంలో ఇనుమును అధికంగా ఉత్పత్తి చేస్తున్న రాష్ట్రం – కర్ణాటక.
- **ఆంధ్రప్రదేశ్:**
  1. అనంతపురం (ఓబులాపురం, సిద్దాపురం).
  2. చాలాపురం (రాయ్‌దుర్గ్).
  3. తిరుపతి (శ్రీకాళహస్తి ప్రాంతం).
  4. రాజంపేట (అన్నమయ్య).
  5. పల్నాడు (తుమ్మురుకోట).
  6. కృష్ణా (దాచుపాలెం).
  7. కర్నూల్ (వెల్దుర్తి, బేతంచర్ల, కల్లూరు).
  8. కడప (పెండ్లిమర్రి, సున్నపురాళ్ల పల్లి).
  9. ప్రకాశం (ఒంగోలు & కొణిజేడు ప్రాంతం).
- దేశంలో మొట్టమొదటి ఇనుము-ఉక్కు పరిశ్రమ తమిళనాడులోని పోర్టనోవాలో ఏర్పాటు చేసారు. వెంటనే దీనిని మూసివేయడం జరిగింది.

- దేశంలో మొట్టమొదటి విజయవంతమైన ఇనుము-ఉక్కు పరిశ్రమను బెంగాల్ ఐరన్ & స్టీల్ వర్క్ పేరుతో 1870లో వెస్ట్ బెంగాల్ లోని కుల్తి అనే ప్రాంతంలో ప్రారంభించారు.
- దేశంలో వాస్తవంగా ఇనుము ఉక్కు పరిశ్రమ యుగంలో TISCO (Tata iron & steel company) స్థాపనతో ప్రారంభం అయినట్లు చెబుతున్నారు. దీనిని 1907 లో జార్ఖండ్‌లోని జంషెడ్‌పూర్ (సాక్షి) అనే ప్రాంతంలో ఏర్పాటు చేయటం జరిగింది. ఇప్పటికీ కూడా దేశంలో అతిపెద్ద ఇనుము ఉక్కు కర్మాగారం ఇదే.
- స్వాతంత్ర్యం కన్నా ముందు వెస్ట్ బెంగాల్‌లో హీరాపూర్, స్వాతంత్ర్యం తరువాత బర్న్‌పూర్ అనే ప్రాంతాల్లోను అదే విధంగా 1923లో కర్ణాటకలో భద్రావతి Iron and steel companyని ఏర్పాటు చేశారు. ప్రస్తుతం దీనిని విశ్వేశ్వరయ్య Iron and steel companyగా పిలుస్తున్నారు.
- భారత దేశం నుండి ఇనుమును దిగుమతి చేసుకుంటున్న దేశాలు జపాన్, సౌత్ కొరియా, సౌదీ అరేబియా.
- కేంద్ర ప్రభుత్వం వెస్ట్ బెంగాల్‌లో ఉన్న కుల్టీ, బర్నాపూర్, హీరాపూర్‌లను కలిపి స్థాపించిన సంస్థ - IISCO.
- భారతదేశం ఇనుము ఎగుమతిలో 5వ స్థానంలో ఉంది మరియు స్టీల్ ఉత్పత్తిలో మొదటిస్థానంలో ఉంది.
- పరిశ్రమలను ఏర్పాటు చేయడానికి స్థానిక కారణాలు:

1. ముడిసరుకులు:

ఎ. బొగ్గు (బొకారో)

బి. ముడి ఇనుము (నోమండి)

సి. సున్నపురాయి (ఒడిషా)

డి. డోలమైట్

ఇ. నికెల్

ఎఫ్. క్రోమియం

జి. అల్యూమినియం (ఒడిషా)

హెచ్. మాంగనీస్ (ఒడిషా)

ఐ. రాగి (జార్ఖండ్) మొదలైనవి.

2. నీరు:

ఉదా :	TISCO	:	సువర్ణ రేఖ
	దుర్గాపూర్	:	దామోదర్ నది
	బొకారో	:	దామోదర్ నది
	రూర్కెలా	:	బ్రాహ్మణి నది
	విశాఖ (ఆర్.ఐ.ఎన్.ఎల్)	:	కణితి రిజర్వాయర్
	విశ్వేశ్వరయ్య	:	భద్రావతి
	విజయనగర	:	తుంగభద్ర

3. విద్యుత్ : అంతరాయం లేని నాణ్యమైన 24 గం॥ల విద్యుత్ సరఫరా.
4. ఎగుమతులు - దిగుమతులు కోసం సమీపంలో ప్రధాన ఓడరేవు.
5. ఇటు వాణిజ్యం కోసం అటు ముడి సరుకుల కోసం వేగవంతమైన రోడ్డు, రైలు రవాణా ప్రధాన ఓడరేవులతో అనుసంధానం కలిగి ఉండడం.

ఉదా : TISCO నేషనల్ హైవే – 6లో అనుసంధానం అయి ఉంది.

TISCO – బొంబాయి – కోల్‌కతా రైల్ అనుసంధానం కలదు.

TISCO – కోల్‌కతాకి డైరక్ట్ రైల్ రూట్ కలదు.

6. భారీ పరిశ్రమల్లో స్క్రాప్ ఎక్కువగా ఉంటుంది. కాబట్టి దాని ఆధారంగా చిన్న చిన్న పరిశ్రమలు ఏర్పాటు చేసే పరిస్థితులు
7. స్థానిక మార్కెట్లు
8. పెద్ద పెద్ద పరిశ్రమల స్థాపన జరిగినపుడు వేల సంఖ్యలో ఉద్యోగులు అవసరం కాబట్టి తక్కువ వేతనానికి పనిచేసే శ్రామికశక్తి
9. మౌళిక సదుపాయలు : కార్మికులకు, కార్మిక కుటుంబాలకు అవసరమైన కాలనీలు, విద్య, వైద్య, వినోద సదుపాయల కల్పన
10. Banking Insurence సదుపాయాలు
11. భీమా సదుపాయాలు
12. స్థానిక రాష్ట్ర ప్రభుత్వ అనుకూల విధానాలు
13. సాంకేతిక సంస్థల ఏర్పాటు.

- స్వాతంత్ర్యం అనంతరం 2వ పంచవర్ష ప్రణాళిక కాలంలో 3 పరిశ్రమలు ఏర్పాటు చేయడం జరిగింది.
  1. దుర్గాపూర్ : వెస్ట్ బెంగాల్ (బ్రిటన్ సహాయం)
  2. రూర్కెలా : ఒడిషా (జర్మనీ)
  3. భిలాయి : ఛత్తీస్‌ఘడ్ (రష్యా)
- 3వ పంచవర్ష ప్రణాళికా కాలంలో రష్యా సహాయంతో జార్ఖండ్‌లో బొకారో అనే ప్రాంతంలో ఏర్పాటు చేశారు.

Note: ప్రభుత్వ రంగ సంస్థల ఆధీనంలో ఉన్న వాటిలో పెద్దది – బొకారో.

- అదే విధంగా 1960లో కుల్తి – హీరాపూర్, బర్న్‌పూర్ పరిశ్రమలను కలిపి Indian and Iron Company (TISCO)ను స్థాపించారు.
- 4వ పంచవర్ష ప్రణాళికా కాలంలో ప్రకటించి వివిధ సం॥ల్లో ఏర్పాటు చేసినవి.
  1. విజయనగర – కర్ణాటక
  2. సేలం – తమిళనాడు
  3. విశాఖపట్నం – ఆంధ్రప్రదేశ్ (RINL–రాష్ట్రీయ ఇస్పాత్ నిగమ్ లిమిటెడ్).
- 1971లో Steel Authority of India Ltd.ను స్థాపించటం జరిగింది.
- విశాఖ IRON AND STEEL COMPANY శంకుస్థాపనను ఇంధిరాగాంధీ 1971లో చేయగా 21 సం॥రాల అనంతరం 1992 ఆగస్ట్‌లో పి.వి.నరసింహారావు దీనిని జాతికి అంకితం చేశారు.
- ఈ పరిశ్రమ ఏర్పాటుకై పాటుపడిన వ్యక్తి – తెన్నేటి విశ్వనాధం. ఈయన "విశాఖ ఉక్కు–ఆంధ్రుల హక్కు అనే నినాదం చేశారు. ఈ పరిశ్రమను రాష్ట్రీయ ఇస్పాత్ నిగమ్ లిమిటెడ్ అని అంటారు.
- కేంద్ర ప్రభుత్వం ఒక విశాఖపట్నం మినహా మిగతా అన్ని పరిశ్రమలను దశలవారీగా SAIL క్రిందకు తీసుకువచ్చింది. 2021 అక్టోబర్‌లో కేంద్ర కేబినెట్ విశాఖపట్నం స్టీల్‌ప్లాంట్‌ను ప్రైవేటీకరణ చేయడానికి అనుమతి ఇచ్చింది.
- ఆర్థిక సంస్కరణల నేపథ్యంలో ఈ రంగాన్ని కూడా ప్రైవేటీకరించటం జరిగింది.

- రాష్ట్రంలో కడప జిల్లా సున్నపురాళ్ల పల్లి వద్ద ఏర్పాటు చేయబడుతున్న పరిశ్రమ – డా॥ వై.యస్.ఆర్. స్టీల్ కార్పోరేషన్ లిమిటెట్. దీనిని 2019 డిసెంబర్ 23న శంఖుస్థాపన చేయడం జరిగింది. దీనిలో పెట్టుబడులు పెట్టడానికి ఆశక్తి కనబరిచిన కంపెనీ – JSW Group, formerly known as Jindal Steel Work (JSW).
  - ★ ఉద్యోగ కల్పన – 25,000
  - ★ వార్షిక ఉత్పత్తి లక్ష్యం – 3 మిలియన్ టన్నులు.
- దేశంలో ఇప్పటి వరకు అతి పెద్ద FDI గా 51వేల కోట్లను ఈ రంగంలో పెడుతున్నట్లు 2011లో సౌత్ కొరియాకు చెందిన POSCO (pohong steel company) అనే కంపెనీ ప్రకటించింది. వీరు 2011లో తమ unitను ఒడిస్సాలో ఏర్పాటు చేయాలనుకున్నారు. భూసేకరణ సమస్యల వల్ల FDIను తగ్గించుకుంటూ తమ పరిశ్రమ మహారాష్ట్రలో ఏర్పాటు చేశారు. దీనికి బదులుగా టాటా వారు ఒడిస్సాలో కళింగనగర్ ప్రాంతంలో యూనిట్‌ని ఏర్పాటు చేశారు.

మాంగనీసు:

- దేశంలో మొట్టమొదటి మాంగనీసు గని – కోడూరు (శ్రీకాకుళం, ఆంధ్రప్రదేశ్)
- విజయనగరం జిల్లా గరివిడి కూడా ఉత్పత్తికి ప్రసిద్ధి చెందిన ప్రాంతం.
- దేశంలో మాంగనీస్ నిల్వల్లో ప్రథమ స్థానంలో ఉన్న రాష్ట్రం – కలహింది–కోరాపుట్ ప్రాంతం (ఒడిషా).
- ఉత్పత్తిలో ప్రథమ స్థానం – మహారాష్ట్ర (మహారాష్ట్రలో నాగ్‌పూర్, బండారా ప్రాంతాలు).
  2వ స్థానం – మధ్యప్రదేశ్ (మధ్యప్రదేశ్ లో బాలాఘాట్, చింద్వారా ప్రాంతాలు).
- ఆంధ్రప్రదేశ్‌లో శ్రీకాకుళం జిల్లాలో కోడూరు తరువాత విజయనగరం జిల్లాలో గరివిడి మాంగనీస్ ఉత్పత్తికి ప్రసిద్ధి చెందినవి.

క్రోమియం :

- ప్రథమ స్థానంలో గల రాష్ట్రం ఒడిషా – ఒడిషాలో సుకింద్‌లోయ.
- ఆంధ్రప్రదేశ్‌లోని క్రిష్ణా జిల్లాలోని కొండపల్లి – క్రోమియంకు ప్రసిద్ధి.

బాక్సైట్ (లేదా) అల్యూమినియం :

- ప్రపంచంలో బాక్సైట్ నిల్వల్లో గునియా మొదటి స్థానంలో కలదు. భారత్ 7వ స్థానంలో కలదు.
- ప్రపంచంలో బాక్సైట్ ఉత్పత్తిలో మొదటి స్థానంలో గల దేశం – ఆస్ట్రేలియా, భారత్ 4వ స్థానంలో కలదు.
- ఇండియాలో బాక్సైట్ నిల్వల్లో ప్రథమ స్థానం ఒడిషా (ఒడిషాలో కోరాపుట్, కలహంది జిల్లాలు) ఉండగా 2వ స్థానం ఆంధ్రప్రదేశ్ అల్లూరి జిల్లా, చింతపల్లి ప్రాంతంలో భూమకొండలు.
- దేశంలో మొట్టమొదటి అల్యూమినియం పరిశ్రమను 1937లో వెస్ట్ బెంగాల్‌లో జయుకనగర్ వద్ద ఏర్పాటు చేశారు. దీనిని Indian Aluminium Company అని పిలుస్తారు.
- ప్రపంచంలో ప్రఖ్యాతిగాంచిన అల్యూమినియం పరిశ్రమల్లో దేశానికి చెందిన HINDALCO. ఇందులో 3 యూనిట్లు కలవు.
  1. రేణూకూట్ (రిహాంద్ డ్యామ్) – ఉత్తరప్రదేశ్
  2. హిరాకుడ్ (హిరాకుడ్ డ్యామ్) – ఒడిస్సా
  3. ఆలూపురం / ఆల్వే – కేరళ
- ప్రభుత్వ అల్యూమినియం పరిశ్రమలు :
  1. BALCO (Bharath Aluminium Company) – ఛత్తీస్‌ఘడ్‌లో కోర్బా ప్రాంతంలో ఉంది.
  2. MALCO (Madras Aluminium Company) – తమిళనాడులో మెట్టూరు ప్రాంతంలో ఉంది.
  3. NALCO (National Aluminium Company) – ఒడిషాలో ఓమన్‌జోర్ – డెంకనాల్ ప్రాంతంలో కలదు.

రాగి:

- ప్రపంచంలో కాపర్ ఉత్పత్తిలో మొదటి స్థానంలో గల దేశం చిలీ. తర్వాత స్థానాల్లో పెరూ, చైనా, అమెరికాలు కలవు.
- భారతదేశంలో కాపర్ నిల్వలు చాలా తక్కువగా ఉన్నాయి.
- ప్రపంచంలో కాపర్‌కి సంబంధించి అతిపెద్ద గని – చిక్వీకమాటా (చిలీ).
- దేశంలో కాపర్‌ను ఉత్పత్తి చేస్తున్న మొదటి 2 రాష్ట్రాలు
  1. రాజస్థాన్ – ఖేత్రీ (ఆరావళి), బన్వాస్
  2. జార్ఖండ్ – సింగ్ భమ్, సుర్ధా
  3. మధ్యప్రదేశ్ – మలజ్‌ఖండ్

Note: Indian copper limited – సింగ్ భంలో ఏర్పాటు చేసారు.
Hindustan copper limited – ఖేత్రిలోను ఏర్పాటు చేసారు.

- కాపర్‌ను ఆంధ్రప్రదేశ్‌లో గుంటూరు జిల్లా అగ్నిగుండాల, కడప జిల్లా జగంరాజుపల్లి, కర్నూల్‌లో గనికాలువ, అనంతపురం ముదిగుబ్బ ప్రాంతంలో కాపర్‌ను ఉత్పత్తి చేస్తున్నారు.
- Cu + Al = డ్యూరాలిమిన్
- Cu + Tn = Bronze
- Cu + Zinc = Brass
- Cu + Iron + Ni = Stain less steel

బంగారం:

- ప్రపంచం బంగారం ఉత్పత్తిలో చైనా ప్రథమ స్థానంలో ఉంది.
- ప్రపంచంలో లోతైన గని Mponeng - South Africa.
- ప్రపంచంలో అతిపెద్ద బంగారుగని – Grass berg ఇండోనేషియా.
- దేశంలో అత్యంత లోతైన బంగారు గని – కోలార్.
- బంగారం నేలలో ఉండి వాణిజ్య పరంగా ఉత్పత్తి చేయకపోతే primary desposits అని పిలుస్తారు. ఇది క్రై రూపంలో ఉంటుంది. మొదటి స్థానం – బీహార్
- నదుల యొక్క ఇసుకలో చిన్న చిన్న రేణువుల మాదిరగా లభ్యం అవుతుంది. దీనిని సెకండరీ డిపోజిట్స్ అంటారు. ఇది placer రూపంలో ఉంటుంది. దీనిలో మొదటి స్థానం– జార్ఖండ్. ఇది సువర్ణరేఖ, సోన్, కృష్ణా వంటి నదుల వద్ద ఎక్కువగా లభ్యమవుతుంది.
- శిలలో ఉండే బంగారంను quartz అంటారు. దీనిని టెర్షియరీ డిపోజిట్స్ అంటారు. దీని నుండే అధికంగా ఉత్పత్తి చేస్తారు.
- దేశంలో బంగారం ఉత్పత్తిలో మొదటి స్థానం కర్ణాటక. కర్ణాటకలో కోలార్, హట్టీ లో ఉన్నాయి.
- 2వ స్థానంలో ఆంధ్రప్రదేశ్ కలదు.
- ఆంధ్రప్రదేశ్‌లో:
  - ★ అనంతపురం – రామగిరి
  - ★ కర్నూల్ – జొన్నగిరి
  - ★ చిత్తూర్ – మారవుకొండ వంటి ప్రదేశాల్లో గనులున్నాయి.

వెండి :

- ప్రపంచంలో వెండిని ఎక్కువగా ఉత్పత్తి చేస్తున్న దేశం మెక్సికో. మెక్సికోలో చిహువాహువా అనే వెండి గని కలదు.
- దేశంలో వెండిని ఎక్కువగా ఉత్పత్తి చేస్తున్న రాష్ట్రం – రాజస్థాన్ – Zowar mines, సిందేశ్వర్‌కుర్ద్ మైన్స్).
- ఆంధ్రప్రదేశ్‌లో వెండిని ఎక్కువగా ఉత్పత్తి చేస్తున్న జిల్లాలు – కడప, గుంటూరు, కర్నూలు.

వజ్రాలు :

- ప్రపంచంలో ప్రథమ స్థానంలో ఉన్న దేశం రష్యా.
- వజ్రాల ఉత్పత్తికి ఆఫ్రికా ఖండం ప్రసిద్ధి. ఆఫ్రికాలో ప్రసిద్ధి చెందిన దేశాలు అరకోలా, కసాయి నది – కాంగో, ఒకవాంగా డెల్టా – బోట్స్‌వానా, కింబర్లీ గనులు – సౌత్ ఆఫ్రికా.
- దేశంలో వజ్రాల ఉత్పత్తిలో మొదటి స్థానం – మధ్యప్రదేశ్ – పన్నా మైన్స్.
- దేశంలో వజ్రాల ఉత్పత్తిలో రెండవ స్థానంలో ఆంధ్రప్రదేశ్ కలదు.

ఆంధ్రప్రదేశ్‌లో
- ★ సత్యసాయి – వజ్రకరూర్
- ★ కర్నూల్ – బనగానపల్లి
- ★ కడప – చెన్నూర్ మొ॥ ప్రసిద్ధి.

- గుంటూరు జిల్లా కృష్ణా తీరాన ఉన్న గ్రామం కల్లూరులో కోహినూరు, నిజాం వజ్రాలు దొరికాయి.

మైకా (అభ్రకం) :

- ఇండియా ప్రథమ స్థానంలో ఉంది.
- దేశంలో ఆంధ్రప్రదేశ్ ప్రథమ స్థానంలో ఉంది.
- ఆంధ్రప్రదేశ్‌లోని నెల్లూరు జిల్లా గూడూరులో “షా” గని, కృష్ణ జిల్లాలో తెరువూరు గనులున్నాయి.

ముగ్గురాయి :

- ప్రపంచంలో ముగ్గురాయి 90% ఇండియాలోనే ఉంది.
- ఇండియాలో ముగ్గురాయి 95% ఆంధ్రప్రదేశ్‌లోనే ఉంది.
- ఇండియాలో ముగ్గురాయి నిల్వలు మరియు ఉత్పత్తిలో ఆంధ్రప్రదేశ్ మొదటి స్థానంలో ఉంది.
- ఆంధ్రప్రదేశ్‌లో కడప జిల్లా మంగంపేట, అనంతరాజు పేటలు ప్రసిద్ధి చెందాయి (ప్రస్తుతం అన్నమయ్య జిల్లా).

సున్నపురాయి :

- నిల్వలో మొదటిస్థానం – మధ్యప్రదేశ్
- సున్నపురాయి ఉత్పత్తిలో – రాజస్థాన్, మధ్యప్రదేశ్, ఆంధ్రప్రదేశ్ మొదటి మూడు స్థానాల్లో కలవు.
- ఆంధ్రప్రదేశ్‌లో రాయలసీమతో పాటు పల్నాడు ప్రాంతంలో ఈ నిల్వలు ఉన్నాయి.
- అనంతపురంలో తాడిపత్రి, కర్నూల్‌లో బేతంచెర్ల, కడపలో ప్రొద్దుటూరు-జమ్మలమడుగు ప్రాంతం, నంద్యాలలో కోవెలకుంట్ల ప్రాంతం, పల్నాడులో నడికుడి ప్రాంతం దీనికి ప్రసిద్ధి.

ఉప్పు :

- దేశానికి సంబంధించిన 10% ఉప్పు అవసరాలను సాంబర్ సరస్సు తీరుస్తుంది.
- దేశంలో ఉప్పు ఉత్పత్తిలో మొదటిస్థానం – గుజరాత్. రెండవ స్థానంలో ఆంధ్రప్రదేశ్ కలదు.
- రాష్ట్రంలో ఉప్పు ఉత్పత్తిలో మొదటి స్థానం – శ్రీకాకుళంలోని నౌపడ ప్రాంతం.

  రెండవ స్థానం – తిరుపతి.

రాతి ఉప్పు :

- హిమాచల్ ప్రదేశ్‌లో మండి ప్రసిద్ధి చెందింది.

హెవీ బీచ్‌సాండ్స్ :

- ఇందులో వివిధ రకాలు ఖనిజాలు ఉంటాయి.
- భారతదేశంలో దీని ఉత్పత్తిలో ఆంధ్రప్రదేశ్ మొదటి స్థానంలో కలదు.
- ఆంధ్రప్రదేశ్‌లోని శ్రీకాకుళం జిల్లాలో ఇది ఎక్కువగా లభిస్తుంది.
- హెవీ బీచ్‌సాండ్స్‌ని వెలికితీయుట కొరకు ట్రైమాక్స్ కంపెనీకి ప్రభుత్వం లీజుకి ఇచ్చింది.

క్రోమియం :

- దేశంలో ఒడిషాలోని సుకిందాలోయలో ఎక్కువగా లభిస్తుంది. సుకిందాలోయ వద్ద క్రోమియం మైనింగ్ ప్రాంతం కూడా కలదు.

అపటైట్ :

- దీని ఉత్పత్తిలో భారతదేశం మొదటిస్థానంలో ఉంది.
- భారతదేశంలోని ఆంధ్రప్రదేశ్ మొదటిస్థానంలో కలదు.
- ఆంధ్రప్రదేశ్‌లో అల్లూరి జిల్లాలో ఎక్కువగా లభిస్తుంది.

ఆస్‌బెస్టాస్ :

- దీని ఉత్పత్తిలో ప్రపంచంలో భారతదేశం మొదటిస్థానంలో కలదు.
- దీని ఉత్పత్తిలో భారతదేశంలో ఆంధ్రప్రదేశ్ మొదటిస్థానంలో కలదు.
- ఆంధ్రప్రదేశ్‌లో కడప, పులివెందులలో ఎక్కువగా లభిస్తుంది.

రాష్ట్రం 2022 డిసెంబర్ నాటికి ఉత్పత్తి చేసిన సహజ వనరులు:

- **ముడి చమురు:** 1,50,897 టన్నుల ముడి చమురును ఉత్పత్తి చేసింది. 30.56% వృద్ధి రేటు కలదు.
- **సహజ వాయువు:** 533 మి.క్యూబిక్ మీటర్ల సహజ వాయువును ఉత్పత్తి చేసింది. -7.99% వృద్ధిరేటు కలదు.
- **సున్నపు రాయి:** 39,403 మిలియన్ టన్నులు ఉత్పత్తి చేసింది. 5.68% వృద్ధిరేటు కలదు.

  ఖనిజాల ఆధారంగా రాష్ట్రానికి వచ్చిన రెవెన్యూ మొత్తం 2,09,413 లక్షల రూపాయలు.

- **మొదటి స్థానాలు గల మూడు జిల్లాలు**–
  1. తూర్పు గోదావరి (33,032 లక్షల రూపాయలు)
  2. ప్రకాశం (31,012 లక్షల రూపాయలు)
  3. కడప (23,490 లక్షల రూపాయలు)
- **చివరి స్థానాలు గల మూడు జిల్లాలు**
  1. పశ్చిమ గోదావరి (3,973 లక్షల రూపాయలు)
  2. విజయనగరం (7,213 లక్షల రూపాయలు)
  3. శ్రీకాకుళం (9,678 లక్షల రూపాయలు)

CHAPTER 13 వ్యవసాయం - అనుబంధ రంగాలు (Agriculture and Agro based Activities)

- ప్రతీ దేశం దీర్ఘకాల అభివృద్ధి పునాదులను వ్యవసాయరంగంలోనే వేయాలి అని గున్నార్ మిర్దాల్ ప్రతిపాదించారు.
- మట్టిని సాగుచేయడాన్ని వ్యవసాయం అని పిలుస్తారు.
- Agriculture అనే పదం Ager మరియు colo అనే లాటిన్ పదం నుంచి ఆవిర్భవించింది. Ager అంటే మట్టి, colo అంటే కల్టివేషన్ అని అర్థం.
- ఒక ప్రాంత శీతోష్ణస్థితి, నైసర్గిక స్వరూపం, నేలలు మొదలైనవన్నీ ఆ ప్రాంత వ్యవసాయాన్ని ప్రభావితం చేస్తాయి.
- భారత ఆర్థిక వ్యవస్థకు వ్యవసాయరంగం వెన్నెముక వంటిదిగా పరిగణిస్తారు. అందుకు గల కారణాలు:
  1. పెరుగుతున్న శ్రామిక జనాభాకు ఉపాధి కల్పనలో వ్యవసాయరంగం మొదటి స్థానంలో కలదు.
  2. దేశ జనాభాలో 65%-70% జనాభాకు వ్యవసారంగం ఉపాధిని కల్పిస్తున్నది.
  3. తాజా గణాంకాల ప్రకారం దేశ శ్రామిక జనాభాలో 48.9% శ్రామిక జనాభా వ్యవసాయ అనుబంధపు రంగాలలో ఉపాధిని కలిగి ఉన్నారు.
  4. అనేక పరిశ్రమలకు ముడిపదార్థాలను సరఫరా చేయటం.
  5. 2022-23 లో దేశంలో మొత్తం ఆహార ధాన్యాల ఉత్పత్తి - 315.7 మిలియన్ టన్నులు.
  6. 2022-23 లో ఆంధ్రప్రదేశ్‌లో మొత్తం ఆహార ధాన్యాల ఉత్పత్తి - 169.30 లక్షల టన్నులు.

Note: 2022 నాటికి వ్యవసాయ రైతుల ఆదాయాన్ని రెట్టింపు చెయ్యటానికి నియమించిన కమిటీ - అశోక్ దళ్వాయ్.

- దేశంలో వ్యవసాయ పద్ధతులను 2 ప్రధాన రకాలుగా వర్గీకరించవచ్చు. అవి:
  1. ఆదిమ పద్ధతులు, 2. స్థిర పద్ధతులు.
- ఆదిమ పద్ధతుల్లో సంచార పశుపోషణ, విస్థాపన వ్యవసాయం వంటివి ఉంటాయి.
- సంచార పశుపోషణ ప్రస్తుతం ఎడారి ప్రాంతాల్లో అక్కడక్కడ కనబడుతూ ఉంది. ఉదాహరణకు ఈ పద్ధతులు రాజస్థాన్ మరియు జమ్మూ కాశ్మీర్‌లో కనిపిస్తాయి

విస్థాపన వ్యవసాయం (Shifting Agriculture / Slash and Burn Agriculture)

- ఇది భూమధ్యరేఖ ప్రాంతంలో గిరిజనులు సాధారణంగా చేపట్టే ఒక వ్యవసాయ పద్ధతి.
- పర్వత వాలుల్లో అరణ్యాలను తొలగించి 2-3 సం॥లు వ్యవసాయం చేసి సారం తగ్గాక ఆ ప్రాంతాన్ని వదిలి మరో ప్రాంతానికి చేరి అక్కడ అరణ్యాలను తొలగించి వ్యవసాయాన్ని చేస్తూ, ఇలా వ్యవసాయ ప్రాంతాలను తరుచుగా మారుస్తుంటే దాన్ని విస్థాపన వ్యవసాయం అని పిలుస్తాం.
- విస్థాపన వ్యవసాయాన్ని వివిధ ప్రాంతాల్లో వివిధ పేర్లతో పిలుస్తారు.

1. పశ్చిమ కనుములు	:	కుమారి
2. కేరళ	:	పోనమ్
3. ఈశాన్య రాష్ట్రాలు	:	జుమ్ / జుమ్మింగ్
4. రాజస్థాన్	:	వాత్రా

5. మధ్యప్రదేశ్	:	బేవార్ / పెండా
6. చత్తీస్‌ఘడ్	:	దహియా
7. ఒడిషా	:	ట్రింగా
8. తెలుగు రాష్ట్రాలు	:	పోడు వ్యవసాయం
9. జార్ఖండ్	:	కిరువా
10. హిమాలయాలు	:	కిల్స్

❖ ప్రపంచంలో విస్తాపన వ్యవసాయంకు గల పేర్లు:

1. శ్రీలంక	:	చెనా
2. బ్రెజిల్	:	రోక (Roca)
3. ఇండోనేషియా/మలేషియా	:	లడాంగ్ (Ladang)
4. వెనిజులా	:	కొనుకో (Konuco)
5. మయన్మార్	:	టాన్‌గ్యా
6. థాయ్‌లాండ్	:	తమ్రాయ్
7. ఫిలిప్పీన్స్	:	caingin
8. ఉత్తర అమెరికా ఖండం	:	మిల్పా (Milpa)
9. సెంట్రల్ ఆఫ్రికా	:	మసోల్ (Masole)
10. రిమైనింగ్ సౌత్ ఏషియన్ దేశాలు	:	రే (Ray)

స్థిరవ్యవసాయ పద్ధతులు (Sedentary Practices of Agriculture):

1. విస్తృత వ్యవసాయం (Extensive Agriculture Practice):

❖ జనాభా తక్కువగా ఉన్న దేశాలలో భూకమత పరిమాణం ఎక్కువ ఉండి పూర్తిగా యంత్రాలను ఉపయోగించి, తక్కువ ఎరువులను ఉపయోగించి, తక్కువ దిగుబడి పొందే వ్యవసాయ పద్ధతి.

ఉదా : USA/కెనడా – ప్రయరీస్, రష్యా, ఆస్ట్రేలియా – రాంచీస్, యురేషియా – స్టెప్పీస్.

Note: 1. ఉక్రెయిన్ దేశాన్ని ప్రపంచ "రొట్టెల గంపగా" పిలుస్తున్నారు.
2. ప్రపంచ ధాన్యాగారాలుగా అమెరికా, కెనడాలో ఉన్న 'ప్రయరీలను' పిలుస్తారు. ఈ వ్యవసాయంపై ఒత్తిడి ఉండదు.

2. సాంద్ర వ్యవసాయం (Intensive Agriculture Practice):

❖ జనాభా ఎక్కువగా ఉన్న దేశాలలో భూకమతాల పరిమాణం తక్కువగా ఉండి మానవ శ్రమను ఉపయోగించి అధిక ఎరువులను ఉపయోగిస్తూ అధిక దిగుబడిని పొందే వ్యవసాయ పద్ధతి.

★ దీనినే ఋతుపవన వ్యవసాయ పద్ధతిగా పిలుస్తారు.

ఉదా : భారత్ & ఆఫ్రికా దేశాలు.

వ్యవసాయంపై ఒత్తిడి ఉంటుంది. తక్షణ నీటిపారుదల అవసరం.

Note: మొత్తం కుటుంబం ఈ వ్యవసాయంపై ఆధారపడి ఉంటే, మార్కెట్‌కి మిగులు పంపించలేకపోతే దానిని జీవనాధార వ్యవసాయ పద్ధతి అంటారు. దీనినే భారత వ్యవసాయ పద్ధతి అంటారు.

3. మిశ్రమ వ్యవసాయం (Mixed farming):

- ఒకే ప్రాంతంలో ఒక వైపు పంటలు పండించే వ్యవసాయం మరోవైపు పశుపోషణ వంటి వ్యవసాయ అనుబంధ కార్యకలాపాలు చేపడితే దాన్ని మిశ్రమ వ్యవసాయం అంటాం.

> **Note:** ఒక కాలంలో ఒకే ప్రదేశంలో 1 లేదా 2 కంటే ఎక్కువ పంటలు పండించే వ్యవసాయాన్ని మిశ్రమ పంటలు పండించడం (Mixed cropping) అంటారు.

4. టెర్రస్:

- కొండ ప్రాంతాల్లో ముఖ్యంగా వాలులో విభిన్న ఎత్తుల్లో కాంటూర్స్‌ను నిర్మించి చేసే వ్యవసాయం.
  - ఈ రకమైన వ్యవసాయం ఎక్కువగా అస్సాంలో కనబడుతుంది.
  - ఉద్యానవన పంటలకు అనుకూలం.

5. Truck Farming:

- ప్రధాన పట్టణ ప్రాంతాల చుట్టూ ఉన్న ఉపపట్టణ ప్రాంతాల్లో సాధారణ వ్యవసాయాన్ని మానివేసి ఆ పట్టణ దినసరి మరియు వారాంతక అవసరాలను తీర్చడానికి కూరగాయలు, పూలు, పండ్లు, పౌల్ట్రీ, డైరీ వంటివి అభివృద్ధి చెందిస్తున్నారు. వారి యొక్క ఉత్పత్తులను తరలించడానికి ట్రక్కులని వినియోగిస్తున్నారు. కావున దీనిని ట్రక్ ఫార్మింగ్ అంటారు. ఇది తక్కువ కాలం ఉంటుంది. ఇది కొంతలో కొంత లాభసాటి వ్యవసాయ పద్ధతి.

6. ZBNF (Zero Budget Natural Forming):

- గ్రీన్ రివల్యూషన్‌లో గల ప్రతికూల ప్రభావాలను తొలగించడానికి దీనిని అభివృద్ధి చేసారు.
- ఈ పద్ధతికి ఆధ్యుడుగా "సుభాష్ పాలేకర్"ను పేర్కొంటారు.
- ప్రకృతి వ్యవసాయంను మొదటిగా జపాన్‌కు చెందిన 'మసనోబుఫుకోకా' ప్రతిపాదించారు.
- మొట్టమొదటి ప్రకృతి వ్యవసాయ రాష్ట్రం – కర్ణాటక.

> **Note:** మొదటి సేంద్రీయ వ్యవసాయ రాష్ట్రం – సిక్కిం.

- ప్రకృతి వ్యవసాయానికి 4 ప్రధాన స్తంభాలు కలవు. అవి

1. **జీవామృత (Jiwamrita):** (Soil Treatment) ఎరువులు మరియు కలుపు మందులు ఉపయోగించకుండా దీనిని దేశీయ ఆవు మూత్రం, పేడ, బెల్లం, పప్పుదినుసులు పొట్టు, కలుషితం కాని మట్టిని కలిపి తయారు చేస్తారు. ప్రధానంగా ఇందులో నేలను చికిత్స చేస్తారు. దీనిని నేలలో కలిపి ఉపయోగించటం వల్ల నేలలో తేమశాతం, సూక్ష్మజీవి చర్యలు, నిరోధకత్వం వంటివి పెరుగుతాయి.
2. **బీజామృత (Bijamrita) :** (Seed Treatment) దీన్ని కూడా దేశీయ ఆవుపేడ, ఆవు మూత్రం, వేప, పొగాకు, మిరప వంటి ఆకుల పొడి మిశ్రమాలతో తయారు చేస్తారు. ప్రధానంగా ఇందులో విత్తనాన్ని చికిత్స చేస్తారు. ఇలా చేయటం వల్ల విత్తనానికి నిరోధక శక్తి పెరిగి కీటకాలు, తెగుళ్లు వంటివి ఎటువంటి ప్రభావం చూపలేవు. ఆ విత్తనంలో నీటి నిల్వ సామర్థ్యం పెరుగుతుంది.
3. **మల్చింగ్ (Mulching):** ఆచ్ఛాదన అని అంటారు.
   - వ్యవసాయ వ్యర్థాల నుండి, సేంద్రీయ వ్యర్థాల నుండి, చెట్ల యొక్క పొట్టు మొదలైనవి పంట నేలపై చల్లటం.
   - ఇలా నేలపై చల్లటం వల్ల నేలలో నీటి నిల్వ సామర్థ్యం పెరుగుతుంది. నేలను కాపాడుతుంది.

4. **వపాన (Whapasa):** (Soil Moisture) జీవామృత, బీజామృత, మల్చింగ్‌లను పంటపొల్లాల్లో ఉపయోగించినపుడు ఆ నేలల్లో గాలి ప్రసరణ చెందటం, జీవ పదార్థం పెరగటం, నీటిని పట్టి ఉంచే సామర్థ్యం పెరగడం, వానపాముల సంఖ్య పెరగటం. ఇటువంటి ప్రక్రియ జరగడాన్ని వపాస అంటారు.

Note: 2027 నాటికి మొత్తం 80 లక్షల హెక్టార్లను పూర్తి గా 'జీరో బడ్జెట్'ను సాధించాలని లక్ష్యంగా పెట్టుకున్నారు.

7. **ఒప్పంద వ్యవసాయం:** కార్పోరేట్ కంపెనీలు వ్యవసాయదారులతో ఒప్పందాలు చేసుకుని చేసే వ్యవసాయం ఒప్పంద వ్యవసాయం.

8. **సేంద్రీయ వ్యవసాయం:** పశువుల వ్యర్థాలను, మొక్కల వ్యర్థాలను ఉపయోగిస్తూ పంటలు పండించు విధానం

9. **సహకార వ్యవసాయం:** రైతులు సామూహికంగా చేసే వ్యవసాయం. రష్యా దేశంలో వీటిని kolkho అంటారు.

వ్యవసాయ గణన:

- వ్యవసాయ కమతాలకు సంబంధించి సేకరించే గణాంకాలు.
- వ్యవసాయ గణనను కేంద్ర వ్యవసాయ సహకార మంత్రిత్వశాఖ ప్రతి 5 సం॥లకు ఒక సారి సేకరిస్తుంది. మొదటి వ్యవసాయ గణనను 1970లో నిర్వహించారు. ఇప్పటి వరకు 10 పర్యాయములు వ్యవసాయ గణనను నిర్వహించారు.
- 10వ వ్యవసాయ గణనను 2015-16 సంవత్సరానికి నిర్వహించారు.
- 2015-16 వ్యవసాయ గణన ప్రకారం కమతాల సంఖ్య 146.45 మిలియన్లు, కమతాల క్రిందనున్న భూవిస్తీర్ణం 157.82 మిలియన్ హెక్టార్లు. సగటు కమత విస్తీర్ణం 1.08 హెక్టార్లు.
- 2015-16 వ్యవసాయ గణన ప్రకారం ఆంధ్రప్రదేశ్ సగటు కమత విస్తీర్ణం 0.94 హెక్టార్లు.
- కమతాల సంఖ్య అధికంగా గల రాష్ట్రాలు :1. ఉత్తర ప్రదేశ్
  2. బీహార్
- కమతాల సంఖ్య తక్కువగ గల రాష్ట్రాలు : 1. సిక్కిం
  2. గోవా
- వ్యవసాయ కమతాలను విస్తీర్ణం ఆధారంగా 5 రకాలుగా వర్గీకరించారు. అవి

కమతము		విస్తీర్ణం (హెక్టార్లలో)
1. ఉపాంత కమతం	:	< or 1
2. చిన్న కమతం	:	1 to 2
3. చిన్న మధ్యస్థ కమతం	:	2 to 4
4. మధ్యస్థ కమతం	:	4 to 10
5. పెద్ద కమతం	:	10 >

వ్యవసాయ విప్లవాలు

హరిత విప్లవం:

- హరిత విప్లవం అని పేరు పెట్టినది - విలియం గాడ్.
- ప్రపంచ హరిత విప్లవ పితామహుడు - నార్మన్ బోర్లాగ్, ఈయన రాక్‌ఫెల్లర్ ఫౌండేషన్ కొరకు పని చేసారు. మరియు మెక్సికో యొక్క వ్యవసాయాభివృద్ధి కోసం పనిచేసారు.
- భారత హరిత విప్లవ పితామహుడు - యమ్.ఎస్. స్వామి నాథన్

- ఇండియాలో హరిత విప్లవం తొలి మెట్టుగా IADP (Intensive Agriculture District Programme)ను 1961లో ప్రారంభించారు. దీనిని ప్యాకేజి ప్రోగ్రాం అని కూడా అంటారు.
- 1966 జూన్ నెలలో భారత ప్రభుత్వం హరిత విప్లవంను ప్రకటించడంతో వ్యవసాయ అభివృద్ధి మొదలైంది. భారతదేశంలో మొట్టమొదటిసారిగా మొదటి పంచవర్ష ప్రణాళికలో వ్యవసాయ అభివృద్ధి పెరిగింది.
- తరువాత 2వ పంచవర్ష ప్రణాళికలో పారిశ్రామిక అభివృద్ధికి ప్రాధాన్యత ఇవ్వడంతో వ్యవసాయాభివృద్ధి తగ్గుతూ వచ్చింది. వ్యవసాయంకు కేటాయించే నిధులు తగ్గాయి.
- భారత్, పాకిస్థాన్ విభజన కారణంగా గంగా-బ్రహ్మపుత్ర డెల్టా మరియు సింధు డెల్టా రెండూ పాకిస్థాన్‌కి కేటాయించటం వల్ల వ్యవసాయ ఉత్పత్తిపై ప్రతికూల ప్రభావం పడింది.
- 1960వ దశకానికి ఆహార ధాన్యాల కొరకు దిగుమతులపై ఆధారపడవలసి వచ్చింది.
- ఆహార ధాన్యాల ఉత్పత్తిని అధికం చేస్తూ తద్వారా ఆహార ధాన్యాల విషయంలో స్వయం సమృద్ధిని సాధించాలి.
- వీటన్నింటిని దృష్టిలో పెట్టుకొని కేంద్ర ప్రభుత్వం IADP పథకాన్ని 3 పంటలకు గాను 7 జిల్లాల్లో ప్రవేశపెట్టడం జరిగింది.

1. వరిపంట	:	1.	బీహార్	:	షాహాబాద్
		2.	చత్తీస్‌ఘడ్	:	రాయ్‌పూర్
		3.	ఆంధ్రప్రదేశ్	:	వెస్ట్ గోదావరి
		4.	తమిళనాడు	:	తంజావూర్
2. గోధుమ పంట	:	5.	పంజాబ్	:	లూధియానా
		6.	ఉత్తరప్రదేశ్	:	అలీఘర్
3. మెట్ట పంటలు	:	7.	రాజస్థాన్	:	పాళి

- ఈ పథకం విజయవంతం అయ్యింది. దీనిని 144 జిల్లాలకు విస్తరిస్తూ 1965లో IAAP (Intensive Agriculture Area Programme)ను ప్రారంభించారు. ఈ పథకంలో ఆంధ్రప్రదేశ్‌లో తూర్పుగోదావరి, పశ్చిమ గోదావరి, కృష్ణా, గుంటూరు, వరంగల్, కరీంనగర్, మహబూబ్‌నగర్ జిల్లాల్లో అమలు చేసారు.
- 1962లో భారత్ - చైనా యుద్ధం, 1965లో భారత్ - పాకిస్తాన్ యుద్ధం, 1965లో అతి తీవ్ర కరువు యొక్క ప్రభావం మరియు మొదలైన కారణాల వలన IAAP చెప్పుకోదగదిన స్థాయిలో విజయం సాధించలేకపోయింది.
- వీటన్నింటిని దృష్టిలో పెట్టుకొని కేంద్ర ప్రభుత్వం 1966-67 ఆర్థిక సంవత్సరంలో హరిత విప్లవాన్ని ప్రవేశపెట్టింది.
- భారత్ హరిత విప్లవ పితామహుడు యమ్.ఎస్. స్వామినాథన్‌కు ఈ విప్లవంలో సహాయ సహకారాలు అందించినవారు
    1. శ్రీమతి ఇంధిరాగాంధి - ప్రధానమంత్రి
    2. సుబ్రమణియన్ - వ్యవసాయ శాఖ మంత్రి
    3. నార్మన్ బార్లాగ్
- దేశంలో హరిత విప్లవాన్ని మొదటగా ప్రవేశపెట్టిన ప్రాంతాలు:
    1. పంజాబ్ మైదానాలు (హర్యానా, పంజాబ్, రాజస్థాన్‌లో కొంత ప్రాంతం).
    2. ఎగువ గంగా మైదానాలు (పశ్చిమ ఉత్తరప్రదేశ్).
    3. కృష్ణా - గోదావరి డెల్టా (ఆంధ్రప్రదేశ్).
    4. కావేరి డెల్టా (తమిళనాడు).
- హరిత విప్లవం వలన ప్రయోజనం పొందిన ఆహార ధాన్యాలు - గోధుమ, మొక్కజొన్న.

- ❖ పాక్షిక విజయం - వరి
- ❖ ప్రయోజనం పొందిన వాణిజ్య పంట - పత్తి, మిరప
- ❖ ప్రయోజనం పొందిన కూరగాయల పంట - బంగాళదుంప, టమోటా
- ❖ హరిత విప్లవం వలన అధిక ప్రయోజనం పొందిన నూనెగింజ పంటలు - వేరుశెనగ, ప్రొద్దుతిరుగుడు
- ❖ హరిత విప్లవం వలన తీవ్రంగా నష్టపోయిన పంట - పప్పుధాన్యాలు

Note: హరిత విప్లవంను 'ధరమ్ నారాయణ్' వాణిజ్య పంటల పక్షపాతి అని పేర్కొన్నాడు.

అనుకూల ప్రభావాలు:

1) 1970 నాటికి భారతదేశం ఆహారధాన్యాలు సుస్థిరం మరియు స్వావలంభన చేయడం జరిగింది.
2) రైతుల వ్యవసాయ పద్ధతులు మారాయి. నూతన సాంకేతిక పరిజ్ఞానం అలవాటు పడింది.
3) కోత ముందరి పంప్‌సెట్‌లు, ట్రాక్టర్ పరిశ్రమలు వంటివి వచ్చాయి.
4) పారిశ్రామిక రంగంలో గ్రామీణ ఉపాధి కల్పన పెరిగింది.
5) భారతదేశ జిడిపి, తలసరి ఆదాయం మరియు పంజాబ్, తమిళనాడు, ఆంధ్రప్రదేశ్ వంటి రాష్ట్రాలకు ఆదాయం పెరిగింది.
6) రైతుల ఆదాయం, కొనుగోలు శక్తి రెండూ పెరిగాయి.
7) గ్రామీణ ప్రాంతాలలో పరిశ్రమలు, థర్మల్ పవర్ స్టేషన్‌లు వంటివి ఏర్పాటు చేసారు.
8) విదేశీ మారకద్రవ్య నిల్వలను కొంతవరకు కాపాడుకోగలిగాం.
9) వ్యవసాయ ఉత్పత్తులు, ఉత్పాదకతలు పెరిగాయి.
10) ఆహార ధాన్యాల దిగుమతులు తగ్గి, ఎగుమతి చేసే సామర్థ్యం పెరిగింది.
11) పారిశ్రామిక అభివృద్ధికి తోడ్పడింది.

ప్రతికూల ప్రభావాలు:

1) దేశీయ వంగడాలన్నీ అంతరించిపోయాయి/కనుమరుగైపోయాయి.
2) పప్పు దినుసులు, నూనెగింజల, సాగుభూమి తగ్గింది. దీని ఫలితంగా పప్పుదినుసులు, నూనెగింజలలో ప్రధాన ఉత్పత్తిదారు అయినప్పటికీ వాటిని దిగుమతి చేసుకునే అవసరం వచ్చింది.
3) హరిత విప్లవం కారణంగా వాణిజ్య పంటల సాగు తగ్గింది.
4) కొన్ని రాష్ట్రాల ఆదాయం మాత్రమే పెంచుతుంది. తూర్పు మరియు ఈశాన్య భారతదేశంపై నిర్లక్ష్యం చూపించింది.
5) పది ఎకరాల భూమి ఉన్న రైతు మాత్రమే లాభం పొందుతున్నాడు. ఉపాంత మరియు సన్నకారు రైతులు నష్టపోయారు.
6) హరిత విప్లవం - రాష్ట్రాల మధ్యలో మరియు రైతుల మధ్యలో బేధాలను పెంచింది.
7) పర్యావరణంపై ఎక్కువ ప్రతికూల ప్రభావం చూపించింది. పర్యావరణాన్ని క్షీణతకు గురి చేసింది.
8) కృత్రిమ ఎరువులను ఎక్కువగా ఉపయోగించటం వల్ల నేలలో ఉండే సహజ కూర్పులో మార్పు వచ్చింది. నేలలో క్షీణత పెరగడం మరియు ఆహార పంటలు విషతుల్యం చెందుతున్నాయి.
9) నీటిపారుదల సౌకర్యాలు ఉన్న ప్రాంతాలలో మాత్రమే వ్యవసాయం బాగా అభివృద్ధి చెందింది.
10) యాంత్రిక పరమైన మార్పులు వలన ఉపాధి అవకాశాలు తగ్గాయి.
11) అడవులు నరికివేసి వ్యవసాయ భూములుగా మార్చడం జరిగింది.

హరిత విప్లవంలోని భాగాలు:

1) అధిక దిగుబడినిచ్చే కృత్రిమ వంగడాలు.
2) భూ సంస్కరణలు - ప్రధానంగా భూ సమీకరణం చేయడం.
3) నీటిపారుదలపై దృష్టి సాధించడం.
4) కృత్రిమ ఎరువులు మరియు కృత్రిమ క్రిమి సంహారకాలు మరియు కృత్రిమ పురుగు మందులు ఉపయోగించటం.
5) సబ్సిడీలు.
6) వ్యవసాయ పనిముట్లు ఆధునికీకరణ.
7) రైతులకు వ్యవసాయ ఋణాలు ఇవ్వటం.
8) గ్రామీణ విద్యుదీకరణ
9) గ్రామీణ మౌలిక సదుపాయాల కల్పన.
10) శీతల గిడ్డంగులు ఏర్పాటు.
11) వ్యవసాయ విశ్వవిద్యాలయాల ఏర్పాటు.

సతత హరిత విప్లవం (Ever green Revolution)

❖ 2005లో యమ్.స్వామినాథన్ దేశంలోని అన్ని ప్రాంతాలు, అన్ని పంటలకు గ్రీన్ రివల్యూషన్ విస్తరించాలని మరియు ఇండియాలో ఆహార ధాన్య ఉత్పత్తి సామర్థ్యం 420MT ఉందని ప్రకటించారు. 5 అంశాలకు ప్రాధాన్యత ప్రకటించుట ద్వారా వ్యవసాయం ఉత్పత్తి గణనీయంగా పెంచవచ్చు. అవి

1. వాన నీటి సంరక్షణ
2. భూసార పరిరక్షణ
3. బ్యాంకు నుండి రుణసదుపాయం
4. Lab to Land అనుసంధానం
5. మెరుగైన వ్యవసాయ మార్కెటింగ్ విధానాలు.

రెండవ హరిత విప్లవం:

❖ 2004లో వాజ్‌పేయ్ ప్రకటించారు (అమలు కాలేదు)

❖ 2006, మే 26న మన్మోహన్ సింగ్ ప్రకటించి 7 అంశాలకు ప్రాధాన్యత ఇస్తూ 2వ హరిత విప్లవం అమలు చేస్తామని ప్రకటించారు.

1. వాన నీటి సంరక్షణ
2. భూసార పరిరక్షణ
3. బ్యాంకు నుండి రుణసదుపాయం
4. Lab to Land అనుసంధానం
5. మెరుగైన వ్యవసాయ మార్కెటింగ్ విధానాలు.
6. పశుపోషణ
7. ఉత్పత్తి, వినియోగం, వాణిజ్యం అనుసంధానం చేస్తూ మార్కెట్ సంస్కరణలు ప్రవేశపెట్టాలి.

రెండవ హరిత విప్లవంలో ప్రధానాంశాలు:

1. తూర్పు మరియు ఈశాన్య భారతదేశ అభివృద్ధి.
2. వాణిజ్య పంటలను పెంచడం.
3. పర్యావరణాన్ని దెబ్బతినకుండా చూడడం.
4. జీవ సాంకేతికతను అభివృద్ధి చేయడం.

Note: ఏవైతే మొదటి హరిత విప్లవంలో లోటుకు గురి అయ్యాయో వాటిని రెండవ హరిత విప్లవంలో అభివృద్ధి చేయటం.

శ్వేత విప్లవం (White Revolution):

- ఇది పాల ఉత్పత్తులకు సంబంధించినది.
- శ్వేత విప్లవమును కోసం "వర్గీస్ కురియన్" విశేషమైన సేవలు అందించాడు. శ్వేత విప్లవ పితామహుడిగా ఈయనను పేర్కొంటారు.
- శ్వేత విప్లవంలో భాగంగా:
  1. పాల ఉత్పత్తిని పెంచాలి.
  2. పోషక విలువలను పెంచాలి (పిల్లల కొరకు).
  3. పట్టణ-ఉప పట్టణ అనుసంధానం.
  4. మహిళా సాధికారత.
- ఇది విజయవంతం అయిన విప్లవం.
- శ్వేత విప్లవంను National Dairy Development Corporation, Operation Flood అనే కార్యక్రమం ద్వారా అమలు పరుచుచున్నది.
- ప్రస్తుతం ప్రపంచంలో పాల ఉత్పత్తిలో భారతదేశం మొదటిస్థానంలో కలదు.
- మనదేశంలో పాల ఉత్పత్తిలో మొదటి స్థానంలో ఉత్తరప్రదేశ్, 2వ స్థానంలో రాజస్థాన్ కలదు. 5వ స్థానంలో ఆంధ్రప్రదేశ్ కలదు. పాల తలసరి వినియోగంలో పంజాబ్ మొదటి స్థానంలో ఉంది.
- ఆంధ్రప్రదేశ్‌లో పాల ఉత్పత్తిలో చిత్తూరు, నెల్లూరు, ప్రకాశం తొలి మూడు స్థానాల్లో కలవు.
- శ్వేత విప్లవంలో భాగంగా ఏర్పడిన మొదటి సహకార సంస్థ - AMUL (Anand Milk Union Limited)

నీలివిప్లవం:

- నీలి విప్లవ పితామహుడుగా డా॥ అరుణ్‌కృష్ణన్‌ను పేర్కొంటారు.
- దేశంలో మత్స్య సంపదను అధికం చేయడానికి సంబంధించినది.
- భారతదేశం ప్రస్తుతం చేపల ఉత్పత్తిలో 2వ స్థానంలో ఉంది. మొదటి స్థానంలో చైనా కలదు.
- దేశంలో చేపల ఉత్పత్తిలో మొదటి స్థానంలో ఉన్న రాష్ట్రం – ఆంధ్రప్రదేశ్
- సముద్ర చేపల ఉత్పత్తిలో ప్రథమ స్థానంలో గల రాష్ట్రం – గుజరాత్, ద్వితీయ స్థానంలో ఆంధ్రప్రదేశ్ కలవు.
- అంతస్థలీయ చేపలు, మంచినీటి చేపలు, రొయ్యలు మొదలైన వాటిలో ప్రథమ స్థానంలో గల రాష్ట్రం – ఆంధ్రప్రదేశ్
- బ్రాకిష్ వాటర్ చేపల (ఉప్పునీటి చేపల) ఉత్పత్తిలో వెస్ట్ బెంగాల్ మొదటి స్థానంలో ఉండగా, ఆంధ్రప్రదేశ్ 2వ స్థానంలో కలదు.
- మొత్తం అన్నిరకాల చేపలు ఉత్పత్తులు కలిపితే ఆంధ్రప్రదేశ్ మొదటి స్థానంలో, పశ్చిమబెంగాల్ 2వ స్థానంలో కలవు.

Note: ఆంధ్రప్రదేశ్‌లో నరసాపురంలో ఆక్వా కల్చర్ విశ్వ విద్యాలయం ఏర్పరుస్తామన్న ప్రతిపాదన ఉంది.

- రాష్ట్రంలో అత్యధికంగా మత్స్య ఎగుమతులు చేయు ఓడరేవు - విశాఖపట్నం.
- దేశంలో మత్స్య ఉత్పత్తుల్లో ఆంధ్రప్రదేశ్ వాటా - 30.82%
- ఆంధ్రప్రదేశ్ రాష్ట్రంలో అధిక సముద్ర చేపల ఉత్పత్తి జిల్లాలు వరుసగా కాకినాడ, విశాఖ, బాపట్ల.
- రాష్ట్రంలో రొయ్యలసాగు ఉత్పత్తిపరంగా అధికంగా గల జిల్లాలు వరుసగా కృష్ణా, బాపట్ల, పశ్చిమ గోదావరి.
- National Fisheries Development Board - Hyderabad
- Central Cold Water Fish Research Institute - భీంతాల్ (హిమాచల్‌ప్రదేశ్)
- Central Inland Fisheries Research Institute -West Bengal (బరక్‌పూర్)
- Central Fresh Water Research Institute - ఒడిస్సా (భువనేశ్వర్)
- Marine Water Fish Research Institute - కొచ్చి (కేరళ)
- Central Brakish water Fish Research Institute - చెన్నై (తమిళనాడు)

పసుపు విప్లవం:

- నూనె గింజల పంటల ఉత్పత్తిని అధికం చేయడానికి 1985లో ప్రవేశపెట్టారు.
- పసుపు విప్లవం కోసం "శ్యామ్ పిట్రోడా" విశేషమైన సేవలు అందించారు. ఈయనని పసుపు విప్లవ పితామహుడిగా పేర్కొంటారు.
- దేశంలో 2022-23లో నూనెగింజల మొత్తం ఉత్పత్తి 24.56 లక్షల టన్నులు (సాగు విస్తీర్ణం 7.86 లక్షల హెక్టార్లు).
- నూనెగింజల ఉత్పత్తిలో ఇండియా 2వ స్థానంలో కలదు. చైనా మొదటి స్థానంలో కలదు.
- దేశంలో 9 రకాల నూనె గింజల మొత్తం ఉత్పత్తిలో మధ్యప్రదేశ్ మొదటి స్థానంలో ఉంది. 2వ స్థానంలో రాజస్థాన్ కలదు.
- ఆంధ్రప్రదేశ్‌లో మొత్తం నూనెగింజల ఉత్పత్తిలో (కొబ్బరి విత్తనాలతో కలిపి) మొదటిస్థానంలో గల జిల్లా అనంతపురం, తరువాత స్థానంలో చిత్తూరు కలదు.
- **ఆవాలు** ఉత్పత్తిలో మొదటి స్థానం - రాజస్థాన్.
- **సోయాబీన్** ఉత్పత్తిలో మొదటి స్థానం - మధ్యప్రదేశ్, ఆంధ్రప్రదేశ్‌లో అనంతపురం మొదటి స్థానంలో కలదు.
- **ఆముదాలు** ఉత్పత్తిలో మొదటి స్థానం - గుజరాత్, ఆంధ్రప్రదేశ్‌లో అనంతపురం, కర్నూలు తొలి స్థానాల్లో కలవు.
- **పొద్దు తిరుగుడు** ఉత్పత్తిలో మొదటి స్థానం - కర్ణాటక, ఆంధ్రప్రదేశ్‌లో కడప, కర్నూలు తొలి స్థానాల్లో కలవు.
- **వేరుశెనగ** ఉత్పత్తిలో మొదటి స్థానం-గుజరాత్, ఆంధ్రప్రదేశ్‌లో అనంతపురం, కర్నూలు తొలి రెండు స్థానాల్లో కలవు.
- **పామ్ ఆయిల్** ఉత్పత్తిలో మొదటి స్థానం - ఆంధ్రప్రదేశ్, ఆంధ్రప్రదేశ్‌లో ఏలూరు మొదటి స్థానంలో కలదు.
- Central oil palm research Institute - పెదవేగి (ఏలూరు-ఆంధ్రప్రదేశ్)
- Indian Institute of Oil Seeds Technology - హైదరాబాద్ (తెలంగాణ).
- Central Groundnut Research Institute - జునాఘడ్ (గుజరాత్)

గుండ్రని విప్లవం (Round Revolution):

- బంగాళ దుంపల ఉత్పత్తులకు సంబంధించినది.
- దేశంలో బంగాళదుంపలు ఎక్కువగా పండించే మొదటి రాష్ట్రం - ఉత్తరప్రదేశ్, రెండవ రాష్ట్రం వెస్ట్‌బెంగాల్.
- ఆంధ్రప్రదేశ్‌లో బంగాళాదుంపలు ఉత్పత్తిలో మొదటి స్థానంలో గల జిల్లా - చిత్తూరు.
- Central Potato Research Institute - సిమ్లా.

ఎరుపు విప్లవం:

- ఎరుపు విప్లవ పితామహుడిగా "విశాల్ తివారి"ను పేర్కొంటారు.
- ఇది టమాటా మరియు మాంసం ఉత్పత్తులకు సంబంధించినది.
- టమాటా ఉత్పత్తిలో మొదటి స్థానంలో రాష్ట్రం - మధ్యప్రదేశ్, రెండవ స్థానంలో ఆంధ్రప్రదేశ్ కలదు.
- ఆంధ్రప్రదేశ్‌లో టమాటా ఉత్పత్తిలో మొదటి స్థానంలో గల జిల్లా చిత్తూరు.
- మాంసం ఉత్పత్తిలో మొదటి స్థానంలో గల రాష్ట్రం - ఉత్తరప్రదేశ్, నాల్గవ స్థానంలో గల రాష్ట్రం - ఆంధ్రప్రదేశ్.
- ఆంధ్రప్రదేశ్‌లో మాంసం ఉత్పత్తిలో మొదటి స్థానంలో గల జిల్లా - తూర్పుగోదావరి, రెండవ స్థానంలో గల జిల్లా - ఏలూరు.

గులాబి విప్లవం:

- Pink Revolution పితామహుడిగా "Durgesh pali" ను పేర్కొంటారు.
- Pink Revolution ఉల్లిపాయలు, రొయ్యల ఉత్పత్తికి సంబంధించినది.
- ఉల్లిపాయలు ఉత్పత్తిలో మొదటి స్థానంలో గల రాష్ట్రం - మహారాష్ట్ర, 2వ స్థానంలో ఆంధ్రప్రదేశ్ కలదు.
- ఉల్లిపాయలు ఉత్పత్తిలో ఆంధ్రప్రదేశ్ 8వ స్థానంలో కలదు.
- ఆంధ్రప్రదేశ్‌లో ఉల్లిపాయలు ఉత్పత్తిలో 1వ స్థానంలో గల జిల్లా - కడప, 2వ స్థానంలో శ్రీకాకుళం కలదు.
- రొయ్యల ఉత్పత్తిలో మొదటి స్థానంలో గల రాష్ట్రం - ఆంధ్రప్రదేశ్.
- ఆంధ్రప్రదేశ్‌లో రొయ్యల ఉత్పత్తిలో మొదటి స్థానంలో గల జిల్లా - కృష్ణా.

వెండి విప్లవం:

- Poultry మరియు Eggsకు సంబంధించినది.
- Mother of Silver Revolution - ఇందిరాగాంధీ.
- అగ్రికల్చరల్ స్టాటిస్టిక్స్ నివేదిక ప్రకారం భారతదేశంలో గుడ్లు మరియు చికెన్స్ ఉత్పత్తిలో మొదటి రాష్ట్రం తమిళనాడు, 2వ స్థానం ఆంధ్రప్రదేశ్, 3వ స్థానంలో తెలంగాణ కలవు.
- ఆంధ్రప్రదేశ్ సామాజిక-ఆర్థిక సర్వే ప్రకారం కోడిగుడ్ల ఉత్పత్తిలో మొదటి స్థానంలో గల రాష్ట్రం - ఆంధ్రప్రదేశ్, 2వ స్థానంలో గల రాష్ట్రం - తమిళనాడు.
- ఆంధ్రప్రదేశ్‌లో కోడిగుడ్ల ఉత్పత్తిలో మొదటి స్థానంలో గల జిల్లా - తూర్పుగోదావరి.
- National Poultry Research Institute Hyderabad.

వ్యవసాయ అనుబంధ రంగాల ఉత్పత్తులను పెంచడానికి ఉద్దేశించిన పథకాలు

1.	హరిత విప్లవం	:	ఆహారధాన్యాలు
2.	నీలి విప్లవం	:	చేపలు
3.	వెండి విప్లవం	:	గుడ్లు
4.	స్వర్ణ విప్లవం	:	యాపిల్ పండ్లు, తేనె, సుగంధ ద్రవ్యాలు, పసుపు
5.	బూడిద విప్లవం	:	ఎరువులు, హౌసింగ్ డెవలప్‌మెంట్
6.	ఫుడ్‌చైన్ విప్లవం	:	శీతల గిడ్డంగులు
7.	రౌండ్ విప్లవం	:	బంగాళదుంపలు
8.	పసుపు విప్లవం	:	నూనె గింజలు

9.	శ్వేత విప్లవం	:	పాలు
10.	ఎరుపు విప్లవం	:	టమాటా & మాంసం
11.	గులాబీ విప్లవం	:	రొయ్యలు, ఫార్మ ఉత్పత్తులు, ఉల్లిగడ్డలు
12.	గోధుమ విప్లవం	:	సుగంధద్రవ్యాలు & తోళ్ల ఉత్పత్తి పెంచడానికి
13.	ఆరెంజ్ విప్లవం	:	ఉద్యానవన పంటలు, నిమ్మ బత్తాయి, సిట్రస్ ఫలాలు
14.	సిల్వర్ ఫైబర్ విప్లవం	:	పత్తి, నార పంటలు
15.	గోల్డెన్ ఫైబర్ విప్లవం	:	జనుము, పీచు పదార్థాలు
16.	శాఫ్రాన్ విప్లవం	:	రినియబల్ సోలార్ ఎనర్జీ
17.	వయొలెట్ విప్లవం	:	ఉన్ని, దాని ఉత్పత్తులు
18.	ట్రైకలర్ విప్లవం	:	శాఫ్రాన్, గ్రీన్, వైట్ పరిశ్రమలు
19.	విటి కల్చర్	:	ద్రాక్ష తోటల పెంపకం
20.	పిసి కల్చర్	:	చేపల పెంపకం
21.	సిల్వి కల్చర్	:	అటవీ మొక్కల పెంపకం
22.	ఫ్లోరీ కల్చర్	:	పూల తోటల పెంపకం
23.	సెరీ కల్చర్	:	పుట్టుపురుగుల పెంపకం
24.	ఎపికల్చర్	:	తేనెటీగల పెంపకం
25.	ఎస్టేట్ ఫార్మింగ్	:	తోటల పెంపకం

Note: ఇప్పటివరకు చర్చించిన విప్లవాలన్నింటిని కలిపి రెయిన్‌బో విప్లవం అంటారు.

26.	నల్ల విప్లవం	:	ముడిచమురు ఉత్పత్తుల కొరకు.

- 'విటమిన్-ఎ' ని పెంపొందించడానికి అభివృద్ధి చేసిన వరి వంగడం గోల్డెన్ రైస్.

పంట కాలాలు :

- భారతదేశ వ్యవసాయ కాలాలు ఋతుపవనాలతో అనుసంధానం చెంది ఉంటాయి.
- భారతదేశంలో సంవత్సరాన్ని మూడు వ్యవసాయ ఋతువులుగా విభజించారు.

1. ఖరీఫ్ కాలం:

- పంటకాలం : జూన్-సెప్టెంబర్ (లేదా) అక్టోబర్.
- పంట కాలవ్యవధి : 5 నెలలు.
- ఇది నైరుతి ఋతుపవన కాలంతో ముడిపడి ఉంది.
- ప్రధాన పంటలు - వరి, చెఱుకు, మొక్కజొన్న, జొన్న, పత్తి, పొగాకు, వేరుశనగ మొదలైనవి.
- దీనిని పశ్చిమ గోదావరిలో సాళవ అంటారు.

2. రబీ కాలం:

- పంటకాలం : నవంబర్ - ఫిబ్రవరి
- పంట కాలవ్యవధి : 4 నెలలు
- ఇది ఈశాన్య ఋతుపవన కాలం
- ప్రధాన పంటలు - గోధుమ, బార్లీ, పప్పు దినుసులు (శెనగలు తప్ప)

3. జైద్ కాలం (వేసవి కాల పంటలు):

- పంటకాలం : మార్చి - మే
- పంట కాలవ్యవధి : 3 నెలలు
- ఇది వేసవి ఋతుకాలం. ఇవి తాత్కాలిక పంటలు.
- ప్రధాన పంటలు - పుచ్చకాయలు, కూరగాయలు, పండ్లు, పువ్వులు మొదలగునవి.

భారతదేశం ప్రధాన పంటలు

వరి:

- భారత ప్రధాన ఆహార పంట వరి (44% కలదు).
- వరి ఉష్ణమండల పంట
- కావల్సిన ఉష్ణోగ్రతలు : 24oc-32oc
- కావల్సిన వర్షపాతం : 100cm - 200 cm
- ప్రపంచ వరి ఉత్పత్తిలో మొదటి దేశాలు : 1. చైనా
  2. ఇండియా
- భారత్‌లో వరి ఉత్పత్తిలో మొదటి రాష్ట్రాలు : 1. పశ్చిమ బెంగాల్
  2. ఉత్తర ప్రదేశ్
  3. పంజాబ్
  4. తెలంగాణ
- చత్తీస్‌ఘడ్‌ని రైస్‌బౌల్ ఆఫ్ ఇండియాగా పేర్కొంటారు.
- భారతదేశంలో వరి ఉత్పత్తిలో ఆంధ్రప్రదేశ్ 8వ స్థానంలో ఉంది. ఆంధ్రప్రదేశ్‌లో వరి ఉత్పత్తి 2022-23లో 133.65 లక్షల టన్నులు.
- ఆంధ్రప్రదేశ్‌లో వరి ఉత్పత్తి అధికంగా గల జిల్లాలు - 1) పశ్చిమ గోదావరి, 2) తూర్పు గోదావరి
- భారతదేశ ముఖ్య వరి వంగడాలు-IR (ఇండియన్ రైస్) 8
  (ఇటీవలె ఈ వంగడానికి స్వర్ణోత్సవాలు జరిగాయి, 16, 20, 32, 64
- నీటి ఎద్దడిని తట్టుకొని పండే విధంగా అభివృద్ధి పరచిన వరి వంగడం - SRI సాగు (System of Rice Intensficiation)
- భారత్ అభివృద్ధి పరిచిన నూతన వరివంగడం - లునిశ్రీ
- బాస్మతి బియ్యం యొక్క నాణ్యతను గింజపొడవు ఆధారంగా నిర్ణయిస్తాడు. తమిళనాడు తంజావూరులో రైస్ మ్యూజియం కలదు.
- ప్రపంచంలో బాస్మతి బియ్యం పండే ఏకైక ప్రాంతం - భారతదేశ వాయువ్య ప్రాంతం (పంజాబ్)
- Central Rice Research Institute - కటక్ (ఒడిషా).
- Indian Rice Research Institute - Hyderabad
- ప్రపంచ వరి పరిశోధనా కేంద్రం - మనీలా (ఫిలిప్పైన్స్)
- UNO 2004 సంవత్సరాన్ని ఇంటర్నేషనల్ ఇయిర్ ఆఫ్ రైస్‌గా ప్రకటించింది.
- ఆంధ్రప్రదేశ్ వరి పరిశోధనా కేంద్రం - మార్టేరు (అభివక్త పశ్చిమ గోదావరి).

గోధుమ:

- ఇది హరిత విప్లవ పంట మరియు ప్రధాన రబీ పంట.
- ఇది సమశీతోష్ణమండల పంట.
- కావాల్సిన ఉష్ణోగ్రతలు : 150C-210Cవరకు
- కావాల్సిన వర్షపాతం : 75 సెం.మీ-100 సెం.మీ. వరకు
- ప్రపంచ ఉత్పత్తిలో మొదటి దేశాలు : 1. చైనా 2. భారత్
- ఇండియా ఉత్పత్తిలో మొదటి రాష్ట్రాలు : 1. ఉత్తరప్రదేశ్, 2. పంజాబ్, 3. మధ్యప్రదేశ్.
- ఆంధ్రప్రదేశ్ ఉత్పత్తిలో మొదటి రెండు జిల్లాలు : 1. అనంతపురం, 2. కర్నూలు.
- గోధుమ పరిశోధనా కేంద్రం : కర్నాల్ (హర్యానా)

Note: పంజాబ్ ఆహార పంటల ఉత్పాదకతలో మొదటి స్థానంలో ఉంది. మరియు క్రాపింగ్ ఇంటెన్సిటీలో కూడా మొదటి స్థానంలో ఉంది.

జొన్న:

- ప్రపంచ ఉత్పత్తిలో మొదటి దేశాలు : 1. నైజీరియా, 2. భారత్
- ఇండియా ఉత్పత్తిలో మొదటి రాష్ట్రం : 1. మహారాష్ట్ర, 2. కర్నాటక, 3. తమిళనాడు
- ఆంధ్రప్రదేశ్ ఉత్పత్తిలో మొదటి రెండు జిల్లాలు : 1. గుంటూరు, 2. కర్నూలు

మొక్కజొన్న:

- ప్రపంచంలో ఉత్పత్తిలో మొదటి దేశం - 1. అమెరికా, 2. చైనా, 3. బ్రెజిల్, భారత్ 6వ స్థానంలో ఉంది.
- ఇండియాలో ఉత్పత్తిలో మొదటి రాష్ట్రం - 1. కర్ణాటక, 2. మధ్యప్రదేశ్, 3. మహారాష్ట్ర
- ఆంధ్రప్రదేశ్‌లో ఉత్పత్తిలో మొదటి రెండు జిల్లాలు- 1. గుంటూరు, 2. పశ్చిమ గోదావరి

నోట్: సెంట్రల్ వీట్ & మైజ్ రీసెర్చ్ ఇన్‌స్టిట్యూట్ - కర్నాల్ (హర్యానా)

సజ్జలు:

- ప్రపంచ ఉత్పత్తిలో మొదటి దేశం - ఇండియా
- ఇండియాలో ఉత్పత్తిలో మొదటి రాష్ట్రం - 1. రాజస్థాన్, 2. ఉత్తరప్రదేశ్
- ఆంధ్రప్రదేశ్‌లో ఉత్పత్తిలో మొదటి రెండు జిల్లాలు - 1. ప్రకాశం, 2. కడప

రాగులు:

- వీటిని పింగర్ మిల్లెట్స్ అని, బక్‌వీట్ అని అంటారు.
- ప్రపంచ ఉత్పత్తిలో మొదటి దేశం : 1. ఇండియా, 2. బ్రెజిల్
- ఇండియాలో ఉత్పత్తిలో మొదటి రాష్ట్రం : 1. కర్నాటక, 2. తమిళనాడు
- ఆంధ్రప్రదేశ్‌లో ఉత్పత్తిలో మొదటి రెండు జిల్లాలు : 1. విశాఖపట్నం, 2. చిత్తూరు

బార్లీ:

- ప్రపంచంలో ఉత్పత్తిలో మొదటి దేశం : రష్యా
- భారతదేశంలో ఉత్పత్తిలో మొదటి రాష్ట్రం : 1. రాజస్థాన్, 2. ఉత్తరప్రదేశ్

పప్పుధాన్యాలు:

- వేరుశెనగ, బఠానీ, చిక్కుడు వంటి లిగ్యుమ్‌నేషన్ జాతికి చెందిన మొక్కల యొక్క వేరుబొడుపులలో రైజోబియం వంటి బ్యాక్టీరియా ఉంటుంది.
- ఇది వాతావరణంలోనే నైట్రోజన్‌ను నైట్రేట్స్‌గా మార్చినేలను సారవంతం చేస్తుంది.
- ప్రపంచ ఉత్పత్తిలో మొదటి దేశం : ఇండియా
- ఇండియాలో ఉత్పత్తిలో మొదటి రాష్ట్రం : 1. మధ్యప్రదేశ్, 2. మహారాష్ట్ర, 7వ స్థానంలో ఆంధ్రప్రదేశ్ కలదు.
- ఆంధ్రప్రదేశ్‌లో ఉత్పత్తిలో మొదటి జిల్లా : కర్నూలు
- ఇండియాలో కందులు ఉత్పత్తిలో మొదటి రాష్ట్రం : మహారాష్ట్ర
- ఆంధ్రప్రదేశ్‌లో కందులు ఉత్పత్తిలో మొదటి జిల్లా : 1. కర్నూలు, 2. ప్రకాశం
- ఇండియాలో శనగలు ఉత్పత్తిలో మొదటి రాష్ట్రం : మధ్యప్రదేశ్
- ఆంధ్రప్రదేశ్‌లో శనగలు ఉత్పత్తిలో మొదటి జిల్లా : 1. కర్నూలు, 2. ప్రకాశం
- ఆంధ్రప్రదేశ్‌లో పెసలు ఉత్పత్తిలో మొదటి జిల్లా : 1. గుంటూరు, 2. శ్రీకాకుళం
- ఆంధ్రప్రదేశ్‌లో మినుములు ఉత్పత్తిలో మొదటి జిల్లా : 1. కృష్ణాజిల్లా, 2. గుంటూరు
- కేంద్ర పప్పు ధాన్యాల పరిశోధన సంస్థ : కాన్పూర్ (ఉత్తరప్రదేశ్)

మొత్తం ఆహార ధాన్యాలు:

- మొదటి మూడు స్థానాలలో : 1) ఉత్తరప్రదేశ్, 2) మధ్యప్రదేశ్, 3) పంజాబ్‌లు కలవు.

నూనె గింజలు:

- ప్రపంచంలో ఉత్పత్తిలో మొదటి దేశం : ఇండియా
- ఇండియాలో ఉత్పత్తిలో మొదటి రాష్ట్రాలు : 1) రాజస్థాన్, 2) మధ్యప్రదేశ్, 3) గుజరాత్
- ఆంధ్రప్రదేశ్‌లో ఉత్పత్తిలో మొదటి జిల్లా : 1) పశ్చిమ గోదావరి, 2) తూర్పు గోదావరి

వేరుశెనగ:

- ప్రపంచంలో ఉత్పత్తిలో మొదటి దేశం : 1) చైనా, 2. భారత్
- ఇండియాలో వేరుశెనగ ఉత్పత్తిలో మొదటి రాష్ట్రం : 1. గుజరాత్, 2. రాజస్థాన్, 3. తమిళనాడు
- ఇండియాలో వేరుశెనగ ఉత్పత్తిలో ఆంధ్రప్రదేశ్ 6వ స్థానంలో కలదు.
- ఆంధ్రప్రదేశ్‌లో వేరుశెనగ ఉత్పత్తిలో మొదటి జిల్లా : 1. అనంతపురం, 2. చిత్తూరు, 3. కర్నూలు
- ఇండియాలో వేరుశెనగ పరిశోధనా కేంద్రం గుజరాత్‌లోని జునాఘడ్‌లో ఉంది.

నువ్వులు:

- ప్రపంచంలో నువ్వులు ఉత్పత్తిలో మొదటి దేశం : ఇండియా
- ఇండియాలో నువ్వులు ఉత్పత్తిలో మొదటి రాష్ట్రం : రాజస్థాన్
- ఆంధ్రప్రదేశ్‌లో నువ్వులు ఉత్పత్తిలో మొదటి జిల్లా : 1. విజయనగరం, 2.ప్రకాశం

ప్రొద్దుతిరుగుడు (Sunflower):

- ప్రపంచంలో ఉత్పత్తిలో మొదటి దేశం : 1. రష్యా, భారత్ 4వ స్థానంలో కలదు.

- ఇండియాలో మొదటి స్థానం : 1. కర్నాటక, 2. తెలంగాణ.
- ఇండియాలో ప్రొద్దుతిరుగుడు ఉత్పత్తిలో
- ఆంధ్రప్రదేశ్ 6వ స్థానంలో కలదు.
- ఆంధ్రప్రదేశ్‌లో మొదటి స్థానం : 1. కడప, 2. కర్నూలు

ఆముదాలు:

- ప్రపంచంలో ఉత్పత్తిలో మొదటి దేశం : 1. ఇండియా, 2. బ్రెజిల్
- ఇండియాలో ఉత్పత్తిలో మొదటి రాష్ట్రం : 1. గుజరాత్, 2. రాజస్థాన్
- ఆంధ్రప్రదేశ్‌లో ఉత్పత్తిలో మొదటి జిల్లా : 1. అనంతపురం, 2. కర్నూలు

సోయాబీన్స్:

- ఇది అత్యధిక ప్రోటీన్‌లను కలిగిన మొక్క.
- ప్రపంచంలో సోయాబీన్ ఉత్పత్తిలో మొదటి స్థానంలో ఉన్న దేశం : చైనా
- ఇండియాలో ఉత్పత్తిలో మొదటి రాష్ట్రం : 1. మహారాష్ట్ర, 2.మధ్యప్రదేశ్
- ఆంధ్రప్రదేశ్‌లో ఉత్పత్తిలో మొదటి జిల్లా : అనంతపురం
- కేంద్ర సోయాబీన్ పరిశోధన సంస్థ : ఇండోర్ (మధ్యప్రదేశ్)

ఆవాలు:

- ఇండియాలో ఉత్పత్తిలో ఉత్పత్తిలో మొదటి రాష్ట్రం : రాజస్థాన్
- ఆంధ్రప్రదేశ్‌లో ఉత్పత్తిలో మొదటి జిల్లా : కర్నూలు

వాణిజ్య పంటలు

పొగాకు:

- దీనిని 1502 సం॥లో పోర్చుగీసువారు ప్రవేశపెట్టారు.
- పొగాకులోని ఆల్కలాయిడ్ : నికోటిన్.

1. నికోటిన్ టొబాకం (దీనిని సిగరేట్‌లో ఉపయోగిస్తారు)
2. నికోటిన్ రస్టికమ్ (దీనిని హుక్కాలో ఉపయోగిస్తారు)

Note: ఆంధ్రప్రదేశ్‌లో ప్రపంచంలోనే నాణ్యత గల పొగాకు రకమైన వర్జీనియా వెరైటీకి చెందిన నికోటిన్ రస్టికమ్‌ని పెంచుతున్నారు.

- ప్రపంచంలో నాణ్యమైన నాటురకం పొగాకు : వర్జీనియా
- ప్రపంచంలో ఉత్పత్తి మరియు వినియోగంలో మొదటి రెండు స్థానాలు : 1. చైనా, 2. ఇండియా
- ఇండియాలో మొదటి రెండు స్థానాలు : 1. గుజరాత్, 2. ఆంధ్రప్రదేశ్,
- ఆంధ్రప్రదేశ్‌లో మొదటి స్థానం : 1. ప్రకాశం జిల్లా, 2. గుంటూరు
- పొగాకు పరిశోధనా కేంద్రం : రాజమండ్రి
- పొగాకు బోర్డు : గుంటూరు
- ప్రపంచ పొగాకు వ్యతిరేక దినోత్సవం / పొగాకు నియంత్రణా దినోత్సవం : మే 31

తేయాకు (Green Gold, Shade Loving Plant):

- దీనిని ఆంగ్లేయులు భారతదేశంలో ప్రవేశపెట్టారు. ఇది చైనా దేశం యొక్క దేశీయ పంట.
- భారతదేశంలో టీ పంటను పరిచయం చేసిన బ్రిటీష్ గవర్నర్ - రాబర్ట్ బ్రూస్.
- తేయాకును "Queen of Beverages" అంటారు.
- తేయాకు పంటకి అనుకూల ఉండవలసిన అనుకూల పరిస్థితులు:
  1. వాలులలో పండించడం.
  2. వర్షపాతం 250 సెం.మీ.ల కంటే ఎక్కువ ఉండాలి.
  3. నీరు నిరంతరం ప్రవహిస్తూ ఉండాలి. స్థిరంగా ఉండరాదు.
- భారతదేశంలోని మొదటగా అసోంలోని సుర్మాలోయలో "మణిరామ్ దివాన్" అనే వ్యక్తి పండించాడు.
- ఇతని 224వ పుట్టినరోజునాడు టీ రీసెర్చ్ అసోసియేషన్ వారి టీవి-29 వంగడాన్ని ఆవిష్కరిస్తూ అప్పటి ప్రణాళిక సంఘం డిప్యూటి ఛైర్మన్ మాంటెక్‌సింగ్ అహ్లూవాలియా టీ ని జాతీయ పానీయంగా ప్రకటించారు.
- దీనిని గ్రీన్ గోల్డ్ అంటారు.
- విస్తరణ : 1. అసోం (సుర్మాలోయ), బ్రహ్మపుత్ర లోయ
  2. పశ్చిమబంగ (డార్జిలింగ్ - నాణ్యమైన అరోమాటిక్ టీ పండుతుంది)
  3. తమిళనాడు (నీలగిరి కొండలు)
  4. కేరళ (కొట్టాయమ్ కొల్లామ్ ప్రాంతం)
- తేయాకులోని ఆల్కలాయిడ్ : థెయిన్
- తేయాకు జన్మస్థలం : చైనాలోని యాంగ్జీలోయ
- టీ గార్డెన్ గల రాష్ట్రాలు : 1. తమిళనాడు, 2. కేరళ
- టీలో రకాలు:
  - బ్లాక్ టీ ను అత్యధికంగా ఉత్పత్తి చేయు దేశం : భారత్
  - గ్రీన్ టీ ను అత్యధికంగా ఉత్పత్తి చేయు దేశం : చైనా
- ప్రపంచంలో మొదటి స్థానం : 1. చైనా, 2. ఇండియా
- ఇండియాలో మొదటి స్థానం : 1. అసోం, 2. పశ్చిమబంగ
- టీ పరిశోధనా కేంద్రం : గౌహతి టోక్లాయ్ (అసోం)
- టీ బోర్డు కేంద్రం : కోల్‌కత్తా

కాఫీ :

- ఈ పంట నీడ ప్రాంతాలలో పెరుగుతుంది.
- దీనిలోని ఆల్కలాయిడ్ : కెఫిన్
- మొక్కలలో సేకరించే భాగం : గింజలు
- భారత్‌లో మొదటగా పండించినది : పకీర్ బాబా బుడాన్.
- మొదటగా పండించిన ప్రాంతం : బాబు బుడాన్ కొండలు.
- కాఫీ జన్మస్థలం : ఇథియోపియా - అబిసీనియా - కాఫా (ఆఫ్రికా ఖండం)
- ప్రపంచంలో కాఫీ ఉత్పత్తిలో మొదటి దేశం : 1. బ్రెజిల్, 2. వియత్నాం
- కాఫీ ఉత్పత్తిలో ప్రపంచంలో 6వ స్థానం : ఇండియా

❖	ఇండియాలో కాఫీ ఉత్పత్తిలో మొదటి నాలుగు రాష్ట్రాలు (అరబికా)	: 1.కర్ణాటక (చిక్‌మంగుళూర్ జిల్లాలోని బాబు బుడాన్ కొండలు), 2. కేరళ, 3. తమిళనాడు, 4. ఆంధ్రప్రదేశ్
❖	ఆంధ్రప్రదేశ్‌లో కాఫీ ఉత్పత్తిలో మొదటి జిల్లా	: అనంతగిరి కొండలు (అల్లూరి జిల్లా)
❖	కాఫీ (Research Institute)	: చిక్‌మంగుళూర్ (కర్ణాటక)
❖	కాఫీ బోర్డు	: బెంగుళూర్
❖	కాఫీలో రకాలు	: కాఫియా అరబికా, రొబస్టా, లిబెరికా

రబ్బరు :

❖ దీనికి సల్ఫర్‌ను కలిపి వల్కనైజేషన్ అనే ప్రక్రియకు గురిచేయడం వలన సహజ రబ్బరును తయారుచేస్తారు.

❖	రబ్బరు చెట్ల నుండి కారే తెల్లని పాలవంటి ద్రవాన్ని	: 'లేటెక్స్' అంటారు.
❖	రబ్బరు శాస్త్రీయనామం	: హెవియా బ్రెసిలెన్సిస్
❖	రబ్బరు జన్మస్థలం	: అమెజాన్ పరివాహక ప్రాంతం (బ్రెజిల్).
❖	ప్రపంచంలో ఉత్పత్తిలో మొదటి దేశం	: 1. థాయ్‌లాండ్, 2. ఇండోనేషియా, 4. ఇండియా
❖	ఇండియాలో ఉత్పత్తిలో మొదటి రాష్ట్రం	: కేరళ
❖	ఆంధ్రప్రదేశ్‌లో ఉత్పత్తిలో మొదటి జిల్లాలు	: 1. తూర్పుగోదావరి, 2. పశ్చిమగోదావరి

కొబ్బరి (కల్పవృక్షం) :

❖	ప్రపంచంలో అత్యధికంగా ఉత్పత్తి చేసే దేశాలు	: 1. ఫిలిప్పైన్స్, 2. ఇండోనేషియా, 3. ఇండియా
❖	ఇండియాలో ఉత్పత్తిలో మొదటి రాష్ట్రం	: 1. కేరళ, 2. తమిళనాడు, 4. ఆంధ్రప్రదేశ్
❖	ఆంధ్రప్రదేశ్‌లో ఉత్పత్తిలో మొదటి జిల్లా	: 1. తూర్పుగోదావరి, 2. పశ్చిమ గోదావరి, 3.శ్రీకాకుళం
❖	ఇండియాలో కొబ్బరి పరిశోధనా కేంద్రం	: కేరళ (కాసరఘడ్)
❖	ఆంధ్రప్రదేశ్‌లో కొబ్బరి పరిశోధనా కేంద్రం	: అంబాజీపేట (తూర్పుగోదావరి)
❖	కొబ్బరిలో తినదగిన భాగం	: అంకురచ్ఛదం

చెరుకు :

❖ ప్రపంచంలో విస్తీర్ణంపరంగా మొదటి స్థానంలో భారతదేశం కలదు.

❖ ఇండియా యొక్క దేశీయ పంట.

❖ ఇది ఉష్ణ మండల & సంవత్సరిక పంట.

❖	ప్రపంచంలో ఉత్పత్తిలో మొదటి రెండు దేశాలు	: 1. బ్రెజిల్, 2. ఇండియా
❖	ఇండియాలో ఉత్పత్తిలో మొదటి మూడు రాష్ట్రాలు	: 1. ఉత్తరప్రదేశ్, 2. మహారాష్ట్ర, 3. తమిళనాడు, 10. ఆంధ్రప్రదేశ్
❖	ఆంధ్రప్రదేశ్‌లో ఉత్పత్తిలో మొదటి జిల్లాలు	: 1. విశాఖపట్నం, 2. చిత్తూరు.

❖ చెరకు ఉత్తరప్రదేశ్ తర్వాత అత్యధికంగా మహారాష్ట్రలో పండటానికి కారణం వాతావరణంలోని తేమ శాతం ఎక్కువగా ఉండటం.

❖ క్యూబాని సుగర్ బౌల్ ఆఫ్ ద వరల్డ్‌గా పేర్కొంటారు.

- ఈ రెండింటిని కాదని భవిష్యత్తులో చెరుకు పంట తమిళనాడులో ఎక్కువగా ఉండే అవకాశం ఉంది. తమిళనాడు నేలలో సుక్రోజ్ ఎక్కువగా ఉండటం మరియు తమిళనాడు పభుత్వం యొక్క చెరుకు అనుకూల విధానాలు ఇందుకు కారణం.
- చెరుకు పంట నుండి అనేక ఉపఉత్పత్తులు వస్తాయి.
- చెరుకు పిప్పిని బగాసే అంటారు. దీనిని పేపర్ తయారీలో ఉపయోగిస్తారు.
- చెరుకు ద్వారా వచ్చే ద్రవ వ్యర్థం- మొలాసిస్. ఇది ఆల్కహాల్ తయారిలో మరియు అంతరిక్ష ప్రయోగాలకు అవసరమయ్యే ఇంధనంను తయారు చేస్తారు.
- చెరుకు యొక్క ఘన వ్యర్థాలను ఉపయోగించి విద్యుత్‌ను కూడా తయారుచేస్తున్నారు.

  ఉదా : బోధన్‌లో గల చెక్కెర పరిశ్రమలో చక్కెర వ్యర్థాల నుండి 10MW విద్యుత్‌ను ఉత్పత్తి చేస్తున్నారు.
- సెంట్రల్ సుగర్‌కేన్ బ్రీడింగ్ ఇన్‌స్టిట్యూట్ : కోయంబత్తూర్.
- ఇండియన్ ఇన్‌స్టిట్యూట్ ఆఫ్ సుగర్ టెక్నాలజీ : లక్నో.

పత్తి :

- పత్తి దేశీయ పంట.
- పత్తి పంట మొదటగా సింధులోయ ప్రాంతంలో పండించటం జరిగింది.
- పత్తి పంటలకు ప్రధాన శత్రువు - మంచు.
- నల్లరేగడి నేలలు ఉండాలి. వాతావరణంలో తక్కువ హ్యుమిడిటీ శాతం మరియు నేలలో ఎక్కువ హ్యుమిడిటీ శాతం ఉండాలి.
- పత్తి పంటను 210 రోజులు మంచు తాకకుండా ఉండాలి.
- పత్తి పంటను గోల్డ్ / సిల్వర్ ఫైబర్ అని అంటారు.
- దీనినే సూసైడ్ క్రాప్‌గా కూడా పిలుస్తారు.
- ప్రపంచంలో అత్యధికంగా ఉత్పత్తి చేసే దేశాలు : 1. చైనా 2. ఇండియా
- ఇండియాలో ఉత్పత్తిలో మొదటి మూడు రాష్ట్రాలు : 1. గుజరాత్, 2. మహారాష్ట్ర, 3. తెలంగాణ 6. ఆంధ్రప్రదేశ్
- ఆంధ్రప్రదేశ్‌లో ఉత్పత్తిలో మొదటి జిల్లా : 1. కర్నూలు, 2. గుంటూరు.
- దేశంలో మొట్టమొదటి నూలు పరిశ్రమలు కోల్‌కతాలోని పోర్ట్ గ్లోస్టర్ వద్ద ఏర్పాటు చేసారు. కాని దీనిని వెంటనే మూసివేయడం జరిగింది.
- దేశంలో మొట్టమొదటి అధునాతన నూలు పరిశ్రమను 1854లో CN Dawar అనే అతను బొంబాయిలో ఏర్పాటు చేశారు.

> **Note:** భారతదేశ చరిత్రలో మొట్టమొదటి నూలు పరిశ్రమ ముంబాయిలో ఏర్పాటు చేసారు. దీని ఫలితంగా ప్రపంచంలోనే అతి పెద్ద మురికివాడ ముంబాయిలో ఏర్పడింది. అదే ధారావి.

- ముంబాయిను 'cottono polis of India'గా పిలుస్తారు.
- ముంబాయి తర్వాత cotton textile Industry కి ప్రసిద్ధి గాంచిన నగరం - అహ్మదాబాద్ (అందుకే దీనిని మాంచెస్టర్ ఆఫ్ ఇండియాగా పిలుస్తారు)
- పారిశ్రామిక అభివృద్ధి కారణంగా ఇండస్ట్రీని ముంబాయి నుండి అహ్మదాబాద్‌కు తరలించారు.

- మాంచెస్టర్ ఆఫ్ నార్త్ ఇండియా : కాన్పూర్
- మాంచెస్టర్ ఆఫ్ సౌత్ ఇండియా : కోయంబత్తూర్
- Central Cotton Research Institute : నాగ్‌పూర్
- Indian Institute of Cotton Technology : ముంబాయి
- భారతదేశంలో వికేంద్రీకృతంగా అభివృద్ధి చెందిన ఏకైక పరిశ్రమ కాటన్ టెక్స్‌టైల్ ఇండస్ట్రీ.

Note:
- అత్యధిక సంఖ్యలో నూలు మిల్లులు ఉన్న రాష్ట్రం : తమిళనాడు.
- అత్యధిక సంఖ్యలో నూలు మిల్లులు గల పట్టణం : కోయంబత్తూరు.
- అత్యధిక సంఖ్యలో మరమగ్గాలు గల రాష్ట్రం : 1) మహారాష్ట్ర, 2) తమిళనాడు.

జనుము:

- జనుమును Golden Fiberగా పిలుస్తారు. ప్రస్తుతం జనుమును పండించడం లేదు. దానికి ఉపరకమైన మేస్తాను పండించడం జరుగుతుంది.
- స్వాంతంత్ర్య కన్నా ముందు ఈ పంట విషయంలో మనం గుత్తాధిపత్యాన్ని కల్గి ఉన్నాము.
- ప్రస్తుతం Jute ఉత్పత్తిలో భారతదేశం ప్రథమ స్థానంలో ఉంది. అయితే మనకన్నా మన్నికైన Juteను ఉత్పత్తి చేస్తూ భారతదేశానికి తీవ్రమైన పోటీని ఇస్తున్న దేశం బంగ్లాదేశ్.
- ప్రపంచంలో అత్యధికంగా ఉత్పత్తి చేసే దేశాలు : 1. ఇండియా, 2. బంగ్లాదేశ్.
- ఇండియాలో ఉత్పత్తిలో మొదటి రాష్ట్రం : 1. పశ్చిమ వెంగాల్, 2. బీహార్, 5. ఆంధ్రప్రదేశ్
- ఆంధ్రప్రదేశ్‌లో ఉత్పత్తిలో మొదటి జిల్లా : 1. విజయనగరం
- 1855లో మొట్టమొదటి జనుము పరిశ్రమను వెస్ట్‌బెంగాల్‌లో రిష్ర అనే ప్రాంతంలో స్థాపించారు.
- దేశంలో 90% Jute మిల్లులు హుగ్లీ నది చుట్టూ వెస్ట్‌బెంగాల్‌లోనే ఉన్నాయి.
- Jute మిల్లులను అత్యధికంగా కల్గిన 2వ రాష్ట్రం ఆంధ్రప్రదేశ్. ముఖ్యంగా నెల్లిమర్ల.
- హుగ్లీ నది పరివాహక ప్రాంతంలో ఎక్కువగా జూట్‌బెల్టులు ఉన్నాయి.

ఉన్ని:

- దేశంలో ఉన్ని ఉత్పత్తికి అత్యంత మన్నికైన మేక జాతి పాష్మినా. జమ్మూ కాశ్మీర్, ఉత్తరప్రదేశ్ ఉత్తరాఖండ్ వంటి రాష్ట్రాలు. ఈ రకపు ఉన్నిని ఉత్పత్తి చేస్తున్నాయి.
- దేశంలో ఎప్పట్నుండో ఉన్నిని అధికంగా ఉత్పత్తి చేస్తున్న రాష్ట్రం : 1. రాజస్థాన్, 2. జమ్మూ & కాశ్మీర్
- దేశంలో మొట్టమొదటి ఆధునాతన ఉన్ని పరిశ్రమను కాన్పూర్ (ఉత్తరప్రదేశ్)లో లాల్‌ఇమ్లి అనే పేరుతో ప్రారంభించారు.
- ప్రస్తుతం ఉన్ని పరిశ్రమ అంతా కూడా పంజాబ్‌లో కేంద్రీకరించబడింది.

Note:
- వ్యవసాయ రంగం తర్వాత అత్యధిక మందికి ఉపాధి కల్పిస్తున్నది – వస్త్ర పరిశ్రమ
- భారత జిడిపి లో 2.5% – 3.0% వరకు వాటాను కల్గి ఉంది.
- పారిశ్రామిక రంగంలో 11%-12% వరకు వాటాను కల్గి ఉంది.
- వ్యవసాయ ఆధారిత ఎగుమతుల్లో ఈ రంగం నుండి 18% వాటాను కల్గి ఉంది.
- దీనివల్ల 4.5 కోట్లమంది ప్రజలకు ఉపాదికల్పన జరుగుతుంది.

పట్టు :

- దేశంలో 4 రకాల పట్టును ఉత్పత్తి చేస్తున్నారు.
  1. మల్బరి పట్టు 80%. ఈ కోవకి చెందిన పట్టుని ఎక్కువగా ఉత్పత్తి చేస్తున్నారు. ఈ ఉత్పత్తిలో మొదటి రెండు స్థానాలు - 1. కర్నాటక 2. ఆంధ్రప్రదేశ్.
  2. Eri పట్టు
  3. Muga పట్టు
  4. Tussar పట్టు
- క్రింది 3 రకాల పట్టును వన్య పట్టు అని పిలుస్తారు.
- దీన్ని చోటానాగ్‌పూర్ పీఠభూమి, ఈశాన్య భారతదేశంలో నివసించే గిరిజనులు ఎక్కువగా ఉత్పత్తి చేస్తున్నారు.
- ప్రధాన పట్టు అయిన మల్బరిపట్టును అత్యధికంగా ఉత్పత్తి చేస్తున్న రాష్ట్రం కర్ణాటక. తర్వాత స్థానంలో ఆంధ్రప్రదేశ్, తెలంగాణలు కలవు. ఆంధ్రప్రదేశ్‌లో అనంతపురం, చిత్తూరు జిల్లాలు.
- దేశంలో మొట్టమొదటి పట్టు పరిశ్రమను 1832లో హౌర అనే ప్రాంతంలో ఏర్పాటు చేశారు.
- ప్రస్తుతం పట్టు పరిశ్రమ అంతా కూడా బెంగళూరు, చిక్ మంగళూరు మధ్యలో విస్తరించి ఉంది.

పంటల ఉత్పత్తిలో దేశాలు, రాష్ట్రాలు, జిల్లాలు

	రకం	ప్రపంచం	భారతదేశం	ఆంధ్రప్రదేశ్
1.	మొత్తం ఆహార ధాన్యాలు	1. చైనా 2. అమెరికా 3. ఇండియా	1. ఉత్తరప్రదేశ్ 2. మధ్యప్రదేశ్ 3. పంజాబ్	1. పశ్చిమ గోదావరి 2. తూర్పు గోదావరి 3. గుంటూరు
2.	వరి	1. చైనా 2. ఇండియా	1. పశ్చిమ బెంగాల్ 2. ఉత్తరప్రదేశ్	1. పశ్చిమ గోదావరి 2. తూర్పు గోదావరి
3.	గోధుమ	1. చైనా	1. ఉత్తరప్రదేశ్	1. అనంతపురం 2. కర్నూలు
4.	మొక్కజొన్న	1. అమెరికా 2. చైనా	1. కర్నాటక 2. మధ్యప్రదేశ్	1. గుంటూరు 2. పశ్చిమ గోదావరి
5.	జొన్న	1. నైజీరియా 2. ఇండియా	1. మహారాష్ట్ర 2. కర్నాటక	1. గుంటూరు 2. కర్నూలు
6.	రాగులు	1. ఇండియా 2. బ్రెజిల్	1. కర్నాటక 2. తమిళనాడు	1. విశాఖపట్నం 2. చిత్తూరు
7.	సజ్జలు	1. ఇండియా 2. ఉత్తరప్రదేశ్	1. రాజస్థాన్ 2. కడప	1. ప్రకాశం
8.	చిరుధాన్యాలు	1. ఇండియా 2. నైజీరియా	1. రాజస్థాన్ 2. కర్నాటక	1. ప్రకాశం 2. కర్నూలు
9.	శనగలు	---	1. మహారాష్ట్ర 2. మధ్యప్రదేశ్	1. కర్నూలు 2. ప్రకాశం

10. కందులు	---	1. మహారాష్ట్ర 2. కర్నాటక	1. కర్నూలు 2. ప్రకాశం
11. పెసలు	---	1. రాజస్థాన్ 2. మహారాష్ట్ర	1. గుంటూరు 2. శ్రీకాకుళం
12. మినుములు	---	1. మధ్యప్రదేశ్ 2. ఉత్తరప్రదేశ్	1. కృష్ణా 2. గుంటూరు
13. ఉలవలు	---	1. కర్నాటక 2. ఆంధ్రప్రదేశ్	1. చిత్తూరు
14. పప్పుధాన్యాలు	1. ఇండియా 2. మయన్మార్	1. మధ్యప్రదేశ్ 2. మహారాష్ట్ర	1. కర్నూలు
15. వేరుశెనగ	1. చైనా 2. ఇండియా	1. గుజరాత్ 2. రాజస్థాన్	1. అనంతపురం 2. కర్నూలు
16. ప్రొద్దుతిరుగుడు	1. రష్యా	1. కర్నాటక 2. తెలంగాణ	1. కడప 2. కర్నూలు
17. ఆముదాలు	1. ఇండియా 2. బ్రెజిల్	1. గుజరాత్ 2. రాజస్థాన్	1. అనంతపురం 2. కర్నూలు
18. నువ్వులు	---	---	1. విజయనగరం 2. ప్రకాశం
19. మొత్తం నూనె గింజలు	1. ఇండియా	1. రాజస్థాన్ 2. మధ్యప్రదేశ్	1. పశ్చిమ గోదావరి 2. తూర్పు గోదావరి
20. సోయాబీన్స్	---	1. మహారాష్ట్ర 2. మధ్యప్రదేశ్	1. అనంతపురం
21. ప్రత్తి	1. చైనా 2. ఇండియా	1. గుజరాత్ 2. మహారాష్ట్ర	1. కర్నూలు 2. గుంటూరు
22. పొగాకు	1. చైనా	1. ఆంధ్రప్రదేశ్ 2. ఇండియా	1. ప్రకాశం 2. గుజరాత్
23. జనుము	1. ఇండియా	1. పశ్చిమబెంగాల్ 2. బంగ్లాదేశ్	1. విజయనగరం 2. అస్సాం
24. చెరుకు	1. బ్రెజిల్ 2. ఇండియా	1. ఉత్తరప్రదేశ్ 2. మహారాష్ట్ర	1. విశాఖపట్నం 2. చిత్తూరు
25. బంగాళదుంప	1. చైనా	1. ఉత్తరప్రదేశ్ 2. ఇండియా	1. చిత్తూరు 2. పశ్చిమబెంగాల్
26. ఉల్లిపాయలు	1. చైనా 2. ఇండియా	1. మహారాష్ట్ర 2. మధ్యప్రదేశ్	1. కడప 2. శ్రీకాకుళం

27.	జీడిపప్పు	---	1. మహారాష్ట్ర 2. ఆంధ్రప్రదేశ్	1. విశాఖపట్నం
28.	పండ్లు	1. చైనా	1. ఆంధ్రప్రదేశ్ 2. ఇండియా	2. మహారాష్ట్ర
29.	కొబ్బరి	1. ఫిలిప్పైన్స్	1. కేరళ 2. ఇండోనేషియా	1. తూర్పు గోదావరి 2. తమిళనాడు
30.	తేయాకు	1. ఇండియా	1. అస్సాం 2. చైనా	2. అల్లూరి 2. పశ్చిమ బెంగాల్
31.	అరటి	1. ఇండియా	1. ఆంధ్రప్రదేశ్ 2. బ్రెజిల్	1. కడప 2. గుజరాత్
32.	మామిడి	1. ఇండియా	1. ఉత్తరప్రదేశ్ 2. ఆంధ్రప్రదేశ్	1. చిత్తూరు
33.	ద్రాక్ష	1. మహారాష్ట్ర 2. కర్నాటక		
34.	పాలు	1. ఇండియా	1. ఉత్తరప్రదేశ్ 2. అమెరికా	2. రాజస్థాన్

ఆంధ్రప్రదేశ్ వ్యవసాయం :

- 2020-21 ఆంధ్రప్రదేశ్ స్టాటిస్టికల్ అబ్‌స్ట్రాక్ట్ ప్రకారం ఈ క్రింది ముఖ్యమైన అంశాలు.
- ఆంధ్రప్రదేశ్‌లో గల మొత్తం వ్యవసాయ విస్తీర్ణం (ఆర్థిక మంత్రిత్వశాఖ ప్రకారం) - 1,62,966 చ.కి.మీ.
- మొత్తం పంట విస్తీర్ణం గల ప్రాంతం - 74,068 చ.కి.మీ.
- ఆంధ్రప్రదేశ్‌లో పంటల తీవ్రత 1.25% (ఇండియా 1.3%).
  - పంటల తీవ్రతలో మొదటి స్థానం గల జిల్లా - పశ్చిమ గోదావరి (1.67%)
  - పంటల తీవ్రతలో చివరి స్థానం గల జిల్లా - ప్రకాశం (1.02%)
- నికర సాగు భూమి - 60,874 చ.కి.మీ.
  - ఇందులో మొదటిస్థానంలో కర్నూలు, చివరి స్థానంలో విశాఖపట్నం కలవు.
- ఒకటి కన్నా ఎక్కువగా పంటలు పండించే ప్రాంతాలు - మొదటి స్థానంలో పశ్చిమ గోదావరి, చివరి స్థానంలో ప్రకాశం కలవు.
- ఆంధ్రప్రదేశ్‌లో మొత్తం చేపల చెరువులు 1,72,827. ఇందులో మొదటి స్థానంలో పశ్చిమ గోదావరి ఉండగా, కడప, కర్నూలు వంటి జిల్లాలలో చేపల చెరువులు అసలు లేవు.
- ఆహారధాన్యాలను పండిస్తున్న మొత్తం విస్తీర్ణం 53,153 చ.కి.మీ.ఇందులో మొదటి స్థానంలో కృష్ణా ఉండగా, చివరి స్థానంలో విశాఖపట్నం కలదు.
- ఆంధ్రప్రదేశ్‌లో ఆహారధాన్యాలను కాకుండా ఇతర పంటల మొత్తం విస్తీర్ణం 20,914 చ.కి.మీ. ఇందులో మొదటి స్థానంలో అనంతపురం, చివరి స్థానంలో శ్రీకాకుళం కలదు.
- ఆంధ్రప్రదేశ్‌లో మొత్తం పంట విస్తీర్ణం (1,62,966 చ.కి.మీ.)లో మొదటిస్థానంలో కర్నూలు ఉండగా, చివరి స్థానంలో విశాఖపట్నం కలదు.

రాష్ట్ర వ్యవసాయ ఉత్పత్తులు-ఉత్పాదకత-విస్తీర్ణం

పంట	ఉత్పాదకత (1 హె॥కు కి.గ్రా)	విస్తీర్ణం (లక్షల హె॥లలో)	ఉత్పత్తి
వరి	నెల్లూరు	పశ్చిమ గోదావరి	పశ్చిమ గోదావరి
జొన్న	గుంటూరు	గుంటూరు	గుంటూరు
సజ్జలు	నెల్లూరు	ప్రకాశం	ప్రకాశం
రాగులు	కడప	విశాఖపట్నం	విశాఖపట్నం
మొక్కజొన్న	గుంటూరు	కర్నూలు	గుంటూరు
చిరుధాన్యాలు	కర్నూలు	కర్నూలు	--
మొత్తం తృణ ధాన్యాలు	--	కర్నూలు	ప్రకాశం
మొత్తం మిల్లెట్‌లు, తృణ ధాన్యాలు	--	పశ్చిమ గోదావరి	పశ్చిమ గోదావరి
మొత్తం ఆహార ధాన్యాలు	--	కృష్ణా	పశ్చిమ గోదావరి
శెనగలు	తూర్పుగోదావరి	కర్నూలు	కర్నూలు
కందులు	గుంటూరు	ప్రకాశం	ప్రకాశం
పెసలు	పశ్చిమగోదావరి	గుంటూరు	గుంటూరు
మినుములు	కర్నూలు	కృష్ణా	కృష్ణా
ఉలవలు	కృష్ణా	చిత్తూరు	చిత్తూరు
మొత్తం పప్పుధాన్యాలు	కృష్ణా	కర్నూలు	కర్నూలు
ఇతర పప్పుధాన్యాలు	--	విశాఖపట్నం	విశాఖపట్నం
వేరుశెనగ	గుంటూరు	అనంతపురం	అనంతపురం
పొద్దుతిరుగుడు	తూర్పుగోదావరి	కడప	కడప
ఆముదం	గుంటూరు	అనంతపురం	అనంతపురం
నువ్వులు	కడప	విజయనగరం	విజయనగరం
మొత్తం నూనెగింజలు	--	అనంతపురం	పశ్చిమగోదావరి
ప్రత్తి	శ్రీకాకుళం	కర్నూలు	గుంటూరు
పొగాకు	కృష్ణా	ప్రకాశం	ప్రకాశం
చెరుకు	కర్నూలు	విశాఖపట్నం	విశాఖపట్నం
మిరప	--	గుంటూరు	గుంటూరు
ఉల్లిపాయలు	--	కర్నూలు	కర్నూలు
బంగాళదుంప	చిత్తూరు	చిత్తూరు	చిత్తూరు
జీడిమామిడి	తూర్పుగోదావరి	తూర్పుగోదావరి	తూర్పుగోదావరి
మామిడి	--	చిత్తూరు	చిత్తూరు
కొబ్బరి	--	తూర్పుగోదావరి	తూర్పుగోదావరి

పసుపు	--	విశాఖపట్నం	విశాఖపట్నం
పామాయిల్	తూర్పుగోదావరి	పశ్చిమ గోదావరి	పశ్చిమ గోదావరి
జనుము	--	విజయనగరం	విజయనగరం
సోయాగింజలు	--	కర్నూలు	కర్నూలు
అరటి	అనంతపురం	కడప	కడప
ఆవాలు	---	కర్నూలు	కర్నూలు
ఇతర నూనెగింజలు	--	పశ్చిమ గోదావరి	పశ్చిమ గోదావరి
బత్తాయి	--	అనంతపురం	అనంతపురం
నిమ్మ	--	నెల్లూరు	నెల్లూరు
ద్రాక్ష	--	అనంతపురం	అనంతపురం
జామ	--	కృష్ణా	కృష్ణా
బొప్పాయి	--	అనంతపురం	అనంతపురం
సపోట	--	అనంతపురం	అనంతపురం
ఆనపకాయ	--	కృష్ణా	కృష్ణా
బెండకాయ	--	అనంతపురం	కృష్ణా
వంకాయ	--	చిత్తూరు	చిత్తూరు
క్యాబేజ్	---	చిత్తూరు	చిత్తూరు
బీన్స్	--	కర్నూలు	కర్నూలు
టొమాటో	--	చిత్తూరు	చిత్తూరు
కాకరకాయ	--	కర్నూలు	కర్నూలు
పువ్వులు	--	చిత్తూరు	చిత్తూరు
ఔషద మొక్కలు	--	కర్నూలు	కర్నూలు

- పైన పేర్కొన్న పండ్ల పంటల కోసం సామాజిక / ఆర్థిక సర్వే ప్రకారం క్రింద ఉన్న పట్టికలో పేర్కొనడం జరిగింది.
- 2022-23 సామాజిక-ఆర్థిక సర్వే ప్రకారం రాష్ట్రంలో వివిధ రకాల పంటలు మరియు ఉత్పత్తి:

1.	మామిడి	:	321 (MT/Hectares)
2.	అరటి	:	1487 (MT/Hectares)
3.	బొప్పాయి	:	1991 (MT/Hectares)
4.	తీపి బత్తాయి	:	493 (MT/Hectares)
5.	కొబ్బరి	:	3,69,200 (No.of Coconuts per Hectare)
6.	పామాయిల్	:	278 (MT/Hectares)
7.	జీడిమామిడి	:	14.10 (MT/Hectares)
8.	ఎండుమిరప	:	131 (MT/Hectares)
9.	టమోటా	:	938 (MT/Hectares)

(MT/Hectares)

District	Productivity of crops								
	Mango	Banana	Papaya	Sweet Orange	Coconut (No. of nuts per Ha.)	Oil Palm	Cashew	Dry chillies	Tomato
1	2	3	4	5	6	7	8	9	10
Srikakulam	11	46	46		13500	10	0.7	5	29
Vizianagaram	12	35	75		14200	15	0.7	7	35
Parvathipuram Manyam	15	65	95	24	14200	25	0.7	6	35
Alluri Sitharama Raju	8	65	95	29	14200	18	1	6	42
Visakhapatnam	12	46	80	18	14500	18	1		42
Anakapalli	15	65	95	24	14500	18	1	6	42
Kakinada	15	65	95	19	14500	18	1	6	42
Konaseema	15	65	40	24	11600	19			20
East Godavari	12	46	40	24	11600	19	1	4	20
West Godavari	10	40	75	20	15000	20	1	4	25
Eluru	15	40	75	20	15000	20		6	25
Krishna	10	50	80	25	19200	12	1	6	30
NTR	15	65	95	12	19200	12	1	6	30
Guntur	8	56	85	20	10000			6	42
Bapatla	15	56	95	24	10000		1	6	42
Palnadu	12	56	85	2	10000			6	42
Prakasam	10	56	75	15	16000		1	6	27
SPSR Nellore	12	60	95	24	16000	18	1	6	42
Kurnool	8	65	75	20	14500			4	45
Nandyal	15	65	75	20	14500			4	45
Ananthapuramu	15	65	60	16	14500			1	28
Sri Sathya Sai	15	65	60	16	14500			6	28
YSR Kadapa	7	65	70	25	14500			6	45
Annamayya	15	65	70	24	14500			6	45
Chittoor	9	60	80	24	14500	18		6	45
Tirupati	15	60	80	24	14500	18	1	6	45
TOTAL	321	1487	1991	493	369200	278	14.10	131	938

Source: Horticulture Department

- ఆంధ్రప్రదేశ్‌లో మొత్తం భూగర్భజల నీటిపారుదల పథకాలు – 11,32,769 – ఇందులో మొదటి స్థానంలో చిత్తూరు చివరి స్థానంలో విశాఖపట్నం కలవు.
- ఆంధ్రప్రదేశ్‌లో మొత్తం ఉపరితల నీటిపారుదల పథకాలు – 11,90,964– ఇందులో మొదటి స్థానం చిత్తూరు. చివరి స్థానం విశాఖపట్నం.
- ఆంధ్రప్రదేశ్‌లో మొత్తం గుంటలు/కుంటలు – 13,946 – ఇందులో మొదటి స్థానం అనంతపురం. చివరి స్థానం శ్రీకాకుళం.
- ఆంధ్రప్రదేశ్‌లో మొత్తం చెరువులు – 1,13,097 – ఇందులో మొదటిస్థానం పశ్చిమ గోదావరి. చివరి స్థానం కడప.
- ఆంధ్రప్రదేశ్‌లో మొత్తం రిజర్వాయర్‌లు – 703 – ఇందులో మొదటి స్థానం నెల్లూరు. చివరి స్థానం కడప.

- ఆంధ్రప్రదేశ్‌లో మొత్తం నీటి వనరులు 1,90,263 - ఇందులో మొదటి స్థానం అనంతపురం.
  చివరి స్థానం గుంటూరు.
- ఆంధ్రప్రదేశ్ రాష్ట్రంలో ఎరువుల్ని ఎక్కువగా వినియోగిస్తున్న జిల్లా గుంటూరు.
  తక్కువగా వినియోగిస్తున్న జిల్లా విశాఖపట్నం.

పశుసంపద

- ప్రపంచంలో పశుసంపదలో మొదటి స్థానం : 1. బ్రెజిల్, 2. భారతదేశం
- భారతదేశంలో పశుసంపద ఎక్కువగా ఉన్న రాష్ట్రం : 1. ఉత్తరప్రదేశ్, 2. రాజస్థాన్, 6. ఆంధ్రప్రదేశ్
- ఆంధ్రప్రదేశ్‌లో పశుసంపద ఎక్కువగా ఉన్న జిల్లాలు : 1. చిత్తూరు, 2. శ్రీకాకుళం
- భారత పశువైద్య పరిశోధన సంస్థ : ఇజ్జత్‌నగర్ (ఉత్తరప్రదేశ్)
- కేంద్ర పశు పరిశోధన సంస్థ : రాంచీ (జార్ఖండ్)
- భారతదేశంలో 500 రకాల జంతువులు, 3000 రకాల పక్షి జాతులు కలవు.
- ప్రపంచ మొత్తం పశుసంపదలో భారత్ పశుసంపద : 17% కలదు.

గేదెలు:

- కేంద్ర గేదెల పరిశోధన సంస్థ : హిస్సార్ (హర్యానా)
- ప్రపంచంలో గేదెలు ఎక్కువగా ఉన్న దేశం : భారతదేశం
- భారతదేశంలో గేదెలు ఎక్కువగా ఉన్న రాష్ట్రాలు : 1. ఉత్తరప్రదేశ్, 2.రాజస్థాన్, 3. గుజరాత్, 4. మధ్యప్రదేశ్, 6. ఆంధ్రప్రదేశ్
- ఆంధ్రప్రదేశ్‌లో గేదెలు ఎక్కువగా ఉన్న జిల్లాలు : 1. ప్రకాశం, 2. నెల్లూరు, 3. ఏలూరు
- ప్రపంచ పశుసంపదలో భారతదేశ గేదెలు 1/2 వంతు కలవు.
- 2014-15 సంవత్సరంలో 'జాతీయ పశుసంపద మిషన్'ను ప్రారంభించారు.

గేదెల రకాలు :

- **ముర్రా :** హర్యానా, పంజాబ్, ఢిల్లీ : ఇవి సహజసిద్ధ గేదెలలో ఎక్కువగా పాలు ఇస్తాయి. రోజుకు 18 లీటర్ల పాలు ఇస్తాయి.
- **బద్వారి :** ఉత్తరప్రదేశ్, మధ్యప్రదేశ్, రాజస్థాన్
- **ఫర్‌బాది :** గుజరాత్‌లోని గిర్ అటవీ ప్రాంతం
- **సూరతి/స్పూర్తి :** గుజరాత్‌లోని మైదాన ప్రాంతాలు
- **నీలిరావి :** పంజాబ్
- **నాగపురి (ఎల్లిక్ పురి) :** మహారాష్ట్రలోని విదర్భ ప్రాంతంలో కలవు.
- **కుహసనా :** గుజరాత్, మధ్యప్రదేశ్
- జెర్సీ, హోల్‌స్టిన్, ఫ్రీషియన్ : ఇవి దిగుమతి సంకరజాతి గేదెలు. ఇవి రోజుకు 50 లీటర్ల పాలు ఇస్తాయి.

ఆవులు:

- ప్రపంచంలో ఆవులు ఎక్కువగా ఉన్న దేశం - 1. బ్రెజిల్, 2. భారత్.
- భారతదేశంలో ఆవులు ఎక్కువగా ఉన్న రాష్ట్రాలు - 1. పశ్చిమబంగ, 2. ఉత్తరప్రదేశ్.

- ఆంధ్రప్రదేశ్‌లో ఆవులు ఎక్కువగా ఉన్న జిల్లాలు : 1. అల్లూరి, 2. చిత్తూరు, 3. శ్రీకాకుళం.
- డెన్మార్క్, హాలాండ్ వంటి దేశాలలో ఆవులు రోజుకు 30-40 లీటర్ల పాలు ఇస్తాయి. కానీ భారతదేశంలో 1 లీటరు ఇస్తాయి కనుక ఆవులను "టీ-కప్-కౌ" అంటారు.

ఆవుల రకాలు:

- బాగా పాలిచ్చే రకాలు : వీటిని వ్యవసాయానికి ఉపయోగించలేము.
- గిర్ : గుజరాత్‌లోని సౌరాష్ట్ర ప్రాంతంలో ఉంటాయి. ఇవి పరిమాణంలో పెద్దవిగా ఉంటాయి.
- ఎర్రసింధి : గుజరాత్, రాజస్థాన్ : ఇవి పాకిస్థాన్‌లోని సింధ్ రాష్ట్రం వీటి జన్మస్థలం.
- దేవ్‌ని ఆవులు : ఆంధ్రప్రదేశ్
- సాహివాల్ : పంజాబ్, హర్యానా, ఉత్తరప్రదేశ్, రాజస్థాన్.

తక్కువ పాలిచ్చే రకాలు:

- నగోరి : రాజస్థాన్ (జోధ్‌పూర్), హర్యానా, ఉత్తరప్రదేశ్
- మాల్వి : మధ్యప్రదేశ్
- సిరి : సిక్కిం, పశ్చిమబంగ, (డార్జిలింగ్)
- ఖిల్లారి : మహరాష్ట్ర
- ఖేరిఘడ్ : ఉత్తరప్రదేశ్ (లఖింపూర్, ఖేరి జిల్లాలు)
- హల్లికేర్/అమృత్‌మహల్ : దక్షిణ కర్నాటకలో తుంకూర్, హసన్, మైసూర్ జిల్లాలలో ఉంటాయి.

ఉభయ ప్రయోజనం కలిగించే జాతులు:

- ఇవి పాలు ఎక్కువగా ఇస్తాయి మరియు వ్యవసాయానికి ఉపయోగించుకోవచ్చు.
- థార్‌పార్కర్: గుజరాత్, రాజస్థాన్, పాకిస్థాన్‌లోని సింధ్ ప్రాంతం వీటికి జన్మస్థలం.
- కంక్రెజ్ : గుజరాత్‌లోని తూర్పు మైదాన ప్రాంతాలు.
- హరియానా : హర్యానా, ఢిల్లీ
- మేవతి : ఉత్తరప్రదేశ్, రాజస్థాన్
- దాంగ్రి : మహరాష్ట్ర
- ఒంగోలు : ఆంధ్రప్రదేశ్ (గుంటూరు, నెల్లూరు జిల్లాలలో)

పందులు :

- మొదటి నాలుగు రాష్ట్రాలు : 1. అస్సాం, 2. జార్ఖండ్, 3. మేఘాలయ, 4. పశ్చిమబంగ.

ఒంటెలు :

- ప్రపంచంలో మొదటి స్థానం : చాద్, భారత్ 19వ స్థానంలో కలదు.
- దేశంలో మొదటి నాలుగు రాష్ట్రాలు : 1. రాజస్థాన్, 2. గుజరాత్, 3. హర్యానా, 4. ఉత్తరప్రదేశ్.

గుర్రాలు :

- మొదటి నాలుగు రాష్ట్రాలు : 1. ఉత్తరప్రదేశ్, 2. జమ్మూ-కాశ్మీర్, 3. రాజస్థాన్, 4. బీహార్.

మ్యూల్‌లు :

- మొదటి నాలుగు రాష్ట్రాలు : 1. ఉత్తరాఖండ్, 2. హిమాచల్‌ప్రదేశ్, 3. జమ్మూ-కాశ్మీర్, 4. ఉత్తరప్రదేశ్

గాడిదలు :

- మొదటి నాలుగు రాష్ట్రాలు : 1. రాజస్థాన్, 2. మహారాష్ట్ర, 3. ఉత్తరప్రదేశ్, 4. గుజరాత్, 10వ స్థానంలో ఆంధ్రప్రదేశ్ కలదు.

మిథున్‌లు :

- మొదటి నాలుగు రాష్ట్రాలు : 1. అరుణాచల్‌ప్రదేశ్, 2. నాగాలాండ్, 3. మణిపూర్, 4. మిజోరామ్.

యాక్‌లు (జడల బర్రె):

- మొదటి నాలుగు రాష్ట్రాలు : 1. జమ్మూ-కాశ్మీర్, 2. అరుణాచల్‌ప్రదేశ్, 3. సిక్కిం, 4. హిమాచల్‌ప్రదేశ్

గొర్రెలు :

- ప్రపంచంలో గొర్రెలు ఎక్కువగా ఉన్న దేశం : 1. చైనా, 2. భారత్.
- భారతదేశంలో గొర్రెలు ఎక్కువగా ఉన్న రాష్ట్రాలు : 1. తెలంగాణ, 2. ఆంధ్రప్రదేశ్, 3. కర్నాటక, 4. రాజస్థాన్, 5. తమిళనాడు.
- ఆంధ్రప్రదేశ్‌లో గొర్రెలు ఎక్కువగా ఉన్న జిల్లాలు : 1. సత్యసాయి, 2. అనంతపురం, 3. అన్నమయ్య.
- కేంద్ర గొర్రెలు మరియు ఉన్ని పరిశోధన సంస్థ : అవికార్‌నగర్ (రాజస్థాన్).

గొర్రెల రకాలు :

- మర్వారి : రాజస్థాన్, ఇవి ఉన్నికి ప్రసిద్ధి. ఇవి మేలైన గొర్రెలు.
- దెక్కాని, నెల్లూరి, మాంధ్య, జోడివి : మహారాష్ట్ర, కర్ణాటక, ఆంధ్రప్రదేశ్, తెలంగాణ

  జోడివి : ఉన్ని లభించదు. మాంసం ఉత్పత్తి బాగా ఉంటుంది.

  దెక్కాని : ముతిక ఉన్నితో పాటు రుచికరమైన మాంసం లభిస్తుంది. ఇవి కరువు పరిస్థితులను, వ్యాధులను తట్టుకోగలవు.

  నెల్లూరు జాతి : ఉన్ని లభించదు. మాంసం ఉత్పత్తి బాగుంటుంది.
- జైసల్మేరి, మల్పూరి, పుగల్, ముగ్రా : రాజస్థాన్, హర్యానా
- కాశ్మీరి లోయ, భదర్వా, బాహర్‌వార్, రాంపూర్ : జమ్ముూకాశ్మీర్, హిమాచల్ ప్రదేశ్.

మేకలు :

- ప్రపంచంలో మేకలు ఎక్కువగా ఉన్న దేశం : 1. భారత్.
- భారత్‌లో మేకలు ఎక్కువగా ఉన్న రాష్ట్రం : 1. రాజస్థాన్, 2. పశ్చిమబంగ, 3. ఉత్తరప్రదేశ్, 4. బీహార్.
- ఆంధ్రప్రదేశ్‌లో మేకలు ఎక్కువగా ఉన్న జిల్లాలు : 1. సత్యసాయి, 2. ప్రకాశం, 3. అనంతపురం.
- మేకను పేదవాని ఆవు అంటారు (పూర్ మేన్ కౌ)
- 90% దేశీ మేకలు దక్కన్ పీఠభూమిలో ఉంటాయి.

మేకల రకాలు:

- **జిమ్నాపురి, బర్బారీ** : ఇవి పాలిచ్చేమేక జాతులు. పశ్చిమ ఉత్తరప్రదేశ్, హర్యానా
- **పష్మినా** : జమ్మూకాశ్మీర్ (కాశ్మీర్ లోయ) పష్మిన ఉన్ని లభిస్తుంది.
- **బీటల్** : పంజాబ్

- **చందా, గద్దె, బేగు, కాశ్మీరి** : హిమాచల్‌ప్రదేశ్, హర్యానా, జమ్మూకాశ్మీర్.
- **హిమాలయ, అంగోరా** : హిమాచల్‌ప్రదేశ్, జమ్మూకాశ్మీర్. ఒస్లానో బాడి - తెలంగాణ.

కోళ్ళు:

- ప్రపంచంలో కోళ్ళు ఎక్కువగా ఉన్న దేశం : 1. అమెరికా, 2. బ్రెజిల్, 3. భారతదేశం
- భారత్‌లో కోళ్ళు ఎక్కువగా ఉన్న రాష్ట్రం : 1. తమిళనాడు 2. ఆంధ్రప్రదేశ్ 3. తెలంగాణ
- ఆంధ్రప్రదేశ్‌లో కోళ్ళు ఎక్కువగా ఉన్న జిల్లాలు : 1. తూర్పుగోదావరి, 2. ఏలూరు 3. చిత్తూరు
- డైరెక్టరేట్ ఆఫ్ పౌల్ట్రీ రీసెర్చ్ సెంటర్ : రాజేంద్రనగర్ (తెలంగాణ)
- కేంద్ర కోళ్ళ పెంపక రక్షణ కేంద్రం : బెంగుళూరు (కర్ణాటక)

Live Stock Census:

- ఇది 20వ లైవ్ స్టాక్ సెన్సస్ (పశు గణన) - 2019.
- మొట్టమొదటి లైవ్ స్టాక్ సెన్సస్‌ని 1919లో చేసారు.
- ప్రస్తుతం 6.6 లక్షల గ్రామాలు మరియు 89,000 పట్టణ వార్డులని పరిగణనలోకి తీసుకొని 20వ లైవ్ స్టాక్ సెన్సస్‌ను చేపట్టారు. ఇందులో మొత్తం 27కోట్ల కుటుంబాలు పాల్గొన్నాయి.
- మొత్తం లైవ్ స్టాక్ జనాభా - 53.6 కోట్లు (గత నివేదిక కంటే 4.6% పెరిగింది).
- మొత్తం పాలిచ్చే పుశువుల సంఖ్య (ఆవులు, గేదెలు, మిథున్, యాక్):30.3 కోట్లు (గత నివేదిక కంటే 1% పెరిగింది).

Category	Population (In million) 2012	Population (In million) 2019	% Change
Total Cattle	**190.90**	**192.49**	**0.8**
Exotic/Crossbred			
Male	5.97	3.46	-42.0
Female	33.76	46.95	39.1
Total Exotic/Crossbred	**39.73**	**50.42**	**26.9**
Indigenous/Non-Descript			
Male	61.95	43.94	-29.1
Female	89.22	98.17	10.0
Total Indigenous/Non-Descript	**151.17**	**142.11**	**-6.0**

- మొత్తం పశువుల సంఖ్య - 19.2 కోట్లు (గత నివేదిక కంటే 0.8% పెరిగింది).
- మొత్తం ఆవుల సంఖ్య - 14.5 కోట్లు (గత నివేదిక కంటే 18% పెరిగింది).
- దేశంలో అన్య దేశ ఆవులు - 5.04 కోట్లు మరియు దేశీయ ఆవులు 14.2 కోట్లు.
- దేశీయ ఆవుల సంఖ్య - గతం కంటే 10% పెరిగింది. అన్యదేశ ఆవుల సంఖ్య 27% పెరిగింది.
- గేదెలు 10.9 కోట్లు (గత నివేదిక కంటే 1% పెరిగింది).
- గొర్రెలు 7.4 కోట్లు (గత నివేదిక కంటే 14.1% పెరిగింది).
- మేకలు 14.8 కోట్లు (గత నివేదిక కంటే 10.1% పెరిగింది).

Category	Population (In million) 2012	Population (In million) 2019	% growth
Cattle	190.90	192.49	**0.83**
Buffalo	108.70	109.85	**1.06**
Sheep	65.07	74.26	**14.13**
Goat	135.17	148.88	**10.14**
Pig	10.29	9.06	**-12.03**
Mithun	0.30	0.38	**26.66**
Yak	0.08	0.06	**-25.00**
Horses & Ponies	0.63	0.34	**-45.58**
Mule	0.20	0.08	**-57.09**
Donkey	0.32	0.12	**-61.23**
Camel	0.40	0.25	**-37.05**
Total Livestock	**512.06**	**535.78**	**4.63**

- పందులు 90 లక్షలు (గత నివేదిక కంటే 12.03% తగ్గింది).
- మిథున్‌లు 3.9 లక్షలు (గత నివేదిక కంటే 13% పెరిగింది).
- యాక్ (జడల బర్రె)లు 85 వేలు (గత నివేదిక కంటే 24.67% తగ్గింది).
- గుర్రాలు 3.41 లక్షలు (గత నివేదిక కంటే 45.6% తగ్గింది).
- మ్యూల్స్ 84 వేలు (గత నివేదిక కంటే 57% తగ్గింది).
- గాడిదలు 1.2 లక్షలు (గతీ నివేదిక కంటే 61.23% తగ్గింది).
- ఒంటెలు 2.5 లక్షలు (గత నివేదిక కంటే 37% తగ్గింది).
- మొత్తం పౌల్ట్రీ 85 కోట్లు (గత నివేదిక కంటే 16.8% పెరిగింది).
- నాటుకోళ్ళు 31.7 కోట్లు (గత నివేదిక కంటే 45.8% పెరిగింది).
- మొత్తం పశు గణనలో మొదటి నాలుగు రాష్ట్రాలు ఉత్తరప్రదేశ్, రాజస్థాన్, మధ్యప్రదేశ్, వెస్ట్‌బెంగాల్, 6వ స్థానంలో ఆంధ్రప్రదేశ్ కలదు.
- పశుగణనను ఎక్కువ శాతంలో పెంచిన రాష్ట్రం (The state recorded highest positive change) వెస్ట్‌బెంగాల్ 23.32%
- పౌల్ట్రీ జనాభాలో మొదటి నాలుగు రాష్ట్రాలు తమిళనాడు, ఆంధ్రప్రదేశ్, తెలంగాణ, వెస్ట్‌బెంగాల్‌లు కలవు.

ఆంధ్రప్రదేశ్ లైవ్ స్టాక్ జనాభా:

ఆంధ్రప్రదేశ్ సామాజిక/ఆర్థిక సర్వే 2022-23 ప్రకారం:

- పశువులు (ఆవులు, ఎద్దులు) : 46 లక్షలు: అత్యధికంగా ఉన్న జిల్లాలు 1) అల్లూరి, 2) చిత్తూరు, 3) శ్రీకాకుళం, 26) గుంటూరు.
- గేదెలు- 62 లక్షలు : అత్యధికంగా ఉన్న జిల్లాలు 1) ప్రకాశం (6.7 లక్షలు), 2) నెల్లూరు (6.4 లక్షలు), 3) పల్నాడు (4.6 లక్షలు), 26) చిత్తూరు (4,900).
- గొర్రెలు - 1.76 కోట్లు : అత్యధికంగా ఉన్న జిల్లాలు 1) సత్యసాయి (26 లక్షలు), 2) అనంతపురం (22 లక్షలు), 3) అన్నమయ్య (17 లక్షలు), 26) కోనసీమ (25 వేలు).

S.No	District	Cattle	Buffaloe	Sheep	Goat	Pig	Poultry
1	2	3	4	5	6	7	8
1	Srikakulam	456291	40477	623641	277268	966	1594852
2	Vizianagaram	377960	97845	448154	156511	2585	5126764
3	Parvathipuram Manyam	228681	46017	207451	173110	5089	846060
4	Alluri Sitarama Raju	625951	91868	193361	382483	8148	1571655
5	Visakhapatnam	41256	26832	46739	33079	161	1703367
6	Anakapalli	185096	250402	161641	180976	3845	3366524
7	Kakinada	76502	282273	141229	101870	4394	9248636
8	Dr B.R Ambedkar Konaseema	75460	153542	25111	23518	6268	5731807
9	East Godavari	74778	193847	171263	69265	2080	21375656
10	West Godavari	44597	172105	38621	22625	860	5309999
11	Eluru	136549	512142	526836	198810	7646	10347494
12	Krishna	36126	283711	219734	53764	3656	5567749
13	NTR	28397	235052	234933	91979	1686	3913406
14	Guntur	16899	198009	125451	20451	1194	3365423
15	Bapatla	21930	381764	427523	49990	3219	776022
16	Palnadu	66072	467046	469424	156291	1645	4569354
17	Prakasam	56332	671812	1567122	417589	3422	833434
18	Spsr Nellore	57774	646088	1095197	386929	2969	1931113
19	Kurnool	235586	126784	1103043	304744	8682	584844
20	Nandyal	120536	293071	882914	305830	2800	703360
21	Ananthapuram	215896	189843	2297300	412094	8164	1036657
22	Sri Satyasai	281206	95600	2629287	472092	4603	1486918
23	Ysr	44650	399910	983684	362582	2777	1095152
24	Annamayya	295390	88924	1744686	379456	1820	2893221
25	Chittoor	540397	4910	501893	208018	386	10320845
26	Tirupati	259775	269625	760733	280809	2893	2562840
	Grand Total	4600087	6219499	17626971	5522133	91958	107863152

Source: Animal Husbandry Department

- మేకలు - 55 లక్షలు : అత్యధికంగా ఉన్న జిల్లాలు 1) సత్యసాయి, 2) ప్రకాశం, 3) అనంతపురం, 26) గుంటూరు.
- పందులు - 91,958 : అత్యధికంగా ఉన్న జిల్లాలు 1) కర్నూలు, 2) అనంతపురం, 3) అల్లూరి, 26) విశాఖపట్నం
- పౌల్ట్రీ - 10.7 కోట్లు : అత్యధికంగా ఉన్న జిల్లాలు 1) తూర్పుగోదావరి, 2) ఏలూరు, 3) చిత్తూరు, 26) కర్నూలు.
- పాల ఉత్పత్తి-10,933 మి.టన్నులు - అత్యధికంగా ఉన్న జిల్లాలు 1) చిత్తూరు, 2) నెల్లూరు, 3) ప్రకాశం, 26) విశాఖపట్నం.

Sl. No.	District	Milk ('000 M.Ts.)	Meat ('000 M.Ts.)	Eggs (Lakh Nos.)
1	2	3	4	5
1	Srikakulam	506.62	15.706	799.553
2	Vizianagaram	596.17	25.110	8058.958
3	Parvathipuram Manyam	166.84	8.761	244.831
4	Alluri Sitarama Raju	150.82	15.589	435.060
5	Visakhapatnam	98.81	7.111	3447.270
6	Anakapalli	585.46	21.069	5998.797
7	Kakinada	472.42	36.497	6466.176
8	Dr B.R Ambedkar Konaseema	304.86	21.954	14140.716
9	East Godavari	371.73	74.349	57384.087
10	West Godavari	297.60	23.382	13034.227
11	Eluru	733.85	50.099	17293.361
12	Krishna	432.35	28.841	10899.156
13	NTR	312.21	23.016	3817.265
14	Guntur	249.67	17.530	10996.519
15	Bapatla	476.07	13.094	402.570
16	Palnadu	513.63	29.876	4290.819
17	Prakasam	669.11	41.648	352.158
18	Spsr Nellore	766.37	33.627	1562.245
19	Kurnool	172.88	27.725	645.410
20	Nandyal	298.70	28.932	420.786
21	Ananthapuram	305.52	33.423	731.712
22	Sri Satyasai	404.05	36.784	742.466
23	Ysr	336.37	22.340	510.500
24	Annamayya	462.88	29.376	1649.016
25	Chittoor	798.61	42.002	10893.349
26	Tirupati	450.05	26.316	3183.765
	Total	10933.65	734.157	178400.771

Source: Animal Husbandry Department

- మాంసం–734 మి.టన్నులు – అత్యధికంగా ఉన్న జిల్లాలు 1) తూర్పుగోదావరి, 2) ఏలూరు, 3) చిత్తూరు, 26) విశాఖపట్నం.
- గుడ్లు – 1784 కోట్లు – అత్యధికంగా ఉన్న జిల్లాలు 1) తూర్పు గోదావరి, 2) ఏలూరు, 3) కోనసీమ, 26) మన్యం.

- సముద్ర చేపలు మరియు రొయ్యలు - 4.2 లక్షల మి.టన్నులు - అత్యధికంగా ఉన్న జిల్లాలు 1) కాకినాడ, 2) విశాఖపట్నం, 3) బాపట్ల.
- అంతస్థలీయ చేపలు మరియు మంచినీటి రొయ్యలు - 27,83,941 మి.టన్నులు - అత్యధికంగా ఉన్న జిల్లాలు 1) ఏలూరు, 2) కృష్ణా, 3) పశ్చిమ గోదావరి, 26) చిత్తూరు.
- బ్రాకిష్ వాటర్ రొయ్యలు - 5,11,242 మి.టన్నులు-అత్యధికంగా ఉన్న జిల్లాలు 1) కృష్ణా, 2) బాపట్ల, 3) పశ్చిమ గోదావరి.
- మొత్తం చేపల ఉత్పత్తి - 37,17,643 మి.టన్నులు- అత్యధికంగా ఉన్న జిల్లాలు 1) ఏలూరు, 2) కృష్ణా, 3) పశ్చిమ గోదావరి, 26) చిత్తూరు.

Sl. No	District	2021-22(As on 31.03.2021)				2022-23(As on 31.12.2022)			
		Inland fish & Fresh Water Prawn	Inland fish & Fresh Water Prawn	Brackish Water Shrimp	Total	Marine Fish & shrimp	Inland fish & Fresh Water Prawn	Brackish Water Shrimp	Total
1	2	3	4	5	6	7	8	9	10
1	Srikakulam	61310	95265	14463	171038	26604	63451	7362	97417
2	Vizianagaram	12191	25309	217	37717	6358	10331	83	16772
3	Visakhapatnam	131764	47623	11782	191169	79612	9193	60	88865
4	Parvathipuram Manyam	-	-	-	-	-	8764	-	8764
5	ASR	-	-	-	-	-	5739	-	5739
6	Anakapalli	-	-	-	-	30010	16575	6338	52923
7	Kakinada	-	-	-	-	85752	75021	11541	172314
8	Konaseema	-	-	-	-	30711	113725	36526	180962
9	East Godavari	114179	305342	90180	509701	-	57779		57779
10	West Godavari	1686	1569454	33856	1604996	2359	497823	53593	553775
11	Eluru	-	-	-	-	-	810157	8927	819084
12	Krishna	49694	1112484	214765	1376943	34016	537137	187115	758268
13	NTR	-	-	-	-	-	14897	-	14897
14	Guntur	60422	91161	74531	226114	-	26814	-	26814
15	Bapatla	-	-	-	-	57592	100520	110025	268137
16	SPS Nellore	108598	253149	106017	467764	40121	148230	53487	241838
17	Palnadu	-	-	-	-	-	76169	-	76169
18	Prakasam	54506	38915	61111	154532	15737	22887	19466	58090
19	Kurnool	0	49917	0	49917	-	13501	-	13501
20	Nandyala	-	-	-	-	-	32449	-	32449
21	Ananthapuramu	0	9638	0	9638	-	5725	-	5725
22	Satyasai	-	-	-	-	-	5315	-	5315
23	YSR Kadapa	0	6476	0	6476	-	3960	-	3960
24	Annamayya	-	-	-	-	-	4541	-	4541
25	Chittoor	0	7043	0	7043	-	3089	-	3089
26	Tirupathi			-	-	13588	120149	16719	150456
	Total	594350	3611776	606922	4813048	422460	2783941	511242	3717643

Source: Fisheries Department

వ్యవసాయ రంగ ముఖ్య పరిశోధనా సంస్థలు

	సంస్థ		ప్రాంతం
1.	సెంట్రల్ పొటాటో రీసెర్చ్ ఇనిస్టిట్యూట్	:	సిమ్లా
2.	సెంట్రల్ ట్యూబర్ క్రాప్స్ రీసెర్చ్ ఇనిస్టిట్యూట్	:	తిరువనంతపురం
3.	ఇండియన్ ఇనిస్టిట్యూట్ ఆఫ్ స్పైసెస్ రీసెర్చ్ సెంటర్	:	కాలికట్
4.	కోకోనట్ డెవలప్‌మెంట్ బోర్డు	:	కొచ్చి
5.	సెంట్రల్ ప్లాంటేషన్ క్రాప్ రీసెర్చ్ ఇనిస్టిట్యూట్	:	కాసరగడ్, కేరళ
6.	ఇండియన్ ఇనిస్టిట్యూట్ ఆఫ్ షుగర్ రీసెర్చ్ సెంటర్	:	లక్నో
7.	సెంట్రల్ ఇనిస్టిట్యూట్ ఫర్ కాటన్ రీసెర్చ్	:	నాగ్‌పూర్
8.	సెంట్రల్ మెరైన్ ఫిషరీస్ రీసెర్చ్ ఇనిస్టిట్యూట్	:	కొచ్చి
9.	ఇండియన్ ఇనిస్టిట్యూట్ ఫర్ హార్టీ కల్చర్ రీసెర్చ్	:	బెంగుళూరు
10.	సెంట్రల్ ఫుడ్ టెక్నాలజీ రీసెర్చ్ ఇనిస్టిట్యూట్ ఆఫ్ ఇండియా	:	మైసూర్
11.	నేషనల్ డెయిరీ రీసెర్చ్ ఇనిస్టిట్యూట్	:	కర్నల్
12.	ఇంటర్నేషనల్ క్రాప్ రీసెర్చ్ ఇనిస్టిట్యూట్ ఫర్ సెమీ అరిడ్	:	ట్రాపిక్స్ (ఇక్రిశాట్) హైదరాబాద్
13.	ఇండియన్ కౌన్సిల్ ఆఫ్ అగ్రికల్చర్ రీసెర్చ్ ఇనిస్టిట్యూట్	:	ఢిల్లీ
14.	నేషనల్ టొబాకో రీసెర్చ్ ఇనిస్టిట్యూట్	:	రాజమండ్రి. ఆంధ్రప్రదేశ్
15.	తేయాకు పరిశోధనా కేంద్రం	:	జోర్హాట్ (అస్సాం)
16.	కాఫీ పరిశోధనా కేంద్రం	:	చిక్‌మంగుళూర్
17.	అరటి పరిశోధనా కేంద్రం	:	తిరుచ్చిరాపల్లి
18.	జాతీయ వేరుశనగ పరిశోధనా కేంద్రం	:	జునాఘడ్ (గుజరాత్)
19.	సెంట్రల్ సెరీకల్చర్ రీసెర్చ్ ఇనిస్టిట్యూట్	:	మైసూర్
20.	నేషనల్ డెయిరీ డెవలప్‌మెంట్ బోర్డు	:	ఆనంద్ (గుజరాత్)
21.	సెంట్రల్ ఇనిస్టిట్యూట్ ఫర్ రీసెర్చ్ ఆఫ్ బఫెలో	:	హిస్సార్ (హర్యానా)
22.	ఇండియన్ ఇనిస్టిట్యూట్ ఆఫ్ పల్స్ రీసెర్చ్	:	కాన్పూర్
23.	ఇండియన్ ఇనిస్టిట్యూట్ ఆఫ్ మిల్లెట్ రీసెర్చ్	:	హైదరాబాద్
24.	ఇండియన్ ఇనిస్టిట్యూట్ ఆఫ్ ఆయిల్ సీడ్ రీసెర్చ్	:	హైదరాబాద్
25.	ఇండియన్ ఇనిస్టిట్యూట్ ఆఫ్ రైస్ రీసెర్చ్	:	హైదరాబాద్
26.	నేషనల్ రీసెర్చ్ సెంటర్ ఆన్ మీట్	:	హైదరాబాద్
27.	ఇండియన్ ఇనిస్టిట్యూట్ ఆఫ్ వెజిటబుల్ రీసెర్చ్	:	వారణాసి
28.	సెంట్రల్ ఫిషరీస్ రీసెర్చ్ ఇనిస్టిట్యూట్	:	బారక్‌పూర్ (పశ్చిమ బెంగాల్)

ఆంధ్రప్రదేశ్ వ్యవసాయ శీతోష్ణస్థితి మండలాలు:

❖ **ఆంధ్రప్రదేశ్‌లో మొత్తం ప్రాంతీయంగా వ్యవసాయ మండలాన్ని 6 శీతోష్ణస్థితి మండలాలుగా విభజించడం జరిగింది.**

1. ఉత్తర కోస్తా మండలం : శ్రీకాకుళం, విజయనగరం, విశాఖపట్నం, అనకాపల్లి.
   Note: ప్రాంతీయ పరిశోధనా కేంద్రం అనకాపల్లిలో కలదు.
   ఆంధ్రప్రదేశ్ చెరుకు పరిశోధనా కేంద్రం కూడా అనకాపల్లిలో కలదు.
2. గోదావరి మండలం : తూర్పుగోదావరి, పశ్చిమ గోదావరి, కాకినాడ, ఏలూరు, కోనసీమ.
   Note: ప్రాంతీయ పరిశోధనా కేంద్రం మార్టేరులో కలదు.
   ఆంధ్రప్రదేశ్ వరి పరిశోధనా కేంద్రం కూడా మార్టేరులో కలదు.
3. కృష్ణా మండలం : కృష్ణా, ఎన్.టి.ఆర్., బాపట్ల, గుంటూరు, పల్నాడు, ప్రకాశం.
   Note: ప్రాంతీయ పరిశోధనా కేంద్రం లాం లో కలదు.
4. దక్షిణ కోస్తా మండలం : నెల్లూరు, తిరుపతి, చిత్తూరు.
   Note: ప్రాంతీయ పరిశోధనా కేంద్రం తిరుపతిలో కలదు.
5. వర్షపాత లోటు ప్రాంతం : కర్నూలు, నంద్యాల, అనంతపురం, సత్యసాయి, కడప, అన్నమయ్య
   Note: ప్రాంతీయ పరిశోధనా కేంద్రం నంద్యాలలో కలదు.
6. అత్యంత ఉన్నతిలో గల ప్రాంతం : అల్లూరి, మన్యం.
   Note: ప్రాంతీయ పరిశోధనా కేంద్రం చింతపల్లిలో కలదు.

ఆంధ్రప్రదేశ్‌లో రైతుల తీరుతెన్నులు:

❖ ఆంధ్రప్రదేశ్‌లో సన్నకారు (మార్జినల్) రైతులు – 59 లక్షలు (< 2.5 ఎకరాలు).
- ★ మొదటి స్థానంలో ఉన్న జిల్లా – తూర్పు గోదావరి
- ★ చివరి స్థానంలో ఉన్న జిల్లా – అనంతపురం

❖ ఆంధ్రప్రదేశ్‌లో చిన్నకారు (స్మాల్) రైతులు – 16.46 లక్షలు (2.5 నుంచి 5 ఎకరాలు).
- ★ మొదటి స్థానంలో ఉన్న జిల్లా – అనంతపురం
- ★ చివరి స్థానంలో ఉన్న జిల్లా – విజయనగరం

❖ ఆంధ్రప్రదేశ్‌లో ఉప మధ్యస్థ (సెమీ మీడియం) రైతులు – 7.7 లక్షలు (5 నుంచి 10 ఎకరాలు).
- ★ మొదటి స్థానంలో ఉన్న జిల్లా – అనంతపురం
- ★ చివరి స్థానంలో ఉన్న జిల్లా – శ్రీకాకుళం

❖ ఆంధ్రప్రదేశ్‌లో మధ్యస్థ (మీడియం) రైతులు – 1.89 లక్షలు (10 ఎకరాలు).
- ★ మొదటి స్థానంలో ఉన్న జిల్లా – అనంతపురం, కర్నూలు (35,000)
- ★ చివరి స్థానంలో ఉన్న జిల్లా – శ్రీకాకుళం

❖ ఆంధ్రప్రదేశ్‌లో పెద్ద రైతులు – 15 వేలు (> 10 ఎకరాలు).
- ★ మొదటి స్థానంలో ఉన్న జిల్లా – అనంతపురం
- ★ చివరి స్థానంలో ఉన్న జిల్లా – శ్రీకాకుళం

❖ ఆంధ్రప్రదేశ్‌లో మొత్తం రైతులు – 85.24 లక్షలు
- ★ మొదటి స్థానంలో ఉన్న జిల్లా – గుంటూరు (8.41 లక్షలు)
- ★ చివరి స్థానంలో ఉన్న జిల్లా – విజయనగరం (4.97 లక్షలు)

❖ ఆంధ్రప్రదేశ్‌లో మొత్తం వ్యవసాయ భూమి 80.04 లక్షల హెక్టార్లు (2015-16 సెన్సస్ ప్రకారం)

- ★ మొదటి మూడు స్థానాలలో ఉన్న జిల్లాలు :
  1. అనంతపురం (12.52 లక్షల హెక్టార్లు)
  2. కర్నూలు (10.39 లక్షల హెక్టార్లు)
  3. ప్రకాశం (8.36 లక్షల హెక్టార్లు)
- ★ చివరి మూడు స్థానాలలో ఉన్న జిల్లాలు :
  1. శ్రీకాకుళం (3.32 లక్షల హెక్టార్లు)
  2. విజయనగరం (3.34 లక్షల హెక్టార్లు)
  3. విశాఖపట్నం (3.95 లక్షల హెక్టార్లు)

❖ రాష్ట్రంలో సగటు భూ కమతాల పరిమాణం (0.94 హెక్టార్లు)

- ★ మొదటి మూడు స్థానాలలో ఉన్న జిల్లాలు :
  1. అనంతపురం (1.63 లక్షల హెక్టార్లు)
  2. కర్నూలు (1.42 లక్షల హెక్టార్లు)
  3. ప్రకాశం (1.16 లక్షల హెక్టార్లు)
- ★ చివరి మూడు స్థానాలలో ఉన్న జిల్లాలు :
  1. శ్రీకాకుళం (0.51 లక్షల హెక్టార్లు)
  2. తూర్పు గోదావరి (0.62 లక్షల హెక్టార్లు)
  3. విజయనగరం (0.72 లక్షల హెక్టార్లు)

2021-22 నివేదిక ప్రకారం రాష్ట్రంలో జిల్లాల వారీగా:

❖ **స్థూల సాగునేల 38.44 లక్షల హెక్టార్లు.**

- ★ మొదటి మూడు స్థానాలలో ఉన్న జిల్లాలు :
  1. పశ్చిమ గోదావరి (5.81 లక్షల హెక్టార్లు)
  2. గుంటూరు (4.96 లక్షల హెక్టార్లు)
  3. తూర్పు గోదావరి (4.86 లక్షల హెక్టార్లు)
- ★ చివరి మూడు స్థానాలలో ఉన్న జిల్లాలు :
  1. విశాఖపట్నం (1.21 లక్షల హెక్టార్లు)
  2. విజయనగరం (1.74 లక్షల హెక్టార్లు)
  3. కడప (1.81 లక్షల హెక్టార్లు)

❖ **స్థూల సాగుభూమిలో కాలువల వాటా:** 17.54 లక్షల హెక్టార్లు

- ★ మొదటి మూడు స్థానాలలో ఉన్న జిల్లాలు :
  1. గుంటూరు (3.73 లక్షల హెక్టార్లు)
  2. తూర్పు గోదావరి (3.14 లక్షల హెక్టార్లు)
  3. పశ్చిమ గోదావరి (2.64 లక్షల హెక్టార్లు)
- ★ చివరి మూడు స్థానాలలో ఉన్న జిల్లాలు -
  1. చిత్తూరు (0.02 లక్షల హెక్టార్లు)
  2. అనంతపురం (0.18 లక్షల హెక్టార్లు)
  3. కడప (0.19 లక్షల హెక్టార్లు)

❖ **స్థూల సాగుభూమిలో చెరువుల వాటా:** 3.46 లక్షల హెక్టార్లు

- ★ మొదటి మూడు స్థానాలలో ఉన్న జిల్లాలు -
  1. విజయనగరం (0.73 లక్షల హెక్టార్లు)
  2. నెల్లూరు (0.62 లక్షల హెక్టార్లు)
  3. శ్రీకాకుళం (0.59 లక్షల హెక్టార్లు)

★ చివరి మూడు స్థానాలలో ఉన్న జిల్లాలు - 1. గుంటూరు (0.02 లక్షల హెక్టార్లు)
2. అనంతపురం (0.03 లక్షల హెక్టార్లు)
3. కడప (0.05 లక్షల హెక్టార్లు)

❖ **స్థూల సాగుభూమిలో బావులు వాటా: 16.15 లక్షల హెక్టార్లు**

★ మొదటి మూడు స్థానాలలో ఉన్న జిల్లాలు : 1. పశ్చిమ గోదావరి (2.88 లక్షల హెక్టార్లు)
2. అనంతపురం (2.07 లక్షల హెక్టార్లు)
3. చిత్తూరు (1.83 లక్షల హెక్టార్లు)

★ చివరి మూడు స్థానాలలో ఉన్న జిల్లాలు : 1. శ్రీకాకుళం (0.24 లక్షల హెక్టార్లు)
2. విశాఖపట్నం (0.33 లక్షల హెక్టార్లు)
3. విజయనగరం (0.52 లక్షల హెక్టార్లు)

❖ **స్థూల సాగుభూమిలో ఇతరములు వాటా: 1.29 లక్షల హెక్టార్లు**

★ మొదటి మూడు స్థానాలలో ఉన్న జిల్లాలు : 1. తూర్పు గోదావరి (0.26 లక్షల హెక్టార్లు)
2. విశాఖపట్నం (0.24 లక్షల హెక్టార్లు)
3. కర్నూలు (0.22 లక్షల హెక్టార్లు)

★ చివరి మూడు స్థానాలలో ఉన్న జిల్లాలు : 1. అనంతపురం, చిత్తూరు (0.00 లక్షల హెక్టార్లు)
2. కడప (0.01 లక్షల హెక్టార్లు)
3. విజయనగరం (0.02 లక్షల హెక్టార్లు)

2021-22 నివేధిక ప్రకారం రాష్ట్రంలో జిల్లాలవారీగా ఉన్న నికర సాగునేల వివరాలు:

(Area in lakh hectares)

Sl. No.	District	Canals	Tanks	Wells	Others	Total
1	2	3	4	5	6	7
1	Srikakulam	1.20	0.50	0.05	0.05	1.80
2	Vizianagaram	0.44	0.67	0.34	0.03	1.48
3	Visakhapatnam	0.39	0.20	0.22	0.22	1.03
4	East Godavari	1.65	0.26	0.64	0.21	2.76
5	West Godavari	1.40	0.14	1.84	0.08	3.46
6	Krishna	1.92	0.27	0.69	0.13	3.01
7	Guntur	3.14	0.02	0.63	0.11	3.90
8	Prakasham	0.63	0.06	1.12	0.04	1.85
9	SPS Nellore	1.35	0.56	0.77	0.04	2.72
10	YSR	0.18	0.05	1.43	0.01	1.67
11	Kurnool	0.94	0.12	1.05	0.16	2.27
12	Ananthapuramu	0.18	0.02	1.71	0.00	1.91
13	Chittoor	0.02	0.23	1.41	0.00	1.66
	Andhra Pradesh	13.44	3.10	11.90	1.08	29.52

Source: Directorate of Economics and Statistics

❖ **మొత్తం నికర సాగుభూమి: 29.52 లక్షల హెక్టార్లు**

★ మొదటి మూడు స్థానాలలో ఉన్న జిల్లాలు –
1. గుంటూరు (3.90 లక్షల హెక్టార్లు)
2. పశ్చిమ గోదావరి (3.46 లక్షల హెక్టార్లు)
3. కృష్ణా (3.01 లక్షల హెక్టార్లు)

★ చివరి మూడు స్థానాలలో ఉన్న జిల్లాలు –
1. విశాఖపట్నం (1.03 లక్షల హెక్టార్లు)
2. విజయనగరం (1.48 లక్షల హెక్టార్లు)
3. చిత్తూరు (1.66 లక్షల హెక్టార్లు)

❖ **నికర సాగుభూమిలో కాలువల వాటా: 13.44 లక్షల హెక్టార్లు**

★ మొదటి మూడు స్థానాలలో ఉన్న జిల్లాలు –
1. గుంటూరు (3.14 లక్షల హెక్టార్లు)
2. తూర్పు గోదావరి (1.65 లక్షల హెక్టార్లు)
3. నెల్లూరు (1.35 లక్షల హెక్టార్లు)

★ చివరి మూడు స్థానాలలో ఉన్న జిల్లాలు –
1. చిత్తూరు (0.02 లక్షల హెక్టార్లు)
2. కడప, అనంతపురం (0.18 లక్షల హెక్టార్లు)
3. విశాఖపట్నం (0.39 లక్షల హెక్టార్లు)

❖ **నికర సాగుభూమిలో చెరువుల వాటా: 3.10 లక్షల హెక్టార్లు**

★ మొదటి మూడు స్థానాలలో ఉన్న జిల్లాలు –
1. విజయనగరం (0.67 లక్షల హెక్టార్లు)
2. నెల్లూరు (0.56 లక్షల హెక్టార్లు)
3. శ్రీకాకుళం (0.50 లక్షల హెక్టార్లు)

★ చివరి మూడు స్థానాలలో ఉన్న జిల్లాలు –
1. గుంటూరు, అనంతపురం (0.02 లక్షల హెక్టార్లు)
2. కడప (0.05 లక్షల హెక్టార్లు)
3. ప్రకాశం (0.06 లక్షల హెక్టార్లు)

❖ **నికర సాగుభూమిలో బావుల వాటా: 11.90 లక్షల హెక్టార్లు**

★ మొదటి మూడు స్థానాలలో ఉన్న జిల్లాలు –
1. పశ్చిమ గోదావరి (1.84 లక్షల హెక్టార్లు)
2. అనంతపురం (1.71 లక్షల హెక్టార్లు)
3. చిత్తూరు (1.41 లక్షల హెక్టార్లు)

★ చివరి మూడు స్థానాలలో ఉన్న జిల్లాలు –
1. శ్రీకాకుళం (0.05 లక్షల హెక్టార్లు)
2. విశాఖపట్నం (0.22 లక్షల హెక్టార్లు)
3. విజయనగరం (0.34 లక్షల హెక్టార్లు)ఔ

❖ **నికర సాగుభూమిలో ఇతరముల వాటా: 1.08 లక్షల హెక్టార్లు**

★ మొదటి మూడు స్థానాలలో ఉన్న జిల్లాలు –
1. విశాఖపట్నం (0.22 లక్షల హెక్టార్లు)
2. తూర్పు గోదావరి (0.21 లక్షల హెక్టార్లు)
3. కర్నూలు (0.16 లక్షల హెక్టార్లు)

★ చివరి మూడు స్థానాలలో ఉన్న జిల్లాలు –
1. అనంతపురం, చిత్తూరు (0.00 లక్షల హెక్టార్లు)
2. విజయనగరం (0.03 లక్షల హెక్టార్లు)
3. శ్రీకాకుళం (0.05 లక్షల హెక్టార్లు)

2022 డిసెంబరు నాటికి సెరీకల్చర్‌లో జిల్లాలవారీ సాధనలు:

Sl No	DISTRICT	Employment Generation (Nos)	Mulberry Cumulative Area up to December-2022 (in Acres)	Cocoon Production (CB& BV cocoons) (in M.T)	Raw silk Production (CB& BV Silk) (in M.T)	Sericulture Farmers (in Nos)
1	2	3	4	5	6	7
1	Srikakulam	8195	803	75	10.86	582
2	Vizianagaram	9114	893	29	4.03	398
3	Manyam	4460	437	9	1.24	196
4	Alluri Sitarama Raju	7808	765	91	12.5	370
5	Visakhapatnam	602	59	5	0.69	19
6	Anakapalli	7726	757	64	9.12	348
7	Kakinada	30873	3025	790	112.32	618
8	Konaseema	102	10	0	0	3
9	East Godavari	5603	549	56	7.83	179
10	West Godavari	0	0	0	0	0
11	Eluru	29424	2883	531	72.55	1129
12	Krishna	3725	365	86	11.74	154
13	NTR	5052	495	115	15.59	213
14	Guntur	1694	166	29	4.1	41
15	Bapatla	9083	890	160	21.87	399
16	Palnadu	11135	1091	170	23.53	352
17	Prakasam	38130	3736	661	91.89	1210
18	SPS Nellore	9828	963	47.9	6.77	324
19	Kurnool	20494	2008	540.4	74.4	795
20	Nandyal	25117	2461	674	92.51	986
21	Ananthapuramu	70289	6887	2805.5	384.45	3513
22	Sri Satyasai	500781	49067	20776.5	2847.66	26400
23	YSR	11461	1123	295	40.58	632
24	Annamayya	131801	12914	4065.2	544.17	8490
25	Chittoor	409661	40139	17463	2400.36	26332
26	Thirupathi	21627	2119	793	110.49	1322
	STATE TOTAL	1373785	134605	50331	6901	75005

Source: Sericulture Department

- ❖ సెరీకల్చర్ ద్వారా ఉపాధి అవకాశాలు - 13,73,785
  - ★ మొదటి మూడు స్థానాలలో ఉన్న జిల్లాలు -
    1. సత్యసాయి (5,00,781)
    2. చిత్తూరు (4,09661)
    3. అన్నమయ్య (1,31,801)

★ చివరి మూడు స్థానాలలో ఉన్న జిల్లాలు - 1. పశ్చిమ గోదావరి (0)
2. కోనసీమ (102)
3. విశాఖపట్నం (602)

❖ **మల్బరీ ఉత్పత్తి - 1,34,605 ఎకరాలు**

★ మొదటి మూడు స్థానాలలో ఉన్న జిల్లాలు - 1. సత్యసాయి (49,067 ఎకరాలు)
2. చిత్తూరు (40,139 ఎకరాలు)
3. అన్నమయ్య (12,914 ఎకరాలు)

★ చివరి మూడు స్థానాలలో ఉన్న జిల్లాలు - 1. పశ్చిమ గోదావరి (0 ఎకరాలు)
2. కోనసీమ (10 ఎకరాలు)
3. విశాఖపట్నం (59 ఎకరాలు)

❖ **ముడి పట్టు ఉత్పత్తి - 6,901 మి.టన్నులు**

★ మొదటి మూడు స్థానాలలో ఉన్న జిల్లాలు : 1. సత్యసాయి (2,847.66 మి.టన్నులు)
2. చిత్తూరు (2,400.36 మి.టన్నులు)
3. అన్నమయ్య (544.17 మి.టన్నులు)

★ చివరి మూడు స్థానాలలో ఉన్న జిల్లాలు - 1. పశ్చిమ గోదావరి, కోనసీమ (0)
2. విశాఖపట్నం (0.69 మి.టన్నులు)
3. మన్యం (1.24 మి.టన్నులు)

❖ **కకూన్ (పట్టు కాయలు) ఉత్పత్తి - 50,331 మి.టన్నులు**

★ మొదటి మూడు స్థానాలలో ఉన్న జిల్లాలు : 1. సత్యసాయి (20,776.5 మి.టన్నులు)
2. చిత్తూరు (17,463 మి.టన్నులు)
3. అన్నమయ్య (4,065.2 మి.టన్నులు)

★ చివరి మూడు స్థానాలలో ఉన్న జిల్లాలు - 1. పశ్చిమ గోదావరి, కోనసీమ (0)
2. విశాఖపట్నం (5 మి.టన్నులు)
3. మన్యం (9 మి.టన్నులు)

❖ **సెరీకల్చర్ రైతులు - 75,005**

★ మొదటి మూడు స్థానాలలో ఉన్న జిల్లాలు : 1. సత్యసాయి (26,400)
2. చిత్తూరు (26,332)
3. అన్నమయ్య (8,490)

★ చివరి మూడు స్థానాలలో ఉన్న జిల్లాలు - 1. పశ్చిమ గోదావరి (0)
2. కోనసీమ (3)
3. విశాఖపట్నం (19)

2022 డిసెంబరు నాటికి వ్యవసాయ మార్కెటింగ్ కమిటీలలో గల గొడౌన్‌లు:

❖ **మొత్తం గొడౌన్‌లు - 1,052.**

★ మొదటి మూడు స్థానాలలో ఉన్న జిల్లాలు : 1. కృష్ణా (105)
2. గుంటూరు (75)

3. పల్నాడు (70)

★ చివరి మూడు స్థానాలలో ఉన్న జిల్లాలు :
1. విశాఖపట్నం, అల్లూరి (5)
2. అనకాపల్లి, తూర్పు గోదావరి (13)
3. కాకినాడు (16)

❖ **మొత్తం గొడౌన్‌లు - 1,052.**

★ మొదటి మూడు స్థానాలలో ఉన్న జిల్లాలు :
1. కృష్ణా (105)
2. గుంటూరు (75)
3. పల్నాడు (70)

★ చివరి మూడు స్థానాలలో ఉన్న జిల్లాలు :
1. విశాఖపట్నం, అల్లూరి (5)
2. అనకాపల్లి, తూర్పు గోదావరి
3. కాకినాడ (16)

రాష్ట్రంలో జిల్లాలవారీగా నీటిపారుదల సామర్థ్యం కల్పించబడిన విస్తీర్ణం:

S.No.	District	Major Irrigation	Medium Irrigation	Minor Irrigation	APSIDC	Total
1	2	3	4	5	6	7
1	Srikakulam	402517	29710	333946	41119	807292
2	Vizaianagaram	76276	95806	324561	10492	507135
3	Visakhapatnam	34518	39250	279617	6483	359868
4	East Godavari	736248	95981	235937	36470	1104636
5	West Godavari	764103	50422	152155	57697	1024377
6	Krishna	1026526	16427	118459	140728	1302140
7	Guntur	1186709	0	37526	247390	1471625
8	Prakasam	600970	48479	155902	155612	960963
9	SPS Nellore	599612	19722	282852	16073	918259
10	YSR	411380	59557	110702	26086	607725
11	Kurnool	676554	36823	81299	115932	910608
12	Ananthapura	144279	40989	141936	9284	336488
13	Chittoor	23023	21875	305552	2208	352658
	Total	6682715	555041	2560444	865574	10663774

Source: Irrigation Department

❖ రాష్ట్రంలో నీటిపారుదల సామర్థ్యం కల్పించబడిన భూమి - **1,06,63,774** ఎకరాల ఆయకట్టు.

★ మొదటి మూడు స్థానాలలో ఉన్న జిల్లాలు :
1. గుంటూరు (14.7 లక్షల ఎకరాలు ఆయకట్టు)
2. కృష్ణా (13 లక్షల ఎకరాల ఆయకట్టు)
3. తూర్పు గోదావరి (11 లక్షల ఎకరాల ఆయకట్టు)

★ చివరి మూడు స్థానాలలో ఉన్న జిల్లాలు : 1. అనంతపురం (3,36,488 ఎకరాల ఆయకట్టు)
2. చిత్తూరు (3,52,658 ఎకరాల ఆయకట్టు)
3. విశాఖపట్నం (3,59,868 (ఎకరాల ఆయకట్టు)

❖ **ఆంధ్రప్రదేశ్ రాష్ట్ర ఇరిగేషన్ డెవలప్‌మెంట్ కార్పోరేషన్ - 8.65 లక్షల ఎకరాల ఆయకట్టు.**

★ మొదటి స్థానంలో ఉన్న జిల్లా - గుంటూరు (2,47,390 ఎకరాల ఆయకట్టు)

★ చివరి స్థానంలో ఉన్న జిల్లా - చిత్తూరు (2,208 ఎకరాల ఆయకట్టు)

❖ **ఆంధ్రప్రదేశ్ రాష్ట్ర మైనర్ ఇరిగేషన్ - 25,60,444 ఎకరాల ఆయకట్టు.**

★ మొదటి స్థానంలో ఉన్న జిల్లా - శ్రీకాకుళం (3,33,946 ఎకరాల ఆయకట్టు)

★ చివరి స్థానంలో ఉన్న జిల్లా - గుంటూరు (37,526 ఎకరాల ఆయకట్టు)

❖ **ఆంధ్రప్రదేశ్ రాష్ట్ర మీడియమ్ ఇరిగేషన్ - 5,55,041 ఎకరాల ఆయకట్టు.**

★ మొదటి స్థానంలో ఉన్న జిల్లా - తూర్పు గోదావరి (95,981 ఎకరాల ఆయకట్టు)

★ చివరి స్థానంలో ఉన్న జిల్లా - గుంటూరు (0 ఎకరాల ఆయకట్టు)

❖ **ఆంధ్రప్రదేశ్ రాష్ట్ర మేజర్ ఇరిగేషన్ - 66,82,715 ఎకరాల ఆయకట్టు.**

★ మొదటి స్థానంలో ఉన్న జిల్లా - గుంటూరు (11,86,709 ఎకరాల ఆయకట్టు)

★ చివరి స్థానంలో ఉన్న జిల్లా - చిత్తూరు (23,023 ఎకరాల ఆయకట్టు)

❖ 2021వ సంవత్సరంలో కేంద్ర వ్యవసాయ శాఖ One District One Product అనే పథకాన్ని ప్రవేశపెట్టింది. ఇందులో భాగంగా రాష్ట్రంలో అప్పటి 13 జిల్లాల్లో 11 రకాల వ్యవసాయ ఉత్పత్తులను గుర్తించడం జరిగింది. అవి:

1. శ్రీకాకుళం - జీడిమామిడి
2. విజయనగరం - మామిడి
3. విశాఖపట్నం - చెరకు
4. తూర్పు గోదావరి - కొబ్బరి
5. పశ్చిమ గోదావరి - ఆక్వా కల్చర్
6. కృష్ణా - మామిడి
7. గుంటూరు - మిరప మరియు పసుపు
8. ప్రకాశం - మిరప మరియు పసుపు
9. నెల్లూరు - నిమ్మ మరియు బత్తాయి (సిట్రస్ ఫ్రూట్స్)
10. చిత్తూరు - టొమాటో
11. కడప - అరటి
12. కర్నూలు - ఉల్లిపాయలు
13. అనంతపురం - వేరుశెనగలు

ఆంధ్రప్రదేశ్‌లో Focus Crops:

❖ ఆంధ్రప్రదేశ్‌లో వ్యవసాయ మరియు ఉద్యాన వన పంటలు అభివృద్ధికొరకై ఈ విధానాన్ని ఏర్పరచడం జరిగింది.

❖ ఈ విధానంలో భాగంగా రాష్ట్ర ప్రభుత్వం కొన్ని గ్రామాలను ఒక సమూహంగా ఏర్పాటు చేసి, క్లస్టర్ విధానంలో కొన్ని ఉత్పత్తులను ఎంపకి చేసి వాటి విస్తీర్ణము మరియు ప్రాసెసింగ్ కొరకు రైతులకు తగిన శిక్షణను అందిస్తుంది.

❖ రాష్ట్ర ప్రభుత్వం ప్రధాన పంటలుగా ఎంపిక చేసిన పంటలు మరియు వాటి జిల్లాలు:

1.	మొక్కజొన్న	:	గుంటూరు, కర్నూలు, అనంతపురం, శ్రీకాకుళం, విజయనగరం.
2.	చిరుధాన్యాలు	:	అనంతపురం, ప్రకాశం, విశాఖపట్నం.
3.	ఎర్ర కందిపప్పు	:	కర్నూలు, ప్రకాశం, అనంతపురం, గుంటూరు.
4.	అరటి పండ్లు	:	కడప, అనంతపురం, తూర్పుగోదావరి, పశ్చిమ గోదావరి.
5.	మిరప	:	గుంటూరు, కృష్ణా, అనంతపురం, కర్నూలు, ప్రకాశం.
6.	మామిడి పండ్లు	:	చిత్తూరు, కడప, అనంతపురం.
7.	ఉల్లిపాయలు	:	కర్నూలు, అనంతపురం.
8.	బత్తాయి	:	అనంతపురం, కడప, ప్రకాశం.
9.	టొమాటో	:	చిత్తూరు, అనంతపురం, కర్నూలు.
10.	పసుపు	:	కర్నూలు, విశాఖపట్నం, కృష్ణా, గుంటూరు, కడప.

❖ 2022-23 ఆర్థిక సంవత్సరంలో రాష్ట్ర ఉద్యానవన పంటల్లో పురోగతి క్రిందివిధంగా ఉంది.

1. కొబ్బరి, మిర్చి, పామాయిల్, బొప్పాయి దిగుబడుల్లో రాష్ట్రం దేశంలోనే ప్రథమ స్థానంలో ఉంది.
2. మామిడి దిగుబడిలో ఉత్తరప్రదేశ్ మొదటి స్థానంలో ఉండగా ఆంధ్రప్రదేశ్ 2వ స్థానంలో ఉంది.

❖ 2022-23 ఆర్థిక సంవత్సరంలో దేశ ఉత్పత్తులలో ఆంధ్రప్రదేశ్ స్థానం క్రిందివిధంగా ఉంది.

1. నిమ్మ, మిరప, బొప్పాయి, టొమాటో, కోక్, పామాయిల్ మొదటి స్థానంలో కలవు.
2. జీడిపప్పు, మామిడి, పసుపు, తీపి బత్తాయి రెండవ స్థానంలో కలవు.
3. సూక్ష్మ సేద్యం, మైక్రో ఇరిగేషన్ నాల్గవ స్థానంలో కలవు.

CHAPTER 14 పరిశ్రమలు మరియు పారిశ్రామిక ప్రాంతాలు (Distribution of Major Industries and Major Industrial Regions)

- భారతదేశం స్వాతంత్ర్యానంతరం పారిశ్రామికంగా అభివృద్ధి చెందింది.
- భారతదేశం వ్యవసాయ దేశం కాబట్టి వ్యవసాయ వనరులు అభివృద్ధి, వ్యవసాయ ఉత్పత్తుల మీద ఆధారపడి పనిచేసే పరిశ్రమలు ఎక్కువ అభివృద్ధి చెందడానికి కారణమవుతాయి.
- ఆధునిక కాలంలో అభివృద్ధి చెందిన దేశాలకంటే ముందుగానే భారతదేశంలో నూలువస్త్రాల తయారీ జరిగిందనడానికి ఆధారాలున్నాయి.
- భారతదేశంలో 1950 తరువాత పారిశ్రామిక విప్లవం ప్రారంభమైంది.
- బ్రిటీష్‌వారి యాజమాన్యం భారతదేశం నుంచి ముడిసరుకులను ఎగుమతి చేసి, తయారైన వస్తువులను దిగుమతి చేసేవారు.
- మొదటి పంచవర్ష ప్రణాళికలో వ్యవసాయరంగానికి, 2వ పంచవర్ష ప్రణాళికలో పరిశ్రమ స్థాపనలకు నాంది పలకడమైంది.
- 1907లో 'సాక్చి', జంషెడ్‌పూర్ వద్ద టాటా ఇనుము, ఉక్కు కర్మాగారం ప్రారంభంవల్ల భారతదేశపు పారిశ్రామిక యుగం ప్రారంభమైంది.

పరిశ్రమలు ఒకే స్థలంలో కేంద్రీకృతమవడానికి కొన్ని ప్రధాన భౌగోళికాంశాలు (Factors for Location of Industires):

- ఒకే స్థలంలో పరిశ్రమ నిర్ణయం జరగడానికి కొన్ని ప్రత్యేక భౌగోళిక కారణాలుంటాయి. ప్రధానంగా ముడి పదార్థాల లభ్యత, శక్తి వనరులు, నీరు, కూలీలు, మార్కెట్ వీటి అన్నింటితో పాటు రవాణా సౌకర్యాలు ప్రముఖంగా పారిశ్రామిక స్థల నిర్ణయాలలో కీలక పాత్రను కలిగి ఉంటాయి. ప్రధానంగా చారిత్రాత్మక మానవ, రాజకీయం (Political), ఆర్థిక సంబంధమైనవి (Related to economic nature) మొదలైన కారణాంశాలు ప్రధాన కారకాలు, ప్రధానంగా పై కారణాలన్నిటిని రెండు రకాలుగా వర్గీకరించవచ్చు.
    1. భౌగోళిక కారణాలు (Geographical factors)
    2. భౌగోళికేతర కారకాలు (Non-geographical facotrs)

భౌగోళిక కారణాలు:

- ప్రధానంగా ముడి పదార్థాల లభ్యత, శక్తి వనరులు ప్రధానంగా బొగ్గు, నూనె ఇంధనాలు, జల విద్యుచ్ఛక్తి లభ్యతలను బట్టి పరిశ్రమల స్థాపన జరుగుతోంది.
- చౌకగా లభించే అధిక సంఖ్యలో కూలీలు, రవాణా సౌకర్యాలు, భూమి లేదా జలమార్గాల ద్వారా ముడి పదార్థాలను చేరవేయడం, తయారైన వస్తువును అమ్మకానికి సిద్ధం చేయడం రవాణా ఖర్చులు ఎక్కడైతే తక్కువగా ఉంటాయో, ఆ ప్రాంతంలో పారిశ్రామిక స్థల నిర్ణయం జరుగుతుంది.
- పరిశ్రమలకు నీరు ప్రధానమైంది. నిరంతరం లభించే నీరు ఉన్న ప్రాంతాల్లో పరిశ్రమ స్థాపన జరుగుతుంది.
- సమశీతోష్ణమండలాల్లో ఎక్కువగా పరిశ్రమలు కేంద్రీకృతమైనాయి. ఉదాహరణకు భారతదేశంలోని 24 శాతం ఆధునిక పరిశ్రమలు, 30 శాతం పారిశ్రామిక కూలీలు (Industrial labour) మహారాష్ట్ర, గుజరాత్ ప్రాంతంలోనే కేంద్రీకృతమైనాయి.

భౌగోళికేతర కారకాలు:

1. పరిశ్రమలకు పెట్టుబడి ప్రధానం. పెద్ద పెట్టుబడిదార్లు మహారాష్ట్ర నగరాల్లో ఉండడం వల్ల, పరిశ్రమలు ఆ కేంద్రాల్లో కేంద్రీకృతమైనాయి.
2. ప్రాంతీయ అసమానతలను తొలగించు నిమిత్తం, ప్రభుత్వ విధానలను సరళీకృతం చేసినట్లయితే, అభివృద్ధి చెందని ప్రాంతాల్లోనూ, గ్రామీణ ప్రాంతాల్లోనూ పరిశ్రమల స్థాపన జరగడం వల్ల నగరం మీద ఒత్తిడి తగ్గుతుంది.
3. మంచి యాజమాన్యం ఉంటే, పరిశ్రమ ప్రగతి పథంలో పయనిస్తుంది.
4. బ్యాంకు వనరులు పరిశ్రమాభివృద్ధికి ఎక్కువగా దోహదపడతాయి.
5. భీమాసౌకర్యం ప్రధానంగా యంత్రాలు యంత్రపరికరాలు, కర్మాగారాల్లో, పనిచేసే కూలీలకు కలగజేసినట్లయితే అభివృద్ధి సాధించవచ్చు. దీనిని యాజమాన్యం వర్తింపచేయాలి.

- ముడి పదార్థాల ఆధారంగా చేసుకొని దేశంలోని పరిశ్రమలను 3 రకాలుగా వర్గీకరించవచ్చు.

1. వ్యవసాయ ఆధారిత పరిశ్రమలు.
2. అటవీ ఆధారిత పరిశ్రమలు.
3. ఖనిజ ఆధారిత పరిశ్రమలు.

వ్యవసాయ ఆధారిత పరిశ్రమలు

వస్త్ర పరిశ్రమ (జౌళి పరిశ్రమ):

- ఇందులో నూలు వస్త్ర పరిశ్రమ, జనుము వస్త్ర పరిశ్రమ, పట్టు వస్త్ర పరిశ్రమ, సింథటిక్ వస్త్ర, ఉన్ని వస్త్ర పరిశ్రమలు వస్తాయి.

నూలు వస్త్ర పరిశ్రమ:

- భారతదేశపు భారీ పరిశ్రమలలో నూలు వస్త్ర పరిశ్రమ మొట్టమొదట ప్రారంభమయింది.
- దేశంలో ఇది పురాతనమైన పరిశ్రమ.
- దేశంలో అత్యధిక మంది శ్రామికులకు ఉపాధిని కల్పిస్తున్న పరిశ్రమ.
- దేశంలో మొదటి నూలు మిల్లును 1818లో కోల్‌కత్తాలోని పోర్ట్‌బ్లాస్టర్ వద్ద స్థాపించారు. కానీ అక్కడ ఈ పరిశ్రమ అభివృద్ధి చెందకలేకపోయింది.
- 1854 సంవత్సరంలో బొంబాయిలోని పెట్టుబడిదారులు నూలు మిల్లును స్థాపించినప్పటి నుండి ఈ పరిశ్రమలో నిజమైన చరిత్ర ప్రారంభమైంది.
- ఈ పరిశ్రమ ప్రారంభమైనప్పటి నుంచి మన దేశపు నూలు చైనాకు ఎగుమతి చేయడం, ఆ వ్యాపారం వల్ల లాభాలు గడించడం జరిగింది.
- బొంబాయిలోని తేమ వాతావరణం, దాని చుట్టు పక్కల పత్తి ఉత్పత్తి, ఇతర దేశాలలో వ్యాపారం మొదలైనవి. ఈ పరిశ్రమ అభివృద్ధి చెందడానికి తోడ్పడినాయి.
- ఆఫీస్ ఆఫ్ టెక్స్‌టైల్ కమీషనర్ ఆఫ్ ఇండియా ప్రకారం ఎక్కువ నూలు మిల్లులు తమిళనాడులో ఉన్నాయి. అందువలన తమిళనాడులోని తిరువూరులో భారతదేశంలో మొట్టమొదటి వస్త్ర పరిశ్రమల ప్రత్యేక ఆర్థిక మండలిని ఏర్పాటు చేశారు.
- ప్రపంచంలో నూలు వస్త్రాల ఉత్పత్తిలో మొదటి స్థానం 1. చైనా, 2. అమెరికా, 3. ఇండియా.

- ప్రపంచ వస్త్రాల ఎగుమతుల్లో చైనా ప్రథమస్థానంలో తరువాత స్థానాల్లో వియత్నాం, బంగ్లాదేశ్, జర్మనీలు కలవు. ప్రపంచ ఎగుమతులలో 4% వాటాతో భారతదేశం 5వ స్థానంలో కలదు.
- నూలు వస్త్రాలు ఉత్పత్తిలో ప్రథమ స్థానంలో ఉన్న రాష్ట్రాలు 1. మహారాష్ట్ర, 2. గుజరాత్, 3. తమిళనాడు.
- నూలు వస్త్రాలకు అభివృద్ధి చెందిన ప్రాంతాలు 1. ముంబాయి, 2. అహ్మదాబాద్
- "కాటన్ పోలిస్ ఆఫ్ ఇండియా", "మాంచెస్టర్ ఆఫ్ ది ఈస్ట్" అని "ముంబాయి"ని పిలుస్తారు.
- "మాంచెస్టర్ ఆఫ్ ఇండియా' అని అహ్మదాబాద్‌ను పిలుస్తారు.
- "మాంచెస్టర్ ఆఫ్ నార్త్ ఇండియా" అని కాన్పూరు (up)ని పిలుస్తారు.
- 'మాంచెస్టర్ ఆఫ్ సౌత్ ఇండియా' అని కోయంబత్తూరును పిలుస్తారు.

Note: భారత ఆర్థిక సర్వే 2022-23 ప్రకారం భారతదేశం ప్రత్తి ఉత్పత్తి - 31.2 మిలియన్ టన్నులు.

ఉన్ని వస్త్ర పరిశ్రమ (Woolen Textile Industry):

- భారతదేశంలో 1876లో కాన్పూర్ వద్ద గల "లాల్ ఇమ్లి" వద్ద ప్రారంభమైంది. ఆ సంవత్సరంలో పంజాబ్‌లోని ధరియావాల్, ముంబై, బెంగళూరులో స్థాపన జరిగింది.
- ప్రస్తుతం ఉన్న వస్త్రాల ఉత్పత్తిలో ప్రథమ స్థానంలో ఉన్న రాష్ట్రం - పంజాబ్ (లుథియానా మరియు హోషియాపూర్)
- ఉన్ని ఉత్పత్తిలో ప్రథమ స్థానంలో గల రాష్ట్రం - రాజస్థాన్.
- ప్రపంచంలో ఉన్ని ఉత్పత్తిలో ఆస్ట్రేలియా ప్రథమ స్థానంలో ఉండగా, భారత్ 6వ స్థానంలో ఉంది.
- దేశంలో ఉన్నిని సరఫరా చేసే గిరిజన తెగలు.
  1. జమ్ము & కాశ్మీర్‌లోని బీకర్‌వాల్స్.
  2. హిమాచల్‌ప్రదేశ్‌లోని గద్దీలు.
  3. ఉత్తరాఖండ్‌లోని గుజ్జర్లు.
- ఉన్ని పరిశ్రమ మనదేశంలో చాలాకాలం కుటీర పరిశ్రమగా ఉండిపోయింది.
- మనదేశంలో ఉన్ని దుస్తుల అవసరం శీతాకాలంలోనే ఉంటుంది. అంటే రుతువులపై ఆధారపడి ఉంటుంది.
- భారతదేశంలో శ్రేష్టమైన ఉన్ని హిమాలయ ప్రాంతంలో దొరుకుతుంది.
- భారత ప్రభుత్వం ఈ ప్రాంతంలో శ్రేష్టమైన ఉన్నిని ఇచ్చే మెరినో, రేమ్ బులెటో, సోల్‌వర్ రకాల గొర్రెలను పెంచడాన్ని ప్రోత్సహిస్తుంది.

దేశంలో గల ఉన్ని కేంద్రాలు

	రాష్ట్రం		ఉన్నిపరిశ్రమ కేంద్రాలు
1.	మహారాష్ట్ర	:	ముంబాయి
2.	పంజాబ్	:	దరియావాల్, అమృత్‌సర్, లుధియానా
3.	ఉత్తరప్రదేశ్	:	కాన్పూర్, ఆగ్రా, వారణాసి, మీర్జాపూర్
4.	గుజరాత్	:	జామ్‌నగర్, వడోదర, అహ్మదాబాద్
5.	రాజస్థాన్	:	ఆల్వార్, జైపూర్, బెకనీర్, జోద్‌పూర్
6.	మధ్యప్రదేశ్	:	గ్వాలియర్
7.	జమ్మూ & కాశ్మీర్	:	శ్రీనగర్

జనుము వస్త్ర పరిశ్రమ

- ప్రపంచంలోని జనపనార మిల్లులలో ఉన్న మగ్గాలలో భారతదేశంలో 58% ఉన్నాయి. దీన్ని బట్టి భారతదేశానికి జనపనార పరిశ్రమలో ఎంత ప్రముఖస్థానం ఉందో తెలుస్తుంది.
- మనదేశంలో పారిశ్రామిక కార్మిక వర్గంలో 7% వరకు ఈ పరిశ్రమలో పనిచేస్తున్నారు.
- ఇది విదేశీ మారక ద్రవ్యాన్ని సంపాదించే ప్రధాన పరిశ్రమ. అందువల్ల మన ఆర్థిక వ్యవస్థపై ఈ పరిశ్రమ ప్రభావం చాలా ఉంది.
- 18వ శతాబ్దానికి పూర్వం భారతదేశంలో జనపనార పరిశ్రమ కుటీర పరిశ్రమగా ఉంది.
- 1834 సంవత్సరంలో స్కాట్‌లాండ్‌లో మొట్టమొదటి జనపనార మిల్లు ప్రారంభమైంది. ఇది పూర్తిగా భారతదేశం నుంచి వచ్చే జనపనారపై ఆధారపడి ఉండేది. చాలా కాలం వరకు జనపనార పరిశ్రమకు భారతదేశం కేంద్రంగా ఉండేది.
- దేశంలో మొదటి జనుము వస్త్ర పరిశ్రమను 1854లో కోల్‌కతా సమీపంలోని శ్రీరాంపూర్ వద్ద గల 'రిష్రా' అనేచోట ఏర్పాటు చేయబడింది.
- దేశంలో జనుము వస్త్రపరిశ్రమ ప్రధానంగా కేంద్రీకృతమై ఉన్న ప్రాంతం పశ్చిమబెంగాల్‌లోని 'హుగ్లీనది పరివాహకము'.
- దేశంలో జనపనార మిల్లులు ఎక్కువగా గల రాష్ట్రం పశ్చిమబెంగాల్, ఆంధ్రప్రదేశ్ (విజయనగరం), బీహార్, ఉత్తరప్రదేశ్.
- ప్రపంచంలో జనుము ఎగుమతులలో బంగ్లాదేశ్ మొదటి స్థానంలోనూ, భారత్ 2వ స్థానంలో ఉంది. జనుము వస్తువులను ఎక్కువగా అమెరికా, కెనడా, రష్యాలకు ఎగుమతి చేస్తున్నాము.
- జూట్ కార్పోరేషన్ ఆఫ్ ఇండియా లిమిటెడ్ 1971లో, నేషనల్ జూట్ బోర్డును 2009లో కోల్‌కత్తా నగరంలో స్థాపించడం జరిగింది.
- జనుమును 'బంగారుపీచు' (Golden Fibre) గా పిలుస్తారు.
- భారతదేశంలో జనపనార సాగు ప్రధానంగా దేశంలోని తూర్పు ప్రాంతానికి పరిమితమైంది.
- జనపనార పంటను 7 రాష్ట్రాలు-పశ్చిమ బెంగాల్, అస్సాం, ఒరిస్సా, బీహార్, ఉత్తరప్రదేశ్, త్రిపుర మరియు మేఘాలయలో పండిస్తారు.
- మొత్తం ముడి జనపనార ఉత్తత్తిలో పశ్చిమ బెంగాల్ మాత్రమే 50% పైగా ఉంది.
- భారతదేశంలో ప్రస్తుతం 89 జనుము వస్త్ర పరిశ్రమలు కలవు.
- అధికంగా పశ్చిమ బెంగాల్‌లో 64, ఆంధ్రప్రదేశ్‌లో 7 కలవు.

భారతదేశంలో జనపనార పరిశ్రమ యొక్క సవాళ్ళు:

1. మెజారిటి జనపనార మిల్లులు ఆధునికీకరణ లేకపోవడం.
2. యంత్రాల సామర్థ్యం అంచనాల కంటే తక్కువగా ఉంది. ఎందుకుంటే అవి చాలా కాలం చెల్లిన, ప్రాచీనమైన సాంకేతికతతో తయారు చేయబడ్డాయి.
3. తరచుగా బ్రేక్‌డౌన్‌ల కారణంగా నాసిరకం ఉత్పత్తులు తయారు చేయబడుతున్నాయి.
4. ఇన్‌పుట్ ఖర్చు రోజురోజుకూ పెరుగుతోంది, ఇది దాని పోటీతత్వాన్ని ప్రభావితం చేస్తుంది.
5. అంతర్జాతీయ ఎగుమతి మార్కెట్ ప్రస్తుతం బంగ్లాదేశ్, శ్రీలంక, థాయ్‌లాండ్ మరియు చైనాల నుండి తీవ్రమైన పోటీని ఎదుర్కొంటోంది. ఇది భారతదేశానికి ప్రమాదకరం. ప్రపంచ ఉత్పత్తిలో భారతదేశం యొక్క నిష్పత్తి క్రమంగా క్షీణిస్తున్నప్పటికీ, దాని నికర ఎగుమతి విలువ ప్రతి రోజూ పెరుగుతోంది.

6. వివిధ రాజకీయ జోక్యం, కార్మికుల సమస్యలు మరియు జ్యూట్ ఫైబర్ కొరత కారణంగా జనపనార వ్యాపారం గణనీయమైన నష్టాలను చవిచూస్తుంది.

పట్టు పరిశ్రమ

- పట్టుపరిశ్రమ దేశంలోని ప్రధాన ఉపాధి కల్పన రంగాలలో ఒకటి.
- సెరికల్చర్ అనేది మన దేశ గ్రామీణ ఆర్థిక వ్యవస్థ అభివృద్ధిలో కీలకపాత్ర పోషిస్తున్న వ్యవసాయ ఆధారిత పరిశ్రమ.
- అధిక ఉపాధి సామర్థ్యం, అధిక రాబడి, నిర్ణీత వ్యవధిలో క్రమమైన ఆదాయం, మహిళా స్నేహపూర్వక మరియు పర్యావరణ అనుకూలమైన వృత్తి మొదలైనవి సెరికల్చర్ యొక్క కొన్ని ముఖ్యమైన లక్షణాలు.
- దేశంలో మొదటి సారిగా పట్టు వస్త్ర పరిశ్రమను 1932లో పశ్చిమ బెంగాల్‌లోని 'హౌరా' వద్ద స్థాపించారు.
- పట్టులో 4 రకాలున్నాయి.
  1. మల్బరీ పట్టు : ఇది నాణ్యమైనది. దీనికి కర్ణాటక, ఆంధ్రప్రదేశ్ రాష్ట్రాలు ప్రసిద్ధి చెందాయి.
  2. తుషార్ పట్టు : ఆంధ్రప్రదేశ్ (విశాఖ), చత్తీస్‌ఘడ్, జార్ఖండ్.
  3. ఈరీపట్టు : అసోం, బీహార్, పశ్చిమబెంగాల్.
  4. ముగా పట్టు : అసోం.
- ప్రపంచంలో పట్టు ఉత్పత్తిలో మొదటి స్థానం - 1. చైనా, 2. ఇండియా.
- భారతదేశంలో పట్టు ఉత్పత్తిలో మొదటి స్థానం - 1. కర్ణాటక, 2. పశ్చిమ బెంగాల్.
- ఆంధ్రప్రదేశ్‌లో పట్టు ఉత్పత్తిలో మొదటి స్థానం - 1. అనంతపురం, 2. చిత్తూరు.
- సిల్కును దక్షిణ భారతదేశంలో 'పట్టు' అని ఈశాన్య భారతదేశంలో 'పాట్' అని ఉత్తర భారతదేశంలో 'రేష్మా' అని పిలుస్తారు.

భారతదేశంలో ముఖ్యమైన పట్టువస్త్రాల ఉత్పత్తి కేంద్రాలు:

	రాష్ట్రం		ఉత్పత్తి కేంద్రాలు
1.	కర్ణాటక	:	మైసూర్, కోలాల్, మాండ్య
2.	తమిళనాడు	:	కాంచీపురం, తంజావూర్, ధర్మపురి, కోయంబత్తూర్, సేలం
3.	ఆంధ్రప్రదేశ్	:	వైజాగ్, చిత్తూరు, అనంతపూర్, ధర్మవరం
4.	పశ్చిమబంగ	:	ముర్షీదాబాద్, కోల్‌కతా, బిషన్‌పూర్
5.	మధ్యప్రదేశ్	:	బిలాస్‌పూర్, బాలాఘాట్
6.	జమ్ము-కాశ్మీర్	:	శ్రీనగర్, అనంతబాగ్
7.	జార్ఖండ్	:	హజారీబాగ్

సింథటిక్ వస్త్ర పరిశ్రమ :

- రసాయనాలను వేడి చేసి కృత్రిమ పోగులను తయారుచేసి ఈ వస్త్రాలను తయారు చేస్తారు. దీన్నే 'పాలిమరైజేషన్' ప్రక్రియ అంటారు.

  ఉదా : రేయాన్, నైలాన్, టెర్లిన్, పాలిస్టర్, డెక్రాన్.
- ప్రపంచంలో సింథటిక్ వస్త్రపరిశ్రమ ఉత్పత్తిలో మొదటిస్థానం - usa.
- ఇండియాలో సింథటిక్ వస్త్రపరిశ్రమ ఉత్పత్తిలో మొదటి స్థానం 1. మహారాష్ట్ర 2. గుజరాత్.

పంచదార పరిశ్రమ

- భారతదేశంలో పంచదార పరిశ్రమ చాలా పురాతనమైనది. ఇది కుటీర పరిశ్రమగా ఉండేది. దేశంలో 2వ అతిపెద్ద వ్యవసాయ ఆధారిత పరిశ్రమ. దీనిని బరువును కోల్పోయే పరిశ్రమ అంటారు.
- భారతదేశంలో మొట్టమొదటి పంచదార మిల్లును 1903లో బీహార్‌లోని చంపారన్‌లో స్థాపించారు. తరువాత ఉత్తరప్రదేశ్, బీహార్ రాష్ట్రాలలో అనేక పంచదార మిల్లులు స్థాపించారు.
- 1933లో సహకార విధాన దృక్పథంతో 4 చోట్ల పంచదార పరిశ్రమలను స్థాపించారు. అందులో రెండింటిని ఆంధ్రప్రదేశ్‌లోని ఏటికొప్పాక, ఉయ్యూరులో స్థాపించారు.
- ప్రపంచంలో పంచదార ఉత్పత్తిలో మొదటిస్థానం - బ్రెజిల్.

Note: బెల్లం మరియు ఇతర ఉత్పత్తులతో కలుపుకుంటే ఇండియా మొదటి స్థానం.

- దేశంలో చక్కెర మిల్లులు కలిగిన రాష్ట్రాలు - 1. ఉత్తరప్రదేశ్, 2. మహారాష్ట్ర.
- దేశంలో చక్కెర ఉత్పత్తిలో మొదటి స్థానం - 1. మహారాష్ట్ర, 2. ఉత్తరప్రదేశ్.

పంచదార ఉత్పాదకత ఉత్తరాది రాష్ట్రాలలో పోలిస్తే దక్షిణాది రాష్ట్రాలలో ఎక్కువగా ఉండటానికి గల కారణాలు:

1. ఉష్ణమండల పంట అయినందున దక్షిణ భారత రాష్ట్రాలలో తగిన శీతోష్ణస్థితి పరిస్థితులు (గాలిలో తేమ ఎక్కువగా ఉంటుంది) ఉండటం.
2. దక్షిణ భారత రాష్ట్రాలకు సముద్ర తీరం ఉండటం వల్ల సుక్రోజ్ శాతం ఎక్కువగా ఉంటుంది.

చెరుకు పరిశ్రమకు సంబంధించిన కమిటీలు:

1. **మహజన్ కమిటి:** ఈ కమిటీ సూచనల ప్రకారం రెండు చెక్కెర కర్మాగారాల మధ్య దూరం కనీసం 15 కి.మీ.లుగా నిర్దేశించింది.
2. **రంగరాజన్ కమిటి (2012):**
   1. 10% లేవీ విధానం రద్దు.
   2. రెండు పరిశ్రమల మధ్య దూరం ఉండాలనే నిబంధన తొలగించాలి.
   3. ప్రభుత్వం తన బకాయిలను తక్షణమే చెల్లించాలి.
3. **రమేష్ చంద్ టాస్క్‌ఫోర్స్ కమిటి:** పంచదార పరిశ్రమల సమస్యలపై 2020లో నివేదికను సమర్పించింది.

పొగాకు పరిశ్రమ

- దేశంలో అతిపెద్ద పొగాకు పరిశ్రమ వజీర్ సుల్తాన్ Tobacco Limitedను హైదరాబాద్‌లో 1920లో స్థాపించారు.
- ఆంధ్రప్రదేశ్‌ను 'హవానా ఆఫ్ ఇండియా" అంటారు.

Note: హవానా అనేది క్యూబాలోని నాణ్యమైన చుట్టల తయారీకి ప్రసిద్ధి చెందిన ప్రాంతం.

- ఉమ్మడి ఆంధ్రప్రదేశ్‌లో సిగరెట్ పరిశ్రమలున్నాయి. అవి 4 హైదారాబాద్‌లో 5వది గుంటూరులో, 6వది తూర్పుగోదావరిలోని బిక్కవోలులో ఉంది.

తోలు పరిశ్రమ (Leather Industry)

- దేశంలో మొట్టమొదటి తోలు పరిశ్రమను 1867లో కాన్పూర్‌లో స్థాపించారు.
- ప్రపంచ మొత్తం లెదర్ ఉత్పత్తులో ఇండియా వాటా 13%.
- ప్రపంచంలో లెదర్ ఉత్పత్తులో & వినియోగంలో ఇండియా స్థానం - 2.

- లెదర్ ఉత్పత్తులను అధికంగా ఉత్పత్తి చేస్తున్న రాష్ట్రాలు వరుసగా 1. తమిళనాడు, 2. పశ్చిమబంగ, 3. ఉత్తరప్రదేశ్.
- ఇండియా నుండి అత్యధికంగా లెదర్‌ను దిగుమతి చేసుకుంటున్న దేశాలు : 1. అమెరికా, 2. జర్మనీ, 3) ఇంగ్లాడ్.

అటవీ ఆధారిత పరిశ్రమలు

1. కాగితపు పరిశ్రమ :

- భారతదేశంలో మొట్టమొదటి కాగితపు పరిశ్రమను 1832లో పశ్చిమబెంగాల్‌లోని సెరాంపూర్‌లో స్థాపించారు.
- మొదటి ఆధునాతన కాగితపు పరిశ్రమని 1870లో పశ్చిమబెంగాల్‌లోని "బాలేగంజ్"లో స్థాపించారు.
- ప్రపంచంలో కాగితపు ఉత్పత్తిలో మొదటిస్థానం - 1. చైనా, 2. usa, 3. భారత్.
- ప్రపంచంలో న్యూస్ ప్రింట్ ఉత్పత్తిలో మొదటి స్థానం - కెనడా.
- భారతదేశంలో కాగితపు ఉత్పత్తిలో మొదటిస్థానంలో గల రాష్ట్రం - 1. మహారాష్ట్ర, 2.పశ్చిమబెంగాల్.
- దేశంలో న్యూస్ ప్రింట్ తయారీకి ప్రసిద్ధి చెందిన ప్రాంతం - 1. నేపానగర్ (MP).
- కాగితపు తయారికీ ఉపయోగించే వృక్షాలు - 1. సుబాయ్, 2. సలాయ్, 3. ఎలిఫెంటా, 4.వెదురు, 5. కొయ్యగుజ్జు.
- ఇండియాలో అధికంగా ఉపయోగిస్తున్నది - వెదురు.
- దేశంలో అతిపెద్ద పేపర్ మిల్ - వెస్ట్‌కోస్ట్ పేపర్ మిల్ - దండెలి (కర్నాటక).
- మధ్యప్రదేశ్‌లోని దేవాస్, హోషంగాబాద్ యూనిట్లలో కరెన్సీ పేపర్‌ను తయారు చేస్తున్నారు.
- మధ్యప్రదేశ్‌లోని హోషంగాబాద్ యూనిట్‌లో ప్రభుత్వ సెక్యూరిటీస్, ఇందికా వికాస్ పత్రాల తయారీకి అవసరమైన కాగితం తయారుచేయబడుతుంది.
- మహారాష్ట్రలోని నాసిక్ యూనిట్‌లో కరెన్సీ పేపర్‌ను తయారు చేస్తారు.

2. అగ్గిపుల్లల పరిశ్రమ:

- దేశంలో మొదటి అగ్గిపుల్లల పరిశ్రమను 1921లో గుజరాత్‌లోని అహ్మదాబాద్‌లో స్థాపించారు.
- అగ్గిపుల్లల ఉత్పత్తిలో ప్రథమస్థానంలో ఉన్న రాష్ట్రం - తమిళనాడు.
- దేశంలో అతిపెద్ద అగ్గిపెట్టె కంపెనీ - (Wimco) విమ్కో.

3. రబ్బరు పరిశ్రమ:

- దేశంలో మొట్టమొదటి రబ్బరు పరిశ్రమ 1920లో కోల్‌కతా వద్ద ఏర్పాటు చేయబడింది.
- రబ్బరు ఉత్పత్తిలో ప్రథమస్థానంలో ఉన్న రాష్ట్రం - కేరళ.
- 1935లో ఆసియాఖండంలోనే మొట్టమొదటి టైర్ల తయారీ పరిశ్రమను కోల్‌కతాలో డన్‌లప్ రబ్బర్ కంపెనీ వారు ప్రారంభించారు.
- 1946లో మద్రాస్ రబ్బర్ ఫ్యాక్టరీ (MRF) స్థాపించబడింది.

4. లక్క పరిశ్రమ:

- ప్రపంచంలో లక్క ఉత్పత్తిలో భారత్ మొదటి స్థానంలో ఉంది.
- భారతదేశంలో లక్క ఉత్పత్తిలో ప్రథమస్థానంలో ఉన్న రాష్ట్రం. 1) జార్ఖండ్, 2) మధ్యప్రదేశ్.

ఖనిజ ఆధారిత పరిశ్రమలు

1. ఇనుము ఉక్కు పరిశ్రమలు (Iron - Steel Industry):

- మనదేశంలో ఇనుము – ఉక్కు పరిశ్రమ అతి పురాతనమైనది.
- ఈ నూతన యుగంలో దేశ ఆర్థికాభివృద్ధి ఇనుము – ఉక్కు, పరిశ్రమలపై ఆధారపడి ఉంది.
- ఇనుము గట్టితనం, మన్నిక, వస్తురూపంలోకి రూపాంతరం, తక్కువ ధరలో లభించడం మొదలైనవన్నీ ఇనుము ఉపయోగాన్ని అధికం చేస్తాయి.
- భారతదేశంలో ఇనుము – ఉక్కు పరిశ్రమ అభివృద్ధిని 2 దశలుగా విభజిస్తారు.

స్వాతంత్ర్యానికి ముందు:

- ఈ దశలో ఇనుము – ఉక్కు పరిశ్రమ అభివృద్ధి ప్రైవేటు రంగంలో జరిగింది.
- భారత్‌లో మొదటి ఇనుము–ఉక్కు కర్మాగారాన్ని 1830లో చెన్నైలోని పోర్టునోవా వద్ద స్థాపించారు. 1866లో మూసివేశారు.
- 1864లో పశ్చిమబెంగాల్‌లోని 'కుల్టీ' అనే ప్రాంతం వద్ద ఐరన్ ప్లాంటును స్థాపించారు. బెంగాల్ ఐరన్ & స్టీల్ వర్క్స్.
- 1907లో జార్ఖండ్‌లోని "సాక్చీ" అనే ప్రాంతంలో జంషెడ్‌జీ టాటాగారు మొదటిసారిగా ప్రైవేట్ రంగంలో టాటా ఐరన్ & స్టీల్ కంపెనీ (TISCO)ను స్థాపించారు. ఇది దేశంలో అతిపురాతనమైన మరియు అతిపెద్ద ప్రైవేటు కర్మాగారం. "సాక్చీ" ప్రస్తుతం జంషెడ్‌పూర్‌గా పిలువబడుతుంది.
- జంషెడ్‌పూర్‌ను "భారతీయ ఉక్కునగరం" అని. జంషెడ్‌జీ టాటాను భారత ఉక్కు పరిశ్రమ పితామహుడు అని అంటారు.
- **ముడిపదార్థాల సరఫరా:**

ఐరన్ ఓర్	:	జార్ఖండ్‌లోని నోమండి మరియు ఒరిస్సాలోని గురుమహిసాని, బాదమ్‌పహాడ్
బొగ్గు	:	ఝరియా మరియు రాణిగంజ్.
మాంగనీసు	:	జోడా మైన్స్.
నీరు	:	సువర్ణరేఖ మరియు కార్కాయి నది.
డోలమైట్ & లైమ్ స్టోన్	:	సుందర్‌ఘర్.

- 1908లో పశ్చిమబెంగాల్‌లో కుల్టీ సమీపంలో హీరాపూర్ అనే ప్రాంతంలో మరొక ఇనుము ఉక్కు కర్మాగారాన్ని స్థాపించారు.
- 1919లో బెంగాల్‌లోని బర్న్‌పూర్ వద్ద ఇండియన్ ఐరన్ & స్టీల్ కంపెనీని (iisco) ని ఏర్పాటు చేశారు. ఇది ఏర్పాటు చేయడంతో కుల్టీలోని ఐరన్ కంపెనీని, హీరాపూర్‌లోని స్టీల్ ప్లాంట్‌ను ఇందులో విలీనం (కుల్టీ + హీరాపూర్ + బర్న్‌పూర్ = iisco) చేయడం జరిగింది. 1972లో iiscoను భారత ప్రభుత్వం జాతీయం చేసింది. ఈ మూడు కర్మాగారాలు కోల్‌కతా–ఆసన్‌సోల్ రైల్వేలైనుకు కలపబడ్డాయి. హీరాపూర్ కంపెనీలో దుక్క ఇనుము (Pig iron) తయారవుతుంది. తరువాత ఉక్కుగా మారుస్తారు. దీనికి సంబంధించిన రోలింగ్ మిల్లులు బర్న్‌పూర్‌లో ఉన్నాయి.
- **ముడిపదార్థాల సరఫరా:**
  1. గుణా ఖనిజ నిక్షేపాల నుంచి ఇనుము లభిస్తుంది. జార్ఖండ్ రాష్ట్రంలోని సింగ్‌భమ్ 285 కి.మీ.లలో ఉంది. ఒరిస్సాలోని మయూర్ భంజి నుంచి ఇనుప ఖనిజం లభిస్తుంది.

2. ఝరియా నుంచి బొగ్గు లభిస్తుంది. 137 కి.మీ. దూరంలో దామోదర్ కార్పొరేషన్ నుంచి విద్యుత్ లభిస్తుంది.
3. డోలమైట్, సున్నపురాయి ఒరిస్సాలోని సుందర్‌ఘర్ జిల్లా నుంచి లభిస్తుంది. సున్నపురాయి ఒరిస్సాలోని రంగాపూర్ నుంచి కూడా లభిస్తుంది.
4. రోడ్డు, రైలు మార్గాలు కలకత్తాను 200 కి.మీ. దూరంలో కలుపుతూ ఉంది.
5. కావలసిన నీరును బార్‌కార్ నది నుండి పొందుతుంది.

విశ్వేశ్వరయ్య ఇనుము - ఉక్కు కర్మాగారం:

- దీనిని 1923లో కర్ణాటకలో భద్రావతి వద్ద "మిస్కో" (మైసూర్ ఐరన్ & స్టీల్ కంపెనీ)ను ఏర్పాటు చేసారు.
- భద్రావతి నది తీరానికి సమీపంలో నిర్మించడం వల్ల దీన్ని భద్రావతి ఇనుము- ఉక్కు కర్మాగారంగా పిలుస్తారు. దీని పేరును 1929లో మోక్షగుండం విశ్వేశ్వరయ్య పేరుతో విశ్వేశ్వరయ్య ఇనుము ఉక్కు కర్మాగారంగా నామకరణం చేసారు.
- 1962లో భారత ప్రభుత్వం జాతీయం చేసింది.
- 1988 లో VISL ను SAILలో విలీనం చేసారు.
- **ముడిపదార్థాల సరఫరా:**

1. భద్రావతి లోయ 13 కి.మీ. వెడల్పుతో ఉండడం వల్ల కావలసినంత భూమి అందుబాటులో కలదు.
2. అత్యధిక స్థాయిలో ఉన్న హెమటైట్ ఇనుప ఖనిజం కెమ్మన్ ఖనిజ నిక్షేపాల నుంచి సరఫరా చేస్తారు.
3. 25 కి.మీ. దూరంలో ఉన్న భంగిగూడ నుంచి సున్నపురాయి లభిస్తుంది.
4. 1923లో ఈ పరిశ్రమ ప్రారంభించినప్పుడు కర్ర బొగ్గును అడవుల నుంచి తీసుకొచ్చేవారు. ప్రస్తుతం శరావతే నది నుంచి లభించే జలవిద్యుత్తును ఉపయోగిస్తున్నారు.
5. నీరు భద్రావతి నది నుండి సరఫరా అవుతుంది.
6. చిరు-షిమోగా రైల్వేలైను ఉండడం వల్ల రవాణా సౌకర్యం అతి చవకగా ఉంది.

Note: స్వాతంత్రానికి ముందు ఏర్పాటు చేయబడ్డ పరిశ్రమలు:
1. TISCO
2. IISCO
3. VISCO

స్వాతంత్ర్యానికి తరువాత

2వ పంచవర్ష ప్రణాళికా కాలం:

1. బిలాయ్ ఇనుము - ఉక్కు కర్మాగారం
2. రూర్కెలా ఇనుము - ఉక్కు కర్మాగారం
3. దుర్గాపూర్ ఇనుము - ఉక్కు కర్మాగారం

1. బిలాయ్ ఇనుము ఉక్కు కర్మాగారం:

- 1957లో చత్తీస్‌ఘఢ్ రాష్ట్రం దుర్గ్ జిల్లాలో నెలకొల్పారు.
- దీన్ని రష్యావారి వైజ్ఞానిక నైపుణ్యంతో ప్రారంభించారు.
- దీని ఉత్పత్తి 1959 సంవత్సరంలో ప్రారంభమైంది.

- దీని ప్రారంభ ఉత్పాదక శక్తి 10 లక్షల టన్నులు. దీన్ని తరువాత 52 లక్షల టన్నులకు పెంచారు.

ముడిపదార్థాల సరఫరా:

1. ఐరన్ ఓర్ : రాజ్‌హర్నా ప్రాంతంలో అత్యధిక ఇనుప ఖనిజం అయిన హెమటైట్ లభిస్తుంది. ఇది బిలాయ్‌కి 80 కి.మీ. దక్షిణంగా కేంద్రీకృతమైంది.
2. కోర్బా, కార్గాలి నుంచి బొగ్గు లభిస్తుంది. ఇది చత్తీస్‌ఘడ్ గనుల నుంచి సుమారు 225 కి.మీ. దూరంలో ఉంది. అంతేకాకుండా 720 కి.మీ. దూరంలో ఉన్న బొకారో, ఝరియా గనుల నుంచి బొగ్గు లభిస్తుంది.
3. నందిని గనుల నుంచి సున్నపురాయి లభిస్తుంది.
4. మహారాష్ట్రలోని భండారా, మధ్యప్రదేశ్‌లోని బాల్‌ఘాట్‌ల నుంచి మాంగనీస్ కావలసినంత పరిమాణంలో లభ్యమవుతుంది.
5. కోర్బా థర్మల్ పవర్ ప్లాంట్ నుంచి విద్యుత్ ఈ కర్మాగారానికి లభించడం ఒక ప్రత్యేకమైన వనరుగా పేర్కొవచ్చు.
6. ఈ కేంద్రం కోల్‌కత్తా – నాగాపూర్ రైల్వే మార్గంలో కలదు.
7. బిలాస్‌పూర్ నుంచి డోలమైట్ లభిస్తుంది.

2. రూర్కెలా ఇనుము - ఉక్కు కర్మాగారం:

- హిందుస్థాన్ స్టీల్ లిమిటెడ్ వారి ఆధ్వర్యంలో రూర్కెలా ఇనుము ఉక్కుకర్మాగరాం 1959లో ఒరిస్సా రాష్ట్రంలోని సుందర్‌ఘర్ జిల్లాలో ఏర్పాటు చేసారు.
- ఈ కర్మాగారం పశ్చిమ జర్మనీ వారి సాంకేతిక సహాయ సహకారాలతో, క్రూప్స్ అండ్ డెమాంగ్ అనే పేరుతో ప్రారంభమైంది.

ముడిపదార్థాల సరఫరా:

1. ఒరిస్సాలోని సుందర్‌ఘర్, కియోంజహర్‌ల నుంచి ఇనుప ఖనిజం లభిస్తుంది. ఈ ఇనుము నిక్షేపాలు సుమారు 77 కి.మీ. దూరంలో కేంద్రీకృతమైనాయి.
2. ఝరియా బొగ్గు గనుల నుంచి బొగ్గు, ఇదికాక తాల్చేరులోని బొగ్గుగని నుంచి కూడా బొగ్గు లభిస్తుంది.
3. నీరు మరియు జల విద్యుత్ హిరాకుడ్ పవర్ ప్రాజెక్ట్ నుంచి లభిస్తుంది.
4. బరజ్‌మాడ్ నుంచి మాంగనీస్, బరద్‌వార్ నుంచి డోలమైట్, పూర్టపాని నుంచి సున్నపురాయి అధికంగా లభిస్తుంది. ఈ 3 ముడిఖనిజాలు ఒరిస్సా రాష్ట్రం నుంచి 222 కి.మీ. దూరంలో కలవు.
5. నాగాపూర్–కోల్‌కతా ప్రధాన రైల్వే మార్గంలో ఉండడం వల్ల రైల్వే రవాణా ఖర్చు తక్కువ ధరలో ఖర్చు అవుతుంది.

3. దుర్గాపూర్ ఇనుము - ఉక్కు కర్మాగారం:

- హిందూస్థాన్ స్టీల్ లిమిటెడ్ వారి ఆధ్వర్యంలో పశ్చిమబెంగాల్ రాష్ట్రంలో బార్ధమాన్ జిల్లాలో దుర్గాపూర్ వద్ద ప్రారంభించారు.
- దీనిని 1959 సం॥లో uk వారి సహకారంతో ప్రారంభించారు.
- 1962సం॥ నుంచి ఉక్కు ఉత్పత్తి ప్రారంభించారు.

ముడిపదార్థాల సరఫరా:

1. బొలాని ఖనిజ క్షేత్రం నుంచి ముడి ఇనుము లభిస్తుంది. ఇదే కాకుండా మయూర్భంజ్ నుంచి కూడా ఇనుప ఖనిజం లభిస్తుంది.

2. ఝరియా, రాణిగంజ్‌ల నుంచి బొగ్గు లభిస్తుంది.
3. సుందర్‌ఘర్‌లో ఉన్న బిర్‌మిత్రాపూర్ నుంచి సున్నపురాయి. కియోంజహార్ నుంచి మాంగనీసు ఖనిజం లభిస్తుంది.
4. బిర్‌మిత్రాపూర్ నుంచి డోలమైట్ అధికంగా లభిస్తుంది.
5. దామోదర్ నది అడ్డంగా దుర్గాపూర్ బ్యారేజి కట్టడం వల్ల సమృద్ధిగా నీరు లభిస్తుంది.
6. దామోదర్ వ్యాలీ కార్పోరేషన్ జలవిద్యుత్ అత్యధికంగా లభిస్తుంది.

3వ పంచవర్ష ప్రణాళికా కాలం:

బొకారో స్టీల్ కర్మాగారం:

❖ బొకారో స్టీల్ లిమిటెడ్ అనే సంస్థ ప్రభుత్వ యాజమాన్యంలో 1964 సం॥ సోవియట్ యూనియన్ వారి సహాయ సహకారాలతో దామోదర్ నదీ సంగమ ప్రాంతంలో జార్ఖండ్ రాష్ట్రంలోని హజారీబాగ్ జిల్లాలో ప్రారంభమైంది.
❖ ఈ కర్మాగారం సోవియట్ సహాయంతో నిర్మించిన వాటిలో రెండవదిగా చెప్పవచ్చు.
❖ ఇది ప్రభుత్వరంగంలో అతిపెద్ద ఇనుము - ఉక్కుకర్మాగారం.
❖ ఈ కర్మాగారం 1972 సం॥లో ఉత్పత్తి ప్రారంభించింది.

ముడిపదార్థాల సరఫరా:

1. కిరిబురు క్షేత్రం నుంచి ఐరన్‌ఓర్ లభిస్తుంది.
2. ఝరియా గనుల నుండి బొగ్గు లభిస్తుంది.
3. దామోదర్ వ్యాలి కార్పోరేషన్ నుంచి విద్యుత్ సరఫరా చేయబడుతుంది.

4వ పంచవర్ష ప్రణాళికా కాలం:

విశాఖపట్నం స్టీల్‌ప్లాంట్:

❖ ఆంధ్రప్రదేశ్‌లోని విశాఖ తీరంలో రాష్ట్రీయ ఇస్పాత్ నిగమ్ లిమిటెడ్ సహాయంతో 1971లో ఇనుము - ఉక్కు కర్మాగారం స్థాపించబడింది. కానీ నిర్మాణం ప్రారంభమైన సం॥ 1982.
❖ నిర్మాణం పూర్తి అయిన సంవత్సరం 1992.
❖ 1992 ఆగస్టు 1న దివంగత ప్రధాని పి.వి. నరసింహరావుగారు ఈ కర్మాగారాన్ని జాతికి అంకితం చేసారు.
❖ దేశంలో సముద్ర తీరాన ఏర్పాటు చేయబడ్డ ఏకైక ఉక్కు కర్మాగారం.
❖ ఈ కర్మాగారానికి అవసరమైన బొగ్గును జార్ఖండ్ రాష్ట్రంలో ఉన్న దామోదర్ బొగ్గు గనుల నుండి మరియు ఆస్ట్రేలియా నుండి దిగుమతి చేస్తున్నారు.
❖ నీటి లభ్యత ఏలేరు కాలువ నుండి సరఫరా అవుతుంది. (కణితి రిజర్వాయర్)
❖ ఇనుప ధాతువును చత్తీస్‌ఘడ్ రాష్ట్రంలోని బైలధిల్లా గనుల నుండి సరఫరా చేస్తున్నారు.

6వ పంచవర్ష ప్రణాళికా కాలం:

సేలం ఉక్కు కర్మాగారం:

❖ ఈ కర్మాగారాన్ని తమిళనాడు రాష్ట్రంలో గల సేలం జిల్లాలో నిర్మించారు.
❖ ఈ కర్మాగారం ప్రారంభ ఉత్పత్తి సామర్థ్యం 1982సం॥లో నుంచి ప్రారంభించారు.
❖ ప్రపంచ ప్రసిద్ధి గాంచిన స్టెయిన్‌లెస్ స్టీల్‌ను సేలం ఉక్కు కర్మాగారం నుంచి మెక్సికో, ఆస్ట్రేలియా, దక్షిణ - తూర్పు ఆసియా వంటి అభివృద్ధి చెందిన దేశాలకు స్పెయిన్ లెస్ స్టీల్‌ను ఎగుమతులలో మొదటి స్థానంలో ఉంది.
❖ భారత ప్రభుత్వానికి నాణేల సరఫరా ఇక్కడి నుంచి జరుగుతుంది.

విజయనగర ఉక్కు కర్మాగారం:

❖ 1982లో కర్నాటకలో గల బళ్ళారి జిల్లా హోస్పేట్ సమీపంలో గల తోమగళ్ వద్ద ఏర్పాటు చేయబడింది.

ముడిపదార్థాల సరఫరా:

1. ముడి ఇనుమును దగ్గరలోగల హోస్పేట్ ప్రాంతం నుంచి సేకరిస్తున్నారు.
2. బొగ్గును చత్తీస్‌ఘడ్‌లో గల కన్హన్ వ్యాలి మరియు తెలంగాణ రాష్ట్రంలో గల సింగరేణి నుంచి సరఫరా చేస్తున్నారు.
3. నీరు మరియు విద్యుత్ తుంగభద్ర హైడెల్ ప్రాజెక్ట్ నుంచి సరఫరా అవుతుంది.

ఉక్కు మంత్రిత్వ శాఖ ఆధీనంలో ప్రభుత్వరంగ సంస్థలు:

1. సెయిల్ (SAIL - Steel Authority of India Limted):

❖ భారతదేశంలోని అతిపెద్ద ఉక్కు తయారీ కంపెనీలలో ఒకటి మరియు దేశంలోని సెంట్రల్ పబ్లిక్ సెక్టార్ ఎంటర్‌ప్రైజెస్ యొక్క మహారత్నాలలో ఒకటి.

❖ 1973 సం॥లో న్యూఢిల్లీ కేంద్రంగా ఏర్పాటు చేయబడిన సంస్థ.

❖ దీని ఆధీనంలో 5 సమీకృత ఉక్కు కర్మాగారాలు (భిలాయ్, బొకారో, దుర్గాపూర్, రూర్కెల, అసన్‌సోన్ లేదా బర్న్‌పూర్ TISCO), 3 ప్రత్యేకత ఉక్కు కర్మాగారాలు (సేలం, దుర్గాపూర్, visl లేదా భద్రావతి) మరియు చంద్రాపూర్ వద్ద ఫెర్రో అల్లాయ్ కర్మాగారం కలవు.

2. నేషనల్ మినరల్ డెవలప్‌మెంట్ కార్పోరేషన్ (NMDC):

❖ భారతదేశపు అతిపెద్ద ఐరన్ ఓర్ ఉత్పతిదారు. దేశంలోనే అతిపెద్ద ఇనుప ఖనిజం ఉత్పత్తిదారు మరియు ప్రపంచంలోనే పదవ అతిపెద్ద ఐరన్ ఓర్ ఉత్పత్తిదారు.

❖ ఆగ్నేయాసియాలోని ఏకైక మెకనైజ్డ్ డైమండ్ మైన్‌ను నిర్వహిస్తోంది.

❖ 1958లో హైదరాబాద్ కేంద్రంగా స్థాపించబడిన సంస్థ.

❖ బైలదిల్ల (చత్తీస్‌ఘడ్), ధోనిమళై (కర్ణాటక)లలో అతిపెద్ద యాంత్రీకరణ ఇనుప గనులను నిర్వహిస్తుంది.

3. రాష్ట్రీయ ఇస్పాత్ నిగమ్ లిమిటెడ్ (RINL) 1982

❖ విశాఖపట్నం ఇనుము ఉక్కు పరిశ్రమ నిర్వాహణ కోసం ఏర్పాటు చేయబడిన సంస్థ.

❖ ఇది భారతదేశపు మొట్టమొదటి తీర ఆధారిత ఇంటిగ్రేటిడ్ స్టీల్ ప్లాంట్.

❖ దీనికి 3 గనులు కలవు :
1. జగ్గయ్య పేటలోని సున్నపురాయి గనులు.
2. గర్భం గనులు – మాంగనీస్.
3. మద్రాం గనులు – డోలమైట్.

4. MSTC లిమిటెడ్:

❖ 1964లో కోల్‌కతాలో స్థాపించిన సంస్థ.

❖ ఇనుము ఉక్కు పరిశ్రమ యొక్క వ్యర్థాలను ఉపయోగించుకునే సంస్థ.

5. కుద్రేముఖ్ ఐరన్‌ఓర్ కంపెనీ లిమిటెడ్ (KIOCL):

❖ 1976లో బెంగుళూరులో ప్రధాన కార్యాలయంగా స్థాపించడం జరిగింది.

❖ ప్రపంచంలోని అతిపెద్ద ఇనుప గనులలో ఒకటైన కుద్రేముఖ్ నిర్వాహణ కోసం ఏర్పాటు చేయబడ్డ సంస్థ.

★ 2006లో కుద్రేముఖ్‌లో ఇనుప త్రవ్వకాన్ని నిలిపివేయడమైనది.

నిర్మాణ దశలో ఉన్న ప్లాంట్స్:

- **పోహంగ్ స్టీల్‌కంపెనీ (POSCO):** ఒరిస్సాలోని పారాదీప్ దగ్గర జగత్ సింగపూర్‌లో దక్షిణ కొరియా, ఒడిశా ప్రభుత్వంతో Mou పద్ధతిలో నిర్మించనున్నారు. వివాదాస్పదంగా మారింది.
- **దోల్వి స్టీల్ ప్లాంట్:** మహారాష్ట్రలోని రత్నగిరి జిల్లా దోల్వి వద్ద ఇస్పాత్ ఇండస్ట్రీస్ లిమిటెడ్ సంస్థ నిర్మించబోతుంది.

అల్యూమినియం పరిశ్రమ

- భారతదేశంలో 1938లో పశ్చిమబెంగాల్‌లోని జయక్‌నగర్ అనే ప్రాంతం వద్ద అల్యూమినియం కార్పోరేషన్ ఆఫ్ ఇండియా స్థాపించబడింది.
- దీనిని భారతప్రభుత్వం 1944లో జాతీయం చేసింది.
- ప్రపంచంలో అల్యూమినియం ఉత్పత్తిలో చైనా తర్వాత భారత్ 2వ స్థానంలో ఉంది.
- ఈ కార్పోరేషన్ పరిధిలో 5 ప్రభుత్వ రంగ కంపెనీల ఆధ్వర్యంలో అల్యూమినియం స్మెల్టింగ్ పరిశ్రమ నిర్వహించ బడుతుంది.

1.	BALCO	:	భారత అల్యూమినియం కంపెనీ	కోర్బా-ఛత్తీస్‌ఘడ్.
2.	NALCO	:	నేషనల్ అల్యూమినియం కంపెనీ	దమన్‌జోడి-ఒడిషా.
3.	HINDALCO	:	హిందుస్థాన్ - అల్యూమినియం కంపెనీ	రేణుకుట్ -ఉత్తరప్రదేశ్, హిరాకుడ్ -ఒడిషా, ఆలుపురం/ఆల్వే-కేరళ
4.	MALCO	:	మద్రాస్ అల్యూమినియం కంపెనీ లిమిటెడ్	మెట్టూరు- తమిళనాడు.

రాగి పరిశ్రమ

- భారత్ మొట్టమొదటి కాపర్ పరిశ్రమను జార్ఖండ్‌లోని ఘాట్‌సీలా వద్ద ఏర్పాటుచేశారు.
- హిందుస్తాన్ కాపర్ లిమిటెడ్‌ను 1967లో కోల్‌కతా కేంద్రంగా స్థాపించడం జరిగింది. దీని ఆధీనంలో గల కర్మాగారాలు

1.	గుజరాత్ కాపర్ ప్రాజెక్ట్	:	జగాడియా (గుజరాత్)
2.	ఇండియన్ కాపర్ కాంప్లెక్స్	:	ఘట్‌సిలా (జార్ఖండ్)
3.	ఖేత్రి కాపర్ కాంప్లెక్స్	:	ఖేత్రినగర్ (రాజస్థాన్)
4.	మలంజ్‌ఖండ్ కాపర్ ప్రాజెక్ట్	:	మలంజ్‌ఖండ్ (మధ్యప్రదేశ్)
5.	తలోజ కాపర్ ప్రాజెక్ట్	:	తలోజ (మహారాష్ట్ర)

లెడ్ & జింక్ పరిశ్రమ

- భారతదేశంలో మొదటి లెడ్ & జింక్ పరిశ్రమ జార్ఖండ్‌లోని ధన్‌బాద్ సమీపంలోని టాండూ వద్ద ఏర్పాటు చేసారు. 1966లో హిందూస్థాన్ జింక్ లిమిటెడ్‌గా మార్చటం జరిగింది.
- ప్రస్తుతం ఇది వేదాంత కంపెనీ ఆధీనంలో కలదు
- భారతదేశంలో అతిపెద్ద ఏకైక సమీకృత కర్మాగారం
- ప్రపంచంలోనే 2వ అతిపెద్ద లెడ్ & జింక్ ఉత్పత్తి కర్మాగారం.

సిమెంట్ పరిశ్రమ

- దేశంలో మొదటి సిమెంట్ పరిశ్రమని 1904లో చెన్నైలో స్థాపించారు.
- ప్రపంచంలో సిమెంట్ ఉత్పత్తిలో మొదటి స్థానం : 1) చైనా, 2) భారత్.

- భారత్‌లో సిమెంట్ ఉత్పత్తిలో మొదటి రాష్ట్రం : 1) మధ్యప్రదేశ్, 2) చత్తీస్‌ఘడ్, 3) ఆంధ్రప్రదేశ్.
- భారత్‌లో సిమెంట్‌ను అధికంగా వినియోగించుకునే మొదటి మూడు రాష్ట్రాలు : 1) మహారాష్ట్ర, 2) మధ్యప్రదేశ్, 3) తమిళనాడు.
- సిమెంట్ ఫ్యాక్టరీలు ఎక్కువగా ఉన్న రాష్ట్రాలు : 1) రాజస్థాన్, 2) ఆంధ్రప్రదేశ్, 3) తమిళనాడు.
- దేశంలో అతిపెద్ద సిమెంట్ కంపెనీ : 1) అసోసియేటెడ్ సిమెంట్ కంపెనీ 2) దాల్మియా సిమెంట్ కంపెనీ

ఎరువుల పరిశ్రమ

- Food Grains Policy Committee 1943సం॥లో భారత ప్రభుత్వానికి ఎరువులను తయారుచేసే బాధ్యతను స్వీకరించవలసిందిగా సలహా ఇచ్చింది. భారతదేశంలో వ్యవసాయం ముఖ్యవృత్తి కాబట్టి, వ్యవసాయానికి ఎరువులు చాలా అవసరం. కాబట్టి ఈ పరిశ్రమ మన ఆర్థిక వ్యవస్థకు అత్యవసరమైన పరిశ్రమ.
- భారత ప్రభుత్వం బీహార్ రాష్ట్రంలో ధన్‌బాద్‌కు సమీపంలో గల దామోదర్‌నదిపై సింద్రే అనే చోట 1951లో ఎరువుల కర్మాగారాన్ని స్థాపించారు. ఈ కార్మాగారంలో అమ్మోనియం సల్ఫేటు తయారయ్యేది.
- చైనా, అమెరికా తర్వాత ప్రపంచంలో ఎరువుల ఉత్పత్తిలో ఇండియా 3వ స్థానంలో కలదు.
- నత్రజని ఎరువుల, ఉత్పత్తిలో కెనడా, అమెరికా తర్వాత భారత్ 3వ స్థానంలో ఉంది.
- భారతదేశంలో ఎరువుల ఉత్పత్తిలో తమిళనాడు, గుజరాత్, ఉత్తరప్రదేశ్, కేరళ రాష్ట్రాలు వరుసగా 4 స్థానాలలో కలవు.
- ఎరువుల వాడకం పెరగడంతో భారత ప్రభుత్వం మరికొన్ని ఎరువుల కర్మాగారాలను స్థాపించింది.
- భారత ఫెర్టిలైజర్ కార్పొరేషన్ సంస్థ నడుపుతున్న ఇతర కర్మాగారాలు నంగల్, నైవేలి, రూర్కెలా, దుర్గాపూర్, ట్రాంబేలలో ఉన్నాయి. ఇంతేకాక నామ్‌రూప్ వద్ద ఉన్న ఎరువుల కర్మాగారం 1968 సంవత్సరంలో ప్రారంభమైంది.
- 1968 సంవత్సరంలో ఫెర్టిలైజర్ కార్పొరేషన్ వారు గోరక్‌పూర్‌లో ఒక ఎరువుల కర్మాగారాన్ని స్థాపించారు.
- ఈ సంస్థవారు దుర్గాపూర్, బరౌనీలలో కూడా ఎరువుల కర్మాగారాలను నిర్మిస్తున్నారు. 1969 సంవత్సరంలో మద్రాసు ఫెర్టిలైజర్ లిమిటెడ్ వారు ఎరువుల ఉత్పత్తిని ప్రారంభించారు. దీన్ని అమెరికా సహాయంతో నిర్మించారు.
- భారతదేశం ఆహార రంగంలో స్వయం సమృద్ధి సాధించదలచింది.
- ఎరువుల సహాయంతో పంటల దిగుమడి పెంచవచ్చు. తద్వారా ఆహార ఉత్పత్తిని పెంచవచ్చు. దీనికిగాను ఎరువుల ఉత్పత్తిని పెంచడం అవసరం.

రసాయన పరిశ్రమ

- ఈ పరిశ్రమ అనేక ఇతర పరిశ్రమలకు, వాటి అభివృద్ధికి తోడ్పడుతుంది.
- వస్త్రాలకు, రంగులు వేయడానికి పనికివచ్చే రంగులు తయారుచేయడానికి రసాయనాలు అవసరం.
- ఇందులో 70 వేల వాణిజ్య పెట్రోకెమికల్స్ మరియు బేసిక్ కెమికల్స్ (Petro Chemical & Basic CHemical)ను ఉత్పత్తి చేస్తుంది.
- రసాయన పరిశ్రమ 5 విభాగాలుగా విభజించవచ్చు.
  1. బేస్ కెమికల్స్
  2. ఫార్మాసిటికల్ కెమికల్స్
  3. ఆగ్రో కెమికల్స్

4. స్పెషల్ కెమికల్స్
5. బయోటెక్నాలజీ కెమికల్స్

ఎ. ఇండియన్ డ్రగ్స్ ఫార్మాస్యూటికల్స్ లిమిటెడ్ (IDPL) :

❖ దీని యూనిట్‌లు ఉన్న ప్రదేశాలు :
❖ ప్రస్తుతం దేవంలో 5 idpl యూనిట్‌లు ఉన్నాయి.

1. రిషికేష్ (ఉత్తరాఖండ్)	:	యాంటీబయాటిక్స్
2. గుర్గావ్ (హర్యానా)	:	రీసెర్చ్ ఫార్ములేషన్
3. హైదరాబాద్ (తెలంగాణ)	:	సింథటిక్ డ్రగ్స్
4. ముజఫర్‌పూర్ (బీహార్)	:	కామన్ డ్రగ్స్
5. చెన్నై (తమిళనాడు)	:	సర్జికల్ పరికరాలు

బి. హిందూస్తాన్ యాంటీబయాటిక్స్ లిమిటెడ్ (HABL) :

❖ మహారాష్ట్రలోని పింప్రీ వద్ద ఏర్పాటు చేశారు.
❖ ఇది దేశంలోని మొట్టమొదటి యాంటీబయాటిక్స్ పరిశ్రమ.

నౌకా నిర్మాణ పరిశ్రమ

❖ భారతదేశంలో నౌకా-నిర్మాణ పరిశ్రమ 1942లో ప్రైవేట్ రంగంలో ఏర్పాటు చేయబడిన సింధియా నావిగేషన్ కంపెనీ.
❖ ఈ సంస్థ తయారు చేసిన మొదటి నౌక పేరు "జల ఉష". దీన్ని 1948లో నెహ్రూ జాతికి అంకితం చేశారు.
❖ స్వాతంత్ర్యం తరువాత సింధియా స్టీమ్ నావిగేషన్ కంపెనీని భారత ప్రభుత్వం జాతీయం చేస్తూ దాని పేరును హిందూస్తాన్ షిప్‌యార్డ్‌గా పేరు మార్చింది.
❖ ప్రస్తుతం దేశంలోని నౌకానిర్మాణ పరిశ్రమల సంఖ్య - 5

1. హిందూస్థాన్ షిప్‌యార్డ్ - విశాఖపట్టణం:

★ దేశంలో అతి పురాతనమైన మరియు అతిపెద్ద నౌకానిర్మాణ కేంద్రం.
★ ఇక్కడ కార్గోలైనర్స్‌ను మరియు జలాంతర్గామిలను తయారుచేస్తారు.

2. గార్డెన్ రీచ్ షిప్‌బిల్డర్స్ - కోల్‌కత్తా:

★ ఇది హుగ్లీ నది ఒడ్డున కలదు.
★ ఇక్కడ నౌకలను మరమ్మత్తులు నిర్వహిస్తారు మరియు డ్రెడ్జర్స్‌ను, స్టీమర్లను తయారుచేస్తారు.

3. మజగావ్‌డాక్ - ముంబాయి:

★ ఇక్కడ యుద్ధ నౌకలను & ఫిరంగులను అమర్చిన నౌకలను తయారుచేసి నౌకాదళానికి సరఫరా చేస్తుంది. ప్రస్తుతం జలాంతర్గాముల నిర్మాణాన్ని చేపడుతుంది.

4. గోవా షిప్‌యార్డ్:

★ ఇక్కడ లాంచీలు, బోట్లు తయారవుతాయి.

5. INS కదంబ (కర్ణాటక):

★ ఆసియాలోని అత్యాధునిక నౌకా నిర్మాణ కేంద్రం మరియు దేశంలో అతిపెద్ద నౌకా స్థావర కేంద్రం.
★ దీనిని కేవలం రక్షణ కొరకు మాత్రమే నిర్మించారు.

6. కొచ్చిన్ షిప్‌యార్డ్ – కేరళ:

★ దీనిని జపాన్ సహకారంతో నిర్మించారు.

★ ఇక్కడ బారీ పాసింజర్ నౌకలను తయారుచేస్తారు.

రైల్వే పరిశ్రమలు

రైల్వే నిర్మాణ పరిశ్రమ :

ఎ. చిత్తరంజన్ లోకోమోటివ్ వర్క్స్ పశ్చిమబెంగాలోని చిత్తరంజన్‌లో ఉంది. ఇక్కడ ఎలక్ట్రిక్ ఇంజన్‌లు తయారుచేస్తారు.

బి. రైల్వే డీజిల్ లోకోమోటివ్ వర్క్స్ ఉత్తరప్రదేశ్‌లోని వారణాసిలో ఉంది. ఇక్కడ డీజిల్ మరియు ఎలక్ట్రిక్ ఇంజన్లను తయారుచేస్తారు.

సి. BHEL (భారత్ హెవీ ఎలక్ట్రిక్ లిమిటెడ్) – భోపాల్. ఇక్కడ ఎలక్ట్రిక్ ఇంజన్లను తయారుచేస్తారు.

డి. TELCO (టాటా ఎలక్ట్రిక్ లోకోమోటివ్ కంపెనీ) – జంషెడ్‌పూర్.

★ ఇక్కడ ఎలక్ట్రిక్ ఇంజన్లను తయారుచేస్తారు.

★ దేశంలో ఏకైక ప్రైవేట్ రంగ సంస్థ

★ దేశంలో మొదటి గ్రీన్‌ఫీల్డ్ లోకోమోటివ్ నిర్మాణ పరిశ్రమను 2020 మేలో బీహార్‌లోని మాధేపురా (Madhepura) లో ప్రారంభించారు.

రైల్వే కోచ్ ఫ్యాక్టరీస్ :

1. **IRCF - Intigral Railway Coach Factory:** పెరంబుదూర్ (తమిళనాడు). ఇక్కడ పాసింజర్ కోచ్‌లను & 3 టైర్ ఏ.సి. కోచ్‌లను తయారుచేస్తారు.
2. **రైల్వే కోచ్ ఫ్యాక్టరీ : రాయబరేలి (UP):** ఇక్కడ ప్యాసింజర్ కోచ్‌లు తయారుచేస్తారు.
3. **రైల్వే వీల్స్ ఫ్యాక్టరీ : చాప్రా (బీహార్):** ఇక్కడ రైల్వే చక్రాలు తయారుచేస్తారు.
4. **RCF-Railway Coach Factory కపుర్తల (పంజాబ్):** ఇక్కడ 2 టైర్ ఏ.సి. కోచ్‌లు, ప్యాసింజర్ కోచ్‌లను తయారు చేస్తారు.
5. **రైల్వే డీజిల్ కంపోనెంట్ వర్క్స్- పాటియాలా (పంజాబ్):** ఇక్కడ డీజిల్ ఇంజన్ల విడిభాగాలను తయారుచేస్తారు.
6. **భారత్ ఎర్త్ మూవర్స్ లిమిటెడ్ – బెంగళూరు (కర్ణాటక):** ఇక్కడ పాసింజర్ కోచ్‌లను తయారుచేస్తారు.
7. **రైల్వే వీల్స్ అండ్ యాక్సిల్స్ ఫ్యాక్టరీ :** ఎలహంక (బెంగుళూరు). ఇక్కడ ఇరుసులు & చక్రాలను తయారుచేస్తారు.
8. **రైల్వే వ్యాగన్ల తయారీ కేంద్రాలు :** 1. ఢిల్లీ, 2. కోలకత్తా, 3. ముంబాయి.

ఇతర పరిశ్రమమలు

1. HZL - Hindustan Zinc Ltd - విశాఖపట్నం:

★ ఇక్కడ జింక్‌ను తయారుచేస్తారు

2. BHPV - Bharath Heavy Plates & Vessels Ltd. - విశాఖపట్నం:

★ రసాయనిక పరిశ్రమలలో యంత్రాలను తయారుచేస్తారు

3) ECIL-Electronic Corporation of India Ltd - HYD:

★ ఇక్కడ టి.వి.లను & కంప్యూటర్‌లను మరియు కమ్యూనికేషన్ పరికరాలు, ఈవీఎంలను తయారుచేస్థారు.

4) BDL- Bharath Dynamics Ltd - Hyd:

★ ఇక్కడ మిస్సైల్స్ మరియు తుపాకులను తయారుచేస్తారు.

5) MIDHANI - Mishra Dhathu Nigam Ltd - Hyd:

★ ఇక్కడ మిశ్రమ లోహాలను తయారుచేస్తారు.

6) HMT-Hindustan Machine Tools:

★ దీనిని 1953లో కర్ణాటకలోని బెంగుళూరులో స్థాపించారు.

★ దీనికి 6 యూనిట్లు ఉన్నాయి.

1. హైద్రాబాద్ (తెలంగాణ) : HMT Electric Bulbs ను తయారుచేస్తారు
2. పింజోర్ (హర్యానా) : HMT Tractors తయారుచేస్తారు
3. శ్రీనగర్ (జమ్మూ & కాశ్మీర్) : HMT Watches ను తయారుచేస్తారు
4. బెంగళూరు (కర్ణాటక) : HMT Watches ను తయారుచేస్తారు
5. కాలమస్సేరి (కేరళ) : గ్రైండర్లు, స్విచ్‌లు తయారుచేస్తారు
6. అజ్మీర్ (రాజస్థాన్) : గ్రైండర్లు, స్విచ్‌లు తయారుచేస్తారు

7. HAL - Hindustan Aeronatics Ltd:

★ దీనిని 1964లో కర్ణాటకలో బెంగుళూరులో స్థాపించారు.

★ దీనికి 6 కేంద్రాలున్నాయి.

★ నాసిక్ (మహారాష్ట్ర) – మిగ్ విమానాల విడిభాగాలను తయారుచేస్తారు.

★ కోరాపుట్ (ఒడిశా) – మిగ్ విమానాల ఇంజన్లను తయారుచేస్తారు.

★ హైదరాబాద్ (తెలంగాణ) – విమానాల ఎలక్ట్రిక్ పరికరాలను తయారుచేస్తారు.

★ కాన్పూర్ (ఉత్తర ప్రదేశ్) – పాసింజర్ విమానాలను తయారుచేస్తారు.

★ లక్నో (ఉత్తరప్రదేశ్) – విమానాల విడిభాగాలను తయారు చేస్తారు.

★ బెంగళూర్ (కర్ణాటక) – ఇది అసెంబ్లింగ్ యూనిట్ మరియు hal ప్రధాన కార్యాలయం.

8. BEL (Bharath Electronics Limtied):

★ దీనిని 1954లో కర్ణాటకలోని బెంగుళూరులో స్థాపించారు. దేశంలో 4 యూనిట్లు కలవు.

1. బెంగుళూరు
2. పూణె
3. చెన్నై
4. హైదరాబాద్
5. మచిలీపట్నం

9. BHEL (Bharath Heavy Electrical Ltd):

★ దీనిని 1956లో మధ్యప్రదేశ్‌లో బోఫాల్‌లో స్థాపించారు.

★ దీనిలో 7 యూనిట్లు కలవు

1. భోపాల్ (మధ్యప్రదేశ్)
2. హైదరాబాద్ (తెలంగాణ)
3. బెంగుళూరు (కర్ణాటక)
4. జమ్మూ (జమ్మూ & కాశ్మీర్)
5. హరిద్వార్ (ఉత్తరాఖండ్)
6. తిరుచిరాపల్లి (తమిళనాడు)
7. జగదీష్‌పూర్ (ఉత్తరప్రదేశ్)

★ పైన అన్ని యూనిట్లలో టర్బైన్‌లను మరియు బాయిలర్స్, సర్క్యూట్ బ్రేకర్లు, ట్రాన్స్‌ఫార్మర్లను తయారుచేస్తారు.

ఆటోమొబైల్ పరిశ్రమ

★ దేశంలో భారీ మరియు మధ్యతరహా వాహనాలను ఎక్కువగా ఉత్పత్తి చేయు సంస్థ	: టాటా మోటార్స్
★ మారుతీ కార్లకు ప్రసిద్ధి చెందిన ప్రాంతం	: గుర్గావ్ (హర్యానా)
★ అంబాసిడర్ కార్లను తయారు చేయు సంస్థ	: హిందూస్థాన్ మోటార్స్ లిమిటెడ్.
★ అంబాసిడర్ కార్లకు ప్రసిద్ధి చెందిన ప్రాంతం	: కలకత్తా
★ సైకిళ్ల తయారీలో ప్రసిద్ధి చెందిన ప్రాంతం	: లుథియానా (పంజాబ్)
★ గాజు పరిశ్రమకి ప్రసిద్ధి చెందిన ప్రాంతం	: పిరోజాబాద్ (ఉత్తరప్రదేశ్)
★ పాదరక్షలకు ప్రసిద్ధి చెందిన ప్రాంతం	: కాన్పూర్ (ఉత్తరప్రదేశ్)
★ ప్రేలుడు పదార్థాలకు ప్రసిద్ధి చెందిన ప్రాంతం	: శివకాశి (తమిళనాడు)
★ ఆట బొమ్మలు ప్రసిద్ధి చెందిన ప్రాంతం	: పాటియాలా (పంజాబ్)
★ ప్రపంచంలో ఆట బొమ్మలు ప్రసిద్ధి చెందిన ప్రాంతం	: హాంకాంగ్ (చైనా)
★ దేశంలో క్రీడావస్తువుల తయారీకి ప్రసిద్ధి చెందిన ప్రాంతం	: జలంధర్ (పంజాబ్)

కుటీర పరిశ్రమలు

ఈ పరిశ్రమలో పెద్దది	:	చేనేత పరిశ్రమ (నూలు వస్త్ర పరిశ్రమ తరువాత అధిక మందికి ఉపాధిని కల్పిస్తుంది)
ఖాదీ వస్త్రాలు	:	పొందూరు (శ్రీకాకుళం)
మస్లీన్ వస్త్రాలు	:	శ్రీకాకుళం
చేనేత వస్త్రాలు	:	చీరాల (ప్రకాశం)
కలంకారీ / అద్దకం	:	మచిలీపట్నం
చందనపు బొమ్మలు	:	తిరుచానురు / తిరుపతి (చిత్తూరు)
లక్క బొమ్మలు	:	ఏటి కొప్పాక (విశాఖపట్నం)
కొండపల్లి బొమ్మలు	:	కొండపల్లి (కృష్ణా) (తెల్లపొనికి చెట్టు ఉపయోగిస్తారు)
సంగీత పరికరాలు	:	పిఠాపురం, బొబ్బిలి, జగ్గయ్యపేట

వీణ	:	బొబ్బిలి
లేసులు	:	నర్సాపురం, పాలకొల్లు.
తివాచీలు	:	ఏలూరు, వరంగల్
ఇత్తడి వస్తువులు	:	పెంబర్తి (వరంగల్), శ్రీకాళహస్తి (చిత్తూరు)
సిరి చాపలు	:	నెల్లూరు
అగరవత్తులు	:	ఏలూరు, వేటపాలెం (ప్రకాశం)

మహారత్నాలు

- 2009 నుండి పరిశ్రమలకు మహారత్నాలను ప్రకటిస్తున్నారు.
- గత 3సంవత్సరాలలో సంవత్సరానికి సరాసరి రూ.5000 వేల కోట్లు లాభాన్ని పొంది రూ.25 వేల కోట్ల టర్నోవర్ కలిగి ఉండే ప్రభుత్వ రంగ పరిశ్రమలు.

అర్హతలు: 1. నవరత్న హోదా ఉండాలి.

2. అంతర్జాతీయ స్థాయి కార్యకలాపాలు ఉండాలి.
3. రెగ్యులేషన్స్ క్రింద స్టాక్ ఎక్స్చేంజ్‌లో నమోదు కావడం.

- ప్రస్తుతం ఏప్రిల్ 2023 నాటికి దేశంలో 12 ప్రభుత్వ రంగ కంపెనీలకు మహారత్న స్థాయి కల్పించడమైనది.

అవి:
1. Bharat Heavy Electricals Limited (BHEL)
2. Bharat Petroleum Corporation Limited (BPCL)
3. Coal India Limited (CIL)
4. Gas Authority of India Limited (GAIL)
5. Hindustan Petroleum Corporation Limited (HPCL)
6. Indian Oil Corporation Limited (IOC)
7. National Thermal Power Corporation Limited (NTPC)
8. Oil & Natural Gas Corporation Limited (ONGC)
9. Power Grid Corporation of India Limited (POWERGRID)
10. Steel Authority of India Limted (SAIL)
11. Power Finance Corporation (PFC)
12. Rural Electrification Corporation Limited (RECL)

నవరత్నాలు

- వీటిని 1997 నుండి ప్రకటిస్తున్నారు.
- రూ. 1000 కోట్ల పెట్టుబడి కలిగిన ప్రభుత్వ రంగ పరిశ్రమలను నవరత్నాలు అని పిలుస్తారు.
- ప్రస్తుతం ఏప్రిల్ 2023 నాటికి దేశంలో 12 కలవు.

1. Bharat Electronics Limted
2. Container Corporation of India Limted
3. Engineers India Limited
4. Hindustan Aeronautics Limited

5. Mahanagar Telephone Nigam Limited
6. National Aluminium Company Limited
7. National Buildings Construction Corporation Limited
8. National Mineral & Development Corporation Limited
9. Neyeli Lignite Corporation Limited
10. Oil India Limited
11. Rashtriya Ispat Nigam Limted
12. Shipping Corporation of India Limted

మినీ రత్నాలు

❖ మినీ రత్నాలు (62 + 12 = 74)ను రెండు భాగాలుగా విభజించారు.

1. కేటగిరి -1:	సంవత్సరంలో సగటు 5 వేల కోట్ల టర్నోవర్ మరియు సగటు సంవత్సరం లాభం 500 కోట్ల ఉండాలి. ఇవి 62 కలవు
2. కేటగిరి -2 :	100 కోట్లు టర్నోవర్ కలిగి ఉండి సగటు సం॥ లాభాలు 300 కోట్లు ఉండాలి. ఇవి 12 కలవు.

పారిశ్రామిక కూడళ్ళ పథకం

❖ నేషన్ ఇండస్ట్రీయల్ కారికార్ ప్రోగామ్ (Nicp) యొక్క లక్ష్యం ప్రపంచస్థాయి మౌలిక సదుపాయలు కల్పన మరియు లాజిస్టిక్స్ ఖర్చులను తగ్గించడం ద్వారా తయారీలో భారతదేశం యొక్క పోటీతత్వాన్ని పెంపొందించడం.

❖ 11 కారిడార్లు, భారతదేశం అంతటా విస్తరించి ఉన్నాయి. మరియు కారిడార్లమెంట 'స్మార్ట్ సిటీ'ల అభివృద్ధి, మరియు ప్రణాళికా బద్ధమైన నగరాల్లో అత్యాధునికి మౌలిక సదుపాయలను కల్పించడం, ఇది పారిశ్రామీకరణకు గొప్ప ఊపునిస్తుంది.

❖ **దేశంలో ఏర్పాటు చేయబోయే పారిశ్రామిక కూడళ్లు :**

1. ఢిల్లీ - ముంబాయి ఇండస్ట్రియల్ కారిడార్ (DMIC)
2. చెన్నై - బెంగళూరు ఇండస్ట్రియల్ కారిడార్ (CBIC)
3. అమృతసర్ - కోల్‌కతా ఇండస్ట్రియల్ కారిడార్ (AKIC)
4. ఈస్ట్‌కోస్ట్ కారిడార్ లేదా వైజాగ్, చెన్నై ఇండస్ట్రియల్ కారిడార్ (VCIC)
5. బెంగళూరు - ముంబాయి ఇండస్ట్రియల్ కారిడార్ (BMIC)
6. కోయంబత్తూరు - కొచ్చి ఇండస్ట్రియల్ కారిడార్ (CCIC)
7. హైదరాబాద్ - నాగపూర్ ఇండస్ట్రియల్ కారిడార్ (HNIC)
8. హైదరాబాద్ - వరంగల్ ఇండస్ట్రియల్ కారిడార్ (HWIC)
9. హైదరాబాద్ - బెంగళూరు ఇండస్ట్రియల్ కారిడార్ (HBIC)
10. ఒడిశా ఎకనామిక్ కారిడార్ (OEC)
11. ఢిల్లీ - నాగ్‌పూర్ ఇండస్ట్రియల్ కారిడార్ (DNIC)

ఆంధ్రప్రదేశ్ పారిశ్రామిక రంగం

- ఒక రాష్ట్రం అభివృద్ధి పథంలో పయనించాలంటే వ్యవసాయ రంగంతోపాటు పారిశ్రామిక రంగానికి కూడా ప్రాధాన్యత ఇవ్వాలి.
- పారిశ్రామిక ఉత్పత్తులు పెరగడం వలన సేవారంగంలో ఉద్యోగ అవకాశాలు పెరిగి నిరుద్యోగ సమస్య పరిష్కారం అవడంతో పాటు రాష్ట్ర స్థూల ఆదాయం వృద్ధి చెందుతుంది.
- ఆంధ్రప్రదేశ్‌లో వనరులు, సారవంతమైన నేలలు, అటవీ సంపద, ఖనిజ సంపద, జీవ నదులు, సముద్ర వనరులు పూర్తి స్థాయిలో వినియోగించుకొన్న రోజున పరిశ్రమలు వృద్ధి చెందుతాయి. రాష్ట్రంలో పరిశ్రమల అభివృద్ధి రాష్ట్ర అవతరణం నుండి గణనీయంగా పెరిగింది.

సూక్ష్మ, చిన్న మరియు మధ్య తరహా పరిశ్రమలు:

- భారత ప్రభుత్వం (MSMED) చట్టం 2006 ప్రకారం ఎప్పటికప్పుడు చేసే (MSME) నిర్వచనాన్ని ఆంధ్రప్రదేశ్ ప్రభుత్వం అనుసరిస్తుంది. 2020, జూన్ 1న MSME లకు నిర్వచనాలు ఇచ్చారు. పెట్టుబడి మరియు వార్షిక అమ్మకాల ఆధారంగా నిర్వచనం కలదు.
  1. సూక్ష్మ (Micro) పరిశ్రమలు: యంత్రాలు మరియు యంత్ర పరికరాలు లేదా సామాగ్రిపై పెట్టుబడి రూ. 1 కోటికి మించరాదు. వార్షిక టర్నోవరు రూ. 5 కోట్లకు మించరాదు.
  2. చిన్న (Small) పరిశ్రమలు: యంత్రాలు మరియు యంత్ర పరికరాలు లేదా సామాగ్రిపై పెట్టుబడి రూ. 10కోట్లకు మించరాదు. వార్షిక టర్నోవరు రూ. 50 కోట్లకు మించరాదు.
  3. మధ్యతరహా (Medium) పరిశ్రమలు: యంత్రాలు మరియు యంత్ర పరికరాలు లేదా సామాగ్రిపై పెట్టుబడి రూ. 50 కోట్లకు మించరాదు. వార్షిక టర్నోవరు రూ. 250 కోట్లకు మించరాదు.
- **భారీ, మెగా, అల్ట్రా మెగా ప్రాజెక్టులకు 2023 రాష్ట్ర పారిశ్రామిక తీర్మానం ప్రకారం నూతన నిర్వచనాలు ఇవ్వబడ్డాయి.**
  4. **భారీ పారిశ్రామిక ప్రాజెక్టు:** యంత్రాలు మరియు యంత్ర పరికరాలు పై పెట్టుబడి రూ. 50 కోట్ల నుండి రూ. 1000 కోట్ల వరకు.
  5. **మెగా పారిశ్రామిక ప్రాజెక్టు:** యంత్రాలు మరియు యంత్ర పరికరాల పై పెట్టుబడి రూ. 1000 కోట్ల నుండి రూ. 3000 కోట్లు మరియు ప్రత్యక్ష ఉపాధి 1000 మందికి మించి ఉండాలి.
  6. **అల్ట్రా మెగా పారిశ్రామిక ప్రాజెక్టు:** పెట్టుబడి రూ. 3000 కోట్లకు మించి మరియు ప్రత్యక్ష ఉపాధి 3000 మందికి మించి ఉండాలి.

పారిశ్రామికాభివృద్ధి విధానం (2020-23):

- భారీస్థాయిలో ఉపాధిని కల్పించే ఉత్పాదక రంగానికి అధిక ప్రాధాన్యత ఇస్తూ, ఆర్థిక వృద్ధిని ప్రోత్సహించడానికి 10 రంగాలను వేగవంతమైన రంగాలుగా గుర్తిస్తూ ఆంధ్రప్రదేశ్ ప్రభుత్వం ఆంధ్రప్రదేశ్ పారిశ్రామికాభివృద్ధి విధానం (AP-IDP) - 2020-23ను ప్రవేశపెట్టింది.
- ప్రణాళికాబద్ధమైన పారిశ్రమిక అభివృద్ధి మరియు పర్యావరణం పై తక్కువ ప్రభావంతో రాష్ట్రంలో పరిశ్రమలను స్థాపించి నిర్వహించడానికి ముప్పు రహిత, పెట్టుబడి అనుకూల వాతావరణాన్ని అందించే పారిశ్రామిక జోనింగ్‌ను ప్రభుత్వం కేంద్రీకృత అంశంగా గుర్తించింది.
- పెట్టుబడులకు ఎటువంటి రిస్క్ లేకుండా చేయడం నూతన పారిశ్రామిక విధానానికి మూలస్థంభంగా ఉంటుంది.

- ఆర్థిక వృద్ధిని ప్రోత్సహించడానికి 10 థ్రస్ట్ ప్రాంతాలను గుర్తించింది. అవి ఫుడ్ ప్రాసెసింగ్, ఫార్మస్యూటికల్స్ & బయోటెక్నాలజీ, టెక్స్‌టైల్స్, ఎలక్ట్రానిక్స్, ఫుట్‌వేర్ & లెదర్, టాయ్స్ & ఫర్నీచర్, పెట్రోకెమికల్స్, ఏరోస్పేస్ & డిఫెన్స్, ఆటోమొబైల్స్ మరియు కాంపోనెంట్స్, మెషినరీ, ప్రెసిషన్ ఎక్విప్‌మెంట్ మరియు మినరల్ ఆధారిత పరిశ్రమలు.
- ప్రభుత్వ "YSR AP ONE" ని ప్రవేశపెడుతోంది. ఇది పరిశ్రమకు వన్‌స్టాప్ రిసోర్స్ మరియు సపోర్ట్ సెంటర్‌గా పనిచేసే బహుముఖ వ్యాపార ఎనేబుల్‌మెంట్ సెంటర్.
- ఉపాధి కల్పనతో ముడిపడి ఉన్న మధ్యస్థ, పెద్ద మరియు సేవల పన్ను రీయింబర్స్‌మెంట్ అనేది కొత్త పాలసీ ప్రకారం కాబోయే పెట్టుబడిదారు పొందే ప్రధాన ప్రోత్సాహం.

సింగిల్‌విండో విధానం:

- 2002లో సింగిల్ విండో చట్టం చేయబడింది. పరిశ్రమలకు కావలసిన అన్ని రకాల అనుమతులను ఒక కేంద్రం ద్వారానే జారీ ఈ పథకం యొక్క ముఖ్య ఉద్దేశం. భారత ప్రభుత్వం జాతీయ ఇ-గవర్నెన్స్ ప్లాన్ యొక్క "ఇ-బిజ్ ప్రాజెక్ట్" కింది ap సింగిల్ విండో క్లియరెన్స్ సిస్టమ్‌ను తీసుకురావడంలో చొరవ తీసుకోవడానికి ముందుకు వస్తున్న రాష్ట్రం ఆంధ్రప్రదేశ్.
- ఇది పెట్టుబడిదారులు మరియు పారిశ్రామిక వేత్తలకు సమర్థవంతమైన, అనుకూలమైన, పారదర్శక మరియు సమీకృత ఎలక్ట్రానిక్ సేవలను అందిస్తుంది.
- భారీ ఉపాధి అవకాశాలలో MSMEల స్థాపన మరియు ఉత్పత్తి సామర్థ్యాలను పెంపొందించడం కోసం ప్రత్యేక ప్రాధాన్యత ఇవ్వబడింది.
- సింగిల్ డెస్క్ పాలసీ 21 పని దినాలలో పరిశ్రమ ఏర్పాటుకు అవసరమైన అన్ని అనుమతులను అందించే పర్యావరణ వ్యవస్థను రూపొందించడం లక్ష్యంగా పెట్టుకుదంది.
- రాష్ట్ర సంస్కరణ కార్యాచరణ ప్రణాళిక ఫలితంగా 2020-21లో భారత ప్రభుత్వం జారీ చేసిన "ఈజ్ ఆఫ్ డూయింగ్ బిజినెస్"లో ఆంధ్రప్రదేశ్ 1వ స్థానంలో ఉంది.
- ముడి పదార్థాల ఆధారంగా చేసుకుని రాష్ట్రంలోని పరిశ్రమలను 3 రకాలుగా వర్గీకరించవచ్చు.
  1. వ్యవసాయాధార పరిశ్రమలు
  2. ఖనిజాదార పరిశ్రమలు
  3. అటవీ పరిశ్రమలు

వ్యవసాయ ఆధార పరిశ్రమలు

ఎ. నూలు వస్త్ర పరిశ్రమ :

- మొట్టమొదటి నూలు వస్త్ర పరిశ్రమను తూర్పుగోదావరి జిల్లాలోని పందలపాక గ్రామంలో 1915-1918 మధ్యకాలంలో స్థాపించారు. 2వ కర్మాగారాన్ని అనంతపురం జిల్లాలోని 'రాయదుర్గం' వద్ద 1921లో స్థాపించారు.
- దేశంలో మొట్టమొదటి అపారెల్ పార్క్ ను తమిళనాడు లోని తిరుపూర్‌లో ఏర్పాటు చేసారు.
- ఆంధ్రప్రదేశ్‌లో మొట్టమొదటి అపారెల్ పార్క్ ను విశాఖపట్నంలో ఏర్పాటు చేసారు.

ఆంధ్రప్రదేశ్‌లోని కొన్ని ముఖ్యమైన నూలు వస్త్ర పరిశ్రమలు గల ప్రదేశాలు:

1.	రాయలసీమ కాటన్ మిల్స్	:	కర్నూల్
2.	ఆంధ్రకాటన్ మిల్స్	:	ప్రొద్దుటూరు
3.	ఆంధ్రకో - ఆపరేటివ్ స్పిన్నింగ్ మిల్స్	:	గుంతకల్లు
4.	రాయదుర్గం నూలు మిల్లు	:	రాయదుర్గం (అనంతపూర్)
5.	ఆదోని కాటన్ మిల్స్ లిమిటెడ్	:	ఆదోని (కర్నూలు)
6.	ఆదోని స్పినింగ్ వీవింగ్ కంపెని లిమిటెడ్	:	ఆదోని (కర్నూలు)
7.	చీరాల కో-ఆపరేటివ్ స్పిన్నింగ్ మిల్లు	:	చీరాల (ప్రకాశం)
8.	ఎమ్మిగనూరు స్పిన్నింగ్ మిల్స్ లిమిటెడ్	:	ఎమ్మిగనూరు (కర్నూలు)
9.	శ్రీ అక్కమాంబ టెక్స్‌టైల్స్ మిల్లు	:	తణుకు (WG)
10.	సర్వరాయ టెక్స్‌టైల్స్ లిమిటెడ్	:	కాకినాడ (EG)
11.	మదనపల్లి స్పిన్నింగ్ మిల్స్ లిమిటెడ్	:	మదనపల్లి (చిత్తూరు)
12.	విజయ స్పిన్నింగ్ మిల్స్	:	విజయవాడ (కృష్ణా)
13.	చిత్తూరు టెక్స్‌టైల్స్ లిమిటెడ్	:	బంగారుపాలెం (చిత్తూరు)
14.	అభిరామ్ కాటన్ మిల్లు	:	సూళ్లూరుపేట (నెల్లూరు)
15.	అనంతపూర్ కాటన్ మిల్స్ లిమిటెడ్	:	ఎర్రన గుంటపల్లి (అనంతపురం)
16.	బ్రాండిక్స్ (BRANDIX) వస్త్ర పరిశ్రమ	:	విశాఖపట్నం.
17.	జ్యోతి ప్రకాశ్ స్పిన్నింగ్ మిల్స్	:	తడ (నెల్లూరు)
18.	కడప స్పిన్నింగ్ మిల్స్ లిమిటెడ్	:	సాంసుపల్లి (కడప)

- ఆంధ్రప్రదేశ్‌లో నూలు వస్త్ర పరిశ్రమలు ఎక్కువగా ఉన్న జిల్లా : చిత్తూరు
- ఆంధ్రప్రదేశ్ మాంచెస్టర్ అని విశాఖని పిలుస్తారు.
- నూలు మిల్లులు సంఖ్య ఎక్కువగా ఉన్న రాష్ట్రం - తమిళనాడు

బి. జనపనార పరిశ్రమ :

- ఆంధ్రప్రదేశ్ మొదటి జనపనార మిల్లును 1930లో శ్రీకృష్ణ జ్యూట్‌మిల్ అని పేరుతో విజయనగరంలో స్థాపించారు.
- ఆంధ్రప్రదేశ్‌లో జనుము ఉత్పత్తిలో మొదటి స్థానంలో ఉన్న జిల్లా విజయనగరం.
- ఆంధ్రప్రదేశ్‌లో 8 జనపనార పరిశ్రమలు కలవు. విజయనగరం జిల్లా - 4, విశాఖపట్నం జిల్లా - 1, పశ్చిమగోదావరి - 1, శ్రీకాకుళం - 1, గుంటూరు - 1.

సి. పట్టువస్త్ర పరిశ్రమ :

- ఆంధ్రప్రదేశ్‌లో మొదటి పట్టు పరిశ్రమను హిందూపూర్‌లో స్థాపించారు.
- ఆంధ్రప్రదేశ్‌లో పట్టు ఉత్పత్తిలో మొదటిస్థానం - 1) అనంతపురం, 2) చిత్తూరు
- అనంతపురం జిల్లాలోని ధర్మవరం చేనేత పట్టు వస్త్రాలు, పావడాలకు 2017 జూన్‌లో gi గుర్తింపు లభించింది.

ఆంధ్రప్రదేశ్‌లో పట్టు ఉత్పత్తికి ప్రసిద్ధి చెందిన పరిశ్రమలు:

1. ధర్మవరం (అనంతపురం)
2. మాధవపురం (కడప)
3. వెంకటగిరి (నెల్లూరు)
4. ఉప్పాడ (తూర్పుగోదావరి)

సి. ఎరువుల పరిశ్రమలు :

- 1967లో విశాఖపట్నంలో కోరమాండల్ ఎరువుల కర్మాగారం స్థాపించారు. ఈ కర్మాగారంలో గ్రోమోర్, అమ్మోనియా ఫాస్ఫేట్, N.P.K ఎరువులను తయారుచేస్తున్నారు.
- ఆంధ్రా సుగర్స్ ఫెర్టిలైజర్స్‌ను 1961 లో తణుకులో స్థాపించారు. ఇందులో యూరియా, ఫాస్ఫేట్‌లను ఉత్పత్తి చేస్తున్నారు.
- 1964లో పశ్చిమగోదావరిలో కృష్ణా ఇండస్ట్రియల్ కార్పొరేషన్‌ను నిడదవోలులో స్థాపించారు. ఇందులో నత్రజని, ఫాస్ఫేట్‌లను ఉత్పత్తి చేస్తున్నారు.
- కొన్ని ఎరువుల కర్మాగారాలు:
  1. ఆంధ్ర ఫెర్టిలైజర్స్ - తాడేపల్లి (గుంటూరు)
  2. గోదావరి ఫెర్టిలైజర్స్ - కాకినాడ
  3. FCI (Fertilizer Corporation of India - జమ్మలమడుగు

డి. పంచదార పరిశ్రమ :

- ఆంధ్రప్రదేశ్‌లో మొదటి చక్కెర పరిశ్రమను 1933లో విశాఖలోని ఏటికొప్పాక వద్ద స్థాపించారు.
- ఆంధ్రప్రదేశ్‌లో ఎక్కువ చక్కెర మిల్లులు ఉన్న జిల్లా - చిత్తూరు.
- చెరకు పరిశోధనా కేంద్రం "అనకాపల్లి"లో ఉంది.
- KCP షుగర్స్ లిమిటెడ్, ఉయ్యూరు (కృష్ణాజిల్లా)లో ఉంది. ప్రస్తుతం రాష్ట్రంలో ఉత్పత్తిపరంగా అతిపెద్ద చక్కెర కర్మాగారం ఇదే.
- ఆంధ్రా షుగర్స్ లిమిటెడ్, తణుకు (ఆంధ్రప్రదేశ్)లో ఉంది. ఈ కర్మాగారంలో అంతరిక్ష వాహనాలకు ఉపయోగపడే ఇంధనాలను ఉత్పత్తి చేస్తున్నారు. దీనిని 1952 లో ప్రైవేట్ రంగంలో స్థాపించారు.
- డెక్కన్ షుగర్ ఫ్యాక్టరీ, సామర్లకోట, తూర్పుగోదావరి జిల్లాలో ఉంది.

  రాష్ట్రంలో సహకార రంగంలో గల చక్కెర కర్మాగారాలు:

  1) కొవ్వూరు (నెల్లూరు)   2) చిత్తూరు
  3) నంద్యాల (కర్నూలు)   4) దౌలత్‌పురం (కడప)
  5) అనకాపల్లి   6) ఏటికొప్పాక
  7) ఆముదాలవలస   8) పాయకరావుపేట కో ఆపరేటివ్ షుగర్స్

ఇ. పొగాకు పరిశ్రమ :

- ఆంధ్రప్రదేశ్‌ని "హవానా ఆఫ్ ఇండియా" అంటారు.
- దేశంలో పొగాకు ఉత్పత్తిలో ఆంధ్రప్రదేశ్ ప్రథమస్థానంలో ఉంది.
- దేశ ఉత్పత్తిలో ఆంధ్రప్రదేశ్ వాటా 48%.
- ఆంధ్రప్రదేశ్ రాష్ట్రంలో గుంటూరు జిల్లా వర్జీనియా రకపు పొగాకు ఉత్పత్తికి ప్రసిద్ధి. ఇది ప్రపంచంలోకెల్లా నాణ్యమైన రకం.
- ఆంధ్రప్రదేశ్‌లో ప్రస్తుతం 2 సిగరెట్ కర్మాగారాలు ఉన్నాయి. 1. తూర్పుగోదావరి (బిక్కవోలు), 2. గుంటూరు.
- కేంద్ర పొగాకు పరిశోధనా కేంద్రం (1947) రాజమహేంద్రవరంలో ఉంది.
- కేంద్ర పొగాకు బోర్డు "గుంటూరు"లో ఉంది.

అటవీ ఆధారిత పరిశ్రమలు

ఎ. కాగితపు పరిశ్రమ :

❖ రాష్ట్రంలో మొట్టమొదటి కాగితపు పరిశ్రమను 1924లో రాజమండ్రిలో స్థాపించారు. దీనిని ఆంధ్రా పేపరు మిల్స్ లిమిటెడ్‌గా పేరు మార్చడం జరిగింది.

కాగితపు పరిశ్రమలు		ప్రదేశం
1. ఆంధ్రా పేపర్ మిల్స్	:	రాజమండ్రి
2. రాయలసీమ పేపరు మిల్స్	:	ఆదోని (గొందిపర్ల)
3. వంశధార పేపరు మిల్స్	:	మడపాం (శ్రీకాకుళం)
4. కొల్లేరు పేపర్ మిల్స్	:	బొమ్మలూరు (కృష్ణాజిల్లా)
5. పెన్నార్ పేపర్ మిల్స్	:	కడప
6. డెల్టా పేపర్ మిల్స్	:	వేంద్ర (పశ్చిమ గోదావరి)
7. సూర్యచంద్ర పేపర్ మిల్స్	:	మారేడు చుక్క (తూర్పు గోదావరి)
8. సిరికాల్ పేపర్ మిల్స్	:	నెల్లూరు

❖ గోదావరి ప్లైవుడ్ పరిశ్రమ - రంపచోడవరం

❖ ఎవర్‌గ్రీన్ వెనీల్ ప్లై లిమిటెడ్ - విశాఖపట్నం

❖ ఆంధ్రప్రదేశ్ స్ట్రాబోర్డు మిల్స్ లిమిటెడ్ - భీమవరం

ఖనిజ ఆధారిత పరిశ్రమలు

విశాఖ ఇనుము ఉక్కు పరిశ్రమ :

❖ 1970 ఏప్రిల్ 17న భారత ప్రధాని ఇందిరాగాంధీ విశాఖపట్నంలో ఉక్కు కర్మాగారాన్ని ఏర్పాటు చేయాలని నిర్ణయాన్ని ప్రకటించారు.

❖ 1971 జనవరి 20న అప్పటి ప్రధాని ఇందిరాగాంధీ శంఖుస్థాపన చేశారు.

❖ "విశాఖ ఉక్కు ఆంధ్రుల హక్కు" అనే నినాదాన్ని తెన్నేటి విశ్వనాథం ఇచ్చారు.

❖ 'రాష్ట్రీయ ఇస్పాత్ నిగమ్ లిమిటెడ్' (RINL) 1982 ఫిబ్రవరి 18న స్థాపించబడింది. విశాఖపట్నం స్టీల్ ప్లాంట్‌ను (SAIL) నుండి వేరు చేశారు మరియు (RINL)ను ఏప్రిల్ 1982లో విశాఖపట్నం స్టీల్ ప్లాంట్ యొక్క కార్పోరేట్ సంస్థగా చేయబడింది.

❖ ఈ కార్మాగారానికి బొగ్గును దామోదర్ వ్యాలి మరియు ఆస్ట్రేలియా నుండి, ఇనుప ఖనిజాన్ని చత్తీస్‌ఘడ్‌లోని బైలదిల్లా గనుల నుండి దిగుమతి చేసుకోవడం జరుగుతుంది.

❖ విశాఖను ఆంధ్రప్రదేశ్ యొక్క ఉక్కు నగరంగా పిలుస్తారు.

❖ 2010లో కేంద్రప్రభుత్వం దీనికి నవరత్న హోదా కల్పించింది.

కడప ఇనుము ఉక్కు పరిశ్రమ:

❖ 2023 ఫిబ్రవరి 15 రాష్ట్ర ముఖ్యమంత్రి జగన్ మోహన్ రెడ్డి కడప జిల్లాలోని సున్నపురాళ్ళపల్లిలో శంఖుస్థాపన చేసారు.

సిమెంటు పరిశ్రమలు:

❖ రాష్ట్రంలో మొదటి సిమెంట్ కార్మాగారాన్ని 1939లో తాడేపల్లి వద్ద స్థాపించారు. ఈ కర్మాగారాన్ని ఎసిసి (Associated Cement Company) సిమెంట్ కర్మాగారం అంటారు.

రాష్ట్రంలో సిమెంట్ పరిశ్రమలు క్రింద తెలపడం జరిగింది.

1. ఎల్ అండ్ టి సిమెంట్స్	:	తాడిపత్రి (అనంతపురం)
2. పెన్నా సిమెంట్స్	:	తాడిపత్రి (అనంతపురం)
3. కోరమాండల్ సిమెంట్స్	:	చిలమకురు (కడపజిల్లా)
4. టెక్స్‌మాకో సిమెంట్ లిమిటెడ్	:	ఎర్రగుంట్ల (కడప)
5. పాణ్యం సిమెంట్స్	:	కర్నూలు
6. ఆంధ్రా సిమెంట్స్	:	విజయవాడ
7. ఆసోసియేటెడ్ సిమెంట్స్ (ఎసిసి)	:	తాడేపల్లి (గుంటూరు-రాష్ట్రంలో మొదట ఏర్పాటు చేయబడిన సిమెంటు ప్లాంటు)
8. కె.సి.పి. సిమెంట్స్	:	మాచర్ల (గుంటూరు)
9. విశాఖ సిమెంట్స్ వర్క్స్	:	విశాఖపట్నం
10. ఇండియా సిమెంట్ వర్క్స్	:	ఎర్రగుంట్ల (కడప)
11. భారతి సిమెంట్స్	:	కడప
12. అల్ట్రాటెక్	:	తాడిపత్రి (అనంతపురం)
13. రామ్‌కో సిమెంట్	:	జగ్గయ్యపేట (ఎన్.టి.ఆర్)

❖ దేశపు సున్నపురాయి నిల్వల్లో 33% నిల్వలు ఆంధ్రప్రదేశ్‌లో ఉన్నాయి.

❖ భారతదేశంలో సిమెంటును అత్యధికంగా ఉత్పత్తి చేయు రాష్ట్రం - 1) రాజస్థాన్, 2) ఆంధ్రప్రదేశ్.

❖ రాష్ట్రంలో సిమెంటును అత్యధికంగా ఉత్పత్తి చేయు జిల్లా - గుంటూరు.

కుటీర పరిశ్రమలు

❖ ఆంధ్రప్రదేశ్‌లో వివిధ గ్రామీణ ఉత్పత్తులకు ప్రసిద్ధి చెందిన ప్రాంతాలు :

గ్రామీణ ఉత్పత్తులు		ప్రసిద్ధి చెందిన ప్రాంతం
1. అగరవత్తులు	:	ఏలూరు వేటపాలెం (బాపట్ల)
2. దంతపు కొమ్ము బొమ్మలు	:	విశాఖపట్నం
3. పీచు వస్తువులు	:	కోనసీమ బి.ఆర్ అంబేద్కర్ జిల్లా
4) తుంగ చాపలు	:	నెల్లూరు
5) పట్టు పరిశ్రమ	:	శ్రీ సత్యసాయి, అన్నమయ్య, కాకినాడ
6) లక్క బొమ్మలు	:	ఏటికొప్పాక (అనకాపల్లి)
7) చేనేత పరిశ్రమ	:	గుంటూరు, వెంకటగిరి (తిరుపతి)
8) పలకల పరిశ్రమ	:	మార్కాపురం (ప్రకాశం జిల్లా)

9) టై అండ్ డై	:	చీరాల (బాపట్ల)
10) తివాచీలు	:	ఏలూరు
11) చందనపు బొమ్మలు	:	తిరుపతి
12) ఖద్దరు పరిశ్రమ	:	పొందూరు (శ్రీకాకుళం)
13) లేసులు	:	నర్సాపురం (పశ్చిమ గోదావరి)
		పాలకొల్లు (పశ్చిమ గోదావరి)
14) జరీ చీరలు	:	వెంకటగిరి (తిరుపతి)
15) పూసలు, గాజులు	:	పాపానాయుడు పేట (తిరుపతి)
		గాజులపల్లి (అన్నమయ్య)
		శ్రీకాళహస్తి (తిరుపతి)
		సింహాచలం (విశాఖపట్టణం)
16) సంగీత పరికరాలు	:	పిఠాపురం (కాకినాడ)
		బొబ్బిలి (విజయనగరం)
		జగ్గయ్యపేట (ఎన్.టి.ఆర్.జిల్లా)
17) కలంకారీ వస్తువులు	:	శ్రీకాళహస్తి (తిరుపతి), మచిలీపట్నం (కృష్ణా జిల్లా).
18) ఇత్తడి సామాగ్రి బొమ్మలు	:	శ్రీకాళహస్తి (తిరుపతి).

ఆంధ్రప్రదేశ్‌లో చేనేత పరిశ్రమలు

1. పొందూరు ఖద్దరు – శ్రీకాకుళం (పొందూరు).
2. తివాచీలు – ఏలూరు
3. ఉప్పాడ చీరలు – తూర్పు గోదావరి
4. మంగళగిరి చీరలు – గుంటూరు
5. వెంకటగిరి చీరలు – నెల్లూరు
6. ధర్మవరం చీరలు – అనంతపురం
7. లేస్ వర్క్ – నరసాపురం (పశ్చిమ గోదావరి)
8. కలంకారి వస్త్రాలు – మచిలీపట్నం, శ్రీకాళహస్తి

వై.ఎస్.ఆర్. నేతన్న నేస్తం:

1. చేనేత మగ్గాలు గల కుటుంబాలకు ప్రతీ సంవత్సరం రూ.24,000లు ఈ పథకం ద్వారా అందిస్తారు.
2. చేతి మగ్గాలను ఆధునీకరించుటకు పై నిధులను కేటాయించడం జరుగుతుంది.
3. సుమారుగా 194 కోట్ల రూపాయలతో ఇప్పటి వరకు 80,031 మంది లబ్ధిదారులకు ఈ నిధులు అందాయి.
4. చేనేత పనివారికి నెలకు రూ.2,750ల చొప్పున వృద్ధాప్యపు ఫించన్ ఇవ్వడం జరుగుతుంది.

❖ కేంద్ర ప్రభుత్వం జాతీయ చేనేత అభివృద్ధి సంస్థను లక్నోలో ఏర్పాటు చేసింది. చేనేత వస్త్రాలను గుర్తించుటకు హ్యాండ్లూమ్ మార్క్ అనే ఒక క్లస్టర్‌ను ఏర్పాటు చేసింది. దీనిని దేశవ్యాప్తంగా అమలు పరిచారు. ఇందులో భాగంగా రాష్ట్రంలో 2 హ్యాండ్లూమ్ క్లస్టర్‌లను గుర్తించడం జరిగింది. 1) చీరాల (ప్రకాశం), 2) మాధవరం (కడప).

పారిశ్రామిక కారిడార్లు (Industrial Corrdiors) :

1. చెన్నై - బెంగళూరు పారిశ్రామిక కారిడార్ (CBIC):

- CBIC - Chennai Bangalore Indsturial Corridor.
- భారతదేశ gdpలో తయారీరంగ వాటాని పెంచడానికి మరియు ప్రపంచస్థాయి మౌళిక సదుపాయాలు గల సుస్థిరమైన, ఆకర్షణీయమైన నగరాలను నిర్మించే ఉద్దేశ్యంతో దీనిని చేపట్టారు.
- దీనిని పారిశ్రామిక విధాన మరియు ప్రోత్సాహక శాఖ (DIPP) వారు మరియు జపాన్ ఇంటర్నేషనల్ కో-అపరేషన్ ఏజెన్సీ (JICA) వారు సంయుక్తంగా అభివృద్ధి చేస్తున్నారు. Delhi-Mumbai Industrial Corridor Development Corporation (DMIDC) ఈ ప్రాజెక్టు పనులు పర్యవేక్షిస్తుంది.
- CBIC లో భాగంగా ఆంధ్రప్రదేశ్‌లో 3 పారిశ్రామిక నోడ్‌లను ఎంపిక చేశారు. అవి:
  1. కృష్ణపట్నం (నెల్లూరుజిల్లా).
  2. కలికిరి (చిత్తూరు జిల్లా).
  3. హిందూపురం (అనంతపురం జిల్లా)
- కృష్ణపట్నం ఓడరేవు సమీపంలో 12,000 హెక్టార్లలో కృష్ణపట్నం పారిశ్రామిక నోడ్‌ను అభివృద్ధి చేస్తున్నారు.
- CBICలో భాగంగా 26 ప్రాధాన్యతా ప్రాజెక్టులను చేపట్టారు. వీటిలో 2 ప్రాజెక్టులు ఆంధ్రప్రదేశ్‌కి చెందినవి.
  1. చిత్తూరు- రేణిగుంట (nh-18a యొక్క 4 లైన్ల రహదారి) మరియు రేణిగుంట-నాయుడు పేట (nh-71 యొక్క 4 లైన్ల రహదారి).
  2. కర్ణాటక / ఆంధ్రప్రదేశ్ సరిహద్దు (చిత్తూరు మీదుగా)-ఆంధ్రప్రదేశ్ / తమిళనాడు సరిహద్దు (nh-4 యొక్క 4 లైన్ల రహదారి).

2. వైజాగ్ - చెన్నై పారిశ్రామిక కారిడార్ (VCIC):

- VCIC-Vizag Chennai Industrial Carridor.
- తూర్పు ఆర్థిక కారిడార్‌లో భాగం.
- ఇది భారతదేశంలోనే మొదటి కోస్టల్ కారిడార్.
- ఈ కారిడార్ ఆంధ్రప్రదేశ్‌లో 9 జిల్లాలలో విస్తరించింది.
- శ్రీకాకుళం జిల్లాలోని పైడిభీమవరం నుండి చెన్నై వరకు విస్తరించబడుతుంది.
- దీని విస్తీర్ణం : 1,10,000 చ.కి.మీ. (భారతదేశ భూభాగంలో 3.5%) (సాగరమాల)
- ఈ కారిడార్‌లో 4 పారిశ్రామిక నోడ్‌లను అభివృద్ధి చేస్తున్నారు. 1) విశాఖపట్నం నోడ్, 2) దొనకొండ నోడ్, 3) మచిలీపట్నం నోడ్, 4) ఏర్పేడు - శ్రీకాళహస్తి నోడ్, 5) కొప్పర్తి - కడప.
- ఈ పారిశ్రామిక కారిడార్‌లో లక్ష కోట్లు పెట్టుబడులు వచ్చి, 110 లక్షల మందికి ఉపాధి కలుగుతుందని అంచనా.
- ఈ ప్రాజెక్టుకు ఆసియా అభివృద్ధి బ్యాంకు (ADB) ఆర్థిక సహాయం చేయనుంది. దీనిని కలకత్తా నుంచి కన్యాకుమారి వరకు విస్తరించింది.

3 హైదరాబాద్-బెంగుళూరు పారిశ్రామిక కారిడార్ (HBIC):

- మొదటి దశలో ఓర్వకల్లును అభివృద్ధి చేయాలని నిర్ణయించారు. ఆంధ్రప్రదేశ్ రాష్ట్రప్రభుత్వం హిందూపూర్, అనంతపురం లను కూడా నోడ్‌లుగా గుర్తించాలని కోరడం జరిగింది.

- నేషనల్ ఇండస్ట్రీయల్ కారిడార్ డెవలప్‌మెంట్ & ఇంప్లిమెంటేషన్ కార్పోరేషన్ సహకారంతో మొదటిదశ అభివృద్ధి పనులు చేయాలని నిర్ణయించారు.

జాతీయ పెట్టుబడి మరియు తయారీ మండలాలు (NIMZ):

- NIMZ - National Industrial Manufacturing Zone.
- భారతదేశ gdpలో తయారీ రంగ వాటాను ప్రస్తుతం ఉన్న 16%ను ఒక దశాబ్దకాలంలో 25%నికి పెంచడం కోసం మరియు 100 మిలియన్ ఉద్యోగాలు సృష్టించే ఉద్దేశ్యంతో జాతీయ తయారీ విధానం 2011ను ప్రకటించారు. ఈ విధానంలో భాగంగా 2014లో నిమ్జ్‌లను సమీకృత పారిశ్రామిక టౌన్‌షిప్‌లుగా అభివృద్ధి చేయదలిచారు.
- ఒక్కొక్క నిమ్జ్‌ను 5000-6000 హెక్టార్ల విస్తీర్ణంలో అభివృద్ధి చేయదలిచారు. 3 లక్షల మందికి ఉపాధి కల్పించగలదని అంచనా.
- జోన్‌ల వారీగా భూమి వినియోగం, పరిశుభ్రమైన మరియు ఇంధన సామర్థ్యం గల సాంకేతిక విజ్ఞానం, అవసరమైన సామాజిక మౌళిక సదుపాయాలు, నైపుణ్య అభివృద్ధి సౌకర్యాలతో నిమ్జ్‌లను ఏర్పాటు చేయదలిచారు.
- ఆంధ్రప్రదేశ్‌లో మొత్తం 2 నిమ్జ్‌లను ఏర్పాటు చేస్తున్నారు. అవి:

1. **పామూరు (ప్రకాశం):** ప్రకాశం జిల్లాలోని పామూరు మండలం, పామూరు గ్రామం వద్ద దేశంలోనే మొట్టమొదటి NIMZ ను ఏర్పాటు చేసారు. సుమారుగా మొత్తం ఆకర్షించు పెట్టుబడులు రూ. 1,47,000 కోట్లు, 3.12 లక్షల మందికి ఉపాధి, రూ. 24,000 కోట్లు ఎగుమతులను లక్ష్యంగా పెట్టుకున్నారు.
2. **చిత్తూరు:** కేంద్ర ప్రభుత్వం చిత్తూరు సమీపాన మరొక నిమ్జ్‌ను ఏర్పాటు చేయదలచింది. ఈ ప్రాంతంలో తయారీ రంగ పరిశ్రమను అభివృద్ధి చేస్తారు.

శ్రీ సిటీ - పారిశ్రామిక ప్రాంతం:

- దీని విస్తీర్ణం : 100 చ.కి.మీ.
- ఇది ఆంధ్రప్రదేశ్‌లోని చిత్తూరు జిల్లాలో ఎక్కువ ప్రాంతంలోనూ, నెల్లూరు జిల్లాలో కొంత ప్రాంతంలో విస్తరించి ఉంది. ఇది NH-16 (old No. NH-5) కు 55 కి.మీ.ల దూరంలో ఉంది.
- ఇటీవల ఈ పారిశ్రామిక ప్రాంతంలో మోండలేజ్ (క్యాడ్‌బరీ) చాక్లెట్ల తయారీ సంస్థ, జపాన్ వాహన తయారీ సంస్థ అయిన ఇసుజ, హీరో మోటోకార్ప్, అపోలో టైర్ల సంస్థలు తమ కార్యాలయాల నిర్మాణంను ప్రారంభించాయి.

ప్రత్యేక ఆర్థిక మండళ్ళు (SEZ-Special Economic Zone):

- ప్రత్యేక ఆర్థిక మండళ్ళ విధానాన్ని ఏప్రిల్ 2000లో ఎగుమతి & దిగుమతి విధానం క్రింద ప్రకటించబడింది. సెజ్‌లను ఆర్థికవృద్ధికి ఇంజన్‌గా మార్చడానికి నాణ్యమైన మౌలిక సదుపాయాలతో పాటు, కనిష్ట సాధ్యమయ్యే నిబంధనలను ఆకర్షణీయమైన ఆర్థిక ప్యాకేజీతో కేంద్రం మరియు రాష్ట్ర స్థాయిలో రూపొందించబడింది.
- ఆర్థిక వ్యవస్థలో పెనుమార్పులు తీసుకొచ్చేవిధంగా ఎక్స్‌పోర్ట్ ప్రాసెసింగ్ జోన్‌లు (EPZ)లు వాణిజ్య విధానాలుగా ఉపయోగపడ్డాయి. 2000 నుండి SEZలను EPZలుగా మార్చడం జరిగింది.
- సెజ్ చట్టం 2005 ద్వారా ఆంధ్రప్రదేశ్‌లో మొదటిసారి సెజ్‌ని విశాఖపట్నం వద్ద ఏర్పాటు చేశారు.
- దాదాపు 375 SEZలు దేశంలో నోటిఫై చేయబడ్డాయి కానీ ప్రస్తుతం 270 SEZలు మాత్రమే పనిచేస్తున్నాయి.
- ఆంధ్రప్రదేశ్‌లో ఆపరేషనల్ సెజ్‌ల సంఖ్య - 25
- అత్యధిక సెజ్‌లు గల జిల్లా - విశాఖపట్నం (7), నెల్లూరు (5)
- ఆంధ్రప్రదేశ్‌లో అంతర్జాతీయ తోళ్ళ పరిశ్రమ ఏర్పాటు చేస్తున్న ప్రదేశం - కొత్తపట్నం సెజ్

రాష్ట్రంలో పారిశ్రామిక రంగాన్ని ప్రోత్సహించడానికి ఆంధ్రప్రదేశ్ రాష్ట్ర ప్రభుత్వం ప్రవేశపెట్టిన కార్యక్రమాలు :

- పారిశ్రామికీకరణ, యువతకు ఉద్యోగాల కల్పనకు ఆంధ్రప్రదేశ్ కట్టుబడి ఉంది.
- ప్రధానంగా వ్యవసాయాధారితమైనప్పటికీ, పెట్టుబడుల కోసం మంచి పర్యావరణ వ్యవస్థను సృష్టించడం ద్వారా పారిశ్రామికీకరణను వేగవంతం చేసేందుకు రాష్ట్రంలో ఇటీవలి కాలంలో ప్రభుత్వం నిర్మాణాత్మక సంస్కరణలను చేపట్టింది.
- పారిశ్రామిక విధానం (2020-23) ద్వారా రాష్ట్రం వ్యవసాయ మరియు ఆహార ప్రాసెసింగ్, బయోటెక్నాలజీ, డ్రగ్స్ మరియు ఫార్మాస్యూటికల్స్, IT మరియు ITeS, టెక్స్టైల్, ఆటోమోటివ్ మరియు కాంపోనెంట్స్ మరియు టూరిజం వంటి విభిన్న విభాగాలను అభివృద్ధి చేయడానికి వివిధ కార్యక్రమాలను అమలు చేసింది.
- ప్రభుత్వం 'YSR AP One' ని పరిచయం చేస్తోంది. ఇది పరిశ్రమలను వన్-స్టాప్ రిసోర్స్ మరియు సపోర్టు సెంటర్‌గా పనిచేసే బహుముఖ వ్యాపార ఎనేబుల్‌మెంట్ సెంటర్. ఈ పోర్టల్ ద్వారా 10 రకాల సేవలను ప్రభుత్వం అందిస్తుంది.
- భారత ప్రభుత్వ జాతీయ ఇ-గవర్నెన్స్ ప్లాన్ యొక్క ఇ-బిజ్ ప్రాజెక్ట్ కింద ఆంధ్రప్రదేశ్ సింగిల్ విండో క్లియరెన్స్ సిస్టమ్‌ను తీసుకువచ్చిన మొదటి రాష్ట్రంగా ఆంధ్రప్రదేశ్ నిలిచింది.
- పరిశ్రమ ఏర్పాటుకు అవసరమైన అన్ని క్లియరెన్స్‌లను 21 పనిదినాలలో అందించేందుకు అవసరమైన వ్యవస్థను ఏర్పాటు చేయడం ఈ సింగిల్ డెస్క్ విధానం యొక్క లక్ష్యం.
- ఆంధ్రప్రదేశ్‌లో క్వెరీలు / గ్రీవెన్స్‌లను సులభంగా మరియు వేగంగా పరిష్కరించేందుకు వీలుగా ఇండస్ట్రీస్ స్పందనను వన్-స్టాప్ ఫిర్యాదులు పరిష్కరించేందుకు వీలుగా ఇండస్ట్రీస్ స్పందనను వన్-స్టాప్ ఫిర్యాదుల పరిష్కారా వ్యవస్థగా ప్రారంభించింది.
- భారతీయ ఆర్థిక వ్యవస్థను పునరుద్ధరించడానికి, రైతులు, వలస కార్మికులకు సహాయం. చేయడానికి మరియు పారిశ్రామిక రంగాన్ని పునరుద్ధరించడానికి ఆత్మనిర్భర్ భారత్ అభియాన్ ఆర్థిక ప్యాకేజీ (స్వయం ఆధారపడే భారత మిషన్) ప్రవేశపెట్టింది.
- ప్రభుత్వం ప్రత్యేక పారిశ్రామిక విధాన 2020-23లో భాగంగా 'జగనన్న వైఎస్ఆర్ బడుగు వికాసం' అనే కొత్త పథకాన్ని ప్రవేశపెట్టింది. దీని కింద సమ్మిళిత వృద్ధిని సాధించడానికి sc మరియు st వర్గాలకు చెందిన పారిశ్రామికవేత్తల ప్రయోజనాల కోసం అనేక ప్రోత్సాహకాలను ప్రకటించింది. sc, st మహిళలకు Industrial benefits ఇవ్వడం జరిగింది.
- **MSME క్లస్టర్ డెవలప్‌మెంట్ ప్రోగ్రామ్:** మైక్రో మరియు స్మాల్ ఎంటర్‌ప్రైజెస్ (MSME) యొక్క ఉత్పాదకత మరియు పోటీతత్వాన్ని అలాగే సామర్థ్యాన్ని పెంపొందించడానికి కీలక వ్యూహం.
- ఆంధ్రప్రదేశ్ ఓడరేవులకు అందుబాటులో ఉన్న వనరులు సమృద్ధిగా ఉన్న రాష్ట్రం, తద్వారా రాష్ట్రం నుండి ఎగుమతులను ప్రోత్సహించడానికి భారీ సామర్థ్యం ఉంది.
- **ఆజాది కా అమృత్ మహోత్సవ్:** భారతదేశానికి స్వాతంత్ర్యం వచ్చిన 75 సంవత్సరాల జ్ఞాపకార్థం, వాణిజ్య విభాగం 'వాణిజ్య సప్త:' నిర్వహించింది. రాష్ట్ర స్థాయి ట్రేడ్ కార్నివాల్ (వాణిజ్య ఉత్సవ్) విజయవాడలో నిర్వహించబడింది.
- మెగా ఫుడ్ పార్కులు: కేంద్ర ఆహార పధార్థాల ప్రాసెసింగ్ సంస్థ దేశవ్యాప్తంగా మెగా ఫుడ్ పార్కులను అభివృద్ధి చేస్తుంది. ఆంధ్రప్రదేశ్‌లో కృష్ణా జిల్లా బాపులపాడు మండలం మల్లపల్లిలో మెగా ఫుడ్ పార్క్ ఏర్పాటుకు భారత ప్రభుత్వం మంజూరు చేసింది.

- **వైఎస్ఆర్ జగనన్న మెగా ఇండస్ట్రీయల్ హబ్ :** వైజాగ్-చెన్నై ఇండస్ట్రీయల్ కారిడార్‌లో అంతర్భాగంగా 31,155 ఎకరాల విస్తీర్ణంలో కడప జిల్లా కొప్పర్తి వద్ద వైఎస్ఆర్ జగనన్న మెగా ఇండస్ట్రీయల్ హబ్ ను అభివృద్ధి చేస్తున్నారు.
- **మల్టీ మోడల్ లాజిస్టిక్ పార్క్ :** అనంతపురం, విజయవాడ వద్ద సరుకు రవాణాలో అత్యంత కీలకమైనమల్టీ మోడల్ లాజిస్టిక్స్ పార్కులను ఏర్పాటు చేస్తారు. సరుకుల రవాణా వ్యయం తగ్గిస్తూ ఎగుమతులు ప్రోత్సహించడం ఈ పార్క్ ఉద్దేశం.
- అక్రమ రవాణాను అరికట్టేందుకు ఇసుక రవాణా చేసే వాహనాలను రియల్ టైమ్ ట్రాకింగ్ కోసం GPS ఆధారిత వెహికల్ ట్రాకింగ్ సిస్టమ్ (APMVTS) ను ప్రవేశపెట్టారు.
- **Global Investors Summit 2023:** 2023 మార్చి 3 మరియు 4న విశాఖపట్నంలో రాష్ట్రప్రభుత్వం ప్రతిష్ఠాత్మకంగా 'గ్లోబల్ ఇన్వెస్టర్స్ సమ్మిట్' ను నిర్వహించింది. 25 దేశాలకు చెందిన పారిశ్రామికవేత్తలు, 30కి పైగా అంతర్జాతీయ స్థాయి సంస్థలు ఈ సదస్సులో పాల్గొన్నాయి. ఈ సదస్సులో రాష్ట్ర ప్రభుత్వం Advantage Andhra Pradesh - Where Abundance Meets Prosperity అనే పేరుతో నివేదికను రూపొందించింది.

CHAPTER 15 రవాణా వ్యవస్థ (Transport System)

- ప్రధానంగా రవాణా వ్యవస్థల్ని 4 రకాలుగా చెప్పవచ్చు. అవి 1) రోడ్డు రవాణా 2) రైలు రవాణా 3) వాయు రవాణా 4) జల రవాణా.
- ఇటీవల కాలంలో 5వ రవాణా వ్యవస్థగా 'Hyperloop Technology' అత్యంత వేగంగా అభివృద్ధి చెందుతున్నది. హైపర్‌లూప్ అనేది పబ్లిక్ మరియు గూడ్స్ రవాణా రెండింటికీ చెందిన హైస్పీడ్ రవాణా వ్యవస్థ.
- చమురు, సహజవాయువు, కొన్ని ఖనిజాల రవాణాలకు 'Pipeline Transport' ఉంది.

జల రవాణా

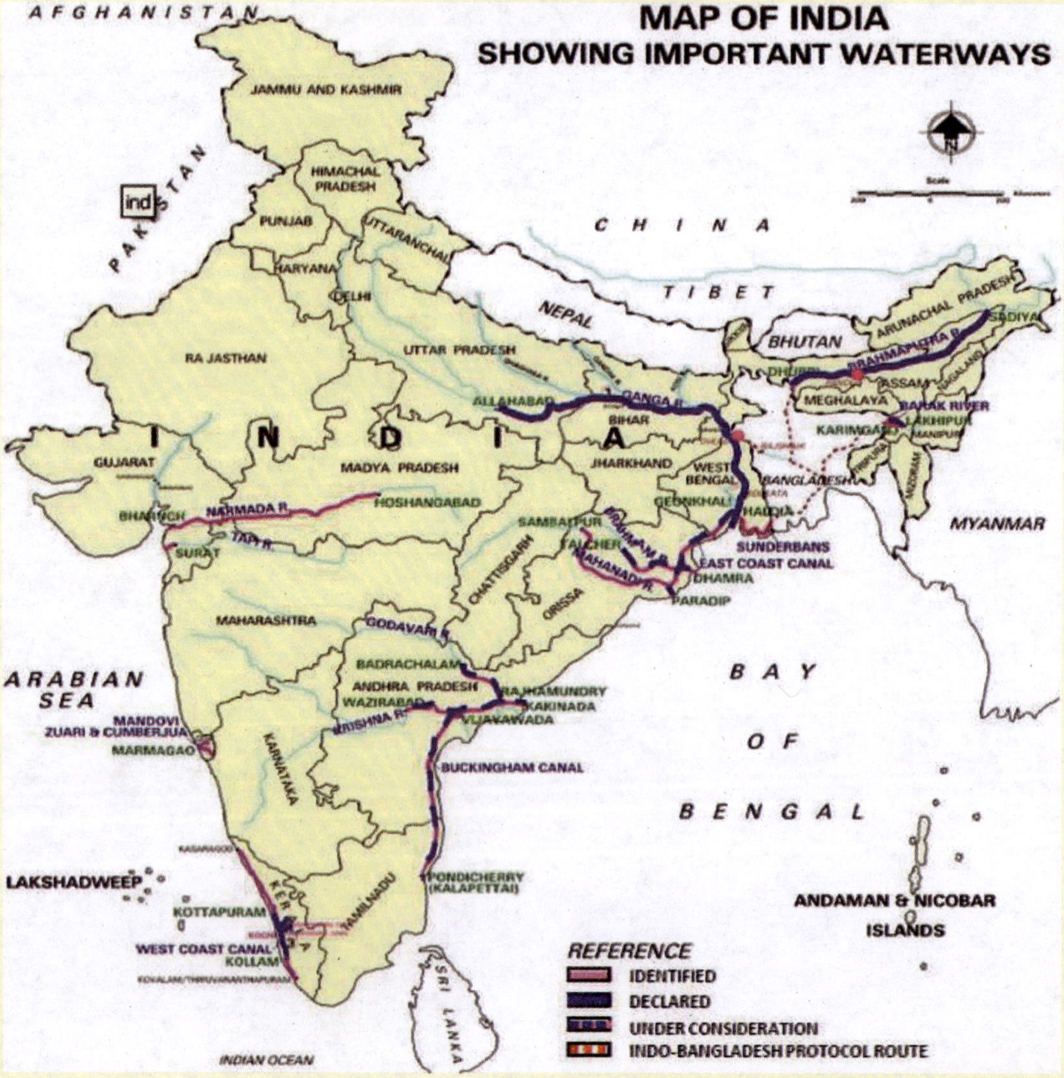

❖ జల రవాణాను అటు సముద్ర రవాణాగాను, ఇటు అంతస్థలీయ జల రవాణాగాను విభజించవచ్చు.

ఎ. అంతస్థలీయ జల రవాణా:

❖ అంతస్థలీయ జల రవాణా అభివృద్ధి కోసం Inland Water Ways Authority of India - IWAI ను 1986లో స్థాపించారు.

❖ దీని ప్రధాన కార్యాలయం ఉత్తర ప్రదేశ్‌లోని నోయిడా వద్ద కలదు.

❖ నేషనల్ ఇన్‌ల్యాండ్ నావిగేషన్ ఇన్‌స్టిట్యూట్‌ను పాట్నాలో స్థాపించారు. దీన్ని ఇన్‌ల్యాండ్ వాటర్ ట్రాన్స్‌పోర్ట్ రంగం కోసం మానవ వనరులను అభివృద్ధి చేయడానికి ఏర్పాటు చేశారు.

❖ మన దేశంలో అంతస్థలీయ జల రవాణాకు అనుకూలంగా 14,500-20,000 కి.మీ.ల పొడవైన జలమార్గాలు కలవు.

❖ 2014 వరకు 5 జాతీయ జలమార్గాలు ఏర్పాటు చేసారు.

❖ 2014-15 బడ్జెట్‌లో జాతీయ జలమార్గం 6ను ప్రకటించారు.

❖ దేశంలో ఇప్పటి వరకు ప్రకటించిన జాతీయ జలమార్గాలు - 111.

❖ 2016 బడ్జెట్‌లో కొత్తగా ప్రకటించిన జాతీయ జలమార్గాలు - 106. ఇందులో భాగంగా జాతీయ జలమార్గం 6ని జాతీయ జలమార్గం 16గా మార్చారు.

❖ మిగతా 5 జలమార్గాలు ఇదివరకే ఏర్పాటు చేసారు.

NWW-1:

❖ NWW-1 ను 1986లో ప్రకటించారు.

❖ ఇది నాలుగు రాష్ట్రాల్లో విస్తరించి ఉంది.

❖ ప్రధాననది - గంగానది (గంగాతో పాటు హుగ్లీ నది, ఫరక్కా కాలువపై కలదు).

❖ ఈ జలమార్గం ఉత్తరప్రదేశ్, బీహార్, జార్ఖండ్, పశ్చిమబెంగాల్ రాష్ట్రాలలో 1620 కి.మీ. పొడవులో కలదు.

❖ ఈ జలమార్గం ఉత్తరప్రదేశ్‌లోని ప్రయాగ్‌రాజ్ నుండి పశ్చిమ బెంగాల్ లోని హల్దియా వరకు విస్తరించి ఉంది.

❖ ప్రస్తుతం దేశంలోని అతిపొడవైన మరియు రద్దీ అయిన జాతీయ జల రహదారి ఇదే.

నోట్: జాతీయ జలమార్గం-1 పై ఉన్న ప్రధాన ఓడరేవు - కోల్‌కత్తా ఓడరేవు.

NWW-2:

❖ NWW-2 ను 1988లో ప్రకటించారు.

❖ ప్రధాన నది - బ్రహ్మపుత్రా నది.

❖ ఇది కేవలం అస్సాంలోని బ్రహ్మపుత్రా నదిపై కలదు.

❖ సాదియా నుండి దూబ్రి వరకు 891 కి.మీ. పొడవులో ఉంది.

NWW-3:

❖ NWW-3 ను 1993లో ప్రకటించారు.

❖ ఇది కేవలం కేరళలో ఉంది. వెంబనాడ్ సరస్సు మరియు ఉద్యోగ మండలం కాలువ, చంపకారన్ కాలువపై కలదు.

❖ దీని ప్రధాన మార్గం కొల్లం నుండి కొత్తపురం 168 కి.మీ. వరకు కలదు. ఇందులో రెండు కాలువలను అనుసంధానం చేసారు.

1. ఉద్యోగ మండలం కాలువ 23 కి.మీ.
2. చంపకారన్ కాలువ 14 కి.మీ.

❖ మొత్తంగా NWW-3 పొడవు 205 కి.మీ.
❖ దీని ప్రధాన నగరం మరియు ఓడరేవు - కొచ్చి.
❖ 24గం।। రవాణాను కల్గి ఉండడం దీని ప్రత్యేకత.

NWW - 4:

❖ NWW- 4ను 2008లో ప్రకటించారు.
❖ ప్రధాన రాష్ట్రం ఆంధ్రప్రదేశ్ (ఆంధ్రప్రదేశ్, తమిళనాడు పుదుచ్చేరి, తెలంగాణాలో కూడా కలదు).
❖ ఇది 5 కాలువలు, 2 నదులు (గోదావరి & కృష్ణా) పై కలదు.

1. కాకినాడ కాలువ → కాకినాడ (దవళేశ్వరం) - రాజమండ్రి.
2. ఏలూరు కాలువ → రాజమండ్రి - విజయవాడ (ప్రకాశం బ్యారేజ్).
3. కమ్మమూరు కాలువ → విజయవాడ - పెద గంజాం.
4. ఉత్తర బకింగ్‌హామ్ కాలువ → పెదగంజాం - చెన్నై
5. దక్షిణ బకింగ్‌హామ్ కాలువ → చెన్నై - పుదుచ్చేరి

❖ దీని ప్రధాన మార్గం కాకినాడ నుండి పుదుచ్చేరి వరకు కలదు. దీని మొత్తం పొడవు 1095 కి.మీ.
❖ నదీ మార్గాలు → 1. గోదావరి → భద్రాచలం నుండి రాజమండ్రి 171 కి.మీ.
2. కృష్ణ → వజీరాబాద్ నుండి విజయవాడ 157 కి.మీ.

Note: కేంద్ర ప్రభుత్వం ఇటీవలె దీని పొడవు 2890 కి.మీ.కు పెంచాలని ప్రతిపాదన సిద్ధం చేసింది. ఒకవేళ ఇది అమలులోకి వస్తే మరో రెండు రాష్ట్రాలు ఇందులో భాగంగా ఉంటాయి. అవి కర్నాటక, మహారాష్ట్ర. ప్రస్తుతానికి 2వ పొడవైన జాతీయ జలమార్గం ఇదే.

NWW - 5:

❖ 2008-09 బడ్జెట్‌లో ప్రటించారు.
❖ ప్రధాననది - బ్రాహ్మణి.
❖ ఒడిస్సా, వెస్ట్ బెంగాల్‌లో కలదు
❖ ప్రధాన మార్గం: తాల్చేరు - దమ్ర
❖ మహానది శాఖలు - భైతరని, మటాయినది
❖ ఈ జలమార్గంలో తూర్పు కోస్తా కాలువ కూడా కలదు
❖ ఈ కాలువ హుగ్లీ నదిపై జియోంకాళి నుండి ఒడిషాలో బ్రాహ్మణిపై చార్ భటియా ప్రాంతం వరకు కలదు.
❖ దీని మొత్తం పొడవు - 623 కి.మీ. దీనిని 550 కి.మీ.కు తగ్గించారు.

NWW 16 లేదా NWW 6 (పాతపేరు):

❖ NWW-16 2016లో ప్రకటించారు.
❖ ప్రధాననది - బరాక్‌నది
❖ ప్రధాన రాష్ట్రం - అస్సాం
❖ ప్రధాన మార్గం: లక్కీపూర్ - బంగా

❖ పొడవు - 121 కి.మీ.

Note: బరాక్ నదిని బంగ్లాదేశ్‌లో మేఘన అని పిలుస్తారు.

1. ఈ మధ్య పర్యావరణ సమస్యలను ఎదుర్కొంటు వివాదంగా మారిన అత్యధిక సంఖ్యలో 29 నదులపై ప్రకటించబడిన జాతీయ జలమార్గం NWW- 97 సుందర్బన్స్.
2. 111వ జాతీయ జలమార్గం జువారి నదిపై గోవాలో ఉంది.
3. ఆంధ్రప్రదేశ్‌లో పెన్నా మరియు తుంగభద్ర నదులపై 2 జాతీయ జలమార్గాలను ప్రకటించారు.
   - NWW 79 – 28 కి.మీ. పెన్నానదిపై కలదు.
   - NWW 104 – 232 కి.మీ. తుంగభద్రనదిపై కలదు.

బి. సముద్ర రవాణా/ఓడరేవులు:

❖ దేశంలో కేంద్ర ప్రభుత్వ ఆధీనంలో మరియు నియంత్రణలో ఉన్న ప్రధాన ఓడరేవులు - 13.

❖ వీటిలో దేశంలో మొట్టమొదటి కార్పోరేట్ ఓడరేవు - ఎన్నూర్ ఓడరేవు. దీన్నే కామరాజ్ నాడార్ ఓడరేవు అని కూడా పిలుస్తారు.

❖ కేంద్ర ప్రభుత్వం 13వ ఓడరేవుగా ఇటీవల అండమాన్ నికోబార్‌లోని పోర్ట్ బ్లెయిర్‌ని ప్రకటించడం జరిగింది.

❖ ప్రస్తుతం భారతదేశంలో 12 ప్రధాన ఓడరేవులు ఉన్నాయి. 6 తూర్పు తీరంలో, 6 పశ్చిమ తీరంలో కలవు.

❖ భవిష్యత్తులో రాబోతున్న 14వ ఓడరేవు వదవాన్ ఓడరేవు (మహారాష్ట్ర). ఒకవేళ ఇది పూర్తయితే ఆసియాలోనే అతి పెద్ద ఓడరేవు అవుతుంది.

1. కాండ్లా-గుజరాత్:

★ ఇండియన్ పోర్ట్స్ యాక్ట్ ప్రకారం 2017లో దీనిని దీన్ దయాళ్ పోర్ట్‌గా మార్చారు.

★ ఇది కాండ్లా-కరాచి ప్రాంతంలో అభివృద్ధి చెందింది మరియు వాయువ్య భారతదేశ వాణిజ్యాన్ని మెరుగుపరుచుటకు అభివృద్ధి చేసిన మొదటి ఓడరేవు.

★ దేశ విభజన అనంతరం అభివృద్ధి చెందించిన తొలి ఓడరేవు. విభజన వల్ల అభివృద్ధి చెందిన ఓడరేవు కనుక దీనిని "విభజన సంతానం" అని పిలుస్తారు.

★ దేశంలో ప్రధాన ఓడరేవుల్లో ఏకైక అలల ఆధారిత ఓడరేవు.

★ దీన్ని అభివృద్ధి చెందించడానికి కేంద్ర ప్రభుత్వం దేశంలో మొట్టమొదటి Export processing zone (EPZ), Free Trade Zone (FTZ), Special Economic Zone (SEZ) లను ఇక్కడ ప్రకటించడం జరిగింది.

★ దేశంలో భూకంప సంభావ్యత ప్రదేశం అత్యధికంగా ఉన్న ఓడరేవు కాండ్లా.

నోట్: ఘనపరిమాణం ఆధారిత వాణిజ్యంలో దేశంలో అతిపెద్ద ఓడరేవు కాండ్లా.

2. ముంబాయి - మహారాష్ట్ర:

★ ముంబాయి ఓడరేవుని సాల్‌శెట్టి అనే దీవిపై ఏర్పాటు చేసారు.

★ ఇక్కడ ఏర్పడ్డ లోతు ఇంచుమించు సూయజ్ కాలువ లోతు (11 మీటర్లు)తో సమానం.

★ సుయాజ్ కాలువ మధ్యధరా సముద్రాన్ని, ఎర్ర సముద్రాన్ని కలుపుతుంది. ఇది ఈజిప్ట్‌లో ఉంది. దీని నిర్మాణం 1869లో పూర్తి అయింది. సూయజ్ కాలువలో 3 ఓడరేవులు కలవు. అవి షైద్, ఇష్మాలియా, సూయజ్. దీని పొడవు 169 కి.మీ. దీనిని నాజర్ (ఈజిప్ట్ పితామహుడు) జాతీయం చేయడం జరిగింది.

★ 2021 మార్చిలో సూయజ్ కాలువలో 5 రోజుల పాటు ఇరుక్కుపోయిన షిప్ "ఎవర్ గ్రీన్"

★ దేశం మొత్తం రవాణాలో 21 శాతం రవాణా ఈ రేవు నుండే జరుగుతుంది.

Note: ముంబాయిలోనే భారత పశ్చిమ నావికాదళ ప్రధాన కార్యాలయం కలదు

★ భారతదేశంలో నౌకలను ఎక్కువగా నిర్మించిన అతి పెద్ద షిప్ బిల్డింగ్ ఇండస్ట్రీ - మజ్‌గావ్ డాక్ లిమిటెడ్ నౌకా నిర్మాణ కేంద్రం ఇక్కడే ఉంది. ఇందులో ఎక్కువగా యుద్ధ నౌకలను మరియు జలాంతర్గాములను నిర్మిస్తున్నారు.

★ ఈ మధ్య కాలంలో వీరు నిర్మించిన జలంతర్గాములు 6. వీటిని ఐ.ఎన్.ఎస్. కె సీరిస్‌గా పిలుస్తారు. అవి: 1) కల్వరి, 2) కందేరి, 3) కరాంజ్, 4) వెలా, 5) వాగిర్, 6) వాగ్షీర్.

★ ఇటీవల కాలంలో అభివృద్ధి చేసిన మజ్‌గావ్ డాక్ యుద్ధనౌక - విశాఖపట్నం క్లాస్.

★ ఈ ఓడరేవు వల్ల ముంబాయికి దక్షిణంగా అభివృద్ధి చెందిన నగరం నవీముంబాయి.

3. నవసేన - మహరాష్ట్ర:

★ దీనిని జవహర్ నవసేన ఓడరేవుగా పిలుస్తారు.

★ పశ్చిమ తీరంలో కృత్రిమ ఓడరేవు నవసేన. ఇది నవసేన దీవిపై కలదు.

★ దేశంలో అత్యాధునిక ఓడరేవు. అత్యధిక సంఖ్యలో కంటైనర్స్/బెర్త్‌లను కల్గిన ఓడరేవు.

★ ముంబాయిపై గల రద్దీని తగ్గించడానికి దీనికి నిర్మించారు.

★ నవసేన ఓడరేవును దాడిచేసిన వైరస్ - వానక్రై.

4. మార్మగోవా - గోవా:

★ ఈ ఓడరేవు జువారి నది ముఖద్వారం పై ఉంది.

- నార్త్‌గోవాలో ఉన్న ఐరన్ మైన్స్ నుండి పశ్చిమ మరియు అరబ్బు దేశాలకు ముడి ఇనుము ఎగుమతి కోసం దీనిని నిర్మించారు.
- దేశంలో ఇనుమును ఎక్కువగా ఎగుమతి చేస్తున్న ఓడరేవు మార్మగోవానే.
- దేశ ఎగుమతిలో 31% ఇరాన్ దేశానికి ఎగుమతి చేస్తున్నారు.
- గోవా షిప్ బిల్డర్స్ లిమిటెడ్ ఇక్కడ కలదు. ఇందులో నేవల్ మరియు కోస్ట్‌గార్డ్ నౌకలను అభివృద్ధి చేస్తారు.

5. మంగళూరు - కర్ణాటక:

- ఇది గురుపూర్ అనే నదీ ముఖద్వారంపై ఉంది. ఇది ఎగుమతి ఆధారిత ఓడరేవు. పశ్చిమతీరంలో లోతైన ఓడరేవు.
- కుద్రేముఖ్ గనుల నుండి ఇనుము ఎగుమతికై దీన్ని నిర్మించడం జరిగింది.
- దీనిని 'గేట్ వే ఆఫ్ కర్నాటక' అంటారు.
- ఆసియాలోనే అతి పెద్ద నావికాస్థావరం కర్నాటకలో 'కార్‌వార్' అనే ప్రాంతంలో నిర్మిస్తున్నారు. ఈ ప్రాజెక్ట్‌లో మొదటి దశ పూర్తి కావటం జరిగింది. దీనిని "సీబర్డ్‌గా" పిలవడం జరుగుతుంది.

> **Note:** భారతదేశంలో ముడి ఇనుమును ఎగుమతి చేయడానికి మార్మగోవా, మంగుళూరు మరియు పారాదీప్ ఓడరేవులను నిర్మించడం జరిగింది.

6. కొచ్చి-కేరళ:

- ఈ ఓడరేవును అరేబియా సముద్రపు రాణిగా పిలుస్తారు.
- ఒక వైపు వెంబనాడ్ సరస్సుపై మరియు మరోవైపు వెల్లింగ్టన్ దీవిపై దీన్ని నిర్మించారు.
- ఆస్ట్రేలియా నుండి ఆఫ్రికా వరకు ఉన్న సముద్ర మార్గంలో మధ్యలో ఉంది. దీనిని ప్రాక్ పశ్చిమ జలదారి అంటారు. కావున ఈ ఓడరేవును భారతదేశపు భవిష్యత్తు అశాకిరణంగా పిలుస్తారు.
- ఇది దిగుమతి ఆధారిత ఓడరేవు అయినప్పటికీ సుగంధ ద్రవ్యాలను ఎగుమతి చేస్తుంది.
- దక్షిణ నావికాదళ ప్రధాన కార్యాలయం ఇక్కడే కొచ్చిలో కలదు.
- దేశంలో దేశీయంగా నిర్మించిన అతిపెద్ద యుద్ధనౌక ఐఎన్ఎస్ విక్రాంత్. దీనిని నిర్మించిన సంస్థల్లో ప్రధాన సంస్థ అయిన కొచ్చి షిప్‌యార్డ్ లిమిటెడ్ ఇక్కడే కలదు. ఇది యుద్ధ నౌకలు, వాణిజ్య నౌకలు ముఖ్యంగా నౌకల మరమ్మతులకు ప్రసిద్ధిగాంచింది.
- DWT(Dead Weight Tonnage) ప్రాతిపదికన దేశంలో అతిపెద్ద నౌకా నిర్మాణ కేంద్రం ఇదే.
- Institute of Marine Engineering and Fisheries - కొచ్చిలో కలదు.

7. ట్యూటికోరిన్ - తమిళనాడు:

- హిందూ మహాసముద్రంపై/మన్నార్ సింధుశాఖ వద్ద ఉన్న ఓడరేవుగా దీన్ని చెప్పవచ్చు
- సముద్ర ఉత్పత్తుల ఎగుమతులకి ప్రసిద్ధి గాంచింది. పర్యావరణ సమస్యలను విపరీతంగా ఎదుర్కోంటుంది.
- చెన్నై ఓడరేవుకు దక్షిణాన నిర్మించారు.
- దీనికి మరొక పేరు - వి.ఓ. చిదంబరం ఓడరేవు.

8. చెన్నై ఓడరేవు :

- దక్షిణ భారతదేశంలో మరియు తూర్పు తీరంలో ఉన్న అతిపెద్ద ఓడరేవు.
- దేశంలో 2వ అత్యంత రద్దీ అయిన ఓడరేవు / అతిపురాతన మానవ నిర్మిత ఓడరేవు.
- దేశంలో కృత్రిమ ఓడరేవుల్లో పెద్దది.

Note: ప్రధాన ఓడరేవులు అత్యధిక సంఖ్యలో ఉన్న రాష్ట్రం - తమిళనాడు.
రాష్ట్ర యాజమాన్య ఓడరేవులు అధికంగా ఉన్న రాష్ట్రం - మహారాష్ట్ర.

9. విశాఖపట్నం ఓడరేవు:

- దీనిని 'మాంచెస్టర్ ఆఫ్ ఆంధ్రప్రదేశ్' గా పిలుస్తారు.
- మన రాష్ట్రంలో ఏకైక ప్రధాన ఓడరేవు.
- తూర్పు తీరంలో ఏకైక సహజ ఓడరేవు.
- దేశంలో అత్యంత సురక్షితమైన ఓడరేవు (డాల్ఫిన్‌నోస్ కొండలవల్ల).
- ప్రధాన ఓడరేవుల్లో విశాఖపట్నం లోతైనది. దిగుమతులు కన్నా ఎగుమతులు ఎక్కువ.
- ఛత్తీస్‌ఘడ్‌లో బైలదిల్లా గనుల నుండి జపాన్‌కు ఇనుమును ఎగుమతి చేస్తుంది.

Note:
1. తూర్పు నావికాదళ ప్రధాన కార్యాలయం ఇక్కడ కలదు.
2. దేశంలో మొట్టమొదటి నౌకా నిర్మాణ కేంద్రం సింధియా నావిగేషన్ లిమిటెడ్ / హిందూస్థాన్ షిప్‌యార్డ్ లిమిటెడ్ (HSL). ఈ సంస్థ 1948లో మొట్టమొదటి దేశీయ నౌక 'జలఉష' ను నిర్మించింది.
3. HSL సంస్థ సబ్‌మెరైన్‌ల రిపేరింగ్ వర్క్‌కి ప్రసిద్ధి.
4. భారతదేశ ఏకైక అణుజలాంతర్గామి INS అరిహంత్ ఇక్కడే కలదు.
5. డ్రెడ్జింగ్ కార్పోరేషన్ ఆఫ్ ఇండియా కూడా విశాఖపట్నంలో కలదు.

10. పారాదీప్:

- మహానది యొక్క ఒక శాఖ ముఖద్వారం పై దీనిని నిర్మించారు.
- ఒడిషా రాష్ట్రంలోని ఉన్న అపారమైన ఖనిజ వనరుల ఎగుమతి కోసం దీనిని నిర్మించారు.
- చక్రవాకాల వల్ల అత్యధిక నష్టాన్ని చవిచూస్తుంది.
- ఘనపరిమాణ ఆధారిత వాణిజ్యంలో దేశంలో 2వ అతిపెద్ద ఓడరేవు - పారాదీప్.

11. కోల్‌కత్తా:

- దేశంలో ఏకైక నదీ ఆధారిత ఓడరేవు.
- దీన్ని సముద్ర తీరానికి 170 కి.మీ.ల ఎగువన హుగ్లీ నదిపై ఎడమగట్టున నిర్మించారు.
- ఈ శాన్య భారతదేశ వాణిజ్యం అంతా దీని ద్వారానే జరుగుతుంది.
- కోల్‌కత్తాపై గల రద్దీని తగ్గించడానికి హల్దియా వద్ద ఒక ఓడరేవును నిర్మించబోతున్నారు మరియు ఈశాన్య భారత్‌కు సులువైన వాణిజ్యాన్ని పెంపొందించడానికి మయన్మార్‌లో 'సిద్వే' ఓడరేవును అభివృద్ధి చేస్తున్నారు.
- ఈ ప్రాజెక్టు మొత్తాన్ని కలిపి Kaladhan Multi model Projectగా పిలుస్తున్నారు.
- ప్రపంచంలో అత్యధిక పూడిక సమస్యను ఎదుర్కొంటున్న ఓడరేవు - కోల్‌కత్తా ఓడరేవు.
- దీనిలో పూడికను నియంత్రించడానికి గంగానది నీటిని ఒక బ్యారేజి ద్వారా హుగ్లీలోకి మళ్ళిస్తున్నారు. ఆ బ్యారేజీయే 'ఫరక్కా బ్యారేజ్'.
- కోల్‌కత్తాలో వాణిజ్య, కోస్ట్ గార్డ్ నౌకలను నిర్మించే Garden Reach Ship Builders Engineering Ltd. సంస్థ కలదు.

ఆంధ్రప్రదేశ్‌లో గల ఓడరేవులు

- ఆంధ్రప్రదేశ్ రాష్ట్రంలో ఒక ప్రధాన ఓడరేవు అయిన విశాఖపట్నం, రాష్ట్ర ప్రభుత్వం నోటిఫై చేసిన 15 ఓడరేవులు కలవు. ఇందులో 3 క్రియాశీలక ఓడరేవులు కలవు.
- **ఆంధ్రప్రదేశ్ రాష్ట్ర ప్రభుత్వ ఆధీనంలో 5 వాణిజ్య కార్యకలాపాలు నిర్వహిస్తున్న ఓడరేవులు కలవు:** ఇవి పబ్లిక్-ప్రైవేట్ భాగస్వామ్య వ్యవస్థలో భాగంగా ఉంటాయి.

1. గంగవరం (విశాఖ):

- అతి పెద్ద ఆదాయ ఆధారిత ఓడరేవు రాష్ట్ర యాజమాన్యంలో కలదు.
- దేశంలో లోతైన ఓడరేవు ఇదే.
- దీనిని Environment Friendly ఓడరేవు అని కూడా అంటారు. ఇందులో రెండు ఫేస్‌లు కలవు.
- ఇందులో రాష్ట్ర వాటా 10.39%.
- సంవత్సరానికి 64 మి.టన్నులను ఉత్పత్తి చేసే సామర్థ్యం కలదు.
- ఫేజ్-1 లో భాగంగా రూ.1675 కోట్లు మరియు ఫేజ్-2లో భాగంగా రూ.1320 కోట్లు కేటాయించారు. గత సం॥లో రూ.1034.231 కోట్ల ఆదాయం లభించింది.

2. కాకినాడ యాంకరేజ్ సీ పోర్ట్:

- దీని సామర్థ్యత 4 మిలియన్ మెట్రిక్ టన్నులు.
- 2022-23 సం॥లో 4 మిలియన్ టన్నుల కార్గోను ఎగుమతి చేసి రూ.40.51 కోట్ల ఆదాయాన్ని పొందింది.

3. కాకినాడ డీప్ వాటర్ సీ పోర్ట్ - కాకినాడ:

- ఈ ఓడరేవు ద్వారా ఇనుప ఖనిజం, గ్రానైట్ మొదలైనవి ఎగుమతి చేస్తున్నారు. మరియు రసాయన ఎరువులు, వంట నూనెలు దిగుమతి చేస్తున్నారు.
- ఇక్కడ 7 బెర్త్‌లు కలవు.
- గత సం॥లో రూ.11.12 మిలియన్ టన్నుల కార్గోను ఎగుమతి చేసి రూ.460 కోట్ల ఆదాయాన్ని పొందింది.

4. రవ్వా ఓడరేవు - కోనసీమ:

- ఇది సూర్యసేన యానాం వద్ద కలదు.
- గత సం॥లో 0.423 మిలియన్ టన్నుల కార్గోను ఎగుమతి చేసి రూ.2.122 కోట్ల ఆదాయాన్ని పొందింది. ఇది అతిచిన్న క్రియాశీలక ఓడరేవు.

5. కృష్ణపట్నం - నెల్లూరు:

- ఆసియా ఖండంలోనే మొదటి గ్రీన్‌ఫీల్డ్ ఓడరేవు.
- దీని సామర్థ్యం 31.9 మి.టన్నులు.
- ఆంధ్రప్రదేశ్‌లో ప్రైవేటీకరించబడిన మొదటి ఓడరేవు.
- పేజ్ 1లో భాగంగా రూ.1342 కోట్లు కేటాయించారు మరియు అదనపు బెర్త్‌ల నిర్మాణం కోసం రూ.600 కోట్లు కేటాయించారు.
- గత సం॥లో 31.97 మిలియన్ టన్నుల కార్గోను ఎగుమతి చేసి రూ.800.21 కోట్ల ఆదాయం పొందింది.

★ ప్రస్తుతం 11 బెర్త్‌లు కలవు.

❖ రాష్ట్రంలో ప్రతిపాదిత ఓడరేవులు:

1. భావనపాడు/మూలపేట - శ్రీకాకుళం (నిర్మాణ అనుమతులు జారీ చేశారు) రూ.4361.91 కోట్లు ఫేజ్-1లో భాగంగా కేటాయించారు.
2. నక్కపల్లి-అనకాపల్లి.
3. నర్సాపురం - వెస్ట్ గోదావరి (రాష్ట్రంలో ఏకైక నదీ ఆధారిత ఓడరేవు అంతర్వేదిలో కలుస్తుంది).
4. మచిలీపట్నం - కృష్ణ (పరిపాలన అనుమతులు జారీ చేశారు. కేంద్రానికి ఈ పోర్ట్‌ను మెగా పోర్ట్‌గా నిర్మించమని ప్రతిపాదనలు పంపారు).
5. నిజాంపట్నం - బాపట్ల.
6. కాకినాడ సెజ్ ఓడరేవు - కాకినాడ.
7. రామాయపట్నం - నెల్లూరు (పరిపాలన అనుమతులు జారీ) రూ.3737.14 కోట్లు కేటాయించారు.
8. దుగ్గరాజపట్నం - నెల్లూరు (మెగా పోర్ట్‌గా నిర్మించాలని ప్రతిపాదన పంపగా తిరస్కరించింది).

♦ మేఘవరం - శ్రీకాకుళం.

❖ ఆంధ్రప్రదేశ్ ప్రభుత్వం మౌళిక సదుపాయాల కల్పనలో భాగంగా అదేవిధంగా మత్స్యకారుల భరోసాకు అనుగుణంగా ఈ క్రింది హార్బర్స్ నిర్మాణానికి అనుమతులు జారీ చేసింది.

1. కళింగపట్నం - శ్రీకాకుళం
2. బుడగట్లపాలెం - శ్రీకాకుళం
3. భీమిలి - విశాఖపట్నం
4. పూడిమడక - అనకాపల్లి
5. ఉప్పాడ - కాకినాడ
6. బియ్యపుతిప్ప - వెస్ట్ గోదావరి
7. మచిలీపట్నం - కృష్ణ
8. నిజాం పట్నం - బాపట్ల
9. కొత్త పట్నం - ప్రకాశం
10. జువ్వలదిన్నె - నెల్లూరు

నాన్ మేజర్ పోర్టులు:

1. భావనపాడు - శ్రీకాకుళం:

♦ ఫేజ్ - 1 పెట్టుబడి = రూ.4,369 కోట్లు.

♦ సామర్థ్యం - 25 మిలియన్ టన్నులు.

♦ 4 బెర్త్‌లు కలవు.

2. కాకినాడ సెజ్ ఓడరేవు:

♦ ఈ ఓడరేవు కోసం రూ.2123 కోట్లు కేటాయించారు.

♦ 3 బెర్త్‌లు కలవు.

3. మచిలీపట్నం ఓడరేవు:

- పెట్టుబడి - రూ.5,155 కోట్లు.
- 4 బెర్తులు కలవు.
- 26 మి.టన్నుల సామర్థ్యం కలదు.

4. రామాయపట్నం ఓడరేవు - నెల్లూరు:

- పెట్టుబడి - రూ.3,736 కోట్లు.
- 4 బెర్తులు కలవు.
- 24 మి.టన్నుల సామర్థ్యం కలదు.

సాగరమాల ప్రాజెక్టు

- సాగరమాల ఓడరేవుల అభివృద్ధి కొరకు పబ్లిక్-ప్రైవేట్ భాగస్వామ్య విధానంలో ఏర్పరిచిన పథకం. దీనిని 2015-జూలై 31న భారతప్రభుత్వం ప్రకటించింది.
- 2030 నాటికి ఇంచుమించు 7 లక్షల 35 కోట్ల పెట్టుబడి పెట్టి 577 ప్రాజెక్టులు దీనిలో అమలుపరుస్తున్నారు.
- సాగర్ మాలలో 4 ప్రధాన భాగాలున్నాయి.
  1. ఓడరేవుల ఆధునికీకరణ.
  2. ఓడరేవుల అనుసంధానం
  3. ఓడరేవుల ఆధారిత పారిశ్రామికరణ: 4.6 లక్షల కోట్ల (ఎక్కువ నిధులు దీనికి కేటాయించారు)
  4. తీర ప్రాంత సమాజాభివృద్ధి.
  5. మెగాపోర్టులను అభివృద్ధి చేయడం. ఇందులో భాగంగా పేజ్-1లో తమిళనాడు - 2, పశ్చిమబంగ, ఒడిషా, కేరళ, కర్నాటక రాష్ట్రాల నుంచి ఒక్కొక్క ప్రాంతాలను ఎంపిక చేసారు.

రోడ్డు - రవాణా

- దేశంలో అధిక సంఖ్యలో ప్రజలు ఉపయోగిస్తున్న రవాణా - రోడ్డు రవాణా
- దేశంలో తొలిసారిగా రోడ్డు రవాణా ఆనవాళ్ళు సింధు నాగరికత కాలంలో కన్పించాయి.
- అప్పటి పట్టణాల్లో పశ్చిమభాగంలో కోటలు ఉండేవి, తూర్పు భాగంలో సాధారణ నివాసాలు ఉండేవి.
- ఈ తూర్పు ప్రాంతంలో ప్రధాన రహదారులు ఉత్తర, దక్షిణాలుగా నిర్మించారు.
- ఇతర రహదారులను తూర్పు, పరమదరలుగా నిర్మించారు. ఇటువంటి రహదారుల వ్యవస్థను "గ్రిడ్ సిస్టం" అంటారు.

Note: దేశంలో సింధూ నాగరికత పట్టణ రోడ్ల వ్యవస్థను పోలిఉన్న నగరం - చండీఘడ్.

- ప్రాచీన భారతదేశంలో రోడ్లను అభివృద్ధి చేసిన మరో రాజవంశం మౌర్యవంశం. (చంద్రగుప్త మౌర్య, అశోకుడు)
- మధ్యయుగంలో ఢిల్లీ సుల్తాన్ కాలంలో ఫిరోజ్‌షా తుగ్లక్ అదేవిధంగా మొగల్స్ యొక్క సమకాలికుడు సూర్ వంశానికి చెందిన షేర్‌షా సూరి కూడా రోడ్ల నిర్మాణంపై దృష్టి సాధించారు.
- షేర్‌షా సూరి మార్గం పాకిస్థాన్‌లోని పెషావర్ నుండి బంగ్లాదేశ్‌లో ఢాకా వరకు ఉంది. భారతదేశంలో ఇది ఢిల్లీ మరియు కలకత్తా మీదుగా ఉంది. దీనిని Grand Trunk Road అంటారు.
- బ్రిటీషు వారి కాలంలో భారతదేశం రెండుగా (ఇండియా - పాకిస్థాన్) విడిపోవడంతో ఈ రహదారి కలకత్తా నుండి ఢిల్లీ మీదుగా అమృత్‌సర్ వరకు మిగిలిపోయింది. ప్రస్తుతం ఈ రహదారిని "షేర్సా సూర్ మార్గ్" అని పిలుస్తున్నారు.

ప్రస్తుతం షేర్షాసూరి మార్గ్‌ను NH -1, NH-2 (ఢిల్లీ - కోల్‌కత్తా)గా మార్చారు.

- ❖ బ్రిటీష్ కాలంలో రోడ్ల నిర్మాణానికి, చెరువుల మరమ్మత్తులకు కేంద్ర ప్రజా పనుల విభాగాన్ని (Central Public Works Department) ఏర్పాటు చేయటం జరిగింది. (డల్హౌసి కాలంలో)
- ❖ రోడ్లను అభివృద్ధిచేయాలనే లక్ష్యంతో 1943లో నాగ్‌పూర్ ప్రణాళికను ఆమోదించారు. ఈ ప్రణాళిక ప్రకారం రహదారులను 4 రకాలుగా విభజించారు. అవి.

1. National High Ways (జాతీయ రహదారులు)
2. State High Ways (రాష్ట్ర రహదారులు)
3. District Roads (జిల్లా రహదారులు)
4. Village Roads (గ్రామీణ / పంచాయితీ రహదారులు)

- ❖ జాతీయ రహదారుల అభివృద్ధి ప్రణాళికలో (NHDP)లో భాగంగా 6వ దశలో మరో రకపు రోడ్లను Express Waysని పరిచయం చేయడం జరిగింది.
- ❖ ప్రస్తుతం దేశంలో మొత్తం రోడ్లు 17 లక్షల చ.కి.మీల విస్తీర్ణం కలిగివుంది.
- ❖ దేశంలో ఎక్స్‌ప్రెస్ హైవేల విస్తీర్ణం అధికంగా ఉన్న రాష్ట్రం - ఉత్తరప్రదేశ్.
- ❖ ప్రస్తుతం అతి పొడవైన ఎక్స్‌ప్రెస్ హైవే - తూర్పు పెరిఫెరల్/యమునా ఎక్స్‌ప్రెస్ హైవే.
- ❖ ఆంధ్రప్రదేశ్ యొక్క ప్రతిపాదిత ఎక్స్‌ప్రెస్ హైవే - అనంతపురం నుండి అమరావతి.
- ❖ మన రాష్ట్రంలో పంచాయితీ రోడ్లను పంచాయితీరాజ్ ఇంజనీరింగ్ డిపార్ట్‌మెంట్ నిర్వహిస్తుంది.
- ❖ రాష్ట్ర మరియు జిల్లా రహదారులను ఆర్ & బి డిపార్టుమెంట్ ఆధ్వర్యంలో నిర్వహిస్తారు.
- ❖ కేంద్ర గ్రామీణ రహదారుల నిర్మాణానికి 2000లో ప్రధాన మంత్రి గ్రామ సడక్ యోజన (PMGSY)ను ప్రారంభించారు.
- ❖ దినసరి లక్ష్యం : రోజుకి 133 కి.మీ. నిర్మించాలి.
- ❖ దేశంలో జాతీయ రహదారుల నిర్మాణం మరియు అభివృద్ధి కోసం పార్లమెంటరీ చట్టం ద్వారా NHAIను 1988లో ఏర్పాటు చేశారు.
- ❖ దేశంలో ఎక్కువగా పంచాయితీ రోడ్లు, తరువాత జిల్లా రహదారులు, రాష్ట్ర రహదారులు మరియు జాతీయ రహదారులు ఈ విధంగా అవరోహణ క్రమంలో విస్తరించి ఉన్నాయి.
- ❖ దేశంలో జాతీయ రహదారుల వాటా 1.5 నుంచి 1.6% ఉంది అయినప్పటికీ 40% లాభాలు వీటివల్లే అందుతున్నాయి.

దేశంలో గల జాతీయ రహదారులు (పాత నెంబర్లు) - మొదటి 10:

1.	NH 1	:	ఢిల్లీ - అమృత్‌సర్
2.	NH 1A	:	పఠాన్‌కోట్ - జలందర్
3.	NH 2	:	ఢిల్లీ - కోల్‌కత్తా
4.	NH 3	:	ఆగ్రా - ముంబాయి
5.	NH 4	:	థానే - చెన్నై
6.	NH 5 /16	:	చెన్నై - బహర్‌గోడా (కోల్‌కత్తా)
7.	NH 6	:	కోల్‌కత్తా - ధూళే (దేశాన్ని అడ్డంగా ఉత్తర - దక్షిణాలుగా విభజించే జాతీయ రహదారి).
8.	NH 7/44	:	వారణాసి-కన్యాకుమారి (దేశాన్ని నిలువుగా, తూర్పు, పడమరలుగా విభజించే జాతీయ రహదారి NH - 44 లో భాగంగా ఉంది.

9) NH 8	:	ఢిల్లీ - ముంబాయి (జైపూర్ మీదుగా).
10. NH-9/65	:	పూణే - మచిలీపట్నం (హైదరాబాద్-విజయవాడ మీదుగా)
11. NH-10	:	ఢిల్లీ - ఫాజిల్కా

Note:
1. NH 5, NH 9 కలిసే ప్రాంతం - విజయవాడ
2. NH7/44, NH 9 కలిసే ప్రాంతం - హైదరాబాద్
3. NH - 4, NH - 5 / 16 కలిసే ప్రాంతం - చెన్నై
4. NH - 3, NH - 8 కలుసుకునే ప్రాంతం - ముంబై
5. NH -1, NH -2 కలుసుకునే ప్రాంతం - ఢిల్లీ
6. NH -1 + NH -2 = GRAND TRUNK ROAD / షేర్‌షా సూరి మార్గ్.

- NHAI 2010 ఏప్రిల్ 01 నుండి జాతీయ రహదారుల పేర్లు విధానాన్ని కొత్తగా ప్రకటించింది.
- ప్రధాన జాతీయ రహదారులకు ఒక అంకె లేదా 2 అంకెల సంఖ్యను కేటాయించారు.
- దేశంలో తూర్పు-పడమరలుగా లేదా అడ్డంగా విస్తరించి ఉన్న రహదారులకు బేసి సంఖ్యను కేటాయించారు. ఈ సంఖ్యా క్రమం ఉత్తరం నుండి మొదలవుతుంది.

  ఉదా : జాతీయ రహదారి-జమ్మూ & కాశ్మీర్ (లడఖ్) ఉంది. ఇది అత్యంత ఉత్తరాన గల రహదారి వీటిలో చివరది 87 NH తమిళనాడు.

- ఉత్తర, దక్షిణంగా విస్తరించి ఉన్న జాతీయ రహదారులకు సరిసంఖ్యలు కేటాయించారు. ఈ క్రమం తూర్పు నుండి ప్రారంభం అవుతుంది.

  ఉదా : NH - 2 అరుణాచల్‌ప్రదేశ్ - అస్సాం, NH - 4 అండమాన్ నికోబార్‌లో కలదు.
  ఇటువంటి వాటిలో చివరిది NH - 70 రాజస్థాన్‌లో కలదు.

- ప్రధాన జాతీయ రహదారుల్లో కలిసే ఇతర రహదారులకు 3 అంకెల సంఖ్యను కేటాయించారు. ఆ 3వ అంకె ఆ ప్రధాన జాతీయ రహదారి సంఖ్యకు Prefix (ముందు) వస్తుంది.

  ఉదా : NH-16లో కత్తిపూడి అనే ప్రాంతంలో కలిసే రహదారిని NH-216 (నరసన్నపేట నుండి పర్లాకిమిడి) గా పిలుస్తున్నాం.

- ఒకవేళ ఈ అంకెల జాతీయ రహదారుల్లో ఇంకేమైనా జాతీయ రహదారులు కలిస్తే వాటికి 4 అంకెల సంఖ్యలను కేటాయించారు. ఇది Suffix గా (వెనుకవైపు) వస్తుంది.

  ఉదా : కత్తిపూడి నుండి కాకినాడ వరకు వెళ్ళే NH -216 నుండి విడిపోయి రాజమండ్రి వరకు వెళ్తున్న జాతీయ రహదారికి NH 216A పేరు పెట్టడం జరిగింది.

National Highways Development Project (NHDP):

- జాతీయ రహదారులను అభివృద్ధి చేసే క్రమంలో కేంద్ర ప్రభుత్వం చేపట్టిన మొట్టమొదటి అధికారిక ప్రాజెక్ట్.
- 1988లో వాజ్‌పేయి ప్రధాన మంత్రిగా ఉన్న సమయంలో NHDP ప్రారంభించబడింది.
- NHDP మొత్తం లక్ష్యం 72,000 కి.మీ. మేర రోడ్లను నిర్మించడం.
- ఈ కార్యక్రమంలో మొత్తం 7 దశలు కలవు.

  PHASE - I : ఈ దశలో భాగంగా స్వర్ణ చతుర్భుజి (Golden Quadrilateral) నిర్మాణాన్ని ప్రతిపాదించారు. ఇందులో నాలుగు భాగాలు ఉంటాయి.

❖ దేశంలో మెట్రోపాలిటన్ నగరాలు అయిన ఢిల్లీ, ముంబాయి, చెన్నై కోల్‌కత్తాలను కలుపుతూ 5,846 కి.మీ. పొడవున నిర్మించనున్నారు.

★ దీన్ని NHAI నిర్వహిస్తుంది.

★ ఇది దేశంలో అతిపెద్ద హైవే ప్రాజెక్ట్‌గా పరిగణిస్తున్నారు.

★ ఎక్కువదూరం గల భుజం → చెన్నై - కోల్‌కత్తా (1,684 కి.మీ.)

★ దీనిలో అనుసంధానించబడే రాష్ట్రాలు 12, కేంద్రపాలిత ప్రాంతం - 1 (ఢిల్లీ)

★ అత్యధిక దూరం పోతూ ఉన్న రాష్ట్రం ఆంధ్రప్రదేశ్ (1014కి.మీ.)

★ తక్కువ దూరం గలది ఢిల్లీ (25 కి.మీ.)

ఎ. **ఢిల్లీ - కోల్‌కత్తా:** ఈ భుజం మొత్తం దూరం 1453 కి.మీ. దీనిలో అనుసంధానించే పట్టణాలు వరుసగా ఢిల్లీ, మధుర, ఆగ్రా, కాన్పూర్, ఆలహాబాద్, వారణాసి, ససారం, ధన్‌బాద్, అసన్‌సోల్, దుర్గాపూర్, కోల్‌కతా.

బి. **కోల్‌కత్తా - చెన్నై:** ఈ భుజం మొత్తం దూరం 1684 కి.మీ. స్వర్ణచతుర్భుజలో ఎక్కువ దూరం గల భుజం. దీనిలో అనుసంధానించే పట్టణాలు కోల్‌కత్తా, ఖరగ్‌పూర్, బాలానగర్, కటక్, భువనేశ్వర్, వైజాగ్, రాజమండ్రి, ఏలూరు, విజయవాడ, గుంటూరు, నెల్లూరు, చెన్నై

సి. **చెన్నై - ముంబాయి:** ఈ భుజం మొత్తం దూరం 1290 కి.మీ. దీనిలో అనుసంధానించే పట్టణాలు చెన్నై, కాంచీపురం, రాణీకేట్, వెల్లూర్, బెంగళూరు, తుంకూర్, హుబ్లి - ధార్వాడ్, బెల్గాం, సతారా, పూణె

డి. **ముంబాయి - ఢిల్లీ :** ఈ భుజం మొత్తం దూరం 1419 కి.మీ. దీనిలో అనుసంధానించే పట్టణాలు ముంబాయి, సూరత్, భారుచ్, వడోదర, ఆనంద్, అహ్మదాబాద్, గాంధీనగర్, ఉదయపూర్, అజ్మీర్, జైపూర్, గుజరాత్, ఢిల్లీ.

Phase II:

- ఇందులో భాగంగా రెండు కారిడార్స్ నిర్మాణాన్ని ప్రతిపాదించారు.
    1. కారిడార్ – శ్రీనగర్ నుండి కన్యాకుమారి వరకు సుమారుగా 4000 కి.మీ. పొడవున నిర్మించనున్నారు.
    2. కారిడార్ – అస్సాంలోని సిల్చార్ నుండి గుజరాత్‌లోని పోరుబందర్ వరకు సుమారు 3,300 కి.మీ. పొడవునా నిర్మించనున్నారు.

Note: ఈ రెండు కారిడార్‌లు ఖండించుకునే ప్రాంతం – ఝాన్సీ (బుందేల్‌ఖండ్) (ఉత్తరప్రదేశ్).

- ఇందులో భాగంగా పోర్ట్ కనెక్టివిటీ రోడ్లు నిర్మించడం జరుగుతుంది. కాని తరువాత దీనిని సాగర్‌మాల ప్రాజెక్టులో అనుసంధానం చేసారు.

Phase III :

- 80,628 కోట్లతో 12,109 కి.మీ.ల జాతీయ రహదారులను 4 వరుసలుగా ఆధునీకరించడం జరిగింది.
- సాధారణంగా ఇందులో రాష్ట్ర రాజధానులను మరియు ముఖ్యమైన పట్టణాలను అనుసంధాన పరుస్తారు.

Phase IV :

- 20,0000 కి.మీల జాతీయ రహదారులను (1,2,3లో లేనివి) ఒకటి నుండి రెండు లేదా రెండు నుండి 4 వరుసలుగా ఆధునీకరించడం జరిగింది.

Phase V :

- స్వర్ణచతుర్భుజికి చెందిన 5,700 కి.మీ.ల జాతీయ రహదారులను 41,210 కోట్లరూపాయలతో 6 లైన్స్ (వరసలుగా) ఆధునీకరించడం.

Phase VI :

- 1000 కి.మీ.ల ఎక్స్‌ప్రెస్ వేస్‌ని 16,600 కోట్లతో నిర్మించటం.

Phase VII :

- 2007 డిసెంబర్ Cabinet Committee on Economic Affairs (CCEA), అవుటర్ రింగ్‌రోడ్లు, బైపాస్‌లు, గ్రేడ్ సేపరేటర్లు, ఫ్లై ఓవర్లు, ఎలివేటెడ్ రోడ్లు మరియు సొరంగాల నిర్మాణానికి NHDP Phase - VII కింద 16,680 కోట్లు కేటాయించారు.

Note: NHDP లక్ష్యానికి మించి నిర్మించబడ్డ దశ Phase VI.

- కేంద్ర రోడ్డు, రవాణా, రహదారుల మంత్రిత్వ శాఖ వార్షిక నివేదిక 2020-21 ప్రకారం దేశం మొత్తం మీద 63,86,297 కి.మీ.ల పొడవైన రహదారులు కలవు. అత్యధిక రహదారులను కల దేశాలలో భారతదేశం ప్రపంచంలో 2వస్థానంలో కలదు. 66.45 లక్షల కి.మీ.ల పొడవైన రహదారులలో అమెరికా సంయుక్త రాష్ట్రాలు ప్రథమ స్థానంలో కలవు.
- సగటున దేశంలో రోజుకు నిర్మిస్తున్న రహదారుల పొడవు 2018లో 27 కి.మీ.లు 2019లో 30కి.మీ., 2020లో 28కి.మీ.లు.
- మోడీ ప్రభుత్వం 2017లో NHDPలో మిగిలిపోయిన 10,000 చ.కి.మీ॥కు అదే విధంగా ఎక్స్‌ప్రెస్ వేస్ 800 కి.మీ., తీరప్రాంత రోడ్లు 2000 కి.మీ॥, సరిహద్దు రోడ్లు 2000కి.మీ.,జాతీయ కారిడార్ రోడ్లు 500 కి.మీ., పారిశ్రామిక కారిడార్ రోడ్లు 9000 కి.మీ., అంతర్ కారిడార్ రోడ్లు 6,000 కి.మీలు పైవన్నీ మొత్తంగా 34,800కి.మీ.ను 5 సం॥లలో పూర్తి చేసేందుకు రూ.5,35000 కోట్లను కేటాయించటం జరిగింది. ఈ ప్రాజెక్టునే భారత్‌మాలగా పిలుస్తున్నాం.
- దేశంలో ప్రస్తుతానికి 1,41,190కి.మీ.ల జాతీయ రహదారులు కలవు. దేశంలో పొడవైన ఎక్స్‌ప్రెస్‌వే నిర్మాణం ఈ మధ్యనే ప్రారంభించడం జరిగింది. అదే పూర్వాంచల్ ఎక్స్‌ప్రెస్‌వే (ఉత్తర ప్రదేశ్).
- జాతీయ రహదారుల జంక్షన్‌ల వద్ద యాక్సిడెంట్‌లు వంటివి తగ్గించడం కొరకు ఫ్లై ఓవర్లను నిర్మించడం - దీనిని సేతు భారతం పేరుతో ప్రారంభించారు. ప్రస్తుతం ఇది భారత్‌మాల ప్రాజెక్ట్‌లో భాగంగా ఉంది.
- **జాతీయ రహదారులు ఎక్కువ పొడవు గల రాష్ట్రాలు:**

  1) మహారాష్ట్ర 2) ఉత్తరప్రదేశ్ 3) రాజస్థాన్
- **జాతీయ రహదారులు తక్కువ పొడవు కలిగిన రాష్ట్రాలు:**

  1) గోవా 2) సిక్కిం 3) త్రిపుర
- **జాతీయ రహదారులు ఎక్కువ పొడవు గల కేంద్రపాలిత / ప్రాంతాలు:**

  1) జమ్ము & కాశ్మీర్ 2) అండమాన్ నికోబార్
- **జాతీయ రహదారులు తక్కువ పొడవుగల కేంద్రపాలిత / ప్రాంతాలు:**

  1) చండీఘర్ 2) పుదచ్చేరి

Note: లక్షద్వీప్‌లో జాతీయ రహదారులు లేవు.

❖ రాష్ట్ర రహదారులు ఎక్కువ పొడవు గల రాష్ట్రాలు:

1) మహారాష్ట్ర, 2) కర్ణాటక 3) గుజరాత్

❖ జిల్లా రహదారుల్లో ఎక్కువ పొడవుగల రాష్ట్రాలు:

1) మహారాష్ట్ర 2) ఉత్తరాఖండ్ 3) జార్ఖండ్

❖ గ్రామీణ రోడ్లు ఎక్కువ పొడవుగల రాష్ట్రాలు:

1) మహారాష్ట్ర 2) అస్సాం 3) ఉత్తరప్రదేశ్

❖ పట్టణ రోడ్లు ఎక్కువ పొడవు గల రాష్ట్రాలు:

1) పశ్చిమ బెంగాల్ 2) ఉత్తరప్రదేశ్ 3) కర్ణాటక

❖ ప్రాజెక్టు రోడ్లు ఎక్కువగా పొడవు గల మొదటి 3 రాష్ట్రాలు:

1) ఉత్తరప్రదేశ్ 2) మధ్య ప్రదేశ్ 3) ఒడిషా

Note: అన్ని రకాల రహదారుల్లో మొదటి స్థానం గల రాష్ట్రం - మహారాష్ట్ర

❖ విస్తీర్ణ ఆధారిత రోడ్ల సాంద్రతలో కేరళ మొదటి స్థానంలో కలదు. మరియు జమ్మూ & కాశ్మీర్ చివరి స్థానంలో కలదు.

❖ జనాభా ఆధారిత జాతీయ రహదారుల సాంద్రతలో మొదటి స్థానం : అరుణాచల్ ప్రదేశ్ , చివరి స్థానం - జార్ఖండ్.

❖ విస్తీర్ణ ఆధారిత జాతీయ రహదారుల సాంద్రతలో మొదటి స్థానం : నాగాలాండ్.

చివరి స్థానం :లడఖ్ (అభివక్త జమ్మూ-కాశ్మీర్).

Note: దేశంలో (మొత్తం రోడ్ల పొడవు) సాంద్రత ఎక్కువ ఉన్న రాష్ట్రం - కేరళ.

❖ ఆంధ్రప్రదేశ్‌లో 2022 డిసెంబర్ నాటికి జాతీయ రహదారుల సంఖ్య 52. వీటి మొత్తం పొడవు 8163.72 కి.మీ.

క్ర.సం.	పాత నేషనల్ హైవే	కొత్త నేషనల్ హైవే	రహదారి వెళ్ళు ప్రాంతాలు	పొడవు
1.	5	16	ఒడిస్సా సరిహద్దు నుండి ఇచ్చాపురం నరసన్నపేట-శ్రీకాకుళం-విశాఖపట్నం ప్రత్తిపాడు-రాజమండ్రి-ఏలూరు-హనుమాన్ జంక్షన్-విజయవాడ-గుంటూరు-ఒంగోలు -నెల్లూరు-గూడూరు- తమిళనాడు	1024 కి.మీ.
2.	నూతనం	565	మాచర్ల-వెంకటగిరి-ఏర్పేడు రోడ్	420 కి.మీ.
3.	63	67	కర్నాటక సరిహద్దు-గుంతకల్లు-గుత్తి రోడ్	396 కి.మీ.
4.	214 & 214 ఎ	216	దిగమర్రు నుండి ఎన్‌హెచ్ 214తో కలిసి నరసాపురం-మచిలీపట్నం-చల్లపల్లి-అవనిగడ్డ-రేపల్లె-బాపట్ల-చీరాల-ఒంగోలు వద్ద ఎన్‌హెచ్ 5లో కలుస్తుంది	391 కి.మీ
5.	4 మరియు 18	40	కర్నూల్-నంద్యాల-కడప-రాయచోటి-చిత్తూరు రోడ్	384 కి.మీ.
6.	219	42	రాయచూర్-అనంతపురం-మదనపల్లి-పుంగనూరు -పలమనేరు-కుప్పం-తమిళనాడు సరిహద్దు వరకు	381 కి.మీ.
7.	7	44	తెలంగాణ సరిహద్దు-కర్నూల్-గుత్తి-అనంతపురం-పెనుగొండ-కర్నాటక సరిహద్దు వరకు	261 కి.మీ.

8.	205	71	అనంతగిరి-కదిరి-మదనపల్లి-రేణిగుంట రోడ్	191 కి.మీ.
9.	9	65	తెలంగాణ సరిహద్దు-విజయవాడ-మచిలీపట్నం రోడ్డు	145 కి.మీ.
10.	221	30	చత్తీస్‌ఘడ్-విజయవాడ	137 కి.మీ.
11.	నూతన	167	కర్నాటక సరిహద్దు-ఆదోని-మంత్రాలయం రోడ్డు	111 కి.మీ.
12.	214	165	కత్తిపూడి-కాకినాడ-రాజోలు-నరసాపురం-పామర్రు రోడ్	107 కి.మీ.
13.	43	26	ఒడిషా సరిహద్దు-సాలూరు-రామచంద్రాపురం - విజయనగరం	90 కి.మీ.
14.	నూతన	765	నాటవలస వద్ద ఎన్‌హెచ్ 5లో కలుస్తుంది. తెలంగాణ సరిహద్దు-శ్రీశైలం-డోర్నాల్- తోకపల్లి రోడ్.	78 కి.మీ.
15.	4	69	కర్నాటక సరిహద్దు-పలమనేరు-చిత్తూరు-నరహరిపేట-తమిళనాడు సరిహద్దు వరకు	62 కి.మీ.
16.	నూతన	340	రాయచోటి-చిన్న మండెం-కురబల కోట రోడ్	60 కి.మీ.
17.	18ఎ	140	కర్నూల్-చిత్తూరు-తమిళనాడు సరిహద్దు వరకు	59 కి.మీ.
18.	205	716	తమిళనాడు సరిహద్దు-రేణిగుంట రోడ్	46 కి.మీ.
19.	నూతన	326ఎ	ఒడిషా సరిహద్దు-కోటబొమ్మాళి జంక్షన్ రోడ్	40 కి.మీ.
20.	234	75	మంగుళూరు-వెంకటగిరి కోట-విల్లుపురం రోడ్	23 కి.మీ.
21.	నూతన	326	ఒడిషా సరిహద్దు-చింతూరు రోడ్డు	13 కి.మీ.
22.	నూతన	216ఎ	గోండు గోలాన్-తణుకు-రావులపాలెం-రాజమండ్రి	121 కి.మీ.
23.	నూతన	516ఇ	రాజమండ్రి-ఎస్.హెచ్ 38/41 జంక్షన్ నుండి రంప చోడవరం-కొయ్యూరు- చింతపల్లి - లంబసింగి-బోదార-పాడేరు- అరుకు-తాడిపూడి-విజయనగరం	406 కి.మీ.
24.	నూతన	544డి	అనంతపురం-అమరావతి	417 కి.మీ.

Note: ప్రస్తుతం రాష్ట్రంలో రోడ్డు మరియు బిల్డింగ్స్ సంస్థ 12,595.60 కి.మీ. పొడవైన రాష్ట్ర రహదారులను నిర్మించింది. ప్రస్తుతం రాష్ట్రంలో మొత్తం 24 రాష్ట్ర రహదారులు ఉన్నాయి.

ఆంధ్రప్రదేశ్‌లో రోడ్ల రహదార్లు :

- 2022-23 సామాజిక/ఆర్థిక సర్వే ప్రకారం రాష్ట్రంలో:
  1. జాతీయ రహదారులు 52 కలవు మరియు వీటి పొడవు 8,163.72 కి.మీ.
  2. రాష్ట్ర రహదారులు 12,595.60 కి.మీలు.
  3. ప్రధాన జిల్లా రహదారులు 26,485.51 కి.మీలు.
  4. ఇతర జిల్లా రహదారులు 6,239.89 కి.మీలు.
  5. రాష్ట్ర రహదారులు మరియు జిల్లాలలో ప్రధాన, ఇతర రహదారులు మొత్తం కలిపి 45,321 కి.మీలు కలవు (2022 డిసెంబర్ నాటికి).
- రాష్ట్రంలో మొత్తం పంచాయితీ రోడ్లు 80,217 కి.మీ.

- రాష్ట్రంలో మొత్తం రోడ్ నెట్‌వర్క్ - 1,34,000 కి.మీ.
- APSRTC ప్రధాన కార్యాలయం - NTR భవన్ (విజయవాడ). ఇది 4 జోన్లుగానూ, 12 రీజియన్‌లుగాను, 129 డిపోలుగాను విభజించబడింది.
  - ★ సుమారుగా 11,098 బస్‌లు ఉన్నాయి.
  - ★ 49,544 ఉద్యోగులు కలరు. రోజుకి వీరి ఆపరేషన్ 110.83 కోట్ల కిలోమీటర్లు.
  - ★ దీని ఆక్యుపెన్సీ రేషియో 68%.
  - ★ రోజుకి 37 లక్షల మంది ప్యాసింజర్లను రవాణా చేస్తుంది.

Note: [As per Socio Economic Survey APSRTC is daily operating 110.83 Crore Kms and transporting 36.82 Lakhs Passengers. The AVU per day is 359 kms during 2022-23 and the Corporation has achieved 99.52% fleet utilization upto December 2022].

- 2020-21 ఆంధ్రప్రదేశ్ రాష్ట్ర స్టాటిస్టికల్ అబ్‌స్ట్రాక్ట్ ప్రకారం:

DISTRICT-WISE NUMBER OF REGISTERED MOTOR VEHICLES OF DIFFERENT CLASSES AND CATEGORIES ON ROAD

(As on 31st March, 2020)

Sl. No.	District	Auto Rickshaws	Total Taxis (Col.18 + 19)	Private Service Vehicles	Education Institute Buses	Ambulances	Others	Total Transport Vehicles (Col. 6+7+8+14 +(20 to 24))
(1)	(2)	(19)	(20)	(21)	(22)	(23)	(24)	(25)
1.	Srikakulam	26,586	30,804	72	782	146	168	70,385
2.	Vizianagaram	27,463	30,934	81	767	131	116	65,294
3.	Visakhapatnam	80,075	98,030	407	2,314	607	773	1,67,769
4.	East Godavari	60,481	69,761	340	4,200	354	415	1,49,738
5.	West Godavari	40,645	47,545	157	3,111	226	241	1,20,984
6.	Krishna	65,706	79,614	289	3,237	1,402	1,170	2,20,424
7.	Guntur	60,598	70,635	205	3,779	1,487	810	1,80,503
8.	Prakasam	34,217	38,730	121	2,069	231	267	95,113
9.	S.P.S Nellore	53,966	58,838	193	1,883	319	383	1,19,896
10.	Y.S.R	33,691	38,966	67	1,485	248	402	92,399
11.	Kurnool	49,537	55,478	64	1,359	218	169	1,25,051
12.	Ananthapuramuu	33,531	38,144	73	1,199	232	310	95,240
13.	Chittoor	53,466	62,341	274	2,635	312	327	1,24,838
	ANDHRA PRADESH	6,19,962	7,19,820	2,343	28,820	5,913	5,551	16,27,634

1. బస్సులు ఎక్కువగా ఉన్న జిల్లా - కృష్ణా.
   తక్కువగా ఉన్న జిల్లా - శ్రీకాకుళం.
2. ట్రాక్టర్లు ఎక్కువగా ఉన్న జిల్లా - గుంటూరు.
   తక్కువగా ఉన్న జిల్లా - విశాఖపట్నం.
3. క్యాబ్‌లు ఎక్కువగా ఉన్న జిల్లా - విశాఖపట్నం.
   తక్కువగా ఉన్న జిల్లా - విజయనగరం.
4. ఆటోలు ఎక్కువగా ఉన్న జిల్లా - విశాఖపట్నం.
   తక్కువగా ఉన్న జిల్లా - శ్రీకాకుళం.

5. విద్యాసంస్థల బస్సులు ఎక్కువగా ఉన్న జిల్లా – తూర్పు గోదావరి.
తక్కువగా ఉన్న జిల్లా – విజయనగరం.
6. అంబులెన్స్‌లు ఎక్కువగా ఉన్న జిల్లా – గుంటూరు.
తక్కువగా ఉన్న జిల్లా – విజయనగరం.
7. మొత్తం రవాణాలో ఉన్న వాహనాలు ఎక్కువగా ఉన్న జిల్లా – కృష్ణా.
తక్కువగా ఉన్న జిల్లా – విజయనగరం.
8. మొత్తం మోటార్ సైకిళ్ళు – 1.02 కోట్లు. మోటర్ సైకిళ్ళు ఎక్కువగా ఉన్న జిల్లా – తూర్పు గోదావరి.
తక్కువగా ఉన్న జిల్లా – విజయనగరం.
9. మొత్తం జీపులు – 10,532. ఎక్కువగా ఉన్న జిల్లా – విశాఖపట్నం.
తక్కువగా ఉన్న జిల్లా – శ్రీకాకుళం.
10. మొత్తం మోటారు కార్లు – 8,30,000. ఎక్కువగా ఉన్న జిల్లా – విశాఖపట్నం.
తక్కువగా ఉన్న జిల్లా – శ్రీకాకుళం.
11. మొత్తం మోటారు కార్లు – 8,30,000. ఎక్కువగా ఉన్న జిల్లా – విశాఖపట్నం.
తక్కువగా ఉన్న జిల్లా – శ్రీకాకుళం.

- జాతీయ రహదారుల పొడవులో ఎక్కువగా ఉన్న మొదటి మూడు జిల్లాలు –
1) ప్రకాశం, 2) అనంతపురం, 3) చిత్తూరు, 13) తక్కువగా ఉన్న జిల్లా – విజయనగరం.
- రాష్ట్ర రహదారుల పొడవులో ఎక్కువగా ఉన్న మొదటి మూడు జిల్లాలు –
1) చిత్తూరు, 2) కడప, 3) తూర్పు గోదావరి, 13) తక్కువగా ఉన్న జిల్లా – విజయనగరం
- పంచాయితీ రోడ్ల పొడవులో ఎక్కువగా ఉన్న మొదటి మూడు జిల్లాలు –
1) అనంతపురం, 2) కర్నూలు,
3) గుంటూరు, 13) తక్కువగా ఉన్న జిల్లా – శ్రీకాకుళం.
- మొత్తం రోడ్లలో (పొడవు) ఎక్కువగా ఉన్న మొదటి మూడు జిల్లాలు –1) అనంతపురం, 2) చిత్తూరు, 3)కడప,
తక్కువగా ఉన్న జిల్లాలు – 13) విజయనగరం, 12) శ్రీకాకుళం, 11) కృష్ణా,.
- వ్యవసాయ సంబంధిత వాహనాలు ఎక్కువగా ఉన్న జిల్లా – చిత్తూరు
తక్కువగా ఉన్న జిల్లా – విజయనగరం
- రవాణా ఇతర వాహనాలు ఎక్కువగా ఉన్న జిల్లా – ఈస్ట్ గోదావరి
తక్కువగా ఉన్న జిల్లా – వైజాగ్
- మొత్తం వాహనాలు ఎక్కువగా ఉన్న జిల్లా – కృష్ణా
తక్కువగా ఉన్న జిల్లా – వైజాగ్.
- రాష్ట్రంలో మొత్తం నాలుగు రకాల రోడ్లు కలవు. మొత్తం రోడ్డు నెట్‌వర్క్ – 1,32,721 కి.మీ. అందులో
1. బ్లాక్‌టాప్ రోడ్లు – 73,454 కి.మీ.
2. అన్‌మెటల్డ్ రోడ్లు – 42,436 కి.మీ.
3. మెటల్డ్ రోడ్లు – 9,210 కి.మీ.
4. సిమెంట్ కాంక్రీట్ రోడ్లు – 7,621 కి.మీ.

సరిహద్దు రహదారుల అభివృద్ధి సంస్థ (Broder Roads Organisation - BRO):

- 1960, మే 7న ఏర్పాటు చేశారు.
- ఇది ప్రస్తుతం రక్షణ మంత్రిత్వ శాఖ ఆధ్వర్యంలో ఉంది.
- నినాదం: శ్రమేణ సర్వం సాధ్యమ్.
- లక్ష్యం సరిహద్దు రోడ్లతో పాటు హిమాలయ ప్రాంతాల్లో రోడ్లు, సొరంగాలు, బ్రిడ్జిలు నిర్మించడం.
- కేంద్రం ఆదేశాల మేరకు విదేశాల్లో కూడా ప్రాజెక్టులను చేపట్టడం.
- ఉదా: ఆఫ్ఘనిస్తాన్‌లో BRO నిర్మించిన ప్రాజెక్టులను 'స్వస్తిక్' అనే పేరు పెట్టింది.
- ప్రపంచంలో అతి ఎత్తులో ఉన్న కనుమ అయిన 'ఉమ్‌లింగ్‌లా' వద్ద BRO రోడ్లను నిర్మించింది.

BRO సంస్థ ఇండియాలో చేపట్టిన ప్రాజెక్ట్‌లు వాటి పేర్లు:

1.	చేతక్	:	గుజరాత్, రాజస్థాన్, పంజాబ్‌లో పాకిస్థాన్ సరిహద్దు నుండి రోడ్ల నిర్మాణం.
2.	బీకాన్	:	జమ్మూ & కాశ్మీర్, పాకిస్తాన్ సరిహద్దు ప్రాంతాల్లో రోడ్ల నిర్మాణం.
3.	విజయక్	:	కార్గిల్ యుద్ధ సమయంలో అత్యంత వేగంగా రోడ్ల నిర్మాణం (లడఖ్).
4.	హిమాంక్	:	లడక్, జమ్మూ-కాశ్మీర్‌లో సరిహద్దు రోడ్ల నిర్మాణం.
5.	దీపక్	:	లడఖ్, ఉత్తరాఖండ్, హిమాచల్ ప్రదేశ్‌లో సరిహద్దు రోడ్ల నిర్మాణం.
6.	శివాలిక్	:	నేపాల్ సరిహద్దుగా ఉత్తరఖాండ్, ఉత్తరప్రదేశ్, బీహార్ రాష్ట్రాల్లో రోడ్ల నిర్మాణం.
7.	దంతక్	:	భూటాన్-అస్సాం, అరుణాచల్ ప్రదేశ్-భూటాన్ రోడ్ల నిర్మాణం.
8.	బ్రాహ్మణక్	:	బ్రహ్మపుత్రా నది పరిసర ప్రాంతాల్లో రోడ్ల నిర్మాణం.
9.	అరుణక్	:	అరుణాచల్ ప్రదేశ్, అస్సాం, నాగాలాండ్‌ల్లో సరిహద్దు రోడ్ల నిర్మాణం.
10.	వర్తక్, టస్కర్	:	ఈశాన్య భారత రాష్ట్రాల్లో రోడ్ల నిర్మాణం.
11.	పుష్పక్	:	మణిపూర్, మిజోరాం, త్రిపుర రాష్ట్రాల్లో సరిహద్దు రోడ్ల నిర్మాణం.

- **BRO సంస్థ :** భారతదేశ పొరుగుదేశాలలో డ్యామ్‌లు, రోడ్లు, బ్రిడ్జిలు కూడా నిర్మిస్తుంది. ఇటీవల కాలంలో BRO సంస్థ వల్ల లబ్ధి పొందిన దేశం ఆఫ్ఘనిస్తాన్ (డెలారామ్-జరాంజ్ హైవే), ఆఫ్ఘనిస్తాన్ పార్లమెంట్ బిల్డింగ్ నిర్మాణం, ఫ్రెండ్‌షిప్ హైవే నిర్మించింది. ఈ మొత్తం ప్రాజెక్ట్‌ని కలిపి స్వస్తిక్ అంటారు.

భారతమాల పరియోజన ప్రాజెక్ట్-2015:

- ఇది ఇండియాలో అతిపెద్ద రోడ్ల మౌళిక వసతులకు సంబంధించిన ప్రాజెక్ట్
- దేశంలో ముఖ్యమైన ప్రాంతాలైన సరిహద్దు ప్రాంతాలు, తీరప్రాంతాలు, ఓడరేవులు, మతపర మరియు పర్యాటక ప్రాంతాలను అనసంధానించే ప్రాజెక్టు
- 2017 నుండి ఫేస్-1లో భాగంగా 34,800 కి.మీ. పొడవైన రోడ్లను రూ. 5.35 లక్షల కోట్లతో నిర్మిస్తున్నారు.
- దీనికి కావలసిన నిధులను పెట్రోల్, డీజిల్ సెస్సు, టోల్‌ఫీజు వసూలు, బడ్జెట్ కేటాయింపుల ద్వారా పొందుతున్నారు.

భారత్‌మాల పరియోజన పథకం

క్రమ సంఖ్య	పథకం	పొడవు (కి.మీ.లలో)	అంచనా వ్యయం కోట్లరూ॥లలో
1.	ఎకనామిక్ కారిడార్స్	9,000	1,20,000
2.	ఇంటర్ కారిడార్స్ & ఫీడర్ రోడ్స్6,000	80,000	
3.	నేషనల్ కారిడార్ ఎఫీసియెన్సీ ఇంప్రూవ్‌మెంట్	5,000	1,00,000
4.	బోర్డర్ & ఇంటర్‌నేషనల్ కనెక్టివిటీ రోడ్స్	2,000	25,0000
5.	కోస్టల్ & పోర్ట్ కనెక్టవిటీ రోడ్స్	2,000	20,000
6.	ఎక్స్‌ప్రెస్ వేస్	800	40,000
7.	ఇతరులు	10,000	1,35,000
	మొత్తం	34,800	5,35,000

చార్‌ధామ్ పరియోజన:

❖ దీని ముఖ్య ఉద్దేశ్యం ఉత్తరాఖండ్‌లోని 4 పవిత్ర ప్రాంతాలైన గంగోత్రి, యమునోత్రి, కేదార్‌నాద్ మరియు బద్రినాద్‌లను కలుపుతూ 898 కి.మీ. మేర మార్గాన్ని నిర్మిస్తున్నారు.

సేతు భారతం:

❖ 2016లో ప్రారంభించారు.

❖ ఈ పథకంలో భాగంగా గుర్తించబడని మొత్తం వంతెనల సంఖ్య 208.

❖ ఎ.పి. లో గుర్తించిన వంతెనల సంఖ్య - 33.

❖ ముఖ్య ఉద్దేశ్యం జాతీయ రహదారులపై సురక్షితమైన ప్రయాణం కోసం రోడ్ ఓవర్ బ్రిడ్జీలు, రోడ్ అండర్ బ్రిడ్జీలు నిర్మించడం.

FASTAG-2014:

❖ FASTAG అనేది భారతదేశానికి ఎలక్ట్రానిక్ టోల్ సేకరణ వ్యవస్థ.

❖ ఇది రేడియో ఫ్రీక్వెన్సీ ఐడెంటిఫికేషన్ (RFID) టెక్నాలజీ ఆధారంగా పనిచేస్తుంది. ఇది NHAIచే నిర్వహించబడుతుంది.

❖ RFID సాంకేతికతను ఉపయోగించి టోల్ చెల్లింపులను నేరుగా ప్రీపెయిడ్ లేదా సేవింగ్స్ ఖాతాలో లింక్ చేసిన యజమాని నుంచి వసూలు చేస్తుంది.

రైల్వే రవాణా

❖ భారతదేశంలో బ్రిటీషర్లు రైల్వేను పరిచయం చేసారు. దేశంలో మొదటిసారి రైల్వేను 1832లో సర్ ఆర్థర్ కాటన్ రైలు మరియు రైలు ట్రాకులను దక్షిణ భారతదేశంలోని చెన్నైలో ప్రారంభించారు.

❖ దేశంలో రైల్వేను, ప్రయాణికుల రైళ్ళను ప్రవేశపెట్టిన వ్యక్తిగా డల్హౌసీని పేర్కొంటారు.

❖ దేశంలో మొట్టమొదటి ప్రయాణికుల రైలు ముంబాయిలోని బోరి బందర్ నుండి థానే వరకు 34కి.మీ.ల దూరం 1853 ఏప్రిల్ 16న ప్రారంభం అయింది.

❖ 1854, ఆగస్టు 15న తూర్పు భారతదేశంలో తొలి రైలు హౌరా నుండి హుగ్లీ వరకు నడపబడింది.

- 1856, జూలై 28న దక్షిణ భారతదేశంలో తొలిరైలు రాయపురం (వ్యాసపర్తి) - వల్లజా రోడ్ (ఆర్కాట్) వరకు నడపబడింది.
- 1859 మార్చి 3న ఉత్తర భారతదేశంలో తొలి రైలు కాన్పూర్ నుండి అలహాబాద్ వరకు నడబడింది.
- 1862లో ఆంధ్రప్రదేశ్‌లో పుత్తూరు - రేణిగుంట మధ్య తొలిరైలు నడపబడింది.
- అక్వర్త్ కమిటి రైల్వే బడ్జెట్‌ను 1921లో కేంద్ర బడ్జెట్ నుండి వేరు చేయమని సూచించింది. దీనిని 1921 నుండి అమలు పరిచారు.
- మొదటి రైల్వే బడ్జెట్‌ను 1924లో స్వతంత్రంగా ప్రవేశపెట్టారు.
- బిబేక్ దెబ్రాయ్ కమిటీ సిఫారసుల ప్రకారం 2016 సెప్టెంబర్‌లో రైల్వే బడ్జెట్‌ను సాధారణ బడ్జెట్‌లో కలిపేందుకు ప్రభుత్వం ఆమోదించింది. దీంతో 2017-18 నుంచి రైల్వే బడ్జెట్‌ను సాధారణ బడ్జెట్‌తోనే కలిపి ప్రవేశపెడుతున్నారు.
- భారతీయ రైల్వేలు ప్రస్తుతం ఆసియా ఖండంలో 2వ అతిపెద్దదిగా, సరుకు రవాణాలో ప్రపంచంలో 4వ స్థానంలో, అంతేకాకుండా ప్రపంచలో పెద్ద సంఖ్యలో ఎక్కువ మంది ఉద్యోగులకు కలిగి ఉన్న సంస్థలలో భారతీయ రైల్వేలు 2వ స్థానంలో కలదు మరియు దేశీయ అతి పెద్ద ప్రభుత్వరంగ సంస్థ కూడా ఇదే.
- భారత రైల్వేల ప్రధాన కార్యాలయం- రైల్ భవన్ (న్యూఢిల్లీ)
- భారత రైల్వే మస్కట్ - భోలు ది గార్డ్
- దీనిపై 18 నక్షత్రాలు కలవు. ఇవి ప్రస్తుత 18 జోన్‌లను సూచిస్థాయి. (లాంతరు పట్టుకున్న ఏనుగు).

కొన్ని ముఖ్యమైన రైల్వే కమిటీలు:

1.	శ్యామ్ పిట్రోడా కమిటీ	:	ఇండియన్ రైల్వే ఆధునికీకరణ.
2.	అనీల్ కకోడ్కర్ కమిటీ	:	రైల్వే బద్రత సమీక్ష కమిటి.
3.	రాకేష్ మోహన్ కమిటీ	:	ఇండియన్ రైల్వే విజన్ - 2020.
4.	యం.ఎస్ అహ్లువాలియా కమిటీ	:	Creative Finance for Indian Railways.
5.	బిబేక్ దెబ్రాయ్ కమిటీ	:	Restructuring of Indian Railways.
6.	అరవింద్ పనగారియా కమిటీ	:	High speed Rail Tracks / bullet trains.
7.	డి.కె. మిట్టల్ కమిటీ	:	New Routes for Indian Railways.

- స్వాతంత్ర్యం అనంతరం రైల్వేలను జాతీయం చేస్తూ పరిపాలనా సౌలభ్యం కోసం జోనల్ సిస్టంను తీసుకువచ్చారు.
- దేశంలో మొట్టమొదటి రైల్వే జోన్ → సౌత్ రైల్వే జోన్ - చెన్నై
- ఇప్పటి వరకు 18 రైల్వే జోన్స్ ఏర్పాటు చేయడం జరిగింది మరియు కొంకణ్ రైల్వే అను ప్రత్యేక రైల్వే జోన్ ఉంది.
- 18వ జోన్ → సౌత్ కోస్ట్ రైల్వే - ప్రధాన కేంద్రం విశాఖపట్నం.
- భారత్‌లో మొత్తం రైల్వే మార్గాలు 68,000 కి.మీ. ఉన్నాయి.
- భారత్‌లో మొత్తం రైల్వే ట్రాక్‌లు 1,15,000 కి.మీ. ఉన్నాయి.
- భారత్‌లో మొత్తం రైల్వే రన్నింగ్ ట్రాక్‌లు 1,30,000 కి.మీ. ఉన్నాయి.
- ప్రపంచంలో రైల్వేలు ఎక్కువగా గల మొదటి నాలుగు దేశాలు - 1) రష్యా, 2) అమెరికా, 3) చైనా, 4) ఇండియా.
- రైల్వేల విద్యుదీకరణలో మొదటి స్థానంలో రష్యా ఉండగా, రెండవ స్థానంలో భారతదేశం ఉంది.
- భారత రైల్వే ఉద్యోగుల సంఖ్యలో అతి పెద్ద పబ్లిక్ సెక్టార్ యూనిట్.

రైల్వే జోన్లు - ప్రధాన కేంద్రం

1. దక్షిణ రైల్వే మండలం (Southern Railway Zone) - చెన్నై.
2. ఉత్తర రైల్వే మండలం (Northern Railway Zone) - ఢిల్లీ.

Note: ఎ. దేశంలో అత్యంత పొడవైన రైల్వే మార్గాలను కల్గి ఉన్న జోన్ - ఉత్తర రైల్వే (ఢిల్లీ).
బి. అతిపెద్ద రైల్వే జోన్ - ఉత్తర రైల్వే జోన్ (ఢిల్లీ).
★ రైల్వే ట్రాక్‌లలో అతి పెద్ద రైల్వే మండలం - 12,000 కి.మీ. కలదు.

3. పశ్చిమ రైల్వే మండలం - ముంబాయి (Western Railway Zone) చర్చిగేట్.
4. తూర్పు రైల్వే మండలం (Eastern Railway Zone) - కోల్‌కత్తా.
5. సెంట్రల్ రైల్వే మండలం - ముంబాయి (Central Railway Zone) (ఛత్రపతి శివాజి మహారాజ్ టెర్మినస్/ విక్టోరియా టెర్మినస్).
6. వాయువ్య రైల్వే మండలం (North Western Railway Zone) - జైపూర్.
7. నైఋతి రైల్వే మండలం (South Western Railway Zone) - హుబ్లీ (కర్ణాటక).
   నోట్: ప్రపంచంలోనే అత్యంత పొడవైన ప్లాట్‌ఫాం ఉన్న రైల్వేస్టేషన్ హుబ్లీ.
8. ఆగ్నేయ రైల్వే మండలం (South Eastern Railway Zone) - కోల్‌కతా (గార్డెన్ రీచ్).
9. ఈశాన్య రైల్వే మండలం (North Estern Railway Zone) గోరఖ్ పూర్ (ఉత్తరప్రదేశ్).
10. ఉత్తర మధ్య రైల్వే మండలం (North Central Railway Zone) - అలహాబాద్.
11. పశ్చిమ మధ్య రైల్వే మండలం (West Central Railway Zone) - జబల్‌పూర్ (మధ్యప్రదేశ్).
12. దక్షిణ మధ్య రైల్వే మండలం (South Central Railway Zone) - సికింద్రాబాద్ - అక్టోబర్ 12, 1966.
13. తూర్పు మధ్య రైల్వే మండలం (East Central Railway Zone) - హాజీపూర్ (బీహార్).
14. ఆగ్నేయ మధ్య రైల్వే మండలం (South East Central Railway Zone) - బిలాస్‌పూర్ (ఛత్తీస్‌ఘడ్).
15. తూర్పు కోస్తా రైల్వే మండలం (East Coast Railway Zone) - భువనేశ్వర్.
16. కోల్‌కత్తా మెట్రోపాలిటన్ రైల్వే జోన్ - కోల్‌కత్తా
17. ఈశాన్య సరిహద్దు రైల్వే మండలం (North - East Frontier Railway Zone) - మాలేగావ్ (గౌహతి).
18. దక్షిణ కోస్తా రైల్వే మండలం (South Coast Railway Zone) - విశాఖపట్నం - 2019.

Note: 18వ రైల్వే జోన్‌గా దక్షిణ కోస్తా రైల్వే - విశాఖపట్నంను ప్రకటించారు. ఈ జోన్ క్రింద విజయవాడ, గుంటూరు, గుంతకల్లు డివిజన్లు కలవు.

- దేశంలో అధిక రైల్వే సాంద్రత గల రాష్ట్రాలు - 1) పశ్చిమ బెంగాల్ (3 జోన్‌లు), 2) ముంబాయి (2 జోన్‌లు).
- అత్యధిక అదాయం వచ్చే మండలం/జోన్ - ఆగ్నేయ మధ్య రైల్వే.
- అత్యధిక రైల్వే రూట్లు మరియు నెట్‌వర్క్ గల రాష్ట్రం - ఉత్తరప్రదేశ్

యునెస్కో సాంస్కృతిక వారసత్వ జాబితాలో చోటు దక్కించుకున్న భారత రైల్వేలు:

1. డార్జిలింగ్ హిమాలయన్ రైల్వే (పశ్చిమబెంగాల్) - 1999.
2. ఛత్రపతి శివాజి టెర్మినస్/విక్టోరియా టెర్మినస్ - 2004.
3. నీలగిరి మౌంటెన్ రాల్వేస్ (ఊటి) -2005.
4. హిమాలయన్ రైల్వే (సిమ్లా-కల్కు) (హిమాచల్ ప్రదేశ్) 2008.

Indian Railways Institutions:

1. Railway designs & Standards Organisations – లక్నో (యూపీ).
2. Indian Railway Institute of Transport Management – లక్నో (యూపీ).
3. Indian Railways Academy and Railways Staff college – వడోధర, గుజరాత్.
4. Indian Railways Institute of Civil Engineering – పూణె.
5. Indian Railways Institute of Electrical Engineering – నాసిక్.
6. Indian Railway Institute of Mechanical Engineering – జమల్‌పూర్.
7. Indian Railways Institute Signal Engineering h Techonology – సికింద్రాబాద్.

భారతీయ రైల్వేలు - నిర్మాణ సంస్థలు:

1. Integral Coach Factory – చెన్నై.
2. Rail coach Factory– కపుర్తల, పంజాబ్.
3. New Rail coach Factory – రాయ్‌బరేలి, ఉత్తరప్రదేశ్.
3. Diesel Component Works – పాటియాల, పంజాబ్.
4. Axel and wheel Factory – యలహంక, కర్ణాటక.
5. New wheel and Axel Factory – చాపు (చంపారిన్).
6. Diesel Locomotives (Engines) – వారణాసి, ఉత్తరప్రదేశ్.
7. Diesel locomotive new unit – మర్హోరా, బీహార్.
8. Electrical locomotives – చిత్తరంజన్, వెస్ట్‌బెంగాల్.
9. New Electrical locomotives – మాధేపుర, బీహార్.

రైల్వే - అనుబంధ సంస్థలు:

1. కొంకణ్ రైల్వే కార్పొరేషన్ లిమిటెడ్:

★ దేశంలో మొట్టమొదటి PPP పద్ధతిలో నిర్మించిన రైల్వే – కొంకణ్ రైల్వే

★ 1998 జూన్ 26న కొంకణ్ రైల్వేను ప్రారంభించటం జరిగింది.

★ ఇది 3 రాష్ట్రాల ఉమ్మడి ప్రాజెక్ట్

1. మహరాష్ట్ర, 2. గోవా, 3. కర్ణాటక,

★ కేరళ : ఈ ప్రాజెక్ట్ ద్వారా లాభం పొందుతున్న లబ్ధిదారి రాష్ట్రం.

★ మహరాష్ట్రలో నవీ ముంబాయి (నవసేన ఓడరేవు ద్వారా) రోహ నుండి మంగుళూరు వరకు 760కి.మీ. కొంకణ్ రైల్వే ప్రాజెక్ట్ ఉంది. ఇటీవల కాలంలో కొంకణ్ రేల్వే కార్పోరేషన్ లిమిటెడ్ వార్తల్లో నిలిచింది. దీనికి గల ప్రధాన కారణం ప్రపంచంలో అతి ఎత్తైన రైల్వే బ్రిడ్జీని జమ్మూ–కాశ్మీర్‌లో నిర్మిస్తున్నారు – చీనాబ్ బ్రిడ్జి, దీనిని చీనాబ్ నదిపై నిర్మిస్తున్నారు.

2. IRCTC (Indian Railway Catering & Tourism Corporation):

★ ఆన్‌లైన్ టిక్కెట్, క్యాటరింగ్ మొదలైన సేవల కోసం 1999లో ప్రారంభించారు.

3. IRSDC (Indian Railway Stations Development corporation):

★ రైల్వేస్టేషన్లను అభివృద్ధి చేయడానికి IRCON (Indian Railway Construction Limited) & RLDA (Rail Land Development Authority) లు సంయుక్తంగా 2012 IRSCDCలు స్థాపించారు.

ఇతర రైల్వే సేవలు:

1. MMTS - Multimodel Transport System (స్థానిక రైళ్ళు):

★ దీని ముఖ్య ఉద్దేశ్యం - అర్బన్ ప్రాంతాల నుండి సబ్ అర్బన్ ప్రాంతాలకు సేవలు అందించడం.

★ అత్యంత రద్దీ MMTS - ముంబై.

2. MRTS - Mass Rapid Transport System (మెట్రో రైళ్ళు): :

★ ఇండియాలో మెట్రోరైలు పితామహుడిగా - శ్రీధరన్‌ను పేర్కొంటారు.

★ ఇండియాలో మొట్టమొదటి మెట్రోరైలు ప్రాజెక్ట్ - కోల్‌కత్తా (1984).

★ భారతదేశంలో అతిపెద్ద మరియు రద్దీగల మెట్రో ప్రాజెక్ట్ - ఢిల్లీ.

★ భారతదేవ 2వ పెద్ద మెట్రో ప్రాజెక్ట్ - హైదరాబాద్ (L & T)

★ ఆంధ్రప్రదేశ్ ప్రతిపాదిత మెట్రో రైల్వేలు - విశాఖపట్నం, విజయవాడ.

★ DEFOT (Design, Build, Finance, Operate and Transfer) పద్ధతిలో ప్రపంచంలో అతిపెద్ద మెట్రో ప్రాజెక్ట్ - హైదరాబాద్.

★ దక్షిణ భారత్‌లో మొదటి మెట్రో - నమ్మమెట్రో (బెంగళూరు).

★ ప్రపంచంలో వేగంగా నిర్మించబడిన మెట్రో - లక్నో మెట్రో (లక్నో).

★ పబ్లిక్ ప్రైవేట్ భాగస్వామ్యం (PPP) ద్వారా నిర్మించబడిన మొదటి మెట్రో రైలు - ముంబాయి

★ మొదటి CBTC (Communication Based Train Control) సిగ్నలింగ్ మెట్రో - కొచ్చి మెట్రో (కొచ్చి).

ముఖ్యమైన రైళ్ళు

1. వందేభారత్ ఎక్స్‌ప్రెస్:

★ భారతదేశ అతి వేగవంతమైన రైలు - వందేభారత్ ఎక్స్‌ప్రెస్.

★ వందే భారత్ ఎక్స్‌ప్రెస్‌ను Train - 18 అని కూడా పిలుస్తారు. ఇది సెమీ-హైస్పీడ్ ఎలక్ట్రిక్ మల్టిపుల్ యూనిట్ (EMU) రైలు. దీన్ని చెన్నైలోని పెరుంబర్ వద్ద గల Integral Coach Factoryలో తయారు చేయబడింది.

★ ప్రధానమంత్రి నరేంద్రమోది ఫిబ్రవరి 15, 2019లో మొదటి వందేభారత్ రైలును న్యూఢిల్లీ రైల్వేస్టేషన్‌లో (ఢిల్లీ నుంచి వారణాసి) మధ్య ప్రారంభించారు.

★ దీని గరిష్ట వేగం 180 kmph, దేశంలో అత్యంగా వేగంగా నడిచే రైలు ఇదే.

1. న్యూఢిల్లీ నుంచి వారణాసి.
2. న్యూఢిల్లీ నుంచి వైష్ణోదేవి (జమ్మూ & కాశ్మీర్).
3. ముంబై నుంచి అహ్మదాబాద్.
4. ఢిల్లీ నుంచి అంబ్ అందౌరా.
5. చెన్నై నుంచి మైసూర్.
6. బిలాస్‌పూర్ నుంచి నాగ్‌పూర్ (మహరాష్ట్ర).

7. హౌరా నుంచి న్యూ జల్‌పై గురి (వెస్ట్‌బెంగాల్).
8. సికింద్రాబాద్ నుంచి విశాఖపట్నం (2023 జనవరి 15న ప్రారంభించారు).
9. ముంబాయి నుంచి సాయినగర్ షిర్డీ.
10. ముంబాయి నుంచి షోలాపూర్.

Note: 2023 జూన్ 27 నాడు మరో 5 వందే భారత్ రైళ్ళను ప్రధానమంత్రి మధ్యప్రదేశ్‌లో ప్రారంభించారు.

11. భోపాల్ నుంచి ఢీల్లీ.
12. సికింద్రాబాద్ తిరుపతి (2023 ఏప్రిల్ 8న ప్రారంభించారు).
13. ఎంజీఆర్ చెన్నై సెంట్రల్ నుంచి కోయంబత్తూర్.
14. ఢిల్లీ కంటోన్మెంట్ నుంచి అజ్మీర్.
15. తిరువనంతపురం సెంట్రల్ నుంచి కాసర్‌ఘడ్.
16. పూరి నుంచి హౌరా.
17. ఆనంద్ విహార్ టెర్మినల్ నుంచి డెహ్రాడూన్.
18. న్యూజల్‌పాయ్‌గురి నుంచి గౌహతి.

★ దేశంలో అత్యంత వేగంగా నడిచే 2వ రైలు – గతిమాన్ ఎక్స్‌ప్రెస్ – 160 kmph.

★ దేశంలో అత్యంత వేగంగా నడిచే 3వ రైలు – శతాబ్ధి ఎక్స్‌ప్రెస్ – 150 kmph.

★ దేశంలో అత్యంత దూరం ప్రయాణించే రైలు (84 గంటలు) – వివేక్ ఎక్స్‌ప్రెస్. దీనిని స్వామి వివేకానంద 150వ జయంతి సందర్భంగా ఏర్పాటు చేసారు. ఇది అస్సాంలోని దిబ్రూగర్ నుండి తమిళనాడ్‌లోని కన్యాకుమారి వరకు 4273కి.మీ. ప్రయాణిస్తోంది. (అస్సాం, పశ్చిమబంగ, ఒడిషా, ఆంధ్రప్రదేశ్, తమిళనాడు)

★ దేశంలో అత్యతంత దూరం ప్రయాణించే 2వ రైలు – హిమసాగర్ ఎక్స్‌ప్రెస్. ఇది జమ్ముతావి నుండి కన్యాకుమారి వరకు ప్రయాణిస్తుంది.

★ ఇండియా పాకిస్తాన్ మధ్యలోగల రైలు – 1) సంఝౌతా (పంజాబ్) / ఫ్రెండ్ షిప్ ఎక్స్‌ప్రెస్.
2) తార్ ఎక్స్‌ప్రెస్ (రాజాస్థాన్).

★ బంగ్లాదేశ్, ఇండియా మధ్యలో గల రైలు – 1) మైత్రి
2) బంధన్
3) మైథిలి

★ దేశంలో పొడవైన రైలు కమ్ రోడ్డు బ్రిడ్జ్ – బోగీబీల్ బ్రిడ్జ్ (4.94 కి.మీ) ఇది బ్రహ్మపుత్ర నదిపై అసోంలోని దిబ్రూఘర్ నుంచి దెమాంజీని కలుపుతుంది.

★ దేశంలో 2వ పొడవైన రైలు కమ్ రోడ్డు బ్రిడ్జి – డిఘా–సోనేపూర్ బ్రిడ్జి లేదా జయప్రకాశ్ నారయణ సేతు (4.55 కి.మీ)

★ దేశంలో అత్యంత పొడవైన బ్రిడ్జ్ – భూపెన్ హజారికా బ్రిడ్జ్ , దీన్ని డోలా సాదియా బ్రిడ్జిగా కూడా పిలుస్తారు. ఇది లోహిత్ నదిపై కలదు.

★ 10,000 అడుగు కన్నా ఎత్తులో ఉన్న సొరంగాల్లో ప్రపంచంలో పొడవైన సొరంగం–అటల్ టన్నెల్ (హిమాచల్ ప్రదేశ్)

★ దేశంలో పొడవైన రైలు సొరంగం – పీర్ పంజాల్ రైలు సొరంగం (జమ్మూ & కాశ్మీర్).

★ దేశంలో అత్యంత పొడవైన రోడ్డు సొరంగం – డా॥ శ్యామ్ ప్రసాద్ ముఖర్జీ టన్నెల్ (జమ్మూ & కాశ్మీర్).

ముఖ్యమైన రైల్వే స్టేషన్లు:

★ చిన్న పేరున్న రైల్వే స్టేషన్స్ - 1. ఇబ్ (ఒడిషా)
2. ఒడ్ (గుజరాత్)

★ పెద్ద పేరున్న రైల్వే స్టేషన్ - పురుచ్చి తలైవార్ డా॥ యంజి రామచంద్రన్ చెన్నై సెంట్రల్ రైల్వే స్టేషన్.

★ దిక్కులలో చివరనగల రైల్వే స్టేషన్స్- 1. తూర్పున - తిన్సుకియా లైన్‌లోని లీడో.
2. పశ్చిమాన - గుజరాత్‌లోని బుజ్ సమీపంలోని నాలియా .
3. ఉత్తరాన - బారాముల్లా (జమ్మూ & కాశ్మీర్)
4. దక్షిణాన - కన్యాకుమారి

★ Wi - Fi సేవలు అందించిన మొదటి రైల్వేస్టేషన్ - ముంబాయి రైల్వేస్టేషన్.

★ అత్యంత ఎత్తులో ఉన్న రైల్వేస్టేషన్ - ఘుమ్ రైల్వేస్టేషన్ - డార్జిలింగ్ హిమాలయన్ రైల్వే

పర్యాటక - రైళ్ళు

1. **జన్మభూమి :** సైనికులకు అంకితం చేస్తూ ప్రారంభించిన రైళ్ళు.
2. **మాతృభూమి :** మహిళలకు అంకితం చేస్తూ ప్రారంభించిన రైళ్ళు.
3. **యువభూమి :** నిరుద్యోగులకు అంకితం చేస్తూ ప్రారంభించిన రైళ్ళు.
4. **కర్మభూమి ఎక్స్‌ప్రెస్ :** శ్రామికులకు అంకితం చేస్తూ ప్రారంభించిన రైళ్ళు.
5. **రెడ్ రిబ్బన్ ఎక్స్‌ప్రెస్ :** ఎయిడ్స్ పై అవగాహన కోసం ప్రారంభించిన రైళ్ళు.
6. **అజాద్ ఎక్స్‌ప్రెస్ :** సైన్స్‌పై అవగాహన కొరకు ప్రారంభించిన రైళ్ళు.
7. **భారత్ గౌరవ్ :** మొత్తం అన్నీ పర్యాటక రైళ్ళను ప్రస్తుతం భారత్ గౌరవ్ ఎక్స్‌ప్రెస్‌గా పిలవడం జరుగుతుంది. ఇందులో దేవాలయ పర్యాటకంలో భాగంగా మొట్టమొదటి సిరీస్‌ని శ్రీరామునికి అంకితం చేసారు.
8. **బుద్ధిస్ట్ సర్క్యూట్ ఎక్స్‌ప్రెస్ :** బుద్ధునికి సంబంధించిన ముఖ్యమై ప్రదేశాలకు సందర్శించడానికి ప్రారంభించారు. ఇది ఉత్తరప్రదేశ్ నుండి బీహార్ వరకు ప్రయాణిస్తుంది.
9. **మహరాజా ఎక్స్‌ప్రెస్ :** దేశంలో అత్యంత విలాసవంతమైన రైలు. అత్యంత ఖర్చుతో కూడిన రైలు రాజస్థాన్‌లో ప్రారంభించారు.
10. **భారతదర్శన్ :** భారతదేశంలోని ముఖ్యమైన ప్రదేశాలకు సందర్శించడానికి ఈ రైలు ప్రారంభించారు.
11. **దురంతో ఎక్స్‌ప్రెస్ :** నాన్‌స్టాప్ జర్నీ కోసం ప్రారంభించిన రైళ్ళు.
12. **రాజధాని ఎక్స్‌ప్రెస్ :** రాష్ట్ర రాజధానులను దేశ రాజదానులతో కలిసే రైళ్ళు.
13. **శతాబ్ది రైలు :** ఒకే రోజు రెండు వైపులా ప్రయాణాన్ని ముగించుకునే వేగవంతమైన రైళ్ళు.
14. **గోల్డెన్-ఛారియట్ :** కర్ణాటక పర్యాటక రైలు. కాని ఇది గోవా, కర్నాటక, కేరళ, తమిళనాడుల్లో ప్రయాణిస్తుంది.
15. **దక్కన్ ఒడిస్సి :** మహరాష్ట్ర పర్యాటక రైలు
16. **టైగర్ ఎక్స్‌ప్రెస్ :** మధ్యప్రదేశ్ పర్యాటక రైలు
17. **ఫెయిరీ క్వీన్ :** దేశంలో అత్యంత పురాతన రైలు ఇంజన్. ఇది 2 బోగీలతో ఇప్పటికీ (ఢిల్లీ - ఆళ్వార్‌ల) మధ్య నడుస్తోంది.
18. **దక్కన్ క్వీన్ :** మొదటి ఎలక్ట్రిక్ రైల్ (పూణె-ముంబాయి).
19. **ప్యాలెస్ ఆన్ వీల్స్ :** విదేశీ పర్యాటకుల కోసం రాజస్థాన్ పర్యాటక విభాగం ప్రారంభించింది.

20. **జీవన రేఖ :** ప్రపంచంలోనే సంచార వైద్యశాల కలిగిన మొదటి రైలు (ముంబాయి).

21. **విలేజ్ ఆన్ వీల్స్ :** గ్రామీణ ప్రాంతాల సందర్శన కోసం ప్రారంభించారు.

22. **గరీభ్ రథ్ :** పేదలకు, మధ్యతరగతి ప్రజల కోసం ప్రారంభించిన ఎ.సి. రైలు.

23. **తేజస్ రైళ్ళు :** దేశంలో మొదటి సెమీ హైస్పీడ్ రైళ్ళు, దేశంలోనే మొదటి ప్రైవేట్ రైలు.

24. **కాశి మహకాల్ ఎక్స్ ప్రెస్ :** 3 జ్యోతిర్లింగాలైన ఓంకారేశ్వర్, మహకాళేశ్వర్, కాశీ విశ్వనాథ్‌లను కలుపును. ఇది ఉత్తర ప్రదేశ్ (వారణాసి) నుండి మధ్యప్రదేశ్ (ఇండోర్) మధ్య ప్రారంభించబడింది.

25. **కిసాన్ రైళ్ళు :** 2020-21 బడ్జెట్‌లో ప్రవేశపెట్టారు. వ్యవసాయ ఉత్పత్తుల రవాణా కోసం ప్రారంభించారు.

Note: హరిత రైలు నడవా (Green Rail Corridor) : రైళ్ళు ప్రయాణించే మార్గంలో వ్యర్థపదార్థను పూర్తిగా తగ్గించడం, బయోటాయిలెట్లను వినియోగించడం దీనిని 'స్వచ్ఛరైల్ -స్వచ్ఛ భారత్'లో భాగంగా ఏర్పాటు చేసారు. దేశంలో మొదటి హరిత రైలు నడవా రామేశ్వరం నుండి మధురై మధ్య నిర్మించారు.

రైలు గేజ్:

❖ రెండు సమాంతర పట్టాల అభిముఖాల మధ్యలో గల దూరంని గేజ్ అని పిలుస్తారు.

❖ ప్రస్తుతం 5 రకాల గేజ్‌లు కలవు అవి:

1. బ్రాడ్‌గేజ్ / ఇండియన్ గేజ్ - 1.676 మీ. వెడల్పు
2. స్టాండర్డ్ గేజ్ - 1.435 మీ॥ వెడల్పు (మెట్రోకు ఉపయోగిస్తారు)
3. మీటర్ గేజ్ - 1 మీ॥
4. నారో గేజ్ - 0.762 మీ॥
5. లైట్ నారో గేజ్ - 0.61 మీ॥

❖ **అత్యధిక పొడవు రైలు మార్గాలు గల రాష్ట్రాలు:**

1. ఉత్తర ప్రదేశ్
2. రాజస్థాన్
3. మహారాష్ట్ర

❖ **అతి తక్కువ పొడవు రైలు మార్గాలు గల రాష్ట్రాలు:**

1. మిజోరాం
2. మేఘాలయ
3. నాగాలాండ్

విద్యుదీకరణ:

★ 2022-23 నాటికి 83% రైలుమార్గం విద్యుదీకరించబడింది.

❖ ఉత్తర మధ్య రైల్వే 100% విద్యుదీకరించబడింది.

❖ రైల్వే విద్యుదీకరణలో ప్రపంచలో రష్యా మొదటి స్థానంలో ఉంది. తరువాత స్థానంలో భారత్ కలదు.

ఆంధ్రప్రదేశ్ రైల్వే:

❖ 2020 మార్చి 31 నాటికి రాష్ట్రంలో గల మొత్తం రైలు నెట్‌వర్క్ 3,536.9 కి.మీ.

❖ మొత్తం రైల్వే స్టేషన్‌ల సంఖ్య 456.

❖ సౌత్ సెంట్రల్ రేల్వే జోన్‌లోని స్టేషన్‌ల సంఖ్య 376.

- దక్షిణ రైల్వే జోన్‌లోని స్టేషన్‌ల సంఖ్య 15.
- ఈస్ట్ కోస్ట్ రైల్వే జోన్‌లోని స్టేషన్‌ల సంఖ్య 65.
- 2014 తర్వాత కేంద్ర ప్రభుత్వం రైల్వేలకి సంబంధించి ఏర్పాటు చేసిన ఒక చిన్న సంస్థ - Railway Claims Tribunal - గుంటూరు
- రాష్ట్రంలో అత్యధిక సంఖ్యలో రైలు మార్గాలను, అత్యంత పొడవులో కూడా రైలు మార్గాలను కల్గిన జిల్లా అవిభక్త గుంటూరు.
- ప్రస్తుతం ఎ.పి.లో 3 మండలాల పరిధిలో 456 స్టేషన్‌లు కలవు. 3536.9 కి.మీ.ల రైల్వే మార్గాలు కలవు.

వాయు రవాణా

- దేశంలో మొట్టమొదటి విమానం 1911 ఫిబ్రవరి 18న ఉత్తరప్రదేశ్‌లోని అలహాబాద్ నుండి నైని మధ్య నడపటం జరిగింది. హెన్రీ పికెట్ అనే వ్యక్తి ఈ విమానాన్ని నడిపాడు.
- 2011 నాటికి 100 సంవత్సరాల పూర్తి అయిన సందర్భంగా 2011 నుండి ఫిబ్రవరి 18ను జాతీయ పౌర విమానయాన రోజు (National Civil aviation day) గా జరుపుకుంటున్నాం. 1932లో కరాచి నుండి ముంబాయి (జూహు) వరకు విమానాన్ని నడిపారు.
- భారతదేశ మొట్టమొదటి పైలెట్ అదేవిధంగా భారత విమానయాన పితామహుడుగా J.R.D టాటాను పేర్కొంటారు.
- దేశంలో విమానయాన రంగం తొలినాళ్ళలో అభివృద్ధి చెందడానికి గల ముఖ్యకారణం ప్రపంచ యుద్ధం.
- 1951లో రాజ్ కమిటి సూచనల మేరకు పౌరవిమానయానాన్ని జాతీయం చేసి 2 సంస్థలను ఏర్పాటు చేశారు.
  1. Air India International (International)
  2. Indian Airlines (Domestic)

  1. **Air India International:** 1932లో టాటా ఎయిర్ లైన్స్ పేరుతో J.R.D టాటా ఆధ్వర్యంలో ఏర్పడింది. 1946లో టాటా ఎయిర్ లైన్స్ ఎయిర్ ఇండియా అనే పేరుతో ప్రభుత్వరంగ సంస్థగా మారింది. 68 సం॥ల తర్వాత టాటా సంస్థ తిరిగి 2021 అక్టోబర్‌లో ఎయిర్ ఇండియాను స్వంతం చేసుకుంది.
  2. **Indian Airlines :** దీని ప్రధాన కార్యాలయం: న్యూఢిల్లీ. దేశాల సేవల కోసం దీనిని ఎయిర్ ఇండియా కార్పోరేషన్ చట్టం - 1953 కింద ఏర్పాటు చేసారు. 2011లో ఎయిర్ ఇండియాలో విలీనం అయింది.
- దేశంలో కేంద్ర ప్రభుత్వ ఆధీనంలో ఉన్న విమానయాన నిర్మాణ సంస్థ 'హిందుస్థాన్ ఏరోనాటిక్స్ లిమిటెడ్' దీని ప్రధాన కార్యాలయం - ఢిల్లీలో కలదు.

HAL (Hindustan Aeronautics Limited):

1. కాన్పూర్, ఉత్తరప్రదేశ్ - విడిభాగాలు.
2. లక్నో, ఉత్తరప్రదేశ్ - విడిభాగాలు.
3. అమేథీ, ఉత్తరప్రదేశ్ - విడిభాగాలు.
4. నాసిక్, మహారాష్ట్ర - Air Frames.
5. కోరాపుట్, ఒడిస్సా - Engine Works.
6. హైదరాబాద్‌లో, తెలంగాణ - ఎలక్ట్రికల్ పరికరాలు.

పవన్ హన్స్ లిమిటెడ్ (1985):

1. నోయిడా కేంద్రంగా హెలికాప్టర్ సేవలను అందించడానికి ఏర్పాటు చేసారు.
2. ONGC, IUCL దిగ్గజ సంస్థలతో పాటు ప్రవేట్ వ్యక్తులకు హెలికాప్టర్ సర్వీసులను అందిస్తుంది.

వాయుదూత్ (1981):

- సరుకు రవాణా కోసం వాయుదూత్ ప్రారంభించారు.
- ఆర్థిక సంస్కరణల నేపథ్యంలో పి.వి. నరసింహరావు ప్రభుత్వం 1992లో open sky పాలసీలో భాగంగా మరలా ప్రైవేట్ పెట్టుబడులను ప్రోత్సహించటం జరిగింది.
- దేశంలో పౌర విమానయానానికి నోడల్ ఏజెన్సీ / అత్యున్నత సంస్థ-పౌర విమానయాన మంత్రిత్వ శాఖ. దీని ఆధ్వర్యంలో ఈ క్రింది ముఖ్యమైన విభాగాలుంటాయి. అవి:

1. **DGCA - Director General of Civil Aviation – న్యూఢిల్లీ**
   - ★ ఇది విధానాలను, నియమాలను, నియంత్రణలను కల్గి ఉంటుంది.
2. **AAI - Airports Authority of India – న్యూఢిల్లీ**
   - ★ 1994లో చేయబడిన AAI చట్టం ద్వారా ఏప్రిల్ 1, 1995న ఏర్పడింది.
   - ★ ఇది విమానాశ్రయాలపై నియంత్రణ కలిగి ఉంటుంది.
   - ★ ఇది మౌళిక సదుపాయాల కల్పన, రూపుదల, నిర్వహణ మరియు యాజమాన్య బాధ్యతలు చేపడుతుంది.
3. ఇండియా– ఇది ప్రభుత్వం తరుపున విమాన సేవలను అందించే సంస్థ. 2007లో ఇండియన్ ఎయిర్‌లైన్స్ మరియు ఎయిర్ ఇండియా ఇంటర్నేషనల్‌ని కలిపి ఇండియా ఎయిర్స్‌గా ఏర్పాటుచేసారు.

- ఇటీవల కాలంలో దీనిని ప్రధానంగా అభివృద్ధి చేసేందుకు జె.ఆర్.డి టాటా బాధ్యత తీసుకున్నారు.
- 2016లో నూతన విమానయాన విధానాన్ని ప్రకటించడం జరిగింది. దీనిలో భాగంగానే కేంద్ర ప్రభుత్వం ప్రాంతీయ అనుసంధానాల కోసం ప్రకటించిన పథకమే UDAN.

UDAN - Ude Desh ka Aam Naagrik:

- దేశంలో మొదటి విమానం సిమ్లా నుండి, రాష్ట్రంలో మొదటి విమానం కడప నుండి ప్రారంభించడం జరిగింది.
- దీని ప్రధాన ఉద్దేశ్యం సాధారణ పౌరుడు కూడా విమాన ప్రయాణం చేయడం.
- UDAN మార్గాలను పొందిన ఎయిర్‌లైన్స్ వారు ఎయిర్‌లైన్స్ మార్గంలో గంటకు గరిష్ఠంగా 2500 రుసుములో కనీసం 9 నుండి 40 సీట్లను ఇవ్వాలి. అప్పటి మార్కెట్ రేట్‌లో గల వ్యత్యాసాన్ని పూరించడానికి కేంద్రం VGF (వయబిలిటి గ్యాప్ ఫండ్)ను ఎర్పరస్తుంది.
- దీనిలో రాష్ట్ర ప్రభుత్వాలు 30%, ప్రత్యేక రాష్ట్రాలు 10% ఇవ్వాలి.
- విమానాశ్రయ నిర్వాహకులు UDAN విమానాలపై Landing Fee, Parking Fee లను వసూలు చేయకూడదు.
- రాష్ట్రాలు వాయు ఇంధనంపై ట్యాక్స్‌ను 4% నుండి 1%కి తగ్గించాలి.
- UDANకు విద్యుత్, నీరు, రోడ్డు వంటి మౌలిక సదుపాయలను వీలున్నంత వరకు ఉచితంగా ఇవ్వాలి.

దేశంలో ప్రధాన ఎయిర్‌పోర్ట్స్ వాటి పేర్లు ప్రత్యేకతలు

1. Kushok Bakula Rimpochee Airport (లడఖ్):

- ★ ఇది లేహ్‌లో కలదు.
- ★ దేశంలో అత్యంత ఎత్తులో గల ఎయిర్‌పోర్ట్

2. షేక్-ఉల్-ఆలం అంతర్జాతీయ విమానాశ్రయం (జమ్మూ & కాశ్మీర్):

★ షేక్-ఉల్-ఆలం అంతర్జాతీయ విమానాశ్రయం జమ్మూ & కాశ్మీర్‌లోని శ్రీనగర్‌లో కలదు. దీనిని శ్రీనగర్ అంతర్జాతీయ విమానశ్రయం మరియు బుద్గామ్ ఎయిర్ బేస్ అని కూడా అంటారు.

3. శ్రీగురు రామ్‌దాస్‌జీ అంతర్జాతీయ విమానాశ్రయం (పంజాబ్):

★ శ్రీగురు రామ్‌దాస్‌జీ అంతర్జాతీయ విమానాశ్రయం పంజాబ్ అమృత్‌సర్‌లోని రాజాసాన్సీ పట్టణంలో కలదు.

★ దీనికి 4వ సిక్కు గురువు మరియు అమృత్ సర్ వ్యవస్థాపకుడు గురు రామ్‌దాస్ పేరు పెట్టారు.

★ ఢిల్లీలోని ఇంధిరాగాంధీ అంతర్జాతీయ విమానశ్రయం తర్వాత ఉత్తర భారతదేశంలో ఇది రెండవ అతిపెద్ద విమానశ్రయం.

4. షహీద్ భగత్ సింగ్ ఇంటర్నేషనల్ ఎయిర్‌పోర్ట్ (చండీఘర్ ఎయిర్‌పోర్ట్ – పంజాబ్‌లో కలదు).

5. Jolly Grant Airport (ఉత్తరాఖండ్):

♦ జాలీ గ్రాంట్ ఎయిర్‌పోర్ట్ ఉత్తరాఖండ్‌లోని డెహ్రాడూన్‌లో కలదు.

6. ఇంధిరాగాంధీ ఇంటర్నేషనల్ ఎయిర్‌పోర్ట్ – పాలం (ఢిల్లీ):

★ దేశంలో అత్యంత రద్దీ అయిన ఎయిర్‌పోర్ట్ మరియు 2022 మార్చిలో ప్రపంచంలోనే 2వ రద్దీ అయిన ఎయిర్‌పోర్ట్‌గా నిలించింది. కానీ ప్రస్తుతం ప్రపంచంలో 14వ అత్యంత రద్దీ అయిన ఎయిర్‌పోర్ట్.

★ ఆసియా పసిఫిక్ ప్రాంతపు మొదటి కార్బన్ తటస్థ విమానాశ్రయం.

Note:
1. ప్రపంచంలో అత్యంత రద్దీ అయిన ఎయిర్‌పోర్ట్ (Harts Field Jackson Atlanta Airport) అమెరికా.
2. ప్రపంచంలో అత్యంత రద్దీ అయిన మొదటి అంతర్జాతీయ మార్గం → కౌలాలాంపూర్– జకర్తా (మలేషియా – ఇండోనేషియా).
3. ప్రపంచంలో అత్యంత రద్దీ అయిన రెండవ అంతర్జాతీయ మార్గం → హాంకాంగ్ నుండి తైపే.
4. ప్రపంచంలో అత్యంత రద్దీ అయిన దేశీయ మార్గం → సౌత్‌కొరియా (సియోల్ గంబ – జేజు).
5. ప్రపంచంలో అత్యంత రద్దీ అయిన రెండవ దేశీయ మార్గం → సిడ్నీ నుండి మెల్‌బోర్న్.
6. ప్రపంచంలో అత్యంత 3వ రద్దీ అయినది మరియు భారతదేశంలో అత్యంత రద్దీ అయిన మొదటి మార్గం → ఢిల్లీ – ముంబాయి.
7) దేశంలో అత్యంత రద్దీ అయిన కార్గో ఎయిర్‌పోర్ట్ → ముంబాయి.

7) రాజస్థాన్:

ఎ. జైపూర్ : జైపూర్ అంతార్జాతీయ విమానాశ్రయం.

బి. ఉదయ్‌పూర్ : మహారాణా ప్రతాప్ ఎయిర్‌పోర్టు.

8. గుజరాత్:

ఎ. సూరత్ : మొరార్జీ దేశాయ్ అంతర్జాతీయ విమానాశ్రయం/సూరత్ అంతర్జాతీయ విమానాశ్రయం.

బి. అహ్మద్‌బాద్ : సర్ధార్ వల్లభాయ్ పటేల్ అంతర్జాతీయ విమానాశ్రయం.

9. మధ్యప్రదేశ్:

ఎ) ఇండోర్ : దేవి అహల్యా భాయ్ హోల్కర్ అంతర్జాతీయ విమానాశ్రయం.

బి) భోపాల్ : రాజాభోజ్ విమానశ్రయం.

సి) గ్వాలియర్ : రాజమాత విజయరాజే సింధియా విమానాశ్రయం.

10. మహారాష్ట్ర:

ఎ. ముంబాయి : ఛత్రపతి శివాజిఅంతర్జాతీయ విమానాశ్రయము/శాంతాక్రూజ్/సహార్ అంతర్జాతీయ విమానశ్రమం.

: ప్రపంచంలో అత్యంత రద్దీగా ఉన్న ఒకే రన్‌వే కలిగిన అంతర్జాతీయ విమానాశ్రయం.

బి) నాగ్‌పూర్ : డాక్టర్ బాబాసాహెబ్ అంబేద్కర్ అంతర్జాతీయ విమానాశ్రయం.

సి) నాసిక్ : నాసిక్ అంతర్జాతీయ విమానాశ్రయం.

డి) పూణె : సావిత్రీభాయి పూలె విమానాశ్రయం - పూణె అంతర్జాతీయ విమానాశ్రయం.

11. కర్ణాటక:

ఎ) బెంగుళూరు : కెంపెగౌడ అంతర్జాతీయ విమానాశ్రయం (దేవనహళ్ళి).

బి) మంగుళూరు : మంగుళూరు అంతర్జాతీయ విమానాశ్రయం.

12. గోవా : పణాజి/డబోలిమ్ అంతర్జాతీయ విమానాశ్రయం.

13. కేరళ: దేశంలో అత్యధిక సంఖ్యలో అంతర్జాతీయ విమానశ్రయాలు గల రాష్ట్రం.

ఎ) కొచ్చిన్ : నెడుంబసేరి అంతర్జాతీయ విమానాశ్రయం (భారతదేశ రెండవ సౌర విమానాశ్రయం).

బి) కోజికోడ్ : కాలికట్/కోజికోడ్ అంతర్జాతీయ విమానాశ్రయం.

సి) తిరువనంతపురం : త్రివేంద్రం అంతర్జాతీయ విమానాశ్రయం.

డి) కానూర్ : కానూర్ అంతర్జాతీయ విమానాశ్రయం (భారతదేశ మొట్టమొదటి పూర్తిస్థాయి సౌర విమానాశ్రయం).

14. లక్షదీవులు: విమానాశ్రయం ఏమీ లేదు. అగత్తి ఎయిర్ బేస్ మాత్రమే ఉంది.

15. అండమాన్ నికోబర్ దీవులు:

ఎ) పోర్ట్ బ్లెయిర్ : వీర్ సావర్కర్ అంతర్జాతీయ విమానశ్రయం.

16. తమిళనాడు:

ఎ) చెన్నై : అన్నాదురై అంతర్జాతీయ విమానాశ్రయం (మీనంబాకం).

బి) మదురై : మధురై అంతర్జాతీయ విమానాశ్రయం.

సి) తిరుచ్చి : తిరుచ్చి అంతర్జాతీయ విమానాశ్రయం.

డి) కోయంబత్తూర్ : కోయంబత్తూర్ అంతర్జాతీయ విమానాశ్రయం. ఇది కస్టమ్స్ ఆధీనంలో కలదు.

17. తెలంగాణ:

ఎ. హైదరాబాద్ : రాజీవ్ గాంధీ అంతర్జాతీయ విమానాశ్రయం. ఇందులో డొమెస్టిక్ టెర్మినల్స్‌ని ఎన్.టి.ఆర్ టెర్మినల్స్ అంటారు.

: దేశంలో తొలి PPP గ్రీన్‌ఫీల్డ్ అంతర్జాతీయ విమానాశ్రయం.

: దేశంలో విస్తీర్ణంలోను, రన్‌వే పొడవులోను పెద్ద ఎయిర్‌పోర్ట్.

Note: ప్రపంచంలో విస్తీర్ణంలో అతిపెద్ద ఎయిర్‌పోర్ట్ - బీజింగ్ డాక్సింగ్ అంతర్జాతీయ విమానాశ్రయం (చైనా).

18. ఆంధ్రప్రదేశ్ విమానాశ్రయాలు:

1. విశాఖపట్నం : విశాఖపట్నం అంతర్జాతీయ విమానాశ్రయం.
2. విజయవాడ (గన్నవరం) : అమరావతి/విజయవాడ అంతర్జాతీయ విమానాశ్రయం. కేవలం ఒకే ఒక్క అంతర్జాతీయ విమానం ఇక్కడ నుండి వెళ్లింది.
3. రేణిగుంట (తిరుపతి) : తిరుపతి అంతర్జాతీయ విమానాశ్రయం (హోదా మాత్రమే ఉంది. ఒక్క విమానం కూడా వెళ్ళలేదు).

డోమెస్టిక్ విమానాశ్రయాలు:

1. జమండ్రి : రాజమండ్రి విమానాశ్రయం.
2. కర్నూలు : ఉయ్యాలవాడ నరసింహారెడ్డి విమానాశ్రయం. (ఓర్వకల్లు)
3. కడప : వై.ఎస్.ఆర్. ఎయిర్‌పోర్ట్.

Note: 1. రాష్ట్రంలో మొట్టమొదటి ఉడాన్ విమానాశ్రయం (కడప) – కడప నుండి హైదరాబాద్ వరకు.
2. భారతదేశంలో మొట్టమొదటి ఉడాన్ విమానాశ్రయం (సిమ్లా).

రాష్ట్ర ప్రభుత్వ ప్రతిపాదిత విమానాశ్రయాలు:

1. శ్రీకాకుళం : శ్రీకాకుళం ఎయిర్‌పోర్ట్ (ప్రతిపాదిత ఎయిర్‌పోర్ట్).
2. భోగాపురం : బోగాపురం (విజయనగరం జిల్లా) అంతర్జాతీయ విమానాశ్రయం (ప్రతిపాదిత ఎయిర్‌పోర్ట్).
3. తాడేపల్లిగూడెం : తాడేపల్లి గూడెం విమానాశ్రయం (ప్రతిపాదిత ఎయిర్‌పోర్ట్).
4. నెల్లూరు : దగదర్తి – కార్గో అవసరాల కోసం నిర్మిస్తున్న ఎయిర్ పోర్ట్.
5. పుట్టపర్తి : శ్రీ సత్యసాయి విమానాశ్రయం – ఇది ప్రైవేట్ ఎయిర్‌పోర్ట్. ఇది నిషేదిత ఎయిర్‌పోర్ట్.
6. పల్నాడు : నాగార్జున సాగర్ విమానాశ్రయం – ఇది నిషేదిత ఎయిర్‌పోర్ట్.
7. ప్రకాశం : దొనకొండ విమానాశ్రయం – ఇది నిషేదిత ఎయిర్ పోర్ట్.

19. ఛత్తీస్‌ఘడ్: స్వామి వివేకానంద ఎయిర్‌పోర్ట్ – రాయ్‌పూర్.

20. ఒడిషా: బిజూ పట్నాయక్ అంతార్జాతీయ విమానాశ్రయం – భువనేశ్వర్.

21. జార్ఖండ్:

ఎ) రాంచీ : బిర్సా ముండా అంతర్జాతీయ ఎయిర్‌పోర్ట్.

బి) దేవ్‌ఘర్ : (Deoghar Airport) / బాబా బైద్యనాథ్ విమానాశ్రయం.

Note: 1. ఇటీవల కాలంలో ప్రధానమంత్రిచే ప్రారంభించబడ్డ విమానాశ్రయం.
2. ప్రపంచంలో అతిపెద్ద విమానాశ్రయం బీజింగ్ డాక్సింగ్ అంతర్జాతీయ విమానాశ్రయం.

22. ఉత్తరప్రదేశ్:

ఎ. లక్నో – చౌదరీ చరణ్ సింగ్ అంతర్జాతీయ విమానాశ్రయం.

బి. ఖుషీనగర్ – ఖుషీనగర్ అంతర్జాతీయ విమానాశ్రయం.

సి. వారణాసి – లాల్ బహుదూర్ శాస్త్రి అంతర్జాతీయ విమానాశ్రయం.

23. బీహార్:

ఎ. పాట్నా - లోక్‌నాయక్/జయప్రకాశ్ నారాయణ్ అంతర్జాతీయ విమానాశ్రయం.

బి. గయ - గయ అంతర్జాతీయ విమానశ్రయం.

24. పశ్చిమ బెంగాల్:

ఎ. కోల్‌కత్తా - నేతాజి సుభాష్ చంద్రబోస్ విమానాశ్రయం.

బి. సిలిగురి - సిలిగురి బాగ్ డోగ్రా అంతర్జాతీయ విమానాశ్రయం.

25. సిక్కిం:

★ పాక్‌యాంగ్ - పాక్‌యాంగ్ ఎయిర్‌పోర్ట్ (ఈశాన్య భారత్‌లో మొట్టమొదటి ప్రస్తుతానికి ఏకైక గ్రీన్ పీల్డ్ ఎయిర్‌పోర్ట్).

26. అస్సాం:

★ గౌహతి - లోకప్రియ గోపీనాద్ బోర్డోలాయ్ అంతర్జాతీయ విమానాశ్రయం.

27. మేఘాలయ:

★ షిల్లాంగ్ - జారుఖీ ఎయిర్‌పోర్ట్.

28. మణిపూర్:

★ ఇంఫాల్ అంతర్జాతీయ విమానాశ్రయం.

29. మిజోరాం:

★ ఐజ్వాల్ - లెంగ్ పుయ్ ఎయిర్‌పోర్ట్.

CHAPTER 16 సమాచార వ్యవస్థ (Communication System)

❖ కమ్యూనికేషన్ అనేది ఒక వ్యక్తి లేదా ఒక సమూహం నుండి మరొకరికి సమాచారం లేదా సందేశాలను బదిలీ చేసే ప్రధాన ప్రక్రియ. ఇది ప్రజలలోని అవగాహనను పెంచుతుంది.

❖ ప్రస్తుత కమ్యూనికేషన్ వ్యవస్థ ఆర్థికవ్యవస్థ వృద్ధికి, సామాజిక పరస్పర చర్యలకు మరియు సాంస్కృతిక ఐక్యతను పెంపొందిచండానికి ఉపయోగపడుతుంది. అయితే అంతర్జాతీయంగా ఇది ప్రపంచం నలుమూలలనుండి ప్రజలను మరింత దగ్గర చేస్తుంది. అలాగే దగ్గరలో సమీపించబోయే విషాదం, ప్రమాదం లేదా అత్యవసర పరిస్థితుల్లో శీఘ్రకమ్యూనికేషన్ పద్ధతులు ప్రపంచవ్యాప్తంగా అభివృద్ధి చెందాయి.

❖ కమ్యూనికేషన్ అనేది పూర్వం నుంచి వివిధ పద్ధతుల్లో కాలక్రమేణా అభివృద్ధి చెందుతూ ప్రపంచమంతటా వ్యాప్తి చెందింది. కమ్యూనికేషన్ అనేది మొదటిలో తపాలసేవలు రూపంలో ఉండూ తరువాత టెలికమ్యూనికేషన్, మాస్ కమ్యూనికేషన్, ప్రింట్ మీడియా, శాటిలైట్ కమ్యూనికేషన్, వైరలెస్ కమ్యూనికేషన్‌ల రూపంలో దశల వారిగా అభివృద్ధి చెందుతూ వచ్చింది.

కమ్యూనికేషన్‌ను మొత్తానికి రెండు రకాలుగా విభజించటం జరిగింది. అవి:

1) వ్యక్తిగత కమ్యూనికేషన్, 2) మాస్ కమ్యూనికేషన్

వ్యక్తిగత కమ్యూనికేషన్:

❖ వ్యక్తుల మధ్య సమాచారాన్ని మార్పిడి చేసే ప్రక్రియను వ్యక్తిగత కమ్యూనికేషన్ అంటారు. ఇందులో తపాలా మరియు టెలికమ్యూనికేషన్ సేవలు, మొబైల్‌ఫోన్, సంక్షిప్త సందేశసేవలు, ఫ్యాక్స్, ఇంటర్నెట్, ఇ-మెయిల్ మొదలయినవి ఉన్నాయి.

❖ ఈ వ్యక్తిగత కమ్యూనికేషన్ వ్యవస్థ వినియోగదారునికి ప్రత్యేక్ష పరిచయాన్ని ఏర్పరుస్తుంది.

1. తపాలా సేవలు:

★ భారతదేశంలో ఈ కమ్యూనికేషన్ వ్యవస్థ అనేది విస్తృతంగా ఉపయోగించే సాధానం. దేశంలో గ్రామీణ ప్రాంతాల్లో తపాలసేవలు ఎంతో కీలకమైనవి. ప్రస్తుతం 99% సంఘాల్లో పోస్టల్‌సేవలు అందుబాటులో ఉన్నాయి.

★ 1766లో లార్డ్ క్లైవ్ మొట్టమొదటిసారి ఆధునిక తపాలా వ్యవస్థను ఏర్పాటు చేసారు. ఇది 1774లో వారెన్ హేస్టింగ్స్ ద్వారా అభివృద్ధి చెందింది.

★ దేశవ్యాప్తంగా 2021 మార్చి 31 నాటికి మొత్తం 1,55,618 పోస్టాఫీసులతో, 5,66,000 ఉద్యోగులతో తపాలసేవలను అందిస్తూ ప్రపంచంలోనే అతిపెద్ద పోస్టల్ వ్యవస్థగా భారతీయ పోస్టల్ నెట్‌వర్క్ అవతరించింది. వీటిలో 1,39,000కు పైగా పోస్టాఫీసులు గ్రామీణ ప్రాంతాలలోనే ఉన్నాయి.

★ దేశంలో తపాలాసేవలు 1837లో ప్రజలకు అందుబాటులోకి వచ్చాయి.

★ మొదటి భారతీయ పోస్టల్‌స్టాంపు 1852లో కరాచీలో విడుదలైంది.

★ మెయిల్‌ను సేకరించటం మరియు పంపిణీ చేయడం అనేది పోస్టల్ విభాగం యొక్క ప్రాథమిక విధి.

★ 1972-ఆగస్టు 15న ప్రవేశపెట్టిన పిన్‌కోడ్ సిస్టమ్ (PCS) ఆధారంగా క్విక్ మెయిల్ సర్వీస్ పనిచేస్తుంది.

- ★ ఇది 1975లో క్విక్ మెయిల్ సర్వీస్ (QMS) ను మొదలుపెట్టింది.
- ★ వాటిని పక్కన పెడితే ఆరు ప్రధాన నగరాలనుండి పర్వత, వెనుకబడిన మరియు సమాచార ప్రాంతాలకు సేవలను అందించే విధంగా ట్రయల్ ప్రాజెక్టుగా శాటిలైట్ మనీ ఆర్డర్ ప్లాన్‌ను 1994లో ప్రారంభించారు.
- ★ సుదూర దేశాలను భారతదేశంతో అనుసంధానించటంతో కీలకమయిన దశలుగా వాయు మరియు నీటిద్వారా అంతర్జాతీయ తపాలసేవలను అందించవచ్చు.
- ★ ప్రీమియం ఉత్పత్తులలో మనీఆర్డర్, ఇ-మనీ ఆర్డర్, స్పీడ్ పోస్ట్, ఎక్స్‌ప్రెస్ పార్శిల్ పోస్ట్, బిజినెస్ పోస్ట్, మీడియా పోస్ట్, శాటిలైట్ పోస్ట్, రిటైల్ పోస్ట్, గ్రీటింగ్ పోస్ట్, డేటా పోస్ట్, స్పీడ్ నెట్ మరియు స్పీడ్ పాస్‌పోర్ట్ సేవలు అందిస్తుంది.
- ★ దేశవ్యాప్తంగా మొత్తం 9 తపాలా జోన్‌లు కలవు. అందులో 9వ జోన్‌ని రక్షణ రంగానికి కేటాయించారు.

2. టెలికమ్యూనికేషన్:

- ★ ఆసియాలో అతిపెద్ద టెలీ టెలికమ్యూనికేషన్ నెట్‌వర్క్‌లలో భారతదేశం ఒకటి.
- ★ ఇది వ్యక్తిగత మరియు సమూహటెలికమ్యూనికేషన్ కోసం సమకాలిన సాంకేతికత.
- ★ దీని యొక్క ప్రాథమిక రీతులు టెలిగ్రాఫ్, టెలిఫోన్, టెలిక్స్ మరియు ఫ్యాక్స్. 2004-05 చివరి నాటికి ఫోన్‌నెంబర్ల పరంగా భారతదేశం పదవ అతిపెద్ద టెలికాం నెట్‌వర్క్‌ను కలిగి ఉంది.

ఎ. **టెలిగ్రాఫ్:** అత్యవసర పరిస్థితులలో వేగవంతమైన కమ్యూనికేషన్‌ను అందించడానికి సాపేక్షంగా ఉండే పాత పద్ధతి. ప్రస్తుతం దేశంలో 40,000కి పైగా టెలిగ్రాఫ్ కార్యాలయాలు పనిచేస్తున్నాయి. 1857లో కర్నూలు నుండి బాంబే వరకు టెలిగ్రాఫిక్ లైన్ ఏర్పాటు చేసారు.

బి. **టెలిఫోన్:** దీనిని కనుగొన్న శాస్త్రవేత్త - "అలెగ్జాండర్ గ్రాహంబెల్", మొట్టమొదటి 1881లో ఇంగ్లాండ్‌కు చెందిన "ఓరియంటల్ టెలిఫోన్ కంపెనీ"కి దేశంలో టెలిఫోన్ సర్వీసుల ఏర్పాటుకు ప్రభుత్వం అనుమతినిచ్చింది.

- ★ 1882లో జనవరి 28వ కలకత్తా, బొంబాయి, మద్రాస్, అహ్మదాబాద్ టెలిఫోన్ ఎక్స్చేంజీలు నెలకొల్పారు.
- ★ 1913-14 మధ్యకాలంలో సిమ్లాలో తొలి ఆటోమేటిక్ టెలిఫోన్ ఎక్స్‌చేంజీని ఏర్పాటు చేసారు.
- ★ 1948లో ఇండియన్ టెలిఫోన్ ఇండస్ట్రీని ప్రారంభించారు.
- ★ 1985లో ఢిల్లీ, ముంబైలలో మహానగర్ టెలికాం నిగమ్ లిమిటెడ్ (MTNL) ప్రారంభించారు.
- ★ 1986లో విదేశాలలో టెలికమ్యూనికేషన్ కొరకు (VSNL) విదేశీ సంచార్ నిగమ్ లిమిటెడ్‌ను ప్రారంభించారు.
- ★ 1997లో దేశంలోని ప్రభుత్వ, ప్రైవేటు టెలికాం కంపెనీలను నియంత్రించుటకు ఒక చట్టబద్ధమైన సంస్థ టెలికాం రెగ్యులేటరీ ఆథారిటీ ఆఫ్ ఇండియా (TRAI) ను ఏర్పాటు చేశారు.
- ★ 2000 సంవత్సరంలో భారత్ సంచార్ నిగమ్ లిమిటెడ్ (BSNL)ను ఏర్పాటుచేసారు. ఇది ఢిల్లీ, ముంబాయిలో మొత్తంగా మరియు దేశం మొత్తం మీద సర్వీసులను అందిస్తుంది. డిపార్ట్‌మెంట్ ఆఫ్ టెలికమ్యూనికేషన్‌ను (DOT) ను BSNL గా మార్చారు.
- ★ 2000, ఆగస్టు 13 నుంచి ప్రైవేటు రంగంలో (STD) సేవలు ప్రారంభించారు. అయితే ఈ టెలిఫోన్ సాంకేతికత విపరీతమయిన వేగంతో అభివృద్ధి చెందింది.
- ★ మార్చి 31, 2006 నాటికి ఈ నెట్‌వర్క్‌లో 142.09 మిలియన్ టెలిఫోన్ కనెక్షన్లు, 2.34 మిలియన్ పబ్లిక్‌కాల్ ఆఫీస్ కనెక్షన్లు (PCO) ఉన్నాయి. దేశంలో మొత్తం టెలిఫోన్ సబ్‌స్క్రైబర్ బేస్ మార్చి 2014లో 933.02 మిలియన్ల నుండి 2021 మార్చి నాటికి 1200.88 మిలియన్‌లకు చేరింది. భారతదేశంలో 2021 నాటికి 45% గ్రామీణ ప్రాంతాల్లో సబ్‌స్క్రైబర్లు మరియు 55% పట్టణ ప్రాంతాల్లో సబ్‌స్క్రైబర్లు కలిగివున్నారు. ఇండియా టెలీ సాంద్రత 87.45% ఉ

ంది. 2021 జూలై నాటికి దేశంలో మొత్తం టెలి సాంద్రత 88.51% కలదు. అందులో 60.33% గ్రామీణ టెలీసాంద్రత మరియు 141.62% పట్టణ టెటీ సాంద్రత కలిగి ఉంది.

★ దేశంలో దాదాపు 62.90 మిలియన్ సెల్యూలర్ యూజర్లు మరియు సెల్యూలర్ సబ్‌స్క్రైబర్ బేస్ ప్రతినెలా రెండు మిలియన్ల కంటే ఎక్కువ వేగంతో పెరుగుతుంది.

★ దేశంలోని అన్ని ప్రధాన మరియు చిన్న నగరాల్లో STD (సబ్‌స్క్రైబర్ ట్రంక్ డయలింగ్) సేవలు అందుతున్నాయి. దాదాపు అన్ని దేశాలు పూర్తిగా ఆటోమేటిక్ ఇంటర్నేషనల్ సబ్‌స్క్రైబర్ డయలింగ్ ISDకి యాక్సెస్‌ను కలిగి ఉన్నారు.

3. టెలెక్స్:

★ టెలెక్స్ సేవలు ముద్రిత సమాచార ప్రసారాన్ని ఎనేబుల్ చేస్తాయి.

★ 200కి పైగా భారతీయ నగరాల్లో ఈ సేవ అందుబాటులో ఉంది. ఉపగ్రహాల వినియోగం టెలికమ్యూనికేషన్ రంగాన్ని మార్చేసింది. అయితే ఇది తక్షణ కమ్యూనికేషన్‌ను అందించే అత్యంత ప్రాధాన్యతగల రూపం. ఇదేకాకుండా మొబైల్ ఫోన్, ఫ్యాక్స్, ఇంటర్నెట్ దేశంలో ఉపయోగించే ఇతర వ్యక్తిగత కమ్యూనికేషన్.

i. మాస్ కమ్యూనికేషన్:

♦ ఇది కొన్ని మిలియన్ల మంది వ్యక్తులకు ఒకే సమయంలో సమాచారాన్ని అందించే ప్రక్రియ విద్యతోపాటు వినోదాన్ని అందించేందుకు ఇది గొప్పమార్గం. ఇది వివిధ జాతీయ విధానాలు మరియు కార్యక్రమాల గురించి ప్రజలకు అవగాహన కల్పించటంలో సహాయపడుతుంది. మాస్ కమ్యూనికేషన్ సిస్టమ్స్ ప్రజలకు రెండు పద్ధతులలో సమాచారాన్ని అందించగలవు. అవి ప్రింట్ మీడియా మరియు ఎలక్ట్రానిక్ మీడియా. అయితే ఇందులో కొన్నింటిని వైర్‌లెస్ కమ్యూనికేషన్‌గా పరిగణించవచ్చు.

1. ఎలక్ట్రానిక్ మీడియా:

★ రేడియో, టెలివిజన్, ఇంటర్నెట్ వంటివి ప్రధాన ఉదాహరణాలుగా చెప్పవచ్చు.

ఎ. రేడియో:

♦ భారతదేశంలో రేడియో ప్రసారాలను 1923లో "రేడియో క్లబ్ ఆఫ్ బాంబే" ప్రారంభించింది. అప్పటి నుండి ఇది అపారమైన ప్రజాదరణ పొందింది. మరియు ప్రజల సామాజిక మరియు సాంస్కృతిక జీవితాన్ని మార్చేలా చేసింది.

♦ ఇది సమాచారం, విద్య మరియు వినోదానాకి సంబంధించిన వివిధ కార్యక్రమాలను ప్రసారం చేస్తుంది.

♦ దీనికి 1936లో (AIR) ఆల్ ఇండియా రేడియో అనిపేరు పెట్టారు. 1957లో మళ్లీ ఆకాశవాణిగా పేరుమార్చారు.

♦ ఇందులో పార్లమెంటు సమావేశాలు మరియు రాష్ట్ర శాసనసభల వంటి ప్రత్యేక సందర్భాలలో కూడా ప్రత్యేక వార్తల బులెటిన్‌లు ప్రసారం చేయబడతాయి.

♦ దేశంలో దాదాపు 225 రేడియో ప్రసారకేంద్రాలు ఉన్నాయి. ఇది 91.42% భూభాగంలో 99.13% ప్రజలకు సేవలందిస్తున్నాయి.

♦ fm రేడియో సేవలు ఇప్పుడు రేడియో ప్రసారానికి కొత్త రూపాన్ని సంతరించాయి.

♦ నేటి వేగంగా కదులుతున్న సోషల్‌మీడియా యుగంలో, మాస్‌మీడియా కమ్యూనికేషన్‌లో భాగమయిన రేడియో, మహమ్మారి – కరోనా సమయంలో కరోనా వ్యాప్తికి రక్షణగా నిలవడమే కాకుండా ప్రస్తుతం ఉన్న రాకెట్‌లా దూసుకెళ్తున్న డిజిటల్ యుగంలో కూడా ఎంతగానో ఉపయోగపడింది.

- ప్రస్తుతం ఈ రేడియో రోజువారీ పాలనకు సంబంధించిన సమస్యలపై ప్రధానమంత్రి పౌరులతో సంభాషణను ఏర్పాటుచేసుకొని సమాచారాన్ని మారుమూల గ్రామాలకిసైతం అందేలా ప్రముఖ 'మన్‌కీబాత్' కార్యక్రమం 25 డిసెంబరు 2022న తన ఎపిసోడ్‌ను పూర్తిచేసే మైలురాయికి చేరుకుంది.
- 2023లో కూడా ఈ కార్యక్రమం కొనసాగుతుంది. దీనిని ఐకానిక్ లైన్‌గా 'ఇది ఆల్ ఇండియా రేడియో వారు చదివిన వార్తలు' అని పేర్కొన్నారు.
- దేశవ్యాప్తంగా ఉన్న పౌరులందరూ, దాని నినాదం 'బహుజన మితయ : బహుజన్ సుఖయ' అంటే అందరి సంతోషం కోసం, అందరి సంక్షేమం కోసం అని అర్థం. ప్రస్తుతం అంటే 2023 నాటికి ఇది దేశంలోని 479 స్టేషన్ల నుండి 23 భాషలలో, 146 మాండలికాలు మరియు ఇతర భాషలతో కలిపి మొత్తం 179 మాండలికాలలో ప్రసారమవుతుంది. ఇది దాదాపు దేశంలో 92% భూభాగంలో మరియు దేశంలో మొత్తం జనాభాలో 99.2%కి చేరుకుంది. ప్రస్తుతం ప్రసారభారతి తన రజతోత్సవాన్ని 23 నవంబరు 2022న జరుపుకుంది. AIR యొక్క 240కి పైగా రేడియోసేవలు ప్రసారభారతి యొక్క అధికారిక యాప్ అయిన News on Air యాప్‌లో ప్రత్యక్ష ప్రసారం చేయబడుతున్నాయి.
- పబ్లిక్ బ్రాడ్‌కాస్టర్‌తో పాటు, ప్రైవేటు వాణిజ్య రెడియో స్టేషన్‌లు (FM రేడియో) మరియు కమ్యూనిటీ రేడియో స్టేషన్‌లు (CRS) వివిధ రకాల కార్యక్రమాలను వేదికలుగా పనిచేస్తున్నాయి.

బి. టెలివిజన్:

- ఇది సమాచారాన్ని వ్యాప్తి చేయడానికి మరియు ప్రజలకు అవగాహన కల్పించడానికి అత్యంత ప్రభావంతమైన ఆడియో విజువల్ మాధ్యమంగా ఉద్భవించింది.
- భారతదేశంలో టెలివిజన్ నెట్‌వర్క్‌ను దూరదర్శన్ (DD) అని పిలుస్తారు. ఇది కామన్ నేషనల్ ప్రోగ్రామ్ (CNP) సేవలను ప్రారంభించింది. ఇది వెనుకబడిన మరియు మారుమూల గ్రామీణ ప్రాంతాలకు విస్తరించబడి సేవలందిస్తుంది.
- భారతదేశంలో టెలివిజన్ సేవలు 1959లో ప్రారంభమయ్యాయి. అయితే టెలివిజన్ సేవల వాస్తవాభివృద్ధి 1980 తర్వాత వచ్చింది. ఇది దూరదర్మన్ ద్వారా ప్రసారమయ్యే కార్యక్రమాల నాణ్యతను పెంపొందించడానికి తీవ్రపోటికి దారితీసింది.
- దేశంలో మొట్టమొదటిసారిగా ఢిల్లీలోని ఆకాశవాణి భవన్ నుండి దూరదర్శన్ 1959 సెప్టెంబర్ 15 న టెలీకాస్ట్ చేసింది.
- వార్తల బులెటిన్‌తో కూడిన సాధారణ సేవలు 1965 నుంచి ప్రారంభం అయ్యాయి. 7 సంవత్సరాల తరువాత 2వ టెలివిజన్ చానల్ ముంబాయిలో సేవలను ప్రారంభించింది.
- 1975లో కొల్‌కత్తా, చెన్నై, శ్రీనగర్, అమృత్‌సర్ మరియు లక్నోలలో టెలివిజన్ సేవలు అందుబాటులోకి వచ్చాయి.
- భారతదేశంలో ఉపగ్రహ సాంకేతికతతో మొదటి ప్రయోగం 1975-76లో శాటిలైట్ ఇన్‌స్ట్రక్షనల్ టెలివిజన్ ఎక్స్‌పెరిమెంట్ (SITE) కార్యక్రమంద్వారా నిర్వహించారు.
- సాంఘిక విద్య కోసం ఉపగ్రహ ప్రసారాన్ని యాదృచ్ఛికంగా అందించడానికి ప్రపంచంలోనే చేసిన మొట్టమొదటి ప్రయత్నం.
- 1982లో న్యూఢిల్లీలో జరిగిన ఆసియా క్రీడల సందర్భంగా మొట్టమొదటిసారిగా కలర్ ట్రాన్స్‌మిషన్ ప్రవేశపెట్టబడింది.
- 1982లో ఢిల్లీ మరియు ఇతర ట్రాన్స్‌మిటర్‌ల మధ్య ఒక సాధారణ ఉపగ్రహ అనుసంధానాన్ని ప్రవేశపెట్టడం ద్వారా నేషనల్ నెట్‌వర్క్ రాకను తెలియచేయడం జరిగింది. 1984లో మెట్రోచానల్‌లో ప్రవేశపెట్టబడింది.

- దూరదర్శన్ ప్రస్తుతం 30 చానల్‌లను నిర్వహిస్తుంది. ఇది 3 అంచెల విధానం. ఇందులో జాతీయ, స్థానిక మరియు ప్రాంతీయ సర్వీసులను అందిస్తుంది. దేశం అంతటా ఎదుర్కొంటున్నటువంటి సమస్యలను మరియు సంఘటనలకు సంబంధించిన కొన్ని ఇతర జాతీయ కార్యక్రమాలను ప్రసారం చేస్తుంది.
- 2002 జనవరి 26న కొత్తగా దూరదర్శన్‌లో డి.డి. భారతి అనే చానల్‌ని ప్రవేశపెట్టారు.
- దూరదర్శన్ నెట్‌వర్క్‌లో 64 దూరదర్శన్ కేంద్రాలు, 1400 టాన్స్‌మిట్టర్లు ఉపయోగించారు.
- దూరదర్శన్ 79% భూభాగంలో విస్తరించింది మరియు మొత్తం జనాభాలో 91% మంది సేవలను అందుకుంటున్నారు.
- దూరదర్శన్ ద్వారా వార్తలు, సైన్స్, సాంస్కృతిక మేగ్‌జైన్‌లు, డాక్యుమెంటరీలు, సంగీతం, నృత్యం, డ్రామా మరియు సినిమాలు ప్రసారమవుతున్నాయి.
- రోజువారీ వార్తలు మరియు ప్రభుత్వ విధానాలు కూడా ఇందులో టెలీకాస్ట్ చేస్తున్నారు.
- దీనిద్వారా పాఠశాలలు మరియు విశ్వవిద్యాలయాలలో విద్యకు సంబంధించిన కొన్ని ప్రోగ్రాంలను ఏర్పాటు చేసారు.

'సినిమా'

- ప్రస్తుతం మరోకరకమైన మాస్ కమ్యూనికేషన్‌గా 'సినిమా' అవతరించింది. ఇది అత్యంత వేగంగా వ్యాప్తి చెందుతున్న మాస్ కమ్యూనికేషన్. ప్రతిరోజు మిలియన్‌లమంది దీనితో అలరిస్తున్నారు.
- 1912-13లో మొట్టమొదటిసారిగా భారతదేశంలో మూకీ చిత్రాన్ని ప్రదర్శించారు. 1931 నాటికి టాకీ ఎరాగా అభివృద్ధి చెందింది. ఇందులో భాగంగా అర్దేశిర్ ఇరానీ అనే అతను ఆలం ఆరా అనే చిత్రాన్ని 1931లో విడుదద చేసారు. దీనితోనే టాకీ ఎరా మొదలైంది. భారతదేశంలో సెంట్రల్ బోర్డ్ ఆఫ్ ఫిల్మ్ సర్టిఫికేషన్ వారు అనుమతుల మేర మాత్రమే సినిమాని పబ్లిక్‌లో ప్రదర్శించే అవకాశం ఉంది.

సి. ఇంటర్నెట్:

- ఇది ఇంటర్‌కనెక్టెడ్, కంప్యూటర్ నెట్ వర్క్‌ల యొక్క గ్లోబల్ సిస్టమ్. ఇది ప్రపంచవ్యాప్తంగా పరికరాలను లింక్ చేయడానికి ఇంటర్నెట్ ప్రోటోకాల్ సూట్‌ను ఉపయోగిస్తుంది. సోషల్ మీడియా అనేది ఇంటరాక్టివ్ కంప్యూటర్, మధ్యవర్తిత్వ సాంకేతికలు. ఇవి వర్చువల్ కమ్యూనిటీల మరియు నెట్‌వర్క్‌ల ద్వారా సమాచారం, ఆలోచనలు, వృత్తిపరమైన ఆసక్తులు మరియు ఇతర వ్యక్తీకరణల యొక్క అభివృద్ధి మరియు భాగస్వామ్యాన్ని సులభతరం చేస్తాయి.

2. ప్రింట్ మీడియా:

- వార్తాపత్రికలు అత్యంత సాధారణమైనవి కానీ శక్తివంతమైన కమ్యూనికేషన్ సాధనాలుగా ప్రింట్ మీడియాలో పనిచేస్తున్నాయి.
- భారతదేశంలో స్థానిక జాతీయ మరియు అంతర్జాతీయ సంఘటనల సమాచారాన్ని ప్రజలకు అందించే అనేక వార్తా పత్రికలున్నాయి.
- స్వాతంత్ర్యం తరువాత ప్రింట్‌మీడియా విపరీతమయిన వేగంతో విస్తరించింది. అయితే దీనికోసం ప్రెస్ ట్రస్ట్ ఆఫ్ ఇండియా (PTI)ని 1947, ఆగస్టు 27న ఏర్పాటు చేసారు. దేశంలోనే అతిపెద్ద న్యూస్ ఏజెన్సీ ఇది. 1949-ఫిబ్రవరి 1 నుండి పని చేస్తుంది. ఇది ఇంగ్లీషు, హిందీభాషలలో వార్తలను అందిస్తుంది.
- 1953లో మొదటి ప్రెస్ కమిషన్‌ను ఏర్పాటు చేయగా దీని సిఫార్సుల మేరకు 1956, జూలై 1న రిజిస్ట్రార్ ఆఫ్ న్యూస్ పేపర్స్ ఆఫ్ ఇండియా (RNI)ని ఏర్పాటు చేసారు. ఈ (RNI) ప్రతి ఏటా డిసెంబర్ 31 లోపు అన్ని పత్రికల సమాచారాన్ని నివేదికల రూపంలో ప్రభుత్వానికి అందజేస్తుంది.

- పత్రికారంగం యొక్క స్వాతంత్ర్యాన్ని పరిరక్షించుటకు 1978లో పార్లమెంటు చట్టం మేరకు ప్రెస్ కౌన్సిల్ ఆఫ్ ఇండియా (PCI)ను ఏర్పాటు చేసారు. దీనికి అధ్యక్షునిగా సుప్రీంకోర్టు మాజీ న్యాయమూర్తిని నియమిస్తారు. ఇందులో మొత్తం 28 మంది సభ్యులుంటారు. ప్రస్తుతం ప్రెస్ కౌన్సిల్ ఇండియా చైర్మన్‌గా జస్టిస్ రంజనా ప్రకాశ్ దేశాయ్ (2023) ఉన్నారు.
- 2006 మార్చి 31 నాటికి భారతదేశ వివిధ భాషలలో 62550 రోజువారీ వార్తాపత్రికలు మరియు మ్యాగ్‌జైన్‌లు వివిధ పబ్లికేషన్ల ద్వారా ప్రచురించబడ్డాయి. 2007 నాటికి మొత్తం వార్తాపత్రికలు మరియు పీరియాడికల్స్ 65,032. ఇందులో 7,131 డైలీస్, 374 బై/ట్రై వీక్లీస్, 22,116 వీక్లీస్, 8,547 ఫోర్ట్‌నైట్లీస్, 19,456 మంత్లీస్, 4470 క్వార్టర్లీస్, 605 యాన్యువల్స్ మరియు 2333 ఇతర పీరియాడికల్స్.
- 2021 ఏప్రిల్ 1 నుండి 2022 మార్చ్ 31 నాటికి కొత్తగా 1,525 న్యూస్‌పేపర్లు రిజిస్టర్ అవ్వడం జరిగింది. మొత్తం 1,525 పబ్లికేషన్స్‌లో 307 డైలీస్, 2 బై/ట్రై వీక్లీస్, 496 వీక్లీస్, 108 ఫోర్ట్‌నైట్లీస్, 432 మంత్లీస్, 141 క్వార్టర్లీస్, 5 యాన్యువల్స్ మరియు 24 ఇతర పత్రికలు.
- 2021-22లో మొత్తం 27 రిజిస్టర్డ్ పబ్లికేషన్‌లను సీజ్ చేయడం జరిగింది. ఇందులో ఉత్తరప్రదేశ్ నుంచి 11 పబ్లికేషన్‌లు, మహారాష్ట్ర నుంచి 7 పబ్లికేషన్‌లు, గుజరాత్ నుంచి 4 పబ్లికేషన్‌లు, రాజస్తాన్, మధ్యప్రదేశ్ మరియు ఉత్తరాఖండ్ నుంచి ఒక్కొక్క పబ్లికేషన్‌లను సీజ్ చేసారు.

2021-22 నాటికి రాష్ట్రాలవారీగా మొత్తం రిజిస్టర్ అయిన పబ్లికేషన్‌లు:

1.	ఉత్తరప్రదేశ్	: 21,336
2.	మహారాష్ట్ర	: 20,098
3.	ఢిల్లీ	: 16,938
4.	మధ్యప్రదేశ్	: 13,492
5.	తమిళనాడు	: 8,801
6.	కర్నాటక	: 8,024
7.	రాజస్తాన్	: 7,744
8.	పశ్చిమబంగ	: 7,523
9.	గుజరాత్	: 7,466
10.	ఆంధ్రప్రదేశ్	: 5,837

- 2022 మార్చి 31 నాటికి మొత్తంగా 1,46,045 పబ్లికేషన్స్ నమోదయ్యాయి. దీనియొక్క నికర పెరుగుదల గత సం॥ కంటే 1.05% పెరిగింది.
- 2021-22 నాటికి 20,278 డైలీస్ మరియు 543 బై/ట్రై వీక్లీస్ రిజిస్టర్ అయ్యాయి.

ii. వైర్‌లెస్ కమ్యూనికేషన్:

- వైర్లు, కేబుల్లు మరియు ఇతరరాకల ఎలక్ట్రిక్టికల్ కండక్టర్ల సహాయం లేకుండా చాలా దూరం వరకు సమాచారాన్ని ప్రసారం చేయడం జరుగుతుంది.
- వైర్‌లెస్ కమ్యూనికేషన్ టెక్నాలజీ IR (ఇన్‌ఫ్రారెడ్ రేస్), RI (రేడియో ఫ్రీక్వెన్సీలు), ఉపగ్రహం మొదలయిన విద్యుతయస్కాంత తరంగాలను ఉపయోగించి సమాచారాన్ని గాలిలో ప్రసారం చేస్తుంది. ఉదా॥కు GPS, Wi-Fi, Li-Fi, ఉపగ్రహ కమ్యూనికేషన్, వైర్‌లెస్ కంప్యూటర్ భాగాలు. 3G, 4Gతో కూడిన వైర్‌లెస్ ఫోన్‌లు మరియు నెట్‌వర్క్‌లు

మరియు బ్లూతూత్ వంటివి.

1. **(GPS) గ్లోబల్ పొజిషనింగ్ సిస్టమ్:**

❖ ఇది వాతావరణ పరిస్థితుల్లో సంబంధం లేకుండా ఖచ్చితమైన ప్రదేశం, సమయం మరియు వేగాన్ని గుర్తించడానికి భూమి, సముద్రం మరియు గాలిలో ఉపయోగించే రేడియోనేవిగేషన్ సిస్టమ్. 2

2. **Wi-Fi (Wireless Fidelity):**

❖ ఈ కమ్యూనికేషన్ మోడ్ వైరలెస్‌గా సమాచారాన్ని బదిలీ చేయడానికి రూటర్‌లను ఉపయోగిస్తుంది. మరియు తద్వారా నెట్‌వర్క్‌ను యాక్సెస్ చేయటానికి రూటర్‌ను సమీపంలో ఉన్న వినియోగదారులను అనుమతిస్తుంది. భద్రతకోసం ఈ నెట్‌వర్క్‌లు తప్పనిసరిగా పాస్‌వర్డ్‌లతో రక్షించుకోవాలి. లేకపోతే ఇతరుల ద్వారా యాక్సెస్ చేయబడి భంగం కలుగుతుంది. ఉదాహరణకు స్మార్ట్ ఫోన్‌లు, ల్యాప్‌టాప్‌లు మొదలైన ఎలక్ట్రానిక్ పరికరాలు Wi-fi నెట్‌వర్క్‌లను ఉపయోగిస్తాము. దీని ఆపరేటింగ్ ఫ్రీక్వెన్సీ రేంజ్ 2.4GHZ లేదా 5.2 GHZ bands ఉంటుంది.

3. **Li-Fi (Light Fidelity):**

❖ ఈ వైర్‌లెస్ కమ్యూనికేషన్ మోడ్ సమాచారాన్ని బదిలి చేయడానికి కాంతిని ఉపయోగిస్తుంది. ఇది Wi-Fi కంటే 100 రెట్లు వేగంతో పనిచేస్తుంది. దీనివేగం 224 గిగాబిట్స్ / సెకను వరకు ఉంటుంది. ఈ Li-fi అనేది 380 nm నుండి 780 nm వేవ్‌లెంత్‌గల కాంతి తరంగాల గుండా ప్రసరిస్తుంది. Wi-fi కంటే ఇది ఎంతో సురక్షితమైనది.

4. **ఉపగ్రహ ఆధారిత కమ్యూనికేషన్:**

❖ పెద్ద మొత్తంలో ఒక ప్రాంతం యొక్క నిరంతర మరియు సారాంశ వీక్షణను / చిత్రాన్ని పొందడంలో ఉపగ్రహాన్ని ఉపయోగించడం వల్ల ఈ కమ్యూనికేషన్ వ్యవస్థ దేశానికి చాలా ముఖ్యమైనది.

★ ఉపగ్రహ కమ్యూనికేషన్ వల్ల వాతావరణ సూచన, ప్రకృతి వైపరిత్యాల పర్యవేక్షణ, సరిహద్దు ప్రాంతాలపై నిఘా మొదలైన వాటికి ఉపగ్రహ చిత్రాలను ఉపయోగిస్తారు.

★ 1969లో భారత అంతరిక్ష పరిశోధన సంస్థ (ISRO) స్థాపన తర్వాత మనదేశంలో కమ్యూనికేషన్‌లో ఉపగ్రహాల ద్వారా కమ్యూనికేషన్ కొత్త శకంగా ఆవిర్భవించింది. భారతదేశంలోని ఉపగ్రహ వ్యవస్థను రెండుగా విభజించవచ్చు. అని (INSAT & IRS) .

★ భారత జాతీయ ఉపగ్రహవ్యవస్థ - 1983లో స్థాపించబడింది.

★ ఇది టెలీ కమ్యూనికేషన్, వాతావరణ పరిశీలన మరియు అనేక ఇతర కార్యక్రమాల కోసం బహుళార్థ సాధక వ్యవస్థగా పనిచేస్తుంది.

★ టెలివిజన్, టెలిఫోన్, రేడియో, మొబైల్ ఫోన్‌లకు సిగ్నల్‌లను ప్రసారం చేయడానికి (INSAT) సీరీస్‌లు ఉపయోగపడతాయి.

★ ఇది వాతావరణ గుర్తింపు, ఇంటర్నెట్ మరియు సైనిక అనువర్తనాల్లో కూడా ఉపయోగపడుతుంది.

★ INSAT సీరీస్, GSAT- సీరీస్, కల్పనా -1, HAM SAT, EDUSAT కమ్యూనికేషన్ ప్రయోజనం కోసం ఉపయోగించే ప్రధాన కమ్యూనికేషన్ ఉపగ్రహాలు.

★ GSAT- 7A అనేది కమ్యూనికేషన్ ప్రోగ్రామ్‌ల కోసం డిసెంబర్ 19, 2010న ప్రయోగించారు.

★ 1983, ఆగస్టు 30న ప్రయోగించిన ఇన్సాట్-1B ఇన్సాట్ సీరీస్‌లోని మొదటి కమ్యూనికేషన్ ఉపగ్రహం.

★ 1972లో హైదరాబాద్‌లోని బాలానగర్ వద్ద నేషనల్ రిమోట్ సెన్సింగ్ సెంటర్ (NRSC)ను స్థాపించారు. ఇది డేటాసేకరణ మరియు ప్రాసెసింగ్ సేవలను అందిస్తుంది. ఇది సహజవనరుల నిర్వహణలో చాలా ముఖ్యమైనది.

★ ఈ ఉపగ్రహాలు వివిధరకాల స్పెక్ట్రల్ బ్యాండ్‌లలో డేటాను సంగ్రహిస్తాయి. మరియు వివిధ ప్రయోజనాల కోసం గ్రౌండ్ స్టేషన్‌లకు ప్రసారం చేస్తాయి. రిమోట్ సెన్సింగ్ ఉపగ్రహాలలో ముఖ్యమైనవి IRS సిరీస్ ఓషియాన్ సాట్, టెక్నాలజీ ఎక్స్‌పెరిమెంట్ శాటిలైట్ (tES), రిసోర్స్ సాట్-1, కార్టోసాట్ - 1 & 2.

5. ఇన్‌ఫ్రారెడ్ కమ్యూనికేషన్:

❖ ఇది ఇన్‌ఫ్రారెడ్ రేస్ రేడియేషన్ ద్వారా ఒక పరికరం లేదా సిస్టమ్‌లోని సమాచారాన్ని కమ్యూనికేట్ చేస్తుంది. ఇది భద్రతా నియంత్రణ, టీవీ రిమోట్ కంట్రోల్ మరియు స్వల్పశ్రేణి కమ్యూనికేషన్ల కోసం ఉపయోగించబడుతుంది. దీని ఫ్రీక్వెన్సీ రేంజ్ 30 thz నుండి 400 thz ఉంటుంది. మరియు దీని తరంగదైర్ఘ్యం 100 µm (micrometre) నుంచి 740 nm (nanometre) వరకు ఉంటుంది.

6. మొబైల్ కమ్యూనికేషన్ సిస్టమ్:

❖ మొబైల్ టెక్నాలజీ క్రమంగా ఇంకా వేగంగా అభివృద్ధి చెందుచున్నది. ఎరిక్‌సన్ కంపెనీ మొట్టమొదటి సారిగా సెల్‌ఫోన్‌ను తయారుచేసింది. మొట్టమొదట 1973 ఏప్రిల్ 3న ఉక్రెయిన్‌కు చెందిన 'మోటారోలా ఇంజనీర్' అయిన మార్టిన్‌కూపర్ తొలిసారిగా సెల్‌ఫోన్‌లో మాట్లాడారు. మార్టిన్‌కూపర్‌ను సెల్యులర్ ఫోన్ పితామహుడుగా పేర్కొంటారు. సెల్‌ఫోన్ టవర్ పరిధి 26 చ॥కి॥మీ ఉంటుంది. భారత్‌లో మొబైల్ ఫోన్ సేవలను 1994లో ప్రవేశపెట్టారు. ప్రపంచవ్యాప్తంగా మొబైల్‌ఫోన్‌లలో 3 రకాల టెక్నాలజీలను ఉపయోగిస్తున్నారు. అవి.

1. **CDMA (code division multiple access):** ఈ టెక్నాలజీని సాధరణంగా విల్‌ఫోన్ (WILL -Wireless in local loop)లలో ఎక్కువగా ఉపయోగిస్తారు. ఈ టెక్నాలజీ అమెరికాకు చెందిన 'క్వాల్‌కమ్' అనే సంస్థ అభివృద్ధి చేసింది.
2. **G.S.M(Global System for Mobile Communication):** ఈ పరిజ్ఞానాన్ని యూరోపియన్ కంపెనీ అభివృద్ధి చేసింది. ప్రస్తుతం ఎక్కువగా ఈ టెక్నాలజీని అభివృద్ధి చేస్తున్నారు. ఈ టెక్నాలజీ ద్వారా ఒకే నెంబరు గల ఫోన్‌ను ప్రపంచవ్యాప్తంగా ఉపయోగించుకునే వీలుంది.
3. **FDMA (Frequency Division Multiple Access)** విధానం ఒకటి. ఈ విధంగా 1g - సాంకేతికతలో మొదలయిన మొబైల్ 3g/4g/5g వంటి వైర్‌లైస్ మొబైల్ టెక్నాలజీలుగా అభివృద్ధి చెందుతూవచ్చాయి. GPS పరికరాల మాదిరిగానే కొన్ని ఫోన్‌లు కమ్యూనికేట్ చేయడానికి ఉపగ్రహాల నుండి సిగ్నల్‌లను ఉపయోగిస్తాయి.

7. బ్లూటూత్ టెక్నాలజీ:

❖ ఈ కమ్యూనికేషన్ మోడ్ ప్రధానవిధి డేటా బదిలీ కోసం వివిధ ఎలక్ట్రానిక్ పరికరాలను కనెక్ట్ చేయడానికి వినియోగదారులకు అనుమతిస్తుంది. ఉదాహరణకు హ్యాండ్స్ ఫ్రీ ఇయర్‌ఫోన్లు, మౌస్, వైర్‌లెస్ కీ బోర్డుకి కనెక్టు చేయబడతాయి. అదేవిధంగా వైర్‌లెస్ ల్యాప్‌టాప్‌లు, నోట్‌బుక్‌లు, టాబ్లెట్‌లు వంటి వాటికి కనెక్ట్ చేయబడతాయి. అతితక్కువ సామర్థ్యం గల కమ్యూనికేషన్. దీని ఆపరేటింగ్ ఫ్రీక్వెన్సీ - 2.4 GHZ మరియు దీని రేంజ్ 20 మీటర్ల కంటే తక్కువ ఉంటుంది.

❖ ఇవే కాకుండా ఈ వైర్‌లెస్ కమ్యూనికేషన్‌లో మైక్రోవేవ్ కమ్యూనికేషన్, ప్రసార రేడియో, పేజింగ్, రాడార్, రేడియో ఫ్రీక్వెన్సీ గుర్తింపు వంటి ప్రక్రియలు కలవు.

కమ్యూనికేషన్‌లో భాగంగా కొన్ని ఇతర అంశాలు

ఇంటర్నెట్:

❖ ప్రపంచవ్యాప్తంగా చిన్న చిన్న నెట్‌వర్క్‌లను కలిపే పెద్ద నెట్‌వర్క్‌నే 'ఇంటర్నెట్' అంటారు. కావున ఇంటర్నెట్‌ను ఆఫ్ నెట్‌వర్క్స్ అని పిలుస్తారు.

❖ ఇది మొట్టమొదటి సారి అమెరికా మిలటరీ అవసరాలకోసం ARPANET పేరుతో రూపొందించబడింది. Advanced Research Project Network ఇంటర్నెట్‌ను మొట్టమొదట 1969, సెప్టెంబర్ 2న, కాలిఫోర్నియాలో 2 కంప్యూటర్‌లు, డేటాను పరస్పరం బదిలీ చేసుకున్నాయి.

❖ (ARPANET)ను రూపొందించింది-వింట్‌సెర్ఫ్, క్లీన్‌రాక్.

❖ ఇంటర్నెట్‌ను వినియోగించే వారిని 'నెటిజన్లు' అంటారు.

❖ తొలిసారిగా ఇంటర్నెట్‌లో అందుబాటులోకి వచ్చిన భారతీయ న్యూస్ పేపర్ 'ది హిందూ, భారతీయ మ్యాగజైన్ – "ఇండియాటుడే", ఇంటర్నెట్‌లో తొలిసారిగా సొంత వెబ్‌సైట్‌ను రూపొందించుకున్న రాజకీయపార్టీ – బిజెపి.

❖ 1973కి పూర్వం "స్టీఫెన్ డి. క్రోకర్" రూపొందించిన (Network control program) ఆధారంగా ARPANET రూపొందించారు. దీని సేవలు 1990తో ముగించబడ్డాయి.

❖ జూన్ 1971లో University of Hawaiలో Norman Abramson ఆధ్వర్యంలో ALOHANET (Additive links on-line Hawai area network) ఏర్పాటయింది. దీని ఏర్పాటులో Ethernet కేబుల్ నెట్‌వర్క్‌తో పాటు Marisat నెట్‌వర్క్‌ను వినియోగించారు.

❖ 1980లో అమెరికాలోని National Science Foundation వివిధ విశ్వవిద్యాలయాలలో National Super computing centres ను ఏర్పాటు చేసింది. 1986లో వీటిన్నింటిని అనుసంధానిస్తూ NSFNET ఏర్పాటయింది. దీని సేవలను 1995లో నిలిపివేసారు.

❖ 1989లో European Organisation for Nuclear Research (CERN) లో పనిచేసే "Tim Bernerslee" World Wide Web ను అభివృద్ధి చేసారు. ఈ అంతర్జాతీయ సమాచార వినిమయం కోసం ఏర్పడిన Network of Netwroks అని మరియు Internet అని పేర్కొంటారు.

❖ అంతర్జాలము యొక్క వేగాన్ని నిర్ణయించేంది – Band Width, ఈ అంతర్జాల సేవలను అందుకోవడానికి ప్రస్తుతం అందుబాటులో ఉన్న విధానాలు:

1) Dial up connection - 256 KB కన్నా తక్కువ వేగంతో సేవలు లభ్యమవుతాయి.

2) Broadband Connection దీని సౌకర్యం కొరకు అధిక వేగవంతమయిన సమాచార ప్రసార సాంకేతిక వనరులను వినియోగిస్తారు. అవి:

A. Digital Subscriber line (DSL): 256 KBPS-100MBPS వేగంతో అంతర్జాలం సేవలను అందిస్తుంది. (AT) మరియు T ఇంటర్నెట్, Century Link మొదలైనవి DSL ఆపరేటర్లు.

B. Cable Modem: కేబుల్ ప్రసారాలను అందజేసే Co-axial liner ద్వారానే cable operators అంతర్జాల సేవలను అందిస్తారు. ఫలితంగా టీవి ద్వారా సేవలు పొందవచ్చు. దీని ద్వారా పొందే అంతర్జాల సేవల వేగం 1.5 Mbps కన్నా వేగంగా ఉంటుంది.

C. **Broadband Over Power Line (BPL):** ఇది సాంప్రదాయ విద్యుత్ ప్రసారాల ద్వారా మారుమూల ప్రాంతాలకు సైతం ఇంటర్నెట్ సర్వీసు అందించే మాధ్యమం.

Wireless Connection:

- ❖ ఇక్కడ రేడియో ఉపకరణాల ద్వారా అంతర్జాల సేవలు అందించాల్సిన వివిధ ఉపకరణాలను అనుసంధానిస్తారు.
- ❖ ఈ సేవలలో Fixed Wireless connection మరియు Mobile Wireless Connection అను రెండు రకాలు కలవు. కేబుల్ ద్వారా సేవలు అందించలేని ప్రాంతాలకు ఈ విధానం అత్యుత్తమమైనది. అయితే ఇందులో Wireless Fidelity (Wi-Fi), World Wide Inter Operability for Microwaves Access (WIMAX), Mobile Wireless Boradband Services సాంకేతికతలు అభివృద్ధి పరచబడ్డాయి.
- ❖ దీనికి సంబంధించిన ప్రసారం జరిపే క్రమంలో కొన్ని రకాల ప్రోటోకాల్స్‌ను రూపొందించారు. అవి.
  1. Transmission Control Protocol (TCP) ,
  2. Internet Protocol (IP)
  3. Wireless Application Protocol (WAP),
  4. Voice over Internet Protocol (VOIP)

సామాజిక మాధ్యమాలు (Social Media):

- ❖ సామాజిక మాధ్యమాలు అనబడే Virtual Communities ద్వారా సమాచారం, ఆలోచనలు, కేరీర్ ఆసక్తులు మరియు ఇతర రకాల వ్యక్తీకరణలను పరస్పరం ఏర్పరుచుకోవడం లేదా పంచుకోవడానికి సులభ సాధ్యమౌతాయి. అందుకే సోషల్ మీడియాను Interactive Computer Mediated Technologies అంటారు. కమ్యూనికేషన్‌లో భాగంగా వయస్సుతో సంబంధం లేకుండా వినియోగించబడుతున్న కొన్ని సోషల్ మీడియా సాధనాలు:

1. ఫేస్ బుక్:

- ★ దీనిని అమెరికాకు చెందిన ఫేస్ బుక్ లింక్ సంస్థ ఫేస్ బుక్ పేరుతో అన్‌లైన్ మాధ్యమంగా సోషల్ మీడియా మరియు సోషల్ నెట్‌వర్కింగ్ సేవలందిస్తుంది.
- ★ దీనిని 2003లో "మార్క్ జుకర్ బర్గ్" స్థాపించిన "Facemash" తదుపరి ఫేస్ బుక్‌గా రూపాంతర చెందింది. 2004 అమెరికాలో, 2005 నుండి ప్రపంచ వ్యాప్తంగా సేవలు అందిస్తుంది.
- ★ 2018 డిసెంబరు నాటికి 2.3 బిలియన్లకు పైగా నెలవారీ క్రియాశీల వినియోగదారులను కలిగి ఉంది. జూలై 2022 నాటికి 2.393 బిలియన్లకు చేరింది. 2023 నాటికి 2.989 బిలియన్లకు చేరింది. ప్రస్తుతం దీని మాతృసంస్థను ఆక్టోబర్ 2011 నండి Metaplatforms INCగా వ్యవహరిస్తున్నారు.

2. యూట్యూబ్:

- ★ ఇది ఒక అమెరికా వీడియో షేరింగ్ వేదిక.
- ★ పేపాల్ లో పనిచేసిన ముగ్గురు మాజీ ఉద్యోగులు స్టీవ్‌చెన్, చాద్‌హర్లీ, జావెద్ కరీమ్ దీనిని 2005, ఫిబ్రవరిలో San Mateo (California) లో కేంద్రంగా రూపొందించారు.
- ★ ఆక్టోబర్, 2006లో యూట్యూబ్ కొత్త కార్యాలయం శాన్‌బ్రూనో (California)కి మారింది.
- ★ 2006 నవంబర్‌లో గూగుల్ సంస్థ US $1.65 బిలియన్లు చెల్లించి యూట్యూబ్‌ను కొనుగోలు చేసింది. ఇందులో విడియో క్లిప్స్, టి.వి. షో క్లిప్స్, మ్యూజిక్ వీడియోస్, షార్ట్ అండ్ డాక్యుమెంటరీ ఫిల్మ్స్, ఆడియో లాంచింగ్, మూవి

ట్రైల్స్, లైవ్ స్ట్రీమ్‌తో పాటు Videoblogging, Short Original Vidoes, Educational Videos అప్‌లోడ్ చేయడానికి, వీక్షించడానికి, రేటింగ్ ఇవ్వడానికి మొదలగునవి ఈ విధంగా వినియోగించవచ్చు.

★ 2.527 బిలియన్ యూసర్లు 2023, ఏప్రిల్ నాటికి యూట్యూబ్‌ని వినియోగిస్తున్నారు.

3. ట్విట్టర్:

★ దీనిని అమెరికాకు చెందిన Twitter. inc మార్చి 2006లో రూపొందించింది.

★ దీనిన Jock Dorsey, Noa glass, Evan Williams, Bizstone కలిసి రూపొందించారు.

★ దీని ప్రధాన కార్యాలయం 'షాన్ ఫ్రాన్సిస్కో'లో ఉంది.

★ Twitter ను SMS of the internet గా పేర్కొంటారు.

★ ప్రధానంగా Microblogging, Social Networking Services కోసం దీనిని రూపొందించారు.

★ ఈ ప్లాట్‌పామ్ ద్వారా Tweets అనబడే సంక్షిప్త సందేశాలను 280 అక్షరాల నిడివితో పంపించవచ్చు. 2012లో రోజుకు 100 మిలియన్ వినియోగదారులు 370 మిలియన్ ట్వీట్‌లు చేయగా, ఫిబ్రవరి 2019 నాటికి వినియోగదారుల సంఖ్య 321 మిలియన్లుకు పెరిగింది. ప్రస్తుతం సెకనుకు 6000, నిమిషానికి 3,50,000 రోజుకు 500 మిలియన్లు, సగటున 200 బిలియన్ ట్వీట్లు పోస్టు చేయబడుతున్నాయి.

★ 2013 నాటికి ప్రపంచ వ్యాప్తంగా అత్యంత ప్రజాదరణ కలిగిన 10 వెబ్ సైట్లలో ట్విట్టర్ ఒకటిగా స్థానాన్ని పొందింది. దీనిని ప్రస్తుతం టెస్లా, స్పేస్ ఎక్స్ కంపెనీల అధినేత ఎలాన్‌మస్క్ హస్తగతం చేసుకున్నారు. ఒప్పందం విలువ 44 బిలియన్ అమెరికన్ డాలర్లు. ఆక్టోబర్ 27, 2022 నుండి ట్విట్టర్ ఎలాన్‌మస్క్ వశం అధికారికంగా అయింది. దీని యూసర్లు 2023 నాటికి 353.90 మిలియన్లు మంది ఉన్నారు.

4. Baidu Tieba:

★ ఇది చైనాలోని అతిపెద్ద 'కమ్యూనికేషన్ ప్లాట్‌ఫామ్' దీనిని చైనాలోని ప్రముఖ సంస్థ Baidu Search Engine Company, 2023 డిసెంబర్‌లో రూపొందించింది. దీనిని అభివృద్ధి పరచటంలో Robinli కీలకపాత్ర పోషించారు.

★ ఇందులో Bars/Forums పేరిట వినియోగదారులు సామాజికంగా తమ అభిప్రాయాలను పరస్పరం పంచుకోవడానికి వీలుంటుంది. 2014 వరకు సుమారు 8 మిలియన్‌లకు పైగా ఇలాంటి Bars/Forums అందుబాటులో ఉన్నాయని అంచనా.

★ ప్రస్తుతం దీనిని భారత్‌లో నిషేధించటం జరిగింది.

5. Linkedin:

★ ఇది అమెరికాలో వాణిజ్య & ఉపాధికల్పన సేవలు అందించే ఉద్దేశంతో ప్రారంభించబడిన వెబ్‌సైట్ మరియు మొబైల్ అనువర్తనం.

★ దీనిని 2003, మే 5న మౌంటైన్ వ్యూ (California) లో ప్రారంభించారు. దీనిని Reid Hoffman, Allen Blue, Konstantain Guericke, Erickly, Jean-Luc Valliant లు కలిపి రూపొందించారు.

★ వృత్తిపరమైన నైపుణ్యం కల అభ్యర్థుల నుంచి, ఉద్యోగుల నుంచి దరఖాస్తులను స్వీకరించి, ఆ సమాచారాన్ని వివిధ కంపెనీలకు అందించే మాధ్యమంగా LinkedIn పనిచేస్తుంది. దీనిని 2016, డిసెంబర్‌లో మైక్రోసాఫ్ట్ సంస్థ హస్తగతం చేసుకుంది.

★ 2007, ఏప్రిల్ నాటికి దీని రిజిస్టర్డ్ సభ్యుల సంఖ్య మిలియన్‌కు చేరుకోగా, 2019 జూన్ నాటికి 150 దేశాలలో

630 మిలియన్లకు పైగా రిజిస్టర్ చేసుకోగా, ప్రస్తుతం 2023 మే నాటికి 930 మిలియన్ యూసర్లు రిజిస్టర్‌గా నమోదయ్యారు.

★ Alex Internet ప్రకారం ప్రపంచవ్యాప్తంగా అధిక ప్రాచుర్యం పొందిన websites జాబితాలో linkedin 28వ స్థానంలో ఉంది. దీని ప్రధాన కార్యాలయం Sunnyvale (Califoria) లో ఉంది ప్రపంచ వ్యాప్తంగా 24 భాషాలలో సేవలందిస్తుంది. జనవరి 2011లో ఈ సంస్థ న్యూయార్క్ స్టాక్ ఎక్స్‌చేంజ్‌లో తొలిసారిగా Initial Public Offer (IPO) కు వచ్చింది.

6. (Q Zone):

★ దీనిని 2005లో ప్రముఖ చైనా టెక్నాలజీ దిగ్గజ సంస్థ అయిన 'Tencent' రూపొందించింది.

★ QQ వినియోగదారుల కోసం రూపొందిచబడిన Personal Blogగా Q zoneను పేర్కొంటారు.

★ ఈ సోషల్ నెట్‌వర్కింగ్ వెబ్‌సైట్‌లో వినియోగదారులు పబ్లిక్ మరియు ప్రైవేటు పేజీలను రూపొందించుకొని తమ దిన చర్యను, ఫోటోలను నిక్షిప్తం చేసుకోవచ్చు.

★ ప్రస్తుతం భారత్‌లో దీనిని నిషేదించారు.

7. Tumblr:

★ ఇది అమెరికాకు చెందిన ప్రముఖ Microblogging మరియు సోషల్ నెట్‌వర్క్ వెబ్‌సైట్. దీనిని 2007లో "David Karp" ప్రారంభించారు. ప్రస్తుతం దీనిని Automatic inc. స్వాధీనం చేసుకుంది.

★ దీని ప్రధాన కార్యాలయం Broadway (Newyork) లో కలదు. 2017 జూన్‌లో Yahoo Tumblr సంస్థలను Verizom Communications సంస్థ కొనుగోలు చేసింది.

★ వినియోగదారులు ప్రైవేటు మరియు పబ్లిక్‌గా మల్టీమీడియా మరియు ఇతర సమాచారాన్ని blog రూపంలో పోస్ట్ చేయవచ్చు. దీనిని ఆగస్టు 12, 2019న word press.com వ్యవహారాలను నిర్వహించే Automatic సంస్థ 3 మిలియన్ డాలర్లు వెచ్చించి Tumblr ను కొనుగోలు చేసింది.

★ 2019, ఆగస్టు 12 నాటికి సుమారు 475 మిలియన్లకి పైగా Blogs పోస్ట్ చేయగా ప్రస్తుతం మే 10, 2023 నాటికి 572 మిలియన్లు పైగా Blogs పోస్టు చేయబడ్డాయి. అయినప్పటికీ దీని వినియోగదారుల సంఖ్య తగ్గుతుంది.

8. Weibot 'Sina Weibo':

★ ఇది చైనాలోని ప్రముఖ "Microblogging website" దీనిని sina corporation, 14 August 2009లో రూపొందించింది. స్టాక్ మార్కెట్ కార్యకలపాలు, ఆకర్షించే వ్యాపార ప్రకటనల వల్ల ఈ వెబ్‌సైట్ వ్యాపారపరంగా విజయవంతమైంది.

★ 2018 ప్రారంభానికి తొలిసారిగా 30 అమెరికన్ బిలియన్ డాలర్లుకు, పైగా మార్కెట్ విలువను సాధించింది. ప్రస్తుతం దీనిని భారతదేశంలో నిషేధించారు.

9. Whatsapp:

★ ఇది వ్యక్తిగతంగా & వివిధ సమూహలలో టెక్స్ట్ సందేశాలు మరియు వాయిస్ సందేశాలు పంపడానికి, వాయిస్ మరియు వీడియోకాల్స్ చేయడంతో పాటు, చిత్రాలు, పత్రాలు, వినియోగదారుల స్థానాలు (Locations), యూట్యూబ్ వీడియో లింక్‌వంటి ఇతర మీడియాను పంచుకోవడానికి అనుమతిస్తుంది.

★ దీనిని 2009లో Whatsapp inc.కి చెందిన Brain Acton, Jon koumలు రూపొందిచారు. అయితే అప్పటికీ ఇది కేవలం iphoneకి మాత్రమే పరిమితం కాగా, జనవరి 2010లో 'క్రిస్ పిఫ్ఫెర్' దీని Black Berry version ను అభివృద్ధి చేసారు. 2010, మే లో symbian version, 2010ఆగస్టు Android Version, 2011 సెప్టెంబర్‌లో Windows Mobile Versionsలు విడుదలయ్యాయి. తరువాత జనవరి 2018లో వ్యాపారస్తుల కొరకు Whatsapp Business Appను రూపొందించారు.

★ దీని ప్రధాన కార్యాలయం Mountain View (California)లో ఉంది. అయితే ఫెస్‌బుక్ సంస్థ తన internet.org vision లో భాగంగా ఫిబ్రవరి 14, 2014న 19.3 అమెరికన్ డాలర్లు వెచ్చించి కొనుగోలు చేసింది.

★ 2014కి 600మిలియన్ల పైగా వినియోగదారులు, 2016 నాటికి బిలియన్‌కు పైగా వినియోగదారులు, 2020 నాటికి 2 బిలియన్లు, 2023 నాటికి 2.24 బిలియన్ వినియోగదారులు దీనిని ఉపయోగిస్తున్నారు.

★ 2016, నవంబర్14లో వీడియో కాల్స్ బీటా వెర్షన్, 2017 సెప్టెంబర్‌లో వీడియో కాల్స్, 2017 నవంబర్‌లో పొరపాటుగా పంపిన మేసేజ్‌లను 7 నిమిషాల వ్యవధిలో డిలీట్ చేసుకునే సదుపాయం, 2018 సెప్టెంబరులో గ్రూప్ ఆడియో, గ్రూప్ వీడియో కాల్స్, 2018 అక్టోబర్‌లో swipe to reply ఫీచర్లను జత చేసారు. 2019లో voice call feature ద్వారా ఒక "Spyware" దాడికి 20 దేశాలలోని 400 మంది (జర్నలిస్టులు, మానవహక్కుల కార్యకర్తలు, ప్రముఖులు) Whatsapp అకౌంట్లు గురయ్యాయని వెల్లడించారు.

★ భారతీయులకి అవసరమయిన నిత్యవసర వస్తువుల అందజేతకు ఆగస్టు 2022లో వాట్సప్, జియోమార్టులు కలిపి ఒప్పందం కుదుర్చుకున్నాయి.

10. Wechat:

★ దీనిని అక్టోబరు 2010లో చైనీస్ సంస్థ అయిన "Tencent" అభివృద్ధి చేసింది.

★ ఇది మల్టీ-పర్పస్ మేసేజింగ్, సోషల్ మీడియా, మొబైల్ పేమెంట్ యాప్

★ "wechat" అనువర్తనం తొలిరూపం "weixin" దీనిని Allen zhang రూపొందించారు.

★ దీనిని Tecent CEO అయిన "Ma Huateng" దీనికి weixin అనిపేరుపెట్టి, 2011లో ప్రారంభించారు. 2012 నాటికి 100 మిలియన్ యూసర్లుకు చేరుకోగా, అంతర్జాతీయ మార్కెట్‌లో ప్రపంచంలోనే అతిపెద్ద స్వతంత్ర మొబైల్ అనువర్తనాల్లో ఒకటిగా నిలిచింది.

★ 2016లో చైనా మరియు భూటాన్‌లో Wechat అత్యంత ప్రజాదరణ చెందిన సందేశ అనువర్తనంగా నిలిచింది. ప్రస్తుతం దీనిని భారత్‌లో నిషేధించారు.

11. Instagram:

★ దీనిని 2010లో kevin systrom, mike kriegerలు రూపొందించారు. మొదటిలో దీనిని 105 అనువర్తనంగా అక్టోబర్ 2010లో విడుదల చేసారు. 2012, ఏప్రిల్‌లో Android Smart Phone Version విడుదలయింది. 2016 ఏప్రిల్‌లో Windows 10 mobile appలో విడుదలయింది.

★ మొదటిలో దీనిని Burbn పేరిటరూపొందించగా, తదుపరి Instant Camera Telegram పదాలకలయికతో దీనిని Instagramగా పేర్కొన్నారు. 2011 జనవరిలో ఫోటోలను మరియు వీడియోలను సులభంగా కనుగొనగలిగేలా Hashtag (#) ఫీచర్‌ను ప్రారంభించారు.

★ 2012, ఏప్రిల్‌లో ఒక బిలియన్ అమెరికన్ డాలర్లను వెచ్చించి ఫెస్‌బుక్ సంస్థ దీనిని కొనుగోలు చేసింది. 2015 నాటికి 40 బిలియన్లకు పైగా ఫోటోలు ఇన్‌స్టాగ్రామ్‌లో పోస్ట్ చేయబడ్డాయి.

★ ప్రపంచంలో 2022, ఏప్రిల్ నాటికి 1.628 బిలియన్ వినియోగదారులు ఈ మాధ్యమాన్ని వినియోగిస్తున్నారు. ప్రపంచంలో ప్రస్తుతం వాడుకలో ఉన్న సామాజిక మాధ్యమం ర్యాంకింగ్‌లో 4వ స్థానంలో నిలిచింది.

12. లైన్:

★ లైన్ అనేది Smartphone, Tablet computers, PCల వంటి ఎలక్ట్రానిక్ ఉపకరణాలతో communication platformగా వినియోగించగల Freeware App.

★ వినియోగదారులు తమకు నచ్చిన సందేశాలను, చిత్రాలను, ఆడియో, వీడియోలను పరస్పరం పంచుకోవటంతో పాటుగా ఉచితంగా Voice Conversations మరియు Video Conferenceలు నిర్వహించుకోగలుగుతారు. ఇందులో ఇవేకాకుండా linepay, line today, live Tv, line manga, line webtoon, line shopping వంటి సేవలు అందుతున్నాయి.

★ దీనిని కొరియాలోని Naver corporation అనే Internet search engine company యొక్క అనుబంధసంస్థ line corporation నిర్వహిస్తుంది. దక్షిణ కొరియాలో అత్యంత ప్రచారంలో వున్న kakao messaging platformకు పోటీగా ఫిబ్రవరి 2011లో Naver talk పేరిట ప్రారంభించారు.

★ 2013, జపాన్‌లో లైన్ పేరుతో ప్రకృతి విపత్తుల సమయంలో సమాచార సేవలు అందించేదిగా ప్రారంభించారు. 2015 జనవరిలో Uber పోటీగా Linetaxi ని టోక్యోలో ప్రారంభించారు.

★ 2013, జనవరి 18 నాటికి ప్రపంచవ్యాప్తంగా 100 మిలియన్లకు పైగా యూజర్లు దీనిని డౌన్లోడ్ చేసుకోగా, 2013, జూలైకి 140 మిలియన్లు చేరగా 2017 నాటికి 700 మిలియన్లు చేరగా 2023, మార్చి 9 నాటికి 230 మిలియన్లుకి చేరింది.

13. Snapchat:

★ ఒక మల్టీ మీడియా మెసేజింగ్ యాప్ – దీనిని 2011 సెప్టెంబరులో ప్రారంభించారు.

★ దీనిని Standard Universtiyలో విద్యార్థులైన Evan spiegel, Bobby Murphy, Reggie Brownలు ఏర్పాటు చేసారు.

★ దీనిలో మే 2012 నాటికి సెకనుకు 25 ఇమేజెస్ పోస్ట్ చేయబడగా నవంబర్ 2012 నాటికి ఈ సంఖ్య రోజుకు ఒక బిలియన్‌కు చేరుకుంది.

★ దీని ప్రధాన కార్యాలయం కాలిఫోర్నియాలోని Santa Monicaలో కలదు.

★ ప్రపంచ వ్యాప్తంగా 383 మిలియన్ యూసర్లు ప్రస్తుతం 2023, మే నాటికి ఫోటోలు వీడియోలు పోస్ట్ చేస్తున్నారు.

14. QQ:

★ దీనిని చైనాలోని Tencent టెక్నాలజీ దిగ్గజ కంపెనీ ఫిబ్రవరి 1999లో రూపొందించింది.

★ 2022 నాటికి 563.8 మిలియన్లు నెలవారీ క్రియాశీల ఎకౌంట్లను కలిగి ఉంది.

★ దీని ద్వారా Online Social Games, Music, Shopping, Blogging, Voice Chat వంటివి అందుతాయి.

★ Alexa Internet గణాంకాల ప్రకారం ప్రపంచవ్యాప్తంగా 'QQ' ఐదవస్థానంలో నిలిచింది.

★ QQలో వివిధ అంశాలను కొనుగోలు చేయడానికి QQ అనే Virtual Currency రూపొందించారు.

★ ప్రస్తుతం భారతదేశంలో దీనిని నిషేధించారు.

15. ఇ-మెయిల్:

★ దీని పితామహుడు 'రేటామ్‌లిన్సన్' ఇతను ఇటీవల 2016 మార్చి 5న మరణించాడు.

★ ఇ-మెయిల్ అనగా ఎలక్ట్రానిక్ మెయిల్ అని అర్థం. ఒక నెట్‌వర్క్‌లోని కంప్యూటర్‌లలో ఒక కంప్యూటర్ నుండి మరొక కంప్యూటర్‌కు సమాచారాన్ని పంపించడాన్ని ఇ-మెయిల్ అంటారు.

★ మొట్టమొదట 1971లో ఇంటర్నెట్‌కు ఇ-మెయిల్‌ను జోడించారు. కావున 2011 నాటికి ఇ-మెయిల్ 40 సం॥లు పూర్తి చేసుకుంది. ప్రస్తుతానికి 52 సంవత్సరాలు పూర్తి చేసుకుంది.

★ ఇది అనిన రంగాలలో ఉపయోగపడుతుంది. ప్రస్తుతం 4.37 బిలియన్ యూజర్లు ప్రపంచ వ్యాప్తంగా 2023 నాటికి ఉన్నారు.

16. గూగుల్ (Google):

★ లారీపేజ్, సెర్గీబ్రస్ దీనిని రూపొందించారు.

★ దీనిని 1998లో ఆవిష్కరించారు.

★ ఇది ఒక సెర్చ్ ఇంజెన్.

★ ఇది వినియోగదారులకు కావలసిన సమాచారాన్ని అందిస్తుంది.

★ 2023 నాటికి 85.52% యూజర్లు వినియోగిస్తున్నారు.

17. గూగుల్ మ్యాప్స్ (Google Maps):

★ దీనిని 2005లో ప్రారంభించారు.

★ దీని ద్వారా చిన్న చిన్న వీధులను సైతం గుర్తించవచ్చు.

★ ఇది ఒక సాధారణ వ్యక్తి నుంచి ప్రతీ ఒక్క మానవునికి ఉపయోగపడుతుంది. 2023 నాటికి 1 బిలియన్ యూజర్లు వినియోగిస్తున్నారు.

18. గూగుల్ క్రోమ్:

★ ఇది 2008లో ప్రారంభించారు.

★ ఇది అతివేగంగా పనిచేసే 'వెబ్‌బ్రౌసర్', ఇది మిగిలిన వాటికంటే వేగంగా పనిచేస్తుంది.

మొబైల్ జనరేషన్స్:

❖ 1G, 2G, 2.5G, 3G, 4G, 5G టెక్నాలజీలు.

❖ **1G:** ఈ టెక్నాలజీ సహాయంతో మొబైల్ ఫోన్‌ల ద్వారా సమాచారాన్ని కేవలం ధ్వని రూపంలో మాత్రమే ప్రసారం చేయవచ్చును.

❖ **2G:** ఇది వైర్‌లెస్ టెక్నాలజీకి సంక్షిప్త నామం. దీనిని 'డిజిటల్ సెల్యూలార్' అని పిలుస్తారు. ఈ టెక్నాలజీ ద్వారా ధ్వనితోపాటు, కొంత డేటాను కూడా ప్రసారం చేయవచ్చును.

❖ **2.5G:** ఇది 2G, 3G, లకు వారధి వంటిది. ఈ టెక్నాలజీలో ధ్వని, డేటాలతో పాటు General Packet Radio Service (GPRS) వంటి ప్రత్యేక సౌకర్యం ఉండటం వల్ల ఇంటర్‌నెట్ సేవలను పొందవచ్చును. ఈ టెక్నాలజీని "ఎరిక్‌సన్" అనే సంస్థ అభివృద్ధి చేసినది. ఇది సెకనుకు 384kb డేటాను పంపించగలదు. దీనిని GSM-384గా పిలిచేవారు.

❖ **3G టెక్నాలజీ:** ఈ టెక్నాలజీలో ధ్వని డేటాలతో పాటు వివిధరకాల సేవలను అధిక వేగంతో అందించవచ్చును.

దీనిని జపాన్‌కు చెందిన "డొకోమా" కంపెనీ ప్రపంచానికి తొలిసారిగా పరిచయం చేసినది. ఈ టెక్నాలజీ ద్వారా సెకనుకు 3.1HBల కంటే ఎక్కువ వేగంతో డాటాను పంపించవచ్చును. ఈ టెక్నాలజీలో VSIMను ఉపయోగించడం వలన, మాట్లాడుచున్న ఎదుటి వ్యక్తిని సెల్‌ఫోన్ తెరపై చూడవచ్చును. దీనిని "వీడియో కాలింగ్" అంటారు.

- మనదేశంలో 2009లో MTNL ఆధ్వర్యంలోని విడుదల చేసారు.
- **4G టెక్నాలజీ:** ఇది 2G, 3Gల కంటే అడ్వాన్స్‌డ్ టెక్నాలజీ దీనిని లాంగ్‌టర్మ్ ఎవల్యూషన్ టెక్నాలజీ "(LTE)" అంటారు. 4G సేవలను ప్రారంభించిన తొలిదేశం చైనా.
- మనం దేశంలో మొదటిసారిగా, 4G సేవలను కలకత్తాలో 2012లో ప్రారంభించిన సంస్థ - భారతీ ఎయిర్‌టెల్. ఇది సెకనుకు 100MBల డాటాను ప్రసారం చేస్తుంది.
- దీనిని ITU (ఇంటర్నేషనల్ టెలికమ్యూనికేషన్ యూనియన్) నిర్వహించింది. ఇది బ్రాడ్‌బ్యాండ్ మొబైల్ కమ్యూనికేషన్‌ల దశ.
- **5G టెక్నాలజీ:** ఈ సాంకేతికతను కనిపెట్టడంలో Qualcomm ప్రధాన పాత్ర పోషించింది. దీని వేగం 1-10GBPSలు ఉంటుంది. సగటు వేగం - 50 MBPSల కంటే ఎక్కువ ఉంటుంది.
- ఇది తక్కువ డేటాకి అయిన సెక్యూరిటీ ఉండటంతో పాటు, వ్యాపార అప్లికేషన్‌ల పనితీరును అలాగే ఇతర డిజిటల్ అనుభవాలను మెరుగుపరుస్తుంది.
- 5G-OFDM ఆధారిత సాంకేతిక (Orthogonal Frequency - Division Multiplexing))
- ఇంకా త్వరలో 6G వాడుకలోకి రానుంది. ఈ విధంగా మొబైల్ టెక్నాలజీ అభివృద్ధి చెందింది. ఈ విధంగా భారతదేశంలో కమ్యూనికేషన్ రంగంలో పైన పేర్కొనబడిన వివిధ రకాల కమ్యూనికేషన్ సాంకేతికతలు ఇప్పటివరకు అభివృద్ధి చెందాయి.

ఆంధ్రప్రదేశ్ కమ్యూనికేషన్

1. Andhrapradesh Software define wide area network (APSDWAN):

- ఆంధ్రప్రదేశ్‌లో మొట్టమొదటిగా కమ్యూనికేషన్ కోసం ఏర్పరిచిన ప్రత్యేక కార్యక్రమం.
- దీనిని 1999లోనే ప్రవేశపెట్టినప్పటికీ అది 26-10-2010న అమలులోకి వచ్చింది.
- National E-governance Plan ఆధ్వర్యంలో మొత్తం రాష్ట్రమంతటా అమలు చేసారు.
- సెక్రటేరియట్‌లు, జిల్లా కలక్టరేట్స్ మరియు మండల హెడ్‌క్వార్టర్స్‌లో డేటా, వాయిస్, వీడియో కాన్ఫరెన్స్‌ల ద్వారా కమ్యూనికేట్ అవ్వొచ్చు.
- ఆంధ్రప్రదేశ్ రాష్ట్రంలో 34MBPSల సామర్థ్యంతో జిల్లా హెడ్ క్వార్టర్స్‌కి & అప్పటి 13 జిల్లాలకు కనెక్టివిటీ ఇచ్చారు.
- 8Mbpsల సామర్థ్యంతో జిల్లా హెడ్ క్వార్టర్స్‌ని దాని అనుబంధ మండల హెడ్ క్వార్టర్స్‌కి SDWAN అనుసంధాన పరిచారు.
- రాష్ట్రం మొత్తంలో ప్రస్తుతం దీనికి సంబంధించి 2164 కార్యాలయాలు SDWANతో అనుసంధానించబడ్డాయి.
- ప్రస్తుతం 1GBPSతో Stae Head Quarters, 100 Mbpsతో, 50 Districts head quarters, 50 MBPSతో 50HOD'Sకీ, 20MBPSతో మండల హెడ్ క్వార్టర్స్‌కీ ప్రధానబేండ్ విడ్త్‌తో అప్‌గ్రేడ్ చేసారు.

2. Video Conference Facility (VCF):

- వీడియో కాన్ఫరెన్స్ సిస్టమ్ అనేది OFC సాంకేతికతతో ఆంధ్రప్రదేశ్ అంతటా దీనిని అమర్చారు. దీనిని అన్ని మండలాల హెడ్ క్వార్టర్స్ వద్ద రెండు మార్గాల ద్వారా విడియో కాన్ఫరెన్స్ పొందే సౌకర్యం. ఈ HD Video Conference Projectని 09-12-2013న ప్రారంభించారు.
- దీని ద్వారా ప్రత్యక్షంగా సమావేశంలో లైవ్‌లో 2000 మంది యూజర్లు ఒకేసారి కాన్ఫరేన్స్ అవ్వొచ్చు.

3) Andrha Pradesh Secretariat Campus Area Network (APSCAN).

4) Andhra Pradesh Data Center (APDC).

- ఇటువంటి కమ్యూనికేషన్ ప్రాజెక్టులు ఆంధ్రప్రదేశ్‌లో కలవు. ఆంధ్రప్రదేశ్‌లో మొత్తం 26 జిల్లాలలో కలిసి 10,605 తపాలా కార్యాలయాలు కలవు. భారత ప్రభుత్వం పోస్టాఫీసులను పేమెంట్ బ్యాంకులుగా మార్చడం జరిగింది.

1. రాష్ట్రంలో మొత్తం తపాలా కార్యాలయాలు 10,605 మరియు ముఖ్య పోస్ట్ ఆఫీసులు - 8.

అత్యధికంగా ఉన్న జిల్లాలు:

1. ప్రకాశం - 661
2. నెల్లూరు - 643
3) విజయనగరం - 524
4) శ్రీకాకుళం - 502

- **అత్యల్పంగా ఉన్న జిల్లాలు:**

1) విశాఖపట్నం - 159
2) ఎన్‌టిఆర్ - 271
3) కాకినాడ - 275
4) తూర్పుగోదావరి - 281

2. మొత్తం హెడ్ పోస్టాఫీసులు: 57

అత్యధికంగా ఉన్న జిల్లాలు:

1) పశ్చిమ గోదావరి, తిరుపతి - 4

అత్యల్పంగా ఉన్న జిల్లా:

1) అల్లూరి - 0

3. మొత్తం సబ్ పోస్టాఫీసులు: 1500

అత్యధికంగా ఉన్న జిల్లాలు:

1) నెల్లూరు - 83
2) ప్రకాశం - 82
3) కడప - 78
4) గుంటూరు - 77

అత్యల్పంగా ఉన్న జిల్లాలు:

1) అల్లూరి - 22
2) మన్యం - 24
3) అనకాపల్లి - 34

4) చిత్తూరు - 42

4. మొత్తం బ్రాంచ్ పోస్టాఫీసులు: 9,040

అత్యధికంగా ఉన్న జిల్లాలు:

1) ప్రకాశం - 576

2) నెల్లూరు - 557

3) కడప - 501

4) విజయనగరం - 471

అత్యల్పంగా ఉన్న జిల్లాలు:

1) విశాఖపట్నం - 93

2) ఎన్‌టిఆర్ - 209

3) గుంటూరు - 220

4) తూర్పుగోదావరి - 221

ముఖ్యమైన అంశాలు:

- పోస్టల్ ఇండెక్స్ నెంబర్ ఆధారంగా ఇండియాను 9 జోన్లుగా వర్గీకరించారు.
- పిన్‌కోడ్‌లో 6 సంఖ్యలు కలవు.
- మొదటి సంఖ్య జోన్‌ను సూచిస్తుంది.
- రెండవ సంఖ్య సబ్‌జోన్‌ను సూచిస్తుంది.
- మూడవ సంఖ్య అనేది మొదటి సంఖ్య, రెండవ సంఖ్యలలో జిల్లాను సూచిస్తుంది.
- చివరి మూడు సంఖ్యలు ఆ గుర్తించబడిన జిల్లాలోని వ్యక్తిగత పోస్టాఫీసు నంబర్‌ను కేటాయిస్తుంది.

  ఉదా: 532001

- అందులో నంబర్ 5 అనేది ఆ జోన్‌ను సూచిస్తుంది (ఈ జోన్‌లో తెలంగాణ, ఆంధ్రప్రదేశ్, కర్నాటక, రాష్ట్రాలు కలవు) 3 అనేది సబ్ జోన్‌ను సూచిస్తుంది.

  ఉదా: ఉత్తర కోస్తా)

- 2 అనేది జిల్లాను సూచిస్తుంది (శ్రీకాకుళం)
- 001 అనేది హెడ్ పోస్టాఫీసును సూచిస్తుంది (శ్రీకాకుళం హెడ్ పోస్టాఫీసు).
- అందులో 5వ జోన్‌లో ఆంధ్రప్రదేశ్, కర్నాటక, తెలంగాణ కలవు. 50 నుంచి 53 స్థానాల్లో ఉన్నాయి. 50-తెలంగాణ, 51-రాయలసీమ, 52 దక్షిణ కోస్తా, 53 ఉత్తర కోస్తాలో కలవు.

ఉదాహరణకు

రాష్ట్రంలో మొత్తం టెలిఫోన్ కనెక్షన్లు 2,05,927.

1. అత్యధికంగా ఉన్న జిల్లాలు:

1) విశాఖపట్నం

2) కృష్ణా

3) గుంటూరు

4) తూర్పుగోదావరి

అత్యల్పంగా జిల్లాలు:

1) కడప
2) శ్రీకాకుళం
3) విజయనగరం
4) ప్రకాశం

2. రాష్ట్రంలో మొత్తం టెలిఫోన్ ఎక్స్చేంజిలు - 1310

అత్యధికంగా ఉన్న జిల్లాలు:

1) కృష్ణా - 160
2) తూర్పుగోదావరి - 151
3) పశ్చిమ గోదావరి - 139
4) గుంటూరు - 136

అత్యల్పంగా జిల్లాలు:

1) విజయనగరం - 43
2) శ్రీకాకుళం - 67
3) కడప - 70
4) చిత్తూరు - 72

3. రాష్ట్రంలో మొత్తం మొబైల్ కనెక్షన్‌లు - 53,98,941

అత్యధికంగా ఉన్న జిల్లాలు:

1) విశాఖపట్నం
2) తూర్పుగోదావరి
3) కృష్ణా
4) గుంటూరు

అత్యల్పంగా జిల్లాలు:

1) ప్రకాశం
2) కడప
3) శ్రీకాకుళం
4) విజయనగరం

4. రాష్ట్రంలో మొత్తం పబ్లిక్ కనెక్షన్‌లు - 2,231

అత్యధికంగా ఉన్న జిల్లాలు:

1) విశాఖపట్నం
2) కృష్ణా
3) తూర్పు గోదావరి
4) కడప

అత్యల్పంగా జిల్లాలు:

1) విజయనగరం, కర్నూలు
2) గుంటూరు
3) నెల్లూరు
4) శ్రీకాకుళం

- ఆంధ్రప్రదేశ్‌లో టెలీఫోన్ సాంద్రత 98.85% ఉంది. అనగా సగటున 100 మందిలో 98 మందికి ఫోన్ సదుపాయం కలదు.
- రాష్ట్రంలో 2022-30-9 నాటికి మొత్తం బ్యాంక్ బ్రాంచ్‌లు 7681 కలవు.
- ఆంధ్రప్రదేశ్ రాష్ట్రంలో బ్యాంక్ బ్రాంచ్‌లు ఎక్కువగా ఉన్న మొదటి మూడు జిల్లాలు: 1) విశాఖపట్నం (558). 2) గుంటూరు (517). 3) ఎన్.టి.ఆర్. (481).
- ఆంధ్రప్రదేశ్ రాష్ట్రంలో బ్యాంక్ బ్రాంచ్‌లు తక్కువగా ఉన్న మొదటి మూడు జిల్లాలు: 1) అల్లూరి (49). 2) మన్యం (93). 3) సత్యసాయి (212).
- రాష్ట్రంలో 2022 సెప్టెంబర్ 30 నాటికి మొత్తం 4,35,183.49 కోట్ల రూపాయల డిపాజిట్లు కలవు.
- రాష్ట్రంలో క్రెడిట్ డిపాజిట్ల నిష్పత్తి 144%.
- అత్యధికంగా క్రెడిట్ డిపాజిట్ నిష్పత్తి గల మొదటి మూడు జిల్లాలు : 1) పల్నాడు (224%). 2) కృష్ణా (194%). 3) ఎన్.టి.ఆర్ (189%).
- అత్యల్ప క్రెడిట్ డిపాజిట్ నిష్పత్తి గల మొదటి మూడు జిల్లాలు : 1) తిరుపతి (78%). 2) అల్లూరి (110%). 3) చిత్తూరు (111%).

CHAPTER 17

పర్యాటకం (Tourism)

- పర్యాటకం అంటే మానవులు తాత్కాలికంగా ఒక ప్రదేశం నుంచి మరో ప్రదేశాన్ని ప్రజలతో కలిసి సందర్శించి, దానిని ప్రత్యక్షంగా పరిశీలించి స్వయంగా అనుభూతి పొందే అవకాశం కలుగుతుంది. తద్వారా ఆ దర్శనీయ ప్రదేశం గురించి కచ్చితంగా, అర్థవంతంగా తెలుసుకోవచ్చు. కానీ ప్రస్తుత రోజుల్లో పర్యాటకం అంటే ప్రజల మనసుకు ఉల్లాసం వినోదాన్ని కలిగించే ఒక ప్రత్యేక రంగం. ప్రజలు సెలవురోజుల్లో కలిసి కుటుంబాలతో గడిపే ఒక కార్యకలాపం.
- ఈ రోజులలో పర్యాటకరంగం యొక్క ప్రాధాన్యత పెరిగి, అంచెలంచెలుగా అభివృద్ధి జరుగుతూ ఒక సంస్థగా పని ప్రారంభించి ఎంతోమందికి ఉపాధిని కల్పించి జాతీయ, అంతర్జాతీయస్థాయిలలో అవగాహనలు,ఒప్పందాలు కుదుర్చుకుని ఎక్కువగా విదేశీ మారక ద్రవ్యాన్ని సంపాదిస్తూ ఆర్థికవనరుగా అభివృద్ధి చెందుతుంది.
- వివిధ దేశాలలోని, ప్రదేశాల్లోని సాంఘిక జీవితం, వేష భాషలు, ఆచారాలు, అలవాటులు వంటి మరెన్నో అంశాలతో పాటు వాటి యొక్క ప్రాముఖ్యతను అర్థం చేసుకోవడానికి మనం కొన్ని చూడవలసిన ప్రదేశాలను తప్పకుండా సందర్శించాలి.

పర్యాటక రంగం-రకాలు :

- పర్యాటక రంగాన్ని వాటి స్థలం, దూరం, ప్రయాణం, యాత్ర ఉద్దేశంని ఆధారంగా తీసుకుని పర్యాటకరంగాన్ని ముఖ్యంగా క్రింది విధంగా విభజించవచ్చు.
  1) అంతర్జాతీయ పర్యాటక రంగం (International Toursim)
  2) దేశీయ పర్యాటక రంగం (Domestic tourism)
  3) సుదూర పర్యాటకం (Long Distance Tourism)
  4) స్వల్ప దూరపర్యాటకం (Short Distance Tourism)
- ఇంతే కాకుండా మతం పరంగా, సాంస్కృతికపరంగా, ప్రాంతీయపరంగా, సహజసిద్ధంగా కూడా పర్యాటకరంగాన్ని విభజించుకోవచ్చు.

1. అంతర్జాతీయ పర్యాటకం:

- అంతర్జాతీయ పర్యాటకంలో వివిధదేశాల నుంచి అనేక దేశసరిహద్దులు దాటి వివిధరకాలైన మారకద్రవ్యాలతో, పాస్‌పోర్టు, వీసా వంటివి ఉపయోగిస్తూ వివిధ రకాల భాషలు మాట్లాడే ప్రజలందరూ కూడి సందర్శించటం.

2. దేశీయ పర్యాటకం:

- భౌగోళికంగా పరిశీలిస్తే దేశీయ పర్యాటకం అనేది స్థానికవిహారయాత్రలు, ప్రాంతీయ విహారయాత్రలు, దేశీయ పర్యాటక విహారయాత్రలు వంటివి వస్తాయి. దీనికి ఎటువంటి మారకద్రవ్యమార్పిడి, వీసా, పాస్వర్డు వంటివి అవసరం లేదు. ప్రక్క దేశాలకి వెళ్ళకుండా మనదేశంలోనే పర్యటించడం.

ప్రయోజనం ఆధారంగా పర్యాటకాన్ని మూడురకాలుగా వర్గీకరించవచ్చు. అవి:-

1. **సాధారణ ఆసక్తి పర్యాటకం:** బంధు, మిత్రులను కలుసుకునేందుకు ఆసక్తితో చేసే సాధారణ పర్యాటకం. ఇది తక్కువ ఖర్చుతో కలిగి ఉంటుంది.
2. **సెలవుదిన పర్యాటకం:** సెలవుదినములలో ప్రకృతిరమణీయాలను, అందాలను, సోయగాలను, సెలయేటి జలపాతాలను, విశ్రాంతి కోసం వేరే ప్రదేశాన్ని సందర్శించటం. దీనివల్ల పర్యాటకరంగానికి ఆదాయ వనరులు బాగా లభిస్తాయి.
3. **వ్యాపార పర్యాటకం:** వ్యాపార పర్యాటకంలో వ్యాపారాలనిమిత్తం హెూటల్స్‌లో కలవడం, వ్యాపార లావాదేవీలు జరపటం తద్వారా ఆ ప్రదేశాన్ని సందర్శించటం, విదేశీ వాణిజ్య ఒప్పందాలు జరపటం మొదలైనవి. దీనివల్ల వ్యాపారపర్యాటక కేంద్రాలు, రిసార్టులు ఏర్పరిచి ఆదాయాలు పెంచవచ్చు.

పర్యాటకం కోసం ప్రకృతి బహుమతి :

❖ ప్రకృతి ప్రసాదించిన అవకాశాలలో పర్యాటకం ఒక బహుమతి వంటిది. (Nature gift for tourism). అవి ఈ కింది విధంగా ఉన్నాయి.

1. వాతావరణం వాతావరణ వనరులు (Atmospheric Resources) :

❖ భారతదేశం విశాలమైన భూభాగం గలదేశం. ఇలాంటి వాతావరణం గలమనదేశం పర్యాటకులకు ఆకర్షించి ఆహ్లాదకరమయిన వాతావరణాన్ని అందిస్తున్నది. హిమాలయపర్వత ప్రాంతాలు, ఉత్తరభారతదేశ బృహత్తర మైదానాలు, మంచుతో కూడుకొని ఉన్నటువంటి హిమాలయాలు, దక్కను పీఠభూమి / ద్వీపకల్ప పీఠభూమి & తీరమైదానాలు మొదలయినవి పర్యాటకులు ఎంతగానో ఆకర్షిస్తున్నవి. వాతావరణ పరిస్థితులు ఒక రాష్ట్రం, ఒక జిల్లా, ఒక ప్రదేశం ఒక్కో రకమైన శీతోష్ణ స్థితులు కలిగి ఉన్నాయి. ఇలాంటి శీతోష్ణస్థితి పరిస్థితులు ఉండటం వల్ల దేశంలో పర్యాటకులను ఆకర్షించడానికి వాతావరణం ఎంతో అనుకూలంగా ఉంటుంది,

2. ప్రకృతి దృశ్యం వనరులు (Natural Landscape Resources) :

❖ భారత భూభాగంలో ఏర్పడిన వీరభూములు, ఎత్తైన పర్వతశిఖరాలు, లోయలు, సమతల మైదానాలు, పర్వతారోహణం, శిఖరాలు, మంచు పర్వతాలపై ప్రయాణం, గుహలు సందర్శన మొదలైనవి పర్యాటకులను ఎంతగానో ఆకర్షిస్తున్నవి. అదేవిధంగా జలపర్యాటకాలలో భాగాలైన నదులతీర ప్రాంతాలు, సముద్ర ప్రయాగాలు, గార్జ్ జలపాతాలు మొదలయినవి ఆకర్షిస్తున్నాయి. వాటితో పాటు అటవీసంబంధ వనరులు సైతం ఏమాత్రం తగ్గకుండా పర్యాటకులకు ఆకర్షిస్తున్నాయి. జాతీయపార్కులు, పక్షుల సంరక్షణకేంద్రాలు, వన్యమృగ సంరక్షణ కేంద్రాలు, వృక్షాలు, అటవీసంపదలు ఎంతగానో ఆకర్షిస్తున్నాయి. ఈ విధంగా ప్రకృతి సిద్ధంగా ఏర్పడిన భూస్వరూపాలు తనవంతు పాత్ర పోషిస్తున్నాయి.

3. సముద్ర పర్యాటక వనరులు:

❖ బంగాళాఖాతంలో గల అండమాన్ నికోబర్ దీవులు & అరేబియా సముద్రంలోగల లక్షదీవులు /లక్షద్వీప్ అక్కడగల దట్టమైన అడవులు, వాటినిండా ఉన్న కొన్ని వేల వృక్షాలు, జంతువులు, ఆదిమజాతుల దీవులను ఆనుకొని ఉన్న అందమైన బీచ్‌లు ఉన్నాయి. ఇవి పర్యాటకులను ఎంతగానో ఆకర్షిస్తూ పర్యటించేందుకు ఆసక్తిలేపిస్తున్నాయి. (Sea-scape Tourist Resources).

4. చారిత్రక మరియు సాంస్కృతిక వనరులు:

- చారిత్రకంగా మానవనిర్మితమైన కట్టడాలు, నిర్మాణాలు దేశవ్యాప్తంగా విస్తారంగా ఉన్నాయి. ఇవి మనదేశ చారిత్రక, సాంస్కృతిక కట్టడాలు ఉట్టిపడేలా పర్యాటకులను ఆకర్షిస్తున్నాయి. ఇందులో స్తూపాలు, సమాధులు, దర్గాలు, పురాతన వాస్తుశిల్ప కళాసంపదలు, పురాతన కట్టడాలు, ప్రస్తుతకట్టడాలు మొదలైన పురాతన ప్రాచీనవాస్తు కళాసంపదలు మనదేశ గౌరవ సంపదలను, సాంస్కృతిక విశిష్టలక్షణాలు పర్యాటకులను ఆకర్షిస్తున్నాయి. (Historical & cultural resources).

5. పర్యాటక రిసార్ట్:

- మనదేశంలో అనేకరకాలైన పర్యాటక రిసార్టుకలవు. కాని అనివాటి భౌగోళిక పరిస్థితులు, ప్రాంతాలు వాటి సైసర్గిక స్వరూపాలు మొదలైన అంశాలపైన ఆధారపడి పర్యాటక రిసార్ట్ లు ఏర్పడ్డాయి. వీటిని వివిధరకాలుగా వర్గీకరించవచ్చు. (Natural Landscape Resources).

  a. **పర్వత మరియు కొండ రిసార్ట్‌లు (Mountain & Hill Resorts):** పర్వతాలు ఆ కొండ ప్రాంతాలు అన్ని కూడా ప్రసిద్ధిచెందిన పర్యాటక ప్రదేశాలు. ఉత్తరానగల హిమాలయపర్వతాలవరుస ప్రకృతి ప్రసాదించిన అద్భుతమైన అందాలతో పర్యాటకులను ఆకర్షిస్తుంది. మరియు దక్షిణ భారతదేశంలో నీలగిరికొండలు, తక్కువ ఎత్తులో ఉన్నటువంటి పశ్చిమ కనుమలలోని కొండలు, వింధ్యాసాత్పుర & ఆరావళితో కూడుకుని కొండలతో నిర్మితమైన కొండ రిసార్ట్‌లు.

  b. **బీచ్ రిసార్ట్‌లు (Beach Resorts):** భారతదేశానికి విశాలమైన తీర ప్రాంతం కలదు. అందువల్ల అధికసంఖ్యలో అందమైన, సుందరమైన బీచ్‌లు గోవా, కేరళ, మహారాష్ట్ర, గోవా, తమిళనాడు, కర్ణాటక్ ఆంధ్రప్రదేశ్, ఒడిస్సా వంటి ప్రాంతాలలో పర్యాటకులకు ఎంతగానో ఆకరిస్తున్నవి.

6. సాంస్కృతిక కేంద్రాలు (Cultural Centers, Heritage Tourism):

- భారతదేశంలో సాంస్కృతిక కేంద్రాలు నిర్మించటం చాలా గర్వకారణం. అంటే సాంస్కృతిక విలువలను కాపాడి పర్యాటకరంగాన్ని దీనికి అనుసంధానం చేసి ఆకర్షిస్తున్నది దేవాలయాలు, యాత్రాస్థలాలు, విశ్వాసం, నమ్మకం కలిగిన పురాతన ఆలయాలు, ప్రసిద్ధి గాంచిన ఉద్యానవనాలు, కట్టడాలు మొదలయినవి అన్నీ దేశం నలమూలలా నిర్మించి యాత్రికులను, పర్యాటకులను ఆకర్షిస్తున్నాయి.

7. సాహస పర్యాటకం (Adventure Tourism):

- ఇది పెద్దమొత్తంలో నిర్వహించే పర్వతారోహణం, నదులలో ప్రయాణం, ఈతపోటీలు, కొండపైకి ఎక్కడం, పార గ్లైడింగ్ వంటిని వీటికి అంతఎక్కువ ఆధరణలేదు. ఎందుకంటే అవి ప్రమాదంతో కూడుకొని ఉంటాయి. వీటిని యువకులు అనగా 25-15 సం॥లు వయస్సువారు మాత్రమే ఆనందించి కార్యక్రమాలు, యువకులకు సాహసంవైపు ఆకర్షించేవిగా ఉన్నాయి.

భారతదేశంలో పర్యాటక రంగం - అభివృద్ధి (Growth of Tourism in India):

- భారతదేశ పర్యాటకరంగంలో ఆర్థిక పురోభివృద్ధి, సాంస్కృతిక అభివృద్ధిలో జాతీయసమైక్యతను చాటుతుంది.
- భారతదేశం సువిశాలమైన దేశం, ప్రకృతి అందాలకు సోయగాలకు ప్రాచీనకాలం నుండి పెట్టింది పేరు.
- పురాతన ఆలయాలు, కట్టడాలు, వాస్తుసంపద, కోటలు, దర్గాలు, అద్భుతమైన కట్టడాలు కలవు. ఇందులో గోడలపైన వేసేటటువంటి చిత్రాలు, రంగవల్లులు ఇవన్నీ దేశస్థలాకృతిని వివరిస్తుంది.

- ❖ వాతావరణ పరిస్థితులు తారతమ్యాలు, వెచ్చగాను, వేడిగాను, చలిగాను ఉండటం దేశం యొక్క స్థలాకృతి భౌగోళిక అంశాలు పర్యాటకరంగాన్ని అభివృద్ధి చెందిస్తున్నాయి.
- ❖ ప్రాచీన కాలం నుండి ఇప్పటివరకు స్వదేశీయులు, అంతర్జాతీయ పర్యాటకులు సంఖ్య దిన దినానికి పెరుగుతున్న నేపథ్యంలో ఆ పర్యాటక రంగ సందర్శన ప్రదేశాల యొక్క ప్రాముఖ్యతను తెలియజేయుటకు ప్రత్యేకంగా పర్యాటక గైడ్‌లను ఏర్పరచాలి.
- ❖ పర్యాటకులు ఆకర్షించేందుకు స్పెషల్ ప్యాకేజీలు ఇవ్వడం, వారిని సున్నితంగా ఆహ్వానించటం వల్ల యాత్రికులు మనస్సు దోచేవిధంగా సందర్శనలు ఏర్పాటు చేయటం వల్ల పర్యాటక రంగం అభివృద్ధి చెందుతుంది.
- ❖ భారతదేశంలో పర్యాటకరంగం 1950 సంవత్సరం నుంచి ప్రారంభించగా క్రమంగా పర్యాటక అభివృద్ధి పెరుగుతూ వచ్చింది. విదేశీ పర్యాటకుల సందర్శనలు కూడా క్రమంగా పెరుగుతున్నాయి.
- ❖ 2001 సంవత్సరం 5.73 మిలియన్ పర్యాటకులు సందర్శించగా, గడిచిన పది సంవత్సరాల వ్యవధిలో వీరి సంఖ్య రెండింతల పెరిగింది. ప్రపంచ పర్యాటకరంగ సంస్థ వారి ప్రకారం 2020 నాటికి భారతదేశం దక్షిణ ఆసియాదేశాలలోనే అగ్రగామిగా ఉంటుంది అని అంచనా. అయితే 2019 కోవిడ్-19 మహమ్మారి కారణంగా అది సాధించలేకపోయింది.
- ❖ 2014లో 76.8 లక్షల మంది విదేశీ పర్యాటకులు భారత్‌కు వచ్చారని, 2019 కోవిడ్‌కు ముందు ఈ సంఖ్య 1.09 కోట్లకు చేరిందని కేంద్రమంత్రి తెలిపారు. కోవిడ్ కారణంగా పర్యాటక రంగం ఎక్కువగా ప్రభావితమైనప్పటికీ, 2022 నాటికి ఈ సంఖ్య 61 లక్షలకు పెరిగింది. 2023లో కోటిమంది వరకు విదేశీ పర్యాటకులు రావచ్చని అంచనా.
- ❖ ప్రభుత్వం మొదటిసారిగా ఆధ్యాత్మికగమ్యస్థానాల అభివృద్ధిపై దృష్టిపెంచి - ప్రసాద్ పథకం (తీర్థయాత్రల పునరుజ్జీవనంపై జాతీయ మిషన్ & ఆధ్యాత్మిక వారసత్వ పెంపుదల డ్రైవ్) ని 2015లో పర్యాటకమంత్రిత్వశాఖ ప్రారంభించి ఈ పథకం క్రింద 1596.10 కోట్ల రూ॥తో మొత్తం 45 ప్రాజెక్టులు మంజూరు చేసింది.
- ❖ దేశంలో థీమ్ ఆధారిత టూరిస్ట్ సర్క్యూట్‌ల సమగ్ర అభివృద్ధిపై దృష్టిసారించి 2014-15లో పర్యాటక మంత్రిత్వశాఖ స్వదేశ్ దర్శన్ పథకాన్ని ప్రవేశపెట్టి అందులో ఎకో హెరిటేజ్, హిమాలయన్, కోస్టల్ థీమ్ మొదలైన వివిధ థీమ్‌ల కింద 5315.59 కోట్లరూ॥తో 76 ప్రాజెక్టులు మంజూరు చేసింది. ఈ పథకం స్వదేశ దర్శన్ 2.0గా అవతరించింది & సౌండ్ అండ్ లైట్ షో, డెవలప్‌మెంట్ క్రూయిజ్ టెర్మినల్స్, బోర్డర్ టూరిజం ప్రాజెక్టులు అటువంటి వివిధ ప్రాజెక్టుల కోసం Assistance to central Agency scheme కింద 2014-15 నుంచి 2022-23 వరకు 739.99 కోట్ల రూ॥తో 51 ప్రాజెక్టులను మంజూరు చేసింది. పోస్ట్ టూరిజం ఇన్‌ఫ్రాస్ట్రక్చర్, టానోట్ పోస్ట్ టూరిజం ఇన్‌ఫ్రాస్టక్చర్ మొదలైనవి.
- ❖ ఐకానిక్ ప్రదేశాలతో సహా ముఖ్యమైన పర్యాటకప్రదేశాలకు మెరుగైన కనెక్టివిటీని అందించడానికి ప్రాంతీయ కనెక్టివిటీ సీమ్ (RCS) UDAN- 3 క్రింద పర్యాటక మంత్రిత్వశాఖ 59 పర్యాటక మార్గాలను మంజూరు చేయగా అందులో 513 వయబిలిటీ గ్యాప్ పెండింగ్ అందిస్తుంది.
- ❖ డిసెంబరు 1, 2022 నుండి భారతదేశం యొక్క G-20 ప్రెసిడెన్సీ క్రింద ఆజాదికా అమృత్ మహోత్సవం నేపథ్యంలో కన్వర్జెన్స్ పబ్లిక్ ప్రైవేట్ పార్టనర్‌సిప్ (PPP) పై దృష్టి సారించి మిషన్ మోడ్‌లో పర్యాటక అభివృద్ధి కోసం 56 ప్రదేశాలలో 200 కంటే ఎక్కువ సమావేశాలు నిర్వహిస్తుంది. అయితే మొత్తానికి 2047 నాటికి 100 మిలియన్ల అంతర్జాతీయ సందర్శకులతో భారతదేశాన్ని ఒక ట్రిలియన్ USA టూరిజం ఆర్థిక వ్యవస్థగా మార్చేందుకు విజన్‌ని నిర్దేశించింది.

పర్యాటకరంగంలో ఉపాధి అవకాశాలు:

- భారతదేశంలో పర్యాటకరంగంలో ఉద్యోగ, ఉపాధి అవకాశాలు మెండుగా కనిపిస్తున్నాయి. ప్రస్తుతం సరాసరి 20.44(2014) మిలియన్ వ్యక్తులకు ప్రత్యక్షంగా, పరోక్షంగా ఉద్యోగ అవకాశాలు పర్యాటక రంగం కల్పించింది.
- 2020 సంవత్సరం నాటికి భారత పర్యాటక రంగంలో 30 మిలియన్ ఉద్యోగ అవకాశాలు కల్పిస్తుందని అంచనా. కానీ కోవిడ్- 19 దృష్ట్యా అంతకు చేరనప్పటికీ మళ్ళీ ఇప్పుడిప్పుడే ఈ అవకాశాలు పెరుగుతున్నాయి. ఇందులో ఉపాధికల్పన ఎక్కువ మొత్తంలో స్త్రీలకు & విద్యార్హతలు లేని వారికి కల్పిస్తున్నారు.
- విదేశీ పర్యాటకులను ఆకర్షించుటకు భారత ప్రభుత్వం (అతుల్ భారత్) అను కార్యక్రమాలను ప్రారంభించారు.
- భారత ప్రభుత్వం దేశీయ పర్యాటక అభివృద్ధికై అమలు చేస్తున్న కార్యక్రమాలు :

  ఎ. **దేకో అపనా దేశ్ :** మధ్యతరగతి వారు విదేశీ పర్యటనలు చేయకుండా దేశంలోని పర్యాటక ప్రాంతాలను సందర్శించే విధంగా సదుపాయాలు కల్పించుట ఈ కార్యక్రమం ఉద్దేశ్యం.

  బి. **స్వదేశ్ దర్శన్ :** దేశీయ పర్యాటకరంగమును ప్రోత్సహించుటకై అమలు.

  మహారాష్ట్ర, ఉత్తరప్రదేశ్, బీహార్, రాజస్థాన్, కేరళ, కర్ణాటక, తమిళనాడు ప్రముఖ పర్యాటక రాష్ట్రాలు.

పర్యాటక ఆసక్తిగల ప్రాంతాలు (Places of tourist interest):

- పర్యాటకులు ఒక ప్రదేశాన్ని సందర్శించేటపుడు ఆ ప్రదేశం ప్రాముఖ్యత, స్థలాకృతి, పురావస్తు ఆధారాలు, చారిత్రక ప్రాముఖ్యత, యాత్రాస్థలం, శాంక్చురీలు, జాతీయపార్కులు, కొండ ప్రదేశాలు గల రిసార్ట్‌లు, సముద్రతీర బీచ్‌లు మొదలైన వాటి ఆధారంగా సందర్శిస్తారు. ఈ విధంగా భారతదేశం కీర్తి నలుమూలలా విస్తరించినటువంటి పర్యాటక స్థలాల గురించి ఈ క్రింది విధంగా తెలుసుకుందాం.
- హిమాలయాలలోని జమ్మూ కాశ్మీర్ భారత దేశ పీఠ భూభాగంలో ఉన్నరాష్ట్రం - దీనిని భూలోక స్వర్గంగా పేర్కొంటారు. శ్రీనగర్, గుల్‌మార్గ్, పహల్‌గావ్, పట్నీటాప్, జమ్మూ, సోనామార్గ్, అమర్ నాథ్, వైష్ణోదేవి మొ॥నవి ప్రసిద్ధి చెందిన పర్యాటక స్థలాలు.
- హిమాచల్ ప్రదేశ్ హిమాలయాల్లోని పర్వతశ్రేణులతో నిండిన రాష్ట్రం, ఇక్కడ చూడదగిన ప్రదేశాలు సిమ్లా, కులూమనాలి, చంబా, ధర్మశాల, డల్హౌసీ వంటివి సుదూరాల నుండి ఆకర్షించే పర్యాటక ప్రాంతాలు.
- హిమాలయ పర్వతాలకు ప్రక్కన ఉన్నటువంటి ఉత్తరాఖండ్ పవిత్ర పుణ్య క్షేత్రాలకు ప్రసిద్ధి చెందింది. అవి హరిద్వార్, కేదార్‌నాథ్, గంగోత్రి, యమునోత్రి అని చార్‌ధామ్‌లుగా పిలిచే పవిత్ర క్షేత్రాలు. ఈ క్షేత్రాలను చేరుకోవాలంటే ప్రధాన ద్వారం హరిద్వార్, హృషికేష్, బద్రీనాథ్, గోముఖ్ మొదలైన పవిత్ర క్షేత్రాలు ముఖ్యమైనవి. ఆల్‌మోరా, నైనిటాల్ మొ॥ని కొండప్రాంతాలు, లోయ పుష్పాలు ఇమిడి ఉన్న ఎన్నో దర్శనీయ ప్రాంతాలు కలవు.
- హిమాలయాలకు తూర్పువైపుకు వెళ్ళేకొద్ది కొండరిసార్టు డార్జిలింగ్, మిరిక్ మొ॥నవి పశ్చిమబెంగాళ్ రాష్ట్రంలో, గాంగ్‌టెక్ సిక్కింలో, మేఘాలయాలో గల షిల్లాంగ్ కొండల ప్రాంతాల్లో రిసార్ట్‌లున్నాయి. మరియు నాగాలాండ్‌లో గల కోహిమా, మణిపూర్‌లో గల ఇంఫాల్, మిజోరామ్‌లో గల ఐజ్వాల్, త్రిపుర రాష్ట్రంలో గల అగర్తల ప్రసిద్ధి చెందిన పర్యాటక ప్రాంతాలు.
- పంజాబ్ అమృత్‌సర్ సిక్కుల ప్రధాన ఆధ్యాత్మిక ప్రదేశం. ఇక్కడ స్వర్ణదేవాలయం ఉంది మరియు జలంధర్, లుధియానా, పాటియాల మొదలయిన పర్యాటక ప్రాంతాలు కలవు.
- హర్యానా రాష్ట్రంలోని అంబాలా, కురుక్షేత్ర, కార్నల్, పానిపట్టు, పింజోర్, మెరానీ, ఫరీదాబాద్, గుర్గావ్ మొ॥నవి పర్యాటక కేంద్రాలు. ఫరీదాబాద్ సమీపంలో ఉన్న 'సూరజ్ కుండ్' నందు అఖిల భారత "వార్షిక క్రాఫ్ట్ మేళా" జరుగుతుంది.

- ఢిల్లీ భారతదేశ రాజధాని, పర్యాటకులను అధిక సంఖ్యలో ఆకర్షిస్తూ తనదైన ముద్రను వేసింది. ఇక్కడ కోటలు, భయాలు, మ్యూజియంలు, ఉద్యానవనాలు, నేషనల్ గ్యాలరీ ఆఫ్ మోడ్రన్ ఆర్ట్, కుతుబ్ మినార్, ఎర్రకోట, రాష్ట్రపతి భవన్, పార్లమెంటు సముదాయం మొ॥నవి పర్యాటక కేంద్రాలు.
- చండీఘర్ – దేశంలో చెప్పుకోదగ్గ పట్టణాలలో ప్రణాళికా బద్ధంగా నిర్మించిన పట్టణం. ఇక్కడ ప్రధానంగా ప్రపంచ ప్రసిద్ధి చెందిన శిలా ఉద్యానవనం, గులాభి పుష్పాలవనం, సుఖ్నసరస్సు ముఖ్యమైన పర్యాటక ప్రాంతాలు.
- **ఉత్తరప్రదేశ్ :**మధుర, అలహాబాద్, వారణాసి, అయోధ్య, సారనాథ్ మొదలయినవి పవిత్రనగరాలులో మతసంబంధమైన పర్యాటక ప్రాంతాలు, లక్నో ఆగ్రా, అలీఘర్ మొదలైనవి ముస్లిం మత సంస్థలకు, చరిత్రకు తీర్మానాలు. ఆగ్రాలో ప్రపంచ ప్రఖ్యాతి చెందిన ఏడు వింతలలో ఒకటైన తాజ్‌మహల్, సారనాథ్ బౌద్ధమతస్థుల పవిత్ర స్థలం. ప్రధాన పర్యాటక కేంద్రాలు, ఢిల్లీ, ఆగ్రా, జైపూర్ మొ॥నవి ప్రపంచ ప్రసిద్ధి గాంచిన బంగారు త్రిభుజాలు.
- **పశ్చిమబెంగాలలో కోల్‌కత్తా :** ఇవి భారత రెండవ మెట్రోపాలిటన్ నగరంగా ప్రసిద్ధి చెందింది. సాహిత్య, సాంస్కృతిక చైతన్య స్వరూపం కేతకత్తా. విశ్వకవి గురుదేవులు రవీంద్రనాథ్ ఠాగూర్ నిర్మించిన గురకుల విశ్వవిద్యాలయం శాంతినికేతన్, సుందరబన్స్, రాయల్ బెంగాల్ టైగర్ ఎక్కువ ఆకర్షిస్తున్న పర్యాటక కేంద్రాలు. ముర్షీదాబాద్, మల్లా, మొదలైన చారిత్రక కేంద్రాలు కలవు.
- **అస్సాం :** ఈ రాష్ట్రమైదానంలో ఏర్పడినటువంటి తేజ్ పూర్, శివసాగర్, గౌహతి మొదలైనవి పర్యాటక కేంద్రాలు, ఓరాంగ్ అభయారణ్యం, కజిరంగా జాతీయ అభయారణ్యం, లడకహౌస్ మొ॥నవి జంతు సంరక్షణ కేంద్రాలు పర్యాటకులను ఆకరిస్తున్నాయి.
- **రాజస్థాన్:** భారతదేశంలోని విశిష్ట రాష్ట్రం రాజస్థాన్, తూర్పున ఆరావళి పర్వతాలు ఉత్తేజంగా ఉన్నాయి. దీని రాజధాని – జైపూర్– పురాతన కట్టడాలతో కొత్తనగరంగా అభివృద్ధి చెందింది. రాజస్థాన్‌లోని మౌంట్ అబూ దక్షిణ ప్రాంతంలో ఆరావళి పర్వతాల్లో అర్బుదం కొండపై ఉంది. ఉదయ్‌పూర్, ఆల్వార్, భరతపూర్ మొదలైన పర్యాటక కేంద్రాలు రాజస్థాన్‌లో, కలవు.
- **గుజరాత్:** ప్రాచీన హరప్పా సంస్కృతి ఈ రాష్ట్రంలోని "లోథాల్" రంగాపూర్‌లలో కూడా వెలసిల్లింది. ఇక ఆధ్యాత్మిక ప్రదేశాల్లో మొట్టమొదటిది ద్వాదశ జ్యోతిర్లింగం 'సోమనాథ ఆలయం' ఈ రాష్ట్రంలో అరేబియా సముద్ర తీరంలో ఉంది. ఇక్కడ వడోదర, రాజ్ కోట్, జీమానగర్, భావనగర్, జునాగఢ్, సోమనాథ్, ద్వారకా పట్టణాలు ప్రఖ్యాతి గాంచిన హిందూదేవాలయాలు కలవు. సింహాలకు రక్షణ కల్పించే కేంద్రమయిన గిర్ జాతీయ పార్కు, వన్యమృగ సంరక్షణ అభయారణ్యం సందర్శించదగినవి. అహ్మదాబాద్ ప్రఖ్యాతిగాంచిన పారిశ్రామిక & పురావస్తు సంబంధాలకు ప్రతీక.
- **మహారాష్ట్ర:** ప్రధానమైన రిసార్ట్‌లకు ప్రత్యేకతగల రాష్ట్రం. ప్రపంచ ప్రఖ్యాతిగాంచిన అజంతా ఎల్లోరా గుహలు, ఔరంగాబాదు గుహలు ఈ రాష్ట్రంలోనివే. మహాబలేశ్వర్, కాండ్ల, నూతరిన్‌లు ప్రముఖ కొండ పాత్ర పర్యాటక కేంద్రాలు పశ్చిమకనుమలలో నెలకొనబడ్డాయి. ప్రముఖ సాంస్కృతిక, చారిత్రక, మతసంబంధమైన పర్యాటక కేంద్రాలు, పూణే, నాగపూర్, నాసిక్, కొల్హాపూర్, ఔరంగాబాద్, షిరిడి, నాందేడ్, వార్దా మొ॥నవి కలవు. ముంబాయి భారత్ వాణిజ్య రాజధానిగా సేవలందిస్తుంది. డా॥ బాబా సాహెబ్ అంబేద్కర్ జన్మస్థలం కూడా ఇదే,
- **గోవా:** గోవాలో కోటలు, చర్చిలు, ఆలయాలు, పచ్చటి కొండలు, విశాలమైన నదీ పరివాహకాలు, అఖాతాలు, బీచ్‌లు పర్యాటకులను ఆకర్షిస్తున్నాయి. అంజునా, కల్నాగుట్, కోవలం, వగటూర్, కండోలి, బీటల్, పాలోయిన్ మొదలయిన బీచ్‌లు కలవు. గోవాకు దగ్గరలో అరేబియా సముద్రంలో ఉన్న చిన్న ద్వీపం 'కురంగుడ్". ఇది తాబేలు ఆకారంలో ఉంటుంది.

- **మధ్య ప్రదేశ్:** భారతదేశానికి మధ్యలో ఉన్నా విశాలమైన రాష్ట్రం. దేశంలో అత్యంత కీలకమైన ప్రాంతం. ఇక్కడ చారిత్రక పురావస్తు కట్టడాలయిన గ్వాలియర్, ఖజురహో, ఉదయగిరి మొ॥న పురావస్తు శాస్త్ర ప్రదర్శనలు ఉండే పర్యాటక కేంద్రాలు. ప్రకృతి సిద్ధంగా వెలసినవి.
- **జార్ఖండ్:** ఈ నగరంలో అనేక దేవాలయాలున్నాయి. ఈ నగరం చుట్టూ 5 జలపాతాలు ఉన్నందున దీనిని "సిటీ ఆఫ్ వాటర్ ఫాల్స్" అని కూడా అంటారు, ఇక్కడి ప్రధాన పర్యాటక కేంద్రాలు గుణ, దుమ్కా, జెంషడ్‌పూర్, దనబాద్, రాంచి మొదలైనవి.
- **ఒడిస్సా:** దేశంలో అతి ప్రాచీన ప్రాంతాల్లో ఇది ఒకటి. ఇది చారిత్రకంగా, సాంస్కృతికంగా ప్రసిద్ధి చెందిన రాష్ట్రం. వీనిని ఉత్కల కలింగరాజ్యం అంటారు ఇక్కడ గల ప్రధాన పర్యాటక కేంద్రాలు పూరీ, భువనేశ్వర్, కటక్, కోణార్క్, చిలుకా సరస్సు, గోపాలపూర్ బీచ్ మొదలయినవి కలవు.
- **ఆంధ్రప్రదేశ్:** ఆంధ్రప్రదేశ్ రాష్ట్రంలోని చిత్తూరు జిల్లాలోని తిరుపతి భారతదేశం ప్రముఖ పుణ్యక్షేత్రాలలో ఒకటి. నైసర్గిక స్వరూపరీత్యా ఇది తూర్పు కనుమలలోని శేశాచలం కొండ లోయలో ఉంది. ప్రముఖ పుణ్యక్షేత్రాలయిన తిరుపతి – తిరుమల, శ్రీకాళహస్తి, శ్రీశైలం, మహానంది, విజయవాడ, అన్నవరం, సింహాచలం, అరసవిల్లి మొదలగునవి కలవు.
- **తెలంగాణ:** చారిత్రక కట్టడాలు, గోల్కొండ, చార్మినార్, సాలర్ జంగ్ మ్యూజియం, పబ్లిక్ గార్డెన్స్ మొ॥నవి.
- **కర్నాటక:** కర్నాటకలో ప్రసిద్ధి చెందిన ఉద్యానవనాలు, చారిత్రక శిలి మతసంబంధ ప్రదేశాలు, ప్రకృతి రమణీయ దృశ్యాలు కళ్లకు కట్టినట్లు కనిపిస్తాయి. ప్రఖ్యాతిగాంచిన యాత్రాస్థలాలు, చారిత్రక ప్రదేశాలు మైసూరు, బీజాపూర్, గుల్బర్గా, బీదర్, నందికొండలు, శ్రావణ బెళగోళ, శ్రీరంగపట్టణం, చాముండి, చిత్రదుర్గ మొదలైనవి పర్యాటక కేంద్రాలు.
- **తమిళనాడు:** మధురై, రామేశ్వరం, తంజావూరు తిరుచిరాపల్లి, తిరువణ్ణామలై, కాంచీపురం మొదలైన ప్రఖ్యాత యాత్రీకులు సందర్శించే ప్రదేశాలు. కొండ ప్రాంత రిసార్టులకు పెట్టిందిపేరు. ఉదకమండలం/ఊటీ, ఊటీ కొండలోయల మధ్య ఉన్న విహారయాత్రాస్థలం. ఇది నీలగిరి కొండలలో ఉంది. కొడైకెనాల్, కన్నూర్, మొ॥నవి కొండ ప్రాంత రిసార్ట్ ప్రాంతాలు. ఇక్కడ దేశీయ, విదేశీ పర్యాటకులు అధిక సంఖ్యలో వేసవి కాలంలో సందర్శిస్తారు. మెరీనాబీచ్, గోల్డన్ బీచ్, చారిత్రక కట్టడాలు, మతపరమైన కట్టడాలు, భవనాలు పర్యాటకులకు ఆకర్షిస్తాయి.
- **కేరళ:** తిరువనంతపురంలో శ్రీ అనంతపద్మనాభస్వామి నేడు ప్రపంచ ధనవంతుడైన స్వామిగా పేరుగాంచాడు. ఇక్కడున్న అడవులలో జీవవైవిధ్యం గల ప్రాణులు, జంతువులు నివసించడంతో వన్యప్రాణి సంరక్షన కేంద్రాలుగా ప్రభుత్వం ప్రకటించి, నిర్వహిస్తోంది. తిరువనంతపురం, కొచ్చి ఆలెప్పర్, కన్నూర్, త్రిసూర్, కోజికోడ్, ఎర్నాకులం, పెరియార్ మొ॥ పర్యాటక కేంద్రాలు కలవు.
- పుదుచ్చేరిలో ఆరోవెల్లి ఆశ్రమం ప్రసిద్ధిచెందిన పర్యాటక ప్రాంతం.
- అండమాన్ నికోబర్ దీవులు: రాజధాని "పోర్టుబ్లెయిర్" బంగాళాఖాతంలో అందమైన బీచ్‌లను ఏర్పరిచి సుందరమైన కొబ్బరి చెట్లతో పర్యాటకులను ఆకర్షిస్తోంది. సముద్రం నీలి రంగుగా ఉడటం పచ్చటి సెలయేరుగా ఆకర్షిస్తుంది.
- **లక్షదీవులు:** అండమాన్ దీవులతో పోర్టుబ్లెయిర్ ప్రధాన టూరిస్ట్ కేంద్రంగా ఆకర్షిస్తోంది.

ఈ విధంగా భారతదేశంలో పర్యాటక రంగం ఎంతో సుందరమైన, ఆహ్లాదకరమయిన ప్రదేశాలతో నెలకొంది.

ఆంధ్రప్రదేశ్ పర్యాటక రంగం

- ఆంధ్రప్రదేశ్ ప్రభుత్వం రాష్ట్ర సామాజిక ఆర్థిక అభివృద్ధికి పర్యాటకరంగాన్ని ఒక గ్రోత్ ఇంజన్‌గా పేర్కొంటుంది. రాష్ట్రంలో పర్యాటం కొరకు ఎన్నో విస్తారమయిన అవకాశాలున్నాయి.

నూతన పర్యాటక విధానం (2020-25) :

- రాష్ట్రంలో పర్యాటక ప్రాంతం మరియు చుట్టుప్రక్కల స్థిరమైన ఆర్థిక వృద్ధిని సాధించడానికి ప్రభుత్వం ఆంధ్రప్రదేశ్ టూరిజమ్ పాలసీ 2020-25 ను ప్రవేశపెట్టింది. ఇది 31 మార్చి 2025 వరకు అమలులో ఉంటుంది.
- ఈ విధానం ప్రధానంగా థీమ్ ఆధారిత అభివృద్ధిపై దృష్టి పెడుతుంది. రాష్ట్రంలో సామాజిక, ఆర్థిక అభివృద్ధిని ప్రోత్సహించడానికి లక్జరీ రిసార్ట్స్ మరియు హోటళ్ళు, వినోద ఉద్యాన వనాలు, MICE కేంద్రాలు మరియు ఇతర పర్యాటక ప్రాజెక్టులు చేపడుతుంది.
- APTDC 2022-23 ఆర్థిక సంవత్సరంలో (డిసెంబర్ 2022 వరకు) 124.36 కోట్ల రూపాయల ఆదాయాన్ని ఆర్జించింది. 2868.6 కోట్ల రూపాయల అంచనా వ్యయంతో 5 వేర్వేరు ప్రదాశాలలో PPP కింద 5 ఒబ్రాయ్ సెవెన్ స్టార్ హోటళ్ళ అభివృద్ధి కోసం ఒప్పందాలు చేసుకొంది. దీనివలన దాదాపు 48,010 మందికి ఉపాధి లభిస్తుంది.
- ఆంధ్రప్రదేశ్ యొక్క పర్యాటక రంగ ట్యాగ్ లైన్ "The Esscence of Incredible India" (అతుల్యభారత్).
- Andhra Pradesh Tourism Development Corporation (APTDC) - ఆంధ్రప్రదేశ్‌ను కోహినూర్ ఆఫ్ ఇండియాగా అభివర్ణించింది.
- ఆంధ్రప్రదేశ్ పర్యాటకరంగం నినాదం - "The more you see it, the more you love it."
- ఆంధ్రప్రదేశ ప్రభుత్వం 18% వృద్ధిరేటును దేశీయ పర్యాటకుల సందర్శనలో, దేశంలో 2019 నాటికి 3వస్థానంలో నిలిచింది. పర్యాటక అభివృద్ధిలో భాగంగా 2022, ఆగష్టు నెలలో వచ్చిన నివేదిక ప్రకారం పర్యాటకరంగంలో స్వదేశదర్శన్ పథకం (కోస్టల్ సర్క్యూట్ ఆంధ్రప్రదేశ్‌లోని బౌద్ధ సర్క్యూట్ & ఎకోసర్క్యూట్, తెలంగాణలో గిరిజన మరియు హెరిటేజ్ సర్క్యూట్) మరియు ప్రసాద్ పథకం కింద కొన్ని ప్రాజెక్టులు చేపట్టారు.
- రిషికొండ బీచ్‌ను Blue Flag Beachగా నిర్దేశించారు. అంటే రక్షణ, అంతర్జాతీయ నాణ్యత ప్రమాణాలు మరియు పర్యావరణ సుస్థిరత లాంటి మౌలికసదుపాయాలతో కూడిన బీచ్‌లకు ఇచ్చే స్థాయిని తెలపటం.
- **బ్లూఫ్లాగ్ (Blue Flag) సర్టిఫికెట్:** Foundation for Environmental Education అనే సంస్థ బీచ్‌లకు బ్లూఫ్లాగ్ సర్టిఫికెట్ ఇంస్తుంది. కేంద్ర పర్యావరణ అటవీ మరియు వాతావరణ మార్పుల మంత్రిత్వశాఖ ఆధ్వర్యంలోని Society of Integrated coastal management (SICOM) అనే సంస్థ ఈ కార్యక్రమాలను అమలు చేస్తుంది. భారతదేశంలో బ్లూఫ్లాగ్ సర్టిఫికెట్ పొందిన బీచ్‌ల సంఖ్య 12. అందులో ఆంధ్రప్రదేశ్‌కు చెందిన రుషికొండ బీచ్‌కు ఈ గుర్తింపు లభించింది.
- సాగర్‌నగర్ మరియు భీమిలీ మధ్య బీచ్ ఫ్రంట్ ను అభివృద్ధి చేసేందుకు గాను పర్యాటకభివృద్ధి మరియు ఉపాధి కల్పన పెరిగే విధంగా 63 కోట్ల రూపాయిలు కేటాయించవలసిందిగా విశాఖపట్నం పోర్టు ట్రస్ట్‌ను 2021, మార్చి 23న లేఖద్వారా అభ్యర్థించింది.
- అత్యధికంగా పర్యాటకులను ఆకర్షిస్తున్న జిల్లా - చిత్తూరు.
- అత్యధికంగా విదేశీ పర్యాటకులను ఆకర్షిస్తున్న జిల్లా - (1) విశాఖపట్టణం

- అత్యధికంగా విదేశీ పర్యాటకులను ఆకర్షించు ప్రాంతాలు -ర్యాంకు : (1) విశాఖపట్టణం
- 2009-10 కేంద్ర ప్రభుత్వం రాష్ట్రంలో 2 కేంద్రాలను చారిత్రక, సంస్కృతి కేంద్రాలు అభివృద్ధి చేయాలని నిర్ణయించింది. 1) తిరుపతి, 2) కడప.
- APTDC రాష్ట్రంలో పర్యాటక మౌలిక సదుపాయాలను అభివృద్ధి చేయడం కొరకై పరిపాలనా సౌలభ్యం కోసం రాష్ట్రాన్ని 7 డివిజన్‌లుగా విభజించడం జరిగింది. అవి:
  1. విశాఖపట్నం (శ్రీకాకుళం, విజయనగరం, విశాఖపట్నం, పార్వతీపురం మన్యం, అల్లూరి, అనకాపల్లి).
  2. కాకినాడ (తూర్పు గోదావరి, పశ్చిమ గోదావరి, ఏలూరు, కాకినాడ, కోనసీమ).
  3. విజయవాడ (కృష్ణా, గుంటూరు, ఎన్.టి.ఆర్, పల్నాడు, బాపట్ల).
  4. నెల్లూరు (నెల్లూరు, ప్రకాశం).
  5. తిరుపతి (చిత్తూరు, తిరుపతి).
  6. కర్నూలు (కర్నూలు, అనంతపురం, సత్యసాయి, నంద్యాల).
  7. కడప (కడప, అన్నమయ్య).
- APTDC పర్యాటకులను ఆకర్షించుటకు కమ్యునిటీ బేస్‌డ్ ఎకోటూరిజం అను పథకం ప్రవేశపెట్టి ప్రముఖ కేంద్రాల వద్ద, అటవీ ప్రాంతాలలో తాత్కాలిక వసతి గృహాల ఏర్పాటు. Eco Tourism పై క్రింది ప్రాంతాలను గుర్తించారు.
  1) కంబాలకొండ - విశాఖ
  2) నేలపాడు - నెల్లూరు
  3) మారేడుపల్లి - తూర్పు గోదావరి
  4) ఎత్తిపోతల - గుంటూరు
  5) తలకోన - చిత్తూరు
  6) నానియాల చిత్తూరు
  7) మమందూరు - చిత్తూరు
  8) బాలపల్లి - కడప
- అల్లూరి సీతారామరాజు ట్రైబల్ మ్యూజియం విశాఖపట్నంలో ఏర్పాటు చేయనున్నారు.
- **2023 బడ్జెట్ ప్రసంగంలో:** విజయవాడలోని స్వరాజ్ మైదానంలో భారత రాజ్యాంగ నిర్మాత డాక్టర్ బి.ఆర్. అంబేద్కర్ స్మృతి చిహ్నంగా స్మృతి వనాన్ని నిర్మిస్తోంది. ఇందులో ప్రతిష్టాత్మకంగా 125 అడుగుల అంబేద్కర్ గారి కాంస్య విగ్రహ ప్రతిష్టాపన చేపడతామని పేర్కొన్నారు.

ఆంధ్రప్రదేశ్ రాష్ట్రంలో గల ప్రముఖ పర్యాటక ప్రాంతాలు

1. శ్రీకాకుళం జిల్లా

- **అరసవిల్లి సూర్యదేవాలయం:** భారతదేశంలోని అరుదుగా వున్న సూర్యనారాయణ స్వామి దేవాలయం శ్రీకాకుళం జిల్లా అరసవిల్లిలో ఉంది. ఈ దేవాలయానికి గల విశిష్టత ఉత్తరాయణ, దక్షిణాయణముల సమయంలో సూర్యకిరణాలు స్వయంగా స్వామి వారి (ఆలయంపై) పాదాలపై పడతాయి.
- "ఆరోగ్యం భాస్కరాధిచ్ఛేత్" అనే నానుడితో ఎంతోమంది భక్తులు విదేశాల నుండి, వివిధ రాష్ట్రాల నుండి వచ్చి ఆరాధించి వ్యాధుల నుండి కోల్కుంటారు అనే నమ్మకంతో పర్యాటకులు దర్శిస్తారు.

- **శాలిహుండం:** ఇది శ్రీకాకుళంకు సుమారు 18 కిమీల దూరంలో ఉన్న బౌద్ధ క్షేత్రము. ఇది బౌద్ధ భిక్షువులు ఆహారధాన్యాన్ని నిల్వచేసుకునే ప్రదేశం. బౌద్ధులకి సంబంధించిన ఎన్నో చారిత్రక స్థూపాలు, 6తలలు - 6చేతులుగల ఛాయాదేవి విగ్రహం, మంజుశ్రీ, తారా విగ్రహాలు ఇక్కడ దర్శనమిస్తాయి
- **శ్రీముఖలింగం:** ఇది శ్రీకాకుళంకి 56 కిమీల దూరంలో కలదు. వంశధార నదీతీరంలో వెలసివున్న ఈ క్షేత్రంలో మధురేశ్వరస్వామి, భీమేశ్వర స్వామి, సోమేశ్వరస్వామి, ఆలయాలు కలవు. ఈ దేవాలయంపై శిల్పకళ అద్భుతంగా ఉంటుంది.
- **శ్రీ కూర్మనాధుని దేవాలయం:** విష్ణుమూర్తి శ్రీ కూర్మనాథుడిగా వెలసిన క్షేత్రం. శ్రీకాకుళం పట్టణంకు 15కిమీల దూరంలో ఉంది. ఈ ఆలయంలో ప్రత్యేకంగా దేశంలో ఎక్కడాలేని విధంగా రెండు ధ్వజ స్థంబాలు కలవు. అదేవిధంగా ఇవేకాకుండా కళింగపట్నం బీచ్, తేలినీలాపురం, తెలుకుంచి, మహేంద్రగిరి, రావివలస వంటి ప్రసిద్ధ పర్యాటక ప్రదేశాలు కలవు.

2. విజయనగరం జిల్లా

- **శ్రీ రామతీర్థం:** బౌద్ధుల కాలంలో ఇది ఆరామతీర్థమని తరువాత రామతీర్థం అయినదని అంటారు. ఇది ప్రాచీన బౌద్ధ, జైనమతక్షేత్రం,
- ఇదే కాకుండా పుణ్యగిరి, గోవిందపురం, సంగం, దంతపురి, కుమిలి, బొబ్బిలి, పైడితల్లి దేవాలయం, ద్వాదశి జ్యోతిర్లింగ దేవాలయం, విజయనగరం కోట, రామనారాయణం వంటి పర్యాటకమయిన ప్రదేశాలు కలవు.

3. పార్వతీపురం మన్యం జిల్లా

- **కాశీ విశ్వేశ్వరాలయం:** ఇక్కడ శివలింగం అమావాస్యవరకు తెల్లగా, అమావాస్యనుండి పౌర్ణమీ వరకు నల్లగా కనిపిస్తుందని చెబుతారు.
- సున్నపుగడ్డ జలపాతం (సీతంపేట మండలం, దునుభాయి గ్రామం), మెట్టగూడ జలపాతం (సీతంపేట మెట్టగూడ గ్రామం), తోనమ్ జలపాతం (సాలూరు మండలం, తోనమ్ గ్రామం) వంటి జలపాతాలు కలవు.
- ఇవేకాకుండా శంబర పోలమాంబ ఆలయం, తోటపల్లి కోదండరామ దేవాలయం, కురుపాం ప్యాలెస్ వంటి దర్శక ప్రదేశాలు కలవు.

4. అల్లూరి సీతారామరాజు జిల్లా:

- **అరుకులోయ:** సుందరమైన జలపాతాలలో నిత్యం పచ్చదనంలో కనులకు విందును కలిగించే అరకులోయ విశాఖపట్నంకి 112 కి॥మీల దూరంలో అల్లూరి జిల్లాలో కలదు. 550 అడుగుల ఎత్తునుంచి జలప్రవాహం చూసేందుకు ఎంతోమంది పర్యాటకులు ఆకర్షించబడుతున్నారు.
- **బొర్రాగుహలు:** అరుకువ్యాలీకి వెళ్ళే త్రోవలో బొర్రాగుహలు మనకు ఆయా ప్రాంతాలలో కనిపిస్తాయి.
- **జలపాతాలు:** అదేవిధంగా డుడుమ జలపాతం (అరకు ప్రాంతం, మాడుగుల కొండల్లో, మాచ్ ఖండ్ నదిపై) తాడిమాడ జలపాతం/ అనంతగిరిజలపాతం, ఎర్రవరం జలపాతం (అరకు ప్రాంతం - లంబసింగిలో) అరకు జలపాతం (అరకు వ్యాలీ వద్ద), రంపా జలపాతం - సంవత్సరం పొడుగునా నీరు ప్రవహిస్తుంది. ఇటువంటి ఎన్నో జలపాతాలు కలవు.
- ఇవేకాకుండా ఇక్కడ పాడేరు, లోతుగెడ్డ, మత్స్యగుండం, మారేడుమిల్లి మరియు శ్రీ మోదకొండమ్మ దేవాలయం, లంబసింగి (ఆంధ్రా కాశ్మీర్), కొత్త పల్లి జలపాతాలు, పాపికొండ జాతీయ ఉద్యానవనం వంటి పర్యాటక ప్రదేశాలు కలవు,

5. విశాఖపట్నం జిల్లా

- **సింహాచలం:** క్రీ.శ 11వ శతాబ్దానికి చెందిన గొప్పవైష్ణవ క్షేత్రం - 'శ్రీ నరసింహస్వామిదేవాలయం' సముద్రమట్టానికి 300 అడుగుల ఎత్తులో ఇది కొలువైవుంది. ఇచ్చట మార్చి, ఏప్రిల్ జరుగు చందనయాత్ర ఉత్సవం కనులపండుగగా జరుగుతుంది.
- **బీచ్‌లు:** యారాడ బీచ్, గంగవరం బీచ్, రామకృష్ణ బీచ్, రుషికొండ బీచ్‌లు ప్రత్యేకంగా పర్యాటకులను ఆకర్షిస్తున్నాయి. యారాడ శ్రేణి తూర్పు శిఖరాగ్రమైన డాల్ఫిన్ నోస్ కొండ పై 175 మీటర్ల ఎత్తులో లైట్ హౌస్ నిర్మించారు.
- ఇవే కాకుండా సబ్‌మెరైన్ మ్యూజియం, లాసన్స్ బే, ఉడాపార్క్, లుంబినీ పార్క్, ముడసరలోవ, విక్టరీఎట్ సీ, కాళీదేవాలము, కురపం సమాధి, బావికొండ, పావురాల కొండ, జియోపార్క్ (ఎర్రమట్టి దిబ్బలు), భీమిలీ బీచ్, కంబాలకొండ ఎకో టూరిజం పార్కు వంటి పర్యాటక ప్రదేశాలు కలవు,

6.అనకాపల్లి జిల్లా

- శంకరం, బొజ్జన్నకొండ, లింగాల కొండ, లింగాల మెట్ట, పంచదార్ల గ్రామం (శ్రీ దర్మలింగేశ్వర స్వామి దేవాలయం), బలిగట్టం, కొండ కర్ల పక్షుల అభయారణ్యం వంటి పర్యాటక ప్రదేశాలు కలవు.

7.కాకినాడజిల్లా

- **కుమారరామం:** పంచారామాల్లో ఒకటైన కుమారారామం కాకినాడలో కలదు. ఇది సామర్లకోట వద్ద ఉంది ఇందులో భీమేశ్వరుడు కొలువై ఉన్నాడు.
- **అన్నవరం:** కాకినాడలోని పంపానది ఒడ్డున ఉన్న రత్నగిరి కొండపై వెలసివున్న శ్రీ వీరవెంకట సత్యన్నారాయణస్వామి కొలువైవున్న పుణ్యక్షేత్రము కలదు.
- ఇవే కాకుండా తలుపులమ్మ దేవాలయం, గొల్లల మామిడాడ, కోరింగ అభయారణ్యం, పాండవమెట్ట, తొలితిరుపతి, ఆంధ్రశబరిమల, అదుర్రు (బుద్ధ స్థూపాలు), ఉప్పాడ వంటి పర్యాటక ప్రాంతాలు కలవు.

8. కోనసీమ డా॥ బి.ఆర్. అంబేద్కర్ జిల్లా

- **ద్రాక్షారామం:** పంచారామాలలో ఒకటైన ద్రాక్షారామం కోనసీమలో కలదు. ఇందులో భీమేశ్వర స్వామి కొలువై ఉన్నారు. ఇది త్రిలింగ దేశం అని ఆంధ్రరాష్ట్రానికి పేరు రాడానికి కారణమైన ఒక క్షేత్రం.
- **ర్యాలీ పుణ్యక్షేత్రం:** కోనసీమ జిల్లా ర్యాలీలో ఉంది. ఇక్కడున్న విగ్రహానికి ఒకవైపు విష్ణువు, మరో వైపు శివుడు, ఎదురుగా జగన్మోహిని మాత ముఖాలు ఉంటాయి. నల్లరాతితో చెక్కిన ఈ విగ్రహం శిల్పకళాత్మక ప్రతిభకు ప్రతీకగా చెప్పవచ్చు.
- **పింజారీ కొండ జలపాతం:** పంపాపేట గ్రామం వద్ద కలదు.
- ఇవేకాకుండా అంతర్వేది లక్ష్మి నరసింహస్వామి దేవాలయం - గోదావరి నదీతీరం వద్ద, కోటిపల్లి, మందపల్లి, అయినవిల్లి, ద్వారపూడి (అయ్యప్ప స్వామి దేవాలయం), డిండి, అప్పనపల్లి, మురమళ్ల, పలివెల, వానపల్లి వంటి పర్యాటక ప్రదేశాలు కలవు.

9. తూర్పుగోదావరి జిల్లా

- ఇక్కడగల ప్రసిద్ధ పర్యాటక ప్రదేశాలు బిక్కవోలు, కడియం, రోడ్ కమ్ రైలు బ్రిడ్జ్, గోదావరి పుష్కరాలు వంటివి కలవు,

10. పశ్చిమగోదావరిజిల్లా

- పంచారామాలలో రెండు ప్రాంతాలు ఇక్కడే కలవు.
  - ఎ. **క్షీరారామం:** ఇది పశ్చిమగోదావరి పాలకొల్లులో ఉంది. ఇక్కడ రామలింగేశ్వరుడు కొలువై ఉన్నాడు.
  - బి. **భీమారామం:** పశ్చిమగోదావరి - భీమవరంలో ఉంది. ఇక్కడ సోమేశ్వరుడు కొలువై ఉన్నాడు.
  - సి. **వాసవీ కన్యకాపరమేశ్వరీ ఆలయం:** ఇది పెనుగొండలో కలదు. ఇది అమ్మవారి స్వయంభుదేవాలయం. ఇవి ఇక్కడ చెప్పుకోదగ్గ పర్యాటక ప్రాంతాలు.

11. ఏలూరుజిల్లా

- **మంజులూరు జలపాతం:** ఏలూరులోని బుట్టాయి గూడెం మండలంలో ఉంది.
- **ద్వారకతిరుమల:** దీనిని చిన్న తిరుపతి అంటారు. ఏలూరు జిల్లాలో కలదు. ఇక్కడ వేంకటేశ్వర స్వామి ఆలయం నెలకొని ఉంది.
- ఇవేకాకుండా పట్టిసీమ, కొల్లేరు సరస్సు, మద్ది ఆంజనేయస్వామి ఆలయం పర్యాటక ప్రదేశాలుగా నెలకొని ఉన్నాయి.

12. కష్ణాజిల్లా

- **శ్రీకాకుళేశ్వరస్వామి ఆలయం:** ఇది కృష్ణా జిల్లా మండలంలో శ్రీకాకుళంలో కలదు. ఈ ఆలయాన్ని ఆంధ్రమహావిష్ణువు, ఆంధ్రనాయకుడు, ఆంధ్రవల్లభుడు అనే పేర్లతో పిలుస్తారు.
- ఇదే కాకుండా ఘంటసాల, పాండురంగ స్వామి దేవాలయం (మచిలీపట్నం), వేణుగోపాల స్వామి దేవాలయం (మొవ్వ), శ్రీ సుబ్రహ్మణ్యేశ్వర స్వామిదేవాలయం (మోపిదేవి), మసులా బీచ్ ఫెస్టివల్, పెద్ద కళ్లేపల్లి, మచిలీపట్నం వంటి పర్యాటక ప్రాంతాలు కలవు.

13. ప్రకాశం జిల్లా

- **త్రిపురాంతకేశ్వరాలయం:** ఇక్కడ ఈశ్వరుడు పంచముఖాలతో దర్శనమిస్తాడు, ఈ ముఖాలలో గంగా భవానీ ముఖం కూడా గలదు. మహాశివుడు త్రిపురసుందరి సహాయంతో త్రిపురాసురులను సంహరించి నట్లు ప్రజల నమ్మకం.
- **కాశీవిశ్వేశ్వరాలయం:** ఈ ఆలయం అద్దాల మండపానికి ప్రసిద్ధి చెందింది.
- **సింగరాయకొండ:** ఇక్కడ శ్రీలక్ష్మీనరసింహస్వామి కొలువై ఉన్నారు. ఇక్కడ ప్రతీ సంవత్సరం జూన్ మాసంలో బ్రహ్మోత్సవాలు జరుగుతాయి,
- **భైరవకొండ:** ఈ కొండలను తొలచి శివాలయాలను పల్లవుల వాస్తుశైలిలో అనుసరించారు. ఈ ఆలయంలో స్తంబాలను కూర్చున్న సింహాలశిల్పాలపై నిలుచోబెట్టారు. వీటి ద్వారాలకు రెండు ప్రక్కల బడితలను చేతబట్టిన కావలివారి శిల్పాలను చెక్కారు.
- **దూపుడు:** ఇది ప్రముఖ బౌద్ధక్షేత్రం కలదు. కాల్చిన ఇటుకలతో ఇక్కడ బౌద్ధస్థూపాన్ని నిర్మించారు. ఇదేకాకుండా భైరవకోన జలపాతం, చందవరం, చెన్నకేశవ స్వామి ఆలయం (మార్కాపురం), కొత్తపట్నం బీచ్, జంగిల్ సఫారి, గుండ్లకమ్మ రిజర్వాయర్, పాకాల బీచ్, మోపాడు రిజర్వాయర్, కంభం చెరువు వంటి పర్యాటక ప్రదేశాలు కలవు.

14. బాపట్ల జిల్లా

- ఇక్కడ భావనారాయణ స్వామి ఆలయం, భట్టిప్రోలు, మోటుపల్లి ఓడరేవు, సూర్యలంకబీచ్, ఓడరేవుబీచ్, రామాపురం బీచ్, వ్యవసాయ కళాశాల (బాపట్ల), నిజాంపట్నం ఫిషింగ్ హార్బర్ వంటి పర్యాటక ప్రదేశాలు కలవు.

15. పల్నాడు జిల్లా

- **అమరావతి:** పల్నాడు జిల్లాలో ఉంది. బౌద్ధస్థూపాలు & అమరేశ్వరస్వామి దేవాలయం ఉన్న ప్రదేశం. ఇది రాష్ట్రంలో ఉన్న పంచారామాలలో మొట్టమొదటిది.
- **ఎత్తిపోతల జలపాతం:** నాగార్జునసాగర్ నుండి మాచర్లకు వెళ్ళేమార్గంలో కృష్ణానదిపై ఉంది.

అదేవిధంగా కోటప్పకొండ, మాచర్ల, చేజెర్ల (చెన్నకేశ్వరస్వామి దేవాలయం), దుర్గి, కారంపూడి, కొండవీడు, గుత్తికొండ, వంటి ఎన్నో పర్యాటక ప్రదేశాలు కలవు.

16. గుంటూరు జిల్లా

- **మంగళగిరి:** శుభప్రదమైన కొండ అని అర్థం. దూరం నుండి చూస్తే ఈ కొండ ఏనుగు ఆకారంలో కనిపిస్తుంది. ఈ కొండమీద పానకాల నర్సింహస్వామి ఆలయం కలదు.
- **ఉండవల్లి:** ఇది గుంటూరు జిల్లాలో ఉంటుంది. ఈ గ్రామంలో 4 అంతస్తుల బౌద్ధ గుహాలయం ఉంది. 5వ అంతస్తు అసంపూర్తిగా ఉంది. రెండవ అంతస్తులో 10 మండపాలతో కూడిన గర్భాలయంలో నృసింహస్వామి విగ్రహం ఉంది. మూడవ అంతస్తులో 17 అడుగుల పొడవైన అనంత పద్మనాథ విగ్రహం ఉంది. మన ప్రాచీనశిల్ప వైభవాన్ని ఈ గుహాలయాలలో చూడవచ్చు.
- ఇవేకాకుండా చేబ్రోలు, పెదకాకాని, సీతానగరం, ఉప్పపాడు పక్షుల అభియారణ్యం వంటి పర్యాటక ప్రదేశాలు కలవు.

17. ఎన్.టి.ఆర్. జిల్లా

- **కనకదుర్గమ్మ ఆలయం:** శ్రీ కనకదుర్గ ఆలయం విజయవాడలోని ప్రకాశం బ్యారేజ్ దగ్గర కృష్ణానది ఒడ్డున ఇంద్రకీలాద్రి పర్వతంపైన ప్రస్తుతం ఎన్‌టిఆర్ జిల్లాలో ఉంది. ఇక్కడ అమ్మవారు స్వయంభువుగా తనకుతానే వెలసిందని క్షేత్రపురాణాలలో చెప్పబడింది.
- ఇదే కాకుండా ఇక్కడ గుంటుపల్లి, ప్రకాశం బ్యారేజ్, మొగల్రాజపురం గుహలు, భవానీద్వీపం, వేదాద్రి, తిరుపతమ్మ ఆలయం, కొండపల్లి కోట, గాంధీహిల్, విక్టోరియా జూబ్లీ మ్యూజియం వంటి పర్యాటక ప్రాంతాలు కలవు.

18. పొట్టి శ్రీరాములు నెల్లూరు జిల్లా

- **ఉదయగిరి:** ఉదయగిరి ప్రాంతంలో రెండుకొమ్ములు ఉన్న శివుడి లింగరూపంగల ఆలయం కలదు.
- **బరా షహీద్ దర్గా:** నెల్లూరు జిల్లాలోని మరొకప్రముఖ క్షేత్రం బరా షహీద్ దర్గా ఇక్కడ మొహరం రోజున జరిగే రొట్టెల పండుగ దేశవ్యాప్తంగా ప్రసిద్ధి చెందింది.
- **రహ్మతాబాద్ దర్గా:** నెల్లూరు పట్టణానికి 30 కి.మీల దూరంలో ఉంది.
- ఇవేకాకుండా మాలకొండ, తల్పగిరి, పెంచలకోన జలపాతం, పల్లిపాడు గాంధీజీ ఆశ్రమం, కృష్ణపట్నం ఓడరేవు, మైపాడు & కోడూరు బీచ్‌లు, సోమశిల రిజర్వాయర్లు కలవు.

19. కర్నూలు జిల్లా

- **మంత్రాలయం:** తుంగభద్రా నదీ తీరాన, ఆదోనికి సమీపంలో మంత్రాలయం మహాక్షేత్రంగా పరిగణించబడుతుంది. ఇక్కడ ప్రముఖ అవధూత రాఘవేంద్రస్వామి వారి (ఆలయం) నెలకొని ఉంది.
- ఇదేకాకుండా ఇక్కడ ప్రసిద్ధ పర్యాటక ప్రదేశాలైన అచ్యుతదేవరాయల బురుజు, ఓర్వకల్లు, సుంకేసుల ఆనకట్టు, కేతవరం రాక్ పెయింటింగ్, అబ్దుల్ వహాబ్ ఖాన్ సమాధి, శ్రీ రూపాల సంగమేశ్వర జగన్నాథగట్టు ఆలయం, నవాబ్

బంగ్లా (సమ్మర్ ప్యాలెస్), ఆథోని కోట, థామస్ మున్రో విగ్రహం, శ్రీ చౌడేశ్వరీ దేవి ఆలయం, శ్రీబుగ్గరామ రామలింగేశ్వర స్వామి ఆలయం కలవు.

20. నంద్యాల జిల్లా

- శ్రీశైలం: కృష్ణానది ఒడ్డున వెలసిన పవిత్ర పుణ్యక్షేత్రం. నంద్యాల జిల్లాలో ఉంది. శ్రీ భ్రమరాంబిక, మల్లికార్జున స్వామి కొలువై ఉన్నారు. దేశంలోని ద్వాదశ జ్యోతిర్లింగాలలో ఒకటిగా ఉంది.
- అహోబిలం: నంద్యాల జిల్లాలో ఉంది. నల్లమల కొండలమధ్య ఈ అహోబిలం ఉంది. దీనినే 'సింగ వేలు కుంద్రం' అంటారు. ఇక్కడ లక్ష్మీనరసింహ స్వామి కొలువై ఉన్నారు. ఈ కొండ రెండు శిఖరాలకు గలపేర్లు - వేలాద్రి, గరుడాద్రి.
- మహానంది: ఇది నంద్యాల పట్టణం చుట్టూ కొలువై ఉంది. కార్తీక మాసాన సోమవారం రోజున నవనందులన్నింటిని దర్శనం చేసుకుంటే జన్మజన్మాల నుండి వెంటాడుతున్న పాపాలు తొలగిపోతాయని నమ్మకం. ఇందులో నీరు చాలా స్పష్టంగా నీటిగా ఉంటాయి.
- ఇవే కాకుండా యాగంటి, బనగానపల్లి, వాల్మీకి గుహలు, బోయవాండ్ల పల్లె గ్రామం, శ్రీ ఓంకారేశ్వరస్వామి దేవాలయం, బెలుం గుహలు, రోళ్ళపాడు అభయారణ్యం వంటి ఎన్నో సందర్శక ప్రాంతాలు కలవు,

21. అనంతపురం జిల్లా

- ఇక్కడ గల ప్రధాన పర్యాటక ప్రదేశాలు గుగుడు, కసాపురం, Gooty Fort, తాడిపత్రి, కొనకొండ్లలో జంబుద్వీపం, ఆలూరుకోన జలపాతం వంటి పర్యాటక ప్రదేశాలు కలవు.

22. శ్రీ సత్య సాయి జిల్లా

- లేపాక్షి: స్కందపురాణంలోని పాపనాశేశ్వర క్షేత్రమే లేపాక్షి, ఇక్కడ శిల్ప విన్యాసం ఎంతో ఉంటుంది. దీని ఎత్తు సుమారు 20 అడుగులకు పైగా ఎత్తు ఉంటుంది. దేవాలయం మూడు భాగాలుగా విభజించబడింది ఎ) ముఖమండపం బి) అర్థమండపం సి) కళ్యాణ మండపం.
- ఇదేకాకుండా పుట్టపర్తి, తిమ్మమ్మ మర్రిమాను, నిమ్మలకుంట లెదర్ పప్పెటరీ క్రాఫ్ట్ ధర్మవరం, వీరపురము, కుంభకర్ణ థీమ్ పార్కు, యోగివేమన సమాధి వంటి ప్రదేశాలు కలవు.

23. వైఎస్ఆర్ జిల్లా

- ఒంటి మిట్ట: ఇక్కడ కోదండ రామస్వామి ఆలయం చాలా ప్రసిద్ధి. నవ్యాంధ్రప్రదేశ్ తరువాత రాష్ట్రప్రభుత్వం శ్రీరామనవమి ఉత్సవాలను అధికారికంగా ఒంటిమిట్ట రామాలయంలో నిర్వహిస్తున్నారు.
- అమీన్ పీర్ దర్గా: కడపనగరంలో నెలకొని ఉంది. ఇక్కడి దర్శనం కోసం దేశం నల మూలల నుండి కూడా భక్తులు వస్తుంటారు
- పుష్పగిరి: దీనిని పుష్పాలపర్వతం అనికూడా అంటారు. ఇక్కడ దేవాయాలు కలవు, ఇది విష్ణుశైవ భక్తులకు పవిత్రమయిన స్థలంగా పేరుగాంచినది

  ఇవే కాకుండా బ్రహ్మంగారి మఠం, గండి క్షేత్రం, సిద్ధవటం కోట, గండికోట పాలకొండ జలపాతం, దేవర కోన, గోపాల స్వామి కొండ జలపాతాలు, నిత్యపూజాలకోన జలపాతం వంటి పర్యాటక ప్రదేశాలు కలవు.

24. అన్నమయ్య జిల్లా

- హార్స్‌లీహిల్స్: ఇది అన్నమయ్య జిల్లాలో మదనపల్లెలో ఉంది. రాష్ట్రంలో ఏకైక వేసవి విడిది ప్రదేశం. వీటిని ఏనుగుమల్లమ్మ కొండలు అనికూడా పిలుస్తారు. దీనినే ఆంధ్రా ఉటి అని పిలుస్తారు.

❖ **గుంజనా జలపాతం:** రైల్వే కోడూరు సమీపంలో శేషాచల కొండల్లో ఉంది. ఇవేకాకుండా శ్రీ చెన్నకేశ్వరస్వామి ఆలయం (తాళ్లపాక), గుర్రంకొండ, అత్తిరాల, నందలూరు వంటి పర్యాటక ప్రదేశాలు కలవు,

25. చిత్తూరుజిల్లా

❖ **కాణిపాకం:** చిత్తూరు జిల్లాలో ఐరాల మండలానికి చెందిన గ్రామం. ఈ పుణ్యక్షేత్రం బహుదానది ఒడ్డున ఉంది. ఇక్కడ స్వామి వారు వరసిద్ధి వినాయక్ రూపంలో కొలువై ఉన్నాడు. 11వ శతాబ్దంలో దీనిని మొదటి కుళోత్తుంగ చోళుడు కట్టించాడవని శాసనాలు తెలియజేస్తున్నాయి. ఈ ఆలయంలో అసత్యం పలకితే స్వామి దండనకు గురవుతారని భక్తుల నమ్మకం.

❖ అదేవిధంగా శ్రీ మొగిలేశ్వర స్వామి దేవాలయం, అర్ధగిరి, వేపంజేరి, బుగ్గ అగ్రహారం, కైగల్ జలపాతం, వెంకటగిరి కోట మొదలైన ప్రసిద్ధ పర్యాటక ప్రదేశాలు కలవు.

26. తిరుపతిజిల్లా

❖ ఇచ్చట ఏడుకొండలపైన ఆ వేంకటేశ్వరస్వామి వారి దేవాలయం నెలకొనియున్నది. శేశా చలం కొండలలో కలదు. దిగువ తిరుపతిలో కపిలతీర్థ దేవాలయం కలదు. కపిల మహాముని యొక్క తపోఫలితానికి మెచ్చి ఈశ్వరుడు ఆవిర్భవించిన క్షేత్రము. దిగువ తిరుపతిలో గోవిందరాజస్వామి వారి దేవాలయం కలదు.

ఈ విధంగా ఆంధ్రప్రదేశ్‌లో ఎన్నో పర్యాటక ప్రదేశాలు మనస్సుకి ఎంతో ఆహ్లాదాన్ని కలిగించేలా అవతరించి ఉన్నాయి.

ఎకో టూరిజం (Ecotourism):

❖ ఒక నిర్ణీత ప్రాంతంలోని అరణ్యాన్ని పర్యాటక రంగంగా అభివృద్ధి పరచడాన్ని ఎకోటూరిజం అంటారు. దీనిని 1990 లో అంతర్జాతీయ టూరిజం సొసైటీ ప్రతిపాదించింది.

❖ ఆంధ్రప్రదేశ్ ప్రభుత్వం ఎకోటూరిజం అభివృద్ధికోసం కొన్ని ఎకోటూరిజం ప్రాజెక్టులను ప్రతిపాదించింది. అందులో భాగంగా:

1. ఇందిరాగాంధీ జూలాజికల్ పార్కు, వైజాగ్
2. శ్రీ వెంకటేశ్వర జూపార్కు, తిరుపతి
3. నేలపట్టు పక్షుల సంరక్షణ కేంద్రం, తిరుపతి
4. పులికాట్ పక్షుల సంరక్షణకేంద్రం, తిరుపతి.
5. శ్రీ వేంకటేశ్వర జాతీయ పార్కు, తిరుపతి
6. కోరింగ వన్యమృగ సంరక్షణకేంద్రం, కాకినాడ
7. గ్రేట్ ఇండియన్ బస్టర్డ్ సాంక్చురీ, రోళ్లపాడు వంటివి ప్రతిపాదించింది.

ఆంధ్రప్రదేశ్ ప్రభుత్వం 2022-23 సామాజిక ఆర్థిక సర్వేలో భాగంగా మొత్తం 30 టూరిజం ప్రదేశాలను గుర్తించింది. అవి:

1) భారువా బీచ్ & అక్కుపల్లి బీచ్.
2) శ్రీకాకుళం (అరసవిల్లి, శ్రీకూర్మం, శ్రీముఖ లింగం దేవాలయాలు).
3) విజయనగరం (తోటపల్లి రిజర్వాయర్ & రామానారాయణ దేవాలయం).
4) సీతం పేట ఎకోటూరిజం.
5) బొబ్బిలికోట & వెన్యూస్.
6) అరుకులోయ (ట్రైబ్‌టూరిజం, బొర్రాగుహలు, జలపాతాలు, కాఫీ ప్లాంటేషన్, తాడిపూడి రిజార్వయర్).
7) విశాఖపట్నం (బీచ్‌లు, బుద్దిస్ట్ మోనెస్టరీస్, రాస్ హిల్ చర్చ్, సింహాచలం దేవాలయం).
8) మారేడుమిల్లి, రంపచడోడవరం.
9) రాజమండ్రి, పాపికొండలు.
10. కాకినాడ (నర్సాపూర్, ఉప్పాడ, బీచ్ ఫ్రంట్).
11. కోనసీమ బేక్ వాటర్స్.
12. విజయవాడ (కనకదుర్గ దేవాలయం, భవానీద్వీపం, ఉండవల్లి గుహలు, కొండపల్లికోట, మేరిమాతాచర్చ్).
13. గుంటూరు (మంగళగిరి, అమరావతి).
14. సూర్యలంక బీచ్.
15. ప్రకాశం (బీచ్‌లు & దేవాలయాలు).
16. నెల్లూరు (బీచ్‌లు & దేవాలయాలు).
17. నేలపట్టు & శ్రీహరికోట.
18. తిరుపతి, తిరుమల & శ్రీకాళహస్తి.
19) చిత్తూరు (కానీపాకం).
20) హార్స్‌లీహిల్స్.
21) లేపాక్షి.
22) అనంతపురం & తాడిపత్రి.
23) కర్నూలు, ఓర్వకల్, మంత్రాలయం.
24) కడప (అమీర్ పీర్ దర్గా, సిద్దవరం, ఒంటిమిట్ట).
25) గండికోట.
26) పులివెందుల.
27) బెలుం గుహలు & యాగంటి.
28) అహోబిలం.
29) శ్రీశైలం.
30) నాగార్జునసాగర్.

CHAPTER 18

వాణిజ్యం (Trade)

- వస్తుసేవల అమ్మకం, కొనుగోలును 'వాణిజ్యం' లేదా 'వ్యాపారం' అంటాం.
- ఈ వ్యాపారం ఒకే దేశంలో ఉండే పౌరుల మధ్య జరిగితే దాన్ని 'దేశీయ వ్యాపారం', 'జాతీయ వ్యాపారం' లేదా 'అంతర్గత వ్యాపారం' అంటారు. అలాకాకుండా వ్యాపారం ఒక దేశ పౌరులకు ఇతర ప్రపంచ దేశాల పౌరులకు మధ్య జరిగితే దాన్ని 'విదేశీ వ్యాపారం' (Foreign Trade), 'ప్రపంచ వ్యాపారం' (World Trade) లేదా 'అంతర్జాతీయ వ్యాపారం' (International Trade) అంటాం.
- ఒక దేశంలో ఉత్పత్తి చేయడానికి వీలుకాని వస్తువులని, లేదా ఉత్పత్తిచేయడానికి ఇతర దేశాల కంటే ఎక్కువ ఖర్చు అయ్యే వస్తువులను ఇతర దేశాల నుండి 'దిగుమతి' చేసుకొంటుంది. అలాగే ఇతర దేశాలలో ఉత్పత్తి చేయడానికి వీలుకాని వస్తువులను లేదా ఉత్పత్తి చేయడానికి ఎక్కువ ఖర్చు అయ్యే, వస్తువులను ఆదేశాలకు 'ఎగుమతి' చేస్తుంది.
- అంతర్జాతీయ వ్యాపారం వల్ల అన్ని దేశాలు లబ్ది పొందగలుగుతాయి.
- ప్రపంచ వనరులు సమర్థవంతంగా కేటాయించబడి, వస్తువుల ఉత్పత్తి యొక్క వ్యయం తగ్గి వస్తువులు తక్కువ ధరలకు లభిస్తాయి.

భారతదేశంలో అంతర్జాతీయ వ్యాపారం ఆవశ్యకత:

ఎ. అభివృద్ధి దిగుమతులు:

- వీటిని ఉత్పాదక దిగుమతులు అంటారు. భారతదేశం వంటి అభివృద్ధి చెందుతున్న దేశాలకు అంతర్జాతీయ వ్యాపారం అవశ్యకత ఎక్కువగా ఉంటుంది. ఆర్థికాభివృద్ధిని సాధించడానికి అవసరమైన మూలధన వస్తువులను, యంత్ర పరికరాలను, సాంకేతిక పరిజ్ఞానాన్ని, మెరుగైన యాజమాన్య పద్ధతులను అభివృద్ధి చెందుతున్న దేశాలు దిగుమతి చేసుకోవలసి ఉంటుంది. ఇలాంటి దిగుమతులను 'అభివృద్ధి దిగుమతులు' (Development Imports) అంటారు.

  ఉదా : ముడి చమురు, ప్రాంత పరికరాలు.

బి. నిర్వహణ దిగుమతులు:

- వస్తు సేవలను తయారు చేయడానికి అవసరమైన మాధ్యమిక వస్తువులను దిగుమతి చేసుకుంటే వాటిని నిర్వహణ దిగుమతులు అంటారు.

  ఉదా : ముడిసరుకులు, భీమా – బ్యాంకింగ్ సేవలు, సాంకేతిక సేవలు

సి. ద్రవ్యోల్బణ ప్రతికూల దిగుమతులు:

- భారతదేశం వంటి అభివృద్ధి చెందుతున్న దేశాల్లో పెట్టుబడులు పెరిగి ప్రజల ఉద్యోగిత, ఆదాయ పరిమాణాలు పెరుగుతాయి. కానీ వాటికి దీటుగా వినియోగ వస్తువులు సరఫరా పెరగదు. ఈ నేపథ్యంలో కొరతగా ఉన్న వినియోగ వస్తువుల ధరలు పెరిగి ద్రవ్యోల్బణం ఏర్పడుతుంది. ద్రవ్యోల్బణంను నియంత్రించడానికి అవసరమైన వినియోగ వస్తువులను దిగుమతి చేసుకుంటే అలాంటి దిగుమతులను ద్రవ్యోల్బణ రహిత దిగుమతులు అని అంటారు.

  ఉదా : ఎరువులు, ఆహారధాన్యాలు, వస్త్రాలు, ఎలక్ట్రానిక్ ఉత్పత్తులు, సైకిళ్ళు మొ॥నవి.

డి. ఎగుమతుల పెంపొందించే అవశ్యకత:

❖ దిగుమతుల కోసం విదేశీమారక ద్రవ్యం అవసరమవుతుంది. అభివృద్ధి చెందుతున్న దేశాలు ఈ విదేశీమారక ద్రవ్యాన్ని సమీకరించడానికి ఆ దేశం వస్తుసేవలను ఇతర దేశాలకు ఎగుమతి చేయవలసి ఉంటుంది. సాధారణంగా ఈ దేశాలు ముడిఖనిజాలు, ముడిసరుకులు, వ్యవసాయ ఉత్పత్తులు మొదలైన వాటిని ఎగుమతి చేస్తాయి. వీటి ధరల్లో ఒడుదుడుకులు తరచూ రావడం వల్ల ఎగుమతిరాబడి తక్కువగా ఉంటుంది. ఎగుమతులను పెంచవలసిన అవశ్యకత, నూతన వస్తువులను ఎగుమతి జాబితాలో చేర్చవలసిన అవశ్యకత ఏర్పడుతుంది.

ఇనుపతెర ఆర్థిక వ్యవస్థ (Iron Curtain Economy):

❖ దీనినే మూయబడిన ఆర్థిక వ్యవస్థ అంటారు.

❖ ఎగుమతులు, దిగుమతులు లేని ఆర్థిక వ్యవస్థను ఇనుపతెర ఆర్థిక వ్యవస్థ అంటారు.

గాజు తెర ఆర్థిక వ్యవస్థ (Glass Curtain Economy):

❖ ఏ ఆర్థిక వ్యవస్థలో ఆర్థిక అసమానతలు అధికంగా ఉంటాయో దానిని 'గాజుతెర ఆర్థిక వ్యవస్థ' అని అంటారు.

❖ గాల్ బర్స్ అల్పాభివృద్ధి దేశాలను గాజు తెర ఆర్థిక వ్యవస్థ అని వ్యాఖ్యానించాడు.

బహిరంగ ఆర్థిక వ్యవస్థ (Open Economy):

❖ ఎగుమతులు, దిగుమతులు గల ఆర్థిక వ్యవస్థ బహిరంగ ఆర్థిక వ్యవస్థ అని అంటారు.

స్వేచ్ఛా వాణిజ్యం: (Free Forign Trade):

❖ దేశాల మధ్య వస్తుసేవలను, ఉత్పత్తి కారకాలను ఎలాంటి సంకాలు, ఆంక్షలు లేకుండా ఎగుమతి/దిగుమతి అయితే అలాంటి దానిని స్వేచ్ఛా వాణిజ్యమని అంటారు.

ఉదా: NAFTA - 1994, North American Free Trade Area.

SAFTA - 2004, South Asian Free Trade Area.

❖ **Organisation for Economic Co-Operation Development (OECD) దేశాలు:**

1) ఫ్రాన్స్ 2) బెల్జియం 3)జర్మనీ 4) యు.కె. 5) ఇటలీ
6) కెనడా 7) యు.ఎస్.ఎ 8) జపాన్ 9) జపాన్

❖ **Organisation of petrolcum of Export Countries (OPEC) దేశాలు:**

1) ఇండోనేషియా 2) ఇరాన్ 3) ఇరాక్ 4) కువైట్ 5) సౌదీ అరేబియా
6) యు.ఎ.ఈ 7) రియాద్ 8) వెనెజులా 9) ఖతార్ 10) అల్జీరియా
11) నైజీరియా 12) అంగోలా

❖ **South Association Free Trade Area (SAFTA) దేశాలు:**

1) ఇండియా 2) పాకిస్తాన్ 3) భూటాన్ 4) బంగ్లాదేశ్ 5) మాల్దీవులు
6) నేపాల్ 7) శ్రీలంక

❖ **South Asian Association for Regional Co-Opeation (SAARC) దేశాలు:**

1) ఇండియా 2) పాకిస్తాన్ 3) బంగ్లాదేశ్ 4) నేపాల్
5) భూటాన్ 6) శ్రీలంక 7) మాల్దీవులు 8) ఆఫ్ఘనిస్తాన్

❖ **Association South East Asian Nations ఏషియన్ దేశాలు:**

1) ఇండోనేషియా 2) మలేషియా 3) సింగపూర్ 4) థాయిలాండ్
5) మయాన్మార్ 6) కాంబోడియా 7) పిలిఫైన్స్ 8) వియత్నాం
9) లావోస్ 10) బ్రూనై

❖ **North East Asian Union ఈశాన్య ఆసియా దేశాలు:**

1) చైనా 2) కొరియా 3) జపాన్
4) హాంగ్‌కాంగ్ 5) తైవాన్ 6) మంగోలియా

విదేశీ వాణిజ్యం (మిలియన్ డాలర్లలో) 2021-22

దేశం	ఎగుమతులు	దిగుమతులు	మొత్తం వాణిజ్యం	విదేశావ్యాపార శేషం(bot)
1. అమెరికా	76,167	43,314	119,481	32,852
2. చైనా	21,259	94,570	115,830	-73,310
3. యునైటెడ్ అరబ్ ఎమిరేట్స్	28,044	44,833	72,878	-16,788
4. సౌదీ అరేబియ	8,758	34,100	42,859	-25,341
5. ఇరాక్	2,403	31,927	34,330	-29,523
6. సింగపూర్	11,150	18,962	30,112	-7,811
7. హాంగ్‌కాంగ్	10,984	19,096	30,081	-8,111
8. ఇండోనేషియా	8,471	17,702	26,174	-9,231
9. కొరియా	8,085	17,477	25,562	-9,392
10. ఆస్ట్రేలియా	8,283	16,756	25,039	-8,473
మొత్తం	**422,044**	**613,051**	**1,035,037**	**-191,047**

విదేశీ వాణిజ్యం (మిలియన్ డాలర్లలో) 2022-23 నాటికి

	దేశం	ఎగుమతులు	దిగుమతులు	మొత్తం వాణిజ్యం	విదేశావ్యాపార శేషం(bot)
1.	అమెరికా	59,683	38,952	98,635	20,730
2.	చైనా	11016	75869	86885	-64852
3.	యునైటెడ్ అరబ్ ఎమిరేట్స్	23,338	40,766	64,104	-17,428
4.	సౌదీ అరేబియ	87,924	32,447	40,371	-24,522
5.	రష్యా	2,200	32,818	35,018	-30,617
6.	ఇండోనేషియా	7,450	23,362	31,068	-16,617
7.	ఇరాక్	1,674	27,362	29,037	-25,688
8.	సింగపూర్	8,886	18,533	27,420	-9,647
9.	హాంగ్‌కాంగ్	7,254	14,129	21,384	-6,874
10.	కొరియా	5,124	16,028	21,152	-10,904
	మొత్తం	**336,365**	**551543**	**887903**	**-215,178**

❖ **భారతదేశ ప్రధాన విదేశీ భాగస్వాములు (డిసెంబర్ 2022 నాటికి):**

1. అమెరికా	2. చైనా	3. యునైటెడ్ అరబ్
4. సౌదీ అరేబియా	5. రష్యా	6. ఇండోనేషియా

❖ **భారత్‌కు వ్యాపార మిగులు అధికంగా ఉన్న దేశాలు:**

1. అమెరికా : 20.73 బిలియన్ డాలర్లు
2. నెదర్లాండ్స్ : 9.51 బిలియన్ డాలర్లు
3. బంగ్లాదేశ్ : 7.38 బిలియన్ డాలరు

❖ **భారత్‌కు వ్యాపార లోటు అధికంగా ఉన్న దేశాలు:**

1. చైనా : 64.85 బిలియన్ డాలర్లు
2. రష్యా : 30.6 బిలియన్ డాలర్లు
3. ఇరాక్ : 25.68 బిలియన్ డాలర్లు
4. సౌదీ అరేబియా : 24.52 బిలియన్ డాలర్లు

భారతదేశం ఎగుమతులు

❖ భారతదేశం సుమారుగా 190 దేశాలకు వివిధ రకాల వస్తువులను ఎగుమతి చేస్తుంది.

❖ ప్రపంచ ఎగుమతుల్లో మొదటి స్థానంలో ఉన్న దేశం - చైనా (12%).

❖ ప్రపంచ ఎగుమతుల్లో భారత వాటా - 1.7%.

సంవత్సరం	ఎగుమతులు (బిలియన్ డాలర్లు)	వృద్ధిరేటు
2017-18	303.52	10.3%
2018-19	330.07	8.75%
2019-20	313.36	-5.06%
2020-21	291.80	-6.88%
2021-22	422.00	44.62%
2022-23	336.37	10.26%
(ఏప్రిల్ నుంచి డిసెంబర్ 2022 నాటికి)		

❖ **భారత్ అధికంగా ఈ క్రింది దేశాలకు ఎగుమతి జరిపింది. అవి:**

1. అమెరికా	-	18.4%
2. UAE	-	6.6%
3. నెదర్లాండ్స్	-	5.9%
4. చైనా	-	3.5%
5. హాంకాంగ్	-	2.8%
6. సింగపూర్	-	2.8%
7. నెదర్లాండ్	-	2.6%
8. UK	-	2.6%
9. బెల్జియం	-	2.4%
10. జర్మనీ	-	2.3%

క్ర.సం.	భారత ప్రధాన ఎగుమతులు	2021-22	2022-23 (ఏప్రిల్-సెప్టెంబర్)
1.	పెట్రోలియం ఉత్పత్తులు	16.4%	22.7%
2.	వ్యవసాయ అనుబంధ ఉత్పత్తులు	11.9%	11.6%
3.	రత్నాలు, అభరణాలు	9.3%	8.9%
4.	యంత్ర పరికరాలు	8%	7.8%
5.	లోహ వస్తువులు	6%	5.4%
6.	రేడీమేడ్ వస్త్రాలు	3.8%	3.5%
7.	ఎలక్ట్రానిక్ పరికరాలు	3.4%	4.1%

- 2022-23 ఆర్థిక సంవత్సరం ఏప్రిల్- డిసెంబర్ మధ్య దేశ మొత్తం ఎగుమతులు 9% పెరిగి 332.76 బి.డాలర్లకు చేరాయి.
- 2022 డిసెంబర్‌లో భారత ఎగుమతులు 12.2% తగ్గి 34.48 బిలియన్ డాలర్లకు పరిమితమయ్యాయి. వాణిజ్యలోటు 23.76 బిలియన్ డాలర్లకు చేరింది.
- 2021-22లో భారత్ మార్కండైజ్ ఎగుమతులు జీవన కాల గరిష్ఠమైన 422 బిలియన్ డాలర్లకు చేరాయి. పలు సవాళ్ళ నేపధ్యంలో అంతర్జాతీయ వాణిజ్యం నెమ్మదిస్తోంది. దీంతో వస్తువుల ఎగుమతుల వృద్ధి కాస్త నెమ్మదించింది.
- భారతదేశం తన మార్కెట్లను వైవిధ్యభరితం చేయటం ద్వారా బ్రెజిల్, దక్షిణాఫ్రికా, సౌదీ అరేబియా లాంటి దేశాలను విస్తరించింది.
- మార్కెట్ సైజ్ పెంచుకుని మెరుగ్గా చొచ్చుకు పోవడానికి 2022లో UAE, ఆస్ట్రేలియా లాంటి దేశాలలో ఒప్పందాలు కుదుర్చుకుంది.
- వాణిజ్య ఎగుమతులు ఏప్రిల్ - డిసెంబర్ 2022లో US $ 332.8 బిలియన్లుగా ఉంది.
- 2022 fy22లో మొదటిసారిగా ఇంజనీరింగ్ వస్తువుల ఎగుమతుల us $ 100 బిలియన్ల మార్కును అధిగమించాయి.
- సేంద్రియ మరియు ఆకర్బన రసాయనాల ఎగుమతులు fy 22లో గణనీయంగా పెరిగాయి. మరియు ఏప్రిల్ - డిసెంబర్ 2022లో usd 23.0 బిలియన్లు ఉన్నాయి.
- భారతదేశం ఎలక్ట్రానిక్స్ పరికరాల ఎగుమతులు 55% వృద్ధిఇన సాధించాయి. గత ఏడేళ్ళలో దేశంలో మొబైల్ పోన్ల ఉత్పత్తి అయిందింతలైందని ఆర్థిక సర్వే తెలిపింది. అంతర్జాతీయంగా రెండో అతి పెద్ద మొబైల్ ఫోన్ తయారీదారుగా భారత్ అవతరించింది.

భారత ఎగుమతులలో అధిక వాటా ఉన్న రాష్ట్రాలు

రాష్ట్రం	2021-22		2022-23	
	ఎగుమతుల విలువ (కోట్లలో)	మొత్తం ఎగుమతిలో వాటా	ఎగుమతుల విలువ (కోట్లలో)	మొత్తం ఎగుమతిలో వాటా
1. గుజరాత్	9.4	30%	7.84	33.21%
2. మహారాష్ట్ర	5.45	17.33%	3.80	16.11%
3. తమిళనాడు	2.62	8.34%	2.09	8.85%
4. కర్ణాటక	1.93	6.14%	1.46	6.21%
5. ఉత్తరప్రదేశ్	1.56	4.99%	1.16	4.91%
6. ఆంధ్రప్రదేశ్	1.43	4.57%	1.05	4.47%

భారతదేశం దిగుమతులు

సంవత్సరం	దిగుమతులు బిలియన్ డాలర్లు	వృద్ధిరేటు
2017-18	465.58	21.13%
2018-19	514.07	10.42%
2019-20	474.07	-7.66%
2020-21	394.40	-16.91%
2021-22	613.00	55.43%
2022-23	551.50	24.93%

❖ భారత్ అధిక దిగుమతులు అందించే దేశాలు:

1. చైనా	-	13.8%
2. UAE	-	7.5%
3. USA	-	6.9%
4. సౌదీ అరబ్	-	5.9%
5. రష్యా	-	5.%
6. ఇరాక్	-	5.1%
7. ఇండోనేషియా	-	4.4%
8. సింగపూర్	-	3.0%
9. దక్షిణ కొరియా	-	2.9%
10. ఆస్ట్రేలియా	-	2.8%

❖ కోవిడ్-19 తగ్గుముఖం పట్టడంలో దేశీయ డిమాండ్‌లో పునరుద్ధరణ జరగటంలో దిగుమతులు పెరిగాయని సర్వే పేర్కొంది. 2022-23

❖ ఆర్థిక సంవత్సరం ఏప్రిల్-డిసెంబర్ మధ్య దేశ మొత్తం దిగుమతులు 24.96% పెరిగి 551.7 బిలియన్ డాలర్లకు చేరాయి.

❖ ప్రధాన దిగుమతి వస్తువులలో, పెట్రోలియం నుండి ముడి మరియు ఉత్పత్తు దిగుమతులు ఏప్రిల్‌లో 45.6% పెరిగి $163.బిలియన్లకు చేరుకున్నాయి.

❖ ఇంధన డిమాండ్ వల్ల పెట్రోలియం, చమురు మరియు లూబ్రికెంట్స్ భారతదేశంలో యొక్క దిగుమతులను ప్రభావితం చేస్తుంది. దీంతో pol వాటా ఏప్రిల్ - డిసెంబర్ 2022లో మొత్తం దిగుమతుల్లో 37.1% పెరిగింది. తగ ఏడాది ఇదే కాలంలో ఇది 30.4%గా ఉంది.

❖ ఇతర ప్రధాన దిగుమతులలో ఎలక్ట్రానిక్ వస్తువులు ఉన్నాయి. బొగ్గు, కోక్ & బ్రికెట్స్, ఎలక్ట్రాక్ & నాన్ - ఎలక్ట్రికల్ యంత్రాలు, మరియు ఆర్గానిక్ & ఇనార్గానిక్ రసాయనాలు ఉన్నాయి.

❖ సరుకుల వాణిజ్యలోటు 2021 ఏప్రిల్ - డిసెంబర్‌లో us $136.5 బిలియన్ల నుండి ఏప్రిల్ - డిసెంబర్ 2022 కి us $ 218.9 బిలియన్లుగా అంచనా వేయబడింది.

భారత విదేశీ వ్యాపారం - ముఖ్యమైన దిగుమతులు

క్ర.సం.	దిగుమతులు	మొత్తం దిగుమతులలో వాటా (%లో)	
		2021-22	2022-23 (ఏప్రిల్-సెప్టెంబర్)
1.	ఇంధనం	31.6	38.3
	ఎ) బొగ్గు	5.2	8.0
	బి) పెట్రోలియం,ఆయిల్, లూబ్రికెంట్ (pol)	26.4	30.3
2.	రసాయనాలు	7.4	7.2
3.	ముత్యాలు మరియు విలువైన రాళ్లు	5.1	4.4
4.	బంగారం మరియు వెండి	8.1	6.4
5.	ఎలక్ట్రానిక్ వస్తువులు	12.0	10.5
6.	వ్యవసాయ ఉత్పత్తులు	4.4	4.1

విదేశీ మారక ద్రవ్య నిల్వలు:

- విదేశీ మారక నిల్వలు 2021-22 మొదటి అర్థభాగంలో 600 బిలియన్ అమెరికన్ డాలర్లను దాటాయి. డిసెంబర్ 31,2022 నాటికి 563 బిలియన్ డాలర్లను తాకాయి.
- విదేశీ నిధులు అందుకోవటంలో భారతదేశం అతిపెద్దదిగా ఉంది. 2022లో 100 డాలర్లు అందుకుంది. విదేశీ నిధులు పొందటంలో సేవల ఎగుమతులు తరువాత ఇదే రెండో అతిపెద్ద మార్గం.
- 2022 డిసెంబర్ నాటికి విదేశీ మారకద్రవ్య నిల్వలు 563 బిలియన్ డాలర్లు. ఇది 9.3 నెలల దిగుమతుల ఫలితం.
- ప్రస్తుత విదేశీ రుణానికి దీటైన విదేశీ మారక ద్రవ్య నిల్వలున్నాయి.
- స్థూల జాతీయ ఆదాయంతో పోల్చినప్పుడు మొత్తం అప్పులో శాతంగా చూసినప్పుడు భాతరదేశానికి తక్కువ స్థాయి రుణం ఉన్నట్టే లెక్క.

విదేశీ మారక నిల్వలు

అంశం	యూనిట్	2019-20	2020-21	2021-22	2022-23
విదేశీ మారక నిల్వలు (ముగింపు సంవత్సరం)	us $ బిలయన్	478	577	607	563

విదేశీ పెట్టుబడులు:

- దేశంలోకి విదేశీ ప్రత్యక్ష పెట్టుబడులు (ఎఫ్‌డీఐ) రాబోయే కొద్ది నెలల్లో పెరగనున్నాయని ఆర్థిక సర్వే అంచనా వేసింది.
- భారత్ అధిక ఆర్థిక వృద్ధిని నమోదు చేస్తుండడంతో పాటు దేశీయంగా వ్యాపార వాతావరణం మెరుగుపడడం ఇందుకు దోహదం చేస్తుందని తెలిపింది.
- 'రష్యా-ఉక్రెయిన్ సంఘర్షణ నేపథ్యంలో ఏర్పడ అంతర్జాతీయ అనిశ్చితి వలన 2022-23 ఏప్రిల్-సెప్టెంబరులో తయారీ రంగంలోకి ఎఫ్‌డీఐలు 26.9 బిలియన్ డాలర్లకు పరిమితమయ్యాయి. అంతక్రితం ఏడాది ఇదే సమయంతో పోలిస్తే ఇవి 14 శాతం తక్కువ, ప్రస్తుత ఆర్థిక సంవత్సరతం తొలి ఆరు నెలల్లో మొత్తం ఎఫ్‌డీఐలు 39 బి.డాలర్లకు తగ్గాయి. 2021-22 తొలి 6 నెలల్లో ఇవి 42.86 బిలియన్ డాలర్లుగా ఉన్నాయి.

❖ **ఇండియాకు అత్యధిక FDIలు అందించే దేశాలు (2000 ఏప్రిల్ - 2022 డిసెంబర్)**

దేశం	బిలియన్ డాలర్లు	వాటా (%)
1. మారిషస్	16.24	25.98
2. సింగపూర్	144	23.04
3. అమెరికా	59.1	9.45
4. నెదర్లాండ్స్	43.4	6.94
5. జపాన్	38.37	5.39

❖ **భారతదేశంలో అత్యధిక FDI లను ఆకర్షిస్తున్న రాష్ట్రాలు (2021-22 వరకు)**

రాష్ట్రం	వాటా %
కర్ణాటక	37.55
మహారాష్ట్ర	26.26
ఢిల్లీ	13.93
తమిళనాడు	5.10
హర్యానా	4.76%

❖ **FDIలను అత్యధికంగా ఆకర్షించిన రంగాలు (2000 ఏప్రిల్-2022 డిసెంబర్):**

1. సేవారంగం	:	16.1%
2. కంప్యూటర్ సాఫ్ట్‌వేర్ & హార్డ్‌వేర్	:	14.97%
3. టెలీ కమ్యూనికేషన్లు	:	6.24%
4. వాణిజ్యం	:	6.21%
5. ఆటో మొబైల్ పరిశ్రమ	:	5.45

FDIలు నిషేధించబడిన రంగాలు:

1. చిట్‌ఫండ్స్
2. ఫార్మ్ హౌస్‌ల నిర్మాణం
3. లాటరీ వ్యాపారం
4. బెట్టింగ్ & గ్యాంబ్లింగ్
5. నిధి కంపెనీ
6. పొగాకు ఉత్పత్తులు (సిగరెట్లు)
7. రైల్వేలు
8. అణుశక్తి, అణు ఉత్పత్తి ఖనిజాల తవ్వకం
9. రియల్ ఎస్టేట్

ఆంధ్రప్రదేశ్ వాణిజ్యం

❖ 2021-22 సం॥లో రాష్ట్ర ఎగుమతుల విలువ 1,43,843 కోట్ల రూపాయలు.

❖ దేశంలో రాష్ట్రం 2020-21 సం॥లో ఎగుమతుల పరంగా 4వ ర్యాంకును నమోదు అయినట్లు సామాజిక ఆర్థిక సర్వే తెలుపుతుంది.

❖ దేశ ఎగుమతులలో ఆంధ్రప్రదేశ్ రాష్ట్ర వాటా 5.8%.

	ఉత్పత్తి సమూహం	2021-22
1.	రసాయనాలు	28431 కోట్లు
2.	పశుసంపద ఉత్పత్తులు	21341 కోట్లు
3.	రవాణా వస్తువులు	20941 కోట్లు
4.	లోహాలు	17706 కోట్లు
5.	కూరగాయలు	14060 కోట్లు
6.	ప్రాసెస్ చేసిన ఆహారపదార్థాలు	12778 కోట్లు
7.	ఎలక్ట్రికల్ మిషనరీ	8419 కోట్లు
8.	ఖనిజ ఉత్పత్తులు	6558 కోట్లు
9.	వస్త్రాలు	5670 కోట్లు
10.	గ్లాస్, గ్రానైట్	3051 కోట్లు
11.	పాదరక్షలు	2259 కోట్లు
12.	ఇతర ఉత్పత్తులు	2500 కోట్లు
	మొత్తం - సుమారు	143843 కోట్లు

❖ 2030 నాటికి రాష్ట్ర ప్రభుత్వం 10% వాటాను దేశ వాటాలో ఎగుమతులు పరంగా రెట్టింపు చేయాలని లక్ష్యం.

❖ రాష్ట్ర ప్రభుత్వం విజయవాడలో అమృత మహోత్సవంలో భాగంగా వాణిజ్య ఉత్సవాన్ని నిర్వహించింది.

❖ One District One Product అనే పథకంతో ప్రతీ జిల్లాలోని సంప్రదాయ ఉత్పత్తులను ఎగుమతుల కొరకై కేంద్ర వాణిజ్య మంత్రిత్వశాఖ ప్రతీ జిల్లాను ఒక ఎక్స్‌పోర్టు హబ్‌గా ఎంపిక చేయాలని నిర్ణయించింది. ఇందులో మొదటి దశలో భాగంగా ఆంధ్రప్రదేశ్ నుంచి మూడు జిల్లాలను ఎంపిక చేసింది.

1. విశాఖపట్నం - మత్స్య ఉత్పత్తులు, ఇంజనీరింగ్ వస్తువులు, ఆరోగ్య సేవలు.
2. తూర్పు గోదావరి - కొబ్బరి, కొబ్బరి పీచుతో చేసిన వస్తువులు, నర్సరీ మొక్కలు.
3. గుంటూరు - మిరప, పసుపు, పత్తి

❖ తరువాతి దశలో భాగంగా కేంద్ర ప్రభుత్వం రాష్ట్రంలో గల 26 జిల్లాల నుంచి ఉత్పత్తులను ఎగుమతి కొరకై ఎంపిక చేసింది. అవి:

1. శ్రీకాకుళం - గ్రానైట్, జీడిమామిడి, ఫార్మాస్యూటికల్స్, మత్స్య ఉత్పత్తులు.
2. విజయనగరం - మామిడి, మామిడితాండ్ర, జీడిపప్పు.
3. మన్యం - బియ్యం.
4. అల్లూరి - కాఫీ.
5. విశాఖపట్నం - సముద్ర మత్స్య ఉత్పత్తులు, ఇంజనీరింగ్ వస్తువులు, ఆరోగ్య సేవలు.

6. అనకాపల్లి - బెల్లం, కొబ్బరి పీచు ఉత్పత్తులు (కోయిర్ ప్రొడక్ట్స్), ఏటికొప్పాక బొమ్మలు.
7. కాకినాడ - శీతలీకరించబడిన రొయ్యలు (ఫ్రోజెన్ ష్రింప్స్), జీడిపప్పు, బియ్యం (బాస్మతి కానిది).
8. కోనసీమ - కొబ్బరి పీచు ఉత్పత్తులు, శీతలీకరించబడిన రొయ్యలు.
9. తూర్పు గోదావరి - ఆహార ఉత్పత్తులు, నర్సరీ మొక్కలు, కొబ్బరి పీచుతో చేసిన వస్తువులు.
10. పశ్చిమ గోదావరి - రొయ్యలు, లేస్ వర్క్, కొబ్బరి మరియు కొబ్బరి పీచుతో చేసిన వస్తువులు.
11. ఏలూరు - రొయ్యలు, ఆక్వా ఫీడ్, మానవ కేశాలతో చేసిన ఉత్పత్తులు.
12. కృష్ణా - గిల్ట్ జ్యూయలరీ, శీతలీకరించబడిన రొయ్యలు, వస్త్రాలు మరియు బెడ్‌షీట్‌లు, కలంకారీ వస్త్రాలు.
13. ఎన్.టి.ఆర్ - ఫార్మాస్యూటికల్స్, క్యాస్టింగ్ (ఆటో పరిశ్రమల ఉత్పత్తులు, వస్త్రాలు, మామిడి).
14. గుంటూరు - మిరప, పత్తి. పసుపు.
15. బాపట్ల - రొయ్యలు, గ్రానైట్, పత్తి నూలు.
16. పల్నాడు - సుగంధ ద్రవ్యాలు, వస్త్రాలు.
17. ప్రకాశం - గ్రానైట్, మత్స్య ఆహార ఉత్పత్తులు.
18. నెల్లూరు - సముద్ర ఆహార ఉత్పత్తులు, బియ్యం, నిమ్మకాయతో చేసిన ఉత్పత్తులు, ఖనిజ ఆధారిత ఉత్పత్తులు, చెక్కతో చేసిన వస్తువులు.
19. కర్నూలు - పత్తి, మిరప, కాస్టిక్ సోడా రేకులు, హైడ్రోజనేటెడ్ కేస్టర్ ఆయిల్ (ఆముదం).
20. నంద్యాల - రాతితో చేసిన బొమ్మలు, స్లాబ్ పాలిషింగ్ రాళ్ళు.
21. అనంతపురం - పండ్లు, కూరగాయలు, రెడీమేడ్ వస్త్రాలు, వేరుశెనగ ఉత్పత్తులు, చిరుధాన్యాలు.
22. సత్యసాయి - పట్టు చీరలు, పట్టు వస్త్రాలు, తోలు బొమ్మలు, అలంకరణ వస్తువులు, రెడీమేడ్ వస్త్రాలు.
23. కడప - బేరియం క్లోరైడ్, బేరియం నైట్రేట్, బేరియం కార్బోనేట్, సోడియం సల్ఫైడ్ రేకులు.
24. అన్నమయ్య - బైరైట్స్ ముద్దలు మరియు పౌడర్, కూరగాయలు మరియు పండ్లు, గ్రానైట్ బ్లాక్స్ మరియు పాలిష్డ్ స్లాబ్స్, చేనేత పట్టుచీరలు.
25. చిత్తూరు - మామిడి గుజ్జు, పాలిష్డ్ గ్రానైట్, ముడి గ్రానైట్ బ్లాకులు,
26. తిరుపతి - ఆటోమొబైల్ వస్తువులు, టెక్స్‌టైల్ వస్తువులు, ఎలక్ట్రానిక్ వస్తువులు, ఫార్మా ఉత్పత్తులు.

ఆంధ్రప్రదేశ్ స్టేట్ ఎక్స్‌పోర్ట్ యాక్షన్ ప్లాన్ 2021:

- రాష్ట్రంలో ప్రస్తుతం 2106 వస్తువులను 195 దేశాలకు ఎగుమతి చేస్తున్నారు.
- ఆంధ్రప్రదేశ్ స్టేట్ ఎక్స్‌పోర్ట్ యాక్షన్ ప్లాన్ 2021లో అప్పటి స్థితిని అనుసరించి 2030 నాటికి ఎగుమతులు పెంచడానికి భవిష్యత్ కార్యప్రణాళికను సిద్ధం చేసింది.
- దీనిని ఆంధ్రప్రదేశ్ ట్రేడ్ ప్రమోషన్ కార్పోరేషన్ విడుదల చేసింది.
- ఆంధ్రప్రదేశ్ 2020-21 నాటికి దేశ ఎగుమతుల వాటాలో 4వ స్థానంలో 5.8% వాటాను కలిగి ఉంది. ఇందులో భాగంగా: 1. 2029-30 నాటికి రాష్ట్ర ఎగుమతులు 33.7 బిలియన్ డాలర్లకు పెంచాలి.

  2. 2030 నాటికి దేశీయ ఎగుమతులలో రాష్ట్ర వాటాను 10%కి పెంచాలి.

  3. 2030 నాటికి రాష్ట్ర వార్షిక ఎగుమతులలో 8% వృద్ధిరేటును సాధించాలి.

దేశంలో భౌగోళిక గుర్తింపు పొందిన కొన్ని ముఖ్యమైన చేనేత ఉత్పత్తులు:

1)	శాంతిపూర్ చీరలు	:	పశ్చిమబంగ
2)	భవాని జంకాలం	:	తమిళనాడు
3)	ఖండువ చీరలు	:	ఒడిషా
4)	పటాన్ పటోల చీరలు	:	గుజరాత్
5)	కాంచీపురం పట్టుచీరలు	:	తమిళనాడు
6)	బలరాంపురం కాటన్ చీరలు	:	కేరళ
7)	షోలాపూర్ చద్దర్లు	:	మహారాష్ట్ర
8)	హబ్సీపూర్ చీరలు	:	ఒడిషా
9)	గోపాల్‌పూర్ టస్సార్ వస్త్రాలు	:	ఒడిషా
10)	బర్హంపూర్ జోడ మరియు పొడకుంభ చీరలు	:	ఒడిషా
11)	బలుచారి చీరలు	:	పశ్చిమబంగ
12)	చఖేసంగ్ శాలువలు	:	మణిపూర్
13)	బనారస్ బ్రొకేడ్స్ మరియు చీరలు	:	ఉత్తరప్రదేశ్
14)	వాంగ్‌కీ పీ నేత వస్త్రాలు	:	మణిపూర్
15)	చంపా చీరలు	:	చత్తీస్‌ఘడ్
16)	చందేరి చీరలు	:	మధ్యప్రదేశ్
17)	కిన్నోరి శాలువలు	:	హిమాచల్‌ప్రదేశ్
18)	కాశ్మీర్ పశ్మిన శాలువలు	:	జమ్మూ & కాశ్మీర్
19)	కాని శాలువలు	:	జమ్మూ & కాశ్మీర్
20)	చంబా రుమాళ్ళు	:	హిమాచల్‌ప్రదేశ్

2020 మార్చి నాటికి దేశంలో 344 ఉత్పత్తులకు భౌగోళిక గుర్తింపును ప్రకటించారు.

ఆంధ్రప్రదేశ్‌లో ప్రస్తుతం భౌగోళిక గుర్తింపును ప్రకటించిన కొన్ని ఉత్పత్తులు:

	ఉత్పత్తులు	భౌగోళిక గుర్తింపు పొందిన సంవత్సరం
1.	ఆత్రేయపురం పూతరేకులు	- ఏప్రిల్ 2023 నుండి మార్చి 2024 మధ్యలో
2.	ఆళ్ళగడ్డ రాతితో చెక్కిన బొమ్మలు (కర్నూలు)	- ఏప్రిల్ 2017 నుండి మార్చి 2018 మధ్యలో
3.	అరుకులోయ అరబికా కాఫీ (మన్యం)	- ఏప్రిల్ 2018 నుండి మార్చి 2019 మధ్యలో
4.	దుర్గిరాతితో చెక్కిన బొమ్మలు (పల్నాడు)	- ఏప్రిల్ 2017 నుండి మార్చి 2018 మధ్యలో
5.	బనగానపల్లె మామిడి (కర్నూలు, కృష్ణా)	- ఏప్రిల్ 2022 నుండి మార్చి 2023 మధ్యలో
6.	ఉదయగిరి చెక్క వస్తువులు (నెల్లూరు)	- ఏప్రిల్ 2016 నుండి మార్చి 2017 మధ్యలో
7.	బందరు లడ్డు (మచిలీపట్నం)	- ఏప్రిల్ 2016 నుండి మార్చి 2017 మధ్యలో
8.	వెంకటగిరి చీరలు (నెల్లూరు)	- ఏప్రిల్ 2011 నుండి మార్చి 2012 మధ్యలో
9.	గుంటూరు సన్న మిరప (గుంటూరు)	- ఏప్రిల్ 2010 నుండి మార్చి 2011 మధ్యలో
10.	తిరుపతి లడ్డు (తిరుపతి)	- ఏప్రిల్ 2009 నుండి మార్చి 2010 మధ్యలో
11.	ఉప్పాడ జందని చీరలు (తూర్పు గోదావరి)	- ఏప్రిల్ 2008 నుండి మార్చి 2009 మధ్యలో
12.	ఆంధ్రప్రదేశ్ తోలుబొమ్మలు (అనంతపురం)	- ఏప్రిల్ 2008 నుండి మార్చి 2009 మధ్యలో
13.	బుడితి కాంశ్య & ఇత్తడి లోహాల హస్తకళలు (శ్రీకాకుళం)	- ఏప్రిల్ 2008 నుండి మార్చి 2009 మధ్యలో
14.	కలంకారీ ఉత్పత్తులు (పెడన, మచిలీపట్నం)	- ఏప్రిల్ 2008 నుండి మార్చి 2009 మధ్యలో
15.	కొండపల్లి బొమ్మలు (ఎన్.టి.ఆర్)	- ఏప్రిల్ 2007 నుండి మార్చి 2008 మధ్యలో
16.	శ్రీకాళహస్తి కలంకారీ (శ్రీకాళహిస్తి)	- ఏప్రిల్ 2005 నుండి మార్చి 2006 మధ్యలో
17.	చేనేత పట్టుచీరలు & పావడాలు (ధర్మవరం, అనంతపురం)	- ఏప్రిల్ 2013 నుండి మార్చి 2014 మధ్యలో
18.	బొబ్బిలి వీణలు (విజయనగరం)	- ఏప్రిల్ 2011 నుండి మార్చి 2012 మధ్యలో
19.	ఏటికొప్పాక బొమ్మలు (అనకాపల్లి)	- ఏప్రిల్ 2017 నుండి మార్చి 2018 మధ్యలో
20.	మంగళగిరి చీరలు (గుంటూరు)	- ఏప్రిల్ 2012 నుండి మార్చి 2013 మధ్యలో

CHAPTER 19 మానవాభివృద్ధి-జనాభా (Human Development-Population)

మానవాభివృద్ధి సూచి

- 1970లలో ఓవర్సీస్ డెవలప్‌మెంట్ కౌన్సిల్ కోసం డేవిడ్ మోరిస్ వంటి వ్యక్తులు ప్రవేశపెట్టిన Physical Quality of Life Index ను మానవాభివృద్ధి సూచీకి తొలిమెట్టుగా చెప్పవచ్చు.
- ఐక్యరాజ్య సమితికి చెందిన 'యునైటెడ్ నేషన్స్ డెవలప్‌మెంట్ ప్రోగ్రామ్ (UNDP)' వారు 1990 నుంచి ప్రతీ సంవత్సరం ప్రపంచ దేశాలలో మానవాభివృద్ధి స్థాయిలను తెలిపే మానవాభివృద్ధి సూచిక (HDI)ను, మానవాభివృద్ధి నివేదిక (HDR)ను ప్రకటిస్తున్నారు.
- పాకిస్థాన్‌కు చెందిన మహబూబ్-ఉల్-హక్ మరియు భారత్‌కు చెందిన అమర్త్యసేన్ మొదలైన ఆర్థికవేత్తలు తమ రచనలలో మానవాభివృద్ధికి అధిక ప్రాధాన్యత ఇచ్చారు.
- ప్రపంచ వ్యాప్తంగా మొత్తం 191 దేశాల సమాచారం ఆధారంగా మానవాభివృద్ధి సూచికలు అయిన 'మానవాభివృద్ధి సూచీ' (HDI), 'అసమానతల సర్దుబాటు మానవాభివృద్ధి సూచి (IHDI), లింగ అభివృద్ధి సూచి (GDI), లింగ అసమానతల సూచి (GII) మరియు అభివృద్ధి చెందుతున్న దేశాలలో బహుముఖ పేదరిక సూచి (MPI) మొదలయిన సూచికలతో కూడిన 'మానవాభివృద్ధి నివేదిక 2021-22'ను 'అనిశ్చిత సమయాలు, అస్థిరమైన జీవితాలు: పరివర్తన చెందుతున్న ప్రపంచంలో మన భవిష్యత్తును రూపొందించుకోవడం (Uncertain Times, Unsettled Lives : Shaping our Feature in a Transforming World)' అనే పేరుతో ప్రచురించి విడుదల చేసింది.
- HDIను ఈ క్రింది 3 అంశాల సగటు ఆధారంగా లెక్కిస్తారు.
  1. దీర్ఘకాల ఆరోగ్యవంతమైన జీవనం : దీనిని ఆయుర్ధాయంతో గణిస్తారు.
  2. విజ్ఞానం : దీనిని అక్షరాస్యతతో గణిస్తారు. వయోజన అక్షరాస్యత (2/3 వంతు భారం). ప్రాథమిక, ద్వితీయ, తృతీయ విద్యలలో ఉమ్మడి నమోదు నిష్పత్తి (1/3 వంతు)
  3. మెరుగైన జీవన ప్రమాణం : దీనిని వాస్తవ తలసరి GDP ద్వారా కొలుస్తారు (US $ PPP ద్వారా Purchasing power parity) ఆయుర్ధాయం, అక్షరాస్యత, తలసరి GDP కు సమాన భారం ఇవ్వబడును.
- ఆయుర్ధాయం, విద్య, జీవన ప్రమాణానికి సమానభారం ఇవ్వబడును.

ఎ) Life Expectancy Index (LEI) ఆయుర్ధాయం.

బి) Educational Attainment Index (EAI) విద్య సాధక సూచిక.

సి) Standard of Living Index (SLI) జీవన ప్రమాణ సూచిక.

దీనిని PQLIని గణించిన పద్ధతిలో గణిస్తారు.

$$HDI = \frac{(LEI + EAI + SLI)}{3}$$

సూచిక అంశం	సూచీ	కనిష్ఠ విలువ	గరిష్ఠ విలువ
ఆరోగ్యం	ఆయుర్ధాయం (సంవత్సరాలు)	20	85
విద్య	1. అంచనావేసిన పాఠశాల విద్యాలయం (2/3)	0	18
	2. సగటు విద్యాకాలం	0	15
జీవనస్థాయి	GNI – తలసరి ఆదాయం (2011PPP$)	100	75,000

❖ పైన సూచించిన అంశాలు 2010 నుండి పరిగణలోనికి తీసకుంటున్నారు. అంతకంటే ముందు ఈ క్రింది అంశాలను పరిగణించేవారు.

సూచిక అంశం	కనిష్ట విలువ	గరిష్ట విలువ
జీవిత కాలం	25	85
వయోజన విద్య	0	100
స్థూల నమోదు నిష్పత్తి	0	100
GDP per capita ($)	100	40,000

❖ పైన అంశాల గుణాత్మక సగటు ఆధారంగా HDI విలువను లెక్కిస్తారు.

$$\text{అంశం సూచిక} = \frac{\text{వాస్తవ విలువ-కనిష్టవిలువ}}{\text{గరిష్ట విలువ-కనిష్టవిలువ}}$$

❖ మానవాభివృద్ధి నివేదిక 2021-22లో 191 దేశాలను 4 కేటగిరీలుగా విభజించారు. అవి:

1) అత్యధిక మానవాభివృద్ధి దేశాలు : HDI విలువ 0.800 కేంటే ఎక్కువ.
2) అధిక మానవాభివృద్ధి దేశాలు : HDI విలువ 0.700 – 0.799
3) మధ్యస్థ మానావాభివృద్ధి దేశాలు : HDI విలువ 0.550 – 0.699
4) తక్కువ మానావాభివృద్ధి దేశాలు : HDIవిలువ 0.550 కంటే తక్కువ.

❖ HDI విలువ 0–1 మధ్య ఉంటుంది. '0' అధమ స్థాయిని తెలపగా, '1' అత్యుత్తమ స్థాయిని తెలుపుతుంది.

❖ మానవాభివృద్ధి నివేదికలో 1990 నుంచి 2009 వరకు కేవలం HDIని మాత్రమే లెక్కించేవారు.

❖ 2010లో HDIతో పాటు 'బహుముఖ పేదరిక సూచీ' (Multi Dimensional Poverty Index), అసమానతల సర్దుబాటు మానవాభివృద్ధి సూచీ (Inequality Adjusted Human Development Index) మరియు లింగ అసమానతల సూచీ (Gender Inequality Index-GII) ని తీసుకురావడం జరిగింది. అలాగే 2014లో HDI, IHDI, MPI, GIIతో పాటు 'లింగ అభివృద్ధి సూచీ' (Gender Development Index-GDI)ని తీసుకురావడం జరిగింది.

❖ 2021 మానావాభివృద్ధి సూచీలో మొదటి 5 స్థానాలు మరియు చివరి 5 స్థానాలలో ఉన్న దేశాల వివరాలు.

మానవాభివృద్ధి సూచిక (HDI) (తొలి 5 దేశాలు, చివరి 5 దేశాలు)

దేశం	విలువ	ర్యాంకు	దేశం	విలువ	ర్యాంకు
స్విట్జర్లాండ్	0.962	1	దక్షిణ సుడాన్	0.385	191
నార్వే	0.961	2	చాద్	0.394	190
ఐస్‌లాండ్	0.959	3	నైగర్	0.400	189
హాంకాంగ్ (చైనా)	0.952	4	సెంట్రల్ ఆఫ్రికన్ రిపబ్లిక్	0.404	188
ఆస్ట్రేలియా	0.951	5	బురుండీ	0.4426	187

- భారతదేశంలో అత్యధిక HDI స్కోర్‌లను కలిగివున్న 5 రాష్ట్రాలు / కేంద్రపాలిత ప్రాంతాలు: ఢిల్లీ, గోవా, కేరళ, సిక్కిం, మరియు చండీఘడ్.
- అధిక HDI స్కోర్ కల్గిన రాష్ట్రాలు → కేరళ, మహారాష్ట్ర, తమిళనాడు, హర్యానా, పంజాబ్, తెలంగాణ, గుజరాత్ మరియు ఆంధ్రప్రదేశ్.
- తక్కువ HDI స్కోర్ కలిగిన రాష్ట్రాలు → బీహార్, ఉత్తరప్రదేశ్, మధ్యప్రదేశ్, జార్ఖండ్ మరియు అస్సాం.

భారతదేశంలో తాజా మానవాభివృద్ధి ధోరణులు:

- ఐక్యరాజ్య సమితి అభివృద్ధి కార్యక్రమం (UNDP) తాజాగా విడుదల చేసిన మానవాభివృద్ధి సూచీ - 2021లో భారతదేశం గత సంవత్సరం కంటే రెండు స్థానాలు దిగజారి 132వ స్థానంలో నిలిచింది. 2020లో భారతదేశం 130వ స్థానంలో నిలిచింది. అలాగే తాజా HDR నివేదికలో భారతదేశం మధ్యస్థ మానవాభివృద్ధి గల దేశాలు గ్రూపులో నిలిచింది.
- తాజా నివేదిక ప్రకారం భారతదేశం మానవాభివృద్ధి సూచి (HDI) 2021లో 0.633 HDI విలువతో 132వ ర్యాంకును సాధించింది.
- 2021 మానవాభివృద్ధి సూచికలో భారతదేశం HDI విలువ 0.633 కాగా పురుషులలో HDI విలువ 0.668గాను, మహిళలలో HDI విలువ 0.567 గాను ఉంది.
- 1990లో 0.434గా ఉన్న HDI విలువ 45.9% పెరుగుదలతో 0.633కి చేరింది.
- ప్రతీ ఏడాది 1.22% మేర పెరుగుదల ఉంది.
- 1990లో 57.9 సం॥లుగా, ఉన్న భారత ఆయుర్ధాయం విలువ ప్రస్తుతం 67.2 సం॥లకు పెరిగింది. (8.6 సం॥లు పెరిగింది)
- 1990లో 7.6 సం॥లుగా ఉన్న 'అంచనా వేసిన పాఠశాల విద్య' ప్రస్తుతం 11.9 సం॥లకు పెరిగింది.
- 1990లో 3 సం॥లుగా ఉన్న సగటు పాఠశాల విద్య ప్రస్తుతం 6.7 సం॥లకు పెరిగింది.
- 1990లో 1787 డాలర్లుగా ఉన్న GDP per Capita ప్రస్తుతం 6,950 డాలర్లకు పెరిగింది.

HDIపై విమర్శ:

- మానవాభివృద్ధి అనేది విశాలమైన భావన.
- కేవలం మూడు అంశాల సగటున పరిగణలోకి తీసుకోవడం సంకుచిత కొలమానం అవుతుంది
- వీటి గణాంకాలు వెనుకబడిన దేశాల్లో విశ్వసనీయంగా ఉండవు.
- విద్యా, ఆరోగ్యం, ఆదాయం మూడింటికీ సమ ప్రాధాన్యం ఇవ్వడం వల్ల ఏ రెండింటిలో మార్పులకైనా ఒకే విలువను పరిగణిస్తున్నారు.
- దీంతో విజ్ఞానం పెరగకపోయినా ఆదాయం పెరుగుదలలో అభివృద్ధి చెందినట్లు ఈ సూచీ తెలుపుతుంది.
- తలసరి ఆదాయాలు పెరిగినా అవి కొంతమంది ధనవంతులవే కావచ్చు. ఆదాయ అసమానతలు తెలియ జేయలేదు.
- విజ్ఞానం, ఆరోగ్యం నాణ్యత గురించి పేర్కొనలేదు. ఇవి తలసరి ఆదాయంలో పటిష్ట సంబంధాన్ని కలిగి ఉన్నాయి. వీటినే పరిగణనలోకి తీసుకోవడం వల్ల ప్రయోజనం ఉండదు.
- సమగ్ర మానవాభివృద్ధికి అవసరమైన శాంతి, స్వేచ్ఛ, పారదర్శకమైన పాలన, పర్యావరణ పరిరక్షణ గురించి చర్చించలేదు.
- దేశ అభివృద్ధిలో సాంకేతిక పరిజ్ఞానం పాత్రను మానవాభివృద్ధి సూచి విస్మరించింది.

- పై విమర్శలను తగ్గించుకోవడానికి మానవాభివృద్ధి సూచిక నిర్మాతలు ఎప్పటికప్పుడు లెక్కించే అంశాలు, విధానాల్లో మార్పులు తీసుకొస్తున్నారు.

లింగ అభివృద్ధి సూచిక (Gender Development Index - GDI):

- మానవాభివృద్ధి సూచికను స్త్రీలకు ప్రత్యేకంగా వర్తింపజేసి అందులోని 3 అంశాల్లో సాధారణ అభివృద్ధితోపాటు స్త్రీ పురుషుల మధ్య పంపిణీలో అసమానతలను గుర్తిస్తున్నారు.
- HDI, GDI మధ్య తేడా స్త్రీల వెనుకుబాటుతనాన్ని తెలియజేస్తుంది.
- తాజా నివేదికలో 2021లో భారతదేశం యొక్క GDI విలువ 0.490గా ఉంది.
- 2021 GDI ప్రకారం భారతదేశంలో పురుషులలో HDI సగటు విలువ 0.668గాను, స్త్రీలలో 0.567గా ఉంది.
- ఆయుర్దాయం స్త్రీలలో 68.9 సంవత్సరాలుగాను, పురుషులలో 65.8 సంవత్సరాలుగాను ఉంది.
- స్కూలుకు వెళ్ళే సంవత్సరాలు అంచనా స్త్రీలలో 11.9 సంవత్సరాలుగాను, పురుషులలో 11.8 సం॥గాను ఉంది. సగటు స్కూలుకు వెళ్ళే కాలం స్త్రీలలో 6.3 సంవత్సరాలుగాను, పురుషులలో 7.2 సంవత్సరాలుగాను ఉంది.
- స్త్రీలలో స్థూల తలసరి ఆదాయం 2,277 డాలర్లుగాను, పురుషులలో స్థూల తలసరి ఆదాయం 10,633 డాలర్లుగా ఉంది.

Note: స్త్రీ, పురుషులలో HDI విలువలో ఉన్న తేడాలను అంచనా వేసుకొని gdi లెక్కిస్తారు.

లింగ సాధికారిత కొలమానం (Gender Empowerment Measure 1995):

- ఈ సూచిక ద్వారా 3 అంశాల ఆధారంగా స్త్రీల సాధికారితను కొలవవచ్చు.
  1) జాతీయ పార్లమెంట్లో మహిళలు పొందిన సీట్లు.
  2) ఆర్థిక నిర్ణయ స్థానాల్లో మహిళల శాతం.
  3) ఆదాయంలో స్త్రీల వాటా.
- సాంకేతిక అంశాలు ఎక్కువగా ఉండటం వల్ల దీన్ని అర్థం చేసుకోవడం కష్టమవుతుంది.
- సరైన గణాంకాలు అందుబాటులో లేవు. వివిధ దేశాలతో పోల్చుకోవడం సముచితంగా లేదు.
- అభివృద్ధి చెందిన సమాజాలకు మాత్రమే వర్తిస్తాయి. స్థానిక గ్రామీణ స్థాయి, అసంఘటిత రంగంలో స్త్రీల పాధాన్యత, పాత్రను గుర్తించటం లేదు.
- Gender Empowerment Measureని కూడా 1995 నుండి UNDP ప్రచురించింది.

Note: పై లోపాలను సవరించడానికి, GDIను, GMEను మరింత సమర్థవంతగా లెక్కించడానికి 2010 నుండి GIIను సరికొత్తగా లెక్కిస్తున్నారు.

లింగ అసమానతల సూచిక (Gender In Equality Index - GII):

- దీన్ని 3 ప్రధాన అంశాల విలువల ఆధారంగా లెక్కిస్తారు.

1. పునరుత్పాదక ఆరోగ్యం (Reproductive Health):

- దీనిలో మాతా మరణాల నిష్పత్తి (Maternal Mortality Ratio - MMR), వయోజనుల సంతానోత్పత్తి రేటు (Adolescent Fertility Rate AFR) అనే 2 అంశాలు ఉంటాయి.

2. సాధికారత (Em Powerment):

- దీనిలో పార్లమెంట్ సీట్లలో వాటా, ఉన్నత విద్యలో అవకాశాలకు సంబంధించిన అంశాలు అంటాయి.

3) కార్మిక మార్కెట్‌లో భాగస్వామ్యం (Labour Market Participation):

- తాజా నివేదికలో భారతదేశం యొక్క లింగ అసమానతల సూచి (GII) 2021లో 0.490 విలువతో 122వ స్థానంలో నిలిచింది.
- మాతృత్వ మరణాల రేటు 133 ఉంది. వయోజనుల సంతానోత్పత్తి రేటు 17.2గా ఉంది.
- భారతదేశంలో పార్లమెంట్‌లో మహిళల ప్రాతినిధ్యం శాతం 13.4%గా ఉంది.
- సెకండరీ విద్య అందుకుంటున్న వారి శాతం (25సం॥ దాటిన వారిలో) పురుషులలో 53.8, మహిళలో 41.8గా ఉంది.
- భారతదేశంలో 2021లో కార్మిక భాగస్వామ్య రేటు స్త్రీలలో 19.2% ఉండగా, పురుషులలో 70.1% ఉంది.

ప్రపంచ లింగ అంతర సూచి (Global Gender Gap Index):

- ఈ సూచిని ప్రపంచ ఆర్థిక వేదిక (వరల్డ్, ఎకనామిక్ ఫోరమ్) 2006 నుండి ప్రచురిస్తుంది.
- ఈ క్రింది 4 అంశాలను పరిగణలోకి తీసుకొని (GGGI) ప్రచురిస్తుంది.
  1. ఆర్థిక భాగస్వామ్యం మరియు అవకాశాలు (Economic Participation and Opportunity).
  2. విద్య (Educational Attainment).
  3. ఆరోగ్యం మరియు జీవనం (Health and SUrvival).
  4. రాజకీయ సాధికారిత (Political Empowerment).
- పై నాలుగు అంశాల ఆధారంగా 0-100 స్కేలును లెక్కిస్తారు.
- Global Gender Gap Index - 2022లో భారత్ 146 దేశాలలో 135 ర్యాంకును పొందింది.
- భారత్ లింగ సమానత్వాన్ని పొందటానికి మరో 132 సంవత్సరాలు పడుతుంది.
- స్త్రీ, పురుష సమానత్వం ఎక్కువగా ఉండే దేశంగా ఐర్లాండ్ తన స్థానాన్ని పరుచుకుంటూ ప్రపంచంలో మరోసారి అగ్రస్థానంలో నిలిచింది. తర్వాత స్థానాల్లో ఫిన్లాండ్, నార్వే, న్యూజిలాండ్, స్వీడన్లు ఉన్నాయి.
- మహిళా ప్రజా ప్రతినిధులు, సీనియర్ అధికారులు, మేనేజర్లు శాతం 14.6 నుంచి 17.6% పెరిగిందని. మహిళా సాంకేతిక పని వారి శాతం 29.2 నుంచి 32.9కి పెరిగిందని వివరించింది.
- రాజకీయ సాధికారత విషయంలో భారత్ 48వ స్థానంలో ఉంది. ఆరోగ్యం, మనుగడ సూచీలో భారత్ చిట్టచివరి స్థానం (146)లో ఉండటం గమనార్హం.

Gender Parity Index (GPI):

- దీన్ని యునెస్కో విడుదల చేస్తుంది. మగ పిల్లలతో పోల్చినపుడు ఆడపిల్లలు పొందుతున్న విద్యను పోల్చి లింగ సమానత్వాన్ని అంచనావేస్తారు.
- దీని విలువ 0.97 నుండి 1.03 మధ్యలో ఉంటుంది.
- Gender Parity Index విలువ 0.97 కంటే తక్కువగా ఉంటే మగవారికి అనుకూలంగా ఉన్నట్లు చెప్పవచ్చు.
- Gender Parity Index 1.03 కంటే ఎక్కువగా ఉంటే స్త్రీలకు అనుకూలంగా ఉన్నట్లు చెప్పవచ్చు.

బహుముఖ పేదరిక సూచీ - 2022 (Multi dimention Human Poverty Index - MPI):

- ఇటీవల గ్లోబల్ మల్టీ డైమెన్షనల్ పావర్టీ ఇండెక్స్ (2022)ని ఐక్యరాజ్యసమితి అభివృద్ధి కార్యక్రమం (UNDP) మరియు ఆక్స్‌ఫర్డ్ పావర్టీ అండ్ హ్యూమన్ డెవలప్‌మెంట్ ఇనీషియేటివ్ విడుదల చేసింది.

- 2010లో HDR లో HPI-1, HPI-2ల స్థానంలో MPIలను ప్రవేశపెట్టారు.
- MPI యొక్క స్కేలు 0-1 మధ్య ఉంటుంది. దీనిని బట్టి పేదరికపు స్థాయిని గుర్తించవచ్చు.
- MPI విలువను లెక్కించుటకు ఆరోగ్యం, విద్య, జీవన ప్రమాణ స్థాయిలోని 10 కారకాంశాలలో ప్రజలు ఎలా వెనుకబడి ఉన్నారో తెలుసకునేందుకు పేదరికాన్ని గణిస్తారు.
- MPI విలువ '0' కి దగ్గరగా ఉంటే పేదరికం తక్కువగా ఉంటుంది. అదేవిధంగా mpi విలువ 1కి దగ్గరగా ఉంటే పేదరికం ఎక్కువగా ఉంటుంది.

Dimensions & Poverty		Indicators
1. ఆరోగ్యం (Health)	:	A) శిశుమరణాలు (Child Mortality)
		B) పౌష్టికాహార కొరత (Nutrition)
2. విద్య (Eduction)	:	C) పాఠశాలకు వెళ్ళే కాలం (Years of Schooling)
		D) పాఠశాలకు హాజరు (Attendance in School)
3. జీవన ప్రమాణ స్థాయి (Living Standards)	:	E) ఇంధనం (Coocking)
		F) పారిశుధ్యం (Sanitation)
		G) త్రాగునీరు (Drinking Water)
		H) గృహ వసతి (Housing)
		I) విద్యుచ్ఛక్తి (Electircity)
		J) ఆస్తులు (Assets)

ముఖ్యాంశాలు:

- ప్రపంచ వ్యాప్తంగా 1.2 బిలియన్ ప్రజలు బహుముఖ పేదరికంలో మగ్గుతున్నారు. ఇది మొత్తంగా 15.2% వీరిలో దాదాపు సగం మంది తీవ్రమైన పేదరికంలో మగ్గుతున్నారు.
- 60 ఏళ్ళు లేదా అంతకంటే ఎక్కువ వయస్సు కలవారిలో 8.1% మంది బహుముఖ పేదరికంలో ఉన్నారు.
- బహుముఖ పేదలలో అత్యధికంగా సబ్ సహారా ఆఫ్రికాలో, ఆ తర్వాత దక్షిణాసియలో ఉన్నారు. ఈ రెండు ప్రాంతాలలో కలిపి 83% ప్రజలు బహుముఖ పేదరికంలో ఉన్నారు.
- దాదాపు 83% మంది పేదలు గ్రామీణ ప్రాంతాలలో మరియు 17% మంది పట్టణ ప్రాంతాలలో నివసిస్తున్నారు.
- 66% కంటే ఎక్కువ మంది పేదలు మధ్య ఆదాయ దేశాలలో నివసిస్తున్నారు.
- ప్రతి ఆరుగురిలో ఒకరు నిరుపేదలు స్త్రీ ప్రధాన కుటుంబంలో నివసిస్తున్నారు.
- 45.5 మిలియన్లకు పైగా పేదలు కేవలం నాలుగు సూచికలలో మాత్రమే నష్టపోయారు. అవి పోషకాహారం, వంట ఇంధనం, పారిశుధ్యం మరియు గృహ నిర్మాణం.
- వారిలో 34.4 మిలియన్ల పేదలు భారతదేశంలో 2.1 మిలియన్లు బంగ్లాదేశ్‌లో మరియు 1.9 మిలియన్లు పాకిస్తాన్‌లో నివసిస్తున్నారు. దీనిని ప్రధానంగా 'దక్షిణాసియా ప్రొఫైల్'గా మార్చారు.
- **కోవిడ్-19 ప్రభావం:** ఈ నివేదిక ప్రకారం కోవిడ్ -19 మహమ్మారి ప్రపంచ వ్యాప్తంగా పురోగతిని 3-10 సంవత్సరాలు వెనక్కి నెట్టి వేసింది.
- 2021లో ఆహార సంక్షోభంలో లేదా అధ్వాన్నంగా జీవిస్తున్న వారి సంఖ్య 193 మిలియన్లకు పెరిగిందని ప్రపంచ ఆహార కార్యక్రమం వారు పేర్కొన్నారు.

బహుముఖ పేదరిక సూచీ 2022-భారత్		
MPI విలువ	:	0.069
బహుముఖ పేదరికం	:	16.4%
పిల్లలలో పేదరికం	:	21.8%
పెద్దవారిలో పేదరికం	:	14%
గ్రామీణ బహుముఖ పేదరికం	:	21.2%
పట్టణ బహుముఖ పేదరికం	:	5.5%

- బహుముఖ పేదరికం అత్యధికంగా ఉన్న రాష్ట్రాలు, బీహార్, జార్ఖండ్, మేఘాలయ, ఉత్తరప్రదేశ్, అస్సాం, ఒడిస్సా, చత్తీస్‌ఘడ్.
- భారతదేశ MPI విలువ 2005-2006లో 0.283 నుండి 2015-16లో 0.122కి, 2019-2021లో 0.069కి పడిపోయింది.
- భారత్‌లో బహుముఖ పేదరికము 2005-06లో 55.1% ఉంటే, 2015-16 నాటికి 27.7%, 2019-2021లో 16.4%కు తగ్గింది.
- కానీ ప్రపంచ వ్యాప్తంగా బహుముఖ పేదలు అత్యధికంగా భారత్‌లో 22.89 కోట్ల మంది ఉన్నారు. తరువాత నైజీరియాలో 9.6 కోట్ల మంది కలదు.
- 2005-06 మరియు 2019-21 మధ్య 15 సంవత్సరాల కాలంలో భారతదేశంలో 41.5 కోట్ల మంది పేదరికం నుండి బయటపడ్డారు.
- భారత పేదరికంలో సాపేక్ష తగ్గింపు 2005-06 నుండి 2015-16 వరకు సాపేక్ష తగ్గింపు 8.1% అయితే 2015-16 నుండి 2019-21 వరకు 11.9%తో వేగంగా తగ్గింది.
- భారత్‌లో గ్రామీణ ప్రాంతాలలో పేదరికం 2015-16లో 36.6% నుండి 2019-21కి 21.2%కు తగ్గింది. అలాగే పట్టణ ప్రాంతాల్లో పరిశీలిస్తే 9.0% నుండి 5.5% వరకు తగ్గింది.

జాతీయ బహుముఖ పేదరిక సూచిక:

- నీతి ఆయోగ్ తన తొలి జాతీయ బహుముఖ పేదరిక సూచిక (మల్టీ డైమెన్షనల్ పావర్టీ ఇండెక్స్ MPI) నివేదికను విడుదల చేసింది.
- బహుముఖ పేదరిక సూచి (MPI) నివేదిక ప్రకారం దేశంలో అత్యధిక సంఖ్యలో పేదలు ఉన్న రాష్ట్రాల జాబితాలో బీహార్ (51.9%), జార్ఖండ్ (42.16) ఉత్తర ప్రదేశ్ (37.79%) మొదటి 3 స్థానాల్లో నిలిచాయి. 2015-16 జాతీయ కుటుంబ ఆరోగ్య సర్వే-4 (నేషనల్ ఫ్యామిలీ హెల్త్ సర్వే (NFHS-4)ను ఆధారంగా చేసుకుని బహుముఖ పేదరిక సూచిక (MPI) నివేదికను రూపొందించారు.
- దేశం మొత్తం మీద 25.01% పేదలున్నట్లు నివేదిక వెల్లడించింది. గ్రామీణ ప్రాంతాల్లో 32.75% పేదలుండగా, పట్టణ ప్రాంతాలలో 8.81% పేదలున్నారు.
- పౌష్టికాహార లోపంతో భాదపడుతున్న ప్రజల సంఖ్య (51.88%) లోనూ, శిశు ఆరోగ్యం (45.62%), పాఠశాల సంవత్సరాలు (26.273), పాఠశాల హాజరు (12.52%), వంట ఇంధనం (82.92%), విద్యుత్తు (39.86%) తదితర సదుపాయాల అంశాలలో బీహార్ వెనుకబడి ఉంది.

- అతి తక్కువ పేదరికం ఉన్న రాష్ట్రాల్లో కేరళ (0.71%), గోవా (3.76%), సిక్కిం (3.82%), తమిళనాడు (4.89%), పంజాబ్ (5.59%) ముందు వరుసలో నిలిచాయి.
- కేంద్ర పాలిత ప్రాంతాలైన దాద్రానగర్ హవేలీలో 27.36%, జమ్ముకాశ్మీర్, లడఖ్‌లో 12.58%, దయ్యూ డామన్‌లో 6.82%, చండీగఢ్‌లో 5.97% మంది పేదలు ఉన్నారు. అతి తక్కువగా పుదుచ్చేరిలో 1.72% మంది పేదరికం అనుభవిస్తున్నారు. లక్షద్వీప్‌లో 1.82%, అండమాన్ నికోబార్ దీవుల్లో 4.30%, ఢిల్లీలో 4.79% మంది పేదలు ఉన్నట్లు తేలింది.

ఆంధ్రప్రదేశ్:

- అత్యధిక సంఖ్యలో పేదలు ఉన్న రాష్ట్రాల జాబితాలో 12.31% మంది పేదలతో ఆంధ్రప్రదేశ్ 20వ స్థానంలో ఉంది.
- రాష్ట్రంలో అత్యధిక పేదరికం కలిగిన జిల్లాలు - కర్నూలు, విజయనగరం, ప్రకాశం, విశాఖ, శ్రీకాకుళం.
- అత్యల్ప పేదరికం కలిగిన జిల్లాలు - గుంటూరు, తూర్పుగోదావరి, కృష్ణా, పశ్చిమగోదావరి.
- ఆంధ్రప్రదేశ్‌లో గ్రామీణంలో 15.37% ప్రజలు పేదరికంలో ఉన్నారు. కర్నూలు (25.67%) అత్యధిక సంఖ్యలో గ్రామీణ పేదలున్న జిల్లాగా నిలువగా పశ్చిమ గోదావరి (9.39%)తో అతి తక్కువగా గ్రామీణ పేదలు ఉన్నారు.
- ఆంధ్రప్రదేశ్ పట్టణ ప్రాంతాలలో 4.91% ప్రజలు పేదరికంలో ఉన్నారు. ప్రకాశం (9.68%) జిల్లాలో అత్యధిక సంఖ్యలో పట్టణ పేదలు ఉన్నారు.

జాతీయ బహుముఖ పేదరిక సూచిక అంశాల పరిస్థితి

	అంశం	భారతదేశం	ఆంధ్రప్రదేశ్
1)	పౌష్టికాహారం	37.6	26.4
2)	శిశు, కౌమారదశ మరణాలు	2.7	1.8
3)	శిశు ఆరోగ్యం	22.6	9.7
4)	పాఠశాల సంవత్సరాలు	13.9	16.9
5)	పాఠశాల హాజరు	6.4	2.3
6)	వంట ఇంధనం	41.4	16.4
7)	పారిశుద్ధ్యం	29.8	22.7
8)	తాగునీరు	14.6	9.3
9)	విద్యుత్	3.2	0.5
10)	ఇళ్ళు	45.6	14.7
11)	ఆస్తులు	14.0	11.0
12)	బ్యాంకు ఖాతాలు	9.7	3.6

జనాభా

★ జనాభా లక్షణాలపై అధ్యయనం చేయు శాస్త్రం – "డెమోగ్రఫీ"

★ జనాభా సిద్ధాంతాన్ని ప్రతిపాదించినది – "టి.ఆర్ మాల్థస్"

★ జనాభా పెరుగుదల మంచిది కాదని, అది ఆర్థికాభివృద్ధికి ఆటంకంగా మారుతుందని, జనాభాను నియంత్రించాలని మొట్టమొదటిగా ప్రపంచాన్ని హెచ్చరించిన వ్యక్తి – 'టి.ఆర్ మాల్థస్'

★ ప్రతీ జననం ఒక శుభఘడియ, కానీ ఈ జననాలు అధికమైతే కుటుంబం, దేశం భరించలేవు – 'మాలినీ బాలసింగం'.

★ భూమిపై పుట్టిన ప్రతి బిడ్డ ఆర్థిక నరకాన్ని పెంపొందించిన వాడౌతాడు – 'టి.ఆర్ మాల్థస్'.

★ భూమిపై పుట్టే ప్రతిబిడ్డ ఆర్థికాభివృద్ధికి కారకుడౌతాడు – 'ఎడ్విన్ కానన్'.

జనాభా పరిణామ సిద్ధాంతం

★ జనన, మరణ రేట్లకూ మరియు ఆర్థికాభివృద్ధికీ మధ్యగల సంబంధాన్ని తెలయజేసేది "జనాభా పరిణామ సిద్ధాంతం".

★ మాల్థస్ ప్రకారం జనాభా పరిణామాన్ని 4 దశలుగా విభజించవచ్చు.

★ ఫ్రాంక్.డబ్ల్యు నోటెస్టిన్ ప్రకారం కూడా జనాభా పరిణామాన్ని 4 దశలుగా విభజించవచ్చు.

★ సి.పి. బ్లాకర్ ప్రకారం ఈ సిద్ధాంతాన్ని 5 దశల్లో వివరించవచ్చు.

★ కోల్ మరియు హోవర్ ప్రకారం దీన్ని 3 దశల్లో వివరించవచ్చు.

మాల్థస్ యొక్క 4 దశలు:

మొదటి దశ:

★ నిరక్షరాస్యత మూఢనమ్మకాలు బాల్య వివాహాలు, సాంఘిక ఆచారాలు, కట్టుబాట్లు, ఉదాసీన కుటుంబ నియంత్రణ మూలంగా జననరేట్లు ఎక్కువగా ఉండటం, పౌష్టికాహారలేమి, పరిశుభ్రతలేమి వైద్యసదుపాయాల కొరత, తక్కువ జీవన ప్రమాణస్థాయి కారణంగా మరణరేట్లు ఎక్కువగా ఉంటాయి. దీని వలన జనాభా పెరుగుదల కనిపించదు. అంటే స్థబ్దంగా ఉంటుంది. 1921కి పూర్వం భారత్‌లో ఈ దశ ఉండేది.

రెండవ దశ:

★ రవాణా సౌకర్యాల మెరుగుదల, ఆహార పదార్థాల సరఫరా, ఆదాయస్థాయి పెరగడం, వైద్య సదుపాయాల మెరుగు అంటువ్యాధుల నిర్మూలన, ఆచార వ్యవహారాల్లో మార్పుల కారణంగా ఈ దశలో మరణాల రేట్లు తగ్గి, జననాల రేటు అదేవిధంగా ఉండటం. తద్వారా కొంత ఆర్థిక ప్రగతివైపు ఈ దశ ఉంటుంది. కాబట్టి ఈ దశను జనాభా విస్ఫోటనం అంటారు. భారత్‌లో 1951 నుండి 1981 మధ్యలో ఈ దశ ఉండేది.

మూడవ దశ:

★ అధిక సంతానం భారం అని ప్రజలు గ్రహించడం వలన, పారిశ్రామికీకరణ వల్ల జరిగిన మార్పులకనుగుణంగా జీవన ప్రమాణాలను మలుచుకోవడం మూలంగా జననాల రేటు తగ్గి, వైద్య సదుపాయాలు మెరుగవడం వలన మరణాల రేటు కూడా తగ్గి జనాభా నిశ్చల వృద్ధికి దారితీసింది. 2001లో భారత్‌లో దాదాపు సగం రాష్ట్రాలు ఈ దశలో ఉన్నాయి.

నాల్గవ దశ:

★ ఈ దశనే అభిలషణీయమైన జనాభాదశ అనవచ్చు. ఎందుకంటే వనరులకు అనుగుణంగా జనాభా వృద్ధి ఉండటం. ఈ దశలో జనన, మరణాల రేట్లు తక్కువ స్థాయిలో ఉంటాయి. ఇది ఆర్థిక అభివృద్ధికి దారితీయవచ్చు.

కోల్ మరియు హోవర్ యొక్క 3 దశలు:

దశ	జననాల రేటు	మరణాల రేటు	స్థితి
1.	ఎక్కువ	తక్కువ	స్థబ్దత
2.	ఎక్కువ	తక్కువ	జనాభా విస్ఫోటనం
3.	తక్కువ	తక్కువ	వృద్ధి రేటు తగ్గుదల

సి.పి. బ్లాకర్ యొక్క 5 దశలు:

★ **మొదటి దశ:** అధిక జనన, మరణ రేట్ల వలన జనాభా వృద్ధిరేటు నిశ్చలంగా ఉంటుంది. ఇది పేద దేశాలలో ఉంటుంది.

★ **రెండవ దశ:** అధిక జనన రేటు, మరణరేటు తగ్గడం వలన జనాభా వృద్ధి ప్రారంభమవుతుంది. పారిశ్రామిక అభివృద్ధి ప్రారంభదశ.

★ **మూడవ దశ:** జననరేటు తగ్గడం, మరణరేటు మరింత తగ్గడం వలన జనాభా వృద్ధిరేటు పెరుగుతుంది. పారిశ్రామిక అభివృద్ధి కొనసాగుతున్న దశ.

★ **నాల్గవ దశ :** జనన మరణ రేట్లు సమానంగా తగ్గడం వలన అల్ప వృద్ధిరేటు వుంటుంది. వేగవంతమైన పట్టణీకరణ దశ.

★ **ఐదవ దశ :** జనన మరణ రేట్లు మరింత తగ్గడం వలన జనాభా వృద్ధిరేటు తగ్గుతుంది. కొన్ని సార్లు ఋణాత్మక వృద్ధిరేటు కూడా సంభవిస్తుంది.

ప్రపంచ జనాభా వృద్ధి తీరు తెన్నులు

❖ క్రీ.పూ. 10వేల సంవత్సరాల క్రితం వ్యవసాయం ప్రారంభం అయినపుడు ప్రపంచ జనాభా కేవలం 40 లక్షలు మాత్రమే అది కాస్త:
1650 సంవత్సరం నాటికి 50 కోట్లు చేరుకుంది.
1830 సంవత్సరం నాటికి 100 కోట్లుకు చేరుకుంది. (1 బిలియన్)
1930 సంవత్సరం నాటికి 200 కోట్లుకు చేరుకుంది. (2 బిలియన్స్)
1960 సంవత్సరం నాటికి 300 కోట్లుకు చేరుకుంది. (3 బిలియన్స్)
1975 సంవత్సరం నాటికి 400 కోట్లుకు చేరుకుంది. (4 బిలియన్స్).
1987 సంవత్సరం నాటికి 500 కోట్లుకు చేరుకుంది. (5 బిలియన్స్).

❖ 1987 జూలై 11 నాటికి యుగోస్లేవియాలో జన్మించిన 'మాటేజ్‌గాస్పర్ (Matej Gaspar)' అనే శిశువుతో ప్రపంచ జనాభా 5 బిలియన్లు దాటింది. అందువలన జూలై 11ను 'ప్రపంచ జనాభా దినోత్సవం'గా ప్రకటించారు.

❖ 1999 అక్టోబర్ 12 నాటికి 6 బిలియన్‌లకు చేరటం చేత అక్టోబర్ 12ను 'Day of 6th Billion'గా పిలుస్తారు.

❖ 2011 అక్టోబర్ 31 నాటికి 7 బిలియన్‌లకు చేరింది.

❖ 2022 నవంబర్ 15 నాటికి ప్రపంచ జనాభా 800 కోట్లకు చేరుకుంది. ఇది మానవాళికి ఒక చారిత్రక మైలురాయి అని uno అభివర్ణించింది.

❖ ప్రపంచ విస్తీర్ణంలో 2.4% వాటా కలిగిన భారతదేశం ప్రపంచ జనాభాలో 2001 నాటికి 16.7% వాటాను కలిగి ఉంది. అనగా ప్రపంచ జానభాలో ప్రతి ఆరుగురిలో ఒకరు భారతీయుడే. 2011 జనాభా లెక్కల్లో భారత జనాభా ప్రపంచంలో 17.5% వాటా కలిగి ప్రతి ఆరుగురులో ఒకరు కంటే కొంచెం ఎక్కువగా భారతీయులే ఉన్నారు.

- ప్రపంచంలో బిలియన్ జనాభా దాటిన దేశాలలో చైనా తర్వాత భారత్ రెండవది.
- జనాభాలో మూడవ అతిపెద్ద దేశమైన అమెరికా జనాభా కంటే భారత్ జనాభా 4 రెట్లు అధికం. విస్తీర్ణంలో అతి పెద్ద దేశమైన రష్యా జనాభా కంటే భారతదేశంలో ఒక రాష్ట్రమైన ఉత్తర ప్రదేశ్ జనాభా అధికంగా ఉంది.
- UNO అంచనాల ప్రకారం ప్రపంచ జనాభా వృద్ధిరేటు 1.23%, చైనా జనాభా వృద్ధిరేటు 0.53%, భారత జనాభా వృద్ధిరేటు 1.60% Population Reference Beaureau వారి అంచనాల ప్రకారం 2030 నాటికి చైనా జనాభాను భారతదేశపు జనాభా అధిగమిస్తుంది. American Population Beaureau అంచనా ప్రకారం 2025 నాటికి భారతదేశం చైనా జనాభాను అధిగమించగలదు.

2011 జనాభా లెక్కల సందర్భంలో ప్రపంచంలో అధిక జనాభాగల దేశాలు (కోట్లలో):

1)	చైనా	-	134.01
2)	భారతదేశం	-	121.09
3)	అమెరికా	-	30.87
4)	ఇండనేషియా	-	23.76
5)	బ్రెజిల్	-	19.07
6)	పాకిస్థాన్	-	18.48
7)	బంగ్లాదేశ్	-	16.44
8)	నైజీరియా	-	15.83
9)	రష్యా	-	14.04
10)	జపాన్	-	12.81

- ఈజిప్టు, ఇథియోపియా, భారత్, నైజీరియా, పాకిస్తాన్, ఫిలిప్పిన్స్, టాంజానియా దేశాల్లో జనాభా పెరుగుదల అధికంగా ఉంది.
- ప్రపంచంలో జనాభా పరంగా అతిపెద్ద దేశం - చైనా.
- ప్రపంచంలో జనాభా పరంగా అతి చిన్న దేశం - వాటికన్ సిటీ.
- జనాభాలో మొదటి 10 దేశాలలో అధిక జనసాంద్రత కలిగిన దేశం - బంగ్లాదేశ్.
- మొదటి 10 దేశాలలో అధిక జనాభా వృద్ధిరేటు కల్గిన దేశం - నైజీరియా.
- అల్ప జనాభా వృద్ధి రేటు - రష్యా (-4.29%).
- ఐక్యరాజ్య సమితి అంచనా ప్రకారం 2023 ఏప్రిల్ 19 నాటికి ప్రపంచంలో అత్యధిక జనాభా కలిగిన దేశంగా భారత్ నిలిచింది. ఇప్పటివరకు జనాభాలో మొదటి స్థానంలో ఉన్న చైనా ఇప్పుడు రెండో స్థానానికి చేరింది.
- United Nations Poulation Fund (UNFPA) ఏప్రిల్ 19, 2023 నాడు విడుదల చేసిన State of World Population Report (SOWP) 2023 నివేదికలో ఈ విషయం వెల్లడైంది. 8 Billions Lives, Infinite Possibilities పేరిట ఈ నివేదికను రిలీజ్ చేశారు. ఈ సందర్భంగా యు.ఎన్. ప్రెసిడెంట్ ఆంటోనియో గుటెరస్ "The milestone is an occasion to celebrate diversity and advancements while considering humanity's shared responsibility for the planet" అని అన్నారు.
- United Nations Population Fund Report ఇచ్చిన నివేదికలో భారతదేశం 142.86 కోట్ల జనాభాతో మొదటి స్థానంలో ఉంది.

1) ఇండియా - 142.86 కోట్లు

2) చైనా - 142.57 కోట్లు

3) అమెరికా

4) ఇండోనేషియా

5) బ్రెజిల్

6) పాకిస్తాన్

7) బంగ్లాదేశ్

8) నైజీరియా

9) రష్యా

10) జపాన్ (2022-23లో జపాన్ స్థానాన్ని మెక్సికో ఆక్రమించింది).

Note: 1) పైన పేర్కొన్న 10 దేశాలలో ఋణాత్మక వృద్ధిరేటు నమోదైన ఏకైక దేశం రష్యా.

2) పైన పేర్కొన్న 10 దేశాలలో జన సాంద్రతను అత్యధికంగా కలిగిఉన్న దేశం - బంగ్లాదేశ్.

3) పైన పేర్కొన్న 10 దేశాలలో దశాబ్ద వృద్ధిరేటు అత్యధికంగా కలిగిఉన్న దేశం - నైజీరియా.

- ఈ రిపోర్టు ప్రకారం ప్రస్తుతం ఇండియా జనాభా 142.86 కోట్లు, చైనా జనాభా 142.57 కోట్లు. ఇదే లెక్కన జనాభా పెరిగితే ఇండియా జనాభా 2050 నాటికి 166.8 కోట్లకు చేరుతుందని, చైనా జనాభా 131 కోట్లకు తగ్గుతుందని నివేదిక తెలిపింది. మన దేశ జనాభా వచ్చే 30 ఏళ్లపాటు పెరుగూపోతుందని. 165 కోట్లకు చేరిన తర్వాత మళ్లీ తగ్గడం మొదలవుతుందని వివిధ సర్వే నివేదికలు ఇటీవల అంచనా వేశాయి.
- మొత్తం 142.86 కోట్ల జనాభాతో ప్రపంచంలోనే అగ్రస్థానానికి చేరుకుంది. 142.57 కోట్ల జనాభాతో చైనా రెండో స్థానంలో నిలిచింది.
- కొంతకాలంగా చైనాలో జనాభా పెరుగుదల రేటు గణనీయంగా తగ్గుతుండగా భారత్‌లోనూ పెరుగుదలలో కొంత మేరకు క్షీణత కనిపిస్తుంది. అయితే చైనాతో పోలిస్తే తక్కువే. దీంతో మన దేశం అగ్రస్థానానికి చేరింది. 2022 నాటికి భారత్ జనాభా 141.2 కోట్లు కాగా చైనా జనాభా 142.6 కోట్లు.
- **తొలిసారిగా అగ్రస్థానం:** 1950 నుంచి ఐరాస జనాభా లెక్కల్ని ప్రచురిస్తోంది. అప్పట్నుంచి అగ్రస్థానంలో చైనా కొనసాగుతోంది. తొలిసారిగా భారత్ ఈ ఏడాది అగ్రస్థానానికి చేరుకుంది.
- **జీవనకాలం తక్కువే:** మన దేశంలో జీవన కాలం ఇతర దేశాలతో పోలిస్తే తక్కువగా ఉంది. పురుషుల ఆయుష్షు మన దేశంలో సరాసరిన 71 ఏళ్లు ఉండగా మహిళలకు 74గా ఉంది.
- దేశంలో రాష్ట్రాల మధ్య జనాభాలో పలు వైరుధ్యాలున్నాయి. కేరళ, పంజాబ్‌లో వయసు మీరినవారు ఎక్కువగా ఉన్నారు. బీహార్, ఉత్తరప్రదేశ్లో యువత అధికంగా ఉన్నారు.
- అత్యధిక జనాభా గల దేశం హోదా అనేక అవకాశాలతోపాటు పలు సవాళ్లనూ భారత్ ముందుంచుతోంది. జనాభా పెరిగినా భూభాగం పెరగదు. వనరులూ కూడ అంతంత మాత్రానే కలవు. భారత్ ఇప్పుడు జనాభాలో అగ్రస్థానానికి వచ్చినా. యువ దేశంగా ఆవిర్భవించినా 2050 తర్వాత నుంచి సమస్యలు ఎదురవుతాయున్నది నిపుణులు అంచనా. ఎందుకంటే ఇప్పటి యువతరం 2050 నాటికి వృద్ధాప్యంలోకి వస్తారు.

భారత్‌లో జనాభా పరిణామం

❖ భారత్‌లో జనాభా పరిణామాన్ని 4 దశల్లో వివరిస్తారు.

దశ	సంవత్సరాలు	జనాభా వృద్ధి స్వభావం
1వ దశ	1891-1921	స్థబ్ధతతో కూడిన జనాభా (Stagnent population period)
2వ దశ	1921-1951	క్రమ వృద్ధి (Stable Population growth rate)
3వ దశ	1951-1981	సత్వర అధిక వృద్ధి (Rapid high growth) Population explosion
4వ దశ	1981-2011	తగ్గుతుందని సూచించే సంకేతాలతో అధికవృద్ధి (High growth with definite sings of slowing down)

మొదటి దశ (1891-1921):

❖ ఈ 30 సం॥లలో భారత దేశ జనాభా 1.5 కోట్లు మాత్రమే పెరిగింది.

❖ ఈ కాలంలో వార్షిక వృద్ధిరేటు 0.19% మాత్రమే. జనన, మరణరేట్లు రెండూ అధికంగా ఉండటం వల్ల జనాభా పెద్దగా పెరగలేదు. అందుచే ఈ దశను స్తబ్ధతతో కూడిన జనాభా (Stagnant Population Period) అంటారు.

❖ 1911తో పోలిస్తే 1921లో జనాభా తగ్గింది. అనగా 1921లో ఋణాత్మక వృద్ధి నమోదు అయినది.

❖ 1921కి పూర్వం జనాభా పెరుగుదలలోని ఒడిదుడుకులు అంతమై, 1921 తర్వాత జనాభా నిరంతరం పెరుగుతూ వచ్చింది.

❖ అందుకే 1921ను 'గ్రేట్ డివైడ్ ఇయర్' అంటారు.

రెండవ దశ (1921-51):

❖ ఈ దశలో భారత దేశ జనాభా 11 కోట్లు పెరిగింది.

❖ వార్షిక వృద్ధిరేటు 1.22%. ఈ దశలో జనాభా నెమ్మదిగా పెరగడంతో దీన్ని "క్రమవృద్ధి (Steady Growth) అంటారు.

మూడవ దశ (1951-81):

❖ ఈ దశలో భారత జనాభా 32 కోట్లు పెరిగింది.

❖ జననరేటులోని తగ్గుదల కంటే మరణరేటులోని తగ్గుదల అధికంగా ఉండటం చేత జనాభా పెరిగింది. అనగా 'జనాభా విస్ఫోటనం' (Population Explosion) సంభవించింది. జనాభా వేగంగా పెరిగే ఈ దశను "సత్వర అధికవృద్ధి" (Rapid High Growth) అందురు. 1951 నుండి జనాభా దశాబ్ద పెరుగుదల రేటు 20%పైన నమోదవడం చేత 1951ను "Small Divide Year" అని, 1981 నుండి జనాభా పెరుగుదల రేటు తగ్గడం చేత 1981ను "Divide Year" ని అందురు.

నాలుగో దశ (1981-2001):

❖ ఈ 30 సం॥లలో జనాభా 52.8 కోట్లు పెరిగింది. వార్షిక వృద్ధి రేటు 1.84%గా నమోదయింది.

❖ ఈ దశలో జనాభా పెరుగుదల ఉన్నప్పటికీ జనాభా పెరుగుదల రేటు తగ్గింది. అందుకే ఈ దశను "తగ్గుతుందనే సంకేతాలతో కూడిన అధికవృద్ధి" (High Growth with definite Signs of Slowing Down) అని అంటారు.

భారతదేశం-జనాభా-జాతులు

❖ దేశంలో జనాభాను 6 జాతులుగా విభజించవచ్చు. అవి:

1) నీగ్రిటోలు 2) ప్రోటో ఆస్ట్రలాయిడ్స్ 3) మధ్యధరాజాతి

4) బ్రాకీ షెఫాలస్ 5) మంగో లాయిడ్స్ 6) నార్డిక్స్

1 నీగ్రిటోలు:

❖ వీరిని దేశానికి మొదటగా వలస వచ్చిన వారిగా చెబుతారు. వీరిని ఆఫ్రికా యొక్క దక్షిణ ప్రాంతాల నుండి భారతదేశానికి వచ్చినట్లు చెబుతారు. ఎత్తు తక్కువగా ఉండటం, నలుపు రంగు, ఉంగరాల జుట్టు, పొడవైన సమతల ముక్కు మొదలైన లక్షణాలను వీరిలో గమనించవచ్చు. ఈ జాతి లక్షణాలు గల వారు ప్రస్తుతం అండమాన్ – నికోబార్ దీవులు మరియు పశ్చిమ కనుమల దక్షిణ భాగంలో ఉండే తెగలలో కనిపిస్తారు.

ఉదా : అండమాన్ నికోబార్ – జారువా, సెంటనలీస్, ఓంగే మొదలైనవారు.

ఈశాన్య భారతదేశం – నాగాలు, కుకీలు, అంగామీలు మొదలైనవారు.

దక్షిణ భారతదేశం – తొడ, ఇరుల, యానాది, పనియన్ మొదలైనవారు.

Note: ప్రపంచంలో ఇప్పటికీ ఆదిమ మానవుని లక్షణాలు గల నీగ్రిటోయిడ్ జాతి : సెంటినలీస్(అండమాన్ నికోబార్ దీవులలో కలరు).

2 ప్రోటో ఆస్ట్రలాయిడ్స్:

❖ వీరు మధ్యధరా సముద్రం యొక్క దక్షిణ భాగం నుండి వచ్చారని కొంత మంది, ఆస్ట్రేలియాలోని ఆదివాసి తెగ నుండి వచ్చారని మరికొంతమంది ఇలా రెండు విభిన్న రకాలుగా చెబుతారు. నీగ్రోటాయిడ్స్‌కు వీరికి ఒకే తేడా ఉంది అది జుట్టు వీళ్ళకి మృదువుగా ఉంటుంది. వీరిని ప్రస్తుతం ద్వీపకల్ప భారతదేశంలో ఉన్న కొండలు, దట్టమైన అరణ్యాలలో గమనించవచ్చు. భారత సమాజంలో మొట్ట మొదట వ్యవసాయం ప్రారంభించినది ఈ జాతి వారే అని చరిత్రకారుల అభిప్రాయం. తూర్పు మరియు పశ్చిమ కనుమలలో వీరిని ఎక్కువగా చూడగలం.

ఉదా : దక్షిణ భారతదేశం – చెంచులు, కురుంబ, మలయ, ఎరువ మొదలైనవారు.

మధ్య భారతదేశం – బిల్లులు, కోల్, బదగ, కోర్వ, ముండా మొదలైనవారు.

3 మధ్యధరా జాతి:

❖ నైరుతి ఆసియా లేదా మధ్యధరా సముద్రం యొక్క ఉత్తర భాగం నుండి వీరు వలస వచ్చినట్లు చెపుతారు. పై జాతులతో పోల్చినపుడు రంగులోనూ, ఎత్తులోనూ, వీరు కొంత మెరుగ్గా కనిపిస్తారు. దక్షిణ భారతదేశంలో ఈ జాతి లక్షణాలను ఎక్కువగా గమనించవచ్చు. ఉత్తర భారతదేశంలోను అక్కడక్కడా వీరి లక్షణాలు కనబడుతున్నాయి. వీరే సింధూ నాగరికత నిర్మాతలు అని కొందరి చరిత్రకారుల అభిప్రాయం. వీరు నీగ్రిటోలను దక్షిణం వైపు నెట్టివేసారనేది వారియొక్క అభిప్రాయం.

Note: పై 3 జాతులను కలిపి ద్రవిడియన్స్‌గా పిలుస్తారు.

4. బ్రాకీ షెఫాలస్:

❖ గుండ్రని తల, వెడల్పు అయిన చెవులు మొదలైన లక్షణాలు ఉంటాయి. గుజరాత్, రాజస్థాన్‌కి చెందిన మార్వాడీల్లో, బెంగాల్, తమిళనాడు మరియు కేరళకు చెందిన బ్రాహ్మణులలో ఈ లక్షణాలు గమనించవచ్చు. కూర్గీస్ మరియు పార్శీలలో కూడా ఈ లక్షణాలు ఉన్నాయి.

వీరిలో కొందరు బలూచిస్తాన్ మీదుగా భారతదేశానికి రావటం జరిగింది. వారు ఎక్కువగా ప్రస్తుతం పశ్చిమ భారతదేశంలో ఉన్నారు. వాళ్ళని ఆల్పినోయిడ్స్ అని అంటాము. మరికొందరు ట్రాన్స్‌హిమాలయాస్ మీదుగా వచ్చారు. హిమాలయా ప్రాంతాలలో స్థిరపడ్డారు. వాళ్ళను ఆర్మెనాయిడ్స్ అంటారు. ఇంకొందరు గంగా డెల్టా మరియు తూర్పు మరియు దక్షిణ భారతదేశంలో స్థిరపడ్డారు. వాళ్ళను డినారిక్స్ అని పిలుస్తారు.

5. మంగోలాయిడ్స్:

- చైనా, మంగోలియా దేశం నుండి వలస వచ్చినట్లు చెబుతుంటారు. కనుబొమ్మలు లేకపోవడం, కళ్ళు, నుదురు, చెంప, ముక్కు అన్నీ సమతలంగా ఉండి కలిసిపోయినట్లు ఉంటాయి, కళ్ళు చిన్నవిగా ఉంటాయి. వీరు ఎక్కువగా లడఖ్, సిక్కిం మరియు ఈశాన్య భారత్‌లో ఉంటారు. నికోబార్ దీవులలోని షాంపేన్, నికోబరీస్ ఈ జాతివారే. మేఘాలయలో గారో, కాశీ, జయంతియా మరియు ఈశాన్య భారతదేశంలో ఉన్న లిప్చా, చక్మాలు ఈ జాతికి చెందినవారు. వీరిని తిరిగి పాలియో మంగోలాయిడ్స్ అని టిబెటో మంగోలాయిడ్స్ అని విభజిస్తారు. మొదటి వర్గానికి చెందినవారు ఎక్కువగా అస్సాం వంటి రాష్ట్రాల్లో కనబడతారు. రెండవ వర్గానికి చెందినవారు లడఖ్, సిక్కిం వంటి రాష్ట్రాల్లో కనబడుతున్నారు.

6. నార్డిక్స్:

- వీరు ఏ ప్రాంతం నుంచి భారతదేశానికి వచ్చారో అన్న విషయంపై స్పష్టత లేదు. రష్యా, నల్లసముద్రం, యుగోస్లేవియా, కాస్పియన్ సముద్రం, సైబీరియా ప్రాంతాల నుండి భారతదేశానికి వలస వచ్చినట్లు చెబుతుంటారు. వీరు అందమైన శరీర సౌష్టవం, తెల్లని శరీర రంగును కలిగి, ఆజానుబాహులై, నీలి నేత్రాలతో, బలిష్టమైన శారీరక నిర్మాణాన్ని కండలతో కలిగి ఉంటారు. వీరిని జమ్ము కాశ్మీర్ నుండి చత్తీస్‌ఘడ్, పంజాబ్, రాజస్తాన్ నుండి బీహార్ వరకు ఉన్న భారతదేశంలో ఈ జనాభాను ఎక్కువగా గమనించవచ్చు. ప్రస్తుతం దేశంలో ఆధిపత్యం వీరిదే. దేశ జనాభాలో 70 శాతం వరకు ఉన్నారు.

Note: పై 4, 5, 6 జాతులను ఆర్యన్స్ అని పిలుస్తారు.

భారతదేశం - జనాభా లెక్కలు :

- భారతదేశంలో ఆధునిక కాలంలో జనాభా లెక్కలు నాన్ సింక్రోనస్ పద్ధతిలో 1872లో మెట్టమొదటి సారిగా జనాభా లెక్కించడం జరిగింది. అప్పటి భారత వైశ్రాయ్ లార్డ్‌మేయో. ఇతనినే భారతదేశపు 'జనాభా లెక్కల పితామహుడు' గా పిలుస్తారు.
- సింక్రోనస్ పద్ధతిలో 1881 నుండి ప్రతి 10 సంవత్సరాల కొకసారి జనాభా లెక్కలు కొనసాగిస్తున్నారు. ఇది లార్డ్ రిప్పన్ కాలం నుండి ప్రారంభమైనది.
- స్వాతంత్ర్యానంతరం 1948లో భారత పార్లమెంట్ సెన్సెస్‌యాక్ట్‌ను ఆమోదించినది.
- జనాభా లెక్కల సేకరణ అనే పదాన్ని రాజ్యాంగంలోని 7వ షెడ్యూల్‌లో 246 అధికరణలో వివరించారు. దీన్ని కేంద్ర జాబితాలో 69వ అంశంలో పేర్కొన్నారు. 1976లో మొదటి జనాభా విధానాన్ని, 2000లో యమ్.ఎస్.స్వామినాధన్ కమిటీ సిఫార్సులలో నూతన జనాభా విధానాన్ని ప్రకటించారు.

జాతీయ జనాభా విధానం - 2000

- భారతదేశం ప్రపంచంలో 2వ అతిపెద్ద జనాభాను కలిగివుంది.
- జనాభా పెరుగుదల నియంత్రణ ప్రతీ ప్రభుత్వ ఎజెండాలో కొనసాగుతోంది.
- ఇది కేంద్ర ప్రభుత్వ 2వ జాతీయ జనాభా విధానం.
- గర్భనిరోధకం, ఆరోగ్య సంరక్షణ, మౌలిక సదుపాయాలు మరియు ఆరోగ్య సిబ్బంది అవసరాలను పరిష్కరించడం.
- ప్రాధమిక పునరుత్పత్తి మరియు పిల్లల ఆరోగ్య సంరక్షణ కోసం సమగ్ర సేవలను అందించడం తన లక్ష్యంగా పేర్కొంది.
- పునరుత్పత్తి ఆరోగ్య సేవల నుండి గరిష్ట ప్రయోజనాలను సాధించడానికి స్వచ్ఛంద మరియు సమాచార ఎంపికలను మరియు పౌరుల అంగీకారాన్ని ప్రోత్సహించే ప్రభుత్వ దృష్టిని జాతీయ విధానం బలోపేతం చేస్తుంది.
- 14 సం॥ల వయస్సు వరకు పాఠశాల విద్యను ఉచితంగా మరియు నిర్భంధంగా చేయడం మరియు బాలబాలికల డ్రాప్‌అవుట్ రేటును తగ్గించడం.
- శిశు మరణాల రేటు దేశంలో ప్రతీ 1000 సజీవ జననాలకు 30 కంటే తక్కువకు తగ్గించటం.
- ప్రసూతి మరణాల రేటుని 1లక్ష సజీవ జననాలకు 100 కంటే తక్కువకి తగ్గించటం.
- టీకా నివారంచగల వ్యాధులకు వ్యతిరేఖంగా పిల్లలందరికి సార్వత్రిక రోగ నిరోధకతను సాధించడం.
- ఆడపిల్లలు 18 సంవత్సరాల వయస్సుకు ముందు వివాహం చేసుకోకుండా చూడడం. 20 సం॥ల వయస్సు దాటిన తరువాతనే వివాహం చేసుకోవలెనని తెలియజెప్పడం.
- 80% ప్రసవాలను ఆసుపత్రిలో జరిగేవిధంగా, 100% ప్రసవాలు సుశిక్షుతుల వద్ద జరిగేవిధంగా లక్ష్యాన్ని ప్రకటించారు.
- 100% గర్భాలు, జననాలు, మరణాలు మరియు వివాహాలను నమోదు చేయడం.
- 2045 కల్లా సున్నా పెరుగుదల రేటు సాధించాలి.
- భారతదేశంలో జనాభా లెక్కలను కేంద్ర హోం మంత్రిత్వ శాఖ ఆధ్వర్యంలో రిజిస్ట్రార్ జనరల్ అండ్ సెన్సెస్ కమీషన్ నిర్వహిస్తారు. సెన్సెస్ ఆర్గనైజెషన్ ద్వారా జనాభా లెక్కల మదింపు ప్రక్రియను చేపడతారు.
- 1951 జనాభా లెక్కలు స్వాతంత్ర్యం అనంతరం మొట్టమొదటి జనాభా లెక్కలు.
- 2011 జనాభా గణన 1881 నుంచి ప్రతి పదేళ్ళకు జనాభా లెక్కల సేకరణ జరుగుతోంది. 2011 నాటి జనాభా లెక్కల సేకరణ 15వది. అయితే స్వాతంత్ర్యం తర్వాత 1951 నుంచి పరిశీలిస్తే 2011లో జరిగింది 7వ జనగణన.
- 2011 జనాభా లెక్కల ప్రకారం మార్చి 1 అర్ధరాత్రి నాటికి 121,08,54,977కు చేరుకుంది.
- 2011 జనాభా లెక్కల రిజిస్ట్రార్ జనరల్ - డా॥చంద్రమౌళి.
- 2011 జనాభా లెక్కల నినాదం - Our Census our Future.
- 2001 జనాభా లెక్కల రిజిస్ట్రార్ జనరల్ - జయంత్ కుమార్ భాటియ.
- 2021 జనాభా లెక్కల రిజిస్ట్రార్ జనరల్ - వివేక్ జోషి.
- మొదటిసారిగా 2021 జనాభా లెక్కల సేకరణను కోవిడ్ కారణంగా వాయిదా వేసారు.
- 2010 ఏప్రిల్ 1న రాష్ట్రపతి పేరుతో ప్రారంభించి, 28 రాష్ట్రాలు, 7 కేంద్రపాలిత ప్రాంతాలు, 640 జిల్లాలు, 5,462 డివిజన్లు, 1935 పట్టణాలు, 6.40 లక్షల గ్రామాల్లో జనగణన జరిగింది.

అధిక జనాభా గల రాష్ట్రాలు:

1) ఉత్తరప్రదేశ్ - 19.98 కోట్లు (16.49%)
2) మహరాష్ట్ర - 11.24 కోట్లు (9.29%)
3) బీహార్ - 10.41 కోట్లు (8.58)
4) పశ్చిమ బంగ - 9.13 కోట్లు (7.55%)

తక్కువ జనాభా గల రాష్ట్రాలు:

1) సిక్కిం - 6.11 లక్షలు (0.05%)
2) మిజోరాం - 10.97 లక్షలు (0.09%)
3) అరుణాచల్ ప్రదేశ్ - 13.83 లక్షలు (0.11%)
4) గోవా - 14.58 లక్షలు
5) నాగాలాండ్ - 19.78 లక్షలు

Note: దేశంలో అత్యధిక జనాభా కలిగిన జిల్లాలు:
1) థానే (మహారాష్ట్ర)
2) ఉత్తర 24 పరగణ (పశ్చిమ బంగ)

దేశంలో అత్యల్ప జనాభా కలిగిన జిల్లాలు:

1) దిబాంగ్ లోయ (అరుణాచల్ ప్రదేశ్)
2) అంజా (అరుణాచల్‌ప్రదేశ్)

అత్యధిక జనాభా కల్గిన కేంద్రపాలిత ప్రాంతాలు:

1. ఢిల్లీ - 1.68 కోట్లు
2. పుదుచ్చేరి - 12.47 లక్షలు
3. చండీఘర్ - 10.55 లక్షలు
4. అండమాన్ & నికోబార్ - 3.8 లక్షలు

అత్యల్ప జనాభా కల్గిన కేంద్రపాలిత ప్రాంతాలు:

1. లక్షదీవులు - 64 వేలు
2. డామన్ & డయ్యూ - 2.43 లక్షలు
3. దాద్రానగర్ హవేలి - 3.44 లక్షలు

జనాభా వృద్ధిరేటు

- ఒక నిర్దిష్ట భౌగోళిక ప్రాంతంలో పది సంవత్సరాల కాలంలో పెరిగే జనాభాను జనాభావృద్ధి రేటు అంటారు. అలాగే ఒక నిర్దిష్ట ప్రదేశంలో ఒక ఏడాది వృద్ధిని లెక్కిస్తే దాన్ని వార్షిక వృద్ధిరేటు అంటారు.
- రెండు జనగణన కాలాల (2001-2011) మధ్య జనాభా తగ్గితే రుణాత్మకమని, పెరిగితే ధనాత్మక వృద్ధిరేటు అని అంటారు.
- మన దేశంలో 1921లో అత్యల్పంగా ఋణాత్మక వృద్ధిరేటు (-0.31%) నమోదుకాగా, 1971లో అత్యధిక ధనాత్మక వృద్ధిరేటు (24.8%) నమోదైంది.

> **Note:** భారతదేశంలో 1921లో అత్యల్పంగా ఋణాత్మక వృద్ధిరేటు నమోదు కావటం వలన ఆ సంవత్సరాన్ని అతి గొప్ప విభాజక సంవత్సరంగా పేర్కొంటారు.

2001లో జనాభా వృద్ధిరేటు 21.54% కాగా, 2011లో దశాబ్ద వృద్ధిరేటు 17.7% (17.64%) వృద్ధిరేటు నమోదైంది.

- 2001-2011 మధ్యగల వార్షిక వృద్ధిరేటు - 1.64%.

అత్యధిక జనాభా వృద్ధిరేటు గల రాష్ట్రాలు:

1. మేఘాలయ - 27.9%
2. అరుణాచల్ ప్రదేశ్ - 26.03%
3. బీహార్ - 25.04%
4. జమ్మూ & కాశ్మీర్ - 23.60%

అత్యల్ప జనాభా వృద్ధి రేటు గల రాష్ట్రాలు:

1. నాగాలాండ్ - -0.6% (ఋణాత్మక వృద్ధిరేటు నమోదైన ఏకైక రాష్ట్రం)
2. కేరళ - 4.9%
3. గోవా - 8.2%
4. ఆంధ్రప్రదేశ్ - 9.21%

అత్యధిక జనాభా వృద్ధి రేటు గల కేంద్రపాలిత ప్రాంతాలు:

1. దాద్రానగర్ హవేలి - 55.9%
2. డామన్ - డయ్యూ - 53.8%
3. పుదుచ్చేరి - 28.1%

అత్యల్ప జనాభా వృద్ధి రేటు గల కేంద్రపాలిత ప్రాంతాలు:

1. లక్షదీవులు : 6.3%
2. అండమాన్ & నికోబార్ : 6.9%
3. చండీఘర్ : 17.2%

> **Note:**
> 1. ఉత్తర భారత రాష్ట్రాలు కంటే దక్షిణ భారత రాష్ట్రాలే జనాభా పెరుగుదలను అధికంగా నియంత్రించ గలిగాయి.
> 2. 2001లో అధిక జనాభా వృద్ధిరేటు నాగాలాండ్ (64.5%) 2011లో రుణాత్మక వృద్ధిరేటుని (-0.6%) నమోదు చేయడం గమనార్హం.
> 3. పెద్ద రాష్ట్రాల్లో అధిక జనాభా వృద్ధి రేటు గల రాష్ట్రం - బీహార్ (25.4%).

అధిక జనాభా వృద్ధిరేటు గల జిల్లాలు:

1. కురుంగ్ కుమేయ్ (అరుణాచల్ ప్రదేశ్)- 111.02%
2. యానాం (పాండిచ్చేరి) - 77.15%

అత్యల్ప జనాభా వృద్ధి రేటు గల జిల్లాలు:

1. లాంగ్ లెంగ్ (నాగాలాండ్) - (-58.39%)
2. కిఫరే (నాగాలాండ్)- (-30.54%)

జనసాంద్రత

❖ ఒక నిర్దిష్ట ప్రదేశంలో ఒక చ.కి.మీ. వైశాల్యంలో నివసించే ప్రజలను జనసాంద్రత అంటారు.

$$\text{జనసాంద్రత} = \frac{\text{మొత్తం జనాభా}}{\text{మొత్తం విస్తీర్ణం}}$$

❖ ప్రస్తుతం ఆంధ్రప్రదేశ్‌లో ఒక చదరపు కిలోమీటరకు 308 మంది కలరు.

సంవత్సరం		జనసాంద్రత (చ.కి.మీ.)
1941	:	103
1951	:	117
1961	:	142
1971	:	177
1981	:	216
1991	:	267
2001	:	325
2011	:	382

అధిక జనసాంద్రత గల రాష్ట్రాలు:

1) బీహార్ – 1106
2) పశ్చిమబెంగాల్ – 1028
3) కేరళ – 860
4) ఉత్తరప్రదేశ్ – 829

అత్యల్ప జనసాంద్రత గల రాష్ట్రాలు:

1) అరుణాచల్ ప్రదేశ్ – 17
2) మిజోరాం – 52
3) జమ్మూ & కాశ్మీర్ – 56
4) సిక్కిం – 86

అత్యధిక జనసాంద్రత గల కేంద్రపాలిత ప్రాంతాలు:

1) ఢిల్లీ – 11320
2) చంఢీఘర్ – 9258
3) పుదుచ్చేరి – 2547
4) డామన్ & డయ్యూ – 2191

అత్యల్ప జనసాంద్రత గల కేంద్రపాలిత ప్రాంతాలు:

1) అండమాన్ & నికోబార్ – 46
2) దాద్రానగర్ హవేలి – 700
3) లక్షదీవులు – 2149

Note: 1. 2001 జనాభా లెక్కల్లో పశ్చిమ బెంగాల్ మొదటి ర్యాంక్‌లోనూ, బీహార్ 2వ ర్యాంక్‌లోనూ ఉండేది. ఇప్పుడు బీహార్ ప్రథమ స్థానానికి చేరెను.

2. అధిక జనసాంద్రతల రాష్ట్రాలలో కేరళ తప్ప మిగిలిన రాష్ట్రాలు ఉత్తర భారత రాష్ట్రాలు.

3. తక్కువ జనసాంద్రత గల రాష్ట్రాలన్నీ ఈశాన్య మరియు హిమాలయ పర్వత ప్రాంత రాష్ట్రాలు.

అధిక జనసాంద్రత గల జిల్లాలు:

1) నార్త్ ఈస్ట్ ఢిల్లీ - 37,346
2) చెన్నై - 26,903

అల్ప జనసాంద్రత గల జిల్లాలు:

1) ది బాంగ్ వ్యాలీ (అరుణాచల్ ప్రదేశ్) - చ.కి.మీ.కు ఒకరు
2) సాంబా (జమ్మూ & కాశ్మీర్) - చ.కీ.మీ.కు ఇద్దరు

Note: అండమాన్ & నికోబార్ మరియు దాద్రానగర్ హవేలీ తప్ప మిగతా కేంద్రపాలిత ప్రాంతాలన్నీ జనసాంద్రతలో మొదటి 5 స్థానాలలో ఉన్నాయి.

❖ **రాష్ట్రాలు, కేంద్రపాలిత ప్రాంతాలను కలిపి తీసుకుంటే ర్యాంకింగ్‌లో వరుసక్రమంలో మొదటి రాష్ట్రాలు / కేంద్రపాలిత ప్రాంతాలు:**

ర్యాంకు	రాష్ట్రం / కేంద్రపాలిత ప్రాంతం	జనసాంద్రత
1.	ఢిల్లీ	11,320
2.	చండీఘర్	9,528
3.	పాండిచ్చేరి	2,547
4.	డామన్ & డయ్యూ	2,191
5.	లక్షద్వీప్	2,149
6.	బీహార్	1,106
7.	పశ్చిమబెంగాల్	1,028
	చివరి రాష్ట్రాలు / కేంద్రపాలిత ప్రాంతాలు:	
33.	మిజోరాం	52
34.	అండమాన్ & నికోబార్	46
35.	అరుణాచల్‌ప్రదేశ్	17

స్త్రీ, పురుష నిష్పత్తి (Sex Ratio)

❖ ప్రతి 1000 మంది పురుషులకు గల స్త్రీల సంఖ్యను తెలిపేది స్త్రీ, పురుష నిష్పత్తి.

❖ స్త్రీ, పురుషుల సమానత్వానికి ఇది సామాజిక సూచిక.

❖ $\text{స్త్రీ, పురుష నిష్పత్తి} = \frac{\text{మొత్తం స్త్రీల సంఖ్య}}{\text{మొత్తం పురుషుల సంఖ్య}} \times 1000$

❖ స్వాతంత్ర్యానికి పూర్వం 1901 నుండి 1951 వరకు 50 సం॥రాల కాలంలో స్త్రీ, పురుష నిష్పత్తి 972 నుంచి 946కి తగ్గెను.

Note: మిస్సింగ్ ఉమెన్ ఆఫ్ ఇండియా అనే పుస్తకాన్ని అమర్త్యసేన్ రచించాడు.

❖ స్వాతంత్ర్యం తరువాత కూడా పరిస్థితి అంతగా మెరుగపడలేదు.

సంవత్సరం		లింగనిష్పత్తి
1901	:	972
1941	:	945
1951	:	946
1961	:	943
1971	:	931
1981	:	935
1991	:	927
2001	:	933
2011	:	943

❖ భారతదేశంలో 1991 జనాభా లెక్కల ప్రకారం, 1000 మగవారికి 927 మంది మహిళలు ఉన్నారు. అయితే 1991 తర్వాత కొంత పెరుగుదల కనిపిస్తున్నది. 2001లో 933కి, 2011 నాటికి 943కి చేరింది. ఇది మంచి పరిణామం అయినా స్వాతంత్ర్యం నాటికి సెక్స్ రేషియోతో పోలిస్తే నేటికి మన సెక్స్ రేషియో తక్కువగానే ఉంది.

❖ భారతదేశంలో లింగ నిష్పత్తి 1901 నుండి 1971 వరకు నిరంతరం క్షీణించిందని గమనించవచ్చు. ఇది 1981లో మొదటిసారిగా ఈ ధోరణిలో కొంతవరకు తిరోగమనం జరిగింది.

❖ జపాన్ (1055), అమెరికా (1025) లాంటి అభివృద్ధి చెందిన దేశాలలో పురుషుల కంటే స్త్రీల సంఖ్య అధికం. కానీ భారత్‌లో స్త్రీల సంఖ్య తక్కువగా ఉంది. ఇది స్త్రీ పట్ల వివక్షతకు, సామాజిక వెనుకబాటుతనానికి ప్రతీక.

అధిక స్త్రీ - పురుష నిష్పత్తి గల రాష్ట్రాలు:

1. కేరళ - 1084
2. తమిళనాడు - 996
3. ఆంధ్రప్రదేశ్ - 993
4. మణిపూర్ - 992
5. చత్తీస్ ఘడ్ - 991

అత్యల్ప స్త్రీ - పురుష నిష్పత్తి గల రాష్ట్రాలు:

1. హర్యానా - 879
2. జమ్మూ & కాశ్మీర్ - 889
3. సిక్కిం - 890
4. పంజాబ్ - 895
5. ఉత్తరప్రదేశ్ - 912

అధిక స్త్రీ - పురుష నిష్పత్తి గల కేంద్రపాలిత ప్రాంతాలు:

1. పుదుచ్చేరి - 1037
2. లక్షదీవులు - 947
3. అండమాన్ & నికోబార్ - 876
4. ఢిల్లీ - 868

అత్యల్ప స్త్రీ - పురుష నిష్పత్తి గల కేంద్రపాలిత ప్రాంతాలు:

1. డామన్ & డయ్యూ - 618
2. దాద్రానగర్ హవేలి - 775
3. చండీఘర్ - 818

అధిక స్త్రీ - పురుష నిష్పత్తి గల జిల్లాలు:

1. మాహే (పుదుచ్చేరి) - 1176
2. అల్మోరా (ఉత్తరాఖండ్) - 1142

అత్యల్ప స్త్రీ - పురుష నిష్పత్తి గల జిల్లాలు:

1. డామన్ - 533
2. లేహ్ (జమ్మూ & కాశ్మీర్) - 690

స్త్రీ - పురుష నిష్పత్తి తగ్గడానికి గల కారణాలు:

ఎ) లింగ నిర్ధారణ పరీక్షల ద్వారా భ్రూణ హత్యలు

బి) ఆడపిల్లలను నిర్లక్ష్యం చేయటం / భారంగా భావించటం

సి) అధిక పేదరికం

డి) కౌమారదశలో సమస్యల వల్ల స్త్రీ మరణాలు

ఇ) కాన్పు సమాయల్లో స్త్రీ మరణాలు

ఎఫ్)బాలికల్లో IMR ఎక్కువ

జి) పోషకాహార లోపం, అధిక శ్రమ వల్ల బాలికలు, మహిళల మరణాలు సంభవిస్తాయి.

ప్రాంత్రం	2001	2011
గ్రామీణ	946	949
పట్టణ	900	929
ఇండియా	933	943

Child population (0-6 సంవత్సరాలు):

- 2011 జనాభా లెక్కల్లో బాలుర జనాభా 8.57 కోట్లు, బాలికల జనాభా 7.87 కోట్లు, బాలబాలికల జనాభా 16.451 కోట్లు.
- గ్రామాలలో బాలబాలికల జనాభా 12.13 కోట్లు, పట్టణాల్లో 4.32 కోట్లు.

అంశము	2001 (కోట్లు)	2011 (కోట్లు)
బాలురు	8.50	8.57
బాలికలు	7.88	7.87
మొత్తం	16.38	16.45

- **Child population అధికంగా గల రాష్ట్రాలు:**

1. ఉత్తరప్రదేశ్ - 3.079 కోట్లు
2. బీహార్ - 1.91 కోట్లు

3. మహారాష్ట్ర - 1.33 కోట్లు
4. మధ్యప్రదేశ్ - 1.08 కోట్లు
5. పశ్చిమ బెంగాల్ - 1.05 కోట్లు

❖ **Child population తక్కువ గల రాష్ట్రాలు:**

1. సిక్కిం - 641,111
2. గోవా - 1.44 లక్షలు
3. మిజోరం - 1.68 లక్షలు

❖ **Child population అధికంగా గల కేంద్రపాలిత ప్రాంతాలు:**

1. ఢిల్లీ - 20.12 లక్షలు
2. పాండిచ్చేరి - 1.32 లక్షలు
3. ఛండీగర్ - 1.19 లక్షలు
4. దాద్రానగర్ హావేలి - 50,895

❖ **Child population అల్పంగా గల కేంద్ర పాలిత ప్రాంతాలు:**

1. లక్షదీవులు - 7,255
2. డామన్ డయ్యూ - 26,934
3. అండమాన్ నికోబార్ దీవులు - 40,878

Child population శాతము:

★ 2001 దేశ జనాభాలో పిల్లల జనాభా శాతం - 15.9.

★ 2011 నాటికి పిల్లల జనాభా శాతం 13.6కి తగ్గెను.

★ గ్రామాల్లో పిల్లల జనాభా 14.6% పట్టణాల్లో 11.5% అంటే గ్రామాల్లో కంటే, పట్టణాలలో పిల్లల జనాభాశాతం తక్కువగా ఉంది.

★ బాలురలో పిల్లల జనాభా శాతం 13.8, బాలికల్లో పిల్లల జనాభా శాతం 13.4 బాలికల్లో పిల్లల జనాభా శాతం తక్కువగా వుంది.

★ **పిల్లల జనాభా శాతం అధికంగా గల రాష్ట్రాలు:**

1. మేఘాలయా - 19.2
2. బీహార్ - 18.4
3. జార్ఖండ్ - 16.3

★ **పిల్లల జనాభా శాతం అల్పంగా గల రాష్ట్రాలు:**

1. గోవా - 9.9
2. తమిళనాడు - 10.3
3. కేరళ - 10.4
4. సిక్కిం - 10.5
5. ఉమ్మడి ఆంధ్రప్రదేశ్ - 10.8

★ పిల్లల జనాభా అధిక శాతం గల కేంద్రపాలిత ప్రాంతాలు:

1) దాద్రానగర్ హవేలి - 14.8
2) ఢిల్లీ - 12
3) చండీఘర్ - 11.3
4) లక్ష దీవులు - 11.3

★ పిల్లల జనాభా అల్ప శాతం గల కేంద్రపాలిత ప్రాంతాలు:

1) పాండిచ్చేరి - 10.6
2) అండమాన్ & నికోబార్ దీవులు - 10.7
3) డామన్ దయ్యూ - 11.1

★ అత్యధిక పిల్లల శాతం గల జిల్లాలు:

1) కుప్వారా (జమ్మూకాశ్మీర్) - 22.50%
2) పశ్చిమ కాశీ కొండలు - 22.47%

★ అత్యల్ప పిల్లల శాతం గల జిల్లాలు:

1) కోల్‌కత్తా - 6.69%
2) పతానంతిట్ట (కేరళ) - 7.65%

పిల్లల్లో స్త్రీ - పురుష నిష్పత్తి

❖ 0-6సం॥ మధ్యగల ప్రతి 1000 మంది బాలురకు గల బాలికల నిష్పత్తిని తెలియచేసేది పిల్లల్లో స్త్రీ-పురుష నిష్పత్తి

❖ మొత్తం జనాభాలో 0-6 ఏండ్ల మధ్య వయస్సు కలిగిన పిల్లల జనాభా 16.45 కోట్లు (13.6%)

❖ పిల్లల సెక్స్ రేషియో 1961లో 976, 1991లో 945 ఉండేది. అయితే 2001 నాటికి 927కి, 2011 నాటికి 918కి తగ్గింది.

❖ పిల్లల లింగ నిష్పత్తి అధికంగా గల రాష్ట్రాలు:

1. అరుణాచల్ ప్రదేశ్ 972
2. మేఘాలయా 970
3. మిజోరాం 970
4. ఛత్తీస్‌ఘడ్ 969
5. కేరళ 964

❖ పిల్లల లింగ నిష్పత్తి తక్కువగా గల రాష్ట్రాలు:

1. హర్యానా - 834
2. పంజాబ్ - 846
3. జమ్మూకాశ్మీర్ - 862
4. రాజస్థాన్ - 888

❖ పిల్లల లింగ నిష్పత్తి అధికంగా గల కేంద్ర ప్రాంతాలు:

1. అండమాన్ నికోబార్ దీవులు - 968
2. పాండిచ్చేరి - 967

3. దాద్రానగర్ హవేలి - 926

4. లక్ష్య దీవులు - 911

❖ పిల్లల లింగ నిష్పత్తి తక్కువ గల కేంద్ర ప్రాంతాలు:

1. ఢిల్లీ - 871

2. చంఢీఘర్ - 880

3. డామన్ దయ్యూ - 904

❖ రూరల్ పిల్లల లింగ నిష్పత్తి ఎక్కువగా గల రాష్ట్రం: ఛత్తీస్‌ఘడ్ - 977

❖ రూరల్ పిల్లల లింగ నిష్పత్తి తక్కువగా గల రాష్ట్రం: హర్యానా - 835

❖ అర్బన్ పిల్లల లింగ నిష్పత్తి ఎక్కువగా గల రాష్ట్రం: మిజోరామ్ - 974

❖ అర్బన్ పిల్లల లింగ నిష్పత్తి తక్కువగా గల రాష్ట్రం: హర్యానా - 835

Note: పిల్లల స్త్రీ, పురుష నిష్పత్తి అత్యధికంగా ఉన్న జిల్లాలు:

1. లాహుల్ మరియు స్పితి (హిమాచల్ ప్రదేశ్) - 1013

2 తవాంగ్ (అరుణాచల్‌ప్రదేశ్) - 1005

పిల్లల స్త్రీ, పురుష నిష్పత్తి అత్యల్పంగా ఉన్న జిల్లాలు: 1 జజ్జర్ (హర్యానా) - 774

2. మహేంద్రఘర్ (హర్యానా) - 778

అక్షరాస్యత

ఎ. అక్షరాస్యులు:

- ★ దేశ అక్షరాస్యత : 76.36 కోట్లు (72.9%)
- ★ పురుషుల అక్షరాస్యత / అక్షరాస్యులు సంఖ్య : 43.47 కోట్లు (80.9%)
- ★ స్త్రీ అక్షరాస్యుల సంఖ్య : 32.88 కోట్లు (64.6%)
- ★ గ్రామీణ ప్రాంతాల్లో అక్షరాస్యులు : 48.26 కోట్లు (67.8%)
- ★ పట్టణ ప్రాంతాల్లో అక్షరాస్యులు : 28.08 కోట్లు (84.1%)
- ★ గ్రామీణ పురుష అక్షరాస్యులు : 28.13 కోట్లు (77.2%)
- ★ పట్టణ పురుష అక్షరాస్యులు : 15.24 కోట్లు (88.8%)
- ★ గ్రామీణ మహిళ అక్షరాస్యులు : 20.14 కోట్లు (57.9%)
- ★ పట్టణ మహిళ అక్షరాస్యులు : 12.74 కోట్లు (79.1%)

Note: అక్షరాస్యత రేటు అవరోహణ క్రమంలో చూస్తే మొదటి నాలుగు స్థానాల్లో:

1. పట్టణ పురుషులు
2. పట్టణ స్త్రీలు
3. గ్రామీణ పురుషులు
4. గ్రామీణ స్త్రీలు

❖ అక్షరాస్యులు ఎక్కువగా గల రాష్ట్రాలు:

1. ఉత్తర ప్రదేశ్
2. మహారాష్ట్ర

❖ **అక్షరాస్యులు తక్కువగా గల రాష్ట్రాలు:**

1. సిక్కిం
2. అరుణాచల్ ప్రదేశ్

❖ **అక్షరాస్యులు ఎక్కువగా గల కేంద్రపాలిత ప్రాంతాలు:**

1. ఢిల్లీ
2 చండీఘర్

❖ **అక్షరాస్యులు తక్కువగా గల కేంద్రపాలిత ప్రాంతాలు:**

1. లక్షదీవులు
2. డామన్ డయ్యూ

బి) అక్షరాస్యత రేటు:

❖ 7 సంవత్సరాలు పైబడిన జనాభాలో ఏదైనా ఒక లిపి ఉన్న భాషలో చదవడం, రాయడం తెలిసిన వారిని అక్షరాస్యులు అని సెన్సస్ శాఖ నిర్వచించింది. 1981 నుండి 7సం॥లు పైబడిన వారినే అక్షరాస్యులుగా పరిగణిస్తున్నారు.

$$\text{అక్షరాస్యత రేటు} = \frac{\text{మొత్తం అక్షరాస్యులు}}{\text{7 సం॥లు పైన గల జనాభా}} \times 100$$

❖ 1901లో భారత అక్షరాస్యత 5.5% మాత్రమే కానీ నాడు స్త్రీ అక్షరాస్యత 1% కంటే తక్కువ.

❖ 1951 నాటికి భారత అక్షరాస్యత 18%కి పెరిగింది. 2011 నాటికి 73%కి పెరిగింది.

❖ 2011లో పురుష అక్షరాస్యత శాతం - 80.9%

❖ 2011లో స్త్రీ, అక్షరాస్యత శాతం - 64.6%

❖ 2011లో స్త్రీ, పురుష అక్షరాస్యత మధ్య భేధం - 16.3%

❖ 2011లో గ్రామీణ ప్రాంతాలలో అక్షరాస్యత శాతం - 67.8%

❖ 2011లో పట్టణ ప్రాంతాలలో అక్షరాస్యత శాతం - 84.1%

సంవత్సరం	పురుషులు (%)	స్త్రీలు (%)	మొత్తం (%)
1951	27.2	8.9	18.3
1961	40.4	15.3	28.3
1971	46.0	22.0	34.5
1981	53.4	28.5	41.4
1991	64.1	39.3	52.2
2001	75.8	52.1	64.8
2011	80.9	64.6	72.98

Note: అక్షరాస్యుల సంఖ్యలో గ్రామాల్లో ఎక్కువ అక్షరాస్యులుండగా, అక్షరాస్యత శాతంలో పట్టణాల్లో అక్షరాస్యత శాతం అధికంగా ఉంది.

❖ **అక్షరాస్యత రేటు అధికంగా గల రాష్ట్రాలు:**

1. కేరళ : 94.4%
2. మిజోరం : 91.3%
3. గోవా : 88.7%

4. త్రిపుర : 87.2%

5. మహారాష్ట్ర : 82.3%

❖ అక్షరాస్యత రేటు అల్పంగా గల రాష్ట్రాలు:

1. బీహార్ : 61.8%
2. అరుణాచల్ ప్రదేశ్ : 65.4%
3. రాజస్థాన్ : 66.1%
4. జార్ఖండ్ : 66.4%
5. ఆంధ్రప్రదేశ్ : 67%

Note: National Family & Health Survey - 5 (2021). ఇటీవల ప్రకటించిన నివేదిక ప్రకారం అక్షరాస్యత రేటులో ఆంధ్రప్రదేశ్ చివరి స్థానంలో ఉంది.

❖ అక్షరాస్యత రేటు అధికంగా గల కేంద్రపాలిత ప్రాంతాలు:

1. లక్షదీవులు : 91.18%
2. డామన్ డయ్యూ : 87.1%

❖ అక్షరాస్యత రేటు అల్పంగా గల కేంద్రపాలిత ప్రాంతాలు:

1. దాద్రానగర్ హవేలి : 76.2%
2. పాండిచ్చేరి : 85.8%

❖ గ్రామీణ అక్షరాస్యత అధికంగా గల రాష్ట్రాలు:

1. కేరళ
2. గోవా

❖ గ్రామీణ అక్షరాస్యత తక్కువగ గల రాష్ట్రాలు:

1. బీహార్
2. అరుణాచల్ ప్రదేశ్

❖ గ్రామీణ అక్షరాస్యత అధికంగా గల కేంద్రపాలిత ప్రాంతం: లక్షదీవులు

❖ గ్రామీణ అక్షరాస్యత తక్కువగా గల కేంద్రపాలిత ప్రాంతం: దాద్రానగర్ హవేలి

❖ పట్టణ అక్షరాస్యత అధికంగా గల రాష్ట్రాలు:

1. మిజోరాం
2. కేరళ

❖ పట్టణ అక్షరాస్యత తక్కువగా గల రాష్ట్రాలు:

1. ఉత్తర ప్రదేశ్
2. బీహార్

❖ పట్టణ అక్షరాస్యత అధికంగా గల కేంద్రపాలిత ప్రాంతం: లక్షదీవులు

❖ పట్టణ అక్షరాస్యత తక్కువగా గల కేంద్రపాలిత ప్రాంతం: చండీఘర్

❖ పురుషుల్లో అక్షరాస్యత అధికంగా గల రాష్ట్రం: కేరళ

❖ పురుషుల్లో అక్షరాస్యత తక్కువగా గల రాష్ట్రం: బీహార్

❖ స్త్రీలలో అక్షరాస్యత అధికంగా గల రాష్ట్రం: కేరళ

- స్త్రీలలో అక్షరాస్యత తక్కువగా గల రాష్ట్రం: బీహార్
- పురుషుల్లో మరియు స్త్రీలలో అధిక అక్షరాస్యత అధికంగా గల కేంద్రపాలిత ప్రాంతం: లక్షదీవులు
- పురుషుల్లో మరియు స్త్రీలలో తక్కువ అక్షరాస్యత అధికంగా గల కేంద్రపాలిత ప్రాంతం: దాద్రానగర్ హవేలి
- మతాల వారిగా అక్షరాస్యత రేటు:

1.	హిందువులు	:	65%
2.	ముస్లింలు	:	59%
3.	క్రైస్తవులు	:	80.3%
4.	సిక్కులు	:	69.4%
5.	బౌద్ధులు	:	72.7%
6.	జైనులు	:	94.1%

Note: 1. stలలో అక్షరాస్యత - 58.96%
2. sc లలో అక్షరాస్యత - 66%

పట్టణ జనాభా:

ప్రాంతం	2001	2011	పెరుగుదల	వృద్ధి
గ్రామీణ	74.26	83.35	9.05	12.3
పట్టణ	28.61	37.7	9.10	31.8

- 2011లో పట్టణ జనాభా 37.71 కోట్లు. 2011లో గ్రామాలలో అదనంగా పెరిగిన జనాభా (9.05) కంటే పట్టణాలలో అదనంగా పెరిగిన జనాభా కొంచెం ఎక్కువగా ఉంది.
- పట్టణ జనాభాలో 50.8 మిలియన్లతో మహారాష్ట్ర ప్రథమ స్థానంలోనూ, 44 మిలియన్లతో ఉత్తరప్రదేశ్ రెండవ స్థానంలోనూ, 34.9 మిలియన్లతో తమిళనాడు 3వ స్థానంలో కలవు.

  తక్కువ పట్టణ జనాభా గల రాష్ట్రాలు: 1. సిక్కిం, 2. అరుణాచల్ ప్రదేశ్, 3. మిజోరాం.
- అధిక పట్టణ జనాభా గల కేంద్రపాలిత ప్రాంతం - ఢిల్లీ

  తక్కువ పట్టణ జనాభా గల కేంద్రపాలి ప్రాంతం - లక్షదీవులు
- 2011లో పట్టణ జనాభా 37.71 కోట్లు. పట్టణ Sex Ratio 936, పట్టణ అక్షరాస్యత 84.98

గ్రామీణ జనాభా:

- గ్రామీణ జనాభాలో మొదటి 3 రాష్ట్రాలు : 1. ఉత్తరప్రదేశ్
  2. బీహార్
  3. పశ్చిమ బెంగాల్
- గ్రామీణ జనాభా, తక్కువగా ఉన్న 3 రాష్ట్రాలు : 1. సిక్కిం
  2. మిజోరాం
  3. గోవా
- 1901లో పట్ట జనాభా శాతం 11కాగా, 1951 నాటికి 17.3%కి, 2011 నాటికి 31.2%కి పెరిగెను. భారత్‌లో పట్టణ జనాభా శాతం పెరుగుతున్నప్పటికీ అభివృద్ధి చెందిన దేశాలతో పోలిస్తే తక్కువగానే ఉన్నది.

మతాల నిర్మాణం:

- 2015, ఆగష్టు 25న జనాభా రిజిస్టర్ అండ్ కమీషన్ సి.ఎం. చంద్రమౌళి ఆధ్వర్యంలో దేశంలో మతాల వారీగా నివసించే ప్రజల జనాభా లెక్కను విడుదల చేశారు. 2011 జనాభా లెక్కల ఆధారంగానే వీటిని ప్రకటించారు.
- 2001 జనాభాతో 2011 జనాభా లెక్కలను పరిశీలిస్తే, హిందూ జనాభా 16.8% వృద్ధి రేటుతో 0.7% తగ్గుదల ఉంది. ముస్లింలు అత్యధికంగా 24.6% వృద్ధి రేటుతో 0.8% పెరిగారు. క్రైస్తవులు 15.5% జైనులు 5.4 శాతం వృద్ధి రేటు కలిగినా జనాభా పరంగా ఎలాంటి మార్పులేదు. సిక్కులు 8.4%. బౌద్ధులు 6.1% వృద్ధి రేటు ఉన్నా జనాభాలో తరుగుదల ఉంది. దేశంలో ఎక్కువమంది హిందూ మతాన్ని, తక్కువమంది జైన మతాన్ని ఆచరిస్తున్నారు.
- క్రైస్తవ సమాజం, భారతదేశంలోని ఇతర ప్రాంతాల కంటే దక్షిణ ఈశాన్య ప్రాంతాలలో విస్తృతంగా వ్యాపించింది.
- బౌద్ధులు, జైనులు మొత్తం జనాభాలో వరుసగా 0.70, 0.37 శాతం ఉన్నారు.
- 1950ల చివరలో బౌద్ధమతాన్ని స్వీకరించిన షెడ్యూల్డ్ కులాల నుండి ఎక్కువ మంది బౌద్ధులు ఉన్నారు. వీరిని నియోబౌద్ధులు అని పిలుస్తారు, వారు మహారాష్ట్రలో కేంద్రీకృతమై ఉన్నారు, ఇది మొత్తం బౌద్ధ జనాభాలో 85%.
- జైనులు వాణిజ్య వ్యాపార కార్యకలపాలలో నిమగ్నమై దేశంలోని నగరీకృత పశ్చిమ ప్రాంతంలో కేంద్రీకృతమై ఉన్నారు.
- జొరాస్ట్రియనిజాన్ని అవలంభించే పార్సీలు సంఖ్యాపరంగా చిన్న సమాజం. వీరు పశ్చిమ తీరంలో కేంద్రీకృతమై ఉన్నారు. వారిలో 70% గ్రేటర్ ముంబైలో ఉన్నారు.

2001, 2011 జనాభా లెక్కల ప్రకారం మతాలవారీగా జనాభా వివరాలు:

మత సమూహాలు (మిలియన్లలో)	2001 జనాభా వాటా (శాతంలో)	2001 మొత్తం జనాభాలో (మిలియన్లలో)	2011 జనాభా మొత్తం వాటా	2011 జనాభాలో (శాతంలో)
1. హిందువులు	827.6	80.5	966.2	79.80
2. ముస్లింలు	138.2	13.5	172.2	14.23
3. క్రైస్తవులు	24.1	2.3	27.8	2.3
4. సిక్కులు	19.1	1.9	20.8	1.72
5. బౌద్ధులు	8.0	0.9	8.43	0.70
6. జైనులు	4.2	0.4	4.45	0.37
7. ఇతరులు	6.6	0.6	10.8	0.90

Note: మత సమూహాలు 2011 నాటికి:

1. హిందువులు 96.6 కోట్లు కలరు (79.8%).
   - స్వాతంత్ర్యానంతరం దేశంలో 2011 జనగణన సమయంలో మొట్టమొదటిసారిగా హిందువుల జనాభా శాతం 80% కంటే తక్కువగా నమోదైంది.
2. ముస్లింలు 17.22 కోట్లు (14.23%)
   - అత్యధిక దశాబ్ద వృద్ధిరేటు కలిగిన మతం ముస్లింలు (24.6%).
3. క్రిస్టియన్లు 2.78 కోట్లు (2.3%)
4. సిక్కులు 2.08 కోట్లు (1.72%).

5. బౌద్ధులు 84 లక్షలు (0.7%).
6. జైనులు 44 లక్షలు (0.37%).
7. ఇతరులు 1.08 కోట్లు (0.9%)

హిందువులు:

- హిందూ జనాభా అధికంగా గల రాష్ట్రం - ఉత్తరప్రదేశ్
- హిందూ జనాభా తక్కువగా గల రాష్ట్రం - మిజోరాం
- హిందూ జనాభా శాతం అధికంగా గల రాష్ట్రం - హిమాచల్ ప్రదేశ్ (95.1%)
- హిందూ జనాభా శాతం తక్కువగా గల రాష్ట్రం - మిజోరాం. (2.75%)

ముస్లింలు:

- ముస్లిం జనాభా అధికంగా గల రాష్ట్రం - ఉత్తరప్రదేశ్
- ముస్లిం జనాభా శాతం అధికంగా గల రాష్ట్రం - జమ్మూ & కాశ్మీర్ (68.3%)
- ముస్లిం జనాభా శాతం తక్కువగా గల రాష్ట్రం - మిజోరాం (1.35%)

క్రైస్తవులు:

- క్రైస్తవ జనాభా అధికంగా గల రాష్ట్రం - కేరళ
- క్రైస్తవ జనాభా శాతం అధికంగా గల రాష్ట్రం - నాగాలాండ్ (87.93%)

సిక్కులు:

- సిక్కు జనాభా అధికంగా గల రాష్ట్రం - పంజాబ్
- సిక్కు జనాభా శాతం అధికంగా గల రాష్ట్రం - పంజాబ్ (57.69%)

బౌద్ధులు:

- బౌద్ధులు ఎక్కువగా గల రాష్ట్రం - మహారాష్ట్ర
- బౌద్ధులు తక్కువగా గల రాష్ట్రం - గోవా
- బౌద్ధులు శాతం పరంగా అధికంగా గల రాష్ట్రం - సిక్కిం (27.39%)

జైనులు:

- జైనులు ఎక్కువగా గల రాష్ట్రం - మహారాష్ట్ర
- జైనులు శాతం పరంగా ఎక్కువగా గల రాష్ట్రం - మహారాష్ట్ర (1.25%)

Note: మత మైనార్టీ హోదా కల్గిన 6 మతాలు :

1) ముస్లీం
2) క్రిస్టియన్
3) సిక్కు
4) జైనం
5) బౌద్ధం
6) పార్శీ

- మతాలతో సంబంధం లేనివారు అత్యధికంగా గోవాలో ఉన్నారు.

- అధిక లింగ నిష్పత్తి కలిగిన మతం - క్రిస్టియన్ (1023)

  అల్ప లింగ నిష్పత్తి కలిగిన మతం - సిక్కు (903)

షెడ్యూల్డ్ కులాలు, తెగలు :

- స్వాతంత్ర్యం తరువాత ఒక వ్యక్తి కులానికి సంబంధించిన సమాచారం నమోదు చేయబడటలేదు. కుల చైతన్యం అవుతుందనే అభిప్రాయంతో కుల సమాచారాన్ని నమోదు చేయలేదు. అయితే భారత జనాభా లెక్కలు - భారతదేశంలోని షెడ్యూల్డ్ కులాలు, షెడ్యూల్డ్ తెగల యొక్క సమాచారాన్ని లెక్కిస్తున్నారు.
- జనాభాలోని ఈ బలహీన వర్గాలకు ప్రయోజనాలు అందించడానికి ప్రత్యేక కార్యక్రమాలను ప్లాన్ చేయడానికి సమాచారం సేకరించబడుతుంది.

Note: భారతదేశంలో షెడ్యూల్డ్ కులాలు మరియు షెడ్యూల్డ్ తెగలకు తప్ప ఇతర కులాలకు కులాలవారీగా ఎప్పుడూ జనాభాను గణించరు. 1931లో కులాలవారీగా జనాభాను చివరిసారిగా గణించారు.

- ప్రతి సెన్సెస్‌లో st, scల జనాభాను మాత్రం లెక్కిస్తారు.
- 2014 వరకు దేశం మీద 1263 సమూహాలను షెడ్యూల్డ్ కులాలుగా, 705 సమూమాలను షెడ్యూల్డ్ తెగలుగా గుర్తించారు. కర్ణాటకలో అత్యధికంగా 101 సమూహాలను షెడ్యూల్డ్ తెగలుగా గుర్తించారు.

షెడ్యూల్డ్ కులాల జనాభా

సంవత్సరం	పురుషులు	స్త్రీలు	మొత్తం	దేశ జనాభాలో వారి శాతం
2001	8.61 కోట్లు	8.05 కోట్లు	16.66 కోట్లు	16.2%
2011	10.35 కోట్లు	9.79 కోట్లు	20.14 కోట్లు	16.6%

- **SC జనాభా అధికంగా గల రాష్ట్రాలు:**
  1) ఉత్తర ప్రదేశ్ (4.13 కోట్లు)
  2) పశ్చిమ బెంగాల్ (2.14కోట్లు)
  3) బీహార్ (1.65కోట్లు)
  4) తమిళనాడు (1.44 కోట్లు)
  5) ఆంధ్రప్రదేశ్ (1.38 కోట్లు)
- **SC జనాభా తక్కువగా గల రాష్ట్రాలు:**
  1) మిజోరం (1218)
  2) మేఘాలయ (17,355)
  3) గోవా (25,449)
- **SC జనాభా అధికంగా గల కేంద్ర పాలిత ప్రాంతాలు:**
  1. చండీఘర్ (1.99 లక్షలు)
  2. పాండిచ్చేరి (1.96 లక్షలు)
- **SC జనాభా తక్కువగా గల కేంద్ర పాలిత ప్రాంతాలు:**
  1) డామన్ డయ్యూ - 6124
  2) దాద్రానగర్‌హవేలి - 6186

Note: 1. SC జనాభా లేని రాష్ట్రాలు : 1) నాగాలాండ్
2) అరుణాచల్‌ప్రదేశ్
2. SC జనాభా లేని కేంద్రపాలిత ప్రాంతాలు : 1) లక్షదీవులు
2) అండమాన్ నికోబార్ దీవులు

❖ **SC జనాభా శాతం అధికంగా గల రాష్ట్రాలు :**

1) పంజాబ్ - 31.9%
2) హిమాచల్ ప్రదేశ్ - 25.2%
3) పశ్చిమ బెంగాల్ - 23.5%
4) ఉత్తర ప్రదేశ్ - 20.7%
5) హర్యానా - 20.2%

❖ **SC జనాభా శాతం అల్పంగా గల రాష్ట్రాలు:**

1) మిజోరాం - 0.1%
2) మేఘాలయ - 0.6%
3) గోవా - 1.7%

❖ **SC జనాభా శాతం అధికంగా గల కేంద్రపాలిత ప్రాంతాలు:**

1) చండీఘర్ - 18.9%
2) ఢిల్లీ - 16.8%

❖ **SC జనాభా శాతం అల్పంగా గల కేంద్రపాలిత ప్రాంతం:**

1) దాద్రానగర్ హవేలి - 1.8%
2) డామన్ డయ్యూ - 2.5%

Note: మొత్తం షెడ్యూల్డ్ కులాల జనాభాలో 2011 నాటికి గ్రామాలలో 18.5% ఉండగా, పట్టణాలలో 12.6% ఉన్నారు.

❖ షెడ్యూల్డ్ కులాలలో 2011 నాటికి అక్షరాస్యత 66.1% ఉండగా, మహిళలలో 56.5%, పురుషులలో 75.2% కలదు.

❖ SCల స్త్రీ - పురుష నిష్పత్తి - 945 (2001లో 936గా ఉంది)

షెడ్యూల్డ్ తెగల జనాభా

సంవత్సరం	పురుషులు	స్త్రీలు	మొత్తం	దేశ జనాభాలో వారి శాతం
2001	4.26 కోట్లు	4.17 కోట్లు	8.43 కోట్లు	8.2%
2011	5.24 కోట్లు	5.19 కోట్లు	10.43 కోట్లు	8.6%

Note: 2001తో పోలిస్తే 2011 నాటికి అదనంగా పెరిగిన ST జనాభా 2 కోట్లు. 2011లో పురుషులలో కంటే (22.9%) మహిళలో పెరుగుదల శాతం(24.4%) ఎక్కువగా ఉంది.

❖ **ST జనాభా అధికంగా గల రాష్ట్రాలు:**

1) మధ్యప్రదేశ్ - 1.53 కోట్లు
2) మహారాష్ట్ర

3) ఒరిస్సా

4) రాజస్థాన్

5) గుజరాత్

- ST జనాభా తక్కువగా గల రాష్ట్రాలు:

1) గోవా

2) సిక్కిం

- ST జనాభా అధికంగా గల కేంద్రపాలిత ప్రాంతాలు:

1) దాద్రానగర్ హవేలి - 1.78 లక్షలు

2) లక్ష దీవులు - 61,000

- ST జనాభా తక్కువగా గల కేంద్రపాలిత ప్రాంతాలు:

1. డామన్ దయ్యూ - 15,363

2. అండమాన్ నికోబార్ దీవులు - 28,530

Note: 1. 2001లో 8.2%గా ఉన్న ST జనాభా 2011 నాటికి 8.6% పెరిగింది.

2. ST జనాభా లేని రాష్ట్రాలు : 1) పంజాబ్ 2) హర్యానా

ST జనాభా లేని కేంద్రపాలిత ప్రాంతాలు - 1) చండీఘర్ 2) ఢిల్లీ 3) పాండిచ్చేరి

- **ST జనాభా శాతం అధికంగా గల రాష్ట్రాలు:**

1) మిజోరాం - 94.4%

2) నాగాలాండ్ - 86.5%

3) మేఘాలయ - 86.1%

4) అరుణాచల్ ప్రదేశ్ - 68%

- **ST జనాభా శాతం తక్కువగా గల రాష్ట్రాలు:**

1) ఉత్తరప్రదేశ్

2) తమిళనాడు

3) బీహార్

4) కేరళ

5) ఉత్తరాఖండ్

- **ST జనాభా శాతం అధికంగా గల కేంద్రపాలిత ప్రాంతాలు:**

1) లక్షదీవులు

2) దాద్రానగర్ హవేలి

- **ST జనాభా శాతం అల్పంగా గల కేంద్రపాలిత ప్రాంతాలు:**

1) డామన్ దయ్యూ

2) అండమాన్ నికోబార్ దీవులు

- కేంద్రపాలిత ప్రాంతమైన లక్షదీవులలో 98.8% షెడ్యూల్ తెగలకు చెందిన ప్రజలు ఉన్నారు.

- అసోం, త్రిపుర, మినహా మిగిలిన ఈశాన్య రాష్ట్రాలు, మధ్యభారతంలోని మధ్యప్రదేశ్, చత్తీస్‌ఘడ్, జార్ఖండ్, ఒడిశా, మహారాష్ట్రలోని విదర్భ ప్రాంతం, తెలంగాణ, ఆంధ్రప్రదేశ్‌లోని ఉత్తర ప్రాంతాలలో షెడ్యూల్డ్ తెగల ప్రజలు అధికంగా ఉన్నారు.
- మొత్తం 10.43 కోట్ల గిరిజన జనాభాలో 89.97% మంది గ్రామాలలో నివసిస్తున్నారు. 10.03% మంది పట్టణాలలో నివసిస్తున్నారు. మొత్తం దేశంలోని 50% కన్నా ఎక్కువ మంది గిరిజనులు నివసిస్తున్న జిల్లాలు 90 కలవు.
- STల లింగ నిష్పత్తి 2001లో 978 నుండి 2011లో 990కి పెరిగింది.

జనాభా వారీగా అతిపెద్ద గిరిజన సమూహాలు:

1) భిల్లులు 2) గోండులు 3) సంతాల్
4) మీనా (రాజస్థాన్‌లో ఎక్కువ) 5) నాయక్డ 6) ఓరాన్ 7) సుగాలి

Note: భిల్లులు జనాభా కంటే సంతాల్ తెగ జనాభా ఎక్కువగా ఉంటారు (జనాభా ఆధారంగా).

గిరిజన జాతులు

రాష్ట్రం / కేంద్రపాలిత ప్రాంతం		గిరిజన జాతులు
1. ఉమ్మడి ఆంధ్రప్రదేశ్	:	జాతపు, కోయ, అంధె, బగత, సుగాలి, కోలాయి, చెంచు, భిల్, గదబ, గోండ్, కొండసవర, కొండరెడ్డి, కొండకాపు, భారియ, యానాది, ఎరుకు, కోయ, దులియా, వాల్మీకి, రెడ్డిదొర, పార్ధన్, మన్నదొర, సవర.
2. తెలంగాణ	:	గోండు, కొండరెడ్లు, చెంచులు, కోలాం, నాయక్‌పోడ్, థోటి, లంబాడి, నక్కల, యానాది, కొటియా, కట్టునాయకన్, గౌడు
3. తమిళనాడు	:	తోడాలు (నీలగిరి ప్రాంతం), కనికర, బడగాలు, ఇరుళ, ఆదియన్, యూజులు, కోటాలు, కమ్మర, ఎరవల్లన్, పల్లేయన్, మలయకండి, కనియన్, కదార్, కోచువెలన్, కొరగా, కుడియా, కురుంబాస్, కురుమన్, మలాసర్, ముదుగార్, మన్నన్.
4. కర్ణాటక	:	ఆదియన్, బార్దియా, బిల్, కురుబ, మాయక్, చెంచు, చెంచువార్, దుబ్లా, తలావియా, పద్వి, మేవాసి, బగాలియ, చోదర, హక్కిపిక్కి కొరగా, కుడియా, కురుబా, రతావా, వర్లీ, యరవా, సద్దీ,
5. కేరళ	:	పళ్ళియార్, ఆదియన్, కానీస్, మలై, కనిక్కల్, పులియా మోప్లాస్ (మలబార్ తీరంలో ముస్లింలు), మన్నార్, ఒమిట్టెడ్, కోచువెలన్, కొరగా, కురిచ్చన్, కురుంబా, మలయన్, ఉల్లధాన్, ఉరళి, మవిలన్, మలపలిక్కర్
6. మధ్యప్రదేశ్	:	ఖారియా, భిల్, గోండ్, ధామర్, అంద్, పరాహి, సహారియ, పార్ధన్, బిరోర్, బైగ, బైనా, బత్రా, బుంజియా, హల్బా, కమర్, కర్కూ, కైర్వార్, కరియా, కోంద్, మజ్హి, మవాసి, ముండా, నగేషియా, పనిక, పజ్జా, సౌంత, సవర, ఆదివాసీలు (బస్తర్ భుయా, కోల్, మురియా), అంగారియా.
7. చత్తీస్‌ఘడ్	:	కోర్బ, హల్బ, బైగ, గోండ్, బింజ్వార్, బిల్‌మినా, బియార్, పరధి, పర్జా.
8. ఉత్తరప్రదేశ్	:	బోక్ష, భోటియా, ఖాస్, బక్సా, జౌన్సరి, రాజీ, ధారు, కార్వార్, సహారియా, పరాహియా, పంకా, అగారియా, పటారి, చెరో, భువిన్యా.

9. ఉత్తరాఖండ్	:	భోటియా, కుమయున్, గుజ్జూస్, బుక్షా, తరు, జౌన్స్రీ, రాజి.
10. హిమాచల్‌ప్రదేశ్	:	బోద్, గద్దీ, జాద్, భోట్, కిన్నర, లాహౌల్, కనౌరా, గుజ్జరులు, పంగ్వాలా స్వంగ్లా, బెటా.
11. జమ్మూ కాశ్మీర్	:	బల్టీ, బెడా, బోట్, బ్రోక్‌పా, చంగ్‌పా, గర్రా, మోన్, పురిగ్‌పా, బేకర్‌వాల్, లడక్, షిప్పీ, గుజ్జర్.
12. మిజోరాం	:	దిమషా, గారో, హజోంగ్, కాషి, మికిర్, మాన్, నాగా, పవి, సైతే, లుషాయి, కుకి, చక్మ, లఖేర్, జయంతియా, మిజో, మాత్.
13. త్రిపుర	:	చక్మ, ఖాసియా, చైమల్, భుటియా, భిల్, గారో, హలం, జమతియా, కాషియా, లెప్చా, మాగ్ కుకి, ఉచాయి, ఒరాంగ్, ముండా, రియాంగ్, సంతాల్.
14. మణిపూర్	:	అనాల్, అంగామి, చిరు, చోతే, గ్యాంగ్‌తే, కబుయ్, కచానాగ, లింగామి, కుకి, లేంగాంగ్, మరం, రెంగ్మా, సేమా.
15. నాగాలాండ్	:	నాగాలు, కుకి, మికిర్, కచారి, గారో.
16. మేఘాలయ	:	గారో, ఖాసి, జయంతియ, హమర్, దిమస, చక్మ, హజోంగ్, లఖేర్, మాన్, సింటెంగ్, కోచ్, రబా
17. అస్సాం	:	గారో, చుటియా, చెక్మా, ధింసా, లెప్చాస్, రబాస్, మికిర, అబోర్స్, ఖాసీలు, బోరో, లలాంగ్, హాజంగ్, కర్బి.
18. అరుణాచల్‌ప్రదేశ్	:	ఖంప్తి, కౌవా, మోంబా, అపటాని, నీషి, గాలో, అబోర్, అకా, డాఫ్లా, మిస్మి, సింగ్‌పో.
19. సిక్కిం	:	లెప్చా, భుటియా, తమాంగ్, లింబూ.
20. మహారాష్ట్ర	:	చోదం, నాయక, అంద్, బర్ధా, బింజ్వార్, దోడియ, కథోడి, కట్కారి, కోల్
21. గుజరాత్	:	గుజ్జర్లు, బిల్లులు, డంకా, దోడియ, సిద్ధి, గోండులు, బర్డా, బంచా, బర్వాద్, చరన్, చౌదరి, కుంబి, పోమ్లా, రబరి, పద్వి.
22. రాజస్థాన్	:	మైనా, దామోర్, సహరియ, గరాసియ, బిల్లులు, చోదర, దుబ్లా, గామెల్, కోల్, కోలాయ్, కతోడి (కత్కారి), పటేలియా.
23. ఒడిషా	:	భూమియా, భుంజియా, బిర్‌హర్, గోండ్. ఖోండ్, థారువ, ఒరాన్‌లు, బగత, బైగ, జాతపు, సంతాల్‌లు, చెంచు, ముండాలు, సవర, పరేంగా, కొర, డాల్, గాండియా, హో, కులిష్, అమనాటియా.
24. బీహార్	:	ఓరాన్, సంతాల్, బైగా, బంజార్, ముండా, గోండులు, బిరోర్, అసుర్, తరు, బతుడి, బెడియా.
25. పశ్చిమబెంగాల్	:	ముండాలు, బాడియ, తమాంగ్, అసల్, బైగా, బంజారా, లోధ, కొర్వ ఆసుర్, సంతాల్‌లు, భుటియా, మహాలి, మల్పాహరియా, లింబూ.
26. జార్ఖండ్	:	ఆసుర్, భైగా, బెడియ, చిక్, అగారియా, సంతాల్ గోండ్, బాతుడి, చెరో, గొరైత్, భుమ్‌జి, కవార్, కోల్.
27. అండమాన్&నికోబార్ దీవులు	:	అండమానీలు, ఓంజెలు, షాంటి నలీలు, జార్వాలు, షోంపైన్‌లు, నికోబారిస్.
28. గోవా	:	దోడియా, తలావియా, వర్లీ, దుబ్లా, సిద్ధీ, కుంబీ.
29. దాద్రానగర్ హవేలి డామన్ & దయ్యూ	:	కతోడి, కొప్నా, కొలిదార్, నాయక, వర్లీ.

దుర్బలత్వ ఆదిమ గిరిజన తెగలు (PVTG - Particularly Vulnerable Tribal Groups):

- గిరిజనుల్లోనే మరింత వెనుకబడిన, నాగరికతకు, సౌకర్యాలకు సుదూరంగా ఉన్న వర్గాలను దుర్బల స్థితిలో ఉన్న ఆదిమ గిరిజినులు అంటారు.
- 2006 లో భారతప్రభుత్వం PTGS ను PVTGగా మార్చింది.
- 18 రాష్ట్రాలు, 1 కేంద్రపాలిత ప్రాంతంతో (అండమాన్) కలిపి 75 PVTGలు కలవు.
- దేశంలో PVTGలు అధికంగా గల రాష్ట్రాలు: 1) ఒడిస్సా, 2) ఉమ్మడి ఆంధ్రప్రదేశ్, 3) బీహార్, 4) జార్ఖండ్.
- కేవలం ఆంధ్రప్రదేశ్‌లో 7 PVTG సమూహాలు కలవు.
- ఉమ్మడి ఆంధ్రప్రదేశ్‌లో బోడో గదబ, బోండో పొరోజ, చెంచు, డోంగ్రియ కోండ్, గుతోబ్ గదబ, కోండ్ పొరోజ, కోలమ్, కొండరెడ్డి, కొండ సవర, కుటియ కోండ్, పొరెంగి పొరోజ, తోటి.
- దేశంలో దుర్భలత్వ గిరిజనుల్లో అతి పెద్ద జనాభా సమూహం సహారియా వర్గానికి చెందినవారు. అతి చిన్న జనాభా సమూహం గ్రేట్ అండమానీస్.

ఆంధ్రప్రదేశ్ జనాభా

- ఆంధ్రప్రదేశ్ ప్రజలలో నీగ్రిటోలు, ప్రోటోఆస్ట్రలాయిడ్‌లు మరియు మధ్యధరా జాతులకు చెందిన లక్షణాలు గల ప్రజలు ఉన్నారు.
- ఆంధ్రప్రదేశ్‌లో జనాభా:
  1. 1901 – 1,30,00,000
  2. 1911 – 1,41,00,000
  3. 1921 – 1,44,00,000
  4. 1951 – 2,02,00,000
  5. 1961 – 2,32,88,866
  6. 1971 – 2,76,84,813
  7. 1981 – 3,33,68,588
  8. 1991 – 4,04,18,934
  9. 2001 – 4,53,97,069
  10. 2011 – 4,95,77,103 (ఖమ్మం నుండి కలిపిన ముంపు మండలాలుతో సహా కలిపి)
- మొత్తం పురుషుల జనాభా – 2,48,30,513 (50.08%)
- మొత్తం స్త్రీల జనాభా – 2,47,46,590 (49.92)
- దేశ జనాభాలో 4.10% కలిగి దేశంలో జనాభా పరంగా 10వ అతిపెద్ద రాష్ట్రంగా ఆంధ్రప్రదేశ్ ఉంది. రాష్ట్రంలో 2 మిలియన్ నగరాలున్నాయి. అవి 1) విజయవాడ 2) విశాఖపట్నం

Note: ఆంధ్రప్రదేశ్‌లో గత సంవత్సరాలన్నిటితో పోల్చితే 1991 నాడు అత్యధిక జనాభా నమోదయ్యారు (అత్యధిక జనాభా వృద్ధిరేటు).

- జనాభా అధికంగా గల జిల్లాలు : 1. తూర్పుగోదావరి, 2. గుంటూరు, 3. కృష్ణా
- తక్కువ జానాభా గల జిల్లాలు : 1. విజయనగరం, 2. శ్రీకాకుళం, 3. కడప

Sl. No.	District	1961	1971	1981	1991	2001	2011
1	2	3	4	5	6	7	8
1	Srikakulam	1555369	1769968	1959352	2321126	2537593	2703114
2	Vizianagaram	1411055	1589558	1804196	2110943	2249254	2344474
3	Visakhapatnam	1665213	2035831	2576474	3285092	3832336	4290589
4	East Godavari	2608375	3087262	3701040	4541222	5021502	5285824
5	West Godavari	1978257	2374306	2873958	3517568	3857768	3995742
6	Krishna	2076956	2493574	3048463	3698833	4187841	4517398
7	Guntur	2327246	2844488	3434724	4106999	4465144	4887813
8	Prakasam	1671726	1919995	2329571	2759166	3059423	3397448
9	SPS Nellore	1408891	1627740	2014879	2392260	2668564	2963557
10	YSR Kadapa	1342015	1577267	1933304	2270720	2601797	2882469
11	Kurnool	1570955	1982090	2407299	2973024	3529494	4053463
12	Ananthapuramu	1767464	2115321	2548012	3180863	3640478	4081148
13	Chittoor	1905344	2267413	2737316	3261118	3745875	4174064
Andhra Pradesh		23288866	27684813	33368588	40418934	45397069	49577103
India		439234771	548159652	683329097	846421039	1028610328	1210854977

Note: Data for 2001 and 2011 Census includes merged villages of Khammam
Source: Director of Census Operations, Hyderabad

2022-23 సామాజిక-ఆర్థిక సర్వే ప్రకారం రాష్ట్రంలో జిల్లాల విస్తీర్ణం మరియు జనాభా:

District wise Area & Population (26 Districts)

Note: **1. నూతన 26 జిల్లాల ప్రకారం అత్యధిక జనాభా గల జిల్లాలు:**

1. నెల్లూరు (24.7 లక్షలు)
2. ప్రకాశం (22.88 లక్షలు)
3. కర్నూలు (22.7 లక్షలు)
4. అనంతపురం (22.4 లక్షలు)

2. అత్యల్ప జనాభా గల జిల్లాలు:

1. పార్వతీపురం మన్యం (9.25 లక్షలు)
2. అల్లూరి జిల్లా (9.53 లక్షలు)
3. బాపట్ల (15.8 లక్షలు)
4. అన్నమయ్య (16.9 లక్షలు)

Note: నూతన జిల్లాల పున:నిర్మాణం తర్వాత ఆంధ్రప్రదేశ్‌లో మొత్తం 26 జిల్లాలు కలవు. ఇందులో

విస్తీర్ణపరంగా మొదటి మూడు జిల్లాలు:
1. ప్రకాశం (14,322 చ.కి.మీ.)
2. అల్లూరి (12,251 చ.కి.మీ.)
3. కడప (11,228 చ.కి.మీ.
4. నెల్లూరు (10,441 చ.కి.మీ.

విస్తీర్ణపరంగా చివరి మూడు జిల్లాలు:
1. విశాఖపట్నం (1,048 చ.కి.మీ.)
2. కోనసీమ (2,083 చ.కి.మీ.)
3. పశ్చిమ గోదావరి (2,178 చ.కి.మీ.)
4. గుంటూరు (2,443 చ.కి.మీ.)

Sl. No	District	Area (Sq. Kms.)	Population-2011		
			Male	Female	Total
1	Srikakulam	4,591	1088142	1103295	2191437
2	Vizianagaram	4,122	960450	970361	1930811
3	Visakhapatnam	1,048	988393	971151	1959544
4	Anakapalli	4,292	854821	872177	1726998
5	Kakinada	3,019	1042307	1050067	2092374
6	Dr B.R.Ambedkar Kona Seema	2,083	862030	857063	1719093
7	East Godavari	2,561	911520	920812	1832332
8	West Godavari	2,178	889252	890683	1779935
9	Eluru	6,679	1035066	1036581	2071647
10	Krishna	3,775	869215	865864	1735079
11	NTR	3,316	1114462	1104129	2218591
12	Guntur	2,443	1042101	1048974	2091075
13	Bapatla	3,829	788804	798114	1586918
14	Palnadu	7,298	1024016	1017707	2041723
15	Prakasam	14,322	1160628	1127398	2288026
16	SPS Nellore	10,441	1245524	1224188	2469712
17	Kurnool	7,980	1141778	1129908	2271686
18	Nandyal	9,682	897449	884328	1781777
19	Ananthapuramu	10,205	1132902	1108203	2241105
20	Sri Sathyasai	8,925	931593	908450	1840043
21	YSR	11,228	1037867	1022787	2060654
22	Annamayya	7,954	853247	844061	1697308
23	Chittoor	6,855	939538	933413	1872951
24	Tirupati	8,231	1098515	1098469	2196984
	Tribal districts				
25	1) Parvathipuram Manyam	3,659	454623	470717	925340
26	2) Alluri Sitharama Raju	12,251	466270	487690	953960
	Total	162967	24830513	24746590	49577103

Source: Directorate of Economics and Statistics, Govt. of AP., Vijayawada

జనాభా వృద్ధిరేటు:

- ఆంధ్రప్రదేశ్‌లో జనాభా వృద్ధిరేటు 9.21% (2011)
- జనాభా దశాబ్ద వృద్ధిలో మొదటి మూడు జిల్లాలు – 1) కర్నూల్ (14.85%)
  2) అనంతపురం (12.10%)
  3) విశాఖపట్నం (11.96%)

Sl. No.	District	Decadal variation percentage					Sex Ratio (No. of Females per 1000 Males)					
		1961-71	1971-81	1981-91	1991-01	2001-11	1961	1971	1981	1991	2001	2011
1	2	3	4	5	6	7	8	9	10	11	12	13
1	Srikakulam	13.80	10.70	18.46	9.33	6.52	1,047	1,033	1,023	1,012	1,014	1,015
2	Vizianagaram	12.65	13.50	17.00	6.55	4.23	1,017	1,009	1,006	1,000	1,009	1,019
3	Visakhapatnam	22.26	26.56	27.50	16.66	11.96	1,000	992	981	975	985	1,006
4	East Godavari	18.36	19.88	22.70	7.93	5.26	999	996	993	998	993	1,007
5	West Godavari	20.02	21.04	22.39	8.13	3.58	992	994	991	994	991	1,004
6	Krishna	20.06	22.25	21.33	13.22	7.87	962	964	971	969	978	992
7	Guntur	22.23	20.75	19.57	8.72	9.47	976	974	973	970	984	1,003
8	Prakasam	14.85	21.33	18.44	10.88	11.05	991	987	978	970	971	981
9	SPS Nellore	15.53	23.78	18.73	11.55	11.05	989	986	978	980	984	985
10	YSR Kadapa	17.52	22.59	17.47	14.78	10.79	957	958	959	955	974	985
11	Kurnool	26.17	21.45	23.50	18.72	14.85	977	969	962	953	965	988
12	Ananthapuramu	19.68	20.44	24.81	14.34	12.10	946	947	946	946	958	977
13	Chittoor	19.00	20.72	19.14	14.86	11.43	957	960	966	966	982	997
	Andhra Pradesh	18.88	20.53	21.13	11.89	9.21	984	981	978	976	983	997
	India	24.80	24.66	23.85	21.54	17.70	941	930	934	927	933	943

Source: Census of India, Government of India

- ❖ జనాభా దశాబ్ద వృద్ధిలో చివరి మూడు జిల్లాలు
  1) పశ్చిమగోదావరి (3.51%)
  2) విజయనగరం (4.23%)
  3) తూర్పు గోదావరి (5.26%)
- ❖ ఆంధ్రప్రదేశ్‌లో గ్రామీణ దశాబ్ద వృద్ధిరేటు 1.53%
  మొదటి స్థానం - అనంతపురం
  చివరి స్థానం - కృష్ణా
- ❖ ఆంధ్రప్రదేశ్‌లో పట్టణ దశాబ్ద వృద్ధిరేటు 33.35%
  మొదటి స్థానం - కడప (66.59%)
  చివరి స్థానం - పశ్చిమ గోదావరి
- ❖ పురుష దశాబ్ద వృద్ధిరేటు - 8.45%
- ❖ మహిళా దశాబ్ద వృద్ధిరేటు - 9.97%
- ❖ గ్రామీణ పురుష దశాబ్ద వృద్ధిరేటు - 0.96%
- ❖ గ్రామీణ స్త్రీ దశాబ్ద వృద్ధిరేటు - 2.10%
- ❖ పట్టణ పురుష దశాబ్ద వృద్ధిరేటు - 32.02%
- ❖ పట్టణ స్త్రీ దశాబ్ద వృద్ధిరేటు - 34.71%

పట్టణ-గ్రామీణ జనాభా:

సం॥	పట్టణం	గ్రామీణం
2001	24.13%	75.87%
2011	29.47%	70.53%

- ❖ మొత్తం గ్రామీణ జనాభా - 3,49,66,693 (70.53%)
- ❖ మొత్తం పట్టణ జనాభా - 1,46,10,410 (29.47%)

- ❖ అత్యధిక గ్రామీణ జనాభా శాతం గల జిల్లా : శ్రీకాకుళం (84%)
- ❖ అత్యల్ప గ్రామీణ జనాభా శాతం గల జిల్లా : విశాఖపట్నం (53%)
- ❖ రాష్ట్రంలో 2011 జనాభా లెక్కల ప్రకారం మొత్తం గ్రామాలు - 17,366
- ❖ అత్యధిక గ్రామాలు ఉన్న జిల్లాలు : 1) విశాఖపట్నం (3,265)
  2) శ్రీకాకుళం (1,802)
  3) తూర్పు గోదావరి
- ❖ తక్కువ గ్రామాలు ఉన్న జిల్లా : గుంటూరు (712)
- ❖ 2011 జనాభా లెక్కల ప్రకారం రాష్ట్రంలో పట్టణాలు (సెన్సస్ పట్టణాలతో కలిపి) - 195
- ❖ అత్యధిక పట్టణాలు గల జిల్లాలు : 1) చిత్తూరు (22)
  2) తూర్పు గోదావరి (19)
  3) కడప
- ❖ తక్కువ పట్టణాలు గల జిల్లా : శ్రీకాకుళం
- ❖ గ్రామీణ జనాభా అధికంగా గల జిల్లా 1) తూర్పుగోదావరి
  2) గుంటూరు
- ❖ గ్రామీణ జనాభా అత్యల్పంగా గల జిల్లాలు : 1) విజయనగరం
  2) కడప
- ❖ రాష్ట్రంలో గత దశాబ్ద కాలంలో పట్టణాభివృద్ధి రేటు అత్యధికంగా ఉన్న జిల్లా - కడప

Note: 1. నూతన 26 జిల్లాల ప్రకారం అత్యధిక పట్టణ జనశాతము గల జిల్లా - విశాఖపట్నం (89.69%)
2. అత్యల్ప పట్టణ జనశాతము గల జిల్లా - అల్లూరి (3.98%)

జనసాంద్రత:

★ ఆంధ్రప్రదేశ్ యొక్క జనసాంద్రత : 304 మంది (ప్రతి చ.కి.మీ)

Percentage of Urban population to Total population and Density of population

Sl. No.	District	Percent of Urban Population to Total Population					Density of Population (Persons per Sq. Km.)					
		1971	1981	1991	2001	2011	1961	1971	1981	1991	2001	2011
1	2	3	4	5	6	7	8	9	10	11	12	13
1	Srikakulam	10.65	10.89	12.50	10.98	16.16	266	303	336	398	435	463
2	Vizianagaram	-	15.94	17.22	18.33	20.94	216	243	276	323	344	359
3	Visakhapatnam	22.30	31.28	39.83	39.95	47.45	149	182	231	294	343	384
4	East Godavari	19.23	22.21	23.80	22.94	24.85	241	286	342	420	392	413
5	West Godavari	17.71	20.77	20.71	19.46	20.24	256	307	371	454	453	470
6	Krishna	27.25	32.54	35.82	32.08	40.81	238	286	349	424	480	518
7	Guntur	24.98	27.53	28.89	28.80	33.81	204	250	302	361	392	429
8	Prakasam	11.07	14.99	16.45	15.28	19.56	95	109	132	157	174	193
9	SPS Nellore	15.77	20.76	23.79	22.45	28.94	108	123	154	183	204	227
10	YSR Kadapa	14.18	19.37	24.03	22.59	33.97	87	103	126	148	169	188
11	Kurnool	20.30	24.49	25.84	23.16	28.35	89	112	136	168	200	230
12	Ananthapuramu	17.77	20.84	23.50	25.26	28.07	92	111	133	166	190	213
13	Chittoor	13.45	16.88	19.80	21.65	29.50	126	151	181	215	247	275
	Andhra Pradesh	18.35	22.14	24.77	24.13	29.47	145	173	208	252	279	304
	India	17.98	19.51	22.87	25.49	31.14	144	177	216	273	325	382

Source: Census of India, Government of India

★ జనసాంద్రత అత్యధికంగా గల జిల్లాలు : 1) కృష్ణా (518)
2) పశ్చిమగోదావరి (470)
3) శ్రీకాకుళం (463)

★ జనసాంద్రత అత్యల్పంగా గల జిల్లాలు : 1) కడప (188)
2) ప్రకాశం (193)
3) అనంతపురం (213)

పెద్దలలో స్త్రీ, పురుష నిష్పత్తి:

★ ఆంధ్రప్రదేశ్‌లో పెద్దలలో స్త్రీ, పురుష నిష్పత్తి: 997

★ స్త్రీ, పురుష నిష్పత్తిలో మొదటి మూడు జిల్లాలు 1) విజయనగరం (1019)
2) శ్రీకాకుళం (1015)
3) తూర్పుగోదావరి (1007)

★ స్త్రీ, పురుష నిష్పత్తిలో చివరి మూడు జిల్లాలు: 1) అనంతపురం (977)
2) ప్రకాశం (981)
3) కడప (985)

★ గ్రామీణ స్త్రీ, పురుష నిష్పత్తి : 994

★ గ్రామీణ స్త్రీ, పురుష నిష్పత్తిలో మొదటి జిల్లా : విశాఖపట్నం

★ గ్రామీణ స్త్రీ, పురుష నిష్పత్తిలో చివరి జిల్లా : అనంతపురం

★ పట్టణ స్త్రీ, పురుష నిష్పత్తి : 1004

★ పట్టణ స్త్రీ, పురుష నిష్పత్తిలో మొదటి జిల్లా :విజయనగరం

★ పట్టణ స్త్రీ, పురుష నిష్పత్తిలో చివరి జిల్లాలు : నెల్లూరు, విశాఖపట్నం

Note: 1) నూతన 26 జిల్లాల ప్రకారం అత్యధిక లింగ నిష్పత్తి గల జిల్లా - అల్లూరి (1046)
2) నూతన 26 జిల్లాల ప్రకారం అల్పంగా లింగ నిష్పత్తి గల జిల్లా - ప్రకాశం (971)

పిల్లల జనాభా:

★ మొత్తం పిల్లల జనాభా - 52,43,636 (0-6సం॥ మధ్య)

★ బాలుర జనాభా - 26,97,105 (0-6 సం॥ మధ్య)

★ బాలికల జనాభా - 25,46,621 (0-6సం॥ మధ్య)

★ పిల్లల జనాభా అధికంగా ఉన్న జిల్లాలు : 1) తూర్పుగోదావరి
2) కర్నూలు
3) గుంటూరు

★ పిల్లల జనాభా అత్యల్పంగా గల జిల్లా : 1) విజయనగరం
2) శ్రీకాకుళం

★ పిల్లల జనాభా శాతం : 10.58%

★ పిల్లల జనాభా శాతం అధికంగా ఉన్న జిల్లా - కర్నూలు (12.49%)

★ పిల్లల జనాభా శాతం అల్పంగా ఉన్న జిల్లా - కృష్ణా (9.65%)

- ★ పిల్లలలో స్త్రీ, పురుష నిష్పత్తి : 944
- ★ గ్రామీణ పిల్లలలో స్త్రీ, పురుష నిష్పత్తి : 946
- ★ పట్టణ పిల్లలలో స్త్రీ, పురుష నిష్పత్తి : 940
- ★ పిల్లలలో స్త్రీ, పురుష నిష్పత్తి అధికంగా ఉన్న జిల్లా - తూర్పుగోదావరి (970)
- ★ పిల్లలలో స్త్రీ, పురుష నిష్పత్తి అల్పంగా ఉన్న జిల్లా - కడప (918)
- ★ రాష్ట్రంలో మొత్తం దివ్యాంగుల సంఖ్య 12,19,785
  - ♦ దివ్యాంగులలో మహిళలు 5.60 లక్షలు
  - ♦ దివ్యాంగులలో పురుషులు 6.59 లక్షలు

అక్షరాస్యత

అక్షరాస్యులు:

- ❖ మొత్తం అక్షరాస్యుల సంఖ్య : 2,98,59,982 (67.35%)
  మొత్తం పురుషుల అక్షరాస్యుల సంఖ్య : 1,65,49,514 (74.77%)
  మొత్తం స్త్రీల అక్షరాస్యుల సంఖ్య : 1,33,10,468 (59.96%)
- ❖ అక్షరాస్యులు అధికంగా గల మొదటి మూడు జిల్లాలు : 1) పశ్చిమగోదావరి
  2) కృష్ణా
  3) చిత్తూరు.
- ❖ అక్షరాస్యులు అల్పంగా గల మొదటి మూడు జిల్లాలు : 1) విజయనగరం
  2) కర్నూల్
  3) శ్రీకాకుళం

అక్షరాస్యత రేటు:

Literacy Rate (percentage of literates to population age 7 years and above)

District	1981			1991			2001			2011		
	Male	Fe-male	Total	Male	Fe-male	Total	Male	Fe-male	Total	Male	Fe-male	Total
2	3	4	5	6	7	8	9	10	11	12	13	14
Srikakulam	32.65	13.02	22.72	49.14	23.52	36.22	67.19	43.68	55.31	71.61	52.08	61.74
Vizianagaram	30.98	12.55	21.74	45.92	22.47	34.19	62.37	39.91	51.07	68.15	49.87	58.89
Visakhapatnam	36.49	18.99	27.83	56.13	34.60	45.51	69.68	50.12	59.96	74.56	59.34	66.91
East Godavari	41.71	28.86	35.31	55.32	42.26	48.79	69.54	60.30	64.93	74.10	66.95	70.50
West Godavari	43.58	31.59	37.61	59.75	46.98	53.38	77.68	68.55	73.13	77.65	71.01	74.32
Krishna	48.60	34.61	41.71	60.55	45.54	53.16	74.39	63.19	68.85	78.30	69.18	73.74
Guntur	45.25	26.60	36.06	56.54	35.85	46.35	71.24	53.74	62.54	74.79	60.09	67.40
Prakasam	40.52	18.01	29.39	53.14	27.06	40.30	69.35	45.08	57.38	72.92	53.11	63.08
SPS Nellore	41.04	23.09	32.16	58.40	36.99	47.76	73.67	56.38	65.08	75.74	61.99	68.90
YSR Kadapa	43.91	17.77	31.11	63.14	32.35	48.12	75.83	49.54	62.83	77.78	56.77	67.30
Kurnool	39.96	17.06	28.73	53.24	26.04	39.97	65.96	40.03	53.22	70.10	49.78	59.97
Ananthapuramu	40.84	16.52	29.02	55.92	27.61	42.18	68.38	43.34	56.13	73.02	53.97	63.57
Chittoor	43.06	20.24	31.85	62.61	36.44	49.75	77.62	55.78	66.77	79.83	63.28	71.53
Andhra Pradesh	39.26	20.39	29.94	56.53	34.92	45.86	71.28	52.72	62.07	74.77	59.96	67.35
India	46.89	24.82	36.23	64.10	39.30	52.20	75.26	53.67	64.84	80.90	64.60	72.98

Source: Census of India, Government of India

సం॥	మొత్తం	పురుషులు	స్త్రీలు
2001	62.07%	71.2%	52.7%
2011	67.35%	74.7%	59.96%

- అక్షరాస్యత రేటు అధికంగా ఉన్న మొదటి మూడు జిల్లాలు : 1) పశ్చిమ గోదావరి (74.32%)
  2) కృష్ణా (73.74%)
  3) చిత్తూరు (71.53%)
- అక్షరాస్యత రేటు అల్పంగా ఉన్న మొదటి మూడు జిల్లాలు : 1) విజయనగరం (58.89%)
  2) కర్నూలు (59.97%)
  3) శ్రీకాకుళం (61.74%)ట
- పురుషుల అక్షరాస్యత రేటు అధికంగా గల జిల్లా : చిత్తూరు (79.8%)
- పురుషుల అక్షరాస్యత రేటు అత్యల్పంగా గల జిల్లా : విజయనగరం (68.15%)
- స్త్రీల అక్షరాస్యత రేటు అధికంగా గల జిల్లా : పశ్చిమగోదావరి (71%)
- స్త్రీల అక్షరాస్యత రేటు అత్యల్పంగా గల జిల్లా : విజయనగరం (49.8%)
- 2011లో పట్టణ అక్షరాస్యత రేటు : 79.17%
- 2011లో గ్రామీణ అక్షరాస్యత రేటు : 62.37%
- పట్టణ అక్షరాస్యత రేటు అధికంగా గల జిల్లా :పశ్చిమ గోదావరి
- పట్టణ అక్షరాస్యత రేటు అల్పంగా గల జిల్లా: కర్నూలు

Note: నూతన 26 జిల్లాల ప్రకారం అత్యధిక అక్షరాస్యత గల జిల్లా : విశాఖపట్నం, తూర్పు గోదావరి (80.78%)
నూతన 26 జిల్లాల ప్రకారం అత్యల్ప అక్షరాస్యత గల జిల్లా : అల్లూరి (42.34%)

వృత్తి నిర్మాణం:

- జనాభా వృత్తి నిర్మాణం అభివృద్ధికి ఒక ముఖ్యమైన సూచిక. ఒకవైపు ఆర్థిక వ్యవస్థ అభివృద్ధికి, మరోవైపు వృత్తి నిర్మాణానికి మధ్య దగ్గరి సంబంధం ఉందని భావిస్తారు.
- వృత్తుల వారీ నిర్మాణాన్ని 2 రకాలుగా అంచనా వేస్తారు.
  1) సెన్సస్ ప్రకారం 3 రకాలు
  2) PLFS (Periodic Labour Force Survey) – ఏప్రిల్ 2017 నుండి ప్రతి సంవత్సరం nso విడుదల చేస్తుంది.

వృత్తులు సాధారణంగా మూడు రకాలుగా విభజించబడతాయి (సెన్సస్ ప్రకారం):

ఎ. **ప్రాథమిక వృత్తులు :** వీటిలో వ్యవసాయం, పశుసంవర్ధక, అటవీ, చేపలు పట్టడం మొదలైనవి ఉన్నాయి. అవి మానవ ఉనికికి కీలకమైనవి. కాబట్టి వీటిని ప్రాథమిక వృత్తులని పిలుస్తారు.

బి. **ద్వితీయ వృత్తులు :** వీటిలో మైనింగ్, చిన్న తరహా, భారీ తయారీ పరిశ్రమలలో వృత్తులు ఉన్నాయి.

సి. **తృతీయ వృత్తులు :** రవాణా, సమాచారం, ప్రసారం, బ్యాంకింగ్ ఫైనాన్స్, ఇతర సేవలలోని వృత్తులు ఉన్నాయి.

- ఈ తృతీయ కార్యకలపాలు ప్రాథమిక, ద్వితీయ కార్యకలపాలకు సహాయపడతాయి

వివిధ వృత్తులపై ఆధారపడిన శ్రామిక జనాభా

సంవత్సరం	ప్రాథమిక రంగం	ద్వితీయ రంగం	తృతీయ రంగం
1901	71.7%	12.6%	15.7%
1951	72.1%	10.7%	17.2%
1991	66.8%	12.7%	20.5%
2001	56.7%	18.2%	25.1%
2011	48.9%	24.4%	26.7%

❖ పనిచేసే కాలాన్ని బట్టి కార్మికులను 2 రకాలుగా విభజిస్తారు.

1. ప్రధాన కార్మికులు (Main workers)
2. ఉపాంత కార్మికులు (Marginal Workers)

1. ప్రధాన కార్మికులు (Main Workers):

❖ సంవత్సరంలో 6 నెలలు లేదా 183 రోజులు కంటే ఎక్కువ కాలం పనిచేస్తూ వుంటే అటువంటి పనివారిని ప్రధాన పనివారు అంటారు.

❖ 2011 జనాభా లెక్కల ప్రకారం ప్రధాన పనివారి శాతం : 75.2%

2. ఉపాంత కార్మికులు (Marginal Workers)

❖ సంవత్సరంలో ఆరు నెలలు (183 రోజులు) కంటే తక్కువ కాలం పనిచేసేవారిని ఉపాంత పనివారు అంటారు. 2011 జనాభా లెక్కల ప్రకారం ఉపాంత పనివారి శాతం : 24.8%.

ఆంధ్రప్రదేశ్‌లో శ్రామికుల జనాభా:

DISTRICT-WISE DISTRIBUTION OF TOTAL POPULATION BY MAIN WORKERS, MARGINAL WORKERS AND TOTAL WORKERS, 2011 CENSUS

(in Number)

Sl. No.	District	Total Population	Workers					
			Main Workers	% of Col. 4 over Col. 3	Marginal Workers	% of Col. 6 over Col. 3	Total Workers (Col. 4 + Col. 6)	% of Col. 8 over Col. 3
(1)	(2)	(3)	(4)	(5)	(6)	(7)	(8)	(9)
1.	Srikakulam	27,03,114	9,36,244	34.64	3,54,044	13.10	12,90,288	47.73
2.	Vizianagaram	23,44,474	9,53,215	40.66	2,04,747	8.73	11,57,962	49.39
3.	Visakhapatnam	42,90,589	14,81,139	34.52	4,08,740	9.53	18,89,879	44.05
4.	East Godavari	52,85,824	18,04,748	34.14	3,64,810	6.90	21,69,558	41.04
5.	West Godavari	39,95,742	15,63,867	39.13	2,44,426	6.12	18,08,293	45.26
6.	Krishna	45,17,398	17,44,978	38.63	3,03,902	6.73	20,48,880	45.36
7.	Guntur	48,87,813	21,06,326	43.09	2,75,298	5.63	23,81,624	48.73
8.	Prakasam	33,97,448	14,63,508	43.08	2,37,059	6.98	17,00,567	50.05
9.	S.P.S. Nellore	29,63,557	10,76,544	36.33	2,38,017	8.03	13,14,561	44.36
10.	Y.S.R	28,82,469	10,79,903	37.46	2,40,501	8.34	13,20,404	45.81
11.	Kurnool	40,53,463	17,57,520	43.36	2,71,905	6.71	20,29,425	50.07
12.	Ananthapuramu	40,81,148	16,79,655	41.16	3,56,511	8.74	20,36,166	49.89
13.	Chittoor	41,74,064	16,69,852	40.01	2,63,505	6.31	19,33,357	46.32
ANDHRA PRADESH		4,95,77,103	1,93,17,499	38.96	37,63,465	7.59	2,30,80,964	46.56

Source: Primary Census Abstract, Census 2011, Director of Census Operations, Hyderabad.

- రాష్ట్రంలో మొత్తం జనాభా - 4,95,77,103
- మొత్తం జనాభాలో ప్రధాన శ్రామికులు - 1.93 కోట్లు
- ప్రధాన శ్రామికులు అధికంగా ఉన్న జిల్లా - తూర్పు గోదావరి
- ప్రధాన శ్రామికులు అల్పంగా ఉన్న జిల్లా - శ్రీకాకుళం
- రాష్ట్రంలో ప్రధాన శ్రామికుల శాతం - 38.96%
- ప్రధాన శ్రామికుల శాతం అధికంగా ఉన్న జిల్లా - కర్నూలు
- ప్రధాన శ్రామికుల శాతం అల్పంగా ఉన్న జిల్లా - తూర్పు గోదావరి
- మొత్తం జనాభాలో ఉపాంత శ్రామికులు - 37.63 లక్షలు
- ఉపాంత శ్రామికులు అధికంగా ఉన్న జిల్లా - విశాఖపట్నం
- ఉపాంత శ్రామికులు అల్పంగా ఉన్న జిల్లా - విజయనగరం
- రాష్ట్రంలో ఉపాంత శ్రామికుల శాతం - 7.59%
- ఉపాంత శ్రామికుల శాతం అధికంగా ఉన్న జిల్లా - శ్రీకాకుళం
- ఉపాంత శ్రామికుల శాతం అల్పంగా ఉన్న జిల్లా - గుంటూరు
- రాష్ట్రంలో మొత్తం శ్రామికులు - 2.3 కోట్లు
- మొత్తం శ్రామికులు అధికంగా ఉన్న జిల్లా - గుంటూరు
- మొత్తం శ్రామికులు అల్పంగా ఉన్న జిల్లా - విజయనగరం
- ఆంధ్రప్రదేశ్ జనాభాలో పనిచేస్తున్న ప్రజల శాతం - 46.56%
- మొత్తం శ్రామికుల శాతం అధికంగా ఉన్న జిల్లాలు - 1) కర్నూలు, 2) ప్రకాశం
- మొత్తం శ్రామికుల శాతం అల్పంగా ఉన్న జిల్లాలు - 1) తూర్పుగోదావరి, 2) అనంతపురం

ప్రధాన శ్రామికుల వృత్తులవారీ వర్గీకరణ:

DISTRICT-WISE AND CATEGORY-WISE DISTRIBUTION OF MAIN WORKERS, 2011 CENSUS

(in Number)

Sl. No.	District	Total Main Workers	Cultivators	% of Col. 4 over Col. 3	Agricultural Labourers	% of Col. 6 over Col. 3
(1)	(2)	(3)	(4)	(5)	(6)	(7)
1.	Srikakulam	9,36,244	1,45,576	15.55	4,42,295	47.24
2.	Vizianagaram	9,53,215	1,97,018	20.67	4,19,339	43.99
3.	Visakhapatnam	14,81,139	2,84,760	19.23	3,76,573	25.42
4.	East Godavari	18,04,748	1,70,330	9.44	9,10,386	50.44
5.	West Godavari	15,63,867	1,54,210	9.86	9,11,184	58.26
6.	Krishna	17,44,978	1,40,220	8.04	8,13,137	46.60
7.	Guntur	21,06,326	2,89,829	13.76	10,35,569	49.16
8.	Prakasam	14,63,508	2,64,818	18.09	7,21,512	49.30
9.	S.P.S. Nellore	10,76,544	1,53,132	14.22	4,56,592	42.41
10.	Y.S.R	10,79,903	2,17,681	20.16	3,98,305	36.88
11.	Kurnool	17,57,520	2,93,947	16.73	8,69,074	49.45
12.	Ananthapuramu	16,79,655	3,77,298	22.46	6,53,162	38.89
13.	Chittoor	16,69,852	4,04,573	24.23	6,05,110	36.24
	ANDHRA PRADESH	1,93,17,499	30,93,392	16.01	86,12,238	44.58

(Contd.)

1. వ్యవసాయదారులు:

- రాష్ట్రంలో మొత్తం ప్రధాన శ్రామికులలో వ్యవసాయదారులు – 30.93 లక్షలు
- వ్యవసాయదారులు అధికంగా ఉన్న జిల్లా – చిత్తూరు
- వ్యవసాయదారులు అల్పంగా ఉన్న జిల్లా – కృష్ణా
- రాష్ట్రంలో మొత్తం ప్రధాన శ్రామికులలో వ్యవసాయదారుల శాతం – 16%
- వ్యవసాయదారుల శాతం అధికంగా ఉన్న జిల్లా – చిత్తూరు
- వ్యవసాయదారుల శాతం అల్పంగా ఉన్న జిల్లా – కృష్ణా

2. వ్యవసాయ కూలీలు:

- రాష్ట్రంలో మొత్తం ప్రధాన శ్రామికులలో వ్యవసాయ కూలీలు – 86.12 లక్షలు
- వ్యవసాయ కూలీలు అధికంగా ఉన్న జిల్లా – గుంటూరు
- వ్యవసాయ కూలీలు అల్పంగా ఉన్న జిల్లా – విశాఖపట్నం
- రాష్ట్రంలో మొత్తం ప్రధాన శ్రామికులలో వ్యవసాయ కూలీల శాతం – 44.58%
- వ్యవసాయ కూలీల శాతం అధికంగా ఉన్న జిల్లా – పశ్చిమ గోదావరి
- వ్యవసాయ కూలీల శాతం అల్పంగా ఉన్న జిల్లా – విశాఖపట్నం

3. కుటీర పరిశ్రమ శ్రామికులు:

DISTRICT-WISE AND CATEGORY-WISE DISTRIBUTION OF MAIN WORKERS, 2011 CENSUS

(in Number)

Sl. No.	District	House hold Industries	% of Col.8 over Col.3	Others	% of Col. 10 over Col. 3
(1)	(2)	(8)	(9)	(10)	(11)
1.	Srikakulam	25,096	2.68	3,23,277	34.53
2.	Vizianagaram	21,953	2.30	3,14,905	33.04
3.	Visakhapatnam	37,713	2.55	7,82,093	52.80
4.	East Godavari	46,940	2.60	6,77,092	37.52
5.	West Godavari	25,981	1.66	4,72,492	30.21
6.	Krishna	39,988	2.29	7,51,633	43.07
7.	Guntur	40,093	1.90	7,40,835	35.17
8.	Prakasam	36,286	2.48	4,40,892	30.13
9.	S.P.S. Nellore	28,276	2.63	4,38,544	40.74
10.	Y.S.R	44,751	4.14	4,19,166	38.82
11.	Kurnool	48,389	2.75	5,46,110	31.07
12.	Ananthapuramu	87,104	5.19	5,62,091	33.46
13.	Chittoor	46,139	2.76	6,14,030	36.77
	ANDHRA PRADESH	5,28,709	2.74	70,83,160	36.67

Source: Primary Census Abstract, Census 2011, Director of Census Operations, Hyderabad.

- రాష్ట్రంలో మొత్తం ప్రధాన శ్రామికులలో కుటీర పరిశ్రమ శ్రామికులు – 5.28 లక్షలు
- కుటీర పరిశ్రమ శ్రామికులు అధికంగా ఉన్న జిల్లా – అనంతపురం

- కుటీర పరిశ్రమ శ్రామికులు అల్పంగా ఉన్న జిల్లా - విజయనగరం
- రాష్ట్రంలో మొత్తం కుటీర పరిశ్రమ శ్రామికుల శాతం - 2.74%
- కుటీర పరిశ్రమ శ్రామికుల శాతం అధికంగా ఉన్న జిల్లా - అనంతపురం
- కుటీర పరిశ్రమ శ్రామికుల శాతం అల్పంగా ఉన్న జిల్లా - పశ్చిమ గోదావరి

4. ఇతర రంగాలలో శ్రామికులు:

- రాష్ట్రంలో మొత్తం ప్రధాన శ్రామికులలో ఇతర రంగాలలోని శ్రామికులు - 70.83 లక్షలు
- ఇతర రంగాలలోని శ్రామికులు అధికంగా ఉన్న జిల్లా - విశాఖపట్నం
- ఇతర రంగాలలోని శ్రామికులు అల్పంగా ఉన్న జిల్లా - విజయనగరం
- రాష్ట్రంలో మొత్తం ఇతర రంగాలలోని శ్రామికుల శాతం - 36.67%
- ఇతర రంగాలలోని శ్రామికుల శాతం అధికంగా ఉన్న జిల్లా - విశాఖపట్నం
- ఇతర రంగాలలోని శ్రామికుల శాతం అల్పంగా ఉన్న జిల్లా - కర్నూలు

ఉపాంత శ్రామికుల వృత్తులవారీ వర్గీకరణ:

DISTRICT-WISE AND CATEGORY-WISE DISTRIBUTION OF MARGINAL WORKERS, 2011 CENSUS

(in Number)

Sl. No.	District	Total Marginal Workers	Cultivators	% of Col. 4 over Col. 3	Agricultural Labourers	% of Col. 6 over Col. 3
(1)	(2)	(3)	(4)	(5)	(6)	(7)
1.	Srikakulam	3,54,044	19,741	5.58	2,58,538	73.02
2.	Vizianagaram	2,04,747	15,267	7.46	1,37,915	67.36
3.	Visakhapatnam	4,08,740	37,404	9.15	2,02,376	49.51
4.	East Godavari	3,64,810	9,330	2.56	2,59,381	71.10
5.	West Godavari	2,44,426	6,090	2.49	1,77,817	72.75
6.	Krishna	3,03,902	9,946	3.27	1,93,839	63.78
7.	Guntur	2,75,298	12,512	4.54	1,92,387	69.88
8.	Prakasam	2,37,059	15,211	6.42	1,67,706	70.74
9.	S.P.S. Nellore	2,38,017	12,381	5.20	1,68,670	70.86
10.	Y.S.R	2,40,501	25,926	10.78	1,44,150	59.94
11.	Kurnool	2,71,905	17,007	6.25	1,68,228	61.87
12.	Ananthapuramu	3,56,511	35,955	10.09	2,26,375	63.50
13.	Chittoor	2,63,505	29,971	11.37	1,42,983	54.26
	ANDHRA PRADESH	37,63,465	2,46,741	6.56	24,40,365	64.84

1. వ్యవసాయదారులు:

- రాష్ట్రంలో మొత్తం ఉపాంత శ్రామికులలో వ్యవసాయదారులు - 2.46 లక్షలు
- వ్యవసాయదారులు అధికంగా ఉన్న జిల్లా - విశాఖపట్నం
- వ్యవసాయదారులు అల్పంగా ఉన్న జిల్లా - పశ్చిమ గోదావరి
- రాష్ట్రంలో మొత్తం ఉపాంత శ్రామికులలో వ్యవసాయదారుల శాతం - 6.56%
- వ్యవసాయదారుల శాతం అధికంగా ఉన్న జిల్లా - చిత్తూరు

- వ్యవసాయదారుల శాతం అల్పంగా ఉన్న జిల్లా - పశ్చిమ గోదావరి

2. వ్యవసాయ కూలీలు:

- రాష్ట్రంలో మొత్తం ఉపాంత శ్రామికులలో వ్యవసాయ కూలీలు - 24.41 లక్షలు
- వ్యవసాయ కూలీలు అధికంగా ఉన్న జిల్లా - శ్రీకాకుళం
- వ్యవసాయ కూలీలు అల్పంగా ఉన్న జిల్లా - విశాఖపట్నం
- రాష్ట్రంలో మొత్తం ఉపాంత శ్రామికులలో వ్యవసాయ కూలీల శాతం - 64.84%
- వ్యవసాయ కూలీల శాతం అధికంగా ఉన్న జిల్లా - శ్రీకాకుళం
- వ్యవసాయ కూలీల శాతం అల్పంగా ఉన్న జిల్లా - విశాఖపట్నం

3. కుటీర పరిశ్రమ శ్రామికులు:

- రాష్ట్రంలో మొత్తం ఉపాంత శ్రామికులలో కుటీర పరిశ్రమ శ్రామికులు - 1.33 లక్షలు
- కుటీర పరిశ్రమ శ్రామికులు అధికంగా ఉన్న జిల్లా - అనంతపురం
- కుటీర పరిశ్రమ శ్రామికులు అల్పంగా ఉన్న జిల్లా - విజయనగరం
- రాష్ట్రంలో మొత్తం ఉపాంత శ్రామికులలో కుటీర పరిశ్రమ శ్రామికుల శాతం - 3.56%
- కుటీర పరిశ్రమ శ్రామికుల శాతం అధికంగా ఉన్న జిల్లా - అనంతపురం
- కుటీర పరిశ్రమ శ్రామికుల శాతం అల్పంగా ఉన్న జిల్లా - శ్రీకాకుళం

DISTRICT-WISE AND CATEGORY-WISE DISTRIBUTION OF MARGINAL WORKERS, 2011 CENSUS

(in Number)

Sl. No.	District	Household Industries	% of Col. 8 over Col. 3	Others	% of Col. 10 over Col. 3
(1)	(2)	(8)	(9)	(10)	(11)
1.	Srikakulam	9,383	2.65	66,382	18.75
2.	Vizianagaram	5,516	2.69	46,049	22.49
3.	Visakhapatnam	16,832	4.12	1,52,128	37.22
4.	East Godavari	11,842	3.25	84,257	23.10
5.	West Godavari	8,239	3.37	52,280	14.33
6.	Krishna	8,456	2.78	91,661	21.39
7.	Guntur	7,343	2.67	63,056	22.90
8.	Prakasam	6,317	2.66	47,825	20.17
9.	S.P.S. Nellore	7,127	2.99	49,839	20.94
10.	Y.S.R	11,073	4.60	59,352	24.68
11.	Kurnool	12,402	4.56	74,268	27.31
12.	Ananthapuramu	18,239	5.12	75,942	21.30
13.	Chittoor	11,130	4.22	79,421	30.14
	ANDHRA PRADESH	1,33,899	3.56	9,42,460	25.04

Source: Primary Census Abstract, Census 2011, Director of Census Operations, Hyderabad.

4. ఇతర రంగాలలో శ్రామికులు:

- ❖ రాష్ట్రంలో మొత్తం ఉపాంత శ్రామికులలో ఇతర రంగాలలోని శ్రామికులు - 9.42 లక్షలు
- ❖ ఇతర రంగాలలోని శ్రామికులు అధికంగా ఉన్న జిల్లా - విశాఖపట్నం
- ❖ ఇతర రంగాలలోని శ్రామికులు అల్పంగా ఉన్న జిల్లా - విజయనగరం
- ❖ రాష్ట్రంలో మొత్తం ఉపాంత శ్రామికులలో ఇతర రంగాలలోని శ్రామికుల శాతం - 25.04%
- ❖ ఇతర రంగాలలోని శ్రామికుల శాతం అధికంగా ఉన్న జిల్లా - విశాఖపట్నం
- ❖ ఇతర రంగాలలోని శ్రామికుల శాతం అల్పంగా ఉన్న జిల్లా - పశ్చిమ గోదావరి

మొత్తం శ్రామికులలో వృత్తులవారీ వర్గీకరణ:

DISTRICT-WISE AND CATEGORY-WISE DISTRIBUTION OF TOTAL WORKERS, 2011 CENSUS

(in Number)

Sl. No.	District	Total Workers	Cultivators	% of Col. 4 over Col. 3	Agricultural Labourers	% of Col. 6 over Col. 3
(1)	(2)	(3)	(4)	(5)	(6)	(7)
1.	Srikakulam	12,90,288	1,65,317	12.81	7,00,833	54.32
2.	Vizianagaram	11,57,962	2,12,285	18.33	5,57,254	48.12
3.	Visakhapatnam	18,89,879	3,22,164	17.05	5,78,949	30.63
4.	East Godavari	21,69,558	1,79,660	8.28	11,69,767	53.92
5.	West Godavari	18,08,293	1,60,300	8.86	10,89,001	60.22
6.	Krishna	20,48,880	1,50,166	7.33	10,06,976	49.15
7.	Guntur	23,81,624	3,02,341	12.69	12,27,956	51.56
8.	Prakasam	17,00,567	2,80,029	16.47	8,89,218	52.29
9.	S.P.S. Nellore	13,14,561	1,65,513	12.59	6,25,262	47.56
10.	Y.S.R	13,20,404	2,43,607	18.45	5,42,455	41.08
11.	Kurnool	20,29,425	3,10,954	15.32	10,37,302	51.11
12.	Ananthapuramu	20,36,166	4,13,253	20.30	8,79,537	43.20
13.	Chittoor	19,33,357	4,34,544	22.48	7,48,093	38.69
	ANDHRA PRADESH	2,30,80,964	33,40,133	14.47	1,10,52,603	47.89

- ❖ రాష్ట్రంలో మొత్తం శ్రామికులు - 2.3 కోట్లు
- ❖ మొత్తం శ్రామికులు అధికంగా ఉన్న జిల్లా - గుంటూరు
- ❖ మొత్తం శ్రామికులు అల్పంగా ఉన్న జిల్లా - విజయనగరం

1. వ్యవసాయదారులు:

- ❖ రాష్ట్రంలో మొత్తం శ్రామికులలో వ్యవసాయదారులు - 33.40 లక్షలు
- ❖ వ్యవసాయదారులు అధికంగా ఉన్న జిల్లా - చిత్తూరు
- ❖ వ్యవసాయదారులు అల్పంగా ఉన్న జిల్లా - కృష్ణా
- ❖ రాష్ట్రంలో మొత్తం శ్రామికులలో వ్యవసాయదారుల శాతం - 14.47%
- ❖ వ్యవసాయదారుల శాతం అధికంగా ఉన్న జిల్లా - చిత్తూరు
- ❖ వ్యవసాయదారుల శాతం అల్పంగా ఉన్న జిల్లా - కృష్ణా

2. వ్యవసాయ కూలీలు:

- రాష్ట్రంలో మొత్తం శ్రామికులలో వ్యవసాయ కూలీలు - 1.10 కోట్లు
- వ్యవసాయ కూలీలు అధికంగా ఉన్న జిల్లా - గుంటూరు
- వ్యవసాయ కూలీలు అల్పంగా ఉన్న జిల్లా - కడప
- రాష్ట్రంలో మొత్తం శ్రామికులలో వ్యవసాయ కూలీల శాతం - 47.89%
- వ్యవసాయ కూలీల శాతం అధికంగా ఉన్న జిల్లా - పశ్చిమ గోదావరి
- వ్యవసాయ కూలీల శాతం అల్పంగా ఉన్న జిల్లా - విశాఖపట్నం

3. కుటీర పరిశ్రమ శ్రామికులు:

- రాష్ట్రంలో మొత్తం శ్రామికులలో కుటీర పరిశ్రమ శ్రామికులు - 6.62 లక్షలు
- కుటీర పరిశ్రమ శ్రామికులు అధికంగా ఉన్న జిల్లా - అనంతపురం
- కుటీర పరిశ్రమ శ్రామికులు అల్పంగా ఉన్న జిల్లా - విజయనగరం
- రాష్ట్రంలో మొత్తం శ్రామికులలో కుటీర పరిశ్రమ శ్రామికుల శాతం - 2.87%
- కుటీర పరిశ్రమ శ్రామికుల శాతం అధికంగా ఉన్న జిల్లా - అనంతపురం
- కుటీర పరిశ్రమ శ్రామికుల శాతం అల్పంగా ఉన్న జిల్లా - పశ్చిమ గోదావరి

DISTRICT-WISE AND CATEGORY-WISE DISTRIBUTION OF TOTAL WORKERS, 2011 CENSUS

(in Number)

Sl. No.	District	Household Industries	% of Col. 8 over Col. 3	Others	% of Col. 10 over Col. 3
(1)	(2)	(8)	(9)	(10)	(11)
1.	Srikakulam	34,479	2.67	3,89,659	30.20
2.	Vizianagaram	27,469	2.37	3,60,954	31.17
3.	Visakhapatnam	54,545	2.89	9,34,221	49.43
4.	East Godavari	58,782	2.71	7,61,349	35.09
5.	West Godavari	34,220	1.89	5,24,772	29.02
6.	Krishna	48,444	2.36	8,43,294	41.16
7.	Guntur	47,436	1.99	8,03,891	33.75
8.	Prakasam	42,603	2.51	4,88,717	28.74
9.	S.P.S. Nellore	35,403	2.69	4,88,383	37.15
10.	Y.S.R	55,824	4.23	4,78,518	36.24
11.	Kurnool	60,791	3.00	6,20,378	30.57
12.	Ananthapuramu	1,05,343	5.17	6,38,033	31.34
13.	Chittoor	57,269	2.96	6,93,451	35.87
	ANDHRA PRADESH	6,62,608	2.87	80,25,620	34.77

Source: Primary Census Abstract, Census 2011, Director of Census Operations, Hyderabad.

4. ఇతర రంగాలలో శ్రామికులు:

- రాష్ట్రంలో మొత్తం శ్రామికులలో ఇతర రంగాలలోని శ్రామికులు - 80.25 లక్షలు
- ఇతర రంగాలలోని శ్రామికులు అధికంగా ఉన్న జిల్లా - విశాఖపట్నం
- ఇతర రంగాలలోని శ్రామికులు అల్పంగా ఉన్న జిల్లా - విజయనగరం

- ❖ రాష్ట్రంలో మొత్తం శ్రామికులలో ఇతర రంగాలలోని శ్రామికుల శాతం - 34.77%
- ❖ ఇతర రంగాలలోని శ్రామికుల శాతం అధికంగా ఉన్న జిల్లా - విశాఖపట్నం
- ❖ ఇతర రంగాలలోని శ్రామికుల శాతం అల్పంగా ఉన్న జిల్లా - పశ్చిమ గోదావరి

మతాలపరంగా జనాభా

మతం	2001	2011
హిందువులు	4.12 కోట్లు	4.48 కోట్లు
ముస్లింలు	31.3 లక్షలు	36.1 లక్షలు
క్రైస్తవులు	7.97 లక్షలు	6.8 లక్షలు
జైనులు	21,900	27,159
బౌద్ధులు	2,400	4,139
సిక్కులు	7,000	9,904

Note: రాష్ట్ర జనాభాలో మైనార్టీ వాటా 8.8%.

- ❖ 2011 మత జనగణన ప్రకారం ఆంధ్రప్రదేశ్‌లో హిందువుల జనాభా - 4,48,00,000 (90.86%)

హిందువుల సంఖ్య అధికంగా గల జిల్లా : తూర్పుగోదావరి

హిందువుల సంఖ్య తక్కువగా గల జిల్లా : విజయనగరం

హిందువులలో పురుషుల సంఖ్య : 2.24 కోట్లు

హిందువులలో స్త్రీల సంఖ్య - 2.23 కోట్లు

2011 మత జనగణన ప్రకారం ఆంధ్రప్రదేశ్‌లో ముస్లింల జనాభా - 36,17,713(7.3%)

- ❖ ముస్లింల జనాభా అధికంగా గల మొదటి మూడు జిల్లాలు - 1) కర్నూలు
  2) గుంటూరు
  3) అనంతపురం
- ❖ ముస్లింల జనాభా తక్కువగా గల జిల్లా - శ్రీకాకుళం
  - ♦ ముస్లింలలో పురుషుల సంఖ్య - 18.18 లక్షలు
  - ♦ ముస్లింలలో స్త్రీల సంఖ్య - 19.99 లక్షలు
- ❖ 2011 మత జనగణన ప్రకారం ఆంధ్రప్రదేశ్‌లో క్రైస్తవుల జనాభా - 6,82,600 (1.3%)
  - ♦ క్రైస్తవుల జనాభా అధికంగా గల జిల్లా : కృష్ణా
  - ♦ క్రైస్తవుల జనాభా తక్కువగా గల జిల్లా : విజయనగరం
  - ♦ క్రైస్తవులలో పురుషుల సంఖ్య - 3.29 లక్షలు
  - ♦ క్రైస్తవులలో స్త్రీల సంఖ్య - 3.53 లక్షలు
- ❖ 2011 మత జనగణన ప్రకారం ఆంధ్రప్రదేశ్‌లో సిక్కుల జనాభా - 9,904 (0.021%)
  - ♦ సిక్కుల జనాభా అధికంగా గల జిల్లా : విశాఖ
  - ♦ సిక్కుల జనాభా తక్కువగాగల జిల్లా: శ్రీకాకుళం
- ❖ 2011 మత జనగణన ప్రకారం ఆంధ్రప్రదేశ్‌లో బౌద్ధుల జనాభా - 4,139
  - ♦ బౌద్ధుల జనాభాలో మొదటి స్థానంలో గల జిల్లా : కృష్ణా
  - ♦ బౌద్ధుల జనాభాలో చివరి స్థానంలో గల జిల్లా : శ్రీకాకుళం

❖ 2011 మత జనగణన ప్రకారం ఆంధ్రప్రదేశ్‌లో జైనుల జనాభా - 27,159

- జైనుల జనాభాలో మొదటి స్థానంలో గల జిల్లా : కృష్ణా
- జైనుల జనాభాలో చివరి స్థానంలో గల జిల్లా : శ్రీకాకుళం

❖ 2011 మత జనగణన ప్రకారం ఆంధ్రప్రదేశ్‌లో ఇతర మతస్థుల జనాభా - 4,125

- ఇతర మతస్థుల జనాభాలో ఎక్కువ గల జిల్లా : కృష్ణా
- ఇతర మతస్థుల జనాభాలో తక్కువగా గల జిల్లా : శ్రీకాకుళం

❖ 2011 మత జనగణన ప్రకారం ఆంధ్రప్రదేశ్‌లో మతం చెప్పనివారి జనాభా - 1,65,401

- మతం చెప్పనివారి జనాభాలో ఎక్కువ గల జిల్లా : కృష్ణా
- మతం చెప్పనివారి జనాభాలో తక్కువగా గల జిల్లా : నెల్లూరు

SC జనాభా:

❖ 2011 సెన్సస్ ప్రకారం రాష్ట్రంలో షెడ్యూల్డ్ కులాల జనాభా మరియు స్త్రీ, పురుష నిష్పత్తి క్రింది విధంగా ఉంది.

DISTRICT-WISE SCHEDULED CASTE AND SCHEDULED TRIBE POPULATION AND SEX RATIO, 2011 CENSUS

(in Number)

Sl. No.	District	Total Population			Scheduled Caste Population			
		Male	Female	Total	Male	Female	Total	Sex Ratio
(1)	(2)	(3)	(4)	(5)	(6)	(7)	(8)	(9)
1.	Srikakulam	13,41,738	13,61,376	27,03,114	1,25,214	1,30,450	2,55,664	1,042
2.	Vizianagaram	11,61,477	11,82,997	23,44,474	1,21,493	1,26,235	2,47,728	1,039
3.	Visakhapatnam	21,38,910	21,51,679	42,90,589	1,62,873	1,66,613	3,29,486	1,023
4.	East Godavari	26,33,304	26,52,520	52,85,824	4,74,802	4,82,500	9,57,302	1,016
5.	West Godavari	19,93,747	20,01,995	39,95,742	4,09,579	4,13,966	8,23,545	1,011
6.	Krishna	22,67,375	22,50,023	45,17,398	4,35,412	4,35,651	8,71,063	1,001
7.	Guntur	24,40,521	24,47,292	48,87,813	4,76,333	4,81,074	9,57,407	1,010
8.	Prakasam	17,14,764	16,82,684	33,97,448	3,97,242	3,90,619	7,87,861	983
9.	S.P.S. Nellore	14,92,974	14,70,583	29,63,557	3,32,673	3,33,915	6,66,588	1,004
10.	Y.S.R	14,51,777	14,30,692	28,82,469	2,32,123	2,33,671	4,65,794	1,007
11.	Kurnool	20,39,227	20,14,236	40,53,463	3,70,215	3,67,730	7,37,945	993
12.	Ananthapuramu	20,64,495	20,16,653	40,81,148	2,92,379	2,90,756	5,83,135	994
13.	Chittoor	20,90,204	20,83,860	41,74,064	3,89,582	3,96,178	7,85,760	1,017
	ANDHRA PRADESH	2,48,30,513	2,47,46,590	4,95,77,103	42,19,920	42,49,358	84,69,278	1,007

- SC జనాభా - 84,69,278 (17.08%)
- SC జనాభాలో స్త్రీలు - 42.49 లక్షలు
- SC జనాభాలో పురుషులు - 42.19 లక్షలు
- SC జనాభా శాతంలో అధికంగా గల మొదటి మూడు జిల్లాలు -
  1) ప్రకాశం (23.1%)
  2) నెల్లూరు (22.49%)
  3) పశ్చిమ గోదావరి (20.69%)
- SC జనాభా శాతంలో అల్పంగా గల మొదటి మూడు జిల్లాలు -
  1) విశాఖపట్నం (7.6%)
  2) శ్రీకాకుళం (9.5%)
  3) విజయనగరం (10.5%)

- మొత్తం SC జనాభాలో పట్టణ శాతం - 20.02%
- మొత్తం SC జనాభాలో పట్టణ శాతంలో మొదటి స్థానంలో గల జిల్లా - విశాఖ
- మొత్తం SC జనాభాలో పట్టణ శాతంలో చివరి స్థానంలో గల జిల్లా - ప్రకాశం

- **SC లలో పిల్లల జనాభా - 9.61 లక్షలు**

SCలలో పిల్లల జనాభాలో మొదటి స్థానంలో గల జిల్లా - గుంటూరు

SCలలో పిల్లల జనాభాలో చివరి స్థానంలో గల జిల్లా - విజయనగరం

- **SC child Sex Ratio - 961**

SCలలో child Sex Ratio లో మొదటి స్థానంలో గల జిల్లా - విశాఖపట్నం

SCలలో child Sex Ratio లో చివరి స్థానంలో గల జిల్లా - నెల్లూరు

- **SC అక్షరాస్యత రేటు** - 64.47%

SC పురుష అక్షరాస్యత రేటు - 71.66%

SC స్త్రీ అక్షరాస్యత రేటు - 57.3%

SC అక్షరాస్యత రేటులో మొదటి స్థానం గల జిల్లా - పశ్చిమగోదావరి

SC అక్షరాస్యత రేటులో చివరి స్థానం గల జిల్లా - కర్నూల్

Note: 1. నూతన 26 జిల్లాల ప్రకారం అత్యధిక sc జనశాతం గల జిల్లా - కోనసీమ జిల్లా (24.85%)

2. నూతన 26 జిల్లాల ప్రకారం అత్యల్ప sc జనశాతం గల జిల్లా - అల్లూరి జిల్లా (2.49%)

ST జనాభా:

- 2011 సెన్సస్ ప్రకారం రాష్ట్రంలో షెడ్యూల్డ్ తెగల జనాభా మరియు స్త్రీ, పురుష నిష్పత్తి క్రింది విధంగా ఉంది.

DISTRICT-WISE SCHEDULED CASTE AND SCHEDULED TRIBE POPULATION AND SEX RATIO, 2011 CENSUS

(in Number)

Sl. No.	District	% of SC Total Population to District Total Population	Scheduled Tribe Population				% of ST Total Population to District Total Population
			Male	Female	Total	Sex Ratio	
(1)	(2)	(10)	(11)	(12)	(13)	(14)	(15)
1.	Srikakulam	9.46	81,382	84,736	1,66,118	1,041	6.15
2.	Vizianagaram	10.57	1,14,687	1,20,869	2,35,556	1,054	10.05
3.	Visakhapatnam	7.68	3,02,905	3,15,595	6,18,500	1,042	14.42
4.	East Godavari	18.11	1,44,548	1,52,496	2,97,044	1,055	5.62
5.	West Godavari	20.61	65,548	68,663	1,34,211	1,048	3.36
6.	Krishna	19.28	66,734	65,730	1,32,464	985	2.93
7.	Guntur	19.59	1,25,105	1,21,984	2,47,089	975	5.06
8.	Prakasam	23.19	76,677	74,468	1,51,145	971	4.45
9.	S.P.S. Nellore	22.49	1,45,168	1,40,829	2,85,997	970	9.65
10.	Y.S.R	16.16	38,571	37,315	75,886	967	2.63
11.	Kurnool	18.21	42,052	40,779	82,831	970	2.04
12.	Ananthapuramu	14.29	78,573	75,554	1,54,127	962	3.78
13.	Chittoor	18.82	79,756	79,409	1,59,165	996	3.81
	ANDHRA PRADESH	17.08	13,61,706	13,78,427	27,40,133	1,012	5.53

Source: Primary Census Abstract, Census 2011, Director of Census Operations, Hyderabad.

- ST జనాభా - 27,40,133 (5.53%)
- ST లలో స్త్రీలు - 13.78 లక్షలు
- ST లలో పురుషులు - 13.61 లక్షలు
- రాష్ట్రంలో ST జనాభా శాతం - 5.53%
- రాష్ట్రంలో ST జనాభా శాతంలో మొదటి రెండు స్థానాలు గల జిల్లాలు : 1) విశాఖ (14.4%), 2) విజయనగరం (10%)
- రాష్ట్రంలో st జనాభా శాతంలో చివరి స్థానం గల జిల్లా : కర్నూలు (2.04%)

  నోట్: st జనాభాలో చివరి స్థానంలో ఉన్న జిల్లా : కడప
- రాష్ట్ర st జనాభాలో పట్టణాల్లో నివశిస్తున్న జానభా శాతం : 12.34%
  - దీనిలో మొదటి స్థానంలో గల జిల్లా - కృష్ణా
  - చివరి స్థానంలో గల జిల్లా - శ్రీకాకుళం
- ST లలో స్త్రీ - పురుష నిష్పత్తి : 1012/1000
- ST లలో స్త్రీ - పురుష నిష్పత్తి ప్రథమ స్థానం గల జిల్లా - తూర్పుగోదావరి (1055)
- ST లలో స్త్రీ - పురుష నిష్పత్తి చివరి స్థానం గల జిల్లా - అనంతపురం
- ST **లలో పిల్లల జనాభా** - 3.37 లక్షలు

  ST లలో పిల్లల జనాభాలో మొదటి స్థానంలో గల జిల్లా - విశాఖపట్నం

  ST లలో పిల్లల జనాభాలో చివరి స్థానంలో గల జిల్లా - ప్రకాశం
- ST child Sex Ratio - 964/1000

  ST లలో child Sex Ratio లో మొదటి స్థానంలో గల జిల్లా - విజయనగరం

  STలలో child Sex Ratio లో చివరి స్థానంలో గల జిల్లా - అనంతపురం
- ST అక్షరాస్యత రేటు - 48.83%

  ST పురుష అక్షరాస్యత రేటు - 56.91%

  ST స్త్రీ అక్షరాస్యత రేటు - 40.89%
- ST అక్షరాస్యత రేటులో ప్రథమ స్థానంలో గల జిల్లా - పశ్చిమగోదావరి

  ST అక్షరాస్యత రేటులో చివరి స్థానంలో గల జిల్లా - నెల్లూరు

Note: నూతన 26 జిల్లాల డేటా ప్రకారం అత్యధిక షెడ్యూల్డ్ తెగల జనాభా శాతం గల జిల్లా - అల్లూరి (82.67%)

నూతన 26 జిల్లాల డేటా ప్రకారం అత్యల్ప షెడ్యూల్డ్ తెగల జనాభా శాతం గల జిల్లా - కోనసీమ (0.7%)

Note: రాష్ట్రంలో మొత్తం అక్షరాస్యతా రేటుని అవరోహణ క్రమంలో చూస్తే:

1) పురుషుల అక్షరాస్యత రేటు - 74.77%
2) SC పురుషుల అక్షరాస్యత రేటు - 71.66%
3) రాష్ట్రంలో అక్షరాస్యత రేటు - 67.35%
4) SCల అక్షరాస్యత రేటు - 64.67%
5) మహిళల అక్షరాస్యత రేటు - 59.96%
6) SC మహిళల అక్షరాస్యత రేటు - 57.38%
7) ST పురుషుల అక్షరాస్యత రేటు - 56.91%

8)	STల అక్షరాస్యత రేటు	- 48.83%
9)	ST మహిళల అక్షరాస్యత రేటు	- 40.89%

❖ రాష్ట్రంలో ఇప్పటివరకు 8 ITDA (Integrated Tribal Development Agency) లను ఏర్పాటు చేశారు. అవి

1. ITDA – సీతంపేట (మన్యం) (అవిభక్త శ్రీకాకుళం)
2. ITDA – పార్వతీపురం (మన్యం) (అవిభక్త విజయనగరం)
3. ITDA – పాడేరు
4. ITDA – రంపచోడవరం (అల్లూరి) (అవిభక్త తూర్పు గోదావరి)
5. ITDA – చింతూరు (అల్లూరి)

Note: ఆంధ్రప్రదేశ్ రాష్ట్ర ప్రభుత్వం ద్వారా ఇటీవల కాలంలో ఏర్పడిన ITDA చింతూరు. ఇది పోలవరం సబ్ఆర్డినెన్స్ క్రింద ముంపు మండలంగా ఆంధ్రప్రదేశ్‌లో చేరింది.

6. ITDA – కె.ఆర్. పురం (ఏలూరు) (అవిభక్త పశ్చిమ గోదావరి).

Note:
1. శ్రీకాకుళం, విజయనగరం, విశాఖపట్నం, తూర్పు గోదావరి, పశ్చిమ గోదావరి జిల్లాలన్నీ నూతన జిల్లాల ఏర్పాటు కంటే ముందు రాష్ట్రంలో ట్రైబల్ జిల్లాలు.
2. నూతన జిల్లాల ఏర్పాటు తర్వాత మన్యం, అల్లూరి, ఏలూరు – కేవలం ఈ మూడు జిల్లాలు మాత్రమే రాష్ట్రంలో ట్రైబల్ జిల్లాలు (కానీ రాష్ట్ర సామాజిక-ఆర్థిక సర్వేలో కేవలం రెండు జిల్లాలను మాత్రమే ట్రైబల్ జిల్లాలుగా గుర్తించారు. అవి మన్యం, అల్లూరి).

7. ITDA – శ్రీశైలం (నంద్యాల) (అవిభక్త కర్నూలు) – చెంచు తెగ కోసం.
8. ITDA – నెల్లూరు (నెల్లూరు) (జిల్లా మారని ఏకైక ITDA) – యానాది తెగ కోసం.

Note: ఆంధ్రప్రదేశ్ ST మంత్రిత్వ శాఖ / ప్రెసిడెన్షియల్ ఆర్డర్ ప్రకారం రాష్ట్రంలో మొత్తం sT తెగల సంఖ్య 35.

భారతీయ & ఆంధ్రప్రదేశ్ భాషలు

భాష:

❖ భాష అంటే మానవుడు తన మనస్సులోని అభిప్రాయాల్ని, ఆలోచనల్ని బహిర్గతం చేయడానికి ముఖావయవంతో చేసే అర్థవంతమయిన ధ్వనుల సముదాయము. భావ వ్యక్తీకరణమే భాష యొక్క ప్రధాన ఆశయం.

❖ ప్రపంచంలోని విభిన్న ప్రాంతాలలో విభిన్న జాతులవారు వేరు వేరు భాషలను మాట్లాడుతున్నారు. ప్రస్తుతం ప్రపంచంలో ఉన్న భాషలు 7000కి పైగా ఉన్నాయని శాస్త్రవేత్తల అంచనా. మొత్తం మీద ప్రారంభంలో ఒకే భాష ఉండి అనేక మార్పులకి గురయి కాలక్రమంలో ఆ భాష నుంచి అనేక భాషలు పుట్టాయని శాస్త్రజ్ఞుల అభిప్రాయం.

❖ 1906లో అప్పటి ప్రభుత్వం భారతీయ భాషలపై సమగ్రమయిన పరిశోధన చేయించాలనే ఉద్దేశంతో ప్రముఖ భాషావేత్త అయిన 'సర్‌జార్జి గ్రియర్సన్'ను ప్రధాన సంపాదకుడిగా నియమించింది. ఇతని కృషి ఫలితంగా 'హిందూదేశపు లింగ్విస్టిక్ సర్వే" (Linguistic Survey of india) అనే పేరుతో పదకొండు సంపుటాలు 1927లో ముద్రించబడ్డాయి. ఈ సంపుటాల్లో 179 భాషలు, 544 మాండలికాలు సర్వే చేయబడ్డాయి.

❖ భారతదేశ ప్రజలు వివిధ రకాల భాషలను మాట్లాడుతారు. మొత్తం భారతీయ భాషలని నాలుగు భాషా కుటుంబాలుగా వర్గీకరించటం జరిగింది.

1. ఇండో యూరోపియన్ భాషాకుటుంబం (ఆర్య)

2. ద్రావిడ భాషా కుటుంబం (ద్రావిడ)
3. ఆస్ట్రో-ఏసియాటిక్/ఆస్ట్రిక్ భాషా కుటుంబం (నిషాద)
4. సైనో - టిబెటెన్/టిబిటో - బర్మన్ భాషా కుటుంబం (కిరాత)

❖ భారతదేశంలో సుమారు 73% మంది ప్రజలు ఇండో-ఆర్యన్ భాషా కుటుంబంకి చెందిన భాషలు, 20% మంది ద్రావిడా భాషా కుటుంబానికి చెందిన భాషలు, మిగతా 7% మంది ఆస్ట్రో - ఏసియాటిక్ & సైనో - టిబినెట్ కుటుంబాలకి చెందిన భాషలను మాట్లాడుతున్నారు.

1. ఇండో - ఆర్యన్ భాషాకుటుంబం:

❖ భారతదేశంలో ఎక్కువ శాతం ప్రజలు ఈ కుటుంబానాకి చెందిన భాషలే మాట్లాడతారు. దీనిని మరల రెండు భాగాలుగా విభజించారు. అవి.

1. డార్డిక్ ఆర్యన్ భాషలు
2. ఇండో -ఆర్యన్ భాషలు.

1. డార్డిక్ ఆర్యన్ భాషలు:

❖ ఈ భాషలను ఎక్కువగా కాశ్మీర్‌లోని గల చిన్న చిన్న పర్వత లోయలలో మాట్లాడుతారు. భారతదేశంలోనే కాకుండా పాకిస్తాన్ & ఆఫ్ఘనిస్తాన్ సరిహద్దు ప్రాంతాలలో మాట్లాడుతారు. ఈ భాషలలో మూడు వర్గాలు కలవు. అవి.

ఎ. కాశ్మీరీ, షినా, సరైనా మరియు కోహిస్తానీతో సహాోషీనా వర్గం.

బి. ఖోవర్ లేదా చత్రన్ / చిత్రాలి వర్గం.

సి. కఫయిస్తాన్ / నూరిస్తానీ వర్గం వంటి శాఖలు కలవు.

కాశ్మీర్‌లో షినా & కాశ్మీరీ మరియు కొన్ని మాండలికాలు కాశ్మీరీకి అనుబంధంగా ఉన్నాయి. కాశ్మీరీ దాని స్థావరాలలో డార్డిక్ ఆర్యన్ మాండలికంవలె కనిపిస్తుంది. కానీ ఇది చాలా ప్రాచీన కాలం నుండి సంస్కృతం & ప్రాకృత భాషలచే తీవ్రంగా ప్రభావితమైంది. కాశ్మీర్ డార్టిక్ కంటే ఇండో - ఆర్యన్‌కి చెంది ఉంటుందని ఎందరో అభిప్రాయపడ్డారు.

❖ చాలా మంది పండితులు డార్డిక్‌ను ఇండో - ఆర్యన్ యొక్క శాఖగా మాత్రమే పరిగణిస్తారు. ఈ డార్డిక్ మాండలికాలు అంతరించిపోయే దశలో ఉన్నాయి. కాశ్మీరీ అయితే భారత యూనియన్‌లో జాతీయ భాషగా గుర్తించబడింది.

❖ 20 లక్షల మందికి పైగా మాట్లాడే కాశ్మీరీ తప్ప డార్డిక్ ఆర్యన్ భాషలలోని మరే ఇతర భాష 7వేల కంటే ఎక్కువమంది మాట్లాడరు.

2. ఇండో-ఆర్యన్ భాషలు:

❖ ఆర్య భాషలలో ఇది రెండవ ఉపసమూహం.

❖ ఇందులో హిందీ, బెంగాలీ, పంజాబీ, రాజస్థానీ, గుజరాతీ, సింధీ, కచ్ఛి, మరాఠీ, ఒరియా, సంస్కృతం, అస్సామీ మరియు ఉర్దూ వంటి భాషలు కలవు. ఈ భాషలు మాట్లాడే ప్రజల ప్రాంతాల ఆధారంగా ఈ క్రింది విధంగా విభజించటం జరిగింది.

ఎ. **ఉత్తర ఆర్యన్ భాషలు:** ఈ సమూహంలోని భాషలు ఉత్తర భారతదేశంలోని కొండ ప్రాంతాల ప్రజలు మాట్లాడే మాండలికాలకి చెందినవి. వాటిలో నేపాలీ, సెంట్రల్ పహరీ, వెస్టెర్న్ పహరీ వంటి ఆర్యన్ భాషలు ఉన్నాయి.

బి. **వాయువ్య ఆర్యన్ భాషలు:** దేశంలోని వాయువ్య ప్రాంతంలో నివసించే ప్రజలు మాట్లాడే ప్రసిద్ధ ఆర్యన్ భాషలు ఖండ, కచ్ఛి, సింధీ.

సి. **దక్షిణ ఆర్యన్ భాషలు:** మరాఠీ & కొంకణి ఆర్యభాషలు దక్షిణ సమూహంలోకి వస్తాయి.

డి. తూర్పు ఆర్యన్ భాషలు: ఈ భాషలు గల ప్రాంతం దేశంలోని తూర్పు భాగాలలో ఉంది. బీహారీ, ఒరియా, బెంగాలీ, అస్సామీ వంటి భాషలు ఈ సమూహంలో ఉంటాయి.

ఇ. తూర్పు మధ్య ఆర్యన్ భాషలు: అవధ్, బుందేల్‌ఖండ్ & చత్తీస్‌ఘడ్ ప్రాంతాలలో ప్రజలు మాట్లాడే భాషలు. ఇందులో గల ప్రధాన భాషలు. అవధ్, బుగేలి, చత్తీస్‌ఘడీ.

ఎఫ్. మధ్య ఆర్యన్ భాషలు: భారతదేశానికి మధ్యలోగల ప్రాంతాలలో మాట్లాడే భాషలు ఇందులో ప్రధాన భాషలు - హిందీ, పంజాబీ, రాజస్తానీ మరియు అలవారి వంటివి.

దేశంలో అత్యధిక శాతంలో మాట్లాడే ఆర్యభాష హిందీ, భారతదేశమంతటా హిందీ మాట్లాడే ప్రజలు సాధారణంగా ఉంటారు. నిరక్షరాస్యులు సైతం హిందీని మాట్లాడగలరు, అర్థం చేసుకోగలరు. కాబట్టి హిందీకి జాతీయ భాష హోదా కల్పించటం జరిగింది.

2. ద్రావిడ భాషా కుటుంబం:

- ద్రావిడ భాషలు ఆర్యభాషలకంటే పురాతనమైనవి. ఆర్యులకంటే ద్రావిడులే భారతేశంలోకి ముందుగా ప్రవేశించారని అంచనా. మరికొంతమంది ద్రావిడులు స్వస్థానీయులని అభిప్రాయం ఉంది. తరువాతి దశలో ఆర్యులచే దక్షిణం వైపుకి తరిమివేయబడ్డారని వాదన కలదు.
- నేడు ద్రావిడ భాషలు తమంతట తాముగా ఒక పెద్దకుటుంబంగా విస్తరిస్తున్నాయి. ద్రావిడ భాషలు అనేక సమూహాలుగా ఉంటాయి. ఇందులో ప్రధాన సముహాలు మూడు :-

1. ఉత్తర ద్రావిడ భాషా కుటుంబం : ఇందులో బ్రాహుయిా, కుడుఖ్/కురుఖ్ /ఒరాన్, మాల్తో/మలేర్/మల్పహరియా అనే భాషలు కలవు. ఇందులో గల భాషలు అనాగరిక భాషలు. సాహిత్యం లేని భాషలు.

నోట్: అనాగరిక భాషలతో కూడిన ఏకైక ద్రావిడ భాషా కుటుంబం ఉత్తర ద్రావిడ భాషా కుటుంబం.

- ప్రస్తుత భారతదేశంలో బ్రాహుయిా భాష వాడుకలో లేదు. ఇది తప్ప ద్రావిడ భాషా వర్గంలో గల అన్ని భాషలు మనదేశంలో వ్యవహారంలో ఉన్నాయి. పాకిస్తాన్‌లోని కాలత్, హైర్‌పూర్, క్వెట్టా, కరాచీ ప్రాంతాలలో మాట్లాడుతారు. మాల్తో, కుడుఖ్ వంటి భాషలు బీహార్, ఒడిషా, మధ్యప్రదేశ్‌లలో మాట్లాడుతారు.

2. మధ్యద్రావిడ భాషా కుటుంబం : ద్రావిడ భాషా కుటుంబాలలో ఎక్కువ భాషలు గల ఉప కుటుంబం. ఇందులో మొత్తం 12 ద్రావిడ భాషలు కలవు. తెలుగు, గోండి, కొండ, పెంగో, మండ, కుయి, కువి, కొలామీ, నాయకీ, పర్జీ, గదబ, ఒల్లారి భాషలు కలవు.

- ఈ భాషలు మధ్య భారతదేశంలోని ఆంధ్రప్రదేశ్, ఒడిస్సా, మహారాష్ట్ర, మధ్యప్రదేశ్ ప్రాంతాలలో వ్యవహరిస్తారు. ఈ పన్నెండు భాషలలో సాహిత్యంగల ఏకైక భాష తెలుగు. మిగతావన్నీ అనాగరిక భాషలే. తెలుగు భాష భారతదేశంకి వెలుపల మయన్మార్, ఇండో-చైనా & దక్షిణాఫ్రికాలో సైతం వ్యాపించి ఉంది. తెలుగు భాషని ఇటాలియన్ ఆఫ్ ద ఈస్ట్ అని అంటారు.

3. దక్షిణ ద్రావిడ భాషా కుటుంబం: ద్రావిడ భాషా కుటుంబంలో నాగరిక భాషలు ఎక్కువగా ఉన్న ఉపకుటుంబం ఇది ఇందులో మొత్తం 8 భాషలు కలవు. అవి:

తమిళం, మలయాళం, కన్నడం, తుళు, కొడగు, తొద, కోత, బడగ

- ఈ భాషలను తమిళనాడు, పుదుచ్చేరి, కేరళ, కర్ణాటక వంటి ప్రాంతాలలో వ్యవహరిస్తారు.

3. ఆస్ట్రో-ఏసియాటిక్ భాషా కుటుంబం:

- ఈ కుటుంబ భాషల్ని భాషా వేత్తలు 3 ఉపకుటుంబాలుగా వర్గీకరించారు. అవి 1) కోల్ / కొలేరియన్ / ముండా భాషా కుటుంబం 2) నికోబార్ ఉపకుటుంబం 3) మాన్‌ఖ్మేర్ ఉపకుటుంబం.
  1. **కోల్ / కొలేరియన్ ముండా భాషాకుటుంబం:** ఇందులో సంతాలీ, ముండారీ, కోర్కు, హెూ, సవర వంటి భాషలు కలవు. భారతదేశంలోని బీహార్, మధ్యప్రదేశ్, ఒరిస్సా, అస్సాం, ఆంధ్రప్రదేశ్‌లలో వ్యవహరిస్తున్నారు.
  2. **నికోబార్ ఉపకుటుంబం :** నికోబాల్ దీవుల్లోని ఆదివాసుల భాష 'నికోబరీస్' ఇటీవల కాలంలో భాషా వేత్తలు ఈ పేరు పెట్టారు.
  3. **మాన్-ఖ్మేర్ ఉపకుటుంబం:** ఈశాన్య భారతదేశంలోని అస్సాంలోని ఖాసీ కొండల్లో, జయంతియా పర్వత శ్రేణులలో "ఖాసీ" భాష మాట్లాడతారు. దూర ప్రాచ్య దేశాల్లో ఈ భాష మాట్లాడుతారు.

4) సైనో-టిబెటన్/టిబెటో-బర్మన్ భాషా కుటుంబం:

- ఆసియా ఖండంలోని చైనా, టిబెట్, బర్మా, థాయ్‌లాండ్, భారతదేశాలలో వ్యాప్తి చెందిన భాషా కుటుంబమిది. దీనికి టిబెట్ & బర్మా ప్రాతినిధ్యం వహించటం వల్ల ఈ పేరు వచ్చింది. కాశ్మీర్ మొదలుకొని ఈశాన్య రాష్ట్రాల వరకు ఈ భాషా కుటుంబాన్ని మరల నాలుగు కుటుంబాలుగా వర్గీకరించారు.
  1. **ఉత్తర-అస్సాం వర్గం:** అక, అబోర్, మిరి, మిష్మి మొదలైన భాషలు వర్గానికి చెందుతాయి. ఇందులో అత్యదిక సంఖ్యలో ప్రజలు మిరి, మిష్మీని మాట్లాడుతారు. దీనిని ఉత్తర అస్సాం, శివాలిక్ పర్వత శ్రేణులలో ఎక్కువగా వ్యవహరిస్తారు. దీనినే అరుణాచల్ శాఖ అని కూడా అంటారు.
  2. **అస్సాం-బర్మీస్ వర్గం:** బోడో, నాగ, కఛారీ, టిప్రాస్ వంటి భాషలు ఈ వర్గంలోకి చెందుతాయి. బోడో బ్రహ్మపుత్రలోయలోనూ, కఛారీ భాష అస్సాంలోని కఛారి పర్వత ప్రాంతాలలో, నాగాలాండ్‌లో నాగా భాష వాడుకలో ఉన్నాయి.
  3. **కూకూచిన్ వర్గం:** ఈ వర్గానికి చెందిన భాషలలో మణిపురి ప్రధానమైనది. మణిపూర్ రాష్ట్రంలో ఈ భాష వ్యవహారంలో ఉంది. మణిపురి భాషకు 15వ శతాబ్దంలో లిపి ఏర్పడింది.
  4. **టిబిటెన్ వర్గం:** లడఖీ, దెన్జాంగ్-కె, లోల్హా-కె మొదలయిన భాషలు ఈ వర్గంలో చేరుతాయి. టిబెట్ సరిహద్దుల్లోని లడఖ్‌లో లడఖీ భాష మాట్లాడతారు. సిక్కింలో దెన్జాంగ్-కె, భూటాన్‌లో - 'లోల్హో-కె' భాష మాట్లాడతారు.
- ఇవేకాకుండా సైనోటిబెటన్ భాషా కుంటుంబంలో కొన్ని ఇతర ముఖ్యమైన భాషలు కలవు. అవి త్రిపుర, మికిర్, లుషాయి మరియు మిజో భాషలు.

భారతదేశ భాషా మండలాలు:

- భారతదేశాన్ని భాషలకు నిలయంగా చెప్పవచ్చు.
- జార్జ్ గ్రియర్సన్ ప్రకటించిన మొత్తం 179 భాషలలో 116 భాషలు గిరిజన తెగలకు చెందినవే. వారు ఉత్తర మరియు భారతదేశపు ఈశాన్య అంచులలో మాత్రమే మాట్లాడుతారు. వీరు దేశంలోని మొత్తం జనాభాలో 1% కంటే తక్కువ మంది ఉన్నారు.
- కొన్ని డజన్ల సంఖ్యలో భాషలు భారతదేశానికి సంబంధించినవి కావు.
- 1961 జనాభా లెక్కల సమయంలో భాషలపై అత్యంత సమగ్రమైన సమాచారాన్ని సేకరించారు. ఈ జనాభా లెక్కల ప్రకారం, మొత్తం భారతదేశంలో 187 భాషలు మాట్లాడేవారు. అందులో 94 భాషలు 10,000 కంటే తక్కువ మంది మాట్లాడుతున్నారు మరియు 23 భాషలు కలిపి దేశంలోని మొత్తం జనాభాలో 77% మాట్లాడేవారున్నారు.

- **భారతీయ భాషలు - అధికారిక భాషలు:** భారతదేశంలో 1652 భాషలు వున్నాయని భాషాశాస్త్రవేత్తల అభిప్రాయం 2022 జనాభా లెక్కల ప్రకారం మన దేశ జనాభా 142 కోట్లు. అందులో పురుషులు 74 కోట్లు మరియు స్త్రీలు 60 కోట్లు కలరు. అక్షరాస్యత - 77.7%. భారత రాజ్యాంగంలో ఎనిమిదో షెడ్యూల్‌లో ప్రస్తుతం 22 భాషలు మాత్రమే కలవు. వీటినే మనం రాజ్యాంగం గుర్తించిన అధికారభాషాలుగా వ్యవహరిస్తున్నాం.
- మొట్టమొదటి సారిగా రాజ్యాంగంలో 14 భాషల్ని మాత్రమే అధికార భాషలుగా గుర్తించారు. అవి : 1) తమిళం 2) కన్నడం 3) మాలయాళం 4) తెలుగు 5)పంజాబీ 6)మరాఠి 7) బెంగాలీ 8) హిందీ 9) ఉర్దూ 10) ఒరియా 11) కాశ్మీరి 12) గుజరాతీ 13) సంస్కృతం 14) అస్సామీ.
- 1967లో 21వ రాజ్యాంగ సవరణ ద్వారా "సింధీ" (15)వ అధికారిక భాషగా, 1992లో 71వ రాజ్యాంగ సవరణ ద్వారా కొంకణి (16), మణిపురి (17), నేపాలి (18)వ అధికారిక భాషాలుగా 8వ షెడ్యూల్‌లో చేర్చారు. ఇలా 18 ప్రాంతీయ భాషలకు అధికారిక భాషామోదం కలిగింది. 23-12-2003లో 92వ రాజ్యాంగ సవరణ ద్వారా (19) బోడ్ (20) డోగ్రీ (21) మైథిలీ, (22) సంతాలీ భాషలకు అధికార భాషామోదం వచ్చింది.
- స్వాతంత్ర్యం తర్వాత భారతదేశంలో రాష్ట్రాల ఏర్పాటుకు భాష చాలా ముఖ్యమైన ప్రాతిపదికగా మారింది. తద్వారా భాషల భౌగోళిక పంపిణీకి కొత్త రాజకీయ అర్థాన్ని జోడించింది. నేడు భారతీయ యూనియన్‌లోని చాలా రాష్ట్రాలు భాషా ప్రాతిపదిక ఆధారంగా విభజించబడ్డాయి.
- అయినప్పటికీ దేశంలోని, ఈశాన్య, తూర్పు & మధ్య ప్రాంతాలలో నివసించే గిరిజన ప్రజల భాషలు & మాండలికాలు ఏ భాషానమూనాకు సరిపోవు. ఎందుకంటే వారు విభిన్న సంఖ్యలో ఉంటారు. భారతదేశంలో మొత్తం మీద 12 భాషలు విస్తృతంగా మాట్లాడబడుతున్నాయి.
- భారతదేశంలో భాషా ప్రాయుక్తంగా 12 రాష్ట్ర సమూహాలు కలవు. అవి:

భాషా ప్రాయుక్త మండలాలు & భాషలు

క్ర.సంఖ్య	భాషాప్రాయుక్త ప్రాంతం	రాజకీయ విభాగం రాష్ట్రం / కేంద్రపాలిత ప్రాంతం
1.	కాశ్మీరి	కాశ్మీర్ లోయ
2.	పంజాబీ	పంజాబ్ & హర్యానాలో పరిసర ప్రాంతాలు
3.	హిందీ	ఉత్తరప్రదేశ్, హర్యానా, హిమాచల్‌ప్రదేశ్, బీహార్, మధ్యప్రదేశ్, చత్తీస్‌ఘడ్, జార్ఖండ్, ఉత్తరాఖండ్, ఢిల్లీ, రాజస్థాన్.
4.	బెంగాలీ	పశ్చిమ బెంగాల్, త్రిపురలో కొన్ని భాగాలు.
5.	అస్సామీస్	అస్సాం మరియు ఈశాన్య రాష్ట్రాలు.
6.	ఒడియా	ఒడిస్సా
7.	గుజరాతీ	గుజరాత్
8.	మరాఠి	మహారాష్ట్ర, గోవా
9.	కన్నడ	కర్ణాటక
10.	తెలుగు	ఆంధ్రప్రదేశ్, తెలంగాణ
11.	తమిళ	తమిళనాడు, పుదుచ్చేరి
12.	మలయాళం	కేరళ, లక్షద్వీప్

- స్టాటిస్టికల్ కమీషన్ ఆఫ్ ఇండియా వారి 2011 సర్వే ప్రాతిపదికన షెడ్యూల్డ్ భాషలు (అవరోహణ క్రమం)

భాష		2011 జనగణన ప్రకారం (%)
1.	హిందీ	: 43.63%
2.	బెంగాలీ	: 8.03%
3.	మరాఠీ	: 6.86%
4.	తెలుగు	: 6.70%
5.	తమిళం	: 5.70%
6.	గుజరాతీ	: 4.58%
7.	ఉర్దూ	: 4.19%
8.	కన్నడ	: 3.61%
9.	ఒడియా	: 3.10%
10.	మలయాళం	: 2.88%
11.	పంజాబీ	: 2.74%
12.	అస్సామీస్	: 1.26%
13.	మైథిలీ	: 1.12%
14.	సంతాలీ	: 0.61%
15.	కాశ్మీరీ	: 0.56%
16.	నేపాలీ	: 0.24%
17.	సింధీ	: 0.23%
18.	డోగ్రి	: 0.21%
19.	కొంకణి	: 0.19%
20.	మణిపూరి	: 0.15%
21.	సంస్కృతం	: 0.03%

: 1971 నాటికి మొత్తం అధికారిక భాషలన్నిటిలో కెల్లా హిందీ మాట్లాడే / మాతృభాషగా మాట్లాడే ప్రజల సంఖ్య 36.9% నుండి 2011 నాటికి 43.6% పెరిగింది. హిందీ భాషలో 60 మాండలికాలు కలవు. అందులో హిందీకి మాండలికమైన కరైబోలి అనే మాండలికాన్ని 61.9% మంది ప్రజలు మాట్లాడుతున్నారు.

❖ వివిధ మాండలికాలను ఉపయోగిస్తూ హిందీని మాట్లాడుతున్న ప్రజలు అవి :

1) భోజ్‌పురి (9.6%)
2) రాజస్థానీ (4.9%)
3) చత్తీస్‌గరీ (3.1%)
4) మగధి (2.4%)
5) హర్యాణి (1.9%)
6) కోట/కోర్త (1.5%)
7) మర్వారీ (1.5%)
8) బుందేల్ ఖండీ (1.1%)

- మిగతా 12% హిందీ మాట్లాడే ప్రజలు వివిధ రకాల మండలికాలను ఉపయోగిస్తున్నారు.
- భారతదేశంలో సాంస్కృతిక భాషా హోదాను పొందిన భాషలు:
  1) తమిళం - 2004 (ద్రావిడ భాష).
  2) సంస్కృతం - 2005 (ఆర్య భాష).
  3) తెలుగు - 2008 (ద్రావిడ భాష).
  4) కన్నడ - 2008 (ద్రావిడ భాష).
  5) మలయాళం - 2013 (ద్రావిడ భాష).
  6) ఒడియా - 2014 (ఆస్ట్రిక్ భాష).
- వరల్డ్ ఆఫ్ స్టాటిటిక్స్ ఇటీవల కాలంలో వెల్లడించిన నివేదిక ప్రకారం ప్రపంచంలో అత్యధిక ప్రజలు మాట్లాడే భాషగా ఇంగ్లీష్ నిలిచింది.
  1) ఇంగ్లీష్ - 113.2 కోట్లు
  2) మాండరిన్ (చైనా) - 111.7 కోట్లు
  3) హిందీ - 61.5 కోట్లు
  4) స్పానిష్ - 55.90 కోట్లు
  7) బెంగాలి - 26.5 కోట్లు
  15) మరాఠి - 9.9 కోట్లు
  16) తెలుగు - 9.3 కోట్లు
  17) తమిళం - 8.6 కోట్లు

ఆంధ్రప్రదేశ్ భాషలు

- దక్షిణ భారతదేశంలో ఉన్న ఆంధ్రప్రదేశ్ రాష్ట్ర ప్రజలు ద్రావిడ భాషలలో ఒకటయిన తెలుగుభాషను అత్యధికంగా మాట్లాడుతారు. అయితే ఈ తెలుగు భాష రాష్ట్రంలో ప్రాథమిక భాషగా, అధికారిక భాషగా మరియు మాతృభాషగా అవతరించింది.
- రాష్ట్రంలో తెలుగు భాషతో పాటు ఉర్దూ, తమిళం, కన్నడ, ఒడియా భాషలు, జాతపు, కోయా, సవర భాషలు కూడా మాట్లాడేవారు ఉన్నారు.
- మన రాష్ట్రంలో కేవలం ద్రావిడ భాషలను మాట్లాడే ప్రజలేకాకుండా ఆస్ట్రో ఏసియాటిక్ కుటుంబానికి చెందిన కోల్/కొలేరియన్ లేదా ముండా భాషా ఉపకుటుంబంలో గల సవర మరియు గదబ భాషలు మాట్లాడే ప్రజలు కలరు. సవర మరియు గదబ భాషలు మాట్లాడే ప్రజలు కలరు. సవర మరియు గదబ మాట్లాడే వ్యవహర్తలు ఆంధ్రప్రదేశ్‌లోని ప్రస్తుత మన్యం మరియు అల్లూరి జిల్లాల్లో కలరు.
- ఆంధ్రప్రదేశ్‌లో అత్యధికంగా మాట్లాడేభాష తెలుగు. ఈ భాషను మొత్తం ఆంధ్రప్రదేశ్‌లోని అన్ని జిల్లాల్లో మాట్లాడుతారు. ఇవేకాకుండా చుట్టుప్రక్కల రాష్ట్రాలలో గల భాషల ప్రభావం వల్ల కొన్ని ఇతర భాషలు రాష్ట్రంలో మాట్లాడుతున్నారు.

ఇతర రాష్ట్రాల భాషల వల్ల ప్రభావితమైయిన జిల్లాలు:

1) **తమిళం :** తమిళనాడుకి సమీపంలో ఉండటం వల్ల చిత్తూరు & తిరుపతి జిల్లాలు తమిళ భాషా ప్రభావానికి గురయ్యాయి.

2) **కన్నడ :** కర్నాటకకి సమీపంలో ఉండటం వల్ల నంద్యాల, సత్యసాయి, అనంతపురం చిత్తూరు జిల్లాలు కన్నడ భాష ప్రభావానికి గురయ్యాయి.

3) **ఒడియా :** ఒడిస్సా సమీపంలో ఉత్తరాంధ్ర ఉండటం వల్ల ఉత్తరాంధ్రలోగల శ్రీకాకుళం, మన్యం, అల్లూరి జిల్లాలు ఒడియా ప్రభావానికి గురయ్యాయి.

❖ ఇంతేకాకుండా రాష్ట్రంలో ఇంగ్లీషు భాష భారతదేశమంతటా వ్యాపించి ఉండగా మన రాష్ట్రంలో కూడా ఈ భాషను ప్రస్తుతం వ్యవహరిస్తున్నారు. ఇదే కాకుండా రాష్ట్రంలో హిందువులతో పాటు ముస్లింలు కూడా ఎక్కువగా ఉండటం వల్ల ఉర్దూ భాష వ్యవహారంలో ఉంది.

❖ 2011-జనగణన ప్రకారం ఆంధ్రప్రదేశ్‌లో మాట్లాడే భాషలు :

1) తెలుగు - 89.21%
2) ఉర్దూ - 6.55%
3) తమిళం - 1.04%
4) కన్నడ - 0.99%
5) ఒడియా - 0.44%
6) మరాఠీ - 0.7%
7) ఇతర భాషలు - 1.07%

అధికారిక భాష హోదా:

1) ఆంధ్రప్రదేశ్ అధికారిక భాషల చట్టం - 1966 ప్రకారం తెలుగుని ఆంధ్రప్రదేశ్‌కి, తెలంగాణకి మరియు పుదుచ్చేరిలోయానం జిల్లాకి అధికారిక భాషా హోదా కల్పించారు.

2) ఆంధ్రప్రదేశ్‌లో మైనారిటీలుగా ఉన్న ముస్లింలు సుమారు 15 జిల్లాలలో ఉర్దూ భాషను మాట్లాడుతున్నారు. బడ్జెట్ సెషన్‌లో భాగంగా డిప్యూటి సి.ఎం. భాషా మరియు పర్యాటక మంత్రి అయిన ముత్తం శెట్టి శ్రీనివాసరావుగారు ఉర్దూని ఆంధ్రప్రదేశ్‌కి 2వ అధికారిక భాషగా ప్రకటించమని అధికారిక భాషా సవరణ చట్టం బిల్లుని 2022లో పాస్ చేసారు.

❖ ఆస్ట్రో - ఏసియాటిక్ భాష అయిన 'సవరభాష'కి గిడుగు రామమూర్తి పంతులుగారు "లిపి"ని అభివృద్ధి చేసారు.

ఆవాసాలు (Settlements)

❖ మానవుడు నివాసం ఏర్పరచుకున్న ప్రాంతాన్ని ఆవాసం అంటారు. ఆవాసానికి గల పర్యాయపదాలు : నివాసాలు మరియు జనపదాలు

❖ ఆవాసాల కోసం ప్రజలు గృహాలను, ఇతర నిర్మాణాలను వారి అవసరాలకు తగినట్లుగా ఏర్పరుచుకుంటారు. ఆహారభద్రత తరువాత సామాజిక జీవితాన్ని అనుభవించటానికి, జీవన భద్రతపై ఆర్థికసహాయ కార్యకలాపాల కోసం కొంత ప్రాంతాన్ని ఏర్పరుచుకుంటారు. అక్కడక్కడ ఏర్పాటు చేసుకునే చిన్న చిన్న ఆవాసాలను గ్రామాలు అంటారు.

❖ సాధారణంగా ఆవాసాలు రెండు రకాలు. అవి తాత్కాలిక మరియు శాశ్వత ఆవాసాలు.

1. తాత్కాలిక ఆవాసాలు (Temporary Settlements) :

❖ సంచార జీవనాన్ని కొనసాగించే ప్రజల నివాసాలను తాత్కాలిక ఆవాసాలు అంటారు. ఆహార సేకరణ, వేట, పశు పోషణ మొదలైన జీవన విధానాన్ని బట్టి మానవుడు ఒక చోట స్థిరంగా నివాసం ఏర్పరుచుకోలేదు. ఈ వృత్తులలో

కలవారు ఆహార అన్వేషణ కోసం వారి నివాసాలను ఒక చోటనుండి వేరే చోటుకు మార్చుకోవలసి వచ్చేది. ఇటువంటి ప్రజలను 'దిమ్మరులు' అంటారు.

- వీరు ప్రధానంగా ఒక ప్రదేశంలో తాత్కాలికంగా నివాసం ఏర్పరుచుకుని అక్కడ వనరులు తగ్గిపోయిన తరువాత కొత్త వనరుల అన్వేషణకై కొత్త ప్రాంతానికి వెళ్తారు.
- ఇటువంటి స్థావరాలలో ముఖ్యంగా చల్లని & వేడి ఎడారులు, అలాగే లోతైన అడవులు & పర్వతాలలో నివసించే ప్రజలుంటారు.

ఉదా : 1. ధృవ ప్రాంతాలలోని ఉండే ఎస్కిమోలు - ఇగ్లూలో నివసించటం

2. గుజ్జర్లు & బేకరవాల్లు కోటలు & బందిలలో నివసించటం

3. బద్దులు / బెడోవెన్లు క్రైమూస్‌లలో నివసించటం

4. అమెజాన్ నదిలోని రెడ్ ఇండియన్‌లు

5. కాంగోనది ప్రాంతంలో పిగ్మీలు, బుష్‌మెన్‌లు

2. శాశ్వత ఆవాసాలు (Permanent Settlements):

- స్థిరనివాసాలు ఏర్పరుచుకున్న ప్రజల ఆవాసాల్ని శాశ్వత ఆవాసాలు అంటారు. శాశ్వత ఆవాసాలను ప్రధానంగా వాటి ఉనికి, విస్తిరణ పరంగా రెండు రకాలుగా విభజించవచ్చు.

1. గ్రామీణ ఆవాసాలు
2. పట్టణ ఆవాసాలు

1. గ్రామీణ ఆవాసాలు (Rural Settelements) :

- ఒక ప్రాంతంలో తక్కువ జనాభా ఉంటూ ఎక్కువగా వ్యవసాయంపై గానీ లేదా ఇతర ప్రాథమిక కార్యకలపాలపై గానీ ఆధారపడి ఉంటే ఆ ప్రజల నివాసాలను గ్రామీణ ఆవాసాలు అంటారు.
- గ్రామీణ ఆవాసాలలో ఉన్న ప్రజలు వారి ఆర్థిక అవసరాలు / వారి జీవననానికి కావలసిన మద్దతును భూఆధారిత ప్రాథమిక వనరుల నుంచి పొందుతారు.
- వీరి ప్రధానవృత్తి వ్యవసాయం. గ్రామీణ ఆవాసాల అధ్యయనంలో ఉనికి, విస్తరణ & నమూనా వంటి మూడు అంశాలను పరిశీలించవచ్చు.

1. **ఉనికి :** ఒక గృహానికి లేదా గృహాల సమూహానికి భౌతిక పరిసరాలకు మధ్యగల సంబంధ బాంధవ్యాలను తెలియజేసేది ఉనికి. ఒక్కొక్క సారి ఒక ప్రత్యేక గృహం ఒక ప్రత్యేక ఉనికిని కలిగి ఉండవచ్చు.
2. **విస్తరణ :** ఇది ఆవాసాల విస్తృత లక్షణం.
3. **నమూనా/ఆకృతి :** ఒక గృహానికి లేదా గ్రామానికి & పరిసర గ్రామాలకు మధ్య ఉన్న సంబంధాన్ని తెలిపేది ఆవాస నమూనా.

గ్రామీణ ఆవాసాలు (Rural Settlements):

గ్రామీణ ఆవాసాల వర్గీకరణ :

- గ్రామీణ ఆవాసాలను ప్రధానంగా రెండు ప్రాతిపదికలతో వర్గీకరించవచ్చు. అవి

1. స్థిరమైన వసతి ప్రతిపాదిక
2. ఆవాసాల నమూనా / ఆకృతి.

- స్థిరమైన వసతి ప్రాతిపదికన గ్రామీణ ఆవాసాలను మూడురకాలుగా వర్గీకరించవచ్చు.

అవి 1. స్థిర/శాశ్వత నివాసం (Sedentary)

2. మధ్యస్థ స్థిర నివాసం (Semi-Sedentary)

3. అస్థిర / అశాశ్వత నివాసం (Non-Sedentary)

1. **స్థిర / శాశ్వత నివాసం :** వ్యవసాయమే వృత్తిగా కలవారు సాధారణంగా స్థిరనివాసం ఏర్పరుచుకుంటారు.

2. **మధ్యస్థ స్థిర నివాసం:** ఆదిమవాసుల ప్రాంతాలలో వ్యవసాయ వృత్తిలో ఉన్నవారు విస్థాపన వ్యవసాయం చేస్తారు. వీరు ప్రతి రెండు, మూడు సంవత్సరాలకు ఒకసారి తమ నివాసాలను మార్చుకుంటారు. వీరి వ్యవసాయ పద్ధతులు అతిపురాతనమైనవిగా ఉండుట వల్ల రెండు / మూడు సంవత్సరాలకే భూమిసారం నశించుటవల్ల ఆ ప్రదేశాన్ని వదిలి వీరు మరొక ప్రదేశంలో కొత్త భూమిని సాగుచేస్తూ అక్కడ నివాసం ఏర్పరుచుకుంటారు. అటువంటి వారి జనపదాలను మధ్యస్థ స్థిర నివాసాలుగా పరిగణిస్తారు.

3) **అస్థిర / అశాశ్వత నివాసం :** కొందరు ఆదిమవాసులు వ్యవసాయేతర వృత్తులయిన పశుపోషణ, వేటాడటం మొదలైన వృత్తులు గలవారు ఒక ప్రదేశం నుంచి మరొక ప్రదేశానికి సంచారం చేస్తారు. అటువంటి వారి జనపదాలను అస్థిర/అశాశ్వత నివాసాలుగా పరిగణిస్తారు.

జనపదాల నమూనా ప్రాతిపదికన గ్రామీణ ఆవాసాలు రెండు రకాలు:

1. సామూహిక జనపదాలు
2. విక్షిప్త జనపదాలు

1. సామూహిక జనపదాలు (Nucleated Settlement) :

❖ సామూహిక జనపదాలలో గృహాలు దగ్గర దగ్గరగా ఉండి ఒక సమూహంగా ఉంటాయి. ఈ గృహ సమూహాలను గ్రామంగా పరిగణించవచ్చు. ప్రతీ గ్రామంలో సాంఘిక, ఆర్థిక, రాజకీయ వ్యవస్థలు ఏర్పడి ఉంటాయి. సామూహిక గ్రామాలు సాంద్ర వ్యవసాయ ప్రాంతాలలోను, అధిక జనసాంద్రత ఉన్న ప్రాంతాలలోను కనబడతాయి.

2. విక్షిప్త జనపదాలు (Dispersed Settlement) :

❖ విక్షిప్త జనపదాలలో నివాస గృహాలు దూర దూరంగా ఉంటాయి. ఈ రకంలో వ్యవసాయదారులు / ప్రజలు తన సేద్యపు భూమికి మధ్యలోగానీ, ఒక పక్కగానీ తమ గృహాలను నిర్మించుకుంటారు. కానీ గ్రామీణ జనపదాలువలె అన్ని సౌకర్యాలు, వసతులు ఇందులో లభించవు. అయితే వ్యవసాయదారునికి అతని పశువులు సేద్యపు భూమికి దగ్గరగా ఉండటం వల్ల వ్యవసాయ పనికి సులువవుతుంది.

❖ సామూహికంగా, విక్షిప్తంగానే కాకుండా మరో నమూనా అయిన మధ్యస్థ నమూనా కూడా ఉంటుంది. అందులో

1. సామూహిక గ్రామం
2. శివారు గ్రామం
3. వియుక్త గ్రామం
4. సామూహిక విక్షిప్తం
5. రేఖీయ జనపదాలు

గ్రామీణ స్థావరాలు ప్రధానంగా నాలుగురకాలు అవి:

1. కంపాక్ట్ సెటిల్‌మెంట్ (సంఘటిత ఆవాసాలు):

❖ ఇటువంటి స్థావరాలు ఎక్కువగా అత్యధిక సారవంతమైన మైదాన ప్రాంతాలలో కనిపిస్తాయి.

ఉదా : గంగా, గోదావరి, కృష్ణా పరివాహక ప్రాంతాలు. ఇటువంటి స్థావరాలలో ఇల్లులు ఇరుకు ఇరుకుగా, దగ్గరగా ఉంటాయి.

❖ ఇటువంటి స్థావరాలు ఎక్కువగా మాల్వా ప్రాంతం, నర్మదాలోయ, బీహార్, ఉత్తరప్రదేశ్, వింధ్యా పీఠభూమి ప్రాంతాలలో కలవు.

❖ ఈ గ్రామాలలోని అన్ని గృహ సముదాయాలు ఒక కేంద్రీకృత ప్రాంతంలో నిర్మించబడి ఉంటాయి. ఇచ్చట నివసించేవారు కమ్యూనిటిలో లభించే అన్ని వసతులను కలిసి పంచుకుంటారు. ఇటువంటి ప్రాంతాలు 2500 మంది జనాభాతో రాజస్థాన్‌లోనూ, 10,000కి పైగా జనాభాతో గంగామైదాన ప్రాంతాలలో ఉంటాయి.

2. సెమీ - కంపాక్ట్ సెటిల్‌మెంట్ (అర్ధ - సంఘటిత ఆవాసాలు):

❖ ఇటువంటి స్థావరాలలో గృహాలు బహిరంగ ప్రదేశాలు (open places)లో నిర్మించుకుంటారు.

❖ ఈ స్థావరాలు అర్ధ శుష్క ప్రాంతాలు, ఆర్ధ్ర ప్రాంతాల నివాసలకు, సారవంతమైన నేలలకు & మామూలు నేలలకు మధ్య అభివృద్ధి చెందుతాయి. ఇవి ఒకదానికి ఒకటి దగ్గర దగ్గరగా కాకుండా ఒక కేంద్రీకృత స్థలంలో ఏర్పడతాయి.

❖ ఇటువంటి స్థావరాలు ఎక్కువగా గంగా యొక్క ఖాదర్ ప్రాంతాలలో, యమున, బ్రాహ్మపుత్ర నదులు ఉన్న ప్రాంతాలలో, వాటి ఉపనదులు గల ప్రాంతాలలో, పంజాబ్ బెట్ ప్రాంతంలో, ఉత్తరప్రదేశ్ & ఉత్తరాఖండ్ టెరాయి భూముల వద్ద, మహానది, గోదావరి, కృష్ణా, కావేరి వంటి ద్వీపకల్ప నదుల డెల్టా ప్రాంతాలలలో ఉంటాయి.

3. విక్షిప్తస్థావరం (Dispersed Settlement):

❖ ఇటువంటి స్థావరాలు రైతుల వ్యవసాయ భూములలో కానీ, వ్యవసాయ భూమికి దగ్గరగా గానీ చెల్లా చెదురుగా ఇరుగుపొరుగు వారు లేకుండా ఉంటాయి. ఈ రకమైన నివాసాలు ఎక్కువగా పర్వతాలపైన, పీఠభూమి ప్రాంతాలలో, గడ్డి మైదానాలు గల ప్రాంతాలలో కనిపిస్తాయి.

❖ ఇవి గిరిజన ప్రాంతం అయిన మధ్య భారతదేశంలోని తూర్పు & దక్షిణ రాజస్థాన్, హిమాలయ పర్వత పాదాలు, పర్వతాల వాలులపైన కనిపిస్తాయి.

❖ ఈ రకమైన స్థావరాలలో గోధుమ పండించు ప్రాంతాలైన పంజాబ్, హర్యానా, పశ్చిమ ఉత్తరప్రదేశ్‌లలో కనిపిస్తాయి. ఇటువంటి స్థావరాలకు ప్రధానకారణం అధిక జనాభా.

4. శివారు ఆవాసాలు (Hamletted Settlements):

❖ ఇవి ప్రధానంగా ఊరికి చివరలో ఉండే ఆవాసాలు. ఇవి పంటపొలాల మధ్యన, అక్కడక్కడ సమూహంగా, కేంద్రీకృత జనపదం లేకుండా ఉంటాయి. ఇలాంటి స్థావరాలు ఎక్కువగా పశ్చిమ బెంగాల్, తూర్పు ఉత్తరప్రదేశ్, మధ్యప్రదేశ్ & తీర ప్రాంత మైదానాలలో కనిపిస్తాయి.

గ్రామీణ ఆవాసాల ఆకృతులు వివిధరకాలుగా ఉంటాయి. అవి:

1. **రేఖీయ ఆవాస ఆకృతి (Linear Pattern):** దీనినే రిబ్బన్ లేదా స్ట్రింగ్ ఆకృతి అంటారు. ఇందులో ఆవాసాలు తిన్నగా ఒక వరుసలో ఉంటాయి. ఇవి తీర ప్రాంతాలలో, లోయ ప్రాంతాలు, రోడ్లకు సమాంతరంగా ఉంటాయి.

ఇటువంటి ఆకృతులు ఎక్కువగా దక్షిణ & మధ్యగంగా మైదానాలు, హిమాలయ ప్రాంత భాగాలలో, మలబార్, కొంకణ్ తీరప్రాంతాలలో & ఈశాన్య భారతదేశ రాష్ట్రాలలో కనిపిస్తాయి.

2. చెక్‌బోర్డర్ ఆవాస ఆకృతి (Check border Pattern) : ఇటువంటి నమునాలు ఎక్కువగా రెండురోడ్లు కలిసేచోట, లేదా ఇతర రవాణా విధానం దాదాపు లంబకోణంలో కలిసే చోట అభివృద్ధి చెందుతాయి. రెండు ప్రధాన రహదారులు ఖండించే ప్రదేశంలో ఇటువంటి ఆకృతి గల ఆవాసాలు ఎక్కువగా ఉంటాయి.

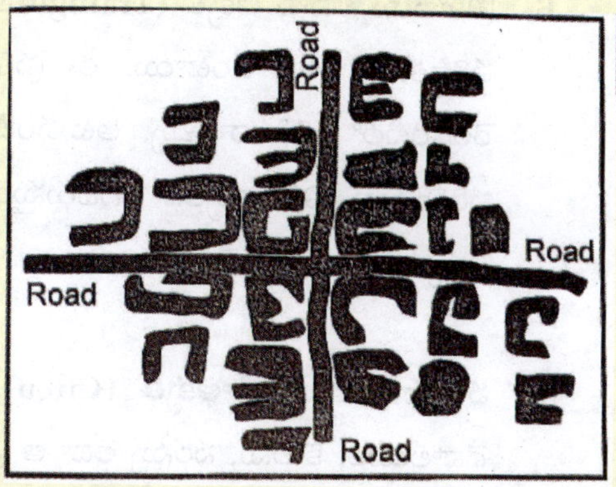

- ఇతర రహదారులు లేదా వీధులు ప్రధాన రహదారులకు సమాంతరంగా మరియు ఒకదానికొకటి సమాంతరంగా ఉంటాయి. ఒక రహదారికి మరొకటి లంబకోణంలో కలుస్తాయి.
- ఇటువంటి ఆవాస ఆకృతి ఎక్కువగా గంగా-యమునా దో అబ్ ప్రాంతాలలో, దక్షిణ భాతరదేశంలో తమిళనాడు, కర్ణాటక, ఆంధ్రప్రదేశ్ & తెలంగాణలలో ఉంటాయి.

3. చతుర్భుజ లేదా దీర్ఘచతురస్రాకార ఆవాస ఆకృతి (Rectangular Pattern): వ్యవసాయ సాగు ఎక్కువగా ఉన్న దగ్గర ఇటువంటి ఆకృతులు కలిగిన ఆవాసాలు కనిపిస్తాయి. ఇది చాలా వరకు దీర్ఘ చతురస్రాకార లేదా చతుర్భుజ ఆకారంలో అభివృద్ధి చెందుతుంది. ఈ స్థావరాలలో ఒకదానికొకటి రోడ్లు లేదా ఫుట్‌పాత్‌లతో అనుసంధానించబడతాయి. ఇవి ఎక్కువగా ఉత్తరభారతదేశ సారవంతమైన మైదానాలలో ఉంటాయి.

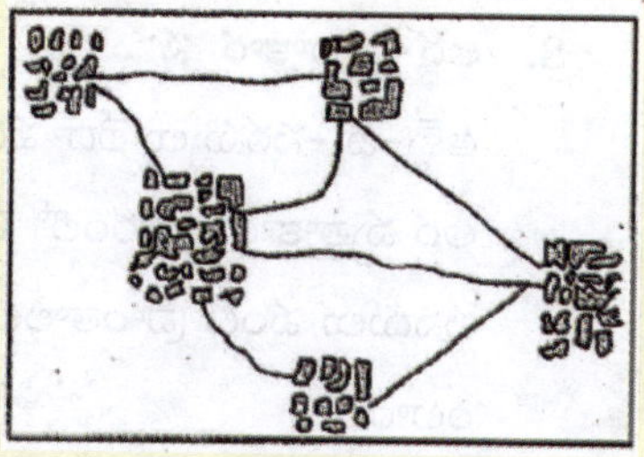

4. రేడియల్ రకపు ఆవాసఆకృతి (Radial Pattern): వివిధ దిశల నుండి వచ్చే రోడ్లు & వీధులు లేదా ఫుట్‌పాత్‌లు ఒక నోడల్ ప్రదేశంలో కేంద్రకంగా అభవృద్ధి చెందుతుంది. ఆ కేంద్రక ప్రాంతంలో గ్రామ అధిపతి విగ్రహాలు, మతపరమైన స్థలం లేదా సామాజిక, సాంస్కృతిక భవనాలు వంటివి ఉంటాయి. ఉత్తర మైదానాలలో ఈ నమూనాలు ఎక్కువ.

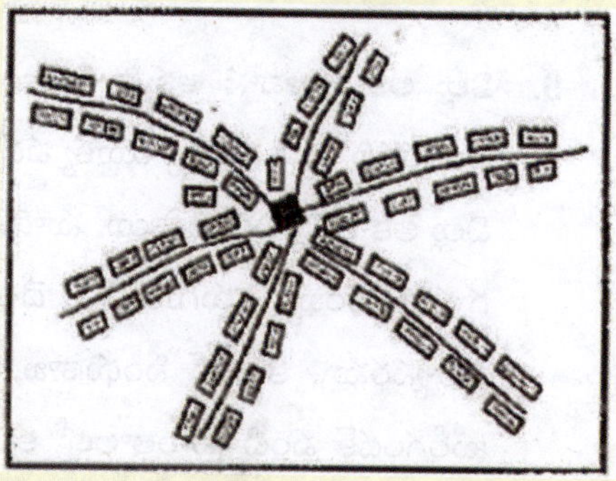

- భారత గ్రామాలలో 1/3వ వంతు గ్రామాలు ఇటువంటి ఆకృతిలోనే ఉంటాయి.

5. నక్షత్రాకార ఆవాస ఆకృతి (Star-like Pattern) : ఇది రేడియల్ నమూనాలో ఒక కొత్తరూపంగా చెప్పవచ్చు. రోడ్లు, వీధులు మరియు ఫుట్‌పాత్‌ల వంటి రవాణా మార్గాల మధ్య ఖాళీని ఇళ్లు మరియు ఇతర భవనాలు ఆక్రమించినపుడు ఇటువంటి పద్ధతి అభివృద్ధి చెందుతుంది. ఈ ఆకృతిలో ఇళ్ల నిర్మాణం నోడల్ ప్రాంతంనుండి మొదలయి అన్ని దిక్కులకు వ్యాపిస్తుంది. ఏదేమైనప్పటికీ అత్యధికంగా నిర్మాణాలు ఇటువంటి పద్ధతిలోనే రవాణా మార్గాల్లో జరుగుతుంది. ఇది మొత్తం కలిసి ఒక నక్షత్ర ఆకృతిని అభివృద్ధి చేస్తుంది. ఇవి ఎక్కువగా పంజాబ్, హర్యానా & పశ్చిమ ఉత్తరప్రదేశ్‌లలో కనిపిస్తాయి.

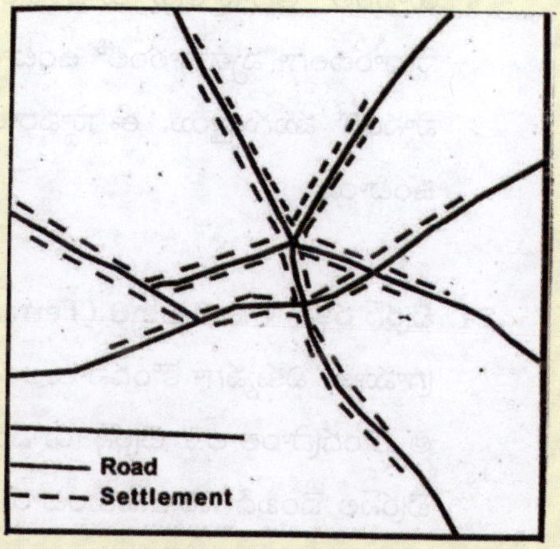

6. త్రికోణీయ ఆవాస ఆకృతి (Traingular Pattern) : ఈ నమూనాగల గ్రామాలలో మూడువైపుల ప్రతికూల పరిస్థితులు కలిగి ఉంటాయి. ఈ ప్రతికూల ఫలితం అనేది భౌతికంగా కానీ, సాంస్కృతికంగా కానీ లేదా రెండింటిలో కలిపి రావచ్చు. అటువంటి అడ్డంకులు ద్వారా స్థిరనివాసం యొక్క పెరుగుదల మూడువైపులకు పరిమితయి త్రికోణాకృతిని కనబరుస్తుంది. ఇటువంటి నమూనా రెండురోడ్లు / రెండు నదులు కలిసే చోట ఎక్కువగా అభివృద్ధి చెందుతుంది.

7. వలయాకార ఆవాసాఆకృతి (Circular Pattern) : గ్రామానికి మధ్యలో దేవాలయం, కొలను, సరస్సు లేదా ఆ గ్రామ పెద్ద ఇల్లు చుట్టూ అభివృద్ధి చెంది ఒక వలయాకార లేదా వృత్తాకార నమూనాను ఏర్పరుస్తుంది. ఇవి ఎక్కువగా గంగ-యమునా దో అబ్, ట్రాన్స్ యమునా ప్రాంతం, పంజాబ్, మహారాష్ట్ర, గుజరాత్ వంటి ప్రాంతాలలో ఉంటాయి.

8. అర్ధ-వృత్తాకార నమూనా (Semi Circular Pattern) : నదీ వంకరలు, ఆక్స్-బౌ-సరస్సులు లేదా పర్వతపాదాల వద్ద ఉన్న సరస్సు వెంబడి పెరిగే గ్రామాలు అర్ధ వృత్తాకార ఆకారంలో ఏర్పడతాయి. ఉదాహరణకు గంగా మరియు దాని ఉపనదులు వంటి ప్రాంతాలలో అర్ధవృత్తాకార నమూనా గల గ్రామాలను కలిగి ఉంటాయి.

9. విల్లు ఆకార ఆవాస ఆకృతి (Arrow like Pattern): ఒకే కేప్ చివర లేదా వంకరనది లేదా సరస్సు యొక్క పదునైన వంపు వద్ద ఏర్పడే గ్రామాలు తరచుగా విల్లు ఆకారాన్ని ఏర్పరుస్తాయి. సూదిమొన ఆకారం నుంచి దూరానికి పోయేకొలది గృహాల సంఖ్య పెరుగుతుంది. దేశంలో ఇటువంటి స్థావరాలు కన్యాకుమారి, చిల్కాసరస్సు, కంబట్ సింధుశాఖ, మధ్యప్రదేశ్‌లోని సోనార్‌నది & బీహార్‌లో బుర్హీగండక్ వంటి ప్రాంతాలలో కనిపిస్తాయి.

10. నెబ్యులార్ రకపు ఆవాస ఆకృతి (Nebular Like Pattern): ఇది ఒక నెబ్యులార్ రూపంలో ఆవాసాలను కూడి ఉంటుంది. ఇటువంటి స్థావరాలలో రోడ్లు సాధారణంగా వృత్తాకారంలో ఉంటాయి. ఇవి గ్రామం మధ్యలో లేదా కేంద్రక స్థానంతో ముగుస్తాయి. ఈ స్థావరాలు సాధారణంగా చిన్న పరిమాణం కలిగి ఉంటాయి.

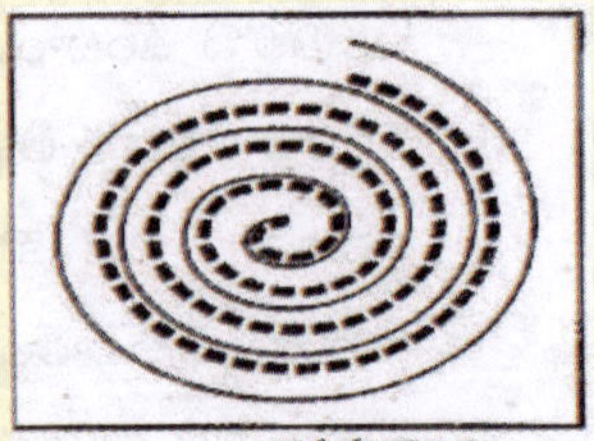

Nebular Pattern

11. టెర్రస్ రకపు ఆవాస ఆకృతి (Terraces like Pattern): ఇటువంటి ఆకృతి గల గ్రామాలు ఎక్కువగా కొండవాలులలో కనిపిస్తాయి. ఈ వాలులను ఉపయోగించి ఆ కొండప్రాంతాలని టెర్రస్ రూపంలో మార్చుకుని రైతులు తమ ఇళ్ళను ఈ టెర్రస్‌ల వెంబడి నిర్మించుకుంటారు. అక్కడ ఇల్లు భూమి వాలును అనుసరించి వివిధ రకాల ఎత్తులతో నిర్మిస్తారు. ఇటువంటి నమూనాలు గల గ్రామాలు జమ్మూ

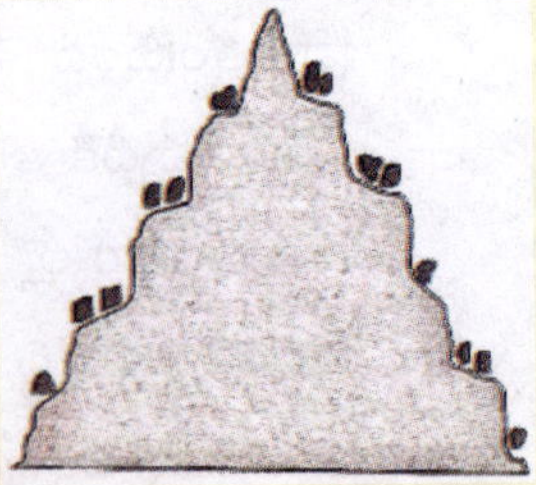

& కాశ్మీర్‌లోని కొండ చరియల వెంబడి, హిమాచల్ ప్రదేశ్, సిక్కిం, అరుణాచల్‌ప్రదేశ్, మిజోరాం మరియు పశ్చిమ కనుమలలో కనిపిస్తాయి.

12. **T-ఆకారపు ఆవాస అకృతి (T-Shape like settlement):** కొన్ని సందర్భాలలో రోడ్డు మార్గాలు t-ఆకారంలో ఒక దానికి మరొకటి కలుస్తాయి. అటువంటి సందర్భాలలో ఆ మార్గాన్ని అనుసరంచి ఇళ్ళ నిర్మాణం జరుపుతారు. అలాంటి సమయాలలో ఈ ఆకరపు గ్రామాలు అభివృద్ధి చెందుతాయి. ఇటువంటి ఆవాసాలు నైఋతి పంజాబ్, రాజస్తాన్, మాల్వా, చోటానాగ్‌పూర్ పీఠభూమి, మధ్యప్రదేశ్, ఆంధ్రప్రదేశ్‌లలో కనిపిస్తాయి.

❖ దేశంలో 2011 సెన్సస్ నాటికి ఇన్‌హేబిటెడ్ మరియు అన్‌ఇన్‌హేబిటెడ్ గ్రామాలు కలవు.

ఇన్‌హేబిటెడ్ గ్రామాలు: ప్రజలు నివసిస్తున్న గ్రామాల్ని ఇన్‌హేబిటెడ్ గ్రామాలు అంటారు.

అన్ ఇన్‌హేబిడెడ్ గ్రామాలు: ప్రజలు నివసించకుండా ఖాళీగా ఉన్న గ్రామాల్ని అన్‌ఇన్‌హేబిటెడ్ గ్రామాలు అంటారు.

❖ 2011, భారదేశ సెన్సస్ ప్రకారం దేశంలో 6,40,867 అన్ ఇన్‌హేబిటెడ్ గ్రామాలు కలవు. అందులో ఎక్కువ గ్రామాలు ఉత్తరప్రదేశ్‌లో 1,06,704 కలవు.

❖ 2011 నాటికి సెన్సస్ ప్రకారం దేశంలో అన్-ఇన్‌హేబిటెడ్ గ్రామాలు (ఇన్‌హేబిటెడ్ గ్రామాలతో కలిపి) కలిగిన

మొదటి రాష్ట్రాలు / కేంద్రపాలిత ప్రాంతాలు :

1) ఉత్తరప్రదేశ్ - 1,06,704
2) మధ్యప్రదేశ్ - 54,903
3) ఒడిషా - 51,313
4) బీహార్ - 44,874
5) రాజస్థాన్ - 44,672
6) మహారాష్ట్ర - 43,663.

చివరి రాష్ట్రాలు / కేంద్రపాలిత ప్రాంతాలు :

1) చండీఘర్ - 5
2) డామన్ డయ్యూ - 19
3) లక్షద్వీపులు - 21
4) దాద్రానగర్ హవేలి - 65
5) పుదుచ్చేరి - 90
6) ఢిల్లీ - 112.

❖ 2011 సెన్సస్ ప్రకారం దేశంలో మొత్తం ఇన్‌హేబిటెడ్ (inhabited) గ్రామాలు - 5,97,485.

ఈ గ్రామాలలో మొదటి 8 రాష్ట్రాలు / కేంద్రపాలితప్రాంతాలు :

1) ఉత్తరప్రదేశ్ - 97,184
2) మధ్యప్రదేశ్ - 51,929
3) ఒడిషా - 47,677
4) రాజస్థాన్ - 43,24

5) మహారాష్ట్ర - 40,961

6) పశ్చిమబంగ - 37,478

7) జార్ఖండ్ - 29,492

❖ ఈ గ్రామాలలో చివరి & రాష్ట్రాలు / కేంద్రపాలితప్రాంతాలు:

1) చండీఘర్ - 5

2) లక్షద్వీప్ -6

3) డామన్ & డయ్యూ - 19

4) దాద్రానగర్ హవేలి - 65

5) పుదుచ్చేరి - 90

6) ఢిల్లీ - 112.

7) గోవా - 320

8) అండమాన్ & నికోబార్ - 396

❖ 2011 సెన్సెస్ ప్రకారం భారతదేశంలో 3 విధానాలైన ఆవాసాలు ఎక్కువగా కనబడతాయి.

అవి : 1) విక్షిప్త సామూహిక జనపదాలు (Dispersed Agglomerated)

2) రేఖీయ జనపదాలు (Linear Settlements)

3) సామూహిక జనపదాలు (Nucleated Settlements)

పట్టణీకరణ

పట్టణ ఆవాసాలు:

❖ 1910లో usa లోని బ్యూరో ఆఫ్ సెన్సస్, పట్టణ జనాభాను మొదటగా నిర్వహించింది.

పట్టణాలు వర్గీకరణ:

1. Statutory Towns: మున్సిపాలిటీలు, కార్పోరేషన్లు, కంటోన్మెంట్ బోర్డ్‌లు, గుర్తించబడిన పట్టణ ప్రాంతాలు.
2. Censes Towns: 1971 జనాభా లెక్కల నుండి పట్టణాలలోను ఈ విధంగా నిర్వచించెను.

   ఎ. మున్సిపాలిటీలు, కార్పోరేషన్లు, కంటోన్మెంట్ బోర్డులు లేదా నోటిఫై చేయబడిన పట్టణాలు.

   బి. క్రింది లక్షణాలు గల ప్రాంతాలు

   1. కనీస జనాభా 5000 ఉండాలి.
   2. పనిచేసే పురుషుల్లో 75% మంది వ్యవసాయేతర రంగాలలో పనిచేస్తూ ఉండాలి.
   3. చదరపు కిలోమీటరకు 400 మంది నివసించాలి.
3. Urban Agglomerations: ఒకటి లేదా అంతకంటే ఎక్కువ పట్టణాలు నిరంతరాయంగా విస్తరిస్తూ, శివారు ప్రాంతాలను తమలో చేర్చుకుంటూ విస్తరించే పట్టణాలు. 1971 జనాభా లెక్కలలో UA అనే భావనను పరిచయం చేసెను. దీనిలో ఒక నగరం, దానిని అనుకుని ఉన్న పట్టణాలు రోజురోజుకు విస్తరిస్తుంటాయి.

   ఉదా: ముంబై పట్టణ సముదాయం, ఢిల్లీ పట్టణ సముదాయం, హైదరాబాద్ పట్టణ సముదాయం మొదలైనవి.

❖ 2011 సెన్సస్ ప్రకారం దేశంలో మొత్తం 7,935 పట్టణాలు కలవు (స్టాట్యుటరీ మరియు సెన్సస్ టౌన్స్‌తో కలిపి).

❖ 2011 సెన్సస్ ప్రకారం దేశంలో మొత్తం సుమారు 6,45,000 గ్రామాలు కలవు.

- గ్రామాలు ఎక్కువగా ఉన్న రాష్ట్రం - ఉత్తరప్రదేశ్
- గ్రామాలు తక్కువగా ఉన్న రాష్ట్రం - గోవా
- పట్టణాలు ఎక్కువగా ఉన్న రాష్ట్రం - తమిళనాడు (సంఖ్య పరంగా)
- **అత్యధిక గ్రామాల సంఖ్య కలిగిన రాష్ట్రాలు:**
  1) ఉత్తరప్రదేశ్
  2) బీహార్
  3) అస్సాం
- **అత్యల్ప గ్రామాల సంఖ్య కలిగిన రాష్ట్రాలు:**
  1) గోవా
  2) మిజోరాం
  3) సిక్కిం
- **అత్యధిక పట్టణాల సంఖ్య కలిగిన రాష్ట్రాలు:**
  1) మహారాష్ట్ర
  2) ఉత్తరప్రదేశ్
  3) తమిళనాడు
- **అత్యల్ప పట్టణాల సంఖ్య కలిగిన రాష్ట్రాలు:**
  1) సిక్కిం
  2) అరుణాచల్ ప్రదేశ్
  3) మిజోరాం
- **అత్యధిక పట్టణీకరణ శాతం కలిగిన రాష్ట్రాలు:**
  1) గోవా
  2) మిజోరం
  3) తమిళనాడు
- **అత్యల్ప పట్టణీకరణ శాతం కలిగిన రాష్ట్రాలు:**
  1) హిమాచల్ ప్రదేశ్
  2) బీహార్
  3) అస్సాం
- **అధిక పట్టణీకరణ శాతం గల కేంద్ర పాలిత ప్రాంతాలు:**
  1) ఢిల్లీ
  2) చండీఘర్
  3) డామన్ డయ్యూ
- **అల్ప పట్టణీకరణ శాతం గల కేంద్ర పాలిత ప్రాంతాలు:**
  1) అండమాన్ నికోబార్
  2) దాద్రానగర్ హవేలీ
  3) పాండిచ్చేరి

❖ **అత్యధిక గ్రామీణ శాతం కలిగిన రాష్ట్రాలు:**

1) హిమాచల్ ప్రదేశ్
2) బీహార్
3) అస్సాం

❖ **అత్యల్ప గ్రామీణ శాతం కలిగిన రాష్ట్రాలు:**

1) గోవా
2) మిజోరాం
3) తమిళనాడు

Out Growth (బాహ్య అభివృద్ధి పట్టణాలు):

❖ ఒక నగరం లేదా పట్టణంలోని కొన్ని చిన్న జనావాసాలు వాటి ప్రత్యేకత దృష్ట్యా, అభివృద్ధి దృష్ట్యా ప్రత్యేక పట్టణ సముదాయాలుగా గుర్తిస్తారు.

ఉదా : యూనివర్సిటీ క్యాంపస్, పోర్ట్ ఏరియా, రైల్వేకాలనీ

	2001 లెక్కలు	2011 లెక్కలు
1. చట్టబద్ధ నగరాలు	3799	4041
2. సెన్సస్ నగరాలు	1362	3894
3. పట్టణ సముదాయాలు	384	475
4. బాహ్య అభివృద్ధి పట్టణాలు	962	981

నగరాల వర్గీకరణ :

❖ భారత్‌లో పట్టణాలను 6 రకాలుగా విభజించారు.

1. 1వ తరగతి నగరం- లక్షకు పైగా జనాభా
2. 2వ తరగతి నగరం- 50,000-1లక్ష జనాభా
3. 3వ తరగతి నగరం- 20,000 - 50,000 జనాభా
4. 4వ తరగతి నగరం- 10,000-20,000 జనాభా
5. 5వ తరగతి నగరం- 5000-10,000 జనాభా
6. 6వ తరగతి నగరం- 5000లోపు జనాభా ఉంటే

❖ పట్టణ : 1 లక్ష కంటే తక్కువ జనాభా గలది.

❖ నగరం : 1 లక్ష పైన జనాభా గలది

మెట్రో నగరం: 10 లక్షలు - 50 లక్షలు జనాభా మధ్య ఉండేది

మెగా నగరం : 50 లక్షలు పైన జనాభా కలది

UN మెగా నగరం : కోటి జనాభా పైన ఉండేది

కాస్మోనగరం : కోటి జనాభా పైన ఉండేది. వివిధ దేశాల ప్రజలు ఒకనగరంలో నివసిస్తే దాన్ని కాస్మోపాలిటిన్ సిటి అంటారు.

ఉదా : న్యూఢిల్లీ

❖ మెట్రో నగరాలు : 1901లో కలకత్తా ఒక్కటే మెట్రో నగరం ఉండేది

1971 నాటికి 9కి, 2001 నాటికి 35కి పెరిగినవి

❖ 2011 నాటికి 53కి చేరినవి. పట్టణ జనాభాలో 43% ఇక్కడే నివసిస్తున్నారు.

1. గ్రేటర్ ముంబాయి : 18.414 మిలియన్లు
2. ఢిల్లీ : 16.314 మిలియన్లు
3. కోల్‌కత్తా : 14.1 మిలియన్లు

Note: 2001 నాటికి కోల్‌కత్తా 2వ స్థానంలో ఉండేది. 2011 నాటికి కోల్‌కత్తా 3వ స్థానానికి వచ్చి, ఢిల్లీ 2వ స్థానానికి చేరింది.

4. చెన్నై : 8.7 మిలియన్లు
5. బెంగుళూరు : 8.5 మిలియన్లు
6. హైదరాబాద్ : 7.749 మిలియన్లు
7. అహ్మదాబాద్ : 6.4 మిలియన్లు
8. వడోదర : 6.3 మిలియన్లు
9. పూణె : 5.04 మిలియన్లు

❖ 2001 జనాభా లెక్కల్లో మెగాసిటీలు 6 ఉండేవి. 2011 నాటికి 9కి పెరిగినవి కొత్తగా చేరినవి అహ్మదాబాద్, వడోదర, పూణె. ప్రస్తుతం ఆంధ్రప్రదేశ్‌లో విశాఖ, విజయవాడలు కలవు. మిలియన్ ప్లస్ సిటీస్ ఎక్కువగా ఉన్న రాష్ట్రాలు ఉత్తరప్రదేశ్ (7), కేరళ (7), ఈ రెండూ రాష్ట్రాల్లోనూ ఏడేసి నగరాలు కలవు.

Note: ఉమ్మడి ఆంధ్రప్రదేశ్‌లో మిలియన్ + సిటీలు 3 కలవు. (హైదరాబాద్, విశాఖపట్నం, విజయవాడ) ప్రస్తుత ఆంధ్రప్రదేశ్‌లో మిలియన్ + సిటీలు 2 మాత్రమే ఉన్నాయి (విశాఖపట్నం, విజయవాడ)

మెగా నగరాలు:

❖ UNO నిర్వచనం ప్రకారం కోటి జనాభా దాటితే అది మెగా నగరం. దీని ప్రకారం మనదేశంలో 3 మెగా నగరాలున్నవి. 2001తో పోలిస్తే 2001లో ఈ 3 మెగా నగరాలలోనూ జనాభా వృద్ధి రేటు నెమ్మదించినది మరియు తగ్గినది. 2011 జనాభా లెక్కల ప్రకారం కోటి జనాభా కంటే ఎక్కువ జనాభా కల్గిన నగరాలు 3.

1) గ్రేటర్ ముంబాయి.
2) ఢిల్లీ - అధిక జనాభా కల్గిన 2వ నగరం.
3) కోల్‌కతా - అధిక జనాభా కల్గిన 3వ నగరం.

❖ 2011 ప్రకారం 468కి పైగా పట్టణాలలో లక్షకు పైగా జనాభా ఉంది.

రాష్ట్రంలో సెన్సస్ గృహాలు

రాష్ట్రంలో అవిభక్త జిల్లాల వారీగా అప్పటికి ఉన్న సెన్సస్ గృహాలు:

DISTRICT-WISE CENSUS HOUSES AND THE USES, TO WHICH THEY ARE PUT, 2011 CENSUS

(in Number)

Sl. No.	District	Number of Census Houses			Census Houses and their use — Occupied Census Houses used as		
		Total	Vacant	Occupied	Residence	Residence cum other uses	Shop, Office
(1)	(2)	(3)	(4)	(5)	(6)	(7)	(8)
1.	Srikakulam	9,02,436	1,15,048	7,87,388	6,62,848	10,488	23,100
2.	Vizianagaram	7,49,514	81,359	6,68,155	5,75,110	10,570	21,912
3.	Visakhapatnam	13,79,340	1,00,805	12,78,535	11,04,619	14,405	43,933
4.	East Godavari	16,05,841	75,765	15,30,076	13,51,209	26,225	42,605
5.	West Godavari	12,55,628	57,813	11,97,815	10,44,107	14,340	38,224
6.	Krishna	14,76,334	60,466	14,15,868	11,88,889	18,111	50,996
7.	Guntur	15,82,990	96106	14,86,884	12,52,580	20,520	50,333
8.	Prakasam	10,87,575	1,00,601	9,86,974	8,25,540	16,351	28,180
9.	S.P.S. Nellore	9,53,513	79907	8,73,606	7,39,523	15,659	40,123
10.	Y.S.R	8,84,093	98467	7,85,626	6,82,401	16,580	24,711
11.	Kurnool	10,90,835	99954	9,90,881	8,52,333	19,385	28,476
12.	Ananthapuramu	12,44,428	1,44,462	10,99,966	9,25,899	32,470	31,698
13.	Chittoor	13,03,870	1,45,426	11,58,444	9,99,530	17,013	49,482
	ANDHRA PRADESH	1,55,16,397	12,56,179	1,42,60,218	1,22,04,588	2,32,117	4,73,773

- రాష్ట్రంలో 2011 నివేదిక ప్రకారం మొత్తం సెన్సస్ గృహాలు – 1.55 కోట్లు.
  - మొదటి స్థానంలో తూర్పు గోదావరి ఉంది.
  - చివరి స్థానంలో విజయనగరం ఉంది.
- రాష్ట్రంలో మొత్తం నివాస గృహాలు – 1.42 కోట్లు
  - మొదటి స్థానంలో తూర్పు గోదావరి ఉంది.
  - చివరి స్థానంలో విజయనగరం ఉంది.
- రాష్ట్రంలో మొత్తం ఖాళీగా ఉన్న గృహాలు – 12,56,179
  - మొదటి స్థానంలో చిత్తూరు ఉంది.
  - చివరి స్థానంలో పశ్చిమ గోదావరి ఉంది.
- రాష్ట్రంలో మొత్తం దుకాణాలు మరియు కార్యాలయాలు – 4,73,773
  - మొదటి స్థానంలో తూర్పు గోదావరి ఉంది.
  - చివరి స్థానంలో విజయనగరం ఉంది.

- రాష్ట్రంలో మొత్తం పాఠశాలలు మరియు కళాశాలలు - 87,798
  - మొదటి స్థానంలో చిత్తూరు ఉంది.
  - చివరి స్థానంలో కర్నూలు ఉంది.
- రాష్ట్రంలో మొత్తం హోటళ్ళు, లాడ్జలు మరియు గెస్ట్ హౌస్‌లు - 38,009
  - మొదటి స్థానంలో గుంటూరు ఉంది.
  - చివరి స్థానంలో విజయనగరం ఉంది.
- రాష్ట్రంలో మొత్తం ఆసుపత్రులు మరియు డిస్పెన్సరీలు - 29,030
  - మొదటి స్థానంలో గుంటూరు ఉంది.
  - చివరి స్థానంలో విజయనగరం ఉంది.
- రాష్ట్రంలో మొత్తం ఫ్యాక్టరీలు, వర్క్‌షాపులు మరియు వర్క్‌షెడ్‌లు - 1,03,623
  - మొదటి స్థానంలో గుంటూరు ఉంది.
  - చివరి స్థానంలో కడప ఉంది.
- రాష్ట్రంలో మొత్తం దేవాలయాలు - 1,37,085
  - మొదటి స్థానంలో తూర్పు గోదావరి ఉంది.
  - చివరి స్థానంలో విజయనగరం ఉంది

DISTRICT-WISE CENSUS HOUSES AND THE USES TO WHICH THEY ARE PUT, 2011 CENSUS

(in Number)

Sl. No.	District	Census Houses and their use						
		Occupied Census Houses used as						Occupied locked Census Houses
		School, College etc.,	Hotels, Lodge, Guest houses etc.,	Hospital, Dispensary, etc.,	Factory, Workshop Workshed, etc.,	Places of Worship	Other Non-Residential use	
(1)	(2)	(9)	(10)	(11)	(12)	(13)	(14)	(15)
1.	Srikakulam	6,015	1,542	1,302	4,735	7,613	67,773	1,972
2.	Vizianagaram	5,299	1,423	1,039	3,839	5,572	42,197	1,194
3.	Visakhapatnam	7,267	2,931	2,235	6,191	7,608	84,936	4,410
4.	East Godavari	7,907	3,274	2,491	8,963	14,763	68,621	4,018
5.	West Godavari	6,911	2,461	2,095	8,966	12,866	65,165	2,680
6.	Krishna	6,870	3,498	3,059	12,745	12,295	1,15,008	4,397
7.	Guntur	7,123	4,682	3,176	15,088	13,882	1,15,632	3,868
8.	Prakasam	6,561	2,725	2,060	10,460	11,657	81,524	1,916
9.	S.P.S. Nellore	6,690	2,244	1,701	6,513	10,064	49,080	2,009
10.	Y.S.R	5,559	1,873	1,830	3,456	7,907	38,922	2,387
11.	Kurnool	4,701	3,403	2,379	5,684	9,241	61,941	3,338
12.	Ananthapuramu	8,070	4,297	2,511	9,145	11,043	71,129	3,704
13.	Chittoor	8,825	3,656	3,152	7,838	12,574	53,301	3,073
ANDHRA PRADESH		87,798	38,009	29,030	1,03,623	1,37,085	9,15,229	38,966

Note: Data excludes mereged villages of Khammam

Source: H-Series Tables in Tables on Houses, Household Amenities and Assets, Andhra Pradesh, Series-29, Director of Census Operations, Hyderabad.

వలసలు

- ప్రాచీన కాలం నుండి మానవత్వం కదలికలో ఉంది. కొందరు వ్యక్తులు ఉద్యోగం లేదా ఆర్థిక అవకాశాల కోసం, కుటుంబంలో చేరడానికి లేదా చదువుకోవడానికి వెళతారు. మరికొందరు సంఘర్షణ, హింస, ఉగ్రవాదం లేదా మానవ హక్కుల ఉల్లంఘనల నుండి తప్పించుకోవడానికి తరలివెళ్తారు. మరికొందరు వాతావరణ మార్పు, ప్రకృతి వైపరీత్యాలు లేదా ఇతర పర్యావరణ కారకాల యొక్క ప్రతికూల ప్రభావాలకు ప్రతిస్పందనంగా కదులుతారు.
- వరల్డ్ మైగ్రేషన్ రిపోర్ట్ 2020 ప్రకారం, జూన్ 2019 నాటికి అంతర్జాతీయ వలసదారుల సంఖ్య ప్రపంచవ్యాప్తంగా దాదాపు 272 మిలియన్లుగా అంచనా వేయబడింది. ఇది 2010 కంటే 51 మిలియన్లు ఎక్కువ. దాదాపు మూడింట రెండు వంతుల మంది కార్మిక వలసదారులు.
- అంతర్జాతీయ వలసదారులు 2019లో ప్రపంచ జనాభాలో 3.5% ఉన్నారు. ఇది 2000లో 2.8% మరియు 1980లో 2.3%గా ఉంది.
- UNHRC (United Nations Human Rights Council) ప్రకారం ప్రపంచవ్యాప్తంగా 2019 చివరినాటికి బలవంతంగా స్థాన భ్రంశం చెందిన వారి సంఖ్య 79.5 మిలియన్లు. వీరిలో 26 మిలియన్లు శరణార్థులు, 45.7 మిలియన్లు మంది ప్రజలు అంతర్గతంగా స్థానభ్రంశం చెందారు.
- 2019లో ప్రపంచవ్యాప్తంగా అంతర్జాతీయ వలసదారుల సంఖ్య వారి పుట్టిన దేశం కాకుండా వేరే దేశంలో నివసిస్తున్న వారి సంఖ్య 272 మిలియన్లకు చేరుకుంది. అంతర్జాతీయ వలస దారులలో 48% మంది మహిళా వలసదారులు ఉన్నారు. 38 మిలియన్లు మంది వలస పిల్లలు ఉన్నట్లు అంచనా వేయబడింది. 164 మిలియన్లు వలస కార్మికులు.
- డిసెంబర్ 2000లో జనరల్ అసెంబ్లీ డిసెంబర్ 18 అంతర్జాతీయ వలసదారులు దినోత్సవాన్ని ప్రకటించింది.
- 2022 ఏడాది దినోత్సవం యొక్క థీమ్ – Together we heal, learn and shine

వలసలు - జనాభా లెక్కలు:

- భారత్‌లో మొదటగా వలసకు సంబంధించిన గణాంకాలు 1872లో సేకరించారు.
- 1961 వరకు జననస్థలం యొక్క గణాంకాలను మాత్రమే సేకరించారు.
- 1961 నుండి గ్రామీణ, పట్టణ వలసలు, నివాస స్థలం, జనన స్థలం వంటి వివరాలను సేకరించడమైంది.

★ 1981లో వలసలకు కారణాలను సేకరించడమైనది.

భారతదేశం - వలస:

- 2011 జనాభా లెక్కలు ప్రకారం భారతదేశంలోని అంతర్గత వలసదారుల సంఖ్య (అంతర్ రాష్ట్రం మరియు రాష్ట్రంలో) 45.36 కోట్లు. దేశ జనాభాలో 37% ఉన్నారు.

  భారతదేశంలో వలసల నివేదిక 2020-21- జూలై 2020 జూన్ 2021కి అఖిల భారత వలసల రేటు 28.9% గ్రామీణ ప్రాంతాల్లో 26.5% మరియు పట్టణ ప్రాంతాల్లో 34.9% వలసలు ఉన్నాయి.
- వలస రేటులో స్త్రీలు 47.9% అధిక వాటాను నమోదు చేశారు. గ్రామీణ ప్రాంతాల్లో 48% పట్టణ ప్రాంతాల్లో 47.8%.
- పురుషుల వలస రేటు 10.7% గ్రామీణ ప్రాంతాల్లో 5.9% మరియు పట్టణ ప్రాంతాల్లో 22.5%.
- 86.8% స్త్రీలు వివాహం కోసం వలస వెళ్ళగా, 49.6% మంది పురుషులు ఉపాది వెతుక్కుంటూ వలస వెళ్ళారు.

- ఇటీవలె నీతి ఆయోగ్ "జాతీయ వలస కార్మిక విధాన ముసాయిదాను సిద్ధం చేసింది. భారతదేశంలో 2011లో 45.6 కోట్ల మంది వలసదారులు ఉన్నారు. (జనాభా 38%) 2001లో 31.5 కోట్ల మంది వలసదారులు (జనాభా 31%) ఉన్నారు.
- మహారాష్ట్రకు అత్యధికంగా మధ్యప్రదేశ్ నుండి, రాజస్థాన్‌కు బీహార్ నుండి వలస వస్తున్నారు.
- దేశంలో అధిక వలసదారులు గల రాష్ట్రాలు వరుసగా - మహారాష్ట్ర, ఉత్తరప్రదేశ్, పశ్చిమబెంగాల్
- మన దేశంలో వలసకు ప్రధాన కారణాలుగా వివాహం & ఉద్యోగం మరియు ఆర్థిక కారణాలు.
- ఢిల్లీ వస్తున్న వారిలో అత్యధికం ఉత్తరప్రదేశ్ వాటా (45.09%) కాగా తర్వాత బీహార్ 2వ స్థానంలో కలదు.
- వలసదారులు అధికంగా ఉత్తరప్రదేశ్, బీహార్ నుండి వలస వెళుతున్నారు.
- అంతర్ వలసలో మహారాష్ట్ర మొదటిస్థానంలో ఉంది.
- బాహ్య వలసలో ఉత్తరప్రదేశ్ రాష్ట్రం మొదట స్థానంలో ఉంది.

వలసలు - కారణాలు:

- ఈ కారణాలు రెండు రకాలు : 1) ఆకర్షించేవి (Pull Factors)
  2) నెట్టబడేవి (Push Factors)
- బోగ్ అభిప్రాయంలో గ్రామాల్లో 'పుష్ కారకాలు", నగరాల్లో 'పుల్ కారకాలు' ఉంటాయి.
  1. పట్టణాలు ప్రజలను ఆకర్షించే కారకాలు - పుల్‌కారకాలు
  2. గ్రామాల నుంచి పట్టణాలకు వలసను ప్రోత్సమించే కారణాలు - పుష్ కారకాలు

పుల్ కారకాలు:

1. వైద్య, ఆరోగ్య వసతులు ఎక్కువగా ఉండటం
2. నగరాల్లో జీవన విధానం అత్యంత ఆకర్షణీయ విధానాలతో కూడి ఉండటం
3. వర్తక, వాణిజ్యాలు, పారిశ్రామిక, సేవా రంగాల్లో ఉపాధి అవకాశాలు పెరగటం.
4. ఉన్నత విద్య, వృత్తి శిక్షణకు అవకాశాల లభ్యత ఎక్కువగా ఉండటం.

పుష్ కారకాలు:

1. వృత్తి శిక్షణ, ఉన్నత విద్య అవకాశాలు లేకపోవటం
2. సరైన వైద్య, ఆరోగ్య సదుపాయాలు లేకపోవటం
3. కుటీర పరిశ్రమలు, చేనేత పరిశ్రమలు మూతపడటం
4. వ్యవసాయ యాంత్రీకరణ, వ్యవసాయ కార్మికుల నిరుద్యోగిత
5. ప్రకృతి విపత్తులు

సంతానోత్పత్తి రేటు (Total Fertility Rate) (TFR)

- asfr ను ప్రతి 5 సం॥లకు ఒకసారి లెక్కిస్తే దాన్ని tfr అంటారు.

$$TFR \frac{5\times\sum_{15-19}^{45-49} ASFR}{1000}$$

❖ **2011 నాటికి దేశంలో సంతానోత్పత్తి రేటు 2.3**

- మొదటి మూడు రాష్ట్రాలు - 1) బీహార్ (3.4)
  2) ఉత్తరప్రదేశ్ (3.17)
  3) మేఘాలయ (3.1)
- చివరి మూడు రాష్ట్రాలు - 1) సిక్కిం (1.45)
  2) పశ్చిమబంగ (1.64)
  3) తమిళనాడు (1.7)

❖ 22 సెప్టెంబర్ 2022న విడుదల Sample registration survey 2020 రిపోర్టు ప్రకారం. మొత్తం సంతానోత్పత్తి రేటు 2, గ్రామీణ ప్రాంతాలలో 2.2, పట్టణ ప్రాంతాల్లో 1.6

❖ ఆంధ్రప్రదేశ్‌లో 2021 నివేదిక ప్రకారం సంతానోత్పత్తి రేటు 1.5

❖ ఆంధ్రప్రదేశ్‌లో సంతానోత్పత్తి రేటు అధికంగా గల జిల్లాలు - 1) చిత్తూరు, 2) గుంటూరు, 3) విశాఖపట్నం.

❖ ఆంధ్రప్రదేశ్‌లో సంతానోత్పత్తి రేటు అల్పంగా గల జిల్లాలు - 1) విజయనగరం 2) పశ్చిమ గోదావరి.

శిశు మరణాల రేటు (Infant Mortality Rate) - IMR:

❖ ప్రతి 1000 మంది పుట్టుకకు ఒక సంవత్సరంలోనే చనిపోయే పిల్లల సంఖ్య.

❖ 2015లో ఇది 37 ఉండగా 2020 నాటికి 28కి తగ్గింది. ఏటా సగటున 1.8 పాయింట్ల తగ్గుదల నమోదయింది. గ్రామీణ ప్రాంతాల్లో ఈ తగ్గుదల 41 నుంచి 31కి చేరగా. పట్టణ ప్రాంతాల్లో 25 నుంచి 19కి తగ్గింది.

❖ ఆంధ్రప్రదేశ్‌లో శిశు మరణాల రేటు - 24

❖ ఆంధ్రప్రదేశ్‌లో శిశు మరణాల రేటు అధికంగా ఉన్న జిల్లాలు - 1) శ్రీకాకుళం, 2) విజయనగరం.

❖ ఆంధ్రప్రదేశ్‌లో శిశు మరణాల రేటు అల్పంగా ఉన్న జిల్లా - కృష్ణా

జనన మరియు మరణ రేట్లు:

1. జనన రేటు:

- ఒక సంవత్సరంలో 1000 మంది ప్రజలకు నమోదయ్యే జననాల సంఖ్య
- 2020 డాటా ప్రకారం జనన రేటు 15.7
- ఆంధ్రప్రదేశ్‌లో అత్యధికంగా జననాల రేటు గల జిల్లాలు - 1) కడప, కర్నూలు
- ఆంధ్రప్రదేశ్‌లో అత్యల్పంగా జననాల రేటు గల జిల్లా - పశ్చిమ గోదావరి

2. మరణ రేటు:

- ఒక సంవత్సరంలో 1000 మంది ప్రజలకు నమోదయ్యే మరణాల సంఖ్య
- 2020 డాటా ప్రకారం మరణ రేటు 6.3

3. ప్రసూతి మరణాల రేటు:

- సగటున ఒక లక్షమంది గర్భవతులైన స్త్రీలలో ప్రసూత సంబంధ కారణాల వలన చనిపోవు వారి సంఖ్య ఆంధ్రప్రదేశ్‌లో చూస్తే 45/1,00,000 ఉంది.
- ఆంధ్రప్రదేశ్‌లో ప్రసూతి మరణాల రేటు అతి తక్కువగా ఉన్న జిల్లా - తూర్పు గోదావరి 74/1,00,000
- ఆంధ్రప్రదేశ్‌లో ప్రసూతి మరణాల రేటు అతి ఎక్కువగా ఉన్న జిల్లా - విశాఖపట్నం 115/1,00,000

ఆంధ్రప్రదేశ్‌లో సామాజిక - మౌలిక సదుపాయాల కోసం కొన్ని ముఖ్యాంశాలు:

- రాష్ట్రంలో మొత్తం కుటుంబాలు - 1.27 కోట్లు.
  - మొదటి స్థానంలో తూర్పు గోదావరి ఉంది.
  - చివరి స్థానంలో విజయనగరం ఉంది.
- కుటుంబ సభ్యుల సంఖ్య- 4

Note: రాష్ట్రంలో కుటుంబ సభ్యుల సంఖ్య 5గా ఉన్న ఒకే ఒక్క జిల్లా - కర్నూలు.

- రాష్ట్రంలో మొత్తం పట్టణ కుటుంబాలు - 36.53 లక్షలు.
  - మొదటి స్థానంలో విశాఖపట్నం ఉంది.
  - చివరి స్థానంలో శ్రీకాకుళం ఉంది.
- రాష్ట్రంలో మొత్తం గ్రామీణ కుటుంబాలు - 90.65 లక్షలు.
  - మొదటి స్థానంలో తూర్పు గోదావరి ఉంది.
  - చివరి స్థానంలో విజయనగరం ఉంది.
- రాష్ట్రంలో గ్రామాలలో ఇల్లులేని జనాభా - 34,111
  - మొదటి స్థానంలో గుంటూరు ఉంది.
  - చివరి స్థానంలో విజయనగరం ఉంది.
  - కుటుంబాల సంఖ్య 10,402
- రాష్ట్రంలో పట్టణాలలో ఇల్లులేని జనాభా - 27,131
  - మొదటి స్థానంలో విశాఖపట్నం ఉంది.
  - చివరి స్థానంలో శ్రీకాకుళం ఉంది.
  - కుటుంబాల సంఖ్య 10,315.
    - మొదటి స్థానంలో కృష్ణా ఉంది.
    - చివరి స్థానంలో శ్రీకాకుళం ఉంది.
- రాష్ట్రంలో మొత్తం ఇల్లులేని జనాభా - 61,242
  - మొదటి స్థానంలో గుంటూరు ఉంది.
  - చివరి స్థానంలో విజయనగరం ఉంది.
- రాష్ట్రంలో మొత్తం ఇల్లులేని కుటుంబాలు - 20,717
  - మొదటి స్థానంలో కృష్ణా ఉంది.
  - చివరి స్థానంలో విజయనగరం ఉంది.
- రాష్ట్రంలో 10వేల కంటే ఎక్కువ జనాభా గల గ్రామాలు - 360.
  - మొదటి స్థానంలో తూర్పు గోదావరి ఉంది.
  - చివరి స్థానంలో విజయనగరం ఉంది.
- రాష్ట్రంలో 2000 కంటే తక్కువ జనాభా గల గ్రామాలు - 2492
  - మొదటి స్థానంలో విశాఖపట్నం ఉంది.
  - చివరి స్థానంలో గుంటూరు ఉంది.

- ❖ రాష్ట్రంలో అత్యధికంగా 2000 నుండి 4999 మధ్యలో జనాభా గల గ్రామాలు ఎక్కువగా ఉన్నాయి.
- ❖ రాష్ట్రంలో అత్యధిక దశాబ్ద వృద్ధిరేటు గల వయస్సు సమూహం 60-69 సంవత్సరాలు.
- ❖ రాష్ట్రంలో అత్యల్పంగా దశాబ్ద వృద్ధిరేటు గల వయస్సు సమూహం 05-14 సంవత్సరాలు.
- ❖ 2011 జనాభా లెక్కల ప్రకారం graduates జనాభా - 29,25,501
  - ♦ Graduates లో మొదటి స్థానంలో గల జిల్లా - విశాఖ
  - ♦ Graduates లో చివరి స్థానంలో గల జిల్లా - విజయనగరం

రాష్ట్రంలో 2022-23 సామాజిక, ఆర్థిక సర్వే ప్రకారం:

1. ఇంటర్మీడియట్ కళాశాలలు:

- ❖ మొత్తం ప్రభుత్వ జూనియర్ కళాశాలలు - 476.
  - ★ మొదటి స్థానం - శ్రీకాకుళం (38)
  - ★ చివరి స్థానం - గుంటూరు (5)
- ❖ మొత్తం ప్రభుత్వ ఎయిడెడ్ జూనియర్ కళాశాలలు - 45
  - ★ మొదటి స్థానం - కడప (7)
  - ★ ఎయిడెడ్ జూనియర్ కళాశాలలు లేని జిల్లాలు-శ్రీకాకుళం, విజయనగరం, మన్యం, అల్లూరి, అనకాపల్లి, ఏలూరు, సత్యసాయి, అన్నమయ్య, చిత్తూరు, తిరుపతి.
- ❖ మొత్తం జూనియర్ కళాశాలలు - 521.
  - ★ మొదటి స్థానం - శ్రీకాకుళం (38)
  - ★ చివరి స్థానం - పల్నాడు (10), కృష్ణా (10).

2) డిగ్రీ (UG, PG) కళాశాలలు:

- ❖ మొత్తం ప్రభుత్వ డిగ్రీ కళాశాలలు - 169.
  - ★ మొదటి స్థానం - శ్రీకాకుళం (11)
  - ★ చివరి స్థానం - పల్నాడు (2), గుంటూరు (2)
- ❖ మొత్తం ప్రభుత్వ మహిళా డిగ్రీ కళాశాలలు - 51,290
  - ★ మొదటి స్థానం - శ్రీకాకుళం (4636)
  - ★ చివరి స్థానం - పల్నాడు (317)
- ❖ మొత్తం ప్రభుత్వ పురుషుల డిగ్రీ కళాశాలలు - 48,802
  - ★ మొదటి స్థానం - అనంతపురం (5498)
  - ✈ చివరి స్థానం - గుంటూరు (113)

3. రాష్ట్రంలో ప్రజా పంపిణీ వ్యవస్థ:

2022-23 సామాజిక ఆర్థిక సర్వే ప్రకారం 2022 డిసెంబర్ నాటికి రాష్ట్రంలో ప్రజా పంపిణీ వ్యవస్థ క్రింది విధంగా ఉంది:

Sl. No	District	Ration Shops	Ration Cards (in No.s)		Distribution of Rice in MTs per Month
			White	AAY cards	
1	2	3	4	5	6
1	Srikakulam	1603	36,716	6,25,102	9281.82
2	Vijayanagaram	1249	38,066	5,36,495	7753.58
3	Manyam	578	56,268	2,20,515	3266.53
4	ASR	671	61,446	2,32,274	3352.04
5	Visakhapatnam	648	12,020	5,09,426	7760.20
6	Anakapalli	1063	26,905	5,14,926	7239.12
7	Kakinada	1060	23,524	6,22,287	8897.55
8	Konaseema	926	24,804	5,14,321	7330.68
9	East Godavari	870	21,598	5,42,973	7634.70
10	West Godavari	1011	30,672	5,05,751	7178.94
11	Eluru	1164	37,112	6,05,414	8514.51
12	Krishna	1059	30,549	4,95,891	6887.52
13	NTR	957	23,063	5,66,166	8204.90
14	Guntur	972	24,607	5,65,939	8010.46
15	Bapatla	1123	22,313	4,57,744	6237.75
16	Palnadu	1290	30,734	6,06,068	8686.56
17	Prakasam	1392	33,120	6,26,456	9285.37
18	Nellore	1513	40,910	6,81,331	9539.80
19	Kurnool	1232	43,448	6,18,635	10074.15
20	Nandyal	1204	29,640	5,03,856	7479.39
21	Ananthapur	1645	53,390	6,00,730	9268.98
22	Sri Satya Sai	1367	50,170	5,11,820	7768.09
23	Kadapa	1239	36,943	5,39,904	8143.11
24	Annamayya	1123	40,506	4,55,274	6871.36
25	Chittoor	1378	39,977	4,94,279	7802.87
26	Tirupathi	1457	39,301	5,52,666	7971.41
	Total	29794	9,07,802	1,37,06,243	200441.34

Source: Civil Supplies Department

- మొత్తం రేషన్ దుకాణాలు - 29,794
  - ★ మొదటి స్థానం - అనంతపురం (1,645)
  - ★ చివరి స్థానం - మన్యం (578)
- మొత్తం తెల్ల కార్డులు - 9,07,802
  - ★ మొదటి స్థానం - అల్లూరి (61,446)
  - ★ చివరి స్థానం - విశాఖపట్నం (12,020)
- మొత్తం అంత్యోదయ కార్డులు - 1,37,06,243
  - ★ మొదటి స్థానం - నెల్లూరు (6,81,331)
  - ★ చివరి స్థానం - మన్యం (2,20,515)
- ఒక నెలకి బియ్యం పంపిణీ - 2,00,441 మి.టన్నులు
  - ★ మొదటి స్థానం - కర్నూలు (10,074.15 మి. టన్నులు)
  - ★ చివరి స్థానం - మన్యం (3,266.53 మి.టన్నులు)
- రాష్ట్రంలో మొత్తం దీపం పథకం కింద ఎల్.పి.జి. కనెక్షన్లు - 10,633
  - ★ మొదటి స్థానం - శ్రీ సత్యసాయి (1,003)
  - ★ చివరి స్థానం - బాపట్ల (127)
- రాష్ట్రంలో మొత్తం ప్రధానమంత్రి ఉజ్వల యోజన పథకం కింద ఎల్.పి.జి. కనెక్షన్లు - 91,739 (2022-23 సం॥లో)
  - ★ మొదటి స్థానం - విజయనగరం (18,746)
  - ★ చివరి స్థానం - గుంటూరు (2)

రాష్ట్రంలో నూతన జిల్లాలవారీగా ప్రస్తుతం ఉన్న మండలాలు, డివిజన్లు మరియు నియోజకవర్గాలు:

- రాష్ట్రంలో మొత్తం మండలాలు - 679
  - ★ మొదటి మూడు స్థానాలు - 1) నెల్లూరు, ప్రకాశం (38)
    2) కడప (36)
    3) తిరుపతి (34)
  - ★ చివరి మూడు స్థానాలు - 26) విశాఖపట్నం (11)
    25) మన్యం (15)
    24) గుంటూరు (18)
- రాష్ట్రంలో మొత్తం నియోజకవర్గాలు - 175
  - ★ చివరి రెండు స్థానాలు - అల్లూరి (3), మన్యం (4).
- రాష్ట్రంలో మొత్తం రెవెన్యూ డివిజన్లు - 76
  - ★ చిట్టచివరి రెవెన్యూ డివిజన్ - చింతూరు (76)

Sl.No	District	No. of		
		ACs	Divisions	Mandals
1	Srikakulam	8	3	30
2	Vizianagaram	7	3	27
3	Visakhapatnam	6	2	11
4	Anakapalli	7	2	24
5	Kakinada	7	2	21
6	Dr B.R.Ambedkar Kona Seema	7	3	22
7	East Godavari	7	2	19
8	West Godavari	7	2	19
9	Eluru	7	3	28
10	Krishna	7	3	25
11	NTR	7	3	20
12	Guntur	7	2	18
13	Bapatla	6	3	25
14	Palnadu	7	3	28
15	Prakasam	8	3	38
16	SPS Nellore	8	4	38
17	Kurnool	8	3	26
18	Nandyal	6	3	29
19	Ananthapuramu	8	3	31
20	Sri Sathyasai	6	4	32
21	YSR	7	4	36
22	Annamayya	6	3	30
23	Chittoor	7	4	31
24	Tirupati	7	4	34
Tribal districts				
25	Parvathipuram Manyam	4	2	15
26	Alluri Sitharama Raju	3	3	22
Total		175	76	679

Source: Directorate of Economics and Statistics, Govt. of AP., Vijayawada